ജനകീയാസൂത്രണം

പ്രാദേശിക ജനാധിപത്യവും വികസനവും

Janakeeyasoothranam
Pradheshika janadhipathyavum vikasanavum
Study

T M Thomas Isaac
Richard W Franke

CHINTHA PUBLISHERS
Thiruvananthapuram

We acknowledge our sincere gratitude to Leftword Books
in allowing us to publish this translated version

First Edition
October 2021

Second Edition
January 2022

Published & Typesetting
Chintha Publishers, Thiruvananthapuram

Printed at
Print Express, Kochi

Cover Design
Akash Sheshadri

ISBN : 978-93-90301-75-1

CR - 3077 / 5769

Email: chinthapublishers@gmail.com
Website: www.chinthapublishers.com

Distribution
DESHABHIMANI BOOKHOUSE
H O Thiruvananthapuram 695035

Branch
Head Office Kunnukuzhi • Statue Thiruvananthapuram •
KSRTC Bus Station Thiruvananthapuram
KSRTC Bus Station Alappuzha • KSRTC Bus Station Ernakulam •
Machingal Lane Thrissur • IG Road Kozhikode •
Mavoor Road Kozhikode • NGO Union Building Kannur •
Central Bus Terminal Complex Thavakkara Kannur

ജനകീയാസൂത്രണം

പ്രാദേശിക ജനാധിപത്യവും വികസനവും

ടി എം തോമസ് ഐസക്
റിച്ചാർഡ് ഡബ്ല്യു ഫ്രാങ്കി

ചിന്ത പബ്ലിഷേഴ്സ്
തിരുവനന്തപുരം-695 035

ടി എം തോമസ് ഐസക്

കേരളത്തിന്റെ ധനകാര്യ മന്ത്രിയായി രണ്ടു കാലയളവുക ളിൽ പ്രവർത്തിച്ചു (2006–11, 2016–2021). നിരവധി അക്കാദമിക ഗവേഷണ പ്രബന്ധങ്ങളുടെയും പുസ്തകങ്ങളുടെയും ഗ്രന്ഥകാരൻ. ഇരുപത്തഞ്ചോളം കൃതികൾ പ്രസിദ്ധീകരിച്ചു. തിരുവനന്തപുരത്തെ സെന്റർ ഫോർ ഡെവലപ്മെന്റ് സ്റ്റഡീ സിലെ മുൻ പ്രൊഫസറും ഇപ്പോൾ ഓണററി ഫെല്ലോയും. കേരള സംസ്ഥാന ആസൂത്രണ ബോർഡിലെ അംഗമായി രിക്കെ ജനകീയാസൂത്രണ കാമ്പയിനിന്റെ മുഖ്യചുമതല ക്കാരനായിരുന്നു. ഇപ്പോൾ സിപിഐ (എം) കേന്ദ്ര കമ്മിറ്റി അംഗം.

റിച്ചാർഡ് ഡബ്ല്യൂ ഫ്രാങ്കി

അമേരിക്കയിൽ ന്യൂജെഴ്സിയിലെ മോന്റ്ക്ലെയർ സർവ്വക ലാശാലയിലെ നരവംശ ശാസ്ത്രത്തിന്റെ എമിരറ്റസ് പ്രൊഫസർ. കേരളത്തെക്കുറിച്ച് നിരവധി സാമൂഹിക ഗവേ ഷണ ഗ്രന്ഥങ്ങൾ രചിച്ചിട്ടുണ്ട്.

ഉള്ളടക്കം

ജനകീയാസൂത്രണ ഉന്നതാധികാര
മാർഗ്ഗദർശക കൗൺസിൽ ചെയർമാൻ
ഇ എം എസ് നമ്പൂതിരിപ്പാടിന്റെ
സ്മരണയ്ക്ക്

പ്രസാധകക്കുറിപ്പ്

ജനകീയാസൂത്രണത്തിന്റെ പശ്ചാത്തലം വിവരിക്കുന്ന, അതിന്റെ വിവിധ ഘട്ടങ്ങളെ ഇഴപിരിച്ചെടുക്കുന്ന, പ്രതിസന്ധികളെയും വിജയങ്ങളെയും വിലയിരുത്തുന്ന, നേട്ടങ്ങളെയും പരിഷ്കാരങ്ങളെയും വിശകലനം ചെയ്യുന്ന ഗ്രന്ഥം. ജനകീയ മുന്നേറ്റത്തിന്റെയും, നൂതനമായ ഇടപെടലുകളുടെയും, ഉദ്യോഗസ്ഥവൃന്ദത്തിന്റെ എതിർപ്പുകൾ മറികടന്നതിന്റെയും, അഴിമതിയുടെ വേരുകൾ പിഴുതെറിഞ്ഞതിന്റെയും, ദോഷദർശനത്തെ അപ്രസക്തമാക്കിയതിന്റെയും ശക്തമായ അനുഭവം പങ്കുവയ്ക്കുന്നു ഇതിൽ. ജനകീയാസൂത്രണ സിദ്ധാന്തത്തിന്റെയും പ്രയോഗത്തിന്റെയും പ്രാമുഖ്യം പരിഗണിക്കുമ്പോൾ സ്വാതന്ത്ര്യാനന്തര ഇന്ത്യയിലെ വികസനത്തിനു മാത്രമല്ല, വികേന്ദ്രീകരണം, പൗരസമൂഹശാക്തീകരണം എന്നിവയിലുള്ള അന്തർദ്ദേശീയ സംവാദങ്ങൾക്കും ലോകമാകെയുള്ള സ്ഥായിയായ വികസനത്തിനും വിലമതിക്കാനാകാത്ത പാഠങ്ങൾ സംഭാവന ചെയ്യുന്നതാണ് ഈ ഗ്രന്ഥം.

ചിന്ത പബ്ലിഷേഴ്സ്

മുഖവുര

ജനകീയാസൂത്രണം സംബന്ധിച്ച് ഏറ്റവുമധികം പ്രചാരം നേടിയ ഗ്രന്ഥമാണ് “ജനകീയാസൂത്രണം - പ്രാദേശിക ജനാധിപത്യവും പ്രാദേശിക വികസനവും”. ഇതിന്റെ മലയാള തർജ്ജമ ഇപ്പോൾ മാത്രമാണ് പ്രസിദ്ധീകരിക്കപ്പെടുന്നത്. 2000 ആണ്ടിൽ നടന്ന ജനകീയാസൂത്രണത്തെക്കുറിച്ചുള്ള അന്തർദ്ദേശീയ പഠനകോൺഗ്രസിലാണ് ഇതിന്റെ ആദ്യ എഡിഷന്റെ പ്രകാശനം നടന്നത്. ഡൽഹിയിലെ ലെഫ്റ്റ്‌വേർഡ് ബുക്സ് ആയിരുന്നു പ്രസാധകർ. അടുത്ത രണ്ടു വർഷത്തിനുള്ളിൽ ഇതിന് നാല് അന്തർദ്ദേശീയ എഡിഷനുകൾ ഇറങ്ങി. പോർച്ചുഗീസ്, സ്പാനിഷ്, കാറ്റലൻ ഭാഷകളിലേയ്ക്കു തർജ്ജമ ചെയ്യപ്പെട്ടു. റോമൻ & ലിറ്റിൽ പബ്ലിഷേഴ്സ് ഒട്ടേറെ മാറ്റങ്ങളോടെ ഒരു അമേരിക്കൻ എഡിഷനും പ്രസിദ്ധീകരിച്ചു. ഇവയുടെ അടിസ്ഥാനത്തിൽ ചില പരിഷ്കാരങ്ങളോടെ രണ്ട് ഇന്ത്യൻ എഡിഷനുകൾ പിന്നീട് പ്രസിദ്ധീകരിക്കുകയുണ്ടായി.

മലയാള തർജ്ജമ ഇപ്പോഴാണു പ്രസിദ്ധീകരിക്കുന്നതെങ്കിലും കേരളത്തിൽ വ്യാപകമായി ഈ ഗ്രന്ഥം പരാമർശിക്കപ്പെട്ടിട്ടുണ്ട്. റിച്ചാർഡ് ഫ്രാങ്കിയുമായി ചേർന്ന് എഴുതിയ ഈ ഗ്രന്ഥം ജനകീയാസൂത്രണ വിവാദത്തിൽ ഒരു കേന്ദ്ര റഫറൻസായിരുന്നു. അമേരിക്കൻ ഇടപെടലിന്റെ സാക്ഷ്യമായിട്ടാണ് ഈ ഗ്രന്ഥത്തിൽ നിന്ന് ഉദ്ധരണികൾ എടുത്തു വീശിക്കൊണ്ടിരുന്നത്.

സെന്റർ ഫോർ ഡെവലപ്പ്മെന്റ് സ്റ്റഡീസിൽ പഠനത്തിനുവന്ന ഒരു ഇടതുപക്ഷ ചിന്താഗതിക്കാരനാണ് റിച്ചാർഡ് ഫ്രാങ്കി. ഏതാനും വർഷം തൃശ്ശൂരിലെ പാഞ്ഞാൾ ഗ്രാമത്തെക്കുറിച്ചു പഠിക്കുന്നതിന് ചെലവഴിക്കുകയുണ്ടായി. രണ്ടാം നായനാർ സർക്കാരിന്റെ ഭരണകാലമായിരുന്നു. അക്കാലത്ത് കേരളത്തിൽ നടന്നിരുന്ന സാക്ഷരതയടക്കമുള്ള ഒട്ടേറെ നൂതന-വികസന പരീക്ഷണങ്ങളെക്കുറിച്ച് ഒരു ഗ്രന്ഥം എഴുതുന്നതിന് ഞങ്ങൾ തീരുമാനിച്ചു. പക്ഷേ, പഠനത്തിനായി തെരഞ്ഞെടുത്ത ഒരു ഡസൻ പരീക്ഷണങ്ങളിൽ ഒന്നായ കേരള ദിനേശ് ബീഡി സഹകരണ സംഘത്തെക്കുറിച്ചുള്ള ആദ്യ പഠനം തന്നെ ഒരു ഗ്രന്ഥമായി വികസിച്ചു. കോർണൽ സർവ്വകലാശാലയാണ് ഇതു പ്രസിദ്ധീകരിച്ചത്. മറ്റുള്ളവയെക്കുറിച്ച് വിശകലനം പുരോഗമിക്കുന്നവേളയിൽ ജനകീയാസൂത്രണം

ആരംഭിച്ചു. തുടർപഠനങ്ങൾ ഉപേക്ഷിച്ചു. അതിനേക്കാൾ ആഹ്ലാദകരമായ ഒന്നായിരുന്നു ജനകീയാസൂത്രണം.

ഇതാണു ജനകീയാസൂത്രണ അനുഭവങ്ങളെക്കുറിച്ച് ഒരു സംയുക്ത ഗ്രന്ഥം രചിക്കാനുള്ള കാരണം. ഈ ഗ്രന്ഥത്തിന്റെ 4–ാമത്തെ അധ്യായ മായി ഞങ്ങൾ മുമ്പ് പഠനം ആരംഭിച്ച വികസന പരീക്ഷണങ്ങൾ ചേർത്തിട്ടുണ്ട്. ആമുഖമായുള്ള ഒന്നാമത്തെ അധ്യായം 2021–ലെ എഡിഷനു വേണ്ടി തയ്യാറാക്കിയതാണ്. റിച്ചാർഡ് ഫ്രാങ്കി ഗവേഷണം ചെയ്തിരുന്ന പാഞ്ഞാൾ ഗ്രാമത്തെ ആസ്പദമാക്കി കേരളത്തിന്റെ പൊതുസവിശേഷതകളെ വിശദീകരിക്കാനാണു ശ്രമിക്കുന്നത്.

ജനകീയാസൂത്രണത്തിനുശേഷമുള്ള 20 വർഷക്കാലത്തെ അധികാര വികേന്ദ്രീകരണത്തിന്റെ പുരോഗതിയെ വിലയിരുത്തിക്കൊണ്ടുള്ള 15–ാമത്തെ അധ്യായം പുതിയതായി എഴുതിയതാണ്. ഇപ്പോൾ ഇംഗ്ലീഷിൽ തയ്യാറാക്കിക്കൊണ്ടിരിക്കുന്ന കാൽനൂറ്റാണ്ടുകാലത്തെ കേരളത്തിലെ അധികാരവികേന്ദ്രീകരണത്തെക്കുറിച്ചുള്ള അവലോകനഗ്രന്ഥത്തിന്റെ ഒരു രൂപരേഖയാണ് ഈ അധ്യായം.

ഒട്ടേറെ പേരോട് ഈ ഗ്രന്ഥരചനയിൽ ഞാൻ കടപ്പെട്ടിരിക്കുന്നു. പ്രൊഫ. ഐ എസ് ഗുലാത്തിയോടുചേർന്ന് ത്രിപുരയിലെ പ്ലാനിംഗ് ബോർഡിന്റെ പരിശീലനത്തിനു തയ്യാറാക്കിയ ഒരു മോണോഗ്രാഫാണ് ഈ ഗ്രന്ഥത്തിന്റെ തുടക്കം. ഇത് ഇന്നത്തെ രൂപത്തിലേയ്ക്ക് വളർത്തുന്നതിൽ ജനകീയാസൂത്രണ കാമ്പയിൻ സെല്ലിലെ മുഴുവൻപേരോടും പറഞ്ഞ് അറിയിക്കാൻപറ്റാത്ത കടപ്പാടുണ്ട്. സെന്റർ ഫോർ ഡെവലപ്പ്മെന്റ് സ്റ്റഡീസിലെ പണ്ഡിതൻമാരുടെ അഭിപ്രായങ്ങളും ഏറെ സഹായിച്ചിട്ടുണ്ട്.

ജനകീയാസൂത്രണത്തിന്റെ രജതജൂബിലിയുമായി ബന്ധപ്പെട്ട് ഈ തർജ്ജമ തയ്യാറാക്കുന്നതിന് ചിന്ത പബ്ലിഷേഴ്സിലെ കെ ശിവകുമാറും എസ് എഡിസനുമാണ് മുൻകൈയെടുത്തത്. ഓരോ അധ്യായവും തർജ്ജമ ചെയ്യുന്നതിനുള്ള ആളുകളെ നിശ്ചയിച്ചതും ചിന്ത പബ്ലിഷേഴ്സാണ്. ഡോ. ടി എൻ സീമ, പ്രൊഫ. പി കെ രവീന്ദ്രൻ, വി എൻ ജിതേന്ദ്രൻ, ഡോ. ആർ അജയകുമാർ വർമ്മ, ജി സാജൻ, പ്രൊഫ. എൻ രമാകാന്തൻ, എസ് എഡിസൻ, എൽ പി ചിത്തർ, സി രാമകൃഷ്ണൻ, എസ് സജിത്, വി രാജേന്ദ്രൻ നായർ, ബീന ഗോവിന്ദൻ, റ്റി സുഭാഷ് ചന്ദ്രൻ, ആർ അജിത് കുമാർ, എസ് ജമാൽ എന്നിവരാണു തർജ്ജമ സംഘത്തിലുണ്ടായിരുന്നത്. അവരോടെല്ലാമുള്ള നന്ദി രേഖപ്പെടുത്തുന്നു.

ടി എം തോമസ് ഐസക്

അദ്ധ്യായം 1

ഒരു ഗ്രാമം ഉണരുന്നു

കേരളയജ്ഞത്തിന്റെ ചെറുപതിപ്പ്

തങ്കമ്മ മേശക്കെതിരെ പുറത്തേക്ക് നോക്കിക്കൊണ്ട് പറഞ്ഞു: "നമുക്ക് നാല്പതുലക്ഷത്തി ആറായിരം രൂപയാണ് കിട്ടുന്നത്." 1997 മെയ് മാസത്തിലെ ചൂടും ഈർപ്പവും കൂടുതലുള്ള ഒരു വൈകുന്നേരമായിരുന്നു അത്. പഞ്ചായത്ത് അംഗങ്ങളായ മറ്റ് ഒമ്പതുപേരുടെയും മുഖത്ത് അവർ സൂക്ഷിച്ചുനോക്കി. അവരിൽ മൂന്നുപേർ സ്ത്രീകളായിരുന്നു; ആറുപേർ പ്രതിപക്ഷ പാർട്ടിക്കാരും. ന്യൂനപക്ഷമായ ഇടതുസഖ്യത്തിലെ ദളിത് വനിതാ അംഗത്തെ പ്രസിഡന്റുപദത്തിലെത്തിച്ചത് അപ്രതീക്ഷിതമായ ഒരു വ്യക്തിവൈരാഗ്യമായിരുന്നു.

അവരെല്ലാവരും കഴിഞ്ഞ ഒരുവർഷമായി കഠിനാദ്ധ്വാനം ചെയ്ത് ഈ മഹത് ദിവസത്തെയും പ്രതീക്ഷിച്ചിരിക്കുകയായിരുന്നു. തുക ചെലവഴിക്കുന്നതിനുള്ള മുൻഗണനകൾ തീരുമാനിക്കാൻ നമുക്കൊരു വോട്ടെടുപ്പ് ആകാമെന്നായി തങ്കമ്മ. പഞ്ചായത്തംഗങ്ങൾ തലക്കുലുക്കി. പഞ്ചായത്ത് ഇതിനുമുൻപ് ഒരുവർഷം ചെലവഴിച്ചതിന്റെ അമ്പത്തി ഒന്ന് ഇരട്ടി വരുന്ന തുകയുടെ ബഡ്ജറ്റ് ഏതാനും നിമിഷങ്ങൾക്കകം അവർ ഔപചാരികമായി അംഗീകരിക്കാൻ പോവുകയാണ്. തങ്കമ്മയ്ക്ക് ആകെ ഒരു സംഭ്രമം. ഇത്രയും വലിയ ഒരു ഉത്തരവാദിത്വം തന്റെ പരിമിതമായ വിദ്യാഭ്യാസവും പരിചയവുംകൊണ്ട് കൈകാര്യം ചെയ്യാൻ കഴിയുമോ? നിർദ്ദേശിക്കപ്പെട്ടതും അംഗീകരിക്കപ്പെട്ടതുമായ ഇത്ര വലിയ പ്രോജക്ടുകൾ നടപ്പാക്കാൻ കഴിയുമോ?

പഞ്ചായത്ത് ഓഫീസിന് അടുത്തുള്ള പൊതുസ്ഥലത്ത് അവർ രണ്ടുമുറിയുള്ള മൃഗാശുപത്രി നിർമ്മിക്കാൻ പോവുകയാണ്. വില്ലേജ് ഓഫീസിന് കിഴക്കുവശത്തുള്ള സർക്കാർ ഹൈസ്കൂളിൽ ഒമ്പത് പുതിയ ക്ലാസ്മുറികൾ പണിയാൻ പോവുകയാണ്. വർഷങ്ങളായി നാട്ടുകാർ സംസ്ഥാന സർക്കാരിനോട് ആവശ്യപ്പെട്ടുകൊണ്ടിരുന്നതാണിത്. സ്കൂ

ളിലും പ്രാദേശിക വ്യാപാര കേന്ദ്രങ്ങളിലും ശുചിമുറികൾ സ്ഥാപിക്കാനും തീരുമാനിച്ചിട്ടുണ്ട്. പൊതുഇടങ്ങളിൽ പണിയെടുക്കുമ്പോൾ പ്രാഥമിക ആവശ്യങ്ങൾക്ക് സൗകര്യമില്ലാത്തതുകൊണ്ട് അവഹേളനവും ചിലപ്പോൾ ദേഹോപദ്രവവും ഏല്ക്കേണ്ടി വരുന്ന സ്ത്രീകൾക്കുവേണ്ടി പ്രത്യേക ശുചിമുറികൾ നിർമ്മിക്കാനും തീരുമാനിച്ചിട്ടുണ്ട്. ആരോഗ്യകേന്ദ്രത്തിൽ ഒരു ഡോക്ടറുടെ കൂടി സേവനം ഉറപ്പാക്കും. പുതിയ റോഡുകളും കലുങ്കുകളും നിർമ്മിക്കേണ്ടതുണ്ട്. നിരവധി റോഡുകളുടെ അറ്റകുറ്റപ്പണി നടത്തേണ്ടതുണ്ട്. ശുദ്ധമായ കുടിവെള്ളം ലഭ്യമാക്കുന്നതിന് പ്രോജക്ട് ഉണ്ട്. പുതിയ വീടുകൾക്കും കക്കൂസുകൾക്കുമുള്ള ആവശ്യം പൂർണ്ണമായി നിറവേറ്റാൻ കഴിയില്ല എന്ന് വ്യക്തമായിരുന്നു. ഇതിനുവേണ്ടി ഗുണഭോക്താക്കളുടെ ഒരു മുൻഗണനാലിസ്റ്റ് സുതാര്യമായ രീതിയിൽ തയ്യാറാക്കേണ്ടിയിരുന്നു. ഇതിൽനിന്ന് തെരഞ്ഞെടുക്കപ്പെടുന്നവർക്ക് ആദ്യവർഷം വീടും കക്കൂസും നല്കാൻ കഴിയും. പുതിയ പുസ്തകങ്ങൾ വാങ്ങാൻ ലൈബ്രറിക്ക് ഗ്രാന്റ് നല്കണം. പച്ചക്കറിക്കൃഷി പ്രോത്സാഹനത്തിന് ഒരു പദ്ധതി ഉണ്ടായിരുന്നു. അവർ പരിസ്ഥിതിയെക്കുറിച്ചും ചിന്തിച്ചിരുന്നു. അവശേഷിക്കുന്ന കാടുകളും കാവുകളും എങ്ങനെ സംരക്ഷിക്കും എന്നവർ ആലോചിച്ചിരുന്നു.

തങ്കമ്മയുടെ കൈയിൽ ഒരുകെട്ട് കടലാസുകളുണ്ടായിരുന്നു. “നമുക്ക് ലഭ്യമായ തുകകൊണ്ട് നമ്മുടെ പ്ലാൻ അനുസരിച്ചുള്ള പ്രോജക്ടുകൾ നടപ്പാക്കാൻ കഴിയും” തങ്കമ്മ പറഞ്ഞു. പഞ്ചായത്തംഗങ്ങൾക്ക് അഭിപ്രായ വ്യത്യാസമില്ലായിരുന്നു. അവർ പ്രോജക്ടുകൾ മുൻഗണനപ്പെടുത്തിക്കഴിഞ്ഞിരുന്നു. ഏകദേശം എത്രതുക കിട്ടുമെന്ന് രണ്ടുമാസം മുൻപുതന്നെ അവർ അറിഞ്ഞിരുന്നു. കിട്ടിയത് പ്രതീക്ഷിച്ചതിനേക്കാൾ അല്പം കുറവായിരുന്നു. ഈ വർഷം നടപ്പിലാക്കാൻ കരുതിയിരുന്ന ഒന്നുരണ്ടു പ്രോജക്ടുകൾ അടുത്തവർഷത്തേക്ക് മാറ്റിവെക്കേണ്ടിവരും. ജനാധിപത്യ വികേന്ദ്രീകരണം ആവേശജനകമാണ്; ആശങ്കാജനകവും.

ജനകീയാസൂത്രണപദ്ധതി (പി പി സി) പാഞ്ഞാളിൽ

വിശ്രമമില്ലാത്ത പ്രവർത്തനമായിരുന്നു, 1996 ഒക്ടോബർ, നവംബർ മാസങ്ങളിൽ. അവർ പത്ത് ഗ്രാമസഭകൾ അഥവാ വാർഡ് യോഗങ്ങൾ സംഘടിപ്പിച്ചിരുന്നു. ശക്തമായ പ്രചാരണം, പ്രാദേശിക ചർച്ചാഗ്രൂപ്പ് നേതാക്കൾക്ക് പരിശീലനം, പറ്റിയ സ്ഥലവും സമയവും കണ്ടെത്തൽ എന്നിവ വേണ്ടിയിരുന്നു ഓരോ ഗ്രാമസഭാ സംഘാടനത്തിനും. ഇതിന്റെ തുടർച്ചയായാണ് ഗ്രൂപ്പ് ചർച്ചകളും പ്ലീനറി സെഷനുകളുമടക്കമുള്ള നാലു മണിക്കൂർ നീണ്ടുനില്ക്കുന്ന യോഗങ്ങൾ നടന്നത്. കേരളത്തിലാകെ മുപ്പത് ലക്ഷം പേർ ഗ്രാമസഭകളിൽ പങ്കെടുത്തു. സംസ്ഥാന ശരാശരിയായ 159 നേക്കാൾ 13 ശതമാനം അധികം വരുന്ന 180 ആയിരുന്നു പാഞ്ഞാളിലെ ശരാശരി പങ്കാളിത്തം. എന്നാൽ പഞ്ചായത്തംഗങ്ങൾക്കും പ്രാദേശിക പ്രവർത്തകർക്കും ഈ പങ്കാളിത്തം തൃപ്തികരമായി തോന്നിയില്ല.

അടുത്ത പഞ്ചായത്തായ തിരുവില്വാമലയിലെ ചില ഗ്രാമസഭകളിൽ 600–800 ആയിരുന്നു പങ്കാളിത്തം.

എന്നിരുന്നാലും, 1996 സെപ്തംബർ മുതൽ കേരളത്തിൽ വീശിയടിച്ചിരുന്ന ജനാധിപത്യ വികേന്ദ്രീകരണത്തിനു വേണ്ടിയുള്ള കാമ്പയിൻ ആവശ്യപ്പെടുന്ന എല്ലാ കാര്യങ്ങളും പൂർത്തീകരിക്കാൻ പാഞ്ഞാളിനു കഴിഞ്ഞു. ഗ്രാമസഭയെത്തുടർന്ന് സർക്കാർ വകുപ്പുകളുടെ പ്രാദേശിക ഓഫീസുകളിൽനിന്ന് ലഭ്യമായ വിവരങ്ങളെല്ലാം അവർ ശേഖരിച്ചു. ഇതു കൂടാതെ പഞ്ചായത്തിൽനിന്നും ലഭിച്ച വിവരങ്ങളുടെ അടിസ്ഥാനത്തിൽ പാരിസ്ഥിതിക മേഖലകളുടെ ചിത്രവും നൂറുപേജു വരുന്ന സമഗ്രമായ ഒരു വികസന റിപ്പോർട്ടും അവർ തയ്യാറാക്കി. ഒരു വികസന സെമിനാർ നടത്തി, കർമ്മസമിതികൾ ഉണ്ടാക്കി, പ്രോജക്ട് നിർദ്ദേശങ്ങൾ രൂപപ്പെടുത്തി. ഇവയെല്ലാം ഉൾക്കൊള്ളുന്ന പദ്ധതിരേഖ ഭരണസമിതിയുടെ അംഗീകാരത്തോടെ ജില്ലാ ആസൂത്രണസമിതിക്ക് (ഡി പി സി) സമർപ്പിക്കുകയാണ്. ഇനിയാണ് നടത്തിപ്പുമായി ബന്ധപ്പെട്ട ബുദ്ധിമുട്ടുകളും പദ്ധതി മേൽനോട്ടവും അഴിമതി തടയലും. ഇത്രയും ജോലി പഞ്ചായത്തംഗങ്ങൾ ഇതിനുമുമ്പ് ഒരിക്കലും ചെയ്തിട്ടില്ല. 1995 സെപ്തംബറിൽ ശാന്തമായ അന്തരീക്ഷത്തിൽ നടന്ന തിരഞ്ഞെടുപ്പിൽ മത്സരിച്ചപ്പോൾ ഇത്രയും ചുമതലകൾ ഏല്ക്കേണ്ടിവരുമെന്ന് അവരാരും ചിന്തിച്ചിരുന്നില്ല.

തങ്കമ്മ ആദ്യമായാണ് 1995 ൽ പഞ്ചായത്തിലേക്ക് തിരഞ്ഞെടുക്കപ്പെട്ടത്. തൃശൂരിൽ ജനകീയാസൂത്രണത്തിന്റെ ആദ്യ പരിശീലനത്തിൽ പങ്കെടുത്തു കഴിഞ്ഞപ്പോൾ മുൻപിലുള്ള കടമകൾ അവർക്ക് ആശങ്കയുണ്ടാക്കി. എന്നാൽ ഗ്രാമസഭകളിലെയും വികസന സെമിനാറിലെയും ജനകീയ പങ്കാളിത്തം ആശങ്കയുടെ സ്ഥാനത്ത് ആവേശവും ഉദ്വേഗവുമാണു നല്കിയത്. പരേതനായ സേതുമാഷ് ആയിരുന്നു പഞ്ചായത്തിലെ പ്രധാന പരിശീലകൻ. ഒരു മുൻപട്ടാളക്കാരനായിരുന്ന സേതുമാഷ്, ബ്ലോക്ക് കോ–ഓർഡിനേറ്ററും ജനകീയശാസ്ത്ര പ്രവർത്തനകനുമായിരുന്നു. അദ്ദേഹത്തിന്റെ കീഴിൽ പരിശീലനം നേടിയ ധാരാളം ജില്ലാതല, പ്രാദേശിക റിസോഴ്സ്പേഴ്സൺമാരുമുണ്ടായിരുന്നു. ഇതിനുപുറമെ തലങ്ങും വിലങ്ങുമുള്ള നടത്തം, പ്രോജക്ടുകളും വികസന റിപ്പോർട്ടും എഴുതി തയ്യാറാക്കൽ തുടങ്ങിയ സന്ദർഭങ്ങളിൽ ശാസ്ത്ര പ്രസ്ഥാനത്തിന്റെ പ്രവർത്തകരുടെ സഹായം ലഭ്യമായിരുന്നു. എല്ലാ ജനപ്രതിനിധികൾക്കും കക്ഷിഭേദമില്ലാതെ, ആസൂത്രണ പ്രക്രിയയിൽ ഔപചാരികമായ സ്ഥാനമുണ്ടായിരുന്നു. കാമ്പയിനിൽ ഒരിക്കലും വിഭാഗീയത ഉണ്ടായിരുന്നില്ല എന്നത് തങ്കമ്മയ്ക്ക് ഏറെ ആശ്വാസകരമായിരുന്നു. ഈ പുത്തൻ കാമ്പയിന് നേതൃത്വം നല്കിയത് സി പി ഐ (എം) ന്റെ സമാരാധ്യനായ നേതാവ് ഇ എം എസ് നമ്പൂതിരിപ്പാടായിരുന്നു. അദ്ദേഹത്തിന്റെ ആഹ്വാനം അനുസരിച്ച് പാർട്ടി പ്രവർത്തകരും അനുഭാവികളും കാമ്പയിനിൽ അണിചേർന്നു. സ്വാതന്ത്ര്യലബ്ധിക്കും കേരള സംസ്ഥാന രൂപീകരണത്തിനും ഭൂപരിഷ്കരണത്തിനുംശേഷം കേരള

ത്തിൽ ഉണ്ടായ ഏറ്റവും വിപ്ലവകരമായ മുന്നേറ്റമാണ് ജനകീയാസൂത്രണം എന്ന് ഇ എം എസ് പറയുകയുണ്ടായി.

പാഞ്ഞാൾ – ഇന്നലെയും ഇന്നും

ഭൂപരിഷ്കരണം

പാഞ്ഞാളിന്റെ സാമൂഹിക സാമ്പത്തിക സ്ഥിതി ഭൂപരിഷ്കരണം മാറ്റിമറിച്ചു. കേരളത്തെക്കുറിച്ച് പഠനം നടത്തിയ പ്രഗത്ഭരായ രണ്ടു നരവംശ ശാസ്ത്രജ്ഞരിൽ ഒരാളായ ജോൺ മെഞ്ചെർ (മറ്റേ ആൾ കാത് ലീൻ ഗിഫ്) 1971 ൽ നടത്തിയ വില്ലേജ് സർവ്വെ ഭൂപരിഷ്കരണത്തിനു മുൻപുള്ള പാഞ്ഞാളിന്റെ ചിത്രം നല്കുന്നുണ്ട്. ഭൂപ്രഭുക്കൾ മിക്കവാറും ജനസംഖ്യയുടെ 9 ശതമാനം മാത്രം വരുന്ന നമ്പൂതിരി സമുദായക്കാരായിരുന്നു. ഇവരുടെയും ക്ഷേത്രത്തിന്റെയും നിയന്ത്രണത്തിലായിരുന്നു നെൽപാടങ്ങളുടെ 94 ശതമാനവും. ഇത് മിക്കവാറും പാട്ടക്കർഷകരായ നായർ, ഈഴവ സമുദായക്കാർക്കും മറ്റു കീഴ്ജാതിക്കാർക്കും പാട്ടത്തിന് നല്കിയിരിക്കുകയായിരുന്നു. (മെഞ്ചെർ, 1980, 1982). 92 ശതമാനം നെൽപാടങ്ങളും പാട്ടക്കുടിയാന്മാർക്ക് പുനർവിതരണം ചെയ്യപ്പെട്ടതുകൊണ്ട് ഭൂഉടമസ്ഥതയിലെയും വരുമാനത്തിലെയും അസമത്വം ഗണ്യമായി കുറഞ്ഞുവെന്ന് 1987 ൽ റിച്ചാർഡ് ഫ്രാങ്കി നടത്തിയ പുനർ സർവ്വെയിൽ വ്യക്തമായി (ഫ്രാങ്കി 1996). പട്ടികജാതിക്കാരും മറ്റു പിന്നോക്ക വിഭാഗക്കാരും മുസ്ലീങ്ങളും പാട്ടകൃഷിക്കാരായിരുന്നില്ല. അവർ മിക്കവരും കർഷകത്തൊഴിലാളികളും കുറേ പേർ മറ്റു തൊഴിലുകളിൽ ഏർപ്പെടുന്നവരുമായിരുന്നു. ഇവർക്ക് ഭൂപരിഷ്കരണത്തിന്റെ ആനുകൂല്യം ആനുപാതികമായി ലഭിച്ചില്ല. ഭൂരഹിതർക്ക് വിതരണം ചെയ്യാനുള്ള ഭൂമി ഭൂപരിധിക്കു മീതെയുള്ള മിച്ചഭൂമി അക്വയർ ചെയ്ത് എടുക്കണമായിരുന്നു. ഭൂപരിഷ്കരണത്തിന്റെ ഈ പ്രധാന ഘടകം ഫലപ്രദമായി നടപ്പാക്കപ്പെട്ടില്ല. ഇത് കേരളത്തിലെ ഭൂപരിഷ്കരണത്തിന്റെ പ്രധാന പോരായ്മയായിരുന്നു. എന്നാൽ എല്ലാ ഭൂരഹിത കുടുംബങ്ങൾക്കും 10 സെന്റ് വരുന്ന തോട്ടഭൂമി വീടിനോടുചേർന്ന് ലഭിക്കുകയുണ്ടായി. ഒരു നായർ കുടുംബത്തിലെ പ്രധാന പണിക്കാരനായിരുന്നു തങ്കമ്മയുടെ അച്ഛൻ. അദ്ദേഹത്തിന് 27 സെന്റ് ഭൂമി കിട്ടാനുള്ള ഭാഗ്യമുണ്ടായി.

തെക്കൻ കേരളത്തിൽ തിരുവിതാംകൂർ രാജ്യം ശക്തമായതോടെ ഇടപ്രഭുക്കളും നാടുവാഴികളും ഭൂപ്രഭുക്കളും സ്ഥാനഭ്രഷ്ടരാക്കപ്പെടുകയോ ദുർബലരാവുകയോ ചെയ്തു. ധനികരായ ഭൂഉടമകളായ കർഷകരുടെ വളർച്ചയാണ് ഇതിനെ തുടർന്നുണ്ടായത്. (വർഗ്ഗീസ് 1970; തരകൻ 1984). വടക്കൻ പ്രദേശമായ മലബാറിൽ ബ്രിട്ടീഷ് കോളനി ഭരണത്തിന്റെ പ്രതിലോമകരമായ പരിഷ്കാരങ്ങൾ നിലവിലുണ്ടായിരുന്ന അസമത്വങ്ങൾ വർദ്ധിക്കാനിടയാക്കി. ഇത് ശക്തമായ എതിർപ്പിനും അക്രമാസക്തമായ പ്രക്ഷോഭങ്ങൾക്കും കാരണമായി. പാട്ടക്കർഷകരായ മുസ്ലീങ്ങളായിരുന്നു ഇത്തരം പ്രക്ഷോഭങ്ങളുടെ മുൻപിലുണ്ടായിരുന്നത്.

പാഞ്ഞാൾ മധ്യഭാഗത്തായിരുന്നു; തെക്കൻ കേരളത്തിന്റെ സ്വഭാവമായിരുന്നുവെങ്കിലും ജന്മികളുടെ സാന്നിദ്ധ്യം കൂടുതൽ ശക്തമായിരുന്നു.

സമ്പന്നപാട്ടകൃഷിക്കാർ 1915 ൽ മലബാർ ടെനൻസി അസോസിയേഷൻ രൂപീകരിച്ചു. 1920 കളിലെ നിസ്സഹകരണ പ്രസ്ഥാനത്തിന്റെ പരാജയത്തിൽ നിരാശരായ, ചെറുപ്പക്കാരായ സ്വാതന്ത്ര്യ പ്രക്ഷോഭകരുടെ നേതൃത്വത്തിൽ ദേശീയ സ്വാതന്ത്ര്യ സമരപ്രസ്ഥാനം ഇടത്തോട്ടു ചായാൻ തുടങ്ങി (തോമസ് ഐസക് 1986). അവർ തൊഴിലാളികളെയും കർഷകരെയും മറ്റു ജനവിഭാഗങ്ങളെയും സംഘടിപ്പിക്കാൻ തുടങ്ങി. ഇവരുടെ സ്വാധീനത്തിൽ കർഷക പ്രസ്ഥാനത്തിന്റെ പരിപാടികൾ കീഴ്ത്തട്ടിലുള്ള പാട്ടക്കർഷകരെയും കർഷകത്തൊഴിലാളികളെയും ലക്ഷ്യമിടാൻ തുടങ്ങി. മലബാറിലെ വിവിധ കേന്ദ്രങ്ങളിൽ കേരള കർഷക സംഘം ഉയർന്നുവരാൻ തുടങ്ങി. 1930 കളുടെ പകുതിയോടെ ഇത് ശക്തമായ ഒരു പ്രസ്ഥാനമായി (കാരാട്ട് 1973 എ). ദേശീയ പ്രസ്ഥാനത്തിൽ സോഷ്യലിസ്റ്റ് സ്വാധീനം വർദ്ധിക്കുന്നതിനു സമാന്തരമായി വർഗ്ഗ ബഹുജന സംഘടനകളും വളരാൻ തുടങ്ങി. സോഷ്യലിസ്റ്റ് സ്വാധീനത്തിന്റെ വളർച്ച കോൺഗ്രസ് സോഷ്യലിസ്റ്റ് പാർട്ടിയുടെയും, ഒടുവിൽ ഇന്ത്യൻ കമ്യൂണിസ്റ്റ് പാർട്ടിയുടെയും രൂപീകരണത്തിൽ കലാശിച്ചു. ജാഥകൾ, പരാതി നല്കൽ തുടങ്ങിയ നിരവധി പ്രക്ഷോഭരീതികൾ പാഞ്ഞാൾ ഗ്രാമത്തിലേക്കും കടന്നുവന്നു. മർദ്ദനത്തിനു വിധേയരായവരും തടവിലാക്കപ്പെട്ടവരുമായ വടക്കൻ പ്രദേശത്തെ പ്രക്ഷോഭകർക്ക് സുരക്ഷിതമായ ഒരു ഒളിയിടമായിരുന്നു പാഞ്ഞാൾ. അങ്ങനെയാണ് പാഞ്ഞാളിൽ കമ്യൂണിസം എത്തിയത്.

സാമൂഹ്യപരിഷ്കരണ പ്രസ്ഥാനങ്ങൾ

ഒട്ടുമിക്ക പ്രമുഖ കമ്യൂണിസ്റ്റുകാരും സവർണ്ണ ജാതികളിൽനിന്നായിരുന്നു. പുതിയ സാമൂഹ്യ സാഹചര്യങ്ങൾക്കുകീഴിൽ സമ്മർദ്ദമനുഭവിക്കുന്ന കൂട്ടുകുടുംബങ്ങളിലെ നമ്പൂതിരി യുവാക്കളും തകർച്ചയെ നേരിടുന്ന നായർ തറവാടുകളിലെ നായന്മാരും (റോബിൻ ജെഫ്റി 1976, 1978) ആയിരുന്നു ഇക്കൂട്ടർ. നമ്പൂതിരി കുടുംബങ്ങളിലെ ചെറുപ്പക്കാരിൽ ധാരാളം പേർ തങ്ങളുടെ ജാതി പരിഷ്കരണ പ്രവർത്തനങ്ങളിൽ സജീവമായിരുന്നു. *അടുക്കളയിൽനിന്ന് അരങ്ങത്തേക്ക്* എന്ന വിപ്ലവകരമായ നാടകത്തിൽ സ്ത്രീകളുടെ അവകാശങ്ങളെ പിന്തുണയ്ക്കുന്ന മുദ്രാവാക്യമുയർത്തിയ ഒരു പ്രധാന കഥാപാത്രം പാഞ്ഞാളിൽ നിന്നായിരുന്നു. യാഥാസ്ഥിതിക നമ്പൂതിരി സമൂഹത്തെയാകെ പിടിച്ചുകുലുക്കിയതായിരുന്നു ഇത്. ഉല്പതിഷ്ണുക്കളായ ചെറുപ്പക്കാരെല്ലാം പതുക്കെ കമ്യൂണിസത്തിലേക്ക് ആകൃഷ്ടരാകുന്നതായിരുന്നു സാമൂഹ്യ സാഹചര്യം.

പത്തൊമ്പതാം നൂറ്റാണ്ടിന്റെ രണ്ടാം പകുതിയിലും ഇരുപതാം നൂറ്റാണ്ടിന്റെ ആദ്യപകുതിയിലും കേരളത്തെ ഇളക്കിമറിച്ച സാമൂഹ്യപരിഷ്കരണ പ്രസ്ഥാനമായിരുന്നു ഈഴവ സാമൂഹ്യ പരിഷ്കരണ പ്രസ്ഥാനം.

ശ്രീനാരായണഗുരുവായിരുന്നു ഇതിന്റെ പ്രേരകശക്തിയും ബൗദ്ധികനേതാവും. അദ്വൈത തത്ത്വശാസ്ത്രത്തിന് ഗുരു നല്കിയ പുനരാഖ്യാനം ജാതിക്കകത്തെ അന്ധവിശ്വാസജടിലമായ ആചാരങ്ങളെ മാത്രമല്ല ജാതിക്കകത്തും ജാതികൾക്കിടയിലുമുള്ള അസമത്വങ്ങളെയും ചോദ്യം ചെയ്തു (തോമസ് ഐസക്, തരകൻ 1986). ഈ പ്രസ്ഥാനത്തിലെ ഉൽപതിഷ്ണു സ്വഭാവം തെക്കൻ കേരളത്തിലും മധ്യകേരളത്തിലും ഇടതുപക്ഷ ചിന്താഗതിക്ക് പ്രധാനമായ പിന്തുണാസ്രോതസ്സായിരുന്നു. ഇതിന്റെ പ്രഭാവം വളരെ വലുതായിരുന്നു. 1950 കളിൽ ഒരു സമീപഗ്രാമത്തിലെ കാർഷികസംഘടനയും സാമൂഹ്യപ്രസ്ഥാനങ്ങളും പഠനവിഷയമാക്കിയിരുന്ന എ അയ്യപ്പൻ (1965) ഇവയെ ഒരു കേരള ഗ്രാമത്തിലെ സാമൂഹ്യവിപ്ലവം എന്നുതന്നെയാണ് രേഖപ്പെടുത്തിയത്. എന്നാൽ ഈഴവർ പാഞ്ഞാളിൽ വളരെ കുറവേ ഉണ്ടായിരുന്നുള്ളൂ.

താഴ്ന്നജാതികൾ അടക്കമുള്ള സമൂഹത്തിന്റെ എല്ലാ തട്ടുകളിലേക്കും വ്യാപിച്ചിരുന്നു എന്നതാണ് കേരളത്തിന്റെ സാമൂഹ്യ പരിഷ്കരണ പ്രസ്ഥാനത്തിന്റെ ഒരു പ്രധാന പ്രത്യേകത. പത്തൊമ്പതാം നൂറ്റാണ്ടിന്റെ അവസാനഘട്ടത്തിൽതന്നെ പട്ടികജാതി വിഭാഗത്തിൽപ്പെട്ട തൊഴിലാളിയും സാമൂഹ്യപ്രവർത്തകനുമായിരുന്ന അയ്യങ്കാളി തെക്കൻ കേരളത്തിലെ അവർണ്ണ സമുദായങ്ങളെ സംഘടിപ്പിക്കുകയുണ്ടായി. പൗരാവകാശങ്ങളും വിദ്യാലയ പ്രവേശനവും ഭൂമിക്കുള്ള അവകാശവും ആവശ്യപ്പെടാൻ കീഴാള സമുദായങ്ങളെ സംഘടിപ്പിച്ചു. (ശാരദാമണി 1980, മാത്യു 1986). എന്നാൽ പാഞ്ഞാളിൽ കീഴാളജാതികളെ സംഘടിപ്പിച്ചത് ഇത്തരം ജാതിപ്രസ്ഥാനങ്ങളായിരുന്നില്ല; കർഷകത്തൊഴിലാളി പ്രസ്ഥാനവും കമ്യൂണിസ്റ്റ് പ്രസ്ഥാനവുമായിരുന്നു.

ജോൺ മെഞ്ചെർ (1982 എ) 1971 ൽ ഒരു പുലയ കർഷകത്തൊഴിലാളിയുടെ ഓർമ്മ പങ്കുവെച്ചത് ഇപ്രകാരമാണ്.

.......ഇരുപതുവർഷം മുൻപ് കമ്യൂണിസത്തിന്റെ സ്വാധീനം എന്റെ ഗ്രാമത്തിന്റെ ജീവിതരീതിക്ക് ഒരു പുതുരൂപം നല്കി. ഏതാനും പ്രമാണികളായ നായന്മാർ ഈ ആശയഗതിയുടെ വക്താക്കളായി. എന്റെ അച്ഛനും അമ്മാവന്മാരും അവരുടെ ഒപ്പം ചേർന്നു. അവർ, എല്ലാ ജാതിയിലുംപെട്ട നേതാക്കൾ പുലയക്കുടികളിൽ യോഗം ചേർന്നു. പറയക്കുടിലുകളിൽ അന്തിയുറങ്ങി. ഇതെല്ലാം എന്റെ ഗ്രാമത്തിലെ ജാതിചിന്തയെ, പ്രത്യേകിച്ചും തൊട്ടുകൂടായ്മയെ കഴുകിക്കളഞ്ഞു എന്നതാണ് വാസ്തവം.

തങ്കമ്മയുടെ അച്ഛനും അമ്മാവന്മാരും കമ്യൂണിസ്റ്റുകാരായി. തങ്കമ്മയുടെ അച്ഛൻ കർഷകത്തൊഴിലാളി യൂണിയന്റെ ഒരു മുൻനിര പോരാളിയുമായിരുന്നു. ഇരുപതാം നൂറ്റാണ്ടിന്റെ ആദ്യ ആറുദശകങ്ങളിൽ കേരളത്തിൽ ഉണ്ടായ ഏറ്റവുംവലിയ സാമൂഹ്യ പരിവർത്തനം തീണ്ടലും തൊടീലും ഉൾപ്പെടെയുള്ള ജാതിവ്യവസ്ഥയുടെ നീരാളിപ്പിടുത്തത്തിൽനിന്ന് മോചനം നേടിയതാണ്. പത്തൊൻപതാം നൂറ്റാണ്ടിൽ നിലനിന്നിരുന്ന ഈ ദുഷിച്ച ജാതിവ്യവസ്ഥയാണ് കേരളത്തെ “ഭ്രാന്താലയം”

എന്നുവിളിക്കാൻ പ്രേരിപ്പിച്ചത്. (സ്വാമിവിവേകാനന്ദൻ, 1892). സവർണ്ണ മേൽക്കോയ്മയുടെ ഒരു കേന്ദ്രമായിരുന്നു പാഞ്ഞാൾ. തെക്കൻ ഏഷ്യൻ പഠനങ്ങളിൽ ഗവേഷണം നടത്തുന്നവരുടെ ഇടയിൽ പാഞ്ഞാൾ പ്രസിദ്ധമായിരുന്നു. 1975 ൽ 12 ദിവസം നീണ്ടുനിന്ന വൈദികയജ്ഞമായ "അതിരാത്രം" നടന്നത് ഇവിടെയായിരുന്നു. ലോകത്തിലെ തന്നെ ഏറ്റവും പഴയ മതപരമായ ചടങ്ങുകളിൽ ഒന്നെന്ന് ചില പണ്ഡിതർ കരുതുന്ന, സഹസ്രാബ്ദങ്ങൾ പഴക്കമുള്ള ഒരു അനുഷ്ഠാനത്തിന്റെ പുനരാവിഷ്കാരമായിരുന്നു അത് (സ്റ്റാൾ 1976, 1983 വിക്കിപീഡിയയിലെ *അഗ്നികായന* എന്ന പേജും കാണുക.) അനുഷ്ഠാനത്തിനുപയോഗിച്ച പരുന്തിന്റെ ആകൃതിയിലുള്ള കൽമണ്ഡപം പ്രബലനായ ഒരു നമ്പൂതിരി ഭവനത്തിന്റെ പ്രവേശന കവാടത്തിലേക്ക് മാറ്റിയിരുന്നു. ഈ വീട് നെൽപാടങ്ങളുടെ മുൻഭാഗത്തായതുകൊണ്ട് ആ കൽമണ്ഡപം റോഡിൽനിന്ന് കാണാൻ കഴിയുകയില്ല. അഗ്നി അനുഷ്ഠാനത്തിന്റെ (അതിരാത്രം) യാഗവേദിയിലേക്ക് ആയിരക്കണക്കിന് സന്ദർശകർ എത്തുകയുണ്ടായി. വടക്കൻ അമേരിക്കയിലെയും യൂറോപ്പിലെയും നിരവധി സർവ്വകലാശാലകൾ സാമ്പത്തിക സഹായം നല്കി. 1996 ആയപ്പോഴേക്ക് പാഞ്ഞാൾ അതിന്റെ മാമൂൽ ബന്ധിത ഭൂതകാലത്തുനിന്ന് വളരെയേറെ മാറിയിരുന്നു. ജനകീയാസൂത്രണത്തിന്റെ ഭാഗമായ പാഞ്ഞാൾ വികസനരേഖ പാഞ്ഞാളിലെ വിഭവങ്ങളും ശേഷികളും എല്ലാവരുടെയും ക്ഷേമത്തിനും സമത്വത്തിനുംവേണ്ടി ഉപയോഗിക്കുന്ന ഒരു അതിരാത്രത്തിന് ആഹ്വാനം ചെയ്തുകൊണ്ട് പരിണമിക്കുന്നതിൽനിന്ന് ഈ മാറ്റം വ്യക്തമാണ്. ഫ്രാങ്കിയുടെ പാഞ്ഞാൾ പഠനത്തിലെ ഗവേഷണ സഹായിയായിരുന്ന, അവിടത്തെ സ്കൂളിലെ കലാദ്ധ്യാപകനായ സുബ്രഹ്മണ്യൻ നമ്പൂതിരിപ്പാടിന്റെ അഭിപ്രായത്തിൽ, ജനകീയാസൂത്രണത്തിലൂടെ കൈവരിച്ച ഈ മാറ്റം ഭൂതകാലത്തെ പാഞ്ഞാൾ അതിജീവിച്ചുകഴിഞ്ഞു എന്നതിന്റെ പ്രഖ്യാപനമാണ്.

അടിസ്ഥാന ആവശ്യങ്ങൾക്കുവേണ്ടിയുള്ള സമരങ്ങൾ

പഞ്ചായത്ത് യോഗം കഴിഞ്ഞശേഷം തങ്കമ്മ ഓഫീസിൽനിന്നു പുറത്തിറങ്ങി കുന്നിൻചെരിവിലെ റോഡിലൂടെ "പാഞ്ഞാൾ സിറ്റി"യിലേക്കും അതുവഴി റേഷൻ കടയിലേക്കും നടക്കാൻ തുടങ്ങി. കടയിൽനിന്ന് തങ്കമ്മയ്ക്ക് പലതും വാങ്ങാനുണ്ടായിരുന്നു. പഞ്ചായത്തുപ്രസിഡന്റും രാഷ്ട്രീയ നേതാവുമൊക്കെയാണെങ്കിലും അവൾ വൈകിട്ടത്തെ ഭക്ഷണം ഉണ്ടാക്കിവെക്കണമെന്ന് വീട്ടുകാർ ആഗ്രഹിക്കുന്നുണ്ടെന്ന വൾക്കറിയാമായിരുന്നു. മൂന്ന് ദശാബ്ദം നീണ്ടുനിന്ന ഭക്ഷ്യസമരത്തിന്റെ ഫലമായാണ് സാർവ്വത്രികമായ റേഷൻ സമ്പ്രദായം നിയമം വഴി നിലവിൽവന്നത്. ഇത് ഭക്ഷ്യസുരക്ഷ ഉറപ്പാക്കി. സ്കൂൾ ഉച്ചഭക്ഷണ പരിപാടിയോടൊപ്പം ദരിദ്രരുടെ പോഷണ ആവശ്യങ്ങൾ നിറവേറ്റുന്നതിനും ഇത് സഹായകമായി.

വിളഞ്ഞുനില്ക്കുന്ന നെല്പാടങ്ങൾ നിറഞ്ഞ താഴ്വാരത്തേക്കു നോക്കിയ തങ്കമ്മയ്ക്ക് ഗ്രാമത്തിലെ സ്കൂൾ കാണാൻ കഴിഞ്ഞു. 1930 ൽ ജന്മികളുടെയും ഭൂപ്രഭുക്കളുടെയും കുട്ടികൾക്കു പഠിക്കാൻവേണ്ടി സവർണ്ണ കുടുംബങ്ങൾ പണിതതായിരുന്നു ഈ സ്കൂൾ. അത് ഒന്നാം ക്ലാസുമുതൽ എസ് എസ് എൽ സിവരെ ആയി, 1094 കുട്ടികൾ പഠിക്കുന്ന സർക്കാർ സ്കൂളാണ്. സ്ഥലപരിമിതിമൂലം രാവിലെയും ഉച്ചയ്ക്കുശേഷവുമുള്ള രണ്ടു ഷിഫ്റ്റുകളിലായാണ് സ്കൂൾ പ്രവർത്തിക്കുന്നത്. സ്കൂൾ കെട്ടിടത്തിൽ അടിയന്തരമായി പരിഷ്കാരങ്ങൾ വരുത്തേണ്ടതുണ്ട്. ഈ ആവശ്യം ഉന്നയിച്ചുകൊണ്ട് സർക്കാരിന് നിരവധി നിവേദനങ്ങൾ നാട്ടുകാർ നല്കിയിട്ടുണ്ട്.

ദേശീയ പ്രസ്ഥാന പ്രവർത്തകർ 1920 ൽ ഒരു നിശാപാഠശാല ആരംഭിച്ചതോടെയാണ് പാഞ്ഞാളിലെ പൊതുവിദ്യാഭ്യാസത്തിന്റെ കഥ ആരംഭിക്കുന്നത്. ഇന്നത് ഒരു സർക്കാർ അപ്പർ പ്രൈമറി സ്കൂളാണ്. നമ്പൂതിരി ഭൂപ്രഭുക്കളെ തുടർന്ന് നായർ സർവ്വീസ് സൊസൈറ്റിയും ഒരു പ്രൈമറി സ്കൂൾ ആരംഭിച്ചു. ഇന്ന് പഞ്ചായത്തിൽ ഒരു ഹൈസ്കൂൾ, രണ്ട് അപ്പർ പ്രൈമറി സ്കൂളുകൾ, രണ്ട് ലോവർ പ്രൈമറി സ്കൂളുകൾ എന്നിവ ഉണ്ട്. സ്കൂൾ പ്രവേശനം സാർവ്വത്രികവും സമ്പൂർണ്ണവുമാണ്. എന്നിരുന്നാലും പട്ടികജാതികളിലും ദരിദ്ര വിഭാഗങ്ങളിലുമുള്ള കൊഴിഞ്ഞുപോക്ക് ഒരു ഗുരുതര പ്രശ്നമായി നിലനിന്നിരുന്നു.

അസ്തമന സൂര്യന്റെ സ്വർണ്ണപ്രഭ നിറഞ്ഞുനില്ക്കുന്ന സായാഹ്നത്തിൽ തങ്കമ്മ ഗ്രാമീണ ലൈബ്രറിയും വായനശാലയും കണ്ടു. 1940 കളുടെ ആരംഭത്തിലാണ് ലൈബ്രറി നിർമ്മിച്ചത്. 1956 ൽ അതിന്റെ പദവി ഉയർത്തി. 1987 ൽ കണക്കെടുത്തപ്പോൾ 1700 ഇംഗ്ലീഷ് പുസ്തകങ്ങളുൾപ്പെടെ 9410 പുസ്തകങ്ങൾ ലൈബ്രറിയിൽ ഉണ്ട്. ഇതിനുപുറമെ നിരവധി ദിനപത്രങ്ങളും മാസികകളും വരുത്തുന്നുമുണ്ട്. 1940 കളിൽ മറ്റു രണ്ടു ലൈബ്രറികൾകൂടി ആരംഭിച്ചിരുന്നു. 1987 ൽ പ്രതിവർഷം ഒരുരൂപ അംഗത്വഫീസ് നല്കുന്ന 250 അംഗങ്ങളും പ്രതിമാസം 1520 പുസ്തകങ്ങളുടെ പ്രചാരവുമുണ്ട്. ലൈബ്രറിയുടെ പരിസര സൗകര്യങ്ങളുപയോഗിക്കുന്ന രണ്ട് കലാകായിക ക്ലബ്ബുകളുമുണ്ട്. നിരവധി ദിനപത്രങ്ങൾ വരുത്തുന്നുണ്ട്. ഇക്കാരണത്താൽ തന്നെ ദിവസേന 30 പേരുടെയെങ്കിലും സാന്നിദ്ധ്യം വായനശാലയിൽ ഉണ്ടാകാറുണ്ട്.

ഭൂപരിഷ്കരണാനന്തര കാലഘട്ടം അടിസ്ഥാന ആവശ്യങ്ങൾക്കുവേണ്ടിയും വികസന ആവശ്യങ്ങൾക്കുവേണ്ടിയുമുള്ള ശക്തമായ പ്രക്ഷോഭങ്ങൾക്ക് സാക്ഷ്യംവഹിച്ചു. ഗ്രാമത്തിലെ വോൾട്ടേജ് ക്ഷാമം പരിഹരിക്കുന്നതിനായി ഒരു ട്രാൻസ്ഫോർമർ സ്ഥാപിച്ചുകിട്ടാൻ വേണ്ടി 1981 ൽ വിജയകരമായ ഒരു പ്രക്ഷോഭസമരം സംഘടിപ്പിക്കുകയുണ്ടായി. ഏതാനും മാസങ്ങൾക്കുശേഷം മെച്ചപ്പെട്ട ബസ് സർവ്വീസിനുവേണ്ടി നിവേദനം സമർപ്പിക്കുകയുണ്ടായി. തൃശൂരിലുള്ള ഗതാഗത ഭരണ ഓഫീസിലെ ഘെരാവോയിലാണ് ഇത് കലാശിച്ചത്. പ്രക്ഷോഭകരുടെ ആവ

ശ്യങ്ങൾ നിർവ്വഹിക്കാമെന്ന് രേഖാമൂലം സമ്മതിക്കുന്നതുവരെ ഉദ്യോഗസ്ഥരെ പുറത്തുപോകാൻ അനുവദിച്ചില്ല. ഏറെ വൈകാതെ റോഡുകൾ മെച്ചപ്പെടുത്തണമെന്നാവശ്യപ്പെട്ടുകൊണ്ട് ഒരു ഘെരാവോ കൂടി പാഞ്ഞാൾ പ്രക്ഷോഭകർ സംഘടിപ്പിക്കുകയുണ്ടായി. സ്കൂളിന് പുതിയ ക്ലാസ് മുറികൾ, പൊതു ആരോഗ്യ കേന്ദ്രത്തിൽ പൂർണ്ണസമയ ഡോക്ടർ എന്നിവയും ആവശ്യങ്ങളായിരുന്നു. പൊതു ആരോഗ്യകേന്ദ്രം (പി എച്ച് സി) ഒന്നാം കമ്യൂണിസ്റ്റ് സർക്കാരിന്റെ കാലത്ത് പാർട്ടിയുടെ മുൻകൈ എടുത്താണ് സ്ഥാപിച്ചത്. പിന്നീട് കാര്യമായ പരിഷ്കരണങ്ങളൊന്നും നടന്നിട്ടില്ല. ശക്തമായ പ്രതിഷേധങ്ങൾ ഉയർന്നുവന്നത് ഇത് മൂലമായിരുന്നു. എന്നാൽ പാഞ്ഞാളിലെ പൊതു ആരോഗ്യകേന്ദ്രം തമിഴ്നാട്ടിലെ തഞ്ചാവൂരിലെ പൊതു ആരോഗ്യകേന്ദ്രത്തേക്കാൾ വളരെയേറെ മെച്ചപ്പെട്ടതാണെന്നാണ് മെഞ്ചെർ അഭിപ്രായപ്പെട്ടത്. ആരോഗ്യസുരക്ഷ സംബന്ധിച്ചും അവകാശങ്ങൾ സംബന്ധിച്ചുമുള്ള അറിവ് കേരളത്തിൽ ശക്തമായിരുന്നതിനാൽ പ്രതീക്ഷിക്കുന്ന സേവനം നിരസിക്കപ്പെട്ടാൽ ശക്തമായ പ്രക്ഷോഭമുണ്ടാകുമായിരുന്നു (മെഞ്ചെർ 1980).

ദൂരെയുള്ള ഒരു ഗ്രാമത്തിലെ ജനങ്ങളുടെ പ്രശ്നങ്ങൾ തലസ്ഥാന നഗരമായ തിരുവനന്തപുരത്തുള്ള മന്ത്രിമാരുടെ മുന്നിൽ എത്തേണ്ടതുണ്ടോ? ചുമതലകളും പണവും വികേന്ദ്രീകരികരിച്ചു കൂടേ? ഓരോ പ്രദേശവും അവരുടെ മുൻഗണനകൾ തീരുമാനിക്കട്ടെ. ഇത്തരം ചോദ്യങ്ങൾ 1987 ൽ തിരഞ്ഞെടുക്കപ്പെട്ട ഇടതുസർക്കാർ ആരംഭിച്ച സമ്പൂർണ്ണ സാക്ഷരതാ പദ്ധതിയെത്തുടർന്ന് ജനങ്ങൾ ചോദിക്കാൻ തുടങ്ങി.

സമ്പൂർണ്ണ സാക്ഷരതാപ്രസ്ഥാനം പാഞ്ഞാളിൽ ആവേശം സൃഷ്ടിച്ചു. ഒരു ഡസൻ സാക്ഷരതാ കേന്ദ്രങ്ങൾ ആരംഭിച്ചു. നൂറുകണക്കിന് യുവ ഇൻസ്ട്രക്ടർമാർ അക്ഷരം പഠിപ്പിക്കാൻ സന്നദ്ധസേവനത്തിന് മുന്നോട്ടുവന്നു. ലക്ഷ്യം നേടുക എന്നത് പ്രാദേശിക അഭിമാന പ്രശ്നമായി. പാഞ്ഞാളിൽ മുൻകാല പ്രഭുക്കളായ സവർണ്ണ വിഭാഗത്തിലെ വിദ്യാസമ്പന്നരും മറ്റു ഗ്രാമവാസികളോടൊപ്പം ചേർന്ന് കാമ്പയിൻ വിജയിപ്പിക്കാൻ പ്രയത്നിച്ചു. സാക്ഷരതാ പ്രസ്ഥാനം എല്ലാ വിഭാഗീയതകളെയും അതിജീവിച്ചു. വിപ്ലവകരമായ സാക്ഷരതാ സിദ്ധാന്തങ്ങളുടെ ഉപജ്ഞാതാവായ ബ്രസീലുകാരൻ പൗലോ ഫ്രെയറുടെ ആശയങ്ങളാൽ പ്രചോദിതരായ സാക്ഷരതാ റിസോഴ്സ് പേഴ്സൺമാർ ജനങ്ങളെ ചോദ്യം ചോദിക്കാൻ പ്രേരിപ്പിച്ചുകൊണ്ടിരുന്നു. അക്ഷരങ്ങളിൽനിന്ന് നമുക്ക് വികസന സാക്ഷരതയിലേക്കു നീങ്ങിക്കൂടേ? മുൻനിര സാക്ഷരതാ പ്രവർത്തകരിൽ പലരും ഉന്നയിച്ച ഇത്തരം ചോദ്യങ്ങൾക്ക് ഉത്തരം കണ്ടെത്താൻ ഒരു പതിറ്റാണ്ടുകൂടി വേണ്ടിവന്നു, അത് ജനകീയാസൂത്രണ പ്രസ്ഥാനം വഴിയായിരുന്നു. തങ്കമ്മ സാക്ഷരതാ പ്രസ്ഥാനത്തിൽ സജീവമായിരുന്നില്ല. എന്നാൽ പുതിയ പ്രസ്ഥാനത്തിന്റെ കേന്ദ്ര സ്ഥാനത്തുണ്ടായിരുന്നു.

കേരള മാതൃക

വളരെ ചുരുക്കത്തിൽ പ്രതിപാദിച്ച പാഞ്ഞാളിന്റെ കഥ വാസ്തവത്തിൽ കേരളത്തിൽ ആകെ നടന്നുകൊണ്ടിരുന്ന രൂപമാറ്റത്തിന്റെ ഒരു ചെറുപതിപ്പാണ്. കേരളം സാമ്പത്തികമായി മുൻനിരയിലുള്ള സംസ്ഥാനമല്ല. 1990 കൾ വരെ കേരളത്തിലെ പ്രതിശീർഷ വരുമാനം ദേശീയ ശരാശരിയേക്കാൾ കുറവായിരുന്നു. പാഞ്ഞാളിലെ സാമൂഹ്യപ്രസ്ഥാനങ്ങളെയും ജനകീയ നയങ്ങളെയുംകുറിച്ച് നടത്തിയ ലഘുവിവരണം ജനങ്ങളുടെ ക്ഷേമത്തിൽ വലിയ സ്വാധീനം ചെലുത്തിയ മൂന്ന് പുനർവിതരണ സങ്കേതങ്ങളെ വ്യക്തമാക്കുന്നുണ്ട്.

ഒന്ന്: മുൻപേ കണ്ടതുപോലെ കർഷക പ്രസ്ഥാനം രാജ്യം കണ്ട ഏറ്റവും സമഗ്രമായ ഭൂപരിഷ്കരണത്തിൽ കലാശിച്ചു (ഉമ്മൻ 1975, രാജ്, തരകൻ 1983). ഈ പരിഷ്കരണത്തിന്റെ ഫലമായി കൃഷിഭൂമി ഭൂപ്രഭുക്കളിൽനിന്ന് പാട്ടക്കർഷകർക്ക് കൈമാറ്റപ്പെട്ടു. കർഷകത്തൊഴിലാളികൾക്ക് വീടുവെക്കാനാവശ്യമായ പുരയിടവും കിട്ടി. ഇത് കർഷകരുടെ വരുമാനവും തൊഴിലാളികളുടെ വിലപേശൽ ശേഷിയും വർദ്ധിപ്പിക്കുക വഴി മേൽജാതിക്കാർക്ക് ഗ്രാമത്തിലുണ്ടായിരുന്ന നിയന്ത്രണം ഇല്ലാതാക്കി. ജാതി ഇപ്പോഴും ശക്തമായ സ്വാധീനം ചെലുത്തുന്നുണ്ട്. എന്നാൽ വർഗ്ഗ സംഘടനകൾ അതിനെ അതിജീവിക്കുന്നുണ്ട്. പാഞ്ഞാളിനെ സംബന്ധിച്ച ഞങ്ങളുടെ ചർച്ച കാണിക്കുന്നത് ഭൂഉടമസ്ഥതയിലും വരുമാനത്തിലുമുള്ള അസമത്വം കുറഞ്ഞു എന്നും ജാതി സമ്പ്രദായത്തിന്റെ ഭൗതിക അടിത്തറ വലിയൊരളവുവരെ ദുർബലപ്പെട്ടു എന്നുമാണ്.

രണ്ട്: കൂട്ടായ വിലപേശലിന്റെ വിജയം കൂലിനിരക്കുകളിലും കൂലി തൊഴിലാളികളുടെ വരുമാന പുനർവിതരണത്തിലും ഗണ്യമായ മാറ്റം വരുത്തി. ചെറുകിട, കുടിൽ വ്യവസായ മേഖലകളിലേക്കുപോലും കേരളത്തിൽ തൊഴിൽ സംഘടനകൾ വളരെ വേഗം വ്യാപിച്ചു. രാജ്യത്തിന്റെ മറ്റു ഭാഗങ്ങളിൽ ഈ മേഖലകൾ അസംഘടിതമായി തന്നെ തുടർന്നു. ഒന്നാം കമ്യൂണിസ്റ്റ് സർക്കാരിന്റെ കാലത്ത് തൊഴിൽ സമരങ്ങളിൽ പൊലീസ് ഇടപെടുകയില്ല എന്ന നയം സ്വീകരിച്ചത് തൊഴിലാളി യൂണിയനുകളുടെ വളർച്ചയ്ക്ക് സഹായകമായി. മിക്ക വ്യവസായങ്ങളിലും കുറഞ്ഞ കൂലി നിശ്ചയിക്കപ്പെട്ടു. നിരവധി വ്യവസായങ്ങളിൽ സാമൂഹ്യ സുരക്ഷയ്ക്കുവേണ്ടിയുള്ള സവിശേഷ ത്രികക്ഷി തൊഴിലാളിക്ഷേമ ഫണ്ടുകൾ രൂപീകരിക്കപ്പെട്ടു. പാടത്തു പണിയെടുക്കുന്നവരുടെയും വിദഗ്ദ്ധ തൊഴിലാളികളുടെയും കേരളത്തിലെ കൂലിനിരക്ക് ദേശീയ ശരാശരിയുടെ ഇരട്ടിയാണ്.

മൂന്ന്: ആരോഗ്യം, വിദ്യാഭ്യാസം, പോഷണം, മറ്റ് അടിസ്ഥാന ആവശ്യങ്ങൾ എന്നിവ പൊതുഉത്തരവാദിത്വത്തിലാക്കാൻ പുനർവിതരണ തന്ത്രത്തിന് കഴിഞ്ഞു. വിദ്യാഭ്യാസ സ്ഥാപനങ്ങൾ സ്ഥാപിക്കുന്നതിനും സ്വകാര്യ സംരംഭങ്ങളെ പിന്തുണയ്ക്കുന്നതിനും പൊതു ആരോഗ്യ സംവിധാനം ശക്തിപ്പെടുത്തുന്നതിനുമുള്ള നയങ്ങൾ രൂപപ്പെടുത്താൻ

തുടർച്ചയായി വന്ന സർക്കാരുകൾ നിർബന്ധിതമായത് താഴെത്തട്ടിൽ നിന്നുള്ള ആവശ്യങ്ങളാണെന്ന കാര്യം വളരെ വിശദമായി രേഖപ്പെടുത്തപ്പെട്ടിട്ടുണ്ട് (തരകൻ 1984, 2008; കബീർ, കൃഷ്ണൻ 1991; രാമൻകുട്ടി 1999, ഫ്രാങ്കിയും ചാസിനും 1994). ആരോഗ്യത്തിനും വിദ്യാഭ്യാസത്തിനുംവേണ്ടിയുള്ള ജനകീയ ആവശ്യങ്ങൾ ഭൂമിക്കുവേണ്ടിയുള്ള പ്രക്ഷോഭത്തോടൊപ്പം തന്നെ ശക്തിപ്രാപിക്കുകയുണ്ടായി. പൊതു ആരോഗ്യ സംവിധാനം മെച്ചപ്പെടുത്തണമെന്ന് ആവശ്യപ്പെടുന്ന നിരവധി പ്രാദേശിക പ്രക്ഷോഭങ്ങൾ ഉണ്ടായിരുന്നു. അങ്കണവാടി(ഡേകെയർ സെന്ററുകൾ)കളിലൂടെയും റേഷൻ കടകളിലൂടെയും ഉള്ള പൊതുഭക്ഷണ വിതരണവും ജനകീയ പ്രക്ഷോഭങ്ങളുടെ ഫലമായിരുന്നു. അതിദാരിദ്ര്യവും കേരളം ഗണ്യമായി കുറച്ചിരുന്നു (കണ്ണൻ, രവീന്ദ്രൻ 2017). ഇവയെല്ലാം കേരളത്തിലെ ശരാശരി പൗരന്റെ ജീവിത ഗുണതയിൽ ശക്തമായ സ്വാധീനം ചെലുത്തിയിട്ടുണ്ട്.

1991 ലെ സെൻസസ് പ്രകാരം ഏഴുവയസ്സിനു മുകളിലുള്ള ജനസംഖ്യയുടെ 91 ശതമാനം സാക്ഷരരാണ്. അഖിലേന്ത്യാ ശരാശരി 49 ശതമാനമായിരിക്കുമ്പോഴാണിത്. സ്ത്രീ–പുരുഷ, ഗ്രാമീണ–നാഗരിക, ദളിത–ദളിതേതര വിഭാഗങ്ങളിലെ വ്യത്യാസങ്ങളും സാക്ഷരതയുടെ കാര്യത്തിൽ കേരളത്തിൽ മറ്റു പ്രദേശങ്ങളുമായി താരതമ്യം ചെയ്യുമ്പോൾ വളരെ കുറവാണ്. കുറഞ്ഞ ജനനനിരക്കും ഉയർന്ന ആയുർദൈർഘ്യവും ഉള്ള സമൂഹമായി ആരോഗ്യരംഗത്തുണ്ടായ മാറ്റത്തിന് സാക്ഷരത ഒരു പ്രധാന ഘടകമാണ് (രാമചന്ദ്രൻ 1996). സ്ത്രീ സാക്ഷരതയിലുള്ള വർദ്ധനവിന് പില്ക്കാല സമൂഹത്തിൽ വലിയമാറ്റം വരുത്താൻ കഴിഞ്ഞിട്ടുണ്ട് (ജെഫ്രി 1992). വിദ്യാഭ്യാസത്തിനുവേണ്ടിയുള്ള ആവശ്യം സംസ്ഥാനത്തെ എല്ലാ ഗ്രാമങ്ങളിലും സ്കൂളുകളുടെ ഒരു ശൃംഖല ഉണ്ടാകുന്നതിനും ഗ്രാമത്തിലെ എല്ലാ വാർഡുകളിലും ലൈബ്രറികളും വായനശാലകളും സ്ഥാപിതമാകുന്നതിനും കാരണമായി (ഡി നായർ 1974). പ്രസിദ്ധീകരിക്കപ്പെടുന്ന പുസ്തകങ്ങളുടെ സാന്ദ്രതയിൽ (അബ്രഹാം 1996) കേരളത്തിന് 1991 ൽ ഉയർന്ന റാങ്ക് ഉണ്ടായിരുന്നു. വർത്തമാന പത്രങ്ങളുടെ പ്രചാരണത്തിൽ ഇന്ത്യയിൽ കേരളം ഒന്നാം സ്ഥാനത്തായിരുന്നു (ജെഫ്രി 1993, താര 1998).

1996 ൽ ജനകീയാസൂത്രണ പ്രസ്ഥാനം ആരംഭിക്കുമ്പോൾ കേരളത്തിന്റെ ആരോഗ്യ സൂചകങ്ങൾ ഇന്ത്യയുടെ മറ്റു പ്രദേശങ്ങളേക്കാൾ മെച്ചപ്പെട്ട ജീവിതഗുണത പ്രതിഫലിക്കുന്ന തരത്തിലുള്ളതായിരുന്നു. 1991 ൽ ശിശുമരണ നിരക്ക് അഖിലേന്ത്യാ ശരാശരി ആയിരത്തിന് 85 ആയിരിക്കെ കേരളത്തിൽ 17 മാത്രമായിരുന്നു. കേരളത്തിലെ ജനനനിരക്ക് ആയിരത്തിന് 20 ആയിരുന്നപ്പോൾ അഖിലേന്ത്യാ ശരാശരി 31 ആയിരുന്നു. കേരളത്തിലെ ആയുർദൈർഘ്യം 72 ഉം ഇന്ത്യൻ ശരാശരി 60 ഉം ആയിരുന്നു. (ഫ്രാങ്കി, ചാസിൻ 1994; രാമചന്ദ്രൻ 1996).

കേരളത്തിന്റെ വികസന അനുഭവം മാമൂൽ സാമ്പത്തിക വികസന മാതൃകകളിൽനിന്ന് ഏറെ വ്യത്യസ്തമാണ്. താഴ്ന്ന സാമ്പത്തിക വികസനമുള്ളപ്പോഴും അനുയോജ്യമായ പുനർവിതരണ തന്ത്രങ്ങൾ വഴി അടിസ്ഥാന ആവശ്യങ്ങൾ നേടാൻ കഴിയുമെന്ന് അത് കാണിക്കുന്നു. ഈ രീതിയെയാണ് കേരള മാതൃക എന്നു വിളിച്ചുവന്നത്. 'മാതൃക' എന്ന പദംകൊണ്ട് കേരളത്തിൽ എല്ലാ കാര്യവും ഭദ്രമാണെന്നും ഈ രീതി എവിടെയും അനുകരിക്കാവുന്നതാണെന്നും അർത്ഥമാക്കുന്നില്ല. ഈ പദം ദുരുപയോഗം ചെയ്ത് കേരളത്തിന്റെ ദൗർബല്യങ്ങളും വീഴ്ചകളും രേഖപ്പെടുത്താനുള്ള ശ്രമങ്ങളും ഉണ്ടായിട്ടുണ്ട് (താരമംഗലം 1998). കേരളത്തിൽ സാമൂഹിക മേഖലകളിലുണ്ടായ നേട്ടങ്ങൾക്ക് ആനുപാതികമായ നേട്ടങ്ങൾ ഭൗതിക ഉല്പാദന മേഖലകളിലുണ്ടായില്ല, കേരളം സാമ്പത്തികമായ പിന്നോക്കാവസ്ഥയിൽ തന്നെ തുടർന്നു. ഗുരുതരമായ ഈ സാമ്പത്തിക നിശ്ചലാവസ്ഥ തന്നെയായിരുന്നു വികേന്ദ്രീകരണപ്രസ്ഥാനം ആരംഭിക്കുന്നതിന്റെ യുക്തിയും. അതാണ് ഈ പുസ്തകത്തിൽ ചർച്ച ചെയ്യപ്പെടുന്നത്. കേരളത്തിന്റെ ഇരുപത്തഞ്ച് വർഷത്തെ വികേന്ദ്രീകരണ പരീക്ഷണങ്ങൾക്കുശേഷം കേരളവും ഇന്ത്യയുടെ മറ്റുഭാഗങ്ങളുമായുള്ള താരതമ്യമാണ് 15-ാം അദ്ധ്യായത്തിൽ പ്രതിപാദിക്കുന്നത്. തുടർച്ചയും മാറ്റവും നമുക്ക് കാണാൻ കഴിയും.

1970 കളുടെ തുടക്കംമുതൽ 1980 കളിലൂടെ തുടർന്ന സാമ്പത്തിക മുരടിപ്പ്, വർദ്ധിച്ചുവരുന്ന തൊഴിലില്ലായ്മ, തീവ്രമായ സാമ്പത്തിക പ്രതിസന്ധി എന്നിവ കേരള മാതൃകയുടെ തുടർച്ചയെ സംബന്ധിച്ച് ഗൗരവമായ സംശയങ്ങൾ ഉയർത്തിയിരുന്നു (ജോർജ് 1993). സമത്വവും വളർച്ചയും തമ്മിൽ ഒരു വിലപേശലുണ്ടെന്ന് വിമർശകർ അവകാശപ്പെട്ടിരുന്നു. ക്ഷേമസംവിധാനങ്ങൾ പൊളിച്ചുകളയുക, തൊഴിൽ വിപണിയിലെ കാർക്കശ്യം ഒഴിവാക്കുക, ആരോഗ്യ വിദ്യാഭ്യാസ മേഖലകൾ സ്വകാര്യവല്ക്കരിക്കുക എന്നിവയാണ് ഇക്കൂട്ടർ നിർദ്ദേശിക്കുന്ന പരിഹാരം. ഇത്തരം നടപടികൾകൊണ്ട് വളർച്ചയുടെ വേഗത കൂട്ടുന്നതിനാവശ്യമായ മൂലധനനിക്ഷേപം സാദ്ധ്യമാക്കുന്നതിനുള്ള സമ്പത്ത് ലഭ്യമാകുമെന്ന് ഇവർ വാദിക്കുന്നു. ഈ പരിഹാരം ഇടതുപക്ഷത്തിന് തീരെ സ്വീകാര്യമായിരുന്നില്ല. ഇത് കേരള സമൂഹത്തിന്റെ ജനാധിപത്യമൂല്യങ്ങളുമായി പൊരുത്തപ്പെടുന്നതുമായിരുന്നില്ല. കേരളത്തിന്റെ വികസന പ്രതിസന്ധിക്കുള്ള ഒരു രാഷ്ട്രീയ പ്രതിവിധിയായിരുന്നു ജനാധിപത്യ വികേന്ദ്രീകരണം. ഇത് സേവനങ്ങൾ മെച്ചപ്പെടുത്തുന്നതിൽ ജനകീയ പങ്കാളിത്തം സാദ്ധ്യമാക്കുന്നതോടൊപ്പം ചെറുകിട ഉല്പാദന മേഖലകളിലെ ഉല്പാദനക്ഷമതയും ഉല്പാദനവും വർദ്ധിക്കുന്നതിനും കാരണമാകും. ഇത്തരമൊരു തന്ത്രം സാമ്പത്തികവളർച്ച ത്വരിതപ്പെടുത്തുമെന്നും സമത്വാധിഷ്ഠിതമായ ഒരു വളർച്ചാമാതൃകയ്ക്ക് ജന്മം നല്കുമെന്നുമായിരുന്നു പ്രതീക്ഷ.

പുസ്തകത്തിന്റെ ഘടന

ജനാധിപത്യവികേന്ദ്രീകരണം പ്രയോഗവല്ക്കരിച്ചുകൊണ്ടു പഠിക്കാനുള്ള സമഗ്രമായ ശ്രമങ്ങളെയും അതിന്റെ പ്രാരംഭത്തിലുണ്ടായ ആവേശം, ആശങ്കകൾ എന്നിവയെയും രേഖപ്പെടുത്താനുള്ള ശ്രമമാണ് ഈ പുസ്തകം. ഈ വിവരണം മൂന്നുഭാഗങ്ങളായി തിരിച്ചിരിക്കുന്നു. ആദ്യ ഭാഗത്തിൽ (അദ്ധ്യായം 1–3) കാമ്പയിന്റെ പൊതുപശ്ചാത്തലവും യുക്തിയും ചർച്ചചെയ്യുന്നതോടൊപ്പം ഇതിന് കേരളത്തിന്റെ ഉൽപ്പതിഷ്ണുപരവും പുതുമയുള്ളതുമായ അനുഭവങ്ങളുമായുള്ള ബന്ധവും ചർച്ച ചെയ്യുന്നു.

അദ്ധ്യായം 2 ൽ ഇന്ത്യയിൽ തദ്ദേശസ്വയംഭരണ സ്ഥാപനങ്ങളുടെ വളർച്ച, അവയുടെ ശ്രദ്ധേയമായ പ്രത്യേകതകൾ എന്നിവയോടൊപ്പം വികേന്ദ്രീകൃത ആസൂത്രണത്തിന്റെ വികാസവും ഹ്രസ്വമായി പരിശോധിക്കുന്നു. ഈ പശ്ചാത്തലം കേരളത്തിലെ ഇന്നത്തെ വികേന്ദ്രീകരണ പ്രസ്ഥാനത്തിലെ മുഖ്യ വ്യതിയാനങ്ങൾ മനസ്സിലാക്കുന്നതിന് സഹായകമാകും. കേരളത്തിന്റെ വികേന്ദ്രീകരണ അനുഭവങ്ങളെ കേരളത്തിലെ ജനകീയശാസ്ത്ര പ്രസ്ഥാനം (കേരള ശാസ്ത്ര സാഹിത്യ പരിഷത്), സന്നദ്ധ സംഘടനകൾ, ട്രേഡ് യൂണിയനുകളും മറ്റു ബഹുജന സംഘടനകളും, സർക്കാർ ഏജൻസികൾ തുടങ്ങിയവയുടെ സമീപ ദശകങ്ങളിലെ സൂക്ഷ്മതല പരീക്ഷണങ്ങൾ സ്വാധീനിച്ചിട്ടുണ്ട്. നാലാം അദ്ധ്യായത്തിൽ ഇത്തരത്തിലുള്ള പ്രധാനപ്പെട്ട ചില പരീക്ഷണങ്ങൾ പരിശോധിക്കപ്പെടും. ഇവ കാമ്പയിന് നല്കിയ സംഭാവനകൾ – അവർ വികസിപ്പിച്ചെടുത്ത സങ്കേതങ്ങളും പ്രചോദനവും – വ്യക്തമാക്കാൻ ഇതു സഹായിക്കും. എന്നാൽ ജനകീയാസൂത്രണത്തെ ഇത്തരം സൂക്ഷ്മതല പരീക്ഷണങ്ങളുടെ ആകത്തുകയായി മാത്രം പരിഗണിക്കുക വയ്യ. ജനാധിപത്യവികേന്ദ്രീകരണം ഒരു രാഷ്ട്രീയ പ്രവർത്തനമാണ്. വികേന്ദ്രീകരണത്തിനുള്ള രാഷ്ട്രീയതന്ത്രം വികസനത്തിനുള്ള ബഹുജന മുൻകൈകൾ പ്രകാശിതമാക്കുന്നതിനും വികസനപരീക്ഷണങ്ങൾക്കുള്ള വിശാലമായ പശ്ചാത്തലം ഒരുക്കുന്നതിനും ആവശ്യമായ സാഹചര്യങ്ങൾ സൃഷ്ടിക്കുന്നു.

എങ്ങനെയാണ് ഈ രാഷ്ട്രീയതന്ത്രം രൂപമെടുത്തത്. കേരളത്തിലെ ഇടതുപക്ഷത്തിൽ നടന്ന സംവാദങ്ങളുടെ ആന്തരിക വിശകലനത്തിലൂടെ ഉത്തരം തേടുകയാണ് അദ്ധ്യായം മൂന്നിൽ. കേരളത്തിലെ കമ്യൂണിസ്റ്റ് താത്വികരിൽ പ്രമുഖനും ജനകീയാസൂത്രണത്തിന്റെ സൈദ്ധാന്തികാചാര്യനും അതിന്റെ ഉന്നതാധികാര മാർഗ്ഗനിർദ്ദേശക കൗൺസിലിന്റെ സ്ഥാപക ചെയർമാനുമായിരുന്ന ഇ എം ശങ്കരൻ നമ്പൂതിരിപ്പാടിന്റെ രചനകൾ വിശകലനം ചെയ്തുകൊണ്ടാണ് ഈ പ്രക്രിയ നടത്തുന്നത്.

അഞ്ചുമുതൽ പത്തുവരെയുള്ള അദ്ധ്യായങ്ങൾ പുസ്തകത്തിന്റെ രണ്ടാം ഭാഗമായി പരിഗണിക്കാം. ഇവിടെ ജനകീയാസൂത്രണ പ്രസ്ഥാനത്തിന്റെ വിവിധഘട്ടങ്ങൾ കാലാനുക്രമത്തിൽ വിശദമാക്കപ്പെടുന്നു. ഓരോ

ഘട്ടവും ആരംഭിക്കുന്നതിനുമുൻപ് അതുമായി ബന്ധപ്പെട്ട പ്രവർത്തന സമ്പ്രദായവും മറ്റു പ്രശ്നങ്ങളും ചർച്ച ചെയ്യുകയും പ്രാരംഭ രൂപരേഖ യിൽ വരുത്തേണ്ട പരിഷ്കരണങ്ങൾ പരിശോധിക്കുകയും ചെയ്തതാണ് ഓരോ അദ്ധ്യായത്തിലും പ്രതിപാദിക്കുന്നത്. ഓരോ ഘട്ടത്തിന്റെയും അനുഭവങ്ങളുടെ വിമർശനപരമായ പുനരവലോകനവും നടത്തുന്നു.

ഒന്നാംഘട്ടം: ഗ്രാമസഭകൾ (അദ്ധ്യായം 5) – ജനങ്ങളുടെ ആശയാഭി ലാഷങ്ങൾ ഗ്രാമസഭകളിലെ ചർച്ചകളിലൂടെ തിരിച്ചറിയുന്നു.

രണ്ടാംഘട്ടം: വികസന സെമിനാറുകൾ (അദ്ധ്യായം 6) – ഗ്രാമസഭ കൾ കണ്ടെത്തിയ ആവശ്യങ്ങൾ, വിഭവ പരിമിതികൾ പരിഗണിച്ചുകൊണ്ട് – ഭൗതികം, മനുഷ്യവിഭവം, ധനവിഭവം – മുൻഗണനപ്പെടുത്തുന്നു. ഈ ആവശ്യത്തിന് ഒരു വിശദമായ അവസ്ഥാവിശകലനം തയ്യാറാക്കി ഔപ ചാരിക റിപ്പോർട്ടുരൂപത്തിൽ ഗുണഭോക്താക്കളുടെ പ്രതിനിധികളുള്ള വികസന സെമിനാറിൽ അവതരിപ്പിക്കുന്നു.

മൂന്നാംഘട്ടം: (അദ്ധ്യായം 7) വികസന സെമിനാറിൽനിന്നു ലഭിച്ച നിർദ്ദേശങ്ങളെ ലക്ഷ്യം, പ്രവർത്തനപരിപാടികൾ, സമയക്രമം, സാമ്പ ത്തിക വിശകലനം, ലിംഗപരവും പാരിസ്ഥിതികവുമായ പ്രസ്താവങ്ങൾ എന്നിവ വ്യക്തമായി രേഖപ്പെടുത്തിക്കൊണ്ടുള്ള പ്രോജക്ട് നിർദ്ദേശ ങ്ങളായി രൂപപ്പെടുത്തുന്നു. വികസന സെമിനാർ രൂപം നല്കുന്ന കർമ്മസമിതികളാണ് ഇതു നിർവ്വഹിക്കുന്നത്.

നാലാംഘട്ടം: താഴെത്തട്ടിലെ പദ്ധതികൾ (അദ്ധ്യായം 8). ജനപ്രതി നിധികൾ പദ്ധതിയിൽ ഉൾപ്പെടുത്തേണ്ട പ്രോജക്ടുകളുടെ അന്തിമ തെര ഞ്ഞെടുപ്പ് നടത്തുന്നു. അവരുടെ തെരഞ്ഞെടുപ്പിന്റെ യുക്തിയും അതിന് ലഭ്യമായ വിഭവങ്ങളും സംസ്ഥാന സർക്കാർ നല്കിയിട്ടുള്ള ചട്ടക്കൂടുമാ യുള്ള അനുരൂപതയും പദ്ധതിരേഖയിൽ വ്യക്തമായി അവതരിപ്പിക്കുന്നു.

അഞ്ചാംഘട്ടം: മേൽത്തട്ടുകളിലെ പദ്ധതികൾ (അദ്ധ്യായം 9) – ഗ്രാമ പഞ്ചായത്തുകളുടെ പദ്ധതികളും നിർദ്ദേശങ്ങളും പരിഗണിച്ചുകൊണ്ട് ബ്ലോക്ക് ജില്ലാ പഞ്ചായത്തുകൾ അവരുടെ പദ്ധതി തയ്യാറാക്കുന്നു.

ആറാംഘട്ടം: സന്നദ്ധ സാങ്കേതികസേന (അദ്ധ്യായം 10). പ്രോജ ക്ടുകളും പദ്ധതികളും സാങ്കേതിക വളണ്ടിയർമാരുടെ ഒരു സംഘം പരി ശോധിക്കുകയും അതിന്റെ അടിസ്ഥാനത്തിൽ നല്കുന്ന ശുപാർശകൾ ജില്ലാ ആസൂത്രണസമിതി (ഡി പി സി) പദ്ധതികൾക്ക് അംഗീകാരം നല്കുന്ന വേളയിൽ പരിഗണിക്കുന്നതുമാണ്.

മൂന്നാം ഭാഗത്തിൽ (അദ്ധ്യായം 11 മുതൽ 15 വരെ) കാമ്പയിനിന്റെ ആദ്യ വർഷങ്ങളിലെ ഫലപ്രാപ്തിയും അതിന്റെ ദീർഘകാല സ്വാധീ നവും ചർച്ച ചെയ്യുന്നു. വികേന്ദ്രീകരണം സംബന്ധിച്ച ആഗോള സാഹി ത്യത്തിൽ ജനകീയാസൂത്രണത്തെ ഉൾപ്പെടുത്താനുള്ള ശ്രമവും നടന്നു.

തദ്ദേശഭരണസ്ഥാപനങ്ങൾ 1997–98 കാലത്ത് തയ്യാറാക്കിയ പദ്ധതി കളെ വിമർശനപരമായി വിശകലനം ചെയ്തുകൊണ്ട് കാമ്പയിനിന്റെ ആദ്യഫലങ്ങൾ പരിശോധിക്കാനുള്ള ശ്രമമാണ് അദ്ധ്യായം 11 ൽ.

എന്തൊക്കെയായിരുന്നു ആദ്യവർഷത്തെ വാർഷികപദ്ധതി നിർവ്വഹണത്തിൽ അനുഭവവേദ്യമായ പ്രശ്നങ്ങൾ? പദ്ധതി നടത്തിപ്പിന്റെ രീതികൾ അദ്ധ്യായം 12 ൽ പരിശോധിക്കുന്നു.

ജനകീയാസൂത്രണത്തിലെ പദ്ധതി രൂപീകരണ പ്രക്രിയയുടെയും നിർവ്വഹണരീതിയുടെയും സ്ഥാപനവല്ക്കരണമാണ് അദ്ധ്യായം 13 ൽ പരിശോധിക്കുന്നത്.

ഈ പുസ്തകം കേരളത്തിലെ ജനകീയാസൂത്രണത്തിലെ സംഭവങ്ങൾ രേഖപ്പെടുത്താനാണ് ശ്രമിക്കുന്നത്. പക്ഷേ, സമാനമായ പരീക്ഷണങ്ങൾ ലോകത്തിന്റെ മറ്റു ഭാഗങ്ങളിൽ, പ്രത്യേകിച്ചും ലാറ്റിനമേരിക്കയിലും ബ്രസീലിലും വെനിസ്വേലയിലും നടന്നുകൊണ്ടിരുന്ന കാലഘട്ടമായിരുന്നു. ജനാധിപത്യവികേന്ദ്രീകരണം സംബന്ധിച്ച് ധാരാളം സാഹിത്യം ആഗോളതലത്തിൽ വളരുന്ന കാലഘട്ടം. ജനകീയാസൂത്രണത്തെ ഈ വിശാലമായ കാൻവാസിൽ ചിത്രണം ചെയ്യുകയാണ് അദ്ധ്യായം 14 ൽ.

ജനകീയാസൂത്രണനടത്തിപ്പുമായി ബന്ധപ്പെട്ട നിഗമനങ്ങളും വിവരണങ്ങളും രേഖപ്പെടുത്തുകയാണ് അദ്ധ്യായം 15 ൽ. കേരളത്തിലെ പ്രാദേശിക സർക്കാരുകളിൽ കഴിഞ്ഞ രണ്ടു ദശാബ്ദക്കാലം ജനകീയാസൂത്രണം സൃഷ്ടിച്ച സ്വാധീനം എന്തായിരുന്നു? ഗണ്യമായ നേട്ടങ്ങളുണ്ടായി എങ്കിലും ഇനിയും ഏറെ ദൂരം പോകാനുണ്ട് എന്ന നിഗമനത്തിലാണ് എത്തിച്ചേരുന്നത്. പങ്കാളിത്തം വർദ്ധിപ്പിക്കുക, പദ്ധതി രൂപീകരണ പ്രക്രിയ പരിഷ്കരിക്കുക, നിർവ്വഹണം കൂടുതൽ ഉത്തരവാദിത്വപരവും സുതാര്യവുമാക്കുക എന്നിവയ്ക്ക് സാദ്ധ്യതയുണ്ട്. ഇതുവരെയുള്ള നേട്ടങ്ങളിൽനിന്നു പ്രകടമാകുന്നത് ജനാധിപത്യവികേന്ദ്രീകരണത്തിന് കൂടുതൽ ജനാധിപത്യപരവും സമരാധിഷ്ഠിതവുമായ ഒരു ഭാവിയുടെ നിർമ്മിതിയിൽ ഗണ്യമായ പങ്ക് വഹിക്കാൻ കഴിയും എന്നുതന്നെയാണ്.

അദ്ധ്യായം 2

പ്രാദേശിക സർക്കാരും വികേന്ദ്രീകൃതാസൂത്രണവും ഇന്ത്യയിൽ

പാഞ്ഞാൾ ഗ്രാമപഞ്ചായത്തിന്റെ കഥ കേരളത്തിലെ പ്രാദേശിക ഭരണസമ്പ്രദായത്തെ സമൂലമായി പരിവർത്തനം ചെയ്ത, ജനകീയാസൂത്രണത്തിലേക്കുള്ള പ്രഥമ ചുവടുവയ്പുമാത്രമായിരുന്നു. 1996–97 ലെ സംഭവബഹുലമായ മാസങ്ങളിലൂടെ കടന്നുപോകുന്നതിനുമുമ്പ് ഇന്ത്യയിലെയും കേരളത്തിലെയും പ്രാദേശിക ഭരണ സംവിധാനങ്ങളുടെ പരിണാമത്തെപ്പറ്റിയും വികേന്ദ്രീകൃതാസൂത്രണപ്രക്രിയയുമായി അവയുടെ ബന്ധത്തെപ്പറ്റിയും വിശാലമായ ഒരു ധാരണ ഉണ്ടാകുന്നതു പ്രയോജനകരമായിരിക്കും. എങ്ങനെയെല്ലാം കേരളം മറ്റിടങ്ങളിൽനിന്ന് വ്യത്യസ്തമാണെന്ന് ചൂണ്ടിക്കാണിച്ചുകൊണ്ട് അധികാരവികേന്ദ്രീകരണത്തിൽ കേരളം നടത്തിയ പരീക്ഷണം വിവേചിച്ചറിയാൻ ഈ ചർച്ച സഹായകരമാകും. നമുക്ക് ആദ്യം ഇന്ത്യയിലെ പ്രാദേശിക സർക്കാരുകളെപ്പറ്റിയും കേരളത്തിലെ ജനാധിപത്യ വികേന്ദ്രീകരണപരീക്ഷണത്തിന് പ്രേരകമായ 73, 74 ഭരണഘടനാ ഭേദഗതികളുടെ പ്രധാനപ്പെട്ട സവിശേഷതകളെപ്പറ്റിയും ചുരുക്കി പറയാം. ദേശീയതലത്തിൽ വികേന്ദ്രീകൃതാസൂത്രണത്തിനുവേണ്ടിയുള്ള വിവിധ പരിശ്രമങ്ങൾ പരിശോധിച്ചശേഷം ഈ ദിശയിൽ ഗൗരവതരമായ ചില ഉദ്യമങ്ങൾ നടത്തിയിട്ടുള്ള കർണാടകം, പശ്ചിമബംഗാൾ, കേരളം എന്നീ സംസ്ഥാനങ്ങളുടെ കേസ് സ്റ്റഡികൾ കൂടി ഇവിടെ കൊടുത്തിട്ടുണ്ട്. കേരളം ഈ കഴിഞ്ഞകാല അനുഭവങ്ങളിൽ നിന്നെല്ലാം പാഠങ്ങൾ ഉൾക്കൊണ്ട ശേഷമാണ് സ്വന്തം പരിപാടി നടപ്പിലാക്കാൻ ഇറങ്ങിപ്പുറപ്പെട്ടത്.

പ്രാദേശിക സർക്കാരുകളുടെ ചരിത്രം

സാമ്രാജ്യങ്ങളുടെ വൃദ്ധിക്ഷയങ്ങളെ അതിജീവിച്ച, സ്വയം പര്യാപ്തവും സ്വയംനിർണയ സ്വഭാവവുമുള്ള പ്രാദേശിക സമൂഹങ്ങൾ

സാമ്രാജ്യത്വ പൂർവ ഇന്ത്യയെക്കുറിച്ചുള്ള ഏതൊരു വിവരണത്തിന്റെയും പ്രധാന ഘടകമാണ്. എന്നാൽ ആധുനിക പ്രാദേശിക സർക്കാരുകൾ പരമ്പരാഗത വില്ലേജ് പഞ്ചായത്തുകളുടെ തുടർച്ചയല്ല. 'തദ്ദേശീയരിലെ പൊതുകാര്യതല്പരരും ബുദ്ധിശാലികളുമായ വിഭാഗത്തെ സാമ്രാജ്യത്വ താൽപര്യങ്ങൾ നിറവേറ്റാനായി ഉപയോഗിക്കാത്തത് ഒരു മോശം പോളിസി മാത്രമല്ല കഴിവ് പാഴാക്കിക്കളയൽ കൂടിയാണെന്ന്' (റിപ്പിന്റെ ഉദ്ധരണി-ചാർവാക് 1997) തിരിച്ചറിഞ്ഞുകൊണ്ട്, അക്കൂട്ടരെ സാമ്രാജ്യത്വ ഭരണകൂടം ഉപയോഗിക്കാൻ തുടങ്ങിയതാണ് ഇന്ത്യയിൽ ആധുനിക പ്രാദേശിക സർക്കാരുകളുടെ ആവിർഭാവത്തിനു കാരണമായത്. കഴിഞ്ഞ നൂറ്റാണ്ടിന്റെ തുടക്കംവരെ തദ്ദേശസ്ഥാപനങ്ങൾ ഏറക്കുറെ നഗരപ്രദേശങ്ങളിൽ മാത്രമായി പരിമിതപ്പെട്ടിരുന്നു. 1687 ൽ മദ്രാസ് ടൗണിൽ ഇപ്രകാരമുള്ള ആദ്യത്തെ തദ്ദേശഭരണ സംവിധാനം രൂപീകരിക്കപ്പെട്ടു. പത്തൊമ്പതാം നൂറ്റാണ്ടോടെ തദ്ദേശവാസികളിൽനിന്നും തിരഞ്ഞെടുക്കപ്പെട്ട പ്രതിനിധികളുൾക്കൊള്ളുന്ന നഗരസഭകൾ ബ്രിട്ടീഷ് ഇന്ത്യയുടെ പ്രധാനകേന്ദ്രങ്ങളിലെല്ലാം നിലവിൽവന്നു. യൂറോപ്യരുടെയും അവരുടെ പട്ടാളത്തിന്റെയും ക്ഷേമവും സുസ്ഥിതിയും ഉറപ്പാക്കാനുള്ള പ്രധാന മാർഗമായ പരിസരശുചീകരണം കൂടുതൽ കാര്യക്ഷമമായി നടത്താനുള്ള ഉപാധിയായി തദ്ദേശഭരണ സംവിധാനങ്ങളെ പരിഗണിച്ചുവന്നു. ഈ നഗരസഭകൾക്ക് സിവിക് ചുമതലകൾ നിറവേറ്റാനായി പരിമിതമായ തോതിൽ സാമ്പത്തികാധികാരങ്ങൾ അനുവദിച്ചു നൽകിയിരുന്നു. പക്ഷേ, പത്തൊമ്പതാം നൂറ്റാണ്ടുമുതൽ വിവിധ നിയമങ്ങളുടെ അടിസ്ഥാനത്തിൽ രൂപീകരിക്കപ്പെട്ട ഗ്രാമപഞ്ചായത്തുകൾക്ക് വളരെ കുറച്ചുമാത്രം ചുമതലകളോ അധികാരങ്ങളോ മാത്രമേ ഉണ്ടായിരുന്നുള്ളു. കേന്ദ്ര ഭരണകൂടത്തെയും ഭൂപ്രഭുത്വമടക്കമുള്ള പ്രാദേശിക സ്ഥാപിതതാല്പര്യങ്ങളെയും തമ്മിൽ ബന്ധിപ്പിക്കാനുള്ള സാമ്രാജ്യത്വ ഭരണത്തിന്റെ ചട്ടുകം മാത്രമായിരുന്നു ഗ്രാമപഞ്ചായത്തുകൾ.

തുടക്കംമുതൽ തന്നെ ദേശീയപ്രസ്ഥാനം, ഇന്ത്യൻ നാഷണൽ കോൺഗ്രസിന്റെ ലാഹോർ സമ്മേളനത്തിൽ അംഗീകരിച്ച പ്രമേയത്തിൽ പറഞ്ഞിട്ടുള്ളതുപോലെ തദ്ദേശഭരണ സംവിധാനത്തിന്റെ സാദ്ധ്യതകൾ മനസ്സിലാക്കുകയും അതിൽ താല്പര്യമെടുക്കുകയും ചെയ്തു. ജനങ്ങളാൽ തിരഞ്ഞെടുക്കപ്പെട്ടതും മതിയായ സാമ്പത്തിക പിന്തുണയോടുകൂടിയതുമായ പഞ്ചായത്തുകൾക്കുവേണ്ടി കോൺഗ്രസ് ആവശ്യമുന്നയിക്കുകയും പഞ്ചായത്തുകളെ പ്രോത്സാഹിപ്പിക്കുന്നതിൽ ബ്രിട്ടീഷ് ഭരണകർത്താക്കളുടെ പാതിമനസ്സോടുകൂടിയ പരിശ്രമങ്ങളെ വിമർശിക്കുകയും ചെയ്തു. സാമ്രാജ്യത്വം തകർത്തതും എന്നാൽ ശക്തമായ ദേശീയവികാരമുണർത്താൻ പ്രാപ്തമായതുമായ ഒരു സാമ്രാജ്യത്വപൂർവ ആശയത്തെയാണ് പുരാതന ഗ്രാമ റിപ്പബ്ലിക്കുകൾ പ്രതിനിധാനം ചെയ്തത്. ഗാന്ധിജി ഗ്രാമസ്വരാജിനെ ഒരു ദേശീയ ആശയമായി മുന്നോട്ടുവച്ചു: സ്വരാജിന്റെ അർത്ഥം ഗ്രാമസ്വരാജ് എന്നാണ്. വികേന്ദ്രീകൃ

തവികസനത്തിന്റെ വക്താക്കൾക്ക് ഗാന്ധിയൻ ആശയങ്ങൾ ഒരു പ്രധാന ആവേശമായി തന്നെ തുടർന്നു. ഒന്നാം ലോകമഹായുദ്ധ കാലത്ത് മൊണ്ടെഗു-ചെംസ്ഫോർഡ് ഭരണപരിഷ്കാരങ്ങളുടെ ഭാഗമായി തദ്ദേശഭരണ സ്ഥാപനങ്ങൾ പ്രവിശ്യാ സർക്കാരിലെ ഇന്ത്യൻ മന്ത്രിമാർക്കു 'കൈമാറ്റം ചെയ്യപ്പെട്ട വിഷയമായി.' ഇതിനെത്തുടർന്ന് തദ്ദേശഭരണ സ്ഥാപനങ്ങളുടെ വ്യാപനത്തിനു ഗതിവേഗമാർജ്ജിച്ചു. മറ്റൊരു നാഴികക്കല്ലായ 1935 ലെ ഗവണ്മെന്റ് ഓഫ് ഇന്ത്യ നിയമപ്രകാരം ജനങ്ങൾ തിരഞ്ഞെടുത്ത പ്രൊവിൻഷ്യൽ സർക്കാരുകൾ രൂപീകരിക്കപ്പെട്ടു. ഇത് ദേശീയവാദികൾക്ക് പ്രാദേശിക സർക്കാരുകളുടെ വളർച്ചയെ സ്വാധീനിക്കാൻ അവസരം നൽകുകയും ചെയ്തു. എങ്കിലും കൊളോണിയൽ ഭരണത്തിന്റെ അന്തിമഘട്ടത്തിൽ വിഭവശേഷി ഇല്ലായ്മ, സിവിക് ചുമതലകൾ ഒഴിച്ചുള്ള മറ്റു വികസനച്ചുമതലകൾ കൈമാറിക്കിട്ടാത്ത അവസ്ഥ, ബ്യൂറോക്രസിയുടെ അമിതനിയന്ത്രണം, ഭൂപ്രഭുക്കളുടെയും സവർണരുടെയും അമിതപ്രാതിനിധ്യം എന്നിവയായിരുന്നു തദ്ദേശഭരണ സ്ഥാപനങ്ങളുടെ സവിശേഷതകൾ.

സ്വാതന്ത്ര്യാനന്തരകാലം

അതിശയകരമെന്നുപറയട്ടെ, മുകളിൽ പറഞ്ഞ അവസ്ഥ സ്വാതന്ത്ര്യത്തിന് ശേഷമുള്ള ഒന്നാം ദശകംവരെ തുടർന്നു. ഗാന്ധിജിയുടെ ഇടപെടൽ ഉണ്ടായിട്ടുപോലും ഭരണഘടനാ ശില്പികളുടെ താല്പര്യം, ഗ്രാമങ്ങളിലെ സ്വയംഭരണം അന്ന് നിലനിന്നിരുന്ന സാഹചര്യത്തിൽ സ്ഥാപിതതാല്പര്യക്കാരുടെ സ്വേച്ഛാധിപത്യത്തിലേക്കു നയിക്കുമെന്ന ഡോ. അംബേദ്കറിന്റെ അഭിപ്രായത്തെ പിന്തുണയ്ക്കാനായിരുന്നു. ആയതിനാൽ ഭരണഘടന എഴുതിയുണ്ടാക്കിയപ്പോൾ പ്രാദേശിക തലത്തിൽ തിരഞ്ഞെടുക്കപ്പെട്ട ഭരണസമിതികളെ ഗവണ്മെന്റ് എന്ന ഘടനാരൂപത്തിന്റെ ഭാഗമാക്കിയില്ല. പകരം അതിനെ എല്ലാവരും ആദരിക്കേണ്ടതും എന്നാൽ ആരും പാലിക്കേണ്ടതില്ലാത്തതുമായ ഭരണഘടനയുടെ മാർഗനിർദ്ദേശക തത്ത്വങ്ങളിൽ ഉൾച്ചേർക്കുകയായിരുന്നു. 1951 മുതൽ പഞ്ചവത്സരപദ്ധതികളുടെ ഭാഗമായി ഗ്രാമങ്ങളിൽ വിവിധ സാമൂഹ്യ വികസന പദ്ധതികൾക്ക് തുടക്കംകുറിച്ചപ്പോൾ തിരഞ്ഞെടുക്കപ്പെട്ട പ്രാദേശിക ഭരണസംവിധാനങ്ങളുടെ അഭാവം പ്രകടമായി അനുഭവപ്പെട്ടു. പദ്ധതിവിഹിതം ഉപയോഗിച്ചുകൊണ്ടുള്ള സംയോജിത ഗ്രാമപുനരുദ്ധാരണത്തിനായി രാജ്യത്തെ മൊത്തം 35000 സാമൂഹ്യവികസന ബ്ലോക്കുകളായി തിരിച്ചു. പക്ഷേ, തിരഞ്ഞെടുക്കപ്പെട്ട ജനപ്രതിനിധികളുടെ അഭാവത്തിൽ സാമൂഹ്യ വികസന പരിപാടികളിൽ കാര്യക്ഷമമായ ജനപങ്കാളിത്തം ഉറപ്പാക്കുന്നത് പ്രയാസമാണെന്ന് കണ്ടെത്തുകയുണ്ടായി. ഈ പശ്ചാത്തലത്തിലായിരുന്നു പഞ്ചായത്ത് രാജ് സംവിധാനം പുനരുജ്ജീവിപ്പിക്കാനുള്ള ശുപാർശകൾ സമർപ്പിക്കുവാനും വികസനപ്രക്രിയയിൽ പഞ്ചായത്തിന്റെ പങ്ക് നിർവ്വചിക്കുവാനുമായി

ബൽവന്ത് റായി മേത്ത അധ്യക്ഷനായ ഒരു സമിതിയെ (1959) നിയമിച്ചത്. മുകൾത്തട്ടിൽ ജില്ലാ പഞ്ചായത്തും കീഴ്ത്തട്ടിൽ ഗ്രാമപഞ്ചായത്തുമുള്ള ത്രിതല പഞ്ചായത്ത്രാജ് സംവിധാനം രൂപീകരിക്കുന്നതിൽ ഈ കമ്മിറ്റിയുടെ റിപ്പോർട്ട് നിർണായകമായ സ്വാധീനം ചെലുത്തി. സാമൂഹ്യവികസന ബ്ലോക്കിന്റെ ഭൂഭാഗത്തെ പഞ്ചായത്ത്രാജ് സംവിധാനത്തിന്റെ ഇടത്തട്ടായി കമ്മിറ്റി നിർണയിച്ചു. കമ്മിറ്റിയുടെ ശുപാർശകളുമായി ഒത്തുപോകുന്നരീതിയിൽ മിക്ക സംസ്ഥാനങ്ങളും അവരുടെ നിയമങ്ങൾ ഭേദഗതി ചെയ്തു.

പുതിയ നിയമനിർമാണങ്ങളുടെ കുത്തൊഴുക്കും രാജ്യത്തിന്റെ പല ഭാഗങ്ങളിലും പുതിയ പഞ്ചായത്ത്രാജ് സംവിധാനം ഉദ്ഘാടനം ചെയ്യപ്പെട്ടതിലൂടെ ഉടലെടുത്ത ശുഭാപ്തി വിശ്വാസവും അധികനാൾ നീണ്ടുനിന്നില്ല. അറുപതുകളുടെ മധ്യത്തോടെ രാജ്യം രൂക്ഷമായ കാർഷിക പ്രതിസന്ധിയിലേക്ക് വഴുതിവീണു. ഇതിനു പ്രതിവിധിയായി കേന്ദ്രസർക്കാർ തദ്ദേശഭരണ സ്ഥാപനങ്ങളെയും കമ്മ്യൂണിറ്റി ഡെവലപ്മെന്റ് പദ്ധതിയെ പോലും മറികടന്നുകൊണ്ട് ഇന്റൻസീവ് അഗ്രികൾചറൽ ഡിസ്ട്രിക്ട് പ്രോഗ്രാമിനു (IADP) തുടക്കംകുറിച്ചു. തുടർന്ന് കാലതാമസമില്ലാതെതന്നെ ചെറുകിട കർഷകരുടെ വികസനത്തിനുവേണ്ടിയും വരൾച്ചാസാധ്യതയുള്ള പ്രദേശങ്ങളുടെ വികസനത്തിന് വേണ്ടിയും ആദിവാസി വികസനത്തിന് വേണ്ടിയുമൊക്കെ സമാനമായ വകുപ്പുതല ലംബമാന പരിപാടികൾ ദേശീയതലത്തിൽ നടപ്പിലാക്കാൻ തുടങ്ങി. പുതിയ കേന്ദ്രാവിഷ്കൃത പദ്ധതികൾ, അഖിലേന്ത്യാതലത്തിലും സംസ്ഥാനതലത്തിലുമുള്ള ബോർഡുകൾ, അതോറിറ്റികൾ എന്നിവ പടർന്നു പന്തലിച്ചു. പഞ്ചവത്സര പദ്ധതികൾ വഴി തദ്ദേശഭരണ സ്ഥാപനങ്ങളിലേക്കുള്ള ധനവിഭവ കൈമാറ്റസാധ്യതയെത്തന്നെ അട്ടിമറിക്കുകയും വികസനത്തിൽ തദ്ദേശഭരണ സംവിധാനങ്ങൾക്കു നിർവ്വഹിക്കാമായിരുന്ന പങ്കിനെ തുരങ്കംവയ്ക്കുകയും ചെയ്തു (ജി മാത്യു 1986: ഡെ 1986). അശോക് മേത്തയുടെ അധ്യക്ഷതയിലുള്ള അന്വേഷണ കമ്മിറ്റി (1978) റിപ്പോർട്ട് സ്വതന്ത്ര ഇന്ത്യയിലെ ആദ്യ തലമുറ പഞ്ചായത്തുകളുടെ അപചയം സ്പഷ്ടമായി വരച്ചുകാണിക്കുന്നുണ്ട്.

സംസ്ഥാനതലത്തിലുള്ള രാഷ്ട്രീയപ്രവർത്തകരും അവരുടെ അധികാരം തദ്ദേശഭരണ സ്ഥാപനങ്ങൾക്ക് കൈമാറാൻ തയ്യാറായിരുന്നില്ല. മിക്ക സംസ്ഥാനങ്ങളിലും പ്രാദേശിക അവകാശവാദികളുടെ ഭീഷണി മൂലം അവർ തിരഞ്ഞെടുപ്പ് നടത്താതെ വൈകിപ്പിച്ചു. പതിനൊന്നു സംസ്ഥാനങ്ങളിൽ പഞ്ചായത്ത്രാജ് സംവിധാനത്തിലെ ഒന്നോ അതിലധികമോ തട്ടുകളിലേക്കുള്ള തിരഞ്ഞെടുപ്പുകൾ വളരെ വൈകിപ്പോയിരുന്നു. രാജ്യത്തൊരിടത്തും തദ്ദേശഭരണ സ്ഥാപനങ്ങളിലേക്കുള്ള തിരഞ്ഞെടുപ്പുകൾ യഥാസമയം നടത്തിയിരുന്നില്ല. സംസ്ഥാനസർക്കാരുകളുടെ ഈ വിസമ്മതത്തിനു പിറകിലുള്ള ഒരുകാരണം കേന്ദ്ര സർക്കാരിൽ നിന്നും സംസ്ഥാനതലത്തിലേക്ക് അധികാരം വികേന്ദ്രീകരിക്കാ

ത്തതായിരുന്നു. എന്നാൽ അശോക് മേത്ത കമ്മിറ്റി കേന്ദ്രസംസ്ഥാന ബന്ധങ്ങൾ അവരുടെ അന്വേഷണ പരിധിക്കു പുറത്താണെന്ന് കരുതി (ഇ എം എസ് 1978).

കർണാടകം, പശ്ചിമബംഗാൾ, ആന്ധ്രാപ്രദേശ്, ജമ്മു&കാശ്മീർ എന്നീ സംസ്ഥാനങ്ങളിൽ തദ്ദേശഭരണ സ്ഥാപനങ്ങളെക്കുറിച്ചുള്ള നിലവിലെ നിയമങ്ങൾ ഭേദഗതി ചെയ്യുന്നതിൽ അശോക് മേത്ത കമ്മിറ്റി റിപ്പോർട്ടിനു സ്വാധീനമുണ്ടായിരുന്നു. ഈ സംസ്ഥാനങ്ങളിൽ ഇപ്രകാരം രൂപീകരിക്കപ്പെട്ട, രണ്ടാം തലമുറ പഞ്ചായത്തുകൾ എന്ന് മിക്കപ്പോഴും അറിയപ്പെട്ട ഈ പഞ്ചായത്തുകളാണ് ഒരിക്കൽക്കൂടി രാജ്യത്ത് അധികാര വികേന്ദ്രീകരണത്തിന്റെ ഭാവിയെക്കുറിച്ചുള്ള പ്രതീക്ഷകൾ ഉണർത്തിയത്. പക്ഷേ, മറ്റു മിക്ക സംസ്ഥാനങ്ങളുടെയും അവസ്ഥ കൂടുതൽ വഷളാവുകയായിരുന്നു. ഏറ്റവും മോശം സംസ്ഥാനങ്ങളിലൊന്ന് തമിഴ്നാട് ആയിരുന്നു. അവിടെ തദ്ദേശഭരണ സ്ഥാപനങ്ങളിലേക്കുള്ള തിരഞ്ഞെടുപ്പ് ഇരുപത്തിയൊന്നു തവണയാണ് മാറ്റിവെക്കപ്പെട്ടത്. ഈ പശ്ചാത്തലത്തിലായിരുന്നു ഭരണഘടനാ ഭേദഗതിയിലൂടെ രാജ്യത്താകമാനമുള്ള തദ്ദേശഭരണ സ്ഥാപനങ്ങൾക്ക് ഒരു പൊതുഘടന തീരുമാനിക്കുന്നതും നിശ്ചിത കാലയളവിൽ ക്രമമായി തിരഞ്ഞെടുപ്പ് നടത്തുന്നതും ഭരണഘടനാബാധ്യതയാക്കി മാറ്റണമെന്നുള്ള ആവശ്യത്തിന് പിന്തുണയേറിയത്. തദ്ദേശഭരണ സ്ഥാപനങ്ങളെ കോടതിയിൽ നീതിതേടാവുന്ന തരത്തിൽ ഭരണഘടനയുടെ ഭാഗമാക്കാനും അതിലൂടെ സമയാസമയങ്ങളിൽ തിരഞ്ഞെടുപ്പ് ഉറപ്പാക്കാനുമായി ഒരു കേന്ദ്രനിയമനിർമാണം അശോക്മേത്ത കമ്മിറ്റി ശുപാർശ ചെയ്തിരുന്നു.

പക്ഷേ, നാം നിരീക്ഷിച്ചതുപോലെ നിർദിഷ്ട പരിഷ്കാരം ഏതെങ്കിലും കേന്ദ്രസംസ്ഥാന ബന്ധങ്ങളുടെ പുനഃസംഘാടനവുമായി ബന്ധപ്പെട്ടതായിരുന്നില്ല. കേന്ദ്രത്തിലെ ചിലരുടെ ഉത്സാഹം സംസ്ഥാനങ്ങളുമായി അവർ നടത്തിക്കൊണ്ടിരുന്ന വടംവലിയിൽ സംസ്ഥാനങ്ങളെ ദുർബ്ബലരാക്കാമെന്നുള്ള സാധ്യത മുന്നിൽക്കണ്ടുകൊണ്ടായിരുന്നു. 1990 ലെ 64 ഉം 65 ഉം ഭരണഘടനാഭേദഗതി ബില്ലുകളിലൂടെ സംസ്ഥാന സർക്കാരുകളെ മറികടന്നുകൊണ്ട് തദ്ദേശഭരണ സ്ഥാപനങ്ങളുമായി നേരിട്ട് ബന്ധപ്പെടാനുള്ള കേന്ദ്രസർക്കാരിന്റെ പരിശ്രമം പലയിടത്തുനിന്നും വ്യാപകമായ എതിർപ്പ് ക്ഷണിച്ചുവരുത്തി. ദീർഘകാലം നീണ്ടുനിന്ന ഒരു അനുരഞ്ജന പ്രക്രിയയ്ക്കുശേഷം അവസാനം 1993 ൽ 73 ഉം 74 ഉം ഭരണഘടനാഭേദഗതികൾ പാസാക്കിയതിലൂടെ ഗ്രാമത്തിലും നഗരത്തിലുമുള്ള തദ്ദേശഭരണ സ്ഥാപനങ്ങൾ ഭരണഘടനയുടെ അവിഭാജ്യഘടകമായി മാറി.

73 ഉം 74 ഉം ഭരണഘടനാഭേദഗതികൾ

ഭരണഘടനാഭേദഗതികൾ ഐക്യരൂപ്യമുള്ള ഒരു ത്രിതല സംവിധാനം നിഷ്കർഷിച്ചു: ഗ്രാമ പ്രദേശങ്ങളിൽ ജില്ല, താലൂക്ക്/ബ്ലോക്ക് ഗ്രാമ

പഞ്ചായത്ത് തലങ്ങളും ചെറിയ നഗരപ്രദേശങ്ങളിൽ ടൗൺ പഞ്ചായത്തുകളും വലിയ നഗരകേന്ദ്രങ്ങളിൽ പരമ്പരാഗതമായ മുനിസിപ്പാലിറ്റികളും കോർപ്പറേഷനുകളും. തദ്ദേശഭരണ സ്ഥാപനങ്ങൾക്കെല്ലാം ഒരേപോലെ അഞ്ചുവർഷത്തെ കാലാവധി ഉണ്ടായിരിക്കും. പിരിച്ചുവിടുന്ന അവസ്ഥയുണ്ടായാൽ ആറുമാസത്തിനുള്ളിൽ തിരഞ്ഞെടുപ്പുകൾ നടത്തണം, പട്ടികജാതി/പട്ടികവർഗ വിഭാഗങ്ങൾക്ക് ജനസംഖ്യാനുപാതികമായി പ്രാതിനിധ്യം ഉണ്ടായിരിക്കും, സ്ത്രീകൾക്കു മൂന്നിലൊന്നു സംവരണം എല്ലാതലങ്ങളിലും ഉണ്ടായിരിക്കും എന്നിങ്ങനെ വ്യവസ്ഥ ചെയ്തു. എല്ലാ സംസ്ഥാനങ്ങളും തദ്ദേശഭരണ സ്ഥാപനങ്ങളുമായി വരുമാനം പങ്കുവയ്ക്കുന്നതിനെക്കുറിച്ച് തീരുമാനിക്കാൻ ഒരു സംസ്ഥാന ധനകാര്യ കമ്മീഷനെ നിയമിക്കേണ്ടതാണ്. മൂന്നിൽ രണ്ട് അംഗസംഖ്യ ജില്ലാ പഞ്ചായത്തുകൾക്ക് സംവരണം ചെയ്തുകൊണ്ടും നഗരസഭകൾക്ക് അവരുടെ ജനസംഖ്യാനുപാതികമായ പങ്കുനൽകിക്കൊണ്ടും എല്ലാ ജില്ലകളിലും ജില്ലാ ആസൂത്രണ സമിതികൾ രൂപീകരിക്കേണ്ടതാണ്. എല്ലാ സംസ്ഥാനങ്ങളും നിർബന്ധമായും ഭരണഘടനാഭേദഗതിക്ക് അനുരൂപമായി നിയമനിർമാണം നടത്തേണ്ടതാണ്. ഇന്ത്യയിൽ തദ്ദേശഭരണ സ്ഥാപനങ്ങളുടെ വികാസത്തിൽ ഭരണഘടനാഭേദഗതി മുഖ്യമായ ഒരു വഴിത്തിരിവായിരുന്നു എന്നിരിക്കിലും നിലവിലുള്ള ഭരണഘടനാ വ്യവസ്ഥകൾക്ക് ഗൗരവതരമായ പരിമിതികളുണ്ട്.

അയവില്ലാത്തതും ഏകതാനവുമായ ഒരു ഘടന അടിച്ചേല്പിക്കുന്നതുവഴി ഭരണഘടനാഭേദഗതികൾ കേരളം പോലെയുള്ള സംസ്ഥാനങ്ങളെ ഇടത്തട്ടു (ബ്ലോക്ക് പഞ്ചായത്ത്) രൂപീകരിക്കാൻ നിർബന്ധിച്ചു. ബ്ലോക്ക് പഞ്ചായത്തുകൾ രൂപീകരിക്കുന്നതിനെതിരെ കേരളത്തിൽ എല്ലാ രാഷ്ട്രീയ പാർട്ടികൾക്കുമിടയിൽ അഭിപ്രായ ഐക്യം ഉണ്ടായിരുന്നു. ഭേദഗതികളിൽ ഇടത്തട്ടു വേണ്ടെന്നു വയ്ക്കാനുള്ള സ്വാതന്ത്ര്യം ഇരുപതു ലക്ഷത്തിൽ താഴെ ജനസംഖ്യയുള്ള ചെറിയ സംസ്ഥാനങ്ങൾക്ക് മാത്രമായിരുന്നു. ഭരണഘടനാ ഭേദഗതിയിലൂടെ തദ്ദേശഭരണ സ്ഥാപനങ്ങളിലേക്കു കൈമാറേണ്ട ഇരുപത്തി ഒൻപതു വിഷയങ്ങളടങ്ങുന്ന ഒരു പ്രത്യേക പട്ടിക (പതിനൊന്നാം പട്ടിക) ഭരണഘടനയിൽ കൂട്ടിച്ചേർത്തെങ്കിലും തദ്ദേശഭരണ സ്ഥാപനങ്ങളുടെ അധികാരങ്ങൾ, സാമ്പത്തികം, പ്രവർത്തന സ്വാതന്ത്ര്യം ഒക്കെ സംസ്ഥാന സർക്കാരുകളുടെ വിവേചനാധികാരത്തിന് വിടുകയാണുണ്ടായത്.

ഭരണഘടനാ ഭേദഗതികൾ തദ്ദേശഭരണ സ്ഥാപനങ്ങൾക്ക് ഏതെങ്കിലും കാതലായ നിയന്ത്രണാധികാരങ്ങൾ വിഭാവനം ചെയ്തിരുന്നില്ല. പുതിയ നിയമനിർമാണത്തിലും തദ്ദേശഭരണ സ്ഥാപനങ്ങളെ വികസന പ്രവർത്തനങ്ങൾക്കുള്ള ഏജൻസിയാണെന്നുള്ള പരമ്പരാഗത കാഴ്ചപ്പാടിൽ തന്നെയാണ് കണ്ടത്. കൂടാതെ ഭരണഘടനാഭേദഗതികൾ ഗ്രാമ നഗര പ്രദേശങ്ങളെ വെള്ളം കയറാത്ത രണ്ട് അറകളായി തിരിച്ചിരിക്കുന്നതാണ്. ജില്ലാ പഞ്ചായത്തുകൾ നഗരപ്രദേശങ്ങളെ ഇപ്പോൾ ഉൾക്കൊ

ള്ളുന്നില്ല. ആയതിനാൽ ഈ ഭരണഘടനാഭേദഗതികൾ ജില്ലാതലത്തിൽ ഒരു തിരഞ്ഞെടുക്കപ്പെട്ട ഏകീകൃതമായ ഗവണ്മെന്റ് ഉയർന്നു വരാനുള്ള സാധ്യത അടച്ചുകളഞ്ഞു. ഗ്രാമനഗര പ്രദേശങ്ങളിലെ ആസൂത്രണ പ്രക്രിയയെ ഏകോപിപ്പിക്കാൻ വേണ്ടി സ്ഥാപിച്ച ജില്ലാ ആസൂത്രണ സമിതി മിക്കപ്പോഴും ഗ്രാമനഗര സംയോജനത്തിന്റെ ഉപാധിയെന്ന് പറയപ്പെട്ടു. പക്ഷേ, അത് ആസൂത്രണത്തിന് മാത്രമായുള്ള ഒരു സമിതിയാണ്, ഭരണ നിർവ്വഹണത്തിനായുള്ളതല്ല.

73 ഉം 74 ഉം ഭരണഘടനാ ഭേദഗതികൾ മൂന്നാം തലമുറ പഞ്ചായത്തുകൾക്ക് കാരണമായി. സംസ്ഥാന സർക്കാരുകൾക്കു പ്രാദേശിക തിരഞ്ഞെടുപ്പുകൾ അനിശ്ചിതമായി മാറ്റിവയ്ക്കാൻ സാധിക്കുകയില്ലെന്നായി. പക്ഷേ, ഭരണഘടനാഭേദഗതികൾ ഔപചാരികമായി ഉദ്ഘോഷിച്ച 'സ്വയം ഭരണ സ്ഥാപനങ്ങളി'ൽനിന്ന് എത്രയോ വിദൂരമായിരുന്നു പുതുതായി തിരഞ്ഞെടുക്കപ്പെട്ട തദ്ദേശഭരണ സ്ഥാപനങ്ങൾ. തദ്ദേശഭരണ സ്ഥാപനങ്ങളിലേക്കു വികേന്ദ്രീകരിക്കേണ്ടുന്ന അധികാരത്തിന്റെ വ്യാപ്തി തീരുമാനിക്കാൻ സംസ്ഥാന നിയമസഭകളെ സഹായിക്കുന്ന ഒരു ചട്ടക്കൂട് ഉണ്ടാക്കുക മാത്രമാണ് ഭരണഘടനാഭേദഗതികൾ ചെയ്തത്. പുതിയ തദ്ദേശഭരണ സ്ഥാപനങ്ങളിലേക്ക് കൈമാറ്റം ചെയ്യപ്പെട്ട അധികാരങ്ങളുടെയും ചുമതലകളുടെയും കാര്യത്തിൽ സംസ്ഥാനങ്ങൾ തമ്മിൽ വളരെ വലിയ വ്യത്യാസങ്ങളാണുള്ളത്. പല സംസ്ഥാനങ്ങളും കൂടുതലായി ഒരു അധികാരവും ചുമതലയും നൽകിയില്ല. സംസ്ഥാന ധനകാര്യ കമ്മീഷനുകളെ നിയമിക്കുകയും റിപ്പോർട്ടുകൾ സമർപ്പിക്കുകയും ചെയ്തു. ഈ റിപ്പോർട്ടുകളുടെ ഒരു വിശകലനം കാണിക്കുന്നത് കമ്മീഷന്റെ ശുപാർശകൾ നടപ്പാക്കിയാൽപോലും തദ്ദേശഭരണ സ്ഥാപനങ്ങളിലേക്കു കൈമാറുന്ന വിഭവങ്ങളിൽ കാര്യമായ വർദ്ധനവ് ഉണ്ടാകില്ല എന്നതാണ്. വിഭവ വർദ്ധനവിനേക്കാൾ സംസ്ഥാന ധനകാര്യ കമ്മീഷന്റെ പ്രഭാവം പ്രത്യക്ഷത്തിൽ കാണുന്നത് സംസ്ഥാന സർക്കാരുകൾ തോന്നിയതുപോലെ ഫണ്ട് കൈമാറ്റം ചെയ്യുന്നത് കുറയ്ക്കാനായി എന്നതാണ് (ലേഖ 1997; ഷഹീന 1999). ഡി പി സികൾ ഇനിയും കാര്യക്ഷമമായി കൃത്യനിർവഹണം നടത്തേണ്ടതായിട്ടാണുള്ളത്. ആസൂത്രണത്തിൽ തദ്ദേശഭരണ സ്ഥാപനങ്ങളുടെ പങ്കാളിത്തം എന്നതിന് മുൻകാലങ്ങളിലേതിൽനിന്നും പറയത്തക്ക മാറ്റമൊന്നുമുണ്ടായിട്ടുമില്ല.

വികേന്ദ്രീകൃതാസൂത്രണം ഇന്ത്യയിൽ

ഇന്ത്യയിൽ വികേന്ദ്രീകൃതാസൂത്രണത്തിന്റെ ചരിത്രം അന്വേഷിച്ചു പോയാൽ എത്തുക ആസൂത്രണത്തെക്കുറിച്ച് രാജ്യത്തുനടന്ന ആദ്യ ചർച്ചകളിലേക്കാണ്. ഇന്ത്യയിൽ ആസൂത്രണത്തിന്റെ അഗ്രഗാമികളിലൊരാളായ സർ വിശ്വേശ്വരയ്യ തന്റെ *ജില്ലാ വികസന പദ്ധതി: നിർബന്ധിത പ്രയാണത്തിലൂടെ സാമ്പത്തിക പുരോഗതി* എന്ന പഠനത്തിൽ മൈസൂറിന് നാല് തട്ടുകളുള്ള ഒരു ആസൂത്രണ വ്യവസ്ഥ വിഭാവനം

ചെയ്തു. ഗാന്ധിയൻ ആസൂത്രകർക്ക് എല്ലാ ആസൂത്രണ പ്രക്രിയയുടെയും അടിസ്ഥാനം പ്രാദേശിക തലത്തിലുള്ള ആസൂത്രണമായിരിക്കണം. അവർ ഗ്രാമ പഠനങ്ങൾ നടത്തി, പ്രാദേശിക പദ്ധതികൾ തയ്യാറാക്കി പരീക്ഷണാടിസ്ഥാനത്തിൽ അവ നടപ്പിലാക്കാൻ ശ്രമിച്ചു. ഈ പരീക്ഷണങ്ങളുടെ സ്വാധീനം സ്വാതന്ത്ര്യത്തിനു ശേഷവും വികസന രംഗത്തുള്ള സന്നദ്ധ സംഘടനകളുടെ പ്രവർത്തനങ്ങളിലൂടെയും ഒരു പരിധിവരെ, കമ്മ്യൂണിറ്റി ഡെവലപ്മെന്റ് പ്രോഗ്രാം പോലുള്ള ഔദ്യോഗിക പരിപാടികളിലൂടെയും നിലനിന്നുപോന്നു. എങ്കിലും സ്വാതന്ത്ര്യത്തിനു ശേഷമുള്ള മുഖ്യധാരാ ആസൂത്രണം ഗാന്ധിയൻ ആശയങ്ങളിൽ നിന്നും അകന്നുപോയി. ആസൂത്രണം രാജ്യതലസ്ഥാനത്തും ഒരു പരിധിവരെ സംസ്ഥാന തലസ്ഥാനങ്ങളിലും കേന്ദ്രീകരിക്കപ്പെട്ടു. എന്നിരുന്നാലും ഒന്നാം പഞ്ചവത്സര പദ്ധതി മുതലുള്ള എല്ലാ പദ്ധതി രേഖകളും വികേന്ദ്രീകൃതാസൂത്രണത്തിന്റെയും പ്രാദേശിക വികസന സമീപനത്തിന്റെയും പ്രാധാന്യത്തിന് ഊന്നൽ നൽകിയിരുന്നു (രാജ് 1984).

ആസൂത്രണ കമ്മീഷൻ 1969 ൽ ജില്ലാ പ്ലാനുകൾ രൂപീകരിക്കുവാനുള്ള മാർഗനിർദ്ദേശങ്ങൾ പുറപ്പെടുവിച്ചപ്പോൾ അത് അധികാരവികേന്ദ്രീകരണം പ്രവർത്തിപഥത്തിൽ കൊണ്ടുവരാനുള്ള ആദ്യ ചുവടുവയ്പ്പായിമാറി. സംസ്ഥാനങ്ങൾക്കിടയിലെ ഭൗതികവും ഭൂമിശാസ്ത്രപരവും സാമ്പത്തികവുമായ സവിശേഷതകളിൽ വിപുലമായ വൈജാത്യങ്ങൾ നിലനില്ക്കുന്നതുകൊണ്ട് ജില്ല ആയിരിക്കും പ്രാദേശികതല ആസൂത്രണത്തിന് യുക്തമെന്ന് കമ്മീഷൻ ഉറപ്പിച്ചു. മാത്രവുമല്ല, ജില്ലയ്ക്ക് ആസൂത്രണ പ്രക്രിയ ഏറ്റെടുക്കാൻ അനുയോജ്യമായ ഭരണനിർവഹണ സംവിധാനവും വിശ്വാസയോഗ്യമായ സ്ഥിതിവിവരക്കണക്കുകളുമുണ്ട്.

മാർഗനിർദ്ദേശകരേഖ ഉണ്ടായതോടെ ജില്ലാ പദ്ധതി തയ്യാറാക്കാനുള്ള നടപടിക്രമമായി. ജില്ലയുടെ നിലവിലുള്ള വികസന നിലവാരം വിമർശനാത്മകമായി അവലോകനം നടത്തിയ ശേഷം വിഭവ ലഭ്യതയും മുൻഗണനാക്രമവും അനുസരിച്ച് ഒരു ഉദ്ഗ്രഥന തന്ത്രം തയ്യാറാക്കണം. വ്യത്യസ്ത മേഖലകളുടെ വികസന നിലവാരം തിട്ടപ്പെടുത്തുവാൻ പരിഗണിക്കേണ്ട ഘടകങ്ങളും പ്രാദേശിക തല പദ്ധതിരൂപീകരണത്തിൽ സ്വീകരിക്കേണ്ട സമീപനവും മാർഗനിർദ്ദേശകരേഖ പട്ടികപ്പെടുത്തി. 'ലഭ്യമായ സ്ഥിതിവിവരക്കണക്കുകൾ, ഭരണസംബന്ധിയായ വിവരങ്ങൾ, കാര്യവിവരമുള്ള കർഷകരുടെയും സംരംഭകരുടെയും ഉപദേശം, പ്രാദേശിക ഉദ്യോഗസ്ഥരുടെ അനുഭവജ്ഞാനം, നടപ്പു പ്രോഗ്രാമുകളുടെ ചിട്ടയോടുകൂടിയ അവലോകനം' എന്നിവയുടെ അടിസ്ഥാനത്തിലായിരിക്കണം പദ്ധതി ഉണ്ടായിവരേണ്ടത് (ആസൂത്രണ കമ്മീഷൻ 1969). അതിശയകരമെന്നു പറയട്ടെ, ഇതിലൂടെ, തദ്ദേശഭരണ സ്ഥാപനത്തെ ഒരു വ്യക്തതയും ഇല്ലാത്ത കൂടിയാലോചനാവേദി മാത്രമാക്കി ചുരുക്കി.

ബ്ലോക്ക് തല ആസൂത്രണം

അടുത്ത പ്രധാനപ്പെട്ട രേഖ ബ്ലോക്ക് തല ആസൂത്രണത്തിന് വേണ്ടി എം എൽ ദെന്ത്വാലയുടെ അധ്യക്ഷതയിലുള്ള വർക്കിങ് ഗ്രൂപ്പ് തയ്യാറാക്കിയ 1978 ലെ റിപ്പോർട്ടായിരുന്നു (എം എൽ ദെന്ത്വാല 1978). ത്വരിതഗതിയിൽ വിപുലീകരിച്ചുകൊണ്ടിരുന്ന ദാരിദ്ര്യ നിർമാർജ്ജന പദ്ധതികൾ, മറ്റു സർക്കാർ പദ്ധതികളുമായി അവയ്ക്കുള്ള സംയോജനസാധ്യതകളും പ്രദേശത്തിന്റെ പൊതുവികസനാവശ്യങ്ങളും മുന്നിൽക്കണ്ടുകൊണ്ട് സമയോചിതമായ രീതിയിൽ നടപ്പാക്കുന്നത് പ്രധാനമാണെന്ന് കരുതിയിരുന്നു. ഇത് ബ്ലോക്കുതല ആസൂത്രണത്തിൽ കൂടുതൽ താല്പര്യമെടുക്കുന്നതിനുള്ള സന്ദർഭമൊരുക്കി. രാജ്യത്തുടനീളം തിരഞ്ഞെടുക്കപ്പെട്ട ബ്ലോക്കുകളിൽ പരീക്ഷണാടിസ്ഥാനത്തിൽ നടപ്പിലാക്കേണ്ട ബ്ലോക്കുതല പദ്ധതികൾ തയ്യാറാക്കാനുള്ള രീതിശാസ്ത്രവും വർക്കിംഗ് ഗ്രൂപ്പ് നിർദ്ദേശിക്കുകയുണ്ടായി. സംയോജിതവും സമഗ്രവുമായ പ്രാദേശിക പദ്ധതി രൂപീകരിക്കുവാനുള്ള ശേഷി ജില്ലാതലത്തിൽ മാത്രമാണുള്ളതെന്നും ആയതിനാൽ ബ്ലോക്ക് പദ്ധതികൾ രൂപീകരിക്കുന്നത് ഒരൊറ്റ ജില്ലാ തല ആസൂത്രണ ടീമിനെ ഏൽപ്പിക്കണമെന്നും വർക്കിംഗ് ഗ്രൂപ്പ് നിർദ്ദേശിച്ചു.

'ചുരുക്കം ചില സംസ്ഥാനങ്ങളിലൊഴിച്ച് മറ്റെവിടെയും എടുത്തുപറയാവുന്ന തദ്ദേശഭരണ സംവിധാനങ്ങൾ നിലവിലില്ല.' ഉള്ളയിടങ്ങളിലാകട്ടെ അവ സ്ഥാപിത താല്പര്യക്കാരുടെ അധീനതയിലുമായിരുന്നു. അതുകൊണ്ട് പഞ്ചായത്ത്‌രാജ് സ്ഥാപനങ്ങൾക്ക് പ്രാദേശികതല ആസൂത്രണത്തിൽ കാര്യമായ പങ്കുവഹിക്കാനാകുമെന്നു കമ്മിറ്റി കരുതിയില്ല (ദെന്ത്വാല 1978). സന്നദ്ധസംഘടനകളുടെയും വിദഗ്ദ്ധ സ്ഥാപനങ്ങളുടെയും സഹായത്തോടുകൂടിയുള്ള ഉദ്യോഗസ്ഥരുടെ ആസൂത്രണം എന്നതായിരുന്നു അടിസ്ഥാനപരമായ സമീപനം. ആസൂത്രണത്തിൽ പൊതുജനപങ്കാളിത്തത്തിനു കൊണ്ടുവരാൻപറ്റുന്ന വർധിച്ച കാര്യക്ഷമതയെക്കുറിച്ച് കമ്മിറ്റിക്ക് ആശങ്കയുണ്ടായിരുന്നു: 'നമ്മൾ ദുർബല ജനവിഭാഗങ്ങൾക്കുവേണ്ടിയാണ് ആസൂത്രണം നടത്താൻ ആഗ്രഹിക്കുന്നതെങ്കിൽ പദ്ധതി മുകളിൽ നിന്നും അടിച്ചേൽപ്പിക്കേണ്ടി വരും, അത് ധനികർക്കും പ്രബലർക്കും അധീശത്വമുള്ള 'താഴെ നിന്നുള്ള ഉല്പന്നമാകാൻ പാടില്ല.' മുകളിൽനിന്നും വ്യക്തമായ ചട്ടക്കൂടില്ലാത്ത പങ്കാളിത്തം, 'സർക്കാരിന്റെ കഴിവിനും അപ്പുറത്തുള്ള ജനപ്രിയമായ ആവശ്യങ്ങളുടെ അവകാശപത്രം' മാത്രമായി പരിണമിക്കും. കൂടാതെ 'ആസൂത്രണത്തിന്റെ സാങ്കേതിക അനിവാര്യതകൾ' ആവശ്യപ്പെടുന്നത് വിദഗ്ദ്ധരും പൊതുജനങ്ങളും തമ്മിലുള്ള തുടർച്ചയായ സംവാദമാണ്; അത് പൊതുജനങ്ങളിൽ നിന്ന് മാത്രമല്ല ആരംഭിക്കുന്നത്.

നാഷണൽ ഇൻസ്റ്റിറ്റ്യൂട്ട് ഫോർ റൂറൽ ഡെവലപ്മെന്റ് (NIRD), അസോസിയേഷൻ ഓഫ് വോളണ്ടറി ഏജൻസിസ് ഫോർ റൂറൽ ഡെവലപ്മെന്റ് (AVARD) തുടങ്ങിയ ഏജൻസികളെക്കൊണ്ട് ഇന്ത്യ ഒട്ടാകെ

യുള്ള തിരഞ്ഞെടുക്കപ്പെട്ട വളരെയധികം ബ്ലോക്കുകളിൽ മാതൃകാ ബ്ലോക്കുതല പദ്ധതികൾ തയ്യാറാക്കിക്കാൻ സാധിച്ചു എന്നതാണ് ദെന്ത്വാല കമ്മിറ്റി റിപ്പോർട്ടിന്റെ പ്രത്യക്ഷ നേട്ടം. ഈ പരീക്ഷണങ്ങൾ രീതിശാസ്ത്രപരമായ അനുഭവങ്ങളുടെ ഒരു വലിയ സഞ്ചിതശേഖരമുണ്ടാക്കി. ഈ പരീക്ഷണങ്ങളിലൂടെ കുറ്റമറ്റതാക്കിയെടുത്ത രീതിസമ്പ്രദായങ്ങൾ ആവശ്യത്തിലധികം ശ്രദ്ധ കേന്ദ്രീകരിച്ചത് ആവാസകേന്ദ്രങ്ങളുടെ ഒരു ശ്രേണീബന്ധം കണ്ടെത്താനും (identification of a hierarchy of settlements) സാമൂഹ്യവും ഭൗതികവുമായ പശ്ചാത്തല സൗകര്യ സൃഷ്ടിക്കായി ഉത്തമമായ വിഭവ വിന്യാസം നടത്താനുമായിരുന്നു. വിപുലമായ വിവരശേഖരണവും അവലോകനവും ആവശ്യമായതിനാൽ ഈ പരീക്ഷണങ്ങൾ പുതിയ ഇടങ്ങളിലേക്കു വലുതായി വ്യാപിച്ചില്ല. ബ്ലോക്ക് പരിപാടികൾ വികസനത്തിന്റെയും ദീർഘദൃഷ്ടിയില്ലാത്ത പൊതുമരാമത്തു പ്രവൃത്തികളുടെയും പഴയ ചാലിൽ തന്നെ പെട്ടുപോയി.

ജില്ലാതല ആസൂത്രണം

ജില്ലാ ആസൂത്രണത്തെപ്പറ്റി സി എച്ച് ഹനുമന്തറാവുവിന്റെ നേതൃത്വത്തിലുള്ള വർക്കിംഗ് ഗ്രൂപ്പ് തയ്യാറാക്കിയ റിപ്പോർട്ട് (1984) ആസൂത്രണത്തിന്റെ ശ്രദ്ധ ജില്ലാതല ആസൂത്രണത്തിലേക്ക് കൊണ്ടു വന്നു. ഒരു അനുബന്ധത്തിൽ പ്രധാന സംസ്ഥാനങ്ങളുടെ ജില്ലാതല ആസൂത്രണത്തിന്റെ പുരോഗതി അതത് സംസ്ഥാന ആസൂത്രണ ബോർഡുകൾ തയ്യാറാക്കിയത് അതുപോലെതന്നെ നൽകിയിരുന്നു. 1969 ൽ ആസൂത്രണ കമ്മീഷൻ ആദ്യത്തെ മാർഗനിർദ്ദേശക രേഖ പുറപ്പെടുവിച്ചതുമുതൽ നേടിയ പുരോഗതിയുടെ ക്രമാനുഗതമായ അവലോകനത്തിന് ഈ സംസ്ഥാന റിപ്പോർട്ടുകൾ സഹായകരമായി. ഈ ജില്ലാ ആസൂത്രണ സംവിധാനം പല പേരുകളിൽ അറിയപ്പെട്ടു: ജില്ലാ വികസന സമിതി/ കൗൺസിൽ (DDC), ജില്ലാ ആസൂത്രണ ബോർഡ്/സമിതി/കൗൺസിൽ, ജില്ലാ ആസൂത്രണ വികസന കൗൺസിൽ എന്നിങ്ങനെ. ഒന്നുകിൽ സംസ്ഥാന സർക്കാരിന്റെ ഒരു ക്യാബിനറ്റ് മന്ത്രിയോ അല്ലെങ്കിൽ ജില്ലാ കളക്ടറോ, എം. എൽ. എയോ ഒരു അനൗദ്യോഗിക വിദഗ്ദ്ധനോ വിവിധ സംസ്ഥാനങ്ങളിൽ ഈ സമിതികളുടെ അധ്യക്ഷത വഹിച്ചു. എന്നിരിക്കിലും ഒരു സംസ്ഥാനത്തു പോലും ജില്ലാ പഞ്ചായത്ത് പ്രസിഡന്റിന് ഈ പോസ്റ്റിനു അർഹതയുണ്ടെന്ന് പരിഗണിക്കപ്പെട്ടില്ല എന്നുള്ളത് പ്രത്യേകം ശ്രദ്ധിക്കണം. ജില്ലാ ആസൂത്രണ സമിതികളുടെ അംഗബലം പൊതുവെ വളരെ കൂടുതലായതിനാൽ ഇവ പ്രാഥമികമായി കൂടിയാലോചനാ വേദികളായി പരിമിതപ്പെട്ടു. ആസൂത്രണപ്രക്രിയയിൽ സഹായിക്കാനായി അവരുടെ അധീനതയിലുണ്ടായിരുന്ന സാങ്കേതിക വിദഗ്ധരുടെ എണ്ണം തുലോം കുറവായിരുന്നു. ഉള്ളവർ തന്നെ പൊതു ഭരണ വകുപ്പുകളിൽനിന്നും വന്നവരായിരുന്നു.

മിക്ക സംസ്ഥാനങ്ങളിലും യഥാർഥത്തിലുള്ള ആസൂത്രണ പ്രക്രിയ ഇനി പറയും പ്രകാരമാണ് മുമ്പോട്ടുപോയത്:

സാധാരണയായി നിയമസഭയിൽ സംസ്ഥാന ബഡ്ജറ്റ് പാസായ ശേഷം വകുപ്പ് തലവന്മാരോട് പ്ലാൻ ബഡ്ജറ്റിൽ വകയിരുത്തിയിട്ടുള്ള വിഹിതത്തിനെ ജില്ലാതലത്തിൽ പങ്കുവെക്കാൻ ആവശ്യപ്പെടും. അതിനു ശേഷം ഇത് ബന്ധപ്പെട്ട വകുപ്പുകളിലൂടെയോ അല്ലെങ്കിൽ സാധാരണ യായി സംസ്ഥാന ആസൂത്രണ ബോർഡ് വഴിയോ ജില്ലകളെ അറിയിക്കും. ഇതിന് സാമ്പത്തികവർഷത്തിന്റെ തുടക്കം മുതൽ നാലോ അഞ്ചോ മാസംവരെയെടുക്കും. ഈ അറിയിപ്പ് കിട്ടിയശേഷം ജില്ലകൾ തങ്ങളുടെ പദ്ധതി വിഹിതത്തിന് ഒരു വിവരണക്കുറിപ്പു തയ്യാറാക്കുന്നു. ഇപ്രകാരം ഒരു 'ജില്ലാ പദ്ധതി' ഉരുത്തിരിഞ്ഞു വരുന്നു. ഇത് പൂർണമായും വകുപ്പുകളുടെ, സ്കീമുകളുടെ ഒരു സംഗ്രഹം മാത്രമാണ് (റാവു 1984).

ഈ പൊതുരീതിക്ക് അപവാദമായി കാണാൻ പറ്റുന്നത് മഹാരാഷ്ട്ര, ഗുജറാത്ത്, കർണാടക, ജമ്മു&കാശ്മീർ എന്നീ സംസ്ഥാനങ്ങൾ ചെറിയ തോതിൽ അവതരിപ്പിച്ച പുതുമകൾ മാത്രമായിരുന്നു. ഈ സംസ്ഥാന ങ്ങൾ പ്ലാൻ സ്കീമുകളെ സംസ്ഥാനതലത്തിലുള്ളതെന്നും ജില്ലാതല ത്തിലുള്ളതെന്നുമായി വർഗീകരിക്കുവാനുള്ള ഗൗരവതരമായ പരിശ്രമം നടത്തി. ജില്ലയ്ക്കുള്ളിൽ തന്നെ നിൽക്കുന്ന, പ്രാദേശിക സ്വഭാവമുള്ള സ്കീമുകളാണ് ജില്ലാ സ്കീമുകളെന്നു നിർവചിക്കപ്പെട്ടത്. ജില്ലകൾക്കിട യിൽ സ്കീമുകൾ അനുവദിച്ചു കൊടുക്കുന്നതിന് വ്യത്യസ്തമായ മാന ദണ്ഡങ്ങൾ, ജനസംഖ്യ, പിന്നാക്കാവസ്ഥയുടെ സൂചികകൾ എന്നിവ ഉപ യോഗിച്ചു. ഈ നൂതന സമീപനത്തിനു വഴിയൊരുക്കിയ മഹാരാഷ്ട്ര കേന്ദ്രാവിഷ്കൃത പദ്ധതികൾക്ക് സമാനമായി 'ജില്ലാ സ്കീമുകളുടെ ഒരു സംസ്ഥാന സഞ്ചയിക' ആരംഭിച്ചു. ഈ സംസ്ഥാനങ്ങളുടെ നൂതനത യുടെ യഥാർത്ഥ മുഖച്ഛായ സ്കീമല്ലാത്ത ഒരു ഘടകം അവിടങ്ങളിൽ ആരംഭിച്ചു എന്നതാണ്; അതായത് ജില്ലകൾക്ക് നിയന്ത്രണങ്ങളില്ലാതെ ഉപയോഗിക്കാൻ പറ്റുന്ന ഉപാധിരഹിത ഫണ്ട് ഏർപ്പെടുത്തി. ഗുജറാത്തിൽ ജില്ലാപദ്ധതി വിഹിതത്തിന്റെ 20 ശതമാനം ഉപാധിരഹിത ഫണ്ട് ആയി രുന്നു. അതിന്റെ തന്നെ മൂന്നിലൊന്ന് ജില്ലാ തലത്തിൽ സമാഹരിക്കുന്ന പ്രാദേശിക വിഭവങ്ങൾക്ക് തുല്യമായ പ്രോത്സാഹനത്തുക ആയിരുന്നു. കർണാടക സംസ്ഥാനം ഓരോ ജില്ലയ്ക്കുമുള്ള വിഹിതം മൊത്തമായി വകയിരുത്തുകയായിരുന്നു. ഫണ്ട് നൽകുന്നതിനും ധനപുനർവിനിയോ ഗത്തിനും ഭരണാനുമതിക്കും സാങ്കേതികാനുമതിക്കും കൂടുതൽ മെച്ച പ്പെട്ട നടപടിക്രമങ്ങളും രൂപീകരിക്കാനായി. ജില്ലാതലത്തിൽ ഡാറ്റാബേസ് സജ്ജീകരിക്കാനുള്ള പരിശ്രമങ്ങളും ഉണ്ടായി. എന്നിരിക്കിലും ആസൂ ത്രണത്തിൽ തദ്ദേശഭരണ സ്ഥാപനങ്ങളെ പങ്കുചേർക്കുവാനുള്ള ഒരു ശ്രമവും നടത്തിയില്ല. ആസൂത്രണം ബ്യൂറോക്രസിയുടെ ശക്തമായ പിടി യിലമർന്നു. തുടർന്ന്, അഭിപ്രായപ്രകടനത്തിലും കൂടിയാലോചനകളിലു മായി പൊതുജനങ്ങളുടെയും മറ്റും പങ്ക് പരിമിതപ്പെട്ടു.

ഗ്രാമ വികസന-ദാരിദ്ര്യ നിർമാർജന പരിപാടികൾക്കുവേണ്ട ഭരണപരമായ ക്രമീകരണങ്ങളെപ്പറ്റിയുള്ള ജി വി കെ റാവു കമ്മിറ്റി റിപ്പോർട്ട് (1985) ജില്ലാബഡ്ജറ്റും പദ്ധതിയും സംസ്ഥാന ബഡ്ജറ്റിന്റെയും പദ്ധതിയുടെയും ജില്ലാ അടിസ്ഥാനത്തിലുള്ള യാന്ത്രികമായ വേർതിരിക്കൽ മാത്രമായി അധഃപതിക്കുന്നു എന്ന നിശിതമായ വിമർശനം ഉന്നയിച്ചു. പക്ഷേ, ഈ റിപ്പോർട്ടിനും മുകളിൽനിന്നും താഴേക്ക് എന്ന സമീപനത്തിൽനിന്നും വ്യതിചലിക്കാനായില്ല. കമ്മിറ്റിയുടെ ശുപാർശകൾ പ്രകാരം ജില്ലാ ബഡ്ജറ്റ് തുടർന്നും വകുപ്പുകളുടെ ബഡ്ജറ്റിന്റെ ജില്ല തിരിച്ചുള്ള വിഹിതം തീരുമാനിക്കലായി തുടർന്നു. കൂടാതെ, 'ധന വിനിയോഗ പദ്ധതി രൂപീകരിക്കുന്നതിൽ അതതു തലത്തിലെ പഞ്ചായത്ത് രാജ് സ്ഥാപനങ്ങളുടെ കാര്യക്ഷമമായ പങ്കാളിത്തം' കമ്മിറ്റിക്കു വിഭാവനം ചെയ്യാനായില്ല (ഗുലാത്തി 1986).

കർണാടകം, പശ്ചിമബംഗാൾ എന്നീ രണ്ട് ശ്രദ്ധേയമായ അപവാദങ്ങളൊഴിച്ചാൽ ആസൂത്രണ നടപടിക്രമങ്ങൾ 1980 കളിലും 1990 കളുടെ ആദ്യംവരെയും മാറ്റമില്ലാതെ തുടർന്നു. ഈ രണ്ടു സംസ്ഥാനങ്ങളിലും തദ്ദേശഭരണ സ്ഥാപനങ്ങളെ അർത്ഥവത്തായ രീതിയിൽ ആസൂത്രണ പ്രക്രിയയുമായി ബന്ധിപ്പിക്കുന്നതിനു രാഷ്ട്രീയപരമായ ഘടകങ്ങളാണ് വഴിതെളിച്ചത്. സമൂലമായ അധികാര വികേന്ദ്രീകരണം എന്ന തിരഞ്ഞെടുപ്പ് വാഗ്ദാനവുമായി 1983 ൽ കർണാടകയിൽ ഒരു ജനതാദൾ സർക്കാർ അധികാരത്തിൽ വന്നു. കേന്ദ്രത്തിൽ അല്പായുസ്സായിരുന്ന ജനതാദൾ സർക്കാരിന്റെ ഫലമായുണ്ടായ അശോക് മേത്ത കമ്മിറ്റി റിപ്പോർട്ടിനെക്കുറിച്ച് ചില നേതാക്കന്മാർക്ക്, പ്രത്യേകിച്ച് തദ്ദേശഭരണ വകുപ്പുമന്ത്രിക്കു വലിയ മതിപ്പുണ്ടായിരുന്നു. പശ്ചിമബംഗാളിലാകട്ടെ തദ്ദേശഭരണത്തിന് ഉയർന്ന മുൻഗണന നൽകിയ ഒരു സി പി ഐ (എം) സർക്കാർ രണ്ടാം തവണ തിരഞ്ഞെടുക്കപ്പെട്ടു.

കർണാടകത്തിലെ വികേന്ദ്രീകൃതാസൂത്രണം

1983 ൽ കർണാടകത്തിൽ ജനതാദൾ ഗവൺമെന്റ് അധികാരത്തിൽ വരികയും അശോക് മേത്ത കമ്മിറ്റി ശുപാർശകളുടെ മാതൃകയിൽ ഒരു പുതിയ നിയമനിർമാണം നടത്തുകയും ചെയ്തു (നസീർ സാബ് 1986). രണ്ടുവർഷത്തെ കാലതാമസത്തിനുശേഷം രാഷ്ട്രപതി പുതിയ നിയമത്തിന് അംഗീകാരം നൽകുകയും 1987 ൽ ജില്ലാ പരിഷത്തി (ജില്ലാ പഞ്ചായത്ത്)ലേക്കും മണ്ഡൽ പഞ്ചായത്തിലേക്കുമുള്ള തിരഞ്ഞെടുപ്പുകൾ നടത്തുകയും ചെയ്തു. ജില്ലാ പരിഷത്തിന് പ്രാമുഖ്യം നൽകുകയും ജില്ലാ പദ്ധതി രൂപീകരിക്കുന്നതുൾപ്പെടെ വിപുലമായ അധികാരങ്ങൾ കൈമാറുകയും ചെയ്തു. മണ്ഡൽ പഞ്ചായത്തിനെ (എണ്ണായിരം മുതൽ പന്തീരായിരം വരെ ജനസംഖ്യയുള്ള ഗ്രാമങ്ങളുടെ കൂട്ടം) ആയിരുന്നു നിർവഹണ ഏജൻസിയായി വിഭാവനം ചെയ്തത്. ഇടത്തട്ടായ താലൂക്ക് പഞ്ചായത്ത് സമിതിയിലേക്ക് നേരിട്ടുള്ള തിരഞ്ഞെടുപ്പുണ്ടായിരുന്നില്ല. മണ്ഡൽ

പഞ്ചായത്തിലെ പ്രസിഡന്റുമാർ, എം എൽ എമാർ മറ്റു നാമനിർദേശം ചെയ്യപ്പെട്ട അംഗങ്ങൾ എന്നിവർ ചേർന്നതായിരുന്നു താലൂക്ക് പഞ്ചായത്ത് സമിതി. അതിന് ഏകോപന ചുമതല മാത്രമേ ഉണ്ടായിരുന്നുള്ളു (മുഖർജി 1986). മണ്ഡൽ പഞ്ചായത്തുകൾക്ക് മാത്രമാണ് കരം ഏർപ്പെടുത്തുവാനുള്ള അധികാരം ഉണ്ടായിരുന്നത്. മൊത്തത്തിൽ നോക്കിയാൽ ഈ സ്ഥാപനങ്ങൾ സംസ്ഥാന സർക്കാർ ഗ്രാന്റിനെ ആശ്രയിച്ചായിരുന്നു നിലനിന്നിരുന്നത് (ദത്ത 1986).

1970 കളിൽതന്നെ കർണാടകം ജില്ലാ ആസൂത്രണത്തിൽ പരീക്ഷണങ്ങൾ നടത്താൻ തുടങ്ങിയിരുന്നു. അതിന്റെ ഫലമായി രണ്ടാം തലമുറ പഞ്ചായത്തുകൾ രൂപീകരിച്ചപ്പോഴേക്കും എല്ലാ ജില്ലകളിലും ഒരുവിധം വിശ്വസിക്കാനാവുന്ന ഡേറ്റാബേസ്, ഒരു പരിപ്രേക്ഷ്യ പദ്ധതി, പ്രാദേശികതല ആസൂത്രണത്തിൽ ഔപചാരിക പരിശീലനം ലഭിച്ചവരുടെ ഒരു സംഘം ഒക്കെ നിലവിൽ ഉണ്ടായിരുന്നു. ഇതിനുമുപരിയായി ഉപാധിരഹിത ഫണ്ട്, മേജർ ഹെഡ്, മൈനർ ഹെഡ് എന്നിങ്ങനെ വിഹിതം വകയിരുത്തൽ തുടങ്ങിയ വൈവിധ്യമാർന്ന വ്യവസ്ഥകളിലെ പ്രവർത്തന പരിചയവും മുതൽക്കൂട്ടായി. ഇതൊക്കെ ഇന്ത്യയിലെ അക്കാലത്തെ ഏറ്റവും ധീരമായ വികേന്ദ്രീകൃത ആസൂത്രണ പരിപാടിയുമായി മുന്നോട്ടുപോകാൻ കർണാടകത്തെ സഹായിച്ചു. മുൻകാലത്ത് ജില്ലാ സ്കീമുകൾക്കു വേണ്ടി മാറ്റിവച്ച 20 ശതമാനംവരെയുള്ള പദ്ധതി വിഹിതം ജില്ലാ പഞ്ചായത്തുകൾക്ക് ലംപ്സം ഗ്രാന്റായി കൈമാറി. അന്തർ ജില്ലാ പദ്ധതി വിഹിതം നിശ്ചയിക്കുന്നതിനും ജില്ലയിൽനിന്നും മണ്ഡൽ പഞ്ചായത്തിലേക്ക് വിഹിതം കൈമാറുന്നതിനും മാനദണ്ഡങ്ങൾ നിർണയിച്ചു. ജില്ലാപഞ്ചായത്തുകൾ ജില്ലാപദ്ധതികൾക്ക് അന്തിമ രൂപം നൽകിയതിനുശേഷമത് സംസ്ഥാനത്തിന്റെ വാർഷിക പദ്ധതി രേഖയിലും സംസ്ഥാന ബഡ്ജറ്റിലും ഉൾപ്പെടുത്താനായി സംസ്ഥാന സർക്കാരിന് അയച്ചുകൊടുക്കണമായിരുന്നു.

ആവാസകേന്ദ്രങ്ങളെ അടിസ്ഥാനപ്പെടുത്തി നടത്തുന്ന ഗ്രാമ സഭകളിൽ ചർച്ച ചെയ്ത ശേഷം മണ്ഡൽ പഞ്ചായത്തുകൾ അവർക്ക് ജില്ലാ പഞ്ചായത്തുകൾ സൂചിപ്പിച്ചിട്ടുള്ള വിഹിതത്തിനുള്ളിൽ നിർത്തിക്കൊണ്ടുള്ള പദ്ധതിനിർദ്ദേശങ്ങൾ ജില്ലാപഞ്ചായത്തിന് സമർപ്പിക്കുന്നു. ജില്ലാ പഞ്ചായത്തുകൾ അവരുടെ ജില്ലാതല സ്കീമുകളും കീഴ്ത്തട്ടു നിർദ്ദേശങ്ങളും സംയോജിപ്പിച്ചുകൊണ്ടു ജില്ലാപദ്ധതികൾ രൂപീകരിക്കുന്നു. ജില്ലാ പദ്ധതി രേഖയ്ക്ക് ഒരു നിശ്ചിത ഘടനയും നിഷ്കർഷിച്ചിരുന്നു. സംസ്ഥാന ബഡ്ജറ്റിന് അന്തിമ രൂപം നൽകുന്നതിന് മുമ്പുതന്നെ കാലേകൂട്ടി ജില്ലാ പദ്ധതിരൂപീകരണത്തിന്റെ നടപടിക്രമങ്ങൾ പൂർത്തിയാക്കാനുള്ള ഒരു സമയക്രമപട്ടികയും നിർദ്ദേശിച്ചിരുന്നു.

പുത്തൻ പാത വെട്ടിത്തുറക്കുന്നതായി പലരും വിശേഷിപ്പിച്ച ഈ ധീരമായ തുടക്കം പ്രാരംഭഘട്ടത്തിൽ ഗണ്യമായ വിജയം കൈവരിച്ചു (സുന്ദരം 1994; അസീസ് തുടങ്ങിയവർ. 1996; ക്രൂക്ക് & മാനെർ 1998).

പക്ഷേ, അതിന് പൂർണമായും ലക്ഷ്യം കൈവരിക്കാനുള്ള അവസരം കിട്ടിയില്ല. ആദ്യ വർഷം പ്രാരംഭ പ്രശ്നങ്ങളും കാലതാമസവും അനുഭവപ്പെട്ടു. 1988 ഓടെ ഭരണകക്ഷിക്കുള്ളിലെ ഗുരുതരമായ വിമതശല്യവും കലഹങ്ങളും വിപുലമായ തോതിലുള്ള അധികാരകൈമാറ്റം നടത്തുവാനുള്ള രാഷ്ട്രീയ ഇച്ഛാശക്തിയെ തുരങ്കംവെക്കുന്നതിലേക്ക് നയിച്ചു (ചന്ദ്രൻ 2000). 1990 ൽ ജനതാദൾ സർക്കാരിന് അധികാരം നഷ്ടപ്പെട്ടതോടെ അധികാര വികേന്ദ്രീകരണ പരീക്ഷണങ്ങളുടെ ഭാവിക്കു തീരുമാനമായി. ശൈശവ ദശയിലുള്ള താഴേത്തട്ടിലെ ജനാധിപത്യ സംവിധാനങ്ങളോട് പുതുതായി വന്ന കോൺഗ്രസ് സർക്കാർ ഒട്ടും അനുഭാവം കാട്ടിയില്ല. ജില്ലാ പരിഷത്തുകളുടെ അധികാരങ്ങൾ ക്രമാനുഗതമായി കുറച്ചുകൊണ്ടുവന്നു. 73, 74 ഭരണഘടനാ ഭേദഗതികളുടെ തൊട്ടുപിന്നാലെ ഈ അധികാരങ്ങൾ നിശ്ശബ്ദമായി കുഴിച്ചുമൂടുകയും ഒരുപാടു വെള്ളം ചേർത്ത ഒരു നിയമം പാസാക്കുകയും ചെയ്തു (അപ്പു 1993).

അധികാരവികേന്ദ്രീകരണം പശ്ചിമ ബംഗാളിൽ

1960 കളിൽ പശ്ചിമ ബംഗാളിന്റെ ഗ്രാമപ്രദേശങ്ങളിൽ ഒരു തദ്ദേശ ഭരണസ്ഥാപനവും പ്രവർത്തിച്ചില്ല എന്നുപറഞ്ഞാൽ അത് അതിശയോക്തി ആയിരിക്കുകയില്ല. 1973 ൽ പശ്ചിമ ബംഗാൾ നാലു തട്ടുകളുള്ള പഞ്ചായത്ത്‌രാജ് സംവിധാനം വിഭാവനം ചെയ്യുന്ന പഞ്ചായത്ത് നിയമം പാസാക്കി: ആവാസകേന്ദ്ര തലത്തിൽ ഗ്രാമസഭ, ഗ്രാമ തലത്തിൽ ഗ്രാമ പഞ്ചായത്ത്, ബ്ലോക്ക് തലത്തിൽ പഞ്ചായത്ത് സമിതി, ജില്ലാതലത്തിൽ ജില്ലാ പരിഷത്ത് എന്നിവ നിലവിൽ വന്നു. അന്ന് അധികാരത്തിലിരുന്ന കോൺഗസ് സർക്കാർ നിയമം പാസാക്കിയെങ്കിലും 1977 ൽ ഇടതുമുന്നണി സർക്കാർ അധികാരത്തിൽ വന്നപ്പോൾ മാത്രമായിരുന്നു പ്രാദേശിക തിരഞ്ഞെടുപ്പുകൾ നടത്താനുള്ള നടപടികൾ സ്വീകരിച്ചത്. 1978 ജൂണിൽ നടന്ന തദ്ദേശഭരണ സ്ഥാപനങ്ങളിലേക്കുള്ള തിരഞ്ഞെടുപ്പ്, നിയമം അനുശാസിക്കും പ്രകാരം അഞ്ചുവർഷത്തിന്റെ കൃത്യമായ ഇടവേളകളിൽ 1983, 1988, 1993, 1998 തദ്ദേശഭരണ സ്ഥാപനങ്ങളിലേക്ക് തിരഞ്ഞെടുപ്പുകൾ നടക്കുന്ന ഒരു പുതുയുഗത്തിന് നാന്ദികുറിച്ചു. ഇതാകട്ടെ ഏതൊരു ഇന്ത്യൻ സംസ്ഥാനത്തെ സംബന്ധിച്ചിടത്തോളവും അസാധാരണമായ തരത്തിലുള്ള ഒരു മികച്ചപ്രകടനമായിരുന്നു. മാത്രമല്ല തദ്ദേശ സ്വയംഭരണ സ്ഥാപനങ്ങളുടെ അധികാരങ്ങളിലും ചുമതലകളിലും സ്ഥിരമായും തുടർച്ചയായുമുള്ള വർദ്ധനവിനും സംസ്ഥാനം സാക്ഷ്യം വഹിച്ചു. ഇടതുമുന്നണിയുടെ നേതൃത്വത്തിൽ 1978 മുതൽ 33 വർഷം പശ്ചിമ ബംഗാളിൽ ഇന്ത്യ കണ്ടതിൽ ഏറ്റവും ദീർഘവും വിപുലവുമായ പ്രാദേശിക ജനാധിപത്യ പരീക്ഷണം നടന്നു.

പശ്ചിമ ബംഗാളിലെ തദ്ദേശഭരണ സ്ഥാപനങ്ങളുടെ ആദ്യ ഊഴത്തിലെ (1978–83) പ്രഥമപ്രധാനമായ പ്രവർത്തനം ഭൂപരിഷ്കരണം നടപ്പിലാക്കുക എന്നതായിരുന്നു. ഭൂഉടമകൾ പരിധി ലംഘിച്ചു നിയമ വിരുദ്ധ

മായി കൈവശംവച്ചിട്ടുള്ള ഭൂമികൾ കണ്ടുപിടിക്കുക, പാട്ടക്കാരെ കണ്ടെത്തി തങ്ങളുടെ അവകാശങ്ങളെപ്പറ്റി അവരെ ബോധവൽക്കരിക്കുകയും അവകാശപ്പെട്ട ഭൂമി അവർക്കു വിതരണം നടത്തുകയും ചെയ്യുക എന്നിവയ്ക്കായുള്ള ഭരണനിർവഹണ ഉപകരണമായി പഞ്ചായത്തുകൾ മാറി. ഈ കൃത്യം അവർക്കു വിജയകരമായി ചെയ്യാൻ സാധിച്ചതിന്റെ കാരണം പശ്ചിമ ബംഗാളിലെ കർഷക പ്രസ്ഥാനത്തിന്റെ പ്രതാപ കാലത്തുനടന്ന 1978 ലെ തിരഞ്ഞെടുപ്പ്, ഭൂരഹിതരും ദരിദ്രരുമായ കർഷകരെ പഞ്ചായത്തുകളുടെ നേതൃത്വത്തിലേക്കും അധികാരസ്ഥാനത്തേക്കും കൊണ്ടുവന്നു എന്നതിനാലാണ്. 1978, 1983, 1988 വർഷങ്ങളിൽ തിരഞ്ഞെടുക്കപ്പെട്ട പഞ്ചായത്ത് അംഗങ്ങളുടെ വർഗഘടനയെക്കുറിച്ചുള്ള പഠനങ്ങൾ കാണിക്കുന്നത് ഗ്രാമങ്ങളിലെ അധികാരഘടനയിൽ പാവപ്പെട്ടവർക്ക് അനുകൂലമായി നാടകീയമായ ഒരു വ്യതിയാനമാണ് സംഭവിച്ചതെന്നാണ് (ലീറ്റൻ 1996, ചാർവാക് 1997, കോലി 1983).

തുടക്കത്തിൽ തൊഴിലിന് ഭക്ഷണം (ഫുഡ് ഫോർ വർക്ക്) പരിപാടിയുടെയും പിന്നീട് ദേശീയ ഗ്രാമീണ തൊഴിൽദാന പരിപാടിയുടെയും നിർവഹണച്ചുമതലയും പഞ്ചായത്തുകൾക്കായിരുന്നു. അവർ പ്രസ്തുത തദ്ദേശ പ്രവർത്തനങ്ങൾ സ്തുത്യർഹമായി നടത്തുകയും ഈ ഫണ്ടുപയോഗിച്ചു ഭൂപരിഷ്കരണാനന്തരകാലത്ത് അത്യാവശ്യമായ പശ്ചാത്തലസൗകര്യങ്ങൾ സൃഷ്ടിക്കുകയും ചെയ്തു. കൂടാതെ ഏറ്റവും നിർധനരായ കർഷകരെ കണ്ടെത്തി വായ്പ എത്തിക്കുക, വിപണന സൗകര്യം ഏർപ്പെടുത്തുക, തുടങ്ങിയ സുപ്രധാന ചുമതലകൾ പഞ്ചായത്തുകൾ ഏറ്റെടുക്കുവാനും തുടങ്ങി. ഈ സംഭവവികാസങ്ങൾ 1983 ലെ തിരഞ്ഞെടുപ്പിന് ശേഷം ആസൂത്രണച്ചുമതല പഞ്ചായത്തുകളെ ഏൽപ്പിക്കുവാനുള്ള അരങ്ങൊരുക്കി.

1985 ൽ ഒരു ത്രിതല ആസൂത്രണ സംവിധാനം രൂപീകരിച്ചു: സംസ്ഥാന ആസൂത്രണ ബോർഡ്, ജില്ലാ ആസൂത്രണ ഏകോപന സമിതിയും ഒപ്പം ജില്ലാ ആസൂത്രണസമിതിയും, ബ്ലോക്ക് ആസൂത്രണ സമിതി എന്നിവ. ജില്ലാ ആസൂത്രണ സമിതിയുടെ തലവൻ ജില്ലാ പരിഷത്ത് ചെയർമാനും മെമ്പർ സെക്രട്ടറി ജില്ലാ കളക്ടറുമായിരുന്നു. അതിൽ പഞ്ചായത്ത് സമിതികളുടെയും നഗരസഭകളുടെയും പ്രതിനിധികളെ ഉൾപ്പെടുത്തിയിരുന്നു. ജില്ലാ ആസൂത്രണ സമിതി ജില്ലാ തലത്തിൽ ആസൂത്രണത്തിന്റെ കാര്യക്ഷമമായ പ്രവർത്തന സംവിധാനമായി പരിണമിച്ചു. ജില്ലാ ആസൂത്രണ ഏകോപന സമിതിയാകട്ടെ ഒരു മന്ത്രി അധ്യക്ഷനും ആസൂത്രണ സമിതി അംഗങ്ങളും എം എൽ എമാരും എം പിമാരും അംഗങ്ങളായിട്ടുള്ള ഒരു കൂടിയാലോചനാവേദിയായിരുന്നു. ബ്ലോക്ക് ആസൂത്രണ സമിതിയുടെ തലവൻ ബ്ലോക്കുതല സമിതിയുടെ അധ്യക്ഷനും മെമ്പർ സെക്രട്ടറി ബ്ലോക്ക് ഡെവലപ്മെന്റ് ഓഫീസറും ആയിരുന്നു.

പ്രാദേശിക പദ്ധതികൾക്ക് മൂന്നു ഘടകങ്ങൾ ഉണ്ടായിരുന്നു: സംസ്ഥാന സർക്കാർ വകുപ്പുകളുടെ ജില്ലാതല മേഖലാ സ്കീമുകൾ, കേന്ദ്രാവിഷ്കൃത ദാരിദ്ര്യ നിർമാർജ്ജന ഗ്രാമീണ തൊഴിൽ പദ്ധതികൾ, ഉപാധിരഹിത ഫണ്ടുപയോഗിച്ചു തയ്യാറാക്കുന്ന പ്രോജക്ടുകൾ എന്നിവ. 1978 മുതൽ തദ്ദേശഭരണ സ്ഥാപനങ്ങളിലൂടെ നൽകിവന്ന കേന്ദ്രാവിഷ്കൃത പരിപാടികളുടെ ഫണ്ടായിരുന്നു പദ്ധതിയുടെ പ്രധാന പ്രവർത്തന ഘടകം. ഉപാധിരഹിത പദ്ധതിവിഹിതം വളരെ തുച്ഛമായിരുന്നു: 1993–94 ൽ പദ്ധതി അടങ്കലിന്റെ 0. 58% ആയിരുന്നെങ്കിൽ 1989–90 ൽ 5.71% ആയി ഉയർന്നു. 1990–91 ലെ ജില്ലാ പദ്ധതികളുടെ ഒരു വിശകലനം കാണിക്കുന്നത് മൊത്തം പദ്ധതി അടങ്കലിന്റെ 42. 29% ജില്ലാ സ്കീമുകളും 17. 5% കേന്ദ്രാവിഷ്കൃത പദ്ധതികളും 32. 27% ബാങ്ക് വായ്പയും 1. 53% ഉപാധിരഹിത ഫണ്ടും 6. 4% ഇതര സ്രോതസ്സുകളും ആയിരുന്നെന്നാണ്.

തദ്ദേശഭരണ സ്ഥാപനങ്ങൾക്കു ജില്ലാ സ്കീമുകളുടെ മുകളിലുള്ള നിയന്ത്രണം, സ്കീമുകൾക്കനുസരിച്ചും പ്രാദേശികമായും വിഭിന്നമായിരുന്നു. ജില്ലാ സ്കീം വിഹിതത്തിന്റെ വളർച്ചയും ഘടനയും സംബന്ധിച്ച ഒരു വിശദമായ വിശകലനം കാണിച്ചത് അതിന്റെ മൊത്തം വലുപ്പത്തിലും വകുപ്പുസങ്കലനത്തിലും വലിയ ഏറ്റക്കുറച്ചിലുകൾ ഉണ്ടായിരുന്നെന്നാണ് (ചാർവാക് 1997). ഈ സന്ദർഭത്തിൽ ശ്രദ്ധിക്കേണ്ട ഒരു കാര്യം ഡിസ്ട്രിക്ട് സെക്ടർ സ്കീമുകൾ മൈനർ സബ്ജക്ട് ഹെഡ് തിരിച്ചു കൈമാറുമ്പോൾ ജില്ലയിലെ ആസൂത്രകരുടെ സ്വതന്ത്രമായി തീരുമാനം എടുക്കുവാനുള്ള അവകാശം അത്യന്തം ചുരുങ്ങിപ്പോകുന്നു എന്നതാണ്. തദ്ദേശഭരണ സ്ഥാപനങ്ങൾ വഴി നടപ്പാക്കുന്ന ഡിസ്ട്രിക്ട് സെക്ടർ സ്കീമുകളും വകുപ്പുകൾ നേരിട്ട് നടപ്പാക്കുന്ന സ്കീമുകളും തമ്മിൽ വേർതിരിച്ചു മനസ്സിലാക്കേണ്ടതായിട്ടുണ്ട്. രണ്ടാമത്തെ വിഭാഗത്തിന്റെ കാര്യത്തിൽ ജില്ലാതല ആസൂത്രണവുമായി ബന്ധപ്പെട്ട് പ്രായോഗികമായ ഒരു കൂടിയാലോചന പ്രക്രിയ മാത്രമേ സാധ്യമാവുകയുള്ളു. യഥാർത്ഥത്തിൽ ഇത് ജില്ലാ പഞ്ചായത്ത് പ്രസിഡന്റിന്റെ രാഷ്ട്രീയാധികാര ശക്തിക്കനുസരിച്ച് ഒരു ജില്ലയിൽനിന്നും മറ്റൊരു ജില്ലയിൽ വ്യത്യസ്തമായിരുന്നു. പശ്ചിമ ബംഗാളിലെ വികേന്ദ്രീകൃതാസൂത്രണത്തിന്റെ പ്രധാനശില്പിയായ അരുൺ ഘോഷിന്റെ അഭിപ്രായത്തിൽ, വകുപ്പുകളുടെ വിഭാഗീയ ചിന്തയും ബ്യൂറോക്രസിയുടെ ചെറുത്തുനിൽപ്പുമായിരുന്നു ജില്ലാ പദ്ധതിയും ഡിസ്ട്രിക്ട് സെക്ടർ സ്കീമുകളും തമ്മിലുള്ള അർത്ഥവത്തായ ഉദ്ഗ്രഥനത്തിനു തടസ്സമായത് (ഘോഷ് 1989).

ഡിസ്ട്രിക്ട് സെക്ടർ സ്കീമുകളുടെ മറ്റൊരു പ്രധാന പ്രശ്നം വകുപ്പുതലവന്മാർ തങ്ങളുടെ ജില്ലാ പ്ലാൻ സ്കീമുകളെക്കുറിച്ചുള്ള വിവരം ജില്ലാ ആസൂത്രണാധികാരികൾക്ക് കൈമാറുന്നതിൽ വരുത്തുന്ന അക്ഷന്തവ്യമായ കാലതാമസമായിരുന്നു. യഥാർഥത്തിലുള്ള ആസൂത്രണം കേന്ദ്രാവിഷ്കൃത പദ്ധതികളിലൊതുങ്ങി. മുൻ വർഷത്തെ വിഹിതം തുടരും എന്ന ധാരണയിൽ ജില്ലാ പദ്ധതികൾ തയ്യാറാക്കേണ്ടി വന്നു.

ആസൂത്രണത്തിന്റെ കാര്യക്ഷമത ജില്ലകൾതോറും വ്യത്യാസപ്പെട്ടിരുന്നു. മിഡ്നാപ്പൂർ, ബർധമൻ ജില്ലകളിൽ ആദ്യത്തെ വർഷം തയ്യാറാക്കിയ പദ്ധതിരേഖ തന്നെ മികച്ചതായിരുന്നു. ഈ ജില്ലകളിലെ ഗ്രാമ പഞ്ചായത്തുകൾ തങ്ങളുടെ യഥാർത്ഥ ആവശ്യങ്ങളുടെ പട്ടിക പഞ്ചായത്ത് സമിതിക്ക് അയച്ചുകൊടുത്തു. പഞ്ചായത്ത് സമിതിയാകട്ടെ ജില്ലാ പഞ്ചായത്ത് സൂചിപ്പിച്ചിട്ടുള്ള ധനപരമായ പരിധിക്കുള്ളിൽ നിന്നുകൊണ്ട് പദ്ധതി നിർദ്ദേശങ്ങളുടെ ഒരു മുൻഗണനാപട്ടിക തയ്യാറാക്കും. ജില്ലാ ആസൂത്രണ സംവിധാനം ബ്ലോക്ക് നഗരസഭകളിലെ പദ്ധതികളെയും ജില്ലാ പഞ്ചായത്തിന്റെ സ്വതന്ത്ര പരിപാടികളെയും സംയോജിപ്പിച്ചുകൊണ്ട് ജില്ലയ്ക്ക് ആകമാനമുള്ള പദ്ധതിയാക്കുന്നു. കൂടാതെ ബാങ്കുകാരുമായി ആലോചിച്ചു ഒരു വായ്പാ പദ്ധതിയും തയ്യാറാക്കി.

രണ്ടു ദശകങ്ങളായി പശ്ചിമ ബംഗാളിന്റെ അധികാര വികേന്ദ്രീകരണ പരിപാടി, വിശിഷ്യാ ഭൂപരിഷ്കരണം നടപ്പാക്കുന്നതിലും ഗ്രാമ വികസന പരിപാടികളുടെ നിർവഹണത്തിലും കാർഷിക വളർച്ച പുനരുജ്ജീവിപ്പിക്കുന്നതിലും പ്രശംസനീയമായ നേട്ടങ്ങളുണ്ടാക്കി. 'പക്ഷേ, ഇതിനും ഉപരിയായി അത് ജനങ്ങൾക്കിടയിൽ സാമൂഹികവും രാഷ്ട്രീയവുമായ അവബോധം സൃഷ്ടിക്കാനും പുതിയൊരു നേതൃനിരയെ വളർത്തിക്കൊണ്ടുവരാനും സഹായിച്ചു. നേരിട്ട് തൊട്ടറിയാൻ കഴിയാത്ത ഈ നേട്ടം ജനാധിപത്യത്തിന്റെ വേരുകളെ ശക്തിപ്പെടുത്തി' (മുഖർജി & ബന്ദോപാധ്യായ് 1993). എന്നിരുന്നാലും വിപുലമായ പ്രാദേശിക സ്വയംഭരണത്തിലേക്ക് നയിക്കുവാനാകുന്ന ഗതിവേഗം വികേന്ദ്രീകരണ പ്രക്രിയയ്ക്കു നിലനിർത്താനായില്ല എന്ന് നിരീക്ഷിക്കപ്പെട്ടു. ഡിസ്ട്രിക്ട് സെക്ടർ സ്കീമുകളുടെയും വകുപ്പ് ചിന്താഗതിയുടെയും ശക്തമായ ഹാങ്ഓവർ പിന്നെയും നിലനിന്നുപോന്നു.

അധികാരവികേന്ദ്രീകരണം കേരളത്തിൽ

രാജ്യത്തിലെ മറ്റെല്ലാ സംസ്ഥാനങ്ങളിലുമെന്നതുപോലെ 1970 തുകളുടെ തുടക്കത്തിൽ കേരളത്തിലും ജില്ലാ പ്ലാനിംഗ് ഓഫീസുകൾ ആരംഭിച്ചുകൊണ്ടും ഡിസ്ട്രിക്ട് സ്കീമുകൾക്കു രൂപംകൊടുത്തുകൊണ്ടും വികേന്ദ്രീകൃതാസൂത്രണത്തിനു തുടക്കംകുറിച്ചു. ജില്ലാതല ആസൂത്രണത്തിനുവേണ്ടി കുറേയധികം രീതിശാസ്ത്രപരമായ ഉദ്യമങ്ങളും നടപ്പിൽ വരുത്തി. കണ്ണൂർ, കോട്ടയം ജില്ലകൾക്കുവേണ്ടിയുള്ള ജില്ലാ പദ്ധതികൾ നിലവിൽ വന്നു. ഈ രണ്ടുരേഖകൾക്കും പ്രവർത്തിപഥത്തിൽ കൊണ്ടുവരാൻ തക്കമുള്ള പ്രാധാന്യം ഉണ്ടായിരുന്നില്ല. 'പ്രാദേശികമായി പ്രാധാന്യമുള്ള സ്കീമുകൾ കണ്ടെത്തുന്നതിലും മതിയായ വിശദാംശങ്ങളോടെ അവ അവതരിപ്പിക്കുന്നതിലും' ജനപങ്കാളിത്തത്തിനുള്ള സാധ്യതയെക്കുറിച്ച് കോട്ടയം പഠനം സംശയം പ്രകടിപ്പിച്ചു. ഇത് ഏറ്റവും നന്നായിട്ടു ചെയ്യാൻ പറ്റുന്നത് 'പഞ്ചായത്ത് മെമ്പർമാരെയും മറ്റു കാര്യവിവരമുള്ള പൗരന്മാരെയും സന്നദ്ധ സംഘടനയുടെ പ്രതിനിധി

കളെയും' ഉൾപ്പെടുത്തിക്കൊണ്ടാണ്. (കേരള സ്റ്റാറ്റിസ്റ്റിക്കൽ ഇൻസ്റ്റിറ്റ്യൂട്ട് 1990). ജില്ലാ കൗൺസിലുകൾക്കു തൊട്ടു പിന്നാലെ വന്ന, കുറേക്കൂടി ക്രമാനുഗതവും സംഘടിതവുമായിരുന്ന കണ്ണൂർ പരീക്ഷണം, ജനകീയ പങ്കാളിത്തത്തിനു കൂടുതൽ പ്രാധാന്യം നൽകി(ഇൻസ്റ്റിറ്റ്യൂട്ട് ഓഫ് മാനേജ്മെന്റ് ഇൻ ഗവണ്മെന്റ്, 1993).

വികേന്ദ്രീകൃതാസൂത്രണം പ്രയോഗത്തിൽ കൊണ്ടുവരാനുള്ള പ്രധാന ചുവടുവയ്പ്പുണ്ടായത് 1980 കളുടെ മധ്യത്തിൽ പ്രത്യേക ഘടക പദ്ധതിയുടെയും പട്ടികവർഗ ഉപപദ്ധതിയുടെയും വികേന്ദ്രീകരണത്തോടെയാണ് (സംസ്ഥാന ആസൂത്രണ ബോർഡ് 1988). പ്രത്യേക ഘടകപദ്ധതിയുടെയും പട്ടികവർഗ ഉപപദ്ധതിയുടെയും ജില്ലാതല ആസൂത്രണത്തിനുവേണ്ടി ജില്ലാ കളക്ടറുടെ അധ്യക്ഷതയിൽ ജില്ലാ പ്ലാനിംഗ് ഓഫീസർ ഏകോപിപ്പിക്കുന്ന ഒരു വർക്കിംഗ് ഗ്രൂപ്പ് രൂപീകരിച്ചു. മറ്റെല്ലാ വകുപ്പുകളുടെയും മുതിർന്ന ഉദ്യോഗസ്ഥന്മാരെ വർക്കിംഗ് ഗ്രൂപ്പിൽ ഉൾപ്പെടുത്തി. ഓരോ വകുപ്പും പ്രത്യേക ഘടക പദ്ധതിക്കുവേണ്ടി അതതു വകുപ്പിന്റെ പദ്ധതി വിഹിതത്തിൽനിന്നും ആ ജില്ലയ്ക്ക് വേണ്ടി മാറ്റി വച്ചിട്ടുള്ള വിഹിതം എത്രയാണെന്ന് അറിയിക്കും. പ്രാദേശിക അവസ്ഥ പരിഗണിച്ചുകൊണ്ട് വർക്കിംഗ് ഗ്രൂപ്പ് സ്കീമുകൾ തയ്യാറാക്കണമായിരുന്നു. ഈ ആവശ്യത്തിനായി ആവാസകേന്ദ്രങ്ങളുടെയും കോളനികളുടെയും സർവ്വേ നടത്തുകയും പട്ടികജാതി പട്ടികവർഗ ജനവിഭാഗങ്ങളുടെ ഏറക്കുറെ സമഗ്രമായ ഡാറ്റാബേസ് തയ്യാറാക്കുകയും ചെയ്തു. മുകളിൽ നിന്നുള്ള അനുമതി തേടാതെ തന്നെ സ്കീമുൾക്ക് അംഗീകാരം നൽകുന്നതിന് വർക്കിംഗ് ഗ്രൂപ്പിനെ അധികാരപ്പെടുത്തി. എല്ലാവർഷവും ഒരു പദ്ധതി തയ്യാറാക്കി ജില്ലാതല പട്ടികജാതി ഉപദേശക സമിതിയുടെ പരിഗണനയ്ക്കും അംഗീകാരത്തിനും സമർപ്പിക്കണമായിരുന്നു. പ്രത്യേക ഘടക പദ്ധതിക്കും പട്ടികവർഗ ഉപപദ്ധതിക്കും വേണ്ടിയുള്ള ആസൂത്രണം വികേന്ദ്രീകരിച്ചത് സ്കീമുകളുടെ നടത്തിപ്പിൽ പ്രത്യക്ഷത്തിൽ നല്ല മാറ്റം കൊണ്ടുവന്നു. പക്ഷേ, പദ്ധതി രൂപീകരണം അത്യന്തം വകുപ്പ് കേന്ദ്രീകൃതമാവുകയും ജനപങ്കാളിത്തം കുറയുകയും അത് വിരളമാവുകയും ചെയ്തു. പ്രോജക്ടുകളുടെ ഉദ്ഗ്രഥനം ഔപചാരികത മാത്രമായി, സുതാര്യത നഷ്ടപ്പെട്ടു. ക്രമേണ ഇത് ഫണ്ടിന്റെ ദുരുപയോഗത്തിന് വഴി തെളിച്ചു.

അടുത്ത പ്രധാന സംഭവവികാസം 1991 ലെ എട്ടാം പഞ്ചവത്സര പദ്ധതി രൂപീകരണമായിരുന്നു. ഇടതുമുന്നണി സർക്കാർ സംസ്ഥാനത്ത് ജില്ലാ കൗൺസിലുകൾ രൂപീകരിക്കുവാനും തദ്ദേശഭരണ സംവിധാനം അഴിച്ചുപണിയാനുമുള്ള ഗൗരവതരമായ നടപടികൾ സ്വീകരിച്ചു. എട്ടാം പദ്ധതിക്കുവേണ്ടി സംസ്ഥാന ആസൂത്രണ ബോർഡ് തയ്യാറാക്കിയ കരട് സമീപനരേഖ സംസ്ഥാന സർക്കാരിന്റെ ഈ ഉൽക്കണ്ഠ പ്രതിഫലിപ്പിക്കുകയും വികേന്ദ്രീകൃതാസൂത്രണം ജനപങ്കാളിത്തത്തിനുള്ള മുന്നുപാധിയാണന്നു ഊന്നി പറയുകയും ചെയ്തു (സംസ്ഥാന ആസൂത്രണ ബോർഡ് 1989).

പരമ്പരാഗത പദ്ധതി രൂപീകരണ നടപടിക്രമങ്ങളിൽനിന്നും വ്യതിചലിച്ചുകൊണ്ടു സർക്കാർ വകുപ്പുതലവന്മാരോട് സ്റ്റേറ്റ് സെക്ടർ സ്കീമുകളുടെ നിർദ്ദേശങ്ങൾ മാത്രം തയ്യാറാക്കാൻ പറഞ്ഞു. ജില്ലകളിൽ നിന്നും നിർദ്ദേശങ്ങൾ അയക്കാവുന്ന സ്കീമുകളുടെയും വിഷയങ്ങളുടെയും പട്ടിക തയ്യാറാക്കി വിതരണം ചെയ്തു. ഓരോ ജില്ലയുടെയും പരമാവധി പദ്ധതിവിഹിതം എത്രയായിരിക്കുമെന്നുള്ള ഏകദേശ സൂചന നൽകുകയും അതനുസരിച്ച് നിർദ്ദേശങ്ങൾ തയ്യാറാക്കാൻ ആവശ്യപ്പെടുകയും ചെയ്തു. ബ്ലോക്ക് ആസൂത്രണ സമിതിയും ഗ്രാമ പഞ്ചായത്ത് കമ്മിറ്റിയുമായി പര്യാലോചിച്ചു ജില്ലാ പദ്ധതി തയ്യാറാക്കാനുള്ള ചുമതല ജില്ലാ വികസന സമിതികൾക്ക് നൽകി. ഡി ഡി സികൾ കൃഷി, വ്യവസായം, സാമൂഹ്യക്ഷേമം എന്നിങ്ങനെ മൂന്നു സബ്കമ്മിറ്റികൾ രൂപീകരിക്കണമായിരുന്നു: ഓരോ സബ്കമ്മിറ്റിയിലും 20 അംഗങ്ങൾ വീതം വേണമായിരുന്നു. ഓരോ സബ്കമ്മിറ്റിയിലേയും ഔദ്യോഗിക അനൗദ്യോഗിക അംഗങ്ങൾക്ക് തുല്യ പ്രാതിനിധ്യമുണ്ടായിരുന്നു. ഡി ഡി സി ജില്ലാവിഹിതത്തിന്റെ ഒരുഭാഗം ജില്ലാതല സ്കീമുകൾക്കു നീക്കി വയ്ക്കുകയും ബാക്കി വ്യക്തമായ ഫോർമുലയുടെ അടിസ്ഥാനത്തിൽ വിവിധ ബ്ലോക്കുകൾക്കു വീതിക്കുകയും ചെയ്യണമായിരുന്നു. ജില്ലാ വകുപ്പ് മേധാവികൾ ജില്ലാതല വിഹിതത്തിനുള്ള സ്കീമുകൾ തയ്യാറാക്കി. അപ്പോൾ ബ്ലോക്ക് ആസൂത്രണ സമിതികൾ ഗ്രാമ പഞ്ചായത്തുകളുമായി കൂടിയാലോചിച്ചു ബ്ലോക്കുതല വിഹിതത്തിന്റെ സ്കീമുകൾ തയ്യാറാക്കി. സബ് കമ്മിറ്റികൾ ഡി ഡി സിക്ക് മുന്നിൽ സമർപ്പിക്കുന്നതിനായി ജില്ലാ, ബ്ലോക്കുതല നിർദ്ദേശങ്ങളെ സെക്ടറൽ പദ്ധതികളായും അവയെ സമഗ്രമായ ജില്ലാ പദ്ധതിയായും ഉദ്ഗ്രഥിക്കണമായിരുന്നു. ഓരോ ജില്ലയിലും പരിപാടിയുടെ മൊത്തം നടത്തിപ്പ് ചുമതല ജില്ലാ കളക്ടർമാർക്കായിരുന്നു. ഡി ഡി സികൾ അംഗീകരിച്ച പദ്ധതികൾ സംസ്ഥാന പദ്ധതിയിൽ ഉൾപ്പെടുത്താനായി സംസ്ഥാന ആസൂത്രണ ബോർഡിന് അയച്ചുകൊടുക്കണമായിരുന്നു (രാമലിംഗം&ഗുലാത്തി 1993; ഗുലാത്തി 1994).

ജില്ലകളിൽനിന്നുള്ള നിർദ്ദേശങ്ങൾ ഗുണനിലവാരത്തിൽ വ്യത്യാസപ്പെട്ടിരുന്നു. വളരെ കുറച്ചു ജില്ലകൾ മാത്രമേ സംസ്ഥാന ആസൂത്രണ ബോർഡിന്റെ മാർഗനിർദ്ദേശക രേഖയിൽ വിഭാവനം ചെയ്തിരുന്നതുപോലെ ആസൂത്രണം നടത്തിയിരുന്നുള്ളൂ. താഴെനിന്നുള്ള പദ്ധതി നിർദ്ദേശങ്ങൾ ഏതളവുവരെ സംസ്ഥാന പദ്ധതിയുടെ കരടിൽ ഉൾപ്പെടുത്തിയിട്ടുണ്ടായിരുന്നു എന്ന് ഉറപ്പിച്ച് പറയാനാകില്ല. അത്തരത്തിലുള്ള ഒരു ഉദ്ഗ്രഥനം പരിമിതമായി മാത്രമേ നടന്നിരിക്കാൻ സാധ്യതയുള്ളൂ. കൂടുതൽ സന്ദർഭങ്ങളിലും താഴെനിന്നുള്ള നിർദ്ദേശങ്ങൾ വകുപ്പ് തലവന്മാരുടെ ബദൽ നിർദ്ദേശങ്ങളെ ഉൾക്കൊള്ളിക്കാൻവേണ്ടി മാറ്റിവെക്കേണ്ടി വന്നു. മിക്കപ്പോഴും ഇവ വകുപ്പ് സ്കീമുകളുടെ പുനരാവിഷ്കാരമായി പരിണമിച്ചു. എട്ടാം പദ്ധതിയുടെ കരട് രേഖ 1990–1991 ലെ മൊത്തം വിഹിതമായ 635 കോടി രൂപയുടെ 24 ശതമാനമായ 151 കോടി രൂപ

ഡിസ്ട്രിക്ട് സെക്ടർ സ്കീമിന് വേണ്ടി കണ്ടെത്തിയിരുന്നു. മറ്റൊരു 5.6 ശതമാനമായ 36 കോടി രൂപ ഗ്രാമ പഞ്ചായത്തുകളുടെ സമ്പൂർണ പങ്കാളിത്തത്തോടുകൂടി മാത്രം കാര്യക്ഷമമായി നടപ്പാക്കാൻ സാധിക്കുന്ന പരിപാടികൾക്ക് വേണ്ടിയും കണ്ടെത്തി. ഈ സ്കീമുകൾ നടപ്പാക്കുന്നതിന് മുമ്പ് ബന്ധപ്പെട്ട പഞ്ചായത്തിൽനിന്നും അനുമതി വാങ്ങണമായിരുന്നു. പദ്ധതിവിഹിതത്തിന്റെ 2.35 ശതമാനമായ 18 കോടി രൂപ ഗ്രാമപഞ്ചായത്തുകൾക്ക് ഉപാധിരഹിത ഫണ്ടായും വകയിരുത്തി. 1990–91 ൽ തിരഞ്ഞെടുക്കപ്പെട്ട ജില്ലാ കൗൺസിലുകളുടെ അഭാവത്തിൽ 24 ശതമാനം വരുന്ന ഡിസ്ട്രിക്ട് സെക്ടർ സ്കീമുകൾ നിർവഹണ വകുപ്പുകൾ വഴി മാത്രമേ നടപ്പിലാക്കാൻ സാധിക്കുമായിരുന്നുള്ളൂ.

1991 ൽ ജില്ലാ കൗൺസിലുകളുടെ രൂപീകരണത്തോടെ ഒരു വലിയ മാറ്റമുണ്ടായി. 1991–92 ലെ വാർഷിക പദ്ധതി ജില്ലാ പദ്ധതി വിഹിതം 250 കോടി രൂപയായി വർധിപ്പിക്കുകയും പുതിയതായി രൂപീകരിക്കപ്പെട്ട ജില്ലാ കൗൺസിലുകൾക്ക് നിർവഹണച്ചുമതല നൽകുകയും ചെയ്തു. ആസൂത്രണ പ്രക്രിയയിലെ പ്രതിബന്ധങ്ങളെ തരണം ചെയ്തുകൊണ്ടുള്ള ഒരു വലിയ മുന്നേറ്റം ഇതിനെത്തുടർന്നുണ്ടാകുമെന്നു പ്രതീക്ഷിച്ചുവെങ്കിലും 1991 ലെ ഇടതുമുന്നണിയുടെ അപ്രതീക്ഷിത പരാജയം എല്ലാ പ്രതീക്ഷകളെയും കെടുത്തിക്കളഞ്ഞു. പുതിയ യു ഡി എഫ് ഗവണ്മെന്റ് ജില്ലാ കൗൺസിലുകൾക്കു കൈമാറികൊടുത്ത അധികാരങ്ങളെല്ലാം ക്രമാനുഗതമായി തിരിച്ചെടുത്തു. അതുമൂലം ഡിസ്ട്രിക്ട് സ്കീമുകൾ മുൻപ് ഉണ്ടായിരുന്നതുപോലെ വകുപ്പുകളുടെ അധികാരത്തിൽ തുടരുകയും ചെയ്തു (രാജ് 1992; ഗുലാത്തി 1991). 1992–93 ൽ ജില്ലാ കൗൺസിലുകളുടെ പദ്ധതി വിഹിതം 250 കോടി രൂപയിൽനിന്നും 2 കോടി രൂപയായി കുറച്ചു. ഇപ്രകാരം കേരളത്തിലെ അധികാര വികേന്ദ്രീകരണത്തിന്റെയും പ്രാദേശിക ജനാധിപത്യത്തിന്റെയും ഹ്രസ്വമായ കാലയളവിന് വിരാമമായി.

അദ്ധ്യായം 3

എന്തിന് ഒരു കാമ്പയിൻ

രാഷ്ട്രീയ കാഴ്ചപ്പാട്

ജനകീയാസൂത്രണ പ്രസ്ഥാനം പൊടുന്നനെ, ധീരമായി നടപ്പിലാക്കിയ രീതി ഏറെ ചർച്ച ചെയ്യപ്പെട്ടിട്ടുള്ളതാണ്. 1996–ൽ അധികാരത്തിൽ വന്ന ഇടതുപക്ഷ ജനാധിപത്യ മുന്നണി സർക്കാരിന്റെ ആദ്യ തീരുമാനങ്ങളിലൊന്ന് ഒമ്പതാം പഞ്ചവത്സരപദ്ധതിക്കാലത്ത് പദ്ധതി അടങ്കലിന്റെ 30 മുതൽ 40 ശതമാനം വരെ തുക തദ്ദേശസ്വയംഭരണ സ്ഥാപനങ്ങൾ വഴി നടപ്പാക്കുന്ന പദ്ധതികൾക്കും പരിപാടികൾക്കുമായി വകയിരുത്തുക എന്നതായിരുന്നു. കേന്ദ്രാവിഷ്കൃത പദ്ധതികൾ, സർക്കാർ ജാമ്യത്തിൽ തദ്ദേശസ്വയംഭരണ സ്ഥാപനങ്ങൾക്ക് പുറത്തു നിന്നെടുക്കാൻ കഴിയുന്ന വായ്പകൾ എന്നിവയ്ക്കു പുറമെ 1997–98 ൽ 1025 കോടി രൂപയും 1998–99–ൽ 1178 കോടി രൂപയും ഇപ്രകാരം പദ്ധതി വിഹിതമായി തദ്ദേശ സ്വയംഭരണ സ്ഥാപനങ്ങൾക്ക് ലഭിച്ചു. 1996–97 ന് മുമ്പ് തദ്ദേശ സ്വയംഭരണ സ്ഥാപനങ്ങളുടെ സംസ്ഥാന വാർഷിക പദ്ധതിവിഹിതം ഏകദേശം 20 കോടി രൂപ മാത്രമായിരുന്നു. പുതുതായി തിരഞ്ഞെടുക്കപ്പെട്ട ജനപ്രതിനിധികളുടെ ഭരണശേഷിയും അനുഭവസമ്പത്തും ഇത്തരത്തിൽ വിപുലമായ ഒരു അധികാര വികേന്ദ്രീകരണത്തിന് അനുഗുണമല്ല എന്നതിൽ ആർക്കും സംശയമുണ്ടായിരുന്നില്ല. എന്നാൽ ക്രമാനുഗതമായി ഭരണശേഷി ഉണ്ടായിവരുന്നതിനു കാത്തുനിൽക്കാതെ ധീരമായ ഒരു നടപടിയിലൂടെ പണം താഴേത്തട്ടിലേക്ക് നൽകാനാണ് സർക്കാർ തീരുമാനിച്ചത്. ഇത്തരത്തിൽ ലഭിക്കുന്ന പണം ഉപയോഗിച്ച് പദ്ധതികൾ തയ്യാറാക്കാൻ തദ്ദേശസ്വയംഭരണ സ്ഥാപനങ്ങളെ സജ്ജമാക്കുന്നതിന് ഒരു വലിയ ജനകീയ മുന്നേറ്റം വേണ്ടിയിരുന്നു.

ഈ തീരുമാനം നടപ്പാക്കുന്നതിന് തുടക്കംകുറിച്ചപ്പോൾ അതിനെ പിന്തുണയ്ക്കുന്നവരിലും എതിർക്കുന്നവരിലും വലിയ ആശയക്കുഴപ്പം

ഉണ്ടായിരുന്നു. പങ്കാളിത്തത്തിലും നിർവ്വഹണരീതിയിലും നിർദ്ദിഷ്ട കാമ്പയിൻ 1990–91 ലെ സമ്പൂർണ സാക്ഷരതായജ്ഞത്തെ ഓർമ്മിപ്പിക്കുന്നതായിരുന്നു. എന്നാൽ പ്രാദേശികാവശ്യങ്ങൾക്കുതകുന്ന വികസന പദ്ധതികൾ തയ്യാറാക്കുക എന്നത് എഴുത്തും വായനയും പഠിപ്പിക്കുന്നതിനേക്കാൾ സങ്കീർണ്ണമായിരുന്നു. സംസ്ഥാന പദ്ധതി അടങ്കലിന്റെ മൂന്നിലൊരു പങ്ക് തുക അനിശ്ചിതത്വത്തിലാകുന്നു എന്നതായിരുന്നു പ്രധാന വ്യത്യാസം. സാക്ഷരതായജ്ഞത്തിൽ പഠിതാവും അധ്യാപകനും തമ്മിലുള്ള ബന്ധമാണ് ഉണ്ടായിരുന്നതെങ്കിൽ ഒട്ടനേകംപേർ പങ്കാളികളാകുന്ന സങ്കീർണമായ ഒരു സാമൂഹ്യ നിർമ്മാണ പ്രക്രിയയായിരുന്നു ഈ പുതിയ കാമ്പയിനിൽ സാധ്യമാകേണ്ടിയിരുന്നത്. തദ്ദേശസ്വയംഭരണ സ്ഥാപനങ്ങളിലെ ജനപ്രതിനിധികളായിരുന്നു അതിലെ മുഖ്യഘടകം. ഈ ജനപ്രതിനിധികളാകട്ടെ കേരളത്തിലെ പ്രതിപക്ഷ പാർട്ടികൾ ഉൾപ്പെടെയുള്ള രാഷ്ട്രീയ പാർട്ടികളുടെ പ്രാദേശിക നേതാക്കൾ കൂടിയായിരുന്നു.

തദ്ദേശസ്വയംഭരണ സ്ഥാപനങ്ങളിൽ അധികാരത്തിലിരിക്കുന്ന പ്രതിപക്ഷ പാർട്ടികൾക്ക് ഇത്രയേറെ അധികാരവും പണവും പങ്കുവച്ചത് ഉചിതമായിരുന്നോ? തങ്ങളുടെ സ്വാധീനം വർദ്ധിപ്പിക്കാൻ രാഷ്ട്രീയ താല്പര്യങ്ങളോടെ പ്രതിപക്ഷ പാർട്ടികൾ ഈ ഫണ്ട് ഉപയോഗിക്കില്ലെന്നത് എങ്ങനെ ഉറപ്പാക്കാനാവും? ഇതെല്ലാമായിരുന്നു ഉയർന്നുവന്ന ആശങ്കകൾ. ഭരണമുന്നണിയിലെ കക്ഷികൾ തമ്മിൽ നിലവിലുള്ള ഐക്യത്തിന് കോട്ടംതട്ടും എന്നതായിരുന്നു മറ്റൊരു ആശങ്ക. ഭാവിയിൽ സംസ്ഥാന തല നിർവ്വഹണം ആവശ്യമുള്ള പദ്ധതികൾക്കുള്ള പണം മാത്രം സംസ്ഥാന സർക്കാർ കൈകാര്യംചെയ്യുന്ന നില ഉണ്ടാവുക എന്നതായിരുന്നു പുതിയ സമീപനം. പല വകുപ്പുകളുടേയും ബഡ്ജറ്റ് വിഹിതം വെട്ടിക്കുറയ്ക്കപ്പെടും. അധികം വൈകാതെ ഉദ്യോഗസ്ഥരെ പ്രാദേശിക സർക്കാരുകളിലേക്ക് പുനർവിന്യസിക്കുന്ന വലിയ ഒരു ഭരണപരിഷ്കാര പ്രക്രിയയും നടപ്പാക്കേണ്ടിവരും.

ഉദ്യോഗസ്ഥ സംവിധാനത്തിലെ അഴിച്ചുപണി, നടപടിക്രമങ്ങളും ചട്ടങ്ങളും രൂപപ്പെടുത്തിയെടുക്കൽ, പരിശീലനങ്ങൾ നൽകൽ എന്നിവയും മറ്റ് ഭരണപരിഷ്കാര നടപടികളും സാധ്യമായി വരാൻ കുറേ സമയമെടുക്കും. സാമാന്യയുക്തി അനുസരിച്ച് ചിന്തിച്ചാൽ ഇവയെല്ലാം പൂർത്തിയാക്കുന്നതിനുള്ള സാവകാശം എടുത്ത് വികേന്ദ്രീകൃതാസൂത്രണം എന്ന അജണ്ട പത്താം പഞ്ചവത്സര പദ്ധതിക്കാലത്തേക്ക് മാറ്റിവയ്ക്കുകയാണ് സംഭവിക്കേണ്ടിയിരുന്നത്. എന്നാൽ ജനപ്രതിനിധികളേയും ഉദ്യോഗസ്ഥരേയും വിദഗ്ധരേയും, ജനങ്ങളേയുമെല്ലാം ഒരുമിച്ച് കൂട്ടിയിണക്കി ഒരു കാമ്പയിനിലൂടെ ഒമ്പതാം പദ്ധതിക്കാലത്തുതന്നെ പ്രാദേശിക പദ്ധതി ആസൂത്രണം സാധ്യമാക്കുക എന്ന തീരുമാനമാണ് സംസ്ഥാന സർക്കാർ കൈക്കൊണ്ടത്. പ്രവചിക്കാനാവാത്ത വിധത്തിലുള്ള പ്രത്യാഘാതങ്ങൾ ഉണ്ടാക്കാനിടയുള്ള ഒരു പ്രവർത്തനത്തിനായി ഒരു ജനകീയ മുന്നേറ്റം സൃഷ്ടിക്കുകയെന്ന തരത്തിലുള്ള സാഹസികമായ ഒരിടപെടലായിട്ടാണ് പലരും അതിനെ കണ്ടത്.

ഒരു കാമ്പയിന് തുടക്കംകുറിക്കാനുള്ള തീരുമാനത്തിനു പിന്നിലെ രാഷ്ട്രീയ വീക്ഷണം മനസ്സിലാക്കുക എന്നത് വളരെ പ്രധാനമാണ്. ജനാധിപത്യ വികേന്ദ്രീകരണത്തിന് അനുഗുണമായ രാഷ്ട്രീയ നയം രൂപപ്പെടുത്തിയെടുത്ത സംവാദങ്ങളുടെ ചില മാനങ്ങൾ നേരത്തേ തന്നെ രേഖപ്പെടുത്തപ്പെട്ടിട്ടുണ്ട് (Tornquist and Tharakan 1996). കേരളത്തിലെ ഇടതുപക്ഷ നയങ്ങൾ രൂപപ്പെടുത്തിയെടുക്കുന്നതിൽ സുപ്രധാന പങ്കു വഹിച്ചിരുന്ന ഇ.എം.എസിന്റെ രചനകളിൽ നിന്നുള്ള ഭാഗങ്ങളെയാണ് ഈ അദ്ധ്യായത്തിൽ നമ്മൾ പ്രധാനമായും ആശ്രയിക്കാൻ പോകുന്നത്.

കമ്യൂണിസ്റ്റുകാരും വികേന്ദ്രീകരണവും

സമൂഹത്തിൽ നടപ്പാക്കാൻ പോകുന്ന വികേന്ദ്രീകരണ പ്രക്രിയയും അത് നടപ്പാക്കാനുള്ള നിർദ്ദേശം മുന്നോട്ടുവയ്ക്കുന്ന രാഷ്ട്രീയപാർട്ടിക്കുള്ളിലെ കേന്ദ്രീകൃത സ്വഭാവവും തമ്മിൽ പൊരുത്തപ്പെടുന്നതായിരുന്നില്ല എന്ന് വാദിക്കുന്ന വിമർശകരുണ്ട് (Narayan 1997). പാർട്ടിക്കുള്ളിലെ കേന്ദ്രീകൃത രാഷ്ട്രീയ ഘടനയെ പൊളിക്കാതെ സംസ്ഥാനത്തെ ഉദ്യോഗസ്ഥ സംവിധാനത്തിന്റെ ഘടനയെ മാത്രം പൊളിക്കാൻ ശ്രമിക്കുന്നത് ജനാധിപത്യത്തെ ശക്തിപ്പെടുത്തുന്നതിന് പകരം ദുർബലപ്പെടുത്താനാണ് സാധ്യതയെന്ന വാദമാണ് അവർ ഉയർത്തിയത്. പാർട്ടിയുടെ നിയന്ത്രണത്തിലുള്ള സ്വേച്ഛാധിപത്യത്തിന് അത് ഇടയാക്കുമെന്നും വാദമുയർന്നു. ഇവയ്ക്ക് മറുപടിയായി പാർട്ടി സംഘടനാതത്ത്വങ്ങളും സാമൂഹ്യ സംഘാടനം, സർക്കാർ ഭരണസംവിധാനം എന്നിവയുടെ അടിസ്ഥാനതത്ത്വങ്ങളും വ്യത്യസ്തമായിത്തന്നെ തിരിച്ചറിയണമെന്ന വാദവുമുയർന്നു (Thomas Isaac 1997). കമ്യൂണിസ്റ്റ് പാർട്ടികളുടെ സംഘടനാ സംവിധാനത്തിന്റെ അടിസ്ഥാനതത്ത്വം ജനാധിപത്യ കേന്ദ്രീകരണത്തിലൂന്നിയതാണ്. ഈ തത്ത്വത്തിൽ സംഘടിക്കപ്പെട്ട ഒരു പാർട്ടിക്ക് മാത്രമേ രാഷ്ട്രീയ സ്ഥിതിഗതികൾക്കനുസരിച്ച് ക്രമീകരണങ്ങൾ വരുത്തി വിപ്ലവത്തിന് നേതൃത്വം നൽകാൻ കഴിയൂ എന്ന ഉറച്ച ധാരണയിൽ പാർട്ടി അംഗങ്ങളെല്ലാം ഈ അച്ചടക്കം സ്വമേധയാ അംഗീകരിക്കുന്നവരാണ്. നേരേമറിച്ച്, പശ്ചിമബംഗാളിൽ തങ്ങൾ നടപ്പിലാക്കിയ വിപുലമായ വികേന്ദ്രീകരണ പരിപാടികളിലൂടെ തങ്ങളുടെ പ്രതിബദ്ധത സി പി ഐ (എം) ഇതിനകം തന്നെ തെളിയിച്ചുകഴിഞ്ഞിട്ടുള്ള ഒരു ഭരണ നിർവ്വഹണതത്ത്വമായിരുന്നു ജനാധിപത്യ വികേന്ദ്രീകരണം.

അധികാര വികേന്ദ്രീകരണം വിപ്ലവത്തെ എങ്ങനെയാണ് സഹായിക്കുക.? പഞ്ചായത്ത് രാജ് സ്ഥാപനങ്ങളുമായി ബന്ധപ്പെട്ട അശോക്മേത്ത കമ്മിറ്റി റിപ്പോർട്ടിൽ ഇ.എം.എസ്. എഴുതിയ വിയോജനക്കുറിപ്പ് കമ്യൂണിസ്റ്റ് പാർട്ടികൾക്ക് അധികാര വികേന്ദ്രീകരണത്തോടുള്ള സമീപനം ഏറ്റവുംനന്നായി വെളിപ്പെടുത്തുന്നതായിരുന്നു. പാർലമെന്ററി ജനാധിപത്യമെന്നത് പോരാട്ടങ്ങളിലൂടെ തൊഴിലാളിവർഗം നേടിയെടുത്ത അമൂല്യമായ ഒരുകൂട്ടം അവകാശങ്ങളാണ്, എന്നതായിരുന്നു ഇ.എം.എസിന്റെ അഭിപ്രായം.

ന്യൂനപക്ഷം വരുന്ന ചൂഷകവർഗത്തിനെതിരെ ഭൂരിപക്ഷം വരുന്ന ചൂഷിത വർഗത്തിന് പൊരുതാനുള്ള ശക്തമായ ഒരായുധമാണ് നിലവിലുള്ള പാർലമെന്ററി ജനാധിപത്യ സമ്പ്രദായം. അതിനാൽ തന്നെ മഹാഭൂരിപക്ഷം വരുന്ന ചൂഷിതവർഗം അധികാരക്കസേരകളുടെ അടുത്തേക്കെത്താത്തവിധം ജനാധിപത്യത്തെ ഒരു കേവല ഔപചാരികത മാത്രമായി പരിമിതപ്പെടുത്താൻ ചൂഷകവർഗ്ഗം കഴിവിന്റെ പരമാവധി പരിശ്രമിച്ചുകൊണ്ടിരിക്കും എന്നതാണ് നമുക്ക് മുന്നിലുള്ള അനുഭവം. ആകയാൽ ജനാധിപത്യത്തിന്റെ നാലുതൂണുകൾ എന്ന സങ്കല്പത്തിൽ ഉൾക്കൊള്ളുന്ന കേന്ദ്ര-സംസ്ഥാനതല പാർലമെന്ററി ജനാധിപത്യത്തിന് (നിലവിലുണ്ടെങ്കിലും സ്വേഛാധികാര ശക്തികളാൽ നിരന്തരഭീഷണിക്ക് വിധേയമായിക്കൊണ്ടിരിക്കുന്നു) സംരക്ഷണമൊരുക്കേണ്ടതും ജില്ലാതലത്തിലേക്കും അതിനുതാഴേക്കുമുള്ള അതിന്റെ വിപുലീകരണത്തിനായി പരിശ്രമിക്കലും ഇന്ത്യൻ സമൂഹത്തിന്റെ പുരോഗതിക്ക് അത്യന്തം പ്രധാനപ്പെട്ടതാണ്... മറ്റൊരുതരത്തിൽ പറഞ്ഞാൽ മർദ്ദകവർഗത്തിനും ചൂഷകവർഗത്തിനുമെതിരെയുള്ള ദൈനംദിന പോരാട്ടത്തിൽ തൊഴിലാളി വർഗത്തിന് അത് സഹായകമാവും എന്നതാണ് ജനാധിപത്യ വികേന്ദ്രീകരണത്തിലുള്ള എന്റെ അടിയുറച്ച വിശ്വാസത്തിന് കാരണം. (ഇ എം എസ് 1978).

പുരോഗമന വിപ്ലവ പ്രസ്ഥാനങ്ങൾ ദുർബലമായിട്ടുള്ള സംസ്ഥാനങ്ങളിൽപ്പോലും, പ്രാദേശിക ഭരണകൂടങ്ങൾക്ക് സ്വയംഭരണാധികാരം ലഭിച്ചാൽ അതിന്റെ പരിധിക്കുള്ളിലെ പുരോഗമന ശക്തികൾക്ക് ഗുണപരമായ സ്വാധീനം ചെലുത്താൻ കഴിയുംവിധത്തിലുള്ള സാധ്യതകൾ തുറക്കും. ഈ സാധ്യതകൾ യാഥാർത്ഥ്യമായി മാറാൻ കൂടിയ തോതിലുള്ള സ്വയംഭരണാധികാരങ്ങളോടെ പ്രാദേശിക ഭരണകൂടങ്ങൾ സ്വയംഭരണ സ്ഥാപനങ്ങളായി മാറേണ്ടതുണ്ട്. മറ്റ് രാഷ്ട്രീയ പാർട്ടികളുടേയും ഭാരത സർക്കാരിന്റേയും ഔദ്യോഗിക നിലപാടുകളിൽനിന്ന് ഇ എം എസിന്റെ സമഗ്രമായ കാഴ്ചപ്പാടിനെ വേർതിരിച്ചു നിർത്തിയത് അദ്ദേഹത്തിന്റെ കാഴ്ചപ്പാടിലെ രണ്ട് വശങ്ങളായിരുന്നു. ഒന്നാമതായി, വികസനത്തേയും അനിവാര്യ ചുമതലകളേയും അദ്ദേഹം രണ്ടായി കണ്ടിരുന്നില്ല. രണ്ടാമതായി, സംസ്ഥാനങ്ങൾക്ക് അനുഗുണമായ രീതിയിൽ കേന്ദ്ര-സംസ്ഥാന ബന്ധങ്ങൾ അഴിച്ചുപണിയാതെ പൂർണതോതിലുള്ള വികേന്ദ്രീകരണം സാധ്യമാകില്ല എന്നും അദ്ദേഹം അഭിപ്രായപ്പെട്ടു.

കേരളത്തിലെ പഞ്ചായത്ത് രാജ് നിയമനിർമ്മാണം

ഇ എം എസിന്റെ ഈ കാഴ്ചപ്പാട് ശൂന്യതയിൽനിന്നും ഉണ്ടായി വന്നതായിരുന്നില്ല. 1952-ൽ മലബാർ ജില്ലാ ബോർഡിലേക്ക് തിരഞ്ഞെടുക്കപ്പെട്ടപ്പോഴായിരുന്നു കേരളത്തിലെ പ്രാദേശിക ഭരണ സംവിധാനത്തിലുള്ള ആദ്യത്തെ പ്രധാന കമ്യൂണിസ്റ്റ് ഇടപെടൽ ഉണ്ടായത്. 1957-ലെ ആദ്യ കമ്യൂണിസ്റ്റ് മന്ത്രിസഭാ രൂപീകരണത്തെത്തുടർന്ന് ഭരണസംവിധാ

നത്തിൽ പ്രാദേശിക സർക്കാരുകളുടെ പങ്കിനെക്കുറിച്ച് ഗൗരവമേറിയ ചർച്ചകൾ നടക്കുകയുണ്ടായി. പുതിയതായി രൂപംകൊണ്ട കേരള സംസ്ഥാനത്തിന്റെ ഭരണപരിഷ്കരണ നടപടികൾക്കായി രൂപീകരിച്ച ഭരണപരിഷ്ക്കാര കമ്മിറ്റി (1958) യുടെ അദ്ധ്യക്ഷൻ മുഖ്യമന്ത്രിയായ ഇ.എം.എസ്. തന്നെയായിരുന്നു.

താഴേത്തട്ടിൽ പഞ്ചായത്തുകളും നഗരസഭകളും, അതിനുമുകളിൽ ജില്ലാ കൗൺസിലും ഉൾക്കൊള്ളുന്ന ദ്വിതല സംവിധാനമായിരുന്നു ആ ഭരണപരിഷ്കാര കമ്മിറ്റി റിപ്പോർട്ട് മുന്നോട്ട് വച്ച നിർദ്ദേശം. സാധാരണ വികസന–ക്ഷേമ ചുമതലകൾക്കു പുറമേ ധനസമാഹരണം, ഭരണനിർവ്വഹണം തുടങ്ങി ഒട്ടേറെ ചുമതലകളും അധികാരങ്ങളും പഞ്ചായത്തുകൾക്ക് നിർദ്ദേശിച്ചിരുന്നു. പഞ്ചായത്ത് രാജ് സ്ഥാപനങ്ങളെ വികസന ഏജൻസികളായി മാത്രം കണ്ട ബൽവന്ത് റായ് മേത്ത കമ്മിറ്റിയുടെ നിർദ്ദേശങ്ങളേക്കാൾ വളരെ മികച്ച നിർദ്ദേശങ്ങളായിരുന്നു ഇവ.

ജില്ലാ കൗൺസിലുകളുടെ അധികാരവും ചുമതലകളും സംബന്ധിച്ച വിഷയത്തിൽ 1958–ലെ ഭരണപരിഷ്ക്കാരക്കമ്മിറ്റിയിൽ ഏകാഭിപ്രായമല്ല ഉണ്ടായിരുന്നത്. ജില്ലാ കൗൺസിലിന് ഉപദേശകചുമതല മാത്രം നൽകിയാൽ മതിയെന്നും അതിനാൽ നേരിട്ടല്ലാതെയുള്ള തിരഞ്ഞെടുപ്പിലൂടെയും അനൗദ്യോഗിക അംഗത്വത്തോടെയും രൂപീകരിച്ചാൽ മതിയെന്നുമായിരുന്നു ഒരു പക്ഷത്തിന്റെ വാദം. എന്നാൽ എല്ലാ വികസന മേഖലകളിലും ഇടപെടുന്ന ഒരു സ്ഥാപനമായി പ്രവർത്തിക്കാൻ കഴിയുന്ന, തിരഞ്ഞെടുക്കപ്പെട്ട ഒരു സമിതിയായിരിക്കണം ജില്ലാ കൗൺസിൽ എന്നതായിരുന്നു മറ്റൊരു വിഭാഗം അംഗങ്ങൾ വാദിച്ചത്. 1958–ൽ സംസ്ഥാന നിയമസഭയിൽ അവതരിപ്പിച്ച ജില്ലാ കൗൺസിൽ ബില്ലിൽ പഞ്ചായത്തുകളുടെയും നഗരസഭകളുടേയും പ്രവർത്തനങ്ങളെ ഏകോപിപ്പിക്കാനും ജില്ലയുടെ ഘട്ടംഘട്ടമായുള്ള വികസന പ്രവർത്തനങ്ങൾക്ക് നേതൃത്വം നൽകാനും ശേഷിയുള്ള സമഗ്രമായ ജില്ലാ കൗൺസിലുകളാണ് വിഭാവനം ചെയ്തിരുന്നത്.

1959–ൽ കേന്ദ്രസർക്കാർ കേരള സർക്കാരിനെ പിരിച്ചുവിട്ടതിനാൽ ഈ ബിൽ നിയമസഭയിൽ പാസാക്കാൻ കഴിഞ്ഞില്ല. പിന്നീട് 1960 ലും 1961 ലും പാസാക്കപ്പെട്ട നിയമങ്ങളാകട്ടെ കമ്യൂണിസ്റ്റ് സർക്കാർ അവതരിപ്പിച്ച കരട് ബില്ലിന്റെ വെള്ളം ചേർത്ത പകർപ്പുകൾ മാത്രമായിരുന്നു.

പഞ്ചായത്തുകളുടെ ചുമതലകൾ പൗരസംബന്ധമായ ചുമതലകളിൽ മാത്രം പരിമിതപ്പെടുത്തുകയും ജില്ലാ കൗൺസിലുകളെ ശീതീകരണികളിലേക്ക് മാറ്റുകയും ചെയ്യുന്നവയായിരുന്നു ഈ നിയമങ്ങൾ. 1967–ൽ ഇ എം എസിന്റെ നേതൃത്വത്തിലുള്ള രണ്ടാം സർക്കാർ അധികാരത്തിലെത്തി. താഴേത്തട്ടിൽ പഞ്ചായത്തുകളും അവയ്ക്കുമുകളിൽ ജില്ലാ പരിഷത്തുകളും (ജില്ലാ കൗൺസിൽ) ഉൾക്കൊള്ളുന്ന ദ്വിതല സംവിധാനം മുന്നോട്ടുവച്ച് കേരള പഞ്ചായത്ത്‌രാജ് ബില്ലിന് ഈ സർക്കാർ രൂപം

നൽകി. 1969–ൽ ഈ സർക്കാരിന് അധികാരമൊഴിയേണ്ടി വന്നതോടെ ഈ ബില്ലും നിയമമാകാതെ അവശേഷിച്ചു.

കേരള ജില്ലാ അഡ്മിനിസ്ട്രേഷൻ ബിൽ 1971–ൽ കേരള നിയമസഭയിൽ അവതരിപ്പിച്ചു. 1978–ൽ വീണ്ടും അവതരിപ്പിച്ച ഈ ബിൽ 1979–ൽ എ.കെ. ആന്റണി മുഖ്യമന്ത്രിയായിരുന്നപ്പോഴാണ് നിയമമാക്കപ്പെട്ടത്. എന്നാൽ തുടർന്നുള്ള ഒരു ദശാബ്ദക്കാലം ഈ നിയമം നടപ്പാക്കപ്പെട്ടില്ല. 1981–ൽ ഈ നിയമം നടപ്പാക്കാൻ അന്നത്തെ ഇടത് മുന്നണി സർക്കാർ ശ്രമിച്ചെങ്കിലും, ആ മുന്നണിയുടെ ഭാഗമായി ഉണ്ടായിരുന്ന, കോൺഗ്രസ്സിലെ ഒരു വിഭാഗത്തിന്റെ, എതിർപ്പുണ്ടായതിനെത്തുടർന്ന് അതും ഫലവത്തായില്ല. ഈ നിയമം നടപ്പാക്കാനുള്ള നടപടികൾ 1987–91 കാലത്തെ ഇടതുമുന്നണി സർക്കാരിന്റെ കാലത്തുമാത്രമാണ് ഉണ്ടായത്. 1979–ലെ നിയമത്തെക്കുറിച്ച് പഠിക്കുന്നതിനും ന്യൂനതകൾ പരിഹരിക്കുന്നതിനുള്ള നിർദ്ദേശങ്ങൾ സമർപ്പിക്കുന്നതിനുമായി ഒരു കമ്മിറ്റിക്ക് രൂപം നൽകി (Ramachandran 1988). നിയമത്തിൽ ചെറിയ മാറ്റങ്ങൾ വരുത്തി 1990 ഫെബ്രുവരിയിൽ ജില്ലാ കൗൺസിലുകളിലേക്കുള്ള തിരഞ്ഞെടുപ്പ് നടത്തുകയുണ്ടായി. കൃഷി, മണ്ണ് സംരക്ഷണം, മൃഗസംരക്ഷണം തുടങ്ങിയ വിവിധ വകുപ്പുകളുടെ ജില്ലാതല ഓഫീസുകളേയും ഉദ്യോഗസ്ഥരേയും ജില്ലാകൗൺസിലുകൾക്ക് കൈമാറുന്നതിനായി ഒട്ടേറെ വിജ്ഞാപനങ്ങൾ പുറപ്പെടുവിച്ചു (Raj 1993, Ramachandran 1994).

ഈ പശ്ചാത്തലത്തിലാണ് അധികാരവികേന്ദ്രീകരണം ഫലപ്രദമാക്കുന്നതിനായി സ്വീകരിക്കേണ്ട നടപടികളെക്കുറിച്ച് സി.പി.ഐ.(എം.)ന്റെ മുഖപത്രമായ *ദേശാഭിമാനി*യിലൂടെ ഇ.എം.എസ്. ഒരു സംവാദത്തിന് തുടക്കംകുറിച്ചത്. ആദ്യലേഖനത്തിൽ തന്നെ ഇതുമായി ബന്ധപ്പെട്ട ഒട്ടേറെ നിർദ്ദേശങ്ങൾ മുന്നോട്ടുവച്ച അദ്ദേഹം ഈ വിഷയത്തിൽ ഒരു പൊതുസംവാദത്തേയും സ്വാഗതം ചെയ്തു. അദ്ദേഹത്തിന്റെ ചില നിർദ്ദേശങ്ങൾ അമ്പരപ്പുളവാക്കുന്നവയായിരുന്നു. ഗ്രാമപഞ്ചായത്തുകളേയും നഗരസഭകളേയും ഏകോപിപ്പിക്കുന്ന നിയമപരമായ ഏജൻസിയായി ജില്ലാ കൗൺസിലുകൾ നിലവിൽവന്ന സാഹചര്യത്തിൽ തദ്ദേശ ഭരണവകുപ്പ് തന്നെ ഒഴിവാക്കണം എന്ന് അദ്ദേഹം ആഹ്വാനം ചെയ്തു. സംസ്ഥാനത്തെ മന്ത്രിമാർ, പ്രധാന ഉദ്യോഗസ്ഥർ, ജില്ലാ കൗൺസിലുകളുടെ പ്രസിഡന്റുമാർ എന്നിവരടങ്ങുന്ന സംസ്ഥാന വികസന കൗൺസിൽ എന്ന നിർദ്ദേശവും അദ്ദേഹം മുന്നോട്ടുവച്ചു. സെക്രട്ടറിയേറ്റിലെ വിവിധ സർക്കാർ വകുപ്പുകളിലും, സെക്രട്ടറിയേറ്റിനു പുറത്തെ ഡയറക്ടറേറ്റുകളിലും അനാവശ്യമായി ഒരേ ജോലി തന്നെ ആവർത്തിക്കുന്നത്, സെക്രട്ടറിയേറ്റിലെ വകുപ്പുകളുടെ നിർമ്മാർജ്ജനത്തിലൂടെയും ഡയറക്ടർ, സെക്രട്ടറി തസ്തികകളുടെ സംയോജനത്തിലൂടെയും ഗണ്യമായി കുറയ്ക്കാൻ കഴിയുമെന്നും അദ്ദേഹം അഭിപ്രായപ്പെട്ടു. ഐ എ എസ് ഉദ്യോഗസ്ഥർക്ക് പകരം വകുപ്പ് – ഡയറക്ടറേറ്റ് സംയോജിത ഘടനയുടെ തലപ്പത്ത് വരേണ്ടത് സാങ്കേതിക പരിജ്ഞാനമുള്ള പ്രൊഫഷണലുകളാണ്.

വകുപ്പുകളിലെ ഉദ്യോഗസ്ഥരിൽ ഗണ്യമായ വിഭാഗത്തെ ജില്ലാ കൗൺസിലുകളിലേക്ക് പുനർവിന്യസിക്കണം. യഥാർത്ഥ ജില്ലാതല സർക്കാരുകളായി മാറാൻ കഴിയുംവിധം കൂടുതൽ അധികാരങ്ങൾ ജില്ലാ കൗൺസിലുകൾക്ക് വികേന്ദ്രീകരിച്ച് നൽകണമെന്ന വാദവും ഇ എം എസ് ഉയർത്തി. (ഇ എം എസ് 1992 c). അദ്ദേഹത്തിന്റെ ലേഖനങ്ങൾ പ്രസിദ്ധീകരിക്കപ്പെട്ടതിനെ തുടർന്നുനടന്ന ചർച്ചകളിൽ എതിർ രാഷ്ട്രീയ പാർട്ടികളിൽ നിന്നുൾപ്പെടെയുള്ള രാഷ്ട്രീയ നേതാക്കളും ഭരണകർത്താക്കളും, പണ്ഡിതരുമെല്ലാം ഭാഗഭാക്കായി. രാജീവ് ഗാന്ധി വധത്തെ തുടർന്നുണ്ടായ സഹതാപതരംഗത്തിൽ അടുത്ത തിരഞ്ഞെടുപ്പിൽ എൽ.ഡി.എഫിന് അധികാരം നഷ്ടപ്പെടുകയും കോൺഗ്രസ്സിന്റെ നേതൃത്വത്തിലുള്ള സർക്കാർ അധികാരത്തിലേക്ക് വരികയും ചെയ്തതോടെ, ഇ എം എസിന്റെ പരിശ്രമങ്ങൾ ഉണർത്തിയ പ്രതീക്ഷകൾ എങ്ങുമെത്താതെ അവസാനിച്ചു (Thomas Isaac & Kumar 1991).

അധികാരവികേന്ദ്രീകരണത്തിലൂടെ ഉണ്ടാക്കിയ എല്ലാ നേട്ടങ്ങളേയും പുതിയതായി അധികാരത്തിൽ വന്ന, കോൺഗ്രസ്സിന്റെ നേതൃത്വത്തിലുള്ള (ഐക്യജനാധിപത്യ മുന്നണി - UDF) സർക്കാർ ഇല്ലാതാക്കി. പുതിയ സർക്കാരിന്റെ ആദ്യതീരുമാനം തന്നെ ജില്ലാഭരണസംവിധാന നിയമത്തിൽ (District Administration Act) ഭേദഗതി വരുത്താനും ജില്ലാ കൗൺസിലുകളുടെ അധികാരങ്ങൾ പരിമിതപ്പെടുത്താനുമുള്ളതായിരുന്നു. ജില്ലാ കൗൺസിൽ സെക്രട്ടറി സ്ഥാനത്തുനിന്ന് ജില്ലാ കളക്ടർമാരെ മാറ്റി പകരം ജൂനിയറായ മറ്റൊരു ഉദ്യോഗസ്ഥനെ നിയമിച്ചു. നിയമസഭയുടെ അംഗീകാരമില്ലാതെ വിജ്ഞാപനത്തിലൂടെ ജില്ലാ കൗൺസിലുകളുടെ അധികാരങ്ങളും ചുമതലകളും ഭേദഗതി ചെയ്യാൻ കഴിയുന്ന തരത്തിലായിരുന്നു പുതിയ നിയമ ഭേദഗതി. കൈമാറ്റം ചെയ്യപ്പെട്ട ഓഫീസുകളേയും ഉദ്യോഗസ്ഥരേയും, ഒന്നിനുപുറകേ ഒന്നായുള്ള വിജ്ഞാപനങ്ങളിലൂടെ തിരിച്ചെടുത്തു. പരിമിതമായ ചുമതലകളും അതിലും പരിമിതമായ വിഭവങ്ങളും മാത്രമുള്ള അധികാരങ്ങളൊന്നുമില്ലാത്ത സംവിധാനമായി ജില്ലാ കൗൺസിലുകൾ മാറി. സാങ്കേതിക വിഭാഗം ഉദ്യോഗസ്ഥർ ആരുമില്ലാതെയും ഭരണപരമായ ഒരു പിന്തുണയും ലഭിക്കാതെയും ഉള്ള അവസ്ഥയിലേക്ക് ജില്ലാ കൗൺസിലുകൾ തള്ളപ്പെട്ടു (Gulati 1991).

കേരളത്തെ സംബന്ധിച്ച് 73, 74 ഭരണഘടനാ ഭേദഗതികൾ ജില്ലാ ഭരണസംവിധാന നിയമത്തിന്റെ പുരോഗമനാത്മക സവിശേഷതകളിൽ നിന്നുള്ള പുറകോട്ടുപോക്കായിരുന്നു. ഗ്രാമ, നഗര പ്രദേശങ്ങൾ അധികാരപരിധിയായുള്ള ഒരു ജില്ലാ ഭരണകൂടം എന്നത് സാധ്യമല്ലാത്ത സ്ഥിതി വന്നു. കേരളത്തിൽ ആരും ആഗ്രഹിച്ചിട്ടില്ലാത്ത ത്രിതല സംവിധാനം അനിവാര്യമായി മാറി. മറ്റ് സംസ്ഥാനങ്ങളെപ്പോലെ കേരളത്തിനും 1993 ഏപ്രിലോടെ സമ്മത നിയമനിർമ്മാണം നടത്തേണ്ടതായി വന്നു. എന്നാൽ, തുടർന്ന് മാസങ്ങളോളം, കോൺഗ്രസ് നേതൃത്വത്തിലുള്ള സർക്കാർ ഇതിൽ ഒരു തുടർനടപടിയും കൈക്കൊണ്ടില്ല. ഒടുവിൽ പൊതു സമൂഹ

ത്തിൽനിന്നും പ്രതിപക്ഷ പാർട്ടികളിൽനിന്നും അക്കാദമിക് വിദഗ്ദ്ധരിൽ നിന്നുമെല്ലാമുള്ള കടുത്ത വിമർശനങ്ങളുയർന്ന സാഹചര്യത്തിൽ 1994 മാർച്ചിൽ, അങ്ങേയറ്റം നിയന്ത്രണങ്ങളുൾപ്പെടുന്ന വകുപ്പുകളുമായി, കേരള പഞ്ചായത്ത്രാജ് ബിൽ തിടുക്കപ്പെട്ട് അവതരിപ്പിക്കുകയായിരുന്നു (ഇ എം എസ് 1994, Raj 1993a).

ബില്ലിലെ നിർദ്ദേശങ്ങൾക്കെതിരായി ഉണ്ടായ പ്രതിഷേധങ്ങൾ വൻതോതിൽ ജനശ്രദ്ധ പിടിച്ചുപറ്റി. കെ എൻ രാജ്, ഐ എസ് ഗുലാത്തി തുടങ്ങിയ പ്രമുഖ പണ്ഡിതർ നയിച്ച ബഹുജന ധർണകൾക്ക് സംസ്ഥാന സെക്രട്ടറിയേറ്റ് സാക്ഷ്യം വഹിച്ചു. ഈ ധർണകളെ തുടർന്ന് തിരുവനന്തപുരത്തും കൊച്ചിയിലും ജനകീയ കോടതികൾ യോഗം ചേർന്ന് ബദൽ നിയമം അവതരിപ്പിക്കുകയും അത് ചർച്ചകൾക്ക് വിധേയമാക്കുകയും ചെയ്തു. ബഹുജന സമ്മർദ്ദത്തെ തുടർന്ന് സെലക്ട് കമ്മിറ്റി പരിശോധനാഘട്ടത്തിൽ ചില പ്രതിലോമകരമായ വകുപ്പുകൾക്ക് ഭേദഗതി വരുത്തി. ജനകീയാസൂത്രണ പ്രസ്ഥാനത്തിന് തുടക്കംകുറിക്കുമ്പോൾ ഈ നിയമമാണ് കേരളത്തിൽ നിലവിലുണ്ടായിരുന്നത്. കേരളത്തിലെ പ്രാദേശിക ഭരണസംവിധാന നിയമങ്ങളിൽ സമഗ്രമായ അഴിച്ചുപണി ഉണ്ടാകണമെന്നും കേരളം പോലുള്ള സംസ്ഥാനങ്ങളിൽ ജില്ലാതലത്തിലും താഴെത്തട്ടിലുമുള്ള ശരിയായ സ്വയംഭരണസംവിധാനമുണ്ടാക്കാൻ കഴിയുംവിധം മറ്റൊരു ഭരണഘടനാഭേദഗതി കൂടി ഉണ്ടാകണമെന്നും ഇ എം എസ് അഭിപ്രായപ്പെട്ടു (ഇ എം എസ് 1997).

ബൃഹത്തായ ഒരു രാഷ്ട്രീയ പ്രക്രിയയുടെ ഭാഗമെന്ന നിലയിൽ പഞ്ചായത്ത് രാജ് സ്ഥാപനങ്ങളെ വിലയിരുത്തുമ്പോഴാണ് കേരളത്തിന്റെ രാഷ്ട്രീയ സുസ്ഥിരതയില്ലായ്മയും അധികാരവികേന്ദ്രീകരണത്തോടുള്ള കോൺഗ്രസിന്റെ പ്രതിബദ്ധതയില്ലായ്മയും, അധികാരവികേന്ദ്രീകരണ പ്രക്രിയയിലേക്കുള്ള കേരളത്തിന്റെ മുന്നേറ്റവേഗത എത്രമാത്രം കുറച്ചു എന്നു മനസ്സിലാവുന്നത്. പശ്ചിമബംഗാളിലെ ഇടതുമുന്നണിയെപ്പോലെ തുടർച്ചയായി ദീർഘകാലം അധികാരത്തിലേക്കെത്താൻ കേരളത്തിൽ എൽ ഡി എഫിന് കഴിഞ്ഞില്ല. മാത്രവുമല്ല, അസംബ്ലി സീറ്റുകളുടെ എണ്ണം വച്ച് നോക്കുമ്പോൾ ഇടതുമുന്നണിക്കകത്ത് നിർണായകമായ ശക്തി സി പി ഐ (എം) ന് ഉണ്ടായിരുന്നതുമില്ല. മുന്നണിക്കുള്ളിൽ വോട്ട് വിഹിതത്തിൽ 80 ശതമാനത്തോളം ഉണ്ടായിരുന്നപ്പോൾ തന്നെ എൽ ഡി എഫിലെ സീറ്റുകളുടെ എണ്ണത്തിൽ പകുതിയോളം മാത്രമേ സി പി ഐ (എം) ന് ഉണ്ടായിരുന്നുള്ളൂ.

അധികാരവികേന്ദ്രീകരണത്തിനനുകൂലമായ സാഹചര്യം സൃഷ്ടിക്കാനുള്ള രാഷ്ട്രീയ ഇച്ഛാശക്തി രൂപപ്പെടുത്തിയെടുക്കുക ദുഷ്കരമായിരുന്നു. ഈ പശ്ചാത്തലത്തിൽ ഇതെല്ലാം വിശകലനം ചെയ്യുമ്പോഴാണ് അധികാരവികേന്ദ്രീകരണത്തിനനുകൂലമായ ബഹുജന മുന്നേറ്റത്തിന്റെ പ്രാധാന്യം ബോധ്യമാകുന്നത്. പഞ്ചായത്ത് രാജ് സ്ഥാപനങ്ങളുടെ തുടക്കംകുറിക്കലും ശക്തിപ്പെടുത്തലും ഭൂപരിഷ്കരണത്തിനായുള്ള

കർഷകമുന്നേറ്റങ്ങളുമായി നേരിട്ട് ബന്ധപ്പെട്ടിരിക്കുന്നതെങ്ങനെയാണെന്ന പശ്ചിമബംഗാളിലെ അനുഭവം മുൻ അധ്യായത്തിൽ നമ്മൾ കണ്ടുവല്ലോ. കേരളത്തിൽ 1969 ൽ ഭൂപരിഷ്കരണ നിയമം പാസ്സാക്കുന്ന അവസരത്തിൽ, പ്രതിപക്ഷത്തായിരുന്ന സി പി ഐ (എം) ഭൂപരിഷ്കരണനിയമങ്ങളുടെ ഫലപ്രദമായ നടപ്പാക്കലിനായി കർഷകരെ സംഘടിപ്പിക്കുന്ന തിരക്കിലായിരുന്നു. സംസ്ഥാനസർക്കാരാകട്ടെ ബഹുജന മുന്നേറ്റങ്ങളെ തടയാനുള്ള രാഷ്ട്രീയതന്ത്രങ്ങൾ മെനയുന്ന തിരക്കിൽ സമഗ്രമായ അധികാര വികേന്ദ്രീകരണത്തിനായുള്ള നടപടികളെക്കുറിച്ച് ചിന്തിക്കാൻ പോലും മെനക്കെട്ടതുമില്ല. കാർഷിക പരിഷ്കരണനിയമങ്ങളേയും അധികാരവികേന്ദ്രീകരണത്തേയും ഫലപ്രദമായി കണ്ണിചേർക്കാനുള്ള ചരിത്രപരമായ ഒരു സുവർണാവസരം അങ്ങനെ നഷ്ടപ്പെടുകയായിരുന്നു.

പുത്തൻ വികസന സംസ്കാരം

പുരോഗമന പ്രസ്ഥാനങ്ങളുടെ കാഴ്ചപ്പാടിൽ, അധികാരവികേന്ദ്രീകരണത്തിന്റെ പങ്കാളിത്ത സ്വഭാവം ഏറെ പ്രാധാന്യമുള്ളതാണ്. എന്നാൽ പ്ലാനിംഗ് കമ്മീഷന്റെ മാർഗരേഖകളും മറ്റ് ഔദ്യോഗിക റിപ്പോർട്ടുകളും സന്നദ്ധപ്രവർത്തകരുടേയും സർക്കാരിതര സംഘടനകളുടേയും (NGOs) വിദഗ്ധരുടേയും പങ്കാളിത്തത്തിനപ്പുറത്തേക്ക് പോയിരുന്നില്ല. അങ്ങേയറ്റം പോയാൽ ജനങ്ങളുടെ ആവശ്യങ്ങൾ തിരിച്ചറിയുന്നതുവരെയുള്ള കാര്യങ്ങളിൽ മാത്രമേ സാധാരണ ജനങ്ങളെ പരിഗണിക്കാൻ അവർ തയ്യാറായിരുന്നുള്ളൂ. ഇത്തരം വിദഗ്ധർ തയ്യാറാക്കുന്ന പ്രാദേശിക വികസന പദ്ധതികൾ നടപ്പിലാക്കുന്ന ഘട്ടത്തിലാണ് പിന്നീട് ജനങ്ങളുടെ പങ്ക് പ്രത്യക്ഷപ്പെടുന്നത്. വികസന പ്രക്രിയയിൽ വർഗ്ഗ–ബഹുജന സംഘടനകളുടെ പങ്ക് ജനപങ്കാളിത്തത്തിന്റെ അവിഭാജ്യഘടകമായിട്ടാണ് ഇ.എം.എസ്. കണക്കാക്കിയത്. അശോക് മേത്ത കമ്മിറ്റിയിൽ അദ്ദേഹം എഴുതിയ വിയോജനക്കുറിപ്പിൽ, രാഷ്ട്രീയപാർട്ടികളോടും, അവയുമായി ബന്ധവുമുള്ള സംഘടനകളോടുമുള്ള മുൻവിധിയാണ് അവരെ അവഗണിക്കുന്നതിന്റെ കാരണമെന്ന് ഊന്നിപ്പറയുന്നുണ്ട്.

വികസനത്തിന്റെ വർഗ്ഗപരമായ ചട്ടക്കൂടുകളും വികസന നയങ്ങളുടെ വർഗ്ഗപക്ഷപാതിത്വവുമാണ് വികസനാസൂത്രണ പ്രക്രിയയിൽനിന്നും സാധാരണ ജനങ്ങളെ അന്യവല്ക്കരിക്കുന്നതിന്റെ അടിസ്ഥാനകാരണങ്ങൾ (ഇ എം എസ് 1989 b). കോൺഗ്രസ്സിന്റെ നയങ്ങളിൽനിന്നും വിഭിന്നമായി, മുതലാളിത്ത വികസനചട്ടക്കൂടുകൾക്കുള്ളിൽനിന്ന് പ്രവർത്തിക്കുമ്പോൾ പോലും 1957–ലെ കമ്യൂണിസ്റ്റ് മന്ത്രിസഭ മുതലിങ്ങോട്ട് ഇടതുപക്ഷ നേതൃത്വത്തിലുള്ള സർക്കാരുകളെല്ലാം ജനങ്ങളുടെ അവകാശങ്ങൾ അംഗീകരിക്കുകയും ഫലപ്രദമായ വികസന പ്രക്രിയയിൽ അവരെ പങ്കാളികളാക്കുകയും ചെയ്യുന്ന ബദൽ വികസനനയങ്ങൾക്ക് രൂപം നൽകാൻ ശ്രമിച്ചിരുന്നു. ഇടതു സർക്കാരുകൾ സ്വീകരിച്ച ഈ നയം ശരിയായ പങ്കാളിത്ത വികസന പ്രക്രിയയ്ക്ക് അനുഗുണമായ അന്തരീക്ഷം

ഒരുക്കുകയുണ്ടായി. പ്രാദേശിക വികസന പ്രശ്നങ്ങളുടെ ഗുരുതരസ്ഥിതിയും ബഹുജന സംഘടനകളുടെ ശക്തിയും പരിഗണിക്കുമ്പോൾ പങ്കാളിത്ത സമീപനം എന്നത് കേരളത്തെപ്പോലൊരു സംസ്ഥാനത്തിൽ ഏറ്റവും പ്രസക്തമായ ഒന്നാണ്.

ബഹുജന സംഘടനകളും ജനങ്ങളുടെ ജനാധിപത്യബോധവുമാണ് നമ്മുടെ ഏറ്റവുംവലിയ സമ്പത്ത്. സംസ്ഥാനത്തെ എല്ലാ ബഹുജന സംഘടനകളുടേയും ആകെ അംഗബലം ചേർന്നാൽ അത് ഒരു കോടിയോളം വരും. ഇതിന് പുറമെ സഹകരണ പ്രസ്ഥാനങ്ങളുടേയും ഗ്രന്ഥശാലാ പ്രസ്ഥാനത്തിന്റേയും സാക്ഷരതാ പ്രസ്ഥാനങ്ങളുടേയുമെല്ലാം വിപുലമായ ഒരു ശൃംഖലയും സംസ്ഥാനത്ത് നിലവിലുണ്ട്. ഈ സംഘടനകളെ കേരള സമൂഹത്തിന്റെ പ്രശ്നമായി കണക്കാക്കുന്നവരും ഉണ്ട് എന്ന് എനിക്കറിയാം. സമൂഹത്തിന്റെ പുരോഗമനാത്മകമായ പരിവർത്തനത്തിനായി ജനങ്ങളെ സംഘടിപ്പിക്കാൻ ജീവിതം ഉഴിഞ്ഞുവച്ച ഒരാളെന്ന നിലയിൽ ഈ ചിന്താഗതിയോട് എനിക്ക് വിയോജിക്കാതെ വയ്യ. നമ്മുടെ ജനങ്ങളുടെ സംഘടിത ശേഷി, രാഷ്ട്രീയാവബോധം എന്നിവയെ ഉത്പാദനവും ഉത്പാദനക്ഷമതയും വർദ്ധിപ്പിക്കാനായി പ്രയോജനപ്പെടുത്താനാവുമോ എന്നതാണ് നമ്മൾ അഭിമുഖീകരിക്കുന്ന ഒരുവലിയ ചോദ്യമെന്നാണ് എനിക്ക് തോന്നിയിട്ടുള്ളത്. ഈ ചോദ്യത്തിന് 'അതെ' എന്ന മറുപടി നൽകാനാണ് ഞാനാഗ്രഹിക്കുന്നത്. പക്ഷേ, അതിന് ഒരു മുന്നുപാധിയുണ്ട്. ഇത്തരം ജനകീയ സംഘടനകളോടും അവരുയർത്തുന്ന ആവശ്യങ്ങളോടുമുള്ള തങ്ങളുടെ സമീപനം മാറ്റാൻ സർക്കാരും ഭരണവർഗവും തയ്യാറാവണം. ജനങ്ങളുടെ പ്രക്ഷോഭങ്ങളെ അടിച്ചമർത്തുകയും അവയ്ക്കെതിരെ നിഷേധാത്മക സമീപനം സ്വീകരിക്കുകയും ചെയ്യുന്നതിന് പകരം കൂട്ടായ വിലപേശലിലൂടെയും ചർച്ചകളിലൂടെയും സൗഹാർദ്ദപരമായ പരിഹാരങ്ങൾ കണ്ടെത്താൻ ശ്രമിക്കണം. അതോടൊപ്പം തന്നെ, ഉത്പാദനവർദ്ധനവിന്റെ അർഹമായ പങ്ക് പണിയാളർക്ക് കിട്ടുന്നത് ഉറപ്പാക്കുന്നതിനുള്ള സ്ഥാപന - സാമൂഹ്യ സംവിധാനങ്ങൾ വികസിപ്പിച്ചെടുക്കുകയും വേണം. ഈ പശ്ചാത്തലത്തിലാണ് ജനാധിപത്യ വികേന്ദ്രീകരണത്തിന്റെ ആവശ്യകതയിൽ ഞാൻ ഊന്നൽ നൽകുന്നത് (ഇ എം എസ് 1994 b).

മേൽ സൂചിപ്പിച്ച മുന്നുപാധി ഇടവിട്ടുവന്ന ഇടതുസർക്കാരുകളുടെ കാലത്തു സാധ്യമാകുമ്പോൾപോലും, ബഹുജന സംഘടനകൾ രാഷ്ട്രീയപരമായ എതിർചേരികളിൽ നിലയുറപ്പിച്ചുകൊണ്ട് രണ്ടു മുന്നണികളായി പ്രവർത്തിക്കുന്നത് യോജിച്ചുള്ള പ്രവർത്തനങ്ങളെ തടസ്സപ്പെടുത്തുന്നതാണ്. 1957 ൽ കമ്യൂണിസ്റ്റ് മന്ത്രിസഭയ്ക്ക് എതിരെ കോൺഗ്രസ് ചമച്ചുണ്ടാക്കിയ തത്ത്വരഹിത കമ്യൂണിസ്റ്റ് വിരുദ്ധ മുന്നണിയിൽ തുടങ്ങി പിന്നീടിങ്ങോട്ട് കേരളത്തിലെ രാഷ്ട്രീയം രണ്ട് രാഷ്ട്രീയ മുന്നണികളുടെ വിരുദ്ധ നിലപാടുകൾക്കുചുറ്റും കറങ്ങിക്കൊണ്ടിരിക്കുകയാണ്. മൂന്ന് പതിറ്റാണ്ടിലേറെക്കാലമായുള്ള തുടർച്ചയായ പരസ്പര പോരടിക്കലിനു

ശേഷവും ഇവരിൽ ഒരു മുന്നണിക്കും ജനകീയ പിന്തുണയിൽ നിർണായകമായ വഴിത്തിരിവ് ഉണ്ടാക്കാൻ കഴിഞ്ഞിട്ടില്ല. രണ്ട് മുന്നണികളുടേയും സമ്മതിദാന പിന്തുണ 45 ശതമാനത്തോടടുത്താണ് നിൽക്കുന്നത്. സാധ്യതാഘടകങ്ങൾക്കും ചില ചെറുഘടകകക്ഷികളുടെ മുന്നണിമാറ്റങ്ങൾക്കും അനുസരിച്ച് ഒരു മുന്നണിയിൽനിന്ന് മറ്റൊന്നിലേക്ക് ഭരണം മാറിക്കൊണ്ടിരിക്കുന്നു. തുലനാവസ്ഥയിലുള്ള ഈ രാഷ്ട്രീയ നിശ്ചലാവസ്ഥ തീവ്രമായ ശത്രുതയ്ക്കും തുടച്ചയായുള്ള രാഷ്ട്രീയ കൗശലങ്ങൾക്കും വഴിതെളിക്കുകയും ചെയ്തിട്ടുണ്ട്. അധികാരത്തിനായുള്ള തത്ത്വദീക്ഷയില്ലാത്ത വടംവലികളും എല്ലാ സാമൂഹ്യമണ്ഡലങ്ങളിലേക്കും വ്യാപിച്ച വിഭാഗീയതയുമെല്ലാം യോജിച്ചുള്ള മുന്നേറ്റം അസാധ്യമാക്കുന്ന സ്ഥിതിവിശേഷം ഉണ്ടാക്കി. തങ്ങളുടേതായ, സ്വതന്ത്രമായ രാഷ്ട്രീയ നിലപാടുകൾ നിലനിർത്തിക്കൊണ്ടുതന്നെ സംസ്ഥാനത്തിന്റെ വികസനം പോലെ പൊതുതാത്പര്യമുള്ള വിഷയങ്ങളിൽ ഇരു മുന്നണികളിലേയും ഘടകകക്ഷികൾ സഹകരിച്ചുപ്രവർത്തിക്കുന്ന പുതിയ ഒരു രാഷ്ട്രീയ സംസ്കാരം രൂപപ്പെടണമെന്ന് ഇ എം എസ് വാദിച്ചു.

വികസനത്തിന്റെ രാഷ്ട്രീയം (1989 b) എന്ന ലഘുലേഖയിലും പഞ്ചായത്ത് പ്രസിഡന്റുമാരുടെ സംഘടനയ്ക്കുവേണ്ടി അവതരിപ്പിച്ച പ്രബന്ധത്തിലും സംസ്ഥാനത്ത് നിലനിൽക്കുന്ന രാഷ്ട്രീയ യാഥാർത്ഥ്യങ്ങളെക്കുറിച്ച് ഇ.എം.എസ്. തുറന്നടിച്ചു. സംസ്ഥാനത്തെ രാഷ്ട്രീയ കൂട്ടുകെട്ടുകളിൽ വളരെ പെട്ടെന്നുള്ള എന്തെങ്കിലും മാറ്റങ്ങൾ ഉണ്ടാകാനുള്ള സാധ്യതയില്ലെന്ന് അദ്ദേഹം തുറന്നു സമ്മതിച്ചു. അതുകൊണ്ടുതന്നെ ഭരണ–പ്രതിപക്ഷ പാർട്ടികൾ സംസ്ഥാനത്തിന്റെ വികസന വെല്ലുവിളികൾ നേരിടാനായി സഹകരിക്കേണ്ടത് ഏറെ പ്രധാനപ്പെട്ടതാണ്. പ്രാദേശിക സർക്കാരുകളുടെ പ്രവർത്തനത്തിന് അത്തരം സഹകരണം പ്രത്യേകിച്ചും പ്രാധാന്യമർഹിക്കുന്നതാണ്. ഗ്രാമപഞ്ചായത്ത് പ്രസിഡന്റുമാരുടെ സമ്മേളനത്തെ അഭിസംബോധന ചെയ്തുകൊണ്ട് അത്തരത്തിലുള്ള സഹകരണം രൂപപ്പെടുത്താൻ അദ്ദേഹം അഭ്യർത്ഥിച്ചു.

1987 മാർച്ചിലെ നിയമസഭാ തിരഞ്ഞെടുപ്പിലും 1988 ജനുവരിയിലെ പഞ്ചായത്ത് തിരഞ്ഞെടുപ്പിലും പരസ്പരം ഏറ്റുമുട്ടിയ രണ്ട് മുന്നണികളുടെ പ്രതിനിധികളാണ് ആയിരത്തിലധികം വരുന്ന പഞ്ചായത്തുകളുടെ ഭാരവാഹികൾ. ഈ രണ്ടു മുന്നണികൾ തമ്മിലുള്ള മത്സരം ആസന്നമായ ലോക്സഭാ തിരഞ്ഞെടുപ്പിലും 3 വർഷത്തിനുശേഷം നടക്കാൻ പോകുന്ന നിയമസഭാ തിരഞ്ഞെടുപ്പിലും തുടരും എന്നത് ഏറക്കുറെ ഉറപ്പാണ്. എന്നാൽ അതേസമയം തന്നെ വ്യത്യസ്തമുന്നണികളിൽപ്പെടുന്ന ഈ പഞ്ചായത്തുകൾക്കും പഞ്ചായത്ത് ജനപ്രതിനിധികൾക്കും സഹകരിച്ച് പ്രവർത്തിക്കാൻ കഴിയില്ലേ? ഇത് സാദ്ധ്യമാണെന്നു മാത്രമല്ല അനുപേക്ഷണീയവുമാണെന്നാണ് എന്റെ അഭിപ്രായം... രാഷ്ട്രീയ കാഴ്ചപ്പാടുകളിലെ വൈരുദ്ധ്യം നിലനിൽക്കെ തന്നെ ജനങ്ങളുടെ ദൈനംദിന പ്രശ്നങ്ങൾ പരിഹരിക്കുന്നതിനായി അവർക്ക് ഒരുമിച്ച് പ്രവർത്തിക്കാ

നാകും. ജനസേവനം ഉറപ്പാക്കുന്നതിൽ ഏത് മുന്നണിയാണ് മുന്നിലെന്നതിൽ പഞ്ചായത്തുകൾക്കുള്ളിലും പഞ്ചായത്തുകൾ തമ്മിലും ആരോഗ്യകരമായ മത്സരം നടക്കട്ടെ. ഈ സമ്മേളനത്തിൽ അത്തരമൊരു പുതിയ സമീപനം കൈക്കൊള്ളാനുള്ള ആഹ്വാനം ഉണ്ടാകും എന്ന് ഞാൻ പ്രതീക്ഷിക്കുന്നു (ഇ എം എസ് 1989 a).

പഞ്ചായത്തുകളുടെ സ്വയംഭരണാധികാരത്തിലേക്ക് കടന്നുകയറാനുള്ള സംസ്ഥാന–കേന്ദ്ര സർക്കാരുകളുടെ ഏതൊരു ശ്രമത്തേയും തടയുന്നതിന് തങ്ങളുടെ രാഷ്ട്രീയ അഭിപ്രായവ്യത്യാസങ്ങൾ മാറ്റിവച്ച് ഒരുമിച്ച് നിൽക്കണമെന്നും അദ്ദേഹം പഞ്ചായത്ത് ജനപ്രതിനിധികളോട് അഭ്യർത്ഥിച്ചു. 1991 ലെ ജില്ലാ കൗൺസിൽ തിരഞ്ഞെടുപ്പുകൾക്കുശേഷവും ഇതേ ആശയം കൂടുതൽ ശക്തിയോടെ ഇ എം എസ് ആവർത്തിക്കുകയുണ്ടായി. പ്രതിപക്ഷ രാഷ്ട്രീയ പാർട്ടികൾ തങ്ങളുടെ സ്വന്തം നിലപാട് സ്വയംവിമർശനത്തിനു വിധേയമാക്കേണ്ടതും സംസ്ഥാനത്തിന്റെ സമഗ്രവികസനത്തിൽ സഹകരിക്കുന്നതിനുള്ള ചർച്ചകൾക്ക് തുടക്കം കുറിക്കേണ്ടതും അത്യാവശ്യമാണ് (ഇ എം എസ് 1992 b).

ഇടതുമുന്നണി സർക്കാർ അധികാരത്തിൽ വന്ന പശ്ചാത്തലത്തിൽ അദ്ദേഹം സ്വീകരിച്ച തന്ത്രപരമായ ഈ പുതിയ വാദത്തെ സംശയിച്ചവർപോലും അതിശയപ്പെടാൻ പോവുകയായിരുന്നു. കെ കരുണാകരൻ മുഖ്യമന്ത്രിയായുള്ള കോൺഗ്രസ് നേതൃത്വത്തിലുള്ള സർക്കാർ അധികാരത്തിലിരിക്കെ നടത്തിയ മത്തായി മാഞ്ഞൂരാൻ സ്മാരക പ്രഭാഷണത്തിൽ അദ്ദേഹം തന്റെ നിലപാട് ആവർത്തിച്ചുറപ്പിച്ചു (ഇ എം എസ് 1992 a). ഇടതുപക്ഷ നേതൃത്വത്തിലുള്ള ജില്ലാ കൗൺസിലുകളോടും ജനകീയ മുന്നേറ്റങ്ങളോടും അനുകൂല നിലപാട് സ്വീകരിക്കാൻ സർക്കാർ തയ്യാറായാൽ വികസന പ്രവർത്തനങ്ങളുടെ നിർവ്വഹണത്തിൽ ഇടതുപക്ഷത്തിന്റെ സഹകരണമുണ്ടാകുമെന്ന് അദ്ദേഹം ഉറപ്പുനൽകി.

കോൺഗ്രസ് നേതാക്കൾ, പ്രധാന തൊഴിലാളി സംഘടനാ പ്രതിനിധികൾ, അക്കാദമിക് വിദഗ്ധർ തുടങ്ങി ഒട്ടേറെപ്പേർ ഭാഗഭാക്കായ വിപുലമായ ഒരു സംവാദത്തിന് മത്തായി മാഞ്ഞൂരാൻ സ്മാരക പ്രഭാഷണം തുടക്കംകുറിച്ചു. സംസ്ഥാനത്തെ ഉത്പാദന വളർച്ചാനിരക്കിനേക്കാൾ കൂടുതലാണ് വേതന വർദ്ധനനിരക്കെന്ന് തെളിവുകളുടെ അടിസ്ഥാനത്തിൽ റ്റി.എൻ. കൃഷ്ണൻ നടത്തിയ കണ്ടെത്തൽ ഈ സംവാദത്തിൽ ഉന്നയിക്കപ്പെട്ട പ്രധാന വിഷയങ്ങളിൽ ഒന്നായിരുന്നു. തൊഴിലും, ഉത്പാദനവും കുറയുന്നതിന് ഈ വ്യത്യാസം കാരണമാവും എന്ന വാദമാണ് ഉയർന്നത്. ചില പഠനങ്ങളുടെ മാത്രം അടിസ്ഥാനത്തിലുള്ള ഇത്തരം വാദങ്ങൾ തൊഴിലാളി വിരുദ്ധമാകാനുള്ള സാദ്ധ്യത മുന്നിൽക്കണ്ട് തൊഴിലാളി സംഘടനാ നേതാക്കൾ ശക്തമായി അതിനെ എതിർത്തു.

സംവാദം ക്രോഡീകരിക്കവെ, വേതനവും ജീവിത നിലവാരവും ഉയർന്നിട്ടുള്ളത് ജനകീയ പോരാട്ടങ്ങളുടെ ഫലമായിട്ടാണെന്ന് ഇ എം എസ് അംഗീകരിച്ചു. ഈ നേട്ടത്തിൽ അഭിമാനമുണ്ടെന്നും അദ്ദേഹം കൂട്ടി

ച്ചേർത്തു. എന്നാൽ ശമ്പളവും ഉത്പാദനവും തമ്മിലുള്ള ബന്ധത്തിലെ പൊരുത്തക്കേടിൽ അഭിപ്രായപ്രകടനം നടത്താൻ അദ്ദേഹം തയ്യാറായില്ല. അക്കാര്യങ്ങൾ പരിശോധിച്ച് രീതിശാസ്ത്രങ്ങളും കണക്കുകൂട്ടൽ രീതികളും പരിഷ്കരിച്ച് പ്രശ്നപരിഹാരം ഉണ്ടാക്കേണ്ടത് പ്രൊഫഷണലുകളുടെ ചുമതലയാണ്. അവയുടെ ഫലമെന്തായാലും ജനങ്ങളുടെ കൂലിയും ആനുകൂല്യങ്ങളും പരിമിതപ്പെടുത്താനുള്ള ഏതൊരു ശ്രമത്തോടും അദ്ദേഹത്തിന് കടുത്ത വിയോജിപ്പാണുണ്ടായിരുന്നത്. വേതനം വെട്ടിക്കുറയ്ക്കുന്നതല്ല ഉത്പാദനക്ഷമത വർദ്ധിപ്പിക്കുന്നതാണ് പരിഹാരമാർഗ്ഗം. ഉത്പാദനവും ഉത്പാദനക്ഷമതയും മെച്ചപ്പെടുത്താനുള്ള ആസൂത്രിതമായ ഏതൊരു പരിശ്രമത്തിനും ഇടതുപക്ഷത്തിന്റേയും അതിനു കീഴിലുള്ള സംഘടനകളുടേയും സഹകരണമുണ്ടാകുമെന്ന് അദ്ദേഹം ഉറപ്പുനൽകി.

തൊഴിലാളി – കർഷക സംഘടനകളുടേയും അവരെ നയിക്കുന്ന രാഷ്ട്രീയ പാർട്ടികളുടെയും സമീപനങ്ങൾ കുറ്റമറ്റതാണ് എന്ന അവകാശവാദം എനിക്കില്ല. അവകാശങ്ങൾക്കും ആവശ്യങ്ങൾക്കുമായി പോരാട്ടം നടത്തുമ്പോൾ തന്നെ കൃഷിയിലും വ്യവസായത്തിലും ഉത്പാദനവും ഉത്പാദനക്ഷമതയും വർദ്ധിപ്പിക്കേണ്ടതിന്റെ ആവശ്യകതയും അവർ തിരിച്ചറിയണം. ബഹുജന സംഘടനകളും തൊഴിലാളികളും കർഷകരും മറ്റുവിഭാഗം ജനങ്ങളും ഇവർക്കെല്ലാം നേതൃത്വം നൽകുന്ന രാഷ്ട്രീയ പാർട്ടികളുമെല്ലാം പൊതു–സ്വകാര്യമേഖലകളിലെ ഉത്പാദനം വർദ്ധിപ്പിക്കാനും, അതിലൂടെ സാമൂഹ്യനിക്ഷേപത്തിനുള്ള മൂലധനം സമാഹരിക്കാനും മുന്നോട്ടുവരണം. ഇക്കാര്യത്തിൽ ഞങ്ങളുടെ ഭാഗത്തുനിന്നും എന്തെങ്കിലും പിശകുകൾ സംഭവിച്ചിട്ടുണ്ടെങ്കിൽ അത് തിരുത്താൻ ഞങ്ങൾ ബാധ്യസ്ഥരാണ് എന്ന് പരസ്യമായി പ്രഖ്യാപിക്കാൻ ഞാൻ ആഗ്രഹിക്കുന്നു (ഇ എം എസ് 1991).

മാർക്സിസ്റ്റ് സംവാദം

മിക്കവാറും എല്ലാ സ്ഥലങ്ങളിലും ഇടതുപക്ഷത്തിന്റെ നിയന്ത്രണത്തിലായിരുന്ന ജില്ലാ കൗൺസിലുകളോടുള്ള കോൺഗ്രസിന്റെ നിഷേധാത്മക സമീപനം നിമിത്തം മികച്ച ഒരു അവസരമാണ് പാഴായത്. താല്ക്കാലിക തിരിച്ചടി ഉണ്ടായെങ്കിലും ഇടതുപക്ഷത്തിനുള്ളിലെ വികസന സംവാദം തുടർന്നു. ഇ.എം.എസ്. പത്രാധിപരായി 1993 ൽ ആരംഭിച്ച പാർട്ടിയുടെ ആശയ പ്രചാരണ പ്രസിദ്ധീകരണമായ *മാർക്സിസ്റ്റ് സംവാദം* സംഘടിപ്പിച്ച വട്ടമേശ സംവാദങ്ങൾ ഇക്കൂട്ടത്തിൽ എടുത്തുപറയേണ്ടവയാണ്. ഇടതുപാർട്ടികളിലെ തിരഞ്ഞെടുക്കപ്പെട്ട നേതാക്കളും അക്കാദമിക് വിദഗ്ധരും ഈ സംവാദത്തിൽ പങ്കെടുത്തു. ചർച്ചയ്ക്കുവേണ്ടിയുള്ള അടിസ്ഥാനരേഖ തോമസ് ഐസക്കും ഇ എം ശ്രീധരനും ചേർന്ന് തയ്യാറാക്കി ജേണലിന്റെ ഉദ്ഘാടന ലക്കത്തിൽ പ്രസിദ്ധീകരിച്ചു. വട്ടമേശ സംവാദങ്ങളുടെ രേഖകൾ തുടർന്നുള്ള ലക്കങ്ങളിൽ പ്രസിദ്ധീകരിച്ചു. ഈ പ്രബന്ധങ്ങൾ തനിമയുള്ള പുതിയ നിർദ്ദേശങ്ങൾ വയ്ക്കുന്ന

തിലല്ല, മറിച്ച്, നിലവിലുള്ള ആശയങ്ങളെ ഒരുമിപ്പിച്ച് ഒരു പാർട്ടി വേദിയിൽ അവതരിപ്പിക്കുകയും അവയെല്ലാം പാർട്ടിയുടെ മുഖ്യധാരാ ആശയസംവാദതലത്തിലേക്ക് എത്തിക്കുകയും ചെയ്യുക എന്നതിലാണ് ഊന്നൽ നൽകിയത്.

1. കേരളാ മോഡൽ വികസനവും അതിന്റെ സാമൂഹ്യസുരക്ഷിതത്വനേട്ടങ്ങളുമായിരുന്നു രേഖയുടെ തുടക്കം. കേരളത്തെക്കുറിച്ച് ഇപ്പോൾ ഏറ്റവും പ്രശസ്തമായി കണക്കാക്കപ്പെടുന്ന ഒരു പ്രസ്താവന ആ രേഖയുടെ തുടക്കത്തിൽത്തന്നെ ഉണ്ടായിരുന്നു. കേരളത്തിന്റെ ശിശുമരണനിരക്ക്, സാക്ഷരത, ആയുർദൈർഘ്യം, ജനനനിരക്ക് എന്നിവയെ ഇന്ത്യയുടെ മറ്റ് സംസ്ഥാനങ്ങളോടും അമേരിക്കയോടും അവയുടെ ആളോഹരിവരുമാനവുമായി ചേർത്ത് താരതമ്യം ചെയ്യുന്ന ഒരു പട്ടികയായിരുന്നു അത്. താഴ്ന്ന ആളോഹരി വരുമാനവും താഴ്ന്ന സാമൂഹ്യ വികസന സൂചികകളുമുള്ള ഒരു അവികസിത രാജ്യത്തിന്റെ ചിത്രമായിരുന്നു ഇന്ത്യയുടേത്. ആമുഖ അദ്ധ്യായത്തിൽ സൂചിപ്പിച്ചപോലെ, കുറഞ്ഞ വരുമാന സ്ഥിതിയിലും, ജനങ്ങളുടെ അടിസ്ഥാന ആവശ്യങ്ങൾ പരിഹരിക്കുന്നതിൽ കേരളം വിജയിച്ചിരുന്നു.

2. താഴേത്തട്ടിൽനിന്നും രൂപപ്പെട്ടുവന്ന ജനസമ്മർദ്ദത്തിന്റെ ഫലമായുണ്ടായ പുനർവിതരണനയങ്ങളാണ് കേരളത്തിന്റെ നേട്ടങ്ങൾക്ക് കാരണമായത്. ഇടതുപക്ഷത്തിന്റെ പോരാട്ടങ്ങൾ ഭൂപരിഷ്കരണത്തിനും വേതനവർദ്ധനവിനും വേണ്ടി മാത്രമായിരുന്നില്ല. വീട്, വിദ്യാഭ്യാസം, ആരോഗ്യസുരക്ഷ, ശുദ്ധമായ കുടിവെള്ളം എന്നിവയ്ക്കുള്ള അവകാശങ്ങൾക്കുവേണ്ടിയും മറ്റ് അടിസ്ഥാനസൗകര്യങ്ങൾക്കുവേണ്ടിയും കൂടിയായിരുന്നു ആ പോരാട്ടങ്ങൾ. കേരളത്തിൽ മുമ്പുണ്ടായ സാമൂഹ്യപരിഷ്കരണ പ്രസ്ഥാനങ്ങളുടെ പാരമ്പര്യത്തെ കേരളത്തിലെ ഇടതുപാർട്ടികൾ ഏറ്റെടുക്കുകയായിരുന്നു. ബഹുഭൂരിപക്ഷം തൊഴിൽ മേഖലകളിലും വ്യക്തമായ തൊഴിൽ–വേതന ബന്ധങ്ങൾ നിലവിലില്ലാത്ത ഇന്ത്യയുടേതുപോലൊരു സാമ്പത്തിക ഘടനയിൽ, 'എല്ലാവർക്കും അടിസ്ഥാന സൗകര്യങ്ങൾ' എന്ന മുദ്രാവാക്യം ജനങ്ങളെ സംഘടിപ്പിക്കുന്നതിനുള്ള ശക്തിയേറിയ ഒരു ഉത്തേജനമായി മാറുമെന്നാണ് കേരളത്തിന്റെ അനുഭവം തെളിയിക്കുന്നത്.

3. സാമൂഹ്യ മേഖലയിലുണ്ടായ നേട്ടങ്ങൾക്ക് സാമ്പത്തിക വളർച്ചയിൽ അനുപൂരകമായ പ്രതിഫലനം ഉണ്ടാക്കാൻ കഴിഞ്ഞില്ല. ഭൂപരിഷ്കരണത്തിനുശേഷവും കാർഷികോത്പാദനത്തിൽ ഗണ്യമായ പുരോഗതി ഉണ്ടായില്ല. വിദ്യാഭ്യാസ വികസനം ഉണ്ടായെങ്കിലും വ്യവസായ ആധുനീകരണത്തിന്റേയും വൈവിധ്യവല്ക്കരണത്തിന്റേയും വേഗത മന്ദഗതിയിൽ തന്നെയായിരുന്നു. തത്ഫലമായി ദേശീയ ശരാശരിയുടെ മൂന്നിരട്ടിയായി തൊഴിലില്ലായ്മ വർദ്ധിച്ചു. സാമൂഹ്യസേവനങ്ങളുടെ ഗുണനിലവാരവും ക്ഷയിക്കുകയായിരുന്നു. ഇത് പരിഹരിക്കുന്നതിൽ ഇടപെടാനാവാത്തവിധമുള്ള സാമ്പത്തിക പ്രതിസന്ധി ഇതിന്റെ ആക്കം കൂട്ടുകയാ

യിരുന്നു. സാമ്പത്തിക വളർച്ചയുടെ അഭാവത്തിൽ പുനർവിതരണ നയങ്ങളും ഭൂതകാല നേട്ടങ്ങളും സുസ്ഥിരമാക്കാൻ കഴിയില്ല എന്നത് തെളിയിക്കപ്പെട്ടു കഴിഞ്ഞിരുന്നു.

4. രാജ്യം പിന്തുടരുന്ന മുതലാളിത്ത വികസനപാതയുടെ ചരിത്രപരമായ സവിശേഷതകളും മുതലാളിത്തത്തിന്റെ ആഗോള പ്രതിസന്ധികളും ഉൾപ്പെടെയുള്ള കാരണങ്ങളാണ് ഈ പ്രതിസന്ധിക്ക് പിന്നിലുള്ളത്. എന്നാൽ ഇന്ത്യയിലെ ഇടതുപക്ഷ പ്രസ്ഥാനങ്ങളുടെ അസമമായ വളർച്ചയുടെ പശ്ചാത്തലത്തിൽ, കേരളംപോലെ ഇടതുപ്രസ്ഥാനങ്ങൾക്ക് കൂടുതൽ മുന്നേറ്റമുണ്ടാക്കാൻ കഴിഞ്ഞിട്ടുള്ള പ്രദേശങ്ങളിൽ ജനങ്ങളുടെ ഏറ്റവും നീറുന്ന പ്രശ്നങ്ങൾക്ക് ജനാധിപത്യപരവും ജനപക്ഷവുമായ ഭാഗിക പരിഹാരങ്ങളെങ്കിലും കണ്ടെത്താൻ ശ്രമിക്കുന്നത് ഏറെ പ്രാധാന്യമർഹിക്കുന്നതാണ്. സംസ്ഥാനത്തിന് സ്വയം നിർണയാധികാരമുള്ള വികസനപാതയുടെ സാധ്യതകളെല്ലാം ദേശീയ സാമ്പത്തിക പരിഷ്കാരങ്ങളാൽ നേരത്തേ തന്നെ അടയ്ക്കപ്പെട്ടുകഴിഞ്ഞു. കേരളത്തിന്റെ സവിശേഷ സാഹചര്യം പരിഗണിക്കുമ്പോൾ വികസന നയങ്ങളുടെ വഴിതിരിച്ചുവിടുന്ന ബോധപൂർവ്വമായ ഒരു ഇടപെടലാവും അനുഗുണമാവുക.

5. സാമ്പത്തിക നിശ്ചലാവസ്ഥയ്ക്ക് ഗുരുതരമായ രാഷ്ട്രീയ പ്രത്യാഘാതങ്ങൾ ഉണ്ടായിരുന്നു. അസ്വീകാര്യമായ ഒട്ടേറെ പ്രവണതകൾക്ക് ഇത് വഴിവച്ചു. തൊഴിലില്ലായ്മ, സംവരണ തത്ത്വങ്ങൾക്ക് അനുകൂലികളും പ്രതികൂലികളുമായ ജാതി സംഘടനകൾക്ക് വളക്കൂറുള്ള മണ്ണായി മാറി. വലതുപക്ഷ ആശയങ്ങൾ ഇടതുപക്ഷത്തെ കൂടുതൽ ആക്രമിക്കുകയായിരുന്നു. ഉത്പാദനം വർദ്ധിപ്പിക്കാൻ ഇടതുപക്ഷത്തിന്റെ കൈയ്യിൽ പദ്ധതികളൊന്നുമില്ല എന്നതായിരുന്നു അവരുടെ ആരോപണം. ഇടതുപക്ഷം പിന്തുടരുന്ന പുനർവിതരണനയത്തിന്റെ അനന്തരഫലമാണ് സാമ്പത്തിക നിശ്ചലാവസ്ഥ എന്ന് അവർ വാദിച്ചു. ഇടതുപക്ഷം നടപ്പാക്കിയ വിപണിയുടെ കാർക്കശ്യമാണ് കേരളം അതിന്റെ വളർച്ചാ സാധ്യതകൾ നേടുന്നതിൽ പരാജയപ്പെടുന്നതിന് കാരണം എന്നായിരുന്നു അവരുടെ അഭിപ്രായം. കേരളത്തിന്റെ പുനർവിതരണ പദ്ധതികളിൽ സ്വയം അഭിമാനിച്ചിരുന്ന സ്വതന്ത്ര ചിന്താഗതിക്കാരായവർപോലും കൂടുതൽ സമതുലിതമായ വിതരണം സാധ്യമാക്കുന്നതിനുള്ള ചരിത്രപരമായ പങ്ക് ഇടതുപക്ഷം നിർവ്വഹിച്ചു എന്ന സമീപനത്തോട് അനുകൂലാഭിപ്രായം പ്രകടിപ്പിച്ചില്ല. ത്വരിതഗതിയിലുള്ള വളർച്ച നേടാൻ വിപണി ശക്തികൾക്ക് അവസരമൊരുക്കാൻ തയ്യാറാകണമെന്ന ആശയത്തിന് പുതിയ ആഗോള സാഹചര്യത്തിൽ വലിയ സ്വീകാര്യത ലഭിച്ചു. എന്നാൽ മറ്റൊരു ജനാധിപത്യ ബദൽ സാധ്യമല്ലേ?

6. ചെറുകിട ഉത്പാദനയൂണിറ്റുകളും ഉയർന്ന വേതനമുള്ള തൊഴിലുകളും ഉള്ള കേരളത്തിന്റെ സവിശേഷ സാഹചര്യം പരിഗണിക്കുമ്പോൾ, ചെറുകിട ഉത്പാദകരേയും കൂലിത്തൊഴിലാളികളേയും ഒരുമിപ്പിക്കുന്നതിന് ഉത്പാദനക്ഷമത വർദ്ധിപ്പിക്കുക എന്നത് അനിവാര്യമായി മാറു

ന്നു. ഈ രീതിയിൽ പരിശോധിക്കുമ്പോൾ ഉത്പാദന വർദ്ധനവിന്, വർഗ്ഗ ഐക്യം ഉറപ്പുവരുത്തുന്നതിലും സവിശേഷ പ്രാധാന്യം കൈവരുന്നു. വിദ്യാഭ്യാസം, ആരോഗ്യം തുടങ്ങിയ സേവന മേഖലകളുടെ ഗുണനില വാരം മെച്ചപ്പെടുത്താതെ ഇത്തരം മേഖലകളിലെ അടിസ്ഥാന സൗകര്യ ങ്ങളെ സംരക്ഷിക്കാനാവില്ല. ഇവയെല്ലാം തന്നെ ഉത്പാദനക്ഷമതയും സേവനഗുണനിലവാരവും വർദ്ധിപ്പിക്കാൻ കഴിയുംവിധം വികസന പ്രവർത്തനങ്ങളിൽ നേരിട്ട് പങ്കാളിത്തം വഹിക്കുന്ന വലിയൊരു ബഹു ജന മുന്നേറ്റത്തിന്റെ അനിവാര്യത വ്യക്തമാക്കുന്നു.

7. ചെറുകിട ഉത്പാദന സേവനമേഖലകളിലെ പങ്കാളിത്ത വികസ നത്തിനുള്ള സംഘടനാചട്ടക്കൂട് രൂപപ്പെടുത്തിയെടുക്കുന്നതിന് അധികാര വികേന്ദ്രീകരണം അനിവാര്യമാണ്. മണ്ണ്–ജല പരിപാലനത്തിനും സാമൂ ഹ്യസേവനങ്ങൾക്കുമുള്ള സ്ഥാപനതല സംവിധാനങ്ങളേയും സഹകരണ സ്ഥാപനങ്ങളേയും അഴിച്ചുപണിയുക എന്നതും പ്രധാനപ്പെട്ടതാണ്.

8. ഓരോ മേഖലയിലുമുള്ള സവിശേഷനയങ്ങളെ പ്രത്യേകം വിശ കലനം ചെയ്യാൻ പ്രസ്തുത പ്രബന്ധത്തിൽ ശ്രമിച്ചിരുന്നില്ല. എന്നാൽ കേരളത്തിൽ പിന്തുടർന്നുകൊണ്ടിരുന്ന വികസനനയങ്ങളെ വിമർശന ബുദ്ധ്യാ പരിശോധിക്കേണ്ടതിന്റെ ആവശ്യകത അതിൽ ഊന്നിപ്പറഞ്ഞി രുന്നു. വൻകിട കനാൽ വഴിയുള്ള ജലസേചനം, പ്ലാന്റേഷനുവേണ്ടി വനം വെട്ടൽ, വൻതോതിലുള്ള മത്സ്യവിളവെടുപ്പ് രീതികൾ തുടങ്ങിയവ യിലെല്ലാം കാൽപ്പനികവത്ക്കരിച്ച പഴയ നിലപാടുകൾ പുതുക്കേണ്ടതു ണ്ട്. ആരോഗ്യ- വിദ്യാഭ്യാസ മേഖലകളിൽ ഗണപരമായ വികസനത്തേ ക്കാൾ ഗുണപരമായ വികസനമാണാവശ്യം. അടിസ്ഥാനസൗകര്യ വിക സനത്തിലെ പ്രതിസന്ധികൾ, പ്രത്യേകിച്ചും വൈദ്യുതോത്പാദനത്തിലെ അപര്യാപ്തത, പരിഹരിക്കുന്നതോടൊപ്പം ഉത്പാദനമേഖലയ്ക്കുള്ള വർദ്ധിച്ച തോതിലുള്ള ഊന്നലും ആവശ്യമായിരുന്നു (Thomas Isaac & Sreedharan 1992).

മുന്നോട്ടുവച്ച അടിസ്ഥാന നിർദ്ദേശങ്ങളെ ഇ എം എസ് പിന്തുണച്ചു. എന്നാൽ കേരളാ മോഡൽ വികസനം എന്ന, പ്രത്യേകിച്ചും ചില പാശ്ചാത്യ നിരീക്ഷകർ വിശദീകരിച്ച രീതിയിലുള്ള, സങ്കല്പത്തോട് അദ്ദേഹം ആശങ്ക പ്രകടിപ്പിച്ചു. സാമ്പത്തിക വളർച്ച ഇല്ലാതെ തന്നെ ജനങ്ങളുടെ ജീവിതനിലവാരം മെച്ചപ്പെടുത്താനാവുമെന്ന മട്ടിലാണ് അവർ പറയുന്നത്. സാമൂഹ്യ സംവിധാനങ്ങളിലെ അടിസ്ഥാനപരമായ മാറ്റം വരുത്തുന്നതിനെക്കുറിച്ചോ സാമൂഹ്യ വിപ്ലവം ഉണ്ടാകേണ്ടതിന്റെ ആവ ശ്യകതയെക്കുറിച്ചോ അവർ മിണ്ടുന്നില്ല. ഉത്പാദനമേഖലയുടെ വളർച്ചയെ ത്വരിതപ്പെടുത്താനുള്ള അടിയന്തര പ്രാധാന്യമുള്ള പ്രവർ ത്തനത്തിൽനിന്ന് ശ്രദ്ധ തിരിക്കലാണ് ഇതിലൂടെ നടക്കുന്നത് (ഇ എം എസ് 1994 b).

എന്തും സാധ്യമാണ് എന്ന മിഥ്യാധാരണ സൃഷ്ടിക്കുന്ന വലതുപക്ഷ വ്യതിയാനത്തേയും, ഒന്നും ചെയ്യാനാവില്ല എന്ന ഇടതുപക്ഷ വ്യതിയാ

നത്തേയും വിശദീകരിച്ച അദ്ദേഹം അവ രണ്ടിൽനിന്നും അകലം പാലിച്ചു. എല്ലാ പ്രശ്നങ്ങൾക്കുമുള്ള പരിഹാരമാർഗ്ഗമെന്ന നിലയിൽ വികേന്ദ്രീകരണത്തെ ഉയർത്തിക്കാട്ടപ്പെടുന്ന സാഹചര്യത്തിൽ, ബൂർഷ്വ–ഭൂപ്രഭു സമ്പ്രദായത്താലും സംസ്ഥാനങ്ങൾക്കുമേലുള്ള കേന്ദ്രത്തിന്റെ അമിതാധികാരത്താലും ഇന്ത്യയിൽ പ്രാദേശികവികസന പ്രവർത്തനങ്ങൾക്ക് നേരിടേണ്ടി വരുന്ന പരിമിതികളെ വിശദീകരിക്കാൻ അദ്ദേഹം എപ്പോഴും പരിശ്രമിച്ചു. ആഗോളവത്ക്കരണത്തോട് ചായ്‌വ് പ്രകടിപ്പിക്കുന്ന സമകാലീന പ്രവണതകളും പുത്തൻ സാമ്പത്തിക പരിഷ്കാരങ്ങളും ഈ പ്രതിസന്ധിയുടെ മൂർച്ച കൂട്ടുകയേ ഉള്ളൂ. മാത്രവുമല്ല, പ്രാദേശികാസൂത്രണം എന്നത് ദേശീയ സംസ്ഥാനതല ആസൂത്രണ പ്രക്രിയകൾക്ക് പകരമുള്ളതുമായിരുന്നില്ല. വിദേശവ്യാപാരം, സുപ്രധാന അടിസ്ഥാന സൗകര്യവികസനങ്ങൾ, വ്യവസായവത്ക്കരണം, തുടങ്ങിയ മേഖലകളെല്ലാം ദേശീയ – സംസ്ഥാനതലങ്ങളിൽ കൈകാര്യം ചെയ്യപ്പെടേണ്ടവയാണ്. പല തട്ടുകളുള്ള ആസൂത്രണ പ്രക്രിയയായിരുന്നു ആവശ്യമായിരുന്നത്.

ദേശീയ നയങ്ങൾ തിരുത്താത്തിടത്തോളം ഒന്നും തന്നെ ചെയ്യാനാവില്ല എന്ന കാഴ്ചപ്പാടിനെ ഇ എം എസ് തള്ളിക്കളഞ്ഞിരുന്നു. പശ്ചിമ ബംഗാളിലെ ജനങ്ങളുടേയും ഇടത് സർക്കാരിന്റേയും പരിശ്രമഫലമായി ഭൂപരിഷ്കരണത്തിനുശേഷം വളർച്ചയുടെ വേഗത കൂടിയതും പഞ്ചായത്ത് രാജ് സ്ഥാപനങ്ങൾ ശക്തിപ്പെട്ടതും ഈ സന്ദർഭത്തിൽ അദ്ദേഹം ചൂണ്ടിക്കാട്ടി.

ആഗോള, ദേശീയ സമ്പദ് വ്യവസ്ഥകൾ അടിച്ചേൽപ്പിക്കുന്ന പരിമിതികൾക്കുള്ളിൽ നിന്നുകൊണ്ട് നമുക്കും സംസ്ഥാനത്തിന്റെ വ്യത്യസ്തങ്ങളായ പ്രശ്നങ്ങൾക്ക് പരിഹാരം കാണേണ്ടതുണ്ട്. നിലവിലെ സാഹചര്യം നഷ്ടപ്പെടുത്താനാവില്ല. മുൻകാല ക്ഷേമപ്രവർത്തനങ്ങളുടേയും ജനാധിപത്യത്തിന്റേയും നേട്ടങ്ങളെ നഷ്ടപ്പെടുത്താതെ സാമ്പത്തിക വളർച്ച സാധ്യമാക്കാനുള്ള നടപടികൾ സ്വീകരിക്കുന്നതിൽ സമവായത്തിലേക്കടുക്കാൻ നമുക്ക് കഴിഞ്ഞിട്ടുണ്ട്. നിലവിലെ അവസ്ഥ സംബന്ധിച്ച് പുനപരിശോധന നടത്തുകയും അതിന്റെ അടിസ്ഥാനത്തിൽ പുതിയ കാര്യപരിപാടികൾ നിശ്ചയിക്കുകയും വേണമെന്നാണ് ഞാൻ കരുതുന്നത്. ഇത് ഏതെങ്കിലും ഒരു രാഷ്ട്രീയപാർട്ടിയോ രാഷ്ട്രീയപാർട്ടികൾ മാത്രമോ ഏറ്റെടുക്കേണ്ട കർത്തവ്യമല്ല. അക്കാദമിക് സമൂഹത്തിനും ശാസ്ത്രമേഖലയിലെ പ്രൊഫഷണലുകൾക്കും പ്രധാന പങ്ക് വഹിക്കാൻ കഴിയുന്ന ഒരു ദേശീയതല കർത്തവ്യമാണത്.

അര നൂറ്റാണ്ടുമുമ്പ്, ഒരു ജനാധിപത്യ കേരളത്തിനുള്ള ലക്ഷ്യങ്ങൾ നിശ്ചയിക്കാൻ തുടങ്ങുമ്പോൾ ഒട്ടുമിക്ക അക്കാദമിക് സമൂഹവും പ്രൊഫഷണൽ വൈദഗ്ധ്യം ഉള്ളവരും അതിൽ പങ്കാളികളായിരുന്നില്ല. സാമൂഹ്യപ്രവർത്തകരായ നമ്മളാണ് ആ വെല്ലുവിളി ഏറ്റെടുത്തത്. ആ പ്രവർത്തനത്തിൽ നമ്മൾ നൽകിയ സംഭാവനകളിൽ ചിലതിനെക്കുറിച്ച് ഞാൻ സംസാരിച്ചുകഴിഞ്ഞു. എന്നാൽ ഇന്നത്തെ പ്രശ്നങ്ങളാകട്ടെ അതിൽ

നിന്നും വ്യത്യസ്തവും മിക്കവാറും കൂടുതൽ സങ്കീർണവുമാണ്. ഉത്പാദനാടിത്തറയെ ശക്തിപ്പെടുത്തുന്നതിലൂടെ നമ്മുടെ സംസ്ഥാനത്തിന്റെ വികസന പ്രക്രിയയെ സുസ്ഥിരമാക്കുന്നതെങ്ങനെയെന്ന കാര്യത്തിൽ പണ്ഡിതരുമായും വ്യത്യസ്തമേഖലകളിലെ പ്രൊഫഷണലുകളുമായും രാഷ്ട്രീയ പ്രവർത്തകരുമായും ഇടതു വലത് പാർട്ടികൾക്കിടയിലും അടിയന്തരമായ സംവാദങ്ങൾ നടത്തേണ്ടതുണ്ട്. രാഷ്ട്രീയ അഭിപ്രായ വ്യത്യാസങ്ങൾ നിലനിൽക്കെത്തന്നെ പ്രതിസന്ധികളെ മറികടക്കാനുള്ള നടപടികൾക്കുള്ള ഒരു വിശാല വേദി രൂപീകരിക്കുന്നതിൽ അഭിപ്രായ ഐക്യത്തിലെത്താൻ സാധിക്കും (ഇ എം എസ് 1994 b).

ഇ എം എസ് ഡയറക്ടറായ എ കെ ജി പഠന ഗവേഷണ കേന്ദ്രത്തിന്റെ ആഭിമുഖ്യത്തിൽ 1994 ഓഗസ്റ്റിൽ സംഘടിപ്പിച്ച അന്താരാഷ്ട്ര കേരള പഠന കോൺഗ്രസിന് പിന്നിലെ അടിസ്ഥാനപ്രമാണമായി പ്രവർത്തിച്ചത് ഇ എം എസിന്റെ ഇത്തരം ചിന്തകളായിരുന്നു.

അന്താരാഷ്ട്ര കേരള പഠന കോൺഗ്രസ്

കേരള പഠനത്തിൽ പാണ്ഡിത്യമുള്ളവരേയും അന്താരാഷ്ട്രതലത്തിലെ സാമൂഹ്യ-രാഷ്ട്രീയ പ്രവർത്തകരേയും ഒരുമിപ്പിക്കാനുള്ള പരിശ്രമത്തിന് ആവേശോജ്ജ്വലമായ പ്രതികരണമാണ് ഉണ്ടായത് (Thomas Isaac and Tharakan 1995). യഥാർത്ഥത്തിൽ ഏറെക്കാലം മുമ്പേ സംഭവിക്കേണ്ട ഒന്നായിരുന്നു അത്. 1600 ഓളം പേർ ആ പഠനകോൺഗ്രസ്സിൽ പങ്കാളികളായി. 23 വിദേശ രാജ്യങ്ങളിൽനിന്നും മിക്കവാറും എല്ലാ പ്രധാന ഇന്ത്യൻ സംസ്ഥാനങ്ങളിൽ നിന്നുമുള്ള പ്രതിനിധികൾക്കൊപ്പം 2 ഡസനിലധികം വൈജ്ഞാനിക മേഖലകളിൽനിന്നുള്ള 700 ഓളം വിഷയവിദഗ്ധരും പഠനകോൺഗ്രസിൽ പങ്കാളികളായി.

ചരിത്രം, സാമ്പത്തികം, ശാസ്ത്രവും സാങ്കേതിക വിദ്യയും, സമൂഹം, രാഷ്ട്രീയവും സംസ്കാരവും എന്നിങ്ങനെ 5 വിശാലമേഖലകളിലായാണ് ചർച്ചകൾ നടന്നത്. ഓരോ വിഷയമേഖലയിലും 10–12 സാങ്കേതിക സെഷനുകളും വിവിധ വിഷയങ്ങളിലെ സിമ്പോസിയങ്ങളും ഉണ്ടായിരുന്നു. ഇത്തരത്തിലുള്ള 60 ടെക്നിക്കൽ സെഷനുകളിലും 6 സിമ്പോസിയങ്ങളിലുമായി 600–ൽ അധികം പ്രബന്ധങ്ങൾ അവതരിപ്പിക്കപ്പെടുകയും ചർച്ച ചെയ്യപ്പെടുകയും ചെയ്തു.

വൻതോതിലുള്ള പങ്കാളിത്തവും തുറന്ന സമീപനവുമായിരുന്നു അന്താരാഷ്ട്രപഠന കോൺഗ്രസിന്റെ മുഖ്യ സവിശേഷത. കേരളത്തിലെ എല്ലാ യൂണിവേഴ്സിറ്റികളിൽനിന്നും ഗവേഷണ ബിരുദം നേടിയിട്ടുള്ള മിക്കവാറും പേർക്കും, ഗവേഷണ-വിദ്യാഭ്യാസ സ്ഥാപനങ്ങളിലെ മിക്കവാറും എല്ലാ പ്രൊഫഷണലുകൾക്കും അതത് വ്യക്തികളുടെ പ്രത്യേക മേഖലകളുമായി ബന്ധപ്പെട്ട വിഷയങ്ങളുടെ നിർദ്ദേശങ്ങൾ സഹിതമുള്ള ക്ഷണക്കത്തുകൾ ഇ.എം.എസ് തന്നെ ഒപ്പിട്ട് അയയ്ക്കുകയുണ്ടായി. എല്ലാ പ്രബന്ധങ്ങളും അക്കാദമിക് സ്ക്രീനിംഗിന് വിധേയമാക്കിയിരുന്നുവെ

ങ്കിലും സങ്കുചിത രാഷ്ട്രീയ കാരണങ്ങളാൽ ഒരു പ്രബന്ധംപോലും നിരസിക്കപ്പെട്ടില്ല. മിക്കവാറും എല്ലാ സെഷനുകളിലും സംഘാടകരുടെ കാഴ്ചപ്പാടിനെ പ്രതിനിധാനം ചെയ്യുന്ന ഒരു ഔദ്യോഗിക പ്രബന്ധമെങ്കിലും ഉണ്ടായിരുന്നെങ്കിലും അവ ഏതെങ്കിലും തരത്തിലുള്ള തീർപ്പിലെത്തിച്ചേരുന്നതിന് പ്രേരണ ചെലുത്താനല്ല മറിച്ച് ചർച്ചകൾക്ക് സഹായകമായാണ് അവതരിപ്പിച്ചിരുന്നത്. ഏതെങ്കിലും ഒരു വ്യക്തി ക്രോഡീകരണ പ്രഭാഷണം നടത്തുക എന്ന പതിവുരീതിക്ക് പകരം വ്യത്യസ്തവിഭാഗങ്ങളിൽ നിന്നുള്ള ഒരു കൂട്ടം വിദഗ്ധരുടെ പാനലാണ്, പ്രസ്തുത സമ്മേളനം തങ്ങൾ എങ്ങനെ നോക്കിക്കാണുന്നു എന്ന് സംഗ്രഹിക്കാനായി നിയോഗിക്കപ്പെട്ടത്.

അന്താരാഷ്ട്ര പഠന കോൺഗ്രസിന്റെ മറ്റൊരു സവിശേഷത അതിലെ വിഷയങ്ങളുടെ വൈവിധ്യമായിരുന്നു. കേരളത്തിന്റെ പ്രകൃതി സമ്പത്ത്, ചരിത്രം, സമൂഹം, സാമ്പത്തികം, രാഷ്ട്രീയം തുടങ്ങിയ മേഖലകളുമായി ബന്ധപ്പെട്ട പ്രധാന വിഷയങ്ങളെല്ലാം 66 ടെക്നിക്കൽ സെഷനുകളിലെ സമഗ്രമായ പട്ടികയിൽ ഉൾപ്പെട്ടിരുന്നു. വിവിധ രാഷ്ട്രീയ പാർട്ടികളിലും രാഷ്ട്രീയേതര ഗ്രൂപ്പുകളിലും ഉൾപ്പെടുന്ന സാമൂഹ്യ - രാഷ്ട്രീയ ആക്ടിവിസ്റ്റുകളുടേയും വൈജ്ഞാനിക മേഖലകളിൽ നിന്നുള്ളവരുടെയും പ്രൊഫഷണലുകളുടേയും പങ്കാളിത്തംകൊണ്ട് സമ്മേളനം വേറിട്ടുനിൽക്കുന്നതായിരുന്നു. അക്കാദമിക് വിദഗ്ധർക്ക് തങ്ങളുടെ രചനകളുടെ സാമൂഹ്യ പ്രസക്തി മനസ്സിലാക്കാനും ആക്ടിവിസ്റ്റുകൾക്ക് കേരളത്തിന്റെ സാമൂഹ്യ-സാംസ്കാരിക- സാമ്പത്തിക-രാഷ്ട്രീയ ജീവിതത്തെക്കുറിച്ച് കൂടുതൽ ഉൾക്കാഴ്ച നേടുന്നതിനും വഴിയൊരുക്കുമെന്നതിനാൽ ഇത്തരം സംവാദങ്ങൾ ഇരുകൂട്ടർക്കും പ്രയോജനപ്രദമായി കണക്കാക്കപ്പെട്ടു.

ഔദ്യോഗികമായ തീർപ്പുകളിലൊന്നും എത്തിച്ചേർന്നില്ലെങ്കിലും പഠനകോൺഗ്രസിന്റെ ഒടുവിൽ ചില വിശാലമായ കാഴ്ചപ്പാടുകൾ ഉരുത്തിരിഞ്ഞുവന്നിരുന്നു. കേരളം ഗുരുതരമായ ഒരു പ്രതിസന്ധിയെ നേരിടുകയാണെന്നതിൽ എല്ലാവരും ഏകാഭിപ്രായക്കാരായിരുന്നു. സാമ്പത്തിക മേഖലയിൽ മാത്രം ഒതുങ്ങുന്നതായിരുന്നില്ല ആ പ്രതിസന്ധി. സാമൂഹ്യ, രാഷ്ട്രീയ, സാംസ്കാരിക മണ്ഡലങ്ങളിലേക്കും അത് വ്യാപിച്ചു കിടന്നിരുന്നു. പരിഹാരങ്ങൾ സംബന്ധിച്ച അഭിപ്രായ വ്യത്യാസങ്ങൾ അവശേഷിച്ചുവെങ്കിലും നമ്മൾ നേരത്തേ ചർച്ച ചെയ്ത തരത്തിലുള്ള വിശാലമായ വികസന കാഴ്ചപ്പാടിലേക്ക് കൂടുതൽ അടുക്കാൻ ചർച്ചകൾ വഴിവച്ചു. ഉത്പാദനത്തെ ശക്തിപ്പെടുത്തുന്നതും സേവന ഗുണനിലവാരം മെച്ചപ്പെടുത്തുന്നതുമായ രീതിയിൽ ആസൂത്രണ പ്രക്രിയയുടെ മുന തിരിച്ചുവിടുന്ന ഒരു പുനർക്രമീകരണത്തിന് നാളിതുവരെ പിന്തുടർന്നുവന്ന മേഖലാധിഷ്ഠിത നയങ്ങളുടെ പൊളിച്ചെഴുത്ത് ആവശ്യമായിരുന്നു. വ്യവസായവത്ക്കരണവും അടിസ്ഥാന സൗകര്യവികസനവും പോലുള്ളവയിൽ സംസ്ഥാനതല ഇടപെടലാണ് ആവശ്യമെങ്കിൽ, അടിസ്ഥാന സേവന

ങ്ങൾക്കും ചെറുകിട ഉത്പാദന മേഖലയ്ക്കും വികേന്ദ്രീകൃത വികസന നയമാണ് അനുയോജ്യമായിരുന്നത്. സംസ്ഥാനത്തിന്റെ വികസനത്തിനായുള്ള വിശാലമായ ഒരു സാമൂഹ്യ സമന്വയത്തിലേക്കുള്ള മുന്നേറ്റത്തിലെ സുപ്രധാന നാഴികക്കല്ലായിരുന്നു അന്താരാഷ്ട്ര കേരള പഠനകോൺഗ്രസ്.

പഠനകോൺഗ്രസിലെ തുറന്ന മനസ്സോടെയുള്ള ചർച്ചകൾ പങ്കാളികളിൽ പ്രകടമായ സ്വാധീനമുണ്ടാക്കി. സംവാദപ്രക്രിയ തുടരണമെന്ന ആവേശകരമായ വികാരമാണ് അവർക്കെല്ലാമുണ്ടായത്. തിരഞ്ഞെടുക്കപ്പെട്ട ചില വിഷയങ്ങളിൽ സംസ്ഥാനതല സെമിനാറുകളുടെ ഒരു പരമ്പര പ്രഖ്യാപിക്കപ്പെട്ടു. 1996 ആകുമ്പോഴേക്ക് ജില്ലാതലത്തിലും തുടർന്ന് പഞ്ചായത്തുതലത്തിലും നയപരമായ കാഴ്ചപ്പാടുകളുടെ സംയോജനം സാധ്യമാകുന്ന നിലയിലേക്ക് ഈ സംവാദങ്ങൾ എത്തിച്ചേരുമെന്നും അതിലൂടെ പ്രാദേശിക സവിശേഷതകൾക്കിണങ്ങുന്ന വികസന തന്ത്രങ്ങൾ ഉണ്ടായിവരുമെന്നും പ്രതീക്ഷിച്ചിരുന്നു (Thomas Isaac & Tharakan 1995).

പല കാരണങ്ങളാൽ സംസ്ഥാനതല വിഷയാടിസ്ഥാന സെമിനാറുകൾ വളരെക്കുറച്ചേ നടത്താൻ കഴിഞ്ഞുള്ളൂ. എന്നാൽ കാമ്പയിനിന്റെ ഭാഗമായി സംഘടിപ്പിക്കപ്പെട്ട വികസന സെമിനാറുകളിലൂടെയും പഞ്ചായത്ത് വികസന രേഖകളിലൂടെയും ഒരർത്ഥത്തിൽ, അന്താരാഷ്ട്ര കേരള പഠനകോൺഗ്രസ്സിൽ അവതരിപ്പിച്ച കാഴ്ചപ്പാടുകൾ അതിൽ പങ്കെടുത്തവർ വിഭാവനം ചെയ്തതിനേക്കാൾ മികച്ച രീതിയിൽ യാഥാർത്ഥ്യമായി മാറുകയായിരുന്നു. അന്താരാഷ്ട്ര കേരള പഠനകോൺഗ്രസിന്റെ അനന്തരഫലമാണ് ജനകീയാസൂത്രണം എന്ന് അവകാശപ്പെടുന്നത് അല്പം അതിശയോക്തിയായിരിക്കും. എന്നാൽ പുതിയ രീതിയിലുള്ള ചിന്തകൾക്ക് പഠനകോൺഗ്രസ് പുത്തനുണർവ് പകരുകയും ഇടതുപക്ഷ പ്രവർത്തകർക്കുമുന്നിൽ ആകർഷണീയമായി അത് അവതരിപ്പിക്കാൻ കഴിയുംവിധത്തിൽ പൊതുസമ്മതി സൃഷ്ടിക്കാൻ വഴിയൊരുക്കുകയും ചെയ്തിരുന്നു. ഇടത് സംവാദങ്ങളുടെ അരികുകളിൽനിന്ന് മുഖ്യധാരാ ഇടതു ആശയങ്ങളിലേക്ക് മാറാനുള്ള സ്വയം ഉറപ്പുപകരലായി ഈ പുതിയ രാഷ്ട്രീയ ചിന്തകൾ മാറി.

പുതിയ സാഹചര്യവും പുതിയ കാഴ്ചപ്പാടും

കാമ്പയിനിന്റെ ഭാഗമായി ലക്ഷ്യമിട്ട പുതിയ ഉത്പാദന നയത്തിന് കമ്യൂണിസ്റ്റ് പാർട്ടിക്കുള്ളിൽ ദീർഘമായ ഒരു പാരമ്പര്യമുണ്ടായിരുന്നു. മലബാർ പ്രദേശത്ത്, പ്രത്യേകിച്ചും ദേശീയ പ്രസ്ഥാനത്തിന്റെ കാലത്ത് കമ്യൂണിസ്റ്റുകാർ ഗ്രാമപുനരുദ്ധാരണ പ്രവർത്തനങ്ങളിൽ സജീവമായിരുന്നു. പ്രകൃതിദുരന്തങ്ങളും പകർച്ചവ്യാധികളുമെല്ലാം ഉണ്ടാകുന്ന സന്ദർഭങ്ങളിൽ ദുരിതാശ്വാസപ്രവർത്തനങ്ങളിലും എല്ലായ്പ്പോഴും അവർ മുന്നിൽ തന്നെ ഉണ്ടായിരുന്നു. രണ്ടാം ലോകമഹായുദ്ധ കാലത്ത് ബഹുജനങ്ങളുടെ ദൈനംദിന താത്പര്യങ്ങളിൽ വിട്ടുവീഴ്ച ചെയ്യാതെ തന്നെ ഉത്പാ

ദനം വർദ്ധിപ്പിച്ച് യുദ്ധത്തെ സഹായിക്കുന്ന രാഷ്ട്രീയ നിലപാട് കേരളത്തിലെ കമ്യൂണിസ്റ്റുകാർ വിജയകരമായി പിന്തുടർന്നിരുന്നു. യുദ്ധാനന്തരം പാർട്ടിയുടെ പെട്ടെന്നുള്ള വളർച്ചയ്ക്ക് മുഖ്യകാരണമായി മാറിയത് ഇതാണ് (Thomas Isaac 1986 b). 1957 ലെ കമ്യൂണിസ്റ്റ് മന്ത്രിസഭയുടെ രൂപീകരണം വികസന പ്രവർത്തനങ്ങളിലെ നിരവധി ജനപ്രിയ ഇടപെടലുകളിലേക്ക് നയിച്ചു (Lieten 1982). ഗ്രാമീണ വൈദ്യുതീകരണം, റോഡുകളുടെ നിർമ്മാണം, കുളങ്ങൾ വൃത്തിയാക്കൽ, ചെറുകിട ജലസേചന തോടുകൾ നിർമ്മിക്കൽ തുടങ്ങിയവയ്ക്കായി സംസ്ഥാനത്തൊട്ടാകെ വൻതോതിലുള്ള സന്നദ്ധ പ്രവർത്തനം സംഘടിപ്പിക്കപ്പെട്ടു. ജൈവവളത്തിന്റെ ഉപയോഗം പ്രോത്സാഹിപ്പിക്കുന്നതിനായി ഒരു ബഹുജന പ്രസ്ഥാനത്തിനുതന്നെ രൂപം നൽകി. ഈ ജനകീയ പ്രസ്ഥാനത്തിന്റെ ഭാഗമായി പുരയിടങ്ങൾക്കുചുറ്റിലും ആയിരക്കണക്കിന് ശീമക്കൊന്നകമ്പുകൾ നട്ടുപിടിപ്പിക്കപ്പെട്ടു.

1967–ലെ സി പി ഐ (എം) മന്ത്രിസഭയുടെ കാലത്ത് ഇത്തരം പ്രവർത്തനങ്ങളൊന്നും ഏറ്റെടുക്കാൻ കഴിഞ്ഞില്ല. മുന്നണിയുടെ കെട്ടുറപ്പില്ലായ്മയ്ക്ക് പുറമെ 'പുതിയ സാഹചര്യവും പാർട്ടിക്കു മുന്നിലുള്ള ജോലികളും' എന്ന് കേന്ദ്ര കമ്മിറ്റി പ്രമേയത്തിൽ വ്യക്തമാക്കിയിട്ടുണ്ടായിരുന്നതുപോലെ, ഭൂമിക്കും ഉയർന്ന കൂലിക്കും, ജനാധിപത്യ അവകാശങ്ങൾക്കും വേണ്ടിയുള്ള ജനകീയ പോരാട്ടങ്ങളെ ശക്തിപ്പെടുത്താനും കേന്ദ്ര സർക്കാർ നയങ്ങൾക്കെതിരെ പോരാടാനുമുള്ള ഉപകരണമായി സർക്കാരിനെ പ്രയോജനപ്പെടുത്തുക എന്ന സി.പി.ഐ. (എം) ന്റെ രാഷ്ട്രീയ നിലപാടും ഇതിന് കാരണമായി. സർക്കാരിലെ പാർട്ടിയുടെ സ്വാധീനം ഉപയോഗിച്ച് ജനങ്ങളുടെ ദുരിതങ്ങൾക്ക് ആശ്വാസം നൽകാൻ കഴിയുംവിധത്തിലുള്ള പ്രവർത്തന സാധ്യത പ്രസ്തുത പ്രമേയം അംഗീകരിച്ചിരുന്നു. എന്നാൽ അത്തരം നടപടികളുടെ വലിയ പരിമിതിയെക്കുറിച്ച് പ്രമേയം ഊന്നിപ്പറയുകയും സാധ്യതകൾ സൃഷ്ടിക്കാനിടയുള്ള മിഥ്യാധാരണകളെപ്പറ്റി മുന്നറിയിപ്പ് നൽകുകയും ചെയ്തിരുന്നു (സി പി ഐ എം 1967). ആസന്നമായ വിപ്ലവ മുന്നേറ്റത്തെക്കുറിച്ച് 1960 കളിൽ പാർട്ടിക്കുണ്ടായിരുന്ന പ്രതീക്ഷകളുടെ പ്രതിഫലനമായിരുന്നു ഇത്തരത്തിലുള്ള ഒരു സമീപനത്തിൽ ഉണ്ടായിരുന്നത്. സി പി ഐ (എം) പാർലമെന്ററി അവസരവാദത്തിന് അടിമപ്പെട്ടിരിക്കുന്നു എന്നാരോപിച്ച് പാർട്ടിയിൽ നിന്നും വിട്ടുപോയ ഇടതുതീവ്രവ്യതിയാനക്കാർക്കെതിരെ പ്രതിരോധം തീർക്കുന്ന സമയവുമായിരുന്നു അത്. 1980 ലെ മന്ത്രിസഭ ഇതിനേക്കാൾ രാഷ്ട്രീയ കെട്ടുറപ്പ് കുറഞ്ഞതായിരുന്നു. ക്ഷേമാധിഷ്ഠിതപ്രവർത്തനങ്ങളായിരുന്നു അതിന്റെ നയങ്ങളിൽ പ്രധാനപ്പെട്ടത്. എന്നാൽ 1987–ലെ മന്ത്രിസഭയുടെ കാലത്ത് പ്രകടമായ മാറ്റം സംഭവിച്ചു.

പോരാട്ടത്തിനുള്ള ഒരു ഉപകരണമെന്ന നിലയ്ക്കുള്ള സർക്കാരിന്റെ പങ്കിനെ സംബന്ധിച്ച് 1967–ലെ തങ്ങളുടെ പ്രമേയത്തിൽ സി പി ഐ (എം) ഉറച്ചുനിന്നു. എങ്കിലും 1967–ന് ശേഷം ദേശീയ അന്തർദ്ദേശീയ തല

ത്തിൽ നടന്ന സംഭവവികാസങ്ങളോട് പൊരുത്തപ്പെടേണ്ടതിന്റെ ആവശ്യകത പാർട്ടി തിരിച്ചറിഞ്ഞിരുന്നു. വിപ്ലവമുന്നേറ്റത്തിന് ഒട്ടും അനുകൂലമായ സാഹചര്യമല്ല നിലവിലുണ്ടായിരുന്നത്. പ്രസ്തുത പ്രമേയം അംഗീകരിക്കപ്പെട്ടശേഷമുള്ള ദശകങ്ങളിൽ ഇന്ത്യയിലെ കമ്യൂണിസ്റ്റ് പ്രസ്ഥാനങ്ങളിൽ പല സംഭവവികാസങ്ങളും ഉണ്ടായി. കേരളവും പശ്ചിമബംഗാളും പോലെ മുന്നേറ്റമുണ്ടായ സംസ്ഥാനങ്ങളിൽ ജനങ്ങൾ നേരിടുന്ന പ്രശ്നങ്ങൾക്ക് താത്ക്കാലിക പരിഹാരമെങ്കിലും കണ്ടെത്തേണ്ട ഉത്തരവാദിത്വം ചുമലിലേറ്റേണ്ടിവന്നു. പശ്ചിമബംഗാളിൽ തുടർച്ചയായി 25 വർഷം സി പി ഐ (എം) അധികാരത്തിലിരിക്കും എന്നത് ദീർഘവീക്ഷണം ചെയ്യാൻ 1967–ലെ പ്രമേയത്തിന് കഴിഞ്ഞിരുന്നില്ല.

1967–ലെ പ്രമേയവും സി പി ഐ (എം) ന്റെ പൊതു രാഷ്ട്രീയ നിലപാടും മുതലാളിത്ത വികസനത്തിന്റെ സാധ്യതകളെ വിലകുറച്ചു കണ്ടോ എന്നത് ചർച്ച ചെയ്യാവുന്നതാണ്. 1992 ൽ ചെന്നൈയിൽ നടന്ന 14–ാം പാർട്ടി കോൺഗ്രസിൽ അംഗീകരിച്ച പ്രമേയത്തിൽ, 'മുതലാളിത്തത്തിന്റെ പൊതു പ്രതിസന്ധികളെ ശരിയായി ഉയർത്തിക്കാട്ടിയപ്പോഴും ആസന്നമായ മുതലാളിത്ത തകർച്ചയെപ്പറ്റി നടത്തിയത് അല്പം കടന്നു പറച്ചിൽ ആയിപ്പോയി' എന്ന് പാർട്ടി അംഗീകരിക്കുന്നുണ്ട്. സാങ്കേതിക വിദ്യാ വിപ്ലവത്തിന്റെ സാധ്യതകളും മാറ്റത്തോടുള്ള നിലവിലെ സാമൂഹ്യ വ്യവസ്ഥയുടെ വിമുഖതയും പാർട്ടി വിലകുറച്ചു കണ്ടു (സി പി ഐ (എം) 1992). മുതലാളിത്തത്തിന്റെ പ്രതിസന്ധികൾക്കിടയിലും സ്വാതന്ത്ര്യാനന്തര ഇന്ത്യയിലെ അഞ്ച് പതിറ്റാണ്ടുകാലത്ത് ഗണ്യമായ സാമ്പത്തിക വളർച്ച ഉണ്ടാവുകയും മുതലാളിത്തം വികസിക്കുകയും ചെയ്തു. ഈ വസ്തുത അംഗീകരിച്ചാൽ, നിലനിൽക്കുന്ന സാമൂഹ്യ വ്യവസ്ഥയ്ക്കുള്ളിൽ വളർച്ച നേടുന്നതിനുള്ള ശേഷി ഉണ്ടാക്കാനും സാധ്യമായിടത്തോളം ജനാധിപത്യപരമായും സമത്വകാഴ്ചപ്പാടോടെയും അത് നേടിയെടുക്കാനുമുള്ള ഉത്തരവാദിത്വത്തിൽനിന്ന് ഒഴിഞ്ഞുമാറാൻ പാർട്ടി അധികാരത്തിലുള്ള സംസ്ഥാനങ്ങളിലെങ്കിലും, ഇടതുപക്ഷത്തിന് കഴിയുമായിരുന്നില്ല.

പുതിയ ഉത്പാദനനിലപാട് വർഗ്ഗസമരത്തിനോ ബൂർഷ്വാ–ഭൂപ്രഭുത്വ നയങ്ങൾക്കെതിരായ പോരാട്ടത്തിനോ പകരംവയ്ക്കാവുന്നതല്ല എന്ന് വിശദീകരിക്കപ്പെട്ടിരുന്നു. നിലനിൽക്കുന്ന മൂർത്തമായ അവസ്ഥകളിൽ ഈ പോരാട്ടങ്ങളെ മുന്നോട്ടുനയിക്കാനുള്ള ഒരു ഉപകരണമായിരുന്നു അത്. ഉദാഹരണത്തിന് വ്യവസായ മേഖലയിൽ അന്നുവരെ എതിർത്തിരുന്ന സാങ്കേതിക വിദ്യ ഉപയോഗിച്ചുള്ള ആധുനികവത്ക്കരണത്തിന്റെ സ്ഥാനത്ത് സാമൂഹ്യനിയന്ത്രണ സംവിധാനങ്ങളോടെയുള്ള ആധുനികവത്കക്കരണവും വൈവിധ്യവത്ക്കരണവും സ്ഥാനം പിടിച്ചു. അസംസ്കൃത വസ്തുക്കളുടെ ലഭ്യതക്കുറവ്, കേരളത്തിനു പുറത്തുനിന്നുള്ള ഉത്പാദകർ സൃഷ്ടിക്കുന്ന മത്സരം, പകരം ഉപയോഗിക്കാവുന്ന ഉത്പ

ന്നങ്ങളുടെ കടന്നുവരവ് തുടങ്ങിയ പുതിയ വെല്ലുവിളികൾ പരമ്പരാഗത വ്യവസായങ്ങളുടെ ചിട്ടയായ ആധുനികവത്ക്കരണവും വൈവിധ്യവത്ക്കരണവും അനിവാര്യമാക്കി.

വികസിച്ചുവന്നിരുന്ന പുതിയ പാർട്ടി നയത്തിനനുഗുണമായി 1987–ലെ സി പി ഐ (എം) നേതൃത്വത്തിലുള്ള മന്ത്രിസഭ പല നടപടികൾക്കും തുടക്കം കുറിച്ചു. അതിൽ ഏറ്റവും പ്രധാനപ്പെട്ടത് ഏറെക്കാലമായി കമ്യൂണിസ്റ്റ് അനുകൂല ട്രേഡ് യൂണിയനുകളുടെ കോട്ടയായിരുന്ന കയർ വ്യവസായ മേഖലയിലാണ് നടന്നത്. തൊഴിലാളി സംഘടനകളുടെ സ്വാധീനത്തിൽ 1967–ലെ മന്ത്രിസഭ യന്ത്രവത്ക്കരണം നിരോധിച്ചിട്ടുണ്ടായിരുന്നു. യന്ത്രവത്ക്കരണത്തിനെതിരെയുള്ള തൊഴിലാളി സംഘടനകളുടെ തീവ്രമായ എതിർപ്പ് നിലനിൽക്കെ, വ്യവസായ പ്രതിനിധികൾ, തൊഴിലാളി സംഘടനാ നേതാക്കൾ, ചെറുകിട ഉത്പാദകർ, മില്ലുടമകൾ, കയറ്റുമതിക്കാർ, പ്രോത്സാഹക ഏജൻസികളുടെ പ്രതിനിധികൾ എന്നിവരെല്ലാം അടങ്ങുന്ന ഒരു കമ്മിറ്റിക്ക് സർക്കാർ രൂപം നൽകി. ദീർഘമായ ചർച്ചകൾക്കൊടുവിൽ ഒരു ഒത്തുതീർപ്പിൽ എത്തിച്ചേർന്നു. തൊഴിലാളികളെ അധികം കുറയ്ക്കാതെ ഉത്പാദനക്ഷമതയും ഉത്പന്നങ്ങളുടെ ഗുണനിലവാരവും വർദ്ധിപ്പിക്കുന്ന ഇടത്തരം സാങ്കേതികവിദ്യകൾ നടപ്പിലാക്കാൻ തീരുമാനമെടുത്തു. സഹകരണമേഖലയെ സംരക്ഷിച്ചുകൊണ്ടുതന്നെ അസംസ്കൃതവസ്തുക്കളുടെ വിപണനത്തിലുള്ള നിയന്ത്രണങ്ങൾ എടുത്തുകളഞ്ഞു. (Heller 1999, Thomas Isaac and Raghavan 1990). കാർഷിക മേഖലയിൽ, സംഘകൃഷിയായിരുന്നു ഏറ്റവും പ്രധാന സംരംഭം. സഹകരണ കൃഷിയിടങ്ങൾ എന്ന ഇടതുപക്ഷത്തിന്റെ പഴയ ആശയം ഉപേക്ഷിക്കപ്പെട്ടു. സംഘകൃഷിയിൽ, യന്ത്രവത്ക്കരണം അനുവദിക്കുന്നതിന് പകരമായി കർഷകത്തൊഴിലാളികൾക്ക് നിശ്ചിത അളവ് ജോലിയും ഉയർന്ന വേതനവും ഉറപ്പുനൽകിക്കൊണ്ട് പ്രാദേശിക നീക്കുപോക്കുകൾ സാധ്യമായിരുന്നു. 1987–ലെ മന്ത്രിസഭയുടെ മറ്റൊരു പ്രധാന പദ്ധതിയായിരുന്നു സമ്പൂർണ സാക്ഷരതാ യജ്ഞം. ഇതിനെപ്പറ്റി അടുത്ത അധ്യായത്തിൽ വിശദമായി ചർച്ച ചെയ്യാം. ജില്ലാ കൗൺസിലുകൾ രൂപീകരിക്കാനുള്ള പരിശ്രമത്തിന്റേയും എട്ടാം പഞ്ചവത്സരപദ്ധതി രൂപീകരണം വികേന്ദ്രീകൃതമാക്കാനുള്ള ശ്രമത്തിന്റേയും സമയത്താണ് സാക്ഷരതാ യജ്ഞം നടന്നത്.

1987–91 കാലയളവിലെ പുതിയ ജനാധിപത്യ പരിശ്രമങ്ങളൊന്നും ഉചിതവും ചിന്തിച്ചുറപ്പിച്ചതുമായ തന്ത്രങ്ങളായി മാറിയില്ല. (Thomas Isaac and Kumar 1991; Franke and Chasin 1994). പരക്കെ അംഗീകാരം നേടുമ്പോൾ തന്നെ സംഘകൃഷി പ്രധാനമായും കൃഷിവകുപ്പ് മന്ത്രിയുടെ വ്യക്തിപരമായ ഒരു പരിശ്രമമായിരുന്നു. ഭൂപരിഷ്കരണത്തെ കൂടുതൽ ഫലപ്രദമാക്കാനുള്ള ഒരു ഉപാധി എന്ന നിലയ്ക്കുള്ള അതിന്റെ രാഷ്ട്രീയ പ്രസക്തി, ഇടതുപക്ഷാഭിമുഖ്യമുള്ള കർഷക സംഘടനകൾ പോലും തിരിച്ചറിഞ്ഞില്ല. വിഫലമായിപ്പോയ ജില്ലാതല ആസൂത്രണമാകട്ടെ സജീവ

രാഷ്ട്രീയ പിന്തുണ തീരെ ലഭിക്കാതെ പൂർണമായും സംസ്ഥാന ആസൂത്രണബോർഡിന്റെ നേതൃത്വത്തിൽ മാത്രം നടന്ന ഒരു പരിശ്രമവുമായിരുന്നു.

1996 ആകുമ്പോഴേക്കും ഇടതുപക്ഷത്തിനുള്ളിലെ ചർച്ചകൾക്കും സംവാദങ്ങൾക്കും മെച്ചപ്പെട്ട ഒരു നയത്തിനായുള്ള വ്യക്തത കൈവന്നിരുന്നു. പ്രസ്തുത നയത്തിലെ നെടുംതൂണുകളിലൊന്ന് സംസ്ഥാനത്തിനകത്തെ വൈദ്യുതോത്പാദനം വർദ്ധിപ്പിച്ചും വൈവിധ്യമാർന്ന ഊർജ്ജ സ്രോതസ്സുകൾ സ്വീകരിച്ചും വൈദ്യുതിപ്രതിസന്ധി പരിഹരിക്കാനുള്ള സംസ്ഥാനത്തിന്റെ ഉറച്ച ഇടപെടൽ സംബന്ധിച്ചായിരുന്നു. ഇലക്ട്രോണിക്സ്, ലൈറ്റ് എൻജിനീയറിംഗ്, റബ്ബർ സംസ്കരണം, കാർഷികാനുബന്ധ വ്യവസായങ്ങൾ എന്നിവയിലും, കേരളത്തിന് താരതമ്യേന ഗുണം ചെയ്യുന്ന മലിനീകരണ നിയന്ത്രണ സംവിധാനങ്ങളും മെച്ചപ്പെട്ട തൊഴിൽ സാധ്യതകളും ആന്തരികമായ പരസ്പര ബന്ധവും സാധ്യമായ മറ്റ് വ്യവസായങ്ങളിലും സ്വകാര്യ മൂലധന നിക്ഷേപം ക്രിയാത്മകമായി സ്വാഗതം ചെയ്യാവുന്നതാണ്. മറ്റൊരു നെടുംതൂണ് – അഥവാ ഈ സമീപനത്തിന്റെ കേന്ദ്ര ബിന്ദു – ചെറുകിട മേഖലയിലെ ഉത്പാദനവർദ്ധനവും പൊതു സേവനങ്ങളുടെ ഗുണനിലവാരം മെച്ചപ്പെടുത്തലും സാധ്യമാകുംവിധത്തിൽ ബഹുജന പങ്കാളിത്തത്തോടെയുള്ള അധികാര വികേന്ദ്രീകരണമായിരുന്നു. സാമ്പത്തിക പ്രതിസന്ധിയോടുള്ള ഈ ജനാധിപത്യ പ്രതികരണം എല്ലാ രാഷ്ട്രീയ പാർട്ടികളേയും എല്ലാ വിഭാഗം ജനങ്ങളേയും ഉൾക്കൊള്ളുമെന്നും കേരള രാഷ്ട്രീയം വ്യത്യസ്ത ധ്രുവങ്ങളിൽ വേർതിരിഞ്ഞുനിൽക്കുന്ന ദുഃസ്ഥിതിയുടെ അടിത്തറ തോണ്ടുമെന്നും ഇടതുപക്ഷം വിശ്വസിച്ചിരുന്നു. അത്തരത്തിൽ അണിനിരത്തപ്പെടുന്ന ജനങ്ങൾ ജനപ്രതിനിധികൾക്കുപരിയായി അധികാരവികേന്ദ്രീകരണം ഫലപ്രദമായി നടപ്പിലാക്കുന്നതിനുള്ള താഴേത്തട്ടിൽനിന്നുള്ള, ഒരു സമ്മർദ്ദശക്തിയായി പ്രവർത്തിക്കുകയും ചെയ്യും. ഫലപ്രദമായ സംവാദങ്ങളും മറ്റ് രാഷ്ട്രീയ ഇടപെടലുകളും ചേർന്ന് കേരളത്തിൽ ഇടതുപക്ഷത്തിന്റെ വർദ്ധിച്ച മുന്നേറ്റത്തിന് വഴിതെളിക്കും എന്നതായിരുന്നു ഈ പുതിയ സമീപനത്തിന്റെ പ്രതീക്ഷ.

അദ്ധ്യായം 4

പ്രാദേശിക പരീക്ഷണങ്ങൾ കാമ്പയിൻ നിർമിതിയിൽ

'മഹാവിസ്ഫോടനം' എന്നപോലെ പ്രഖ്യാപിക്കപ്പെട്ട ധനസഹായത്തിന് അവകാശം ഉന്നയിക്കുന്നതിനുമുമ്പായി പ്രാദേശിക സർക്കാരുകൾക്ക് സമഗ്രമായ പ്രാദേശിക പദ്ധതി തയ്യാറാക്കി അതിന് ജില്ലാ ആസൂത്രണസമിതിയുടെ അംഗീകാരം വാങ്ങേണ്ടിയിരുന്നു. ഇതിനായി ജനപങ്കാളിത്തം, സുതാര്യത, ശാസ്ത്രീയത എന്നിവ ഉറപ്പാക്കിക്കൊണ്ടു പദ്ധതികൾ തയ്യാറാക്കുന്നതിന് തദ്ദേശസർക്കാരുകളെ പ്രാപ്തമാക്കുന്നതിനാണ് ജനകീയാസൂത്രണ കാമ്പയിൻ (PPC) ആരംഭിച്ചത്. അതിന്റെ ഭാഗമായി ആയിരക്കണക്കിന് സന്നദ്ധപ്രവർത്തകർക്കും തിരഞ്ഞെടുക്കപ്പെട്ട പ്രതിനിധികൾക്കും ഉദ്യോഗസ്ഥർക്കും ആസൂത്രണപ്രക്രിയയിൽ പ്രാദേശിക പദ്ധതികൾ തയ്യാറാക്കുന്നതിനു മുമ്പുള്ള അനൗപചാരിക വിദ്യാഭ്യാസ പരിപാടി ആറുഘട്ടങ്ങളിലായി സംഘടിപ്പിക്കുകയുണ്ടായി. വളരെ കുറഞ്ഞ സമയത്തിനുള്ളിൽ വിവിധ ഘടകങ്ങൾ സവിസ്തരം ചിട്ടപ്പെടുത്തിയാണ് ഈ പരിപാടി ഫലപ്രാപ്തിയിലെത്തിച്ചത്. ചടുലമായി സംഘടിപ്പിച്ച ഈ പ്രവർത്തനത്തെ അതിശയത്തോടെയാണ് നിരീക്ഷകർ വീക്ഷിച്ചത്. പ്രവർത്തനങ്ങളുടെ രീതിശാസ്ത്ര ചോദ്യങ്ങൾക്ക് ഉത്തരം കണ്ടെത്തുന്നതിനും കൈപുസ്തകങ്ങളും വിശദീകരണക്കുറിപ്പുകളും തയ്യാറാക്കുന്നതിനും പരിശീലനപരിപാടികൾ സംഘടിപ്പിക്കുന്നതിനും ചിട്ടയായ പശ്ചാത്തല പ്രവർത്തനങ്ങൾ കാമ്പയിന്റെ ഓരോ ഘട്ടത്തിലും ആവശ്യമായിരുന്നു. കാമ്പയിൻ തുടങ്ങിയ വേളയിൽ പൊടുന്നനവെ ഇവയൊക്കെ സൃഷ്ടിക്കുക എന്നത് അസാദ്ധ്യമായിരുന്നു. എന്നാൽ കഴിഞ്ഞ ദശകങ്ങളിൽ പരീക്ഷണാടിസ്ഥാനത്തിൽ വികസിപ്പിച്ചെടുത്ത നിരവധി സൂക്ഷ്മതല വികസന പദ്ധതികളിൽനിന്ന് ആസൂത്രണവിദ്യകളും അനുയോജ്യസങ്കേതങ്ങളും സംഘടനാരീതികളും

സ്വായത്തമാക്കാനായതുകൊണ്ടു മാത്രമാണ് ലക്ഷ്യമിട്ട പ്രവർത്തനങ്ങൾ സാധ്യമായത്.

ജനകീയ ശാസ്ത്രീയ പ്രസ്ഥാനമായ കേരള ശാസ്ത്ര സാഹിത്യ പരിഷത് (KSSP), മറ്റ് സർക്കാരിതരസംഘടനകൾ, സഹകരണ പ്രസ്ഥാനം, തദ്ദേശസ്ഥാപനങ്ങൾ, സർക്കാർ ഏജൻസികൾ എന്നിവർ സംഘടിപ്പിച്ച പരീക്ഷണങ്ങളിൽ നിന്നുമുള്ള പാഠങ്ങൾ ജനകീയാസൂത്രണ കാമ്പയിൻ ഉൾക്കൊള്ളുകയുണ്ടായി. പ്രധാന സംഘാടകരുടെ വ്യക്തിപരമായ പങ്കാളിത്തമുള്ളതോ മാതൃകകളായി ഉപയോഗിക്കപ്പെട്ടതോ ആയ, കാമ്പയിനുമായി ബന്ധപ്പെടുത്താവുന്ന ചില സൂക്ഷ്മതലവികസന പരീക്ഷണങ്ങൾ നമുക്കു പരിശോധിക്കാം. കാമ്പയിൻ ആരംഭിക്കുന്നതിനു മുമ്പു തന്നെ കേരളത്തിൽ ഊർജസ്വലമായി നടന്നതും കേരളത്തിന്റെ സ്വഭാവസവിശേഷതകൾ ഉൾക്കൊള്ളുന്നതുമായ ചില പ്രാദേശിക സമരങ്ങളേയും ഈ പരിശോധനയിൽ നമുക്കു കാണാം.

കാർഷിക മേഖലയിലെ നിശ്ചലാവസ്ഥയും ഗ്രൂപ്പ് ഫാമിങ്ങും

1969–ലെ ഭൂപരിഷ്ക്കരണത്തെ തുടർന്ന് കേരളത്തിൽ ഉത്പാദനത്തിലും ഉത്പാദനക്ഷമതയിലും മന്ദത അനുഭവപ്പെടുകയുണ്ടായി. (കണ്ണൻ, പുഷ്പാംഗദൻ 1988; കണ്ണൻ 1989). 1980 കളുടെ അവസാനത്തോടെ കാർഷിക വളർച്ചാനിരക്ക് വർദ്ധിക്കുകയുണ്ടായി (ശാന്തകുമാർ, നായർ 1999). എന്നാൽ കേരളത്തിലെ വ്യക്തിഗത വിളകളുടെ ഉത്പാദനക്ഷമത ദേശീയശരാശരിയേക്കാൾ വളരെ താഴെയായി തന്നെ നിലകൊണ്ടു. അന്തർദ്ദേശീയ കമ്പോളത്തിൽ കേരളവുമായി മത്സരിക്കുന്ന രാജ്യങ്ങളേക്കാളും പരീക്ഷണാടിസ്ഥാനത്തിൽ കേരളത്തിന് നേടാമെന്ന് തെളിയിക്കപ്പെട്ടതുമായ ശേഷിയേക്കാളും ഉത്പാദനക്ഷമത കുറവായി നിലനിന്നു.

ഈ പശ്ചാത്തലത്തിൽ ഭൂമിയുടെ സ്വകാര്യ ഉടമസ്ഥത നിലനിർത്തികൊണ്ടുതന്നെ പ്രതിയൂണിറ്റ് ഉത്പാദനച്ചെലവും ആനുപാതിക ലാഭവും സംയുക്തമായി ഉപയോഗപ്പെടുത്തുന്ന വിധത്തിൽ കാർഷിക പ്രവർത്തികൾ കൂട്ടമായി ഏറ്റെടുക്കുന്നതിന് പ്രോത്സാഹിപ്പിക്കുകയുണ്ടായി. (കേരള സർക്കാർ 1989; ജേക്കബ് 1996; ജോസ് 1991). തുടർന്ന് ശാസ്ത്രസാഹിത്യ പരിഷത്തിന്റെ ആഭിമുഖ്യത്തിൽ നടത്തിയ ഗ്രൂപ്പ് ഫാമിങ് സമ്പ്രദായത്തിന്റെ വിപുലീകൃത രൂപമായിരുന്നു ഗാലസ (GALASA-Group Appoach for Locally Adaptable and Sustainable Agriculture). പ്രാദേശികതയിലൂന്നിയ സുസ്ഥിരകൃഷിക്കായുള്ള കൂട്ടായ സമീപനമാണ് ഗാലസയിലൂടെ നടപ്പാക്കുന്നതിന് ശ്രമിച്ചത്. ഭൂ–ജല ശേഷിയുമായി ബന്ധപ്പെട്ട ശാസ്ത്രീയ അറിവുകളുടെ അടിസ്ഥാനത്തിൽ ഗ്രൂപ്പ് ഫാമിങ്സമ്പ്രദായത്തെ ചിട്ടയോടെ സംയോജിപ്പിക്കുന്നതിനുള്ള ശ്രമമായിരുന്നു അത്. (പത്തിയൂർ മുതൽ പേർ, 1990). കാർഷിക സർവ്വകലാശാലയിലെ ശാസ്ത്രജ്ഞരെ ഉൾപ്പെടുത്തി തൃശൂരിലെ മാടക്കത്തറ, ഒല്ലൂർക്കര, പാണഞ്ചേരി പഞ്ചായത്തുകളിലാണ് ഗാലസ പരീക്ഷിക്കപ്പെട്ടത്. ജലവിനിയോഗ നിയ

ന്ത്രണ നടപടികൾ, ജൈവപുനഃചംക്രമണം, കാർഷിക യന്ത്രങ്ങൾ പരിചയപ്പെടുത്തൽ, ഗുണനിലവാരമുള്ള വിത്തുകളുടെ ഉത്പാദനം, സംയോജിത കീടപരിപാലനം തുടങ്ങിയ ഘടകങ്ങൾ ഗാലസയിൽ ഉൾപ്പെടുത്തിയിരുന്നു. പിന്നീട് ജനകീയാസൂത്രണ കാമ്പയിന്റെ ഭാഗമായി കാർഷിക സർവകലാശാലയിലെ ചില ശാസ്ത്രജ്ഞരുടെ സഹായത്തോടെ പാലക്കാട് ജില്ലയിലെ ചില പഞ്ചായത്തുകളിൽ ഇത് നടപ്പിലാക്കിയിരുന്നു.

ജനകീയ പച്ചക്കറികൃഷി പരിപാടി: കഞ്ഞിക്കുഴി

ആലപ്പുഴ ജില്ലയിലെ തീരദേശമേഖലയിൽ ഉത്പാദനക്ഷമത കുറഞ്ഞതും ജലാംശം നിലനിർത്തുന്നതിന് പരിമിതികളുള്ളതുമായ മണൽപ്രദേശത്ത് സ്ഥിതിചെയ്യുന്ന പഞ്ചായത്താണ് കഞ്ഞിക്കുഴി. ഭൂമി അങ്ങേയറ്റം തുണ്ടുവൽക്കരിക്കപ്പെട്ടതും, പാരിസ്ഥിതിക അപചയം മൂലവും, അനുയോജ്യമല്ലാത്ത കാർഷികരീതികളാലും വരുമാനം ഗണ്യമായി കുറഞ്ഞ് കാർഷികമേഖല സ്തംഭനാവസ്ഥയെ അഭിമുഖീകരിക്കുന്ന സ്ഥിതിയായിരുന്നു (ഷാഹിന 1998). തുടർന്ന് ആവിഷ്കരിച്ച ഗ്രൂപ്പ് ഫാമിങ് പദ്ധതിയിൽ കഞ്ഞിക്കുഴി പഞ്ചായത്ത് സജീവ പങ്കാളിയായി. 1996–ൽ കൃഷിഭവന്റെ മാർഗ്ഗനിർദ്ദേശങ്ങളും സാങ്കേതിക സൗകര്യങ്ങളും സ്വീകരിച്ചുകൊണ്ടു ജനകീയാസൂത്രണത്തിന് മുൻപുതന്നെ ഓരോ ഗാർഹിക പുരയിടത്തിലും പരമ്പരാഗതമായ പച്ചക്കറികൃഷി പുനഃരാംഭിക്കുന്നതിന് പദ്ധതി തയ്യാറാക്കി. (ഹേലി 1996; സ്വാതന്ത്ര്യം 1997; വിശ്വൻ മുതൽപേർ 1999). അതനുസരിച്ച് വിത്തും വളവും പഞ്ചായത്ത് സൗജന്യമായി ലഭ്യമാക്കി. പഞ്ചായത്തിലെ താൽപര്യമുള്ള ജനകീയ കൂട്ടായ്മകളിൽനിന്നുള്ള പ്രതിനിധികളെ ഉൾപ്പെടുത്തി ഒരു ത്രിതല സംഘാടന സംവിധാനം സജ്ജമാക്കി. ഓരോ വാർഡിലും 8–10 സന്നദ്ധ പ്രവർത്തകരെ ഉൾപ്പെടുത്തിയിട്ടുള്ള സ്ക്വാഡുകൾ രൂപീകരിച്ചു. 50 കുടുംബങ്ങളെ ഉൾപ്പെടുത്തി അയൽക്കൂട്ടസമിതികളും സംഘടിപ്പിച്ചു. പദ്ധതി സമാരംഭിക്കുന്നതിനു മുൻപുതന്നെ സ്ക്വാഡുകൾ ഓരോ വീടും സന്ദർശിച്ച് പദ്ധതി സംബന്ധിച്ച വിവരങ്ങൾ ബോധ്യപ്പെടുത്തി. വളരെ ചെറിയ പുരയിടമുള്ള കുടുംബങ്ങൾ ഉൾപ്പെടെയുള്ളവരെ പദ്ധതിയിൽ പങ്കാളികളാകുന്നതിനു പ്രേരിപ്പിച്ചു. പരമ്പരാഗത പച്ചക്കറികൾ, ജൈവകീടനാശിനികൾ, കീടനിയന്ത്രണരീതികൾ, തുടങ്ങിയവയ്ക്ക് കാമ്പയിൻ പ്രോത്സാഹനം നൽകി. കൃഷി ഓഫീസറുടെ സമർപ്പിത മനോഭാവവും പഞ്ചായത്ത് പ്രസിഡന്റുമായുള്ള സഹകരണവും പ്രാദേശിക പ്രവർത്തകരുടെ വിശാലമായ സമീപനവും അയൽക്കൂട്ട സമിതികളുടെ രൂപീകരണവും കാമ്പയിൻ രീതിക്കനുസൃതമായ നിർവഹണവുമാണ് പദ്ധതിയുടെ വിജയത്തിന് കാരണമായത്. (തോമസ് ഐസക്ക് 1999a, 1999e). കാമ്പയിൻ രീതിയിൽ ജനങ്ങളെ സംഘടിപ്പിച്ച് കാർഷിക സംസ്ക്കാരം പുനരുജ്ജീവിപ്പിക്കാമെന്ന സാധ്യതയാണ് ഈ പരീക്ഷണം ചൂണ്ടിക്കാട്ടിയത്. പച്ചക്കറികൃഷി കൂടുതൽ വ്യാപകമാക്കുന്നതിനും കാര്യക്ഷമമായ വിപണന സംവിധാനം സ്ഥാപിക്കുന്നതിനും തുടർ വർഷങ്ങളിൽ സാധ്യമായി.

കുന്നോത്തുപറമ്പിലെ ജലസംരക്ഷണം

രണ്ടു മൺസൂണുകൾകൊണ്ട് അനുഗൃഹീതവും ഇന്ത്യയിലെ മറ്റേതൊരു സംസ്ഥാനത്തെക്കാളും കൂടുതൽ മഴ ലഭിക്കുന്നതുമായ കേരളം ആവർത്തിച്ചുള്ള വരൾച്ച നേരിട്ടുവരുന്നു. (പുഷ്പാംഗദൻ& മുരുകൻ 1995). ഈ സാഹചര്യത്തിൽ പരമ്പരാഗതമായ ജല ചക്രം പുനരുജ്ജീവിപ്പിക്കുന്നതും ജലപരിപാലനസംവിധാനം മെച്ചപ്പെടുത്തുന്നതും എപ്രകാരമാണെന്ന് കുന്നോത്തുപറമ്പു പഞ്ചായത്തിലെ ജലസംരക്ഷണ പദ്ധതി കാണിച്ചുതരുകയുണ്ടായി. അയൽക്കൂട്ടങ്ങളും വാർഡുതല സമിതികളും രൂപീകരിച്ചുകൊണ്ടു ഒരു ജലസംരക്ഷണസംഘം കുന്നോത്തുപറമ്പുഗ്രാമ പഞ്ചായത്ത് സ്ഥാപിക്കുകയുണ്ടായി. സ്കൂളുകളിൽ ജല സംരക്ഷണ ക്ലാസുകളും സംഘടിപ്പിച്ചു. (മൊയ്തീൻകുട്ടി ഹാജി 1997). സാഹിത്യമത്സരങ്ങൾ, പോസ്റ്റർ പ്രദർശനങ്ങൾ, നാടൻ കലകൾ, നാടക പ്രവർത്തനങ്ങൾ എന്നിവയിലൂടെ മണ്ണു-ജല പരിപാലനത്തിൽ പൊതുജനങ്ങളിൽ അവബോധം വളർത്തുകയുണ്ടായി. പഞ്ചായത്തിലെ ജല സാക്ഷരത ഉറപ്പാക്കുന്നതിന് ഒരു നാടകസംഘം അവതരിപ്പിച്ച 'ജല പർവ്വം' മികച്ച മാർഗ്ഗമായി മാറി. 2000-ലധികം ആളുകൾ പങ്കെടുത്ത ആ പൊതുയോഗത്തിൽ ജല സംരക്ഷണ പ്രവർത്തനത്തിൽ കുന്നോത്തുപറമ്പ് സംസ്ഥാനത്തിനാകെ ഒരു മാതൃകയായി മാറും എന്ന പ്രഖ്യാപനമുണ്ടായി.

1995 ജൂൺമാസം കാലവർഷാരംഭത്തിൽ പദ്ധതിക്ക് തുടക്കമായി. ആകാശത്തുനിന്നു പെയ്തിറങ്ങുന്ന ശുദ്ധജലം സംരക്ഷിക്കുന്നതിന് സ്വീകരിക്കേണ്ട മാർഗ്ഗങ്ങൾ വിശദീകരിക്കുന്ന 'മൺസൂണിനെ വരവേൽക്കാൻ തയ്യാറാകൂ' എന്ന ലഘുലേഖ എല്ലാ കുടുംബങ്ങളിലും വിതരണം ചെയ്തു. അതേ സമയംതന്നെ സസ്യാവരണം വർദ്ധിപ്പിക്കുന്നതിനായി 25000 വൃക്ഷത്തൈകളും 10000 നാടൻ വാഴവിത്തുകളും ആയിരക്കണക്കിന് പച്ചക്കറിപ്പാക്കറ്റുകൾ വിതരണം ചെയ്യുന്ന കാമ്പയിനും ആരംഭിച്ചു. ഔഷധസസ്യങ്ങൾ കണ്ടെത്തി സംരക്ഷിക്കുന്നതിനുള്ള പ്രവർത്തനവും ആരംഭിച്ചു.

'ഓടുന്ന വെള്ളത്തെ നടത്തുക' എന്ന ലക്ഷ്യംവച്ച് അരുവികളെ പാകപ്പെടുത്തുന്നതിനുള്ള പ്രവർത്തനം ജലസംരക്ഷണ സംഘം സജ്ജമാക്കുകയുണ്ടായി. ഗ്രാമത്തിലൂടെ ഒഴുകുന്ന രണ്ട് തോടുകളുടെ ഭൂപടം ശ്രദ്ധാപൂർവ്വം തയ്യാറാക്കി അനുയോജ്യമായ 32 ഇടങ്ങളിൽ പ്രാദേശികമായി ലഭ്യമായ നിർമ്മാണ വസ്തുക്കൾ ഉപയോഗപ്പെടുത്തി ചെക്ക്ഡാമുകൾ നിർമ്മിച്ചു. 1996-ലെ മാർച്ച് മുതൽ മേയ് വരെയുള്ള വേനൽക്കാലത്ത് 200 കിണറുകളിൽ വർദ്ധിച്ച ജലനിരപ്പ് ചെക്ക്ഡാമുകളുടെ പ്രയോജനം സാക്ഷ്യപ്പെടുത്തി. എണ്ണ കയറ്റുമതിചെയ്യുന്ന രാഷ്ട്രങ്ങളുടെ സംഘടനയായ ഒപ്പെക് (OPEC) ഫണ്ട് സഹായത്തോടെ ഓരോ കർഷകന്റേയും പുരയിടങ്ങളിൽ അധിക ജലസംരക്ഷണ പ്രവർത്തനങ്ങൾ വിജയപ്രദമായി നടപ്പിലാക്കുന്നതിനും ജലസംരക്ഷണ സംഘത്തിന് സാധിച്ചു.

മൃഗ സംരക്ഷണം: പെരിങ്ങോം–വയക്കര സംയോജിത പദ്ധതി

തെക്കൻ കേരളവുമായി താരതമ്യപ്പെടുത്തുമ്പോൾ വടക്കൻ കേരളത്തിൽ മൃഗസംരക്ഷണം അവികസിതമായിരുന്നു. ഈ സാഹചര്യത്തിൽ കണ്ണൂർ ജില്ലയിലെ കിഴക്കൻ മലമ്പ്രദേശങ്ങളിൽ സ്ഥിതി ചെയ്യുന്ന പെരിങ്ങോം–വയക്കര പഞ്ചായത്ത് മൃഗസംരക്ഷണത്തിനായി ഒരു സമഗ്രപദ്ധതി നടപ്പിലാക്കുന്നതിനു തീരുമാനിച്ചു. (കുഞ്ഞികൃഷ്ണൻ നായർ, 1997). കാർഷിക സർവ്വകലാശാലയിൽ നിന്നുള്ള ബിരുദധാരികൾ ധാരാളമുള്ള കേരള വെറ്ററിനറി സർജൻസ് സർവീസ് അസോസിയേഷനിൽ (KVSSA) നിന്നാണ് പദ്ധതിക്കുവേണ്ട പ്രാരംഭ ഊർജ്ജവും സാങ്കേതിക മേൽനോട്ടവും ലഭിച്ചത്.

56000 ജനങ്ങൾ അധിവസിക്കുന്നതും 152.62 ച.കി.മി. വിസ്തീർണ്ണവുമുള്ള കേരളത്തിലെ ഏറ്റവും വലിയ പഞ്ചായത്തുകളിലൊന്നാണ് പെരിങ്ങോം–വയക്കര (പെരിങ്ങോം–വയക്കര പഞ്ചായത്ത് 1996). പദ്ധതിനിർവ്വഹണത്തിനായി സാമൂഹ്യ–പാരിസ്ഥിതിക പ്രത്യേകതകളുടെ അടിസ്ഥാനത്തിൽ പഞ്ചായത്തിനെ 75 സാമീപ്യ യൂണിറ്റുകളായി വിഭജിക്കുകയുണ്ടായി. ഓരോ യൂണിറ്റിലും 40–50 കുടുംബങ്ങൾ അടങ്ങുന്ന അയൽക്കൂട്ട സമിതികൾ രൂപീകരിച്ചു. ഇവരുടെ പ്രതിനിധികൾ കർഷക കൂട്ടായ്മ ഘടകത്തിൽ ഒരുമിച്ചു സമ്മേളിച്ചു. അതോടൊപ്പം 140 അംഗ പഞ്ചായത്തുതല പ്രവർത്തക സമിതിയുമുണ്ടായിരുന്നു.

ഭൂപ്രദേശത്തെ കുടുംബങ്ങളുടെ സർവെ നടത്തി സമഗ്രമായ സ്ഥിതിവിവരക്കണക്കുകൾ ശേഖരിച്ച് അതിന്റെ അടിസ്ഥാനത്തിൽ 15 ഇന പരിപാടി തയ്യാറാക്കുകയായിരുന്നു ആദ്യപ്രവർത്തനം. ആദ്യപടിയായി 'റാബീസ്മുക്ത പ്രവർത്തനം' (Operation Zero Rabies) എന്ന ആദ്യ ഘടകം നടപ്പിലാക്കി. ഇതിന്റെ അടിസ്ഥാനത്തിൽ 1995 ഒക്ടോബറിൽ പെരിങ്ങോം–വയക്കര കേരളത്തിലെ ആദ്യറാബിസ് മുക്ത പഞ്ചായത്തായി പ്രഖ്യാപിച്ചു.

വലുപ്പമേറിയ പഞ്ചായത്തിൽ ഒരു മൂലയിലാണ് മൃഗാശുപത്രി സ്ഥിതിചെയ്തിരുന്നത്. ആയതിനാൽ പാൽക്കറവയുള്ള മൃഗങ്ങൾ ധാരാളമുള്ള ഇടങ്ങൾ കേന്ദ്രീകരിച്ച് അഞ്ചു ഫീൽഡുതല ക്ലിനിക്കുകൾ പദ്ധതിയുടെ ഭാഗമായി സംഘടിപ്പിച്ചു. മൃഗചികിൽസ, മൃഗപരിപാലനവുമായി ബന്ധപ്പെട്ട ക്ലാസുകൾ, മെച്ചപ്പെട്ട മൃഗസംരക്ഷണ സാങ്കേതിക വിദ്യകളുടെ പ്രയോഗ പ്രദർശനം എന്നിവ ഫീൽഡുതല ക്ലിനിക്കുകളുടെ ഭാഗമായി നടത്തുകയുണ്ടായി.

ബ്രോയിലർ ആടുകൃഷി പെരിങ്ങോം–വയക്കരയിലെ നൂതന സംരംഭമായി മാറി. ആടുകളെ മേയ്ക്കാൻ വിടുന്നതിനുപകരം കൂടുകളിൽ വളർത്തുന്ന രീതി നടപ്പിലാക്കുന്നതിനു ശ്രമിച്ചു. കോഴി, പന്നി, മുയൽ ഫാമുകൾ എന്നിവയ്ക്കൊപ്പം പുതിയ ആടുവളർത്തൽ യൂണിറ്റുകൾ വ്യാപകമായതോടെ വിപണന സൗകര്യങ്ങൾ സ്ഥാപിക്കേണ്ടതായി വന്നു. പ്രധാന കൃഷിക്കാരുടേയും സഹകാരികളുടേയും സഹായത്തോടെ ഒരു മാംസോത്പാദക സഹകരണസംഘം സ്ഥാപിതമായി.

മൃഗങ്ങൾ വർദ്ധിച്ചതോടെ തീറ്റപ്പുല്ലുകൾക്ക് ക്ഷാമമായി. 5–40 ഏക്കർ വരെ വിസ്തൃതിയുള്ള തരിശുഭൂമി കണ്ടെത്തി അവിടെ കർഷകയൂണിറ്റുകളുടെ ആഭിമുഖ്യത്തിൽ തീറ്റപ്പുൽകൃഷി നടപ്പിലാക്കിയതോടെ പദ്ധതിയിൽ അംഗങ്ങളായ കൃഷിക്കാർക്ക് കുറഞ്ഞ വിലയ്ക്ക് തീറ്റപ്പുൽ ലഭ്യമായി തുടങ്ങി. ബയോഗ്യാസ് ഉൽപാദന യൂണിറ്റുകളുടെ ഒരു ശൃംഖലയാണ് പദ്ധതിയുടെ മറ്റൊരു സാദ്ധ്യത.

ജനകീയ കൃത്രിമ മത്സ്യബന്ധന പാരുകൾ (Artificial fishing Reefs)

അമിത മത്സ്യബന്ധനം, വിഭവക്ഷാമം, വിപണന നിയന്ത്രണം, വിനാശകരമായ ആധുനികരീതികൾ, പരമ്പരാഗത ചെറുകിട മത്സ്യത്തൊഴിലാളികളുടെ ദരിദ്രവൽക്കരണം തുടങ്ങിയ കാരണങ്ങളാൽ കേരളത്തിലെ മത്സ്യമേഖല കഷ്ടപ്പെടുകയാണ് (കുര്യൻ 1995). പള്ളിയുടെ പിന്തുണയോടെ നടത്തിവരുന്ന മരിയനാട് മത്സ്യത്തൊഴിലാളി സഹകരണ പ്രസ്ഥാനത്തിന്റേയും മഹിളാസമാജത്തിന്റേയും ആഭിമുഖ്യത്തിൽ 1977 ൽ തിരുവനന്തപുരം ജില്ലയിൽ ആരംഭിച്ച സംവിധാനമാണ് പ്രോഗ്രാം ഫോർ കമ്മ്യൂണിറ്റി ഓർഗനൈസേഷൻ (PCO).

മത്സ്യത്തൊഴിലാളി സഹകരണ പ്രസ്ഥാനത്തിന്റെയും തെക്കേ ഇന്ത്യയിലെ മത്സ്യത്തൊഴിലാളി സംഘടനകളുടെയും കൂട്ടായ്മയായ സൗത്ത് ഇന്ത്യൻ ഫെഡറേഷൻ ഓഫ് ഫിഷർമെൻ സൊസൈറ്റീസ് (SIFFS) രൂപീകരിക്കുന്നതിൽ പിസിഒ ശ്രദ്ധേയമായ സംഭാവന നൽകിയിട്ടുണ്ട്. 1980 കളിൽ മത്സ്യത്തൊഴിലാളി സമൂഹത്തിലെ യൂണിയനുകളേയും വനിതകളുടെ സ്വയംതൊഴിൽ സംരംഭമായ സെൽഫ് എംപ്ലോയ്സ് വുമൻസ് അസോസിയേഷനേയും (SEWA) പിസിഒ പിൻതുണയ്ക്കുകയുണ്ടായി (കണ്ണനും ശ്രീകുമാറും 1998). മത്സ്യ സമാഹരണ ഉപകരണമയി പ്രവർത്തിക്കാനാകുന്ന ജനകീയ കൃത്രിമ പാരുകൾ (Peoples Artificial Reefs-PAR) കടലിലുള്ള സ്വാഭാവികമോ മനുഷ്യനിർമ്മിതമോ ആയ വസ്തുക്കളാൽ നിർമ്മിതമാണ്. മത്സ്യത്തൊഴിലാളികളുടെ പരമ്പരാഗത അറിവിൽ വേരൂന്നിയ ആശയമാണ് PAR. 1984 നും 1991 നുമിടയിൽ തിരുവനന്തപുരം– കന്യാകുമാരി ജില്ലകളിൽ 21 PARകൾ നിർമ്മിക്കുകയുണ്ടായി. (കുര്യൻ, 1992,1995). അനിയന്ത്രിതവും ഹാനികരവുമായ പ്രവൃത്തികളാൽ നശിപ്പിക്കപ്പെട്ട തീരവിഭവങ്ങളുടെ പുനരുജ്ജീവനത്തിനായുള്ള സമൂഹത്തിന്റെ കൂട്ടായ പ്രവർത്തനത്തിന് ഉദാഹരണമാണ് PAR പദ്ധതി.

വ്യവസായം: കേരള ദിനേശ് ബീഡി

വ്യാവസായിക സഹകരണ പ്രസ്ഥാനത്തിലുടെ പരമ്പരാഗത കുടിൽ വ്യവസായങ്ങളെ പുനരുജ്ജീവിപ്പിക്കുന്നതിൽ പ്രാദേശിക ആസൂത്രണത്തിന് പ്രധാന പങ്ക് വഹിക്കാനാകും. ഈ സന്ദർഭത്തിൽ ഏറ്റവും വിജയപ്രദമായ സഹകരണ പ്രസ്ഥാനങ്ങളിലൊന്നായ കേരള ദിനേശ് ബീഡി

(KDB) സഹകരണ സംഘത്തിന്റെ അനുഭവം ഇവിടെ പ്രസക്തമാകുന്നു. (തോമസ് ഐസക്കും, മറ്റുള്ളവരും 1998). പുതുതായി പ്രഖ്യാപിച്ച കുറഞ്ഞ വേതനം നൽകാൻ ഒരു തൊഴിൽദാതാവ് വിസമ്മതിച്ച സാഹചര്യത്തിലാണ് 1969 ൽ 12000 തൊഴിലാളികൾക്ക് തൊഴിൽ നിഷേധിച്ചുകൊണ്ട് അടച്ചിടലിന് വിധേയമായതും കേരള ദിനേശ് ബീഡി രൂപം കൊണ്ടതും. ശക്തവും വിപ്ലവ പാരമ്പര്യവും ഉയർന്ന നൈപുണ്യ നിലവാരവുമുള്ള തൊഴിലാളികളും അവരുടെ പ്രശ്നങ്ങളോടുള്ള പൊതുസമൂഹത്തിന്റെ ഐക്യദാർഢ്യവും ഈ സംരംഭത്തിന്റെ അഭിവൃദ്ധിക്ക് കാരണമായി. കേരളത്തിലെ ബീഡി വിപണിയുടെ വലിയൊരു പങ്ക് ഈ പുതിയ സഹകരണ സംരംഭം പിടിച്ചെടുത്തു. ബീഡിതൊഴിലാളികൾക്ക് ഇന്ത്യയിലെ ഏറ്റവും ഉയർന്ന വേതനം കമ്പനി നൽകുകയുണ്ടായി. പ്രസവാവധി, ഉയർന്ന ബോണസ്, മരണാന്തര ആനുകൂല്യങ്ങൾ തുടങ്ങിയവ നൽകുന്ന സ്ഥിതിയിലും തുടർച്ചയായി കമ്പനി ലാഭമുണ്ടാക്കി. 1969–ൽ 12000 തൊളിലാളികളെ തൊഴിലുടമ തിരിച്ചെടുക്കുന്നതിന് വിസമ്മതിച്ച സാഹചര്യത്തിൽനിന്ന് കേരള ദിനേശ് ബീഡി 1995 ആയപ്പോഴേക്കും ഏകദേശം 32000 തൊഴിലാളികളെ വരെ നിയമിക്കുന്ന സ്ഥിതിയുണ്ടായി.

ശമ്പളവും മറ്റു ആനുകൂല്യങ്ങളോടുമൊപ്പം കേരള ദിനേശ് ബീഡി വികസിപ്പിച്ച സംഘടനാപരമായ പുതുമകൾ മറ്റ് വ്യാവസായിക സഹകരണ പ്രസ്ഥാനങ്ങൾക്ക് പാഠമായിരുന്നു. ഉത്പാദനം നടക്കുന്ന 22 പ്രാദേശിക സഹകരണ സംഘങ്ങളുടെ കൂട്ടായ്മയായാണ് കെഡിബി സംഘടിപ്പിക്കപ്പെട്ടത്. അസംസ്കൃതസാധനങ്ങൾ വാങ്ങുന്നതിനും ഉത്പന്നങ്ങളുടെ വിപണനത്തിനും മൊത്തത്തിലുള്ള ഏകോപനത്തിനും പ്രാഥമിക സഹകരണ സംഘങ്ങളെ കേന്ദ്രസഹകരണ സംഘവുമായി ബന്ധിപ്പിച്ചിരിക്കുന്നു. തുല്യവേതനമെന്ന തത്ത്വം നിലനിർത്തുന്നതിനോടൊപ്പം പ്രാഥമിക സഹകരണ സംഘങ്ങളുടെ പ്രവൃത്തികേന്ദ്രങ്ങളിലെ ഉത്പാദനക്ഷമത കാര്യമായി നിരീക്ഷിക്കുന്നതിനുള്ള സംവിധാനവും കെഡിബി വികസിപ്പിച്ചു. 1995 ൽ അവരുടെ കച്ചവടം 74 കോടി രൂപ കവിഞ്ഞിരുന്നു. ജീവനക്കാരുടെ എണ്ണം പരിമിതപ്പെടുത്തിയും അനാവശ്യച്ചെലവുകൾ ഒഴിവാക്കിയും കാര്യക്ഷമമായ നടത്തിപ്പ് രീതിയിലാണ് കെഡിബി പ്രവർത്തിക്കുന്നത്. ആദ്യത്തെ 28 വർഷത്തെ പ്രവർത്തനത്തിനിടയിൽ ഒരു അഴിമതി ആരോപണത്തെപ്പോലും നേരിടേണ്ടി വന്നിട്ടില്ല.

ജനാധിപത്യപരവും സുതാര്യവുമായ രീതിയിലാണ് മേൽ വിവരിച്ച നേട്ടങ്ങൾ നേടിയെടുത്തിട്ടുള്ളത്. പ്രാഥമിക സഹകരണ സംഘങ്ങളിലേക്ക് പതിവായി തിരഞ്ഞെടുപ്പു നടത്തുന്നു. നിലവിലെയോ മുൻകാലത്തെയോ തൊഴിലാളികളാണ് തിരഞ്ഞെടുക്കപ്പെടുക. സമൂഹത്തിന്റെ പൊതുതാൽപര്യങ്ങൾ നേടുന്നതിൽ വിരുദ്ധ രാഷ്ട്രീയ ബന്ധമുള്ളവർക്ക് ഒരുമിച്ച് പ്രവർത്തിക്കാമെന്നതിനുള്ള കേരളത്തിലെ ഏറ്റവും മെച്ചപ്പെട്ട ഉദാഹരണം കൂടിയാകുന്നു കേരള ദിനേശ് ബീഡി.

താനാളൂർ ജനകീയ ആരോഗ്യപദ്ധതി

കേരളത്തിലെ ആരോഗ്യരക്ഷാ പരിവർത്തനത്തിൽ മുഖ്യ പങ്കു വഹിച്ചതും വ്യാപകമായതുമായ പൊതുജനാരോഗ്യ സംവിധാന ശൃംഖലകളുടെ ഗുണനിലവാരം കുറഞ്ഞുവരുകയായിരുന്നു. വരേണ്യവർഗ്ഗത്തിനുവേണ്ടിയുള്ള സ്വകാര്യ ആരോഗ്യരക്ഷാസംവിധാനം വളരെ വേഗത്തിൽ വളരുന്നതിന് ഇത് കാരണമായി. (കണ്ണൻ, മറ്റുള്ളവരും. 1991 രാമൻകുട്ടി. 1999; ഇക്ബാൽ 1997). എങ്ങനെയാണ് പൊതുജനാരോഗ്യവും ആരോഗ്യരക്ഷാസംവിധാനവും മെച്ചപ്പെടുത്താനാവുക എന്ന ചോദ്യത്തിന് ഉയർന്നുവന്ന ഏറ്റവും ഉത്തമമായ സംരംഭമാണ് മലപ്പുറം ജില്ലയിലെ താനാളൂർ പഞ്ചായത്ത്.

1993 ആഗസ്റ്റിൽ സാക്ഷരതാകമ്മിറ്റി, ആരോഗ്യവകുപ്പ്, ശാസ്ത്ര സാഹിത്യപരിഷത്ത്, വിവിധ രാഷ്ട്രീയ സാംസ്ക്കാരിക സംഘടനകൾ തുടങ്ങിയവയുടെ പങ്കാളിത്തത്തോടെ ഒരു സംയോജിത ആരോഗ്യ രക്ഷാ പരിപാടി താനാളൂരിൽ ആരംഭിക്കുകയുണ്ടായി. പ്രദേശത്തെ ആരോഗ്യ രക്ഷാ പ്രശ്നങ്ങൾ കൈകാര്യം ചെയ്യുന്നതിനായി സന്നദ്ധ പ്രവർത്തകരായ 200 ഡോക്ടർമാരുടെ സംഘത്തെ പരിശീലിപ്പിച്ചു. ക്യാൻസറും ചർമ്മരോഗങ്ങളും തിരിച്ചറിയുന്നതിനുള്ള ഡയഗ്നോസ്റ്റിക് ക്യാമ്പുകളിലൂടെയാണ് പരിപാടി ആരംഭിക്കപ്പെട്ടത്.

അയൽക്കൂട്ടങ്ങളിൽ പ്രാദേശിക ആരോഗ്യപ്രശ്നങ്ങൾ ചർച്ചകൾ ചെയ്യുന്നതിനുള്ള കൈപ്പുസ്തകങ്ങൾ സന്നദ്ധപ്രവർത്തകർ തയ്യാറാക്കുകയുണ്ടായി. അദ്ധ്യാപകർ കണ്ടെത്തിയ, പ്രശ്നങ്ങളുള്ള കുട്ടികൾക്ക് സ്പെഷ്യൽ ക്യാമ്പുകളിൽ വിശദമായ മെഡിക്കൽ പരിശോധന ലഭ്യമാക്കി. പഞ്ചായത്തുകളിലെ എല്ലാ സ്കൂളുകളിലും ഹെൽത്ത് ക്ലാസുകൾ രൂപീകരിച്ചു. എല്ലാ കുട്ടികൾക്കും സമ്പൂർണ്ണ രോഗപ്രതിരോധ കുത്തിവെപ്പ് നൽകുന്ന പരിപാടി നടപ്പിലാക്കി. ജനപങ്കാളിത്തത്തോടെ പ്രദേശത്തെ പ്രാഥമിക ആരോഗ്യകേന്ദ്രം (PAC) പുനരുജ്ജീവിപ്പിക്കാനുള്ള ശ്രമമായിരുന്നു താനാളൂരിന്റെ ഏറ്റവും പ്രധാനപ്പെട്ട സംഭാവന.

കുടിവെള്ള ലഭ്യതയുടെ കുറവും, അവശ്യം വേണ്ട ശുചിത്വ സൗകര്യങ്ങളുടെ അപര്യാപ്തതയും, പോഷകാഹാരക്കുറവുംമൂലം ഉണ്ടാവുന്ന പ്രധാന ആരോഗ്യപ്രശ്നങ്ങളെ തിരിച്ചറിയുന്നതിന് എല്ലാ കുടുംബങ്ങളെയും ഉൾപ്പെടുത്തി ഒരു പൊതുആരോഗ്യ സർവെ നടത്തുന്നതിനും താനാളൂരിലെ സന്നദ്ധപ്രവർത്തകരുടെ ഇടയിൽനടന്ന ചർച്ച കാരണമായി. ആരോഗ്യത്തെ വെറും ഡോക്ടർ–രോഗി ബന്ധമെന്നതിലുപരിയായി അതിനെ ചികിൽസയും ചികിൽസേതരഘടകങ്ങളും ഉൾപ്പെടുന്ന വികസന പ്രശ്നമായാണ് താനാളൂർ പരീക്ഷണ പ്രവർത്തനം കണ്ടത്. രോഗ ചികിത്സയേയും രോഗപ്രതിരോധത്തേയും അവഗണിക്കാതെ ചികിത്സയ്ക്കുപരിയായി രോഗപ്രതിരോധത്തിന് ഊന്നൽ നൽകണമെന്ന അവബോധം രൂപപ്പെടാനിടയായി.

കുടിവെള്ളം: ഒളവണ്ണ മാതൃക

സുരക്ഷിതമായ കുടിവെള്ളം സാർവത്രികമായി ലഭ്യമാകുന്നതിന് പൈപ്പുവഴിയുള്ള ജലവിതരണം ധാരാളം സംഘങ്ങളിലേക്ക് കുറഞ്ഞ സമയത്തിനുള്ളിൽ എത്തിക്കുന്നതിന് താങ്ങാനാവാത്ത ചെലവു വരുമെന്ന കാര്യത്തിൽ സമവായം വർദ്ധിച്ചു വരികയുണ്ടായി. കൂടാതെ കുടിവെള്ള പ്രശ്നം പ്രായോഗികമായി പരിഹരിക്കുന്നതിന് സാമൂഹ്യാടിസ്ഥാനത്തിൽ ചെലവുകുറഞ്ഞ ചെറുകിട ബദൽ സമീപനങ്ങൾ സാധ്യത നൽകുന്നു എന്നും കണ്ടു. (ശാന്തകുമാർ 1998; പുഷ്പാംഗദൻ, മുരുകൻ 1995). ഒളവണ്ണ പഞ്ചായത്തിന്റെ നൂതന പരീക്ഷണം അതിന്റെ ചിത്രം നൽകുന്നുണ്ട്.

കോഴിക്കോടു നഗരത്തിനു സമീപത്തുള്ള കുന്നിൻ പ്രദേശത്താണ് ഒളവണ്ണ പഞ്ചായത്ത് സ്ഥിതി ചെയ്യുന്നത്. ഡിസംബർ മുതൽ മേയ് മാസം വരെയുള്ള വരൾച്ചാ കാലത്ത് പഞ്ചായത്തിലെ 10,098 കുടുംബങ്ങളിൽ 70 ശതമാനവും കഠിനമായ കുടിവെള്ള ക്ഷാമം അനുഭവിച്ചിരുന്നു. വേനൽക്കാലത്ത് പഞ്ചായത്തിന്റ 30 കുന്നിൻപുറങ്ങളിൽ വെള്ളമില്ല. ആ അവസ്ഥയും താഴ്വരകളിലെ ജലത്തിൽ ഉപ്പുവെള്ളത്തിന്റെ നുഴഞ്ഞുകയറ്റവും സാധാരണമായിരുന്നു. (ഒളവണ്ണ ഗ്രാമപഞ്ചായത്ത് 1996) സംസ്ഥാനതല പദ്ധതികൾ ഒന്നുംതന്നെ ഫലവത്തായില്ല. നിവേദനം നൽകിയും പരാതി പറഞ്ഞും ക്ഷീണിച്ച ജനങ്ങൾ അവസാനം സ്വന്തം നിലയിൽ ചെറിയ ജലവിതരണ പദ്ധതികൾക്ക് പണം മുടക്കുന്നതിനു തയ്യാറായി (ബാബു പാറശ്ശേരി 1997).

കുന്നിൻചരുവിലോ താഴ്വരയിലോ ഏറ്റവും അനുയോജ്യമായ സ്ഥലത്ത് കിണറുകൾ കുഴിച്ച് കുന്നിൻ മുകളിലുള്ള ചെറുജലസംഭരണ ടാങ്കുകളിലേക്ക് ജലം പമ്പ് ചെയ്യുകയും അനുബന്ധമായി സ്ഥാപിക്കപ്പെട്ട ചെറുവിതരണ ശൃഖലയിൽനിന്ന് കുടുംബങ്ങളുടെ കൂട്ടായ്മകൾക്ക് ജലമെടുക്കാമെന്ന സ്ഥിതിയിലെത്തിച്ചു. ഓരോ ചെറുപദ്ധതിയും അതിന്റെ ഗുണഭോക്താക്കൾ തന്നെ പണംമുടക്കി പരിപാലിക്കുന്ന രീതിയായിരുന്നു. ഇതിനാൽ കുടുംബങ്ങൾ ചേർന്ന് സംഘം രജിസ്റ്റർ ചെയ്യുകയും പ്രാരംഭ ചെലവുകൾക്കുള്ള തുക മൊത്തമായോ മാസഗഡുക്കളായോ ലഭ്യമാക്കുകയും ചെയ്തു. ദാരിദ്ര്യരേഖയ്ക്കു താഴെയുള്ള കുടുംബങ്ങൾക്ക് പഞ്ചായത്ത് സബ്സിഡി നൽകി സഹായിച്ചു.

23 കുടുംബങ്ങൾ പങ്കെടുത്ത ആദ്യസംഘം 1990-ൽ രൂപീകരിച്ചു. 1996 ആയപ്പോഴേക്ക് 22 സംഘങ്ങൾ രൂപീകൃതമായി. ഇവയിൽ 16 എണ്ണം ഗുണഭോക്താക്കൾ മുതൽ മുടക്കിയും 6 എണ്ണം ബ്ലോക്ക് പഞ്ചായത്തോ ഗ്രാമപഞ്ചായത്തോ സ്ഥാപിച്ചവയുമാണ്. ഓരോ സംഘത്തിലും 10-82 വരെ കുടുംബങ്ങൾ അംഗങ്ങളായി. ഓരോ കുടുംബത്തിനും പ്രതിദിനം 400-500 ലിറ്റർ ജലം ലഭ്യമാകുന്നതിന് മിക്ക ജലസംഘങ്ങൾക്കും സാധിച്ചു. 1996 ആയപ്പോഴേക്ക് കുടിവെള്ളക്ഷാമം നേരിട്ട 7000 കുടുംബങ്ങളിൽ 1500 കുടുംബങ്ങൾക്ക് സ്വയം ധനസഹായ (self-financing) പദ്ധതിയിലൂടെ കുടിവെള്ളം ലഭ്യമാക്കിവന്നു.

ശുചിത്വം: തൃക്കുന്നപ്പുഴ 'വാട്ട്-സാൻ'

കുടിവെള്ള വിതരണവും ശുചിത്വവും ഒരേ നാണയത്തിന്റെ രണ്ടു വശങ്ങളാണ് എന്നതിന്റെ ഏറ്റവും വലിയ ഉദാഹരണമാണ് തൃക്കുന്നപ്പുഴ. ആലപ്പുഴ ജില്ലയിൽ 12.53.ച.കി.മി വിസ്തീർണ്ണം മാത്രമുള്ള വെള്ളക്കെടുതി നിറഞ്ഞ ഈ പഞ്ചായത്തിന്റെ ഇരുവശങ്ങളിലുമായി അറബിക്കടലും കായംകുളം കായലും സ്ഥിതി ചെയ്യുന്നു. കുടിക്കാനും കുളിക്കാനുമുള്ള പ്രധാന ജലസ്രോതസ്സായ കായലിലേക്കു തന്നെയാണ് കക്കൂസിൽനിന്നുള്ള മലിന ജലവും ഒഴികിയിരുന്നത്. കയർത്തൊഴിലാളികളുമായി ബന്ധപ്പെട്ട പഠനത്തിനെത്തിയ ഒരു ഡച്ച് ഗവേഷകന് കുടൽ സംബന്ധമായ രോഗം ബാധിച്ചത് പദ്ധതിപ്രവർത്തനത്തിന് ഒരു നിമിത്തമായി മാറുകയായിരുന്നു. (തൃക്കുന്നപ്പുഴ ഗ്രാമപഞ്ചായത്ത് 1996). ഒടുവിൽ ഡച്ച് ഗവേഷകൻ പഞ്ചായത്തിന്റെ ഒട്ടുമിക്ക പ്രദേശത്തേക്കും കുടിവെള്ളവിതരണത്തിനായി 1,60,000 ലിറ്റർ ശേഷിയുള്ള സംഭരണ ടാങ്കും വിതരണ പൈപ്പും സ്ഥാപിച്ചു നൽകുകയുണ്ടായി. ഈ ഘട്ടത്തിലാണ് സമൂഹപങ്കാളിത്തം വർദ്ധിപ്പിച്ച് കുടിവെള്ള മേഖല മെച്ചപ്പെടുത്തുന്നതിനുള്ള ലക്ഷ്യവുമായി കേരള ജലഅതോറിറ്റിയുടെ സഹായത്തിൽ സോഷ്യോ എക്കണോമിക്ക് യൂണിറ്റ് ഫൗണ്ടേഷൻ സ്ഥാപിതമാകുന്നത്.

പൊതുടാപ്പുകളുടെ ഗുണഭോക്താക്കളായവർ ഉൾപ്പെട്ട അയൽക്കൂട്ട സമിതിയിൽ നിന്ന് 5 പേരുടെ ടീമിനെ കുടിവെള്ള ടാപ്പുകൾ പരിപാലിക്കുന്നതിനായി തെരഞ്ഞെടുത്തു. ഈ ടീമുകളുടെ പ്രതിനിധികളെ ഉൾപ്പെടുത്തി വാർഡ് ജലസമിതികൾ രൂപീകരിച്ചു. വാർഡ് ജലസമിതിയിൽനിന്ന് അതിന്റെ സെക്രട്ടറിയേയും കുടിവെള്ള ടാപ്പ് പരിപാലിക്കുന്നയാളെയും ഉൾപ്പെടുത്തി 20 അംഗ കോർ ഗ്രൂപ്പിന് രൂപം നൽകി. ചെറിയ സേവന ഫീസ് ഈടാക്കി കുടിവെള്ള ടാപ്പുകൾ റിപ്പയർ ചെയ്യുന്നതിന് 4 പേരടങ്ങുന്ന ഒരു ടീം സംഘടിപ്പിച്ച് അവർക്ക് പരിശീലനവും ടൂൾ കിറ്റും നൽകി. പ്രദേശം വൃത്തിയായി സൂക്ഷിക്കുന്നതിനും ടാപ്പിനുചുറ്റും വെള്ളം വാർന്നുപോകുന്നതിനുമുള്ള സൗകര്യമൊരുക്കി. ജലസംരക്ഷണവുമായി ബന്ധപ്പെട്ട അവബോധം സൃഷ്ടിക്കുന്നതിന് ഒരു പൊതുജന കാമ്പയിൻ സംഘടിപ്പിച്ചു. ഏറ്റവും നന്നായി പരിപാലിക്കപ്പെട്ട കുടിവെള്ള ടാപ്പുള്ള അയൽക്കൂട്ടത്തിന് ഓണാഘോഷ സമയത്ത് അവാർഡ് നൽകുന്ന രീതി പതിവായി.

കായലിലേക്ക് കക്കൂസ് മാലിന്യം ഒഴുകുന്നത് തടയുന്നതിനും കടൽ, കായൽ, കരഭൂമി, തുറസ്സായ സ്ഥലത്തെ മലവിസർജനം തുടങ്ങിയവ നിരുത്സാഹപ്പെടുത്തതിനു ഓരോ കുടുംബത്തിലും വാട്ടർ സീൽഡ് കക്കൂസുകൾ പണിയുന്നതിനുമുള്ള കാമ്പയിൻ സംഘാടകർ ഉയർത്തിക്കൊണ്ടുവന്നു. ഗാർഹിക സർവേയിലൂടെ വാട്ടർ സീൽഡ് കക്കൂസുകൾ ഇല്ലാത്ത കുടുംബങ്ങളെ കണ്ടെത്തി. കക്കൂസ് സംബന്ധമായ ഡിസൈൻ തയ്യാറാക്കുന്നതിന് ഗണ്യമായ ആലോചനയുണ്ടായി. രണ്ട് റിംഗ്സുള്ള ഇരട്ടക്കുഴികളും ടൈലിട്ട തറയും പ്ലാസ്റ്റർ ചെയ്ത ഭിത്തിയുമുള്ള മാതൃകയാണ് തെരഞ്ഞെടുത്തത്. മൂന്നുവർഷം ഉപയോഗിക്കാവുന്ന

വിധമാണ് ടാങ്കുകളുടെ ഡിസൈൻ ഒരുക്കിയത്. വെള്ളക്കെട്ടുള്ള പ്രദേശങ്ങളിൽ ഭൂനിരപ്പിൽനിന്ന് 1.5 അടി ഉയർത്തിയാണ് ടാങ്കുകൾ നിർമ്മിച്ചത്. തന്മൂലം ജലനിരപ്പുയരുമ്പോഴും നിറഞ്ഞ് കവിഞ്ഞ് ഒഴുകുന്ന സ്ഥിതിയുണ്ടാവില്ല. 2000 ലധികം കക്കൂസുകളാണ് ഇങ്ങനെ നിർമിച്ചത്. ആകെ തുകയായ 65 ലക്ഷം രൂപയിൽ 12 ലക്ഷം രൂപ ഗുണഭോക്താക്കളുടെ വിഹിതമായിരുന്നു. കക്കൂസുകളുടെ പരിപാലനത്തിനായി വീടുവീടാന്തരമുള്ള കാമ്പയിനോടുകൂടി പദ്ധതി തുടർന്നു.

പദ്ധതിയുടെ ഫലമായി കനാലിലേക്കു തുറന്നിരുന്ന കക്കൂസുകളിൽ 90 ശതമാനവും പൊളിച്ചു മാറ്റപ്പെട്ടു. കടൽത്തീരത്ത് തുറസായസ്ഥലത്ത് വിസർജനം ഗണ്യമായി കുറഞ്ഞു. 1995 ൽ ആലപ്പുഴ ജില്ലയിൽ കുടൽ രോഗ ബാധയെതുടർന്ന് 33 മരണവും 1000 പേരെ ആശുപത്രിയിലാക്കുകയും ചെയ്യേണ്ടിവന്നപ്പോൾ ജില്ലയിൽ ഏറ്റവുമധികം വെള്ളക്കെട്ടുള്ള പഞ്ചായത്തുകളിൽ ഒന്നായ തൃക്കുന്നപ്പുഴയിൽ ഒറ്റ കുടൽ രോഗബാധ പോലും ഉണ്ടായില്ല. (അസീസ് മുതൽപേർ.1996).

കോസ്റ്റ്ഫോർഡും പാഴ്ച്ചെലവ് രഹിത നിർമ്മാണ സാങ്കേതികവിദ്യയും

ബദൽ നിർമ്മാണ സാങ്കേതികവിദ്യയുടെ വക്താവായ ആർക്കിടെക്ട് ലാറി ബേക്കർ നിർമ്മാണ വസ്തുക്കളുടെ സംരക്ഷണത്തെയും നിർമാണച്ചെലവു ചുരുക്കലിനെയും സംബന്ധിച്ച കാഴ്ചപ്പാടോടെയാണ് പാർപ്പിട മേഖലയെ വീക്ഷിച്ചിരുന്നത്. ഫിറ്റർ സ്ലാബ് ഉപയോഗപ്പെടുത്തിയുള്ള മേൽക്കൂര, വെട്ടുകല്ല്, പ്ലാസ്റ്റർ ചെയ്യാത്ത ഇഷ്ടിക ചുവരുകൾ, കുമ്മായം ഉപയോഗിച്ചുള്ള നിർമാണം, ആർച്ചുകൾ, കോർബലുകൾ, റാറ്റ്-ട്രാപ്, ഫെറോസിമന്റ് സ്ലാബുകൾ, പ്രീ-കാസ്റ്റ് കതകുകളും തൂണുകളും എല്ലാം അദ്ദേഹം പ്രചരിപ്പിച്ച പാഴ്ച്ചെലവ് രഹിത ബദൽ നിർമാണ സാങ്കേതികവിദ്യകളുടെ സവിശേഷതകളായിരുന്നു. അദ്ദേഹത്തിന്റെ പാഴ്ച്ചെലവ് രഹിതവും നൂതനവുമായ അനുയോജ്യ ഗൃഹനിർമ്മാണ സാങ്കേതികവിദ്യ ജനപ്രിയമാക്കുന്നതിനായാണ് സന്നദ്ധ സംഘടനയായ സെന്റർ ഫോർ സയൻസ് ആൻഡ് ടെക്നോളജി ഫോർ റൂറൽ ഡവലപ്മെന്റ് (COST FORD) രൂപീകരിക്കുന്നതിന് അദ്ദേഹം സഹായിച്ചത്. 1995-ൽ ലാറിബേക്കറുടെ മാർഗ്ഗനിർദ്ദേശത്തിൽ ദശലക്ഷങ്ങൾക്ക് *പാർപ്പിടം-ചെലവു ചുരുക്കൽ സാങ്കേതികവിദ്യ*, എന്ന ശില്പശാല 30 ആർക്കിടെക്ടുകളേയും എൻജിനീയർമാരേയും 15 കൈത്തൊഴിലാളികളേയും പങ്കെടുപ്പിച്ചുകൊണ്ടു നടത്തിയതായിരുന്നു കോസ്റ്റ് ഫോർഡിന്റെ ആദ്യത്തെ പ്രവർത്തനം. ഗുണഭോക്താക്കളുടെ പൂർണ്ണപങ്കാളിത്തത്തോടെ പ്രാദേശികമായി ലഭ്യമായ നിർമ്മാണ വസ്തുക്കൾ ഉപയോഗപ്പെടുത്തി 300 ച.അടി വിസ്തീർണ്ണമുള്ളതും 1985-ലെ വിലനിലവാരമനുസരിച്ച് 10,000 രൂപ ചെലവു വരുന്നതുമായ 3 മാതൃകാവീടുകൾ ശില്പശാലയുടെ ഭാഗമായി നിർമ്മിച്ചു.

ലാലൂർ ഗ്രാമത്തിൽ ദേശീയ ഗ്രാമീണ തൊഴിൽദാന പദ്ധതി പ്രകാരം

32 വീടുകൾ നിർമ്മിച്ചത് ഈ സംരംഭത്തിന് വിപുലമായ അംഗീകാരം നേടിയെടുക്കുന്നതിനായി. 250 ച. അടി വിസ്തീർണ്ണമുള്ള ഒരു വീടും മറ്റൊന്നിനോടു സമാനമായിരുന്നില്ല. വീടൊന്നിന് 8000 രൂപയാണ് ചെലവു വന്നത്. അതിനുശേഷം ദാരിദ്ര്യ ലഘൂകരണ പദ്ധതി പ്രകാരം 5000 വീടുകളും 1000 ലധികം പൊതുകെട്ടിടങ്ങളും കേരളത്തിലെമ്പാടുമായി കോസ്റ്റ് ഫോർഡ് നിർമിച്ചു. തൃശ്ശൂർ ആസ്ഥാനമാക്കിയിട്ടുള്ള കോസ്റ്റ്ഫോർഡിന് സംസ്ഥാനത്ത് 14 സബ് സെന്ററുകൾ ഉണ്ട്. ജനകീയാസൂത്രണ പദ്ധതിയിൻ കീഴിലുള്ള പൊതുമരാമത്ത് ജോലികൾ ഏറ്റെടുത്ത് തദ്ദേശസർക്കാരുകളെ സഹായിക്കുന്നതിനുള്ള അക്രഡിറ്റഡ് ഏജൻസിയായി കോസ്റ്റ് ഫോർഡ് അംഗീകരിക്കപ്പെട്ടിട്ടുണ്ട്.

ദാരിദ്ര്യലഘൂകരണം: ആലപ്പുഴയിലെ സി ഡി എസ് പദ്ധതി

വരുമാനം തെറ്റായി രേഖപ്പെടുത്താനോ മറച്ചു വെക്കാനോ പ്രയാസമില്ല എന്നതിനാൽ ദാരിദ്ര്യരേഖയ്ക്കുതാഴെ വരുമാനമുള്ള കുടുംബങ്ങളെ കണ്ടെത്തുക എന്നത് പ്രയാസകരമായി. യൂണിസെഫിന്റെ സഹായത്തോടെ ആലപ്പുഴ ജില്ലയിൽ നടപ്പിലാക്കിവന്ന അർബൻ ബേസിക് സർവീസ് പ്രോഗ്രാം (UBSP) മിന്റെ സംഘാടകർ വിശദമായ പഠനങ്ങൾക്കുശേഷം കുറഞ്ഞ വരുമാനവും പോഷകാഹാര സ്ഥിതിയുമായി ശക്തമായി ബന്ധപ്പെടുത്താവുന്ന 9 ഘടകങ്ങൾ കണ്ടെത്തുകയുണ്ടായി. (സോമൻ 1995; ഗോപിനാഥനും ശ്രീലതയും 1996; തമ്പി 2000; വത്സല മുതൽപേർ 1995; ജോസ് 1991). അതനുസരിച്ച് താഴെ പറയുന്ന 9 ഘടകങ്ങളിൽ 4 എണ്ണമെങ്കിലും ബാധകമാകുന്ന കുടുംബങ്ങളെ ദരിദ്രർ എന്ന വിഭാഗത്തിൽ ഉൾപ്പെടുത്തി.

1. കെട്ടുറപ്പില്ലാത്ത വീട്
2. സുരക്ഷിത കുടിവെള്ള ലഭ്യതയില്ലായ്മ
3. ശുചിയായ കക്കൂസിന്റെ അഭാവം
4. കുടുംബത്തിൽ ഒന്നോ അതിലധികമോ സാക്ഷരതയില്ലാത്ത മുതിർന്നവർ
5. ജോലിയുള്ള ആരുമില്ല, അല്ലെങ്കിൽ ഒരാൾ
6. ദിവസത്തിൽ രണ്ടോ അതിൽ കുറവോ നേരം ഭക്ഷണം കഴിക്കുന്ന കുടുംബം
7. കുടുംബത്തിൽ 5 വയസ്സിൽ താഴെയുള്ള കുട്ടികൾ
8. കുടുംബത്തിൽ മദ്യാസക്തിയോ മയക്കുമരുന്നിനടിമകളോ ആയവർ
9. പട്ടികജാതി പട്ടികവർഗ്ഗത്തിൽ പെട്ടവർ

ഈ ഒൻപത് ഘടകങ്ങൾ സമൂഹത്തിന് പ്രയാസരഹിതമായി കണ്ടെത്താമെന്നതിനാൽ സുതാര്യവും ജനപങ്കാളിത്തത്തോടെയും ദരിദ്രവിഭാഗത്തെ കണ്ടെത്താനാകും. സ്ത്രീകളെ കുടുംബത്തിന്റെ പ്രതിനിധിയാക്കി 20–40 വരെ ദരിദ്ര കുടുംബങ്ങൾ അടങ്ങിയ 150 അയൽക്കൂട്ട സമിതികൾ രൂപീകരിച്ചു. ഒരു വാർഡിലെ അയൽക്കൂട്ട സമിതികളെ ചേർത്ത് ഏരിയ ഡവലപ്മെന്റ് സൊസൈറ്റിയും (ADS), ഇവരെ കണ്ണി

ചേർത്ത് നഗരത്തിൽ കമ്മ്യൂണിറ്റി ഡവലപ്മെന്റ് സൊസൈറ്റി (CDS) യും രൂപീകരിച്ചു. തീരുമാനമെടുക്കാനുള്ള അധികാരം വനിതാ അംഗങ്ങളിൽ നിക്ഷിപ്തമാക്കി. പരസ്പരമുള്ള പ്രശ്നങ്ങൾ ചർച്ച ചെയ്യുന്നതിനും ആത്മവിശ്വാസവും വിശ്വസനീയതയും വർദ്ധിപ്പിക്കുന്നതിനും അയൽക്കൂട്ടസമിതികൾ കൃത്യമായി യോഗങ്ങൾ ചേർന്നു. അംഗങ്ങളിൽനിന്ന് ത്രിഫ്റ്റ് ശേഖരിച്ച് അവ സ്വരൂപിച്ചുണ്ടാക്കിയ സമ്പാദ്യം ഏറ്റവും ആവശ്യമുള്ള അംഗങ്ങൾക്ക് കുറഞ്ഞ പലിശയിൽ വായ്പ നൽകിയിരുന്നു.

പാർപ്പിടവും കക്കൂസും സാമൂഹികകുടിവെള്ള ടാപ്പും ദരിദ്രജനവിഭാഗങ്ങൾക്കുള്ള മറ്റ് ആനുകൂല്യങ്ങളും ഉൾപ്പെടെ നിലവിലെ ദാരിദ്ര്യ ലഘൂകരണ പദ്ധതികൾ സി ഡി എസ് പദ്ധതിയുമായി സംയോജിപ്പിച്ചു. പ്രത്യേക സാക്ഷരത ക്ലാസുകൾ നടത്തി. അധികം താമസിയാതെ ത്രിഫ്റ്റ് ഗ്രൂപ്പുകൾ ഉപഭോഗ ആവശ്യങ്ങൾക്ക് സഹായം നൽകുന്നതിൽനിന്ന് അംഗങ്ങൾക്ക് സുസ്ഥിര വരുമാനം ലഭ്യമാകാവുന്ന ചെറുകിട സംരംഭങ്ങൾ പ്രോത്സാഹിപ്പിക്കുന്നതിലേക്ക് പരിവർത്തനം ചെയ്യപ്പെട്ടു. ദേശീയ കാർഷിക ഗ്രാമീണ വികസന ബാങ്ക് (NABARD)ന്റെ റീഫൈനാൻസ് പദ്ധതി പ്രകാരം സിഡിഎസ്സിന് സ്ഥാപന കട വായ്പ ലഭ്യമാക്കി. ത്രിവർഷകാലവധിക്കുള്ള സൂക്ഷ്മതല പ്ലാനുകൾ തയ്യാറാക്കുന്നതിന് അയൽക്കൂട്ടസമിതികളെ സി ഡി എസ് സഹായിക്കുകയുണ്ടായി. സി ഡി എസിന് അനുവദിച്ചുകിട്ടിയ വായ്പകൾ അയൽക്കൂട്ടങ്ങൾ വഴി അതിലെ അംഗങ്ങൾക്ക് ലഭ്യമാക്കി. പദ്ധതിയുടെ ചെലവിന്റെ 25 ശതമാനം ത്രിഫ്റ്റ് ഡിപ്പോസിറ്റിൽനിന്നും 25 ശതമാനം യൂണിസെഫ് ഗ്രാന്റിൽനിന്നും ബാക്കിയുള്ളത് ബാങ്കുലോണിൽനിന്നും കണ്ടെത്തണമായിരുന്നു. പങ്കെടുത്ത അംഗങ്ങളുടെ എണ്ണമെടുത്താലും വായ്പയുടെ തിരിച്ചടവിന്റെ ശതമാനം കണക്കാക്കിയാലും പദ്ധതി പ്രാരംഭത്തിൽ വിജയപ്രദമായിരുന്നു.

ആലപ്പുഴ പരീക്ഷണത്തിന്റെ വിജയം സംസ്ഥാനത്തിന്റെ മറ്റു പട്ടണങ്ങളിലേക്കും ഈ പദ്ധതി വ്യാപിപ്പിക്കുന്നതിന് കേരള സർക്കാരിന് പ്രേരകമായി. ഐക്യരാഷ്ട്ര സംഘടനയുടെ 50-ാം വാർഷികം പ്രമാണിച്ച് സ്ഥാപിക്കപ്പെട്ട 'നമ്മൾ ജനങ്ങൾ (We the people)' സമൂഹ അവാർഡിന് ആലപ്പുഴ പരീക്ഷണം തെരഞ്ഞെടുക്കപ്പെടുകയുണ്ടായി. ജനകീയാസൂത്രണത്തിന് കീഴിലുള്ള കുടുംബശ്രീ അയൽക്കൂട്ടപരിപാടിയായി പിന്നീട് ഈ ആലപ്പുഴ പരീക്ഷണത്തെ രൂപാന്തരപ്പെടുത്തി. വികസന സിദ്ധാന്തത്തിലും പ്രയോഗത്തിലും കുടുംബശ്രീ പദ്ധതി ദേശീയതലത്തിലും അന്തർദ്ദേശീയതലത്തിലും പിന്നീട് പ്രസിദ്ധമാകുകയുണ്ടായി. കൂടുതൽ വിശദാംശങ്ങൾ 13-ാം അദ്ധ്യായത്തിൽ നൽകിയിട്ടുണ്ട്.

കേരള ശാസ്ത്രസാഹിത്യപരിഷത്തിന്റെ പരീക്ഷണങ്ങൾ

1962-ൽ സ്ഥാപിതമായ ഇന്ത്യയിലെ പ്രധാന ജനകീയ ശാസ്ത്ര പ്രസ്ഥാനമാണ് കേരള ശാസ്ത്രസാഹിത്യ പരിഷത്ത് (KSSP). ഇതിന്റെ

പ്രാരംഭ ലക്ഷ്യം മലയാള ഭാഷയിലുള്ള ശാസ്ത്ര പ്രചാരണമായിരുന്നു. പിന്നീട് അതിന്റെ പ്രവർത്തനങ്ങൾ ശാസ്ത്രപ്രവർത്തനങ്ങളെ വിമർശനാത്മകമായി പരിശോധിക്കുന്നതും ജനകീയ ബദലുകളുടെ വികസനമായും വിപുലപ്പെടുത്തി. ലൈബ്രറി പ്രസ്ഥാനംപോലെ സംസ്ഥാനത്ത് പുരോഗമന ചിന്തകൾ പ്രോത്സാഹിപ്പിക്കുന്നതിന്റെ കേന്ദ്രബിന്ദുവായി ശാസ്ത്രസാഹിത്യ പരിഷത്ത് പ്രവർത്തിച്ചു. ജനകീയാസൂത്രണ പ്രസ്ഥാനത്തിന്റെ വിജയത്തിന് ആശയവും പ്രവർത്തകരേയും നൽകിയ ഏറ്റവും പ്രധാനപ്പെട്ട സ്രോതസ്സ് ശാസ്ത്രസാഹിത്യ പരിഷത്തായിരുന്നു. കൂടുതലും ഇടതുപക്ഷ ആശയങ്ങളുള്ളവരായിരുന്നെങ്കിലും എതിർവീക്ഷണമുള്ളവരും നിഷ്പക്ഷരും ധാരാളമായി അണിചേർന്ന പ്രസ്ഥാനമായിരുന്നു അത്. (തോമസ് ഐസക്കും ഇക്ബാലും 1989, സക്കറിയയും സൂര്യമൂർത്തിയും 1994).

വിദ്യാഭ്യാസം

കേരളത്തിലെ വിദ്യാഭ്യാസ ഗുണനിലവാരത്തിന്റെ അപചയം 1980 കളിൽ ഒരു പ്രധാന പ്രശ്നമായി ഉയർന്നു വരികയുണ്ടായി. വിദ്യാഭ്യാസ മേഖലയിൽ ഒട്ടേറെ പരീക്ഷണങ്ങൾ സൃഷ്ടിക്കുന്ന കാര്യത്തിൽ ശാസ്ത്രസാഹിത്യ പരിഷത്ത് മുൻനിരയിലുണ്ടായിരുന്നു. കുട്ടികൾക്കുള്ള മാസികകളുടെ പ്രസിദ്ധീകരണം, സയൻസ് ക്ലാസുകൾ സംഘടിപ്പിക്കൽ, ആയിരക്കണക്കിന് വിദ്യാർത്ഥികളെ പങ്കെടുപ്പിച്ച് ശാസ്ത്രാഭിരുചികൾ നടത്തുക, കുട്ടികൾക്കായുള്ള ശാസ്ത്ര കോൺഗ്രസ് സംഘടിപ്പിക്കുക, പ്രാദേശിക ജില്ലാതലങ്ങളിൽ 'പഠനോത്സവങ്ങൾ' സംഘടിപ്പിക്കുന്നതിന് സഹായിക്കുക തുടങ്ങി നിരവധി പ്രവർത്തനങ്ങൾ ഉൾപ്പെട്ടിരുന്നു. നാടൻ കലകളിലൂടെ ശാസ്ത്രകാര്യങ്ങൾ, വികസന പ്രശ്നങ്ങളുടെ ആശയ വിനിമയം, ജേർണലുകൾ, ലഘുലേഖകൾ, പുസ്തകങ്ങൾ ഇവയുടെ പ്രസിദ്ധീകരണം തുടങ്ങിയ അനൗപചാരിക വിദ്യാഭ്യാസ സങ്കേതങ്ങൾ ശാസ്ത്രസാഹിത്യ പരിഷത്ത് പരിചയപ്പെടുത്തി.

ഒരു ദശാബ്ദകാലത്തെ പരീക്ഷണ പ്രവർത്തനങ്ങൾ കെ എസ് എസ് പിയെ പഞ്ചായത്ത് സ്കൂൾ കോംപ്ലക്സ് എന്ന ആശയത്തിലെത്തിച്ചു. ഒരു ഹൈസ്ക്കൂളിനെയും അതിലേക്ക് കുട്ടികളെ എത്തിക്കുന്ന പ്രൈമറി സ്കൂളുകളെയും ഒറ്റ കോംപ്ലക്സ് ആയി പരിഗണിക്കുകയും ഹൈസ്ക്കൂളിലെ വിഭവങ്ങളെ പ്രൈമറിസ്കൂളുകളിലെ വിദ്യാഭ്യാസഗുണനിലവാരം ഉയർത്തുന്നതിന് പ്രയോജനപ്പെടുത്തുക എന്നതുമാണ് സ്കൂൾ കോംപ്ലസിന്റെ തന്ത്രം. 1992–93–ൽ കണ്ണൂർ ജില്ലാ കൗൺസിലിന്റെ സഹായത്തോടെ ശിവപുരം ഹൈസ്കൂളിനെ കേന്ദ്ര സ്കൂളായി പരിഗണിച്ചുകൊണ്ട് സമീപത്തെ പഞ്ചായത്തുകളിലും ഒരു മുനിസിപ്പാലിറ്റിയിലുമുള്ള നിരവധി പ്രൈമറി സ്കൂളുകളെ ഫീഡർ സ്കൂളുകളാക്കിയും ശാസ്ത്രപരിഷത്ത് ഒരു സ്കൂൾ സമുച്ചയം സജ്ജമാക്കുകയുണ്ടായി. സമുച്ചയം ചെറുതായാൽ മാത്രമേ കാര്യക്ഷമമാകുകയുള്ളൂ എന്നതാണ് ഈ പരീക്ഷണം തെളിയിച്ചത്. ഈ പരിമിതികൾ മറികട

ക്കുന്നതിനാണ് ഏക പഞ്ചായത്ത് സ്കൂൾ സമുച്ചയമെന്ന ആശയം വികസിപ്പിച്ചത്. കാസർഗോഡ് ജില്ലയിലെ മടിക്കൈ, കണ്ണൂർ ജില്ലയിലെ കല്യാശ്ശേരി എന്നീ പഞ്ചായത്തുകളുടെ സഹകരണത്തോടെ പഞ്ചായത്ത് സ്കൂൾ സമുച്ചയപരീക്ഷണം കെ എസ് എസ് പി വിജയകരമായി സംഘടിപ്പിച്ചു.

വൈവിധ്യമാർന്ന പാഠ്യപദ്ധതിയും പാഠ്യേതര പദ്ധതിയും തുടർന്ന് നടപ്പിലാക്കുകയുണ്ടായി. ഓരോ സ്കൂളിലും സ്കൂൾ സമുച്ചയ സമിതികളും രൂപീകരിച്ചു. ഈ സമിതിയിൽ അദ്ധ്യാപക-രക്ഷാകർതൃ സംഘടന (PTA), പഞ്ചായത്ത് പ്രതിനിധികൾ, സാമൂഹ്യപ്രവർത്തകർ, വിദ്യാഭ്യാസ വിദഗദ്ധർ എന്നിവരെ ഉൾപ്പെടുത്തി സ്കൂൾകുട്ടികളുടെ വിദ്യാഭ്യാസ പരവും, മനഃശാസ്ത്രപരവുമായ പ്രശ്നങ്ങളും പോഷകാഹാര നിലയും കണ്ടെത്തുന്നതിന് സ്കൂളിൽ അമ്മമാരുടെ ഫോറം സംഘടിപ്പിച്ചു. അക്കാദമിക് മാർഗനിർദ്ദേശങ്ങൾ നൽകുന്നതിനായി വിരമിച്ചവരും മുതിർന്നവരുമായ അദ്ധ്യാപകരേയും വിദ്യാഭ്യാസ വിദഗ്ധരെയും ഉൾപ്പെടുത്തി പഞ്ചായത്ത് അക്കാദമിക് സമിതി സജ്ജമാക്കി.

ചെറുകിട വിദ്യുച്ഛക്തി ഉത്പാദനം: മീൻവല്ലം

കേരളത്തിലെ വൈദ്യുതീകരിക്കാത്ത ഗ്രാമീണ വാസസ്ഥലങ്ങൾ മിക്കതും വിദൂരമായ കുന്നിൻ പ്രദേശങ്ങളിലാണ്. ആയതിനാൽ ചെറുകിട ജലവൈദ്യുത പദ്ധതി അടിസ്ഥാനപ്പെടുത്തിയിട്ടുള്ള വികേന്ദ്രീകൃത വിദ്യുച്ഛക്തി ഉത്പാദനം ഒരു പ്രായോഗിക ബദലാകുന്നു. (ഉണ്ണികൃഷ്ണൻ 1996). പാലക്കാട് ജില്ലയിലെ കരിമ്പ ഗ്രാമപഞ്ചായത്തിനൊപ്പം ചേർന്ന് ശാസ്ത്രസാഹിത്യ പരിഷത്തിന്റെ ഗവേഷണ സ്ഥാപനമായ ഇന്റഗ്രേറ്റഡ് റൂറൽ ടെക്നോളജി സെന്റർ (IRTC) നടത്തിയ മീൻവല്ലം പദ്ധതി സംബന്ധിച്ച പഠനം ഒരു ചെറുകിട ജലവൈദ്യുത പദ്ധതിയുടെ മാതൃക വികസിപ്പിക്കുന്നതിനുള്ള ശ്രമമായിരുന്നു. (റെസി ജോർജ് 1994).

ചെറുകിട വൈദ്യുത പദ്ധതിയുടെ സാധ്യത മനസ്സിലാക്കുന്നതിനായി ഭാരതപ്പുഴ നദീതടത്തിലെ തുപ്പനാട്ട് പുഴയിലെ മീൻവല്ലം വെള്ളച്ചാട്ടത്തെ സംബന്ധിച്ച് വിശദമായ പരിശോധന നടത്തുകയുണ്ടായി. പ്രാദേശിക സമൂഹത്തിലെ അംഗങ്ങൾ ഭൂമിശാസ്ത്രപരവും കാലാവസ്ഥാപരവും, നീരൊഴുക്കുസംബന്ധമായും സാമൂഹ്യ-സാമ്പത്തിക പരവുമായ വിവരങ്ങൾ ശേഖരിച്ചു. ജലവിഭവ വികസന പരിപാലന കേന്ദ്രത്തിലെ (CWRDM) ശാസ്ത്രജ്ഞരുടെ സാങ്കേതിക സഹായത്തിലും മേൽനോട്ടത്തിലും ഐആർറ്റിസിയിലെ പ്രോജക്ട് ടീം കൃത്യമായ ഇടവേളകളിൽ വിവരശേഖരണ-നിരീക്ഷണ പ്രവർത്തനങ്ങൾ തുടങ്ങി. ഭൗമശാസ്ത്ര പഠനം (CESS) കേരള സംസ്ഥാന വിദ്യുച്ഛക്തിബോർഡ് (KSEB), ഭൂവിനിയോഗബോർഡ്, സർവേ ഓഫ് ഇന്ത്യ, വനം വകുപ്പ് ഇവരുടെ സഹായത്തോടെ കാര്യശേഷിയുള്ളതും ചെലവു കുറഞ്ഞതുമായ രൂപകല്പന തയ്യാറാക്കി. വിദ്യുച്ഛക്തി ബോർഡിന്റെ ഗ്രിഡ്ഡ് പദ്ധതി പ്രദേശത്തിന്റെ സമീപത്തായതിനാൽ പ്രദേശത്തെ വോൾട്ടേജ് ക്ഷാമം

പരിഹരിക്കുന്നതിന് ആ ഗ്രിഡ്ഡിലേക്ക് വൈദ്യുതി നല്കുക എന്നതായിരുന്നു പ്രാദേശിക സമൂഹത്തിന്റെ ലക്ഷ്യം. വൈദ്യുതി ഉപയോഗം കൂടുതലുള്ള സന്ധ്യാസമയത്തെ നാലു മണിക്കൂർ സമയം നീരൊഴുക്ക് തടസ്സപ്പെടുത്താതെ (Run of the river) വൈദ്യുതി ഉല്പാദിപ്പിക്കുന്ന രീതിയിലാണ് പദ്ധതിയുടെ രൂപകല്പന. ചെലവ് നിയന്ത്രണമായിരുന്നു മീൻവല്ലം പദ്ധതിയുടെ Watchword. പ്രാദേശിക പ്രത്യേകതകൾ പ്രയോജനപ്രദമായി രൂപകല്പനയിൽ ഉപയോഗപ്പെടുത്തുക, പ്രാദേശിക വസ്തുക്കളുടെ ഉപയോഗം, യന്ത്രോപകരണങ്ങളുടെ ലളിതമായ രൂപകല്പന തുടങ്ങിയ ഘടകങ്ങളുടെ പിൻബലത്തിൽ ഒരു കിലോവാട്ട് വൈദ്യുതി ഉല്പാദിപ്പിക്കുന്നതിനുള്ള മൊത്ത മൂലധന അടങ്കൽ 30000 രൂപയിൽ പരിമിതപ്പെടുത്തുന്നതിന് സാധിച്ചു. ഇത് സംസ്ഥാനത്തെ വലിയ ജലവൈദ്യുത പദ്ധതികളുടേതിന് സമാനമാണ്. പദ്ധതി നടത്തിപ്പിനായി ഗുണഭോക്തൃ പഞ്ചായത്തുകൾക്കും, ബ്ലോക്കിനും ജില്ലാപഞ്ചായത്തിനും ഷെയറുള്ള join-stock കമ്പനി സജ്ജമാക്കുന്നതിനുള്ള നിർദ്ദേശത്തോടെ പാലക്കാട് ജില്ലാ പഞ്ചായത്ത് പദ്ധതിരേഖ അംഗീകരിച്ചു. പദ്ധതി നിർദ്ദേശത്തോട് കേരള വിദ്യുച്ഛക്തി ബോർഡ് അനുകൂല നിലപാട് സ്വീകരിക്കുകയും ഈ പദ്ധതി മറ്റു ജില്ലാ പഞ്ചായത്തുകൾക്ക് മാതൃകയാക്കുകയുമുണ്ടായി.

ഊർജ്ജകാര്യക്ഷമത: പുകയില്ലാ അടുപ്പ്

പങ്കാളിത്ത സാങ്കേതികവിദ്യാ വികസന പരിപാടിയിലൂടെ കേരളത്തിലെ പാചക അടുപ്പുകൾ പരിഷ്കരിക്കുന്നതിന് കേരള ശാസ്ത്ര സാഹിത്യ പരിഷത്ത് സുപ്രധാന സംഭാവന നല്കി. 22–28 ശതമാനം താപവിനിയോഗ ശേഷിയുള്ള മാതൃകകൾ സംസ്ഥാനത്തെ വിവിധ പ്രദേശങ്ങളിലുള്ള ഗ്രാമശാസ്ത്ര സമിതികൾ പരിശോധിക്കുകയുണ്ടായി. പ്രാദേശിക കൈത്തൊഴിലാളി സംഘടനകളുമായി ചേർന്ന് പോട്ടറി ലൈനിങ് രൂപകല്പനകൂടി മാതൃകകളിൽ സംയോജിപ്പിച്ചു. വിപുലമായ പരിപാടിയിലൂടെ സംസ്ഥാനത്തിന്റെ നാല് വ്യത്യസ്ത ഭൂപ്രദേശങ്ങളിലായി 600 യൂണിറ്റുകളുടെ പ്രയോഗ പരിശോധന നിർവ്വഹിക്കുകയും ഇതിൽ മൂന്ന് രൂപകല്പന സ്വീകരിക്കുകയും ചെയ്തു.

കെഎസ്എസ്പി മാതൃകകൾ പാരമ്പര്യേതര ഊർജ്ജസ്രോതസ്സ് വകുപ്പിൽ (DNES) രജിസ്റ്റർ ചെയ്യുകയും അവരുടെ സഹായത്തോടെ അടുപ്പുകളുടെ വിതരണം ആരംഭിക്കുകയും ചെയ്തു. 1986 ൽ അടുപ്പുകളുടെ വ്യാപനം സാദ്ധ്യമാക്കുന്നതിനുള്ള പ്രധാന ഏജൻസിയായി അനർട്ടിനെ (Agency for non- conventional Energy and Rural Technology) നിയോഗിച്ചു. 1989 ആയപ്പോഴേക്ക് 38 ഏജൻസികളിലൂടെ 5 ലക്ഷം ഉയർന്ന കാര്യക്ഷമതയുള്ള അടുപ്പുകൾ സ്ഥാപിച്ചു.

75–80 ശതമാനംവരെ അടുപ്പുകളും സ്ഥിരമായി ഉപയോഗിക്കുന്നു എന്നതാണ് വിവിധ പഠനങ്ങൾ ചൂണ്ടിക്കാട്ടിയത്. ഇന്ത്യയിലെ മറ്റ് പ്രദേശങ്ങളെ അപേക്ഷിച്ച് ഇതു വളരെ കൂടുതലാണ്. പൊതുവെ വിജയിച്ചു

എങ്കിലും ചിമ്മിനിയിലുണ്ടാകുന്ന അമിതമായ കരി, അടുപ്പ് കത്തിക്കുന്നതിനുള്ള ബുദ്ധിമുട്ട്, അടുക്കളയിലെ പരമ്പരാഗത രീതികളിൽനിന്നുണ്ടാകുന്ന വൈമുഖ്യം തുടങ്ങിയ കാര്യങ്ങൾ പുതിയ അടുപ്പുകളുടെ വ്യാപനത്തിന് തടസ്സമായി. (സുധാകരൻ 1991, പിള്ള,1992)

സമ്പൂർണ്ണ സാക്ഷരതായജ്ഞം

സ്വാതന്ത്ര്യലബ്ധിക്കുശേഷം ഇന്ത്യയിൽ സംഘടിപ്പിക്കപ്പെട്ട സാക്ഷരതാ പരിപാടികളിൽനിന്നും വിഭിന്നമായിരുന്നു സമ്പൂർണ്ണസാക്ഷരതായജ്ഞം. ഇന്ത്യയിലെ സാക്ഷരതാ പരിപാടി തുലോം ചെറിയതോതിലുള്ളതും ഒരു പ്രത്യേക ഗ്രാമപ്രദേശത്തെ മാത്രം കേന്ദ്രീകരിച്ചിട്ടുള്ളതുമായിരുന്നു. എന്നാൽ കേരളത്തിന്റെ സാക്ഷരതാ യജ്ഞം ജനകീയ ഭാവനകൾ സ്വാംശീകരിച്ചും തുടർവികസന പ്രവർത്തനങ്ങൾക്കുള്ള ഊർജ്ജം നല്കിക്കൊണ്ട് സംസ്ഥാനമൊട്ടാകെയുള്ള സമൂഹത്തെ പ്രവർത്തനോന്മുഖമാക്കുന്ന ഒന്നായിരുന്നു. തുടക്കത്തിൽ ഈ പ്രവർത്തനം എറണാകുളം ജില്ലയിൽ മാത്രമായി പരിമിതപ്പെടുത്തിയിരുന്നു. ജില്ലാ കളക്ടർ ഈ ആശയത്തെ പിന്തുണയ്ക്കുകയായിരുന്നു എന്നതും അദ്ദേഹത്തിന്റെ ഔദ്യോഗിക കാലാവധിയുടെ പ്രാഥമിക ലക്ഷ്യം സാക്ഷരതാ പ്രവർത്തനമായി ഉൾക്കൊള്ളാനുള്ള താല്പര്യവുമാണ് എറണാകുളം ജില്ല തിരഞ്ഞെടുക്കാനുള്ള കാരണം. (കെ എസ് എസ് പി–1991)

1988 ഡിസംബറിലാണ് സാക്ഷരതാ യജ്ഞം ആരംഭിച്ചത്. ഇതിനാവശ്യമായ പ്രവർത്തകരുടെ പ്രധാന പങ്കും കെ എസ് എസ് പിയാണ് നല്കിയത്. ജില്ലയിലെ എല്ലാ മുനിസിപ്പൽ വാർഡുകളിലും 860 പഞ്ചായത്തു വാർഡുകളിലും ഉത്സാഹവും സന്നദ്ധതയും ഉറപ്പാക്കിയുള്ള ജനകീയ സമിതികൾ ഉണ്ടാക്കി. സാക്ഷരതാ ജാഥകളിലൂടെയും മറ്റു പൊതു പ്രചാരണ പരിപാടികളിലൂടെയും നിരക്ഷരരെ ഈ പരിപാടിയിലേക്ക് ആകർഷിച്ചു. സാക്ഷരതാ ക്ലാസുകൾ ആരംഭിച്ച ശേഷം അതുമായി ബന്ധപ്പെട്ട വാർത്തകൾ ലഭ്യമാക്കുന്നതിനായി സാക്ഷരതാ ചുമരുകൾ സ്ഥാപിച്ചു. മത്സരാടിസ്ഥാനത്തിൽ ഒന്നിനൊന്ന് മെച്ചപ്പെട്ട സാക്ഷരതാ ബാനറുകൾ ജില്ലയുടെ എല്ലാ ഭാഗങ്ങളിലും പ്രത്യക്ഷപ്പെട്ടു. താല്പര്യപൂർവ്വം മുന്നോട്ടുവന്ന് അവരുടെ കഴിവുകൾ പ്രദർശിപ്പിക്കുന്നതിന് നിരക്ഷരരായ ജനങ്ങളെ പ്രോത്സാഹിപ്പിച്ചു. പലർക്കും പാട്ടുപാടുന്നതിനും നൃത്തം വയ്ക്കുന്നതിനും കവിത ചൊല്ലുന്നതിനുമുള്ള അവരുടെ കഴിവ് പ്രദർശിപ്പിക്കുന്നതിന് അവസരമൊരുക്കി. പഠിതാക്കളുടെ ആത്മബോധവും ആത്മാഭിമാനവും ഉത്തേജിപ്പിക്കുന്നതിനുള്ള പ്രോത്സാഹനവും ലക്ഷ്യമാക്കി.

നാലു ഭാഗങ്ങളുള്ള സാക്ഷരതാ പാഠ്യപദ്ധതിക്കൊപ്പം അദ്ധ്യാപകർക്ക് *നമുക്കുചുറ്റുമുള്ള ലോകം, ഒരു നല്ല നാളെ* (പൊതുജനാരോഗ്യത്തെ സംബന്ധിച്ച്), *മനുഷ്യൻ എങ്ങനെ മനുഷ്യനായി, വികസനവും ജനങ്ങളും* എന്ന പുസ്തകങ്ങളും ലഭ്യമാക്കി. 1989 മെയ് മാസം ക്ലാസുകൾ ആരംഭിച്ചു. മിക്ക അദ്ധ്യാപകർക്കും നല്കിയ വിവരങ്ങൾ ഉൾക്കൊ

ള്ളാനോ തയ്യാറാക്കിയ പാഠഭാഗങ്ങളെല്ലാം പകർന്നുകൊടുക്കാനോ സാധിക്കാത്ത സാഹചര്യത്തിൽ അവരുടെ പ്ലാൻ മൊത്തത്തിൽ അതിമോഹമായിപ്പോയെന്ന് സാക്ഷരതാ ആസൂത്രകർ കണ്ടെത്തി. മലയാളത്തിൽ വായിക്കുന്നതിനും എഴുതുന്നുതിനുമുള്ള ശേഷി ഉണ്ടാക്കിക്കൊടുക്കുന്നതിനോടൊപ്പം ആരോഗ്യം, രോഗപ്രതിരോധം എന്നീ വിഷയങ്ങൾ ഉൾപ്പെടുത്തിയിട്ടുള്ള ബോധനക്രമം എന്ന പരിമിതമായ ലക്ഷ്യം അവർ തെരഞ്ഞെടുത്തു. രോഗപ്രതിരോധം തുടങ്ങിയ വിഷയങ്ങൾ ഒരു ക്യാമ്പയിനായി സംഘടിപ്പിക്കപ്പെട്ടതിന്റെ ഫലമായി അഞ്ചാംപനി, ക്ഷയം, ഡിഫ്ത്തീരിയ, പോളിയോ തുടങ്ങിയ രോഗങ്ങൾക്കെതിരായ രോഗപ്രതിരോധ ശേഷി വൻതോതിൽ വർദ്ധിക്കുന്നതിലേക്കു നയിച്ചു.

1990 ഫെബ്രുവരി മാസം എറണാകുളത്തെ സമ്പൂർണ്ണ സാക്ഷരതാ ജില്ലയായി പ്രധാനമന്ത്രി പ്രഖ്യാപിച്ചു. ജില്ലയിൽ കണക്കാക്കിയിട്ടുള്ള 1,74,000 നിരക്ഷരരിൽ 1.35,000 ആളുകൾ വായിക്കുന്നതിനും എഴുതുന്നതിനും പഠിച്ചു. പരിപാടിയുടെ ഭാഗമായി നടത്തിയ പരീക്ഷയിൽ 1,35,000 നവസാക്ഷരർ 80 ശതമാനത്തിലധികം മാർക്കു നേടുകയുണ്ടായി. പരാജയപ്പെട്ട 39000 പേർക്ക് തുടർപരിപാടികളിലൂടെ അവർ പ്രാപ്തമാക്കിയ സാക്ഷരതാ ശേഷി വർദ്ധിപ്പിക്കാൻ സാഹചര്യമൊരുക്കി. ഓരോ വിദ്യാർഥിയെയും സാക്ഷരരാക്കുന്നതിന് 205 രൂപ മുതൽ 333 വരെ ചെലവുവന്നതായി ഒരു സ്വതന്ത്രനിരീക്ഷകൻ കണക്കുകൂട്ടുകയുണ്ടായി. (തരകൻ, 1990)

എറണാകുളം പദ്ധതിയുടെ വിജയം സംസ്ഥാനം മുഴുവൻ സമ്പൂർണ്ണ സാക്ഷരതയിലെത്തിക്കുന്നതിനുള്ള പദ്ധതി ദേശീയ സാക്ഷരതാ മിഷന് സമർപ്പിക്കുന്നതിന് സംസ്ഥാന സർക്കാരിനെ പ്രേരിപ്പിച്ചു. പദ്ധതി നിർദ്ദേശം അംഗീകരിക്കപ്പെട്ടതിന്റെ അടിസ്ഥാനത്തിൽ എറണാകുളം സാക്ഷരതാ മാതൃക അതേ പ്രഭാവത്തിൽ സംസ്ഥാനമൊട്ടാകെ നടപ്പാക്കുകയായിരുന്നു. എന്നാൽ ഐക്യമുന്നണി സർക്കാരിന്റെ കീഴിൽ നടന്ന സാക്ഷരതാനന്തരഘട്ട പ്രവർത്തനങ്ങൾ (Post literacy phase) വേണ്ടത്ര മുന്നോട്ടുപോകാതെ വലിയ തോതിൽ അധഃപതിക്കുകയായിരുന്നു. (തരകൻ, 2000)

ജനകീയ വിഭവ ഭൂപടനിർമ്മാണ പരിപാടി

സമ്പൂർണ്ണ സാക്ഷരതാ യജ്ഞത്തിന്റെ അടിസ്ഥാനത്തിൽ ആ കാലത്ത് സംഘടിപ്പിച്ച ആയിരക്കണക്കിന് സന്നദ്ധപ്രവർത്തകരുടെ ശേഷി ഉപയോഗപ്പെടുത്തി ഓരോ ഗ്രാമത്തിലും ഡാറ്റാബേസ് ഉണ്ടാക്കുന്നതിനായി ആവിഷ്കരിക്കുകയും വികസിപ്പിക്കുകയും ചെയ്ത ഒരു പരിപാടിയാണ് ജനകീയ ഭൂപടപരിപാടി. പൊതുചോദ്യാവലിയുടെ അടിസ്ഥാനത്തിലുള്ള വിവരശേഖരണത്തിന്റെ സ്ഥാനത്ത് ഗ്രാമത്തിലെ ഓരോ പുരയിടത്തിലുമുള്ള ഭൂമിയും ജലവും സസ്യങ്ങളുമായി ബന്ധപ്പെട്ട വിവരങ്ങൾ ശേഖരിക്കാനാണ് ജനകീയ പരിപാടി ശ്രമിച്ചത്.

രേഖപ്പെടുത്തി കഴിയുമ്പോൾ സാധാരണ ജനങ്ങൾക്ക് മനസ്സിലാകുന്ന രീതിയിൽ വില്ലേജ് റവന്യൂ മാപ്പിൽ പ്രസക്തമായ വിവരങ്ങളെല്ലാം ദൃശ്യമാക്കും. പ്രാദേശിക ജനങ്ങളുടെ പങ്കാളിത്തത്തോടെയാണ് ഭൂപടം തയ്യാറാക്കേണ്ടിയിരുന്നത്. അങ്ങനെയാകുമ്പോൾ ഭൂപടത്തിലേക്കുള്ള വിവരം ശേഖരിക്കുന്ന പ്രവർത്തനം പ്രാദേശിക പ്രകൃതി വിഭവങ്ങളെ സംബന്ധിച്ചും പ്രാദേശിക പ്രശ്നങ്ങൾ സംബന്ധിച്ചുമുള്ള ബോധവൽക്കരണരീതി കൂടിയായി മാറി.

കേരളത്തിലെ പ്രധാന ഭൗമശാസ്ത്ര ഗവേഷണ കേന്ദ്രമായ സെസ്സിലെ (CESS) ലെ ശാസ്ത്രജ്ഞന്മാരും മുതിർന്ന ശാസ്ത്ര സാഹിത്യപരിഷത്ത് പ്രവർത്തകരും തമ്മിൽ നടന്ന വിശദമായ ചർച്ചകളിൽ നിന്നാണ് വിഭവഭൂപടം തയ്യാറാക്കുന്നതിനുള്ള മാതൃക ഉരുത്തിരിയുന്നത് (സിൻഹയും വർമ്മയും 1994; ചതോപാദ്ധ്യായ മുതൽ പേർ 1999). ജനകീയ വിഭവഭൂപട നിർമ്മാണപരിപാടിയിൽ താഴെ പറയുന്ന 6 ഘടകങ്ങൾ ഉൾപ്പെടുന്നു.

1. സന്നദ്ധ പ്രവർത്തകരുടെ പരിശീലനം
2. ഭൂവിനിയോഗ രീതിയും മനുഷ്യനിർമ്മിത ആസ്തികളും സന്നദ്ധ പ്രവർത്തകർ ഭൂപടത്തിൽ അടയാളപ്പെടുത്തുന്നു.
3. സർവേ ഓഫ് ഇന്ത്യ തയ്യാറാക്കിയ നിമ്നോന്നതരേഖകൾ (Contour) ഉള്ള ഭൂപടത്തിൽ ഭൂപ്രകൃതി (landform), ഉപരിതലവസ്തുക്കൾ (ഭൂഗർഭ ജലശേഷി, മണ്ണിന്റെ ആഴം) എന്നിവ പരിശീലനം ലഭിച്ച ശാസ്ത്രജ്ഞർ അടയാളപ്പെടുത്തി ഭൂപടങ്ങൾ തയ്യാറാക്കുന്നു.
4. വിഷയഭൂപടങ്ങൾ ഒന്നിനുമേൽ ഒന്ന് എന്ന രീതിയിൽ പരിശോധിച്ച് പാരിസ്ഥിതിക വിലയിരുത്തൽ ഭൂപടം തയ്യാറാക്കൽ
5. കുടുംബതല വിവരശേഖരണം നടത്തിട്ടുള്ള ഗാർഹികതലത്തിൽ സാമൂഹ്യ-സാമ്പത്തിക വിവരണശേഖരണം നടത്തൽ
6. വിഷയ ഭൂപടങ്ങൾ വ്യാഖ്യാനിച്ച് അവലോകന റിപ്പോർട്ട് തയ്യാറാക്കൽ

പ്രാരംഭമായി തെരഞ്ഞെടുത്ത 25 പഞ്ചായത്തിൽ ജനകീയ ഭൂപട നിർമാണ പരിപാടി വ്യത്യസ്ത അളവിൽ വിജയപ്രദമായി നടപ്പിലാക്കി. 1991 ൽ ഈ പദ്ധതി പൂർത്തിയാക്കുന്നതിനു മുമ്പായി ഐക്യജനാധിപത്യ മുന്നണി സർക്കാർ അധികാരത്തിലെത്തുകയും ശാസ്ത്ര സാഹിത്യപരിഷത്തിന്റെ പങ്കാളിത്തത്തോട് ശത്രുതാപരമായ മനോഭാവം സ്വീകരിക്കുകയും സെസ്സിനെ മാത്രമായി നിർവ്വഹണ ഏജൻസിയായി അംഗീകരിക്കുകയും ചെയ്തു. തുടർന്ന് 5 വർഷത്തോളം ഇഴഞ്ഞുനീങ്ങിയ പദ്ധതിക്കൊടുവിൽ 100-ൽ താഴെ പഞ്ചായത്തുകൾ മാത്രമാണ് പൂർത്തീകരിക്കാനായത്. ബഹുജനപങ്കാളിത്തം കുറഞ്ഞുപോകുകയും ചിലയിടത്ത് ഭൂപടത്തിന്റെ ഗുണനിലവാരം പരിതാപകരമാവുകയും ചെയ്തു. പ്രാദേശിക ജനപങ്കാളിത്തം സംഘടിപ്പിക്കുന്നതിൽ വന്ന പരാജയം യു ഡി

എഫ് സർക്കാരിന്റെ കാലത്ത് വിഭവ ഭൂപടനിർമാണ പ്രക്രിയയുടെ പരാജയത്തിന് കാരണമായി.

ഒരു പ്രാദേശിക ആസൂത്രണ മാതൃക: കല്യാശേരി

എപ്രകാരമാണ് ഒരു പഞ്ചായത്ത് വിഭവ ഭൂപടനിർമാണ പ്രക്രിയയിൽനിന്ന് പ്രാദേശിക ആസൂത്രണത്തിലേക്ക് പോകുക? ഈ പരീക്ഷണം നടത്തുന്നതിനുള്ള പ്രദേശമായി വടക്കൻ കേരളത്തിലെ കണ്ണൂർ ജില്ലയിലെ കല്യാശേരി പഞ്ചായത്തിനെ തിരഞ്ഞെടുക്കുകയായിരുന്നു. സർഗശേഷിയും അനുഭവജ്ഞാനവുമുള്ള പ്രവർത്തകരടങ്ങിയ ശക്തമായ ശാസ്ത്ര സാഹിത്യപരിഷത്ത് യൂണിറ്റ് കല്യാശേരിയിൽ ഉണ്ടായിരുന്നു. ഈ പരീക്ഷണവുമായി പൂർണ്ണമായി സഹകരിക്കുമെന്ന് സി പി ഐ (എം) നേതൃത്വത്തിലുള്ള പഞ്ചായത്ത് ഭരണസമിതി താല്പര്യം പ്രകടിപ്പിക്കുകയും ചെയ്തു.

1993 ജൂൺ മാസത്തിൽ കല്യാശേരി വികസനസമിതി (Kallyasseri Development Society-KDS) രജിസ്റ്റർ ചെയ്തപ്പോഴാണ് കല്യാശേരി ആസൂത്രണപരീക്ഷണം ഔപചാരികമായി സംഘടിപ്പിക്കപ്പെട്ടത്. 25 കുടുംബങ്ങൾ വീതം ഉൾക്കൊള്ളുന്ന 200 അയൽക്കൂട്ടസമിതികളുടെ പ്രതിനിധികൾ അടങ്ങിയതാണ് സമിതിയുടെ പൊതുസഭ. പൊതുസഭയുടെ യോഗത്തിൽ നയപരമായ കാര്യങ്ങൾ തീരുമാനിക്കുമ്പോൾ ദൈനംദിന പ്രവൃത്തികൾ കൈകാര്യം ചെയ്യുന്നതിന് എട്ട് വികസനമേഖലകൾക്കും പ്രത്യേകം ഉപസമിതികൾ. തിരഞ്ഞെടുക്കപ്പെട്ട പ്രതിനിധികളുടെ അദ്ധ്യക്ഷതയിൽ ഓരോ വാർഡിനും ഒരു കമ്മിറ്റിയുമുണ്ടായി.

കല്യാശേരി ഗ്രാമവികസന പരിപാടിയുടെ കരട് തയ്യാറാക്കുന്നതിന് ഏകദേശം 3 വർഷം സമയമെടുത്തു. ലക്ഷ്യങ്ങൾ അതിമോഹത്തോടെയുള്ളവയായിരുന്നു. പച്ചക്കറിയുടേയും മുട്ടയുടേയും ആവശ്യകതയുമായും, വിദ്യാഭ്യാസസ്ഥാപനങ്ങളുമായും, ഗാർഹിക ഊർജ്ജ ഉപയോഗവുമായും ബന്ധപ്പെട്ട സർവേകളും പ്രദേശത്തെ വൈദ്യുതി വിതരണം, നീരൊഴുക്ക് ഇവ സംബന്ധമായ ഭൂപടനിർമാണവും ഏറ്റെടുത്തു. പ്രദേശത്തിലെ മുഴുവൻ ഊർജ്ജ ഉപഭോഗക്രമം മനസ്സിലാക്കുന്നതിനും വൈദ്യുതിവിതരണശൃംഖല ചിത്രീകരിക്കുന്നതിനും ഉൾപ്പെടുന്നതായിരുന്നു ഊർജ്ജപരിപാടി. പൂർണ്ണമായ പദ്ധതി തയ്യാറാക്കുന്നതുവരെ കാത്തിരിക്കേണ്ടതില്ല എന്നതായിരുന്നു വികസനസമിതിയുടെ തീരുമാനം. കനാൽശൃംഖലയുടെ അറ്റകുറ്റപ്പണികൾ, ഒരു ജനകീയ കനാലിന്റെ നിർമ്മാണം, വെള്ളാൻചിറ–പാറപ്പുറം റോഡിന്റെ നിർമ്മാണം എന്നിങ്ങനെ 1993–ൽ നടന്ന പ്രവർത്തനങ്ങളിൽ വലിയതോതിൽ സന്നദ്ധപ്രവർത്തകരെ പങ്കെടുപ്പിക്കുന്നതിൽ വിജയിക്കുകയും അത് വിപുലമായ അംഗീകാരം നേടുകയുമുണ്ടായി.

സത്വര പ്രയോഗസാദ്ധ്യത കുറവായിരുന്നു എങ്കിലും 1995 സെപ്തംബർ ആയപ്പോഴേക്കും കല്യാശേരിയിലെ പങ്കാളിത്ത ആസൂത്രണ സമഗ്ര റിപ്പോർട്ട് തയ്യാറാക്കുകയുണ്ടായി. ഇതിൽ വിഭവ ഭൂപടത്തിന്റെ ഉപയോ

ഗയോഗ്യതയും സമഗ്ര ഗ്രാമവികസന പദ്ധതി തയ്യാറാക്കുന്നതിന്റെ പ്രാധാന്യവും ചിത്രീകരിക്കപ്പെട്ടു. സന്നദ്ധപ്രവർത്തനങ്ങളുടെ സാദ്ധ്യത, വികസനാവശ്യങ്ങൾക്കായി പുതിയ സ്ഥാപനങ്ങൾ സൃഷ്ടിക്കുന്നതിന്റെ പ്രാധാന്യം, പൗരസമൂഹ സ്ഥാപനങ്ങൾ സർക്കാർസ്ഥാപനങ്ങളുമായി സമന്വയിക്കുമ്പോൾ ഉണ്ടാകുന്ന പ്രശ്നങ്ങൾ, രാഷ്ട്രീയവും പ്രാദേശിക വികസനവുമായുള്ള ബന്ധം എന്നിവയും സ്പഷ്ടമാക്കപ്പെട്ടു.

കല്യാശേരി ഒരു പ്രധാന രീതിശാസ്ത്രപരമായ പരീക്ഷണമായിരുന്നു. പ്രബുദ്ധമായ വിപ്ലവപശ്ചാത്തലമുള്ള പരമ്പരാഗത ഇടത് ശക്തികേന്ദ്രമായതിനാൽ ഇവിടെ നടന്ന പ്രവർത്തനം കേരളത്തിലെമ്പാടും താൽപ്പര്യമുണർത്തി. കല്യാശേരി പഞ്ചായത്ത് റിപ്പോർട്ട് ചർച്ച ചെയ്യാൻ 1995–ൽ സംഘടിപ്പിച്ച സെമിനാർ ഇ എം എസ്സ് നമ്പൂതിരിപ്പാടാണ് ഉദ്ഘാടനം ചെയ്തത്. കല്യാശേരിയിലെ പരിശ്രമങ്ങളെ അഭിനന്ദിച്ചുകൊണ്ട് അദ്ദേഹം സി പി ഐ (എം) മുഖപത്രമായ *ദേശാഭിമാനി*യിൽ എഴുതുകയുണ്ടായി. കല്യാശേരി പഠനം ആസ്പദമാക്കി പ്രാദേശിക വികസനത്തിന്റെ രാഷ്ട്രീയത്തെ സംബന്ധിച്ച് ഒരു ലേഖന പരമ്പര സി പി ഐ (എം) വാരികയായ *ചിന്ത*യിൽ പ്രസിദ്ധീകരിക്കുകയുണ്ടായി. (തോമസ് ഐസക്ക് 1995)

തുടർന്ന് തിരുവനന്തപുരത്തെ സെന്റർ ഫോർ ഡെവലപ്പ്മെന്റ് സ്റ്റഡീസിൽ സംഘടിപ്പിച്ച ദ്വിദിന സെമിനാറിൽ കല്യാശേരി റിപ്പോർട്ട് അവതരിപ്പിച്ച് ചർച്ച ചെയ്തു. സന്നദ്ധപ്രവർത്തനത്തിന്റെ ശക്തമായ പാരമ്പര്യവും പഞ്ചായത്തു കമ്മിറ്റിയിലെ 11–ൽ 10 സീറ്റും കരസ്ഥമാക്കിയുള്ള സി പി ഐ (എം)ന്റെ മേധാവിത്തവും കല്യാശേരിയെ സവിശേഷമാക്കുന്നു എന്നതായിരുന്നു പൊതുവെയുള്ള പ്രതികരണം. കൂടുതൽ വിപുലവും വ്യത്യസ്തവുമായ സാഹചര്യത്തിൽ കല്യാശേരി അനുഭവങ്ങൾ പരീക്ഷിക്കപ്പെടണം എന്ന് സെമിനാറിൽ നിർദ്ദേശിക്കുകയുണ്ടായി. തിരഞ്ഞെടുക്കപ്പെട്ട 25 പഞ്ചായത്തുകളിൽ കല്യാശേരിപോലുള്ള പദ്ധതികൾ വിലയിരുത്തുന്നതിനുള്ള ഒരു പദ്ധതിക്ക് പ്രാരംഭസാമ്പത്തിക സഹായം സെന്റർ ഫോർ ഡവലപ്മെന്റ് സ്റ്റഡീസിലെ കേരളഗവേഷണ പരിപാടിയിൽനിന്ന് ലഭ്യമാകുകയുണ്ടായി. 25 പഞ്ചായത്തുകളുടെ പഠനം എന്ന ലക്ഷ്യം അതിമോഹമാകുമെന്ന പരിഗണനയിൽ അത് 5 പഞ്ചായത്തുകൾ എന്ന നിലയിലേക്ക് പദ്ധതി ചുരുക്കി.

ഈ പദ്ധതി ഏറ്റെടുക്കുന്നതിനു മുൻപായി കേരളത്തിലെ രാഷ്ട്രീയ സാഹചര്യം ആകെ മാറുകയുണ്ടായി. 1996–ലെ തിരഞ്ഞെടുപ്പിൽ ഇടതു ജനാധിപത്യ മുന്നണി വിജയിക്കുകയും അധികാരത്തിൽ വരികയും ചെയ്തു. 990 പഞ്ചായത്തുകളിലും 152 ബ്ലോക്ക് പഞ്ചായത്തുകളിലും 14 ജില്ലാ പഞ്ചായത്തുകളിലും പ്രാദേശിക പ്ലാനുകൾ തയ്യാറാക്കുമെന്നു സൂചിപ്പിക്കുന്ന തീരുമാനം പുതിയ സർക്കാർ പ്രഖ്യാപിക്കുകയുണ്ടായി. ഇതോടെ വികേന്ദ്രീകൃത ആസൂത്രണത്തിനായി ജനകീയ കാമ്പയിൻ സമാരംഭിച്ചു.

അദ്ധ്യായം 5

ഒന്നാം ഘട്ടം: ഗ്രാമസഭകൾ
പ്രാദേശിക ആവശ്യങ്ങൾ കണ്ടെത്തുന്നു

ഗ്രാമസഭകളും വാർഡുസഭകളുമായിരുന്നു 1996 സെപ്തംബർ മുതൽ നവംബർ വരെ കേരളത്തിലെമ്പാടും നടന്ന പ്രധാന പ്രാദേശിക സംഭവങ്ങൾ. ഏതാണ്ട് 20 ലക്ഷത്തിലധികം പേരാണ് ഗ്രാമസഭകളിൽ പങ്കെടുത്തത്. പ്രഭാഷണങ്ങൾ ശ്രവിച്ചും ചർച്ചകളിൽ വാദിച്ചും ആവശ്യങ്ങളുടെ പട്ടിക തയ്യാറാക്കിയും അടുത്തഘട്ട കാമ്പയിനുകൾക്കുവേണ്ടിയുള്ള സംവിധാനങ്ങൾ ഒരുക്കിയുമൊക്കെയായിരുന്നു ഈ പങ്കാളിത്തം. 14,149 ഗ്രാമ/വാർഡ് സഭകളുടെ സംഘാടനവും നടത്തിപ്പും എളുപ്പമായിരുന്നില്ല. പ്രത്യേകിച്ച്, 40 ശതമാനം നിയമസഭാമണ്ഡലങ്ങളും പഞ്ചായത്ത്-മുനിസിപ്പാലിറ്റികളും പ്രതിപക്ഷ മുന്നണിയുടെ അധീനതയിലുള്ളപ്പോൾ. കാമ്പയിനെ ദുർബ്ബലമാക്കുവാനുള്ള വിഭവശേഷിയും പിന്തുണയും പ്രതിപക്ഷത്തിനുണ്ടെന്ന് വ്യക്തമായിരുന്നു. കാമ്പയിനുള്ള പ്രതിപക്ഷ പിന്തുണ, ചുരുങ്ങിയ പക്ഷം സാധ്യത തെളിയിക്കുന്നതിനുള്ള അവസരം എങ്ങനെയാണ് സൃഷ്ടിക്കുന്നത്? പ്രതിപക്ഷത്തെ ഇതെങ്ങനെയാണ് ബോധ്യപ്പെടുത്തുക? ഉന്നതല ഉപദേശസമിതി രൂപീകരിച്ച് എളുപ്പത്തിൽ തിരസ്കരിക്കുവാനാകാത്ത ചുമതലകളും വേദികളും നൽകി പ്രതിപക്ഷ നേതാക്കളെ കാമ്പയിനിലേക്കെത്തിച്ചാണ് സംഘാടകർ ഇതിന് പരിഹാരം കണ്ടത്.

പ്രശ്നങ്ങൾ പലതും പിന്നെയും ബാക്കിയായിരുന്നു. ഗ്രാമസഭകളിൽ ജനങ്ങളെത്തുമെന്ന് എന്താണുറപ്പ്? കുറേ മാസങ്ങൾക്ക് മുമ്പ് നടന്ന ഗ്രാമസഭകളിൽ കാര്യമായ പങ്കാളിത്തം ഉണ്ടായില്ല, ഫലപ്രാപ്തിയും ഉണ്ടായില്ല. വ്യക്തമായ പരിഹാരം പുതിയ ഗ്രാമ/വാർഡു സഭകൾ വ്യത്യസ്തമാക്കുക എന്നത് മാത്രമായിരുന്നു. പക്ഷേ, അതെങ്ങനെ? വ്യത്യസ്തമാക്കുവാൻ തീരുമാനിച്ചാൽ തന്നെ ജനങ്ങളെങ്ങനെ അറിയും? വിപു

ലമായ സമ്പർക്ക പരിപാടികൾ ആവിഷ്കരിച്ച് സംഘാടകർ ഇതിനു പരിഹാരം കണ്ടു. ആളുകൾ എത്തിയാൽ മൈതാന പ്രാസംഗകർ വേദികൾ കൈയടക്കുവാനിടയുണ്ട്. അല്ലെങ്കിൽ പ്രാദേശിക രാഷ്ട്രീയ നേതാക്കളുടെ വിരസ പ്രഭാഷണങ്ങൾ ജനങ്ങളെ മുഷിപ്പിക്കുവാനിടയുണ്ട്. ഇതെങ്ങനെ ഒഴിവാക്കും? അതിനു പരിഹാരം കണ്ടെത്തി. ഗ്രാമസഭകളുടെ നടത്തിപ്പിന് ഒരു ഘടനയുണ്ടാക്കുക; അതിൽ ആമുഖ പ്രസംഗങ്ങൾക്ക് കൃത്യമായ സമയം നിഷ്കർഷിക്കുക; ജനങ്ങളുടെ ആശയങ്ങൾ പ്രകടിപ്പിക്കുവാനുതകുന്ന സ്വതന്ത്രവും ചിട്ടയായതും ലക്ഷ്യനിബന്ധമായതുമായ ഗ്രൂപ്പ് ചർച്ചകൾ നയിക്കുവാൻ ആയിരക്കണക്കിന് പ്രവർത്തകരെ പരിശീലിപ്പിക്കുക എന്നിവയായിരുന്നു പരിഹാരമാർഗ്ഗങ്ങൾ. മാർഗനിർദ്ദേശക രേഖകൾ തയ്യാറാക്കുവാനെളുപ്പമാണ്. എന്നാൽ, ആയിരക്കണക്കിന് പ്രവർത്തകരെ (facillitators) ആര് പരിശീലിപ്പിക്കും? എന്താണ് പരിശീലന സാമഗ്രികൾ? സംശയങ്ങൾ നിരവധിപേർക്കുണ്ടായി. അതിൽ അത്ഭുതപ്പെടാനില്ല. എന്തിന്, കാര്യങ്ങൾ മുൻപോട്ട് ചലിപ്പിക്കുമ്പോഴും മുൻനിര പ്രവർത്തകരിലും ചില ആശങ്കകൾ നിലനിന്നിരുന്നു: താഴെത്തട്ടിലാരംഭിച്ച് മുകളിലേക്ക് പോകുന്ന ആസൂത്രണ പ്രക്രിയയ്ക്കായി ഒരു ജനകീയ മുന്നേറ്റം സൃഷ്ടിക്കുവാൻ പ്രവർത്തകർക്കാകുമോ? പരിശ്രമിച്ചു നോക്കാനെങ്കിലും ആളുകളെ ലഭിക്കുമോ? കാമ്പയിൻ ഉത്ഘാടനവും ഉന്നതതല ഉപദേശകസമിതി രൂപീകരണവുമൊക്കെയായി പ്രത്യക്ഷത്തിൽ കാര്യങ്ങൾ ആരംഭിക്കാൻ തന്നെ അണിയറയിൽ ഇൻഡ്യ കണ്ട ഏറ്റവും വലിയ പരിശീലന പരിപാടികളിലൊന്നിന് തുടക്കമാവുകയായിരുന്നു.

ഉന്നതാധികാര മാർഗ്ഗദർശക സമിതി (The High-Level Guidance Council)

വിവിധ രാഷ്ട്രീയ കക്ഷികൾ, രാഷ്ട്രീയേതര സംഘടനകൾ, വിദഗ്ദ്ധർ, പണ്ഡിതർ, വിഭിന്ന ബോധ്യങ്ങളുള്ള സന്നദ്ധ പ്രവർത്തകർ ഒക്കെ അണിചേരുന്ന ഒരു മുന്നേറ്റമായി ജനകീയാസൂത്രണം മാറേണ്ടതുണ്ടായിരുന്നു. ഇത് സാധ്യമാകണമെങ്കിൽ മേൽസൂചിപ്പിച്ച വൈവിധ്യം പ്രതിഫലിപ്പിക്കുന്ന തരത്തിൽ പ്രശസ്തർ പ്രതിനിധാനം ചെയ്യുന്നതാവണം ഉന്നതതല ഉപദേശകസമിതി. സംസ്ഥാന ആസൂത്രണ ബോർഡിനെ കാമ്പയിനിന്റെ നിർവ്വഹണ ഏജൻസിയായും ഉന്നതതല ഉപദേശകസമിതിയെ മേൽനോട്ട സമിതിയായും തീരുമാനിച്ചുകൊണ്ടു 1996 ജൂലൈ മാസത്തിൽ സർക്കാർ ഉത്തരവിറക്കി. ഉപദേശകസമിതിയിൽ 140 നിയമസഭാ സമാജികരും കേരളത്തിൽനിന്നുള്ള 20 പാർലമെന്റംഗങ്ങളും കൂടാതെ ഉയർന്ന സർക്കാരുദ്യോഗസ്ഥർ, ബഹുജനസംഘടനകളുടെ നേതാക്കൾ, കലാകാരന്മാർ, സാഹിത്യകാരന്മാർ, സാംസ്കാരിക നായകർ, എന്നിവരും ജീവിച്ചിരിക്കുന്ന എല്ലാ മുൻ മുഖ്യമന്ത്രിമാരും ഉൾപ്പെട്ടിരുന്നു. കേരളത്തിന്റെ ആദ്യമുഖ്യമന്ത്രി (1957–59) EMS നമ്പൂതിരിപ്പാടായിരുന്നു ഉപ

ദേശകസമിതിയെ നയിച്ചത്. കെ കരുണാകരൻ, എ.കെ ആന്റണി (രണ്ടു പേരും കോൺഗ്രസ്), പി. കെ.വാസുദേവൻ നായർ (സി പി ഐ എം) എന്നീ മുൻ മുഖ്യമന്ത്രിമാരും പ്രശസ്ത സാമ്പത്തിക ശാസ്ത്രജ്ഞനായ കെ.എൻ.രാജ്, നിയമരംഗത്തെ അതികായൻമാരിലൊരാളായ വി.ആർ. കൃഷ്ണയ്യർ, സംസ്കാരിക കേരളത്തിന്റെ മുൻനിര വ്യക്തിത്വങ്ങളിൽ ഉൾപ്പെടുന്ന സുകുമാർ അഴീക്കോട് എന്നിവരും അടങ്ങുന്ന പാനലായിരുന്നു ഉപദ്ധ്യാക്ഷൻമാരുടേത്. തദ്ദേശസ്വയംഭരണ വകുപ്പുമന്ത്രി സമിതിയുടെ കൺവീനറായിരുന്നു. മുതിർന്നവരുൾപ്പെട്ട ഈ ഉപദേശകസമിതിയാണ് സംസ്ഥാന ആസൂത്രണബോർഡിന് കാമ്പയിൻ സംബന്ധിച്ച ഉപദേശങ്ങൾ നൽകിയത്. പിന്നീട് ഈ സമിതിക്ക് ഒരു എക്സിക്യൂട്ടീവ് സമിതി കൂടി രൂപീകരിച്ചു.

ദൈനംദിന പ്രവർത്തനങ്ങൾക്കായി ഒരു ചെറുസമിതിക്ക് രൂപം കൊടുത്തിരുന്നു. ആസൂത്രണബോർഡ് പ്രതിനിധികളും തദ്ദേശസ്വയംഭരണം, ഗ്രാമവികസനം, പട്ടികജാതി പട്ടികവർഗ്ഗ ക്ഷേമം, ധനകാര്യം തുടങ്ങിയ വകുപ്പുകളുടെ പ്രതിനിധികളും ഒരുമിച്ചുള്ള യോഗങ്ങൾ എല്ലാ ആഴ്ചകളിലും സംഘടിപ്പിച്ച് പ്രവർത്തനങ്ങൾ മുന്നോട്ട് നീക്കിയത് ഈ സമിതിയാണ്. തദ്ദേശ വകുപ്പുമന്ത്രിയായിരുന്ന പാലോളി മുഹമ്മദ് കുട്ടിയായിരുന്നു സമിതി അദ്ധ്യക്ഷൻ. പിന്നീട് ഈ സമിതി എംപവേർഡ് കമ്മിറ്റിയായി ഉരുത്തിരിഞ്ഞ് കാമ്പയിനിന്റെ എല്ലാ വശങ്ങളും കൈകാര്യം ചെയ്തു. എല്ലാ ബുധനാഴ്ചകളിലും എംപവേർഡ് കമ്മിറ്റി യോഗം ചേർന്നിരുന്നു. ചുവപ്പുനാടകൾ ഒഴിവാക്കി കാമ്പയിൻ ആവശ്യപ്പെടുന്ന വേഗതയിൽ തീരുമാനങ്ങളെടുക്കാൻ ഉരുത്തിരിഞ്ഞ ഭരണപരമായ ഒരു നൂതനാശയമായിരുന്നു എംപവേർഡ് കമ്മിറ്റിയെന്ന് അത് തെളിയിച്ചു.

പ്ലാനിംഗ് ബോർഡ് ആസ്ഥാനത്ത് പ്രത്യേക കാമ്പയിൻ സെൽ രൂപീകരിക്കപ്പെട്ടു. പ്ലാനിംഗ് ബോർഡിലെ സാങ്കേതിക ഉദ്യോഗസ്ഥരാവട്ടെ പഞ്ചവത്സര പദ്ധതി തയ്യാറെടുപ്പുകളുമായി സാധാരണപോലെ തന്നെ തിരക്കിലും. ഏതാണ്ട് 65 ഓളം സ്റ്റിയറിംഗ് കമ്മിറ്റികളും കർമ്മസമിതികളും പ്രവർത്തനം ആരംഭിച്ചിരുന്നു. അവർക്കൊക്കെ കാര്യനിർവ്വഹണ പിന്തുണ ആവശ്യമായിരുന്നു. സമാന്തരമായി സംസ്ഥാന പദ്ധതി രൂപീകരണവും നടക്കണം. പഞ്ചവത്സര പദ്ധതിയുമായി ബന്ധപ്പെട്ട് തിരക്കിലായതിനാൽ പ്ലാനിംഗ് ബോർഡ് ഉദ്യോഗസ്ഥരെ പുനർവിന്യസിക്കുവാൻ കഴിയുമായിരുന്നില്ല. മറിച്ച് ആ ഘട്ടത്തിൽ കാമ്പയിനാവശ്യം സംഘാടനാപരവും പ്രചോദനപരവുമായ പിന്തുണയായിരുന്നു. വിവിധ വകുപ്പുകളിൽനിന്നും 30 പേർ പ്രത്യേക കാമ്പയിൻ സെന്ററിലേക്ക് തിരഞ്ഞെടുക്കപ്പെട്ടു. 1990-91 കാലത്തെ സാക്ഷരതായജ്ഞവുമായി ബന്ധപ്പെട്ട് പ്രവർത്തിച്ചവരായിരുന്നു ഏതാണ്ട് എല്ലാവരും. ഇതിൽ 14 പേരെ ജില്ലാതല പരിശീലനത്തിന് പിന്തുണ നൽകുവാൻ ചുമതലപ്പെടുത്തി. 15 പേരുടെ സേവനം കാമ്പയിൻ സെല്ലിലും ലഭ്യമാക്കി. പരിശീലന പരിപാടികൾ സംഘടിപ്പിക്കുന്നതിനും പരിശീലന സാമഗ്രികൾ അച്ചടിക്കുന്ന

തിനും കത്തിടപാടുകൾ നടത്തുന്നതിനുമൊക്കെ ചുക്കാൻ പിടിച്ചത് ഇവരാണ്. രണ്ടുലക്ഷത്തിലധികം കത്തുകൾ കാമ്പയിന്റെ ആദ്യ വർഷം പ്ലാനിംഗ് ബോർഡിൽ നിന്നയച്ചു. ഇത്രയും കുറച്ചുപേർ ഇത്രയധികം കാര്യങ്ങൾ കൈകാര്യം ചെയ്യുന്നത് വളരെ അപൂർവ്വമായേ ഉണ്ടായിട്ടുള്ളു.

1996 ആഗസ്റ്റ് 17 ന് മലയാള പുതുവർഷാരംഭത്തിൽ കാമ്പയിന്റെ സംസ്ഥാനതല ഉദ്ഘാടനം നടന്നു. സമാന്തരമായി എല്ലാ പഞ്ചായത്ത് മുനിസിപ്പാലിറ്റികളും ഉദ്ഘാടനാഘോഷങ്ങൾ നടത്തുകയും സംസ്ഥാനതല ഉദ്ഘാടന ചടങ്ങുകൾ പ്രദർശിപ്പിക്കുകയും ചെയ്തു. ഇത് വലിയ മാധ്യമശ്രദ്ധ പിടിച്ചുപറ്റി. ജനങ്ങൾക്കിടയിലും ശ്രദ്ധിക്കപ്പെട്ടു.

ഉദ്ഘാടന ശേഷം ഉന്നതതല ഉപദേശക സമിതിയുടെ ആദ്യയോഗം തിരുവനന്തപുരത്ത് നടന്നു. യൂണിവേഴ്സിറ്റി സെനറ്റ് ഹാളിൽ. അംഗബാഹുല്യമുള്ള സമിതിയുടെ ഫലപ്രാപ്തിയിൽ പരക്കെ സംശയങ്ങളുണ്ടായിരുന്നു. ഉദ്യോഗസ്ഥർ, വിദഗ്ദ്ധർ, സാധാരണക്കാർ, സ്ത്രീകൾ, എന്നിവരുടേയും ബഹുജന മാധ്യമങ്ങളുടേയും പങ്കാളിത്തം ഉറപ്പാക്കുന്നതിനായി വിവിധ കമ്മീഷനുകളായി സ്വയം സംഘടിപ്പിക്കപ്പെട്ടതോടെ ഉപദേശകസമിതിയെക്കുറിച്ചുള്ള സംശയങ്ങൾ അസ്ഥാനത്തായി. സംസ്ഥാനതലത്തിലുള്ള റിസോഴ്സ് പേഴ്സൺമാരുടെ (KRP) പരിശീലനം ഉദ്ഘാടന തലേന്ന് തന്നെ ആരംഭിച്ചിരുന്നു. ജില്ലാതല റിസോഴ്സ് പേഴ്സൺമാരുടെ തിരഞ്ഞെടുപ്പും ഉടനെ ആരംഭിച്ചു. ഗൗരവമായ എന്തിനൊക്കെയോ ഉള്ള തയ്യാറെടുപ്പു നടക്കുന്നു എന്ന തിരിച്ചറിവ് ഓരോരുത്തരിലും ഉദയം ചെയ്തു.

ഗൗരവമായി പ്രവർത്തനങ്ങൾ ആരംഭിക്കും മുൻപ് ഗ്രാമസഭകളെ കുറിച്ച് കേരളമനസ്സുകളിൽ ഘനീഭവിച്ചുകിടന്ന പരമ്പരാഗത സങ്കൽപ്പത്തെ സംഘാടകർ അതിജീവിക്കേണ്ടതുണ്ടായിരുന്നു. ഗ്രാമസഭകളെക്കുറിച്ചുള്ള കാൽപ്പനിക ചിന്തകളുടെയും ഫലപ്രാപ്തി കുറഞ്ഞ നിർവഹണനത്തിന്റെയും സമ്മിശ്രണമായിരുന്നു ഈ പരാമ്പരാഗത സങ്കൽപ്പങ്ങൾ. ഗ്രാമസഭയെന്ന വാക്കുതന്നെ മിക്ക കേരളീയരിലും സംശയമോ നിഷ്ക്രിയത്വമോ ഒക്കെ സൃഷ്ടിക്കുവാൻ പര്യാപ്തമായിരുന്നു. അതിന് കാരണവുമുണ്ടായിരുന്നു.

ഇന്ത്യയിലെ ഗ്രാമസഭകൾ

പൊതുചരക്കുകളും സേവനങ്ങളും പ്രാദേശികമായി ലഭ്യമാക്കുന്നത് ഗ്രാമസഭകൾ ചർച്ച ചെയ്ത് തീരുമാനിക്കുക, ജനപ്രതിനിധികളെയും പ്രാദേശിക ഭരണകർത്താക്കളെയും ഗ്രാമസഭകൾ നിരീക്ഷിക്കുകയും നിയന്ത്രിക്കുകയും ചെയ്യുക തുടങ്ങിയവ ഗാന്ധിയൻ പാരമ്പര്യത്തിൽനിന്ന് പരിപോഷിപ്പിക്കപ്പെട്ട കാഴ്ചപ്പാടുകളാണ്. എന്നിട്ടും ഭരണഘടന രൂപകൽപ്പന ചെയ്യുമ്പോൾ ഗ്രാമസഭകൾ എന്നൊരു പരാമർശം പോലും ഉണ്ടായില്ല. ഈ പുസ്തകത്തിന്റെ രണ്ടാം അദ്ധ്യായത്തിൽ പ്രതിപാദിച്ച ബൽവന്ത്റായ് മേത്ത കമ്മിറ്റി ഗ്രാമസഭകളെ പൂർണ്ണമായും അവഗണിച്ചു. ഗ്രാമ

സഭാ പ്രവർത്തനങ്ങൾ പഠിച്ച് പഞ്ചായത്ത് രാജ് സംവിധാനത്തിന്റെ ഔദ്യോഗികമാർഗമാക്കുന്നതിനുള്ള നിർദ്ദേശങ്ങൾ സമർപ്പിക്കുവാൻ 1962 ൽ ഒരു സമിതി നിയോഗിക്കപ്പെട്ടിരുന്നു. പ്രമുഖ ഗാന്ധിയനായിരുന്ന ആർ.ആർ. ദിവാകർ ആയിരുന്നു സമിതി അദ്ധ്യക്ഷൻ. അർത്ഥത്തിന്റെ അന്തസത്ത പ്രതിഫലിക്കുന്ന തരത്തിൽ ഗ്രാമസഭകൾ പ്രവർത്തിക്കുന്നില്ല എന്നായിരുന്നു ഈ സമിതിയുടെ കണ്ടെത്തൽ (ദിവാകർ 1963). ഗ്രാമസഭ നടപടികൾ സംബന്ധിച്ച പല പോരായ്മകളും സമിതി പട്ടികപ്പെടുത്തി. പൊതു ഇടത്തിന്റെ അഥവാ അനുയോജ്യമായ യോഗസ്ഥലത്തിന്റെ അഭാവം, സൗകര്യപ്രദമായ സമയം തിരഞ്ഞെടുക്കാത്തത്, പ്രചാരണത്തിന്റെ അഭാവം, ഗ്രാമവാസികളെ വിളിച്ചു ചേർക്കാൻ ജനപ്രതിനിധികൾ തയ്യാറാകാത്തത് തുടങ്ങിയവയായിരുന്നു ഗ്രാമസഭ പങ്കാളിത്തക്കുറവിന് സമിതി കണ്ടെത്തിയ കാരണങ്ങൾ. ഗ്രാമസഭയുടെ കർത്തവ്യങ്ങളെക്കുറിച്ചുള്ള അജ്ഞതയും ജനങ്ങളുടെ താൽപ്പര്യക്കുറവുമായിരുന്നു മറ്റു കാരണങ്ങൾ. ഗ്രാമസഭയുടെ സ്വഭാവവും ഇൻഡ്യയിലെ രാഷ്ട്രീയ സ്ഥിതിയും ഗ്രാമസഭകളുടെ കാര്യക്ഷമതയ്ക്ക് അടിസ്ഥാന തടസ്സങ്ങളാണെന്ന് സമിതി അനുമാനിച്ചു. കൂടാതെ ഗ്രാമങ്ങൾക്കുള്ളിൽ നിലനിൽക്കുന്ന വ്യത്യസ്തവും പരസ്പരവിരുദ്ധവുമായ താൽപ്പര്യങ്ങൾ, പ്രത്യക്ഷ ജനാധിപത്യത്തിന് അനുയോജ്യമല്ലാത്ത രാഷ്ട്രീയ കക്ഷികളുടെ പ്രവർത്തനരീതി, ആവേശകരമായ ജനകീയ മുന്നേറ്റം സാധ്യമാകുവാനുതകുന്ന അന്തരീക്ഷത്തിന്റെ അഭാവം എന്നിവയുമാണ് സമിതി എത്തിച്ചേർന്ന മറ്റനുമാനങ്ങൾ (ദിവാകർ 1963).

സമിതി വിഭാവനം ചെയ്തത് ഗ്രാമസഭകളുടെ ക്രമാനുഗതമായ ശാക്തീകരണ നടപടികളായിരുന്നു. ഈ സമീപനം സേവാഗ്രാമിന്റെ എഡിറ്ററായിരുന്ന ജി.പി.ജയിനിൽനിന്ന് ശക്തമായ വിമർശനങ്ങൾ ക്ഷണിച്ചു വരുത്തി. ഗ്രാമതലങ്ങളിൽ ഭരണം നടത്തുന്നത് പഞ്ചായത്തും തീരുമാനങ്ങൾ എടുക്കുന്നത് ഗ്രാമസഭകളും എന്ന വസ്തുത നിലനിൽക്കെ ഗ്രാമസഭകൾക്ക് അസന്ദിഗ്ധമായ അംഗീകാരം നൽകണമെന്ന് അദ്ദേഹം തന്റെ വിയോജനക്കുറിപ്പിൽ വ്യക്തമാക്കി. ഗ്രാമസഭകൾക്ക് സമിതി ശുപാർശ ചെയ്ത ഉപദേശകപദവി, പ്രാതിനിധ്യ സ്വഭാവമുള്ള പഞ്ചായത്തു സമിതിയുമായി തട്ടിച്ചു നോക്കുമ്പോൾ ഗ്രാമസഭകളെ തരം താഴ്ത്തുകയാണ് ചെയ്തത്. ഉപദേശകപദവി കൂടുതൽ ജനങ്ങളെ ഗ്രാമസഭകളിൽനിന്ന് അകറ്റുമെന്നും ക്രമേണ ഗ്രാമസഭകൾ ക്ഷയിച്ചില്ലാതാകുമെന്നും അദ്ദേഹത്തിനു തോന്നി.

1960 കളിൽ ഗ്രാമസഭകളുടെ അപചയം തുടർന്നു. ഇൻഡ്യൻ രാഷ്ട്രീയത്തിലെ ഏകാധിപത്യ പ്രവണതകൾക്കെതിരെയുള്ള ഉത്കൃഷ്ട മാതൃകയായി 1970 കളിൽ ജയപ്രകാശ് നാരായണൻ ഗ്രാമസഭകളെ ഉയർത്തിക്കാട്ടുമ്പോൾ യഥാർത്ഥത്തിൽ ഗ്രാമസഭകൾ നിർജ്ജീവമായിരുന്നു. മന്ത്രിസഭയും നിയമസഭയും പോലുള്ള ബന്ധം പഞ്ചായത്തും ഗ്രാമസഭയും തമ്മിലുണ്ടാകണമെന്ന് അദ്ദേഹം ആവശ്യപ്പെട്ടു (നാരായണൻ 1961). അദ്ദേ

ഹത്തിന്റെ സ്വാധീനത്തിലാണ് അശോക് മേത്ത കമ്മിറ്റി റിപ്പോർട്ടിലും 1980 കളുടെ മധ്യത്തിൽ നടന്ന വികേന്ദ്രീകരണത്തിന്റെ കർണ്ണാടക പരീക്ഷണത്തിലും രണ്ടാം അദ്ധ്യായത്തിൽ സൂചിപ്പിച്ചിരിക്കുന്നതുപോലെ ഗ്രാമസഭയ്ക്ക് സുപ്രധാന സ്ഥാനം ലഭിക്കുന്നത്.

ഗ്രാമസഭകളിൽ പങ്കെടുത്തുകൊണ്ടു പ്രാദേശിക പദ്ധതികൾക്കുള്ള നിർദ്ദേശങ്ങൾ സമർപ്പിക്കുന്നതിലും പദ്ധതിനിർവ്വഹണം അവലോകനം ചെയ്യുന്നതിലും ഗ്രാമീണർ നേരിട്ട് പങ്കാളികളാകുമെന്ന് കർണ്ണാടക പരീക്ഷണം വിഭാവനം ചെയ്തിരുന്നു. എന്നാലിത് നടന്നില്ല. 29 ശതമാനം ഗ്രാമങ്ങളിലും ഗ്രാമസഭകൾ നടന്നില്ലായെന്ന് 1988-ൽ കണ്ടെത്തുകയുണ്ടായി (പട്ടേൽ, കിട്ടൂർ 1990). ഗ്രാമസഭകളിൽ പങ്കെടുക്കുന്നത് ശരാശരി 29.6 പേർ മാത്രമാണെന്ന് മംഗലാപുരം താലൂക്കിലെ ഗ്രാമങ്ങളിൽ നിന്ന് ശേഖരിച്ച വിവരങ്ങൾ പ്രകാരം ജി.വി (ജോഷി 1995) കണ്ടെത്തി. ധാർവാർഡ് ജില്ലയിൽ നടന്ന സമാന പഠനപ്രകാരം ഗ്രാമസഭകളിലെ പങ്കാളിത്തം 1987 നു 5.2 ശതമാനം മാത്രമായിരുന്നത് 1991 എത്തുമ്പോഴും 2.1 ശതമാനമായി വീണ്ടും കുറഞ്ഞു. (ഭാർഗവ, റാഫേൽ 1994). ഈ പഠനത്തിനു മുൻപ് ഗ്രാമീണ ബംഗ്ലൂരിൽ നടന്ന മറ്റൊരു പഠനത്തിന്റെ നിഗമനവും (റാഫേൽ 1990) ഇതുതന്നെയായിരുന്നു. പിന്നോക്ക വിഭാഗങ്ങളുടെ പങ്കാളിത്തക്കുറവും യോഗങ്ങളുടെ രാഷ്ട്രീയവൽക്കരണവും വരേണ്യരുടെ മേൽക്കോയ്മയും മൂലം പങ്കാളിത്തത്തിന്റെ നിലവാരം ഒട്ടും തൃപ്തികരമായിരുന്നില്ല.

പരിതാപകരമായ പങ്കാളിത്തവും നിലവാരമില്ലായ്മയും രാജ്യത്താകെ നടന്ന ഗ്രാമസഭകളുടെ പൊതുസ്വഭാവമായിരുന്നു. ആറ് സംസ്ഥാനങ്ങളിൽനിന്നുള്ള 195 ഗ്രാമപഞ്ചായത്തുകളിൽ നടന്ന ഒരു പഠനം പല കാര്യങ്ങളും ചൂണ്ടിക്കാട്ടി. ക്വാറം തികയുന്നത് തന്നെ അപൂർവ്വമായിരുന്നു. ക്വാറം തികയാത്തപ്പോഴും, എന്തിന് ഗ്രാമസഭകൾ നടക്കാതെ തന്നെയും റിപ്പോർട്ടുകൾ സൃഷ്ടിക്കുന്നുവെന്നായിരുന്നു മറ്റൊരു കണ്ടെത്തൽ (സൊസൈറ്റി ഫോർ പാർട്ടിസിപ്പേറ്ററി റിസർച്ച് ഇൻ ഏഷ്യ 1997). ഇതിനൊരപവാദമായിരുന്നു പശ്ചിമ ബംഗാൾ. പൊതുമരാമത്ത് പണികൾ സംബന്ധിച്ച നിർദ്ദേശങ്ങൾ സമർപ്പിക്കുന്നതിലും തദ്ദേശ സർക്കാരുടെ പ്രവർത്തനങ്ങൾ മോണിട്ടർ ചെയ്യുന്നതിലും നിർണ്ണായകമായ പങ്ക് അവിടെ ഗ്രാമസഭകൾക്കുണ്ടായിരുന്നു. 1980 കളിലും 1990 കളിലും പശ്ചിമ ബംഗാളിൽ ഗ്രാമസഭകളുടെ നടപടിക്രമങ്ങളിലും പങ്കാളിത്തത്തിലും വലിയ പുരോഗതികൾ ഉണ്ടായത് തെളിവുകൾ ചൂണ്ടിക്കാട്ടുന്നു (ഘട്ടക്കും ഘട്ടക്കും 2000)

കേരളത്തിലെ ഗ്രാമസഭകളുടെ പ്രശ്നങ്ങൾ

ജനകീയാസൂത്രണ ക്യാമ്പിന്റെ തുടക്കകാലത്ത് പൊതുസമൂഹം ഗ്രാമസഭകളെക്കുറിച്ച് സംശയാലുക്കളായിരുന്നു. കേരളത്തിലെ പഞ്ചായത്തുകളുടെ വലുപ്പം പരിഗണിച്ച് കേരളത്തിലെ നിയമം ഗ്രാമസഭകളെ

ഒരു വാർഡിലെ സമ്മതിദായകർ എന്ന നിലയിലേക്ക് ചുരുക്കി. സാധാരണ ഒരു പഞ്ചായത്തിൽ ഏതാണ്ട് 10 മുതൽ 12 വാർഡുകളാണ് വരിക. വാർഡുതലത്തിൽ കണക്കാക്കിയാൽ തന്നെ ഏതാണ്ട് 1500–2000 അംഗങ്ങളാണ് വരിക. അത് വാർഡുതല ഗ്രാമസഭാ നടത്തിപ്പ് പോലും ക്ലേശകരമാക്കി.

ഗ്രാമപഞ്ചായത്തുകളുടെയും വാർഡുകളുടെയും അതിർത്തി നിയമനിബന്ധനകളൊന്നുമില്ലാതെ ഭരണസൗകര്യം മാത്രം പരിഗണിച്ച് നിശ്ചയിച്ചവയാണ്. ഇൻഡ്യയുടെ ഇതര ഭാഗങ്ങളിൽനിന്ന് വ്യത്യസ്തമായി അധിവാസ സ്ഥലങ്ങൾ കേരളത്തിൽ ചിതറിക്കിടക്കുകയാണ്. ഈ പശ്ചാത്തലത്തിൽ കേരളത്തിലെ പഞ്ചായത്തുകൾക്കും വാർഡുകൾക്കും ഒരു സമൂഹം എന്ന വിചാരവും പാരസ്പര്യവും കുറവായിരിക്കുമെന്ന് വിമർശകർ വാദിച്ചു. 1995 ഡിസംബർ മാസത്തിലും 1996 മാർച്ചിലും നടന്ന ആദ്യഗ്രാമസഭകൾ നിയമപ്രകാരമുള്ള ബാധ്യത നിറവേറ്റുന്നതിന്റെ ഭാഗമായി മാത്രം നടത്തപ്പെട്ടവയും ഏറ്റവും കുറഞ്ഞ ക്വാറമായ 50 പേരുടെ പങ്കാളിത്തത്തോടെയുമായിരുന്നു. 1995–96 ഗ്രാമസഭകളുമായി ബന്ധപ്പെട്ട ഈ പ്രതികൂല അനുഭവങ്ങൾ കാരണം ഗ്രാമസഭകളെ കാമ്പയിന്റെ പ്രാരംഭ ശിലകളായി തീരുമാനിക്കണമോ എന്നതിൽ ചില സംഘാടകർ ആശങ്കാകുലരായിരുന്നു. എങ്കിലും പ്രാദേശിക ആസൂത്രണത്തിനായി ജനകീയാടിത്തറ ഒരുക്കുവാൻ ഏറ്റവും ഉചിതമായ വേദി ഗ്രാമസഭകളാണെന്ന കാര്യത്തിൽ സംശയമുണ്ടായിരുന്നില്ല. പദ്ധതികൾ തയ്യാറാക്കുന്നതിലും നടപ്പിലാക്കുന്നതിലും സുതാര്യത ഉറപ്പാക്കാൻ ഗ്രാമസഭകളുടെ പ്രവർത്തന കാര്യക്ഷമത മർമ്മപ്രധാനമാണ്. അഴിമതി ഇല്ലാതാക്കുന്നതിനും ഫണ്ടിന്റെ ദുരുപയോഗം തടയുന്നതിനുമുള്ള പ്രധാന നടപടിയാണല്ലോ സുതാര്യത ഉറപ്പാക്കൽ.

1994 ലെ കേരള പഞ്ചായത്ത് രാജ് ആക്ട് പ്രകാരം ഒട്ടേറെ അധികാരങ്ങളും ചുമതലകളും ഗ്രാമസഭയ്ക്ക് ലഭിച്ചു. ഗ്രാമസഭകൾ വർഷത്തിൽ ചുരുങ്ങിയത് രണ്ടുതവണയെങ്കിലും കൂടേണ്ടതുണ്ടായിരുന്നു. ഗ്രാമസഭകളിൽ ധനകാര്യ വിശദാംശങ്ങളും പ്രവർത്തന റിപ്പോർട്ടും ഏറ്റെടുക്കാൻ പോകുന്ന വികസന പ്രവർത്തനങ്ങളെക്കുറിച്ചുള്ള വിശദാംശങ്ങളും ജനപ്രതിനിധികൾ അവതരിപ്പിക്കണം. ഗ്രാമസഭകളുടെ ശുപാർശകൾ നടപ്പിലാക്കുവാൻ കഴിയാതെ വന്നാൽ അതിന്റെ കാരണങ്ങൾ നിർബന്ധമായും അടുത്ത ഗ്രാമസഭകളിൽ അവതരിപ്പിക്കേണ്ടതുണ്ട്. വികസന പദ്ധതികൾ രൂപീകരിക്കുന്നതിലും മോണിട്ടർ ചെയ്യുന്നതിലും പങ്കാളിയാകുക, സന്നദ്ധസേവനത്തിലൂടെ വിഭവസമാഹരണം നടത്തുക, ഗുണഭോക്താക്കളെ തിരഞ്ഞെടുക്കാൻ സഹായിക്കുക എന്നിവ ഗ്രാമസഭകളുടെ ചുമതലയായിരുന്നു.

ഗ്രാമസഭകൾ–ജനകീയാസൂത്രണ കാമ്പയിനിന്റെ ആദ്യചുവട്

ജനങ്ങൾക്ക് അവരുടെ ആവശ്യങ്ങൾ കണ്ടെത്തുന്നതിനും പ്രാദേ

ശിക വികസന പ്രശ്നങ്ങളും പരിഹാര മാർഗ്ഗങ്ങളും ചർച്ചചെയ്യുന്നതിനുമുള്ള ഏറ്റവും അനുയോജ്യമായ വേദി ഗ്രാമസഭകളായിരിക്കുമെന്ന് സംഘാടകർ നിശ്ചയിച്ചു. എന്നാൽ പുതിയ ഗ്രാമസഭകൾ വിജയപ്രദമാക്കുന്നതിന് നാലു പ്രധാന പ്രശ്നങ്ങൾ പരിഹരിക്കേണ്ടതുണ്ടായിരുന്നു.

1. ഗ്രാമസഭകളിൽ പങ്കെടുക്കുവാൻ ഈ ജനസഞ്ചയത്തെ എങ്ങനെയാണ് ഉത്സാഹഭരിതരാക്കുക? പ്രത്യേകിച്ച് ഗ്രാമസഭകൾ ഗുണപ്രദമല്ലെന്ന് പലരും കാണുന്ന പശ്ചാത്തലത്തിൽ.
2. സാധാരണക്കാരുടെ ക്രിയാത്മക പങ്കാളിത്തം എങ്ങനെയാണ് ഗ്രാമസഭയിൽ കൊണ്ടുവരിക? പലരും യോഗങ്ങളിലൊന്നും സഹകരിച്ച് ശീലമില്ലാത്തവരാണ്.
3. ചർച്ചയ്ക്കുള്ള അജണ്ട എങ്ങനെയായിരിക്കണം? ചുറ്റുപാടിലെ പ്രശ്നങ്ങൾ കണ്ടെത്തുവാൻ നിർദ്ദേശിച്ചാൽ മതിയോ? അതോ പരിഹാരമാർഗ്ഗങ്ങളും കണ്ടെത്തി മുൻഗണനാക്രമം നിശ്ചയിക്കുവാൻ നിർദ്ദേശിക്കണമോ?
4. എങ്ങനെയാണ് ചർച്ചകൾ ചിട്ടപ്പെടുത്തുന്നത്? നൈസർഗികമായ പ്രതികരണത്തിന് അവസരം സൃഷ്ടിച്ചാൽ മതിയോ? അതോ ഏകീകൃത നടപടികൾ (Standard Procedures) നിഷ്കർഷിക്കണമോ?

1. ഗ്രാമസഭകൾ–ജനകീയ സംഘടന

ഗ്രാമസഭകളിൽ വലിയ ജനപങ്കാളിത്തം ഉറപ്പുവരുത്തുന്നതിനുള്ള ശ്രമങ്ങൾ പ്രധാനമായും മാധ്യമങ്ങളിലൂടെയായിരുന്നു. പത്രപ്പരസ്യങ്ങൾ, ലേഖനങ്ങൾ, റേഡിയോ പ്രഭാഷണങ്ങൾ, ടെലിവിഷൻ, ഫ്ളോട്ടുകൾ തുടങ്ങിയവ. കൂടാതെ താഴെപ്പറയുന്ന കാര്യങ്ങൾ സംഘടിപ്പിക്കുന്നതിനുള്ള എല്ലാ പ്രചോദനവും പഞ്ചായത്തുകൾക്കും മുനിസിപ്പാലിറ്റികൾക്കും നൽകി.

1. ഗ്രാമസഭകളെക്കുറിച്ച് ചർച്ചചെയ്യുന്നതിന് എല്ലാ രാഷ്ട്രീയ കക്ഷികളുടെയും സാമൂഹ്യസംഘടനകളുടെയും പ്രതിനിധികൾ പങ്കെടുക്കുന്ന കൺവെൻഷൻ. ഗ്രാമസഭകൾ സംഘടിപ്പിക്കുന്നതിന് രാഷ്ട്രീയകക്ഷികളുടെയത്രയും തുല്യ പ്രാതിനിധ്യമുള്ള സംഘാടക സമിതിയുടെ രൂപീകരണം.
2. സ്ത്രീകളുടെ സംഘടനകളുടെയും അംഗൻവാടികളുടെയും പ്രത്യേകയോഗങ്ങൾ. സമൂഹത്തിലെ ഇതര വിഭാഗങ്ങളെ പങ്കെടിപ്പിച്ചുകൊണ്ടുള്ള സമാന യോഗങ്ങൾ.
3. ദളിത് പങ്കാളിത്തം ഉറപ്പാക്കുന്നതിന് ദളിത് നേതാക്കളുടെ പ്രത്യേക യോഗം.
4. അംഗൻവാടികൾ, പ്രാഥമികാരോഗ്യ കേന്ദ്രങ്ങൾ, മൃഗാശുപത്രികൾ തുടങ്ങിയ ഔദ്യോഗിക സംവിധാനങ്ങളിലൂടെയുള്ള പ്രചാരണങ്ങൾ.

5. ഗ്രാമസഭയെ സംബന്ധിച്ച പോസ്റ്ററുകളും എക്സിബിഷനുകളും.
6. സ്കൂൾ അസംബ്ലികളിലുള്ള വിളംബരങ്ങൾ, പ്രശ്നോത്തരി പോലുള്ള പ്രത്യേക വിദ്യാഭ്യാസ പരിപാടികൾ.
7. പങ്കാളിത്തത്തിന്റെ അന്തഃസത്ത ജനങ്ങൾ ഉൾക്കൊള്ളുന്ന തരത്തിൽ സംഗീത പരിപാടികൾ, തെരുവുനാടകങ്ങൾ, പഞ്ചായത്തുകളിലൂടെയുള്ള പദയാത്രകൾ, പരമ്പരാഗത വാദ്യ വിളംബരങ്ങൾ.

അധികാരം ജനങ്ങളിലേക്ക് എന്ന ആശയവുമായി നിരവധി കേന്ദ്രങ്ങളിൽ കേരള ശാസ്ത്രപരിഷത്ത് ശാസ്ത്രകലാജാഥകൾ നടത്തി. നൂറ് ഗ്രൂപ്പുകളിലായി ആയിരത്തിലധികം കലാകാരന്മാർ ഇതിൽ പങ്കാളികളായി. നിലവിലുള്ള വികസന പ്രക്രിയയുടെ വിമർശനവും പുതിയ വികസനപാത സൃഷ്ടിക്കുവാൻ ഗ്രാമസഭകളിൽ പങ്കെടുക്കുവാനുള്ള ആഹ്വാനവും ശാസ്ത്രകലാജാഥയുടെ ഭാഗമായിരുന്നു. കലാരൂപത്തിന്റെ കൈയെഴുത്തുപ്രതി പ്രശസ്ത കവി ഒ.എൻ.വി കുറുപ്പിന് നൽകിക്കൊണ്ട് 1996 സെപ്തംബർ 10 ന് സാംസ്കാരിക വകുപ്പുമന്ത്രി ടി.കെ.രാമകൃഷ്ണനായിരുന്നു കലാജാഥ ഉത്ഘാടനം ചെയ്തത്.

പ്രവൃത്തിദിനങ്ങളേക്കാൾ അവധി ദിവസങ്ങളിലായിരുന്നു ഗ്രാമസഭകൾ സംഘടിപ്പിക്കേണ്ടിയിരുന്നത്. ഉച്ചതിരിഞ്ഞുള്ള സമയമായിരുന്നു സ്ത്രീകൾക്കനുയോജ്യം. സ്കൂളുകളായിരുന്നു അനുയോജ്യ സ്ഥലം. ആവശ്യത്തിന് തണലുള്ള പൊതു ഇടങ്ങളിലും ഗ്രാമസഭകൾ സംഘടിപ്പിക്കുവാൻ കഴിയുമായിരുന്നു. അച്ചടിച്ച ക്ഷണക്കത്തുമായി ചെറുസംഘങ്ങൾ ഓരോ വീടും സന്ദർശിച്ച് ഗ്രാമസഭ നടക്കുന്ന സ്ഥലവും സമയവും അറിയിച്ച് ക്ഷണിക്കുകയായിരുന്നു ചെയ്തത്.

2. ചെറു ഗ്രൂപ്പുകൾ സമീപനം (Small Group Approach)

സംഘാടനം വിജയിച്ചു കഴിഞ്ഞാൽ എന്താണ് അടുത്തപടി? ഗ്രാമങ്ങളിൽ എത്തുന്നവരുടെ ക്രിയാത്മക പങ്കാളിത്തം എങ്ങനെയാണ് ഉറപ്പുവരുത്തുന്നത്? 200–300 പേർ പങ്കെടുക്കുന്ന ഒരു യോഗത്തിൽ സാധാരണക്കാർ സംസാരിക്കുവാൻ വിമുഖത കാട്ടും. ചർച്ചകളിൽ അവർ പങ്കെടുക്കാതെ വന്നേക്കും. ദീർഘ പ്രാസംഗികർ നിയന്ത്രണം ഏറ്റെടുത്ത് ഗ്രാമസഭയുടെ ലക്ഷ്യംതന്നെ അട്ടിമറിക്കുവാനും ഇടയുണ്ട്.

ഇത്തരം പ്രശ്നങ്ങൾക്ക് ഒരു പ്രായോഗിക പരിഹാരം കണ്ടെത്തിയെന്നുള്ളതാണ് ജനകീയാസൂത്രണ കാമ്പയിനിന്റെ ആദ്യനേട്ടങ്ങളിലൊന്ന്. 1996 ജൂലൈ മാസത്തിൽ പാലക്കാട് ഇന്റഗ്രേറ്റഡ് റൂറൽ ടെക്നോളജി സെന്ററിൽ (IRTC) നടന്ന പ്രവർത്തകരുടെ യോഗം ഒരു തീരുമാനമെടുത്തു. ഗ്രാമസഭകൾക്ക് ശേഷം പരമാവധിപ്പേർ പങ്കെടുക്കുന്ന ഒരു പൊതു കൂട്ടായ്മ സംഘടിപ്പിക്കുകയും പങ്കെടുക്കുന്നവരെ വിവിധ വികസന മേഖലകളുടെ അടിസ്ഥാനത്തിൽ ചെറുഗ്രൂപ്പുകളായി തിരിച്ച് വികസന പ്രശ്നങ്ങൾ ചർച്ചചെയ്യുകയും ചെയ്യുക എന്നതായിരുന്നു തീരു

മാനം. പന്ത്രണ്ട് ഗ്രൂപ്പുകൾ നിർദ്ദേശിക്കപ്പെട്ടു. കൃഷി-ജലസേചനം, മൃഗസംരക്ഷണം-മത്സ്യബന്ധനം, വിദ്യാഭ്യാസം, കുടിവെള്ളം, ആരോഗ്യം-ശുചിത്വം, വ്യവസായം, ഗതാഗതം-ഊർജ്ജം, പാർപ്പിടം-സാമൂഹ്യക്ഷേമം, സംസ്കാരം, വനിതാ വികസനം, പട്ടികജാതി-പട്ടികവർഗ്ഗക്ഷേമം, വിഭവസമാഹരണം-സഹകരണം എന്നിങ്ങനെ. ആളുകളുടെ എണ്ണം അനുസരിച്ച് ചില ഗ്രൂപ്പുകൾ വിപുലപ്പെടുത്തുവാനോ ചിലവയെ സംയോജിപ്പിക്കുവാനോ കഴിയുമായിരുന്നു. എന്നിരുന്നാലും വനിതകളുടെ വികസനം, പട്ടിജാതി പട്ടികവർഗ്ഗ ക്ഷേമം എന്നിവയ്ക്ക് പ്രത്യേകം പ്രത്യേകം ഗ്രൂപ്പുകൾ തന്നെയുണ്ടാകണം എന്നത് നിർബന്ധമായിരുന്നു.

3. ഗ്രാമസഭയുടെ അജണ്ട

ഒരു മാതൃക അജണ്ട തയ്യാറാക്കപ്പെട്ടു. ഗ്രാമസഭ ആരംഭിക്കുന്നതിന് ഒരു മണിക്കൂർ മുൻപ് രജിസ്ട്രേഷൻ തുടങ്ങണം. അദ്ധ്യക്ഷ പ്രസംഗത്തിനും ഉദ്ഘാടനത്തിനും എല്ലാംകൂടി അരമണിക്കൂർ മാത്രം. പിന്നീട് 20 മിനിട്ട് വീതം ദൈർഘ്യമുള്ള രണ്ട് അവതരണങ്ങൾ. ഒന്ന് കേരളത്തിന്റെ വികസന സന്ദിഗ്ധാവസ്ഥയെക്കുറിച്ച്. രണ്ട് ജനകീയാസൂത്രണ പ്രസ്ഥാനത്തെക്കുറിച്ച്. ഇതോടുകൂടി ഉദ്ഘാടന ചടങ്ങ് അവസാനിക്കുകയായി. പിന്നീട് രണ്ടുമണിക്കൂർ ഗ്രൂപ്പ് ചർച്ചയ്ക്കുള്ള സമയമാണ്. ഗ്രൂപ്പ് ചർച്ചകൾക്കുശേഷം വീണ്ടും പൊതുസഭ ചേരും. പൊതുസഭയിൽ ഗ്രൂപ്പുചർച്ചകളുടെ റിപ്പോർട്ട് അവതരിപ്പിക്കപ്പെടും. അതിനുശേഷം വികസന സെമിനാറിൽ പങ്കെടുക്കുന്നതിനുള്ള പ്രതിനിധികളെ തിരഞ്ഞെടുക്കും. പന്ത്രണ്ട് വികസന മേഖലകളുമായും ബന്ധപ്പെട്ട് ഓരോ വാർഡിലുമുള്ള പ്രശ്നങ്ങളും പ്രശ്നങ്ങൾ പരിഹരിക്കുന്നതിനുള്ള നിർദ്ദേശങ്ങളും റിപ്പോർട്ടിൽ പട്ടികപ്പെടുത്തേണ്ടതുണ്ടായിരുന്നു. വിവിധ വികസന മേഖലകൾക്കുള്ളിലുള്ള മുൻഗണനാക്രമവും റിപ്പോർട്ടിൽ ഉൾപ്പെടുത്താൻ കഴിയുമായിരുന്നു.

4. ഭാഗികമായി ചിട്ടപ്പെടുത്തിയ ചർച്ചകൾ

പങ്കാളിത്ത ഗ്രാമപഠന തന്ത്രങ്ങൾ സ്വാംശീകരിച്ച് സാമാന്യേന ചിട്ടപ്പെടുത്തിയ ചോദ്യാവലിയുടെ അടിസ്ഥാനത്തിലായിരിക്കണം ഗ്രൂപ്പുചർച്ചകൾ എന്നതായിരുന്നു സമീപനം. കാമ്പയിന്റെ വ്യാപ്തിയും സമയ പരിധിയും കണക്കിലെടുത്തായിരുന്നു ഈ തീരുമാനം. ഓരോ വികസന മേഖലയ്ക്കും ഏതാണ്ട് രണ്ടുഡസൺ ചോദ്യങ്ങൾ വെച്ച് പന്ത്രണ്ട് വികസനമേഖയ്ക്കുമുള്ള ചോദ്യങ്ങൾ തയ്യാറാക്കിയിരുന്നു. ഓരോ മേഖലയിലെയും പ്രശ്നങ്ങളും ആവശ്യങ്ങളും കണ്ടെത്തുവാനുതകുന്ന തരത്തിലായിരുന്നു ഈ ചോദ്യങ്ങൾ. ഇവ ഗ്രൂപ്പുകളിൽ വിതരണം ചെയ്യുവാനായിരുന്നില്ല. ഓരോ ഗ്രൂപ്പിനൊപ്പവും ഉണ്ടായിരുന്ന പരിശീലനം സിദ്ധിച്ച ഒന്നോ രണ്ടോ റിസോഴ്സ് പേഴ്സൺമാർ ഈ ചോദ്യങ്ങളുടെ അടിസ്ഥാനത്തിൽ ചർച്ച നയിക്കുകയായിരുന്നു വേണ്ടത്. പ്രാദേശിക

സാഹചര്യങ്ങൾക്കുചിതമായ തരത്തിലും ജീവിതാനുഭവങ്ങളുടെ വെളിച്ചത്തിൽ പ്രശ്നങ്ങളെ വിശകലനം ചെയ്ത് കണ്ടെത്തുവാൻ പ്രചോദനം നൽകുന്ന തരത്തിലും ചോദ്യാവലികളിൽ റിസോഴ്സ് പേഴ്സൺമാർ ക്രിയാത്മക മാറ്റങ്ങൾ വരുത്തേണ്ടതുണ്ടായിരുന്നു.

എങ്ങനെയാണ് ഭാഗികമായി ചിട്ടപ്പെടുത്തിയ ചർച്ചകൾ കാര്യക്ഷമമാക്കുന്നത്? കാർഷികമേഖല ഉദാഹരണമായി പരിശോധിക്കാം. നെൽക്കൃഷിയിൽനിന്ന് കർഷകന് കൃഷിച്ചെലവിനുള്ള വരുമാനം ലഭിക്കില്ലായെന്നാണ് ഗ്രാമപ്രദേശത്തെ പൊതുധാരണ. "നമ്മുടെ ഗ്രാമത്തെ സംബന്ധിച്ചിടത്തോളം ഈ ധാരണ ശരിയോ അല്ലയോ?" എന്ന ചോദ്യം ഉന്നയിച്ചാണ് റിസോഴ്സ് പേഴ്സൺമാർ ചർച്ച സജീവമാക്കുക. കൃഷി ചർച്ചാഗ്രൂപ്പിലെ അംഗങ്ങൾ "അതെ" എന്നുത്തരം നൽകിയേക്കാം. "എന്തുകൊണ്ടാവും ഇങ്ങനെ?" എന്നാവും റിസോഴ്സ് പേഴ്സൺ അടുത്തതായി ചോദിക്കുക. കാരണമായി സാധാരണ ചൂണ്ടിക്കാട്ടുക നെല്ലിന്റെ കുറഞ്ഞ വിലയാവും. ചർച്ച അവിടെ അവസാനിക്കുവാൻ റിസോഴ്സ് പേഴ്സൺ അനുവദിക്കുവാൻ പാടില്ല. മറ്റു കാരണങ്ങളും സാധ്യമല്ലേ എന്നദ്ദേഹം ചോദിക്കും. ഉൽപ്പന്നങ്ങൾക്ക് കിട്ടുന്ന വിലയെ മാത്രം ആശ്രയിച്ചാണോ വരുമാനം ഉണ്ടാകുക? അതോ മണ്ണിന്റേയും അദ്ധ്വാനത്തിന്റേയുംകൂടി ഫലമാണോ? എങ്കിൽ എന്തൊക്കെ ഘടകങ്ങളാണ് ഉത്പാദന ക്ഷമതയെ ബാധിക്കുക? ജലസേചനം, വിത്തുകൾ, കാർഷിക ഉപകരണങ്ങൾ, തൊഴിൽ ബന്ധങ്ങൾ, സ്ഥലജലമാനേജ്മെന്റ്, പ്രാദേശിക വേതന നിരക്ക്, മണ്ണിന്റെ ഫലഭൂയിഷ്ഠി, ജലസേചന സൗകര്യങ്ങൾ, അതിന്റെ കേടുപാടുകൾ, തുടങ്ങിയ വിവരങ്ങളും ചർച്ചയിലൂടെ കണ്ടെത്താൻ റിസോഴ്സ് പേഴ്സണും ഗ്രൂപ്പു കൺവീനർക്കും കഴിയണം (ഗ്രൂപ്പു കൺവീനറാണ് നോട്ടു തയ്യാറാക്കുന്നത്). ചർച്ചകളുടെ അടിസ്ഥാനത്തിൽ തയ്യാറാക്കുന്ന കുറിപ്പുകൾ വില്ലേജ് ഓഫീസുകളിൽനിന്ന് പിന്നീട് ശേഖരിക്കുന്ന ഔദ്യോഗിക കണക്കുകളെ സമ്പുഷ്ടീകരിക്കുവാൻ സഹായകരമാകും

റിസോഴ്സ് പേഴ്സൺമാർ

ഗ്രാമങ്ങളിലും നഗരങ്ങളിലും കാമ്പയിന് നേതൃത്വം നൽകുവാനും ചർച്ചകൾ സംഘടിപ്പിക്കുവാനും ഒരു ടീം ഉണ്ടാക്കുന്നതിനെ ആശ്രയിച്ചാണ് ഗ്രാമസഭകളുടെ സംഘാടക വിജയം എന്നത് സുവ്യക്തമായിരുന്നു. എന്നാൽ എന്തായിരിക്കണം ഈ ടീമിന്റെ ഘടന? ഈ പ്രതിനിധികൾക്ക് ആദ്യം പരിശീലനം നൽകണമെന്ന് ചിലർ വാദിച്ചു. ആവശ്യമെങ്കിൽ സഹായത്തിന് പ്രാദേശിക റിസോഴ്സ് പേഴ്സൺമാരെ തിരഞ്ഞെടുക്കാം. കാമ്പയിനുവേണ്ടി പ്രത്യകം റിസോഴ്സ് പേഴ്സൺമാരെ സൃഷ്ടിക്കുന്നത് തിരഞ്ഞെടുക്കപ്പെട്ട സംവിധാനത്തിന് സമാന്തര സംവിധാനം സൃഷ്ടിക്കുന്നുവെന്ന പ്രതീതിയുണ്ടാക്കുമെന്നും അത് ജനപ്രതിനിധികളെ കുറച്ചുകാട്ടുമെന്നുമുള്ള ആശങ്ക സംഘാടകർക്കുണ്ടായി.

കാര്യക്ഷമമായി ഒരു ഗ്രാമസഭ സംഘടിപ്പിക്കണമെങ്കിൽ പതിനഞ്ച് മുതൽ ഇരുപതുവരെ റിസോഴ്സ് പേഴ്സൺമാർ വേണ്ടിവരും. ഓരോ റിസോഴ്സ് പേഴ്സണും എല്ലാ ഗ്രാമസഭകളിലും പങ്കെടുക്കുമെന്ന് പ്രതീക്ഷിക്കുവാൻ കഴിയില്ല. ഗ്രാമസഭകൾ സംഘടിപ്പിക്കുന്നതിന് ഒരു പഞ്ചായത്തിൽ ഏതാണ്ട് 50 മുതൽ 75 വരെ പരിശീലനം സിദ്ധിച്ച റിസോഴ്സ് പേഴ്സൺമാർ വേണ്ടിവരുമെന്നാണ് സംഘാടകർ കണക്കാക്കിയത്. അതായത് ഗ്രാമസഭകൾക്ക് മാത്രമായി ഏതാണ്ട് 75000 റിസോഴ്സ് പേഴ്സൺമാർ. ആകെ ജനപ്രതിനിധികളാകട്ടെ 14,173 മാത്രവും. ഇവരിൽ 10,720 പേർ 990 ഗ്രാമപഞ്ചായത്തുകളിൽനിന്നുള്ളവരാണ്. ഒരു ഗ്രാമപഞ്ചായത്തിന് ഏതാണ്ട് 10.8 ജനപ്രതിനിധികൾ എന്ന നിരക്കിൽ. ഇവരിൽ മുമ്പ് ജനപ്രതിനിധികളായിരുന്നവർ 21 ശതമാനം മാത്രമായിരുന്നു. 3878 സ്ത്രീകൾക്കിടയിലാകട്ടെ 10 ശതമാനമായിരുന്നു ജനപ്രതിനിധിയായി മുൻപരിചയമുള്ളവർ. ആകെ ജനപ്രതിനിധികളിൽ ഹൈസ്കൂളോ അതിനുമുകളിലോ വിദ്യാഭ്യാസം ലഭിച്ചവർ 33 ശതമാനം മാത്രമായിരുന്നു. കാമ്പയിൻ ആരംഭിക്കുന്ന സമയത്ത് തങ്ങളുടെ ചുമതലകളെക്കുറിച്ചുള്ള പരിശീലനങ്ങളിലോ ഓറിയന്റേഷൻ പരിപാടികളിലോ പങ്കെടുത്ത ജനപ്രതിനിധികൾ 15 ശതമാനം മാത്രമേ ഉണ്ടായിരുന്നുള്ളൂ. അവശേഷിക്കുന്ന ഇത്രയധികംപേരെ ധൃതഗതിയിൽ പരിശീലിപ്പിക്കുവാൻ എങ്ങനെ കഴിയും?

ഒരു ത്രിതല പരിശീലന പരിപാടി രൂപകല്പന ചെയ്തു, സംസ്ഥാനതലത്തിൽ റിസോഴ്സ് പേഴ്സൺമാർക്ക് (K R P) പരിശീലനം, ജില്ലാതലത്തിൽ ജില്ലാ റിസോഴ്സ് പേഴ്സൺ (D R P) മാർക്ക് പരിശീലനം, പഞ്ചായത്ത്/മുൻസിപ്പാലിറ്റി തലത്തിൽ ലോക്കൽ റിസോഴ്സ് പേഴ്സൺമാർ (L R P) ക്ക് പരിശീലനം എന്നിങ്ങനെ കെ ആർ പിമാരും ഡി ആർ പിമാരും തങ്ങൾക്ക് താഴെയുള്ളവരുടെ മാസ്റ്റർ പരിശീലകരായതോടൊപ്പം പിന്തുണാ സംവിധാനമായും പ്രവർത്തിച്ചു. കാമ്പയിനുവേണ്ടി തങ്ങളുടെ സമയത്തിന്റെ നല്ലൊരു ഭാഗം ചെലവഴിക്കുവാൻ താല്പര്യമുള്ള യൂണിവേഴ്സിറ്റി വിദ്യാഭ്യാസമുള്ള സാങ്കേതികവിദഗ്ദ്ധരുടെയും പഠനപ്രവർത്തകരുടെയും പട്ടിക തയ്യാറാക്കുവാൻ ഒരു ശ്രമം നടത്തിയിരുന്നു. സാക്ഷരതാ കാമ്പയിനിന്റെ ഭാഗമായിരുന്ന സന്നദ്ധപ്രവർത്തകർക്ക് ഇതിൽ മുൻതൂക്കം നല്കി. റിസോഴ്സ് പേഴ്സണായി പ്രവർത്തിക്കുവാൻ താല്പര്യപ്പെട്ട് ഏത് ജനപ്രതിനിധി മുമ്പോട്ടുവന്നാലും അത് പ്രോത്സാഹിപ്പിക്കുകയും പ്രത്യേക പരിഗണന നല്കയും ചെയ്യേണ്ടതുണ്ടായിരുന്നു. ജില്ലാ ബ്ലോക്ക് പഞ്ചായത്ത് ജനപ്രതിനിധികൾ ജില്ലാതല പരിശീലനത്തിലും മറ്റു ജനപ്രതിനിധികൾ ചുരുങ്ങിയത് ഒരു പ്രാദേശിക പരിശീലനത്തിലും പങ്കെടുക്കേണ്ടത് നിർബ്ബന്ധമായിരുന്നു.

സാക്ഷരതാ പ്രസ്ഥാനത്തിൽനിന്നും ശാസ്ത്രസാഹിത്യ പരിഷത്ത് പ്രവർത്തകരിൽനിന്നും സംസ്ഥാന ആസൂത്രണബോർഡ് നേരിട്ട് തിരഞ്ഞെടുത്തവരായിരുന്നു മൂന്നിലൊന്ന് കീ റിസോഴ്സ് പോഴ്സൺമാർ.

ബാക്കിയുള്ള മൂന്നിൽ രണ്ട് ഭാഗത്തെ നിർദ്ദേശിക്കേണ്ടത് ജില്ലാ ആസൂത്രണ സമിതിയായിരുന്നു. ഇതിൽ മൂന്നിൽ ഒന്നു ഭാഗത്തെ ആസൂത്രണ സമിതി ജില്ലാ ഓഫീസർമാരിൽനിന്നും നിർദ്ദേശിച്ചപ്പോൾ അവശേഷിക്കുന്ന മൂന്നിൽ രണ്ട് ഭാഗത്തെ നിർദ്ദേശിച്ചത് പഞ്ചായത്തുകളും മുനിസിപ്പാലിറ്റികളുമായിരുന്നു. പഞ്ചായത്തുകളും മുനിസിപ്പാലിറ്റികളും അവരുടെ ലോക്കൽ റിസോഴ്സ് പേഴ്സൺമാരെ തിരഞ്ഞെടുക്കുമ്പോൾ രാഷ്ട്രീയ പാർട്ടി പരിഗണനകൾ ഉണ്ടാകാൻ പാടില്ലെന്ന് തദ്ദേശ ഭരണ സ്ഥാപനങ്ങളോട് സംസ്ഥാന ആസൂത്രണ ബോർഡ് വൈസ് ചെയർമാൻ ഐ എസ് ഗുലാത്തി പ്രത്യേക അഭ്യർത്ഥന നടത്തി.

റിസോഴ്സ് പേഴ്സൺമാരുടെ സവിശേഷതകൾ

ഇരുന്നൂറ്റിഅമ്പത് മുതൽ മുന്നൂറ് വരെ സംസ്ഥാനതല റിസോഴ്സ് പേഴ്സൺമാരെ പരിശീലിപ്പിക്കുക എന്നതായിരുന്നു ആദ്യ ലക്ഷ്യം. തങ്ങൾക്കനുവദിച്ചിരുന്ന എണ്ണത്തിൽ കവിയാൻ പാടില്ല എന്ന നിർദ്ദേശം ഡി പി സികൾക്ക് നൽകിയിരുന്നെങ്കിലും അവർ 373 കെ ആർ പിമാരെ പരിശീലനത്തിനയച്ചു. അതുപോലെ താഴേത്തട്ടിലുണ്ടായ ആവേശം 81 ക്യാമ്പുകളിലായി 11,628 പേർ പരിശീലനത്തിലെത്തുന്നതിലേക്ക് നയിച്ചു. 5000–6000 പേരെ ലക്ഷ്യമിട്ട സ്ഥാനത്തായിരുന്നു ഇത്.

കെ ആർ പിമാരിൽ 17 ശതമാനം മാത്രമായിരുന്നു സ്ത്രീകൾ. മൂന്നിലൊന്ന് എന്ന അനുപാതത്തിൽ ഒരു ജില്ലയിലും സ്ത്രീകൾ ഉണ്ടായില്ല. മൂന്നിലൊന്ന് കെ ആർ പിമാർ 35 വയസ്സിനു താഴെയുള്ളവരായിരുന്നു. 55 വയസ്സിനു മുകളിൽ പ്രായമുള്ളവർ 10 ശതമാനം മാത്രം. 64 ശതമാനം പേർ ബിരുദാനന്തര ബിരുദമോ പ്രൊഫഷണൽ വിദ്യാഭ്യാസമോ ഉള്ളവരായിരുന്നു. വെറും 8 ശതമാനമായിരുന്നു ഹൈസ്കൂൾ തലമോ അതിന് താഴെയോ മാത്രം വിദ്യാഭ്യാസമുള്ളവർ. ജനപ്രതിനിധികളായിരുന്നു കുറഞ്ഞ വിദ്യാഭ്യാസം ഉണ്ടായിരുന്നവരിൽ ഭൂരിപക്ഷവും. അവരാകട്ടെ 28 കെ ആർ പിമാരിൽ 28 ശതമാനവും. ജനപ്രതിനിധികളുടെ അനുപാതം വിവിധ ജില്ലകളിൽ വ്യത്യസ്തമായിരുന്നു. കൊല്ലം, കോട്ടയം, തൃശ്ശൂർ, മലപ്പുറം ജില്ലകളിൽ ഇത് 40 ശതമാനത്തിലധികമായിരുന്നെങ്കിൽ തിരുവനന്തപുരം, ആലപ്പുഴ ജില്ലകളിൽ 10 ശതമാനത്തിൽ താഴെയായിരുന്നു.

കെ ആർ പിമാരെക്കാൾ വിദ്യാഭ്യാസ യോഗ്യത കുറഞ്ഞവരായിരുന്നു ഡി ആർ പിമാർ. അവരിൽ 44 ശതമാനത്തിനും പത്താം ക്ലാസ്സോ അതിന് താഴെയോ മാത്രമായിരുന്നു വിദ്യാഭ്യാസ യോഗ്യത. ഒൻപത് ശതമാനമാണ് ബിരുദാനന്തര ബിരുദമോ പ്രൊഫഷണൽ വിദ്യാഭ്യാസമോ ഉണ്ടായിരുന്നവർ. തെക്കൻ ജില്ലകളിലെ ഡി ആർ പിമാർക്കായിരുന്നു മെച്ചപ്പെട്ട വിദ്യാഭ്യാസം. പത്താംതരമോ അതിന് താഴെയോ മാത്രം വിദ്യാഭ്യാസമുള്ളവരായിരുന്നു മലപ്പുറം ജില്ലയിലെ 55 ശതമാനം ഡി ആർ പിമാരും. കെ ആർ പിമാരെക്കാൾ ചെറുപ്പമായിരുന്നു ഡി ആർ പിമാർ.

കെ ആർ പിമാരുമായി താരതമ്യം ചെയ്താൽ ഡി ആർ പിമാരിൽ സാക്ഷരതാ പ്രവർത്തകരെക്കാൾ ജനപ്രതിനിധികളായിരുന്നു കൂടുതൽ. തൃശൂർ ജില്ലയിലാണെങ്കിൽ ഡി ആർ പിമാരിൽ 75 ശതമാനവും ജനപ്രതിനിധികളായിരുന്നു എന്നത് വസ്തുത.

ജനപ്രതിനിധികൾ കൂടുതലായി റിസോഴ്സ് പേഴ്സൺമാരായി നാമനിർദ്ദേശം ചെയ്യപ്പെട്ട ജില്ലകളിൽ ഗ്രാമസഭകൾ സംഘടിപ്പിക്കാൻ പ്രായോഗിക ബുദ്ധിമുട്ടുകൾ നേരിട്ടു. തങ്ങളുടെ സമ്മതിദായകർ കൂടുതൽ ഉള്ളയിടങ്ങളിലായി കാമ്പയിൻ പരിമിതപ്പെടുത്തുന്ന പ്രവണതയുണ്ടായി. തുടർഘട്ടത്തിൽ പ്രശ്നങ്ങൾ കൂടുതൽ വഷളാകാനിടയുണ്ടെന്ന തിരിച്ചറിവിൽ ആസൂത്രണസമിതികൾ തൃശൂർ, മലപ്പുറം, കോഴിക്കോട്, കണ്ണൂർ ജില്ലകളിൽ അനുയോജ്യമായ മാറ്റങ്ങൾ വരുത്തി. ജനപ്രതിനിധികൾ റിസോഴ്സ് പേഴ്സൺമാരായി നാമനിർദ്ദേശം ചെയ്യപ്പെടാതിരുന്ന ജില്ലകളിൽ തങ്ങൾ അവഗണിക്കപ്പെട്ടു എന്ന തോന്നൽ ജനപ്രതിനിധികളിലുണ്ടായി. ഇത് ചില അഭിപ്രായ വ്യത്യാസങ്ങളിലേക്ക് നയിച്ചു. സ്ത്രീപങ്കാളിത്തമാകട്ടെ സംസ്ഥാനതലത്തിലുള്ളതിനെക്കാൾ കൂടുതൽ ജില്ലാതലത്തിലുണ്ടാകുമെന്ന് സംഘാടകർ പ്രതീക്ഷിച്ചിരുന്നുവെങ്കിലും 17.8 ശതമാനം മാത്രമായിരുന്നു ഡി ആർ പിമാരിൽ സ്ത്രീപങ്കാളിത്തം.

പരിശീലനങ്ങളുടെ ഒന്നാം ഘട്ടം

1996 ആഗസ്റ്റിൽ ഏഴുദിവസം നീണ്ടുനിന്ന സംസ്ഥാനതല പരിശീലനം മൂന്നു കേന്ദ്രങ്ങളിലായി നടന്നു. പ്രഭാഷണങ്ങൾ, ചിട്ടപ്പെടുത്തിയ ചർച്ചകൾ, പ്രത്യേക പ്രശ്നങ്ങൾ അധികരിച്ചുള്ള ശില്പശാലകൾ, പരിശീലന ക്യാമ്പിനടുത്തുള്ള പഞ്ചായത്തുകളിലേക്ക് പഠനയാത്രകൾ ഇവ ഉൾപ്പെട്ടതായിരുന്നു പരിശീലനപരിപാടി. സംസ്ഥാനത്തെ വികസന സന്ദിഗ്ധാവസ്ഥയും വികേന്ദ്രീകൃത ആസൂത്രണത്തിന്റെ പ്രസക്തിയും കേരളത്തിലെ വികേന്ദ്രീകരണത്തിന്റെ ചരിത്രം, ജനകീയാസൂത്രണപ്രസ്ഥാനം പ്രതിനിധാനം ചെയ്ത വികേന്ദ്രീകരണത്തിന്റെ തുടർച്ചയും കുതിച്ചുചാട്ടവും, ജനകീയാസൂത്രണ പ്രസ്ഥാനം മുന്നോട്ടുവെയ്ക്കുന്ന വികസനത്തിന്റെ പുതിയ രാഷ്ട്രീയ സംസ്കാരം എന്നീ വിഷയങ്ങൾക്കായാണ് ആദ്യ രണ്ടുനാളുകളും നീക്കിവച്ചത്. സർക്കാർ ആഫീസുകളിൽ ലഭ്യമായ വിവരങ്ങളും ഡാറ്റയും റിസോഴ്സ് പേഴ്സൺമാർ മനസ്സിലാക്കുന്നതിനുള്ള പഞ്ചായത്ത് സന്ദർശനമായിരുന്നു ഒരു ദിവസം. ഒരു പൂർണ്ണദിനം ഇതിനായി നീക്കിവച്ചു. കോഴിക്കോട് ജില്ലയിലെ ഒഞ്ചിയം, തൃശൂർ ജില്ലയിലെ മാടക്കത്തറ, തിരുവനന്തപുരം ജില്ലയിലെ നന്ദിയോട് എന്നീ പഞ്ചായത്തുകളിലേക്കായിരുന്നു സന്ദർശനം. കേരള ശാസ്ത്രസാഹിത്യ പരിഷത്ത് പരീക്ഷണാടിസ്ഥാനത്തിൽ പ്രാദേശികാസൂത്രണ പദ്ധതികൾ (Local Lavel Planning Project) നടപ്പാക്കിവന്ന പഞ്ചായത്തുകളിൽ പെട്ടവയായിരുന്നു ഇവ. പരിശീലനത്തിന്റെ അവസാന രണ്ടുനാളുകൾ ഗ്രാമസഭകളുടെ സംഘാടനം എന്ന കർത്തവ്യത്തിനായി മാറ്റിവച്ചു.

സിലബസ് പൂർത്തീകരിക്കുന്നതിൽ മാത്രമല്ല കാമ്പയിനിന്റെ പൊരുൾ കെ ആർ പി മാർക്ക് പകർന്നുനല്കുന്നതിലും സംസ്ഥാന പരിശീലനം വിജയിച്ചു. ഓരോ ക്യാമ്പിന്റെയും ആദ്യ സെഷനുകളിൽ ഉയർന്ന ചോദ്യങ്ങൾ പലതും തെറ്റിദ്ധാരണകളിൽ നിന്നുയർന്നവയായിരുന്നു, പ്രത്യേകിച്ച് പ്രതിപക്ഷ പാർട്ടികളിൽനിന്ന് പങ്കെടുത്തവരിൽനിന്നും. ഇതിനു വിരുദ്ധമായി സമാപന സെഷനാവട്ടെ ഏകീകൃതകാഴ്ചപ്പാടും സൗഹാർദ്ദവും ആവേശവും പ്രതീക്ഷയും ഒക്കെ അടയാളപ്പെടുന്നതായി മാറി. മൂന്നു ദിവസമായിരുന്നു ജില്ലാ പരിശീലനം. ഗ്രാമസഭകൾ സംഘടിപ്പിക്കുന്നതും ഗ്രാമസഭകളിൽ നടത്തുവാനുള്ള അവതരണങ്ങൾക്ക് ഏകദേശരൂപം ഉണ്ടാക്കുന്നതും സംബന്ധിച്ച കാര്യങ്ങൾക്കായിരുന്നു പരിശീലനത്തിൽ ഊന്നൽ. സംസ്ഥാനതല പരിശീലനത്തിലായിരുന്നു ഇത് അന്തിമമാക്കിയത്. പ്രാദേശിക പരിശീലനത്തിൽ പങ്കെടുത്ത മുഴുവൻപേർക്കും കാമ്പയിൻ സംബന്ധമായ അന്തിമമാക്കിയ ലഘുലേഖയും ലഭ്യമാക്കി.

സംസ്ഥാന പരിശീലനം വിജയത്തിന്റെ മാറ്റൊലി സൃഷ്ടിച്ചുവെങ്കിലും ഡി ആർ പി മാർക്കുള്ള ക്ലാസുകൾ കൈകാര്യം ചെയ്യാൻ ചില കെ ആർ പി മാർക്കാകില്ലായെന്ന് അവർ തെളിയിച്ചു. 373 കെ ആർ പി മാരിൽ ക്ലാസുകൾ കൈകാര്യം ചെയ്തത് 214 പേർ മാത്രമായിരുന്നു. ഇതിന് പുറമെ 82 പേർ ജില്ലാ ക്യാമ്പുകളുടെ സംഘാടനത്തിലും മുഴുകി. അവശേഷിച്ച 74 പേർ ക്യാമ്പയിന്റെ ആദ്യഘട്ടത്തിൽത്തന്നെ ഒഴിവായി (തോമസ് ഐസക് 1997). ഇത്തരം ചില ബലഹീനതകളുണ്ടെങ്കിലും ജില്ലാ ക്യാമ്പുകളിലെ ക്ലാസുകൾ ഉന്നതനിലവാരം പുലർത്തിയെന്നായിരുന്നു ക്യാമ്പുകളിൽ പങ്കെടുത്തവർ നടത്തിയ അവലോകനം.

തദ്ദേശഭരണ സ്ഥാപനങ്ങൾ തിരഞ്ഞെടുത്ത ഡി ആർ പിമാരുടെ നിലവാരക്കുറവായിരുന്നു ജില്ലാതല പരിശീലനത്തിന്റെ മുഖ്യ പോരായ്മ. ലഘുലേഖയല്ലാതെ അച്ചടിച്ച പരിശീലന പുസ്തകങ്ങൾ എൽ ആർ പി മാർക്ക് ലഭ്യമായിരുന്നില്ല എന്നതായിരുന്നു രണ്ടാമത്തെ പോരായ്മ. ഇതിന് അടിയന്തര പരിഹാരമുണ്ടായി. എങ്ങനെ ഗ്രാമസഭകൾ സംഘടിപ്പിക്കണം എന്നത് സംബന്ധിച്ച് ഒരു വീഡിയോ നിർമ്മിച്ചു. കൂടാതെ മുഴുവൻ എൽ ആർ പിമാരും പങ്കെടുക്കുന്ന വീഡിയോ പ്രദർശനവും ചർച്ചയും ഓരോ പഞ്ചായത്തിലും സംഘടിപ്പിച്ചു. ഒരു ലക്ഷത്തിലധികംപേർ പ്രാദേശിക പരിശീലനങ്ങളിൽ പങ്കെടുത്തു.

ഗ്രാമസഭാ കാമ്പയിൻ

പരിശീലന പരിപാടികൾ പൂർത്തീകരിച്ചുകഴിഞ്ഞ് ഗ്രാമസഭകൾക്ക് തുടക്കമായി. 1996 സെപ്തംബർ 15 ന് ഗ്രാമസഭകളുടെ സംസ്ഥാനതല ഉദ്ഘാടനം നടന്നു. തിരുവനന്തപുരം ജില്ലയിലെ നന്ദിയോട് ഗ്രാമപഞ്ചായത്തായിരുന്നു ഉദ്ഘാടന വേദി. രണ്ടു ഘടകങ്ങളായിരുന്നു ഈ പഞ്ചായത്ത് തിരഞ്ഞെടുക്കാൻ കാരണം. പ്രതിപക്ഷം ഭരിക്കുന്ന പഞ്ചായ

ത്താണ്, അത് തിരഞ്ഞെടുക്കുന്നത് പ്രതിപക്ഷ പാർട്ടിക്ക് കൃത്യമായ സന്ദേശം നല്കുന്നതിനുതകും. മറ്റൊന്ന് നന്ദിയോട് കെ എസ് എസ് പിയുടെ പ്രാദേശികാസൂത്രണ ഗവേഷണ പദ്ധതിയുടെ ഭാഗമായ പഞ്ചായത്തായതിനാൽ സംസ്ഥാനതല ഉദ്ഘാടനം പോലെ വലിയ ഒരു പരിപാടി ഗ്രാമപ്രദേശത്ത് സംഘടിപ്പിക്കുന്നതിനാവശ്യമായ പരിശീലനം ലഭിച്ചവർ ആവശ്യത്തിന് ലഭ്യമാകും. മുഖ്യമന്ത്രി ഇ കെ നായനാർ ആയിരുന്നു ഉദ്ഘാടന പ്രസംഗം നടത്തിയത്. എല്ലാ പ്രതിപക്ഷ കക്ഷികളുടെയും പ്രതിനിധികൾ ഉദ്ഘാടനച്ചടങ്ങിൽ പങ്കെടുത്തു. സെപ്തംബർ 15 നുതന്നെ നന്ദിയോട് പഞ്ചായത്തിൽ 15 ഗ്രാമസഭകളും സമാന്തരമായി നടന്നു. ഓരോ ഗ്രാമസഭയും കൃത്യമായ തയ്യാറെടുപ്പിലാണ് സംഘടിപ്പിക്കപ്പെട്ടത്. വിശിഷ്ട വ്യക്തികളും മറ്റു പഞ്ചായത്തുകളുടെ പ്രതിനിധികളും ഈ ഗ്രാമസഭകൾ സന്ദർശിച്ചു. വിവിധ ഗ്രാമസഭകൾ സന്ദർശിച്ചുകൊണ്ട് ഇ എം എസ് നമ്പൂതിരിപ്പാട് അന്നേദിവസം മുഴുവൻ നന്ദിയോട് പഞ്ചായത്തിൽ ചെലവഴിച്ചു. പുതിയ വികസന കാലഘട്ടത്തിന്റെ നാന്ദി കുറിച്ചുകൊണ്ട് ഒരു ദീപോത്സവവും സംഘടിപ്പിച്ചിരുന്നു. നന്ദിയോട്ടെ എല്ലാ വീടുകളും കടകളും സ്ഥാപനങ്ങളും വികസന വെളിച്ചം തെളിയിച്ചുകൊണ്ട് ദീപോത്സവത്തിൽ പങ്കാളികളായി.

തുടർന്നുള്ള രണ്ടുമാസങ്ങൾക്കുള്ളിൽ ഗ്രാമസഭകളിലും വാർഡുസഭകളിലുമായി ഇരുപത് ലക്ഷത്തിലധികം ആളുകളാണ് പങ്കെടുത്തത്. വിവിധ ജില്ലകളിൽ ഗ്രാമസഭകളിലെ ശരാശരി പങ്കാളിത്തം വ്യത്യസ്തമായിരുന്നു. കണക്കുകൾ ലഭിച്ച 979 ഗ്രാമപഞ്ചായത്തുകളിലായി 17,00,425 പേർ പങ്കെടുത്തു. പ്രസ്തുത പഞ്ചായത്തുകളിലെ സമ്മതിദായകരുടെ 11.38 ശതമാനമായിരുന്നു ഇത്. പഞ്ചായത്തുതലത്തിലുള്ള ഹാജർ ശരാശരി 1737 ഉം വാർഡുതലത്തിൽ 159 ഉം ആയിരുന്നു. ജില്ലാതലത്തിൽ പരിശോധിക്കുമ്പോൾ ഗ്രാമസഭാ പങ്കാളിത്തം ശരാശരി 140 നും (പാലക്കാട്) 219 നും (കോഴിക്കോട്) ഇടയ്ക്കായിരുന്നുവെന്നു കാണാം. 932 ഗ്രാമപഞ്ചായത്തുകളിൽനിന്ന് ലഭ്യമായ കണക്കുകൾ പ്രകാരം 26.22 ശതമാനമായിരുന്നു സ്ത്രീ പങ്കാളിത്തനിരക്ക്. എസ് സി–എസ് ടി ശരാശരി പങ്കാളിത്ത നിരക്ക് 8.94 ശതമാനമായിരുന്നുവെന്ന് 567 ഗ്രാമപഞ്ചായത്തുകൾ നല്കിയ കണക്കുകൾ സൂചിപ്പിച്ചു. ഇത് എസ് സി–എസ് ടി ജനസംഖ്യക്ക് ആനുപാതികമായിരുന്നു. വോട്ടവകാശം ഉള്ളവരിൽ 11.38 ശതമാനം ഗ്രാമസഭകളിൽ പങ്കെടുത്തുവെന്ന് പറയുമ്പോൾ ഒരു വീട്ടിൽനിന്ന് ഒരാൾ എന്നനിലയ്ക്ക് കണക്കുകൂട്ടിയാൽ ഒരു പഞ്ചായത്തിലുള്ള ആകെ വീടുകളിൽ 20 മുതൽ 30 ശതമാനം വരെ വീടുകളുടെ പങ്കാളിത്തം ഗ്രാമസഭകളിൽ ഉണ്ടായെന്ന് കാണുവാൻ കഴിയും. മുനിസിപ്പാലിറ്റികളിലെയും കോർപ്പറേഷനുകളിലെയും ശരാശരി ഹാജർ ഗ്രാമപഞ്ചായത്തുകളേക്കാൾ പിന്നിലായിരുന്നുവെങ്കിലും ഏതാണ്ട് 3,00,000 ൽ അധികരിച്ചിരുന്നു. ഇതുകൂടി കണക്കാക്കുമ്പോൾ ഇരുപത് ലക്ഷത്തിലധികം പേരുടെ പങ്കാളിത്തമുണ്ടായി.

പങ്കാളിത്തത്തിന്റെ നിർണ്ണായക ഘടകങ്ങൾ

ഗ്രാമസഭാ പങ്കാളിത്ത നിരക്ക് വിവിധ ജില്ലകളിൽ വ്യത്യാസപ്പെട്ടിരുന്നുവെന്ന് ശേഖരിച്ച കണക്കുകൾ സൂചിപ്പിച്ചു. ഈ വ്യതിയാനം വ്യത്യസ്തമായ പങ്കാളിത്തക്രമത്തിന് നിദാനമായ കാരണങ്ങൾ കണ്ടുപിടിക്കുന്നതിന് സംഘാടകർക്ക് അവസരം നൽകി. ഭൂമിശാസ്ത്രപരവും ജനസംഖ്യാപരവും രാഷ്ട്രീയവും സാമ്പത്തികവും സാമൂഹ്യവുമായ ഘടകങ്ങളും എങ്ങനെയാണ് ഗ്രാമസഭ പങ്കാളിത്തവുമായി ബന്ധപ്പെട്ടിരിക്കുന്നതെന്നറിയാൻ ലീസ്റ്റ് സ്ക്വയർ റിഗ്രഷൻ സങ്കേതം ഉപയോഗിച്ചു.

ജനസംഖ്യാപരമായ ഘടകങ്ങൾ: വിസ്തൃതിയിലും ജനസംഖ്യയിലും കേരളത്തിലെ പഞ്ചായത്തുകൾ തമ്മിൽ വലിയ അന്തരമുണ്ട്. ഏറ്റവും വലിയ പഞ്ചായത്തായ ഇടുക്കി ജില്ലയിലെ കുമളി പഞ്ചായത്തിന്റെ വിസ്തൃതി 816.73 ച. കി.മി. ആയിരിക്കുമ്പോൾ ഏറ്റവും ചെറിയ പഞ്ചായത്തായ കണ്ണൂർ ജില്ലയിലെ വളപട്ടണത്തിന്റെ വിസ്തൃതി 2.04 ചതുരശ്ര കിലോമീറ്ററാണ്. ഇടുക്കി ജില്ലയിലെതന്നെ മൂന്നാർ പഞ്ചായത്താണ് ജനസംഖ്യയുടെ കാര്യത്തിൽ ഒന്നാമത്. 78,343 പേർ. അതേ ജില്ലയിലെതന്നെ വട്ടവടയിലാകട്ടെ ജനസംഖ്യ കേവലം 4588 മാത്രമാണ്. പാലക്കാട് ജില്ലയിലെ നെല്ലിയാമ്പതിയിൽ ജനസാന്ദ്രത 17 ആയിരിക്കുമ്പോൾ തിരുവനന്തപുരം ജില്ലയിലെ കരിങ്കുളം പഞ്ചായത്തിൽ ഇത് 10,589 ആണെന്ന് കാണാം. ഒരു വാർഡിലെ സമ്മതിദായകരുടെ എണ്ണമെടുത്താൽ ഏറ്റവും കൂടുതൽ ഇടുക്കി ജില്ലയിലെ മൂന്നാറിലും (3,393) കുറവ് വട്ടവട പഞ്ചായത്തിലുമാണ് (373 സമ്മതിദായകർ). ജനസംഖ്യാപരമായ ഘടകങ്ങളിൽ സമ്മതിദായകരുടെ എണ്ണം എത്ര കണ്ട് ഒരു വാർഡിൽ കൂടുന്നുവോ അത്രകണ്ട് പങ്കാളിത്ത നിരക്ക് കുറയുന്നു. അതായത് കേരളത്തിലെ ഗ്രാമസഭകളുടെ വലുപ്പം പങ്കാളിത്തത്തിന് വിഘാതമാകുന്നു.

ചരിത്രപരവും ഭൂമിശാസ്ത്രപരവുമായ ഘടകങ്ങൾ: തിരുവിതാംകൂർ, കൊച്ചി, മലബാർ എന്നീ വ്യത്യസ്ത ചരിത്രമുള്ള നാട്ടുരാജ്യങ്ങളിൽനിന്ന് 1956–ൽ കടഞ്ഞെടുത്ത സംസ്ഥാനമാണല്ലോ കേരളം. സമ്പന്ന കർഷകർ ധാരാളം ഉണ്ടായിരുന്ന തിരുവിതാംകൂറിൽ കൃഷിയുടെ വാണിജ്യവൽക്കരണവും കാർഷികോൽപ്പാദന സംസ്കരണ വ്യവസായവും 1950–കളിൽ തന്നെ ശക്തിപ്രാപിച്ചു. ഒപ്പം വിദ്യാഭ്യാസ സൗകര്യവും ചികിത്സാ സംവിധാനങ്ങളും വ്യാപകമായി. ഇവയൊക്കെ തിരുവിതാംകൂറിന്റെ സവിശേഷതകളായിരുന്നു. ഇതിൽനിന്ന് വ്യത്യസ്തമായി മലബാറാകട്ടെ മദ്രാസ് പ്രവിശ്യയുടെ ഭാഗമായി ബ്രിട്ടീഷുകാരുടെ നേരിട്ടുള്ള ഭരണത്തിൻ കീഴിലായിരുന്നു. ചരിത്രപരമായി തന്നെ ഇവിടെ ജന്മിമാരുടെ മേൽക്കോയ്മ നിലനിൽക്കുകയും ഈ പ്രദേശം സാമൂഹിക സാമ്പത്തിക വികസന കാര്യത്തിൽ പിന്നിലായിരിക്കുകയും ചെയ്തു. ഇരുപതാം നൂറ്റാണ്ടിന്റെ തുടക്കത്തിൽ മലബാർ നിരവധി രണോത്സുക സമരങ്ങളുടെ തീക്ഷ്ണതയറിഞ്ഞുവെന്ന് മാത്രമല്ല ആക്ടിവിസത്തിന്റെയും ഇടത് രാഷ്ട്രീയത്തിന്റെയും ശക്തികേന്ദ്രമായി മാറുകയും ചെയ്തു. മലബാ

റിനും തിരുവിതാംകൂറിനും ഇടയ്ക്ക് സ്ഥിതിചെയ്യുന്ന ചെറിയനാട്ടു രാജ്യമായ കൊച്ചിക്കാകട്ടെ മേൽ സൂചിപ്പിച്ച രണ്ടിനും ഇടയ്ക്കുള്ള ഒരു രാഷ്ട്രീയ ചരിത്രമാണ് ഉണ്ടായിരുന്നത്.

ചരിത്രപരമായ ഈ അന്തരങ്ങൾ ഇന്നും ആ പ്രദേശങ്ങളുടെ സാമൂഹിക സാമ്പത്തിക ഘടനയിലും രാഷ്ട്രീയ സ്വഭാവത്തിലും പ്രതിഫലിക്കുന്നു. വ്യത്യസ്തങ്ങളായ രണ്ട് പ്രദേശങ്ങൾ ചേർന്നതാണ് തിരുവിതാംകൂർ. തിരുവനന്തപുരം, കൊല്ലം, ആലപ്പുഴ എന്നീ തെക്കൻ തീരദേശ ജില്ലകൾ ഇടത് ശക്തികേന്ദ്രങ്ങളാണ്. ഇതിനോടു ചേർന്നുകിടക്കുന്ന പത്തനംതിട്ട, ഇടുക്കി, കോട്ടയം തുടങ്ങിയ തെക്കൻ മധ്യജില്ലകൾ ക്രൈസ്തവ ജനസംഖ്യ കൂടുതലുള്ള ജില്ലകളാണ്. സമ്പന്ന കർഷകർക്കും പ്രബലരായുള്ള തോട്ടമുടമകൾക്കും മുൻതൂക്കമുള്ള യാഥാസ്ഥിതിക രാഷ്ട്രീയ പാർട്ടികളുടെ ശക്തമായ സാന്നിദ്ധ്യമുണ്ടിവിടെ. എറണാകുളം, തൃശൂർ ജില്ലകൾ, മുൻകൊച്ചി സംസ്ഥാനത്തിന്റെ ഭാഗവും സംസ്ഥാനത്തിന്റെ വ്യവസായ കേന്ദ്രവുമാണ്. തൃശൂർ ജില്ലയിൽ ഇടതിന് നല്ല സ്വാധീനമുണ്ട്. മലബാർപ്രദേശം അധികമായി വാണിജ്യവൽക്കരിക്കപ്പെട്ടിട്ടില്ലെന്നു മാത്രമല്ല വ്യത്യസ്തങ്ങളായ രാഷ്ട്രീയ ചിത്രം നൽകുകയും ചെയ്യുന്നു. കണ്ണൂർ, കോഴിക്കോട്, പാലക്കാട് എന്നിവ ഇടതുശക്തികേന്ദ്രങ്ങളായിരിക്കുമ്പോൾ മലപ്പുറം ജില്ലയിൽ മുസ്ലിംലീഗിനാണ് പ്രമാണിത്തം. കാസർഗോഡിൽ മുസ്ലിംലീഗ് അവഗണിക്കുവാൻ കഴിയാത്ത ശക്തിയാണ്.

അധികാരവികേന്ദ്രീകരണ കാമ്പയിൻ നടപ്പാക്കുന്നതിൽ വടക്കൻ ജില്ലകൾ മെച്ചപ്പെട്ട പ്രകടനം കാഴ്ചവച്ചുവെന്നാണ് ജനകീയാസൂത്രണ പ്രവർത്തകരുടെ പൊതു അഭിപ്രായം. ഇതിലെ വ്യത്യാസങ്ങൾ കണ്ടെത്തുന്നതിനായി തെക്കൻ തീരപ്രദേശങ്ങൾക്കും തെക്കൻ മദ്ധ്യപ്രദേശങ്ങൾക്കും കൊച്ചിപ്രദേശത്തിനുമായി ചില അസ്ഥിരചരങ്ങൾ (Dummy varibles) വിവരശേഖരണത്തിൽ ഉൾപ്പെടുത്തുകയുണ്ടായി. ഈ അസ്ഥിരചരങ്ങൾ (varibles) ഉപയോഗിച്ച് തെക്കൻ തീരദേശങ്ങൾക്കും തെക്കൻ മധ്യദേശത്തിനും കൊച്ചിപ്രദേശത്തിനും മലബാറിൽ നിന്നുള്ള വ്യത്യാസം എന്താണെന്ന് കണ്ടുപിടിക്കുന്നു. വിവര വിശകലനത്തിൽ തെക്കൻമേഖയിലെയും മധ്യമേഖലയിലെയും കൊച്ചിമേഖലയിലെയും ഗുണാങ്കങ്ങൾ നെഗറ്റീവും പ്രബലവുമായിരുന്നത് ഈ പ്രദേശത്ത് പങ്കാളിത്തം മലബാറിനെ അപേക്ഷിച്ച് കുറവായിരുന്നു എന്നു സൂചിപ്പിച്ചു. തെക്കൻ തീരദേശത്ത് ഗുണാങ്കം നെഗറ്റീവ് ആയിരുന്നെങ്കിലും പ്രബലമായിരുന്നില്ല.

രാഷ്ട്രീയ ഘടകങ്ങൾ: കേരളത്തിന്റെ രാഷ്ട്രീയ ഭൂമിക സങ്കീർണ്ണമെങ്കിലും ഏതാനും ഘടകങ്ങൾ കണക്കാക്കിയെടുക്കുവാൻ/തിട്ടപ്പെടുത്തിയെടുക്കുവാൻ കഴിയും. ഇടതു സർക്കാർ ആവിഷ്കരിച്ച ജനകീയാസൂത്രണ പ്രസ്ഥാനത്തോട് ആദ്യകാലത്ത് പ്രതിപക്ഷ പാർട്ടികളുടെ പ്രതികരണം ഉദാസീനമോ വിമർശനാത്മകമോ ആയിരുന്നു. ഇടതുപക്ഷേതര

പാർട്ടികൾ ഭരിക്കുന്ന പഞ്ചാത്തുകളിലെ കുറഞ്ഞ ഇത്തരം പങ്കാളിത്തം ഇത് വ്യക്തമാക്കി.

സാക്ഷരത: കേരളത്തിലെ ഉയർന്ന സാക്ഷരതാ നിരക്ക്, വിവിധ മേഖലകൾ തമ്മിൽ സാക്ഷരതാ നിരക്കിൽ കാര്യമായ അന്തരമില്ലായ്മ ഇതൊക്കെയാണെങ്കിലും ഗ്രാമസഭ പങ്കാളിത്തത്തെ സ്വാധീനിക്കുന്ന ഒരു ഘടകമാണ് സാക്ഷരത. സാക്ഷരതയുടെ കാര്യത്തിൽ ഗുണാങ്കം പോസിറ്റീവും പ്രബലവുമാണ് (5%).

സാമ്പത്തിക ഘടകങ്ങൾ: നഗരവത്കരണത്തിന്റെ തോത്, തൊഴിൽഘടന, സാമ്പത്തിക വികസനം തുടങ്ങിയവയും പങ്കാളിത്ത നിരക്കിനെ സ്വാധീനിച്ചേക്കാം. ഡാറ്റയുടെ പരിമിതികാരണം സാമ്പത്തിക ഘടകങ്ങളുടെ സ്വാധീനം കണ്ടുപിടിക്കുവാൻ ഉപയോഗിച്ചത് തൊഴിൽ പങ്കാളിത്ത നിരക്ക്, കാർഷിക മേഖലയിൽ ഏർപ്പെട്ടിരിക്കുന്നവരുടെ ശതമാനം, സംഘടിത മേഖലയിൽ പണിയെടുക്കുന്നവരുടെ അനുപാതം, പട്ടികജാതി, പട്ടികവർഗ്ഗ വിഭാഗത്തിന്റെ ജനസംഖ്യയിലെ അനുപാതം എന്നിവയാണ്. കാർഷികമേഖലയിൽ പണിയെടുക്കുന്നവരുടെഅനുപാതം, സംഘടിത മേഖലയിൽ പണിയെടുക്കുന്നവരുടെ അനുപാതം ഇവ നഗരവത്കരണത്തിന്റെ സൂചകങ്ങളായി ഉപയോഗിച്ചേക്കാം. നഗരവത്കരണം കൂടുമ്പോൾ കാർഷികമേഖലയിൽ ഏർപ്പെട്ടിരിക്കുന്നവരുടെ അനുപാതം കുറയുകയും തൊഴിൽ മേഖലകളിൽ ജോലിചെയ്യുന്നവരുടെ അനുപാതം കൂടുകയും ചെയ്യും. പട്ടികജാതി പട്ടികവർഗ വിഭാഗങ്ങൾ കൂടുതൽ ദാരിദ്ര്യമനുഭവിക്കുന്നവരാകയാൽ ഈ ജനതയുടെ ജനസംഖ്യയിലെ അനുപാതം ദാരിദ്ര്യത്തിന്റെ വ്യാപ്തിയെക്കുറിച്ചുള്ള സൂചന നൽകും. മേൽ സൂചിപ്പിച്ച വിവിധ സാമ്പത്തിക ഘടകങ്ങളുടെ അളവുപരമായ വിശകലനം (Quantitative analysis) സൂചിപ്പിക്കുന്നത് ആദ്യ ഗ്രാമസഭകളുടെ പങ്കാളിത്തത്തെ സ്വാധീനിച്ച പ്രബല ഘടകങ്ങളായിരുന്നില്ല ഇവ എന്നാണ്.

ശ്രദ്ധിക്കേണ്ട വസ്തുത റിഗ്രഷനിൽ (Regression) ലഭിച്ചത് തീരെ ചെറിയ R2 മൂല്യങ്ങളായിരുന്നുവെന്നതാണ് (0.174). ഇത് സൂചിപ്പിക്കുന്നത് പങ്കാളിത്തത്തെ സ്വാധീനിക്കുന്ന മറ്റ് ഘടകങ്ങൾ ഉണ്ടെന്നും ഇവ നമ്മുടെ കൈവശമുള്ള ഡാറ്റയിൽ ഉൾപ്പെട്ടിട്ടില്ല എന്നുമാണ്. ജനങ്ങളുടെ ആവേശം, പ്രവർത്തകരുടെ സംഘാടനാ വൈദഗ്ധ്യം തുടങ്ങിയ ഘടകങ്ങൾ ഒരുപക്ഷേ, ജനങ്ങളെ സംഘടിപ്പിക്കുന്നതിലും അതിലൂടെ ഗ്രാമസഭാ പങ്കാളിത്തം മെച്ചപ്പെടുത്തുന്നതിലും സുപ്രധാന പങ്ക് വഹിച്ചിരുന്നിരിക്കാം.

സ്ത്രീ പങ്കാളിത്തം: പങ്കെടുത്തവരിൽ 26.22 ശതമാനമായിരുന്നു സ്ത്രീകൾ. മുകളിൽ വിശകലനം ചെയ്ത ഏതെങ്കിലും വസ്തുനിഷ്ഠ ഘടകങ്ങൾ (Objective Factors) പഞ്ചായത്തുകൾ തമ്മിൽ പങ്കാളിത്ത നിരക്കിലുള്ള വ്യത്യാസത്തെ സ്വാധീനിച്ചിരിക്കുവാൻ ഇടയുണ്ടോ? ഈ വിശകലനം നടത്തുന്നതിന് പഞ്ചായത്ത് പ്രസിഡന്റിന്റെ ജെൻഡർ ഒരു

ഘടകമായി ഞങ്ങൾ കൂട്ടിച്ചേർത്തു. പഞ്ചായത്ത് പ്രസിഡന്റ് സ്ത്രീ ആയിരിക്കുന്ന ഇടങ്ങളിൽ സ്ത്രീകൾ കൂടുതലായി ഗ്രാമസഭകളിൽ പങ്കെടുത്തിട്ടുണ്ടോ? സംവരണം പഞ്ചായത്ത് പ്രസിഡന്റിന്റെ മൂന്നിലൊന്ന് സ്ഥാനം സ്ത്രീകൾക്ക് ലഭ്യമാക്കിയിട്ടുണ്ട്. 1995 ഇലക്ഷനു ശേഷം 36.6 ശതമാനം പഞ്ചായത്തു പ്രസിഡന്റുമാർ സ്ത്രീകളായിരുന്നു. സ്ത്രീപങ്കാളിത്തം പരിശോധിച്ച ശേഷം സ്ത്രീകൾ പഞ്ചായത്ത് പ്രസിഡന്റായ 358 പഞ്ചായത്തുകളിലെ സ്ത്രീപങ്കാളിത്ത നിരക്ക് 11.35 ശതമാനവും ആണെന്നു കണ്ടു. അതേസമയം, 625 പേർ പുരുഷപ്രസിഡന്റുമാർ ഉള്ളിടങ്ങളിൽ ഇത് 11.39 ആയിരുന്നു.

ജില്ലകൾ തമ്മിൽ സ്ത്രീപങ്കാളിത്തത്തിലുള്ള അന്തരം, പൊതു പങ്കാളിത്തത്തിലുള്ള അന്തരത്തെക്കാൾ വളരെ വലുതാണ്. സ്ത്രീപങ്കാളിത്തം ഏറ്റവും കുറവ് എറണാകുളത്തും (20.26 ശതമാനം) കൂടുതൽ തിരുവനന്തപുരത്തും (35.02 ശതമാനം) ആയിരുന്നു എന്ന് കാണുവാൻ കഴിയും. പൊതു പങ്കാളിത്ത നിരക്കാകട്ടെ 8.39 ശതമാനം മുതൽ (എറണാകുളം) 15.80 ശതമാനം (കോഴിക്കോട്) വരെയായിരുന്നു (സ്റ്റാൻഡേർഡ് ഡീവിയേഷൻ യഥാക്രമം 2.06 ഉം 5.52 ഉം ആണ്). സ്ത്രീകളുടെ കൺവെൻഷൻ പോലെയുള്ള പ്രത്യേകം പരിശ്രമങ്ങൾ നടന്നയിടങ്ങളിൽ സ്ത്രീ പങ്കാളിത്തം കൂടുതലായിരുന്നു. ചില ഗ്രാമസഭകളിൽ പുരുഷന്മാരെക്കാൾ സ്ത്രീകളുടെ എണ്ണം കൂടിയിരുന്നു, മൊത്തം പങ്കാളിത്തത്തിന് ആനുപാതികമായി സ്ത്രീകളുടെ എണ്ണം കൂടുന്നതായാണ് കാണുന്നത് (ആർ സ്ക്വയർ വാല്യു 0.383).

അവതരണങ്ങളുടെയും ചർച്ചകളുടെയും നിലവാരം

മുമ്പ് സൂചിപ്പിച്ചതുപോലെ വെറുതെ പ്രശ്നങ്ങളുടെ പട്ടിക തയ്യാറാക്കുകയായിരുന്നില്ല ഗ്രാമസഭകളുടെ ഉദ്ദേശ്യം. മറിച്ച്, ചർച്ചകളിലൂടെയും കൂടിയാലോചനകളിലൂടെയും തങ്ങളുടെ പ്രശ്നങ്ങളുടെ കാരണങ്ങൾ കണ്ടെത്തുകയും അവ പരിഹരിക്കുവാൻ തങ്ങൾക്ക് എന്തുചെയ്യുവാൻ കഴിയും എന്ന് മനസ്സിലാക്കുകയുമായിരുന്നു. പ്രാദേശിക റിസോഴ്സ് പേഴ്സൺ (എൽ ആർ പി) മാരുടെ പ്രാപ്തിക്കുറവുമൂലം ഒട്ടേറെയിടങ്ങളിൽ ഗ്രൂപ്പുചർച്ചകളിൽ ക്രിയാത്മക നേതൃത്വം ഇല്ലാതായി. പഞ്ചായത്തുകളിലും പ്രാദേശിക ആവശ്യങ്ങളുടെ പട്ടിക തയ്യാറാക്കുന്ന നിലയിലേക്ക് ഗ്രൂപ്പുകൾ ചുരുങ്ങി. ഈ പരിമിതികളുടെയൊക്കെ സാഹചര്യത്തിലും 1996 സെപ്തംബർ-ഒക്ടോബർ മാസങ്ങളിൽ നടന്ന ഗ്രാമസഭകൾ, 1995 ഡിസംബർ മാസത്തിൽ നടന്ന ഗ്രാമസഭകളെക്കാൾ പങ്കാളിത്തത്തിലും ചർച്ചകളുടെ ക്രിയാത്മകതയിലും മെച്ചപ്പെട്ടതായിരുന്നുവെന്ന് ജനപ്രതിനിധികളും ഉദ്യോഗസ്ഥരും റിസോഴ്സ് പേഴ്സൺമാരും ഒന്നടങ്കം സമ്മതിക്കുന്നു.

1995 ലെയും 1996 ലെയും ഗ്രാമസഭകളെക്കുറിച്ച് 1997 ൽ ഈ ഗ്രാമസഭകളുമായി ബന്ധപ്പെട്ട കെ ആർ പിമാർക്കിടയിൽ നടത്തിയ പഠനം

ചൂണ്ടിക്കാട്ടുന്നത് 1996 ൽ കാമ്പയിനിന്റെ ഭാഗമായി നടന്ന പ്രത്യേക ഗ്രാമ സഭകൾ കൂടുതൽ മികവുറ്റതാക്കുവാൻ കഴിയുമായിരുന്നു എന്നാണ്. 1996 ലെ ഗ്രാമസഭാ തയ്യാറെടുപ്പുകൾ നന്നായിരുന്നുവെന്നോ വളരെ നന്നായിരുന്നുവെന്നോ അഭിപ്രായപ്പെട്ടവരാണ് 45 ശതമാനംപേർ. അതേ കെ ആർ പിമാരിൽത്തന്നെ 56 ശതമാനംപേർ 1995 ലെ ഗ്രാമസഭകൾ തയ്യാറെടുപ്പിന്റെ കാര്യത്തിൽ വളരെ പിന്നിലായിരുന്നുവെന്നും അഭിപ്രായപ്പെട്ടു. സംഘാടനത്തിന്റെ കാര്യത്തിലും 1995 ലെ ഗ്രാമസഭകൾ പിന്നിലായിരുന്നുവെന്നാണ് 55 ശതമാനംപേർ സൂചിപ്പിച്ചത്. 1996 ലെ ഗ്രാമസഭകളുടെ സംഘാടനം സംബന്ധിച്ച് ഇതേ അഭിപ്രായം പങ്കുവെച്ചത് 16 ശതമാനം മാത്രമായിരുന്നു. 1996 ലെ സംഘാടനം നല്ലതോ വളരെ നല്ലതോ എന്ന് 30 ശതമാനംപേർ രേഖപ്പെടുത്തി. 1995 ഗ്രാമസഭകളിലെ ചർച്ചകൾ ഗുണനിലവാര കാര്യത്തിൽ ദയനീയമെന്നോ വളരെ ദയനീയമെന്നോ 50 ശതമാനംപേർ രേഖപ്പെടുത്തിയപ്പോൾ 1996 ഗ്രാമസഭകളുടെ കാര്യത്തിൽ 19 ശതമാനം പേരായിരുന്നു ഇതേ അഭിപ്രായമുള്ളവർ. അതേ സമയം 1996 ഗ്രാമസഭകളിലെ ചർച്ചകൾ തൃപ്തികരമെന്ന് 51 ശതമാനം പേരും മികച്ചതാണെന്ന് 26 ശതമാനം പേരും രേഖപ്പെടുത്തി.

പ്രതിപക്ഷത്തിന്റെ പ്രധാന വിമർശനം, തിരഞ്ഞെടുക്കപ്പെട്ട സംവിധാനത്തിന് ശ്രേണീബദ്ധമായ സമാന്തര സംവിധാനം റിസോഴ്സ് പേഴ്സൺമാരിലൂടെ സൃഷ്ടിക്കുന്നുവെന്നതായിരുന്നു. എന്നാൽ തൊട്ടുതാഴെത്തലത്തിലുള്ള റിസോഴ്സ് പേഴ്സൺമാർക്ക് പരിശീലനം നല്കുക എന്നതിൽ മാത്രം ഒതുങ്ങിനിൽക്കുന്നതായിരുന്നു ത്രിതല റിസോഴ്സ് പേഴ്സൺമാർക്കിടയിലുള്ള ശ്രേണീബന്ധം. ഓരോ ജില്ലയിലുമുള്ള കെ ആർ പിമാർ അതത് ഡി പി സിയുടെ നിയന്ത്രണത്തിലും ഡി ആർ പിമാർ ബ്ലോക്ക് പഞ്ചായത്തിന്റെ നേരിട്ടുള്ള നിയന്ത്രണത്തിലും എൽ ആർ പിമാർ ബന്ധപ്പെട്ട ഗ്രാമപഞ്ചായത്ത് അല്ലെങ്കിൽ മുനിസിപ്പാലിറ്റിയുടെ നിയന്ത്രണത്തിലുമായിരുന്നു. തദ്ദേശ സർക്കാരുകളും റിസോഴ്സ് പേഴ്സൺമാരെ തിരഞ്ഞെടുത്തിരുന്നു. പ്രാദേശിക ആസൂത്രണത്തിൽ ജനപ്രതിനിധികളെ സഹായിക്കുക എന്നതും പരിശീലനം നല്കുക എന്നതുമായിരുന്നു ഇവരുടെ ചുമതല. ഈ റിസോഴ്സ് പേഴ്സൺമാർ നിർവ്വഹിച്ച ഏക സ്വതന്ത്ര ചുമതല കാമ്പയിൻ സംബന്ധിച്ച വിവരങ്ങൾ സംസ്ഥാന ആസൂത്രണ ബോർഡിന് നല്കുക എന്നത് മാത്രമായിരുന്നു.

തുടക്കത്തിൽ കാമ്പയിനെ അവഗണിച്ച പലരുടെയും നിർണ്ണായക ശ്രദ്ധ, ഒന്നാംഘട്ടത്തിന്റെ വിജയത്തിനുശേഷം കാമ്പയിനു ലഭിച്ചു. കാമ്പയിൻ വെറും രാഷ്ട്രീയ തട്ടിപ്പാണ് എന്ന നിലയ്ക്കാണ് മിക്ക ഉദ്യോഗസ്ഥരും രാഷ്ട്രീയ നേതാക്കളും കാമ്പയിനെ വീക്ഷിച്ചത്. ഗ്രാമസഭകളുടെ രൂപീകരണം, പങ്കാളിത്ത പഠനങ്ങൾ, റിപ്പോർട്ട് തയ്യാറാക്കൽ, കർമ്മസമിതി ചർച്ചകൾ, പദ്ധതി തയ്യാറാക്കലും പ്ലാൻ രൂപകല്പനയും തുടങ്ങി നീണ്ട അവധാനതയുള്ള നടപടിക്രമങ്ങൾ അക്കാദമിക തലത്തിലുള്ളതും യാഥാർത്ഥ്യബോധമില്ലാത്തവയുമാണെന്നും ഭാവിയിലെ മറ്റൊരു

സർക്കാർ തീരുമാനംകൊണ്ട് ഇവയൊക്കെ അവസാനിക്കുമെന്നുമായിരുന്നു പലരുടെയും ധാരണ.

പ്രതിപക്ഷത്തും ഭരണപക്ഷത്തുമുള്ള രാഷ്ട്രീയ നേതാക്കളുന്നയിച്ച പ്രധാന പരാതി കാമ്പയിൻ സമാരംഭിക്കുംമുമ്പ് വേണ്ടവിധം കൂടിയാലോച്ചില്ല എന്നതാണ്. എന്നാൽ ഈ പരാതികൾക്ക് അടിസ്ഥാനമില്ലെന്ന് വസ്തുതകൾ പറയുന്നു. സംസ്ഥാന ആസൂത്രണബോർഡിന്റെ ഒരു പൂർണ്ണയോഗത്തിൽ കാമ്പയിൻ ചർച്ച ചെയ്തിരുന്നു. കാമ്പയിൻ സംബന്ധിച്ച തീരുമാനം എടുക്കുന്ന കാബിനറ്റ് യോഗത്തിനു മുമ്പുതന്നെ കാമ്പയിൻ സംബന്ധിച്ച വിശദമായ കുറിപ്പ് മന്ത്രിമാർക്കിടയിൽ വിതരണം ചെയ്തിരുന്നു. ഉദ്ഘാടനച്ചടങ്ങിന് ഇരുപത് കോൺഫറൻസുകളാണ് പ്ലാനിങ്ബോർഡ് ആസ്ഥാനത്ത് നടന്നത്. ബഹുജനസംഘടനകളുടെയും പ്രൊഫഷണൽ ഗ്രൂപ്പുകളുടെയും അക്കാദമിക സംഘങ്ങളുടെയും പ്രതിനിധികൾ ഈ യോഗങ്ങളിൽ കാമ്പയിൻ സംബന്ധിച്ച കാര്യങ്ങൾ ചർച്ച ചെയ്യുവാനെത്തിയിരുന്നു. ക്ഷണക്കത്തും വിശദമായ കാമ്പയിൻ നോട്ടും എല്ലാ ബഹുജനസംഘടനകൾക്കുമയച്ചു. വിദ്യാർത്ഥികൾ, യുവജനങ്ങൾ, സ്ത്രീകൾ, തൊഴിലാളികൾ, കർഷകർ, കർഷകത്തൊഴിലാളികൾ, അദ്ധ്യാപകർ, സർക്കാർ ഉദ്യോഗസ്ഥർ, ഗവേഷണ സ്ഥാപനങ്ങളുടെ തലപ്പത്തിരിക്കുന്നവർ, യൂണിവേഴ്സിറ്റിയുടെ വൈസ് ചാൻസലർമാർ, എഞ്ചിനീയർമാർ, ഡോക്ടർമാർ, മാനേജർമാർ, തിരഞ്ഞെടുക്കപ്പെട്ട സന്നദ്ധസംഘടനകൾ എന്നിവർക്കും ക്ഷണക്കത്തും കാമ്പയിൻ നോട്ടും നല്കി. ജില്ലാ പഞ്ചായത്ത്-ബ്ലോക്ക് പഞ്ചായത്ത് പ്രസിഡന്റുമാരുടെയും മുനിസിപ്പൽ ചെയർമാൻമാരുടെയും യോഗം സംസ്ഥാനതലത്തിൽ സംഘടിപ്പിച്ചു. എല്ലാ ജില്ലകളിലും ഗ്രാമപഞ്ചായത്ത് പ്രസിഡന്റുമാരുടെ കൂടിച്ചേരൽ നടന്നു. കാമ്പയിൻ എന്ന ആശയം നല്ലതെന്ന അഭിപ്രായം എല്ലാവരും പ്രകടിപ്പിച്ചു. എങ്കിലും നടക്കുമോ എന്ന സംശയം സ്വാഭാവികമായി ഉയർന്നുവന്നു. പക്ഷേ, പരസ്യ അഭിപ്രായ പ്രകടനങ്ങൾ അപൂർവ്വമായേ ഉണ്ടായുള്ളൂ. പ്രതിപക്ഷ കക്ഷികളിൽ പൊതുവെ കണ്ട പ്രവണത, കാമ്പയിനെ, മറ്റൊരു സർക്കാർ തന്ത്രമായോ കാമ്പില്ലാത്ത വാചകക്കസർത്തായോ ഒക്കെ കാണുന്നതായിരുന്നു.

ഗ്രാമസഭകളുടെ വിജയം കാമ്പയിനെക്കുറിച്ചുണ്ടായിരുന്ന എല്ലാ സംശയങ്ങളെയും ദൂരീകരിക്കുന്നതായിരുന്നു. കാമ്പയിനെക്കുറിച്ചുള്ള അഭിപ്രായ വ്യത്യാസങ്ങൾ വേണ്ടതരത്തിൽ കൂടിയാലോചിക്കുന്നില്ല എന്നതരത്തിലുള്ള വിമർശനങ്ങൾക്ക് വഴിമാറി. ഈ വിമർശനങ്ങൾ ആദ്യഘട്ട കാമ്പയിന്റെ വിജയസൂചനയായിരുന്നു.

അദ്ധ്യായം 6

രണ്ടാംഘട്ടം: വികസന സെമിനാറുകൾ

എന്താണ് ചെയ്യേണ്ടത്?

ഗ്രാമസഭകളിലെ ചർച്ചകളിൽ മുന്നിട്ടു നിന്നിരുന്നത് തദ്ദേശവാസികളുടെ വ്യക്തിനിഷ്ഠമായ അഭിലാഷങ്ങളും അവർക്കനുഭവവേദ്യമായ ആവശ്യങ്ങളും പ്രശ്നങ്ങളുമായിരുന്നു. പ്രസ്തുത ആവശ്യങ്ങൾ പരിഹരിക്കുന്നതിലേക്കുള്ള പദ്ധതി തയ്യാറാക്കുന്നതിനു മുന്നേ ഭൗതിക മാനവ വിഭവങ്ങളെ സംബന്ധിച്ച വസ്തുനിഷ്ഠമായ വിലയിരുത്തൽ നടത്തേണ്ടത് അത്യാവശ്യമായിരുന്നു. ആ വിലയിരുത്തൽ കേവലം സാമാന്യബോധത്തിന്റെയടിസ്ഥാനത്തിൽ നടത്താവുന്നതായിരുന്നില്ല, എന്നാൽ ജനങ്ങളുടെ പാരമ്പര്യ അറിവുകളെ ആധുനിക ശാസ്ത്രത്തിന്റെ സിദ്ധാന്തവും പ്രയോഗവുമായി ഉദ്ഗ്രഥിക്കേണ്ടതുണ്ടായിരുന്നു. ഇത്തരം വിവരങ്ങൾ വച്ചുകൊണ്ട് ആഴത്തിലുള്ള വികസന ചർച്ചയുടെ അടിസ്ഥാനത്തിലാണ് ഓരോ പ്രദേശത്തിനും വേണ്ടി 'എന്താണ് ചെയ്യേണ്ടത്?' എന്ന പരിപ്രേക്ഷ്യം തയ്യാറാക്കപ്പെടേണ്ടത്. രണ്ടാംഘട്ടത്തിന്റെ ലക്ഷ്യങ്ങൾ ചുവടെ പറയുന്നവയായിരുന്നു:

1. ഒരു സമഗ്ര പ്രാദേശിക വികസന രേഖ തയ്യാറാക്കുന്നതിലേക്ക് ഓരോ പ്രദേശത്തെയും ഭൗതിക മാനവ വിഭവങ്ങളിന്മേലും വികസന പ്രശ്നങ്ങളിന്മേലും പങ്കാളിത്തത്തോടെയുള്ള ശാസ്ത്രീയാന്വേഷണങ്ങൾ ഏറ്റെടുക്കുക.
2. ഓരോ ഗ്രാമപഞ്ചായത്തിലും നഗരസഭയിലും വികസന രേഖ ചർച്ച ചെയ്യുന്നതിലേക്ക് വികസന സെമിനാറുകൾ സംഘടിപ്പിച്ച് അതിലൂടെ ഗ്രാമസഭാതലത്തിൽ തുടക്കം കുറിച്ച വികസന ചർച്ചകൾ വില്ലേജ് തല (ഗ്രാമപഞ്ചായത്ത്/നഗരസഭ) ചർച്ചകളാക്കി ഉയർത്തുക.
3. വികസന പദ്ധതിയിൽ പരിഗണിക്കുന്നതിനു വേണ്ടി മുൻഗണന നിശ്ചയിക്കപ്പെട്ട മേഖലാതല ശുപാർശകൾ കൂട്ടായി രൂപപ്പെടുത്തുക.

ഗ്രാമസഭകളുടെ സംഘാടനത്തിലെന്നപോലെ രണ്ടാംഘട്ട തുടക്കത്തിനു മുന്നേ ഒട്ടേറെ രീതിശാസ്ത്രപരമായ പ്രശ്നങ്ങളും പരിഹരിക്കപ്പെടേണ്ടതുണ്ടായിരുന്നു. ഗ്രാമസഭകളുടെ വിജയത്തെ തുടർന്നുള്ള പൊതുആഹ്ലാദത്തിനു ശേഷം താഴെത്തട്ടിലെ പ്രവർത്തകരും ജനപ്രതിനിധികളും തെല്ലും ആവേശമില്ലാതെ പ്രതികരിച്ചു കണ്ടത്, പ്രാഥമികമായി ഇവയെല്ലാം അക്കാദമിക പഠനങ്ങളും രേഖകളുമായാണ് തോന്നുന്നതെന്ന തരത്തിലാണ്. കൂടുതൽ പഠനങ്ങൾക്കുള്ള നിർദ്ദേശങ്ങളും സെമിനാറുകളുമൊക്കെ ഗ്രാമസഭകളിൽ ജനങ്ങൾ പ്രകടിപ്പിച്ച ഇച്ഛകളെ മറികടക്കാനുള്ള ശ്രമങ്ങളായിരുന്നുവോയെന്ന ആശങ്കയും ചിലരുയർത്തി. ഗ്രാമസഭയിലുന്നയിച്ച ആവശ്യങ്ങളെ കോർത്തിണക്കി ഒരു കർമപദ്ധതി തയ്യാറാക്കപ്പെടാൻ കഴിയില്ലേ എന്ന ചോദ്യവുമുണ്ടായി.

ജനങ്ങളുടെ ഈ പ്രതികരണം പ്രാദേശിക തല ആസൂത്രണത്തിലെ സങ്കീർണതകളുടെ ധാരണയില്ലായ്മയെയാണ് പ്രതിഫലിപ്പിച്ചത്. തൊഴിൽ സൃഷ്ടിക്കുന്നതിനോ അല്ലെങ്കിൽ ദാരിദ്ര്യമില്ലാതാക്കുന്നതിനോ ഉള്ള നിർദ്ദേശങ്ങൾ മാത്രമായ പരമ്പരാഗത ഗ്രാമവികസന കർമപദ്ധതികളിൽനിന്നും വ്യത്യസ്തമായി ജനകീയാസൂത്രണ കാമ്പയിൻ വിശദമായ പ്രാദേശിക പദ്ധതികൾ വികസിപ്പിക്കുന്നതിനാണ് ശ്രമിച്ചിരുന്നത്. നിർദ്ദേശിക്കപ്പെട്ട വികേന്ദ്രീകരണമാകട്ടെ കൃഷി, മത്സ്യ ബന്ധനം, മൃഗസംരക്ഷണം, ഗ്രാമീണ വ്യവസായം, വിദ്യാഭ്യാസം, ആരോഗ്യം, സാമൂഹിക ക്ഷേമം എന്നീ മേഖലകളിലെ വികസന പരിപാടികളുടെ വലിയ പങ്കും പ്രാദേശികമായി ആസൂത്രണം ചെയ്യപ്പെടുന്നതും ഏറെ വ്യാപ്തിയുള്ളതുമായിരുന്നു. പങ്കാളിത്ത പഠനങ്ങൾക്ക് ശാസ്ത്രീയ കാർക്കശ്യവുമായി സന്ധിചെയ്യാൻ കഴിഞ്ഞില്ല. ഇത്തരം അന്വേഷണങ്ങളുടെ അടിസ്ഥാനത്തിലുള്ള ചർച്ചകൾ തുറന്നതും സുതാര്യവുമായി തുടരുമെന്നുറപ്പാക്കുന്നതിനുള്ള നടപടികളും വേണ്ടിയിരുന്നു. പ്രധാനപ്പെട്ട രീതിശാസ്ത്ര വെല്ലുവിളികൾ ഇവയായിരുന്നു.

1. പ്രാദേശികാസൂത്രണത്തിന് വേണ്ടിയിരുന്ന വിവരങ്ങൾ എന്തെല്ലാമായിരുന്നു? അവ എങ്ങനെയാണ് കണ്ടെത്താൻ കഴിയുക? പ്രാഥമികവിവരശേഖരണം പ്രായോഗികമല്ലാതിരുന്നാൽ ദ്വിതീയ വിവരശേഖരണത്തിനുള്ള സാധ്യതകൾ എന്തൊക്കെയായിരുന്നു? ഇതെങ്ങനെ പങ്കാളിത്ത രീതിയിൽ നടത്താൻ കഴിയും?
2. പഞ്ചായത്ത്/മുനിസിപ്പൽ വികസന രേഖയുടെ ഘടനയും ഉള്ളടക്കവും എന്തായിരിക്കണം? അവ പ്രാഥമികമായും സാമ്പത്തിക ശാസ്ത്രപരമോ, സാമൂഹ്യശാസ്ത്രപരമോ, ചരിത്രപരമോ ആയിരിക്കേണ്ടതാണോ? പ്രാദേശിക സ്വയം പഠനങ്ങൾക്ക് ഒറ്റ സമീപനം നിർദ്ദേശിക്കേണ്ടതില്ലായിരുന്നോ?
3. ഏതെല്ലാം അടിയന്തരമായി നിർവഹിക്കാൻ കഴിയുന്നു എന്നും ഏതെല്ലാം ദീർഘകാല വികസന തന്ത്രത്തിന്റെ ഭാഗമാക്കാമെന്നും

നിശ്ചയിക്കുന്ന വികസന സെമിനാറുകളിൽ നിർദ്ദേശങ്ങൾ അന്തിമമാക്കേണ്ടതില്ലേ?

4. പരിപാടികളെല്ലാം പരിസ്ഥിതി സൗഹൃദമാക്കാനെങ്ങനെയാണ് കഴിയുക? പ്രാദേശിക പരിപാടികൾക്കുള്ളിൽ സ്ഥൂല നയ കാഴ്ചപ്പാടുകൾക്കു വേണ്ടുന്ന പരിഗണന എങ്ങനെ ഉറപ്പാക്കാൻ സാധിക്കും? അടിത്തട്ടിലേക്ക് ചില വികസന നിർദ്ദേശങ്ങൾ നൽകേണ്ടതില്ലേ?

സേവന മേഖലകൾക്കും റോഡു നിർമാണത്തിനും അനുകൂലമായി അനാവശ്യ പ്രാദേശിക മുൻഗണന വരില്ലേയെന്ന് പൊതുവെയൊരു ഭയവും ഉണ്ടായിരുന്നു. എങ്ങനെയാണ് ഉത്പാദന മേഖലയിലേക്ക് കൂടുതൽ ശ്രദ്ധ കേന്ദ്രീകരിക്കാൻ കഴിയുക?

ഡാറ്റാബേസ്

പ്രാദേശികതല ആസൂത്രണത്തിനു വേണ്ടിയുള്ള അടിസ്ഥാന വിവരശേഖരം (database).

ഇന്ത്യയിലെ അടിസ്ഥാന വിവരശേഖരത്തിലെ ഒരു മുഖ്യ ന്യൂനത ദേശീയതലത്തിലെയും ഒരു പരിധി വരെ സംസ്ഥാനതലത്തിലെയും വികസനാസൂത്രണ പ്രസക്തമായ സാമ്പത്തിക വിവരങ്ങളും ഇതര ഘടകങ്ങളും പഞ്ചായത്തുകൾക്കും മുനിസിപ്പാലിറ്റികൾക്കും ലഭ്യമല്ലായെന്നതാണ്. യഥാർഥത്തിൽ ദേശീയതലത്തിലെ ബഹുഭൂരിപക്ഷം ഡാറ്റയും ആത്യന്തികമായി പ്രാദേശികമായി ശേഖരിക്കുന്നവയാണ്. പക്ഷേ, കേന്ദ്രീകൃതമായ ആസൂത്രണ ഭരണനിർവഹണ സംവിധാനങ്ങൾക്ക് ഈ ഡാറ്റയെ അച്ചടിച്ച് പ്രാദേശിക തലത്തിൽ ലഭ്യമാക്കേണ്ട കാര്യമില്ല. സംസ്ഥാന സർക്കാർ വകുപ്പുകളുടെ പ്രാദേശിക തല ഭരണ ഓഫീസുകളാകട്ടെ അതത് വകുപ്പിന്റെ മേൽ ശ്രേണികളോടുമാത്രം ഉത്തരവാദിത്വമുള്ള സ്വതന്ത്ര യൂണിറ്റുകളായാണ് പ്രവർത്തിച്ചിരുന്നത്. ഓരോ വകുപ്പിലെയും ഫയലുകളിലും രജിസ്റ്ററുകളിലും ലഭ്യമായ വിവരങ്ങൾ തങ്ങളുടെ ദൈനംദിന ഭരണ പ്രവർത്തനങ്ങൾക്ക് മതിയാംവണ്ണമുള്ളതായി കണക്കാക്കപ്പെട്ടു. ഒരു വകുപ്പിന് മറ്റു വകുപ്പുകളിലെ വിവരങ്ങൾ ആവശ്യമില്ല. അതേസമയം, ജനകീയാസൂത്രണ കാമ്പയിനിലൂടെ തയ്യാറാക്കാൻ ശ്രമിച്ച ബൃഹദ് പ്രാദേശിക പദ്ധതിയിൽ ഓരോ പ്രദേശത്തിനും വേണ്ടി വിപുലമായ ഡാറ്റാബേസ് ആവശ്യമായിരുന്നുതാനും.

പ്രശ്നം ഇതായിരിക്കെ, വിദഗ്ധരിലെയും ഉദ്യോഗസ്ഥരിലെയും ചിലർ, വിപുലമായ ഡാറ്റാബേസ് ലഭ്യമാക്കാനായി പ്രാഥമിക ഗാർഹികതല സെൻസസ് വേണമെന്ന് ശക്തിയായി വാദിച്ചു. സർവേയിലെ ജാതിയുമായി ബന്ധപ്പെട്ട ചോദ്യങ്ങളിന്മേൽ വിവാദമുന്നയിക്കപ്പെട്ടു. 1994 ൽ പൊടുന്നനെ നിർത്തിവച്ച ഗാർഹിക സാമൂഹിക സാമ്പത്തിക സെൻസസ് പുനരുജ്ജീവിപ്പിക്കാൻ സർക്കാരിലെ ഉദ്യോഗസ്ഥതലത്തിൽ ഒരു നിർദ്ദേശമുണ്ടായിരുന്നു. ഇതിന്റെ അച്ചടിച്ച ചോദ്യാവലി അപ്പോഴും

ലഭ്യമായിരുന്നതിനാൽ വിവാദപരമായ ചോദ്യം ഒഴിവാക്കി സർവേ നടത്തുവാൻ കഴിയുമായിരുന്നു. ഈ സർവേ നടത്തുന്നതിനനുകൂലമായി സാമ്പത്തിക സ്ഥിതിവിവരക്കണക്ക് വകുപ്പ് ശക്തമായ വാദമുയർത്തി. എന്നാൽ 1994 ലെ സാമൂഹിക സാമ്പത്തിക സെൻസസ്, ജനകീയ കാമ്പയിനിലൂടെ ഏറ്റെടുക്കപ്പെട്ടിരുന്ന ആസൂത്രണ പ്രക്രിയയുടെ വിശാല ഉദ്ദേശ്യം മുൻകൂട്ടി കണ്ടുകൊണ്ടുള്ളതായിരുന്നില്ല. സർവേയിലെ തർക്കമുള്ള ജാതിബന്ധിത ചോദ്യം ഒഴിവാക്കപ്പെട്ടാൽപോലും, പഴയ സർവേ ഷെഡ്യൂളുകൾ ഉപയോഗിക്കപ്പെടുന്നത് ഒരുപക്ഷേ കാമ്പയിനുമായി ബന്ധപ്പെട്ട് അനാവശ്യ വിവാദങ്ങൾ ഉയർത്തുമോയെന്ന ആശങ്കയും ഒളിഞ്ഞിരുന്നിരുന്നു. സെൻസസ് നടത്തിയാൽപ്പോലും, വിവരങ്ങൾ പട്ടികകളിലാക്കി, ഫലം അച്ചടിച്ച് തയ്യാറാക്കാൻ കുറഞ്ഞത് ആറുമാസമെങ്കിലുമെടുക്കുമെന്ന് തെളിഞ്ഞതിനാൽ പ്രസ്തുത സെൻസസ് ഏറ്റെടുക്കണ്ടായെന്ന് അന്തിമമായി തീരുമാനിച്ചു. കാമ്പയിനിന് അത്രയും കാലം കാത്തുനിൽക്കാനും കഴിയുമായിരുന്നില്ല.

ദ്വിതീയ വിവര ശേഖരണം

മേൽ സാഹചര്യത്തിൽ വില്ലേജ് തലത്തിൽ നിലവിൽ ലഭ്യമായിരുന്ന ദ്വിതീയ വിവരങ്ങൾ ശേഖരിക്കുന്നതിലേക്ക് ശ്രദ്ധ മാറ്റി. ഓരോ പഞ്ചായത്തിലുമുള്ള, ഓരോ വകുപ്പ് ഓഫീസിലും എഴുതി തയ്യാറാക്കിയ നിരവധി രജിസ്റ്ററുകളും അവരവരുടെ വകുപ്പ് ശ്രേണിബന്ധ പ്രകാരമുള്ള, മേലധികാരികൾക്ക് സമർപ്പിക്കേണ്ട ആനുകാലിക റിപ്പോർട്ടുകളുമുണ്ട്. ഈ രജിസ്റ്ററുകളിൽനിന്നും റിപ്പോർട്ടുകളിൽനിന്നും ലഭ്യമായ ദ്വിതീയ വിവരം ഒന്നിച്ചു കൊണ്ടുവരുന്നതിനുള്ള വ്യവസ്ഥ ചിട്ടപ്പെടുത്താൻ കഴിയുന്നതല്ലേ എന്ന ആലോചന ഉണ്ടായി. വിവിധ വകുപ്പുകളുമായുള്ള ചർച്ചയ്ക്കുശേഷം, 12 സർക്കാർ വകുപ്പുകളുടെ പ്രാദേശിക ഓഫീസുകളിൽനിന്നുമുള്ള ഡാറ്റാ ശേഖരിക്കുന്നതിനുള്ള ഒരു ഫോർമാറ്റ് രൂപകല്പന ചെയ്യപ്പെട്ടു. ശാസ്ത്രസാഹിത്യ പരിഷത്ത് സ്പോൺസർ ചെയ്ത് പ്രാദേശികതല ആസൂത്രണ ആക്ഷൻ റിസർച്ച് പരിപാടി സംഘടിപ്പിച്ചിരുന്ന ചില പഞ്ചായത്തുകളിൽ പ്രസ്തുത ഫോർമാറ്റ് ഫീൽഡ് തലത്തിൽ പരീക്ഷണം നടത്തി. പട്ടിക 6.1 ൽ ദ്വിതീയ വിവരങ്ങൾ ശേഖരിക്കപ്പെട്ട ഓഫീസുകൾ, പരിശോധിക്കപ്പെടേണ്ട രജിസ്റ്ററുകൾ, അവയിലുള്ള വിവരങ്ങളുടെ സ്വഭാവം എന്നിവ ചേർത്തിട്ടുണ്ട്.

1996 ഒക്ടോബർ 14 ന് കോട്ടയം ജില്ലയിലെ കുറിച്ചി പഞ്ചായത്തിൽ സംഘടിപ്പിച്ച സംസ്ഥാനതല പരിപാടിയിൽ വച്ച് ദ്വിതീയ വിവരശേഖരണ പ്രവർത്തനത്തിന് തുടക്കം കുറിച്ചു. വിവരശേഖരണമെന്ന തികച്ചും മുഷിപ്പനായ ഉദ്യമം, എങ്ങനെയൊരു ബഹുജനപങ്കാളിത്ത പ്രവർത്തനവും ബഹുജന വിദ്യാഭ്യാസത്തിനുള്ള അവസരവുമാക്കാമെന്നത് കുറിച്ചിയിലെ സാമൂഹിക പ്രവർത്തകർ യുക്ത്യനുസാരം കാണിച്ചുകൊടുത്തു. എല്ലാ തദ്ദേശസ്വയംഭരണ സ്ഥാപനങ്ങളും ആത്യന്തികമായി

പട്ടിക 6.1 കേരളത്തിലെ പ്രാദേശിക സർക്കാർ ഓഫീസുകളും ദ്വിതീയ വിവരം ശേഖരിക്കപ്പെട്ട രജിസ്റ്ററുകൾ സംബന്ധിച്ച വിവരവും

സർക്കാർ ഓഫീസ്	*പരിശോധിക്കപ്പെട്ട രജിസ്റ്ററുകളുടെ എണ്ണം*	*വിവരത്തിന്റെ തരം*	*വിവരത്തിന്റെ രൂപം*
പഞ്ചായത്ത് ഓഫീസ്	23	പഞ്ചായത്തിന്റെ വരവുകളും ചെലവുകളും; റോഡുകളുടെ എണ്ണം, തരം, നീളം; പൊതുടാപ്പുകളുടെ എണ്ണം, കുളങ്ങളും കിണറുകളും വാർഡുതിരിച്ച്; തെരുവുവിളക്കുകളുടെ എണ്ണം; കെട്ടിടങ്ങളുടെയും വീടുകളുടെയും എണ്ണം; വോട്ടർമാരുടെ എണ്ണം; സുപ്രധാന സ്ഥിതിവിവരക്കണക്കുകൾ; കെട്ടിടങ്ങളുടെ തരം; സ്ഥാപനങ്ങളുടെ തരം; വ്യാപാരികളുടെ ലിസ്റ്റ്	ജനസംഖ്യാ വിവരങ്ങൾ വിശ്വസനീയമല്ല.
വില്ലേജ് ഓഫീസ്	14	ഭൂമിയുടെ ഉടമസ്ഥാവകാശം പട്ടയപ്രകാരം; ഭൂമിയുടെ കൈമാറ്റം; ഭൂപരിഷ്കരണ പ്രകാരം വിതരണം ചെയ്യപ്പെട്ട ഭൂമി; ഭൂവിസ്തൃതി, പുറമ്പോക്ക് ഭൂമി; ജലസേചനമുള്ള ഭൂമിയും വിനിയോഗവും; റവന്യൂഭൂമിയുടെ തരംതിരിവ്	പ്രധാന പരിമിതിയെന്നത് ഭൂമി വിതരണം ചെയ്യപ്പെടുന്ന വിസ്തൃതി ഉടമസ്ഥാവകാശ പ്രകാരമല്ല മറിച്ച് കൈവശാവകാശ പ്രകാരം. വില്ലേജ് പഞ്ചായത്ത് അതിർത്തികൾ ഒന്നാകണമെന്നില്ല.
കൃഷിഭവൻ	8	വിള വിന്യാസം; ഉല്പാദനവും ഉല്പാദനക്ഷമതയും; വളം, കീടനാശിനി ഉപയോഗം; മണ്ണിന്റെ തരം; ജലസേചനം; ഭൂവിസ്തൃതി പ്രകാരം കർഷകരുടെ വർഗ്ഗീകരണം	ബഹുഭൂരിപക്ഷവും അനൗപചാരികമായ കണക്കുകൾ; ഡേറ്റായുടെ ഗുണവും വിശ്വസനീയതയും കേന്ദ്രങ്ങൾ തമ്മിൽ വലിയ അന്തരം.

മൃഗാശുപത്രി	6	പൊതു രോഗാതുരത മാതൃക; കൃത്രിമ ബീജസങ്കലനത്തിന്റെ ട്രെൻഡ്; മൃഗസെൻസസ് ഡാറ്റ	
മണ്ണ് സംരക്ഷണ ഓഫീസ്	8	മണ്ണിന്റെ തരം; നീർമറി പ്രദേശങ്ങൾ; പാരിസ്ഥിതിക പ്രശ്നമുള്ള പ്രദേശങ്ങൾ	പരിമിതമായ കവറേജ്
മൈനർ ഇറിഗേഷൻ ഓഫീസ്	4	ജലസേചന പദ്ധതികളും ആയക്കെട്ട് പ്രദേശവും; ജലസേചനം ഉറപ്പാക്കിയ പ്രദേശം	കാലഹരണപ്പെട്ട ഡാറ്റ, അവിശ്വസനീയം
പ്രാഥമിക ആരോഗ്യകേന്ദ്രം	7	പൊതു രോഗാതുരതയുടെ പാറ്റേൺ; കുടുംബാസൂത്രണ രീതികളുടെ നിലനില്പ്.	രോഗാതുരതാ വർഗ്ഗീകരണം വിശ്വസനീയമല്ല.
അങ്കണവാടികൾ	8	കുട്ടികളുടെ പോഷകസ്ഥിതി; ഗർഭിണികളും മുലയൂട്ടുന്ന അമ്മമാരും; പ്രതിരോധ കുത്തിവയ്പുകളുടെ വ്യാപനസ്ഥിതി.	
സ്കൂൾ ഓഫീസുകൾ	19	അദ്ധ്യാപകരുടെയും വിദ്യാർത്ഥികളുടെയും എണ്ണം; വിദ്യാഭ്യാസ സൗകര്യങ്ങൾ; പരീക്ഷാഫലം അടിസ്ഥാനപ്പെടുത്തിയുള്ള വിദ്യാഭ്യാസ നിലവാരം; കൊഴിഞ്ഞുപോക്ക്.	
വൈദ്യുതി ഓഫീസ്	7	വൈദ്യുതീകരണത്തിന്റെ വ്യാപനസ്ഥിതി	പഞ്ചായത്തു തിരിച്ച് ഡാറ്റാ വർഗ്ഗീകരണം ഇല്ല.
ബ്ലോക്ക് ഓഫീസ്	13	ദാരിദ്ര്യത്തിന്റെ തോതും ദരിദ്ര കുടുംബങ്ങളുടെ ലിസ്റ്റും; ദാരിദ്ര്യ ലഘൂകരണ പദ്ധതികളുടെ ഗുണഭോക്തൃ ലിസ്റ്റ്	
സിവിൽ സപ്ലൈസ് ഓഫീസ്		റേഷൻ വാങ്ങുന്നതിന്റെ വിവരം.	

ദ്വിതീയ വിവരശേഖരണം നടത്തുകയുണ്ടായെങ്കിലും 50% സ്ഥാപനങ്ങൾ മാത്രമേ ഫോറങ്ങൾ പൂരിപ്പിച്ച് പൂർണമാക്കപ്പെട്ടിരുന്നുള്ളൂ. 1998 ലെ കീ റിസോഴ്സ് പേഴ്സൺമാരുടെ സർവേ പ്രകാരം ശരാശരി 21 പേരാണ് ഒരു പഞ്ചായത്തിലെ ദ്വിതീയ വിവരശേഖരണത്തിൽ പങ്കെടുത്തത്. ഓഫീസുകളിൽ സൂക്ഷിച്ച രജിസ്റ്ററുകളുടെ വലിയൊരു ഭാഗവും അപൂർണമോ കാലാനുസൃതമായി പുതുക്കിയവയോ ആയിരുന്നില്ല. അങ്ങനെ ഡാറ്റാ ശേഖരണം സർക്കാർ ഓഫീസുകളിലെ രജിസ്റ്റർ സൂക്ഷിപ്പിന്റെ സോഷ്യൽ ഓഡിറ്റായി മാറുകയായിരുന്നു. ഇതിൽ ഉദ്യോഗസ്ഥർ പൂർണമായി സഹകരിച്ചില്ലായെന്നത് ചെറിയൊരത്ഭുതം മാത്രം.

എവിടെയെല്ലാം ഡാറ്റ ചിട്ടയായി ശേഖരിക്കപ്പെട്ടുവോ, അവ പ്രാദേശിക വികസന റിപ്പോർട്ടുകൾ തയ്യാറാക്കപ്പെടുന്നതിനു വിപുലമായ അടിത്തറ നൽകി. എന്നാൽ പല സ്ഥലങ്ങളിലും ഫീൽഡ് ഓഫീസുകളിൽ നിന്നും ശേഖരിച്ച ദ്വിതീയ വിവരങ്ങൾ ബ്ലോക്ക് ജില്ലാതലങ്ങളിൽ പ്രസിദ്ധപ്പെടുത്തിയ ഔദ്യോഗിക സ്ഥിതിവിവര കണക്കുമായി ഒത്തുപോകുന്നില്ലായിരുന്നു. ഉയർന്ന തട്ടിലെ തദ്ദേശസ്വയംഭരണ സ്ഥാപനങ്ങൾ ഫീൽഡ്തലത്തിൽനിന്നും സമാഹരിച്ച ഡാറ്റായാണോ ഔദ്യോഗിക സംവിധാനം പ്രസിദ്ധപ്പെടുത്തിയ സ്ഥിതിവിവര കണക്കുകളാണോ ഉപയോഗിക്കേണ്ടത്? ഗ്രാമപഞ്ചായത്തുകളും മുനിസിപ്പാലിറ്റികളും പ്രാദേശികമായി ശേഖരിച്ച ഡാറ്റയെ ആശ്രയിക്കാനും, എന്നാൽ ഉയർന്ന തട്ടുകൾ ഡാറ്റാ പരിഷ്കരണത്തിന് വേണ്ട ന്യായീകരണമില്ലാത്തിടത്തോളം, കഴിയുന്നതും, ഔദ്യോഗിക സ്ഥിതിവിവര കണക്കുകൾ ഉപയോഗിക്കണമെന്നും അന്തിമ ധാരണയായി. ഏതെങ്കിലും തരത്തിലുള്ള ഡാറ്റാ പരിഷ്കരണം നടത്തപ്പെട്ടുവെങ്കിൽ പ്രസ്തുത വിവരം ബ്ലോക്ക് തല പദ്ധതി രേഖയിൽ കൃത്യമായി സൂചിപ്പിക്കേണ്ടതുണ്ടായിരുന്നു. ഇതോടൊപ്പം ജനസംഖ്യ, സാക്ഷരത, തൊഴിൽ സംബന്ധിയായ വിവരങ്ങൾക്ക് 1991 സെൻസസ് വിവരങ്ങൾ ഉപയോഗപ്പെടുത്താനും തീരുമാനിക്കപ്പെട്ടു. അതുപോലെ അഞ്ചു വർഷത്തിലൊരിക്കൽ തയ്യാറാക്കുന്ന കന്നുകാലി സെൻസസ് കാലികളുടെ എണ്ണം, വളർത്തുമൃഗങ്ങളുടെ ഇനം സംബന്ധിച്ച വിവരങ്ങളും നൽകിയിരുന്നു.

മൈക്രോ എക്കോ സോണുകൾ
സൂക്ഷ്മ പാരിസ്ഥിതിക മേഖല കണ്ടെത്തൽ

നിലവിലുണ്ടായിരുന്ന കാർഷിക വികസന പ്രവർത്തനം വിളകൾ കേന്ദ്രീകരിച്ചുള്ള ഇടപെടലിന് അനുകൂലമായിരുന്നു. എന്നാൽ പുതിയ സമീപനം, വിളാധിഷ്ഠിതത്തേക്കാളും ഓരോ തുണ്ട് ഭൂമിയെയും കേന്ദ്രീകരിച്ചു കൊണ്ടുള്ളതാകണം എന്നായിരുന്നു. പഞ്ചായത്ത് തല കാർഷിക സ്ഥിതിവിവര കണക്കുകൾ കേരളത്തിലെ പല വില്ലേജുകളിലും നിലനിൽ

ക്കുന്ന വ്യക്തമായ പാരിസ്ഥിതിക വ്യതിയാനങ്ങൾ കണ്ടെത്താൻ കഴിയാത്തവിധം വളരെ സാമാന്യമായിരുന്നു. കേരളസംസ്ഥാനം നിമ്നോന്നത ഭൂപ്രദേശമായിരിക്കെ, ഒരു മാതൃകാവില്ലേജിൽ അതിന്റെ അതിർത്തിക്കുള്ളിൽ നാലു മുതൽ അഞ്ചു വരെ സൂക്ഷ്മ പാരിസ്ഥിതിക മേഖലകൾ ഉണ്ടാകാം: കുന്നിൻ മുകളും സമതലവും, വ്യത്യസ്ത ചരിവുകളിലുള്ള ചരിഞ്ഞ പ്രദേശം, താഴ്വാരങ്ങൾ, സമതലങ്ങൾ, ചതുപ്പുകൾ, തീരദേശം. എങ്ങനെയാണ് ഓരോ സൂക്ഷ്മ പാരിസ്ഥിതിക പ്രദേശത്തിനും അനുയോജ്യമായ ഒരു സംയോജിത ഇടപെടൽ പാക്കേജ് എന്ന വ്യവസ്ഥാ സമീപനത്തിലേക്ക് കാമ്പയിനിന് കടക്കാൻ കഴിയുക?

നാലാം അദ്ധ്യായത്തിൽ നമ്മൾ ചർച്ച ചെയ്ത പഞ്ചായത്ത് തല വിഭവ ഭൂപടം തയ്യാറാക്കൽ പരിപാടി (റിസോഴ്സ് മാപ്പിങ് പ്രോഗ്രാം) ഏതാണ്ട് 100 പഞ്ചായത്തുകളിൽ മാത്രമേ പൂർത്തീകരിക്കുവാൻ കഴിഞ്ഞിരുന്നുള്ളൂ. പ്രാഥമിക സാമ്പത്തിക സെൻസസിന്റെ കാര്യത്തിലെന്നപോലെ, ജനകീയ കാമ്പയിനിന്റെ സമയപരിധിക്കുള്ളിൽ, എല്ലായിടത്തും വിഭവഭൂപടം തയ്യാറാക്കാൻ ശ്രമിക്കുകയെന്നത് സാഹസികമായിരിക്കും. അപ്പോൾ സാധ്യമായ ഇതര മാർഗമെന്ത്?

ഈ ചർച്ച, ഒരു ഗ്രാമത്തിന്റെ നിലവിലെ സ്ഥിതി എളുപ്പത്തിൽ മനസ്സിലാക്കുവാൻ കഴിയുന്ന നടപടിക്രമമായ ദ്രുത ഗ്രാമ പഠനം (Rapid Rural Appraisal) തെരഞ്ഞെടുക്കുന്നതിന് വഴിവച്ചു. ദ്രുത ഗ്രാമ പഠനം അവലംബിക്കുന്ന രീതി, വിവിധ വികസന മേഖലകളിലെ ചെറു ടീമുകൾ തദ്ദേശവാസികളുടെ അറിവുകൾ ശേഖരിച്ച് അവ ആധുനിക ശാസ്ത്ര വൈദഗ്ധ്യവുമായി വിളക്കിച്ചേർത്ത് ഓരോ ഗ്രാമത്തിന്റെയും സ്ഥിതി മനസ്സിലാക്കുക എന്നതാണ്. ദ്രുത ഗ്രാമ പഠന രീതി, അന്തർദ്ദേശീയ വികസന പ്രക്രിയയിൽ പ്രോജക്ട് തയ്യാറാക്കുന്നതിനും വിലയിരുത്തുന്നതിനുമുള്ള പിന്തുണയായി, പുറമേനിന്നുള്ള വിദഗ്ധർ വിശിഷ്യാ വിദേശ വായ്പാദാതാക്കൾ വ്യാപകമായി ഉപയോഗിക്കുന്നുണ്ട്. എന്നാൽ പങ്കാളിത്ത ഗ്രാമ പഠനം (Participatory Rural Appraisal) ദ്രുത ഗ്രാമ പഠനത്തിന്റെ സങ്കേതങ്ങളാണ് പ്രയോഗിക്കുന്നതെങ്കിലും, അത് തദ്ദേശവാസികളുടെ അറിവുകളെ സമന്വയിപ്പിക്കാനുള്ള ശ്രമമാണ് നടത്തുന്നത്. പുറമേനിന്നുള്ള വിദഗ്ധരുടെ സാന്നിധ്യമാവശ്യമില്ല. കേരളത്തിലെ ജനകീയ കാമ്പയിനിന്റെ പ്രത്യേക പശ്ചാത്തലത്തിൽ, പ്രാദേശിക ഭൂമിശാസ്ത്രവും പ്രകൃതിവിഭവങ്ങളെയും പഠിക്കുന്നതിലേക്ക് ദ്രുത ഗ്രാമ പഠനത്തിലും പങ്കാളിത്ത ഗ്രാമ പഠനത്തിലും വ്യാപകമായി ഉപയോഗിക്കുന്ന ട്രാൻസെക്ട് വാക് (തെരഞ്ഞടുത്ത പാതയിലൂടെയുള്ള നടത്തം) എന്ന രീതി സ്വീകരിക്കുവാൻ തീരുമാനിക്കപ്പെട്ടു. ഇതിനുള്ള നടപടിക്രമങ്ങൾ ദ്രുതപഠന സങ്കേതങ്ങളിൽ പരിചിതരായ വിദഗ്ധരുമായുള്ള ചർച്ചയിൽ വച്ച് രൂപപ്പെടുത്തുകയും, ഒരിക്കൽക്കൂടി കേരള ശാസ്ത്ര സാഹിത്യ പരിഷത് പ്രവർത്തകരാൽ ഫീൽഡ് തല പരീക്ഷണം നടത്തിയ ശേഷം

ചിട്ടപ്പെടുത്തപ്പെടുകയുമുണ്ടായി. അതിൽ അഞ്ചു നടപടികളാണ് നിർദ്ദേശിക്കപ്പെട്ടത്:

1. കഴിയുന്നതും ഒരു കൃഷി വിദഗ്ദ്ധൻ, അദ്ധ്യാപകൻ, സിവിൽ എഞ്ചിനീയർ, അറിവുള്ള കർഷകൻ, ആരോഗ്യ പ്രവർത്തകനോ പഞ്ചായത്ത് അംഗമോ ഉൾക്കൊള്ളുന്ന ആറുമുതൽ പന്ത്രണ്ടു പേരടങ്ങുന്ന പഠന ടീമുകളുടെ രൂപീകരണം.
2. ട്രാൻസെക്റ്റ് നടത്തത്തിനുള്ള ലൈനുകൾ നിശ്ചയിക്കുക. ഇതിന് വലിയ തോതിൽ തയ്യാറാക്കപ്പെട്ട പഞ്ചായത്തിന്റെ ഭൂപടം ആവശ്യമാണ്. ടീം അംഗങ്ങളുടെയും അറിവുള്ള മറ്റാളുകളുടെയും കൂട്ടായ ചർച്ചയിലൂടെ പ്രദേശത്തിന്റെ ഭൂമിശാസ്ത്ര സവിശേഷതകൾ, വിശിഷ്യാ ഭൂമിയുടെ തരം, ഭൂപടത്തിൽ രേഖപ്പെടുത്തപ്പെടണം. പ്രധാനപ്പെട്ട എല്ലാ തരം ഭൂപ്രദേശവും ഉൾക്കൊള്ളുംവിധം ഒരു ട്രാൻസെക്റ്റ് ലൈൻ തെരഞ്ഞെടുക്കാൻ കഴിയും. ആവശ്യമെങ്കിൽ ഒന്നിൽ കൂടുതൽ ട്രാൻസെക്റ്റ് ലൈനുകൾ തെരഞ്ഞെടുക്കാം.
3. ട്രാൻസെക്റ്റ് നടത്തത്തിനു മുന്നേ തന്നെ, നടത്തത്തിന്റെ ഭാഗമായി ശേഖരിക്കേണ്ട വിവിധതരം വിവരങ്ങൾ സംബന്ധിച്ച് ടീം തീരുമാനമെടുത്തിരിക്കണം. ടീമിലെ ഓരോ അംഗത്തിനും ഓരോ ഇനം വിവരശേഖരണച്ചുമതല നൽകപ്പെടേണ്ടതുണ്ട്.
4. ഓരോ അംഗവും ട്രാൻസെക്റ്റിന്റെ ഒരു ഏകദേശ ഭൂമിശാസ്ത്ര രേഖാചിത്രം, ഭൂമിയുടെ തരത്തിന്റെ സവിശേഷതകൾ വ്യക്തമാക്കും വിധം, തയ്യാറാക്കി കരുതണമെന്ന് ഉപദേശിക്കപ്പെട്ടു. നടത്തത്തിലെ നിരീക്ഷണങ്ങൾ കുറിക്കുന്നതിന് ഓരോരുത്തരും നോട്ടുബുക്കും കരുതേണ്ടതുണ്ട്. ആർക്കെങ്കിലും ഒരു പ്രത്യേക സവിശേഷത ഭൂപടത്തിൽ രേഖപ്പെടുത്തേണ്ടതുണ്ടെങ്കിൽ, അത് ഏകദേശം കൃത്യഅളവിൽ രേഖപ്പെടുത്തുന്നതിനായി ഒരാൾ ട്രാൻസെക്റ്റ് നടത്തത്തിന്റെ ദൂരം അളന്നെടുക്കേണ്ടതുമുണ്ട്.
5. ടീം അംഗങ്ങളാൽ ശേഖരിക്കപ്പെട്ട വിവരങ്ങൾ സംയോജിപ്പിച്ച് പഞ്ചായത്തിന്റെ ഭൂപടത്തിൽ രേഖപ്പെടുത്തുകയെന്നതാണ് അവസാന നടപടി. ചരിവ്, താഴ്വര, ചതുപ്പ് തുടങ്ങി ഓരോ തരം ഭൂമിക്കുവേണ്ടിയും മണ്ണ് ജല വിഭവങ്ങളും അവയുടെ വിനിയോഗവും, വിളയുടെ മാതൃകകൾ, ഉല്പാദനം, ഭൂമിയുടെയും ജലത്തിന്റെയും ഉപയോഗം സൃഷ്ടിച്ചിട്ടുള്ള പാരിസ്ഥിതിക പ്രശ്നങ്ങൾ എന്നിങ്ങനെയുള്ള വിവരങ്ങൾ രേഖപ്പെടുത്തണം.

ഭൂപടം തയ്യാറാക്കുന്നതു കൊണ്ടുള്ള ഫലം (outcome) വ്യക്തമാക്കാനായി കല്യാശേരി പഞ്ചായത്തിലെ മൈക്രോ പാരിസ്ഥിതികമേഖലാ വിവരങ്ങൾ പട്ടിക 6.2 ൽ നൽകിയിട്ടുണ്ട്. ഓരോ മേഖലയിലെയും പാരിസ്ഥിതിക സവിശേഷതകളും തിരിച്ചറിയപ്പെട്ടു: ചെമ്മൺ പീഠഭൂമി, ചരിഞ്ഞ പ്രദേശം, താഴ്വര, തീരപ്രദേശം, ചതുപ്പ് എന്നിങ്ങനെ.

ജനകീയ വിഭവ ഭൂപട പരിപാടിയുടെ (അദ്ധ്യായം 4 കാണുക) പ്രീ കാമ്പയിനിൽ കല്യാശേരി പഞ്ചായത്ത് പങ്കെടുത്തിരുന്നതിനാൽ ഓരോ മേഖലയുടെയും കൃത്യമായ വിസ്തൃതിയും ഉയരവും ലഭ്യമായിരുന്നു. ഇതിലടങ്ങിയിട്ടുള്ള ആശയം, ഓരോ പാരിസ്ഥിതിക മേഖലയിലെയും വ്യതിരിക്തമായ സവിശേഷതകളും പാരിസ്ഥിതിക പ്രശ്നങ്ങളും വ്യക്തമായി കണക്കിലെടുത്ത് വേണം അവിടത്തെ ഇടപെടലുകൾ നടത്തേണ്ടതെന്നതാണ് .

ട്രാൻസെക്ട് നടത്തം 75 ശതമാനത്തോളം പഞ്ചായത്തുകളിലും ഏറ്റെടുക്കപ്പെട്ടിരുന്നു. ഒരു ട്രാൻസെക്ട് നടത്ത ടീമിൽ ശരാശരി 15 പേർ ഉണ്ടായിരുന്നു(അവലംബം:1998 ൽ കെ. ആർ.പിമാരുടെ സർവേ വിവരം). ആവശ്യമില്ലായിരുന്നെങ്കിലും, ചില നഗര പ്രദേശങ്ങളിലും സ്വന്തം നിലയിൽ ട്രാൻസെക്ട് നടത്തം സംഘടിപ്പിക്കപ്പെട്ടിരുന്നു. ദ്വിതീയ വിവര ശേഖരണ കാര്യത്തിലെന്നപോലെ, പല വില്ലേജുകളിലും വലിയ എണ്ണം സന്നദ്ധ പ്രവർത്തകരുടെ പങ്കാളിത്തത്തോടും ജനങ്ങളിൽ താത്പര്യം ജനിപ്പിച്ചും ഭാവനാപൂർണമായി ട്രാൻസെക്ട് നടത്തങ്ങൾ സംഘടിപ്പിച്ചു. പല വില്ലേജുകളിലും ഈ നടത്തം ചെറിയ പഠന ടീമുകളെന്നത് വലിയ കൂട്ടം സന്നദ്ധ പ്രവർത്തകരുടെ പദയാത്രയായി മാറിയിരുന്നു. ഈ പദയാത്രകൾ, ടീം അംഗങ്ങൾ തങ്ങളുടെ നോട്ടുബുക്കിൽ നിരീക്ഷണ വിവരങ്ങൾ കുറിക്കും മുന്നേ, പ്രദേശനിവാസികളുമായുള്ള അർത്ഥവത്തായ ചർച്ചയിലേക്ക് നയിക്കുകയുണ്ടായി. എന്നിരുന്നാലും ഡാറ്റാ സംഗ്രഹണവും സൂക്ഷ്മ പാരിസ്ഥിതിക മേഖലാ നിർണയവും 50 ശതമാനത്തോളം പഞ്ചായത്തുകളിൽ മാത്രമേ നടന്നിരുന്നുള്ളൂ. ട്രാൻസെക്ട് ലൈൻചിത്രം 23 ശതമാനം പഞ്ചായത്ത് വികസന റിപ്പോർട്ടുകളിലും, പാരിസ്ഥിതിക മേഖലകളായി തിരിച്ച മാപ്പുകൾ 19 ശതമാനം റിപ്പോർട്ടുകളിലും മാത്രമേ അച്ചടിച്ചിട്ടുണ്ടായിരുന്നുള്ളൂ. അതുപോലെ പ്രാദേശിക കണ്ടെത്തലുകൾ, മേഖലാതല ഇടപെടലുകൾ ആസൂത്രണം ചെയ്യുന്നതിനുള്ള വഴികാട്ടിയായി, വളരെ അപൂർവമായി മാത്രമേ പ്രയോജനപ്പെടുത്തപ്പെട്ടുള്ളു എന്നതും വസ്തുതയാണ്.

വികസന റിപ്പോർട്ടുകൾ എഴുതുന്നതെങ്ങനെ

ദ്വിതീയ വിവരങ്ങൾ, സൂക്ഷ്മ പാരിസ്ഥിതിക മേഖലാ പഠനം എന്നിവയുടെ വിശകലനവും ഇതര മുന്നൊരുക്ക പ്രവർത്തനങ്ങളുമായിരുന്നു ഓരോ ഗ്രാമവും നഗരവും തയ്യാറാക്കേണ്ടിയിരുന്ന വികസന റിപ്പോർട്ടിന് ആധാരം. ഇതിലേക്ക് എന്താണ് മാതൃകയാകേണ്ടത്? വലിയ ചർച്ചയും സംവാദവും ഇതിന്റെ രൂപകല്പന സംബന്ധിച്ചുണ്ടായി. രീതിശാസ്ത്ര പ്രശ്നങ്ങളിൻമേലുള്ള ചർച്ചകൾക്ക് തുടക്കം കുറിക്കുന്നതിനായി കാമ്പയിന്റെ പ്രാരംഭത്തിൽ അച്ചടിച്ച ആദ്യ കൈപ്പുസ്തകം കല്യാശേരി വികസന റിപ്പോർട്ടിന്റെ സംക്ഷിപ്തമായിരുന്നു.

വിഭവഭൂപട പരിപാടിയുടെ (അദ്ധ്യായം 4 കാണുക) ഭാഗമായി ലഭ്യമാക്കിയ വിവരങ്ങളുടെയടിസ്ഥാനത്തിൽ വില്ലേജ് പദ്ധതി രൂപപ്പെടുത്താനുള്ള ഒരു ശ്രമമായിരുന്നു കല്യാശേരി വികസന റിപ്പോർട്ട്. കല്യാശേരി റിപ്പോർട്ട് തയ്യാറാക്കുന്നതിൽ ഉയർന്ന തോതിൽ വിദഗ്ധരുടെ സംഭാവനയുണ്ടായിരുന്നു. എന്നാൽ കാമ്പയിനിന്റെ ഭാഗമായി അത്തരം സംഭാവന സംസ്ഥാനത്തെ എല്ലാ വില്ലേജുകളിലേക്കും പകർത്തുവാൻ കഴിയില്ലായിരുന്നു. അതിനാൽ വളരെ ലളിതമായ നടപടികൾ രൂപപ്പെടുത്തപ്പെടേണ്ടതുണ്ടായി. കാമ്പയിനിന്റെ ഒന്നാംഘട്ട സംസ്ഥാനതല പരിശീലനത്തിന്റെ ഭാഗമായി പുതിയ സമീപനത്തിന്റെ അടിത്തറ ഉയർന്നു വന്നു.

വികസന റിപ്പോർട്ടിന്റെ അടിസ്ഥാനവും വ്യതിരിക്തവുമായ സവിശേഷതകളായി നാല് കാര്യങ്ങൾ തിരിച്ചറിഞ്ഞു:

1. സാമ്പത്തിക വശങ്ങൾക്ക് ഊന്നൽ നൽകേണ്ടതുണ്ട്. അതുപോലെ ഓരോ വികസന മേഖലയും വിശകലന വിധേയമാക്കി വികസന സാധ്യതകൾ കണ്ടെത്തേണ്ടതുണ്ട്.
2. സാമ്പത്തിക പ്രക്രിയകളുടെ സാമൂഹിക വശങ്ങൾ അവഗണിക്കാവുന്നതല്ല. സംസ്കാരം, പട്ടികജാതി/പട്ടികവർഗം, വനിത എന്നീ മേഖലകൾക്കായി പ്രത്യേകം അധ്യായങ്ങൾ ഉണ്ടാകേണ്ടതുണ്ട്.
3. ഓരോ മേഖലയിലും, ഒരു ചരിത്രപരമായ സമീപനം വേണ്ടതുണ്ട്. പ്രാദേശിക ചരിത്രത്തിനുപരിയായി ഓരോ മേഖലയിലെയും വികസന പ്രശ്നങ്ങൾ വിലയിരുത്തപ്പെടണം.
4. ട്രാൻസെക്ട് നടത്തത്തിൽനിന്നു ലഭിച്ച അറിവുകളും റോഡുകൾ പോലെയുള്ള മനുഷ്യ നിർമിത ആസ്തികളുടെ വിതാനം അടയാളപ്പെടുത്തിയ ഭരണ ഭൂപടവും പ്രാദേശികപദ്ധതിക്ക് വലിയ മാനം നൽകപ്പെടുന്നതാവണം.

നഗര പ്രദേശങ്ങൾക്കു വേണ്ടിയുള്ള വികസന റിപ്പോർട്ട് ചില പ്രശ്നങ്ങൾ നേരിട്ടു. നഗരങ്ങളുടെ ഡാറ്റാ സ്രോതസ്സ് ഗ്രാമങ്ങളുടേതിൽ നിന്നും വ്യത്യസ്തമായിരുന്നു. ഭൂമിശാസ്ത്രം പഠിക്കുന്നതിനുള്ള ട്രാൻസെക്ട് നടത്തം നഗരങ്ങളെ സംബന്ധിച്ചിടത്തോളം അത്ര പ്രായോഗികമോ സാംഗത്യമുള്ളതോ ആയിരുന്നില്ല. ഏറെ നഗരങ്ങൾക്കും നഗരാസൂത്രണ വകുപ്പ് തയ്യാറാക്കിയ മാസ്റ്റർ പ്ലാനുകളുണ്ടായിരുന്നു. എന്നാൽ പ്ലാനുകൾ കേന്ദ്രീകരിച്ചിരുന്നത് റോഡുകൾ, ശുചിത്വം എന്നിങ്ങനെയുള്ള പശ്ചാത്തല സൗകര്യങ്ങളിലാണ്, ഉദ്പാദന മേഖല പൂർണമായും ഒഴിവാക്കപ്പെട്ടിരുന്നു.

മുനിസിപ്പൽ ചെയർപേഴ്സൺമാരുടെ ചേമ്പറുമായി നഗരാസൂത്രണ വകുപ്പ് ഉദ്യോഗസ്ഥർ നടത്തിയ കൂടിയാലോചനകൾ നഗര പ്രദേശങ്ങൾക്കു വേണ്ടിയുള്ള വികസന റിപ്പോർട്ട് തയ്യാറാക്കുന്നതിനുള്ള മാർഗ നിർദ്ദേശങ്ങൾ രൂപപ്പെടുത്തുന്നതിനു വഴി തെളിച്ചു. ദ്വിതീയ വിവരശേഖരണ ഫോറങ്ങൾ ഭേദഗതി ചെയ്യേണ്ടതുണ്ടായി. ട്രാൻസെക്ട് നടത്തം ഒഴിവാക്കി ടൗൺ മാസ്റ്റർപ്ലാനുകൾ, നഗര ശുചിത്വ കർമപദ്ധതികൾ എന്നിങ്ങനെയുള്ള റിപ്പോർട്ടുകൾക്ക് ഊന്നൽ നൽകപ്പെട്ടു. കാമ്പയിനിന്റെ

രണ്ടാംഘട്ടത്തിൽ നഗരപ്രദേശങ്ങൾക്കു വേണ്ടി പ്രത്യേക കൈപ്പുസ്തകവും തയ്യാറാക്കപ്പെട്ടിരുന്നു.

വികസന റിപ്പോർട്ടുകളുടെ ഘടന

15 അദ്ധ്യായങ്ങളുള്ള വികസന റിപ്പോർട്ട് 3 പൊതു അദ്ധ്യായങ്ങളോടെയാണ് തുടങ്ങേണ്ടത്.

1. ആമുഖം: പഞ്ചായത്ത്/മുനിസിപ്പാലിറ്റി, ജനകീയാസൂത്രണം.
2. പ്രാദേശിക സമ്പദ് സ്ഥിതിയും സാമൂഹ്യ ചരിത്രവും.
3. ഭൂമിശാസ്ത്രവും മാനവവിഭവവും.

പ്രാദേശിക ചരിത്രത്തെക്കുറിച്ചുള്ള അദ്ധ്യായം ദേശീയ പ്രസ്ഥാനം, സാമൂഹ്യ നവോത്ഥാന പ്രസ്ഥാനങ്ങൾ, തൊഴിലാളി യൂണിയനുകൾ, കർഷകത്തൊഴിലാളി സംഘടനകൾ, ഇതര പൊതു സംഘടനകൾ എന്നിവയുടെ ചരിത്രം ഉൾക്കൊണ്ടതാകണം. ആരോഗ്യം, വിദ്യാഭ്യാസം, ഭവന നിർമ്മാണ മേഖലകളിലെ വികസനം, കാർഷിക വ്യാവസായിക മേഖലകളിലെ മാറ്റങ്ങൾ എന്നിവയും വിശദീകരിക്കേണ്ടതുണ്ടായിരുന്നു. പ്രാദേശിക സമൂഹം നേരിടുന്ന പ്രധാന വികസന വെല്ലുവിളികൾ ആ അദ്ധ്യായത്തിന്റെ ഉപസംഹാരമായും നൽകണം. ബഹുജന സംഘാടന അനുഭവങ്ങളുമായി ബന്ധപ്പെടുത്തി സമൂഹത്തിന്റെയാകെ പൂർവകാല ഓർമകളുണർത്തി അവയെ എല്ലാവർക്കും മെച്ചപ്പെട്ട ജീവിതം ലഭ്യമാക്കാനായുള്ള നിലവിലെ പോരാട്ടങ്ങളുമായി സംയോജിപ്പിക്കുക എന്നതായിരുന്നു ഇതിന്റെ ലക്ഷ്യം.

പ്രാദേശിക ചരിത്ര രചനയ്ക്കുള്ള മൂലരേഖ വായ്മൊഴിയായ പാരമ്പര്യ അറിവുകൾ തന്നെയായിരുന്നു. കുടുംബ ചരിത്രങ്ങൾ, സോവനീറുകൾ പോലെ അച്ചടിക്കപ്പെട്ട രേഖകൾ ഉപയോഗിക്കാൻ കഴിയുമെങ്കിലും, ചരിത്രം സമൂഹത്തിലെ മുതിർന്ന പൗരന്മാരുടെ അറിവുകളിൽനിന്നും രചിക്കപ്പെടേണ്ടതു തന്നെയാണ്. 'കാരണവർ ചർച്ച'യായിരുന്നു ഇതിനായി നിർദ്ദേശിക്കപ്പെട്ട രീതി. പ്രാദേശിക വായനശാലയിലോ സ്കൂളിലോ 'കാരണവർ ചർച്ചാ' യോഗം ചേർന്ന് പങ്കാളികൾ ഓരോരുത്തരും ഓർമയിൽനിന്നും തന്റെ ജീവിത കാലത്തെ ഏറ്റവും നല്ല പത്ത് സംഭവങ്ങൾ അയവിറക്കും. കൂട്ടായ ഓർമയിൽനിന്നും വരുന്നതിൽ ഏറ്റവും പ്രധാനപ്പെട്ട സംഭവങ്ങൾ കണ്ടെത്തി രേഖപ്പെടുത്തും. ഈ സംഭവങ്ങൾ എന്തുകൊണ്ട്, ആര്, എങ്ങനെ എന്നെല്ലാം വിശകലനം ചെയ്ത് പ്രാദേശിക ചരിത്രം രചിക്കപ്പെടും.

മൂന്നാം അധ്യായത്തിൽ, പ്രാദേശിക ഭൂമിശാസ്ത്രം, ഭൗതിക വിഭവങ്ങൾ എന്നിവയുടെ വിശകലനത്തിനുശേഷം മാനവ വിഭവത്തെക്കുറിച്ച് ഹ്രസ്വ വിശകലനം നൽകണം. ജനസംഖ്യ , സാമൂഹികവും മതപരവുമായ സവിശേഷതകൾ, വിദ്യാഭ്യാസ നിലവാരം എന്നിവയാണതിൽ ഉൾക്കൊള്ളിക്കേണ്ടത്.

അടുത്ത 12 അധ്യായങ്ങളിൽ ഓരോ വികസന മേഖലയിലെയും നിലവിലെ സ്ഥിതി, പ്രശ്നങ്ങൾ, ഭാവി വികസന സാധ്യതകൾ എന്നിവ നൽകണം.

4. കൃഷിയും ജലസേചനവും
5. മൃഗസംരക്ഷണവും മത്സ്യ കൃഷിയും
6. വ്യവസായം
7. ഊർജവും ഭവനവും
8. ഗതാഗതം
9. വിദ്യാഭ്യാസം
10. ആരോഗ്യം
11. കുടിവെള്ളവും ശുചിത്വവും
12. വനിതാ ശിശു വികസനം
13. പട്ടികജാതി/പട്ടിക വർഗ ക്ഷേമം
14. സംസ്കാരം
15. വിഭവസമാഹരണം

4 മുതൽ 15 വരെ അധ്യായങ്ങളിൽ ഓരോന്നിനും നാലു ഭാഗങ്ങൾ ഉണ്ടാകും:

1. സ്വാതന്ത്ര്യം മുതലിങ്ങോട്ട് മേഖലയിൽ ഉണ്ടായ വികസനവും മാറ്റവും ഒരു വിവരണം; കഴിയുന്നതും ഗണപരം (quantitative).
2. അടുത്തിടെ പൂർത്തിയായതോ ഇപ്പോൾ ഈ മേഖലയിൽ നടപ്പിലാക്കിക്കൊണ്ടിരിക്കുന്നതോ ആയ വികസന പദ്ധതികളുടെ അവലോകനം.
3. ഈ മേഖലയിലെ പരിഹരിക്കപ്പെടേണ്ട വികസന പ്രശ്നങ്ങളുടെ ലിസ്റ്റ്
4. ഈ മേഖലയിൽ വരുന്ന 5 മുതൽ 10 വർഷം വരെയുള്ള കാലയളവിൽ ഏറ്റെടുക്കുവാൻ കഴിയുന്ന പരിഹാരങ്ങൾ, പ്രോജക്ട് നിർദ്ദേശങ്ങളുടെ ലിസ്റ്റ്.

വികസന റിപ്പോർട്ടുകളുടെ ഗുണമേന്മ

ബൃഹത്തായ വികസന രേഖ തയ്യാറാക്കുകയെന്നത് കാമ്പയിനിന്റെ ഭാഗമായി ഉയർത്തിക്കാട്ടിയ ഏറ്റവും പ്രധാനപ്പെട്ട കാര്യമായിരുന്നു. ഓരോ റിപ്പോർട്ടും ഏതാണ്ട് നൂറുപേജുകൾ ഉണ്ടായിരുന്നു. വികസന രേഖകളുടെ 23% ട്രാൻസെക്ട് ലൈൻ പടവും 20% സൂക്ഷ്മ പാരിസ്ഥിതിക മേഖലാ ഭൂപടവും 65% പഞ്ചായത്ത്/മുനിസിപ്പാലിറ്റിയുടെ ഭരണപരമായ ഭൂപടങ്ങളുമായിരുന്നു.

വികസന റിപ്പോർട്ടിന്റെ ഗുണമേന്മ പഞ്ചായത്തുകൾ തമ്മിൽ വലിയ അന്തരമുള്ളതായിരുന്നു എന്നതാണ്. എന്തൊക്കെ പരിമിതികളുണ്ടായിരുന്നെങ്കിലും, ഈ റിപ്പോർട്ടുകൾ നാളിതുവരെ ഏറ്റെടുത്ത സ്വയം പഠനങ്ങളിൽ പ്രധാനപ്പെട്ട ഒന്നു തന്നെയായിരുന്നു. ഒരു പഞ്ചായത്തിന് ശരാ

ശരി 106 പേജുകൾ എന്ന കണക്കിൽ വികസന റിപ്പോർട്ടിന്റെ ആകെ പേജുകൾ 100000 കടന്നിരുന്നു. കേരളത്തിൽ, ഭാവിയിലെ ഏതൊരു ഗവേഷണത്തിനും ഈ റിപ്പോർട്ടുകൾ പ്രധാന റഫറൻസ് രേഖ തന്നെയായിരിക്കും. ഇത്രയും ചിട്ടയോടു കൂടിയതും, ഒന്നിനൊന്നു ബന്ധമുള്ളതുമായ വിശകലനങ്ങൾ ഏറ്റവും ചുരുങ്ങിയ പരിശീലനം കൊണ്ട് സാധ്യമായത് സാധാരണ ജനങ്ങളുടെ സർഗാത്മകതയെയാണ് സാക്ഷ്യപ്പെടുത്തുന്നത്.

വിശകലന ഗുണമേന്മയുടെ കാര്യത്തിൽ റിപ്പോർട്ടിലെ ഓരോ അദ്ധ്യായവും വ്യത്യസ്തമായിരുന്നു. പൊതുവിൽ വിലയിരുത്തപ്പെടുമ്പോൾ, ഏറ്റവും നല്ല വിശകലനം കാർഷിക മേഖലയിലേതും രണ്ടാമത്തേത് വിദ്യാഭ്യാസ മേഖലയിലേതുമായിരുന്നു. യഥാർഥത്തിൽ, ഈ റിപ്പോർട്ടുകൾ ഇന്ന് സംസ്ഥാനത്തെ വിദ്യാഭ്യാസ മേഖലയിലെ ഏറ്റവും വലിയ അടിസ്ഥാന വിവരശേഖരം (database) ആണ്. സംസ്ഥാനത്താകെ സ്കൂൾ അധ്യാപകർ വിദ്യാഭ്യാസം എന്ന അധ്യായത്തിലേക്ക് ആവശ്യമായ പ്രധാന വിവരങ്ങൾ നൽകിയിരുന്നു. റിപ്പോർട്ടുകളിൽ പഞ്ചായത്ത് റോഡ് ശൃംഖലയെ സംബന്ധിച്ച വിശദ വിവരങ്ങളുമുണ്ടായിരുന്നു.

വ്യവസായം, ഊർജം, വിഭവസമാഹരണം എന്നീ അധ്യായങ്ങളായിരുന്നു ഏറ്റവും ദുർബലം. അത്ഭുതമെന്നു പറയട്ടെ, സംസ്കാരം സംബന്ധിച്ച അധ്യായവും വിരസമായ പ്രസ്താവനകൾ മൂലം ദുർബലമായിരുന്നു. സംസ്ഥാനത്തെ സാംസ്കാരിക പ്രവർത്തകരുടെയും ആർട്ട്സ് ക്ലബുകളിലെ അംഗങ്ങളുടെയും പങ്കാളിത്തം വേണ്ടത്ര ഉറപ്പാക്കാൻ കഴിയാതിരുന്നതാണ് ഈ ദൗർബല്യത്തിനു കാരണം.

റിസോഴ്സ് പേഴ്സൺമാരുടെ പ്രൊഫൈലിൽ വന്നമാറ്റം

കീ റിസോഴ്സ് പേഴ്സൺ (കെ ആർ പി) മാരുടെയും ജില്ലാ റിസോഴ്സ് പേഴ്സൺ (ഡി ആർ പി) മാരുടെയും എണ്ണം വർദ്ധിപ്പിക്കേണ്ടത് അത്യാവശ്യമായി വന്നു. കെ ആർ പിമാരുടെ എണ്ണം 373 ൽനിന്നും 660 ആയും ഡി ആർ പിമാരുടേത് 10497 ൽനിന്നും 11808 ആയും വർദ്ധിപ്പിച്ചു. കൂട്ടിച്ചേർക്കപ്പെട്ട കെ ആർ പിമാരെ ജില്ലാ ആസൂത്രണ സമിതികളും ഡി ആർ പിമാരെ തദ്ദേശ സ്വയംഭരണ സ്ഥാപനങ്ങളുമാണ് തിരഞ്ഞെടുത്തത്. ഈ ഘട്ടത്തിൽ, ഒന്നാം ഘട്ടത്തിൽ റിസോഴ്സ്പേഴ്സൺമാരെ തിരഞ്ഞെടുത്തപ്പോൾ ഉണ്ടായ ചില വിഭാഗീയ പ്രവണതകൾ പരിഹരിക്കപ്പെടുന്നതിന് പ്രത്യേകം ശ്രദ്ധിച്ചിരുന്നു. കഴിഞ്ഞ അധ്യായത്തിൽ നമ്മൾ കണ്ട പോലെ, ചില ജില്ലകളിലെ ഒന്നാംഘട്ട ഡി ആർ പി തിരഞ്ഞെടുപ്പ് മതിയായ കാര്യശേഷീപരിഗണന നൽകപ്പെടാതെ ആയിരുന്നതിനാൽ തദ്ദേശസ്വയംഭരണ സ്ഥാപനങ്ങൾക്ക് ആൾക്കാരെ മാറ്റിയെടുക്കുന്നതിന് സ്വാതന്ത്ര്യം നൽകേണ്ടി വന്നു. രണ്ടു വാർഡുകൾക്ക് ഒരു ഡി ആർ പി എന്ന അനുപാതം നിലനിർത്തി. കൂടുതൽ സർക്കാർ ഉദ്യോഗസ്ഥരെ ഉൾപ്പെടുത്തുകയും ജില്ലാതലത്തിലുള്ള രണ്ടാംഘട്ട പരിശീലനത്തിൽ

തദ്ദേശസ്വയംഭരണ സ്ഥാപന സെക്രട്ടറിമാരുടെ പങ്കാളിത്തം നിർബന്ധമാക്കുകയുമുണ്ടായി.

ഒന്നാംഘട്ടത്തിലെ വിവാദത്തിന്റെ പശ്ചാത്തലത്തിൽ, കൂടുതൽ ആർ പിമാരെ കണ്ടെത്തുന്നതിനുള്ള ഉത്തരവാദിത്വം ജില്ലകൾക്ക് നൽകി. ഇത് വിമർശകരെ നിശ്ശബ്ദമാക്കാൻ സഹായകമായെങ്കിലും, വനിത കെ ആർ പിമാരുടെ പങ്കാളിത്തം 16.94 ശതമാനത്തിൽനിന്നും 10.88 ശതമാനമായി കുറയുന്ന സാഹചര്യമൊരുക്കി. ഡി ആർ പിമാരുടെ കാര്യത്തിൽ വനിതാ പ്രാതിനിധ്യം 19.69 ശതമാനത്തിൽനിന്നും 18.28 ശതമാനമായി കുറഞ്ഞു. റിസോഴ്സ് പേഴ്സൺമാരുടെ പ്രായം വലിയ വ്യതിയാനമില്ലാതെ തുടർന്നു. ഹൈസ്കൂൾ വിദ്യാഭ്യാസം മാത്രമുള്ള കെ ആർ പിമാരുടെ അനുപാതം 8 ശതമാനത്തിൽനിന്നും 13 ശതമാനമായി ഉയരുകയും ബിരുദാനന്തര ബിരുദമോ സമാന ബിരുദമോ ഉള്ളവരുടെ അനുപാതം 65 ശതമാനത്തിൽനിന്നും 42 ശതമാനമായി കുറയുകയും ചെയ്തു.

ഒന്നാം ഘട്ടത്തിന്റെ അവസാനത്തോടെ പ്രധാനമായും ജനപ്രതിനിധികളിൽനിന്നും റിസോഴ്സ് പേഴ്സൺ (ആർ പി) മാരെ എടുക്കണമെന്ന സംവാദം അവസാനിച്ചിട്ടുണ്ടായിരുന്നു. അപ്പോഴേക്കും ആർ പിമാരുടെ പ്രവർത്തന രീതി, അവർക്കുവേണ്ട പ്രത്യേക നിപുണതകൾ എന്നിവ സംബന്ധിച്ചും അവർ ചെലവഴിക്കപ്പെടേണ്ട സമയം സംബന്ധിച്ചും നല്ല ധാരണയുണ്ടായി. അപ്പോൾ ജനപ്രതിനിധികളായ കെ ആർ പിമാരുടെ അനുപാതം 27 ശതമാനത്തിൽനിന്നും 19 ശതമാനമായി കുറഞ്ഞു.

ആർ പി തിരഞ്ഞെടുപ്പിൽ നേരിട്ടുള്ള രാഷ്ട്രീയ ഇടപെടൽ അപ്പോഴും വളരെ പരിമിതമായേ ഉണ്ടായിരുന്നുള്ളൂ. 1997 ലെ ഒരു സർവേ പ്രകാരം, 10% ൽ താഴെ പേരാണ് രാഷ്ട്രീയ പാർട്ടിയുടെ നിർദ്ദേശത്തെ കെ ആർ പിമാരാകുന്നതിനുള്ള പ്രധാന കാരണമായി പറയപ്പെട്ടത്. രാഷ്ട്രീയ പാർട്ടി നിർദ്ദേശമാണ് കാരണമെന്നത് രണ്ടാമത്തേതോ മൂന്നാമത്തേതോ കാരണമായി രേഖപ്പെടുത്തപ്പെട്ടവരെകൂടി കണക്കിലെടുത്താൽപോലും അത് 20% ത്തിൽ താഴെയേ വരൂ. ഏതാണ്ട് 18% പേർ തങ്ങൾ പ്രതിനിധാനം ചെയ്യുന്ന സന്നദ്ധ സംഘടനകൾ ഉപദേശിക്കപ്പെട്ടപ്രകാരം ചേർന്നവരായിരുന്നു, അതിൽ ബഹുഭൂരിപക്ഷവും കേരള ശാസ്ത്ര സാഹിത്യ പരിഷത്തിൽ നിന്നുമുള്ളവർ. 50% പേർക്കും വികേന്ദ്രീകൃതാസൂത്രണ ആശയങ്ങളോടുള്ള പ്രതിബദ്ധതയായിരുന്നു ഒന്നാം അല്ലെങ്കിൽ രണ്ടാം പ്രോത്സാഹന ഘടകം. രസകരമായ കാര്യം, 19% പേർ പുതിയ അറിവുകൾ നേടാമെന്ന ആഗ്രഹത്താലും 16% പേർ പൊതുമണ്ഡലത്തിൽ സജീവമാകണമെന്ന താത്പര്യത്താലും ചേർന്നതായിരുന്നു.

രണ്ടാംഘട്ട പരിശീലന പരിപാടി

1996 ൽ സംസ്ഥാന ആസൂത്രണ ബോർഡ് അംഗീകരിച്ച സമീപന രേഖ പ്രകാരം, കാമ്പയിനിന്റെ തുടക്കം കുറിക്കും മുന്നേ ഒരുഘട്ടം വിശദമായ പരിശീലനം മാത്രമാണ് വിഭാവനം ചെയ്യപ്പെട്ടിരുന്നത്. എന്നാൽ

ഒന്നാംഘട്ട പരിശീലനത്തിന്റെ സമാപനത്തോടെ, കാമ്പയിനിന്റെ ഒരോ അധിക ഘട്ടത്തിനും തയ്യാറെടുക്കുന്നതിലേക്ക്, തുടർ പരിശീലന റൗണ്ടുകൾ വേണ്ടതുണ്ടാകുമെന്ന് വെളിവായി. 1996 ഒക്ടോബർ രണ്ടാം പകുതിയിലാണ് രണ്ടാംഘട്ട പരിശീലനം സംഘടിപ്പിക്കപ്പെട്ടത്. പ്രാദേശിക പഠനങ്ങൾ സംഘടിപ്പിക്കൽ, പഞ്ചായത്ത് വികസനരേഖ തയ്യാറാക്കൽ, വികസന സെമിനാർ സംഘടിപ്പിക്കൽ എന്നീ കാര്യങ്ങളിൽ റിസോഴ്സ് പേഴ്സൺമാരുടെ ശേഷി വികസിപ്പിക്കുകയെന്നതായിരുന്നു പരിശീലന ലക്ഷ്യം.

അഞ്ചുദിവസം നീണ്ട സംസ്ഥാന തല പരിശീലനം കോഴിക്കോട്, തൃശൂർ, കോട്ടയം, തിരുവനന്തപുരം എന്നീ നാലു കേന്ദ്രങ്ങളിൽ വച്ച് സംഘടിപ്പിക്കപ്പെട്ടു. ഒക്ടോബർ 14 ന് കോഴിക്കോട് വച്ച് പരിശീലനത്തിന് തുടക്കം കുറിച്ചു. ഒരേ ഫാക്കൽറ്റി ടീമിന് എല്ലാ പരിശീലനങ്ങളിലും പങ്കെടുക്കാൻ കഴിയുംവിധം ഓരോ ദിവസത്തെ ഇടവേളയിൽ മറ്റു പരിശീലനങ്ങൾ ആരംഭിക്കുകയുണ്ടായി. സംസ്ഥാന തല പരിശീലനത്തിൽ 45 ഫാക്കൽറ്റികൾ പങ്കെടുത്തിരുന്നു.

ഒന്നാംഘട്ടത്തിന്റെ അവലോകനത്തോടെയാണ് പരിശീലനം ആരംഭിച്ചത്. തുടർന്ന് പഞ്ചായത്ത് വികസന രേഖയുടെ ഘടനയും ഉള്ളടക്കവും സംബന്ധിച്ച വിശദമായ അവതരണമായിരുന്നു. വീഡിയോകൾ, സ്ലൈഡുകൾ, ഓവർഹെഡ്സ് കൂടാതെ വില്ലേജ് റിലീഫ് മാതൃകകൾ പോലും പകൽ മുഴുവൻ നീണ്ടുനിന്ന പരിശീലനത്തിന് ഉപയോഗിക്കപ്പെട്ടു. ആ സമയത്ത് ദ്വിതീയ വിവരശേഖരണം ആരംഭിച്ചിട്ടുണ്ടായിരുന്നതിനാൽ ആ പ്രവർത്തനത്തിന്റെ അനുഭവങ്ങളും പങ്കുവച്ചിരുന്നു. ട്രാൻസെക്ട് നടത്തത്തിന്റെ ഒരു വീഡിയോ പരിചയപ്പെടുത്തുകയും തുടർന്ന് പരിശീലനാർത്ഥികൾ ഒരു പരിശീലകനോടൊപ്പം ട്രാൻസെക്ട് നടത്തം ഫീൽഡിൽ ചെയ്തു മനസ്സിലാക്കുകയുമുണ്ടായി. പരിശീലനത്തിന്റെ മൂന്നും നാലും ദിവസങ്ങളുടെ സിംഹഭാഗവും ഓരോ വികസന മേഖലയിലെയും പ്രശ്നങ്ങൾ സംബന്ധിച്ച അവതരണങ്ങൾക്കും ചർച്ചകൾക്കുമായി നീക്കിവച്ചു. കൃഷി, മൃഗസംരക്ഷണം, മത്സ്യ കൃഷി, വ്യവസായം, ഊർജവും ഗതാഗതവും, ആരോഗ്യം, വിദ്യാഭ്യാസം, കുടിവെള്ളം, ശുചിത്വം, ഭവന നിർമാണം എന്നീ മേഖലകൾക്കായി 26 സെഷനുകളാണ് സംഘടിപ്പിക്കപ്പെട്ടത്. ഓരോ വികസന മേഖലയ്ക്കും ആവശ്യമായത്രയും ആർ.പി. മാർക്ക് പരിശീലനം ലഭ്യമാകുംവിധം ജില്ലയിൽനിന്നുള്ള ആർ.പി.മാർ സ്വയം മൂന്നു ഗ്രൂപ്പുകളായി തിരിഞ്ഞിരുന്നു. വനിതകളും വികസനവും, പട്ടികജാതി/പട്ടികവർഗ ക്ഷേമം വിഷയങ്ങളിന്മേൽ പാനൽ ചർച്ചകളും സംഘടിപ്പിക്കപ്പെട്ടിരുന്നു.

വിവാദങ്ങളും അവയുടെ പ്രത്യാഘാതങ്ങളും

ഓരോ മേഖലാ സെഷനുകളുടെയും ഉള്ളടക്കം കാമ്പയിനിന്റെ സംഘാടകരുമായി വേണ്ടുംവിധം ചർച്ചനടത്തിയാണ് തീരുമാനിക്കപ്പെ

ട്ടിരുന്നത്. എന്നാൽ, കാമ്പയിൻ, പദ്ധതിയുടെ ഉള്ളടക്കത്തേക്കാളുമുപരി ആസൂത്രണ രീതികളിലും നടപടി ക്രമങ്ങളിലുമാണ് കേന്ദ്രീകരിക്കുന്നതെന്ന വിമർശനം സംസ്ഥാന ആസൂത്രണ ബോർഡിൽ പോലും ഉണ്ടായി. ഓരോ മേഖലയിലേക്കും വേണ്ട മൂർത്തമായ ആശയങ്ങളും നയമാർഗരേഖയും തയ്യാറാക്കി താഴേക്ക് കൈമാറണമെന്ന് വിമർശകർക്ക് തോന്നിയിരുന്നു. ഓരോ മേഖലയിലേക്കുമുള്ള വിശാല നയസമീപനം പരിശീലന പരിപാടിയിൽ നൽകണമെന്നത് പൊതുവായി അംഗീകരിക്കപ്പെട്ടു. സംസ്ഥാന ആസൂത്രണ ബോർഡ് നിയമിച്ച വിവിധ ടാസ്ക് ഫോഴ്സുകൾ സംസ്ഥാനതല പദ്ധതി രൂപീകരണത്തിനായി മുന്നോട്ടു വച്ചിരുന്ന നയസമീപനങ്ങൾ തന്നെ ഓരോ മേഖലയിലെയും സാമാന്യ നയ ചട്ടക്കൂടായി അംഗീകരിക്കപ്പെട്ടു. പക്ഷേ, പരിശീലന പരിപാടിയിലെ അവതരണങ്ങൾ മൂർത്തമായ വികസന അനുഭവങ്ങളുമായി ഇഴചേർന്നു തന്നെയായിരിക്കണമെന്നും ബോധ്യപ്പെട്ടിരുന്നു.

സംസ്ഥാനതല പരിശീലനത്തിന് ലഭ്യമായിരുന്ന സമയം മുൻപറഞ്ഞ ദൗത്യങ്ങളോടു നീതിപുലർത്താവുന്ന വിധം ആയിരുന്നില്ല. അതിനാൽ കാമ്പയിൻ പ്രവർത്തകർ തങ്ങളുടെ വില്ലേജിന്റെ പരിപാടികൾ രൂപപ്പെടുത്തുമ്പോൾ ഉപയോഗിക്കുവാൻ കഴിയുംവിധം വെവ്വേറെ വിഷയമേഖലകളെ അടിസ്ഥാനപ്പെടുത്തി ചെറു പ്രബന്ധങ്ങൾ പ്രസിദ്ധപ്പെടുത്താൻ തീരുമാനിച്ചിരുന്നു. കുടിവെള്ളം, വിദ്യാഭ്യാസം, കൃഷി, മൃഗസംരക്ഷണം, വൈദഗ്ധ്യ വികസനം, ഭവന നിർമാണം, ആരോഗ്യം, ശുചിത്വം, വനിതാ ശിശു വികസനം എന്നിങ്ങനെ വിവിധ വിഷയങ്ങളിൽ 12 ചെറു പ്രബന്ധങ്ങൾ സന്നദ്ധ സംഘടനകൾ തയ്യാറാക്കി പ്രസിദ്ധീകരിക്കുകയുണ്ടായി. കേരള ശാസ്ത്ര സാഹിത്യ പരിഷത്ത്, പഴകുളം സോഷ്യൽ സർവീസ് സൊസൈറ്റി, ട്രോപിക്കൽ ബൊട്ടാണിക്കൽ&ജനറ്റിക് റിസർച്ച് ഇൻസ്റ്റിട്ട്യൂട്ട്, കേരള ഭാഷാ ഇൻസ്റ്റിട്ട്യൂട്ട്, കേരള വെറ്റനേറിയൻസ് സർവീസ് അസോസിയേഷൻ എന്നിങ്ങനെയുള്ള സംഘടനകളായിരുന്നു പ്രബന്ധങ്ങൾ തയ്യാറാക്കി പ്രസിദ്ധീകരിച്ചത്.

ഈ സംസ്ഥാനതല പരിശീലനം ഒന്നാംഘട്ട പരിശീലനത്തേക്കാൾ വിജയകരമായിരുന്നു. എല്ലാ പുതിയ കെ ആർ പിമാർക്കും, തുടക്ക സെഷനിൽ തന്നെ കാമ്പയിനെക്കുറിച്ചുള്ള അവരുടെ സംശയങ്ങൾക്ക് വ്യക്തത വരുത്തുന്നതിനായി, ഒന്നാംഘട്ട പരിശീലന കൈപ്പുസ്തകത്തിന്റെ കോപ്പികൾ മുൻകൂട്ടി നൽകിയിട്ടുണ്ടായിരുന്നു. രണ്ടാംഘട്ട പരിശീലനത്തിനെത്തും മുന്നേ എല്ലാ കെ ആർ പിമാരും അതാത് ജില്ലയിൽ ഒത്തുചേർന്ന് തങ്ങളുടെ അനുഭവങ്ങൾ പങ്കുവയ്ക്കേണ്ടതും ഉണ്ടായിരുന്നു. രണ്ടാംഘട്ട പരിശീലനത്തിന് വേണ്ടിയുള്ള അതിസൂക്ഷ്മമായ ആസൂത്രണം എല്ലാ പങ്കാളികളിലും വലിയ മതിപ്പുളവാക്കി. സംസ്ഥാന തല പരിശീലനത്തിന്റെ വിജയം താഴെ ജില്ലാതല പരിശീലനങ്ങളിൽ വലിയ പ്രയോജനമുണ്ടാക്കി.

വികസന സെമിനാറുകൾ

രണ്ടാംഘട്ട കാമ്പയിനിന്റെ മുഖ്യ പ്രവർത്തനം വികസന സെമിനാറുകളായിരുന്നു. വികസന സെമിനാറുകളിൽ പഞ്ചായത്ത്/മുനിസിപ്പാലിറ്റികളുടെ വികസന റിപ്പോർട്ടുകൾ പരിഗണിക്കുകയും അവരുടെ വികസന നിർദ്ദേശങ്ങൾ അന്തിമമാക്കുകയും വേണം. ശരാശരി 231 പ്രതിനിധികൾ ഓരോ വികസന സെമിനാറിലും പങ്കെടുത്തതായാണ് കണക്ക്. ജില്ലാതലത്തിൽ പങ്കാളിത്തം പരിശോധിച്ചപ്പോൾ ശരാശരി 175 (കോട്ടയം) മുതൽ 280 (കോഴിക്കോട്) വരെ പ്രതിനിധികൾ പങ്കെടുത്തിരുന്നതായി കണ്ടു. വനിതാ പ്രാതിനിധ്യം 20 ശതമാനവും പട്ടികജാതി/പട്ടികവർഗ പ്രാതിനിധ്യം 11 ശതമാനവും ആയിരുന്നു. ബഹുഭൂരിപക്ഷം പേരും ഗ്രാമസഭകളിൽനിന്നും തിരഞ്ഞെടുക്കപ്പെട്ടവർ. വിഷയഗ്രൂപ്പുകളിൽനിന്നും ഒരു പുരുഷനെയും ഒരു വനിതയെയും വീതം പ്രതിനിധികളായി തിരഞ്ഞെടുക്കപ്പെടണമെന്ന ശുപാർശ നൽകി. ഗ്രാമസഭാ പ്രതിനിധികളെയും പ്രധാനപ്പെട്ട എല്ലാ പ്രാദേശിക തല സർക്കാർ ഉദ്യോഗസ്ഥരെയും ക്ഷണിക്കണമായിരുന്നു. അവർ ആകെ പ്രതിനിധികളുടെ 14% ഉണ്ടായിരുന്നു. ചർച്ചകളിൽ വലിയ സംഭാവന ചെയ്യാൻ കഴിയുമെന്ന് ബോധ്യമുള്ള, പഞ്ചായത്തിനകത്തോ പുറത്തോ നിന്നുമുള്ള വിദഗ്ധരെ ക്ഷണിക്കുവാനുള്ള അവകാശം പഞ്ചായത്ത് എക്സിക്യൂട്ടീവ് കമ്മിറ്റിക്കുണ്ടായിരുന്നു.

ഗ്രാമസഭകളുടെ കാര്യത്തിലെന്നപോലെ, വികസന സെമിനാറുകൾക്കു വേണ്ടിയുള്ള തയ്യാറെടുപ്പുകളിലും വളരെ ശ്രദ്ധ നൽകപ്പെട്ടു. 80% തദ്ദേശസ്വയംഭരണ സ്ഥാപനങ്ങളും വികസന സെമിനാർ അറിയിച്ചുകൊണ്ട് ലീഫ് ലെറ്റുകൾ പ്രസിദ്ധീകരിച്ചു. 75% സ്ഥാപനങ്ങൾ ഉച്ചഭാഷിണിയിലൂടെ പ്രചാരണം സംഘടിപ്പിച്ചിരുന്നു. 51% സ്ഥാപനങ്ങൾ പോസ്റ്ററുകൾ പതിച്ചു. ചില പഞ്ചായത്തുകൾ പദയാത്രകൾ, കുട്ടികൾക്ക് വേണ്ടി ക്വിസ്, എക്സിബിഷനുകൾ എന്നിവ സംഘടിപ്പിച്ചു. സർക്കാർ ഉദ്യോഗസ്ഥരുടെ പ്രത്യേക യോഗങ്ങളും സെമിനാറുമായി ബന്ധപ്പെട്ട് സംഘടിപ്പിക്കപ്പെട്ടു.

വികസന സെമിനാറുകളുടെ സംസ്ഥാന തല ഉദ്ഘാടനം 1996 ഒക്ടോബർ 21 ന് മലപ്പുറം ജില്ലയിലെ വള്ളിക്കുന്നിലാണ് സംഘടിപ്പിക്കപ്പെട്ടത്. സംസ്ഥാന തല പരിശീലനം കഴിഞ്ഞ് രണ്ടാഴ്ചക്കകം തന്നെ വള്ളിക്കുന്ന് ഗ്രാമപഞ്ചായത്ത് അവരുടെ പഞ്ചായത്ത് വികസന റിപ്പോർട്ട് പൂർത്തിയാക്കുകയുണ്ടായി. പഞ്ചായത്ത് പ്രസിഡന്റിന്റെയും അദ്ദേഹം കൂട്ടിയ വിശ്വസ്തരായ ഒരു കൂട്ടം സാമൂഹ്യപ്രവർത്തകരുടെയും തികഞ്ഞ പ്രതിബദ്ധതയും കൂട്ടായ അധ്വാനവുമാണിത് സാധ്യമാക്കിയത്. സെമിനാറിനുശേഷം മൈതാനിയിൽ നടന്ന പൊതുസമ്മേളനത്തിൽ മൂവായിരത്തിലധികം പേർ പങ്കെടുക്കുകയുണ്ടായി. വള്ളിക്കുന്ന് പഞ്ചായത്തിലെ ജനകീയ കാമ്പയിൻ പ്രവർത്തനങ്ങളെ അധികരിച്ച് ഒരു എക്സിബിഷൻ അടുത്തായി സംഘടിപ്പിച്ചിരുന്നു. അത് ഏറെ സന്ദർശകരെ ആകർഷിക്കുകയുണ്ടായി. 62% പഞ്ചായത്തുകളിൽ സെമിനാറിനുശേഷം,

വൈകിട്ട് ആറുമണിയോടെ, പൊതുയോഗങ്ങൾ സംഘടിപ്പിക്കപ്പെട്ടിരുന്നു. 26% പഞ്ചായത്തുകളിൽ പൊതുയോഗങ്ങളുടെ ഭാഗമായി സാംസ്കാരിക പരിപാടികളും സംഘടിപ്പിക്കപ്പെട്ടു. മാതൃകാ സമയ പട്ടിക പ്രകാരം സെമിനാർ രാവിലെ 9.30 ന് ആരംഭിക്കണം. പ്രാദേശിക എം എൽ എയാണ് സെമിനാർ ഉദ്ഘാടനം ചെയ്യേണ്ടത്. 43% ഇടങ്ങളിലും പ്രാദേശിക എം എൽ എ മുഖ്യാതിഥിയായിരുന്നു. 26% സ്ഥലങ്ങളിൽ ജില്ലാ പഞ്ചായത്ത് പ്രസിഡന്റുമാരും 13% സ്ഥലങ്ങളിൽ ബ്ലോക് പഞ്ചായത്ത് പ്രസിഡന്റുമാരും സെമിനാർ ഉദ്ഘാടനം ചെയ്തു. 6% സെമിനാറുകളിൽ സംസ്ഥാന മന്ത്രിമാർ പങ്കെടുത്തു. 75 മിനിട്ടോളം നീണ്ടുനിന്ന ഉദ്ഘാടന സെഷനും പഞ്ചായത്ത് വികസന റിപ്പോർട്ടിന്റെ അവതരണത്തിനും ശേഷം സെമിനാറിലെ പ്രതിനിധികൾ, വികസന റിപ്പോർട്ടിന്റെ ആഴത്തിലുള്ള വിശകലനത്തിനായി, ചെറു വിഷയ ഗ്രൂപ്പുകളായി തിരിയും. ഏറ്റവും കൂടുതൽ പ്രതിനിധികൾ ഭവനവും സാമൂഹ്യ ക്ഷേമവും എന്ന വിഷയ ഗ്രൂപ്പ് തെരഞ്ഞെടുത്തത് അത്ഭുതകരമായി തോന്നി. കണക്കുകൾ പ്രകാരം 18% പേരാണ് ഈ ഗ്രൂപ്പ് തെരഞ്ഞെടുത്തിരുന്നത്. അതു കഴിഞ്ഞാൽ കൃഷി വിഷയ ഗ്രൂപ്പിലാണ് കൂടുതൽ പ്രതിനിധികൾ പങ്കെടുത്തിരുന്നത്; ഏതാണ്ട് 10% പ്രതിനിധികൾ. ഏറ്റവും കുറച്ചു പ്രതിനിധികൾ പങ്കെടുത്തത് വിഭവസമാഹരണം വിഷയ ഗ്രൂപ്പിലായിരുന്നു, 5.5% പേർ മാത്രം. വനിതാ വികസനം വിഷയ ഗ്രൂപ്പിൽ 7.7% പ്രതിനിധികൾ പങ്കെടുത്തു. ഓരോ വിഷയ ഗ്രൂപ്പിലും നടക്കുന്ന വിശകലനമനുസരിച്ച് വികസന റിപ്പോർട്ടിലെ ശുപാർശയിൻമേലുള്ള ഭേദഗതികൾ ഗ്രൂപ്പു കൺവീനർ കുറിച്ചെടുക്കുകയും അവ വൈകുന്നേരം പ്ളീനറി സെഷനിൽ അവതരിപ്പിക്കുകയും ചെയ്തിരുന്നു. ഗ്രൂപ്പുകൾ അവതരിപ്പിച്ച ശുപാർശകൾ വികസന റിപ്പോർട്ടിന്റെ ഭേദഗതികളായി രേഖപ്പെടുത്തപ്പെട്ടു. സെമിനാർ നിർദ്ദേശങ്ങളെ പ്രോജക്ടുകളായി എഴുതി തയ്യാറാക്കുന്നതിന് വിഷയാധിഷ്ഠിത ടാസ്ക് ഫോഴ്സുകളെ തെരഞ്ഞെടുക്കുക എന്നതായിരുന്നു വികസന സെമിനാറിന്റെ അവസാന നടപടി.

വിവിധ ഗ്രൂപ്പുകളുടെ പ്രാതിനിധ്യമനുസരിച്ചായിരുന്നില്ല വികസന സെമിനാറിലെ പങ്കാളിത്തമെന്നതായിരുന്നു ഇത് സംബന്ധിച്ച പ്രധാന വിമർശനം. മുമ്പ് പരാമർശിക്കപ്പെട്ട പോലെ ഗ്രാമസഭകളിൽനിന്നും തിരഞ്ഞെടുക്കുന്ന പ്രതിനിധികൾക്കുപരിയായി പഞ്ചായത്തു സമിതികൾക്ക് വിദഗ്ധരെയും റിസോഴ്സ് പേഴ്സൺമാരെയും സെമിനാറിലേക്ക് നേരിട്ടു ക്ഷണിക്കുവാൻ കഴിഞ്ഞിരുന്നു. 1998 ൽ, 591 കെ ആർ പി മാർക്കിടയിൽ നടത്തിയ സർവേ പ്രകാരം സെമിനാറിലെ പ്രാതിനിധ്യ രീതിയും പ്രത്യേക ക്ഷണിതാക്കളുടെ എണ്ണവുമായിരുന്നു ഗുരുതര പ്രശ്നമെന്ന് 22% വിലയിരുത്തിയപ്പോൾ വനിതാ പ്രാതിനിധ്യത്തിലെ കുറവായിരുന്നു ഏറ്റവും ഗുരുതരമായ ദൗർബല്യമെന്ന് 24% പേർ വിലയിരുത്തി. ആമുഖ പ്രഭാഷണങ്ങൾക്ക് നിശ്ചയിച്ചതിലധികം സമയമെടുത്തതും വേണ്ട തയ്യാറെടുപ്പുകളുടെ കുറവും ഗ്രൂപ്പു ചർച്ചകളെ പ്രതികൂലമായി ബാധിച്ചിരുന്നു.

വടക്കൻ ജില്ലകളിലെ മിക്ക തദ്ദേശസ്വയംഭരണ സ്ഥാപനങ്ങളിലെയും വികസന സെമിനാർ 1996 ഡിസംബർ മാസത്തിൽ കഴിഞ്ഞിരുന്നു. എന്നാൽ തെക്കൻ ജില്ലകളിൽ സെമിനാർ 1997 മാർച്ച് മാസത്തിലേ പൂർത്തിയായിരുന്നുള്ളൂ. അങ്ങനെ, രണ്ടാംഘട്ടത്തിൽ, വടക്കൻ ജില്ലകളും തെക്കൻ ജില്ലകളും തമ്മിലുള്ള അന്തരം പ്രകടമായിരുന്നു.

സംസ്ഥാനത്ത് ചരിത്രപരമായി രൂപപ്പെട്ട മേഖലകളിലെ ഗ്രാമസഭാ പങ്കാളിത്തം പ്രതീക്ഷിത മാതൃകയുമായി ഒത്തുപോകുന്നതായിരുന്നില്ലായെന്ന് അവസാന അദ്ധ്യായത്തിൽ കുറിച്ചിട്ടുണ്ട്. എന്നിരുന്നാലും, കാമ്പയിനിന്റെ രണ്ടാംഘട്ട പ്രവർത്തന സമയമായപ്പോൾ വടക്കൻ ജില്ലകൾ മുന്നിലായി. 1997 ജനുവരിയായപ്പോഴേക്കും പാലക്കാട്, മലപ്പുറം, കോഴിക്കോട്, വയനാട്, കണ്ണൂർ, കാസർഗോഡ് എന്നീ വടക്കൻ ജില്ലകളിൽ എല്ലാ വികസന സെമിനാറുകളും പൂർത്തിയായിരുന്നു. അതേസമയം തെക്കേയറ്റത്തെ ജില്ലയായ തിരുവനന്തപുരം 51%, തെക്കൻ ജില്ലകളായ കൊല്ലം 32%, പത്തനംതിട്ട 37% എന്നിങ്ങനെയേ പൂർത്തിയാക്കിയിട്ടുണ്ടായിരുന്നുള്ളൂ. തെക്കൻ ജില്ലകളുടെ വികസന സെമിനാർ സംഘടിപ്പിക്കുന്നതിലെ അലസതയും, തുടർന്ന് പ്രോജക്ടുകൾ രൂപപ്പെടുത്തുന്നതിനായുള്ള ടാസ്ക് ഫോഴ്സുകൾ രൂപീകരിക്കുന്നതിലുള്ള കാലതാമസവും കാമ്പയിന്റെ സുഗമമായ പുരോഗതിക്ക് ഗുരുതരമായ തടസ്സം സൃഷ്ടിച്ചു. ഇത് പ്രോജക്ട് തയ്യാറാക്കുന്നതിനുള്ള പരിശീലനം മാറ്റിവയ്ക്കാൻ കാരണമായി. ചിലയിടങ്ങളിൽ ടാസ്ക് ഫോഴ്സ് അംഗങ്ങളെ തെരഞ്ഞെടുക്കുന്നതിനു മുന്നേ പ്രസ്തുത പരിശീലനം സംഘടിപ്പിക്കേണ്ടുന്ന സ്ഥിതിപോലും സംജാതമായി. ഈ പൊരുത്തക്കേട്, അടുത്ത അധ്യായത്തിൽ നാം കാണുംപോലെ, കാമ്പയിനിനെ പ്രതികൂലമായി ബാധിക്കുകയുണ്ടായി.

പട്ടിക 6.2 മൈക്രോ എക്കോസോൺ ചാർട്ട്, കല്യാശേരി പഞ്ചായത്ത്
(സൂക്ഷ്മ പാരിസ്ഥിതിക മേഖലാ പട്ടിക)

ഭൂമിയുടെ കിടപ്പ്	*കുന്നിൻ മുകൾ/ പീഠഭൂമി*	*ചരിവ്*	*താഴ്വാരം*	*തീരദേശസമതലം*	*ചതുപ്പ്*
വിസ്തൃതി (ച.കി.മീ)	4.11	7.48	10.94	55.58	4.33
നിമ്നോന്നത സ്ഥിതി	40–60 മീ.	20–40 മീ.	<20 മീ.	<10 മീ.	–
മണ്ണിന്റെ തരം	ഉറച്ച ചെങ്കല്ല് ലാറ്ററൈറ്റ് മണ്ണ്	ലാറ്ററൈറ്റ് മണ്ണ് ചരൽ ലോം ചുവപ്പ് കലർന്ന തവിട്ട് നിറം	നദീതീരം/ എക്കൽ സിൽറ്റി കളിമണ്ണ് മണൽ കലർന്ന കളിമണ്ണ്, മഞ്ഞ കലർന്ന തവിട്ട് നിറം	തീരദേശ എക്കൽ പശിമരാശി മണ്ണ് വെള്ളമണ്ണ്	വേലിയേറ്റ ഇറക്ക എക്കൽ കളിമണ്ണ്
മണ്ണിന്റെ നീർവാഴ്ച	നല്ല നീർവാഴ്ച	ഇടത്തരം നീർവാഴ്ച	കൃത്യമല്ല	കൃത്യമല്ല	വെള്ളക്കെട്ട്
ജലലഭ്യത	കുറവ് ഇടത്തരം	ഇടത്തരം	ഉയർന്നത്	ഉയർന്നത്	–
ജലലഭ്യത യ്ക്കുള്ള ആഴം	9–12 മീ.	9–12 മീ.	3–6 മീ.	<3 മീ.	–
സസ്യാവരണം	പുല്ല് കശുമാവ്	പലതരം മരവിളകൾ	നെല്ല്	തെങ്ങ് നെല്ല്	കണ്ടൽ
പാരിസ്ഥിതിക പ്രശ്നങ്ങൾ	ചെങ്കൽ പാറ രൂപീകരണം സസ്യാവരണ നഷ്ടം	മണ്ണൊലിപ്പ് സസ്യാവരണ നഷ്ടം	മണ്ണൊലിപ്പ് കനാലിൽ മണ്ണ് നിറയൽ	വെള്ളക്കെട്ട് കനാലുകളിൽ മണ്ണ് നിറയൽ ഉപ്പ് വെള്ളകയറ്റം	ഉപ്പുവെള്ള കയറ്റം

(ഉറവിടം: തോമസ് ഐസക് മുതൽപേർ, 1995)

അദ്ധ്യായം 7

മൂന്നാംഘട്ടം: കർമ്മസമിതികൾ

പ്രോജക്ടുകൾ തയ്യാറാക്കൽ

ഓരോ മേഖലയിലേക്കുമുള്ള വികസന നിർദ്ദേശങ്ങളുടെ പട്ടികയാണ് വികസന സെമിനാറിൽനിന്നുമുണ്ടാകുന്നത്. പ്രോജക്ട് നിർദ്ദേശങ്ങൾ തയ്യാറാക്കലായിരുന്നു അടുത്തപടി. ഇതിനായി വികസന സെമിനാറിൽനിന്നും കർമ്മസമിതികൾ രൂപീകരിക്കപ്പെടും. ഈ വികസന നിർദ്ദേശങ്ങളെ നിർദ്ദിഷ്ട മാതൃകയിലുള്ള ഫോർമാറ്റിൽ കരട് പ്രോജക്ട് നിർദ്ദേശങ്ങളായി എഴുതി തയ്യാറാക്കുന്നതിന് കർമ്മ സമിതികളെ പരിശീലിപ്പിക്കുക എന്നതായിരുന്നു മൂന്നാംഘട്ടത്തിന്റെ ഉദ്ദേശലക്ഷ്യം. മുൻപിൻ ബന്ധങ്ങളുടെ അടിസ്ഥാനത്തിൽ പരമാവധി സമഗ്രത കൈവരിക്കും വിധമായിരുന്നു പ്രോജക്ട് നിർദ്ദേശങ്ങൾ തയ്യാറാക്കേണ്ടിയിരുന്നത്. വ്യക്തമായ കാഴ്ചപ്പാടിന്റെയും നിർവ്വഹണ പ്രശ്നങ്ങളുടെയും അടിസ്ഥാനത്തിൽ പരിശോധിച്ചാൽ ഈ മൂന്നാംഘട്ടമായിരുന്നു ജനകീയാസൂത്രണ പരിപാടിയിലെ ഏറ്റവും പ്രയാസമേറിയ ഘട്ടം എന്ന് കാണാൻ കഴിയും. സ്കീം, പ്രോജക്ടുകൾ, പരിപാടി, പദ്ധതി എന്നിങ്ങനെ ജനകീയാസൂത്രണ പരിപാടിയിൽ വളരെ സാധാരണയായി ഉപയോഗിച്ചുവന്ന ചില പ്രയോഗങ്ങളെപ്പറ്റി വ്യക്തമായ ധാരണ വരുത്തേണ്ടത് അടിയന്തരാവശ്യമായിരുന്നു. ആദ്യത്തെ രണ്ട് ഘട്ടങ്ങളിലും പ്രോജക്ട്, സ്കീം, പരിപാടി, പദ്ധതി എന്നീ പദങ്ങൾ പരസ്പരം മാറ്റി ഉപയോഗിച്ചുവന്നിരുന്നു. മൂന്നാംഘട്ടത്തിനായുള്ള കൈപ്പുസ്തകത്തിൽ തുടക്കത്തിൽ തന്നെ ജനകീയാസൂത്രണത്തിൽ ഉപയോഗിച്ചുവന്നിരുന്ന ഇത്തരം പദങ്ങളുടെ വ്യക്തമായ നിർവ്വചനം നല്കുകയുണ്ടായി. മേൽത്തട്ടിൽനിന്നും തയ്യാറാക്കി ഏകീകൃതമായ രീതിയിൽ എല്ലാ തദ്ദേശഭരണ സ്ഥാപനങ്ങളിലും നിശ്ചിത നിബന്ധനകൾക്കും മാർഗ്ഗനിർദ്ദേശങ്ങൾക്കും അനുസരണമായി നിർവ്വഹണം നടത്തുന്ന വികസന പ്രവർത്തനങ്ങളെ സ്കീമുകൾ എന്ന്

നിർവ്വചിക്കുകയുണ്ടായി. മറിച്ച് പ്രോജക്ടുകൾ എന്നത് ഒരു നിശ്ചിത സമയ പരിധിക്കകത്ത് നിർവ്വഹിക്കാനുള്ളതും ഒരു പ്രത്യേക നിബന്ധനയിൽ താഴെനിന്ന് തയ്യാറാക്കപ്പെടുന്ന ഒന്നുമാണ്. ആസൂത്രണത്തിനും നിർവ്വഹണത്തിനും സാധ്യമായ ഏറ്റവും ചെറിയ സ്വയംഭരണ സ്വഭാവമുള്ള ഘടകമാണ് പ്രോജക്ട്. പ്രോജക്ടിന് നിശ്ചിത ലക്ഷ്യം, പ്രവർത്തന പരിധി, കൃത്യമായ സമയപരിധി എന്നിവ ഉണ്ടായിരിക്കും. പ്രാദേശിക പ്രോജക്ടുകൾ ഒരു സ്കീമിന്റെ ഭാഗമോ അല്ലാത്തതോ ആകാം. ഇവ തമ്മിലുള്ള വ്യത്യാസം വ്യക്തമാക്കുന്നതിനായി ഇംഗ്ലീഷ് വാക്കുകളായ സ്കീമും പ്രോജക്ടും ഉപയോഗിക്കാനും തീരുമാനിച്ചു. ദില്ലി, തിരുവനന്തപുരം പോലെയുള്ള തലസ്ഥാന നഗരങ്ങളിൽ നിന്നുള്ളതാണ് സ്കീമുകൾ.

ജനകീയാസൂത്രണം ശ്രദ്ധ കേന്ദ്രീകരിച്ചത് പ്രോജക്ടുകളിലായിരുന്നു. ഒരു പ്രത്യേക സമയപരിധിക്കുള്ളിൽ നിർവ്വഹിക്കപ്പെടേണ്ട പ്രോജക്ടുകളുടെയും സ്കീമുകളുടെയും ആകെത്തുകയായി നിർവ്വചിക്കപ്പെടുന്ന പ്ലാനിന്റെ കൃത്യവും നിശ്ചിതവുമായ അർത്ഥത്തിലാണ് പദ്ധതി എന്ന മലയാള വാക്ക് മാറ്റിവച്ചിട്ടുള്ളത്. കേരളത്തിലെ ഒരു പഞ്ചായത്തിന്റെയോ മുനിസിപ്പാലിറ്റിയുടെയോ വാർഷിക പദ്ധതിയിൽ ഏകദേശം നൂറു പ്രോജക്ടുകളും സ്കീമുകളും വരെ കണ്ടേക്കും. മൊത്തം പദ്ധതിക്കും ഓരോ പ്രോജക്ടിനും ഇടയ്ക്കുള്ള തലത്തെ സൂചിപ്പിക്കുന്നതിനായാണ് ഇംഗ്ലീഷ് പദമായ 'പ്രോഗ്രാം' മലയാളത്തിൽ 'പരിപാടി' എന്ന പദം അവതരിപ്പിച്ചത്. ഒരു പ്രത്യേക ലക്ഷ്യസാദ്ധ്യത്തിനായി ഒരു മേഖലയ്ക്കുള്ളിലോ വിവിധ മേഖലകളിലോ തയ്യാറാക്കപ്പെടുന്ന പരസ്പര ബന്ധിതമായ ഒന്നിലധികം പ്രോജക്ടുകൾ ചേരുന്നതാണ് 'പ്രോഗ്രാം' (പരിപാടി). മൂന്നാംഘട്ട പരിശീലന പ്രവർത്തനങ്ങൾ പ്രോഗ്രാം കാഴ്ചപ്പാടിനാണ് കൂടുതൽ ശ്രദ്ധ നല്കിയത്, മുൻപിൻ ബന്ധങ്ങളുടെ പ്രാധാന്യം ഉയർത്തിപ്പിടിക്കുന്നതിനും വിവിധ മേഖലകളിലെ പ്രോജക്ടുകളുടെ സംയോജനത്തിനുള്ള സ്വീകാര്യത ഉറപ്പിക്കുന്നതിനുമുള്ള ഒരു വഴി എന്ന നിലയ്ക്കായിരുന്നു.

പ്രശ്നങ്ങൾ വീണ്ടും ഉയർന്നുവന്നു. ഒരു പ്രാദേശിക പ്രോജക്ട് നിർദ്ദേശത്തിൽ എന്തെല്ലാം വിശദാംശങ്ങളാണ് വേണ്ടത്? പൊതുലക്ഷ്യങ്ങളും, പൊതുവായ സാമ്പത്തിക വിവരങ്ങൾ കാണിക്കുകയും സാങ്കേതിക വിശദാംശങ്ങൾ നിർവ്വഹണ സമയത്തേക്ക് മാറ്റിവയ്ക്കുകയും ചെയ്താലോ? പ്രോജക്ട് തയ്യാറാക്കലിനായി ഒരു പൊതുമാതൃക വേണ്ടതുണ്ടോ? അതോ ഇനം മാറുന്നതനുസരിച്ച് പ്രോജക്ട് മാതൃകയും മാറണമോ? വികസന സെമിനാറിൽ ഉയർന്നുവരുന്ന നിർദ്ദേശങ്ങളെല്ലാം പ്രോജക്ടുകളായി മാറ്റണമോ? അതോ വികസന സെമിനാറിൽനിന്നും വരുന്ന നിർദ്ദേശങ്ങൾ പഞ്ചായത്തുകളും മുനിസിപ്പാലിറ്റികളും അവരുടെ മുൻഗണനാടിസ്ഥാനത്തിൽ തെരഞ്ഞെടുക്കുന്നതുവരെ പ്രോജക്ടുകളാക്കുന്നതിനായി കർമ്മസമിതികൾ കാത്തിരിക്കുന്നതാണോ ഉചിതം.

പ്രോജക്ട് രൂപഘടന

പ്രോജക്ടുകളെ പ്രധാനമായും ഉല്പാദനം, പശ്ചാത്തലം, സേവന–ക്ഷേമം എന്നിങ്ങനെ തിരിക്കാവുന്നതാണ്. വളരെ വിരളമായി മാത്രമേ തദ്ദേശഭരണ സ്ഥാപനങ്ങൾ വാണിജ്യപരമായ ഉല്പാദന പ്രോജക്ടുകൾ ഏറ്റെടുക്കാറുള്ളൂ. ഇങ്ങനെയുള്ള സ്വകാര്യ സംരംഭകർക്ക് ഒന്നുകിൽ അവർ ധനസഹായം ലഭ്യമാക്കും അല്ലെങ്കിൽ പശ്ചാത്തലസൗകര്യം ഏർപ്പെടുത്തി സഹായികളായി മാറും. ഒരു വാണിജ്യ സംരംഭകത്തിന്റെ സാധ്യത വിലയിരുത്തുന്നതിന് ആവശ്യമായ സാമ്പത്തിക വിശകലന രീതിയിൽനിന്നും വ്യത്യസ്തമായിരിക്കും ഒരു പശ്ചാത്തല സൃഷ്ടിക്കായുള്ള പ്രോജക്ടിന്റേത്. ഉല്പാദനം അല്ലെങ്കിൽ പശ്ചാത്തല സൃഷ്ടിക്കായുള്ള പ്രോജക്ടിന്റെ സാമ്പത്തിക വിലയിരുത്തൽ രീതിയല്ല സേവന–ക്ഷേമ മേഖലാ പ്രോജക്ടുകൾക്ക് ആവശ്യമായി വരുന്നത്. നിർവ്വഹണ കാലയളവിന്റെ അടിസ്ഥാനത്തിലും പ്രോജക്ടുകളെ തരം തിരിക്കാം. ഒരു ദീർഘകാല പ്രോജക്ടിന്റെ സാമ്പത്തിക സാങ്കേതിക വിശകലനത്തിൽനിന്നും വ്യത്യസ്തമാണ് ഹ്രസ്വകാല പ്രോജക്ടിന്റേത്. വ്യക്തിഗതം, കുടുംബം, ഗ്രൂപ്പുകൾ എന്ന നിലയിലുള്ള ഗുണഭോക്താക്കളുടെ അടിസ്ഥാനത്തിലും പ്രോജക്ടുകൾ തരംതിരിക്കാൻ കഴിയും. ഈ വ്യത്യസ്തതകൾക്കൊക്കെ വഴങ്ങും വിധമായിരിക്കണം പ്രോജക്ട് മാതൃകയുടെ രൂപകല്പന. ഒരു പൊതുമാതൃക സാധ്യമാണോ?

ഒരു പൊതു പ്രോജക്ട് മാതൃക തയ്യാറാക്കാനുള്ള ശ്രമത്തിന്റെ തുടക്കമായി വിവിധ വകുപ്പുകളുടെ മുതിർന്ന ഉദ്യോഗസ്ഥരുടെ കൂടിച്ചേരൽ നടന്നു. സമീപനത്തിലുള്ള വകുപ്പ് തല വ്യത്യസ്തകളോടെ അവർ എത്തുകയുണ്ടായി. അവരിൽ ആർക്കും തന്നെ പ്രോജക്ട് തയ്യാറാക്കലുമായി ബന്ധപ്പെട്ട നേരിട്ടുള്ള അനുഭവം ഉണ്ടായിരുന്നില്ല. സ്കീമുകൾ തയ്യാറാക്കലും അതിന്റെ നിർവ്വഹണവുമായിരുന്നു അവർ കൂടുതലും ചെയ്തുവന്നിരുന്നത്. ജനകീയാസൂത്രണത്തിന് സ്വീകാര്യമായ ഒരു പ്രോജക്ട് മാതൃക രൂപവല്ക്കരിക്കപ്പെടുന്നതിന് ജനകീയാസൂത്രണ പ്രവർത്തകരും ബന്ധപ്പെട്ട ഉദ്യോഗസ്ഥരുമായിട്ടുള്ള ചർച്ചകൾക്കുമായി ഏകദേശം ഒരു മാസസമയമെടുത്തു. അതിൽ എട്ട് ഭാഗങ്ങൾ ഉൾപ്പെടുന്നു.

1. ആമുഖം – പ്രോജക്ടിന്റെ ആവശ്യകതയാണിവിടെ വ്യക്തമാക്കപ്പെടേണ്ടത്.
2. ലക്ഷ്യങ്ങൾ – കഴിയുന്നതും പരിമാണാത്മകമായി തന്നെ വ്യക്തമാക്കണം. എല്ലാ തദ്ദേശഭരണ സ്ഥാപനങ്ങളിലെയും ഒരേ തരത്തിലുള്ള പ്രോജക്ടുകളുടെ ഭൗതിക ലക്ഷ്യങ്ങൾ ഏകീകൃത യൂണിറ്റുകളിൽതന്നെ ആയിരിക്കുംവിധം വിവിധ വിഷയ മേഖലകളിലെ ഭൗതികലക്ഷ്യങ്ങൾ അളക്കുന്നതിനുള്ള യൂണിറ്റുകളുടെ ഒരു പട്ടിക തയ്യാറാക്കി വിതരണം ചെയ്യുകയുണ്ടായി.

3. ഗുണഭോക്താക്കൾ – ഗുണഭോക്താക്കളെ തെരഞ്ഞെടുക്കുന്നതിന് പാലിക്കേണ്ട മാനദണ്ഡങ്ങൾ.
4. പ്രവർത്തനങ്ങൾ – ഓരോ പ്രോജക്ട് പ്രവർത്തനത്തിന്റെയും ശരിയായ സ്വഭാവം, ക്രമം, കാലയളവ് എന്നിവയും ഉപയോഗിക്കുന്ന സാങ്കേതികവിദ്യ, നേരിട്ടുള്ള ഉല്പാദന പ്രോജക്ടുകളുടെ കാര്യത്തിൽ പ്രവൃത്തികളുടെ അളവ്, സാധന സാമഗ്രികളുടെ വിതരണം, തൊഴിലാളികളുടെ ലഭ്യതയും തൊഴിൽ വൈഭവവും, ഉല്പന്നങ്ങളുടെ വിപണനം എന്നിവ പോലുള്ള കാര്യങ്ങൾ കൂടി പരിഗണിക്കേണ്ടതായുണ്ട്. നിർമ്മാണ പ്രവൃത്തികളോ ഫാക്ടറി ഉല്പാദനമോ ഉൾപ്പെടുന്ന പ്രോജക്ടുകൾക്ക് വിശദമായ സാങ്കേതിക രൂപരേഖയും ചിത്രങ്ങളുമൊക്കെ ആവശ്യമാണ്. ഓഫീസ് കെട്ടിടങ്ങൾ, വീടുകൾ പോലെ വാർപ്പ് ഡിസൈൻ ഉപയോഗിക്കുമ്പോൾ മാത്രമേ ഇവ ഒഴിവാക്കാനാകുള്ളൂ.
5. സംഘാടനം – ഓരോ പ്രോജക്ടിലും ബന്ധപ്പെടുന്ന ഏജൻസികളുടെ ഉത്തരവാദിത്വവും കടമയും.
6. ധനകാര്യവിശകലനം – പ്രോജക്ടിൽ ആവശ്യമായി വരുന്ന ആകെ അടങ്കൽ തുക, ധനസ്രോതസ്സുകൾ, പഞ്ചായത്തിന്റെ/മുനിസിപ്പാലിറ്റിയുടെ പദ്ധതിത്തുകയിൽ നിന്നുള്ള വിഹിതം, തുക ചെലവഴിക്കേണ്ട കാലയളവ്, പ്രോജക്ടിൽനിന്നുള്ള വരവ്: ചെലവിനേക്കാൾ വരുമാനമുള്ള പ്രോജക്ട് മാത്രമേ നിർവ്വഹണം നടത്താൻ പാടുള്ളൂ എന്നതാണ് പൊതുതത്ത്വം. എന്നാൽ പണത്തിന്റെ അടിസ്ഥാനത്തിൽ മാത്രം ഗുണഫലം അളക്കാൻ കഴിയാത്ത പ്രോജക്ടുകളുമുണ്ട്. അത്തരം അവസരങ്ങളിൽ ഗുണം അല്ലെങ്കിൽ സേവനത്തിന് ആവശ്യമായ യൂണിറ്റ് ചെലവ് കണക്കാക്കാവുന്നതാണ്. ഒരു കാഷ്ഫ്ളോ ചാർട്ട് വഴി കോസ്റ്റ് – ബനിഫിറ്റ് റേഷ്യോ, വാർഷിക ആദായം, ഇൻക്രിമെന്റൽ ബനിഫിറ്റ്, തിരിച്ചടവ് കാലം മുതൽമുടക്കിന്മേലുള്ള വാർഷികാദായം എന്നിവ കാണിക്കാവുന്നതാണ്.
7. വിലയിരുത്തൽ – ധനകാര്യ വിശകലനത്തിൽ പ്രത്യക്ഷത്തിലുള്ള ചെലവും വരവുമാണ് പരിഗണിക്കുന്നത്. എന്നാൽ പരോക്ഷമായ ചെലവും വരവുമുണ്ട്. ചെലവു–വരവുകൾ കണിശവും സാമൂഹികവുമായ ഒരു വിശകലനം എന്നത് പ്രാദേശിക പ്രോജക്ട് എഴുത്തുകാരുടെ ശേഷിയുടെ പരിധിക്ക് പുറത്താണ്. അതിനാൽ പ്രോജക്ട് പാവപ്പെട്ടവരിൽ വിശേഷിച്ചും പട്ടികജാതി പട്ടികവർഗ്ഗക്കാരിൽ, സ്ത്രീ പദവിയിൽ, പരിസ്ഥിതിയിൽ ഉണ്ടാക്കുന്ന പ്രത്യാഘാതങ്ങളുടെ ഒരു പൊതുഗുണാത്മക വിലയിരുത്തൽ നടത്തിയാൽ മതിയാകും.
8. മോണിറ്ററിങും മൂല്യനിർണ്ണയവും–പ്രോജക്ടിന്റെ നിർവ്വഹണം മോണിറ്റർ ചെയ്യുന്നതിനുള്ള ഫലപ്രദമായ സംവിധാനം.

ഔപചാരിക പ്രോജക്ട് രേഖകളുടെ പ്രസക്തി

പ്രോജക്ടുകൾ കഴിയുന്നിടത്തോളം വിശദമായി തയ്യാറാക്കേണ്ടിയിരുന്നു. പ്രോജക്ട് രേഖ തയ്യാറാക്കൽ ഒരു പഠനാനുഭവവും സ്വയം പഠനരീതിയുമായിരുന്നു. തരക്കേടില്ലാത്ത ഒരു പ്രോജക്ട് രേഖയ്ക്ക് വേണ്ടതായ ഏറ്റവും കുറഞ്ഞ ഘടകങ്ങൾ സൂചിപ്പിക്കുന്ന ഒരു ചെക്ക് ലിസ്റ്റ് കൂടി പ്രോജക്ട് ഫോർമാറ്റിൽ ഉൾപ്പെടുത്തിയിരുന്നു. അന്തിമ പദ്ധതി അംഗീകരിക്കുന്നതിന് മുന്നോടിയായി ജില്ലാ ആസൂത്രണസമിതിക്ക് പ്രോജക്ടുകളുടെ ശാസ്ത്രീയമായ വിലയിരുത്തൽ സാധ്യമാകണമെങ്കിൽ പ്രോജകട് രേഖ അത്യാവശ്യമായിരുന്നു. ധനസഹായത്തിനായി ധനകാര്യ സ്ഥാപനങ്ങൾക്ക് മുൻപിൽ സമർപ്പിക്കുന്നതിനും പ്രോജക്ട് രേഖ അത്യാവശ്യമാണ്. ഒരു പ്രോജക്ട് രേഖ ഒരിക്കൽ ചർച്ച ചെയ്ത് അംഗീകരിച്ചു കഴിഞ്ഞാൽ പിന്നെ തദ്ദേശഭരണ സ്ഥാപനങ്ങൾക്ക് താല്ക്കാലികമായോ ഏകപക്ഷീയമായോ പ്രവൃത്തികൾക്ക് മാറ്റം വരുന്നതിന് ഇത് ഒരു തടസ്സം കൂടിയാണ്. നിർവ്വഹണവേളയിൽ വിശദാംശങ്ങൾ തയ്യാറാക്കുന്നതാണ് ഉചിതമെന്ന് പറഞ്ഞ് ചില തദ്ദേശഭരണ സ്ഥാപനങ്ങൾ തർക്കങ്ങൾ ഉന്നയിച്ചിരുന്നു. സംസ്ഥാന ആസൂത്രണ ബോർഡ് ഇത് തള്ളിക്കളയുകയുണ്ടായി. വിശദമായ പ്രോജക്ട് രേഖകൾ തയ്യാറാക്കൽ മാത്രമായിരുന്നു സാമ്പത്തിക അച്ചടക്കവും സുതാര്യതയും കൈവരിക്കുന്നതിനുള്ള വഴി.

അന്തിമമായി കുറച്ചു പ്രോജക്ടുകളേ ഏറ്റെടുക്കുന്നുള്ളൂ എന്നതിനാൽ വികസന സെമിനാർ ശുപാർശകളെല്ലാം വിശദമായ പ്രോജക്ട് രേഖകളായി തയ്യാറാക്കുന്നത് വെറും സമയം കളയലാണ് എന്നാണ് കൂടുതൽ കർമ്മസമിതി അംഗങ്ങളും കരുതിയത്. അതുകൊണ്ട് പ്രോജക്ടുകൾ തയ്യാറാക്കുന്നതിന് മുൻപ് തദ്ദേശഭരണ സ്ഥാപനങ്ങൾ അന്തിമ തെരഞ്ഞെടുപ്പ് നടത്തട്ടെ എന്നായിരുന്നു അവരുടെ നിർദ്ദേശം. ഈ നിലപാട് ശരിയായിരുന്നുവെങ്കിലും ഒരു പ്രായോഗിക പ്രശ്നമുയർന്നുവന്നു. സംസ്ഥാന ബഡ്ജറ്റ് സംസ്ഥാന നിയമസഭയിൽ അവതരിപ്പിക്കുന്ന 1997 മാർച്ച് അവസാനത്തോടെ മാത്രമേ ഓരോ തദ്ദേശഭരണ സ്ഥാപനത്തിനുമുള്ള ഗ്രാന്റ്-ഇൻ-എയിഡ് അറിയിക്കാൻ കഴിയുള്ളൂ. ഓരോ തദ്ദേശഭരണ സ്ഥാപനത്തിനുമുള്ള ഗ്രാന്റ്-ഇൻ-എയിഡ് തുക എത്ര എന്നറിയാതെ വികസന സെമിനാറിലെ ശുപാർശകളുടെ അന്തിമ തെരഞ്ഞെടുപ്പ് നടത്താൻ അവർക്ക് കഴിയുകയുമില്ല. വിശദമായ പ്രോജക്ട് നിർദ്ദേശങ്ങൾ എഴുതി തയ്യാറാക്കുന്നതിന് വേറെയും ഗുണങ്ങളുണ്ട്. കർമ്മസമിതി അംഗങ്ങൾക്കും സാങ്കേതിക വിദഗ്ദധർക്കും അന്തിമ പദ്ധതിയിൽ ഉൾപ്പെടുത്തേണ്ട പ്രോജക്ടുകൾ ഏതെന്ന് തെരഞ്ഞെടുക്കുന്ന ജനപ്രതിനിധികൾക്കും പരസ്പര ആശയവിനിമയം നടത്തുന്നതിന് വിശദമായ പ്രോജക്ടുകൾ സഹായകമാകും. ആദ്യ വർഷത്തിൽ തന്നെ ഏറ്റെടുക്കാൻ പറ്റാത്ത പ്രോജക്ടുകളുണ്ടെങ്കിൽ അവ ഭാവിയിലേക്കുള്ള പ്രോജക്ട് കലവറയായി മാറും. കർമ്മസമിതി അംഗങ്ങൾ പ്രോജക്ടു

കൾ എഴുതി തയ്യാറാക്കുമ്പോൾ ജനപ്രതിനിധികൾ തെരഞ്ഞെടുക്കാൻ സാദ്ധ്യതയുള്ളവയ്ക്ക് മുൻഗണന നല്കാൻ കഴിയും.

കർമ്മസമിതികളും പ്രോജക്ടുകളും

മൂന്നാംഘട്ടത്തിലെ നിർണ്ണായക സംഘടനാ രൂപമായിരുന്നു കർമ്മ സമിതികൾ. ഓരോ തദ്ദേശഭരണ സ്ഥാപനത്തിലേയും ഓരോ വിഷയ മേഖലയ്ക്കും പത്തുമുതൽ പന്ത്രണ്ട് പേർ അടങ്ങിയ കർമ്മസമിതികൾ ആവാമായിരുന്നു. തിരഞ്ഞെടുക്കപ്പെട്ട ജനപ്രതിനിധിയായിരുന്നു കർമ്മ സമിതിയുടെ അദ്ധ്യക്ഷൻ. എന്നാൽ പഞ്ചായത്ത്/മുനിസിപ്പൽ സമിതി തീരുമാനിക്കുകയാണെങ്കിൽ പ്രാദേശിക വിദഗ്ധനും അതിന്റെ ചുമത ലക്കാരനാകാവുന്നതാണ്. ഉപാദ്ധ്യക്ഷനായി ഒരു സാങ്കേതിക വിദഗ്ധനും ബന്ധപ്പെട്ട വകുപ്പിലെ ഒരു ഉദ്യോഗസ്ഥനും ഒരു റിസോഴ്പേഴ്സൺ ജോയിന്റ് കൺവീനറും ആയിരിക്കേണ്ടതാണ്. കർമ്മസമിതികളുടെ എണ്ണം പലയിടങ്ങളിലും വ്യത്യസ്തമാണെങ്കിലും ആകെ നൂറ് അംഗ ങ്ങൾ ചേർന്ന ശരാശരി പത്ത് കർമ്മസമിതികൾ ഉണ്ടായിരുന്നു. ഒരു ലക്ഷ ത്തോളം വരുന്ന ഈ കർമ്മസമിതികളെ പരിശീലിപ്പിക്കുക എന്നത് ജന കീയാസൂത്രണ പ്രസ്ഥാനത്തിന് വലിയ ഒരു വെല്ലുവിളി തന്നെയായി രുന്നു.

നിരവധി പരിശീലനാർത്ഥികളും വളരെ കുറച്ചുസമയവും

സമയക്കുറവിനോടൊപ്പം പരിശീലനത്തിന്റെ ബൃഹത് സ്വഭാവ വവും കാര്യങ്ങൾ സങ്കീർണ്ണമാക്കുകയുണ്ടായി. ജനകീയാസൂത്രണവും ഒമ്പതാം പഞ്ചവത്സര പദ്ധതി പ്രവർത്തനങ്ങളും രണ്ടായി വേർതിരിയു ന്നതായി 1996 സെപ്തംബർ മുതലുള്ള പത്രവാർത്തകൾ പ്രവചിക്കുക യുണ്ടായി. ഡിസംബർ മാസത്തോടെ കേന്ദ്രത്തിന്റെയും സംസ്ഥാനത്തി ന്റെയും ഒമ്പതാം പഞ്ചവത്സരപദ്ധതി അന്തിമമാക്കപ്പെടാൻ പോകുകയാ യിരുന്നു. അതുകൊണ്ട് തന്നെ പഞ്ചായത്തുകളിൽനിന്നും മുനിസിപ്പാ ലിറ്റികളിൽനിന്നുമുള്ള പദ്ധതികൾ ലഭിക്കുന്നതിനു മുൻപേ തന്നെ സംസ്ഥാന സർക്കാരിന് അതിന്റെ ഒമ്പതാം പഞ്ചവത്സരപദ്ധതി ഡൽഹി യിൽ സമർപ്പിക്കേണ്ടിയിരുന്നു. ഡിസംബർ മാസത്തോടെ സംസ്ഥാനം അതിന്റെ വാർഷിക പദ്ധതി സമർപ്പിക്കണമെന്ന് സൂചിപ്പിച്ചുകൊണ്ടുള്ള ഔപചാരിക അറിയിപ്പ് ദേശീയ ആസൂത്രണ കമ്മീഷനിൽനിന്ന് ലഭിക്കു കയും ചെയ്തിരുന്നു. വാർഷിക പദ്ധതിയുടെ ഏകദേശം നാല്പത് ശത മാനം തദ്ദേശഭരണ സ്ഥാപനങ്ങൾക്ക് വികേന്ദ്രീകരിച്ച് നല്കികൊണ്ട്, ഈ സമയത്തിനുള്ളിൽ കേരളമെങ്ങനെ അതിന്റെ സംസ്ഥാന പദ്ധതി അന്തിമമാക്കും? മൊത്തം അടങ്കലിന്റെ 35–40 ശതമാനം സംബന്ധിച്ച വിശ ദാംശങ്ങൾ ഇല്ലാതെ ഒരു കരട് സംസ്ഥാന പദ്ധതി ആസൂത്രണ കമ്മീ ഷൻ സ്വീകരിക്കുമോ. പ്രാദേശികപദ്ധതിയുടെ മേഖല, ഉപമേഖല വക യിരുത്തലുകൾ നിശ്ചയിക്കാൻ സംസ്ഥാന ആസൂത്രണ ബോർഡിനെ

നിർബന്ധിതമാക്കുമോ? 1997 ജനുവരിയോടുകൂടി പ്രാദേശിക പദ്ധതി തയ്യാറാക്കൽ പൂർത്തിയാക്കപ്പെടും എന്ന പ്രതീക്ഷയോടെ സംസ്ഥാന ആസൂത്രണബോർഡ് പരിശീലനങ്ങൾ ത്വരിതപ്പെടുത്തി. വേഗത തിരിച്ചടിയായി.

ധനവിശകലനരീതി ഉൾപ്പെടെയുള്ള വിശദമായ പ്രോജക്ട് രൂപീകരണ മാതൃക ചേർത്തുകൊണ്ട് മുന്നൂറ് പേജ് വരുന്ന പ്രോജക്ട് തയ്യാറാക്കലിനുള്ള ഒരു കൈപ്പുസ്തകം, ഈ ശ്രേണിയിലെ തന്നെ ഏറ്റവും വലുത്, ലഭ്യമാക്കുകയുണ്ടായി. ഓരോ മേഖലയും സംബന്ധിച്ച വികസന പരിപ്രേക്ഷ്യത്തിന്റെ ഒരു ലഘു കാഴ്ചപ്പാടും ഉൾപ്പെടുത്തിയിരുന്നു. ഇതിൽ സ്ത്രീകൾ, പട്ടികജാതി പട്ടികവർഗ്ഗങ്ങൾ എന്നിവർ നേരിടുന്ന പ്രത്യേക പ്രശ്നങ്ങൾ, ബാങ്ക് ഇതര ധനകാര്യ സംവിധാനങ്ങൾ എന്നിവയും ചർച്ച ചെയ്തിരുന്നു. എന്നാൽ കൈപ്പുസ്തകത്തിന്റെ പകുതിയിലധികവും വിവിധ വിഷയമേഖലകളിലേക്കുള്ള മാതൃകാ പ്രോജക്ടുകളുടെ സംക്ഷിപ്തങ്ങളായിരുന്നു. ഇത്തരം മാതൃകകൾ ഉൾപ്പെടുത്തേണ്ടതുണ്ടോ എന്നത് സംബന്ധിച്ച് ധാരാളം ചർച്ചകൾ നടന്നിരുന്നു. ഈ കൂട്ടിച്ചേർക്കലുകൾ യാന്ത്രികമായ പകർത്തിയെഴുത്ത് പ്രോത്സാഹിപ്പിക്കുകയില്ലേ എന്ന് ചില പ്രവർത്തകർ സന്ദേഹിച്ചിരുന്നു. മാതൃകകളിൽ നല്ലൊരു പങ്കും ഉത്തമ പ്രോജക്ടുകൾ ആയിരുന്നില്ല. അവയുടെ പരിമിതികൾ മുഖവുരയിൽ കാണിച്ചുകൊണ്ട് അവ അച്ചടിക്കാൻ തീരുമാനിച്ചു. പരിശീലന ശില്പശാലയിൽ ചർച്ചകൾക്കുള്ള ഒരു ഉപാധിയായിട്ടാണ് അവ ഉദ്ദേശിച്ചിരുന്നത്.

കർമ്മ സമിതികളുടെ പ്രവർത്തനം സുഗമമാകണമെങ്കിൽ ഗ്രാമസഭകളിലേയും വികസന സെമിനാറുകളിലേയും ആവശ്യത്തിന് ഉണ്ടാകേണ്ടിയിരുന്ന ഉദ്യോഗസ്ഥരുടെ പങ്കാളിത്തക്കുറവ് മൂന്നാംഘട്ടത്തിൽ പരിഹരിക്കേണ്ടിയിരുന്നു. സംസ്ഥാന പരിശീലനം സർക്കാർ ഉദ്യോഗസ്ഥരേയും വിദഗ്ധരേയും ഉൾപ്പെടുത്തി വികസിപ്പിക്കേണ്ടതാണ് എന്ന് തീരുമാനിച്ചു. അതായത് കൂടുതൽ സംസ്ഥാന പരിശീലന ക്യാമ്പുകൾ. കർമ്മ സമിതി കൺവീനർമാരായി പ്രവർത്തിക്കേണ്ട കീഴ്ത്തട്ട് ഉദ്യോഗസ്ഥരുടെ പങ്കാളിത്തം ഉറപ്പ് വരുത്തുന്നതിനായി സംസ്ഥാനതല പരിശീലനത്തിൽ ജില്ലാതല ഉദ്യോഗസ്ഥരെ ഉൾപ്പെടുത്തേണ്ടത് അത്യാവശ്യമാണെന്ന് കണ്ടു. ഈ അധികമായി ലഭിക്കുന്ന വിദഗ്ധരേയും കൂട്ടിചേർത്ത് ജനപ്രതിനിധികൾക്കായുള്ള പരിശീലനം കേരളത്തിലെ പതിനാല് ജില്ലകളിലും നടത്തേണ്ടതായുണ്ട്. പതിനാല് സമാന്തര ത്രിദിന സംസ്ഥാന പരിശീലന പരിപാടി നടത്തുന്നതിന് സംസ്ഥാനതലത്തിൽ തന്നെ ധാരാളം പരിശീലന ഫാക്കൽറ്റികളും ആവശ്യമാണ്. 1996 നവംബർ മദ്ധ്യത്തിൽ നടക്കുന്ന നാല് ദിവസത്തെ സംസ്ഥാന ഫാക്കൽറ്റി പരിശീലനത്തിൽ പങ്കെടുപ്പിക്കേണ്ടതിനായി ഓരോ ജില്ലയിലേയും ഏറ്റവും നല്ല റിസോഴ്സ് പേഴ്സൺമാരെ തിരഞ്ഞെടുത്തു. ഡിസംബർ ആദ്യവാരം പതിനാല് ജില്ലകളിലും നടത്തേണ്ട ജില്ലാതല ക്യാമ്പ് പരിപാടികൾ തയ്യാറാക്കി. കൈപ്പു

സ്തകത്തിലെ മോഡൽ പ്രോജക്ടുകൾ വിമർശനാത്മകമായി പരിശോധിക്കുകയും അതിന്റെ അടിസ്ഥാനത്തിൽ പുതിയ പ്രോജക്ടുകൾ എഴുതി തയ്യാറാക്കുകയും ചെയ്യുന്നവിധത്തിലുള്ള ട്യൂട്ടോറിയൽ രീതിയാണ് പരിശീലന ഉള്ളടക്കം. എന്തായാലും ആദ്യ രണ്ട് ഘട്ട പരിശീലനങ്ങൾ പോലെ വിജയകരമായിരുന്നില്ല മൂന്നാംഘട്ട പരിശീലനമെന്ന് 1997 ജനുവരിയോടെ തെളിഞ്ഞു. നേരത്തെ ആസൂത്രണം ചെയ്തപോലെ ബ്ലോക്ക് തല പരിശീലനം ഫലപ്രദമായി സംഘടിപ്പിക്കുവാൻ ഉതകുംവിധം ജില്ലാതല റിസോഴ്സ് പേഴ്സൺമാർ വേണ്ടത്ര ആത്മവിശ്വാസം ആർജ്ജിക്കുകയുണ്ടായില്ല.

സംസ്ഥാനതല പരിശീലനാർത്ഥികളുടെ എണ്ണം രണ്ടാംഘട്ടത്തിലെ 660 ൽനിന്നും മൂന്നാംഘട്ടത്തിൽ 1510 ആയി വർദ്ധിക്കുകയുണ്ടായി. ഇതിനുപുറമെ രണ്ടാംഘട്ടത്തിലെ കീ റിസോഴ്സ് പേഴ്സൺമാരിൽ നല്ലൊരു പങ്കും സർക്കാർ ഉദ്യോഗസ്ഥരിൽനിന്നും സംസ്ഥാനതല പരിശീലനത്തിലേക്ക് പുതുതായി തെരഞ്ഞെടുക്കപ്പെട്ടവരായിരുന്നു. മുൻഘട്ടങ്ങളെ അപേക്ഷിച്ച് മൂന്നാംഘട്ടത്തിലെ പരിശീലനാർത്ഥികൾ തികച്ചും വ്യത്യസ്ത തരക്കാരും താരതമ്യേന പ്രതിബദ്ധത കുറഞ്ഞവരുമായിരുന്നു. രണ്ടാംഘട്ടത്തിലെ കെ ആർ പിമാരിൽ 42 ശതമാനം പേർ ബിരുദാനന്തര ബിരുദക്കാരായിരുന്നുവെങ്കിൽ മൂന്നാംഘട്ടത്തിൽ അത്തരക്കാർ വെറും 29 ശതമാനം മാത്രമായിരുന്നു. രണ്ടാംഘട്ടത്തിൽ സാക്ഷരതാ പ്രവർത്തകർ 61 ശതമാനമുണ്ടായിരുന്നെങ്കിൽ മൂന്നാംഘട്ടത്തിൽ അവർ 20 ശതമാനം മാത്രമായിരുന്നു. മറിച്ച് മൂന്നാംഘട്ടത്തിൽ 61 ശതമാനം പേരും സർക്കാർ ഉദ്യോഗസ്ഥരായിരുന്നു. ഭൂരിപക്ഷം പേരും ഒരു നിഷേധാത്മക സമീപനത്തോടെയും അവരുടെ മേലുദ്യോഗസ്ഥരുടെ നിർദ്ദേശമനുസരിച്ചും മാത്രവുമാണ് പങ്കെടുത്തിരുന്നത്.

രണ്ടാംഘട്ടത്തിലെന്നപോലെ ആദ്യമായി പങ്കെടുക്കുന്നവർ പരിശീലനത്തിൽ പങ്കെടുക്കുന്നതിനു മുൻപ് തന്നെ ജനകീയാസൂത്രണത്തിന്റെ പ്രാഥമിക പാഠങ്ങൾ ഉൾക്കൊണ്ടാകും പങ്കെടുക്കുന്നത് എന്ന് പ്രതീക്ഷിച്ചിരുന്നു. എന്നാൽ പുതുതായി വന്നവർ അങ്ങനെയായിരുന്നില്ല. സ്കൂൾ അദ്ധ്യാപകരും താഴ്ന്ന റാങ്കിലുള്ള ഉദ്യോഗസ്ഥരുമായ ഭൂരിപക്ഷം വരുന്ന റിസോഴ്സ് പേഴ്സൺമാർ ബ്യൂറോക്രാറ്റിക്കും ഉദ്യോഗസ്ഥ മനോഭാവമുള്ള ജില്ലാതലത്തിലെ ഉയർന്ന ഉദ്യോഗസ്ഥർക്ക് ക്ലാസ്സെടുക്കുക എന്നത് ദുഷ്കര ദൗത്യമായിരുന്നു. റിസോഴ്സ് പേഴ്സൺമാരിൽ ഏറ്റവും മിടുക്കരായവരെ സംസ്ഥാനതല ഫാക്കൽറ്റിമാരാക്കി ഉയർത്തുകയുണ്ടായി. അദ്ധ്യാപകരിൽ ചിലർക്ക് അവർ പരിശീലനം ലഭിച്ച സാമ്പത്തിക വിദഗ്ധർ അല്ലാതിരുന്നതിനാൽ സാമ്പത്തിക വിശകലനവുമായി ബന്ധപ്പെട്ട വിശദാംശങ്ങളിലേക്ക് കടന്നപ്പോൾ ഉയർന്നുവന്ന ചോദ്യങ്ങൾക്ക് മുൻപിൽ തൃപ്തികരമായ ഉത്തരം നല്കാൻ കഴിയാതെ മിഴിച്ചു നില്ക്കേണ്ടിയും വന്നു.

സംസ്ഥാനതല പരിശീലനത്തിനായി തയ്യാറാക്കപ്പെട്ട ആദ്യ കാര്യപരിപാടി പ്രകാരം ഡിസംബർ ആദ്യവാരം തന്നെ പരിശീലന പരിപാടി പൂർത്തീകരിക്കേണ്ടതായിരുന്നു. കർമ്മ സമിതി കൺവീനർമാർ, ജോയിന്റ് കൺവീനർമാർ, മുനിസിപ്പാലിറ്റി/പഞ്ചായത്ത് അദ്ധ്യക്ഷന്മാർ, സെക്രട്ടറിമാർ, കർമ്മ സമിതിയിലെ തിരഞ്ഞെടുക്കപ്പെട്ട അംഗങ്ങൾ എന്നിവർക്കായുള്ള ബ്ലോക്കുതല പരിശീലനങ്ങൾ ക്രിസ്തുമസിന് മുൻപേ പൂർത്തിയാക്കേണ്ടതുമുണ്ട്. തെക്കൻ ജില്ലകളിൽ വികസന സെമിനാർ പൂർത്തീകരിക്കുകയോ അവിടങ്ങളിലെ കർമ്മസമിതികൾ രൂപീകരിക്കുകയോ ചെയ്തിട്ടില്ല. ചില ഇടങ്ങളിൽ കർമ്മ സമിതികൾ രൂപീകരിക്കുന്നതിന് മുൻപ് തന്നെ പരിശീലനം സംഘടിപ്പിക്കപ്പെട്ടു. പ്രാദേശികമായി തയ്യാറാക്കപ്പെട്ട പ്രോജക്ടുകൾ അത്ര മെച്ചപ്പെട്ടതുമായിരുന്നില്ല.

പ്രോജക്ടുകളുടെ ഗുണനിലവാര പരിമിതി

മൂന്നാംഘട്ട പരിശീലന പരാജയം പ്രോജക്ടുകളുടെ ഗുണമേന്മയുടെ കാര്യത്തിലും തിരിച്ചടി സൃഷ്ടിച്ചു. ബ്ലോക്കുതല ശില്പശാലയ്ക്ക് ശേഷം ഓരോ പഞ്ചായത്തിലേയും എല്ലാ കർമ്മസമിതികളും ഒരു ഏകദിന ഓറിയന്റേഷൻ പരിപാടിയിൽ പങ്കെടുത്തുകൊണ്ട് പ്രോജക്ടുകൾ തയ്യാറാക്കി തുടങ്ങണമെന്നാണ് ഉദ്ദേശിച്ചിരുന്നത്. 1997 ഫെബ്രുവരിയോടുകൂടി പ്രോജക്ടുകൾ എഴുതി തയ്യാറാക്കി ഓരോ പഞ്ചായത്തിന്റേയും പദ്ധതി അന്തിമമാക്കുകയും ചെയ്യാമെന്ന് പ്രതീക്ഷിച്ചിരുന്നു. ഈ സമയക്രമം മനസ്സിൽ വച്ചാണ് 1997 ജനുവരിയിൽ നാലാംവട്ട പരിശീലനം സംഘടിപ്പിക്കപ്പെട്ടത്. നാലാംവട്ട പരിശീലനത്തിലെ (അടുത്ത അധ്യായത്തിൽ ചർച്ച ചെയ്യുന്നത്) മുഖ്യപങ്കാളികളായ പഞ്ചായത്ത് പ്രസിഡന്റുമാർ, മുനിസിപ്പൽ ചെയർപേഴ്സൺമാർ, അവരുടെ സെക്രട്ടറിമാർ എന്നിവരോട് അവർ അതേവരെ തയ്യാറാക്കിയ പ്രോജക്ടുകളുടെയും അതിൽ വിദഗ്ധ പരിശോധനയ്ക്ക് തെരഞ്ഞെടുത്ത പ്രോജക്ടുകളുടെയും എണ്ണം സംബന്ധിച്ച ഒരു സ്റ്റേറ്റ്മെന്റ് കൂടി കൊണ്ടുവരാൻ ആവശ്യപ്പെട്ടിരുന്നു. തെക്കൻ ജില്ലകളിൽ പ്രോജക്ട് തയ്യാറാക്കൽ ആരംഭിക്കുകപോലും ചെയ്തിട്ടില്ലെന്ന് ഇതിലൂടെ വെളിവാക്കപ്പെടുകയുണ്ടായി. മറ്റിടങ്ങളിൽ കൈപ്പുസ്തകങ്ങളിലെ മാതൃക പ്രോജക്ടുകൾ അനുകരിക്കുന്നതിനോ ലൈൻ ഡിപ്പാർട്ട്മെന്റുകളുടെ നടപ്പു സ്കീമുകൾ അതേപടി സ്വീകരിക്കുന്നതിനോ ഉള്ള ശ്രമമാണ് കണ്ടത്. ഇവ രണ്ടും ജനകീയാസൂത്രണ പ്രവർത്തകർ തടയണമെന്ന് കരുതിയിരുന്നതാണ്. നൂതന പ്രോജക്ടുകൾ ആകെ പ്രോജക്ടുകളുടെ ഒരു ചെറിയ ഭാഗം മാത്രമായിരുന്നു. ജനകീയാസൂത്രണക്കാർ പ്രാദേശിക ജനവിഭാഗത്തെ വികസന പദ്ധതികൾ തയ്യാറാക്കാൻ ചുമതലപ്പെടുത്തിയ നടപടി തെറ്റായിപ്പോയോ?

പ്രോജക്ട് രേഖകൾ പ്രചോദനകരമായിരുന്നില്ല. കൂടുതൽ പ്രോജക്ടുകൾക്കും ഒന്നിലധികം ധന സ്രോതസ്സുകളായിരുന്നുവെങ്കിലും ഇവ യാഥാർത്ഥ്യബോധത്തോടെ കണ്ടെത്തിയവയായിരുന്നില്ല എന്നാണ്

സൂക്ഷ്മ വിശകലനത്തിൽ വെളിവാക്കപ്പെട്ടത്. ഉദാഹരണത്തിന് ബാങ്ക് വായ്പ പ്രതീക്ഷിച്ചു തയ്യാറാക്കിയവയിൽ ബന്ധപ്പെട്ട ബാങ്കിന്റെ വായ്പാ നിബന്ധനകൾ പാലിച്ചിരുന്നില്ല. കർമ്മസമിതികൾ വായ്പ പ്രതീക്ഷിച്ചിരുന്ന ബാങ്കുകളുമായി വേണ്ടത്ര ആശയവിനിമയം നടത്തിയിരുന്നില്ല എന്നാണ് കണ്ടത്.

പ്രാദേശിക ജനങ്ങളിൽനിന്നും പ്രതീക്ഷിക്കുന്ന ശ്രമദാനം, ധനസഹായം, സാധന സാമഗ്രികളുടെ സമാഹാരം എന്നിവ പെരുപ്പിച്ചു പ്രോജക്ടുകളിൽ ഉൾപ്പെടുത്തിയിരുന്നു. ഗുണഭോക്തൃവിഹിതം ഒരു വലിയ ആശയക്കുഴപ്പം സൃഷ്ടിക്കുകയുണ്ടായി. ഈ വിഹിതം കറവമൃഗങ്ങൾ അല്ലെങ്കിൽ വൃക്ഷതൈകൾ പോലുള്ള പ്രത്യേക ആനുകൂല്യങ്ങൾ സ്വീകരിക്കുമ്പോൾ ഗുണഭോക്തൃ വിഹിതമായി നല്കുന്ന ധനവിഹിതമായിരിക്കാം, അല്ലെങ്കിൽ ഭവന നിർമ്മാണം പോലുള്ളവയിൽ തുടക്കത്തിൽ പ്രോജക്ടിൽ നിന്നുള്ളതും നിർമ്മാണ പൂർത്തീകരണത്തിന് ഗുണഭോക്താക്കൾ നല്കുന്ന തുകയും ചേർന്നുള്ള പ്രോജക്ടിന്റെ ചെലവായി കൂട്ടിച്ചേർക്കപ്പെടുന്നവയുമാകാം. രണ്ടാമത്തെ വിഭാഗത്തിൽ ഗുണഭോക്തൃ വിഹിതം പെരുപ്പിച്ചു കാണിക്കാനുള്ള ശ്രമം എപ്പോഴുമുണ്ടാകാം. ഉല്പാദന മേഖലയിലുള്ള പ്രോജക്ടുകളിലാണ് ഈ പ്രശ്നം സാരമായുള്ളത്. പ്രോജക്ടിന് ആവശ്യമായ അധിക നിക്ഷേപം മാത്രം ഉൾപ്പെടുത്തണമെന്നാണ് മാർഗ്ഗരേഖയിൽ പറഞ്ഞിട്ടുള്ളത്. മിക്കപ്പോഴും പ്രോജക്ടുകൾ നിലവിലില്ലാത്ത അവസ്ഥ ഉണ്ടാകുന്ന ചെലവുകൾ ഉൾപ്പെടെ മൊത്തം ഗുണഭോക്തൃ ചെലവുകളും പ്രോജക്ട് നിർദ്ദേശങ്ങളിൽ കൊണ്ടുവരാറുണ്ട്.

ചിലർ ഗുണഭോക്തൃവിഹിത ഇനത്തിന്റെ പ്രയോജനത്തെപ്പറ്റി സംശയം പ്രകടിപ്പിച്ചിട്ടുണ്ട്. അവർ വാദിക്കുന്നത്, ഗുണഭോക്താക്കൾ ഒടുക്കുന്ന വിഹിതം മാത്രം കണക്കാക്കിയാൽ മതിയാകില്ലേ എന്നാണ്. പക്ഷേ, അത്തരം പരിഷ്ക്കരണങ്ങൾ ഈ വൈകിയവേളയിൽ കൊണ്ടുവരുന്നത് പ്രായോഗികമായിരുന്നില്ല. മാത്രമല്ല, പ്രോജക്ട് രേഖ ഒരു ബോധന ഉപാധിയായി കണ്ടുകൊണ്ടു കൂടിയാണ് ഈ പരിഷ്ക്കാരങ്ങൾ മാർഗ്ഗനിർദ്ദേശങ്ങളിൽ ഉൾപ്പെടുത്തിയത്. സ്വകാര്യനിക്ഷേപത്തിന് പകരമായല്ല, മറിച്ച് പ്രോത്സാഹജനകമായാണ് പൊതുനിക്ഷേപം ഉണ്ടാകേണ്ടത്. പൊതുനിക്ഷേപത്തിനനുസരിച്ച് എത്രത്തോളം അധികം സ്വകാര്യനിക്ഷേപം ഉണ്ടാകുന്നു എന്ന് കണക്കാക്കേണ്ടത് പ്രധാനമായിരുന്നു.

ഉല്പാദനവുമായി ബന്ധപ്പെട്ട് പ്രോജക്ടുകളുടെ സാങ്കേതിക വിശകലനവും പ്രശ്നങ്ങളുളവാക്കിയിരുന്നു. സാങ്കേതികത്വം, തെരഞ്ഞെടുപ്പിന്റെ യുക്തി, മുൻപിൻ ബന്ധങ്ങൾ, പ്രവർത്തനപ്പട്ടിക എന്നിവ ഭൂരിപക്ഷം പ്രോജക്ടുകൾക്കും തയ്യാറാക്കിയിട്ടില്ലായിരുന്നു. പ്രോജക്ട് തയ്യാറാക്കുന്നതിൽ ആവശ്യമുള്ളത്ര വൈദഗ്ധ്യം ലഭ്യമാക്കാൻ കഴിഞ്ഞിട്ടില്ല എന്ന കാര്യം വ്യക്തമായിരുന്നു. കർമ്മസമിതി കൺവീനർമാരാകേണ്ടിയിരുന്ന സർക്കാർ ഉദ്യോഗസ്ഥർ സജീവമായിരുന്നില്ല എന്നും കാണാം.

പ്രാദേശിക സ്ഥാപനങ്ങൾ വിദഗ്ധരെ കർമ്മസമിതികളിലേക്ക് കൊണ്ടുവന്നതുമില്ല. ധാരാളം അനൗദ്യോഗിക വിദഗ്ധരെ ബന്ധപ്പെടുത്തേണ്ടതിന്റെ പ്രാധാന്യം തിരിച്ചറിഞ്ഞ സംസ്ഥാന ആസൂത്രണ ബോർഡ് ഉപാദ്ധ്യക്ഷൻ ശ്രീ. ഐ എസ് ഗുലാത്തി മാസങ്ങൾക്കു മുൻപേ പ്രോജക്ടുകൾ തയ്യാറാക്കുന്നതിൽ നല്ല പങ്ക് വഹിക്കാൻ കഴിയുന്ന പ്രാദേശിക സാങ്കേതിക വിദഗ്ധരുടെ ലിസ്റ്റ് അയച്ചുതരാൻ പഞ്ചായത്ത് പ്രസിഡന്റുമാരോടും മുനിസിപ്പൽ ചെയർപെഴ്സൺമാരോടും ആവശ്യപ്പെട്ടുകൊണ്ട് കത്ത് അയക്കുകയുണ്ടായി. ഈ ലിസ്റ്റ് ഉപയോഗിച്ച് മുഖ്യമന്ത്രി ഇ കെ നായനാർ പ്രാദേശിക പദ്ധതി തയ്യാറാക്കുന്നതിൽ ഈ വിദഗ്ധരുടെ സഹായ സഹകരണങ്ങൾ വ്യക്തിപരമായി അഭ്യർത്ഥിക്കുകയുമുണ്ടായി. ഈ പ്രക്രിയയിൽ പങ്കാളികളാകുന്നതിന് അവിടങ്ങളിലെ മുതിർന്ന റിസോഴ്സ് പേഴ്സൺമാർ അതതിടങ്ങളിലെ വിദഗ്ധരെ പ്രേരിപ്പിക്കുകയും ചെയ്തിരുന്നു. ഭൂരിപക്ഷം തദ്ദേശഭരണ സ്ഥാപനങ്ങളും ലിസ്റ്റ് തയ്യാറാക്കി അയക്കുകയുണ്ടായി. പക്ഷേ, അവർ കണ്ടെത്തിയ വിദഗ്ധരിൽ ഭൂരിപക്ഷവും അതിനകം തന്നെ ജനകീയാസൂത്രണ പ്രസ്ഥാനത്തിൽ പങ്കാളികളായി തീർന്ന സാധാരണക്കാരോ പ്രവർത്തകരോ ആയിരുന്നു. ഇത്തരത്തിലുള്ള ധാരാളം ദൗർബല്യങ്ങളുടെയും, പരാജയങ്ങളുടെയും ന്യൂഡൽഹിയിൽ നിന്നുള്ള പദ്ധതി സമർപ്പിക്കുന്നതിനുള്ള അന്തിമദിന സൂചനയുമൊക്കെ ചേർന്ന് ജനകീയാസൂത്രണം മൂന്നാംഘട്ടം കുടുക്കിൽപ്പെട്ടു പോകുമോ?

പ്രശ്നം കണ്ടെത്തൽ

ഒമ്പതാം പഞ്ചവത്സര പദ്ധതിയുടെ ആദ്യ വാർഷികപദ്ധതിയായ 1997–98 വാർഷികപദ്ധതി അന്തിമമാക്കാനുള്ള സമയക്രമം പിന്നിലേക്ക് മാറ്റുന്നതിൽ ജനകീയാസൂത്രണ സംഘാടകർ നിരാശരായിരുന്നു. അന്തിമദിനവുമായി ബന്ധപ്പെട്ട ഇളവിനായി ദേശീയ ആസൂത്രണ കമ്മീഷനെ കാണാനായി സംസ്ഥാന ആസൂത്രണ ബോർഡിൽ നിന്നുള്ള ഒരു സംഘം ഡൽഹിയിലേക്ക് പുറപ്പെടുകയുണ്ടായി. ഭാഗ്യവശാൽ കമ്മീഷനിലെ ഒരംഗമായ എസ് പി ശുക്ലയുടെ കേരള സന്ദർശനത്തെ തുടർന്ന് കേരളത്തിലെ സവിശേഷമായ ആസൂത്രണ പരീക്ഷണത്തിൽ ഡൽഹിയിലെ ആസൂത്രണ കമ്മീഷന് ഒരു പ്രത്യേക താല്പര്യം ജനിക്കുകയുണ്ടായി. കേരളം പ്രാദേശിക പദ്ധതികളുടെ വിശദാംശങ്ങൾ ഡിസംബറിൽ തന്നെ കാണിക്കേണ്ടതില്ല എന്ന നിർദ്ദേശത്തോട് ആസൂത്രണ കമ്മീഷൻ യോജിക്കുകയുണ്ടായി. ഈ ധാരണ വഴി പ്രാദേശിക പദ്ധതികൾ അന്തിമമാക്കുന്നതിന് ഒരു പുതിയ സമയക്രമം നിശ്ചയിക്കുവാൻ സഹായകമായി.

മൂന്നാംഘട്ട സംസ്ഥാന പരിശീലന പരിപാടി തിടുക്കത്തിൽ സംഘടിപ്പിച്ചതാണ്, പരാജയ കാരണമായതെന്ന് സംഘാടകർ തിരിച്ചറിഞ്ഞു. ജില്ലകളിലെ സമാന്തര ക്യാമ്പുകൾക്ക് പകരം കൂടുതൽ സമയമെടുത്തും നല്ല സൗകര്യങ്ങളും ഗുണമേന്മയുള്ള പരിശീലനഘടകങ്ങളും ഉറപ്പാക്കി

അനുക്രമമായി മേഖലാ പരിശീലനങ്ങൾ സംഘടിപ്പിക്കാമെന്നായി. ഇതുവഴി മുതിർന്ന ഉദ്യോഗസ്ഥരുടെ വർദ്ധിച്ച പങ്കാളിത്തവും ഉറപ്പാക്കാനാകും. മൂന്നാംഘട്ട പരിശീലന പരാജയത്തിന്റെ അനുഭവം ഉൾക്കൊണ്ട് അവർ മുന്നോട്ട് നീങ്ങാൻ തീരുമാനിച്ചു.

കർമ്മസമിതികളെ പുനരുജ്ജീവിപ്പിക്കേണ്ടത് അത്യാവശ്യമായിരുന്നു. ഓരോ പഞ്ചായത്തിലേയും നഗരസഭയിലേയും എല്ലാ കർമ്മസമിതികളുടെയും പൊതുയോഗം ചേരാൻ നിർദ്ദേശിച്ചു. പുതിയ അംഗങ്ങളെ കർമ്മസമിതിയിലേക്ക് കൊണ്ടുവരാം. എവിടെയെങ്കിലും കർമ്മസമിതിയുടെ പുനഃസംഘടന പ്രയാസമായി തോന്നുന്നുവെങ്കിൽ എല്ലാ മേഖലയിലേയും പ്രോജക്ടുകൾ സജീവ പ്രവർത്തകരുടെ ഒരു കോർഗ്രൂപ്പ് തയ്യാറാക്കുകയും ഉചിതമായ കർമ്മസമിതിയും വിളിച്ച് ചേർത്ത് അവ ഔപചാരികമായി പരിഗണിക്കുകയും ചെയ്യാവുന്നതാണ്. അതല്ലെങ്കിൽ പോലും കർമ്മസമിതികളിൽ അംഗങ്ങൾ അനൗദ്യോഗിക വിദഗ്ധരോട് അവരവരുടെ വൈദഗ്ധ്യ മേഖലയിലെ പ്രോജക്ടുകൾ തയ്യാറാക്കുന്നതിൽ സഹായിക്കാൻ പറയാവുന്നതുമാണ്.

സംസ്ഥാന ബഡ്ജറ്റ് അവതരണം നടക്കാനിരിക്കുന്നതേയുള്ളൂ. എങ്കിലും സംസ്ഥാന ആസൂത്രണ ബോർഡ് സംസ്ഥാന വാർഷിക പദ്ധതി ജനുവരിയിൽ അന്തിമമാക്കുകയുണ്ടായി. ഓരോ തദ്ദേശഭരണ സ്ഥാപനത്തിന്റേയും ഗ്രാന്റ് ഇൻ എയിഡ് കണക്കാക്കാൻ കഴിയുംവിധം ഓരോ പ്രാദേശിക സ്ഥാപനത്തിന്റെയും വിഹിതം വെറും ജനസംഖ്യാടിസ്ഥാനത്തിൽ മാത്രം കണക്കാക്കുകയുണ്ടായി. പ്രതീക്ഷിത വിഹിതം കണക്കാക്കുന്നതിനുള്ള സൂത്രവാക്യം ഓരോ പഞ്ചായത്തിനേയും മുനിസിപ്പാലിറ്റിയേയും അറിയിക്കുകയുണ്ടായി. വാർഷിക പദ്ധതിയിൽ ഉൾപ്പെടുത്തേണ്ട പ്രോജക്ട് നിർദ്ദേശങ്ങൾ കർമ്മ സമിതികൾക്ക് നല്കാൻ കഴിയുംവിധം ജനപ്രതിനിധികൾക്കുള്ള ഔപചാരിക പരിശീലനം ജനുവരിയോടുകൂടി പൂർത്തീകരിക്കപ്പെട്ടു. ഈ പ്രോജക്ട് നിർദ്ദേശങ്ങളിൽ ഒതുക്കി കർമ്മസമിതികൾക്ക് പ്രോജക്ടുകൾ തയ്യാറാക്കാനും കഴിഞ്ഞു. ഇത് അവരുടെ പണി നന്നേ കുറയ്ക്കുകയുണ്ടായി.

പ്രോജക്ട് പരിശോധിച്ച് ആവശ്യമുള്ള തിരുത്തലുകൾ വരുത്താനായി ബ്ലോക്ക് തലത്തിൽ ശില്പശാലകൾ സംഘടിപ്പിച്ചു. ഈ ശില്പശാലകൾ 'പ്രോജക്ട് ക്ലിനിക്ക്' എന്നാണ് അറിയപ്പെട്ടത്. പ്രോജക്ട് വിലയിരുത്തലിൽ അനുഭവജ്ഞാനമുള്ള ബാങ്ക് ഓഫീസർമാരും ജീവനക്കാരുമായിരുന്നു ഈ പ്രോജക്ട് ക്ലിനിക്കുകളിലെ പ്രധാന സഹായികളായിരുന്നത്. സംസ്ഥാന ആസൂത്രണ ബോർഡിൽനിന്നും നിരന്തരം ആവശ്യപ്പെട്ടിട്ടും ജനകീയാസൂത്രണത്തിൽ പങ്കെടുക്കാതെ മറ്റുവിധത്തിൽ ഒഴിഞ്ഞു നില്ക്കുകയായിരുന്നു ബാങ്ക് മാനേജർമാർ. എന്നാൽ രാഷ്ട്രീയ നിരവ്യത്യാസമില്ലാതെ തന്നെ ബാങ്ക് ഓഫീസർമാരുടേയും ജീവനക്കാരുടെയും സംഘടനകൾ ജനകീയാസൂത്രണവുമായി സഹകരിക്കാൻ താല്പര്യം കാണിച്ചിരുന്നു. സംഘടനാ ഭാരവാഹികളുമായി സംസാരി

ച്ചതനുസരിച്ച് ബാങ്ക് ജീവനക്കാരുടെ സംസ്ഥാനതല ശില്പശാലയും തുടർന്ന് ജില്ലാതല ശില്പശാലകളും സംഘടിപ്പിക്കുകയുണ്ടായി. ജില്ലാതല യോഗത്തിൽ വച്ച് ജനകീയാസൂത്രണത്തിനായി 'ബാങ്കേഴ്സ് സെൽ' രൂപീകരിക്കുകയുണ്ടായി. 1997 ജൂൺ–ജൂലൈ വരെ പ്രോജക്ട് രൂപീകരണഘട്ടം തുടർന്നു.

മൂന്നുനാല് മാസം താമസിച്ചായാലും ശരിയായ മാതൃകയിൽതന്നെ പ്രോജക്ടുകൾ തയ്യാറാക്കപ്പെട്ടു. കീ റിസോഴ്സ് പേഴ്സൺ (KRP) മാരുടെ 1998 ലെ ഒരു സർവേ പ്രകാരം 34 ശതമാനം പഞ്ചായത്തിലും ഔപചാരിക കർമ്മസമിതികളുടെ പ്രവർത്തനത്തിലൂടെയല്ല പകരം സജീവ പ്രവർത്തകരായ ഒരു കോർ ടീം ആണ് പ്രോജക്ടുകൾ തയ്യാറാക്കിയത് എന്ന് കണ്ടു. 12 ശതമാനം പഞ്ചായത്തുകളിൽ മാത്രമാണ് എല്ലാ കർമ്മസമിതികളും പൂർണ്ണമായും സജീവമായിരുന്നത്. ഏകദേശം 40 ശതമാനം പഞ്ചായത്തുകളിലും കർമ്മസമിതികൾ വേണ്ടത്ര പ്രവർത്തിച്ചുവെങ്കിലും 26 ശതമാനം പഞ്ചായത്തിലും ഭാഗികമായി മാത്രം പ്രവർത്തിച്ച കർമ്മസമിതികൾ ആയിരുന്നു. കീ റിസോഴ്സ് പേഴ്സൺമാരിൽ ഭൂരിപക്ഷവും ഒന്നിലധികം പഞ്ചായത്തുകളിലെ കർമ്മസമിതി അംഗങ്ങൾ ആയിരുന്നു. ഓരോരുത്തരും ശരാശരി 3.6 പഞ്ചായത്തുകളിൽ ഉപദേശക സ്വഭാവത്തിലെങ്കിലും ഇടപെട്ടിരുന്നു.

ഭരണയന്ത്രവും വികേന്ദ്രീകരണവും

ഉദ്യോഗസ്ഥവൃന്ദത്തിന് ജനകീയാസൂത്രണവുമായുള്ള സുഖകരമല്ലാത്ത ബന്ധത്തിലേക്ക് ജനകീയാസൂത്രണത്തിന്റെ മൂന്നാംഘട്ടം ശ്രദ്ധകേന്ദ്രീകരിച്ചു. ഈ ബന്ധത്തിന്റെ സങ്കീർണ്ണതകളെപ്പറ്റിയും ഭാവിയിൽ വരുത്തേണ്ട മാറ്റങ്ങളെപ്പറ്റിയുമുള്ള ഒരു ഹ്രസ്വ വിശകലനത്തിന് ആ അവസരം വിനിയോഗിക്കേണ്ടതായുണ്ട്.

വളർന്നുവരുന്ന അഴിമതിയും നിസ്സംഗതയുമുണ്ടെങ്കിലും ഇന്ത്യയിലെ മറ്റേതൊരു ചൂഷക സർക്കാരിനേക്കാളും മെച്ചമായിരുന്നു കേരള സർക്കാർ. ഭൂമിയുടെ പുനർവിതരണം, അടിസ്ഥാന സൗകര്യങ്ങൾ അഥവാ സാമൂഹ്യക്ഷേമ പരിപാടികളുടെ വിപുലീകരണം എന്നിവപോലുള്ള അടിസ്ഥാന പരിഷ്ക്കരണങ്ങൾക്കായുള്ള നിയമ നിർമ്മാണങ്ങൾക്കും നടപ്പിലാക്കലിനും കാരണക്കാരായ സംസ്ഥാന സർക്കാരിന്റെ ഇടപെടൽ പണ്ഡിത ശ്രേഷ്ഠരും നയരൂപീകരണ വിദഗ്ധരും എടുത്ത് കാട്ടിയിട്ടുണ്ട് എന്നത് സത്യമാണ്. വികസന പരിണാമം സ്വയം ഭരണാധികാര സ്റ്റേറ്റിന്റെ സാമൂഹ്യ ഉൾച്ചേർക്കലായി വിശദമാക്കപ്പെട്ടിട്ടുണ്ട്. (ഇവാൻസ് 1995, ഹെല്ലർ 1998). ഇന്ത്യയിലെ ഒട്ടുമിക്ക സംസ്ഥാനങ്ങളിൽനിന്നും വ്യത്യസ്തമായി സംസ്ഥാന സർക്കാരിൽ കീഴാള വിഭാഗത്തിന്റെ ആവശ്യങ്ങളോട് പ്രതികരിക്കേണ്ടി വന്നതെന്തുകൊണ്ടായിരുന്നു? ഇതിൽ മൂന്ന് ഘടകങ്ങൾ കാണേണ്ടതുണ്ട്.

ഒന്നാമതായി സംസ്ഥാന ഭരണത്തിന്മേൽ ആവർത്തിച്ചുണ്ടായ ഇടതുപക്ഷ നിയന്ത്രണം സർക്കാരിന്റെ അജണ്ടയിൽ ജനകീയ ആവിഷ്കരണം കൂട്ടിചേർക്കുന്നതിലേക്ക് നയിക്കുകയുണ്ടായി. രണ്ടാമതായി, മൂന്നാം അദ്ധ്യായത്തിൽ പ്രതിപാദിച്ചതുപോലെ ബൂർഷ്വാ–ഭൂജന്മി ബന്ധത്തിന്റെ ഒരുഭാഗം മാത്രമായ ഇന്ത്യയിലെ സംസ്ഥാന സർക്കാരുകൾ സ്വയം ഒരു അധികാര മാറ്റത്തിന് തയ്യാറാകും എന്ന് ഇടതുപക്ഷക്കാർ വിശ്വസിച്ചിരുന്നില്ല. അതുകൊണ്ട് അധികാരത്തിലായിരിക്കുമ്പോഴും അല്ലാത്തപ്പോഴും ഇടതുപക്ഷം ജനങ്ങളെ അവരുടെ ആവശ്യങ്ങൾക്കുവേണ്ടി അണിനിരത്തുന്നത് തുടർന്നുകൊണ്ടേയിരുന്നു. സംസ്ഥാന ഭരണയന്ത്രത്തിന്റെ പ്രതികരണങ്ങൾ മനസ്സിലാക്കുന്നതിന് താഴെത്തട്ടിൽ നിന്നുള്ള തുടർച്ചയായ സമ്മർദ്ദം അനിവാര്യമാണ്. മൂന്നാമതായി, രാജ്യത്തിന്റെ ഇതരഭാഗങ്ങളിൽനിന്നും വ്യത്യസ്തമായി കേരളത്തിലെ സർക്കാർ ഉദ്യോഗസ്ഥർ കൂടുതൽ ജനാധിപത്യ ബോധമുൾക്കൊണ്ടവരാണ്. എല്ലാറ്റിനും പുറമെ അവർ സംസ്ഥാനത്തിന്റെ പൊതു ജനാധിപത്യ മൂല്യങ്ങൾ ഉൾക്കൊണ്ട വിദ്യാഭ്യാസം നേടിയവരുമാണ്. എന്നാൽ ഏറ്റവും പ്രധാനമായത് കേരളത്തിലെ സർക്കാർ ജീവനക്കാരും ഉദ്യോഗസ്ഥ മേധാവികളും സ്വയം സംഘടിച്ചവരും സ്വന്തം സേവന സാഹചര്യങ്ങൾ മെച്ചപ്പെടുത്തുന്നതിനുള്ള പോരാട്ടങ്ങളിലും മറ്റ് സാമൂഹിക വിഭാഗങ്ങളുടെ ജനകീയ സമരങ്ങളിലും പങ്കെടുത്ത ദീർഘ ചരിത്രമുള്ളവരുമാണ്.

എന്നിട്ടും പിന്നെ എന്തുകൊണ്ടാണ് സംസ്ഥാന ഭരണയന്ത്രം ജനാധിപത്യ അധികാര വികേന്ദ്രീകരണ പ്രക്രിയയിലേക്ക് പൂർണ്ണമായും മാറുന്നതിന് പരാജയപ്പെടുന്നത്? ഇതിന് അടിസ്ഥാനപരമായി രണ്ട് കാര്യങ്ങളാണുള്ളത്. ഒന്നാമത്തേത് കേന്ദ്രീകൃത ഉദ്യോഗസ്ഥ വകുപ്പ് സംവിധാനത്തിനും ജനാധിപത്യ വികേന്ദ്രീകരണ പ്രക്രിയയ്ക്കുള്ള അടിസ്ഥാന വൈരുദ്ധ്യവുമായി ബന്ധപ്പെട്ടതാണ്. താഴെത്തട്ടിൽ നിന്നുള്ള ആവശ്യങ്ങളോടുള്ള പ്രതികരണ ഫലമായിട്ടാണെങ്കിലും സംസ്ഥാനം നേരത്തേ കൊണ്ടുവന്നിട്ടുള്ള സാമൂഹ്യക്ഷേമ നടപടികൾ അല്ലെങ്കിൽ പരിഷ്കാരങ്ങൾ ശ്രേണീബദ്ധമായിട്ടുള്ള വകുപ്പുകൾ പിന്തുടർന്നിരുന്നു. ഒരു വികസ്വര രാജ്യത്തിന്റെ ആവശ്യങ്ങൾ നേരിടുന്നതിനായി വകുപ്പുകൾ പരിഷ്കരിക്കപ്പെട്ടുവെങ്കിലും ബ്രിട്ടീഷുകാരുടെ സാമ്രാജ്യത്വ ഉരുക്കുചട്ടക്കൂട് അതുപോലെ തുടരാൻ അനുവദിക്കുകയായിരുന്നു. ജനാധിപത്യ അധികാരവികേന്ദ്രീകരണ പ്രക്രിയ സർക്കാർ സംവിധാനങ്ങളെ വിവിധതലങ്ങളിലെ തിരഞ്ഞെടുക്കപ്പെട്ട ജനപ്രതിനിധികളുടെ നിയന്ത്രണത്തിൻ കീഴിൽ കൊണ്ടുവരുന്നതിൽ അടിസ്ഥാനപരമായ ഒരു വെല്ലുവിളി ഉയർത്തുകയുണ്ടായി. പങ്കാളിത്തഭരണം വിഭാവന ചെയ്യുന്നത് ഉദ്യോഗസ്ഥർ അനുദ്യോഗസ്ഥരും സാധാരണ പൗരന്മാരുമായി ചേർന്ന് പ്രവർത്തിക്കുമെന്നതാണ്. പഴയ രീതിയിലുള്ള അധികാരശ്രേണി, വകുപ്പ് സവിശേഷതകൾ, മാറ്റത്തിന് തയ്യാറാകാത്ത കീഴ്വഴക്കങ്ങൾ, സുതാര്യതയില്ലായ്മ ഇവയൊക്കെ സംവിധാനത്തിന്റെ അഴിച്ചുപണിയെ തടസ്സ

പ്പെടുത്തുകയും അതിനോട് വിപ്രതിപത്തി കാട്ടുകയും ചെയ്യുമെന്നത് മനസ്സിലാക്കാവുന്നതേയുള്ളൂ.

ഉദ്യോഗസ്ഥർ, അവരുടെ കടമകളും മനോഭാവവും

ഇന്ത്യൻ ബ്യൂറോക്രസിയിലെ ഏറെ ബഹുമാന്യരായ ചില ഭരണാധികാരികളുടെ അഭ്യർത്ഥന ഉണ്ടായിട്ടും ജില്ലാ കളക്ടർമാർ ഒന്നടങ്കം ജില്ലാ പഞ്ചായത്തിന്റെ സെക്രട്ടറിമാരായി തങ്ങളെ നിയോഗിക്കാനുള്ള ശ്രമത്തെ പല്ലും നഖവുമുപയോഗിച്ച് എതിർക്കുകയുണ്ടായി. ആ ശ്രമം ഉപേക്ഷിക്കേണ്ടിവന്നു. ജില്ലാ പഞ്ചായത്തുകളുടെ അധികാര പരിധി ഗ്രാമ പ്രദേശങ്ങളിൽ മാത്രമായി ഒതുക്കിയ ഭരണഘടനാ വ്യവസ്ഥയും ഈ ശ്രമം ഉപേക്ഷിക്കുന്നതിനുള്ള ഒരു ഘടകമായി ഭവിച്ചു. ഇതിന്റെ ഫലമായി ജില്ലാതല ഭരണ സംവിധാനം ഏതാണ്ട് മുഴുവനായി പ്രാദേശിക ഭരണത്തിന്റെ നിയന്ത്രണത്തിന് പുറത്തായി തന്നെ തുടർന്നു. ഇങ്ങനെ ജനകീയാസൂത്രണത്തിൽ ഭരണസംവിധാനത്തിന് എത്രത്തോളം പങ്കാളികളാകാമെന്നത് അതത് ജില്ലാകളക്ടർമാരുടെ വ്യക്തിപരമായ താല്പര്യത്തിനനുസരിച്ചാവും എന്ന നിലയിലായി. ധാരാളം ജില്ലാ കളക്ടർമാർ ഈ വികേന്ദ്രീകൃത ആസൂത്രണ പരിപാടിയിൽ പങ്കാളികളായി. ചിലർ അവരുടെ പ്രാഥമിക കർത്തവ്യങ്ങളിൽ ഒന്നായിപോലും ഇതിനെ കാണുകയുണ്ടായി. ചിലരുടെ താല്പര്യക്കുറവ് പരിപാടിയുടെ നടത്തിപ്പിനേയും പ്രതികൂലമായി ബാധിച്ചു.

ഭരണ മുന്നണിയിലെ രാഷ്ട്രീയ നേതൃത്വത്തിലെ ചില ഇടങ്ങളിൽ നിന്നുണ്ടായ തെറ്റായ സൂചനകളും ഉദ്യോഗസ്ഥരുടെ താല്പര്യക്കുറവിന് ഒരു പരിധിവരെ കാരണമായി എന്ന് സമ്മതിക്കേണ്ടതുണ്ട്. സംവിധാനത്തിനുള്ളിൽ കടന്നുകയറിയ അപചയത്തിന്റെ പ്രതിഫലനം കൂടിയായിരുന്നു ഇത്. ചെറിയ ഒരു പരിധിവരെ അഴിമതി നിറഞ്ഞിരുന്നുവെങ്കിലും ഏറ്റവും കുറഞ്ഞത് 1980 വരെയെങ്കിലും ഞങ്ങൾ അഴിമതിക്കാരല്ല എന്ന് ഉദ്യോഗസ്ഥ സംവിധാനത്തിലെ ഏറ്റവും ഉയർന്ന നിരയായ ഇന്ത്യൻ അഡ്മിനിസ്ട്രേറ്റീവ് സർവ്വീസിന് വീമ്പിളക്കാമായിരുന്നു. എന്നാൽ തൊണ്ണൂറുകളുടെ ആദ്യപകുതിയിൽ ചീഫ് സെക്രട്ടറി ഉൾപ്പെടെയുള്ള ഉന്നത ബ്യൂറോക്രാറ്റുകൾ വരെ അഴിമതിയുടെ വലയിൽപ്പെടുകയുണ്ടായി. വിവിധ വകുപ്പുകളിൽ സ്ഥാനമാനങ്ങൾ ഉറപ്പിച്ചിട്ടുള്ള ഭാഗ്യാന്വേഷികളുടെ കൂട്ടായ്മയുടെ ശക്തിതന്നെ വിവിധ വകുപ്പുകളുടെ ജനകീയാസൂത്രണ ഇടപെടലുകളിലെ വ്യത്യാസം സ്പഷ്ടമാക്കുന്നുണ്ട്.

ഗ്രാമസഭകൾ സംഘടിപ്പിക്കുന്നതിൽ സർക്കാർ സംവിധാനങ്ങളുടെ പങ്ക് വളരെകുറച്ചു മാത്രമാണ് എന്നാണ് കീ റിസോഴ്സ്പേഴ്സൺമാരുടെ വിലയിരുത്തൽ. കീ റിസോഴ്സ്പേഴ്സൺമാരിൽ എഴുപത്തിയാറ് ശതമാനം പേരുടെയും അഭിപ്രായം ഗ്രാമസഭകളിൽ ഉദ്യോഗസ്ഥ പങ്കാളിത്തം മോശമോ വളരെ മോശമോ എന്നാണ്. ജനകീയാസൂത്രണ പരിപാടിയിൽ വിവിധ സർക്കാർ ഉദ്യോഗസ്ഥരുടെ ഉത്തരവാദിത്വങ്ങൾ നിർണ്ണയിക്കു

ന്നതിനായി ഒന്നാംഘട്ടത്തിന്റെ അവസാനം ചീഫ് സെക്രട്ടറി തന്നെ വിവിധ വകുപ്പ് സെക്രട്ടറിമാരുടെ ഒരു യോഗം വിളിച്ചു ചേർക്കുകയുണ്ടായി. ഒരു സർക്കാർ ഉത്തരവും പുറപ്പെടുവിക്കുകയുണ്ടായി. പക്ഷേ, പഞ്ചായത്ത് വികസന റിപ്പോർട്ടിലെ (PDR) പ്രധാനപ്പെട്ട ഒരു ഘടകമായ വകുപ്പുതല വിലയിരുത്തൽ റിപ്പോർട്ട് ഉണ്ടായിവന്നില്ല. വികസന സെമിനാറിലെ ഉദ്യോഗസ്ഥ പങ്കാളിത്തം മെച്ചപ്പെട്ടു. കർമ്മസമിതികളുടെ കൺവീനർമാരായി ചുമതല നല്കി പ്രോജക്ട് തയ്യാറാക്കലിൽ വലിയ അളവിൽ ഉദ്യോഗസ്ഥ പങ്കാളിത്തം ഉറപ്പു വരുത്തുന്നതിനുള്ള ശ്രമം പ്രതീക്ഷിച്ച ഫലം നല്കാതെ എങ്ങനെയാണ് പരാജയപ്പെട്ടു എന്നാണ് ഈ അധ്യായത്തിൽ നമ്മൾ കണ്ടത്. ഉദ്യോഗസ്ഥരുടെ സഹജവാസന പരിശീലന പരിപാടിയെ അട്ടിമറിച്ചു എന്നതിന് പുറമേ കർമ്മസമിതികളിൽ നേതൃത്വപരമായ പങ്ക് വഹിക്കുന്നതിന് താഴെ തട്ടിലെ ഉദ്യോഗസ്ഥരെ പ്രേരിപ്പിക്കുന്നതിൽ വകുപ്പു തലവന്മാർ പരാജയപ്പെടുകയുമുണ്ടായി. കീ റിസോഴ്സ്പേഴ്സൺമാരിൽ 43 ശതമാനം പേർ കർമ്മസമിതിയിലെ ഉദ്യോഗസ്ഥ പങ്കാളിത്തം വിലയിരുത്തുന്നതിൽ വേണ്ടത്ര ശ്രദ്ധ കാണിക്കുകയും ചെയ്തില്ല. എന്നിരുന്നാലും തുടർന്നുള്ള ഘട്ടങ്ങളിൽ ഒരു നിശ്ചിത പുരോഗതി കാണാനായി.

സ്ഥിതിഗതികൾ വിലയിരുത്തുന്നതിനും ഉദ്യോസ്ഥരുടെ പങ്കാളിത്തം വർദ്ധിപ്പിക്കുന്നതിനുമായി വകുപ്പു സെക്രട്ടറിമാരുടെയും ജില്ലാകളക്ടർമാരുടെയും സംസ്ഥാനതല യോഗങ്ങളും പ്രധാന വകുപ്പ് ഉദ്യോഗസ്ഥരുടെ മേഖലാതല യോഗങ്ങളും വിളിച്ചു കൂട്ടുകയുണ്ടായി. താല്പര്യവും പ്രതിബദ്ധതയുമുള്ള ധാരാളം ഉദ്യോഗസ്ഥരുടെ സഹകരണവും പങ്കാളിത്തവും ഈ പ്രക്രിയയെ സഹായിച്ചു. ചീഫ് സെക്രട്ടറി സി പി നായർ പുതിയ നിരീക്ഷണങ്ങളോടും കാഴ്ചപ്പാടുകളോടും തുറന്ന സമീപനവും പൂർണ്ണ പ്രതിബദ്ധതയും വാഗ്ദാനം ചെയ്തു. ജനകീയാസൂത്രണത്തെപ്പറ്റി വിശദീകരിക്കുന്നതിനും അവരവരുടെ ഉത്തരവാദിത്വങ്ങൾ നിർവ്വചിക്കുന്നതിനുമായി അദ്ദേഹം മുതിർന്ന ഉദ്യോഗസ്ഥരുടെ യോഗങ്ങൾക്ക് തുടക്കം കുറിച്ചു. പദ്ധതി നിർവ്വഹണ സമയത്ത് താഴെ തട്ടിലെ ഉദ്യോഗസ്ഥരുടെ ജനകീയാസൂത്രണത്തിലെ പങ്കാളിത്തം പരിശോധിക്കുന്നതിന് അദ്ദേഹം പല ജില്ലകളിലും പരസ്യ ഫീൽഡ് സന്ദർശനങ്ങൾ നടത്തുകയും ചെയ്തു.

ജനകീയാസൂത്രണ പരിപാടിയുടെ നടത്തിപ്പിൽ കേന്ദ്രസ്ഥാനത്തായിരുന്നു രണ്ട് ബ്യൂറോക്രാറ്റുകളായ തദ്ദേശഭരണവകുപ്പ് സെക്രട്ടറി എസ് എം വിജയാനന്ദ്, ധനകാര്യ വകുപ്പ് എക്സ്പെന്റീച്ചർ സെക്രട്ടറി കെ എം എബ്രഹാം എന്നിവരുടെ സംഭാവനകൾ. ഏതു കാര്യവും നടത്തുന്നതിന് സർക്കാർ ഉത്തരവ് പുറപ്പെടുവിക്കേണ്ട സാധാരണ പ്രക്രിയകളെ ഒഴിവാക്കിയും സെക്രട്ടേറിയേറ്റിലെ ബ്യൂറോക്രാറ്റിക് കുടുക്കിൽ മുങ്ങിപ്പോകാതെ ജനകീയാസൂത്രണത്തെ സംരക്ഷിക്കാനും അവർ വ്യക്തിപരമായ ഉത്തരവാദിത്വമെടുക്കുകയുണ്ടായി. ഏതാണ്ട് എല്ലാ ആഴ്ചകളിലും

ഔപചാരിക മാർഗ്ഗനിർദ്ദേശങ്ങളും സ്പഷ്ടതയും വരുത്തുന്ന താല്ക്കാലിക ഉത്തരവുകൾ പുറപ്പെടുവിക്കുകയുണ്ടായി. മന്ത്രിയുടെ അദ്ധ്യക്ഷതയിൽ തദ്ദേശഭരണവകുപ്പ്, ധനകാര്യവകുപ്പ്, സംസ്ഥാന ആസൂത്രണ ബോർഡ് എന്നിവിടങ്ങളിലെ പ്രതിനിധികൾ അടങ്ങിയ കോഓർഡിനേഷൻ കമ്മിറ്റിയുടെ പ്രതിവാരയോഗങ്ങൾ നടന്നു. ജനകീയാസൂത്രണ പരിപാടി മുന്നേറുന്നതിനനുസരിച്ച് ദിവസേന സൃഷ്ടിക്കപ്പെടുന്ന ഉദ്യോഗസ്ഥ തടസ്സങ്ങൾ ഉചിതമായി പരിഹരിക്കുന്നതിന് ഇത് സഹായകമായി.

ജീവനക്കാരുടെ സംഘടനകൾ

ഉദ്യോഗസ്ഥവൃന്ദത്തെ ജനകീയാസൂത്രണ പരിപാടിയിലേക്ക് കൊണ്ടുവരുവാനുള്ള മാർഗ്ഗം ഉദ്യോഗസ്ഥരുടെയും ഓഫീസർമാരുടെയും സംഘടനകൾ ആയിരുന്നു. ജനകീയാസൂത്രണം ആരംഭിക്കുന്നതിനു മുൻപ് തന്നെ സർക്കാർ ഉദ്യോഗസ്ഥരുടെ സംഘടനാ പ്രതിനിധികളുമായി ആശയവിനിമയം നടത്തുകയുണ്ടായി. ഈ ചർച്ച കഴിഞ്ഞ ഉടനേ തന്നെ പ്രതിപക്ഷ സംഘടനകൾ ജനകീയാസൂത്രണം സൃഷ്ടിക്കാൻ ശ്രമിക്കുന്നത് നിയമാനുസൃത ഭരണ സംവിധാനത്തിന് സമാന്തരമായി ഭരണഘടനാ ബാഹ്യമായ മറ്റൊരു സംവിധാനമാണ് എന്ന് കുറ്റപ്പെടുത്തുകയുണ്ടായി. ജനകീയാസൂത്രണ സംഘാടകർ ഈ ആരോപണം പാടെ തള്ളിക്കളഞ്ഞു. ജനങ്ങളിൽനിന്നും ഒറ്റപ്പെട്ടതും പ്രതീക്ഷിക്കുന്ന നന്മ ഉളവാക്കാത്തതും വെറും ഉദ്യോഗസ്ഥ കേന്ദ്രീകൃതവുമാണ് നിലവിലുള്ള ആസൂത്രണ പ്രക്രിയ എന്ന വിമർശനത്തിൽനിന്നും ഉയർന്നുവന്നതാകാം ഈ ഉദ്യോഗസ്ഥ ഉദാസീനത. ഓരോ ഗ്രാമസഭയും തുടക്കം ഈ ഒരു വിമർശനമുൾക്കൊണ്ട അവതരണം നടത്തിക്കൊണ്ടായിരുന്നു. വികസന സെമിനാറുകളോടനുബന്ധിച്ച് സാധാരണ നടക്കുന്ന പൊതുസമ്മേളനത്തിലും ഇത് ഒരു ഇഷ്ടവിഷയമായിരുന്നു. വികസന വകുപ്പ് ഉദ്യോഗസ്ഥരെ ഹാസ്യ കഥാപാത്രങ്ങളായി ചിത്രീകരിക്കുകയും അധിക്ഷേപിക്കുകയും ചെയ്ത ചില ഗാനങ്ങളോടും തെരുവ് നാടകങ്ങളോടും ധാരാളം സർക്കാർ ഉദ്യോഗസ്ഥരും അവരുടെ സംഘടനാ പ്രതിനിധികളും പ്രതിഷേധം പ്രകടിപ്പിക്കുകയുണ്ടായി.

ജീവനക്കാരുടെ സംഘടനകളുമായി നടത്തിയ ചർച്ചകൾക്ക് അവസാനം അനുകൂല ഫലമുണ്ടായി. ഉദ്യോഗസ്ഥ ചട്ടക്കൂടുകൾക്കുള്ളിൽ അവർ തുടങ്ങിവച്ച ജനാധിപത്യ പ്രക്രിയ പൂർത്തിയാക്കാൻ ജീവനക്കാരുടെ സംഘടനകൾക്ക് ലഭ്യമായ ഒരു അവസരമായി അവർ ജനകീയാസൂത്രണത്തെ കണ്ടു. സർക്കാർ സംവിധാനത്തിന് പുറത്ത് ജനകീയ പ്രക്ഷോഭങ്ങൾക്കൊപ്പം ചേർന്നുകൊണ്ട് അവർ മെച്ചപ്പെട്ട വേതന-സേവന ചുറ്റുപാടുകൾക്കും ജനാധിപത്യ അവകാശങ്ങൾക്കുംവേണ്ടി പോരാടിയിട്ടുണ്ട്. എന്നാൽ സർക്കാർ സംവിധാനത്തിനുള്ളിലെ ജനങ്ങളുമായുള്ള ദൈനംദിന ഇടപെടലിൽ, അവരിൽനിന്നും അന്യവല്ക്കരിക്കപ്പെട്ട ബ്യൂറോക്രാറ്റുകളായി തന്നെ അവർ അവശേഷിച്ചിരുന്നു. ജനാ

ധിപത്യ അധികാര വികേന്ദ്രീകരണം ഉദ്യോഗസ്ഥർക്ക് ജനങ്ങളുമായുള്ള ദൈനം ദിനപ്രവർത്തനങ്ങളിൽ സ്വയം തിരിച്ചറിയുന്നതിനുള്ള ചരിത്രപരമായ ഒരു അവസരമാണ് സൃഷ്ടിച്ചത്. പക്ഷേ, വകുപ്പ് അധികാര ശ്രേണികൾ സഹകരിക്കാൻ കൂട്ടാക്കിയിരുന്നില്ല. ജീവനക്കാരുടെ സംഘടനകൾ ഈ വെല്ലുവിളി ഏറ്റെടുക്കാൻ തയ്യാറാകില്ലേ? (തോമസ് ഐസക് 1996). വിവിധ ജീവനക്കാരുടെ സംഘടനകളുടെ വാർഷിക സമ്മേളനങ്ങളിൽ ജനാധിപത്യ വികേന്ദ്രീകരണ പ്രക്രിയയിൽ ജീവനക്കാരുടെ പങ്ക് ചർച്ചയ്ക്കും സംവാദങ്ങൾക്കുമുള്ള ഒരു പ്രധാന വിഷയമായിത്തീർന്നു.

എൻ ജി ഒ യൂണിയൻ തദ്ദേശഭരണ സ്ഥാപനങ്ങൾ ഏറ്റെടുത്ത പ്രോജക്ടുകളുടെ നിർവ്വഹണത്തിനായി ഒരു ലക്ഷം അദ്ധ്വാന ദിനങ്ങൾ സന്നദ്ധ സേവനമായി വാഗ്ദാനം ചെയ്ത്, തദ്ദേശഭരണ സ്ഥാപനങ്ങൾ ഏല്പിക്കുന്ന ചുമതലകൾ നിർവ്വഹിക്കാനായി അവരുടെ സന്നദ്ധ പ്രവർത്തകർ ആഫീസ് സമയം കഴിഞ്ഞുള്ള സമയത്ത് തയ്യാറായി. കേരള ഗസറ്റഡ് ഓഫീസേഴ്സ് അസോസിയേഷൻ ഓരോ ജില്ലയിലേയും ചില തദ്ദേശഭരണ സ്ഥാപനങ്ങളെ ദത്തെടുത്ത് മാതൃകാ പഞ്ചായത്തുകളും മുനിസിപ്പാലിറ്റികളുമായി വികസിപ്പിക്കാൻ തീരുമാനിച്ചു. വിവിധ സർക്കാർ വകുപ്പുകളുമായുള്ള തർക്കങ്ങൾ പരിഹരിക്കുന്നതിനായി തദ്ദേശ ഭരണ സ്ഥാപനങ്ങളെ സഹായിക്കാൻ അവർ ജില്ലകളിൽ പ്രത്യേക സെല്ലുകൾ രൂപീകരിച്ചു. പരിശീലന പരിപാടികൾ സംഘടിപ്പിക്കുന്നതിനും കെ ജി ഒ എ നേതൃത്വം വളരെ സജീവമായി പങ്കെടുക്കുകയുണ്ടായി (രാഷ്ട്രീയ പാർട്ടികളുമായൊന്നും ബന്ധമില്ലാത്ത). വെറ്ററിനറി സർവ്വീസ് അസോസിയേഷന്റെ രണ്ടാംഘട്ട പരിശീലനത്തിലെ പങ്ക് ആറാമത്തെ അധ്യായത്തിൽ സൂചിപ്പിച്ചിട്ടുണ്ട്.

എന്നിരുന്നാലും ഉദ്യോഗസ്ഥ സമീപനത്തിൽ മാറ്റം ഉണ്ടായിവരാൻ കുറച്ചു സമയമെടുത്തു. അതിനിടയിൽ ബദൽ സംവിധാനമൊരുക്കേണ്ടിയും വന്നു. പ്രാദേശിക പദ്ധതി രൂപീകരണത്തിലും നിർവ്വഹണത്തിലും തെരഞ്ഞെടുക്കപ്പെട്ട തദ്ദേശഭരണ സ്ഥാപനങ്ങൾക്കായി ജനകീയാസൂത്രണത്തിന്റെ ഭാഗമായി സൃഷ്ടിച്ച താല്ക്കാലിക സഹായ സംവിധാനങ്ങൾ, വികേന്ദ്രീകൃത ആസൂത്രണ പ്രക്രിയയോട് സ്വയം ഉൾച്ചേരാൻ നിലവിലുള്ള ഭരണയന്ത്രത്തിനുമേൽ സമ്മർദ്ദം ചെലുത്താൻ കാരണമായി. ഇത് വളരെ പ്രധാനപ്പെട്ടതായിരുന്നു. എന്തെന്നാൽ പ്രാദേശിക സർക്കാരുകൾക്ക് ഉദ്യോഗസ്ഥരും സാങ്കേതിക വിദഗ്ദ്ധസംഘവും അത്യാവശ്യമായിരുന്നു. തിരഞ്ഞെടുക്കപ്പെട്ട ജനപ്രതിനിധികളിൽ അധികവും ഒന്നാമത്തെ അദ്ധ്യായത്തിൽ വിശദമാക്കിയ പാഞ്ഞാളിലെ തങ്കമ്മയേയും കൂട്ടരേയും പോലുള്ളവരായിരുന്നു. സംഘാടനത്തിലും ബോധവല്ക്കരണത്തിലുമൊക്കെ അവർ മിടുക്കരായിരുന്നു. പക്ഷേ, കോസ്റ്റ് – ബെനിഫിറ്റ് വിശകലനം തയ്യാറാക്കുന്നതിനോ ഒരു പാലത്തിന്റെ ഡിസൈൻ വിലയിരുത്തുന്നതിനോ ഒക്കെ അവർക്ക് പുറത്തുനിന്നുള്ള സഹായം അത്യന്താപേക്ഷിതമായിരുന്നു.

അദ്ധ്യായം 8

നാലാം ഘട്ടം
തിരഞ്ഞെടുക്കപ്പെട്ട സമിതികൾ
പ്രാദേശിക പദ്ധതികൾ തയ്യാറാക്കുന്നു

ജനകീയാസൂത്രണ പരിപാടിയുടെ നാലാംഘട്ടം, 1997 ജനുവരിയിൽ നാലാംഘട്ട പരിശീലന പരിപാടിയിലൂടെയാണ് ആരംഭിച്ചത്. ജനുവരി മാസത്തോടെ പ്രോജക്ടു തയ്യാറാക്കൽ പൂർത്തീകരിക്കാനാവുമെന്ന പ്രതീക്ഷ അസ്ഥാനത്തായി. പദ്ധതി ആവിഷ്കരിക്കൽ പ്രോജക്ട് തയ്യാറാക്കുന്നതിനോടൊപ്പംതന്നെ ഒന്നിച്ചുപോകേണ്ട പ്രവൃത്തിയാണ്. വാർഷിക പദ്ധതിയിൽ ഏതെല്ലാം പരിപാടികളും പ്രോജക്ടുകളും ഉൾപ്പെടുത്തണമെന്ന് തീരുമാനിക്കുന്നതിനുള്ള അവകാശം നിയമപ്രകാരം ഗ്രാമപഞ്ചായത്തുകളിലേയും മുനിസിപ്പൽ തലങ്ങളിലേയും തിരഞ്ഞെടുക്കപ്പെട്ട ജനപ്രതിനിധികളിൽ നിക്ഷിപ്തമാണ്. തെരഞ്ഞെടുക്കപ്പെട്ട സ്ഥാപനങ്ങളുടെ ഭരണഘടനാപരമായ അവകാശം അപഹരിക്കാനുള്ള തന്ത്രമാണിതെന്ന് ചില വിമർശകർ ആശങ്ക പ്രകടിപ്പിച്ചിരുന്നു. അത്തരം സംശയങ്ങളെല്ലാം നാലാംഘട്ടത്തിൽ അവസാനിപ്പിച്ചു. തികച്ചും സുതാര്യവും പങ്കാളിത്തപരവുമായ പ്രക്രിയയിലൂടെയാണ് തിരഞ്ഞെടുക്കപ്പെട്ട പ്രതിനിധികൾ അന്തിമതീരുമാനങ്ങളെടുത്തത്.

തിരഞ്ഞെടുക്കപ്പെട്ട ജനപ്രതിനിധികൾക്ക് പദ്ധതിയിലേക്കുള്ള പ്രോജക്ടുകളുടെ തെരഞ്ഞെടുക്കലിന്റെ യുക്തി ഒരു പൊതുരേഖയിൽ പ്രസ്താവിക്കേണ്ടതുണ്ട്. ഇതിൽ ഗ്രാമസഭകളിലും വികസന സെമിനാറുകളിലും കർമ്മസമിതികളിലും നടന്ന ചർച്ചകൾക്കും ശുപാർശകൾക്കും ഉചിതമായ പരിഗണന നൽകിയിട്ടുണ്ടെന്ന് ജനകീയാസൂത്രണ പ്രസ്ഥാനം എങ്ങനെ ഉറപ്പാക്കും? വിവിധ ഘട്ടങ്ങളിലായി പൂർത്തിയാക്കിയ പ്രക്രിയകളിൽ നിന്ന് ഉരുത്തിരിഞ്ഞുവന്ന നിഗമനങ്ങളെ തിരഞ്ഞെടുക്കപ്പെട്ട ഭരണസമിതി തിരസ്കരിച്ചാലോ? ഇതിനു ബദലെന്ന നിലയിൽ സംസ്ഥാന സർക്കാർ ഒരു വിജ്ഞാപനത്തിലൂടെ തിരെഞ്ഞെ

ടുക്കപ്പെട്ട സമിതികളുടെ നിയമപരമായ അവകാശങ്ങൾ പരിമിതപ്പെടുത്തിയാലോ? തുടങ്ങിയവയെല്ലാം തന്ത്രപ്രധാനമായ പ്രശ്നങ്ങളായിരുന്നു.

രണ്ടാമത്തെ പ്രശ്നം, പ്രാദേശിക പദ്ധതികൾ സംസ്ഥാന പദ്ധതിയുടെ പൊതുസമീപനത്തിന് അനുരോധമായിരിക്കുമെന്ന് എങ്ങനെ ഉറപ്പുവരുത്താനാകും? ഇതിനായി ഓരോ മേഖലയിലും ഉപമേഖലയിലും മുതൽമുടക്കേണ്ടതിന്റെ കൂടുതൽ വിശദമായ നിർദ്ദേശങ്ങൾ സംസ്ഥാന സർക്കാർ നൽകണമെന്ന് പലരും വാദിച്ചു. എന്നാൽ അത് താഴെത്തട്ടുകളുടെ ആസൂത്രണാധികാരത്തെ പൂർണ്ണമായി നിരാകരിക്കുന്നതാവും. ഇതൊഴിവാക്കിക്കൊണ്ട് സംസ്ഥാന വികസന കാഴ്ചപ്പാടിന്റെ പൊതു മുൻഗണനാ ക്രമങ്ങൾ പാലിക്കപ്പെടുമെന്ന് എങ്ങനെ ഉറപ്പുവരുത്താം.

മൂന്നാമത്തെ പ്രശ്നം, പ്രാദേശിക പദ്ധതി കേവലം സംസ്ഥാന സർക്കാർ നൽകുന്ന ധനസഹായത്തിലൊതുക്കിത്തീർക്കാൻ പാടില്ലെന്നതായിരുന്നു. എന്നാൽ ഏതെല്ലാം സ്രോതസ്സിൽ നിന്നുള്ള വിഭവങ്ങൾ പദ്ധതി അടങ്കലിൽ ഉൾപ്പെടുത്തണം? സംസ്ഥാന സർക്കാർ സ്വീകരിക്കുന്ന അതേ ചിട്ട തന്നെ പിന്തുടരണമോ?

പദ്ധതിരേഖകളുടെ മൊത്തത്തിലുള്ള ഘടനയുമായി വിശാലമായ അർത്ഥത്തിൽ എല്ലാവർക്കും യോജിപ്പായിരുന്നു. എന്നാൽ ഈ പ്രമാണത്തിൽ (document) എത്രമാത്രം വിശദാംശങ്ങൾ ഉൾക്കൊള്ളിച്ചിരിക്കണം? സംസ്ഥാന പദ്ധതിയെ സംബന്ധിച്ച് അടിസ്ഥാന സ്ഥിതിവിവരക്കണക്കുകൾ നൽകുന്ന ജി. എൻ സ്റ്റേറ്റ്മെന്റുകൾ പ്രാദേശിക പദ്ധതികൾക്കും ബാധകമാക്കേണ്ടതുണ്ടോ?

അവസാനമായി ഫണ്ടുകൾ എങ്ങനെ വിനിയോഗിക്കാം എന്ന പ്രശ്നമുണ്ടായിരുന്നു. 1997 മാർച്ചിലാണ് ബഡ്ജറ്റ് അവതരിപ്പിക്കേണ്ടത്. ഇതാദ്യമായിട്ടാണ് തദ്ദേശസ്വയംഭരണ സ്ഥാപനങ്ങൾക്കായി ഇത്രയും വലിയ ഫണ്ട് വിഭജനം നടക്കുന്നത്. ഈ ഫണ്ടുകൾ എങ്ങനെയാണ് ബഡ്ജറ്റ് ചെയ്യേണ്ടത്? മൊത്തം വിഭജനത്തിന്റെ എത്ര അനുപാതമാണ് പദ്ധതി വിഹിതം? വിതരണത്തിനുള്ള നടപടിക്രമങ്ങൾ എന്തായിരുന്നു? ഈ ചോദ്യങ്ങൾക്കെല്ലാം മാർച്ചിനുമുമ്പ് ഉത്തരം നൽകേണ്ടതുണ്ട്.

ജനപ്രതിനിധികളും മുൻഗണനാക്രമം നിശ്ചയിക്കലും

തിരഞ്ഞെടുക്കപ്പെട്ട ജനപ്രതിനിധികൾ സന്നദ്ധപ്രവർത്തകരോടും വിദഗ്ധരോടുമൊപ്പം ആസൂത്രണത്തിന്റെ എല്ലാ ഘട്ടങ്ങളിലും ആഴത്തിൽ പങ്കാളികളാകുമെന്ന് കാമ്പയിന്റെ സംഘാടകർ പ്രതീക്ഷിച്ചിരുന്നു. അങ്ങനെ അവർ പങ്കാളിത്ത ആസൂത്രണത്തിന്റെ യഥാർത്ഥ അന്തഃസത്ത ഉൾക്കൊള്ളുമായിരിക്കും. തിരഞ്ഞെടുക്കപ്പെട്ട ജനപ്രതിനിധികൾ ജനങ്ങൾ പ്രകടിപ്പിക്കുന്ന മുൻഗണനകളെ അവഗണിച്ചേക്കാം. അത്തരമൊരു സംഭവത്തിന് പരിഹാരം ജനാധിപത്യ രാഷ്ട്രീയ പ്രക്രിയയാണ്. അതിനു വിരുദ്ധമായ നിലപാട് ആസൂത്രണ പ്രക്രിയയിൽ സജീവമായി പങ്കെടുത്ത ആളുകളിൽനിന്ന് ജനപ്രതിനിധികളെ ഒറ്റപ്പെടുത്തും. അടുത്തുവരുന്ന

തിരഞ്ഞെടുപ്പിൽ അവർ അതിന് രാഷ്ട്രീയമായ വില നൽകേണ്ടിവരും. എന്നാൽ നിലനിന്ന ആശങ്ക അടിസ്ഥാനരഹിതമായിരുന്നില്ല. തിരഞ്ഞെടുക്കപ്പെട്ട ജനപ്രതിനിധികളിൽ വലിയൊരു വിഭാഗം ആസൂത്രണ പ്രക്രിയയിൽ പൂർണ്ണമായും പങ്കാളികളായിരുന്നില്ല.

കാമ്പയിനിൽ തിരഞ്ഞെടുക്കപ്പെട്ട വനിതാ അംഗങ്ങളുടെ പങ്കാളിത്തം കാലക്രമേണ കുറഞ്ഞുവന്നു. സാമൂഹ്യപരമായ നിയന്ത്രണങ്ങളാൽ വനിതാ ജനപ്രതിനിധികൾക്കും പൊതുവിൽ സ്ത്രീകൾക്കും പൊതുപ്രവർത്തനങ്ങളിൽ പൂർണ്ണമായി പങ്കെടുക്കുന്നതിന് പരിമിതികളുണ്ടായിരുന്നു. തിരഞ്ഞെടുക്കപ്പെട്ട 1459 വനിതാ പ്രതിനിധികളിൽ നടത്തിയ സർവേയിൽ 90 ശതമാനത്തിലധികം പേർ ഗ്രാമസഭാഘട്ടത്തിൽ സജീവമായിരുന്നുവെന്ന് കണ്ടെത്തി. ഒരു ശതമാനം മാത്രമാണ് ഗ്രാമസഭയിൽ പങ്കെടുത്തിട്ടില്ലായെന്ന് റിപ്പോർട്ട് ചെയ്തത്. 40 ശതമാനം പേർ തങ്ങളുടെ നേതൃത്വത്തിൽ ഗ്രാമസഭകൾ പൂർണ്ണമായും വിളിച്ചുചേർത്തെന്നവകാശപ്പെട്ടു. എന്നിരുന്നാലും തിരഞ്ഞെടുക്കപ്പെട്ട വനിതാ പ്രതിനിധികളിൽ 12 ശതമാനം പേർ മാത്രമാണ് തങ്ങളുടെ നേതൃത്വത്തിലാണ് തുടർന്നുള്ള ഘട്ടങ്ങൾ സംഘടിപ്പിച്ചതെന്ന് അവകാശപ്പെട്ടത്. നേതൃത്വപരമായ പങ്ക് വഹിച്ചവരോ അല്ലെങ്കിൽ വളരെ സജീവമായിരുന്നവരോ ഗ്രാമസഭാഘട്ടത്തിൽ 59 ശതമാനത്തോളം വരുമായിരുന്നു. എന്നാൽ വികസന സെമിനാറിൽ അവരുടെ അനുപാതം 44 ശതമാനമായും കർമ്മസമിതി, പദ്ധതിരൂപീകരണ ഘട്ടങ്ങളിൽ അവരുടെ അനുപാതം 33 ശതമാനമായും കുറഞ്ഞു.

തിരഞ്ഞെടുക്കപ്പെട്ട വനിതാ പ്രതിനിധികളിൽ ഗ്രാമസഭയെ കേന്ദ്രീകരിച്ചുള്ള ആദ്യഘട്ട പരിശീലനത്തിന്റെ കൈപ്പുസ്തകം വായിച്ചിട്ടുള്ളത് 76 ശതമാനം പേരും വികസന സെമിനാർ ഘട്ടവുമായി ബന്ധപ്പെട്ട കൈപ്പുസ്തകങ്ങൾ വായിച്ചവർ 57 ശതമാനമെന്നും സർവ്വേ വെളിപ്പെടുത്തി. പദ്ധതികൾ തയ്യാറാക്കുന്നതിനെക്കുറിച്ചുള്ള കൈപ്പുസ്തകത്തിൽ ഇത് 44 ശതമാനമായി കുറഞ്ഞു. അതുപോലെ 70 ശതമാനം പേർ ഗ്രാമസഭയുടെ നടപടിക്രമങ്ങളെക്കുറിച്ച് വ്യക്തമായ ധാരണ കാണിക്കുമ്പോൾ പദ്ധതി തയ്യാറാക്കൽ നടപടികളെക്കുറിച്ച് 44 ശതമാനത്തിൽ താഴെ ആളുകൾക്ക് മാത്രമാണ് ധാരണയുണ്ടായിരുന്നത്.

തിരഞ്ഞെടുക്കപ്പെട്ട പല പ്രതിനിധികൾക്കും അവരുടെ ലഭ്യമായ സമയക്രമത്തിനുള്ളിൽ ജനകീയാസൂത്രണത്തിന്റെ വിവിധ പ്രക്രിയകളുടെ സാങ്കേതിക സ്വഭാവം അമിതഭാരമായി അനുഭവപ്പെട്ടു. 1995 സെപ്റ്റംബറിൽ നടന്ന തദ്ദേശ തിരഞ്ഞെടുപ്പിൽ മത്സരിക്കുമ്പോൾ ഇത്തരം ബൗദ്ധികവും പ്രായോഗികവുമായ ദൈനംദിന പ്രവർത്തനങ്ങൾ വേണ്ടിവരുമെന്ന ധാരണപോലും പലർക്കും ഉണ്ടായിരുന്നില്ല. കേവലം തീരുമാനമെടുക്കുന്നവർ എന്നതിലുപരി തീരുമാനങ്ങളുടെ ദൈനംദിന നിർവഹണത്തിലും അവർ ഇപ്പോൾ പങ്കാളികളാകേണ്ടതുണ്ട്. തീരുമാനമെടുക്കുന്നതിലും മാറ്റം വന്നിട്ടുണ്ട്. അവ ഇപ്പോൾ പങ്കാ

ളിത്തപരവും സുതാര്യവുമായിരിക്കുന്നു. പഴയശീലങ്ങൾ പാടേ മാറ്റേണ്ടിവരുന്നു. ജനകീയാസൂത്രണത്തിലെ സങ്കീർണ്ണമായ ആസൂത്രണ പ്രക്രിയ തീർത്തും അവശ്യമാണോ എന്ന പ്രതീതി സൃഷ്ടിക്കപ്പെട്ടു. മുമ്പ് നിലനിന്നിരുന്ന ഉപാധിരഹിത ഫണ്ടുകളുടെ പാരമ്പര്യം എന്തുകൊണ്ട് തുടർന്നുകൂടാ?

നാലാംഘട്ട പരിശീലന പരിപാടി

ജനകീയാസൂത്രണത്തിന്റെ വിജയം തിരഞ്ഞെടുക്കപ്പെട്ട ജനപ്രതിനിധികൾ എത്രത്തോളം ഈ കാമ്പയിന്റെ സ്പിരിറ്റ് ഉൾക്കൊണ്ടിട്ടുണ്ടെന്നതിനെ ആശ്രയിച്ചിരുന്നു. നാലാംഘട്ടത്തിന്റെ ഭാഗമായി തിരഞ്ഞെടുക്കപ്പെട്ട പ്രതിനിധികളെ കേന്ദ്രീകരിച്ച് ഒരു പ്രത്യേക ഓറിയന്റേഷൻ പ്രോഗ്രാം സംഘടിപ്പിക്കാനുള്ള ഒരു നിർദ്ദേശം ആസൂത്രണബോർഡിലെ കാമ്പയിൻ സെല്ലിൽ നടന്ന ഒരു ചർച്ചയിൽ ഉരുത്തിരിഞ്ഞു. ഇതിന്റെ ഭാഗമായി അനുഭവങ്ങൾ പങ്കുവയ്ക്കുന്നതിനും പ്രചാരണത്തിന്റെ ഭാവി പരിപാടികൾ ആസൂത്രണം ചെയ്യുന്നതിനുമായി മുഴുവൻ പഞ്ചായത്ത് പ്രസിഡന്റുമാരെയും സെക്രട്ടറിമാരെയും കീ റിസോഴ്സ് പേഴ്സൺമാരേയും (കെ ആർ പി) സംസ്ഥാന തലത്തിൽ രണ്ടു കേന്ദ്രങ്ങളിലായി ഒരുമിച്ച് കൊണ്ടുവന്ന് വികസിത, പിന്നോക്ക ജില്ലകളെ ഇടകലർത്തി പരിശീലനം സംഘടിപ്പിക്കാൻ സംഘാടകർ തീരുമാനിച്ചു. തൃശൂർ, കോഴിക്കോട് എന്നിവയാണ് ഏറ്റവും വികസിത ജില്ലകൾ, അതിനാൽ പരിശീലനത്തിന് അനുയോജ്യമായ സ്ഥലങ്ങൾ അവിടെ തയ്യാറാക്കി. പരിശീലന ക്യാമ്പിൽ പങ്കെടുക്കുന്നതിനായി തെക്കൻ ജില്ലകളിലുള്ളവർക്ക്, വടക്ക് അല്ലെങ്കിൽ വടക്ക് മധ്യ കേരളത്തിലേക്ക് നീണ്ടയാത്ര ചെയ്യേണ്ടിവന്നതിൽ അവർ അനിഷ്ടം പ്രകടിപ്പിച്ചിരുന്നു. ഓരോ ക്യാമ്പിലേയും പ്രധാന റിസോഴ്സ് പേഴ്സൺസ്, ഫാക്കൽറ്റി, പകുതി പഞ്ചായത്തുകളിലെ പ്രസിഡന്റുമാർ, സെക്രട്ടറിമാർ എന്നിവരുൾപ്പടെ 1250 പേർ പങ്കെടുക്കുന്നു. വികസിതവും പിന്നോക്കവുമായ പ്രദേശങ്ങളുടെ മിശ്രണവും വലിയ അളവിലുള്ള ക്യാമ്പുകളുടെ ഫലമായുണ്ടാകുന്ന സിനർജികളും ഗുണപരമായ ഫലമുണ്ടാക്കുമെന്ന് പ്രതീക്ഷിക്കപ്പെട്ടു. ഇത് തെക്കൻ ജില്ലകളിലെ നേതാക്കൾക്ക് പ്രചോദനമാകുമോ അതോ വടക്കൻ മേഖലയിലെ പ്രതിനിധികളെ നിരാശരാക്കുമോ? ക്യാമ്പുകളുടെ വലിയ പങ്കാളിത്തം കൂട്ടായ്മ വളർത്തുമോ അതോ അരാജകത്വം സൃഷ്ടിക്കുമോ?

നാലാംഘട്ട പരിശീലനം കാമ്പയിനിലെ സുപ്രധാന ഏടായി മാറി. ഇതിന് കൃത്യമായ ആസൂത്രണം ആവശ്യമാണ്. ധാരാളം ക്ലാസ്സ് മുറികളും മറ്റ് സൗകര്യങ്ങളും ഉള്ള രണ്ട് വലിയ വിദ്യാഭ്യാസ ക്യാമ്പസ്സുകൾ 1500 പേർ വീതമുള്ള പരിശീലനത്തിനായി തെരഞ്ഞെടുത്തു. രണ്ടു ക്യാമ്പുകളിലും പങ്കെടുക്കുന്നവരെ 300 പേർ വീതമുള്ള ഡിവിഷനുകളായി തിരിച്ചു. നൂതനവും പിന്നോക്കവുമായ പഞ്ചായത്തുകളെ ഓരോ ക്ലാസ്സിലും ഇടകലർത്തിയിരുത്തി. തീവ്രവും സജീവവുമായ ചർച്ചകൾ നടന്നു.

ധാരാളം വിമർശകരും ദോഷൈകദൃക്കുകളുമുണ്ടായിരുന്നു. പ്രത്യേകിച്ചും തെക്കൻ ജില്ലകളിൽനിന്ന്. എന്നാൽ അവരെ പ്രതിരോധിക്കാൻ, നല്ല അനുഭവങ്ങൾ നൽകാൻ തിരഞ്ഞെടുക്കപ്പെട്ട നിരവധി പ്രതിനിധികൾ ഉണ്ടായിരുന്നു. ആദ്യദിവസം വൈകുന്നേരത്തോടെ അഭ്യുദയകാംക്ഷികൾ സംശയാലുക്കളെ കീഴടക്കിയിരുന്നു. പരസ്യമായി പ്രഖ്യാപിച്ചില്ലെങ്കിലും തിരഞ്ഞെടുത്ത പഞ്ചായത്ത് പ്രസിഡന്റുമാരെയും കെ ആർ പിമാരെയും പരിശീലനത്തിന് ഒരു ദിവസം മുമ്പ് കൂട്ടിയിരുത്തി ഒരു ഗെയിം പ്ലാൻ തയ്യാറാക്കി ചർച്ച നടത്താൻ തീരുമാനിച്ചിരുന്നു. ആ തന്ത്രം ഫലിച്ചു.

വടക്കൻ മേഖലാ ക്യാമ്പ് 1997 ജനുവരി 10–12 തീയതികളിലായി കോഴിക്കോട് നടന്നു. പങ്കെടുത്ത 1500 പേരെയും പ്രദേശത്തെ ഹോട്ട ലുകളിലാണ് താമസിപ്പിച്ചത്. മൂന്നു ദിവസത്തെ തീവ്രമായ ചർച്ചകൾക്കും വാദപ്രതിവാദങ്ങൾക്കുമായി വിശാലമായ സാമൂതിരി ഹൈസ്കൂളിലാണ് ഒത്തുചേർന്നത്. എല്ലാ താലൂക്കുകളിലുമുള്ള പരിശീലകർക്ക് യാത്രാചെലവ്, ലഘുഭക്ഷണം, ഭക്ഷണം, താമസം എന്നിവ ലഭ്യമാക്കി. പക്ഷേ, ശമ്പളമോ, ഓണറേറിയമോ നൽകിയില്ല. 30 ശതമാനം വനിതാ പ്രാതിനിധ്യം ലക്ഷ്യമിട്ടിരുന്നെങ്കിലും പങ്കെടുത്തവരിൽ 15 ശതമാനം മാത്ര മായിരുന്നു വനിതകൾ. എന്നാൽ പങ്കെടുത്ത 29 ഉന്നത ഉദ്യോഗസ്ഥരിൽ 9 പേർ (31 ശതമാനം) വനിതകളായിരുന്നു.

പ്രോജക്ട് ക്ലിനിക്കുകളിൽ നടത്തിയ വിജയകരമായ പ്രാദേശിക വികസന പരീക്ഷണങ്ങളുടെ അവതരണമായിരുന്നു രണ്ടാം ദിവസത്തെ പ്രത്യേകത. സ്കൂൾ ക്യാമ്പസ്സിലെ ക്ലാസ്സ് മുറികളുടെ വലുപ്പത്തിനനു സരിച്ച് 30 മുതൽ 100 വരെയുള്ള ഗ്രൂപ്പുകൾ അവരുടെ സഹ കാമ്പയിൻ പ്രവർത്തകരുടെ അനുഭവങ്ങൾ ശ്രദ്ധയോടെ കേട്ടു. അവതരണങ്ങളെ തുടർന്ന് സജീവവും നീണ്ടതുമായ ചർച്ചകൾ നടന്നു. ഈ വികസന പരീ ക്ഷണങ്ങൾ സംഘടിപ്പിച്ച തിരഞ്ഞെടുക്കപ്പെട്ട ജനപ്രതിനിധികളും സന്നദ്ധ പ്രവർത്തകരുമായിരുന്നു അവതരണങ്ങൾ നടത്തിയത്. ഓരോ കേസ് സ്റ്റഡിക്കും പ്രത്യേക മുറി അനുവദിച്ചിരുന്നു. ചാർട്ടുകൾ, ചിത്ര ങ്ങൾ, മോഡലുകൾ, സ്ലൈഡ്, വീഡിയോ തുടങ്ങിയ മാധ്യമങ്ങളൊക്കെ ഉപയോഗിച്ചായിരുന്നു അവതരണങ്ങൾ. പ്രാദേശിക സാമഗ്രികളോടൊപ്പം പ്രാദേശിക തൊഴിലാളികളുടെയും പ്രാദേശിക കരകൗശല തൊഴിലാ ളികളുടെയും കഴിവുകൾ ഉപയോഗപ്പെടുത്തി ജനങ്ങളുടെ പാലം എങ്ങനെ നിർമ്മിച്ചുവെന്ന് ചപ്പാരപ്പടവ് പഞ്ചായത്ത് പ്രസിഡന്റ് അവ തരിപ്പിച്ചു. ചർച്ചകൾക്കുശേഷം തടി കൊണ്ടുണ്ടാക്കിയ മോഡലുകൾ ശ്രദ്ധാപൂർവ്വം പരിശോധിച്ച ശ്രോതാക്കൾ അവയുടെ ഡ്രോയിംഗുകൾ കൈകൊണ്ട് പകർത്തി. പീലിക്കോട്ടുള്ള പരിഷത്ത് പ്രവർത്തകർ തങ്ങ ളുടെ ഗ്രാമത്തിനെ സമ്പൂർണ്ണ ശുചിത്വ ഗ്രാമമാക്കാൻവേണ്ടി നടത്തിയ സർവ്വേ, അധിക ഫണ്ട് സ്വരൂപിക്കൽ, ആളുകളിൽ താൽപര്യം ജനി പ്പിക്കൽ, ആവശ്യമായ ശൗചാലയങ്ങൾ നിർമ്മിക്കൽ തുടങ്ങിയ ഘട്ടം ഘട്ടമായുള്ള നടപടിക്രമങ്ങൾ വിശദീകരിച്ചു. ഇതിനായി ലോകാരോഗ്യ

സംഘടന രൂപകൽപ്പന ചെയ്ത രേഖാചിത്രങ്ങൾ പ്രതിനിധികൾ കാണുകയും ഇതിന്റെ മികച്ച പരിപാലന രീതികളെക്കുറിച്ച് ചോദിച്ചറിയുകയും ചെയ്തു. സ്ത്രീകൾക്ക് പുതിയ ജോലിയും വരുമാന സാധ്യതകളും വാഗ്ദാനം ചെയ്യുന്ന ലാബ് അധിഷ്ഠിത ഓർക്കിഡ് ടിഷ്യു കൾച്ചർ പരീക്ഷണത്തെക്കുറിച്ചായിരുന്നു തൈക്കാട്ടുശ്ശേരി പ്രിതിനിധികൾ പറഞ്ഞത്. നാലാമത്തെ അധ്യായത്തിൽ സൂചിപ്പിച്ചിട്ടുള്ള നിരവധി പ്രോജക്ടുകൾ ഇവിടെ അവതരിപ്പിച്ചിരുന്നു. പരിശീലനാർത്ഥികൾ പഠിക്കുന്നത് സർക്കാർ ഉദ്യോഗസ്ഥരിൽ നിന്നല്ല മറിച്ച് തങ്ങളെപ്പോലുള്ളവരിൽ നിന്നോ വിദഗ്ധരിൽനിന്നോ ആയിരുന്നു. തങ്ങളുടെ സഹപ്രവർത്തകരുടെ വിജയകരമായ പരീക്ഷണങ്ങളുടെ അവതരണങ്ങൾ ആത്മവിശ്വാസത്തിന്റെയും ശുഭാപ്തിവിശ്വാസത്തിന്റെയും ഒരു പുതിയ ചൈതന്യംതന്നെ പകർന്നു നല്കി. അവർക്കെല്ലാം വിജയിക്കാൻ കഴിയുമെങ്കിൽ എന്തുകൊണ്ട് മറ്റുള്ളവർക്ക് കഴിയില്ല?

തെരഞ്ഞെടുത്ത നിരവധി കരട് പ്രോജക്ടുകൾ ക്യാമ്പിലേക്ക് കൊണ്ടുവരാൻ പങ്കെടുത്തവരോട് ആവശ്യപ്പെട്ടിരുന്നു. ക്യാമ്പിലേക്ക് ക്ഷണിക്കപ്പെട്ട നൂറോളം വിഷയ വിദഗ്ധർ ഈ പദ്ധതികളിലൂടെ കടന്നുപോയി. വൈകുന്നേരത്തെ അത്താഴത്തിനുശേഷം 25 ഓളം പ്രോജക്ട് ക്ലിനിക്കുകൾ ആരംഭിച്ചു. അവിടെ പങ്കെടുക്കുന്നവർക്ക് ആവശ്യമായ വിശദീകരണവും ലഭിക്കും. പ്രോജക്ട് ക്ലിനിക്കുകൾ അർദ്ധരാത്രി കഴിഞ്ഞും പോയിയെന്നത് ക്യാമ്പ് സൃഷ്ടിച്ച ഉത്സാഹത്തിനും താൽപര്യത്തിനും സാക്ഷ്യംവഹിക്കുന്നു.

കേരളത്തിലെ പ്രാദേശിക സർക്കാരുകളുടെ ഭാവി പരിണാമത്തിന്റെ ഗതിയെക്കുറിച്ച് പങ്കെടുത്തവർക്കുള്ള സംശയങ്ങളോടും അവർ ഉന്നയിച്ച ചോദ്യങ്ങളോടും സത്യബ്രത സെൻ കമ്മിറ്റി അംഗങ്ങളുടെ ഒരു പാനൽ പ്രതികരിച്ചു. കാമ്പയിന്റെ അവസാനം പഞ്ചായത്ത്രാജ് നിയമങ്ങളിലും ചട്ടങ്ങളിലും സ്ഥാപനങ്ങളിലും വേണ്ട മാറ്റങ്ങൾ നിർദ്ദേശിക്കാൻ കേരള സർക്കാർ രൂപീകരിച്ച കമ്മിറ്റിയായിരുന്നു സെൻ കമ്മിറ്റി. ഇവടെ നടന്ന മുഴുവൻ ആശയ വിനിമയവും വീഡിയോ ടേപ്പ് ചെയ്യുകയും പിന്നീട് സംഘടിപ്പിച്ച താഴേത്തട്ട് പരിശീലന പരിപാടിയിൽ ഉപയോഗിക്കുകയും ചെയ്തു. പദ്ധതിരേഖ തയ്യാറാക്കുന്നതിനുള്ള മാർഗ്ഗ നിർദ്ദേശങ്ങൾ അവസാന ദിവസം അവതരിപ്പിച്ചു. ഈ അവതരണത്തിനുശേഷം ഓരോ ബ്ലോക്കിൽ നിന്നുമുള്ള പങ്കാളികൾക്ക് ഒരു ഗ്രൂപ്പ് എന്നതരത്തിൽ ചെറു ഗ്രൂപ്പുകളായി തിരിഞ്ഞു. ഓരോ ഗ്രൂപ്പിലെയും തിരഞ്ഞെടുക്കപ്പെട്ട ബാക്കി ജനപ്രതിനിധികൾക്കായി അവരുടെ ബ്ലോക്ക്തല പരിശീലനത്തിന്റെ സംഘാടനവും പദ്ധതി അന്തിമമാക്കുന്നതിനുള്ള സമയപട്ടിക നിശ്ചയിക്കുന്നതിനുമായിരുന്നു ഈ കൂടിയിരിപ്പ്. തൃശൂർ ക്യാമ്പിൽ 65 ഗ്രൂപ്പുകൾ ഉച്ചഭക്ഷണത്തിനുശേഷം സമാന്തര ചർച്ചകൾ നടത്തി. കഴിഞ്ഞ അദ്ധ്യായത്തിൽ വിവരിച്ച മൂന്നാംഘട്ട പരിശീലനത്തിന്റെ പരാജയങ്ങൾക്ക് ശേഷം നാലാംഘട്ട പരിശീലനമാണ് കാമ്പയിനെ വർദ്ധിത വീര്യത്തോടെ തിരികെ കൊണ്ടുവന്നത്.

പദ്ധതിരേഖ

പദ്ധതിരേഖയുടെ ഘടനയും അത് സ്വീകരിക്കുന്നതിനുള്ള നടപടി ക്രമങ്ങളും രൂപകൽപ്പന ചെയ്തിരിക്കുന്നത് തീരുമാനമെടുക്കുന്നവരെ ജനകീയാസൂത്രണ കാമ്പയിന്റെ യുക്തിയിലൂടെ കടന്നുപോകാനും ഏകപക്ഷീയമായ തീരുമാനങ്ങൾ ഒഴിവാക്കാനും പ്രേരിപ്പിക്കുന്നതിനാണ്. ഇതിന് 8 അദ്ധ്യായങ്ങളും 4 അനുബന്ധങ്ങളുമുണ്ട്.

1. ആമുഖം
2. വികസനതന്ത്രം
3. വിഭവസമാഹരണം
4. പ്രോജക്റ്റ് മേഖലതിരിച്ച്
5. സംയോജിത പരിപാടികൾ
6. പട്ടികജാതി പട്ടികവർഗ വികസന പരിപാടി
7. സ്ത്രീവികസന പരിപാടി
8. മോണിറ്ററിംഗ്

അനുബന്ധങ്ങൾ

1. പദ്ധതി സംബന്ധിച്ച വിവിധ ഫോറങ്ങൾ
2. പ്രോജക്റ്റ് രേഖകൾ
3. ജനകീയാസൂത്രണ രേഖകൾ
4. മുകൾത്തട്ടിലേക്കുള്ള നിർദ്ദേശങ്ങൾ (ബ്ലോക്കും ജില്ലയും)

തെരഞ്ഞെടുക്കപ്പെട്ട പഞ്ചായത്തുകളും മുനിസിപ്പൽ കൗൺസിലുകളും വികസന തന്ത്രത്തിന്റെ രൂപരേഖ ഔപചാരികമായി അംഗീകരിക്കണമായിരുന്നു. ഈ പ്രമേയത്തിൽ ഓരോ മേഖലയിലും അനുവർത്തിക്കാൻ ഉദ്ദേശിക്കുന്ന വികസന സമീപനവും പ്രവർത്തനവും എന്തെന്നതു വ്യക്തമാക്കുന്നു. കൂടാതെ മേഖലകളിലും മേഖലകൾ തമ്മിലുമുള്ള മുൻഗണനകളും വിശദമാക്കണം. ഈ പ്രമേയത്തിന്റെ അടിസ്ഥാനത്തിലായിരിക്കണം വികസന തന്ത്രത്തെക്കുറിച്ചുള്ള രണ്ടാമത്തെ അധ്യായം തയ്യാറാക്കേണ്ടത്. വികസന തന്ത്രം അംഗീകരിച്ചതിനുശേഷം മറ്റൊരു ഭരണസമിതി യോഗത്തിലാണ് പ്രോജക്ടുകളും തെരഞ്ഞെടുക്കേണ്ടിയിരുന്നത്. ഇപ്രകാരം പ്രോജക്ടുകൾ തെരഞ്ഞെടുക്കുമ്പോൾ അവ നേരത്തേ അംഗീകരിച്ച വികസന തന്ത്രത്തിന് കീഴ്പ്പെട്ടുകൊണ്ട് വേണം. മറിച്ചാണ് സ്ഥിതിയെങ്കിൽ ഔപചാരിക ഭേദഗതിയിലൂടെ വികസന തന്ത്രപ്രമേയം തിരുത്തേണ്ടിവരും. പദ്ധതികളുടെ സംരക്ഷണത്തിനായിരുന്നു ഈ നടപടിക്രമം.

പ്രോജക്ടുകൾ തെരഞ്ഞെടുത്തതിനുശേഷം മാത്രമേ വിഭവ സമാഹരണവുമായി ബന്ധപ്പെട്ട മൂന്നാമത്തെ അദ്ധ്യായം അന്തിമമാക്കാൻ കഴിയുകയുള്ളൂ. സംസ്ഥാന സർക്കാരിൽനിന്നുള്ള പദ്ധതിവിഹിതമായോ അല്ലെങ്കിൽ കേന്ദ്രസംസ്ഥാന സർക്കാരുകൾ സ്പോൺസർ ചെയ്യുന്ന

പദ്ധതികളായോ തങ്ങൾക്ക് എത്രമാത്രം പണം ലഭിക്കുമെന്ന് തദ്ദേശഭരണ സ്ഥാപനങ്ങൾക്ക് മുമ്പേ അറിയാം. സ്വന്തം വരുമാനത്തിൽനിന്ന് എത്രമാത്രം മിച്ചം ലഭ്യമാകുമെന്ന് കണക്കാക്കാനും കഴിയും. വിഭവ സമാഹരണത്തിന്റെ മറ്റ് സ്രോതസ്സുകളായ സഹകരണസംഘങ്ങളിൽനിന്നും മറ്റ് ധനകാര്യസ്ഥാപനങ്ങളിൽ നിന്നുമുള്ള വായ്പകൾ, സ്വമേധയായുള്ള തൊഴിൽ സംഭാവനകൾ, ഗുണഭോക്തൃ സംഭാവനകൾ എന്നിവ പ്രോജക്ടുകളുടെ സ്വഭാവത്തെ ആശ്രയിച്ചിരിക്കും.

നാലാമത്തെ അദ്ധ്യായത്തിൽ വാർഷിക പദ്ധതിയിൽ ഉൾപ്പെടുത്തിയിരിക്കുന്ന പ്രോജക്ടുകൾ പ്രത്യേക ലിസ്റ്റായി നൽകണം. തുടർന്ന് ഇവ വികസന മേഖലാടിസ്ഥാനത്തിൽ പട്ടികപ്പെടുത്തി പരസ്പര ബന്ധങ്ങൾ ചർച്ച ചെയ്യണം. ആസൂത്രണ പ്രക്രിയയിലെ ഒരു പ്രധാന ദൗർബല്യം വിവിധ മേഖലകളിലെ പ്രോജക്ടുകളുടെ പരസ്പര ബന്ധത്തിനും സംയോജനത്തിനും വേണ്ടത്ര ശ്രദ്ധ നൽകാതിരുന്നതാണ്. ഇത് പരിഗണിക്കുന്നതിനുള്ള സമഗ്ര പരിപാടി തയ്യാറാക്കുന്നതിനുള്ള ശ്രമമായിരുന്നു അഞ്ചാം അദ്ധ്യായം.

ദുർബലവിഭാഗങ്ങളുടെ വികസനത്തിനായി ഒരു പ്രത്യേക തന്ത്രം ആവിഷ്കരിക്കുകയായിരുന്നു ആറാം അദ്ധ്യായം. ഏഴാം അദ്ധ്യായത്തിൽ വനിതകളെ ലക്ഷ്യമിട്ടുള്ള എല്ലാ പ്രോജക്ടുകളും പരിപാടികളും ചർച്ച ചെയ്യപ്പെടേണ്ടതായിരുന്നു. ഒടുവിലായി മോണിറ്ററിംഗ് സംവിധാനം സൂചിപ്പിക്കേണ്ടതുണ്ട്. ഓരോ പ്രോജക്ടിനും വിവിധ മേഖലകൾക്കും അല്ലെങ്കിൽ മൊത്തം പദ്ധതിക്കുതന്നെയും പ്രത്യേക മോണിറ്ററിംഗ് സംവിധാനം ഉണ്ടായിരിക്കും. പ്രോജക്ട് നിർദ്ദേശങ്ങളുടെ പൂർണ്ണരൂപം പദ്ധതിരേഖയുടെ അനുബന്ധമായി സമർപ്പിക്കേണ്ടതുണ്ട്. പദ്ധതിയുമായി ബന്ധപ്പെട്ട ഏറ്റവും പ്രധാനപ്പെട്ട രേഖാസമുച്ചയം തന്നെയായിരുന്നു അത്. സംസ്ഥാനത്ത് ആദ്യത്തെ പദ്ധതിരേഖ ഔപചാരികമായി പൂർത്തീകരിച്ച പുനലൂർ മുനിസിപ്പാലിറ്റിയിൽ 100 പേജുമാത്രമുള്ള പദ്ധതിരേഖ അനുബന്ധങ്ങളെല്ലാംകൂടി ചേർത്തപ്പോൾ 2000 ലധികം പേജുകൾ വരുന്ന ബൃഹത്തായ ഒരു രേഖയായി.

രണ്ടാമത്തെ അനുബന്ധത്തിൽ ആസൂത്രണ ബോർഡിൽനിന്ന് അച്ചടിച്ച് വിതരണം ചെയ്ത ഫോറങ്ങളിൽ പൂരിപ്പിച്ച പ്രോജക്ടുകളും സ്ഥിതിവിവര കണക്കുകളും ഉൾക്കൊള്ളുന്നു. ഈ ഫോറങ്ങൾ ലഘൂകരിച്ച് അനിവാര്യമായ വിവരങ്ങൾ ഉൾപ്പെടുംവിധം ചുരുക്കേണ്ടതാണെന്ന ഒരു വാദമുണ്ടായി. കേന്ദ്ര പ്ലാനിംഗ് കമ്മീഷനിൽനിന്നും ആവശ്യപ്പെട്ടാൽ വിശദാംശങ്ങൾ നൽകാൻ ഇത്തരം ഫോറങ്ങൾ വേണമെന്നായിരുന്നു ധാരണ. പ്രായോഗികമായി പദ്ധതി നടത്തിപ്പിന് തദ്ദേശതലത്തിൽ ഈ ക്രമം അപ്രസക്തമാണെങ്കിലും കേന്ദ്രസംസ്ഥാന പദ്ധതികളുമായുള്ള സംയോജനത്തിന് ഈ ചിട്ട അനുവർത്തിക്കുന്നതാണ് അഭികാമ്യം എന്നതായിരുന്നു പൊതുധാരണ. സ്ഥിതിവിവരകണക്കുകളുടെ അനുബന്ധം തയ്യാറാക്കുന്നതിനുള്ള നടപടിക്രമം വളരെ സങ്കീർണ്ണമായിരുന്നു. ഇതി

നാവശ്യമായ 19 പ്രസ്താവനകൾക്ക് പ്രാദേശികതലത്തിലെ പേപ്പർവർക്കുകൾ വളരെയധികം വേണ്ടിവന്നു.

പ്രോജക്ടുകളുടെ വർഗ്ഗീകരണത്തിന്മേൽ മറ്റൊരു പ്രശ്നം ഉയർന്നുവന്നു. അതുവരെ പരമ്പരാഗത വകുപ്പുവിഭജനത്തിന്റെ അശാസ്ത്രീയതകൾ ഓരോന്നായി ചൂണ്ടിക്കാണിച്ചശേഷം രൂപം നൽകിയിരിക്കുന്ന പ്രോജക്ടുകളെല്ലാം യുക്തിരഹിതമായ പഴയ ചിട്ടകളിൽ തന്നെ വകുപ്പുതിരിച്ചു നൽകണമെന്ന് പറഞ്ഞത് ചില പ്രയാസങ്ങളുണ്ടാക്കി. ഉദാഹരണത്തിന് ഗ്രാമവികസനവകുപ്പുവഴി കേന്ദ്രാവിഷ്കൃത സ്കീമുകളുടെ ഫണ്ട് ഉപയോഗിക്കുന്ന എല്ലാ പ്രോജക്ടുകളും (ക്ഷീരവികസനം, മൃഗസംരക്ഷണം, പൊതുമരാമത്ത്, കൃഷി, ജലസേചനം മുതലായവ) ഏതുസ്വഭാവത്തിലുള്ളവ ആയാലും ആ പ്രത്യേക തലക്കെട്ടിനു കീഴിൽ കൊണ്ടുവരേണ്ടതുണ്ട്. ഇത് വളരെയധികം ആശയക്കുഴപ്പം സൃഷ്ടിച്ചു. കന്നുകാലികളെ ഉൾക്കൊള്ളുന്ന ഒരു പ്രത്യേക പദ്ധതി മൃഗപരിപാലനത്തിലാണോ ക്ഷീരവികസനത്തിലാണോ ഉൾപ്പെടുത്തുക എന്ന് തീരുമാനിക്കാൻ പലപ്പോഴും ബുദ്ധിമുട്ടായിരുന്നു. സാമാന്യബുദ്ധി ഉപയോഗിച്ച് ഏതെങ്കിലും വകുപ്പിനു കീഴിലാക്കുകയേ നിവൃത്തിയുള്ളൂ.

മേഖലാ വിഭജനം: മാർഗ്ഗനിർദ്ദേശങ്ങൾ

റോഡുനിർമ്മാണത്തിൽനിന്നും സാമൂഹ്യസേവനങ്ങളുടെ വികാസത്തിൽനിന്നും പ്രത്യക്ഷ വികസന നിക്ഷേപത്തെ ഉൽപ്പാദനത്തിലേക്ക് നയിക്കുന്നതിന് കാമ്പയിനിൽ തുടക്കം മുതൽ തന്നെ ശ്രമിച്ചിരുന്നു. എന്നാൽ നിരവധി ചർച്ചകളും സെമിനാറുകളും പ്രചാരണങ്ങളും മറ്റും നടന്നിട്ടും പ്രാദേശികതല ആസൂത്രണത്തിലെ മുഖ്യ ഊന്നൽ റോഡുവികസനത്തിലേക്കും സാമൂഹ്യ മേഖലയിലെ നിക്ഷേപത്തിലേക്കും ഒതുങ്ങിപ്പോകും എന്ന് പലരും ഭയപ്പെട്ടു. അതുകൊണ്ട് പദ്ധതി വിഹിതം നൽകുമ്പോൾ, സംസ്ഥാനത്തിന്റെ പൊതുമുൻഗണനകൾക്കനുസൃതമായി ഓരോ മേഖലയുടെയും ഉപയോഗങ്ങൾക്കായി നീക്കിവച്ചിട്ട് നിർദ്ദിഷ്ട മേഖലയിൽ മാത്രം പ്രോജക്ടുകൾ തെരഞ്ഞെടുക്കാനുള്ള സ്വാതന്ത്ര്യം തദ്ദേശഭരണ സ്ഥാപനങ്ങൾക്ക് നൽകുമെന്നാണ് ചില വകുപ്പുമേധാവികൾ കരുതിയത്. ഇന്ത്യയിൽ വികേന്ദ്രീകൃതാസൂത്രണം പരിമിതമായി നടന്ന ഇടങ്ങളിൽ ഇപ്രകാരം ഉപമേഖലാടിസ്ഥാനത്തിലോ പലപ്പോഴും സ്കീമുകളുടെ അടിസ്ഥാനത്തിലോ വകുപ്പുതിരിച്ചു പണം നൽകുന്ന രീതിയായിരുന്നു സ്വീകരിച്ചിരുന്നത്. എന്നാൽ ഇത്തരമൊരു സമീപനം ജനകീയാസൂത്രണത്തിന്റെ രീതിക്ക് അനുയോജ്യമല്ല. അതുകൊണ്ടാണ് മുകൾത്തട്ടിൽനിന്നുള്ള ആസൂത്രണത്തിൽനിന്നുമാറി കീഴ്ത്തട്ടിലെ ആസൂത്രണത്തിന് ശക്തിപകരുന്ന തരത്തിൽ ജനകീയാസൂത്രണ കാമ്പയിനുതന്നെ തുടക്കമിട്ടത്. മേഖലാ വിഭജനം സംബന്ധിച്ച വിശദമായ മാർഗ്ഗനിർദ്ദേശങ്ങളിൽ സംസ്ഥാനസർക്കാരിന്റെ പൊതുകാഴ്ചപ്പാടിനോട് തദ്ദേശസ്ഥാപനങ്ങളുടെ പദ്ധതി വകയിരുത്തൽ യോജിക്കുമെന്ന്

എങ്ങനെ ഉറപ്പാക്കും. ഓരോ മേഖലയ്ക്കും ഉപമേഖലയ്ക്കും എത്ര തുക വീതം വകയിരുത്തണമെന്ന സ്വാതന്ത്ര്യം തദ്ദേശഭരണ സ്ഥാപനങ്ങൾക്കു നൽകി. മുൻഗണനാക്രമം നിശ്ചയിക്കുന്നതിനുള്ള ഒരു പൊതുമാർഗ്ഗ നിർദ്ദേശം മാത്രം ഇവിടുന്നു നൽകി. അതുപ്രകാരം ഉൽപ്പാദന മേഖലയ്ക്ക് 30–40 ശതമാനം വരെയും സേവനമേഖലയ്ക്ക് 30–40 ശതമാനം വരെയും അടിസ്ഥാന സൗകര്യ മേഖലയ്ക്ക് 10–30 ശതമാനം വരെയും നീക്കിവ യ്ക്കാമെന്ന് നിർദ്ദേശിക്കപ്പെട്ടു. നഗര പ്രദേശങ്ങളുടെ പ്രത്യേക സ്ഥിതി വിശേഷം കണക്കിലെടുത്താണ് ഉൽപ്പാദന മേഖലയിൽ കുറഞ്ഞ പരിധി നിശ്ചയിച്ചത്.

തിരഞ്ഞെടുക്കപ്പെട്ട ജനപ്രതിനിധികൾ തങ്ങളുടെ സ്വാതന്ത്ര്യത്തെ തടസ്സപ്പെടുത്തുന്ന തരത്തിലുള്ള മാർഗ്ഗനിർദ്ദേശങ്ങളായി ഇതിനെ വിമർശിച്ചു. പ്രാദേശിക സാഹചര്യങ്ങൾക്ക് അനുസൃതമായി ഉപമേഖലാ മുൻഗണനകൾ തെരഞ്ഞെടുക്കുന്നതിൽ പ്രാദേശിക കൗൺസിലുകൾ കാര്യമായ സാധ്യത നിലനിർത്തുന്നുണ്ടെന്ന് കാമ്പയിന്റെ സംഘാടകർ പ്രതികരിച്ചു. മാത്രമല്ല സംസ്ഥാന സർക്കാർ നൽകുന്ന പദ്ധതിവിഹിത ത്തിനു മാത്രമേ ഈ മാർഗ്ഗനിർദ്ദേശങ്ങൾ ബാധകമാക്കിയിട്ടുള്ളൂ. പദ്ധതി യടങ്കലിൽ ഉൾപ്പെടുന്ന അവരുടെ തനത് ഫണ്ടിനോ, മറ്റു സ്രോതസ്സു കളിൽനിന്ന് അവർ സമാഹരിച്ച ഫണ്ടുകൾക്കോ ഇതു ബാധകവുമല്ല.

ധനവിന്യാസത്തിനുള്ള സംവിധാനങ്ങൾ

പദ്ധതിയടങ്കലിന്റെ 30–40 ശതമാനം വരെ തദ്ദേശഭരണ സ്ഥാപന ങ്ങൾക്കായി മാറ്റിവയ്ക്കാമെന്ന വാഗ്ദാനം 1997–1998 ലെ സംസ്ഥാന ബഡ് ജറ്റിൽ നിറവേറ്റി. ഈ അളവിൽ പണം താഴേക്ക് കൈമാറുമ്പോൾ ശ്രദ്ധാ പൂർവ്വമായ ആസൂത്രണം ആവശ്യമാണ്. ധനമന്ത്രാലയവുമായും ആസൂ ത്രണ കമ്മീഷനുമായും കൂടിയാലോചിച്ചശേഷമാണ് പ്ലാനിംഗ് ബോർഡ് വാർഷിക പദ്ധതിവിഹിതം നിശ്ചയിച്ചത്. അതുപ്രകാരം 1997–98 വർഷ ത്തേക്കുള്ള വാർഷിക പദ്ധതി 2,855 കോടിയായി നിശ്ചയിച്ചിരുന്നു. ഇത് എട്ടാം പദ്ധതിയേക്കാൾ ഏതാണ്ട് 30 ശതമാനം ഉയർന്നതായിരുന്നു. ഇതിൽ 1025 കോടി രൂപ അതായത് 36 ശതമാനം തദ്ദേശഭരണ സ്ഥാപന ങ്ങൾക്കായി നീക്കിവെച്ചു. പദ്ധതി അടങ്കലിന്റെ ബാക്കി തുക കഴിഞ്ഞ വർഷത്തെ വിഹിതവും ഓരോ വകുപ്പിന്റെയും മേഖലയിൽ തദ്ദേശഭരണ സ്ഥാപനങ്ങളുടെ നിക്ഷേപവും കണക്കിലെടുത്ത് സംസ്ഥാനതലത്തിൽ വിവിധ വകുപ്പുകൾക്കായി വിഭജിച്ചു. പദ്ധതിയടങ്കലിന്റെ നിശ്ചിത ശതമാനം തദ്ദേശസ്വയംഭരണ സ്ഥാപനങ്ങൾക്കായി നീക്കിവെച്ചപ്പോൾ വകുപ്പുതല പദ്ധതിചർച്ചകൾ പിരിമുറുക്കത്തിലായി. തദ്ദേശ സ്ഥാപന ങ്ങൾ ഏറ്റെടുക്കാനിടയുള്ള, അവരുടെ നിലവിലുള്ള പല പദ്ധതികളും വകുപ്പുകൾ ഉപയോഗിക്കേണ്ടിവരുമെന്നത് ഏകദേശം വ്യക്തമായിരുന്നു. നിലവിലുള്ള സ്കീമുകൾ പലതും പൊടുന്നനെ അവസാനിപ്പിക്കുന്നത് ഒരു കടുത്ത തീരുമാനമായിരുന്നു. എന്നാൽ ഇത് ഒരു പരിവർത്തനഘട്ട

മാണെന്നും ഈ സന്ദർഭത്തിൽ സംസ്ഥാനതല വകുപ്പുകളുടെ മാർഗ്ഗനിർദ്ദേശങ്ങൾക്കനുസരിച്ച് തദ്ദേശഭരണ സ്ഥാപനങ്ങൾ തന്നെയാവും ഇവ തുടർന്ന് നടപ്പിലാക്കുകയെന്നതും തിരിച്ചറിഞ്ഞു. അങ്ങനെ അധികാരവികേന്ദ്രീകരണത്തിന് കീഴിൽ സംസ്ഥാനാവിഷ്കൃത പദ്ധതികളെന്ന ഒരു പുതിയ വിഭാഗമുണ്ടായി. ഇവ വകുപ്പുകളുടെ നിലവിലുള്ള പദ്ധതികളായിരുന്നു. പക്ഷേ, അവ മുൻവർഷങ്ങളിൽ തുടങ്ങിവച്ചവയോ മറ്റ് കാരണങ്ങളാൽ ഏകീകൃത മാർഗ്ഗനിർദ്ദേശങ്ങൾക്കനുസരിച്ച് സംസ്ഥാനത്തുടനീളം നടപ്പിലാക്കേണ്ടവയോ ആയിരുന്നു. 1997–98 ലെ ബഡ്ജറ്റിൽ സംസ്ഥാനാവിഷ്കൃത സ്കീമുകൾക്കായി 276 കോടി രൂപയും തദ്ദേശഭരണ സ്ഥാപനങ്ങൾക്കുള്ള പദ്ധതിവിഹിതമായി 749 കോടിരൂപയും നൽകി. തദ്ദേശഭരണ സ്ഥാപനങ്ങൾ ശാക്തീകരിക്കപ്പെടുന്നതോടെ വരും വർഷങ്ങളിൽ സംസ്ഥാനാവിഷ്കൃത സ്കീമുകളുടെ വ്യാപ്തി കുറയുമെന്ന് മനസ്സിലായി.

ധനവിദ്യാഭ്യാസത്തിന്റെ സവിശേഷതകൾ

പൊതുവിഭാഗം (General Sector), പട്ടികജാതിക്കാർക്കായുള്ള പ്രത്യേക ഘടകപദ്ധതി (SCP), പട്ടികവർഗ്ഗക്കാർക്കായുള്ള ഉപപദ്ധതി (TSP) എന്നിങ്ങനെ പദ്ധതിധനസഹായം മൂന്ന് വിഭാഗങ്ങളായാണ് നൽകുന്നത്. ആകെയുള്ള 749 കോടി രൂപയുടെ പദ്ധതിവിഹിതത്തിൽ 194 കോടിരൂപ (25.6 ശതമാനം) പ്രത്യേകഘടകപദ്ധതിക്കും 39 കോടിരൂപ (5.2 ശതമാനം) പട്ടികവർഗ്ഗ ഉപപദ്ധതിക്കുമായി നീക്കിവച്ചു. വിവിധ തദ്ദേശഭരണ സ്ഥാപനങ്ങൾക്ക് ഈ തുക വിതരണം ചെയ്യുന്നതിനായി താഴെപ്പറയുന്ന നടപടിക്രമങ്ങൾ സ്വീകരിച്ചു.

കേരളത്തിലെ ജനസംഖ്യയിൽ 15 ശതമാനത്തോളം നഗരത്തിലും 85 ശതമാനം ഗ്രാമപ്രദേശങ്ങളിലുമാണ് ജീവിക്കുന്നത്. എന്നാൽ പട്ടികജാതി, പട്ടികവർഗ്ഗക്കാർ നഗരപ്രദേശങ്ങളിൽ താരതമ്യേന കുറവാണ്. അതുകൊണ്ട് എസ് സി പി, ടി എസ് പി ഫണ്ടുകൾ അവരുടെ നഗരഗ്രാമ ജനസംഖ്യാനുപാതത്തിൽ പ്രത്യേകം വിഭജിച്ചുനൽകുന്നു. ആദ്യപടിയായി നഗരപാലികാസ്ഥാപനങ്ങൾക്കും പഞ്ചായത്ത്‌രാജ് സ്ഥാപനങ്ങൾക്കും തമ്മിൽ 15:85 എന്ന ജനസംഖ്യാനുപാതിക വിഭജനം നടത്തി. ഇതിന്റെ അടിസ്ഥാനത്തിൽ ഓരോനഗര സ്ഥാപനങ്ങൾക്കുമുള്ള വിഹിതം നിശ്ചയിച്ചു. ബാക്കിതുക ത്രിതലപഞ്ചായത്തുകൾക്കിടയിൽ വീതംവച്ചു. ഇതുപ്രകാരം പൊതുവിഭാഗം ഫണ്ട് 70:15:15 എന്ന അനുപാതത്തിൽ ഗ്രാമ, ബ്ലോക്ക്, ജില്ലാ പഞ്ചായത്തുകൾക്കിടയിൽ വിതരണം ചെയ്തു. പ്രത്യേക ഘടകപദ്ധതിവിഹിതം 60:20:20 എന്ന അനുപാതത്തിലാണ് ഗ്രാമ, ബ്ലോക്ക്, ജില്ലാ പഞ്ചായത്തുകൾക്കിടയിൽ വീതിച്ചത്. പട്ടികവർഗ്ഗ ഉപപദ്ധതിയുടെ കാര്യത്തിലാകട്ടെ 60 ശതമാനം ഫണ്ടും ജില്ലാ പഞ്ചായത്തുകൾക്ക് നൽകാൻ തീരുമാനിച്ചു. ഗ്രാമബ്ലോക്ക് പഞ്ചായത്തുകൾക്ക് 20 ശതമാനം വീതമായിരുന്നു വിഹിതം.

ജനസംഖ്യ മാത്രം പദ്ധതിസഹായത്തിനുള്ള മാനദണ്ഡമാക്കുമ്പോൾ പിന്നോക്കം നിൽക്കുന്ന പ്രദേശങ്ങൾക്ക് കൂടുതൽ പരിഗണന ലഭിക്കില്ല. ഇതിന്റെ ഫലമായി മുന്നോക്ക, പിന്നോക്ക പ്രദേശങ്ങൾ തമ്മിലുള്ള വിടവു വർദ്ധിക്കാനാണ് സാധ്യത. അതിനാൽ പ്രതിശീർഷ പദ്ധതി വിഭജനം സാമൂഹ്യനീതിക്ക് നിരക്കുന്നതല്ല. പിന്നോക്കാവസ്ഥ നിശ്ചയിക്കുന്ന തിനുള്ള മാനദണ്ഡം പഞ്ചായത്തടിസ്ഥാനത്തിൽ ലഭ്യവുമല്ലായിരുന്നു. ഈ അവസരത്തിൽ തൽക്കാലം ഇതല്ലാതെ മറ്റ് പോംവഴിയൊന്നു മില്ലായിരുന്നു. മാത്രമല്ല ജനസംഖ്യ മാനദണ്ഡമായി സ്വീകരിക്കുമ്പോൾ ഫണ്ടുവിഭജനത്തിലെ രാഷ്ട്രീയ വിവേചനം സംബന്ധിച്ച ആരോപണ പ്രത്യാരോപണങ്ങളിൽനിന്ന് ഒഴിഞ്ഞുമാറാനും കഴിയും. പക്ഷപാതത്തെ ചൊല്ലിയുള്ള തർക്കം കാമ്പയിൻ വേളയിൽ കെട്ടിപ്പടുത്ത ദുർബലമായ ഐക്യത്തെ അസ്ഥിരപ്പെടുത്തുമായിരുന്നു. കാമ്പയിന്റെ രണ്ടാം വർഷ ത്തിൽ പിന്നോക്കാവസ്ഥയുംകൂടി പരിഗണിച്ചുള്ള കൂടുതൽ ഉചിതമായ മാനദണ്ഡങ്ങൾ വിഭജന സൂത്രവാക്യങ്ങളിൽ ഉൾപ്പെടുത്തി.

സാധാരണയായി സംസ്ഥാന സർക്കാരിന്റെ ബഡ്ജറ്റ് രേഖകളിൽ നിന്ന് തദ്ദേശസ്ഥാപനങ്ങളുടെ സാമ്പത്തിക വിഭജനത്തിന്റെ വ്യക്തമായ ചിത്രം ലഭിക്കുന്നത് എളുപ്പമല്ല. കാരണം തദ്ദേശ സ്ഥാപനങ്ങൾക്കുള്ള ബഡ്ജറ്റ് വ്യവസ്ഥകൾ പ്രത്യേകം പട്ടികപ്പെടുത്തിയിട്ടില്ല. പകരം വിവിധ വകുപ്പുകൾക്ക് നൽകിയിട്ടുള്ള വിഹിതത്തിൽ ഒരു ചെറിയ അക്കൗണ്ട് ഹെഡ്ഡിലാണ് അവതരിപ്പിക്കുക. കേരളത്തിൽ സ്വീകരിച്ച പുതിയ ബഡ്ജറ്റ് നടപടിക്രമത്തിന്റെ സ്വാഗതാർഹമായ സവിശേഷത ഓരോ പഞ്ചായത്ത് രാജ് മുനിസിപ്പൽ സ്ഥാപനങ്ങളുടെ നീക്കിവച്ചിരിക്കുന്ന ഫണ്ടുകളുടെ വിശദാംശങ്ങൾ ബഡ്ജറ്റ് രേഖകളുടെ പ്രത്യേക വോള്യമായി (അനു ബന്ധം 4) നൽകുക എന്നതാണ്. അനുബന്ധത്തിൽ വിവിധതല തദ്ദേശ ഭരണ സ്ഥാപനങ്ങളിലേക്കു മാറ്റിയ സ്കീമുകളുടെ (പ്ലാൻ/നോൺപ്ലാൻ) വ്യവസ്ഥകളും സ്കീമുകളിലെ വിവിധതല തദ്ദേശഭരണ സ്ഥാപനങ്ങളുടെ വിഹിതവും വ്യക്തമായി പ്രതിപാദിക്കുന്നു. ഏറ്റവും പ്രധാനമായത് ഓരോ തദ്ദേശഭരണ സ്ഥാപനത്തിനും നൽകുന്ന പൊതുവിഭാഗം, എസ് സി പി, ടി എസ് പി എന്നീ മേഖലകളുടെ പദ്ധതിവിഹിതം വ്യക്തമായി പ്രസ്താ വിച്ചിട്ടുണ്ടെന്നതാണ്.

പ്രത്യേക ഘടകപദ്ധതിയും ഉപപദ്ധതിയും

ദുർബല വിഭാഗങ്ങൾക്കായുള്ള പ്രത്യേക ഘടകപദ്ധതികൾക്ക് നൽകിയ വലിയ തോതിലുള്ള വകയിരുത്തലിനെക്കുറിച്ച് ധാരാളം വിമർശനങ്ങളുണ്ടായി. എസ് സി പി, ടി എസ് പി വിഹിതമായി ശരാശരി പദ്ധതിവിഹിതത്തിന്റെ 27 ശതമാനം ഗ്രാമപഞ്ചായത്തുകൾക്കും 47 ശത മാനം ജില്ലാ പഞ്ചായത്തുകൾക്കും ലഭിച്ചു. ആറ് ഗ്രാമപഞ്ചായത്തുകളിലും നാലു ബ്ലോക്ക് പഞ്ചായത്തുകളിലും എസ് സി പി, ടി എസ് പി വിഹിതം പദ്ധതിപ്പണത്തിന്റെ 50 ശതമാനത്തിലേറെയായിരുന്നു. ഉയർന്ന ദൃശ്യപ

രതയോടെയും വലിയ അനുപാതത്തിലും ഇത്തരം ഫണ്ടുകൾ നീക്കിവ ച്ചിട്ടുള്ളത്, ഉന്നത ജാതികളിൽപ്പെട്ടവരിൽനിന്നും വിമർശനമുണ്ടാകുമോ യെന്നും അത് കാമ്പയിനെ ദുർബലപ്പെടുത്തുമോ എന്ന ആശങ്കയും ഉണ്ടാ യിരുന്നു.

പട്ടികജാതിയിൽപ്പെട്ട ചില ജാതിസംഘടനകളും ഈ വിഭാഗത്തിൽ പ്പെട്ട പ്രതിപക്ഷ നിയമസഭാംഗങ്ങളും ഫണ്ട് ദുരുപയോഗം ചെയ്യപ്പെ ടാനോ വഴിതിരിച്ചുവിടുന്നതിനോ ഉള്ള സാധ്യതയുണ്ടെന്ന് ആശങ്കപ്പെട്ടു. രണ്ടാം അധ്യായത്തിൽ സൂചിപ്പിച്ചതുപോലെ സ്വാതന്ത്ര്യാനന്തര സമയത്ത് ഭരണഘടനാ സംവാദങ്ങൾക്കിടെ വലിയ തോതിൽ അധികാര വികേന്ദ്രീകരണം ചോദ്യംചെയ്യപ്പെട്ടിരുന്നു. ഇന്ത്യയിലെ മിക്കഗ്രാമ ങ്ങളിലേയും അടിച്ചമർത്തപ്പെടുന്ന ജാതിഘടനകൾ കാരണം ദുർബല വിഭാഗങ്ങളുടെ താൽപ്പര്യങ്ങൾ അവഗണിക്കുന്നതിലേക്ക് ഇതു നയിച്ചേ ക്കുമെന്ന ആശങ്കയായിരുന്നു കാരണം.

ഈ ഭയാശങ്കകൾ അടിസ്ഥാനങ്ങളില്ലാത്തവയായിരുന്നു. എന്നാൽ 1980കളുടെ മധ്യം മുതൽ തന്നെ കേരളത്തിലെ എസ്.സി.പിയും ടി.എസ്.പിയും വികേന്ദ്രീകൃത രീതിയിൽ നടപ്പിലാക്കിയതായി കാമ്പയിൻ അനുയായികൾ ചൂണ്ടിക്കാണിച്ചിരുന്നു. നിലനിന്നിരുന്ന വികേന്ദ്രീകരണ സംവിധാനത്തെ കൂടുതൽ ജനാധിപത്യപരവും പങ്കാളിത്തപരവുമായ പ്രക്രിയയായി പരിഷ്കരിക്കുകയായിരുന്നു യഥാർത്ഥത്തിൽ ജനകീയാ സൂത്രണം. ചില ജാതിസംഘടനാ നേതാക്കൾ സ്വന്തം സമുദായത്തിലെ അംഗങ്ങളേക്കാളോ അവരുടെ തിരഞ്ഞെടുക്കപ്പെട്ട പ്രതിനിധി കളേക്കാളോ ബ്യൂറോക്രസിയിൽ കൂടുതൽ വിശ്വാസം പ്രകടിപ്പിച്ചു എന്നത് വിരോധാഭാസമാണ്.

സാങ്കല്പിക വകയിരുത്തലിന് വിരാമം

മുൻകാല പതിവുകളിൽ നിന്നുള്ള മാറ്റം വിമർശകരെ നിശബ്ദരാക്കി. ഇന്ത്യയിലെ മറ്റുള്ള സംസ്ഥാനങ്ങളെപ്പോലെ കേരളവും ദുർബലവിഭാഗ ങ്ങൾക്കായിട്ടുള്ള പ്രത്യേക പ്രോജക്ടുകളും സ്കീമുകളും ബന്ധപ്പെട്ട വകുപ്പുമേധാവികൾ വഴി തയ്യാറാക്കി അവരുടെ പദ്ധതികളിൽ ഉൾപ്പെടു ത്തുമായിരുന്നു. പദ്ധതിച്ചെലവിൽ ഉണ്ടാകുന്ന കുറവിനേക്കാൾ ഗുരുതരം പ്രത്യേക ഘടകപദ്ധതിക്കു പണം വകയിരുത്തുന്നതിലെ പോരായ്മകളാ യിരുന്നു. വകയിരുത്തുന്നുണ്ടെന്ന് കരുതുന്ന പണം പലപ്പോഴും ഒരു സാങ്കൽപ്പിക കണക്ക് മാത്രമായി മാറുന്നു. വിവിധ വകുപ്പുകളിൽനിന്നുള്ള പ്രത്യേക ഘടകപദ്ധതി നിർദ്ദേശങ്ങൾ കൂട്ടുമ്പോൾ പലപ്പോഴും ജനസംഖ്യാനുപാതത്തിനടുത്ത് വരികയില്ല. പദ്ധതി അന്തിമമാക്കുന്ന സമയത്ത് ഒരു പൊതുപരിപാടിയുടെ ഗുണഫലം പട്ടികവിഭാഗത്തിന് ലഭിക്കുമെന്ന അനുമാനത്തിന്റെ അടിസ്ഥാനത്തിൽ സാങ്കല്പിക വകയി രുത്തൽ നടത്തുന്നതിലൂടെ എസ്.സി.പിയും, ടി.എസ്.പിയും ദേശീയ

ആസൂത്രണ കമ്മീഷന്റെ നിർദ്ദേശപ്രകാരമുള്ള ജനസംഖ്യാനുപാതിക വിഹിതത്തിലെത്തും. 1995–96 ധനകാര്യവർഷത്തിൽ ഇപ്രകാരം ജന കീയാസൂത്രണത്തിന് മുമ്പ് അംഗീകരിച്ച പ്രത്യേകഘടക പദ്ധതിയുടെ മതിപ്പുകണക്കിൽ കമാൻഡ് ഏര്യാ വികസന പരിപാടിക്ക് 3 കോടി, ഗ്രാമീണ വൈദ്യുതീകരണത്തിന് 5 കോടി, ഭവനനിർമ്മാണ വായ്പയ്ക്ക് 1 കോടി, കൃഷിക്ക് 3.6 കോടി തുടങ്ങി 40.01 കോടി രൂപയുടെ അടങ്കൽ വരുന്ന പദ്ധതി പട്ടിക വിഭാഗങ്ങൾക്കായി, പൊതുപരിപാടികളിൽ നിന്നുള്ള സാങ്കൽപ്പിക വകയിരുത്തലായി നിശ്ചയിച്ചിരുന്നു. ഇത് ആ വർഷത്തെ മൊത്തം പ്രത്യേക ഘടകപദ്ധതി അടങ്കലിന്റെ 28 ശതമാനം വരും. ഇതിലെല്ലാമുള്ള അടിസ്ഥാന ധാരണ ദുർബലവിഭാഗങ്ങൾക്ക് പൊതുപദ്ധതികളിൽനിന്ന് അവരുടെ ജനസംഖ്യാനുപാതത്തിലുള്ള വിഹിതത്തിന്റെ പ്രയോജനം ലഭിക്കുമെന്നതായിരുന്നു. എന്നാൽ സ്വന്തമായി കൃഷിഭൂമിയില്ലാത്ത പട്ടികജാതി കുടുംബങ്ങൾക്ക് കമാൻഡ് ഏര്യകളിലെ ജലസേചന വികസനത്തിന്റെ പ്രയോജനം ലഭിക്കാൻ സാധ്യതയില്ലല്ലോ. ഇതൊഴിവാക്കി നോക്കുമ്പോൾ യഥാർത്ഥത്തിൽ ജനസംഖ്യാനുപാതികമായി പട്ടികജാതിക്ക് ലഭിക്കേണ്ട 11 ശതമാന ത്തിനുപകരം യഥാർത്ഥ പദ്ധതിവിഹിതം വാർഷിക പദ്ധതിയുടെ 6.5 ശതമാനം മാത്രമാണ്.

1997–98 ലെ ജനകീയാസൂത്രണ പദ്ധതി ഇത്തരം സങ്കല്പന വില യിരുത്തലുകൾ ഒറ്റയടിക്ക് അവസാനിപ്പിച്ചു. മാത്രമല്ല ഓരോ വകുപ്പിനും വകയിരുത്തിയിരിക്കുന്ന പണത്തിൽനിന്നും വിഹിതം നീക്കിവയ്ക്കുകയല്ല ചെയ്തത്. പകരം വകുപ്പുകൾക്ക് പദ്ധതിവിഹിതം വീതം വയ്ക്കുന്നതിനു മുമ്പുതന്നെ 347 കോടി രൂപ അഥവാ ജനസംഖ്യാനുപാതികമായി ലഭി ക്കേണ്ട 11 ശതമാനം വരുന്ന തുക ആദ്യം തന്നെ പട്ടികജാതി/പട്ടികവർഗ്ഗ അടങ്കലിൽ മാറ്റിവച്ചു. ബാക്കി 89 ശതമാനം പ്ലാൻ ഫണ്ടുകൾ മാത്രമാണ് വകുപ്പുകൾക്കിടയിൽ വിതരണം ചെയ്തത്. അങ്ങനെ 1997–98 വർഷത്തെ ദുർബലവിഭാഗങ്ങളുടെ വികസനത്തിനുവേണ്ടി ലഭിക്കുന്ന വികസന ഫണ്ടിന്റെ കണക്കെടുത്താൽ റെക്കോർഡ് വർദ്ധനയാണെന്ന് കാണാൻ കഴിയും.

വകുപ്പുകൾ തമ്മിലുള്ള വിഭവ കൈമാറ്റം എല്ലായിടത്തും ഒരുപോലെ ആയിരുന്നില്ല. പ്രധാനമായും ഇടത്തരം വൻകിട വ്യവസായങ്ങൾ, ജലവൈദ്യുതി നിലയങ്ങളുമായി ബന്ധപ്പെട്ട വൈദ്യുതി ഉൾപ്പടെയുള്ള വകുപ്പുകൾ എന്നിവയ്ക്ക് ഒന്നുംതന്നെ താഴേത്തട്ടുകളിലേക്ക് നൽ കാനാവില്ല. എന്നാൽ കൃഷി, ഗ്രാമവികസന വകുപ്പുകൾക്ക് ഗണ്യമായ വിഹിതം കൈമാറാനാകും. ഗ്രാമവികസനവകുപ്പിന്റെ പദ്ധതിവിഹിത ത്തിന്റെ 95 ശതമാനവും തദ്ദേശഭരണ സ്ഥാപനങ്ങൾക്കായി വിനിയോ ഗിച്ചു. ദുർബല വിഭാഗങ്ങൾക്കായുള്ള പരിപാടികളുടെ സ്വഭാവം അവരെ കൂടുതലായി വികേന്ദ്രീകരണത്തിന് അനുയോജ്യമാക്കുന്നു.

അഴിമതി കുറയ്ക്കുന്നതിനുള്ള കൂടുതൽ നടപടികൾ

നിർണ്ണായകമായ ഒരു ചോദ്യം അവശേഷിക്കുന്നു.

മൊത്തം സമൂഹത്തിൽ പട്ടികജാതി പട്ടികവർഗ്ഗക്കാരുടെ ദുർബല മായ രാഷ്ട്രീയ ശക്തികൂടി കണക്കിലെടുത്തുകൊണ്ട് ഉചിതമായ പദ്ധതി കൾ ആവിഷ്കരിക്കാമോ?

ഫണ്ട് ദുരുപയോഗം ചെയ്യാതിരിക്കാൻ ചില മുൻകരുതൽ സംവി ധാനങ്ങൾ ഏർപ്പെടുത്തി. എല്ലാ ഘട്ടങ്ങളിലെയും പരിശീലനങ്ങളിലും പട്ടികജാതി പട്ടികവർഗ്ഗ വികസനം ഒരു പ്രധാന വിഷയമായിരുന്നു. എല്ലാ കൈപ്പുസ്തകങ്ങളിലും പട്ടികജാതി പട്ടികവർഗ്ഗങ്ങൾക്കായി ഒരു അധ്യാ യമുണ്ടായിരുന്നു. കാമ്പയിന്റെ വിവിധ ഘട്ടങ്ങളിൽ പട്ടികജാതി പട്ടി കവർഗ്ഗ വ്യക്തികളുടെ പങ്കാളിത്തം ഉറപ്പാക്കാൻ പ്രത്യേക നടപടികൾ സ്വീകരിച്ചു. അവരുടെ പ്രശ്നങ്ങൾ ചർച്ച ചെയ്യുന്നതിനായി ഗ്രാമസഭ കളിലും വികസന സെമിനാറുകളിലും പ്രത്യേക വിഷയഗ്രൂപ്പുകൾ തന്നെ രൂപീകരിച്ചു. പ്രോജക്ടുകളുടെ കരട് തയ്യാറാക്കുന്നതിന് മേൽനോട്ടം വഹിക്കുന്ന കർമ്മസമിതിയുടെ അദ്ധ്യക്ഷൻ പട്ടികജാതി പട്ടികവർഗ്ഗ പ്രതി നിധിയായിരുന്നു.

എസ് സി പി, ടി എസ് പി പദ്ധതികൾക്കായി കർശനവും വിശദ വുമായ മാർഗ്ഗനിർദ്ദേശങ്ങൾ നൽകിയിരുന്നു. സാങ്കൽപ്പിക വകയിരുത്തലു കളൊന്നും (window dressing) അനുവദനീയമായിരുന്നില്ല. ദുർബല വിഭാഗങ്ങൾക്കുള്ളവ മറ്റുള്ള പ്രോജക്ടിനൊപ്പമാകാതെ പ്രത്യേകമായി തയ്യാറാക്കണമായിരുന്നു. കഴിയുന്നത്ര വ്യക്തിഗത ഗുണഭോക്തൃ പ്രോജ ക്ടുകളെ പ്രോത്സാഹിപ്പിക്കേണ്ടതുണ്ട്. ഒരു ആദിവാസികോളനിയിലേ ക്കുള്ള റോഡ് അല്ലെങ്കിൽ കുടിവെള്ളം പോലുള്ള പൊതു സൗകര്യ പ്രോജക്ടുകൾ നിർദ്ദേശിച്ചിട്ടുണ്ടെങ്കിൽ പ്രതീക്ഷിക്കുന്ന ഗുണഭോക്തൃ കുടുംബങ്ങളിൽ 51 ശതമാനത്തിലധികം പട്ടികജാതി/പട്ടികവർഗ്ഗ കുടുംബങ്ങളായിരിക്കണം. ഇത് തെളിയിക്കുന്നതിനാവശ്യമായ ഒരു സാമൂഹ്യ ഭൂപടവും തയ്യാറാക്കേണ്ടതുണ്ട്. ജലസേചന പ്രോജക്ടുകളാ ണെങ്കിൽ ഗുണഭോക്താക്കളുടെ എണ്ണമല്ല മറിച്ച് ഗുണഭോക്തൃ പ്രദേശ വിസ്തൃതിയാണ് പരിഗണിക്കേണ്ടത്. കുറഞ്ഞ സാമ്പത്തിക ആസ്തിയും ദുർബല വിഭാഗങ്ങളുടെ നൈപുണ്യ അടിത്തറയും കണക്കിലെടുത്ത് എസ് സി പി, ടി എസ് പി ഫണ്ടുകളുടെ 40 ശതമാനം തുക ഉൽപ്പാദനവു മായി ബന്ധപ്പെട്ട പദ്ധതികൾക്കായി അനുവദിക്കാൻ കഴിയില്ലായെന്ന് ഭയ പ്പെട്ടിരുന്നു. അതുകൊണ്ട് എസ്.സി.പി, ടി.എസ്.പി പദ്ധതിയുമായി ബന്ധ പ്പെട്ട് മേഖലാ മാർഗ്ഗനിർദ്ദേശങ്ങളിൽ ഇളവ് വരുത്താൻ തീരുമാനിച്ചു. എന്നാലും അടിസ്ഥാന സൗകര്യമേഖലയിലെ പരമാവധി 30 ശതമാനം എന്ന പരിധി നിർബന്ധമാക്കി. പദ്ധതി വിലയിരുത്തലിനായി പ്രത്യേക പട്ടികജാതി പട്ടികവർഗ്ഗ ഉപസമിതിക്ക് രൂപംനൽകി. ജില്ലാ പഞ്ചായത്ത് പ്രസിഡന്റ് അദ്ധ്യക്ഷനും ജില്ലാ കളക്ടർ സെക്രട്ടറിയും ജില്ലയിലെ എസ്

സി, എസ് റ്റി വിഭാഗത്തിൽപ്പെട്ട നിയമസഭാംഗങ്ങൾ, ജില്ലാ പഞ്ചായത്ത് അംഗങ്ങൾ, ഉദ്യോഗസ്ഥരും പ്രമുഖ സാമൂഹ്യപ്രവർത്തകരുമടങ്ങുന്ന താണ് ജില്ലാതല മോണിറ്ററിംഗ് സമിതി. എസ് സി പി, ടി എസ് പി പദ്ധതികളുമായി ബന്ധപ്പെട്ട പ്രോജക്ടുകൾ അംഗീകരിക്കുന്നതിനു മുമ്പ് പ്രത്യേക വിലയിരുത്തൽ നടത്തുക, പദ്ധതികളുമായി ബന്ധപ്പെട്ടുവരുന്ന ആരോപണങ്ങൾ അന്വേഷിക്കുക എന്നിവയെല്ലാം ഈ സമിതിയുടെ ചുമതലയാണ്.

പദ്ധതി അന്തിമമാക്കൽ

നാലാം റൗണ്ട് ബ്ലോക്ക് ലെവൽ പരിശീലനത്തിന് ശേഷം 1997 ഫെബ്രുവരിയിലാണ് പദ്ധതികൾ തയ്യാറാക്കുന്നതിനുള്ള യഥാർത്ഥ പ്രക്രിയ ആരംഭിച്ചത്. മുമ്പത്തെ അദ്ധ്യായത്തിൽ വിവരിച്ച തിരുത്തൽ നടപടികളുണ്ടായിട്ടും പദ്ധതി തയ്യാറാക്കൽ നടപടികൾ ഇഴയാൻ തുടങ്ങി. ഒരപ്രതീക്ഷിത ഘടകം പ്രോജക്ട് തയ്യാറാക്കലിന്റെ വേഗത കുറയ്ക്കാൻ കാരണമായി. മുമ്പ് സൂചിപ്പിച്ചതുപോലെ പദ്ധതി രൂപീകരണത്തെക്കുറിച്ചുള്ള നാലാംഘട്ട പരിശീലനം തിരഞ്ഞെടുക്കപ്പെട്ട ബ്ലോക്ക് പ്രതിനിധികൾക്ക് മാത്രമായിരുന്നു. അതിനുമുമ്പ് ജില്ലാതല റിസോഴ്സ് പേഴ്സൺമാരെല്ലാം എല്ലാ ജില്ല–ബ്ലോക്കുതല പരിശീലനങ്ങളിലും പങ്കെടുത്തിരുന്നു. ഇപ്പോൾ ഇവർ ഒരുവശത്തേക്ക് മാറിനിൽക്കുന്നതായി തോന്നുന്നു. പലരും പ്രവർത്തനം നിർത്തിയ മട്ടാണ്. അവരുടെ മനോവീര്യം തിരികെക്കൊണ്ടുവരാൻ എല്ലാ ജില്ലകളിലും ഡി ആർ പിമാരുടെ പ്രത്യേക യോഗങ്ങൾ വിളിച്ചുചേർക്കേണ്ടതായിരുന്നു.

ഭയപ്പെട്ടിരുന്നതുപോലെ പദ്ധതി രേഖകളിൽ ആവശ്യമായ സ്ഥിതിവിവരക്കണക്കുകൾ ശേഖരിക്കുന്നത് പ്രാദേശിക പ്രവർത്തകർക്ക് തരണം ചെയ്യാനാവാത്ത ജോലിയാണെന്ന് തെളിഞ്ഞു. ഇപ്പോൾ പദ്ധതി രേഖയ്ക്കൊപ്പം താൽക്കാലിക പ്രസ്താവന മാത്രം സമർപ്പിച്ചാൽ മതിയെന്നും പ്രോജക്ടുകളും പദ്ധതികളും അംഗീകരിച്ചതിനുശേഷം സ്ഥിതിവിവരകണക്കുകളുടെ അനുബന്ധം പൂർത്തിയാക്കിയാൽ മതിയെന്നും സംസ്ഥാന പ്ലാനിംഗ് ബോർഡ് തീരുമാനിച്ചു.

ധനസഹായം സംബന്ധിച്ച് കാര്യമായ ആശയക്കുഴപ്പം ഉടലെടുത്തു. ജനുവരിയിലെ പരിശീലന സമയത്ത് 960 കോടി രൂപ പദ്ധതി വിഹിതമായി ലഭ്യമാകുമെന്ന് കരുതി. എന്നാൽ മാർച്ചിൽ തദ്ദേശഭരണ സ്ഥാപനങ്ങളുടെ യഥാർത്ഥ ധനസഹായം 27 ശതമാനം കുറവായിരിക്കുമെന്ന് സർക്കാർ പ്രഖ്യാപിച്ചു. സംസ്ഥാനാവിഷ്കൃത പദ്ധതികളെക്കുറിച്ച് മുൻധാരണയില്ലാത്തതായിരുന്നു കാരണം. പൊതുവിഭാഗം പദ്ധതിവിഹിതത്തിൽ പ്രയോഗിച്ച 70:15:15 സൂത്രവാക്യമനുസരിച്ചുള്ളതിനേക്കാൾ ഉയർന്ന നിലയിൽ ജില്ല–ബ്ലോക്ക് പഞ്ചായത്തുകൾക്ക് ലഭിച്ച ധനസഹായത്തിന്റെ ഗണ്യമായ ഒരു ഭാഗം എസ് സി പി, ടി എസ് പി പദ്ധതികൾക്കായി നീക്കിവച്ചിട്ടുണ്ട്.

കേന്ദ്ര–സംസ്ഥാനാവിഷ്കൃത പദ്ധതിസഹായം ഓരോ തദ്ദേശഭരണ സ്ഥാപനത്തിനും എത്ര ലഭിക്കുമെന്നതു സംബന്ധിച്ച തിട്ടമില്ലായ്മ പ്രശ്നമായി. ചുരുക്കം ചില തദ്ദേശഭരണ സ്ഥാപനങ്ങൾ മാത്രമേ 1997 മാർച്ചോടെ പദ്ധതികൾക്ക് അന്തിമരൂപം നൽകിയിരുന്നുള്ളൂ. അന്തിമ പദ്ധതിരേഖ സ്വീകരിക്കുന്നതിന് സംസ്ഥാന തലത്തിൽ ഒരു ചടങ്ങ് സംഘടിപ്പിക്കുവാൻ സംസ്ഥാന പ്ലാനിംഗ് ബോർഡ് തീരുമാനിച്ചു. ഇത്തരമൊരു ചടങ്ങ് പദ്ധതി തയ്യാറാക്കലിന്റെ വേഗത വർദ്ധിപ്പിക്കുന്നതിന് ഒരു ഉത്തേജകമാകുമെന്ന് പ്രതീക്ഷിക്കപ്പെട്ടു. സംസ്ഥാനത്തെ ആദ്യത്തെ പദ്ധതിരേഖ ഔപചാരികമായി പൂർത്തീകരിച്ചത് പുനലൂർ മുനിസിപ്പാലിറ്റിയാണ്. മുഴുവൻ കരട് പ്രോജക്ടുകളുടെയും കോപ്പികളടക്കം രണ്ടായിരത്തിൽപ്പരം പേജുവരുന്ന അതിബൃഹത്തായ ഒരു രേഖാസമുച്ചയം തന്നെയായിരുന്നു അത്. 1997 മാർച്ച് 16 ന് പുനലൂരിൽ വച്ചുനടന്ന ചടങ്ങിൽ കേന്ദ്ര പ്ലാനിംഗ് കമ്മീഷനംഗം എം എൻ ശ്രീനിവാസൻ പദ്ധതിരേഖ ഏറ്റുവാങ്ങി. ഉദ്ഘാടനച്ചടങ്ങിന്റെ മുന്നോടിയായി പുനലൂർ നഗരസഭ സംഘടിപ്പിച്ച ഡ്രെയിനേജ് ചാലുകൾ വൃത്തിയാക്കാനും പുതിയ റോഡുകൾ നിർമ്മിക്കാനുമുള്ള 3 ദിവസത്തെ സന്നദ്ധ പ്രവർത്തനങ്ങളും കാമ്പയിന് ആവേശമായി. കൈയിൽ മൺകോരിയുമായി 104 വയസ്സുള്ള പരമേശ്വരൻ സന്നദ്ധപ്രവർത്തകരുടെ ഒരു വലിയ സംഘത്തിന് മുന്നിൽനിന്ന് ചന്ദ്രാണശ്ശേരി ഏലാ റോഡിന്റെ നിർമ്മാണ പ്രവർത്തനത്തിന് നേതൃത്വം നൽകാൻ ചാടിയിറങ്ങിയത് നാം വീണ്ടെടുക്കാൻ ശ്രമിക്കുന്ന സന്നദ്ധപ്രവർത്തന പാരമ്പര്യത്തിന്റെ ഉജ്വല പ്രതീകമായിമാറി. അത് കാമ്പയിനെ ഉത്തേജിപ്പിച്ചു. വൈകുന്നേരം നടന്ന പൊതുയോഗത്തിൽ അവരുടെ ബാനറുകളുമായി ആയിരക്കണക്കിന് ജനങ്ങൾ തടിച്ചുകൂടി. താളവാദ്യങ്ങളും ഫ്ളോട്ടുകളുടെ പരേഡുമൊക്കെയായി നടന്ന ഘോഷയാത്രയും ഉയർന്ന തോതിലുള്ള ജനങ്ങളുടെ പങ്കാളിത്തവും വിശിഷ്ടാതിഥികളെയും ഉദ്യോഗസ്ഥരെയും അത്ഭുതപ്പെടുത്തി. എന്നിരുന്നാലും ജൂൺ മാസമായിട്ടാണ് മിക്ക പഞ്ചായത്തുകളും മുനിസിപ്പാലിറ്റികളും പദ്ധതിരേഖ അന്തിമമാക്കിയത്.

തിരഞ്ഞെടുക്കപ്പെട്ട ജനപ്രതിനിധികൾ രൂപീകരിച്ച പ്രോജക്ടുകളുടെ മുമ്പത്തെ ഘട്ടങ്ങളുടെ ചർച്ചകളും ജനകീയാസൂത്രണത്തിന്റെ സ്പിരിറ്റും എത്രമാത്രം പ്രതിഫലിച്ചിരുന്നു? 592 കെ ആർ പിമാരോടും 454 വി ടി സി അംഗങ്ങളോടും ഞങ്ങൾ ഇതേ ചോദ്യംതന്നെ ചോദിച്ചു. (വി ടി സി അഥവാ സന്നദ്ധ സാങ്കേതിക സമിതിയെക്കുറിച്ച് പത്താം അദ്ധ്യായത്തിൽ ചർച്ചചെയ്യുന്നുണ്ട്.) കെ ആർ പിമാരിൽ 6 ശതമാനംപേരും വി റ്റി സി അംഗങ്ങളിൽ 5.1 ശതമാനംപേരും തദ്ദേശഭരണ സ്ഥാപനങ്ങൾ ജനകീയാസൂത്രണ മാനദണ്ഡങ്ങൾ ലംഘിച്ചതായും പദ്ധതി ചർച്ചയുടെ വിവിധ ഘട്ടങ്ങളിൽ അവരുടേതായ തലത്തിൽ ഏകപക്ഷീയമായ തെരഞ്ഞെടുപ്പുകൾ നടത്തിയെന്നും മുൻഗണനകൾ അവഗണിച്ചതായും കരുതുന്നു. എന്നാൽ 13.2 ശതമാനം കെ ആർ പിമാരും 22.7 ശതമാനം വി റ്റി സി

അംഗങ്ങളും ആസൂത്രണ പ്രക്രിയയിൽ നിർണ്ണയിക്കപ്പെട്ട മുൻഗണനകൾക്കനുസൃതമായാണ് അന്തിമ തെരഞ്ഞെടുപ്പുകൾ നടത്തിയതെന്ന് അഭിപ്രായപ്പെട്ടു. ഭൂരിഭാഗം തദ്ദേശഭരണ സ്ഥാപനങ്ങളിലും അവസാന നിമിഷത്തിൽ ചില പുതിയ നിർദ്ദേശങ്ങൾ ഏകപക്ഷീയമായി ഉൾപ്പെടുത്തിയ ചില സംഭവങ്ങൾ ഉണ്ടായിട്ടുണ്ട്. മുൻഗണനകളിലെ അത്തരം ഏകപക്ഷീയമായ മാറ്റങ്ങളിൽ ഏറ്റവും പ്രധാനമായി കണ്ടത്, രാഷ്ട്രീയമായി ശക്തരായ അംഗങ്ങളുടെ വാർഡുകളിൽ കൂടുതൽ കെട്ടിടങ്ങളും റോഡുകളും നിർമ്മിക്കാനുള്ള പ്രവണതയോ, അല്ലെങ്കിൽ യാന്ത്രികമായി, വസ്തുനിഷ്ഠമായ ആവശ്യകതകളെ അവഗണിച്ച് അവയെ എല്ലാ വാർഡുകളിലും സൃഷ്ടിക്കാനുമുള്ള രീതിയോ ആയിരുന്നു. നിയമപരമായി തിരഞ്ഞെടുക്കപ്പെട്ട പ്രതിനിധികൾക്ക് ഗ്രാമസഭകൾ വികസനസെമിനാറുകൾ, കർമ്മസമിതികൾ എന്നിവയുടെ നിർദ്ദേശങ്ങൾ നടപ്പിലാക്കാനോ അവഗണിക്കാനോ ഉള്ള പൂർണ്ണ അവകാശമുണ്ട്. ചില പ്രതിപക്ഷ നേതാക്കൾ ഈ വിഷയത്തെക്കുറിച്ച് പരസ്യമായി പറയുകയും ചെയ്തു. പക്ഷേ ജനകീയാസൂത്രണ പ്രസ്ഥാനം, തിരഞ്ഞെടുക്കപ്പെട്ട പ്രതിനിധികൾക്ക് ജനകീയ ആവശ്യങ്ങളെ അവഗണിക്കാൻ കഴിയാത്ത ഒരു സമ്മർദ്ദം സൃഷ്ടിച്ചു. വ്യതിയാനങ്ങൾ ഉണ്ടായിരുന്നെങ്കിലും ജനകീയാസൂത്രണ പ്രസ്ഥാനം വിഭാവനം ചെയ്തതുപോലെ തെരഞ്ഞെടുക്കപ്പെട്ട ഉദ്യോഗസ്ഥർ പൊതുവെ ജനങ്ങളുടെ ആവശ്യങ്ങൾ നിറവേറ്റുന്നതായി കണ്ടെത്തി.

എം എൽ എമാരുടെ പങ്കിനെക്കുറിച്ചുള്ള വിവാദം

ജനകീയാസൂത്രണ കാമ്പയിന്റെ നാലാം ഘട്ടത്തിൽ, പ്രാദേശികാസൂത്രണത്തിൽ എം എൽ എമാരുടെ പങ്കിനെച്ചൊല്ലി ഒരുവിവാദമുണ്ടായി. മുൻകാലങ്ങളിൽ മുഴുവൻ വികസനപ്രക്രിയയും സംസ്ഥാന നിയമസഭയിലെ 140 അംഗങ്ങളെ കേന്ദ്രീകരിച്ചായിരുന്നു. ഓരോ വികസന പ്രവർത്തനത്തിനും ബഡ്ജറ്റിൽ ഒരു സ്ഥാനം കണ്ടെത്തേണ്ടിവരുമായിരുന്നു. മാത്രമല്ല അവരവരുടെ നിയോജകമണ്ഡലങ്ങളിൽ ഈ പ്രവർത്തനങ്ങളെക്കുറിച്ച് നിർദ്ദേശങ്ങൾ നൽകുന്നത് എം എൽ എമാരുടെ അവകാശമാണ്. ഓരോ പ്രദേശത്തിനും വികസനത്തിനായി എം എൽ എയുടെ പ്രീതി നേടേണ്ടതുണ്ട്. ജനകീയാസൂത്രണ കാമ്പയിൻ തദ്ദേശഭരണ സ്ഥാപനങ്ങളിലെ ജനപ്രതിനിധികളെ വികസന ആസൂത്രണത്തിന്റെ കേന്ദ്രസ്ഥാനത്തേക്ക് കൊണ്ടുവന്ന് ഈ സാഹചര്യത്തെ പരിവർത്തനം ചെയ്യുകയായിരുന്നു.

1996 ഓഗസ്റ്റു മുതൽ 1997 മാർച്ചുവരെ ജനകീയാസൂത്രണ കാമ്പയിൻ കേരളത്തിലെ ഏറ്റവും പ്രധാന പരിപാടിയായിരുന്നു. 20 ദശലക്ഷത്തിലധികം ആളുകൾ ചർച്ചകളിൽ പങ്കെടുത്തു. കൂടാതെ ലക്ഷക്കണക്കിനാളുകൾ പ്രാദേശിക പഠനങ്ങളിലും പദ്ധതി രൂപീകരണങ്ങളിലും പങ്കെടുത്തു. വികസന സെമിനാറുകളിലേക്ക് എം എൽ എമാരെ ക്ഷണി

ക്കുന്നതിൽ തദ്ദേശഭരണ സ്ഥാപനങ്ങൾ പരാജയപ്പെട്ടതായി തദ്ദേശഭരണ വകുപ്പിന് ഒറ്റപ്പെട്ട പരാതികൾ ലഭിച്ചു.

എം എൽ എമാരെ പരിഗണിക്കുമ്പോൾ പ്രോട്ടോക്കോൾ പാലിക്കാത്തതുമായി ബന്ധപ്പെട്ടായിരുന്നു കൂടുതൽ പരാതികൾ. വികസന സെമിനാറുകൾക്കും പൊതുയോഗങ്ങൾക്കും അദ്ധ്യക്ഷം വഹിച്ചത് തദ്ദേശഭരണ സ്ഥാപനത്തിന്റെ പ്രസിഡന്റായിരുന്നു. ഒന്നിൽക്കൂടുതൽ എം എൽ എമാർ അല്ലെങ്കിൽ ഒരു ക്യാബിനറ്റ് മന്ത്രി അതുമല്ലെങ്കിൽ പാർലമെന്റംഗം പോലുള്ള ഉയർന്ന പ്രോട്ടോക്കോൾ ഒഫിഷ്യലുകളുടെ സാന്നിദ്ധ്യം വരുന്നതിലൂടെ, പ്രസിഡന്റ് അദ്ധ്യക്ഷപദവിയിൽനിന്നും ഒഴിഞ്ഞുമാറാൻ തയ്യാറായില്ലെങ്കിൽ എം എൽ എയുടെ പങ്ക് പ്രധാനപ്രസംഗത്തിൽനിന്നും ഒരു ആശംസാ പ്രസംഗത്തിലേക്ക് ചുരുങ്ങും. പ്രത്യക്ഷത്തിൽ ലളിതമായ ഇത്തരം കാര്യങ്ങൾ പ്രോട്ടോക്കോൾ എന്ന പ്രധാന പ്രശ്നത്തിൽ തട്ടി വഷളാകും. എം എൽ എമാരും എം പിമാരും തങ്ങളുടെ നിയോജക മണ്ഡലം ഉൾപ്പെടുന്ന ജില്ലയുടെ ജില്ലാ ആസൂത്രണ സമിതിയിലേക്ക് സ്ഥിരമായി ക്ഷണിക്കപ്പെട്ടവരായിരുന്നു. പക്ഷേ, അവർക്ക് വോട്ടവകാശമില്ലായിരുന്നു. എം എൽ എമാർ നിയമസഭയിലും സബ്ജക്ട് കമ്മിറ്റി യോഗങ്ങളിലും പങ്കെടുക്കേണ്ടിയിരുന്ന പ്രവൃത്തി ദിവസങ്ങളിലായിരിക്കും ആസൂത്രണ പ്രക്രിയയുടെ ആധിക്യത്തിനിടയിൽ ഡി പി സികൾ പലപ്പോഴും വിളിച്ചുചേർക്കേണ്ടി വന്നിരുന്നത്. ഇത് എം എൽ എമാരെ അലോസരപ്പെടുത്തി. സംസ്ഥാന ബഡ്ജറ്റവതരണത്തിന്റെ തലേദിവസം അവരുടെ അമർഷം പൊട്ടിത്തെറിയായി മാറുകയും ചെയ്തു.

എം എൽ എമാരുടെ വിവേചനാധികാരത്തിൽ ചെലവഴിക്കാൻ ഒരു നിയോജകമണ്ഡല വികസന ഫണ്ടായി 50 ലക്ഷം രൂപ നൽകണമെന്ന് ചില എം എൽ എമാർ ആവശ്യപ്പെട്ടു. ഈ ആവശ്യത്തിന് ഒരു മാതൃകയുണ്ട്. മുൻ പ്രധാനമന്ത്രി നരസിംഹറാവു പാർലമെന്റംഗങ്ങളെ പ്രീതിപ്പെടുത്തുന്നതിനായി ഓരോ അംഗത്തിനും തന്റെ നിയോജക മണ്ഡലത്തിലെ വികസന പ്രവർത്തനങ്ങൾക്കായി ചെലവഴിക്കുന്നതിന് ഒരുകോടി രൂപ ഫണ്ട് പ്രഖ്യാപിച്ചിരുന്നു. പാർലമെന്റ് അംഗങ്ങളുടെ പ്രാദേശിക വികസനഫണ്ട് എന്നാണ് ഈ പദ്ധതി അറിയപ്പെട്ടിരുന്നത്. സംസ്ഥാന പ്ലാനിംഗ് ബോർഡ് ഈ ആവശ്യത്തെ എതിർത്തു. രൂക്ഷമായ വിവാദം പൊട്ടിപ്പുറപ്പെട്ടു. കാര്യങ്ങൾ കൈവിട്ടുപോവുകയായിരുന്നു. ഈ സന്ദർഭത്തിൽ ഇ എം എസ് നമ്പൂതിരിപ്പാട് ഇടപെട്ടു. സി പി ഐ (എം) ദിനപത്രമായ *ദേശാഭിമാനി*യിൽ എഴുതിയ ഒരു ലേഖനത്തിലൂടെ പ്രത്യേക എം എൽ എ ഫണ്ടുകൾക്കായുള്ള ആവശ്യത്തെ അപലപിച്ച അദ്ദേഹം കേരളത്തിൽ നടപ്പാക്കാൻ ശ്രമിച്ചുകൊണ്ടിരിക്കുന്ന ജനാധിപത്യ വികേന്ദ്രീകരണതത്ത്വത്തിന് ഘടകവിരുദ്ധമാണീ ആവശ്യമെന്നും പറഞ്ഞുവച്ചു. പാർലമെന്റംഗങ്ങൾക്ക് ദേശീയതലത്തിൽ പ്രത്യേകഫണ്ട് ലഭ്യമാക്കുന്നതിനെ സി പി ഐ (എം) എതിർക്കുന്നുവെന്നും അദ്ദേഹം വ്യക്തമാക്കി. അദ്ദേഹത്തിന്റെ രാഷ്ട്രീയാധികാരത്തിന്റെ ശക്തി സംസ്ഥാന പ്ലാനിംഗ്

ബോർഡിന് പിൻബലമേകിയപ്പോൾ എൽ ഡി എഫ് എം എൽ എമാർ പിന്നോട്ട് വലിഞ്ഞു.

പ്രതിസന്ധി ഒഴിഞ്ഞുമാറിയെങ്കിലും അത് കയ്പ്പേറിയ വികാരങ്ങൾ അവശേഷിപ്പിച്ചു. എം എൽ എമാർക്ക് തങ്ങൾ അവഗണിക്കപ്പെട്ടോ എന്നു തോന്നി. അവരുടെ പങ്ക് എന്തായിരിക്കണം? എം എൽ എമാരിൽ പലരും അവരുൾപ്പെടുന്ന രാഷ്ട്രീയപ്രസ്ഥാനത്തിന്റെ ജില്ലാതല നേതാക്കന്മാരായിരുന്നു. ആദ്യമായി ജനകീയാസൂത്രണത്തിനെതിരെ പ്രത്യക്ഷത്തിൽ ശബ്ദമുയർത്തുന്നതരത്തിൽ ഒരു എതിർപ്പുയർന്നു. നിരവധി പ്രതിപക്ഷ എം എൽ എമാരുടെ തുറന്ന വൈരാഗ്യം, ഇതിന് ചൂട്ടുപിടിക്കുന്ന തരത്തിലുള്ള ഭരണപക്ഷ എം എൽ എമാരുടെ മനോഭാവം എന്നിവ കാമ്പയിന്റെ വേഗതയെയും ഫലപ്രാപ്തിയെയും താഴെത്തട്ടുകളിൽ പ്രതികൂലമായി ബാധിച്ചു. ഒരുപക്ഷേ, ജനാധിപത്യ വികേന്ദ്രീകരണ പ്രക്രിയയിൽ ഉയർന്നതലത്തിലുള്ള ബ്യൂറോക്രസിയുമായും തിരഞ്ഞെടുക്കപ്പെട്ട നേതാക്കളുമായുള്ള ഏറ്റുമുട്ടൽ അനിവാര്യമാണ്.

അദ്ധ്യായം 9

അഞ്ചാംഘട്ടം: താഴെത്തട്ടിൽനിന്നും മുകൾത്തട്ടിലേക്കുള്ള ആസൂത്രണം

ബ്ലോക്ക്, ജില്ലാപഞ്ചായത്തുകളുടെ പദ്ധതികൾ

ത്രിതല പഞ്ചായത്തുകൾ തമ്മിൽ നിയന്ത്രണവും അനുമതി നൽകുന്നതുമായ ശ്രേണീബന്ധങ്ങൾ കേരള നിയമം അനുശാസിക്കുന്നില്ല. ഓരോ തലവും സ്വതന്ത്രമാണ്. ബ്ലോക്കുകൾക്കും ജില്ലാ പഞ്ചായത്തുകൾക്കും തങ്ങളുടെ പദ്ധതികൾ ഒരേസമയം തയ്യാറാക്കുന്നതിന് നിയമപരമായ യാതൊരു തടസ്സവുമില്ല. എന്നിരുന്നാലും ജനകീയാസൂത്രണ പ്രസ്ഥാനത്തിന്റെ പ്രാരംഭഘട്ടത്തിൽ ഗ്രാമ-നഗര സ്ഥാപനങ്ങൾക്ക് മുകളിലുള്ളവയുടെ പദ്ധതി തയ്യാറാക്കുന്നതിനെക്കുറിച്ച് സംഘാടകർ മൗനംപാലിച്ചിട്ടുണ്ടായിരുന്നു. ഇതിന് ചിലകാരണങ്ങളുമുണ്ടായിരുന്നു. കാമ്പയിൻ ഏകോപനത്തിന്റെ പ്രധാന നോഡൽ ഏജൻസിയായി ബ്ലോക്കുകൾ മാറും എന്നായിരുന്നു ജനകീയാസൂത്രണ പ്രസ്ഥാനം വിഭാവനംചെയ്തിരുന്നത്. ജില്ല റിസോഴ്സ്പേഴ്സൺമാർ (ഡി ആർ പി) ബ്ലോക്ക് പഞ്ചായത്തുകളുമായി ബന്ധപ്പെട്ട് ഒരു യൂണിറ്റ് ആയിട്ടാണ് പ്രവർത്തിച്ചിരുന്നത്. വിദഗ്ദ്ധ സമിതികളും ഉപജില്ലാതല പരിശീലന പരിപാടികളും ബ്ലോക്ക് തലത്തിലാണ് നടന്നിരുന്നത്. ഗ്രാമപഞ്ചായത്ത് പദ്ധതി രൂപീകരണത്തോടൊപ്പംതന്നെ ബ്ലോക്ക് പഞ്ചായത്ത് പദ്ധതിരൂപീകരണ പ്രവർത്തനങ്ങൾകൂടി ഏറ്റെടുത്തിരുന്നെങ്കിൽ ഗ്രാമപഞ്ചായത്തുകൾക്ക് ആവശ്യമായ സംഘടനാപരമായ പിന്തുണ ലഭിക്കുമായിരുന്നില്ല എന്ന ആശങ്കയുമുണ്ടായിരുന്നു. പ്രധാനമായും അടിത്തട്ടിൽനിന്നും മേൽത്തട്ടിലേക്കുള്ള ഒരു ആസൂത്രണ പ്രക്രിയയാണല്ലോ വികേന്ദ്രീകൃതാസൂത്രണ കാഴ്ചപ്പാട്. അതായത് ആദ്യം ഗ്രാമപഞ്ചായത്തുകൾ തങ്ങളുടെ പദ്ധതി തയ്യാറാക്കുകയും, ശേഷം ഗ്രാമപഞ്ചായത്ത് പദ്ധതികൾകൂടി പരിഗണിച്ചുകൊണ്ട് ബ്ലോക്ക് പഞ്ചായത്തുകളും ജില്ലാ പഞ്ചായത്തുകളും അതാതിന്റെ പദ്ധതികൾ തയ്യാറാ

ക്കുകയും ചെയ്യണം. ഒരേസമയം പദ്ധതി തയ്യാറാക്കിയാൽ മൂന്ന് തലങ്ങളിലും ആവർത്തനവും വിടവുകളും കൂടുതൽ വരാനിടയാകും.

- താഴെനിന്ന് എങ്ങനെ ആസൂത്രണം ചെയ്യും?
- സർക്കാരിന്റെ ഏറ്റവും ചെറിയ യൂണിറ്റുകൾ പരസ്പരം വേറിട്ട് നിന്നുകൊണ്ട് എങ്ങനെ ആസൂത്രണം ചെയ്യും?
- പ്രോജക്ട് ഫണ്ടുകൾ ചെറിയ ബാച്ചുകളായി കാര്യക്ഷമമായി ഉപയോഗിക്കാൻ കഴിയുമോ?
- സമീപസ്ഥ പ്രാദേശിക സർക്കാരുകളുടെ പ്രോജക്ടുകൾ പരസ്പരം പൊരുത്തക്കേടിലായാൽ? അതായത് ഒരു പഞ്ചായത്തിൽ മലിനജല നിർഗ്ഗമനചാൽ, മറ്റൊന്നിന് ജലസേചന പദ്ധതി.
- ഒരു പ്രദേശം പേപ്പട്ടി വിഷബാധ നിയന്ത്രണത്തിനായി നിക്ഷേപം നടത്തുന്നു. എന്നാൽ സമീപസ്ഥ പ്രദേശത്തെ സമൂഹങ്ങൾ തങ്ങളുടെ നായ്ക്കളെ അലഞ്ഞുനടക്കാൻ വിടുകയും ചെയ്താലോ?
- ഒരു പ്രാദേശിക ഗ്രൂപ്പ് സോപ്പ് ഉല്പാദന സഹകരണ സംഘം ആരംഭിക്കാൻ ആഗ്രഹിക്കുന്നു. എന്നാൽ വിപണന ഗവേഷണ പ്രവർത്തനത്തിനും പ്രവർത്തനങ്ങൾക്കും ഫണ്ടില്ലെങ്കിൽ എന്ത് ചെയ്യും?
- അടിത്തട്ടിൽനിന്നും മുകൾത്തട്ടിലേക്ക് ആസൂത്രണം ചെയ്യുന്നത് യുക്തിക്ക് നിരക്കുന്നതാണോ?

ജനാധിപത്യ വികേന്ദ്രീകൃതാസൂത്രണത്തിന് സങ്കീർണ്ണവും വിപുലവുമായ അടിസ്ഥാന ഘടകങ്ങളുടെ ചേരുവകൾ ആവശ്യമായി വരുമെന്ന് പ്രസ്ഥാനത്തിന്റെ പ്രവർത്തകർക്ക് തുടക്കം മുതൽ തന്നെ ബോദ്ധ്യമായിരുന്നു. പ്രാദേശിക പദ്ധതികൾ പ്രവൃത്തിപഥത്തിൽ കൊണ്ടുവരുന്നതിന് മേൽത്തട്ടുകളിലെ ആസൂത്രണ പ്രവർത്തനങ്ങൾ കൂടി നടക്കേണ്ടതുണ്ട്. ഈ തട്ടുകളെ ഏത് വിധേനയും ഏകോപിപ്പിക്കുകയും ഉദ്ഗ്രഥിക്കുകയും അതുവഴി പ്രാദേശിക പദ്ധതികളിലെ വിടവുകൾ നികത്തുകയും വേണം. പ്രാദേശിക പദ്ധതികളെ ദുർബ്ബലപ്പെടുത്താതെ മേൽത്തട്ടുകൾ പിന്തുണയാകണം. അത്തരമൊരു ഘടന സാദ്ധ്യമായിരുന്നോ? ആദ്യമായി ബ്ലോക്ക്-ജില്ലാപഞ്ചായത്തുകൾ പരാമർശിക്കപ്പെട്ടത് 1996 ഡിസംബറിൽ പ്രസിദ്ധീകരിച്ച നാലാംഘട്ടം കൈപുസ്തകത്തിലാണ്. ഇതിനായി തങ്ങളുടെ പദ്ധതി ആസൂത്രണത്തിന് സഹായകമാകുന്ന പ്രാഥമിക വിവരശേഖരണം നടത്തുവാൻ പ്രധാന വകുപ്പ് ഉദ്യോഗസ്ഥരും തെരഞ്ഞെടുക്കപ്പെട്ട കെ ആർ പി (കീ റിസോഴ്സ് പേഴ്സൺ) മാരും അടങ്ങുന്ന ഒരു സ്റ്റിയറിംഗ് കമ്മിറ്റി രൂപീകരിക്കുവാൻ ആവശ്യപ്പെട്ടിരുന്നു. പക്ഷേ, നടന്നില്ല. സ്റ്റിയറിംഗ് കമ്മിറ്റികൾ സജീവമാകേണ്ടതിന്റെ അനിവാര്യതയെക്കുറിച്ച് ബ്ലോക്ക് പഞ്ചായത്ത് പ്രസിഡന്റുമാരുമായി ചർച്ച ചെയ്യുന്നതിന് നാലാംഘട്ട പരിശീലനത്തിലേക്ക് ഗ്രാമപഞ്ചായത്ത് പ്രസിഡന്റുമാരോടൊപ്പം അവരെയും ക്ഷണിച്ചിരുന്നു.

ബ്ലോക്ക്-ജില്ലാപഞ്ചായത്ത് പദ്ധതികൾക്കുള്ള കൈപ്പുസ്തകം തയ്യാറാക്കുന്നത് താരതമ്യേന എളുപ്പമായിരുന്നു. കാരണം ഗ്രാമപഞ്ചായത്ത്

പ്രോജക്റ്റുകളും പദ്ധതികളും തയ്യാറാക്കുന്നതിനുവേണ്ടി ഉണ്ടാക്കിയ അടിസ്ഥാന മാർഗ്ഗരേഖ പരിഷ്കരിച്ചാൽ മാത്രം മതിയായിരുന്നു. ഇതിനായി രീതിശാസ്ത്രപരമായി രണ്ട് കാര്യങ്ങൾ പരിഹരിക്കേണ്ടിയിരുന്നു.

1) ഗ്രാമപഞ്ചായത്ത് വിശകലനങ്ങളും പദ്ധതികളും ബ്ലോക്ക്-ജില്ല പഞ്ചായത്തുകളുമായി എങ്ങനെ സംയോജിപ്പിക്കാം. ഇതിന് ലളിതവും പെട്ടെന്നുള്ളതും ഫലപ്രദവുമായ ഒരു രീതി ആവിഷ്കരിക്കേണ്ടതുണ്ടായിരുന്നു.
2) ഒൻപതാം പദ്ധതിയിലെ ബ്ലോക്ക് പഞ്ചായത്ത് പദ്ധതിയുമായി കേന്ദ്രാവിഷ്കൃത പദ്ധതികൾ എങ്ങനെ ഉദ്ഗ്രഥിക്കാം? ഈ സ്കീമുകൾ കേന്ദ്ര സർക്കാർ രൂപീകരിച്ചിട്ടുള്ള മാർഗ്ഗരേഖയും വർഷങ്ങളായി തുടർന്നുവരുന്ന രൂപീകരണ നിർവഹണ പാറ്റേണുകളും തുടരേണ്ടതുണ്ടായിരുന്നു. ദാരിദ്ര്യ ലഘൂകരണത്തിനും തൊഴിൽ സൃഷ്ടിക്കുമുള്ള കേന്ദ്രാവിഷ്കൃത പരിപാടികൾ നടപ്പിലാക്കുന്നതിനുള്ള ഭരണപരമായ യൂണിറ്റാണ് ബ്ലോക്കുകൾ. ഈ പഴയ രീതികൾ ജനകീയാസൂത്രണ ലക്ഷ്യങ്ങളെ ശക്തിപ്പെടുത്തുകയാണോ, അതോ ദുർബ്ബലമാക്കുകയാണോ ചെയ്യുക?

ഗ്രാമപഞ്ചായത്ത് പദ്ധതികൾ സംയോജിപ്പിക്കുന്നതിനുള്ള രീതികൾ

കേരളത്തിലെ ജനകീയാസൂത്രണ കാമ്പയിനിലെ ആസൂത്രണത്തിന്റെ അടിസ്ഥാന യൂണിറ്റ് ഗ്രാമങ്ങളും മുനിസിപ്പാലിറ്റികളുമായിരുന്നു. പ്രാഥമികമായി ഗ്രാമപഞ്ചായത്ത് പദ്ധതികൾ സംയോജിപ്പിച്ചാണ് ബ്ലോക്ക് പദ്ധതികൾ തയ്യാറാക്കുന്നത്. അതുകൊണ്ട് ഗ്രാമപഞ്ചായത്തുതല പദ്ധതി രൂപീകരണ നടപടിക്രമങ്ങളും മുന്നൊരുക്ക പ്രവർത്തനങ്ങളും അവിടെ നടന്നതുപോലെ ബ്ലോക്ക് പഞ്ചായത്തിൽ ആവർത്തിക്കേണ്ട ആവശ്യമില്ല. ഗ്രാമസഭകളിൽനിന്നും കണ്ടെത്തിയ വിവരങ്ങളും വിവിധ പ്രാദേശിക പഠനങ്ങളുമാണ് ബ്ലോക്ക് പഞ്ചായത്ത് പദ്ധതി തയ്യാറാക്കുന്നതിന് അടിസ്ഥാനമാക്കേണ്ടത്. അതേസമയംതന്നെ ബ്ലോക്ക്-ജില്ലാതല ഓഫീസുകൾക്ക് ആസൂത്രണത്തിന് സഹായകമായ വേണ്ടത്ര സ്ഥിതി വിവരക്കണക്കുകൾ ലഭ്യവുമാണ്.

ബ്ലോക്കുതല വിശകലനത്തിനും വികസന നിർദ്ദേശങ്ങൾ തയ്യാറാക്കുന്നതിനുംവേണ്ടി ഏഴിനങ്ങളുള്ള ഒരു രീതിശാസ്ത്രം രൂപപ്പെടുത്തിയിട്ടുണ്ടായിരുന്നു. അതിലെ ആദ്യപടി നിലവിലുള്ള ഉല്പാദനക്ഷമതയുടെ നിലവാരവും ഓരോ വികസന മേഖലകളിലുമുള്ള സേവനങ്ങളുടെ ഗുണപരതയും ഒരു സ്റ്റേറ്റ്മെന്റായി തയ്യാറാക്കുക എന്നതായിരുന്നു. ഗ്രാമപഞ്ചായത്തിന്റെ വികസന റിപ്പോർട്ടിൽ (പി ഡി ആർ) നിന്നും ലഭ്യമാക്കുന്ന വിവരങ്ങളും ബ്ലോക്ക് ആഫീസിൽ ലഭ്യമായ വിവരങ്ങളും തമ്മിൽ പരിശോധിക്കണം. ഒരു ബ്ലോക്കിനുള്ളിലെ പഞ്ചായത്തുകൾ തമ്മിലുള്ള കാര്യമായ വ്യത്യാസങ്ങളും വിശകലനത്തിൽ ഉയർത്തിക്കാണിക്കേണ്ട ഒരു ഘടകമാണ്.

രണ്ടാമത്തെ ചുവടുവയ്പ് ഓരോ വികസന മേഖലയിലെയും നില വിലുള്ള അവസ്ഥയുടെ കാരണങ്ങൾ വിശകലനം ചെയ്യുകയാണ്. പഞ്ചായത്ത് വികസന റിപ്പോർട്ടിൽ നൽകിയിട്ടുള്ള എല്ലാ പ്രശ്നങ്ങളും പട്ടികപ്പെടുത്തണം. ഓരോ ഗ്രാമപഞ്ചായത്തിലുമുള്ള ഓരോ പ്രശ്നത്തിന്റെയും ഗുരുത്വം, അതീവ ഗുരുതരം, ഗുരുതരം, ഗുരുതരമല്ല, പ്രശ്നമല്ല എന്നിങ്ങനെ നാല് മാനദണ്ഡങ്ങളിൽ കണക്കാക്കണം. കണ്ടെത്തലുകൾ ഒരു ചാർട്ടിൽ തയ്യാറാക്കി അവതരിപ്പിക്കണം. നാലാംഘട്ട കൈപ്പുസ്തകത്തിൽ നിന്നുള്ള ഒരു ചിത്രീകരണം പട്ടിക 9.1 ൽ നൽകിയിരിക്കുന്നു.

പട്ടിക 9.1 അഞ്ച് സാങ്കല്പിക പഞ്ചായത്തുകളിലെ സാങ്കല്പിക കാർഷിക പ്രശ്നങ്ങളുടെ ബ്ലോക്കുതല വിലയിരുത്തൽ

കാർഷിക പ്രശ്നങ്ങൾ	*ഗ്രാ.പ.എ*	*ഗ്രാ.പ.ബി*	*ഗ്രാ.പ.സി*	*ഗ്രാ.പ.ഡി*	*ഗ്രാ.പ.ഇ*
1)ജലസേചന സൗകര്യങ്ങളുടെ അപര്യാപ്തത	1	1	1	2	3
2) ഇടനിലക്കാരുടെ ചൂഷണം	3	3	3	3	2
3) കൈവശ ഭൂമിയുടെ തുണ്ടവൽക്കരണം	2	2	3	2	2
4)കാർഷിക തൊഴിലാളികളുടെ ദൗർലഭ്യം	0	0	3	2	0
5)മണ്ണിന്റെ ഫലഭൂയിഷ്ഠത ഇല്ലായ്മ	2	1	2	3	3
6)കീടങ്ങൾ	0	3	3	2	0
7)വെള്ളക്കെട്ട്	0	0	0	3	1
8)കൃഷി ഭവനിലൂടെയുള്ള വിജ്ഞാന വ്യാപന പ്രവർത്തനങ്ങളുടെ കാര്യക്ഷമതയില്ലായ്മ	0	0	3	2	0

കുറിപ്പ്: ഗ്രാ.പ.എ = ഗ്രാമപഞ്ചായത്ത് എ, ഗ്രാ.പ.ബി = ഗ്രാമപഞ്ചായത്ത് ബി ഇങ്ങനെ ഇ വരെ. സൂചിക (മാർക്ക്): 0 പ്രശ്നമല്ല, 1 = അതീവ ഗുരുതരം, 2 = ഗുരുതരം. 3 = ഗുരുതരമല്ല.

മേൽ പട്ടികയിൽ കാണിച്ചിട്ടുള്ള ബ്ലോക്കിലെ ഗ്രാമപഞ്ചായത്തുകൾ കാർഷിക ഉല്പാദനത്തെ എട്ട് ഘടകങ്ങൾ പ്രതികൂലമായി ബാധിച്ചു എന്ന് നിർണ്ണയിച്ചിട്ടുണ്ട്. ഗ്രാ.പ.എ, ഗ്രാ.പ.ബി, ഗ്രാ.പ.സി എന്നീ ഗ്രാമ പഞ്ചായത്തുകളിൽ ജലസേചന സൗകര്യങ്ങളുടെ അപര്യാപ്തത അതീവ ഗുരുതരമായിരുന്നു. ഇത് ഗ്രാ.പ.ഡിയിൽ ഗുരുതരമാണ്. എന്നാൽ ഗ്രാമപഞ്ചായത്ത് ഇയിൽ ഗുരുതരമല്ല. വെള്ളക്കെട്ട് ഗ്രാമപഞ്ചായത്ത് ഇയിൽ അതീവ ഗുരുതരം. എ, ബി, സികളിൽ പ്രശ്നമേയല്ല. എന്നാൽ ഗ്രാമപഞ്ചായത്ത് ഡിയിൽ ഇത് ഗുരുതരമല്ല.

ഈ പ്രശ്നങ്ങൾക്ക് മറ്റു പ്രശ്നങ്ങളുമായുള്ള ആപേക്ഷികസ്ഥാന നിർണ്ണയത്തിനായി സമാനമായ ഒരു ചാർട്ട് പട്ടിക 9.2 ൽ കാണിച്ചിട്ടുണ്ട്. ഗ്രാ.പ.എ,ബി,സികളിൽ ജലസേചനമില്ലായ്മയാണ് അതീവ ഗുരുതരമായ പ്രശ്നം. ഗ്രാ.പ.ഇയിൽ വെള്ളക്കെട്ട് അതീവ ഗുരുതരപ്രശ്നമാണ്. ജലസേചന സൗകര്യമില്ലായ്മ പ്രശ്നമല്ല. അതിന്റെ സ്ഥാനം 5 മാത്രമാണ്. ശരാശരി എടുത്താൽ മണ്ണിന്റെ ഫലഭൂയിഷ്ഠത ഇല്ലായ്മയാണ് രണ്ടാമത്തെ അതീവ ഗൗരവമായ പ്രശ്നം. കൃഷിഭവനിലൂടെയുള്ള വിജ്ഞാന വ്യാപന പ്രവർത്തനങ്ങളുടെ കാര്യക്ഷമതയില്ലായ്മ മുൻഗണനാവിഷയമായി കാണുന്നതേയില്ല.

പട്ടിക 9.2 അഞ്ച് സാങ്കല്പിക പഞ്ചായത്തുകളിലെ കാർഷിക പ്രശ്നങ്ങളുടെ സ്ഥാനക്രമമനുസരിച്ചുള്ള സാങ്കല്പിക ബ്ലോക്ക് വിലയിരുത്തൽ

കാർഷിക പ്രശ്നങ്ങൾ	*ഗ്രാ.പ.എ*	*ഗ്രാ.പ.ബി*	*ഗ്രാ.പ.സി*	*ഗ്രാ.പ.ഡി*	*ഗ്രാ.പ.ഇ*
1)ജലസേചന സൗകര്യങ്ങളുടെ അപര്യാപ്തത	1	1	1	2	5
2) ഇടനിലക്കാരുടെ ചൂഷണം	6	5	5	6	6
3) കൈവശ ഭൂമിയുടെ തുണ്ടവൽക്കരണം	4	4	4	4	3
4)കാർഷിക തൊഴിലാളികളുടെ ദൗർലഭ്യം	3	3	2	5	4
5)മണ്ണിന്റെ ഫലഭൂയിഷ്ഠത ഇല്ലായ്മ	2	2	3	1	0
6) കീടങ്ങൾ	5	0	6	3	2

7) വെള്ളക്കെട്ട്	0	0	7	7	1
8) കൃഷി ഭവനിലൂടെയുള്ള വിജ്ഞാന വ്യാപന പ്രവർത്തനങ്ങളുടെ കാര്യക്ഷമതയില്ലായ്മ	0	0	0	8	7

കുറിപ്പ്: ഗ്രാ.പ.എ = ഗ്രാമപഞ്ചായത്ത് എ, ഗ്രാ.പ.ബി = ഗ്രാമപഞ്ചായത്ത് ബി ഇങ്ങനെ ഇ വരെ; സൂചിക: 0 പ്രശ്നമല്ല, 1 = കാർഷിക പ്രശ്നങ്ങൾ അതീവ ഗുരുതരം, 2 = രണ്ടാമത്തെ ഏറ്റവും ഗുരുതരം എന്നിങ്ങനെ ഓരോ '0' പൂജ്യവും ഒരു റാങ്കിന് പകരമാണ്. അത് ആകെ റാങ്കിംഗ് എണ്ണം കുറയ്ക്കുകയും ചെയ്യുന്നു.

9.1, 9.2 എന്നീ പട്ടികകൾ ഈ ബ്ലോക്കിലെ അടിസ്ഥാന കാർഷിക പ്രശ്നങ്ങൾ സംബന്ധിച്ച സമഗ്രമായ ചർച്ചയ്ക്ക് അവസരം നൽകുന്നു. കാർഷിക പ്രശ്നങ്ങൾ കാണിക്കുന്ന ഒരു ഭൂപടം തയ്യാറാക്കാനുള്ള ശ്രമം ഉണ്ടാകണമെന്നും നിർദ്ദേശിച്ചിരുന്നു. ജനകീയ വിഭവഭൂപടം തയ്യാറാക്കുന്ന പരിപാടിയിൽ (Peoples Resource Mapping Programme - PRMP) പങ്കാളികളായിരുന്ന ഭൂമി ശാസ്ത്രവിദഗ്ധർ ഓരോ ബ്ലോക്കിന്റെയും ഭരണപരം, ഭൂപ്രകൃതി, മണ്ണിന്റെ നീർവാഴ്ച, മണ്ണിന്റെ തരം എന്നീ മാപ്പുകളും ലഭ്യമാക്കിയിരുന്നു.

മൂന്നാമത്തെ നീക്കം ഗ്രാമപഞ്ചായത്തുകൾ നിർദ്ദേശിച്ച കാർഷിക വികസന പ്രോജക്ടുകളുടെ മുൻഗണന പട്ടിക തയ്യാറാക്കലായിരുന്നു. ഇത് പട്ടിക 9.3 ൽ വിശദമാക്കിയിട്ടുണ്ട്.

ഗ്രാമപഞ്ചായത്തുകളുടെ അംഗീകരിച്ച പദ്ധതിയിലെ പ്രോജക്ട് നിർദ്ദേശങ്ങൾ കാർഷിക ഇടപെടലിനായി ഒൻപത് ഗ്രൂപ്പാക്കി തിരിച്ച് അവയുടെ ആപേക്ഷികമായ സ്ഥാന നിർണ്ണയ പട്ടിക 9.3 ൽ കാണിച്ചിട്ടുണ്ട്. ഇതിന്റെ ആപേക്ഷികമായ പ്രാധാന്യം ഈ പ്രോജക്ടുകൾക്കുവേണ്ടി വകയിരുത്തിയിട്ടുള്ള അടങ്കലിൽ നിന്ന് നിർണ്ണയിക്കാവുന്നതാണ്. ഏറ്റവും കൂടുതൽ തുക വകയിരുത്തിയ പ്രോജക്ടിന് ഒന്നാം സ്ഥാനവും രണ്ടാമത്തെ ഏറ്റവും ഉയർന്ന തുകയുള്ളതിന് രണ്ടാം സ്ഥാനവും അങ്ങനെ 8 സ്ഥാനംവരെയും, ഒരു തുകയും മാറ്റിവച്ചിട്ടില്ലാത്ത ഗ്രാമപഞ്ചായത്തിന് 0 എന്ന സ്ഥാനവും നൽകിയിട്ടുണ്ട്. പട്ടികയിൽ കാണുന്നതുപോലെ ജലസേചനം എത്തിക്കുന്നതിന് മുന്തിയ പരിഗണന ലഭിച്ചിരിക്കുന്നു. പഞ്ചായത്ത് ഇയിൽ ഒഴികെ ജലനിർഗ്ഗമനത്തിന് ഏറ്റവും ഉയർന്ന മുൻഗണനയും പിന്തുടർന്ന് ഇടവിളക്കൃഷിയും കൂട്ടുകൃഷിയും വന്നു.

പട്ടിക 9.3 ഒരു ബ്ലോക്കിലെ അഞ്ച് സാങ്കല്പിക പഞ്ചായത്തുകളുടെ സാങ്കല്പിക മുൻഗണന ചാർട്ട്

പ്രോജക്ടുകളുടെ തരം	*ഗ്രാ.പ.എ*	*ഗ്രാ.പ.ബി*	*ഗ്രാ.പ.സി*	*ഗ്രാ.പ.ഡി*	*ഗ്രാ.പ.ഇ*
1)ജലസേചനം	1	1	1	1	3
2) സഹകരണ മാർക്കറ്റിംഗ്	0	3	3	0	0
3) കൂട്ടുകൃഷി	3	4	4	3	4
4)യന്ത്രവൽക്കരണം	4	5	5	0	0
5)ജൈവവളം	5	6	6	4	0
6)ജൈവ കീടനാശിനികൾ	6	0	7	5	5
7)മലിനജല നിർഗ്ഗമന സംവിധാനം	0	0	0	0	1
8)കൃഷി ഭവനിന്റെ ശാക്തീകരണം	0	0	0	8	4
9) ഇടവിളകളുടെ പ്രോത്സാഹനം	2	2	2	2	4

കുറിപ്പ്: ഗ്രാ.പ.എ = ഗ്രാമപഞ്ചായത്ത് എ; ഗ്രാ.പ.ബി ഗ്രാമപഞ്ചായത്ത് ബി ഇങ്ങനെ ഇ വരെ. സൂചിക: (മാർക്ക്) 1 = ഒന്നാം മുൻഗണന, 2 = രണ്ടാം മുൻഗണന അങ്ങനെ 7 വരെയും 0 വകയിരുത്തൽ ഇല്ലാത്തത്.

മുൻഗണന ചാർട്ടിന്റെ അടിസ്ഥാനത്തിൽ ഗ്രാമപഞ്ചായത്തുകൾ നിർദ്ദേശിച്ച പ്രോജക്ടുകളും പ്രശ്നങ്ങളും തമ്മിലുള്ള ബന്ധം ബ്ലോക്കിലെ ഉദ്യോഗസ്ഥർക്ക് നിർണ്ണയിക്കാൻ കഴിയും. അതായത് ഇതിൽ ഉൾപ്പെടുന്ന പഞ്ചായത്തുകളുടെ ഒരു സംയുക്തകമ്മിറ്റി വഴി ഏതെങ്കിലും പ്രോജക്ടുകളുടെ സംയോജനത്തിനോ ഏകോപനത്തിനോ കഴിയുമോ? ഗ്രാമപഞ്ചായത്തിന്റെ പദ്ധതി കൂടുതൽ വിജയകരമാക്കാൻ ബ്ലോക്ക് പഞ്ചായത്തിന് അനുപൂരകമായ എന്തെല്ലാം പ്രവർത്തനങ്ങൾ ചെയ്യേണ്ടതുണ്ട്?

ബ്ലോക്കുതല ആസൂത്രണത്തിലെ നാലാമത്തെ പ്രവർത്തനം ബ്ലോക്ക് പ്രദേശത്ത് നടപ്പാക്കിയതും നടപ്പാക്കിക്കൊണ്ടിരിക്കുന്നതുമായ കേന്ദ്ര സംസ്ഥാന സ്കീമുകളുടെ അവലോകനം നടത്തുകയെന്നതാണ്. ബ്ലോക്കുതലത്തിലെ ഉയർന്ന ഭരണപരമായ പിന്തുണയിലൂടെ ബ്ലോക്ക് പഞ്ചായത്തിന് ഗ്രാമപഞ്ചായത്ത് വികസന റിപ്പോർട്ടിലെ വികസന വിടവുകൾ ഫലപ്രദമായി പരിഹരിക്കാം.

അഞ്ചാമത്തെ പ്രവർത്തനം ഗ്രാമപഞ്ചായത്തുകളുടെ മേൽത്തട്ടിലേക്കുള്ള ശുപാർശകൾ പരിശോധിക്കുകയായിരുന്നു. അവസാനമായി

ബ്ലോക്ക് പഞ്ചായത്തുകൾക്ക് നിർവഹണം നടത്താവുന്ന പ്രോജക്ടുകളുടെ ഒരു പട്ടിക തയ്യാറാക്കുക എന്നതായിരുന്നു.

കേന്ദ്രാവിഷ്കൃത സ്കീമുകളുടെ സംയോജനം

മൂന്ന് മുഖ്യ മാനങ്ങളാണ് പ്രോജക്ട് സംയോജനത്തിനുള്ളത്. വിവിധ വികസന മേഖലകളിലെ പ്രോജക്ടുകൾ തമ്മിലുള്ള സംയോജനം, വിവിധ തദ്ദേശഭരണ സ്ഥാപനങ്ങളിലെയോ/തട്ടുകളിലേയോ പ്രോജക്ടുകൾ തമ്മിലുള്ള സംയോജനം, തദ്ദേശഭരണ സ്ഥാപനങ്ങളുടെ പ്രാദേശിക പദ്ധതികളിലൂടെ നിർവഹണം നടത്തുന്ന കേന്ദ്ര-സംസ്ഥാന സർക്കാരുകളുടെ സ്കീമുകൾ തമ്മിലുള്ള സംയോജനം എന്നിവയാണവ. ആത്യന്തികമായി എല്ലാ തലങ്ങളിലെയും എല്ലാ വികസന പ്രവർത്തനങ്ങളും പ്രാദേശിക പദ്ധതിയുമായി സംയോജിക്കപ്പെടണം. ബ്ലോക്ക് പഞ്ചായത്ത് പദ്ധതികളുമായി കേന്ദ്രാവിഷ്കൃത സ്കീമുകൾ സംയോജിപ്പിക്കുന്നതിന് വലിയ പ്രാധാന്യമുണ്ടായിരുന്നു. കാരണം ഈ സ്കീമുകളിലൂടെ ലഭിക്കുന്ന പദ്ധതിപ്പണം യഥാർത്ഥത്തിൽ സംസ്ഥാന സർക്കാർ നൽകുന്ന ധനസഹായത്തേക്കാൾ വലുതായിരുന്നു.

ബ്ലോക്കുകളിലൂടെ നടപ്പാക്കിവരുന്ന കേന്ദ്രാവിഷ്കൃത സ്കീമുകൾ രണ്ട് തരമാണ്. സ്വയംതൊഴിൽ സ്കീമുകളും ഗ്രാമീണ തൊഴിൽദായക സ്കീമുകളും. എല്ലാ സ്വയംതൊഴിൽ സ്കീമുകളും ദാരിദ്ര്യരേഖയ്ക്ക് താഴെയുള്ള കുടുംബാംഗങ്ങളെയാണ് ലക്ഷ്യംവയ്ക്കുന്നത്. സംയോജിത ഗ്രാമീണ വികസന പരിപാടി (ഐ ആർ ഡി പി) ഏറ്റവും പ്രധാനപ്പെട്ടതായിരുന്നു. ഇതിലൂടെ പാവപ്പെട്ട കുടുംബങ്ങൾക്ക് തൊഴിലവസരം ഉണ്ടാക്കാനോ ആസ്തി സ്വന്തമാക്കാനോ വേണ്ടി ബാങ്ക് വായ്പ, സബ്സിഡി, മറ്റ് സഹായം എന്നിവ ലഭ്യമാക്കുകയാണ് ചെയ്യുന്നത്. ഗ്രാമീണ മേഖലയിലെ സ്ത്രീകളുടെയും കുട്ടികളുടെയും വികസനം നടപ്പാക്കിയിരുന്ന (ഡി ഡബ്ല്യു സി ആർ എ) പദ്ധതി ഐ ആർ ഡി പിയുടെ ഒരു വകഭേദമാണ്. ഇത് ഒരു സംഘം ഗുണഭോക്താക്കൾക്ക് സ്വയംതൊഴിൽ കണ്ടെത്തുന്നതിനായി വിഭവങ്ങൾ സമാഹരിക്കാൻ സഹായിക്കുന്നു. ഗ്രൂപ്പ് അംഗങ്ങളെ പ്രോത്സാഹിപ്പിച്ച്, മിതവ്യയത്തിലൂടെ ശേഖരിക്കുന്നതിന് തുല്യമായ ധനസഹായം സർക്കാർ ലഭ്യമാക്കുമായിരുന്നു. ഒരു നിശ്ചിത കാലയളവിലേക്ക് മിതവ്യയ വായ്പാ അക്കൗണ്ട് (Thrift and credit account) നടത്തുന്നതിൽ വിജയിക്കുന്ന ഗ്രൂപ്പുകൾക്ക് അവരുടെ സ്വയം തൊഴിൽ വികസിപ്പിക്കാൻ നിർദ്ദിഷ്ഠ സ്കീമിന്റെ റിവോൾവിംഗ് ഫണ്ടിൽ നിന്നും സാമ്പത്തിക സഹായം നൽകി. സ്വയം തൊഴിലിൽ ഏർപ്പെടുന്ന ഗ്രൂപ്പ് ഗുണഭോക്താക്കൾക്ക് ആവശ്യമായ ഗ്രൂപ്പ് ലോൺ വായ്പാ സ്കീമിലൂടെ (ജി എൽ എസ്) ലഭ്യമാക്കി. ദരിദ്രകുടുംബങ്ങളെ ദാരിദ്ര്യരേഖയ്ക്ക് മുകളിലേക്ക് ഉയർത്തുവാൻ ആവശ്യമായ വരുമാനം നേടുന്നതിന് കുടുംബ വായ്പാ സ്കീമിലൂടെ (എഫ് സി എസ്) ഓരോ കുടുംബത്തിൽനിന്നും ഗുണഭോക്താക്കളെ കണ്ടെത്തി. ഗ്രാമീണ യുവജന

ങ്ങളുടെ സ്വയംതൊഴിൽ കണ്ടെത്താനുള്ള പരിശീലന പദ്ധതി (TRYSEM) നൈപുണ്യ പരിശീലനത്തിന് സ്റ്റൈപെന്റ് ലഭ്യമാക്കുന്നു. സപ്ലൈ ഓഫ് ഇംപ്രൂവ്ഡ് ടൂൾകിറ്റ്സ് ടു റൂറൽ ആർട്ടിസൻസ് (SITRA) ഗ്രാമീണ കരകൗശലത്തൊഴിലാളികൾക്ക് അവരുടെ വരുമാനം വർദ്ധിപ്പിക്കുന്നതിനായി ആധുനിക തൊഴിൽ ഉപകരണങ്ങൾ ലഭ്യമാക്കുന്നു.

ജവഹർ റോസ് ഗാർ യോജന (ജെ ആർ വൈ) ഏറ്റവും പ്രധാനപ്പെട്ട ഗ്രാമീണ തൊഴിൽ പരിപാടിയായിരുന്നു. ഇത് ഗ്രാമീണ തൊഴിലാളികൾക്ക് തൊഴിൽ നൽകുന്നതിനായി ഗ്രാമീണ പൊതുമരാമത്ത് ജോലികൾ ഏറ്റെടുത്ത് നടപ്പാക്കുമായിരുന്നു. 70 ശതമാനം തുകയും പൊതു കെട്ടിടങ്ങൾ, ഗ്രാമീണ റോഡുകൾ, ജലസേചന കനാലുകൾ തുടങ്ങിയവയുടെ നിർമ്മാണ തൊഴിലാളികൾക്ക് കൂലി നൽകുവാൻ ഗ്രാമപഞ്ചായത്തുകൾക്ക് മാറ്റിവച്ചിരുന്നു. ദശലക്ഷം കിണർ സ്കീം മുഖ്യമായും പട്ടികജാതി പട്ടികവർഗ്ഗ കർഷകർക്ക് ജലസേചന കിണർ നിർമ്മിച്ചു നൽകാനായിരുന്നു ഉദ്ദേശിച്ചത്. ദരിദ്ര ഗ്രാമീണർക്കുള്ള ഭവന നിർമ്മാണ പദ്ധതിയായിരുന്നു ഇന്ദിര ആവാസ് യോജന (ഐ എ വൈ). 1993 ൽ ആരംഭിച്ച എംപ്ലോയ്മെന്റ് അഷ്വറൻസ് സ്കീം (ഇ എ എസ്) – ഇതിന് വകയിരുത്തിയ തുകയുടെ വലുപ്പം മറ്റെല്ലാ പരിപാടികളെയും നിഷ്പ്രഭമാക്കുന്നതായിരുന്നു. ഇത് ഗ്രാമീണ തൊഴിലാളികൾക്ക് കാർഷിക തൊഴിൽ ഇല്ലാത്ത സീസണിൽ ഏറ്റവും കുറഞ്ഞത് ഒരു വർഷം 100 ദിവസത്തെ കാർഷികേതര തൊഴിലെങ്കിലും ഉറപ്പാക്കുന്നതിനായിരുന്നു. ഒരു ബ്ലോക്കിന് ഈ സ്കീമിൽ മാത്രമായി 1 കോടി രൂപവരെ ലഭിക്കുമായിരുന്നു.

ഈ സ്കീമുകൾ ഓരോന്നിനും നിർദ്ദേശം തയ്യാറാക്കുന്നതിനും ഗുണഭോക്താക്കളെ തെരഞ്ഞെടുക്കുന്നതിനും, നിർവഹണത്തിനും കേന്ദ്ര സർക്കാരിന്റെ വിശദമായ മാർഗ്ഗരേഖകൾ ഉണ്ടായിരുന്നു. ഈ സ്കീമുകൾക്ക് ഫണ്ട് എത്തിക്കുന്നതിനായി കേന്ദ്ര സർക്കാർ ഡി ആർ ഡി എ എന്ന ഒരു പ്രത്യേക ഏജൻസിയെ എല്ലാ ജില്ലകളിലും രൂപീകരിച്ചു. ഈ ഡി ആർ ഡി എ ആണ് ബ്ലോക്കുകൾക്ക് കേന്ദ്രാവിഷ്കൃത, ഗ്രാമവികസന പദ്ധതികൾക്കുള്ള വകയിരുത്തൽ നിർണ്ണയിച്ചിരുന്നത്.

അഴിമതിക്കെതിരായ സമരം

1995 ൽ കേരളത്തിൽ തിരഞ്ഞെടുക്കപ്പെട്ട ബ്ലോക്ക് പഞ്ചായത്തുകൾ നിലവിൽ വരുന്നതിനുമുൻപ് സ്വയംതൊഴിലിനും തൊഴിൽദായക സ്കീമുകൾക്കുമായി നൽകിയിരുന്ന വലിയ തോതിലുള്ള പണം ബ്ലോക്ക് ഭരണസംവിധാനത്തോട് കൂട്ടിച്ചേർക്കപ്പെട്ടിട്ടുള്ള, നാമനിർദ്ദേശം ചെയ്യപ്പെട്ട ഉപദേശക സമിതികളായിരുന്നു കൈകാര്യം ചെയ്തിരുന്നത്. ബ്ലോക്കുതല പദ്ധതികൾ സംയോജിപ്പിക്കാൻ സുതാര്യമായ നപടിക്രമങ്ങളിലൂടെ കേന്ദ്രാവിഷ്കൃത സ്കീം നിർദ്ദേശങ്ങൾ തയ്യാറാക്കാൻ തുടങ്ങിയത് ബ്ലോക്ക് പഞ്ചായത്തിന് ചുറ്റും വളർന്നുവന്ന നിക്ഷിപ്ത

താല്പര്യക്കാർക്ക് അസൗകര്യമായി മാറി. കേരളത്തിൽ പുതുതായി നിലവിൽവന്ന തിരഞ്ഞെടുക്കപ്പെട്ട ബ്ലോക്ക് പഞ്ചായത്തുകളും ഈ അഴിമതിയിൽ മുങ്ങാനുള്ള സാദ്ധ്യത ഉണ്ടായിരുന്നു.

സ്വയംതൊഴിലിന്റെയും ഗ്രാമീണ കൂലിത്തൊഴിൽ പരിപാടികളുടെയും കേന്ദ്ര സർക്കാർ മാർഗ്ഗരേഖ ബ്ലോക്ക് പഞ്ചായത്തിന്റെ പദ്ധതികളുമായി സംയോജിപ്പിക്കാതിരിക്കുന്നത് സൗകര്യപ്രദമായ ഒഴിവുകഴിവായി മാറിയിട്ടുണ്ട്. ഇത് ജനകീയാസൂത്രണത്തിന് ഒരു ദുരന്തമാണ് ഉണ്ടാക്കിയത്. ബ്ലോക്കുതലത്തിൽ വികസന പ്രവർത്തനങ്ങൾ നടപ്പാക്കുന്നതിന് രണ്ട് രീതിയുണ്ട്. ഒന്ന് സുതാര്യവും പങ്കാളിത്തപരവുമായ നടപടിക്രമത്തിലൂടെ എഴുതി/വരച്ച് നിർവഹണം നടത്തുന്നത്. മറ്റേത് വലിയ അടങ്കലിൽ തികച്ചും ഉദ്യോഗസ്ഥ രീതിയിൽ കരാറുകാർ മുഖാന്തരം നിർവഹണം നടത്തുന്നതും വിവിധ പങ്കാളികൾക്ക് അവിഹിത സാമ്പത്തിക ഇടപാടുകൾ ഉള്ളതുമായവ. അഴിമതിപ്പണം എല്ലാ നന്മകളെയും പുറന്തള്ളാം.

തിരഞ്ഞെടുക്കപ്പെട്ട ജില്ലാ ആസൂത്രണസമിതിക്ക് (ഡി പി സി) ഒരു ചുമതലയും ഉണ്ടായിരുന്നില്ല. ബ്ലോക്കുകളുടെ സ്കീം അടിസ്ഥാനത്തിലുള്ള പദ്ധതികൾക്ക് അംഗീകാരം നൽകുന്ന അധികാര സ്ഥാനം ജില്ലാ ഗ്രാമീണവികസന ഏജൻസിക്ക് (ഡി ആർ ഡി എ) ആയിരുന്നു. പ്രാദേശിക പദ്ധതി തയ്യാറാക്കുന്നതിനുള്ള സമയപട്ടിക കേന്ദ്രീകൃതമായ അംഗീകാര നടപടികൾക്ക് നിശ്ചയിച്ചിരുന്ന സമയപട്ടികയിൽനിന്നും വ്യത്യസ്തമായിരുന്നു. സ്കീമുകൾ ബ്ലോക്ക് പഞ്ചായത്ത് പദ്ധതികളുമായി സംയോജിപ്പിക്കുന്നതിനുമുള്ള ശ്രമങ്ങൾ സമയപ്പട്ടികയെ തകിടം മറിക്കുമെന്നും ഒരുപക്ഷേ, കേരളം ഗണ്യമായ കേന്ദ്ര ഫണ്ട് നഷ്ടപ്പെടുത്താൻ ഇടയാക്കുമെന്നും ഭയം പ്രകടിപ്പിച്ചിരുന്നു.

കേന്ദ്ര സർക്കാർ മാർഗ്ഗരേഖ ലംഘിക്കാതെ വ്യത്യസ്തമായ സ്കീമുകൾ പ്രാദേശിക ബ്ലോക്ക് പഞ്ചായത്ത് പദ്ധതികളുമായി സംയോജിപ്പിക്കുന്നത് എങ്ങനെയെന്ന് വ്യക്തമായി വിശദീകരിക്കുന്ന ഒരു കൈപ്പുസ്തകം തയ്യാറാക്കിയിരുന്നു. കേന്ദ്രാവിഷ്കൃത സ്കീമുകൾക്ക് പൂരകമായി പദ്ധതിവിഹിതം ഉപയോഗിക്കുന്നതിന് യാതൊരു നിയന്ത്രണങ്ങളും ഉണ്ടായിരുന്നില്ല. കേരളത്തെ സംബന്ധിച്ചിടത്തോളം കേന്ദ്ര സർക്കാർ മാർഗ്ഗരേഖ പ്രകാരം നിർണ്ണയിച്ചിട്ടുള്ള കൂലി കുറവാണെങ്കിൽ ആ വിടവ് പ്രാദേശിക പദ്ധതിവിഹിതം ഉപയോഗിച്ച് ക്രമപ്പെടുത്താവുന്നതാണ്. പ്രാദേശിക പ്രോജക്റ്റുകളുടെ ഒരു ഘടകമായി ഉൾപ്പെടുത്തിക്കൊണ്ട് ഗ്രാമീണ കൂലി തൊഴിൽ പദ്ധതി നടപ്പാക്കാവുന്നതാണ്. ഗ്രാമീണ തൊഴിൽ പരിപാടി ഒരു വലിയ പദ്ധതിയിൽ സംയോജിപ്പിക്കുന്നതിലൂടെ അത് വെറും ഒരു തൊഴിൽദായക പൊതുമരാമത്ത് പണിയല്ലാതാകുകയും ഒരു പ്രദേശത്തിന്റെ സംയോജിത വികസനത്തിന്റെ ഭാഗമായി മാറുകയും ചെയ്യും.

മുന്നോട്ടുള്ള പോക്കിന് ജില്ലാ ഗ്രാമീണവികസന ഏജൻസി ഇല്ലാതാക്കുകയും അതിന്റെ ചുമതലകൾ ജില്ലാ പഞ്ചായത്തുകൾക്ക് കൈ

മാറേണ്ടതായുമുണ്ട്. ചില ബഡ്ജറ്റ് നടപടിക്രമങ്ങളിലൂടെ അതിന്റെ അധികാരം നിർവീര്യമാക്കാനുള്ള നടപടികളും ഉണ്ടായി. കേന്ദ്ര സർക്കാർ ഫണ്ടുകൾ ഡി ആർ ഡി എകൾ വഴി നിർബാധം നൽകിക്കൊണ്ടിരുന്നു. എന്നിരുന്നാലും സംസ്ഥാന വാർഷികപദ്ധതിയുടെ ഭാഗമായ സംസ്ഥാന സർക്കാരിന്റെ പങ്കാളിത്ത വിഹിതം ബ്ലോക്ക് പഞ്ചായത്തുകളുടെ ഹെഡ് ഓഫ് അക്കൗണ്ടിലേക്ക് നൽകുകയും സംസ്ഥാന ഓഹരി വകയിരുത്തിയ പ്രോജക്ടുകൾക്ക് യഥേഷ്ടം അംഗീകാരം നൽകാൻ സ്വാതന്ത്ര്യം നൽകുകുയും ചെയ്തു. ബ്ലോക്ക് പഞ്ചായത്തുകൾ ഇപ്പോൾ തയ്യാറാക്കുന്ന കർമ്മപദ്ധതി നിർദ്ദേശങ്ങൾ (Action Plan) കേന്ദ്ര സർക്കാരിന്റെ മാർഗ്ഗരേഖയ്ക്ക് വിരുദ്ധമല്ലെങ്കിൽ ഡി ആർ ഡി എകൾക്ക് നിരസിക്കാൻ കഴിയില്ല. ഇതുവരെയുള്ള മൂന്ന് വാർഷിക പദ്ധതികളിലും (1999–20). കേന്ദ്രാവിഷ്കൃത സ്കീമുകൾ ബ്ലോക്ക് പഞ്ചായത്ത് പദ്ധതികളുമായി സംയോജിപ്പിച്ചിട്ടുണ്ട്.

സംയോജനത്തിന്റെ നടപടിക്രമങ്ങൾക്ക് സ്വീകാര്യത നേടാൻ കഴിഞ്ഞതുപോലെ സ്വർണ്ണജയന്തി ഗ്രാമ സ്വറോസ്ഗാർ യോജന (എസ് ജി എസ് വൈ) എന്ന പേരിൽ ഒരു പരിപാടി കേന്ദ്ര സർക്കാർ പ്രഖ്യാപിച്ചു. ഇത് കൂടുതൽ സമഗ്രവും സ്വയംതൊഴിൽ പദ്ധതിയുടെ എല്ലാ ഘടകങ്ങളും ഉൾക്കൊള്ളുന്നതുമായിരുന്നു. ഇതിന്റെ ഗുണഭോക്താക്കളെ സ്വാശ്രയ ഗ്രൂപ്പു (SHG) കളായി സംഘടിപ്പിച്ച് ഇവർക്ക് റിവോൾവിംഗ് ഫണ്ടും ബാങ്ക് വായ്പയും ലഭ്യമാക്കും. ജവഹർ റോസ് ഗാർ യോജനയ്ക്ക് പകരമായി ജവഹർ ഗ്രാമ സമൃദ്ധി യോജന (JGSY) ശക്തവും സുസ്ഥിരമായ ആസ്തികൾ ഉണ്ടാക്കുകയും ഗ്രാമസഭ പങ്കാളിത്തം ഉറപ്പിക്കുന്നത് വിഭാവന ചെയ്യുകയും ചെയ്യുന്നു.

പുതിയ പാക്കേജുകൾ പ്രാദേശിക പദ്ധതിയിൽ എളുപ്പം സംയോജിപ്പിക്കാൻ കഴിയുന്നതാണ്. എന്നാൽ ജനകീയാസൂത്രണത്തിൽ കേന്ദ്രാവിഷ്കൃത പദ്ധതി സംയോജിപ്പിച്ച് ഉണ്ടാക്കിയ എല്ലാ നേട്ടങ്ങളും തകിടം മറിക്കുകയും മാർഗ്ഗരേഖകളുമായി പൊരുത്തപ്പെടുന്നതിന്റെയും മത്സരത്തിന്റെയും പുതിയ പ്രശ്നങ്ങൾ ഉണ്ടാക്കുകയും ചെയ്തു. ഇത് വിവിധ തലങ്ങളിൽ പ്രോജക്ട്, സ്കീം എന്നിവ സംയോജിപ്പിക്കുന്നതിന് സാങ്കേതികവും ഭരണപരവുമായ ഒരു വെല്ലുവിളിയായിട്ടാണ് ജനകീയാസൂത്രണ കാമ്പയിനിൽ അനുഭവപ്പെട്ടത്.

ബ്ലോക്ക് പഞ്ചായത്ത് പദ്ധതികൾ തയ്യാറാക്കൽ

രീതിശാസ്ത്ര വിഷയങ്ങളിൽ ഒരു സമവായം രൂപപ്പെട്ടപ്പോൾ ബ്ലോക്കുതല പദ്ധതികൾ തയ്യാറാക്കുന്നതിനുള്ള മാർഗ്ഗരേഖകളോടു കൂടിയ വിശദമായൊരു മാന്വലും തയ്യാറാക്കി. 1997 മാർച്ച് ആദ്യത്തിൽ ഗ്രാമവികസന വകുപ്പ് ഉദ്യോഗസ്ഥരുടെ സഹകരണത്തോടെ ഒരു ത്രിദിന പരിശീലന പരിപാടിയും തിരുവനന്തപുരത്ത് സംഘടിപ്പിച്ചിരുന്നു. ബ്ലോക്ക് പ്രസിഡന്റുമാരും വൈസ് പ്രസിഡന്റുമാരും, ബ്ലോക്ക് ഡെവലപ്

മെന്റ് ഓഫീസർമാരും (ബി ഡി ഒ) കീ റിസോഴ്സൺസുമാരും (കെ ആർ പി) പരിശീലനാർത്ഥികളായിരുന്നു.

ജനകീയാസൂത്രണ പരിപാടിയുടെ നാളിതുവരെയുള്ള അവലോകനത്തോടെയായിരുന്നു പരിശീലനം ആരംഭിച്ചത്. തുടർച്ചയായി ബ്ലോക്ക് വികസന ഭരണസംവിധാനത്തിന്റെ ചരിത്രം സംബന്ധിച്ച ക്ലാസ് നടന്നു. ബ്ലോക്ക് പഞ്ചായത്തുകളുടെ അധികാരങ്ങളും ചുമതലകളും സംബന്ധിച്ച വിശദമായ ചർച്ച സെൻകമ്മിറ്റി അംഗങ്ങളുടെ സഹായത്താൽ നടന്നു. തോടന്നൂർ ബ്ലോക്ക് പഞ്ചായത്ത് പ്രസിഡന്റ് ഒരു സംയോജിത വിദ്യാഭ്യാസ പ്രോജക്ട് വിജയകരമായി നടപ്പാക്കിയത് എങ്ങനെയെന്ന് വിശദീകരിച്ചു. ഇത് സംസ്ഥാനമാകെ ശ്രദ്ധിക്കപ്പെട്ടു. ടിഷ്യു കൾച്ചർ തൈകൾ വ്യാപിപ്പിക്കുന്നതിനുള്ള ഒരു പരിപാടി വിജയകരമായി പരീക്ഷിച്ചത് തൈക്കാട്ടുശ്ശേരി ബ്ലോക്കും വിശദീകരിച്ചു. പരിശീലന സമയത്തിന്റെ ഏറിയ പങ്കും വിനിയോഗിച്ചത് പദ്ധതിരേഖയുടെ വിശദാംശങ്ങൾ ചർച്ചചെയ്യാനായിരുന്നു. ഗ്രാമ പഞ്ചായത്തുകളിൽ നിന്നുള്ള വികസന രേഖയുടെയും പദ്ധതിരേഖയുടെയും ഒരു സമ്മിശ്രണമായിരുന്നു ബ്ലോക്ക് പദ്ധതിരേഖ. ഈ രേഖയ്ക്ക് നാല് ഭാഗങ്ങളുണ്ട്.

ഭാഗം 1: നാല് സംക്ഷിപ്ത അദ്ധ്യായങ്ങൾ ആമുഖം, ഭരണചരിത്രം, പ്രകൃതി–മനുഷ്യ വിഭവങ്ങൾ, നടപ്പു പദ്ധതികളുടെ അവലോകനം.

ഭാഗം 2: 12 അദ്ധ്യായങ്ങൾ: ഓരോ വികസന മേഖലയ്ക്കും ഒന്നു വീതം

ഭാഗം 3: പദ്ധതിരേഖ ഏഴ് അദ്ധ്യായങ്ങൾ:

വികസനതന്ത്രം, പ്രോജക്ടുകൾ, സാമ്പത്തിക ഘടന, സംയോജിത പരിപാടികൾ, പ്രത്യേക ഘടകപദ്ധതിയും ട്രൈബൽ ഉപപദ്ധതിയും, ജൻഡർ, മോണിറ്ററിംഗ്.

ഭാഗം 4: തെരഞ്ഞടുത്ത രേഖകളോടു കൂടിയ അനുബന്ധങ്ങൾ, സ്ഥിതിവിവരക്കണക്ക്, സ്റ്റേറ്റ്മെന്റുകൾ, പ്രോജക്റ്റുകളുടെ പൂർണ്ണരൂപവും ജില്ലാ പഞ്ചായത്തിനുള്ള മേൽത്തട്ട് നിർദ്ദേശങ്ങളും.

പദ്ധതി അംഗീകാരത്തിന് മുമ്പായി ആദ്യ മൂന്ന് ഭാഗങ്ങളുടെ റിപ്പോർട്ടുകളും അച്ചടിച്ച് വികസന സെമിനാറിൽ അവതരിപ്പിച്ച് ചർച്ച ചെയ്തതായിരിക്കണം. വികസന സെമിനാറിന്റെ കാര്യപരിപാടി ഗ്രാമപഞ്ചായത്തിന്റേതിന് സമാനമായിരിക്കണം. ബ്ലോക്ക് വികസന സെമിനാറിന്റെ ഉദ്ദേശ്യം വിവരാവകാശവും സുതാര്യതയും ഉറപ്പാക്കുന്നതായിരിക്കണം.

ബ്ലോക്കുതല വികസന സെമിനാറിന്റെ സംസ്ഥാനതല ഉദ്ഘാടനം 1997 ഏപ്രിൽ മാസത്തിൽ കൊടുങ്ങല്ലൂർ ബ്ലോക്കിലായിരുന്നു സംഘടിപ്പിച്ചത്. ദേശീയ ആസൂത്രണ കമ്മീഷനിലെ ശ്രീ. മധു ദണ്ഡവതെയുടെ സാന്നിദ്ധ്യമായിരുന്നു ഉദ്ഘാടന സമ്മേളനത്തിലെ മുഖ്യയിനം. ജനകീയാസൂത്രണ പ്രസ്ഥാനത്തിനുള്ള പൂർണ്ണ പിന്തുണയും അദ്ദേഹം പ്രഖ്യാപിച്ചു. ദേശീയ സ്വാതന്ത്ര്യസമര സേനാനികളുടെ സ്വപ്ന സാക്ഷാത്ക്കാരമായിട്ടാണ് അദ്ദേഹം ഇതിനെ കണ്ടത്. മാത്രമല്ല, മഹാത്മജിക്കുള്ള

സ്മാരകം രാജ്ഘട്ടിലല്ല അത് ഈ കേരളത്തിലാണ് എന്ന് അദ്ദേഹം പ്രഖ്യാപിക്കുകയും ചെയ്തു. 'നമ്മുടെ ദേശീയ ചക്രവാളത്തിൽ കാർമേഘങ്ങൾ ഉരുണ്ടുകൂടുന്ന ഇക്കാലത്ത്, മഹാത്മാഗാന്ധിയുടെ ആത്മാവിനെ കണ്ടെത്തണമെങ്കിൽ നിങ്ങൾക്കത് ജനകീയാസൂത്രണത്തിൽ തേടിയാൽ മതി.'

കൊടുങ്ങല്ലൂരിൽ ആവേശകരമായി ഉദ്ഘാടനം കഴിഞ്ഞെങ്കിലും ജൂൺ മാസം വരെയും വിരലിലെണ്ണാവുന്ന ബ്ലോക്ക് പഞ്ചായത്തുകളിൽ മാത്രമേ വികസന സെമിനാറുകൾ സംഘടിപ്പിച്ചിട്ടുള്ളു. ഗ്രാമവികസന വകുപ്പുമന്ത്രി തിരുവനന്തപുരത്ത് ബ്ലോക്ക് പ്രസിഡന്റുമാരെയും സെക്രട്ടറിമാരെയും വിളിച്ചുചേർത്ത് സാഹചര്യം അവലോകനം ചെയ്തു. കേന്ദ്രാവിഷ്കൃത പദ്ധതികളുടെ പദ്ധതി സംയോജനമായിരുന്നു തർക്കവിഷയം. മാർച്ച് മാസത്തിലെ പരിശീലന പരിപാടിയിൽ പ്രകടിപ്പിച്ചതിന് വിരുദ്ധമായ കാഴ്ചപ്പാടാണ് ഇവിടെ പ്രകടമാക്കിയത്. കേന്ദ്രാവിഷ്കൃത പദ്ധതികൾ ജനകീയാസൂത്രണ പദ്ധതിയുമായി സംയോജിപ്പിക്കുന്നതിന് വകുപ്പുദ്യോഗസ്ഥർ വിമുഖത കാണിക്കുന്നതായിട്ടാണ് തിരഞ്ഞെടുക്കപ്പെട്ട ജനപ്രതിനിധികൾ അപ്പോൾ പ്രതികരിച്ചത്. അതിനിടയിൽ ധാരാളം ബ്ലോക്കുകൾ കേന്ദ്രാവിഷ്കൃത പദ്ധതികൾക്ക് കർമ്മപരിപാടി തയ്യാറാക്കി അതിനുള്ള അലോട്ട്മെന്റും വാങ്ങിക്കഴിഞ്ഞിരുന്നു. തൊഴിലുറപ്പ് പദ്ധതിയുടെ പ്രാരംഭവകയിരുത്തൽ ഒരു ബ്ലോക്കിന് 25.00 ലക്ഷം രൂപയായിരുന്നു. ഇത്തരത്തിൽ പണം ചെലവഴിക്കാനുള്ളതിനാൽ ബ്ലോക്ക് പഞ്ചായത്തുകളും ബ്ലോക്ക് ഭരണസമിതിയും ബ്ലോക്ക് പദ്ധതി പൂർത്തിയാക്കുന്നതിനോ അതിനായുള്ള സംസ്ഥാന ധനസഹായമോ നേടുന്നതിന് ഉത്സാഹം കാണിച്ചിരുന്നില്ല.

കർമ്മപരിപാടി സമർപ്പിച്ച് അംഗീകാരം വാങ്ങിയ ബ്ലോക്കുകൾക്ക് അവ നടപ്പാക്കാവുന്നതാണ്. എന്നാൽ ആ കർമ്മപരിപാടിയിലുള്ള എല്ലാ പ്രവൃത്തികളും പദ്ധതിരേഖയിലും ഉൾപ്പെടുത്തണമെന്ന ധാരണയിലെത്തിച്ചേർന്നു. ബ്ലോക്ക് പദ്ധതി തയ്യാറാക്കുന്നതിനുള്ള സമയപട്ടികയിൽ ഭേദഗതി വരുത്തി. എന്നാൽ സമ്മേളനത്തിലുണ്ടായ തീക്ഷ്ണമായ വാഗ്വാദങ്ങൾ ജനകീയാസൂത്രണ പ്രവർത്തനവുമായുള്ള ബന്ധങ്ങൾക്ക് പോറലേല്പിച്ചു. ബ്ലോക്ക് പദ്ധതി ഇഴഞ്ഞുനീങ്ങാൻ തുടങ്ങി. പല ബ്ലോക്കുകളിലും ജനകീയാസൂത്രണ പ്രവർത്തനങ്ങൾ സംഘടിപ്പിക്കുന്നതിന് ഗൗരവമായ പ്രശ്നങ്ങളുണ്ടായി. 1997 ഒക്ടോബർ മാസത്തിൽ പോലും ഭൂരിപക്ഷം ബ്ലോക്ക് പഞ്ചായത്തുകളിലും പദ്ധതി സമർപ്പിക്കാൻ കഴിഞ്ഞില്ല. ജനകീയാസൂത്രണ പ്രവർത്തനങ്ങളെ പൂർണ്ണമായും എതിർക്കുന്ന കുറച്ച് ബ്ലോക്ക് ഓഫീസർമാർക്കെതിരെ എടുത്ത അച്ചടക്ക നടപടികളാണ് എതിർപ്പ് ആളിക്കത്തിച്ചത്.

വകുപ്പിലെ ഏറ്റവും ഹ്രസ്വദൃഷ്ടികളായ ചില ഉദ്യോഗസ്ഥർ മനക്കോട്ട കെട്ടിയുണ്ടാക്കിയ അവരുടെ വകുപ്പുകളുടെ സ്വയംഭരണാവകാശം സംരക്ഷിക്കാനിറങ്ങിത്തിരിക്കുകയായിരുന്നു. ബ്ലോക്ക് ഭരണസംവിധാനം

പെട്ടെന്ന് ബ്ലോക്ക് പഞ്ചായത്തിന്റെ ഭാഗമായി മാറുമെന്ന ആശയം നല്ല പങ്ക് ഉദ്യോഗസ്ഥർക്കും ഉൾക്കൊള്ളാൻ പ്രയാസമായിരുന്നു. കേരളത്തിന്റെ അധികാര വികേന്ദ്രീകരണത്തിന്റെ ഭാവിക്ക് ഈ സംയോജനം എത്രയും പെട്ടെന്ന് നടക്കുമോ അത്രയും നല്ലതായിരിക്കും. പഞ്ചായത്ത് വകുപ്പിന്റെയും ഗ്രാമവികസന വകുപ്പിന്റെയും ചുമതല സി പി ഐ (എം) മന്ത്രിമാർക്കായിരുന്നു. ഗ്രാമവികസന വകുപ്പുമന്ത്രി എടുത്ത ഉറച്ച തീരുമാനം ജനകീയാസൂത്രണ പ്രവർത്തനങ്ങൾക്ക് ഗ്രാമവികസന വകുപ്പിൽ നിന്നുള്ള സഹകരണം വർദ്ധിക്കാൻ കാരണമായി. ഓഫീസേഴ്സ് അസോസിയേഷനിലെ ഇടതുപക്ഷ താല്പര്യമുള്ള ചില പ്രധാന വ്യക്തികളുടെ മുൻകൈ പ്രവർത്തനങ്ങൾ പരസ്പര ചർച്ചയ്ക്കുള്ള വേദി ഒരുക്കി. ഗ്രാമവികസന ഉദ്യോഗസ്ഥരുടെ വർദ്ധിച്ച ഇടപെടൽ രണ്ടാം വാർഷിക പദ്ധതി തയ്യാറാക്കുന്നതിനും കാമ്പയിൻ പ്രവർത്തനങ്ങൾക്കും നല്ല ഊർജ്ജസ്രോതസ്സായി മാറി.

ജില്ലാപഞ്ചായത്ത് പദ്ധതി തയ്യാറാക്കൽ

നാലാം ഘട്ടത്തിലെ ബ്ലോക്ക് പദ്ധതികൾക്ക് വേണ്ടിയുള്ള സംസ്ഥാനതല ശില്പശാലയ്ക്ക് തൊട്ടുപിന്നാലെ ജില്ലാപഞ്ചായത്ത് പദ്ധതി രൂപീകരണം ചർച്ച ചെയ്യുന്നതിന് ഒരു ദ്വിദിന ബോധവൽക്കരണ പരിപാടിക്കായി എല്ലാ ജില്ലാപഞ്ചായത്ത് അംഗങ്ങളെയും തിരുവനന്തപുരത്തേക്ക് ക്ഷണിച്ചു. എന്തുകൊണ്ടെന്നാൽ ജില്ലാപഞ്ചായത്തുകളുടെ പ്രവർത്തന പരിധി നഗരപ്രദേശത്തേക്ക് അതിലംഘിക്കാൻ പാടില്ല. പദ്ധതികൾ ഗ്രാമപ്രദേശങ്ങളിൽ ഒതുങ്ങി നിൽക്കണം.

ജില്ലാപഞ്ചായത്തുകളോട് ബ്ലോക്കുതല ചാർട്ടിൽനിന്നും പ്രദേശത്തിന്റെ വികസന പ്രശ്നങ്ങളുടെ ഗുരുതരാവസ്ഥയുടെ ആവർത്തന വിതരണതലങ്ങൾ തയ്യാറാക്കാൻ ആവശ്യപ്പെട്ടു. ഗ്രാമപഞ്ചായത്തിലെ ഓരോ വികസന മേഖലകളുടെയും, എല്ലാ വികസന പ്രശ്നങ്ങളുടെയും നാല് പോയിന്റ് സ്കെയിലിൽ ഗുരുതരാവസ്ഥയുടെ ആവർത്തന വിതരണം വ്യക്തമാക്കുന്ന ഒരു പട്ടികയും തയ്യാറാക്കി. 1 അതീവ ഗുരുതരം 2 ഗുരുതരം 3 ഗുരുതരമല്ല 4 പ്രശ്നമല്ല. ആവർത്തന വിതരണ പട്ടികയുടെ സാമ്പിൾ സൈസ് ജില്ലയിലെ ആകെ പഞ്ചായത്തുകളുടെ എണ്ണമായിരിക്കും. വികസന പ്രശ്നങ്ങളുടെ ഗുരുതരാവസ്ഥ തിരിച്ചറിയുന്നതിനായി ഒരു ഭൂപടത്തിൽ പ്രശ്നങ്ങൾക്ക് വ്യത്യസ്ത നിറം ഉപയോഗിച്ച് അടയാളപ്പെടുത്തിയാൽ പ്രശ്നങ്ങളുടെ ഗുരുതരാവസ്ഥയും വലിപ്പവും ദൃശ്യമായി പ്രതിനിധീകരിക്കുമെന്നത് ജില്ലാ പഞ്ചായത്തുകൾക്ക് ധൈര്യം പകരുകയുണ്ടായി. ഈ ഭൂപടം കാർഷിക പ്രശ്നങ്ങളെ ജില്ലയുടെ സൂക്ഷ്മ പരിസ്ഥിതി വിജ്ഞാനവുമായി ബന്ധപ്പെടുത്തുന്നതിനുള്ള ഒരു ഉപാധിയായിരിക്കും.

ഗ്രാമപഞ്ചായത്തുകൾ തയ്യാറാക്കുന്ന ഇത്തരം പ്രോജക്റ്റുകൾക്ക് ഇതുപോലെയുള്ള ആവർത്തന പട്ടികകൾ തയ്യാറാക്കാവുന്നതാണ്. വിത

രണങ്ങളിൽനിന്നും എത്ര പഞ്ചായത്തുകൾ ഏതൊക്കെ രീതിയിലുള്ള പ്രോജക്ടുകൾക്കാണ് ഉയർന്ന മുൻഗണന നൽകിയിട്ടുള്ളതെന്നും വെളിവാക്കപ്പെടും. ബ്ലോക്ക് പഞ്ചായത്തുകളുടെ കാര്യത്തിലും ഇത്തരം ചോദ്യങ്ങളാണ് ഉയർന്നുവന്നിട്ടുള്ളത്. താഴെത്തട്ട് സ്ഥാപനങ്ങളിലെ പ്രോജക്ടുകളിലും വൈരുദ്ധ്യങ്ങൾ ഉണ്ടായിട്ടുണ്ടോ?

ഇതുപോലെയുള്ള പരിപാടികളെ സംയോജിപ്പിക്കുന്നതിനുള്ള സാധ്യതയുണ്ടോ?

മുൻപിൻ ബന്ധങ്ങൾ ശക്തിപ്പെടുത്താനും അല്ലെങ്കിൽ കുറ്റകരമായ വികസന വിടവുകൾ പരിഹരിക്കാനും ജില്ലാപഞ്ചായത്തുകൾക്ക് എന്തു ചെയ്യാൻ കഴിയും?

ബ്ലോക്ക് പഞ്ചായത്ത് പദ്ധതി പൂർത്തീകരണത്തിനുണ്ടായ കാലതാമസംമൂലം ബ്ലോക്ക് പഞ്ചായത്ത് പദ്ധതികൾ സമാഹരിച്ച് ഓരോ ജില്ലയിലും ജില്ലാപദ്ധതി തയ്യാറാക്കൽ അസാദ്ധ്യമാക്കി. ഈ തടസ്സം മുറിച്ചുകടക്കുന്നതിന് കൊല്ലം ജില്ലാപഞ്ചായത്ത്/ഗ്രാമപഞ്ചായത്ത് പ്രസിഡന്റുമാരുടെ യോഗം വിളിച്ചുകൂട്ടി. അതിനുശേഷം ബ്ലോക്ക് പഞ്ചായത്ത് പ്രസിഡന്റുമാരുടെ യോഗം വിളിച്ചുചേർത്തു. ജില്ലാപഞ്ചായത്ത് പദ്ധതി തയ്യാറാക്കുന്നതിന്, പ്രസ്തുത സ്ഥാപനങ്ങളുടെ നിർദ്ദേശങ്ങൾക്ക് കാത്തുനിൽക്കാതെ അവർ ഗ്രാമപഞ്ചായത്തുകളുടെ വികസന റിപ്പോർട്ടുകളിൽനിന്നും വികസന മേഖലകളുടെ ആവർത്തന വിതരണ പട്ടികകൾ സമാഹരിച്ചും പദ്ധതി രേഖ അന്തിമമാക്കി. കൊല്ലം ജില്ലാ കളക്ടർ വ്യക്തിപരമായി നടത്തിയ ഒരു നീക്കത്തിലൂടെ ഒരു വലിയ സംഘം മുതിർന്ന ഉദ്യോഗസ്ഥന്മാരെ ജില്ലാപഞ്ചായത്തിന്റെ പ്രോജക്ടുകൾ തയ്യാറാക്കുന്നതിന് സഹായിക്കാൻ സജ്ജമാക്കി. ജില്ലാഭരണ സംവിധാനവും ജില്ലാപഞ്ചായത്തും വളരെ അടുത്ത് പ്രവർത്തിച്ചതിലൂടെ 1997 ജൂലൈ 24 ന് കൊല്ലം ജില്ലാപഞ്ചായത്തിന്റെ പദ്ധതി തയ്യാറാക്കാൻ കഴിഞ്ഞു. മാർഗ്ഗരേഖയിൽനിന്നും വ്യതിചലിച്ചാണ് പദ്ധതി തയ്യാറാക്കിയതെന്ന് വിമർശനം ഉയർന്നു. എന്നാൽ ഷെഡ്യൂൾ പ്രകാരം പദ്ധതി രൂപീകരണം പൂർത്തിയാക്കാൻ കഴിഞ്ഞിട്ടില്ലാത്ത ജില്ലാപഞ്ചായത്തുകൾക്ക് കൊല്ലം ജില്ലാപഞ്ചായത്തിനെ മാതൃകയായി അനുകരിക്കാമെന്നാണ് സംസ്ഥാന ആസൂത്രണ ബോർഡ് പരിഗണിച്ചത്. പല ജില്ലാപഞ്ചായത്തുകളും മാർഗ്ഗരേഖ പ്രകാരം പദ്ധതിരേഖ തയ്യാറാക്കിയിരുന്നില്ല. ചില ജില്ലകളുടെ വികസന സെമിനാർപോലും പരിതാപകരമായിട്ടാണ് നടത്തിയത്.

താഴെ തലങ്ങളിൽ ജനകീയ കാമ്പയിൻ ഏറ്റവും കാര്യക്ഷമമായിരുന്നു. സാധാരണ ജനങ്ങൾക്ക് അവരുടെ തിരഞ്ഞെടുക്കപ്പെട്ട മേൽത്തലങ്ങളിലെ ജനപ്രതിനിധികളുമായുള്ള അടുപ്പം പരിമിതമായിരുന്നു. അതുകൊണ്ട് അവരുമായുള്ള നേരിട്ടുള്ള ഇടപെടൽ കുറവായിരുന്നു. ഗ്രാമസഭകൾ മുതൽ ബ്ലോക്കുകൾ, ജില്ലകൾ എന്നിങ്ങനെയുള്ള തലങ്ങൾ പരിശോധിച്ചാൽ സുതാര്യത കൂടുതൽ മേൽത്തലങ്ങളിൽ ലംഘിക്കപ്പെടുന്നുവെന്ന് കാണാൻ കഴിയും.

അദ്ധ്യായം 10

ആറാം ഘട്ടം: സന്നദ്ധ സാങ്കേതിക സമിതി

പദ്ധതികളുടെ വിലയിരുത്തൽ

1997 മാർച്ചിൽ പ്രാദേശിക പദ്ധതികൾക്ക് അവസാനരൂപം നൽകുകയുണ്ടായി. ഈ പദ്ധതികൾ ജില്ലാ ആസൂത്രണ സമിതികൾ അംഗീകരിച്ചാൽ മാത്രമേ സംസ്ഥാന സർക്കാർ പഞ്ചായത്തുകൾക്കുള്ള ധന വിഹിതം നൽകൂ. എന്നാൽ പദ്ധതി ആസൂത്രണ രംഗത്തു മുൻപരിചയമില്ലാത്ത, തിരഞ്ഞെടുക്കപ്പെട്ട ആയിരക്കണക്കിന് ജനപ്രതിനിധികളും സന്നദ്ധപ്രവർത്തകരും ചേർന്ന് തയ്യാറാക്കിയ പദ്ധതികൾക്ക് സാങ്കേതികവും സാമ്പത്തികവുമായ ധാരാളം പോരായ്മകൾ ഉണ്ടായിരുന്നു. ഇവയെല്ലാം പരിശോധിച്ച് മെച്ചപ്പെടുത്തേണ്ടിവന്നു. ഇതെങ്ങനെയാണ് പൂർത്തീകരിക്കുക? ചെയ്തുതീർക്കേണ്ട പ്രവർത്തനത്തിന്റെ വ്യാപ്തി വച്ച് നോക്കുമ്പോൾ നിലവിലുള്ള സർക്കാർ വകുപ്പുകളെ ഉപയോഗിച്ച് ഈ പണി തീർക്കുക പ്രായോഗികമായിരുന്നില്ല. മാത്രമല്ല സർക്കാർ വകുപ്പുകൾ തദ്ദേശഭരണ സ്ഥാപനങ്ങളുടെ പദ്ധതി ആസൂത്രണ പ്രവർത്തനങ്ങളുമായി ഒരു അകലം പാലിച്ചിരുന്നു. അവരെ മാത്രം ആശ്രയിക്കുക എന്നത് വിനാശകരമായേനെ. അങ്ങനെയാണ് സർക്കാർ സർവ്വീസിൽ നിന്ന് വിരമിച്ചവരും തദ്ദേശ സ്വയംഭരണ സ്ഥാപനങ്ങളെ ആസൂത്രണത്തിൽ സഹായിക്കാൻ താത്പര്യമുള്ളവരുമായ ഒരു സന്നദ്ധ സാങ്കേതിക സംഘത്തിന്റെ രൂപീകരണമെന്ന ആശയമുണ്ടായത്.

1997 മാർച്ചിൽ കേരളത്തിലെ പത്രങ്ങളിൽ ഒരു മുഴുവൻ പേജ് പരസ്യം വന്നു:

'നിങ്ങൾ ജോലിയിൽനിന്ന് വിരമിച്ച ഒരു വ്യക്തിയാണെങ്കിൽ ഇത് ഒരു പുതിയ ജീവിതത്തിന്റെ തുടക്കമായേക്കും.

ജനങ്ങൾ തയ്യാറാക്കിയ പ്രാദേശിക പദ്ധതികൾക്ക് സാങ്കേതിക

നേതൃത്വം നല്കാൻ കേരള സംസ്ഥാന ആസൂത്രണ ബോർഡ് നിങ്ങളെ ക്ഷണിക്കുന്നു. നമുക്കൊരുമിച്ച് ഒരു പുതിയ നാളെയെ സൃഷ്ടിക്കാം. ഇതോടൊപ്പം 55 വയസ്സിനുശേഷം നിങ്ങൾ നിങ്ങളുടെ ജീവിതത്തിനു പുതിയൊരു അർഥം കണ്ടെത്തുകയുമാവും. താങ്കളുടെ സാങ്കേതിക കഴിവുകൾ വിശദമാക്കുന്ന ഒരു കത്ത് ഞങ്ങൾക്കയയ്ക്കൂ.'

പരസ്യത്തിൽ സാമ്പത്തികമായ പ്രതിഫലമോ യാത്രാച്ചെലവോ നൽകുമെന്നുപോലും പറഞ്ഞിരുന്നില്ല. എന്നാൽ പതിനായിരത്തിൽ ഏറെ ആളുകൾ അപേക്ഷ അയച്ചു. ഇന്ത്യയിൽ ആയുർദൈർഘ്യം കൂടുതലുള്ള സ്ഥലമാണ് കേരളം. സാങ്കേതിക വൈദഗ്ദ്ധ്യമുള്ളവർക്കിടയിൽ ഇത് 75 ലും കൂടുതൽ ആയിരിക്കും. കടുത്ത തൊഴിലില്ലായ്മ നിലനിൽക്കുന്ന സ്ഥലമായതിനാൽ വിരമിക്കാനുള്ള പ്രായം എത്രയോ കാലമായി 55 വയസ്സാണ്. ഇന്ത്യയിൽത്തന്നെ ഏറ്റവും കുറഞ്ഞ വിരമിക്കൽ പ്രായമാണിത്. എന്നാൽ അതുകൊണ്ടുതന്നെ വിദഗ്ദ്ധരുടെ വലിയൊരു സംഘം നമ്മുടെ സംസ്ഥാനത്തു ലഭ്യമായിരുന്നു.

സന്നദ്ധ സാങ്കേതിക സമിതി(VTC)യുടെ രൂപീകരണം

തയ്യാറാക്കിയ പദ്ധതികൾ മറ്റൊരു വിദഗ്ദ്ധ സമിതി പരിശോധിക്കണം എന്ന നിർദ്ദേശത്തിനു പല ഭാഗത്തുനിന്നും അപ്രതീക്ഷിതമാംവിധം ശക്തമായ എതിർപ്പാണുണ്ടായത്. തിരഞ്ഞെടുക്കപ്പെട്ട പല ജനപ്രതിനിധികളും ഇത്തരമൊരു VTC തങ്ങളുടെ ജനാധിപത്യ അധികാരത്തിനു മേലുള്ള കൈകടത്തലാണ് എന്ന് ആത്മാർഥമായി വിശ്വസിച്ചു. വിദഗ്ദ്ധർക്കാവട്ടെ രാഷ്ട്രീയക്കാരോട് കാര്യമായ ബഹുമാനം ഇല്ലാത്തതിനാൽ അവർ ജനകീയ പ്രസ്ഥാനത്തിൽനിന്ന് അകന്നുനിൽക്കുകയും ചെയ്തു. പ്രതിപക്ഷമാകട്ടെ ഈ അവസരം മുതലാക്കി തദ്ദേശഭരണ സ്ഥാപനങ്ങളുടെ അധികാരം നിർദ്ദേശിക്കപ്പെട്ട വിദഗ്ദ്ധന്മാർ കവരുന്നു എന്ന് ആരോപിക്കാനും തുടങ്ങി. പ്രതിപക്ഷം ഭരിക്കുന്ന തദ്ദേശഭരണ സ്ഥാപനങ്ങളെ നിയന്ത്രിക്കാനുള്ള സി പി ഐ (എം)ന്റെ ഗൂഢശ്രമമാണ് എന്ന് ആരോപണമുയർന്നു. VTC യുടെ ചുമതലകൾ എന്തൊക്കെയാണ്? തിരഞ്ഞെടുക്കപ്പെട്ട സ്ഥാപനങ്ങൾ തയ്യാറാക്കുന്ന പദ്ധതികളും മുൻഗണനാക്രമങ്ങളും ഒരു വിദഗ്ദ്ധ സംഘം അവലോകനം ചെയ്യുന്നത് എത്ര ജനാധിപത്യപരമാണ്? തിരഞ്ഞെടുക്കപ്പെട്ട സഭകൾക്ക് ബദലായി ഒരു സമാന്തര അധികാര ഘടന സൃഷ്ടിക്കുകയല്ലേ VTC യിലൂടെ ചെയ്യുന്നത്? ഇപ്പോഴുള്ള ഉദ്യോഗസ്ഥ സംവിധാനത്തെ കൂടുതൽ അകറ്റാനല്ലേ ഇത് സഹായിക്കൂ? എന്നിങ്ങനെ കൃത്യമായ ചില ചോദ്യങ്ങൾ ഉയർന്നുവന്നു.

VTC യുമായി ബന്ധപ്പെട്ട ഇത്തരം ആശയപരമായ പ്രശ്നങ്ങൾ ചർച്ച ചെയ്യാനായി ആസൂത്രണ ബോർഡിന്റെ ഒരു പ്രത്യേക യോഗം ചേർന്നു. തുടർന്ന് ജില്ലാ ആസൂത്രണ സമിതി (DPC) യുടെ ഉപദേശക സമിതി മാത്രമായിരിക്കും VTC എന്ന തീരുമാനമുണ്ടായി. പദ്ധതികളും

പരിപാടികളും പരിശോധിച്ച് അവ സർക്കാർ ചട്ടങ്ങൾക്ക് വിരുദ്ധമല്ലെന്നും സാങ്കേതികവും ധനപരവുമായി അനുയോജ്യമാണെന്നും വിലയിരുത്തുക എന്നതായി VTC യുടെ ചുമതല. VTC അവരുടെ നിർദ്ദേശങ്ങൾ DPC ക്ക് അവസാന തീരുമാനത്തിനായി നൽകും. ഔപചാരികമായി കണക്കുകൾ പരിശോധിക്കുക മാത്രമല്ല, തദ്ദേശ സ്ഥാപനങ്ങളെ പദ്ധതികൾ മെച്ചപ്പെടുത്താൻ സഹായിക്കുകയും വേണം. തദ്ദേശ സ്ഥാപനങ്ങൾ നിർദ്ദേശിക്കുന്ന മുൻഗണനാ ക്രമങ്ങൾ മാറ്റാൻ VTC ക്കു അധികാരമില്ല എന്ന് ഗവൺമെന്റ് ഓർഡർ വ്യക്തമാക്കിയിരുന്നു. എന്തെങ്കിലും തർക്കമുണ്ടായാൽ കൂടുതൽ വിദഗ്ദ്ധോപദേശം തേടാൻ DPC നിർദ്ദേശിക്കും.

പ്രസ്ഥാനത്തിന്റെ തുടക്കം മുതൽ ആസൂത്രണ പ്രക്രിയയിൽ വിദഗ്ദ്ധരുടെ പ്രാധാന്യം ഊന്നിപ്പറഞ്ഞിരുന്നു. തുടക്കത്തിൽ ലഭ്യമല്ലാതിരുന്ന വൈദഗ്ദ്ധ്യം ആസൂത്രണ പ്രക്രിയയിൽ സന്നിവേശിപ്പിക്കാനുള്ള ശ്രമമാണ് VTC യിലൂടെ നടന്നത്. ഇത് ജനാധിപത്യ വിരുദ്ധമോ നിലനിൽക്കുന്ന സംവിധാനത്തിന്റെ മേലുള്ള കടന്നുകയറ്റമോ ആയിരുന്നില്ല. എന്നാൽ രാഷ്ട്രീയ ഇടപെടലില്ലാതെ സ്വതന്ത്രമായി വിദഗ്ദ്ധരെ തിരഞ്ഞെടുക്കാൻ എങ്ങനെ കഴിയും? ഇതിനു സുതാര്യമായ ഒരു സംവിധാനം ഉണ്ടാവണം. ചില നിശ്ചിത യോഗ്യതകൾ ഉണ്ടാവണമെന്ന് ഉറപ്പാക്കി, ഇതിൽ താത്പര്യമുള്ള ആർക്കും പങ്കെടുക്കാൻ സാധിക്കുംവിധം പൊതുവായ ഒരു അഭ്യർത്ഥനയാണ് നടത്തിയത്. DPC അംഗങ്ങളോടും തദ്ദേശഭരണ സ്ഥാപനങ്ങളോടും യോജിച്ച ആളുകളെ നിർദ്ദേശിക്കാനും അഭ്യർത്ഥിച്ചു. നിർദ്ദേശിക്കപ്പെട്ട യോഗ്യതയുള്ളവരും പരിശീലന പരിപാടിയിൽ പങ്കെടുക്കാൻ തയ്യാറുള്ളവരുമായ എല്ലാവരെയും VTC യുടെ ഭാഗമാക്കി.

ഔപചാരിക സർക്കാർ സംവിധാനത്തിന് സമാന്തരമായൊരു ഘടനയായി VTC വികസിക്കും എന്നായിരുന്നു ഉദ്യോഗസ്ഥ സംവിധാനത്തിന്റെ ഭയം. ഇത് ഒഴിവാക്കേണ്ടിയിരുന്നു. പദ്ധതികളും ആസൂത്രണവും വിശകലനം ചെയ്യാൻ VTC ക്കൊപ്പം ഉദ്യോഗസ്ഥരും പ്രവർത്തിക്കണം. അങ്ങനെ VTC പ്രവർത്തനക്ഷമമായതോടെ തുടക്കത്തിലുണ്ടായിരുന്ന സന്നദ്ധസംഘം എന്ന നിലവിട്ടു വ്യത്യസ്തമായ ഒരു സങ്കല്പനം രൂപപ്പെട്ടു. ഈ മാറ്റം പലരും ശ്രദ്ധിച്ചില്ലെങ്കിലും ബ്ലോക്ക്, ജില്ലാ തലത്തിൽ ഉദ്യോഗസ്ഥരും സന്നദ്ധ വിദഗ്ദ്ധസംഘവും ഒരുമിച്ചു പ്രവർത്തിക്കുന്ന ഒരു രീതിയുണ്ടായി. അവരെ വിളിച്ചിരുന്നത് VTC /PAT (Plan Appraisal Teams) എന്നാണ്. ഈ VTC /PAT യുടെ നിർബ്ബന്ധിത ഭാഗമായിരുന്നു ചില ഉദ്യോഗസ്ഥർ.

ഈ പുതിയ കമ്മിറ്റികൾ അതേവരെ പൂർത്തീകരിച്ച പ്രക്രിയ മനസ്സിലാക്കിയെന്ന് എങ്ങനെ ഉറപ്പുവരുത്തും? പ്രസ്ഥാനത്തിന്റെ വീക്ഷണം/ ഊർജ്ജം അവർ എങ്ങനെ ഉൾക്കൊള്ളും? പ്രസ്ഥാനത്തിൽ തുടക്കം മുതൽ സജീവമായുണ്ടായിരുന്ന കീ റിസോർസ് പേഴ്സൺസ് (KRP)

മാരെ, അവർക്കു ഇത്തരമൊരു കമ്മിറ്റിയുടെ ഭാഗമാകാനുള്ള സാങ്കേതിക വൈദഗ്ദ്ധ്യം ഇല്ലെങ്കിലും VTC യുടെ ഭാഗമാക്കാൻ തീരുമാനമായി. വിദഗ്ദ്ധരുടെ സംഘത്തിന് സംഘടനാപരമായ പിന്തുണ നൽകുക, സാങ്കേതികവും ഔദ്യോഗികവുമായ സംഭാവനകൾക്കൊപ്പം ജനകീയമായ ആശയങ്ങളെ കൂട്ടിച്ചേർക്കുക എന്നതൊക്കെയായിരുന്നു KRP മാരുടെ ജോലി. പ്രോജക്റ്റ് ക്ലിനിക്കിൽ സജീവമായി പങ്കെടുത്തിരുന്ന ബാങ്ക് ഉദ്യോഗസ്ഥർക്കും വിദഗ്ദ്ധ സംഘത്തിന്റെ ഭാഗമാവാനുള്ള ചില നിയന്ത്രണങ്ങൾ ഒഴിവാക്കി. കമ്മിറ്റിയുടെ സാങ്കേതിക സ്വഭാവം കുറയ്ക്കുമെന്നും വിശ്വാസ്യത കുറയുമെന്നുമുള്ള വിമർശനങ്ങൾ ഇതിന്റെ ഭാഗമായുണ്ടായി.

VTC യുടെ ഘടന

ഒരു VTC അംഗമാവാൻ പോസ്റ്റ് ഗ്രാജ്വേറ്റ് ഡിഗ്രിയോ പ്രൊഫഷണൽ ഡിഗ്രിയോ ഉണ്ടാവണമെന്നും വികസന മേഖലയിൽ കുറഞ്ഞത് അഞ്ചു വർഷം പ്രവൃത്തിപരിചയം ഉണ്ടായിരിക്കണമെന്നും സംസ്ഥാന ആസൂത്രണ ബോർഡ് തീരുമാനിച്ചു. സർക്കാർ സർവ്വീസിലെ വികസന വകുപ്പുകളിൽ നിന്ന് ഗസറ്റഡ് റാങ്കോടെ വിരമിച്ചവർക്ക് ഇത് നിർബ്ബന്ധമായിരുന്നില്ല. VTC അംഗങ്ങൾ ആഴ്ചയിൽ കുറഞ്ഞത് ഒരു ദിവസം തദ്ദേശ സ്ഥാപനങ്ങളുടെ പ്രവർത്തനങ്ങളിൽ സഹായിക്കാൻ തയ്യാറായിരിക്കണം. പല അപേക്ഷകർക്കും ഇപ്രകാരം നിർദ്ദേശിക്കപ്പെട്ട കുറഞ്ഞ യോഗ്യതകൾ ഉണ്ടായിരുന്നില്ല.

അപേക്ഷിച്ചവരിൽ 9 ശതമാനം മാത്രമേ പ്രസ്ഥാനത്തിൽ KRP ആയോ DRP (ഡിസ്ട്രിക്ട് റിസോർസ് പേഴ്സൺ) ആയോ പ്രവർത്തിച്ചിട്ടുള്ളൂ. 51 ശതമാനത്തിനും പ്രസ്ഥാനവുമായി ഒരു ബന്ധവുമുണ്ടായിരുന്നില്ല. എങ്കിലും സമൂഹത്തിൽ നിർണ്ണായകമായ എന്തോ സംഭവിക്കാൻ പോകുന്നുവെന്നും അതിൽ തങ്ങളുടെ വൈദഗ്ദ്ധ്യം ഉപയോഗപ്പെടുത്താൻ പോകുന്നു എന്നതിലും അവർ വളരെ സന്തുഷ്ടരായിരുന്നു. ജനകീയ പ്രസ്ഥാനങ്ങളിൽ സാധാരണയായി പങ്കാളികളാവാത്ത സമൂഹത്തിലെ ഒരു വിഭാഗം ഈ പ്രവർത്തനത്തോട് പ്രത്യേകമായ താത്പര്യം കാണിച്ചു. വിവിധ തൊഴിൽ രംഗങ്ങളിലെ വിദഗ്ദ്ധരെ VTC യിലേക്ക് ആകർഷിക്കാൻ സംസ്ഥാന തലത്തിൽ സമ്മേളനങ്ങൾ സംഘടിപ്പിച്ചു. ബാങ്ക് ഓഫീസർമാർക്കും ഗവൺമെന്റ് കോളേജിലെ പ്രതിനിധികൾക്കുമായി മാർച്ചിൽ രണ്ടു ദിവസത്തെ വർക്ക് ഷോപ്പുകൾ നടത്തി. ഏപ്രിലിൽ കോളേജ് അദ്ധ്യാപകർക്കും ബാങ്ക് ഓഫീസേഴ്സിനുമായി ജില്ലാ തല സമ്മേളനങ്ങൾ നടന്നു. പ്രൊഫഷണൽ സംഘടനകളും സാങ്കേതിക സ്ഥാപനങ്ങളുമായി കൂടിയാലോചനകൾ നടത്തി.

പ്രസ്ഥാനത്തിൽ പങ്കെടുക്കാൻ താത്പര്യമുള്ള, ജോലിയിൽ നിന്ന് വിരമിച്ച വിദഗ്ദ്ധരെ തേടി ഗസറ്റഡ് ഓഫീസേഴ്സ് അസോസിയേഷനുകളെ സമീപിച്ചു.

ജില്ലാ തലത്തിൽ താത്പര്യം കാണിച്ച വിദഗ്ദ്ധർക്കായി രണ്ടു ദിവസത്തെ പരിചയപ്പെടുത്തൽ പരിപാടി സംഘടിപ്പിച്ചു. VTC യുടെ ഉത്തരവാദിത്വവും ധർമ്മങ്ങളും പദ്ധതി അവലോകനത്തിന്റെ വിശദാംശങ്ങളും ഉൾക്കൊള്ളുന്ന ഒരു 'പ്രോജക്ട് അപ്രൈസൽ' ഹാൻഡ്ബുക്ക് തയ്യാറാക്കി. അവലോകനത്തിന്റെ രീതികൾ പ്രായോഗികമായി മനസ്സിലാക്കാൻ വർക്ഷോപ്പിൽ ധാരാളം സമയം ചെലവഴിച്ചു. ഓഗസ്റ്റ് 15 ആയപ്പോഴേക്കും VTC അംഗങ്ങളുടെ സംഖ്യ 3713 ആയി. പാലക്കാട്, വയനാട്, കണ്ണൂർ, കാസറഗോഡ്, ഇടുക്കി ജില്ലകളിൽ വേണ്ടത്ര VTC അംഗങ്ങളെ കണ്ടെത്താൻ കഴിഞ്ഞില്ല. ഈ ജില്ലകളുടെ പൊതുവിദ്യാഭ്യാസ നിലവാരം കുറവും അവിടെയുള്ള ഉയർന്ന ഓഫീസർമാർ കൂടുതലും മറ്റു ജില്ലകളിൽ നിന്നുള്ളവരുമായിരുന്നു. ഇങ്ങനെവന്ന സന്നദ്ധ പ്രവർത്തകരിൽ മൂന്നിൽ രണ്ടും ജോലിയിൽനിന്ന് വിരമിച്ചവരായിരുന്നു, 35 വയസ്സിനു താഴെയുള്ളവർ വെറും 6 ശതമാനം മാത്രം. എന്നാൽ വയനാട്ടിൽ ചെറുപ്പക്കാരുടെ ശതമാനം 28 ഉം മലപ്പുറത്ത് 19 ഉം ആയിരുന്നു. VTC യിൽ അഞ്ചു ശതമാനം മാത്രമായിരുന്നു സ്ത്രീകൾ.

സന്നദ്ധ വിദഗ്ദ്ധ സംഘത്തിൽ ഏറ്റവും കൂടുതലുണ്ടായിരുന്നത് കോളേജ് അദ്ധ്യാപകരും വിരമിച്ച സ്കൂൾ ഹെഡ്മാസ്റ്റർമാരും അദ്ധ്യാപകരുമായിരുന്നു. ഇവരുടെ സംഖ്യ 24.7 ശതമാനമുണ്ടായിരുന്നു. ഇവരിൽ 15.9 ശതമാനം കാർഷിക വിദഗ്ദ്ധരും 13.5 ശതമാനം വ്യാവസായിക രംഗത്തെ വിദഗ്ധരുമായിരുന്നു. 4 ശതമാനം മൃഗ സംരക്ഷണ രംഗത്തെ വിദഗ്ദ്ധരും 1 ശതമാനം മത്സ്യബന്ധന മേഖലയിലെ വിദഗ്ദ്ധരും ആയിരുന്നു. ഒപ്പം 6 ശതമാനം ആരോഗ്യ വിദഗ്ദ്ധർ, 6 ശതമാനം കുടിവെള്ള മേഖലയിൽനിന്നുള്ളവർ എന്നിവർക്കൊപ്പം ഗതാഗതം, ഊർജം, ഭവനനിർമ്മാണം, സാമൂഹിക ക്ഷേമം എന്നീ മേഖലകളിൽ നിന്നു 5 അല്ലെങ്കിൽ 6 ശതമാനം വിദഗ്ദ്ധരും ഈ സമിതിയുടെ ഭാഗമായി. ധാരാളം എൻജിനീയറിങ് വിദഗ്ദ്ധർ ഉണ്ടായിരുന്നെങ്കിലും ആവശ്യത്തിന് വേണ്ടത്ര ആൾക്കാരെ ആ മേഖലയിൽനിന്ന് കിട്ടിയില്ല. 0.8 ഉം 1.1 ഉം ശതമാനം വിദഗ്ദ്ധർക്ക് മാത്രമാണ് സ്ത്രീ ശാക്തീകരണം/എസ് സി/എസ് ടി വികസനം എന്നീ മേഖലകളിൽ പ്രവൃത്തിപരിചയം ഉണ്ടായിരുന്നുള്ളൂ. 38 ശതമാനം ആളുകൾക്ക് പോസ്റ്റ് ഗ്രാജ്വേറ്റ്/ പ്രൊഫഷണൽ ഡിഗ്രി ഉണ്ടായിരുന്നു. 8 ശതമാനത്തിന് എൻജിനീയറിങ് ബിരുദം ഉണ്ടായിരുന്നു. എൻജിനീയറിങ് ഡിപ്ലോമ ഉള്ളവർ 16 ശതമാനമായിരുന്നു.

ഇത്തരം സാമൂഹിക പ്രവർത്തനങ്ങളിൽ ആദ്യമായി പങ്കുചേരുന്നവരായിരുന്നു 60 ശതമാനം പേരും. 10.2 ശതമാനം പേർ സന്നദ്ധ സംഘടനകളിൽ അംഗങ്ങളായിരുന്നു. 9.4 ശതമാനം ആളുകൾ രാഷ്ട്രീയ പ്രവർത്തനങ്ങളിൽ പങ്കെടുത്തിരുന്നു. 8.3 ശതമാനം പേർ തൊഴിലാളി സംഘടനകളിലും 7.8 ശതമാനം സാംസ്കാരിക സംഘടനകളിലും 3.7 ശതമാനം സാക്ഷരത പ്രസ്ഥാനത്തിലും പങ്കെടുത്തവരാണ്. രാഷ്ട്രീയ പാർട്ടികളുടെ നിർദ്ദേശപ്രകാരം വന്നത് 10 ശതമാനത്തിൽ താഴെ മാത്രമുള്ള ആളുക

ളാണ്. 38 ശതമാനം പേരെ ആകർഷിച്ചത് പ്രസ്ഥാനത്തിന്റെ ദർശനവും വികേന്ദ്രീകരണത്തോടുള്ള താത്പര്യവുമാണ്. 16 ശതമാനം പേർക്ക് തങ്ങളുടെ തൊഴിൽ വൈദഗ്ദ്ധ്യം പ്രയോജനകരമായി വിനിയോഗിക്കാമെന്ന സന്തോഷമായിരുന്നു. 8 ശതമാനത്തിനാകട്ടെ ജനകീയാസൂത്രണത്തിൽനിന്ന് കൂടുതൽ പഠിക്കാം എന്ന താത്പര്യമായിരുന്നു.

1997 ഓഗസ്റ്റ് അവസാനം VTC/PAT എല്ലാ ബ്ലോക്കിലും മുനിസിപ്പാലിറ്റിയിലും രൂപീകരിക്കണമെന്ന് നിർദ്ദേശിച്ചുകൊണ്ട് സർക്കാർ ഉത്തരവിറങ്ങി. VTC അംഗങ്ങൾ ചെയർപേഴ്സണോ വൈസ് ചെയർപേഴ്സണോ ആയിട്ടുള്ള അമ്പതോ അറുപതോ വിദഗ്ദ്ധരുള്ള ഒരു സംഘമാകും അനുയോജ്യമെന്നാണ് കണ്ടെത്തിയത്. ഓരോ VTC /PAT ക്കും ഒരു മുഴുവൻസമയ കോ-ഓർഡിനേറ്ററുണ്ടാകും. സർക്കാർ സർവ്വീസിൽനിന്ന് താല്ക്കാലികമായി തിരഞ്ഞെടുക്കുന്ന ഒരാളെയാണ് ഇപ്രകാരം കോ-ഓർഡിനേറ്ററായി നിയമിക്കുക. ഇപ്രകാരം തിരഞ്ഞെടുക്കപ്പെടുന്ന വ്യക്തിക്ക് KRP അല്ലെങ്കിൽ DRP ആയി പ്രവർത്തിച്ചിട്ടുള്ള പരിചയമുണ്ടാവണം. അങ്ങനെ ആദ്യമായി കേരളം മുഴുവൻ പ്രസ്ഥാനവുമായി ചേർന്ന് പ്രവർത്തിക്കുന്ന സംഘാടകരുടെ ഒരു നെറ്റ്‌വർക്കുണ്ടായി. അതേവരെ സർക്കാർ, 35 മുഴുവൻസമയ സർക്കാർ ഉദ്യോഗസ്ഥരെ സംസ്ഥാനമൊട്ടാകെ ജനകീയാസൂത്രണ പ്രവർത്തനത്തിനായി പ്രത്യേകം നിയോഗിച്ചിരുന്നു. ഇതിൽ 14 പേർ 14 ജില്ലാ കോ-ഓർഡിനേറ്റർമാരായും ബാക്കിയുള്ളവർ ആസൂത്രണ ബോർഡിലെ സംസ്ഥാന സെല്ലിലുമാണ് പ്രവർത്തിച്ചിരുന്നത്. സംസ്ഥാന സാക്ഷരത പ്രസ്ഥാനവുമായി(TLC) താരതമ്യം ചെയ്താൽ രസകരമായ ചില വൈരുദ്ധ്യങ്ങൾ കാണാം. TLC ക്ക് ഓരോ പഞ്ചായത്തിലും ഒരു മുഴുവൻസമയ കോ-ഓർഡിനേറ്ററും ജില്ലയിലും ഉപജില്ലയിലും ഒരു സംഘം മുഴുവൻസമയ പ്രവർത്തകരുമടക്കം സംസ്ഥാനമൊട്ടാകെ 1400 ആൾക്കാരുണ്ടായിരുന്നു.

VTC/ PAT പതിനഞ്ചു വിഷയ സമിതികളായി തിരിക്കുകയും ഓരോ സമിതിയിലും അതതു വിഷയത്തിലുള്ള വിദഗ്ദ്ധർ മാത്രം ഉണ്ടാവുകയും ചെയ്തു. ഓരോ വിഷയസമിതിയിലും കുറഞ്ഞത് മൂന്ന് അംഗങ്ങളെങ്കിലും ഉണ്ടാവണം.

കമ്മിറ്റികൾ അവരുടെ നിർദ്ദേശങ്ങൾ VTC /PAT യുടെ ജനറൽ ബോഡിക്കു മുൻപിൽ അംഗീകാരത്തിനായി സമർപ്പിക്കണം. VTC /PAT അംഗങ്ങൾക്ക് യാത്രാച്ചെലവും ഭക്ഷണവുമല്ലാതെ ഓണറേറിയമൊന്നും നൽകിയിരുന്നില്ല.

പദ്ധതി വിലയിരുത്തലിന്റെ പുരോഗതി

പദ്ധതി വിലയിരുത്തൽ വിചാരിച്ച വേഗതയിൽ മുന്നോട്ടുപോയില്ല. പല ജില്ലകളിലും വേണ്ടത്ര വിദഗ്ദ്ധ അംഗങ്ങളെ കിട്ടിയില്ല. നല്ല ജില്ലകളിൽ പോലും എല്ലാ വികസന വിഷയസമിതികളിലും അനുയോജ്യരായ അംഗങ്ങളെ കിട്ടാതെയുംവന്നു. ഓഗസ്റ്റ് 15 നുള്ളിൽ പുതിയ VTC

അംഗങ്ങളെ കണ്ടെത്തി പരിശീലനം നടത്തി ആസൂത്രണ ബോർഡിന്റെ അംഗീകാരത്തിന് അയയ്ക്കാൻ DPC യെ ചുമതലപ്പെടുത്തി. അങ്ങനെ വിവിധ ഘട്ടങ്ങളായാണ് പല സമിതികളും രൂപംകൊണ്ടത്.

VTC ക്കു വേണ്ടിയുള്ള ആദ്യ പരിശീലനം നന്നായി നടന്നു. എന്നാൽ പിന്നീട് വന്നവർക്കു വേണ്ടിയുള്ള പരിശീലനങ്ങൾ പല ഘട്ടങ്ങളായി നടന്നത് അത്ര ഫലപ്രദമായില്ല. VTC പരിശീലനത്തിന് എത്തുന്നവർ വിരമിച്ച ഉയർന്ന സർക്കാർ ഉദ്യോഗസ്ഥരും സാങ്കേതിക വിദഗ്ദ്ധരും ആയതിനാൽ സാധാരണ KRP പരിശീലകർ ഇത്തരം ട്രെയിനിങ്ങിനു മതിയാവില്ലെന്നൊരു തോന്നലുണ്ടായി. അങ്ങനെയാണ് ജില്ലാതലത്തിലുള്ള പ്രഗത്ഭരായ അംഗങ്ങളെ ഉൾപ്പെടുത്തി സംസ്ഥാന തലത്തിൽ ഒരു ഫാക്കൽറ്റി രൂപീകരിച്ചത്. എന്നാൽ ഇവരിൽ പലരും നല്ല അദ്ധ്യാപകർ ആയിരുന്നില്ല. പലർക്കും പ്രസ്ഥാനത്തിന്റെ പ്രവർത്തന ത്തെക്കുറിച്ചു കൃത്യമായ ധാരണയും ഉണ്ടായിരുന്നില്ല. അങ്ങനെ പല പദ്ധതി അവലോകനവും വേണ്ടത്ര പരിശീലകരില്ലാതെയാണ് നടന്നത്.

ഇത്തരം പ്രശ്നങ്ങൾ പരിശീലനത്തിന്റെ ഗുണനിലവാരത്തെയും VTC യുടെ ഫലപ്രാപ്തിയെയും പ്രതികൂലമായി ബാധിച്ചു.

ധാരാളം സ്ഥലങ്ങളിൽ ഉദ്യോഗസ്ഥർ സഹകരിക്കാൻ വിസമ്മതിച്ചു. അവർ VTC പരിശീലന പരിപാടികളിൽ പങ്കെടുത്തിരുന്നുമില്ല. കൺ വീനർമാർക്ക് അവരുടെ ചുമതലയെന്തെന്ന് മനസ്സിലായതുമില്ല. പ്രാദേ ശിക സാഹചര്യങ്ങളോട് ഇഴുകിച്ചേരാൻ ശ്രമിക്കാതെ സർക്കാർ ഉത്ത രവുകൾക്കായി അവർ കാത്തിരുന്നു.

പ്രത്യേകം തയ്യാറാക്കിയ ഫോർമാറ്റിൽ ഔപചാരികമായ റിപ്പോർ ട്ടുകളും ഓരോ തദ്ദേശ സ്ഥാപനത്തിന്റെ പദ്ധതി രേഖകളും DPC ക്ക് നൽകുക എന്നതായിരുന്നു VTC യുടെ ചുമതല. പദ്ധതിയെ അംഗീകരി ക്കുന്നത് താഴെപ്പറയുന്ന ഘടകങ്ങൾ നോക്കിയിട്ടാണ്.

1. സർക്കാർ നിർദ്ദേശിച്ച നടപടിക്രമം പാലിച്ചിട്ടുണ്ടോ?
2. വിവിധ സെക്ടറുകൾക്കുള്ള വിഹിതം, സ്പെഷ്യൽ കമ്പോണന്റ് പ്ലാൻ, ട്രൈബൽ സബ് പ്ലാൻ, പദ്ധതി രേഖയുടെ ഘടന എന്നിവ യുടെ സർക്കാർ നിബന്ധനകൾ അനുസരിച്ചിട്ടുണ്ടോ?

പ്രോജക്ടുകളുടെ അവലോകനത്തെ സംബന്ധിച്ച് ഇനിപ്പറയുന്ന ഘട്ടങ്ങൾ നിർദ്ദേശിച്ചു.

- വേണ്ടമാറ്റങ്ങളും തിരുത്തലുകളും നടത്തി നടപ്പാക്കാൻ കഴിയുന്ന വയാണ് പ്രോജക്ടുകൾ എന്നതിനെക്കുറിച്ചു വേഗത്തിലുള്ള ഒരു അവലോകനം.
- പ്രോജക്ടുകളെ ഇനിപ്പറയുന്നപോലെ രണ്ടായി തരംതിരിക്കാനായി വിശദമായ അവലോകനം: a.ചെറിയ വികസന പദ്ധതികൾ b. നിർ മ്മാണ പ്രവർത്തനങ്ങളോ മറ്റു സാങ്കേതിക സവിശേഷതകളോ ആവശ്യമുള്ള പ്രോജക്ടുകൾ.

ചെറിയ പ്രോജക്ടുകൾ പുനഃപരിശോധിച്ച് ആദ്യ ഘട്ടത്തിൽത്തന്നെ

അന്തിമമാക്കാം. സാങ്കേതിക പദ്ധതികൾ വിശദമായ പരിശോധനയ്ക്ക് വേണ്ടി മാറ്റിവെക്കണം. അംഗീകരിക്കപ്പെട്ട ലഘു പദ്ധതികളും പദ്ധതി അവലോകന റിപ്പോർട്ടും അംഗീകാരത്തിനായി DPC ക്ക് അയയ്ക്കണം. പദ്ധതി അംഗീകാരത്തിന്റെ രണ്ടാം ഘട്ടത്തിൽ സാങ്കേതിക സവിശേഷതകളുള്ള പ്രോജക്ടുകൾ പരിശോധിക്കും. സാങ്കേതിക സാമ്പത്തിക ഭാഗങ്ങളുടെ അംഗീകാരത്തിന് ശേഷം വിശദമായ ചെലവുകളും മറ്റു വിശദാംശങ്ങളും PAT ജില്ലാതല വിദഗ്ദ്ധസമിതിക്ക് (DLEC) സാങ്കേതിക അംഗീകാരത്തിനായി അയയ്ക്കും.

ഈ അവലോകന പ്രക്രിയയിൽ സ്ഥിരമായി കാലവിളംബമുണ്ടായിരുന്നു. പ്രധാനപ്പെട്ട താമസം പദ്ധതി ഡോക്യുമെന്റുണ്ടാക്കുന്നതിൽ തന്നെയായിരുന്നു. ജനകീയാസൂത്രണത്തിന്റെ നടപ്പാക്കലിന് തടസ്സം സൃഷ്ടിക്കുകയാണ് ഈ വിദഗ്ദ്ധർ എന്ന് ചില നിക്ഷിപ്ത താത്പര്യക്കാർ ബഹളംവയ്ക്കാൻ തുടങ്ങി. പിന്നോക്ക പ്രദേശങ്ങളിൽ പദ്ധതി നടപ്പാക്കലിന്റെ വേഗതകൂട്ടാൻ തദ്ദേശ സ്ഥാപനങ്ങൾക്ക് എളുപ്പത്തിൽ നടപ്പിലാക്കാൻ കഴിയുന്ന ലളിതമായ പദ്ധതികൾ കണ്ടെത്തി അവയ്ക്ക് അംഗീകാരം നൽകുന്നതിനുള്ള തീരുമാനം ഓഗസ്റ്റ് മാസത്തിലെടുത്തു. തദ്ദേശ സ്ഥാപനങ്ങളുടെ അൻപത് ശതമാനത്തോളം പദ്ധതികൾ അങ്ങനെ വേഗത്തിലും കൃത്യതയിലും അംഗീകാരം നേടി.

പദ്ധതി വിലയിരുത്തൽ പ്രവർത്തനങ്ങൾ പൂർത്തിയാക്കാനായി സെപ്റ്റംബറിൽ ബ്ലോക്ക് മുനിസിപ്പൽ തലത്തിൽ PAT അംഗങ്ങൾക്ക് പരിശീലനം നൽകാനുള്ള ദ്വിദിന പരിശീലന കളരി സംഘടിപ്പിക്കാൻ തീരുമാനമായി. പകുതിയോളം തദ്ദേശ സ്ഥാപനങ്ങളിലും പദ്ധതികൾക്ക് സോപാധിക അനുമതിയാണ് നൽകിയത്. കൂടാതെ പ്രോജക്ടുകൾക്ക് അനുബന്ധമായി നൽകിയിരിക്കുന്ന കണക്കുകൾ പരിശോധിക്കുകയും അന്തിമമാക്കുകയും കൂടി വേണം. പല സ്ഥലത്തും അവ അപൂർണ്ണമോ കൃത്യതയില്ലാതെ പൂരിപ്പിച്ചതോ ആയിരുന്നു. പ്ലാൻ ഡോകുമെന്റുകൾ പോലും പലപ്പോഴും പരിഷ്കരിക്കേണ്ടിവന്നു. പ്ലാൻ ഡോകുമെന്റുകൾക്കനുബന്ധമായി വിദഗ്ദ്ധസമിതികൾ ആവശ്യമായ കുറിപ്പുകൾ എഴുതി നൽകുകയും ചെയ്തു. ഈ കുറിപ്പുകളും വിശദമായ കണക്കുകളും പ്ലാൻ ഡോക്യൂമെന്റിനൊപ്പം അവസാന അംഗീകാരത്തിനായി DPC ക്ക് അയക്കേണ്ടിയിരുന്നു.

ഈ പ്രവർത്തനം പൂർത്തിയാക്കാൻ പല സ്ഥലങ്ങളിലും രണ്ടു ദിവസത്തിൽ കൂടുതലെടുത്തു. ആവശ്യത്തിന് വിദഗ്ദ്ധരില്ലാത്ത സ്ഥലങ്ങളിൽ പ്രത്യേക അനുവാദത്തോടെ VTC അംഗങ്ങളല്ലാത്ത ആളുകളെ ക്ഷണിക്കുകയും ചെയ്തു. എന്തായാലും വർക്ഷോപ്പുകളുടെ സഹായത്തോടെ പദ്ധതി അവലോകനവും കണക്കുകളും ചിട്ടയോടെ പൂർത്തീകരിക്കുകയും പ്രസ്ഥാനത്തിന്റെ പ്രവർത്തനങ്ങളെ ദൃഢീകരിക്കുകയും ചെയ്തു.

വിദഗ്ദ്ധ സമിതികളുടെ രൂപീകരണം

പദ്ധതി അവലോകനം പൂർത്തിയായി കഴിഞ്ഞാൽ സങ്കീർണ്ണമായ പദ്ധതികളുടെ സാങ്കേതികമായ സൂക്ഷ്മ പരിശോധനയും സാങ്കേതിക അനുവാദം നൽകലുമാണ് അടുത്ത പ്രധാന ഘട്ടം. സാങ്കേതിക അനുവാദമെന്നത് ഒരല്പം ദുർഘടമായ മേഖലയാണ്. എല്ലാ വികസന പ്രവർത്തനങ്ങൾക്കും രണ്ട് അനുവാദങ്ങൾ ലഭിക്കേണ്ടതുണ്ട്. ഭരണപരവും സാങ്കേതികവും. ഭരണപരമായ അനുവാദം തദ്ദേശ സ്ഥാപനങ്ങൾ നൽകും. ജനകീയാസൂത്രണ പ്രസ്ഥാനം തുടങ്ങിയതിനുശേഷം ഭരണപരമായ അനുവാദം കൊടുക്കുന്നതിൽ സർക്കാർ വകുപ്പുകൾക്കുള്ള നിയന്ത്രണം എടുത്തുകളഞ്ഞിരുന്നു. അതിനോട് വലിയ എതിർപ്പുണ്ടായില്ല. എന്നാൽ സാങ്കേതിക അനുമതിയോടുള്ള പ്രതികരണം മറ്റൊന്നായിരുന്നു. പദ്ധതികൾക്ക് നിർദേശിക്കപ്പെട്ട കുറഞ്ഞ സാങ്കേതിക ആവശ്യങ്ങളുണ്ടെന്നും കണക്കുകൾ വിശദമായി പരിശോധിച്ചുവെന്നും കാണിക്കുന്ന സർട്ടിഫിക്കറ്റാണ് സാങ്കേതിക അനുമതി.

ജനകീയാസൂത്രണത്തിനു മുൻപ് പദ്ധതി നടപ്പാക്കുന്ന സമയത്ത് അനുമതിയിൽ സൂചിപ്പിച്ച എല്ലാ നിർദ്ദേശങ്ങളും പാലിക്കുന്നു എന്ന് ഉറപ്പുവരുത്താനുള്ള നടപടികൾ അഴിമതിയുടെ വലിയൊരു സ്രോതസായിരുന്നു. കോൺട്രാക്ടർമാരും പരിശോധന ചുമതലയുള്ള ഉദ്യോഗസ്ഥരും രാഷ്ട്രീയക്കാരുമൊക്കെ ഇതിൽ ഉൾപ്പെട്ടിരുന്നു. കണക്കുകൾ കുറയ്ക്കാനും കൂട്ടാനുമൊക്കെ പലതരം വഴികളുണ്ട്. അങ്ങനെ സാങ്കേതിക അനുമതി നൽകുന്ന മേഖലയിൽ നിക്ഷിപ്ത താല്പര്യക്കാർ വളർന്നുവന്നിരുന്നു. തങ്ങളുടെ അഴിമതിക്ക് ഒരു വിഘാതം സൃഷ്ടിക്കുമെന്നുകണ്ട ഇക്കൂട്ടർ, സർക്കാർ വകുപ്പിന് പുറത്തുള്ളവർ സാങ്കേതിക അനുമതി കൊടുക്കുന്നതിനെ എതിർത്തു. VTC രൂപീകരിക്കുന്നതിനെക്കുറിച്ചുള്ള ആദ്യത്തെ ഉത്തരവിൽ സാങ്കേതിക അനുമതിയെക്കുറിച്ചുള്ള പരാമർശം പ്രധാനമായി നൽകിയിരുന്നില്ല. കളക്ടറുടെ അദ്ധ്യക്ഷതയിലുള്ള ഡിസ്ട്രിക്ട് ലെവൽ എക്സ്പെർട്ട് കമ്മിറ്റി (DLEC) ആണ് സാങ്കേതിക അനുമതി നൽകാനുള്ള സംവിധാനം. എല്ലാ വികസന വകുപ്പുകളുടെയും ജില്ലാതല മേലദ്ധ്യക്ഷന്മാർ ഇതിൽ അംഗങ്ങളാണ്. ജില്ലയിലെ 25-30 ഏറ്റവും മുതിർന്ന VTC അംഗങ്ങൾ DLEC യുടെ അനൗദ്യോഗിക അംഗങ്ങളാണ്.

ജില്ലയിലുള്ള എല്ലാ പദ്ധതികൾക്കും സാങ്കേതികാനുമതി നൽകാൻ DLEC ക്ക് കഴിയില്ലെന്ന് ഏകദേശം തീർച്ചയായിരുന്നു. അങ്ങനെ 1997 നവംബർ 7 ലെ സർക്കാർ ഉത്തരവിൽ VTC/ PAT കളെ ബ്ലോക്ക് ലെവൽ വിദഗ്ദ്ധ സമിതി (BLEC), മുനിസിപ്പൽ ലെവൽ വിദഗ്ദ്ധസമിതി (MLEC) കോർപ്പറേഷൻ ലെവൽ വിദഗ്ദ്ധസമിതി (CLEC)എന്നിങ്ങനെ പുനർനാമകരണം ചെയ്തു. സാങ്കേതിക അനുമതി നൽകാനുള്ള അധികാരം ഈ സമിതികൾക്ക് നൽകി.

ഈ വിദഗ്ദ്ധ കമ്മിറ്റിയുടെ പകുതി VTC അംഗങ്ങളും 43 ശതമാനം ഉദ്യോഗസ്ഥരും 7 ശതമാനം KRP അംഗങ്ങളുമായിരുന്നു. ഓരോ വിഷയ ഉപസമിതിയുടെയും ഭാഗമായിരുന്നു വിദഗ്ദ്ധ സമിതികൾ. വിദഗ്ദ്ധ സമിതികളുടെ അംഗസംഖ്യ തിരുവനന്തപുരത്ത് 64 ഉം പത്തനംതിട്ടയിൽ 38 ഉം സംസ്ഥാനത്ത് ശരാശരി 55 ഉം ആയിരുന്നു.

BLEC യുടെ ചുമതലകൾ കൃത്യമായി നിർവ്വചിച്ചുകൊണ്ട് 1997 നവംബറിൽ സർക്കാർ ഉത്തരവിറങ്ങി:

A. പദ്ധതി രൂപീകരണത്തിന് ബ്ലോക്കിലുള്ള എല്ലാ ഗ്രാമ പഞ്ചായത്തുകൾക്കും സാങ്കേതിക ഉപദേശവും സഹായവും നൽകുക.

B. വിശദമായ പരിശോധനയിലൂടെ ബ്ലോക്കിലെ എല്ലാ പഞ്ചായത്തിലെയും പദ്ധതികളുടെ അവലോകനം നടത്തുക.

C. ഗ്രാമ പഞ്ചായത്തുകളുടെ ആറു ലക്ഷംവരെ ചെലവുള്ള പദ്ധതികൾക്ക് സാങ്കേതിക അംഗീകാരം നൽകുക.

D. അൻപതിനായിരം രൂപ മതിപ്പുചെലവുള്ള പദ്ധതികളുടെ 15 ശതമാനംവരെ അധികചെലവിനും അൻപത്തിനായിരത്തിനു മുകളിൽ മതിപ്പുച്ചെലവുള്ള പദ്ധതികളിൽ അഞ്ചു ശതമാനംവരെ അധികച്ചെലവിനും അംഗീകാരം നൽകുക.

E. ആറുലക്ഷം മതിപ്പുചെലവുള്ള പദ്ധതികൾക്ക് ആദ്യ കണക്കിൽ നിന്നും പത്തു ശതമാനംവരെ അധിക ചെലവ് വന്നാൽ അംഗീകാരം നൽകുക.

F. ആറുലക്ഷംവരെ ചെലവ് വരുന്ന പദ്ധതികളുടെ അളവുകളിൽ വരുന്ന തർക്കങ്ങൾ പരിഹരിക്കുക.

G. ആറുലക്ഷംവരെ മതിപ്പുചിലവുള്ള പദ്ധതികൾ പരിശോധിക്കുകയും വിലയിരുത്തുകയും അംഗീകാരം നൽകുകയും ചെയ്യുക.

H. ഇതിൽക്കൂടുതൽ പദ്ധതിച്ചെലവ് കാണിക്കുന്ന പദ്ധതികളെ അംഗീകാരത്തിനായി ജില്ലാതല വിദഗ്ദ്ധസമിതികൾക്ക് (DLEC) അയക്കുക.

പദ്ധതിച്ചെലവുകൾ ആനുപാതികമായി കുറച്ചുകൊണ്ട് ഏകദേശം ഇതേപോലുള്ള ഉത്തരവുകളാണ് MLEC, CLEC എന്നിവയ്ക്ക് വേണ്ടിയും ഇറങ്ങിയത്.

ഒരു ഉപദേശക സംവിധാനം എന്നതിൽനിന്ന് സാങ്കേതിക അനുമതി, ടെണ്ടറിൽ കൂടുതൽവരുന്ന തുകയുടെ അംഗീകാരം, പുതുക്കിയ കണക്കുകളുടെ അംഗീകാരം, പണിതീർന്ന പദ്ധതികളുടെ എണ്ണമെടുക്കൽ, പദ്ധതികളുടെ അവസാന റിപ്പോർട്ടുകൾ അവലോകനം ചെയ്യലും അംഗീകരിക്കലും എന്നിങ്ങനെ ധാരാളം സ്വതന്ത്ര ചുമതലകൾ വിദഗ്ദ്ധ സമിതിയിൽ നിക്ഷിപ്തമായി. തുടർന്നുള്ള സർക്കാർ ഉത്തരവുകളിൽ കൂടുതൽ അധികാരങ്ങൾ നൽകി.

DLEC ക്ക് നാല് പ്രാഥമിക ചുമതലകളാണ് നൽകിയത്. ആദ്യമായി, ജില്ലാ, ബ്ലോക്ക് പഞ്ചായത്തുകളുടെ പദ്ധതികൾ അവലോകനം

ചെയ്തുകൊണ്ട് DPC ക്ക് ഒരു ഉപദേശക സമിതിയായി നിൽക്കുക, താഴെത്തട്ടിലുള്ള വിദഗ്ദ്ധസമിതികളും തദ്ദേശ സ്ഥാപനങ്ങളുമായി തർക്കമുണ്ടായാൽ, അല്ലെങ്കിൽ വിദഗ്ദ്ധ സമിതിയിലെ അംഗങ്ങൾക്കിടയിൽ അഭിപ്രായ വ്യത്യാസമുണ്ടായാൽ സാങ്കേതിക കാര്യങ്ങളിൽ DPC യെ ഉപദേശിക്കുകയെന്നതും ഇതിന്റെ ഭാഗമാണ്. രണ്ടാമതായി ജില്ലാ പദ്ധതി തയ്യാറാക്കാൻ DPC യെ സഹായിക്കുക. മൂന്നാമതായി താഴെത്തട്ടിലുള്ള വിദഗ്ദ്ധ സമിതികളെപ്പോലെ ബ്ലോക്ക്-ജില്ലാതലത്തിൽ സാങ്കേതിക അനുമതി, ടെണ്ടറിന്റെയും കണക്കുകളുടെയും പുനരവലോകനം വേണ്ടിവരുമ്പോഴുള്ള അംഗീകാരം, തർക്ക പരിഹാരം, അന്തിമ റിപ്പോർട്ടുകളുടെ അംഗീകാരം എന്നിങ്ങനെയുള്ള സ്വതന്ത്ര ചുമതലകൾ. പഞ്ചായത്തുകളോ മുനിസിപ്പാലിറ്റികളോ കോർപ്പറേഷനുകളോ അവരുടെ സാമ്പത്തിക പരിധിക്കു പുറത്തുള്ള പദ്ധതികളുമായി വരുമ്പോൾ അത് പരിശോധിക്കാനുള്ള ചുമതലയും ഇവർക്കാണ്. നാലാമതായി DLEC യാണ് താഴെത്തട്ടിലുള്ള കമ്മിറ്റികളുടെ ഏകോപനവും പരിശോധനയും നടത്തേണ്ടത്.

സാങ്കേതിക അനുമതിയുടെ പ്രക്രിയ

സാങ്കേതിക അനുമതിയും വിശദമായ പരിശോധനയും അടങ്ങുന്ന പദ്ധതി വിശകലനത്തിന്റെ രണ്ടാംഘട്ടം 1997 ഒക്ടോബറിൽ ആരംഭിക്കാം എന്നാണ് കരുതിയിരുന്നത്. നാല് വിഷയസമിതികളുടെ പരിശോധനയ്ക്കാണ് കൂടുതൽ പദ്ധതികളും എത്തിയത്: ജലവിതരണവും മാലിന്യ നിർമ്മാർജ്ജനവും; റോഡും പാലവും കെട്ടിടങ്ങളും; ഊർജം; മൈനർ ഇറിഗേഷൻ എന്നിവ. പകുതിയോളം പദ്ധതികൾ മൈനർ ഇറിഗേഷനിൽ ആയിരുന്നു. റോഡ്, പാലം, കെട്ടിടം; മൈനർ ഇറിഗേഷൻ എന്നീ വിഷയ സമിതിയിലെ അംഗങ്ങൾക്കായി സംസ്ഥാന തലത്തിൽ വർക്ഷോപ്പുകൾ സംഘടിപ്പിച്ചു. സ്വീകരിക്കേണ്ട നടപടി ക്രമങ്ങളെക്കുറിച്ചു സമിതികൾക്ക് വിശദമായ നിർദ്ദേശങ്ങൾ നൽകി. ഊർജം, ജലവിതരണം എന്നീ വിഷയ സമിതികൾക്കായി സംസ്ഥാനതലത്തിൽ സംസ്ഥാന വൈദ്യുതി ബോർഡ്, കേരള ജല അതോറിറ്റി എന്നിവരുമായി ചേർന്ന് പ്രഭാഷണങ്ങൾ സംഘടിപ്പിച്ചു.

ഇതൊക്കെ കഴിഞ്ഞിട്ടും സാങ്കേതിക അനുമതിയുടെ പ്രക്രിയ വളരെ പതുക്കെയാണ് നീങ്ങിയത്. 1997 ഡിസംബർ ആയപ്പോഴേക്കും മൊത്തം പദ്ധതികളിൽ 16 ശതമാനത്തിനു മാത്രമാണ് സാങ്കേതിക അനുമതി ലഭിച്ചത്. എന്നാൽ സാമ്പത്തിക വർഷത്തിന്റെ അവസാനത്തെ മൂന്നു മാസം, ജനുവരി മുതൽ മാർച്ചുവരെ ഈ പ്രക്രിയയുടെ വേഗത വളരെ കൂടുകയും 52 ശതമാനം പദ്ധതികൾക്ക് സാങ്കേതിക അനുമതി ലഭിക്കുകയും ചെയ്തു. എങ്കിലും സാമ്പത്തിക വർഷം അവസാനിച്ചപ്പോഴും മൂന്നിലൊന്നു പ്രോജക്ടുകൾക്ക് സാങ്കേതികാനുമതി ലഭിച്ചില്ല. നിർവ്വഹണ

സമയം ജൂൺ വരെ നീട്ടിക്കൊടുത്തതിനാൽ മറ്റൊരു 12 ശതമാനം പ്രോജക്റ്റുകൾക്ക് കൂടി സാങ്കേതിക അനുമതി കിട്ടി.

മുനിസിപ്പാലിറ്റികളെക്കാൾ ഗ്രാമീണ മേഖലയിൽ വിദഗ്ദ്ധ സമിതികൾക്ക് കൂടുതൽ ഫലപ്രദമായി പ്രവർത്തിക്കാൻ കഴിഞ്ഞു. പിന്നീട് നടത്തിയ ഒരു സർവ്വേയിൽ VTC അംഗങ്ങളുടെ 46 ശതമാനം MLEC യുടെ പ്രവർത്തനങ്ങളിൽ അതൃപ്തി രേഖപ്പെടുത്തി. എന്നാൽ 10 ശതമാനം അംഗങ്ങൾ മാത്രമാണ് BLEC പ്രവർത്തനം തൃപ്തികരമല്ല എന്നുപറഞ്ഞത്. BLEC യുടെ പദ്ധതി അവലോകന പ്രവർത്തനങ്ങൾ 'നല്ലത്' അല്ലെങ്കിൽ 'വളരെ നല്ലത്' എന്നുപറഞ്ഞത് 50 ശതമാനമായിരുന്നു. നഗരങ്ങളിൽ അത് 16 ശതമാനം മാത്രമായിരുന്നു. നഗരങ്ങളിലെ വിദഗ്ദ്ധസമിതികൾക്ക് മുനിസിപ്പൽ ഉദ്യോഗസ്ഥരുമായും തിരഞ്ഞെടുക്കപ്പെട്ട തദ്ദേശഭരണസ്ഥാപനങ്ങളിലെ അംഗങ്ങളുമായും ഉണ്ടായിട്ടുള്ള അടുത്തബന്ധം കാരണം പദ്ധതികളിലെ പോരായ്മകൾ പരിഹരിക്കാനുള്ള ശ്രമം മുന്നോട്ടു കൊണ്ടുപോകുന്നതിൽ വേണ്ടത്ര വിജയിച്ചില്ല.

വിദഗ്ദ്ധസമിതികളുടെ പ്രവർത്തനങ്ങളെ പരിമിതപ്പെടുത്തിയ ഘടകങ്ങൾ എന്തൊക്കെയായിരുന്നു? തദ്ദേശ സ്ഥാപനങ്ങൾ അവരുടെ പദ്ധതികൾ സമർപ്പിക്കാനുണ്ടായ താമസമായിരുന്നു ഏറ്റവും പ്രധാന പ്രശ്നമെന്ന് 28 ശതമാനം VTC അംഗങ്ങളും 34 ശതമാനം KRP മാരും ചൂണ്ടിക്കാട്ടി. വിദഗ്ദ്ധ സമിതികളുടെ നിർദ്ദേശമനുസരിച്ചു പദ്ധതികൾ പുതുക്കി സമർപ്പിക്കുന്നതിലുണ്ടായ താമസമാണ് പ്രധാന പ്രശ്നമെന്ന് 10 ശതമാനം VTC അംഗങ്ങളും 7 ശതമാനം KRP അംഗങ്ങളും പറഞ്ഞു. വിശദമായ കണക്കുകൾ ഉണ്ടാക്കുന്നതിനുള്ള താമസമായിരുന്നു സാങ്കേതിക അനുമതി ലഭ്യമാക്കുന്നതിൽ പ്രധാന തടസ്സം. തദ്ദേശ സ്ഥാപനങ്ങളിലെ കർമ്മസമിതികൾക്ക് ഇത്തരം കണക്കുകൾ ഉണ്ടാക്കുന്നതിൽ വേണ്ടത്ര പ്രാവീണ്യം ഉണ്ടായിരുന്നില്ല. ഇത്തരം കണക്കുകൾ ഉണ്ടാക്കാൻ തദ്ദേശ സ്ഥാപനങ്ങളെ സഹായിക്കാൻ നിയോഗിക്കപ്പെട്ട സർക്കാർ എൻജിനീയർമാരാകട്ടെ അർദ്ധമനസ്സോടെയാണ് ഇതിൽ പങ്കാളികളായത്.

എൻജിനീയർമാരുടെ നിസ്സഹകരണം വലിയൊരു പ്രശ്നമായിരുന്നു. സാങ്കേതിക അനുമതിയിൽ ഒപ്പുവയ്ക്കേണ്ട ഉദ്യോഗസ്ഥർ, പ്രധാനമായും എൻജിനീയർമാർ ഈ പ്രക്രിയയിൽ വേണ്ടത്ര സഹകരിക്കാതെ നിന്നത് മൊത്തം ആസൂത്രണപ്രക്രിയയെ പ്രതിസന്ധിയിലാക്കി.

വിദഗ്ദ്ധ സമിതിയുടെ ഔദ്യോഗിക പ്രവർത്തന കേന്ദ്രം ബ്ലോക്ക് ഓഫീസായിരുന്നു. ഇവർക്കുവേണ്ട സെക്രട്ടേറിയൽ സഹായങ്ങൾ നൽകേണ്ടത് ബ്ലോക്ക് ഉദ്യോഗസ്ഥരായിരുന്നു. എന്നാൽ രണ്ടാം വർഷം കഴിയാറായപ്പോഴും കുറഞ്ഞ സൗകര്യങ്ങൾ പോലും നൽകാൻ അവർ തയ്യാറായില്ലയെന്ന് 126 വിദഗ്ദ്ധ സമിതികളിൽ നിന്നുലഭിച്ച പ്രതികരണം കാണിച്ചു. 61 ശതമാനത്തിനാണ് ഒരു മേശയും കസേരയും ലഭിച്ചത്. 53 ശതമാനത്തിന് ഒരു അലമാരയും 41 ശതമാനത്തിന് ഓഫീസ് സ്റ്റേഷനറിയും ലഭിച്ചു. വിദഗ്ദ്ധ സമിതി അംഗങ്ങൾക്കു യാത്രാച്ചെലവ് നൽകേ

ണ്ടതുണ്ടായിരുന്നു. ആദ്യത്തെ വർഷം VTC അംഗങ്ങൾക്ക് ലഭിക്കേണ്ട തായി അവർ കണക്കാക്കിയത് 1981 രൂപയും അവർക്കു ലഭിച്ചത് 545 രൂപ യുമായിരുന്നു. സന്നദ്ധ പ്രവർത്തനത്തിന്റെ ഒരു പ്രത്യേകതരം മാതൃക!

ഫണ്ട് റിലീസ്

പിന്തുണയും ഭൗതിക സാഹചര്യങ്ങളും ഇല്ലാതെതന്നെ VTC ക്കു നേടാനായത് ശ്രദ്ധേയമായ നേട്ടമാണ്. VTC യുടെ സഹായം ഇല്ലാ യിരുന്നെങ്കിൽ മൊത്തം പ്രസ്ഥാനവും കാലിടറിയേനെ. ഇവരുടെ സഹായ ത്തോടെ പദ്ധതികൾക്ക് അംഗീകാരം കിട്ടുകയും അതിനുവേണ്ട ഫണ്ട് വിഹിതം ലഭിക്കുകയും ചെയ്തു. 1997 ജൂൺ അഞ്ചിന് കൊടകരയിൽ ഗ്രാമ പഞ്ചായത്തുകൾക്കുള്ള സംസ്ഥാനതല ഫണ്ട് വിതരണം ഉദ്ഘാടനം ചെയ്തു. കൊടകര ബ്ലോക്കിലെ എല്ലാ പഞ്ചായത്തുകളും അവ രുടെ പദ്ധതികൾക്ക് അനുമതി നേടിയിരുന്നു. പഞ്ചായത്ത് പ്രസിഡന്റു മാർക്കു മുഖ്യമന്ത്രി ഔപചാരികമായ അലോട്ട്മെന്റ് ഓർഡർ കൈമാറി. പൊതുപരിപാടിക്ക് മുൻപ് ചെണ്ടമേളവും നൃത്തവും ആകർഷകമായ ഫ്ളോട്ടുകളുമായി പതിനായിരം ആളുകൾ പങ്കെടുത്ത ഘോഷയാത്രയും നടന്നു. ഈ ചടങ്ങ് വെറുമൊരു ഉത്സവം മാത്രമായിരുന്നില്ല. കൊടകര ബ്ലോക്ക് പ്രദേശത്ത് അഭൂതപൂർവ്വമാംവിധം സന്നദ്ധ തൊഴിൽ പ്രവർത്തന ങ്ങൾ നടന്നിരുന്നു.

ഗ്രാമ പഞ്ചായത്തുകളുടെ എല്ലാ പ്രവർത്തനങ്ങളും പൂർത്തീകരിച്ച ആദ്യത്തെ ജില്ല കോഴിക്കോട് ആയിരുന്നു. 1997 ജൂൺ പത്തിന് മുനിസി പ്പാലിറ്റികൾക്കുള്ള സംസ്ഥാനതല ഫണ്ട് റിലീസ് വടകരയിൽ സംഘടി പ്പിച്ചു. ഈ ചടങ്ങിൽ മുഖ്യ അതിഥിയായി വന്നത് പശ്ചിമബംഗാൾ പഞ്ചാ യത്ത് മന്ത്രി സൂർജ്യകാന്ത മിശ്രയാണ്. ഉദ്ഘാടനത്തിന്റെ ഭാഗമായി വലിയ തോതിൽ സന്നദ്ധസംഘം പണികൾ ഏറ്റെടുത്തു നടത്തി.

ആദ്യമായി ഫണ്ട് സ്വീകരിച്ചത് കൊല്ലം ജില്ലയാണ്. കൊല്ലം ടൗൺ ഹാളിൽ പഞ്ചായത്ത് അംഗങ്ങളും പ്രസ്ഥാനത്തിലെ സജീവ പ്രവർ ത്തകരുമടങ്ങുന്ന വലിയൊരു ജനാവലിക്കു മുൻപിൽവച്ച് മുഖ്യമന്ത്രി ആദ്യത്തെ ഫണ്ട് വിനിയോഗത്തിന്റെ കത്ത് കൈമാറി. പാലക്കാട്ടെ ചിറ്റൂർ ആയിരുന്നു ഫണ്ട് സ്വീകരിക്കുന്ന ആദ്യത്തെ ബ്ലോക്ക് പഞ്ചായത്ത്. റവന്യൂ മന്ത്രി മുഖ്യാതിഥിയായ അവിടെയും ഒരു വലിയ പരിപാടി സംഘ ടിപ്പിക്കുകയുണ്ടായി. ജൂൺ മുതൽ ഓഗസ്റ്റുവരെ എല്ലാ ജില്ലകളിലും ഇത്തരം ഉദ്ഘാടന ചടങ്ങുകൾ സംഘടിപ്പിച്ചു. ഒന്നര വർഷത്തെ ചർച്ച കൾക്കും ആസൂത്രണത്തിനും ശേഷം യഥാർത്ഥത്തിൽ ഫണ്ട് ലഭ്യമായത് പ്രവർത്തകർക്കിടയിലും സാധാരണ ജനങ്ങൾക്കിടയിലും വലിയ പ്രതീ ക്ഷയും ഉത്സാഹവും ജനിപ്പിച്ചു. ഈ പദ്ധതികൾ ഇനി നടപ്പാക്കാനുള്ള സമയമാണിത്.

അദ്ധ്യായം 11

അവസ്ഥാ വിശകലനം

ഒന്നാംവർഷ പ്രാദേശിക പദ്ധതികൾ 1997–98

ആസൂത്രണ പ്രക്രിയയുടെ വിവിധ ഘട്ടങ്ങളിലൂടെയുള്ള യാത്ര യുടെ അവസാന തലത്തിലാണ് നാം ഇപ്പോഴുള്ളത്. ഇനി പ്രാദേശിക സർക്കാരുകളുടെ 1997–98 ലെ വാർഷിക പദ്ധതി നമുക്ക് അവലോകനം ചെയ്യാം. വികേന്ദ്രീകൃതാസൂത്രണം എന്നത് പ്രാദേശിക വികസന സാദ്ധ്യ തകളെയും പ്രാദേശിക ആവശ്യങ്ങൾ പരിഗണിച്ചുള്ള വിഭവ വിനിമയ ത്തെയും കൂടുതൽ ബന്ധിതമാക്കുന്നതിലേക്ക് നയിക്കുന്നതാകണം. അതോടൊപ്പം പ്രാദേശികമായി അധിക വിഭവസമാഹരണം നടത്തുന്ന തിന് സഹായവുമാകണം. ജനകീയമായ ആസൂത്രണം വഴി എന്താണ് ചെയ്തത്? രൂപീകരിച്ച പദ്ധതികൾ പ്രാദേശിക മുൻഗണനകളുമായി മെ ച്ചപ്പെട്ട നിലയിൽ ബന്ധിതമാണോ? സാമ്പത്തികം എങ്ങനെ കണ്ടെത്തി? ഇത്തരം കാര്യങ്ങൾ സ്വാഭാവികമായും വിശകലനം ചെയ്യേണ്ടതുണ്ട്.

വിഭവസമാഹരണം

ജനകീയാസൂത്രണ കാമ്പയിന്റെ ആദ്യവർഷം ആകെ 67,766 പ്രോ ജക്റ്റുകളാണുണ്ടായത്. 1997–98 ൽ പ്രാദേശിക സർക്കാരുകൾക്കായുള്ള ആകെ സംസ്ഥാന പദ്ധതിവിഹിതം (ഗ്രാന്റ് ഇൻ എയ്ഡ്) 749 കോടി രൂ പയായിരുന്നു. എന്നാൽ പ്രാദേശിക സർക്കാരുകൾ 1735 കോടി രൂപ വ രുന്ന പദ്ധതികളാണ് ആസൂത്രണം ചെയ്തത്.

സംസ്ഥാനാവിഷ്കൃത പദ്ധതികളും കേന്ദ്രാവിഷ്കൃത പദ്ധതികളും പ്രാദേശിക പദ്ധതികളുമായി ഉദ്ഗ്രഥിച്ചും തനത് വരുമാനത്തിലെ പദ്ധ തിയേതര ഇനങ്ങളിൽ തുക മിച്ചംവെച്ചും ധനകാര്യ സ്ഥാപനങ്ങളിൽ നിന്നും വിഭവങ്ങൾ ശേഖരിച്ചും പ്രാദേശികമായി അധിക വിഭവസമാഹ രണം നടത്തിയും പ്രാദേശിക സമൂഹത്തിന്റെ സന്നദ്ധ സഹായം വിനി

യോഗിച്ചും പദ്ധതി ഗുണഭോക്താക്കളിൽ നിന്നു സംഭാവനകൾ ശേഖരിച്ചുമാണ് അധികമായി വേണ്ടിവരുന്ന വിഭവങ്ങൾ സ്വരൂപിക്കാമെന്ന് പ്രാദേശിക സർക്കാരുകൾ പ്രതീക്ഷിച്ചത്.

പ്രാദേശിക സർക്കാരുകൾ രൂപപ്പെടുത്തിയ പദ്ധതിയുടെ മൊത്തം അടങ്കലിന്റെ 43.54% ആയിരുന്നു പൊതുവെ സംസ്ഥാന പദ്ധതിവിഹിതം. എന്നാൽ ഇത് മുനിസിപ്പൽ കോർപ്പറേഷനുകളിൽ 34.77 ശതമാനവും ജില്ലാ പഞ്ചായത്തുകളിൽ 68.64 ശതമാനവുമായിരുന്നു. അധിക വിഭവ സമാഹരണത്തിന്റെ ഭാഗമായി ധനകാര്യസ്ഥാപനങ്ങളിൽനിന്നും നിക്ഷേപം കണ്ടെത്താൻ ശ്രമിച്ചതാണ് മൂന്ന് മുനിസിപ്പൽ കോർപ്പറേഷനുകളുടെ സംസ്ഥാന പദ്ധതിവിഹിതം 34.77 ശതമാനമായി കുറച്ചതിനുള്ള പ്രധാന കാരണം. കേന്ദ്രാവിഷ്കൃത പദ്ധതികളാണ് ബ്ലോക്ക് പഞ്ചായത്തുകളുടെ പ്രധാന വരുമാനസ്രോതസ്സായി മാറിയത്.

ജില്ലാപഞ്ചായത്ത് പദ്ധതികളിൽ സംസ്ഥാന പദ്ധതിവിഹിതം പൊതുവെ കൂടുതലായിരുന്നു. ഇതിന് പ്രധാന കാരണം തനത് ആന്തരിക വിഭവസമാഹരണത്തിനായി പ്രത്യക്ഷ സ്രോതസ്സുകൾ ഇല്ല എന്നതാണ്. എന്നിരുന്നാലും ഗുണഭോക്താക്കളിൽനിന്നും ചെറിയൊരു വിഹിതം ശേഖരിക്കാൻ ജില്ലാപഞ്ചായത്തുകൾക്കും കഴിഞ്ഞിട്ടുണ്ട്.

സംസ്ഥാന പദ്ധതിവിഹിതത്തിനപ്പുറത്തേക്ക് പദ്ധതിയെ വികസിപ്പിക്കാൻ പ്രാദേശിക സർക്കാരുകൾ നടത്തിയ ശ്രമം എടുത്തുപറയേണ്ടതാണ്. പ്രദേശിക സർക്കാരുകളുടെ തനത് ഫണ്ടിൽനിന്നും പദ്ധതിയേതര ചെലവുകളിൽ നിന്നുമുണ്ടായ മിച്ചംതുകയും സന്നദ്ധമായി സ്വരുപിച്ച മനുഷ്യാദ്ധ്വാനവും സംഭാവനകളും എല്ലാംചേർന്ന് സംസ്ഥാന സർക്കാർ അനുവദിച്ച പദ്ധതിത്തുകയുടെ നാലിലൊന്നുകൂടി സമാഹരിക്കാൻ പ്രാദേശിക സർക്കാരുകൾക്ക് കഴിഞ്ഞു. കൂടാതെ ഗുണഭോക്താക്കളിൽ നിന്നും ലഭിച്ച ഗണ്യമായ വിഹിതം –പ്രത്യേകിച്ചും കുടിവെള്ളം, റോഡ് തുടങ്ങിയ പദ്ധതികളിൽ നിന്ന്– അധിക വിഭവസമാഹരണത്തിൽ പ്രധാന പങ്കുവഹിച്ചു.

നഗര മുനിസിപ്പാലിറ്റികൾക്കും കോർപ്പറേഷനുകൾക്കും പദ്ധതി മതിപ്പിന്റെ വലിയ ശതമാനം സ്വന്തമായ വരുമാനസ്രോതസ്സുകളിൽ നിന്നും കണ്ടെത്താൻ കഴിഞ്ഞു. പഞ്ചായത്തുകളെ അപേക്ഷിച്ച് ഉയർന്ന സാമ്പത്തിക അവസ്ഥ മുനിസിപ്പാലിറ്റികൾക്കും കോർപ്പറേഷനുകൾക്കും ഉണ്ടായിരുന്നതുകൊണ്ടാണിത്. ബ്ലോക്ക് പഞ്ചായത്തിനും ജില്ലാ പഞ്ചായത്തിനും സ്വന്തമായി നികുതി ചുമത്താൻ കഴിയാത്തതുകൊണ്ടുതന്നെ അവരുടെ പദ്ധതികൾക്കായി ആന്തരികമായ വിഭവസമാഹരണം ഏതാണ്ട് അസാദ്ധ്യമായിരുന്നു. സംസ്ഥാനാവിഷ്കൃത പദ്ധതികളിലൂടെയുള്ള പ്രതീക്ഷിത വരുമാനം ആകെ പദ്ധതിമതിപ്പിന്റെ 4.10 ശതമാനമായിരുന്നു. മറ്റൊരു തരത്തിൽ സൂചിപ്പിച്ചാൽ സംസ്ഥാന പദ്ധതിവിഹിതത്തിന്റെ 9.2 ശതമാനം മാത്രമായിരുന്നു. സംസ്ഥാന ബഡ്ജറ്റിൽ സംസ്ഥാനാവിഷ്കൃത പദ്ധതികൾക്കായി മാറ്റിവച്ചിരുന്നത് 276 കോടി രൂപയായിരുന്നു.

അതേസമയം തദ്ദേശ സ്വയംഭരണസ്ഥാപനങ്ങൾക്കുള്ള പദ്ധതിവിഹിതം 749 കോടി രൂപയും. അതുകൊണ്ടുതന്നെ പ്രാദേശിക സർക്കാരുകൾക്ക് പൊതുവെ സംസ്ഥാന പദ്ധതിവിഹിതത്തിന്റെ മൂന്നിലൊന്നു തുക സംസ്ഥാനാവിഷ്കൃത പദ്ധതികളിലൂടെ ലഭിക്കുമെന്ന് ന്യായമായും പ്രതീക്ഷിക്കാമായിരുന്നു. പക്ഷേ, ഗ്രാമപഞ്ചായത്തുകൾക്ക് ഈ സ്രോതസ്സ് വഴി അവരുടെ പദ്ധതിവിഹിതത്തിന്റെ 3.24% മാത്രമേ ലഭിച്ചുള്ളൂ. ഇതെല്ലാം സൂചിപ്പിക്കുന്നത് പദ്ധതി രൂപീകരണസമയത്ത് സംസ്ഥാനാവിഷ്കൃത സ്രോതസ്സുകൾ വഴിയും മറ്റും എത്ര തുക ലഭ്യമാകും എന്നകാര്യത്തിൽ തദ്ദേശ സ്വയംഭരണസ്ഥാപനങ്ങൾക്ക് കൃത്യമായ ധാരണ സാദ്ധ്യമല്ലായിരുന്നു എന്നതാണ്. ഇതുപോലെ കേന്ദ്രാവിഷ്കൃത പദ്ധതികൾ വഴി മുനിസിപ്പൽ കോർപ്പറേഷനുകൾക്ക് 1.03 ശതമാനവും ജില്ലാപഞ്ചായത്തുകൾക്ക് 1.84 ശതമാനവും ഗ്രാമപഞ്ചായത്തുകൾക്ക് 2.39 ശതമാനവും മുനിസിപ്പാലിറ്റികൾക്ക് 3.29 ശതമാനവും മാത്രമേ വിഭവ പിന്തുണ ലഭിച്ചിരുന്നുള്ളൂ. ഈ ദത്തങ്ങളെല്ലാം സൂചിപ്പിക്കുന്നത് സംസ്ഥാന, കേന്ദ്രാവിഷ്കൃത പദ്ധതികളെ പ്രാദേശിക പദ്ധതികളുമായി ഉദ്ഗ്രഥിക്കാൻ കഴിഞ്ഞില്ല എന്നതാണ്. 1997–98 ലെ വാർഷിക പദ്ധതിയുടെ ഏറ്റവും പ്രധാനപ്പെട്ട ദൗർബല്യമായി ഇതിനെ കണക്കാക്കാം.

മറ്റൊരു പ്രധാന പ്രതിബന്ധം ജനകീയാസൂത്രണ പ്രസ്ഥാനവുമായുള്ള വാണിജ്യ ബാങ്കുകളുടെ നിസ്സഹകരണമായിരുന്നു. ബാങ്കുകൾ ഓരോ ബ്ലോക്കിലെയും വിദഗ്ദ്ധ സമിതികളിൽ രണ്ടോമൂന്നോ ഉദ്യോഗസ്ഥരുടെ സേവനം വിട്ടുകൊടുക്കുവാൻ പോലും തയ്യാറായില്ല. വാണിജ്യ ബാങ്കുകളിൽനിന്നും പ്രതീക്ഷിച്ച സാമ്പത്തിക വിഭവങ്ങളുടെ ആറിലൊന്ന് മാത്രമേ സഹകരണ മേഖലയിൽനിന്നും സമാഹരിക്കാൻ കഴിഞ്ഞുള്ളൂ. കാർഷിക ചെറുകിട ഉല്പാദന സംരംഭങ്ങളുടെ ധനസ്രോതസ്സായി വർത്തിക്കുന്നതിൽ വാണിജ്യ ബാങ്കുകളെക്കാൾ വലിയ പങ്കുവഹിക്കാൻ കേരളത്തിലെ കോ–ഓപ്പറേറ്റീവ് ക്രെഡിറ്റ് സമ്പ്രദായത്തിന് കഴിഞ്ഞിരുന്നു. എന്നാൽ ജനകീയാസൂത്രണ പ്രസ്ഥാനത്തിന്റെ ആദ്യ വർഷം തദ്ദേശീയമായ പദ്ധതികളുടെ മതിപ്പ് ചെലവിൽ ആസൂത്രണവുമായി സഹകരണ പ്രസ്ഥാനത്തെ ബന്ധിപ്പിക്കാനുള്ള ശ്രമങ്ങൾ വേണ്ടത്ര ഉണ്ടായതുമില്ല.

സന്നദ്ധമായി ലഭിച്ച അദ്ധ്വാനശേഷിയിലൂടെയും സംഭാവനകൾ വഴിയും പ്രാദേശികമായി തദ്ദേശസ്വയംഭരണസ്ഥാപനങ്ങൾ ഉയർന്ന തലത്തിലുള്ള മറ്റ് സ്ഥാപനങ്ങളെ അപേക്ഷിച്ച് വലിയ തോതിൽ വിഭവസമാഹരണം നടത്തുകയുണ്ടായി. ഗുണഭോക്താക്കളുടെ വിഹിതത്തിന്റെ കാര്യത്തിലും ഇതേയവസ്ഥ തന്നെയാണ് കണ്ടത്. പദ്ധതി നടത്തിപ്പിന് അനുപൂരകമായ അധിക വിഭവമായാണ് ഗുണഭോക്തൃവിഹിതത്തെ പരിഗണിക്കേണ്ടതെന്ന് പലതവണ വിശദീകരിച്ചെങ്കിലും ഗുണഭോക്താക്കളുടെ വിഹിതം സംബന്ധിച്ച് പെരുപ്പിച്ചുകാട്ടുന്ന പ്രവണതയാണ് പൊതുവെ കാണപ്പെട്ടത്.

പശ്ചാത്തല വികസനകാര്യങ്ങളിൽ പദ്ധതിവിഹിതത്തെ വർദ്ധിതമായ തോതിൽ ആശ്രയിക്കുന്ന പ്രവണതയാണ് ഉണ്ടായത്. എന്നാൽ ഉൽപാദന മേഖലയിലാകട്ടെ പദ്ധതിവിഹിതത്തെ ഏറ്റവും കുറഞ്ഞ തോതിലാണ് ആശ്രയിച്ചത്. ഗുണഭോക്തൃ വിഹിതം ഏറ്റവും ഉയർന്നതോതിൽ ഉൽപാദന മേഖലയിൽ രേഖപ്പെടുത്തിയപ്പോൾ പശ്ചാത്തല വികസന മേഖലയിൽ അത് ഏറ്റവും കുറഞ്ഞതോതിലായിരുന്നു. അതുപോലെ സ്ഥാപനങ്ങളിൽ നിന്നുള്ള പ്രതീക്ഷിത വിഭവസമാഹരണം ഏറ്റവും കൂടുതലായി കണ്ടത് ഉൽപ്പാദന മേഖലകൾക്കായാണ്. അതുകൊണ്ടുതന്നെ 35 ശതമാനം തുക മാത്രമേ ഉൽപാദന മേഖലയ്ക്കായി സംസ്ഥാന പദ്ധതിവിഹിതത്തിൽനിന്നും പ്രാദേശിക പദ്ധതികൾക്കായി വക കൊള്ളിച്ചിരുന്നുള്ളൂ. എന്നാൽ പശ്ചാത്തല വികസന കാര്യങ്ങൾക്കായി സംസ്ഥാന പദ്ധതിവിഹിതത്തിന്റെ 55.3 ശതമാനം വകയിരുത്തുകയും ചെയ്തു. സംസ്ഥാന പദ്ധതിവിഹിതം പശ്ചാത്തലമേഖലയുടെ വികസനത്തിനായി പ്രയോജനപ്പെടുത്തുന്നതിനാണ് പ്രഥമപരിഗണനയെന്നത് ഇതുവഴി വളരെ വ്യക്തമാണ്. ഉൽപാദന മേഖലയ്ക്കായുള്ള പദ്ധതി മതിപ്പിന്റെ 2.2 ശതമാനം മാത്രം പ്രാദേശിക ഫണ്ട് വഴി കണ്ടെത്തിയപ്പോൾ പശ്ചാത്തല വികസനത്തിനായി 15.2 ശതമാനം തുക പ്രാദേശിക ഫണ്ട് വഴി കണ്ടെത്തുകയുണ്ടായി.

പ്രാദേശിക മുൻഗണനകൾ

എന്തെല്ലാമായിരുന്നു പ്രാദേശിക മുൻഗണനകൾ? സംസ്ഥാനതല മുൻഗണനകളിൽനിന്നും അവ എത്രമാത്രം വ്യത്യസ്തമായിരുന്നു? സേവന മേഖലകളുടെ വിഹിതമായി നിർദ്ദേശിക്കപ്പെട്ടത് സംസ്ഥാന പദ്ധതിവിഹിതത്തിന്റെ 41.6 ശതമാനവും ആകെ പദ്ധതി അടങ്കലിന്റെ 38.4 ശതമാനവുമായിരുന്നു. പശ്ചാത്തല വികസനത്തിനായി പദ്ധതി വിഹിതത്തിൽ 30 ശതമാനം വിനിയോഗിക്കാമെന്നിരിക്കെ അതിനായി ഉണ്ടാക്കിയ പദ്ധതികൾ പദ്ധതിവിഹിതത്തിന്റെ 24.4 ശതമാനവും ആകെ പദ്ധതി അടങ്കലിന്റെ 19.2 ശതമാനവും വരുന്ന തരത്തിലായത് തികച്ചും അപ്രതീക്ഷിതമായിരുന്നു. റോഡും പാലവുമൊക്കെ പ്രധാനമാണ്. എന്നാൽ പദ്ധതിവിഹിതത്തിൽ അതിനായി വകയിരുത്തുന്നത് 19.8 ശതമാനം മാത്രമായിരുന്നു. ഉൽപാദന മേഖലയ്ക്കായി സംസ്ഥാന പദ്ധതി വിഹിതത്തിന്റെ 40 ശതമാനം വരെ ശുപാർശ ചെയ്തിരുന്നെങ്കിലും പദ്ധതി വിഹിതത്തിന്റെ 33.9 ശതമാനമേ പ്രയോജനപ്പെടുത്തിയുള്ളൂ.

ഉൽപാദന മേഖലയിൽ തദ്ദേശഭരണസ്ഥാപനങ്ങൾ മുന്തിയ പരിഗണന നൽകിയത് കൃഷിക്കാണ്. നാണ്യവിളകൾ, മൃഗസംരക്ഷണം, മത്സ്യമേഖല എന്നിവയ്ക്കായി പ്രാദേശിക പദ്ധതി മതിപ്പായി 19 ശതമാനം വകയിരുത്തിയതിൽ സംസ്ഥാന പദ്ധതിവിഹിതത്തിൽനിന്നും പ്രതീക്ഷിച്ചത് 10.5 ശതമാനം മാത്രമാണ്. പ്രാദേശിക സർക്കാരുകൾ തോട്ടവിളകൾക്കായി 6.1 ശതമാനം നീക്കിവെച്ചപ്പോൾ നെൽകൃഷിക്കത് 2.8 ശതമാ

നമായിരുന്നു. കേരളത്തിലെ കാർഷിക പുനരുദ്ധാരണത്തിന് ആകെ കൃഷിഭൂമിയുടെ മുഖ്യപങ്കിലും കൃഷി ചെയ്യുന്ന തോട്ടവിളകളുടെ ഉൽപാദനക്ഷമത ഗണ്യമായി വർദ്ധിപ്പിക്കുകയെന്നത് അത്യാവശ്യമായിരുന്നു.

ഉൽപാദന മേഖലയിൽ ഏറെ നിക്ഷേപം നടത്തിയത് മൃഗസംരക്ഷണത്തിനാണ്. 7.57 ശതമാനം വരുമിത്. ഈ മേഖലയിലുള്ള ജനങ്ങളുടെ ഉയർന്ന പ്രതീക്ഷയാണ് ഇതിലൂടെ പ്രതിഫലിച്ചത്. പാലുൽപാദനം കേരളത്തിൽ ഗാർഹികമായ ഒരു പ്രവർത്തനമാണ്. ചെറുകിട നാമമാത്ര കർഷകരുടെ വരുമാന വർദ്ധനവിന് അനുയോജ്യമായ ഒരു മേഖലയാണിത്. മത്സ്യമേഖലയ്ക്കായി പദ്ധതി അടങ്കലിന്റെ ആകെ 1.06 ശതമാനമേ വിഹിതമായി നിർദ്ദേശിക്കപ്പെട്ടിരുന്നുള്ളൂ.

ആസൂത്രണം കൂടുതൽ കാര്യക്ഷമമാക്കുന്നതിനായി

ലഭ്യമായ ദത്തങ്ങൾ (ഡാറ്റ) പ്രകാരം സംസ്ഥാന പദ്ധതിയും പ്രാദേശിക പദ്ധതിയും തമ്മിൽ പ്രായോഗികമായ ഒരു വിഭജനം ഉണ്ടായി വരുന്നതായി കാണുന്നു. വൻകിട, ഇടത്തരം വ്യവസായ സംരംഭങ്ങൾക്കായോ വൻകിട, ഇടത്തരം ജലസേചന, വൈദ്യുതി ഉൽപ്പാദനത്തിനായോ ഫലത്തിൽ പ്രാദേശിക സർക്കാറുകൾ തുക തീരെ വകയിരുത്തിയിട്ടില്ല. സംസ്ഥാന തലത്തിൽ ഇതിനായി സംസ്ഥാനതല പദ്ധതി അടങ്കലിന്റെ 34.6 ശതമാനം മാറ്റി വയ്ക്കുന്നുമുണ്ട്. എന്നാൽ ഗ്രാമീണ റോഡുകൾക്കും ചെറുകിട ജലസേചനത്തിനുമായി പ്രാദേശിക സർക്കാരുകൾ യഥാക്രമം 19.8 ശതമാനവും 7.1 ശതമാനവും തുക പദ്ധതിവിഹിതത്തിൽ നിന്നും നീക്കിവയ്ക്കുമ്പോൾ സംസ്ഥാനതല പദ്ധതിയിൽ ഇക്കാര്യത്തിനായി തുകയൊന്നും വകയിരുത്തിയിട്ടില്ലെന്നും കാണാം.

സേവനമേഖലയിൽ ഏറ്റവും പ്രാധാന്യം നൽകിയത് ഭവനനിർമ്മാണത്തിനാണ്. പദ്ധതി വിഹിതത്തിന്റ 14.5 ശതമാനം പ്രാദേശിക സർക്കാരുകൾ ഇതിനായി നീക്കിവെച്ചു. എന്നാൽ സംസ്ഥാനതല പദ്ധതിയിൽ ഇതിനായി നീക്കിവെച്ചത് 1.6% മാത്രമാണ്. കുടിവെള്ള ശുചിത്വ പദ്ധതിക്ക് സംസ്ഥാനതലത്തിലും പ്രാദേശികതലത്തിലും പദ്ധതികളിൽ താരതമ്യേന വർദ്ധിച്ച പ്രാധാന്യം ലഭിച്ചു. പ്രാദേശിക സർക്കാറുകൾ അവരുടെ പദ്ധതിയുടെ ഭാഗമായി കുടിവെള്ളത്തിനായി സംസ്ഥാനപദ്ധതി വിഹിതത്തിന്റെ 7.8 ശതമാനവും ശുചിത്വത്തിനായി 5.1 ശതമാനവുമാണ് നീക്കിവച്ചത്.

സംസ്ഥാന പ്രാദേശികപദ്ധതികളുടെ ശാസ്ത്രീയമായ പ്രായോഗിക വിഭജനത്തിന് ഇനിയുമേറെ സമയമെടുക്കാം. പ്രാദേശിക സർക്കാറുകൾക്ക് കൂടുതൽ ഫലപ്രദമായി ചെയ്യാൻകഴിയുന്ന നടപ്പ് പദ്ധതി (സ്കീം) കൾ ഒന്നും ആ തലത്തിലേക്ക് വിട്ടുനൽകാൻ അതത് സർക്കാർ വകുപ്പുകളും സർക്കാറിന്റെ ഭാഗമായ രാഷ്ട്രീയനേതൃത്വവും തയ്യാറാകുന്നില്ല. സങ്കുചിതമായ വകുപ്പുതല നിലപാടുകളും സാമ്പത്തിക കാര്യങ്ങളിൽ അധികാരം നിലനിർത്താനുള്ള താൽപര്യവും, പ്രാദേശിക സർക്കാറുകൾ വ

ലിയതോതിൽ മുതലിറക്കുന്ന പദ്ധതികളിൽ പോലും സംസ്ഥാനതല പദ്ധതികളിൽ വകുപ്പുതല വകയിരുത്തൽ വർദ്ധിപ്പിക്കുന്നതിനുള്ള സമ്മർദ്ദം ചെലുത്തുന്ന അവസ്ഥയുമുണ്ട്.

വൻകിടയിൽനിന്നും ചെറുകിടയിലേക്ക്

വികേന്ദ്രീകൃതാസൂത്രണത്തിന്റെ ഒന്നാം വർഷമായ 1997–98 ൽ വൻകിട ജലസേചനം, വൻകിടവ്യവസായം, വൻകിട വൈദ്യുതി മേഖലകളിൽനിന്നുമുള്ള ചെറുകിട സംരംഭങ്ങൾ, മൃഗസംരക്ഷണം, ആരോഗ്യം, ഭവന നിർമ്മാണം എന്നീ മേഖലകളിലെല്ലാം സംസ്ഥാനതല പദ്ധതിയുടെതായാലും, പ്രാദേശിക പദ്ധതിയുടെതായാലും, മൂലധന നിക്ഷേപത്തിൽ പ്രകടമായ മാറ്റം കാണാൻ കഴിയും. 97–98 ലെ സംസ്ഥാന പദ്ധതിയിലെയും 97–98 ലെ പ്രാദേശിക പദ്ധതികളിലെയും ആകെ നിക്ഷേപവും ഘടക പദ്ധതികൾക്കായി എട്ടാം പഞ്ചവത്സര പദ്ധതിക്കാലമായ 1991–92 മുതൽ 95–96 കാലത്തേക്കുള്ള സർക്കാർ നീക്കിവയ്ക്കലുകളും താരതമ്യം ചെയ്താൽ ഇക്കാര്യം വ്യക്തമാകും. വൈദ്യുതി മേഖലയിലെ നിക്ഷേപം 23.8 ശതമാനത്തിൽനിന്നും 19 ശതമാനമായും വൻകിട ഇടത്തരം വ്യവസായങ്ങൾക്കായുള്ള നിക്ഷേപം 6.9 ശതമാനത്തിൽനിന്നും 4.3 ശതമാനമായും വൻകിട ജലസേചനം 6.9 ശതമാനത്തിൽനിന്നും 4.2 ശതമാനമായും കുറഞ്ഞതായി കാണാം. അതേസമയം ആരോഗ്യരംഗത്ത് 2.2 ശതമാനത്തിൽനിന്നും 4.5 ശതമാനമായും ഭവന നിർമ്മാണരംഗത്ത് 2.7 ശതമാനത്തിൽനിന്നും 4.4 ശതമാനമായും മൃഗസംരക്ഷണം ഒരു ശതമാനത്തിൽ നിന്നും 2.7 ശതമാനമായും മത്സ്യമേഖല 1.9 ശതമാനത്തിൽനിന്നും 3 ശതമാനമായും നിർണ്ണായക വർദ്ധനവ് രേഖപ്പെടുത്തി. ഇതുപോലെ കുടിവെള്ളം, ശുചിത്വം, വിദ്യാഭ്യാസം, സമൂഹികക്ഷേമം, പോഷകാഹാരം തുടങ്ങിയ സേവന മേഖലകളിലും നിക്ഷേപ വർദ്ധനവ് പ്രകടമായി.

ഇതിൽ വൈദ്യുതി, വ്യവസായം മേഖലകളിൽ വന്ന കുറവിനെ ആശങ്കയോടെയെ വീക്ഷിക്കാനാകൂ. ഈ മേഖലയിലെ നിക്ഷേപം കേരളത്തിൽ കുറയുകയല്ല, കൂടുകയാണ് വേണ്ടത്. ഈ മേഖലകളിൽ നിലവിലുള്ള പ്രവണതകളെ മാറ്റിമറിക്കണമെങ്കിൽ മൃഗസംരക്ഷണം, വിദ്യാഭ്യാസം, ആരോഗ്യം മറ്റു സേവനമേഖലകൾ തുടങ്ങി പ്രാദേശിക സർക്കാറുകൾക്ക് ഏറ്റവും ഫലപ്രദമായി ഇടപെടാവുന്ന മേഖലകളിൽ അവരെ ഇടപെടാൻ അനുവദിക്കുകയും അത്തരം മേഖലകൾക്കായി അതത് വകുപ്പുകൾ, ഇപ്പോൾ സംസ്ഥാന പദ്ധതികളിൽ നൽകുന്ന മുൻഗണന ഒഴിവാക്കി വൈദ്യുതി, വ്യവസായം തുടങ്ങിയ മേഖലയ്ക്ക് സംസ്ഥാന പദ്ധതികളിൽ വർദ്ധിച്ച മുൻഗണന നൽകേണ്ടതുണ്ട്.

ചെറുകിട വ്യവസായം, നാണ്യവിള ഉൽപാദനം എന്നിവയ്ക്ക് പ്രാദേശിക പദ്ധതിയിൽ മെച്ചപ്പെട്ട ഊന്നൽ ലഭ്യമായിട്ടുണ്ട് എന്നതിന് തെളിവുകൾ ഏറെയുണ്ട്. ഉൽപാദന മേഖലയിൽ നഗര തദ്ദേശഭരണസ്ഥാപന

ങ്ങൾ കൂടുതൽ നിക്ഷേപം നടത്തിയത് വ്യാവസായിക പദ്ധതികൾക്കാണ്. മണ്ണ്, ജലസംരക്ഷണ ഇനത്തിൽ നഗര ഭരണസ്ഥാപനങ്ങൾ വെള്ളപ്പൊക്ക നിയന്ത്രണ പ്രോജക്ടുകൾക്കാണ് ഊന്നൽ നൽകിയത്.

എന്നാൽ ഗ്രാമഭരണസ്ഥാപനങ്ങൾ ഉൽപാദന മേഖലയിൽ മുൻഗണന നൽകിയത് കാർഷികവിളകളെ കേന്ദ്രീകരിച്ച പ്രോജക്ടുകൾക്കാണ്. അതുപോലെ നഗര തദ്ദേശഭരണ സ്ഥാപനങ്ങൾ ഗ്രാമ തദ്ദേശഭരണ സ്ഥാപനങ്ങളേക്കാൾ കൂടുതൽ തുക ശുചിത്വ പ്രോജക്ടുകൾക്കായി നീക്കിവച്ചിട്ടുണ്ട്.

ഉൽപാദനമേഖലാ പ്രോജക്ടുകൾ

വികേന്ദ്രീകൃതാസൂത്രണത്തിന്റെ ഏറ്റവും പ്രധാനപ്പെട്ട ഒരു സവിശേഷത സംസ്ഥാനതലത്തിൽ ആസൂത്രണത്തിന്റെ അടിസ്ഥാന സ്വഭാവമായ ഘടക പദ്ധതികൾക്കായുള്ള വകയിരുത്തൽ എന്നതിന് പകരം ഓരോ വികസന ലക്ഷ്യങ്ങൾക്കുമായി പ്രോജക്ടുകൾ തയ്യാറാക്കി അതിനാവശ്യമായ സാമ്പത്തികവിഭവം വകയിരുത്തുകയും ചെയ്യുന്നു എന്നതാണ്. വ്യത്യസ്ത മേഖലയിൽ തയ്യാറാക്കിയ സവിശേഷ പ്രോജക്ടുകൾ എന്തെല്ലാമാണെന്ന് പരിശോധിക്കാം.

നെൽകൃഷി അഭിവൃദ്ധിപ്പെടുത്താനുള്ള പ്രോജക്ടുകൾ പൊതുവെ ചെറുകിട ജലസേചന പദ്ധതികളും ജലസംരക്ഷണ പ്രവർത്തനങ്ങളും കൂടി ഉൾച്ചേർന്നതായിരുന്നു. തിരുവനന്തപുരം ജില്ലയിലെ കുന്നത്തുകാൽ പഞ്ചായത്ത് നെൽകൃഷി പരിപോഷിപ്പിക്കുന്നതിന്റെ ഭാഗമായി നാടൻ കുളങ്ങളെ പുനരുദ്ധരിക്കുന്നതിനായി ഭാവനാ സമ്പന്നമായ പ്രോജക്ട് തയ്യാറാക്കുകയുണ്ടായി. കാർഷികവൃത്തിയിൽ ഏർപ്പെട്ടിരുന്ന പരമ്പരാഗതമായ തൊഴിൽശക്തി നിലനിൽക്കുന്നില്ല എന്നത് മനസ്സിലാക്കി ആ മേഖലയിൽ തൊഴിൽ ചെയ്യുന്നവരെ കൂട്ടിച്ചേർത്തുകൊണ്ട് ഒരു തൊഴിൽ സഹകരണ സംഘം (ലേബർ സൊസൈറ്റിയും) പ്രോജക്ടിന്റെ ഭാഗമായി രൂപീകരിക്കുകയുണ്ടായി. ഈ പ്രോജക്ടിലെ വകയിരുത്തൽ പ്രയോജനപ്പെടുത്തിക്കൊണ്ട് കേരള അഗ്രിക്കൾച്ചറൽ യൂണിവേഴ്സിറ്റിയുടെ കൂടി സഹായത്തോടെ തൊഴിലാളികൾക്ക് ആധുനിക കാർഷികോപകരണങ്ങൾ എങ്ങനെ ഉപയോഗിക്കാം എന്നതു സംബന്ധിച്ച പരിശീലനം നൽകുകയുണ്ടായി. ഈ സഹകരണ സംഘത്തിലെ അംഗങ്ങൾക്ക് പഞ്ചായത്ത് ചുരുങ്ങിയത് മാസത്തിൽ 20 ദിവസത്തെ തൊഴിൽ ഉറപ്പുനൽകുകയുണ്ടായി. ഉറപ്പുനൽകിയ തൊഴിൽ ദിനങ്ങൾ കർഷകരുടെ കൃഷിയിടങ്ങളിലെ തൊഴിലുകളിൽ നിന്നോ, പഞ്ചായത്തിന്റെ പൊതുവായ പ്രവർത്തനങ്ങൾക്ക് ആവശ്യമായ തൊഴിലുകളിൽ നിന്നോ കണ്ടെത്തും. ഈ സഹകരണ സംഘത്തിൽ അംഗങ്ങളായ തൊഴിലാളികൾക്ക് മെഡിക്കൽ ഇൻഷൂറൻസും വാർഷിക ബോണസ്സും മറ്റ് ആനുകൂല്യങ്ങളും പ്രദാനം ചെയ്യുകയുണ്ടായി. സ്ഥിരമായ തൊഴിൽ ഉറപ്പായതിനാൽ തൊഴിലാളികൾ നാട്ടുനടപ്പ് കൂലിയിൽനിന്നും കുറഞ്ഞകൂലിയിൽ സഹകരണ

സംഘത്തിന്റെ ഭാഗമായി തൊഴിൽ ചെയ്യാൻ സജ്ജമായി. ഈ അന്വേഷണത്തിന്റെ ഏറ്റവും പ്രധാനപ്പെട്ട ഒരു സവിശേഷത നാട്ടിലെ പൊതു ഉൽപാദനക്ഷമത വർദ്ധിപ്പിക്കുന്നതിനായുള്ള എല്ലാത്തരം പ്രവർത്തനങ്ങളുമായി സംഘത്തിന്റെ ഭാഗമായ തൊഴിലാളികളുടെ ക്ഷമതയെ ഉദ്ഗ്രഥിക്കാനായി എന്നതാണ്. കുന്നത്തുകാൽ പഞ്ചായത്തിന്റെ ഈ അനുഭവം തുടർ വർഷങ്ങളിൽ കാർഷിക തൊഴിൽ പ്രോജക്ടുകൾ വികസിപ്പിക്കാൻ മറ്റുള്ളവർക്ക് വലിയ പ്രചോദനമായി മാറി. (കമലം 1997; പ്രസാദ് 1999)

പച്ചക്കറി കൃഷിയിൽ നാലാം അദ്ധ്യായത്തിൽ വിശദീകരിച്ച കഞ്ഞിക്കുഴി പഞ്ചായത്തിന്റെ അനുഭവങ്ങൾ ഇത്തരം പ്രാദേശിക ആസൂത്രണത്തിൽ അതിനിർണ്ണായകമായ സ്വാധീനം ചെലുത്തിയിട്ടുണ്ടെന്ന് പച്ചക്കറി പ്രോജക്ടുകളെക്കുറിച്ചുള്ള ഒരു സർവ്വേ വ്യക്തമാക്കുകയുണ്ടായി (വിശ്വൻ 1999). വെള്ളനാട് ബ്ലോക്ക് പഞ്ചായത്ത് ആവിഷ്ക്കരിച്ച നൂതനമായ പ്രോജക്ട് കഞ്ഞിക്കുഴി പഞ്ചായത്ത് അനുഭവങ്ങളെക്കാൾ ഏറെ മികവാർന്നതായിരുന്നു (ജയദേവൻ 1997). വെള്ളനാട് ബ്ലോക്ക് പഞ്ചായത്ത് വിപുലമായ ഒരു ജനകീയ കാമ്പയിനിലൂടെ 2 ലക്ഷം നേന്ത്രവാഴത്തൈകൾ നട്ടുവളർത്തുന്നതിനുള്ള ഒരു പദ്ധതി തയാറാക്കി. ശാസ്ത്രീയമായ കൃഷിരീതികൾ പാലിക്കുക, കേന്ദ്രീകരിച്ചുള്ള നിർദ്ദേശങ്ങൾ നൽകുക, സൂക്ഷ്മമായ മോണിറ്ററിങ് നടത്തുക എന്നിവ ഈ പ്രോജക്ടിന്റെ സവിശേഷതയായിരുന്നു. വിളവെടുപ്പ് ഘട്ടത്തിൽ നേന്ത്രക്കയുടെ വില തിരുവനന്തപുരത്ത് പൊതുവെ ഒറ്റയടിക്ക് കുറഞ്ഞത് ഈ പദ്ധതി സംസ്ഥാനതല ശ്രദ്ധയാകർഷിക്കാൻ കാരണമായി. പെരുങ്കടവിള ബ്ലോക്ക് പഞ്ചായത്ത് ഓരോ കാലത്തും കൃഷി ചെയ്യാവുന്ന പച്ചക്കറിയിനങ്ങൾ വിപണിയുടെ ആവശ്യാർത്ഥം കൃഷി ചെയ്യുന്നതിനുള്ള പ്രോജക്ട് നടപ്പാക്കുകയുണ്ടായി. ഈ പദ്ധതിയുടെ ഭാഗമായി ഉൽപാദിപ്പിക്കുന്ന പച്ചക്കറികൃഷി വിളകൾ വിപണിയുടെ ആവശ്യാർത്ഥം എത്തിക്കുന്നതിന് സംസ്ഥാന സർക്കാറിന്റെ കീഴിലുള്ള ഹോർട്ടികൾച്ചറൽ കോർപ്പറേഷനുമായി ഒരു ഉടമ്പടിയിൽ ഏർപ്പെടുകയുണ്ടായി (സുരേഷ് 1999). ചോറ്റാനിക്കര ഗ്രാമപഞ്ചായത്ത് തെങ്ങിന് സംയോജിത കീട/രോഗ നിയന്ത്രണത്തിനായുള്ള സമഗ്രപദ്ധതി അയൽക്കൂട്ടങ്ങളിലൂടെ നടപ്പാക്കുകയുണ്ടായി (പ്രസാദ് 1999). തോട്ടവിള പ്രോജക്ടുകൾ മിക്കവയും ഏകവിളകളെ മാത്രം പരിപോഷിപ്പിക്കുന്നതിനു വേണ്ടി ഉള്ളവയായിരുന്നു. വിളയിടങ്ങളുടെ ഉൽപാദനക്ഷമത വർദ്ധിപ്പിക്കുന്നതിനുള്ള ശ്രമം ഈ പ്രോജക്ട് പ്രവർത്തനത്തിലൂടെ നടത്തിയതായി കണ്ടില്ല. പക്ഷേ, ജൈവ വളങ്ങളും ജൈവ കീടനാശിനികളും കൂടുതലായി ഉപയോഗിക്കുന്ന പ്രവണത പൊതുവെ ഉണ്ടായി.

പല പഞ്ചായത്തുകളും കാർഷിക പ്രോജക്ടുകളുടെ ഭാഗമായി ഗുണഭോക്താക്കളെ പങ്കാളികളാക്കിക്കൊണ്ടും സമൂഹത്തിന്റെ അദ്ധ്വാനം സൗജന്യമായി തേടി തടയണകൾ നിർമ്മിക്കുകയും പരമ്പരാഗത കുളങ്ങൾ

പുനരുജ്ജീവിപ്പിക്കുകയും ചെയ്യുകയുണ്ടായി. ഇങ്ങനെ നിർമ്മിച്ച തടയണകളിൽ ഏറ്റവും വലിയവയുടെ കൂട്ടത്തിൽ പെട്ട ഒന്നാണ് വാണിയംകുളം പഞ്ചായത്ത് കേരളത്തിലെ ഏറ്റവും വീതികൂടിയ നദിയായ ഭാരതപ്പുഴയ്ക്ക് കുറുകെ നിർമ്മിച്ച തടയണ. ഇതിന്റെ നിർമ്മാണത്തിന്റെ ആദ്യപടിയായി താൽക്കാലിക ഉപരിതല തടയണ നിർമ്മിച്ചു.

തുടർന്ന് സാങ്കേതികമായ ഒട്ടനവധി നൂതനത്വങ്ങൾ ഉൾച്ചേർത്തുകൊണ്ട് താൽക്കാലിക തടയണയ്ക്ക് പകരമായി അടിയണ നിർമ്മിച്ചു. പുനലൂർ നഗരസഭാ പരിധിയിൽ കല്ലട നദിയിൽ കല്ലും സിമന്റും ഉപയോഗിച്ച് കരഭിത്തികെട്ടാൻ 14 കോടി മതിപ്പ് ചെലവുവന്ന രൂപരേഖയാണ് സാങ്കേതികവിദഗ്ദ്ധർ തയാറാക്കിയത്. എന്നാൽ വികേന്ദ്രീകൃതാസൂത്രണത്തിന്റെ ഭാഗമായി സാങ്കേതിക വിദഗ്ദ്ധർ 40 ലക്ഷം രൂപ മാത്രം ചെലവ് വരുന്ന പുലിമുട്ടുകൾ സ്ഥാപിച്ച് പ്രസ്തുത ആവശ്യം നിറവേറ്റി (കുമാർ 1997). പുലിമുട്ടുകൾ എന്നാൽ ഒരു നിശ്ചിത ഇടവേളകളിൽ മരക്കുറ്റികൾ പുഴയിൽ സ്ഥാപിക്കുകയും അവയ്ക്കിടയിൽ മണ്ണ് നിറച്ച് കരയെ ദോഷകരമായി ബാധിക്കുന്ന ജലത്തിന്റെ ഒഴുക്കിനെ ദുർബ്ബലപ്പെടുത്തുന്ന, കരയിടിച്ചിലിനെ തടയാനുമുള്ള സംവിധാനമാണ്. പുഴയുടെ കരയിൽ കോൺക്രീറ്റുകൊണ്ട് ഭിത്തി പണിയുന്നതിന് പകരം സസ്യലതാദികൾ കൊണ്ട് ജൈവവസ്ത്രം വഴി പുഴയോരങ്ങളെ സംരക്ഷിക്കുന്ന പദ്ധതികൾ ആവിഷ്ക്കരിച്ച് നടപ്പാക്കി. എന്നാൽ മണ്ണു സംരക്ഷണ പ്രോജക്ടുകളിൽ ഡിപ്പാർട്ടുമെന്റിലെ പതിവ് ചാലുകളായ കല്ലും സിമന്റും പദ്ധതിയിൽനിന്ന് മോചിതവുമായില്ല.

മൃഗസംരക്ഷണ മേഖലയിൽ സമഗ്രവും ഉദ്ഗ്രഥിതവുമായ സമീപനം പെരിങ്ങോം വയക്കര പഞ്ചായത്ത് വികസിപ്പിക്കുകയും വ്യാപകമായി ചർച്ച ചെയ്യുകയും ചെയ്തുവെങ്കിലും പച്ചക്കറി കൃഷിയുമായി ബന്ധപ്പെട്ട് കഞ്ഞിക്കുഴി പഞ്ചായത്ത് മാതൃകയ്ക്ക് ലഭിച്ച സ്വീകാര്യത പെരിങ്ങോം വയക്കര പഞ്ചായത്ത് പദ്ധതിക്ക് ലഭിക്കുകയുണ്ടായില്ല. മൃഗസംരക്ഷണ രംഗത്തെ പ്രോജക്ടുകൾ കന്നുകാലികളുടെയും കോഴിയുടെയും വിതരണത്തിൽ പരിമിതപ്പെട്ടു. ഇതിൽ വ്യത്യസ്തമായ ഒരിടപെടൽ നടത്തിയത് തൃശൂർ ജില്ലാപഞ്ചായത്തിന്റെ 'പൗൾട്രി ഗ്രാമങ്ങൾ' പ്രോജക്ടുകളാണ്. സ്ത്രീകളുടെ സ്വയംസഹായ സംഘംവഴി വീട്ടിന്റെ പിന്നാമ്പുറത്തെ കോഴിവളർത്തൽ എന്ന സംഘടിത ശ്രമമാണ് ഇതുവഴി നടത്തിയത് (വിശാലാക്ഷി 1997). ഇത്തരം പ്രോജക്ടുകൾ വഴി ഗ്രാമങ്ങളിൽ പൗൾട്രി കോംപ്ലക്സുകൾ സ്ഥാപിക്കുകയും അതുവഴി കോഴിത്തീറ്റയുടെ നിർമ്മാണവും പൗൾട്രി സംസ്ക്കരണ യൂണിറ്റുകളും അതിന്റെ ഭാഗമാക്കി മാറ്റുകയും ചെയ്യുക എന്നതാണ് ഉദ്ദേശിച്ചത്. അവരുടെ ആടുവളർത്തൽ പ്രോജക്ടുകളിൽ സ്വയം സഹായക സമീപനമാണ് സ്വീകരിച്ചത്. മത്സ്യമേഖലാ പ്രോജക്ടുകൾ മുഖ്യമായും മത്സ്യമേഖലയിൽ ജീവിക്കുന്നവരുടെ ക്ഷേമകാര്യങ്ങൾക്കാണ്, ഉൽപാദനകാര്യങ്ങളെക്കാൾ ഊന്നൽ നൽകിയത്. മത്സ്യോൽപാദന പ്രോജക്ടുകൾ ഗ്രാമീണ കുളങ്ങളിൽ മത്സ്യം വളർത്തൽ പ്രോത്സാഹിപ്പിക്കാൻ വേണ്ടി കേരള സർക്കാർ ആവിഷ്കരിച്ച ജനകീയ

മത്സ്യകൃഷിയുമായി ബന്ധിപ്പിച്ചാണ് നിർദ്ദേശിച്ചത്. കോട്ടയം ജില്ലയിലെ കുമരകം പഞ്ചായത്ത് നെൽകൃഷിയോടനുബന്ധമായി മത്സ്യം വളർത്തൽ എന്ന നൂതനമായ പ്രോജക്ട് മുന്നോട്ടുവച്ചു.

പരിസ്ഥിതി സംരക്ഷണം ഈ കാമ്പയിനിന്റെ മുഖ്യലക്ഷ്യങ്ങളിലൊന്നായിരുന്നെങ്കിലും പരിസ്ഥിതി സംരക്ഷണത്തിനായുള്ള പ്രത്യക്ഷ പ്രോജക്ടുകൾ കുറവായിരുന്നു. കാവ് സംരക്ഷണം, പുഴയോരങ്ങളിൽ കണ്ടൽക്കാടുകൾ നട്ടുവളർത്തൽ, ജൈവവൈവിദ്ധ്യ രജിസ്റ്ററുകൾ ഉണ്ടാക്കൽ (പ്രസാദ് 1999), ദേശാടന പക്ഷികൾക്കായുള്ള സംരക്ഷണ കേന്ദ്രങ്ങൾ തുടങ്ങിയവയാണ് പ്രാദേശിക സർക്കാരുകൾ അംഗീകരിച്ച പരിസ്ഥിതി സംരക്ഷണ പ്രോജക്ടുകൾ.

വള്ളിക്കുന്ന് പഞ്ചായത്ത് നിർദ്ദേശിച്ച ഇക്കോ-ടൂറിസം പദ്ധതി സ്വയമേവ നിലനിർത്താൻ സഹായകമായ, നൂതനമായ അഴിമുഖ സംരക്ഷണ പദ്ധതി കൂടിയായിരുന്നു. ഈ പ്രദേശം ഒരു പക്ഷിസങ്കേതം കൂടിയാണ്. ഭാവിയിൽ ഇക്കോടൂറിസംകൂടി മുന്നിൽക്കണ്ടുകൊണ്ട് ചപ്പാരപ്പടവ് ഗ്രാമപഞ്ചായത്ത് ബയോ ഡൈവേഴ്സിറ്റി രജിസ്റ്റർ തയ്യാറാക്കുകയുണ്ടായി.

വ്യവസായ മേഖലാ പ്രോജക്ടുകൾ പ്രധാനമായും വ്യവസായ സഹകരണ സംഘങ്ങൾ ഉണ്ടാക്കാനോ, മിനി ഇൻഡസ്ട്രിയൽ എസ്റ്റേറ്റുകളുടെ സ്ഥാപനത്തിനായോ, ചെറുകിട വ്യവസായ സംരംഭങ്ങൾ ആരംഭിക്കുന്നതിനുള്ള സഹായമെന്ന നിലയിൽ കരവിരുതുകളുള്ളവരുടെയും തൊഴിലാളികളുടെയും നൈപുണി വികസന പ്രവർത്തനങ്ങൾക്കായോ ഉള്ളവയായിരുന്നു. പ്രോത്സാഹജനകമായ ചില പ്രവണതകളും ഈ രംഗത്തുണ്ടായി. പത്തനംതിട്ട ജില്ലയിലെ കൊടുമൺ പഞ്ചായത്ത് ചെറുകിട സംരംഭങ്ങൾ തുടങ്ങാനായി സ്വയംസഹായക ധനസമാഹരണ (ത്രിഫ്റ്റ്) സംവിധാനത്തെ ആശ്രയിക്കുന്ന രീതി വികസിപ്പിച്ചു (ശ്രീധരൻ 1997). എറണാകുളം ജില്ലയിൽ ഇലക്ട്രോണിക്ക് മേഖലയിൽ ചെറുകിടവ്യവസായ സംരംഭങ്ങളെ പ്രോത്സാഹിപ്പിക്കുന്നതിനായി നിരവധി ശ്രമങ്ങൾ നടത്തുകയുണ്ടായി. ഇലക്ട്രോണിക്ക് ഉപകരണങ്ങൾ നിർമ്മിക്കുന്ന ചെറുകിട സംരംഭങ്ങളെ പ്രോത്സാഹിപ്പിക്കാൻ എറണാകുളം ജില്ലാ പഞ്ചായത്ത് പദ്ധതി തയ്യാറാക്കുകയുണ്ടായി. കൊച്ചി കോർപ്പറേഷൻ അതിന്റെ പരിധിയിൽ ആദ്യത്തെ സോഫ്റ്റ്‌വെയർ ടെക്നോളജി പാർക്ക് സ്ഥാപിക്കുകയുണ്ടായി.

ഏറ്റവും നൂതനത്വമുള്ള പ്രോജക്ട് മഞ്ചേരി മുനിസിപ്പാലിറ്റിയുടേതായിരുന്നു. പ്രസ്തുത മുനിസിപ്പാലിറ്റി വിവിധങ്ങളായ നിർമ്മാണ യൂണിറ്റുകളുടെ ക്ലസ്റ്ററുകൾ ഉണ്ടാക്കി അവയെയെല്ലാം ഒരു പൊതു സൗകര്യ സെന്ററുമായി (കോമൺ ഫെസിലിറ്റി സെന്റർ) ബന്ധിപ്പിക്കുകയും ചെയ്തു. അതോടൊപ്പം സംരഭകത്വതാൽപര്യമുള്ളവർക്ക് സംരഭകത്വവുമായി ബന്ധപ്പെട്ട് അറിയേണ്ട കാര്യങ്ങൾ മനസ്സിലാക്കാനുള്ള പരിശീലന സൗകര്യവും ഒരുക്കുകയുണ്ടായി (ജനാർദ്ദനൻ 1999).

സേവനമേഖലാ പ്രോജക്ടുകൾ

വിദ്യാഭ്യാസരംഗത്ത് നീക്കിവച്ച തുകയുടെ ഏറിയപങ്കും കെട്ടിടം, കക്കൂസ് നിർമ്മാണം പോലുള്ള ഭൗതിക സൗകര്യവികസനത്തിനാണ് വകയിരുത്തിയത്. എന്നാൽ കാമ്പയിൻ സമയത്ത് വലിയ തോതിൽ ഗുണമേന്മാ വർദ്ധനവിനായുള്ള പഠനബോധന പ്രവർത്തനങ്ങളിലൂന്നിയുള്ള അക്കാദമിക പ്രോജക്ടുകളും വികസിച്ചുവന്നു. അദ്ധ്യാപകർക്കായുള്ള പ്രത്യേക പരിശീലനങ്ങൾ, പുതിയ രീതിയിൽ ബോധനത്തിന് സഹായിക്കുന്ന ഉപാധികൾ വികസിപ്പിക്കുക തുടങ്ങിയവയെല്ലാം ഇതിന്റെ ഭാഗമായുണ്ടായ പ്രോജക്ടുകളാണ്. കണ്ണൂർ ജില്ലാപഞ്ചായത്ത് ഒരു പെഡഗോജിക് പാർക്ക് നിർമ്മിച്ചു. ഏതാണ്ടെല്ലാ ഗ്രാമപഞ്ചായത്തുകളും മുനിസിപ്പാലിറ്റികളും പ്രാദേശിക ലൈബ്രറികളെ മെച്ചപ്പെടുത്തുന്നതിനും സ്പോർട്സ്&ആർട്സ് ക്ലബ്ബുകളെ സഹായിക്കുന്നതിനുമുള്ള പ്രോജക്ടുകൾ തയ്യാറാക്കി.

പ്രാദേശിക ചരിത്ര രചന നടത്തുന്നതിനുള്ള നിരവധി പ്രോജക്ടുകളുണ്ടായി. വാണിയംകുളം ഒരുദാഹരണം മാത്രം. പ്രാദേശിക ചരിത്ര മ്യൂസിയം (പാഞ്ഞാൾ), ഫോക്ക്ലോർ ഡോക്കുമന്റേഷൻ എന്നിവയും പ്രസ്തുതഘട്ടത്തിലുണ്ടായ പ്രോജക്ടുകളിൽ പെടും. കൊല്ലം ജില്ലയിലെ ഇട്ടിവ പഞ്ചായത്തിൽ എല്ലാ വാർഡുകളിലും ലൈബ്രറി സ്ഥാപിക്കാനുള്ള പദ്ധതിയാണുണ്ടാക്കിയത് (റഷീദ് 1999). കോഴിക്കോട് ജില്ലയിലെ ബാലുശ്ശേരി പഞ്ചായത്ത് വനിതകൾക്കായി കരാട്ടെ പരിശീലന പദ്ധതിയാണ് വിഭാവനംചെയ്തത് (പി സുധാകരൻ 1997). കൈപ്പറമ്പ പഞ്ചായത്ത് പദ്ധതിയായ സ്പോർട്സ് ട്രെയിനിംഗ് സംസ്ഥാന വ്യാപക ശ്രദ്ധ പിടിച്ചുപറ്റി (ലെനിൻ 1999).

ആരോഗ്യ മേഖലയിലെ നിക്ഷേപം പ്രധാനമായും നടന്നത് പ്രാഥമിക ആരോഗ്യകേന്ദ്രങ്ങളെ ഉയർത്തുന്നതിനും മെച്ചപ്പെടുത്തുന്നതിനും വേണ്ടിയാണ്. ധാരാളം പ്രാദേശിക സർക്കാരുകൾ പ്രത്യേക പ്രശ്നങ്ങൾ പരിഹരിക്കുന്നതിന് ജനങ്ങളെ അണിനിരത്തുന്നതിനും ജനകീയ കാമ്പയിനുകൾ നടത്തുന്നതിനും പദ്ധതികൾ ആസൂത്രണം ചെയ്യുകയും നടപ്പാക്കുകയുമുണ്ടായി. നാലാം അദ്ധ്യായത്തിൽ വിശദീകരിച്ച താനാളൂർ പഞ്ചായത്തിന്റെ അനുഭവമാതൃകയ്ക്കനുഗുണമായ പദ്ധതി ആരോഗ്യരംഗത്ത് തളിക്കുളം ബ്ലോക്ക് പഞ്ചായത്ത് നടപ്പാക്കുകയുണ്ടായി. ആര്യാട് ബ്ലോക്ക് പഞ്ചായത്ത്, പഞ്ചായത്ത് പ്രദേശത്തുള്ള മുഴുവനാളുകളുടെയും നേത്ര പരിശോധന നടത്തുകയും തുടർചികിത്സ ഉറപ്പാക്കുകയും ചെയ്യുന്ന പദ്ധതി നടപ്പാക്കി. വിവിധ – വിഭാഗങ്ങളുമായി ബന്ധപ്പെട്ട ഉദ്ഗ്രഥിത പ്രോജക്ടുകൾ ആരോഗ്യ മേഖലയിൽ കുറവായിരുന്നു. എന്നിരുന്നാലും പ്രാദേശിക സർക്കാരുകൾ ആരോഗ്യമെന്നാൽ ആശുപത്രിയെന്നും ചികിത്സയെന്നുമുള്ള സാമ്പ്രദായിക രീതിയിൽനിന്നും മാറ്റിക്കൊണ്ടുവരാനുള്ള ബോധപൂർവ്വമായ ശ്രമം നടത്തിയിരുന്നു. കണ്ണൂർ ജില്ലയിലെ മലപ്പട്ടം ഗ്രാമപഞ്ചായത്ത് ആയുർവ്വേദ ഔഷധത്തോട്ടങ്ങൾ

നിർമ്മിക്കുന്ന പദ്ധതി തയ്യാറാക്കുകയും പാരമ്പര്യമായി ആയുർവ്വേദ മരുന്നു നിർമ്മാണവുമായി ബന്ധപ്പെട്ട ഒരു ആയുർവ്വേദ ആശുപത്രിയുമായി ഈ ഔഷധത്തോട്ടങ്ങളെ ബന്ധിപ്പിക്കുകയുമുണ്ടായി (പാർവ്വതി 1997).

ശുചിത്വം എന്നത് മുൻകാലങ്ങളിൽ പട്ടണപ്രദേശങ്ങളിൽ കേന്ദ്രാവിഷ്കൃത പദ്ധതികളോടോ സ്വീവേജ് ജോലികളോടോ ബന്ധിപ്പിച്ചാണ് അറിയപ്പെട്ടിരുന്നത്. എന്നാൽ ജനകീയാസൂത്രണ കാമ്പയിന്റെ ആദ്യവർഷംതന്നെ ഏതാണ്ടെല്ലാ ഗ്രാമപഞ്ചായത്തുകളുടെയും പദ്ധതിയിൽ ഒരു മുഖ്യസ്ഥാനം ശുചിത്വ പദ്ധതികൾക്ക് നൽകുകയുണ്ടായി. എന്നാൽ ഭൂരിപക്ഷം ശുചിത്വ പദ്ധതികളും കക്കൂസ് സ്ഥാപിക്കുന്നതിൽ മാത്രമായി പരിമിതപ്പെട്ടു. മറ്റത്തൂർ, ആലപ്പാട് ഗ്രാമപഞ്ചായത്തുകൾ സമ്പൂർണ്ണ ശുചിത്വ പദ്ധതി ആവിഷ്ക്കരിക്കുകയുണ്ടായി (വിജയകുമാർ-1999). നാലാം അദ്ധ്യായത്തിൽ സൂചിപ്പിച്ച തൃക്കുന്നത്തുപുഴ ഗ്രാമപഞ്ചായത്ത് അനുഭവങ്ങൾ പകർത്തി ജനപങ്കാളിത്തത്തോടെ പ്രവർത്തനങ്ങൾ ചെയ്യാനാണ് മറ്റത്തൂർ ഗ്രാമപഞ്ചായത്ത് ശ്രമിച്ചത്. കേവലം സബ്സിഡി വിതരണംചെയ്ത് വ്യക്തിഗത കക്കൂസുകൾ സ്ഥാപിക്കുന്നതിനപ്പുറം ശുചിത്വവിദ്യാഭ്യാസത്തിനും ജൈവമാലിന്യ നിർമ്മാർജ്ജനത്തിനുമാണ് മറ്റത്തൂർ ഗ്രാമപഞ്ചായത്ത് ശ്രമിച്ചത്.

ഏതാണ്ടെല്ലാ വനിത, ശിശുക്ഷേമ പദ്ധതികളും അങ്കണവാടി കെട്ടിടങ്ങളുടെ ഭൗതിക സൗകര്യവികസനത്തിൽ മാത്രം കേന്ദ്രീകരിച്ചുള്ളതായിരുന്നു. അങ്കണവാടി സേവനങ്ങളുടെ ഗുണത വർദ്ധിപ്പിക്കുന്ന കാര്യത്തിന് വേണ്ടത്ര ശ്രദ്ധ ലഭിച്ചിരുന്നില്ല. കുട്ടികളുടെ പഠനത്തിന് ശേഷമുള്ള സമയത്ത് അങ്കണവാടികളെ വനിതകളുടെ സാമൂഹിക വികസനകേന്ദ്രമായി പ്രയോജനപ്പെടുത്തുംവിധം ഒരുപദ്ധതി കുടപ്പനക്കുന്ന് പഞ്ചായത്ത് ആവിഷ്ക്കരിച്ചു (സരസമ്മ 1997, സീമ 1999). ഈ പദ്ധതിയുടെ ഭാഗമായി പ്രശസ്ത ആർക്കിടെക്റ്റായ ലാറി ബേക്കർ രൂപകൽപന ചെയ്ത കെട്ടിടം പല ധർമ്മങ്ങളും നിർവ്വഹിക്കാൻ പറ്റിയവിധം മനോഹരമായിരുന്നു. പല പ്രാദേശിക സർക്കാരുകളും കുട്ടികളുടെ ഉച്ചഭക്ഷണ പരിപാടിയിൽ ഇടപെട്ടു. അതോടൊപ്പം അങ്കണവാടികളിൽ എത്തിച്ചേരുന്ന കുട്ടികളുടെ കാര്യത്തിലും ഒട്ടേറെ പ്രാദേശിക സർക്കാരുകൾ ഇടപെടുകയുണ്ടായി.

പ്രാദേശിക സർക്കാരുകൾ ഇടപെട്ട മറ്റൊരു മേഖല ഭവന നിർമ്മാണവുമായി ബന്ധപ്പെട്ടതാണ്. ഭവന നിർമ്മാണ പ്രൊജക്റ്റുകൾ അധികവും പ്രത്യക്ഷമായ സബ്സിഡി വിതരണമാണ്. 20000 രൂപ മുതൽ 35000 രൂപവരെ നാല് തവണകളായി ഓരോ നിശ്ചിത ഘട്ടവും പൂർത്തിയാക്കിയവർക്ക് വിതരണം ചെയ്യുന്നു. അതോടൊപ്പം സ്റ്റേറ്റ് ഹൗസിങ് ബോർഡിന്റെ ഭവന നിർമ്മാണവുമായി ബന്ധപ്പെട്ടും പ്രാദേശിക സർക്കാരുകൾ പദ്ധതി രൂപീകരിച്ചിട്ടുണ്ട്. പ്രാദേശിക സർക്കാരുകൾക്ക് കുറഞ്ഞ തുക നീക്കിവച്ചുകൊണ്ട് വീട് നിർമ്മിക്കാമെന്നതിനാൽ ഹൗസിങ്

ബോർഡ് സ്കീമുകളെയാണ് തദ്ദേശഭരണ സ്ഥാപനങ്ങൾ കൂടുതൽ ആകർഷകമായി പരിഗണിച്ചത്. അതുപോലെ വീട് റിപ്പയറിംഗിനും, അഭിവൃദ്ധിപ്പെടുത്താനും ഭവന നിർമ്മാണത്തിന് ഭൂമിലഭ്യമല്ലാത്തവർക്ക് പ്രസ്തുത സൗകര്യമൊരുക്കുവാനും പദ്ധതികൾ രൂപീകരിച്ചിരുന്നു. തൃശൂർ ജില്ലാപഞ്ചായത്ത് ഭവന പദ്ധതികളിൽ വളരെ ബോധപൂർവ്വം ഇടപെടുകയുണ്ടായി. അതുവഴി സ്ഥാപനപരമായ ലോണുകൾ ലഭ്യമാക്കാൻ സൗകര്യമൊരുക്കി. അതുവഴി ബാദ്ധ്യതയുടെ വലിയൊരു ഭാഗം ഗുണഭോക്താവിന്റെ പങ്കാക്കി മാറ്റാൻകഴിഞ്ഞു.

കുടിവെള്ളത്തിനായുള്ള പദ്ധതികൾ വൈവിദ്ധ്യമുള്ളവയായിരുന്നു. കേരള വാട്ടർ അതോറിറ്റിയുടെ വലിയ പൈപ്പ്‌ലൈനിനെ ആശ്രയിച്ചുകൊണ്ടുള്ള കുടിവെള്ളപദ്ധതിക്ക് ബദലായുള്ള പദ്ധതികൾക്ക് പ്രാദേശിക സർക്കാരുകൾ രൂപംകൊടുത്തു. നാട്ടിലുള്ള കുടിവെള്ള സ്രോതസ്സുകളായ കുളങ്ങൾ പുനരുജ്ജീവിപ്പിച്ചു. കിണറുകൾ കുഴിച്ചും കുഴൽക്കിണറുകൾ കുഴിച്ച് ചെറുകിട ജലവിതരണ പദ്ധതികൾ ആവിഷ്ക്കരിച്ചും കുടിവെള്ള പ്രശ്നം പരിഹരിക്കാനാണ് പ്രാദേശിക സർക്കാരുകൾ ശ്രമിച്ചത്. മിക്ക പ്രോജക്ടുകളും വലിയ തോതിലുള്ള ഗുണഭോക്തൃവിഹിതം സമാഹരിച്ചു. മാത്രവുമല്ല കുടിവെള്ള വിതരണ പദ്ധതികൾ വലിയ തോതിലുള്ള സാമൂഹിക സഹകരണത്തോടെ രൂപപ്പെടുത്തുകയും മാനേജ് ചെയ്യുകയും ചെയ്തു. ഇങ്ങനെ സ്വയം വികസിക്കുകയും സ്വയം സാമ്പത്തികം കണ്ടെത്തുകയും മാനേജ് ചെയ്യുകയും ചെയ്ത ഒളവണ്ണ പഞ്ചായത്ത് മാതൃക വലിയ തോതിൽ മറ്റു തദ്ദേശഭരണ സ്ഥാപനങ്ങൾ സ്വീകരിച്ചില്ലെങ്കിലും ഈ മാതൃക പൊതുസമൂഹം പൊതുവെ ശ്രദ്ധിക്കുകയുണ്ടായി (കുഞ്ഞിക്കണ്ണൻ 1999). കേരള വാട്ടർ അതോറിറ്റി കേന്ദ്രാവിഷ്കൃത പദ്ധതികളുടെ ഭാഗമായി പദ്ധതികൾ രൂപീകരിക്കുമ്പോൾ, പ്രാദേശിക സർക്കാരുകൾ ആവിഷ്കരിക്കുന്ന കുടിവെള്ള പദ്ധതികളിലെ മുൻഗണനകളിൽ പൊതുവായിക്കാണുന്ന അംശങ്ങൾ വളരെ കുറവാണെന്നാണ് തിരുവനന്തപുരം ജില്ലയിൽ നടന്ന ഒരു പഠനം (റസ്സി&നായർ 1999) വെളിപ്പെടുത്തുന്നത്. പുതിയ കിണറുകളും ചെറുകിട ജലവിതരണ സംരംഭങ്ങളും കൂടുതലായും നിർമ്മിക്കപ്പെട്ടത് ഔദ്യോഗികമായി പൂർണ്ണമായും കവർചെയ്തു എന്ന് പറയപ്പെട്ട ഇടങ്ങളിലാണ്.

ഔദ്യോഗികമായി കുടിവെള്ള വിതരണത്തിനായി മുൻഗണനാപട്ടികയിൽ വന്ന പലയിടങ്ങളിലും പരമ്പരാഗതമായ സ്രോതസ്സുകൾ പ്രയോജനപ്പെടുത്തി കുടിവെള്ള വിതരണം നടത്തിയതിനാൽ പുതിയ പദ്ധതികൾ ആവശ്യമില്ലാതായി മാറി. നൂതനമായ ഒരു കുടിവെള്ള പദ്ധതി മുന്നോട്ടുവച്ചത് ചെല്ലാനം ഗ്രാമപഞ്ചായത്താണ്. അവിടെ മഴവെള്ളം സംഭരിച്ച് കൃത്രിമമായുണ്ടാക്കിയ ചെറുകിട സംഭരണിയിൽ ശേഖരിച്ചുവയ്ക്കുകയും അതിനെ പ്രയോജനപ്പെടുത്തുകയും ചെയ്തു (രമാകാന്തൻ 1999).

പുനലൂർ മുനിസിപ്പാലിറ്റിയും ഇടുക്കിയിലെ ചില പഞ്ചായത്തുകളും ചെറുകിട ജലവൈദ്യുതി നിലയങ്ങൾക്കായുള്ള പ്രോജക്ടുകൾ തയ്യാറാക്കി (ബാലൻ 1999). ചില പഞ്ചായത്തുകൾ വൈദ്യുതി ഉപഭോക്താക്കളെ വിദ്യാഭ്യാസം ചെയ്യിച്ചും കൂടുതൽ ദക്ഷതയുള്ള വൈദ്യുതി ഉപകരണങ്ങളും ചോക്കുകളും സ്ഥാപിച്ചും കോംപാക്റ്റ് ഫ്ളൂറസന്റ് വിളക്കുകൾ സ്ഥാപിച്ചും വൈദ്യുതി ഉപഭോഗത്തിൽ കുറവുവരുത്തുന്ന പദ്ധതികൾ തയ്യാറാക്കി. 75% ത്തിനടുത്ത് ഊർജ്ജ പ്രോജക്ടുകളും പുതിയ സ്ഥലങ്ങളിലേക്ക് വൈദ്യുതി ലൈൻ നീട്ടാനുള്ള പ്രോജക്ടുകളായിരുന്നു. ഊർജ്ജ പ്രോജക്ടുകളിൽ പൊതുവെയുണ്ടായ അനാരോഗ്യകരമായ ഒരു പ്രവണത സോളാർ വിളക്കുകൾ, ഫ്ളൂറസന്റ് വിളക്കുകൾ, ഊർജ്ജദക്ഷത കൂടിയ പാചക ഉപകരണങ്ങൾ എന്നിവയ്ക്കായി ഉയർന്ന തോതിലുള്ള സബ്സിഡി നൽകുക എന്ന കാര്യമാണ്. ദക്ഷത കൂടിയ വിറകടുപ്പ് സ്ഥാപിക്കാനുള്ള പ്രോജക്ടുകൾ ഉണ്ടായെങ്കിലും പാരമ്പര്യേതര ഊർജ്ജ സ്രോതസ്സുകളെ ശക്തിപ്പെടുത്താനുതകുന്ന പദ്ധതികൾ വേണ്ടത്ര പരിഗണിക്കപ്പെട്ടിട്ടില്ല.

ഒട്ടേറെ നവീനങ്ങളായ, പ്രോത്സാഹിപ്പിക്കപ്പെടേണ്ട പദ്ധതികൾ ഉണ്ടായിവന്നെങ്കിലും അവയുടെ എണ്ണം താരതമ്യേന കുറവാണ്. പഴയ ഡിപ്പാർട്ട്മെന്റ് പ്രോജക്ടുകളുടെ വലയത്തിൽനിന്നും പുറത്തുകടക്കാൻ കഴിയാത്ത പ്രശ്നം പ്രകടമായിരുന്നു. ഇവ ചില മാറ്റങ്ങളോടെ അവതരിപ്പിക്കുകയായിരുന്നു പലപ്പോഴും പ്രാദേശിക പദ്ധതികളിലൂടെ ചെയ്തത്. ഇത് അഭികാമ്യമാണെങ്കിലും വളരെ വലിയ പരിവർത്തനത്തിന് മതിയാകുമായിരുന്നില്ല. ആന്തരികമായ ഏകോപനത്തിലെ പരിമിതി സംയോജിത പ്രോജക്ടുകൾ രൂപപ്പെടുത്തുന്നതിന് തടസ്സമാവുകയും ചെയ്തു. ഇക്കാര്യത്തെപ്പറ്റി തുടർന്ന് പ്രതിപാദിക്കാം.

ഉദ്ഗ്രഥനം – പരാജയം

വികേന്ദ്രീകൃതാസൂത്രണത്തിന്റെ സവിശേഷത അത് സ്വാഭാവികമായും ഡിപ്പാർട്ട്മെന്റ് ആസൂത്രണത്തെക്കാൾ ഫലപ്രദമായി വിവിധ പദ്ധതികളുടെ ഉദ്ഗ്രഥനത്തിലേക്ക് നയിക്കേണ്ടിയിരുന്നു എന്നതാണ്. എന്നാൽ 1997–98 ലെ പ്രാദേശിക സർക്കാരുകളുടെ വാർഷിക പദ്ധതി ഇക്കാര്യത്തിൽ പ്രതീക്ഷയ്ക്കൊത്ത് ഉയർന്നില്ല എന്നതാണ് വസ്തുത. ഒരു പ്രദേശത്ത് ലഭ്യമായ ജലത്തിന്റെ അളവുപരമായോ ഗുണപരമായോ ഉള്ള സാദ്ധ്യതകൾ വിലയിരുത്തിയോ ഓരോ സൂക്ഷ്മ ഇക്കോ സോണുകളുടെ സാദ്ധ്യത വിലയിരുത്തിയോ ഉദ്ഗ്രഥിക്കാനുള്ള ശ്രമം കാർഷിക പ്രോജക്ടുകളുടെ ഭാഗമായി നടത്തിയിരുന്നില്ല. മിക്ക പദ്ധതികളും ഒറ്റപ്പെട്ടതും ഭാഗികവുമായിരുന്നു. അവ ഒറ്റപ്പെട്ട വിളകളെ സംബന്ധിക്കുന്നതോ ഒരു കാർഷിക ചക്രത്തിലെ ഏതാനും ചില ഘടകങ്ങളോ ഉദാഹരണത്തിന്, രാസവളം, കീടനാശിനി തുടങ്ങിയവ മാത്രം പരിഗണിച്ചുള്ളതോ ആയിരുന്നു. ഇങ്ങനെ ഏതാനും ഘടകങ്ങൾ മാത്രം പരിഗണിച്ചു

ണ്ടാകുന്ന പ്രോജക്റ്റുകളും ഒരേ പ്രദേശത്തേക്കുവേണ്ടി ഒരേ സംഘം ആളുകൾ തയ്യാറാക്കുന്നതിനാൽ അല്പസ്വല്പം പരസ്പര ബന്ധം ഉണ്ടായതായി കണ്ടു. മണ്ണ്, ജല സംരക്ഷണ പ്രോജക്റ്റുകൾ പരാജയപ്പെടാനുള്ള പ്രധാന കാരണം അവയൊന്നും സമഗ്രമായ നീർത്തടാധിഷ്ഠിത പ്ലാനിന്റെ ഭാഗമായിരുന്നില്ല എന്നതിനാലാണ്.

1997–98 ലെ പദ്ധതിയുടെ പ്രധാനപ്പെട്ടതും ഗൗരവമായതുമായ പരിമിതി വകുപ്പുകൾ തമ്മിൽ പരസ്പരമുള്ള ഏകോപനം ഉണ്ടായില്ല എന്നതാണ്. അതോടൊപ്പം ഒരേ വകുപ്പിലെ വിവിധ തലങ്ങൾ തമ്മിലും ഏകോപനമുണ്ടായില്ല. ഇത്തരം ഏകോപനമില്ലായ്മ പദ്ധതികളുടെ ഇരട്ടിപ്പിനും പദ്ധതികൾ തമ്മിലുള്ള വിടവിനും കാരണമായി. പല പ്രാദേശിക പദ്ധതികളും പാലുൽപാദിപ്പിക്കുന്ന മൃഗങ്ങളുടെയും കോഴിയുടെയും വിതരണത്തിലാണ് ശ്രദ്ധയൂന്നിയത്. മൂന്ന് തലത്തിലുള്ള പഞ്ചായത്തുകളും വലിയ ഒരു തുക ഇതുപോലുള്ള പദ്ധതികൾക്കായി ഒരേ സമയം മാറ്റിവച്ചിരുന്നു. ഗ്രാമപഞ്ചായത്തുകൾ 9.25 ശതമാനവും ബ്ലോക്ക് പഞ്ചായത്ത് 5.98 ശതമാനവും ജില്ലാപഞ്ചായത്ത് 4.80 ശതമാനവും തുക ഇതിനായി വകയിരുത്തിയതായി കാണുന്നു. സംസ്ഥാന മൃഗസംരക്ഷണ വകുപ്പും കന്നുകാലികളുടെയും കോഴിയുടെയും വിതരണം വർഷങ്ങളായി നടത്തുന്നു. പക്ഷേ, ഒരു തലവും കന്നുകാലികളുടെ പുതിയ സന്തതികളെ ഉൽപാദിപ്പിക്കുന്നതിനോ ഗുണമേന്മ ഉറപ്പാക്കി അധിക മൃഗങ്ങളെ വിതരണത്തിനായി കണ്ടെത്താനോ പദ്ധതികൾ ആസൂത്രണം ചെയ്തു കാണുന്നില്ല. പ്രശ്നം കൂടുതൽ സങ്കീർണ്ണമാകും വിധം വിവിധ തലത്തിലെ തദ്ദേശ സ്വയം ഭരണസ്ഥാപനങ്ങൾ വ്യത്യസ്തങ്ങളായ സബ്സിഡി മാനദണ്ഡങ്ങളും വ്യവസ്ഥകളുമാണ് പാലിച്ചത്. ഒരേ സമയത്ത് സമാനമായ പദ്ധതികൾ എല്ലാത്തലങ്ങളിലുള്ള തദ്ദേശ സ്വയംഭരണ സ്ഥാപനങ്ങളും സർക്കാർ വകുപ്പും നടപ്പാക്കിയതിനാൽ വളരെ വലിയ ധാരണപ്പിശകുകൾ ഉണ്ടാകാനിടവരുത്തി. മാത്രമല്ല വിതരണത്തിനാവശ്യമായ ഗുണമേന്മയുള്ള കിടാവുകളെ കിട്ടാത്തതിനാൽ പല പഞ്ചായത്തുകളും ഗുണമേന്മ കുറഞ്ഞ കിടാവുകളെയാണ് വിതരണം ചെയ്തത്. ചില സ്ഥാപനങ്ങൾ തൊട്ടടുത്ത ഗ്രാമങ്ങളിൽനിന്നും വിതരണത്തിനായി കിട്ടുന്ന കിടാവുകളെ വാങ്ങാൻ നിർബ്ബന്ധിതമായി. അതുകൊണ്ട് തദ്ദേശ സ്വയംഭരണ സ്ഥാപനത്തിലെ മൃഗങ്ങളുടെ ആകെ എണ്ണം വർദ്ധിച്ചുമില്ല.

പച്ചക്കറിത്തോട്ടം പ്രോജക്റ്റുകളിലും ഇത്തരം ഇരട്ടിപ്പുകൾ ഉണ്ടായി. മൂന്നു തലത്തിലുള്ള പഞ്ചായത്ത് രാജ് സംവിധാനങ്ങളും പച്ചക്കറിത്തോട്ടം പദ്ധതിക്ക് വലിയ പ്രാധാന്യമാണ് നൽകിയിരുന്നത്. സംസ്ഥാന സർക്കാറിന്റെ കൃഷിവകുപ്പും പച്ചക്കറി കൃഷിവികസനത്തിനായി പ്രത്യേക പദ്ധതി നടപ്പാക്കുകയുണ്ടായി. മൃഗസംരക്ഷണ പദ്ധതികളിൽ ഉണ്ടായ അതേ പാളിച്ച ഇവിടെയും പ്രകടമായി. ഗുണമേന്മയുള്ള വിത്തുകളോ ചെടികളോ ഉറപ്പാക്കാൻ കഴിയാതെ വന്നു. വിപണന പ്രശ്നങ്ങളും കാണാതെ പോയി. വളരെ പെട്ടെന്ന് ജീർണ്ണിക്കുന്ന ഉൽപന്നങ്ങളുടെ ശേഖരണത്തിനോ സംഭരണത്തിനോ വിപണനത്തിനോ സംവിധാനമില്ലാഞ്ഞത് ഉൽപാദിപ്പിച്ച ഉൽപന്നങ്ങളുടെ വില കുത്തനെ ഇടിയാൻ

കാരണമായി. ഇതെല്ലാം ഈ പദ്ധതിയുമായി ആവേശപൂർവ്വം സഹകരിച്ചവർ അതിൽനിന്നും പിൻവലിയാൻ കാരണമായി. ഗ്രാമപഞ്ചായത്തുകളും മുനിസിപ്പാലിറ്റികളും രൂപകൽപന ചെയ്ത ഒട്ടുമിക്ക വ്യാവസായിക പ്രൊജക്ടുകളും ഗാർമെന്റ് നിർമ്മാണവും ഭക്ഷ്യസംസ്ക്കരണവുമായി ബന്ധപ്പെട്ടായിരുന്നു. ഈ സംരംഭങ്ങളെ സഹായിക്കാൻ ഇതിനു പൂരകമായി ഉണ്ടാക്കിയ ഉത്പന്നങ്ങളുടെ വിപണനവുമായി ബന്ധപ്പെട്ട പ്രോജക്ടുകൾ ബ്ലോക്ക്/ജില്ലാപഞ്ചാത്തുകൾ വികസിപ്പിച്ചുമില്ല.

എന്തുകൊണ്ടാണ് ഇത്തരം പരാജയങ്ങൾ സംഭവിച്ചത്? പഞ്ചായത്ത് രാജ്/ നഗരപാലികാ നിയമങ്ങളിലോ കാമ്പയിൻ മാർഗ്ഗരേഖകളിലോ ഓരോ തട്ടിലും വേർതിരിച്ച് ചെയ്യേണ്ട പദ്ധതികളെക്കുറിച്ച് ഒന്നുംതന്നെ പറഞ്ഞിട്ടില്ല എന്നതാണ് വസ്തുത. ജനകീയാസൂത്രണ പ്രസ്ഥാനം ഓരോ തലവും താഴെത്തലത്തിൽ തയ്യാറാക്കിയ പദ്ധതി നിർദ്ദേശങ്ങൾ പരിഗണിച്ച് അതിനു പൂരകമായ പദ്ധതികൾ ഉപരിതലത്തിൽ ഉണ്ടാകുമെന്ന് പ്രതീക്ഷിച്ചു. പക്ഷേ, ജനകീയാസൂത്രണത്തിന്റെ ഒന്നാം വർഷം വിവിധതലങ്ങളിലെ പദ്ധതികൾ സമാന്തരമായാണ് രൂപീകരിക്കപ്പെട്ടത്. ബ്ലോക്ക്, ജില്ലാപഞ്ചായത്തുകളിൽനിന്നും തിരഞ്ഞെടുക്കപ്പെട്ട ജനപ്രതിനിധികൾ വളരെ പെട്ടെന്ന് ജനങ്ങൾക്ക് അനുഭവവേദ്യമാകുകയും അംഗീകാരം ലഭിക്കുകയും ചെയ്യുന്ന ആസ്തിവികസന പദ്ധതികൾ വിഭാവനം ചെയ്ത് നടപ്പാക്കുന്നതിലാണ് താല്പര്യം കാട്ടിയത്. അതുകൊണ്ടുതന്നെ താഴെത്തട്ടിൽ ഉണ്ടാക്കിയ പദ്ധതികൾക്ക് അനുപൂരകമായ പദ്ധതി ഉപരിത്തട്ടുകളിൽ രൂപീകരിക്കാതെ പോയി. ആസ്തിവികസന പദ്ധതികൾ പൊതുവെ ലളിതമാണ്. അതേസമയം വിപണനം, സംഭരണം, നൈപുണി വികസനം മറ്റ് പിന്തുണാ സംവിധാനങ്ങൾ വികസിപ്പിക്കൽ ഇവയെല്ലാം താരതമ്യേന കഠിനവും ദീർഘകാലാടിസ്ഥാനത്തിൽ മാത്രം ഫലം ലഭിക്കുന്നതുമാണ്. ഇതോടൊപ്പം പ്രധാനപ്പെട്ട ഒരു തടസ്സമായി കണ്ടത് ജനപ്രതിനിധികളുടെ അവരവരുടെ വാർഡ് എന്ന കേവല അവബോധമാണ്. ഇത് വികസന പ്രവർത്തനത്തെ സമഗ്രമായി സമീപിക്കുന്നതിന് തടസ്സമായി. അവരവരുടെ വാർഡിലേക്ക് എത്ര പദ്ധതികൾ എന്ന നിലയിലേക്ക് വന്നതിനാൽ പദ്ധതികളുടെ ഉദ്ഗ്രഥനം നടക്കാതെ പോയി. യാന്ത്രികമായി വാർഡുതല പദ്ധതിവിഭജനം എന്നത് ബ്ലോക്ക്, ജില്ലാ പഞ്ചായത്ത് തലങ്ങളിലും പ്രകടമായി. ചില ജില്ലാ പഞ്ചായത്തുകൾ അതത് വാർഡിലെ ജനപ്രതിനിധി മുന്നോട്ടുവച്ച മണ്ണ് ജലസംരക്ഷണം, ജലസേചനം, റോഡ് നിർമ്മാണം തുടങ്ങിയ പ്രോജക്ടുകൾക്കായി തുക തുല്യമായി വീതിക്കുന്ന അവസ്ഥ വരെ ഉണ്ടായി. സമഗ്രമായ കാഴ്ചപ്പാടില്ലാതെ, പരസ്പരബന്ധമില്ലാതെ വളരെ ചെറിയ പ്രോജക്ടുകൾ ആവിഷ്ക്കരിച്ചു നടപ്പാക്കുന്നതിലേക്ക് ഇത് കൊണ്ടുചെന്നെത്തിച്ചു. വലിയ മൂലധന നിക്ഷേപം ആവശ്യമായതും അനിവാര്യമായതുമായ റോഡ് നിർമ്മാണം, ജലസേചന പദ്ധതികൾ എന്നിവ ഇത്തരം സങ്കുചിത കാഴ്ചപ്പാടുമൂലം ഏറ്റെടുക്കാൻ കഴിയാതെപോയി.

പ്രത്യേക ഘടകപദ്ധതിയും പട്ടികവർഗ്ഗ ഉപപദ്ധതിയും: വകമാറ്റത്തിന് വിരാമം

ദുർബ്ബല വിഭാഗങ്ങൾക്കായി വലിയ തോതിൽ ഫണ്ട് നീക്കിവയ്ക്കുന്നതിനോട് ഭൂരിപക്ഷം നിരീക്ഷകരും ആശങ്ക പ്രകടിപ്പിച്ചിരുന്നു. പ്രാദേശിക അധികാരഘടനയിൽ മുന്നോക്ക ജാതിവിഭാഗത്തിന് നിയന്ത്രണമുള്ള സാഹചര്യത്തിൽ ഈ പ്രത്യേക ഫണ്ട് പൊതുവിഭാഗ പ്രോജക്ടുകൾക്കായി ചെലവഴിക്കപ്പെടുമോ എന്ന് അവർ ഭയപ്പെട്ടിരുന്നു. എന്നാൽ TSP യെക്കുറിച്ചും SCP യെക്കുറിച്ചുമുള്ള പഠനങ്ങൾ ഇത്തരം ആശങ്കകളെല്ലാം അസ്ഥാനത്താണെന്ന് തെളിയിക്കുന്നവയായിരുന്നു. പട്ടികജാതി/പട്ടികവർഗ്ഗ വികസനവകുപ്പ് മന്ത്രി കെ രാധാകൃഷ്ണൻ പ്രാദേശിക സർക്കാരുകളുടെ പ്രസിഡന്റുമാർ, സെക്രട്ടറിമാർ, കീ-റിസോഴ്സ് പേഴ്സൺസ് എന്നിവരെ ഉൾപ്പെടുത്തി 1997 ഡിസംബറിൽ പ്രസ്തുത പദ്ധതികളെക്കുറിച്ച് പ്രത്യേക അവലോകനം നടത്തുകയും ഓരോ പ്രാദേശിക സർക്കാരിന്റെയും പരിമിതികളും ദൗർബല്യങ്ങളും വിലയിരുത്തുകയും ചെയ്തു. 1997-98 ലെ പദ്ധതി നടത്തിപ്പിലുണ്ടായ പോരായ്മകൾ 1998-99 ലെ പദ്ധതിയിലൂടെ പരിഹരിക്കപ്പെടാവുന്നതാണ്. SCP, TSP എന്നിവയുടെ പദ്ധതിവിഹിത നടത്തിപ്പിൽ നാമമാത്രമായ വീഴ്ചകൾ ഉണ്ടായിട്ടുണ്ടെങ്കിൽത്തന്നെ എല്ലാ പ്രാദേശിക സർക്കാരുകളും അവരുടെ സ്വന്തം ഫണ്ടിൽനിന്നും അത്തരം പോരായ്മകൾക്കുള്ള തുക നീക്കിവയ്ക്കേണ്ടതാണ്. ഇത്തരത്തിൽ പ്രാദേശിക സർക്കാരുകൾ SCP യ്ക്കായി നല്കിയ 2.63 ശതമാനം വിഹിതവും TSP യ്ക്കായി നല്കിയ 1.18 ശതമാനം വിഹിതവും, യഥാക്രമം 7.42 കോടി രൂപയും 54 ലക്ഷവുമാണ്.

ദുർബ്ബല വിഭാഗങ്ങൾക്കായുള്ള ഗുണഭോക്തൃവിഹിതം പൊതുമേഖലാ പദ്ധതികളുടേതിൽനിന്നും പ്രതീക്ഷിച്ചതിലും വളരെ കുറവായിരുന്നു. പൊതുവിഭാഗത്തിന്റെ പ്രതീക്ഷിത ഗുണഭോക്തൃവിഹിതം 22.5 ശതമാനമായിരിക്കുമ്പോൾ, SCP യ്ക്ക് അത് വെറും 13.2 ശതമാനവും TSP യ്ക്ക് 6.7 ശതമാനവുമായിരുന്നു. പൊതുവിഭാഗ പദ്ധതിയുടെ കാര്യത്തിലെന്നപോലെ സഹകരണ സംഘങ്ങളോ ബാങ്കുകളോ അവരുടെ മുഴുവൻ കഴിവും ഈ വിഭാഗങ്ങൾക്കായി ഉപയോഗപ്പെടുത്തിയതുമില്ല. TSP യ്ക്ക് ലഭിച്ച പദ്ധതിവിഹിതമാകട്ടെ SPC യുടേതിനേക്കാൾ വളരെ കൂടുതലുമായിരുന്നു. ഫലത്തിൽ അങ്ങേയറ്റം ദാരിദ്ര്യമനുഭവിക്കുന്ന ഗോത്രവിഭാഗങ്ങളിൽനിന്നും ഗുണഭോക്തൃവിഹിതം പ്രതീക്ഷിച്ചിരുന്നുമില്ല.

പ്രാദേശിക സർക്കാരുകൾ പൊതുവിഭാഗത്തിന്റെ അടിസ്ഥാന സൗകര്യ വികസന പ്രവർത്തനങ്ങൾക്കായി SCP യുടെയും TSP യുടെയും ഫണ്ടുകൾ വിനിയോഗിച്ചേക്കുമോ എന്ന നിരീക്ഷകരുടെ ആശങ്ക ദുർബ്ബല വിഭാഗങ്ങൾക്ക് ലഭിക്കേണ്ടിയിരുന്ന പലനേട്ടങ്ങൾക്കും തടസ്സമായിത്തീർന്നു. എന്നാൽ ഇത്തരം ആശങ്കകൾ അടിസ്ഥാനരഹിതമാണെന്നത് പദ്ധതി വിലയിരുത്തലിൽ ബോദ്ധ്യപ്പെടുകയുണ്ടായി. മൊത്തം

പദ്ധതിവിഹിതത്തിൽ 19.8 ശതമാനം റോഡിന്റെയും പാലത്തിന്റെയും നിർമ്മാണ പ്രവർത്തനങ്ങൾക്കായി നീക്കിവച്ചപ്പോൾ, ഗതാഗത അടിസ്ഥാന സൗകര്യങ്ങൾക്കായി SPC യ്ക്ക് വകയിരുത്തിയത് 17.8 ശതമാനം മാത്രമായിരുന്നു. TSP യുടേതാകട്ടെ 22.2 ശതമാനവും. ഇത് ഗണ്യമായും 30 ശതമാനത്തിൽ താഴെയായിരുന്നു.

പ്രത്യേക ഘടകപദ്ധതിയിൽ അധികാരക്കൈമാറ്റത്തോടുകൂടി, യഥാർത്ഥത്തിൽ പാലവും റോഡ് നിർമ്മാണവുമടങ്ങുന്ന അടിസ്ഥാന സൗകര്യ വികസനത്തിൽ കുറവാണുണ്ടായത്. എന്നാൽ ഭവനനിർമ്മാണ പദ്ധതി വിഹിതത്തിനായുള്ള ഉയർന്ന പരിഗണന SPC യ്ക്ക് മൊത്തം പദ്ധതിവിഹിതത്തിന്റെ 32.1 ശതമാനവും TSP യ്ക്ക് 30.5 ശതമാനവുമായിരുന്നെങ്കിൽ പൊതുവിഭാഗത്തിന് 6.9 ശതമാനമായിരുന്നു. എന്നാൽ അധികാരക്കൈമാറ്റത്തിന്റെ ഫലമായി ഇത്തരം ആവശ്യങ്ങൾക്കായുള്ള ഫണ്ടിന്റെ വിതരണത്തിലും പുനഃക്രമീകരണമുണ്ടായി.

ഭവന നിർമ്മാണപദ്ധതി രൂപീകരണത്തിനുമുമ്പ് പിന്നോക്ക വിഭാഗങ്ങളിൽ 40–45 ശതമാനവും പത്തോ അതിലധികമോ കുടുംബങ്ങൾ ഉൾപ്പെട്ട (ആവാസവ്യവസ്ഥ) ക്ലസ്റ്ററുകളായോ കോളനികളായോ ആയിട്ടാണ് താമസിച്ചിരുന്നതെന്ന് കണക്കാക്കപ്പെടുന്നു. ദുർബ്ബല വിഭാഗങ്ങൾക്കായുള്ള പ്രത്യേക കോളനികളുടെയോ ആവാസവ്യവസ്ഥകളുടെയോ രൂപീകരണത്തെ ജനകീയാസൂത്രണ കാമ്പയിൻ നിരുത്സാഹപ്പെടുത്തിയിരുന്നു. പക്ഷേ, നിലവിലുള്ള കോളനികളുടെ അടിസ്ഥാന സൗകര്യ വികസനം അടിയന്തരമായി ഏറ്റെടുക്കേണ്ടിയിരുന്നു. കുടിവെള്ള ലഭ്യതയ്ക്കും കക്കൂസ് നിർമ്മാണത്തിനുമായി SPC യുടെ 13.8 ശതമാനവും TSP യുടെ 9.4 ശതമാനവും വകയിരുത്തി.

SPC യുടെയും TSP യുടെയും ഉല്പാദനമേഖലയിൽ മൃഗസംരക്ഷണത്തിനും പാലുല്പാദനത്തിനുമാണ് മുൻഗണന നല്കിയിരുന്നത്. നെൽകൃഷിയേക്കാൾ പ്രാധാന്യം പച്ചക്കറി കൃഷിക്കായിരുന്നു. ജലസേചിത നെൽവയലുകളേക്കാൾ അനുയോജ്യമായത് അവർക്ക് സ്വന്തമായിട്ടുള്ള ഇത്തരം ചെറുകിട പച്ചക്കറിത്തോട്ടങ്ങളായിരുന്നു. മണ്ണ്–ജലസംരക്ഷണ–വികസന പദ്ധതികൾക്കും കൃഷിക്കുമാണ് TSP പ്രോജക്ടുകളിൽ SPC പ്രോജക്ടുകളെക്കാളും കൂടുതൽ ഊന്നൽനല്കിയത്. കഴിഞ്ഞ ദശകങ്ങളിൽ വ്യാപകമായ തോതിൽ വനഭൂമി അന്യവല്ക്കരിക്കപ്പെട്ടെങ്കിലും തെക്കൻ കേരളത്തിലെ ആദിവാസി സമൂഹങ്ങൾ കൃഷിഭൂമി കൈവശം വച്ചിരുന്നു. വൈരുദ്ധ്യമെന്താണെന്നുവച്ചാൽ, ഭൂപരിഷ്ക്കരണം നടപ്പിലാക്കിയതിനുശേഷവും പരമ്പരാഗതമായി കൃഷിപ്പണി ചെയ്തുവന്നിരുന്ന പിന്നോക്ക വിഭാഗക്കാരുടെ കൈവശം വളരെ കുറച്ചുമാത്രമേ കൃഷിഭൂമി ഉണ്ടായിരുന്നുള്ളൂ എന്നതാണ്.

പാദരക്ഷകളും യൂണിഫോമുകളും വിതരണം ചെയ്യുന്നതിനുള്ള പദ്ധതിയെന്ന് വിമർശകർ പരിഹസിച്ചുവെങ്കിലും ഭൂതകാലവുമായി താരതമ്യം ചെയ്യുമ്പോൾ ഇത്തരം അധികാരക്കൈമാറ്റം ഒരു പ്രധാന ചുവടു

വയ്പായിരുന്നുവെന്ന് അടയാളപ്പെടുത്താവുന്നതാണ്. എന്നാൽ പട്ടിക ജാതി/പട്ടികവർഗ്ഗ വിഭാഗ ജനതയുടെ തൊഴിൽപരമായ ചലനാത്മകത വർദ്ധിപ്പിക്കുന്നതിന് ആധുനിക നൈപുണ്യ വികസനത്തിനും വ്യാവസായിക തൊഴിൽ വികസനത്തിനും കൂടുതൽ പ്രാധാന്യം നല്കേണ്ടിയിരിക്കുന്നു.

വനിതാഘടകപദ്ധതി (WCP)

സ്ത്രീ പരിഗണനയ്ക്ക് നല്കിയ പ്രത്യേക ശ്രദ്ധ കാമ്പയിനിന്റെ ആദ്യവർഷത്തിൽ പ്രതീക്ഷ നല്കിയിരുന്നുവെങ്കിലും ഫലത്തിൽ പ്രതീക്ഷയ്ക്കൊത്ത് ഉയരാൻ കഴിഞ്ഞില്ല. വ്യക്തികളെ അടിസ്ഥാനമാക്കിയുള്ള ദാരിദ്ര്യനിർമ്മാർജ്ജന പരിപാടികളിലും സ്ത്രീ പരിഗണന ഒരു മാനദണ്ഡമായി ഉൾപ്പെടുത്തിയിരുന്നു. എല്ലാ പ്രാദേശിക പദ്ധതികളിലും സ്ത്രീകളുടെ ഉന്നമനത്തിനായുള്ള പരിപാടികൾ ഉൾക്കൊള്ളിച്ചിട്ടുള്ളതുമായിരുന്നു. എന്നാൽ 1997–98 വാർഷികപദ്ധതിയിൽ വകയിരുത്തിയ വിഹിതം WCP യ്ക്ക് നിർദ്ദേശിച്ചിരുന്ന 10 ശതമാനത്തേക്കാൾ കുറവായിരുന്നു എന്നത് അങ്ങേയറ്റം നിരാശജനകമായിരുന്നു.

30 കോടി രൂപ, അല്ലെങ്കിൽ മൊത്തം വിഹിതത്തിന്റെ 40 ശതമാനമാണ് WCP യ്ക്കായി നീക്കിവച്ചിട്ടുള്ളത്. ചുരുക്കം ചില പഞ്ചായത്തുകൾ അവരുടെ ഗ്രാന്റിൽനിന്നും 10 ശതമാനം ഇതിനായി നീക്കിവച്ചിരുന്നെങ്കിലും നിർദ്ദേശിച്ചിരുന്ന മിനിമം ഒരു ജില്ലയിലും മുഴുവനായി എത്തിയിരുന്നില്ല. ഗ്രാമപഞ്ചായത്ത് 4.83 ശതമാനം, ബ്ലോക്ക് പഞ്ചായത്ത് 3.99 ശതമാനം ജില്ലാ പഞ്ചായത്ത് 1.78 ശതമാനം എന്നിങ്ങനെ WPC യുടെ വിഹിതം കുറഞ്ഞുവരികയാണുണ്ടായത്. മുനിസിപ്പാലിറ്റിയുടെയും കോർപ്പറേഷന്റെയും വിഹിതം യഥാക്രമം 5.47 ശതമാനവും 4.95 ശതമാനവുമായിരുന്നു.

വനിതാ വികസനപദ്ധതികൾക്ക് ധനസഹായം നല്കുന്ന രീതി പ്രതീക്ഷിച്ച രീതിയിൽ നടത്താൻ കഴിഞ്ഞിരുന്നില്ല. സഹായത്തിനുള്ള ഗ്രാന്റ് 36.61 ശതമാനമായിരുന്നു. എന്നാൽ WCP യുടെ പദ്ധതിവിഹിതം മൊത്തത്തിൽ 43.54 ശതമാനവുമായിരുന്നു. ഇതിൽ 10 ശതമാനം മാത്രമേ ധനസഹായ സ്ഥാപനങ്ങളിൽനിന്നും പ്രതീക്ഷിച്ചിരുന്നുള്ളൂവെങ്കിലും WCP യുടെ 18.62 ശതമാനം കൂടി ഇവിടെനിന്നുതന്നെ കണ്ടെത്തേണ്ടിയിരുന്നു. ഗുണഭോക്തൃവിഹിതം WCP യുടെ വിഹിതത്തിന്റെ 32.23 ശതമാനമായിരുന്നപ്പോൾ അതിന്റെ അനുപാതം മൊത്തം പദ്ധതി വിഹിതത്തിന്റെ 20.58 ശതമാനമായിരുന്നു. അതിന്റെ കാരണം WCP യിൽ ഉല്പാദനത്തിന്റെ അനുപാതം താരതമ്യേന കൂടുതലായിരുന്നു എന്നതാണ്. ഉല്പാദന മേഖലയിലെ പദ്ധതികൾക്ക് പൊതുവെ ഉയർന്ന വായ്പാസൗകര്യവും ഗുണഭോക്തൃവിഹിതവുമാണ് ലഭിക്കുക. മിക്ക സ്ത്രീകളുടെയും സംരംഭകത്വ പശ്ചാത്തലം വളരെ പരിതാപകരമായിരുന്നു. അതുകൊണ്ടുതന്നെ അവർക്ക് പല ബുദ്ധിമുട്ടുകളും അഭിമുഖീകരിക്കേണ്ടതായും വന്നു. മാത്ര

മല്ല മിക്ക പദ്ധതികളുടെയും സംരഭകത്വ കൂട്ടായ്മ ദരിദ്ര വിഭാഗങ്ങളിൽ നിന്നുള്ള സ്ത്രീകളുടേതായിരുന്നതിനാൽ വിജയസാദ്ധ്യതയും കുറവായിരുന്നു.

WCP യുടെ ഏത് തലമാണ് വനിതാ വികസനപദ്ധതി എന്ന് ആത്മാർത്ഥമായി വിശേഷിപ്പിക്കാൻ കഴിയുക? സഹായധനത്തിന്റെ 1.68 ശതമാനം വിഹിതം ലഭിച്ച റോഡുകളുടെയും പാലങ്ങളുടെയും 70 പ്രോജക്ടുകൾ എങ്ങനെ ആലോചിച്ചിട്ടും WCP ആണെന്ന് പറയാൻ കഴിയില്ല. അതുപോലെതന്നെയാണ് 1.31 ശതമാനം സഹായധനം ലഭിച്ച ശുചിത്വ മേഖലയിലെ 47 പ്രോജക്ടുകൾ, 1.31 ശതമാനം ലഭിച്ച കുടിവെള്ള മേഖലയിലെ 47 പ്രോജക്ടുകൾ, 0.60 ശതമാനം ലഭിച്ച ചെറുകിട ജലസേചനത്തിന്റെ 26 പ്രോജക്ടുകൾ, 0.87 ശതമാനം ലഭിച്ച വൈദ്യുതി വിതരണരംഗത്തെ 22 പ്രോജക്ടുകൾ എന്നിവ. പൊതു ചന്തകളിൽ സ്ത്രീകൾക്കായി ശൗച്യാലയങ്ങൾ, സ്ത്രീ സംരംഭങ്ങളിൽ വൈദ്യുതി അല്ലെങ്കിൽ ജലമെത്തിക്കുക എന്നിങ്ങനെയുള്ള പ്രോജക്ടുകൾ WCP യിൽ ഉൾപ്പെടുത്തിയാൽ അതിനെ ന്യായീകരിക്കാനാകും.

പൊതുഭവന നിർമ്മാണപദ്ധതി എന്നത് WCP യിൽ ഉൾപ്പെടുത്തിയിരുന്നില്ല. എന്നാൽ സ്ത്രീകൾ കുടുംബനാഥയായിട്ടുള്ളവർക്ക് വീടുകൾ നിർമ്മിച്ചു നല്കാൻ അനുമതി ഉണ്ടായിരുന്നു. പക്ഷേ, പല പ്രാദേശിക സർക്കാരുകളും ഇതിനെ വിധവകൾക്ക് മാത്രമായിട്ടുള്ള ആനുകൂല്യമായിട്ടാണ് വ്യാഖ്യാനിച്ചത്. പോഷകാഹാരത്തിന്റെയും മറ്റും പരിപാടികളുടെ ആവർത്തനച്ചെലവുകൾ പദ്ധതിയിൽ ഉൾപ്പെടുത്തുന്നത് അനുവദനീയമായിരുന്നില്ല. എന്നാൽ അങ്കണവാടികളുടെ നിർമ്മാണം WCP യിൽ ഉൾപ്പെടുത്തി പ്രോത്സാഹിപ്പിച്ചിരുന്നു. അങ്കണവാടികൾ സ്ത്രീകൾക്ക് സംഘടിക്കാനുള്ള സമീപസ്ഥ കേന്ദ്രങ്ങളായി വികസിപ്പിക്കുക എന്നതായിരുന്നു ലക്ഷ്യം. എന്നാൽ ചുരുക്കം ചില പഞ്ചായത്തുകൾ മാത്രമേ ഈ ആശയത്തിന് പ്രോത്സാഹനം നല്കിയിരുന്നുള്ളു.

ഉല്പാദനമേഖലയിൽ മൃഗസംരക്ഷണത്തിനും പാലുല്പാദത്തിനുമായി WCP ഉയർന്ന പരിഗണന നല്കി. അതിനായി, 1,117 പ്രോജക്ടുകളും സഹായധനത്തിന്റെ 27.81 ശതമാനവും നീക്കിവച്ചു. ബഹുഭൂരിപക്ഷം പ്രോജക്ടുകളുടെയും ആസ്തികൾ സൃഷ്ടിക്കാൻ മാത്രമുള്ളതായിരുന്നു. പക്ഷേ, ഈ ആസ്തികളുടെ തുടർന്നുള്ള നിയന്ത്രണത്തിനും സ്ത്രീകളുടെ വരുമാനം വർദ്ധിപ്പിക്കുന്നതിനുമുള്ള ബോധപൂർവ്വമായ ശ്രമമൊന്നും പിന്നീടുണ്ടായില്ല. പച്ചക്കറികൃഷി അടുക്കളയ്ക്ക് സമീപംതന്നെ ആയതിനാൽ WCP യിൽ പച്ചക്കറികൃഷി പ്രോജക്ടുകൾ ഉൾപ്പെടുത്തുന്നതിന് ന്യായീകരണമുണ്ടായിരുന്നു.

വ്യവസായ മേഖലകളിലെ പദ്ധതിവിഹിതം സ്ത്രീകളിൽനിന്നും നേരിട്ടുള്ളതും സഹകരണ സംഘങ്ങളിൽ നിന്നും സ്വയംസഹായ സംഘങ്ങളിൽനിന്നും ഉള്ളവയുമായിരുന്നു. അവിടെ വനിതാ സഹകരണസംഘങ്ങൾക്കായി 840 പദ്ധതികളും സഹായധനത്തിന്റെ 18.1 ശതമാനവും

നീക്കിവച്ചിരുന്നു. എന്നിരുന്നാലും വ്യവസായ മേഖലയിൽ വനിതകൾക്കായുള്ള പദ്ധതികളായ അച്ചാർ നിർമ്മാണം, വസ്ത്രനിർമ്മാണം എന്നിങ്ങനെയുള്ള യൂണിറ്റുകൾ വിജയകരമായിരുന്നു. പുരുഷമേധാവിത്വമുള്ള വ്യവസായ മേഖലയിൽ ഇത്തരം ലിംഗാധിഷ്ഠിത തൊഴിൽ വിഭജന പദ്ധതികൾ ഒരു വെല്ലുവിളിയായിരുന്നുമില്ല. പുതിയ മേഖലകളിലെ തൊഴിൽപരമായ ചലനാത്മകതയ്ക്കായി സ്ത്രീകളുടെ കഴിവുകൾ മെച്ചപ്പെടുത്തുന്ന പദ്ധതികൾ കൂടിയായിരുന്നു ഇവയെല്ലാം.

WCP ദുർബ്ബലപ്പെടാനുള്ള കാരണം

കണക്കുകൾ കാണിക്കുന്നത്, തിരഞ്ഞെടുക്കപ്പെട്ട വനിതാ പ്രതിനിധികളിൽ 11.8 ശതമാനം മാത്രമാണ് വനിതാ വികസനപദ്ധതികളുടെ പോരായ്മകളെ ചൂണ്ടിക്കാണിച്ചിട്ടുള്ളത് എന്നാണ്. തിരഞ്ഞെടുക്കപ്പെട്ട കൗൺസിലുകളുടെ താല്പര്യമില്ലായ്മയാണ് പദ്ധതികളുടെ വിജയത്തിന് പ്രധാന തടസ്സമായിരുന്നത് എന്നാണ് അവരുടെ നിഗമനം. എന്നാൽ തങ്ങളുടെ കൗൺസിലുകളിൽ WCP യുമായി ബന്ധപ്പെട്ട് യാതൊരു തർക്കവും ഇല്ലായിരുന്നുവെന്നാണ് 16 ശതമാനം പേർ അഭിപ്രായപ്പെട്ടത്. ഇത്തരം വിവാദങ്ങൾ ഉയർന്നിട്ടുണ്ടെങ്കിൽ, തിരഞ്ഞെടുക്കപ്പെട്ട പുരുഷ പ്രതിനിധികളാണ് WCP യ്ക്ക് കൂടുതൽ വിഹിതം നല്കുന്നതിൽ തടസ്സമായി നിന്നതെന്നാണ് 62 ശതമാനം പേരുടെ അഭിപ്രായം. WCP യെ സംബന്ധിച്ച വ്യക്തതയില്ലായ്മയാണ് ഇത്തരം ഉത്തരവാദിത്വമില്ലായ്മയുടെ ഏറ്റവും പ്രധാനപ്പെട്ട ഘടകമായി ഏകദേശം 37 ശതമാനംപേരും കണക്കാക്കിയിരുന്നത്. ആസൂത്രണ പ്രക്രിയയിൽ സ്ത്രീകൾക്കും തുല്യപങ്കാളിത്തമെന്നത് പരമപ്രധാനമായ ഒന്നാണ്. തിരഞ്ഞെടുക്കപ്പെട്ട ജനപ്രതിനിധികളിൽ 42.6 ശതമാനവും, പദ്ധതി തയ്യാറാക്കുന്ന ഘട്ടത്തിൽ സ്ത്രീകളുടെ പങ്കാളിത്തത്തെ പരിഗണിക്കാതിരുന്നതാണ് WCP യുടെ ഏറ്റവും പ്രധാനപ്പെട്ട ദൗർബല്യമായി കണക്കാക്കുന്നത്.

പുതുതായി തിരഞ്ഞെടുക്കപ്പെട്ട വനിതാ ജനപ്രതിനിധികൾക്ക് നിരവധി പരിമിതികളെ അഭിമുഖീകരിക്കേണ്ടതായി വന്നു. മിക്കവരും ചെറുപ്പക്കാരായിരുന്നു. മെട്രിക്കുലേഷനോ അല്ലെങ്കിൽ അതിൽ താഴെ മാത്രം വിദ്യാഭ്യാസമോ ഉള്ളവർ. സാമ്പത്തികമായി വളരെ പിന്നോക്കം നില്ക്കുന്നവരോ അല്ലെങ്കിൽ ഇടത്തരം സാമ്പത്തിക പശ്ചാത്തലമോ ആയിട്ടുള്ള ഇവർക്ക് തിരഞ്ഞെടുക്കപ്പെട്ട മേഖലയിലെ സംവിധാനങ്ങളെക്കുറിച്ചുള്ള അറിവ് പരിമിതമായിരുന്നു. ഇവരിൽ 40 ശതമാനം പേർക്കും പൊതുപ്രവർത്തനവുമായി യാതൊരു മുൻപരിചയവും ഉണ്ടായിരുന്നില്ല. ഒട്ടും സൗഹാർദ്ദപരമല്ലാത്ത സാമൂഹിക അന്തരീക്ഷത്തിൽ പ്രവർത്തിക്കേണ്ടിവന്ന ഇവർക്ക് പലപ്പോഴും അപവാദങ്ങളും ഗോസിപ്പുകളും അഭിമുഖീകരിക്കേണ്ടതായും വന്നിട്ടുണ്ട്. കുടുംബത്തിന്റെ ചുമതലകൾക്കൊപ്പം ഒരു ജനപ്രതിനിധിയുടെ ഉത്തരവാദിത്വംകൂടി വഹിക്കുക എന്നത് ഇവരെ സംബന്ധിച്ചിടത്തോളം ഏറെ ബുദ്ധിമുട്ടുള്ള ഒന്നായിരുന്നു. ഇത്തരം പരി

മിതികൾക്കുള്ളിൽ നിന്നുകൊണ്ട് സ്ത്രീകളുടെ പങ്കാളിത്തവും പ്രചാരണത്തിന്റെ നേതൃത്വവും പ്രതീക്ഷിച്ചത്ര ഉയർത്താൻ സാദ്ധ്യമാവില്ല എന്ന് മനസ്സിലാക്കാവുന്നതേയുള്ളൂ.

ആദ്യഘട്ടത്തിൽ, സ്ത്രീകളുടെ മതിയായ പങ്കാളിത്തം ഉണ്ടാക്കിയെടുക്കുന്നതിൽ ജനകീയാസൂത്രണ കാമ്പയിൻ പരാജയപ്പെടുകയാണുണ്ടായത്. ട്രാൻസെക്ട് നടത്തം, ദ്വിതീയ വിവരശേഖരണം എന്നിങ്ങനെയുള്ളവയിൽ മറ്റു പലതിനുമുള്ളതുപോലെതന്നെ സ്ത്രീ പങ്കാളിത്തം വളരെ കുറവായിരുന്നു. പഞ്ചായത്ത്/മുനിസിപ്പാലിറ്റി റിപ്പോർട്ടുകൾ തയ്യാറാക്കുന്നതിലുള്ള സ്ത്രീകളുടെ ഇടപെടൽ പ്രധാനമായും സ്ത്രീകളെയും വികസനത്തെയുംകുറിച്ചുള്ള അദ്ധ്യായം എഴുതി തയ്യാറാക്കുന്നതിൽ മാത്രമൊതുങ്ങി. തിരഞ്ഞെടുക്കപ്പെട്ട ജനപ്രതിനിധികളിൽ 30 ശതമാനം പേരും സ്ത്രീകൾ ഒരു ടീമായി വനിതാ വികസനത്തെക്കുറിച്ച് അദ്ധ്യായം തയ്യാറാക്കിയിരുന്നു എന്നാണ് പ്രസ്താവിച്ചു കണ്ടത്. മറ്റൊരു 24 ശതമാനം, സ്ത്രീകൾ പുരുഷ എതിരാളികളുടെ സഹായത്തോടെയാണ് അദ്ധ്യായം എഴുതിത്തയ്യാറാക്കിയിട്ടുള്ളതെന്ന് റിപ്പോർട്ട് ചെയ്തു. എന്നാൽ 18 ശതമാനമാകട്ടെ, സ്ത്രീകളെയും വികസനത്തെയുംകുറിച്ചുള്ള അദ്ധ്യായം എഴുതി തയ്യാറാക്കിയതിൽ സ്ത്രീകൾക്ക് ഒരു പങ്കാളിത്തവും ഉണ്ടായിരുന്നില്ല എന്നാണ് അഭിപ്രായപ്പെട്ടത്. കൃത്യനിർവ്വഹണഘട്ടത്തിൽ സ്ത്രീപങ്കാളിത്തം കുത്തനെ കുറഞ്ഞു എന്നാണ് ജനപ്രതിനിധികളിൽ ഏതാണ്ട് 45 ശതമാനവും അഭിപ്രായപ്പെട്ടു കണ്ടത്.

സ്ത്രീകളെക്കുറിച്ചും അവരുടെ വികസനത്തെക്കുറിച്ചും സംസ്ഥാന – ജില്ലാതലങ്ങളിൽ പഠനക്ലാസുകൾ സംഘടിപ്പിച്ചിരുന്നു. കേരളത്തിന്റെ വികസന പ്രക്രിയയിൽ സ്ത്രീകൾ എങ്ങനെ അവഗണിക്കപ്പെട്ടു എന്നതിന് ഈ ക്ലാസുകളിൽ ഊന്നൽ നല്കി. അതോടൊപ്പം തന്നെ സ്ത്രീകളോടുള്ള വിവേചനവും അവർക്കെതിരെയുള്ള അക്രമം, പ്രാദേശികപദ്ധതികളിൽ സ്ത്രീപരിഗണന എന്നിവയും ഈ ക്ലാസുകളിൽ ചർച്ചാ വിഷയമായിരുന്നു. പക്ഷേ, വനിതകൾക്ക് മാത്രമായുള്ള പ്രോജക്ടുകൾ എങ്ങനെ തയ്യാറാക്കണമെന്നതിനെക്കുറിച്ച് കൃത്യമായ വിവരണം നല്കാൻ ഇത്തരം ക്ലാസുകൾക്ക് കഴിഞ്ഞിരുന്നില്ല.

തിരഞ്ഞെടുക്കപ്പെട്ട വനിതാ ജനപ്രതിനിധികൾ പ്രോജക്ടുകളുടെ പരിമിതികളെക്കുറിച്ച് ബോധപൂർവ്വമായ വിശകലനം നടത്തി. സ്ത്രീ ശാക്തീകരണത്തിലൂടെ വനിതാ ജനപ്രതിനിധികളുടെ ചുമതല മെച്ചപ്പെടുത്തുന്നതിനും അതിലൂടെ വരുംവർഷങ്ങളിൽ കൂടുതൽ ഗുണമേന്മയുള്ള WCP പ്രോജക്ടുകൾ തയ്യാറാക്കുന്നതിനുള്ള നീക്കമാണ് കാമ്പയിൻ കെട്ടഴിച്ചുവിട്ടത്. യഥാർത്ഥത്തിൽ, ജെന്റർ ബഡ്ജറ്റിംഗും സ്ത്രീ അയൽക്കൂട്ട ഗ്രൂപ്പുകളുടെ വളർച്ചയുമാണ് കുടുംബശ്രീയിലേക്കും നയിച്ചത്. ഇതായിരുന്നു ഭാവിയിലെ ജനാധിപത്യ വികേന്ദ്രീകരണത്തിലെ മർമ്മ പ്രധാനമായ നേട്ടമായി വിലയിരുത്തപ്പെട്ടത്.

അദ്ധ്യായം 12

ജനകീയാസൂത്രണത്തിൽ നിന്ന് പദ്ധതി നിർവ്വഹണത്തിലേക്ക്

ആസൂത്രണം അതിൽത്തന്നെ അവസാനിക്കുന്നില്ല. അത് വിജയിക്കണമെങ്കിൽ വിജയകരമായ നിർവ്വഹണവും വേണം. ജനകീയാസൂത്രണ പ്രസ്ഥാനത്തിൽ ആദ്യം ശ്രമിച്ചത് വിഭവങ്ങളുടെയും അധികാരങ്ങളുടെയും താഴോട്ടുള്ള കൈമാറ്റമാണ്, തുടർന്ന് നിർവ്വഹണത്തിൽ ഉണ്ടാകുന്ന പ്രതിബന്ധങ്ങൾ അവ ഉയർന്നുവരുന്ന മുറയ്ക്ക് പരിഹരിക്കാനാണ് ശ്രമിച്ചത്. ആവശ്യത്തിനു ജീവനക്കാരില്ലാത്ത പഞ്ചായത്ത് സംവിധാനത്തിലെ വലിയ സാങ്കേതിക പ്രശ്നങ്ങൾ പ്രസ്ഥാനത്തിന്റെ ശക്തികൊണ്ട് മാത്രം മറികടക്കാനാകുമോ? തദ്ദേശഭരണ സ്ഥാപനങ്ങളുടെ മുകളിൽ വിരാജിച്ചിരുന്ന ശക്തമായ നിക്ഷിപ്ത താല്പര്യങ്ങളെ ഇല്ലായ്മ ചെയ്യാൻ അതിനാകുമോ? പല പരിപാടികളും ഇടയ്ക്കുവച്ച് തടസ്സപ്പെടുത്തുന്ന സങ്കീർണ്ണമായ ധനകാര്യ അക്കൗണ്ടിംഗ് നടപടിക്രമങ്ങളുടെ ദുർഘട മാർഗ്ഗത്തിലൂടെ അതിനു വഴി കണ്ടെത്താനാകുമോ? നിർവ്വഹണ പ്രക്രിയയിൽ ഇടപെട്ടുകൊണ്ടിരുന്ന സംസ്ഥാന ദേശീയ രാഷ്ട്രീയത്തിന്റെ ഗതിവിഗതികൾ ഭേദിച്ച് അതിനു മുന്നേറാനാകുമോ? സംസ്ഥാന ട്രഷറിയിൽനിന്നും ആവശ്യമായ ഫണ്ട് യഥാസമയം ലഭ്യമാകുമോ?

ധനകാര്യ നടപടിക്രമങ്ങൾ

1997–98 ലെ പദ്ധതി ഗ്രാൻഡ് വിഹിതത്തിന്റെ അഭൂതപൂർവ്വമായ വലുപ്പം ഒരു പുതിയ ധനകാര്യ സംവിധാനം ആവശ്യമാക്കിത്തീർത്തു. മൂന്നു ചോദ്യങ്ങൾ മുഖ്യമായിരുന്നു. ഒന്നാമത്, സംസ്ഥാന ട്രഷറിയുടെ പ്രവർത്തനത്തിനു ഭംഗംവരാതെ എങ്ങനെ വലിയ തോതിൽ ഫണ്ട് താഴെത്തട്ടിലേക്ക് കൈമാറ്റംചെയ്യാൻ കഴിയും? ഇന്ത്യയിലെ ഭൂരിഭാഗം

സംസ്ഥാന സർക്കാരുകളെപ്പോലെ കേരളവും വർദ്ധിക്കുന്ന കടവും പെരുകുന്ന റവന്യൂ കമ്മിയും ശുഷ്കമായ പണ ലഭ്യതയും നേരിടുകയായിരുന്നു. പ്രാദേശിക സർക്കാരുകൾക്കായുള്ള മുഴുവൻ ധനസഹായവും ഒറ്റ ഗഡുവായി നൽകാൻ കഴിയുമായിരുന്നില്ല. പ്രാദേശിക സർക്കാരുകൾ ചെലവുകൾ ചെയ്യുന്ന മുറയ്ക്ക് ധനസഹായം നാല് പാദങ്ങളിലെ ഗഡുക്കളായി വിതരണം ചെയ്യാമെന്ന് തീരുമാനിക്കപ്പെട്ടു. ചെലവഴിക്കാത്ത ബാക്കി പണം ട്രഷറിയിൽത്തന്നെ കിടക്കും.

രണ്ടാമത്, തദ്ദേശഭരണസ്ഥാപനങ്ങൾക്ക് നൽകപ്പെടുന്ന വൻതോതിലുള്ള പണം ചെലവഴിക്കപ്പെടുന്നത് അംഗീകൃത സർക്കാർ ചെലവു ചട്ടങ്ങളും നിബന്ധനകളും പാലിച്ചുകൊണ്ടായിരിക്കുമെന്ന് എങ്ങനെ ഉറപ്പാക്കും? സാമ്പത്തിക വർഷത്തിന്റെ അവസാനം ബാക്കിവരുന്ന ഫണ്ട് മുഴുവനും ഉദ്യോഗസ്ഥരുടെ താൽക്കാലിക വ്യക്തിഗത അക്കൗണ്ടുകളിൽ നിക്ഷേപിക്കുക എന്നതായിരുന്നു അതുവരെയുണ്ടായിരുന്ന രീതി. ഇത്തരം താൽക്കാലിക അക്കൗണ്ടുകളിൽ ധനം കൂട്ടിവയ്ക്കുന്നത് പല ക്രമക്കേടുകൾക്കും കൃത്യമായ നിരീക്ഷണത്തിന്റെ അഭാവത്തിനും വഴിതെളിച്ചു.

മൂന്നാമത്, എങ്ങനെയാണ് പ്രാദേശിക പഞ്ചായത്ത് ഓഫീസിനെ പദ്ധതി ധനസഹായം ചെലവഴിക്കുന്നതിനും കണക്കു സൂക്ഷിക്കുന്നതിനും പ്രാപ്തിയുള്ളതാക്കുക? ഭൂരിഭാഗം പഞ്ചായത്ത് സെക്രട്ടറിമാർക്കും വികസന ഭരണനിർവഹണത്തിൽ ഒട്ടും പരിചയമുണ്ടായിരുന്നില്ല. അവരുടെ ഏക സഹായി ഒരു ക്ലാർക്കായിരുന്നു. ശരിയായ നടപടിക്രമങ്ങൾ പാലിക്കുന്ന തരത്തിലുള്ള ഒരു സംവിധാനം എങ്ങനെ വികസിപ്പിക്കാം? എങ്ങനെ പുതിയ സംവിധാനം സുതാര്യമാക്കാം? എന്തായിരിക്കണം പരിശോധനകളും തിരുത്തലുകളും? എങ്ങനെ അഴിമതി തടയാം?

ഫലപ്രദമായ നടപടിക്രമങ്ങൾ വേഗത്തിൽ ഉണ്ടാക്കേണ്ടത് ആവശ്യമായിരുന്നു. തെരഞ്ഞെടുത്ത സംസ്ഥാനതല സർക്കാർ ഉദ്യോഗസ്ഥരെ തദ്ദേശഭരണസ്ഥാപനങ്ങൾക്ക് ധനസഹായ വിതരണത്തിനു ചുമതല നൽകിക്കൊണ്ട് ഉത്തരവിറക്കി, ജില്ലാ ആസൂത്രണ സമിതി (DPC) പ്രാദേശിക പദ്ധതിക്ക് അംഗീകാരം നൽകിക്കഴിഞ്ഞാൽ ആദ്യപാദത്തിലെ ധനസഹായം വിതരണംചെയ്യും. രണ്ടാം ഗഡു തദ്ദേശഭരണ സ്ഥാപനം ധനവിനിയോഗ സാക്ഷിപത്രം സഹിതം അപേക്ഷിക്കുമ്പോൾ തടസ്സമില്ലാതെ നൽകും. മൂന്നാം ഗഡു നൽകുക ആദ്യ രണ്ടു ഗഡുക്കളിലും ലഭിച്ച ധനസഹായത്തിന്റെ മുപ്പതു ശതമാനമോ അധികമോ ചെലവഴിച്ചതിന്റെ സാക്ഷ്യപത്രം സമർപ്പിക്കുമ്പോഴായിരിക്കും. നാലാം ഗഡു നൽകുന്നതിന്റെ നിബന്ധന അതുവരെ ലഭിച്ച ധനസഹായത്തിന്റെ അറുപതുശതമാനമെങ്കിലും യഥാർത്ഥത്തിൽ ഏതെങ്കിലും പ്രാദേശിക സർക്കാർ ചെലവഴിച്ചിരിക്കണം എന്നതായിരുന്നു. ധനകാര്യ വർഷത്തിന്റെ അവസാനം തങ്ങൾക്ക് ലഭിച്ച മൊത്തം ധനസഹായത്തിന്റെ 90 ശതമാനം ചെലവഴിച്ചില്ലെങ്കിൽ കുറവു വന്ന തുക അടുത്ത വർഷത്തെ ആദ്യ പാദ ഗഡുവിൽനിന്നും കുറയ്ക്കുന്നതായിരിക്കും.

തദ്ദേശ ഭരണസ്ഥാപനത്തിന്റെ സെക്രട്ടറി, സംസ്ഥാന ട്രഷറിയിലുള്ള ഗ്രാമപ്പഞ്ചായത്ത് ഫണ്ട് അക്കൗണ്ടിലേക്കോ മുനിസിപ്പൽ ഫണ്ട് അക്കൗണ്ടിലേക്കോ പണം മാറ്റുന്നതിനായി ട്രഷറിയിൽ ഒരു ഗ്രാൻഡ് ഇൻ എയിഡ് ബില്ല് സമർപ്പിക്കേണ്ടതുണ്ട്. പദ്ധതി ധനസഹായം പൊതു വ്യക്തിഗത നിക്ഷേപ അക്കൗണ്ടിലാണ് (PD) നിക്ഷേപിക്കേണ്ടത്.

പഞ്ചായത്തിന്റെ പി ഡി അക്കൗണ്ടിൽ പണം ലഭിച്ചതിനുശേഷം തെരഞ്ഞെടുക്കപ്പെട്ട പഞ്ചായത്ത് സമിതി/മുനിസിപ്പൽ കൗൺസിൽ യോഗംചേർന്ന് ഏതൊക്കെ പ്രോജക്ടുകൾക്കാണ് ഫണ്ട് വിനിയോഗിക്കേണ്ടത് എന്ന് തീരുമാനിക്കണം. ഓരോ പ്രോജക്ടിനും ഒരു നിർവ്വഹണ ഉദ്യോഗസ്ഥ(ൻ) ഉണ്ടായിരിക്കണം. ഇദ്ദേഹത്തിന് ട്രഷറിയിൽ ഒരു പ്ലാൻ പിഡി അക്കൗണ്ട് തുടങ്ങാൻ അനുവാദമുണ്ടായിരിക്കും. തദ്ദേശ ഭരണസ്ഥാപന സെക്രട്ടറി, പ്രോജക്ടിനുള്ള ധനസഹായം ഈ അക്കൗണ്ടിലേക്ക് ഒരു അലോട്ട്മെന്റ് ലെറ്റർവഴി കൈമാറ്റം ചെയ്യണം. നിർവ്വഹണ ഉദ്യോഗസ്ഥ(ൻ) പ്രോജക്ട് മാർഗ്ഗരേഖ അനുസരിച്ച് പ്രോജക്ടിന്റെ നിർവ്വഹണം നടത്തുന്നതിന് ചുമതലയുള്ള ആളായിരിക്കും. ഇതിനായി അയാൾക്ക് (അവർക്ക്) തദ്ദേശഭരണ മേധാവിയുടെ അനുമതിയോടെ അക്കൗണ്ടിൽനിന്നും പണം പിൻവലിക്കാവുന്നതാണ്. കണക്കുകൾ സൂക്ഷിക്കുന്നതിനും നിർദ്ദിഷ്ട നടപടിക്രമങ്ങൾ കൃത്യമായി പാലിക്കപ്പെടുന്നു എന്ന് ഉറപ്പുവരുത്തുന്നതിനും നിർവ്വഹണ ഉദ്യോഗസ്ഥ(ന്) യ്ക്ക് ഉത്തരവാദിത്വം ഉണ്ടായിരിക്കും. ഗ്രാമപ്പഞ്ചായത്തുകളിൽ സെക്രട്ടറിക്ക് പുറമെ കൃഷി ഓഫീസർ, വെറ്ററിനറി സർജൻ, ഡയറി എക്സ്റ്റൻഷൻ ഓഫീസർ, മെഡിക്കൽ ഓഫീസർമാർ (പ്രാഥമിക ആരോഗ്യ കേന്ദ്രത്തിലെയും ആയുർവേദ, ഹോമിയോപ്പതി ഡിസ്പെൻസറികളിലെയും), പ്രൈമറി സ്കൂൾ ഹെഡ് മാസ്റ്റർമാർ, ഫിഷറീസ് സബ് ഇൻസ്പെക്ടർമാർ, വില്ലേജ് എക്സ്റ്റൻഷൻ ഓഫീസർമാർ, പൊതുമരാമത്ത് വകുപ്പ് ഓവർസിയർമാർ തുടങ്ങിയവരും നിർവ്വഹണ ഉദ്യോഗസ്ഥരായിരുന്നു.

നിർവ്വഹണ ഉദ്യോഗസ്ഥർക്ക് പ്രോജക്ട് നിർവ്വഹണത്തിന് നേരിട്ട് പണം ചെലവഴിക്കുന്നതിനോ അല്ലെങ്കിൽ അർദ്ധസർക്കാർ സ്ഥാപനങ്ങളായ കേരള വാട്ടർ അതോറിറ്റി, കേരള സ്റ്റേറ്റ് ഇലക്ട്രിസിറ്റി ബോർഡ് അഥവാ ഗുണഭോക്തൃ കമ്മിറ്റികൾ അല്ലെങ്കിൽ സ്വകാര്യ കരാറുകാർ തുടങ്ങിയവർ വഴി പണം ചെലവഴിക്കുന്നതിനോ അനുവാദം ഉണ്ടായിരുന്നു. ഏതെങ്കിലും അംഗീകൃത ഏജൻസിക്ക് പണം കൈമാറുന്നതിന് മുൻപ് നിർവ്വഹണ ഉദ്യോഗസ്ഥനും ബന്ധപ്പെട്ട സ്ഥാപനവും തമ്മിൽ കൃത്യമായ നിബന്ധനകളോടെ ഒരു കരാർ എഴുതിയുണ്ടാക്കി ഒപ്പുവയ്ക്കേണ്ടതുണ്ട്.

ബാലാരിഷ്ടതകൾ

പുതിയ ധനകാര്യ നടപടി ക്രമങ്ങളെ സംബന്ധിച്ച് വലിയ ആശയക്കുഴപ്പവും വിവാദങ്ങളും ഉടലെടുത്തു. സർക്കാർ ഒരു കൈകൊണ്ട്

കൊടുക്കുന്നത് മറുകൈകൊണ്ട് തിരിച്ചെടുക്കുന്നു എന്നായിരുന്നു ഒരു നിരീക്ഷണം. വിപുലമായ ആസൂത്രണ പ്രവർത്തനങ്ങൾക്ക് ശേഷം ഫണ്ട് വീണ്ടും വകുപ്പുതല ഉദ്യോഗസ്ഥരുടെ കൈകളിലേക്ക് തിരിച്ചു കൊടുക്കുന്നു എന്നായിരുന്നു ആക്ഷേപം. പുതിയ സംവിധാനത്തിന്റെ പ്രവർത്തനം പൂർണ്ണമായും മനസ്സിലാക്കുന്നതിനു മുൻപുതന്നെ പല ജനപ്രതിനിധികളും അവരുടെ അന്തസ്സിനെ ഹനിക്കുന്നതും അവകാശങ്ങളെ കവർന്നെടുക്കുന്നതുമാണെന്ന വാദത്തോടെ അതിനെ അപലപിച്ചു. എന്നാൽ കുറച്ചു കഴിഞ്ഞപ്പോൾ ജനപ്രതിനിധികൾ തന്നെയാണ് പ്രോജക്ടുകൾ തെരഞ്ഞെടുക്കുന്നതെന്നും അവയുടെ നിർവ്വഹണം എങ്ങനെ നടത്തണമെന്ന് തീരുമാനിക്കുന്നതെന്നും മനസ്സിലായപ്പോൾ ഈ എതിർപ്പുകളുടെ ശക്തികുറഞ്ഞു. വകുപ്പുതല ഉദ്യോഗസ്ഥർ ഇപ്പോൾ ഈ തീരുമാനങ്ങൾ നടപ്പിലാക്കുക മാത്രമാണ് ചെയ്യുന്നത്. ഉദ്യോഗസ്ഥർക്ക് പ്രോജക്റ്റ് അക്കൗണ്ടുകളിൽ നിന്ന് പിൻവലിക്കുന്ന ഓരോ രൂപയ്ക്കും തിരഞ്ഞെടുക്കപ്പെട്ട ഭരണസമിതിയുടെ അനുമതി നേടുകയും പിൻവലിച്ച പണത്തിന്റെ കണക്കുകൾ ജനപ്രതിനിധികളെ ബോദ്ധ്യപ്പെടുത്തുകയും വേണമായിരുന്നു.

ഈ നിർവ്വഹണ പ്രക്രിയ പണം വക മാറ്റപ്പെടുന്നതിനും തെറ്റായി ചെലവഴിക്കപ്പെടുന്നതിനുമുള്ള സാദ്ധ്യതകൾ ഒഴിവാക്കുന്ന ഒരു ധനകാര്യ സംവിധാനം സൃഷ്ടിക്കപ്പെടുന്നതിനിടയാക്കി. ഗ്രാൻഡ് ഉപയോഗിച്ചു കൊണ്ട് നടത്തുന്ന എല്ലാ പദ്ധതിച്ചെലവുകളും ഏതെങ്കിലും ഒരു പ്ലാൻ പിഡി അക്കൗണ്ടിൽ നിന്നുമായിരിക്കും. ഇതിന്റെ പ്രതിമാസ ചെലവുവിവരങ്ങൾ നിർവ്വഹണ ഉദ്യോഗസ്ഥർ സമർപ്പിക്കേണ്ടതുണ്ടായിരുന്നു. ഈ വിവരങ്ങൾ ട്രഷറി കണക്കുകളുമായി തട്ടിച്ചു നോക്കി പരിശോധിക്കാൻ സാധിക്കുമായിരുന്നു. മുൻകാലങ്ങളിൽ നിർവ്വഹണ ഉദ്യോഗസ്ഥരുടെ സസ്പെൻസ് അക്കൗണ്ടിലേക്ക് പണം കൈമാറുമ്പോൾത്തന്നെ അത് പദ്ധതിച്ചെലവായി കണക്കാക്കപ്പെട്ടിരുന്നു. എന്നാൽ പുതിയ സംവിധാനത്തിൽ ഉദ്യോഗസ്ഥരുടെ താൽക്കാലിക അക്കൗണ്ടുകളിൽ പദ്ധതിപ്പണം കൂട്ടിവയ്ക്കുന്നത് ഒഴിവാക്കപ്പെട്ടു.

സർക്കാർ ധനകാര്യ നടപടിക്രമങ്ങളെക്കുറിച്ചുള്ള തിരഞ്ഞെടുക്കപ്പെട്ട ജനപ്രതിനിധികളുടെ അറിവില്ലായ്മയും പുതിയ സംവിധാനത്തിലെ നടപടിക്രമങ്ങളെക്കുറിച്ച് തദ്ദേശഭരണ സെക്രട്ടറിമാർക്കുള്ള ധാരണക്കുറവും പ്രശ്നങ്ങൾ സൃഷ്ടിച്ചിരുന്നു. ഭഗീരഥപ്രയത്നം നടത്തിയിട്ടും പ്ലാൻ പിഡി അക്കൗണ്ടുകളിലേക്ക് ഫണ്ട് കൈമാറ്റം ചെയ്യുന്നതിന് ഒരു മാസത്തിലധികം സമയമെടുത്തു.

അഴിമതിയെ നേരിടൽ

ഗുണഭോക്താക്കളുടെ തെരഞ്ഞെടുപ്പിലാണ് ഏറ്റവും മുഖ്യമായി സ്വജന പക്ഷപാതിത്വം പ്രകടമായിരുന്നത്. പൊതു നിർമ്മാണ പ്രോജക്ടുകളുടെ നിർവ്വഹണത്തിലാണ് ഏറ്റവും കൂടുതൽ അഴിമതി ഉണ്ടാ

യിരുന്നത്. പദ്ധതി നിർവ്വഹണ ഘട്ടത്തിൽ ഈ രണ്ടു പ്രശ്നങ്ങളെയും നേരിടുന്നതിനാണ് കൂടുതൽ സമയവും ഊർജ്ജവും ചെലവഴിക്കപ്പെട്ടത്.

ഗുണഭോക്താക്കളുടെ തെരഞ്ഞെടുപ്പ്

സാങ്കേതിക അനുമതി ആവശ്യമില്ലാത്ത ലളിതമായ പ്രോജക്ടുകളിൽ തെരഞ്ഞെടുക്കപ്പെട്ട ഗുണഭോക്താക്കൾക്ക് ആസ്തികളും ധനസഹായവും വിതരണം ചെയ്യുകയെന്നതാണ് രീതി. പരമ്പരാഗത രീതിയിൽ പ്രാദേശിക രാഷ്ട്രീയ നേതാക്കളുടെ രക്ഷാകർതൃത്വത്തിൽ ഇത്തരം ഗുണഭോക്തൃ പദ്ധതികൾ ഉപയോഗിച്ച് ഇഷ്ടക്കാർക്ക് സഹായം നൽകുകയായിരുന്നു ചെയ്തുകൊണ്ടിരുന്നത്. ഗുണഭോക്തൃ പട്ടികയിൽ ഇടം പിടിക്കണമെങ്കിൽ പ്രാദേശിക രാഷ്ട്രീയ നേതാവിന്റെ പ്രീതി സമ്പാദിക്കണമായിരുന്നു. ഈ രക്ഷാധികാരി സമ്പ്രദായം അവസാനിപ്പിച്ച് നീതി പൂർവ്വകവും സുതാര്യവുമായ നടപടിക്രമം ഉണ്ടാക്കണമെന്ന സന്ദേശമാണ് ജനകീയാസൂത്രണ പ്രസ്ഥാനത്തിന്റെ തുടക്കത്തിൽത്തന്നെ നൽകിയത്.

ചില ജനപ്രതിനിധികൾ എതിർപ്പുയർത്തി. ജനകീയാസൂത്രണം നിയമപരമായ അതിരുകൾ ലംഘിക്കുന്നു എന്നായിരുന്നു അവരുടെ വാദം. ഗ്രാമസഭകൾക്ക് ഉപദേശക സ്വഭാവമാണ് നിയമത്തിൽ വിഭാവനം ചെയ്തിരുന്നത്. ഈ പ്രക്രിയ കൂടുതൽ സമയമെടുക്കുന്നതും മടുപ്പുളവാക്കുന്നതുമായിരുന്നു. ഈ സന്ദർഭത്തിൽ തന്റെ ന്യായമായ അവകാശം പരിഗണിക്കാതെ പ്രാദേശിക പഞ്ചായത്ത് സമിതി ഗുണഭോക്താക്കളെ തെരഞ്ഞെടുത്തത് സ്വേച്ഛാപരമായിട്ടാണ് എന്ന പരാതിയുമായി ഒരു സാധാരണ പൗരൻ കോടതിയെ സമീപിച്ചിരുന്നു. കേരള ഹൈക്കോടതി 1997 ഏപ്രിൽ 4 നു നൽകിയ വിധിയിൽ ഗ്രാമസഭകൾക്കാണ് ഗുണഭോക്താക്കളെ തെരഞ്ഞെടുക്കുന്നതിനുള്ള സമ്പൂർണ്ണമായ അധികാരമെന്ന് ഉത്തരവായി.

ഗുണഭോക്തൃ തെരഞ്ഞെടുപ്പിനുള്ള മാനദണ്ഡങ്ങൾക്ക് ഗ്രാമപഞ്ചായത്തുകൾ പരമാവധി പ്രചാരണം നൽകണം; പദ്ധതിയുടെ വിവരങ്ങളും മാനദണ്ഡങ്ങളും അടങ്ങുന്ന നോട്ടീസുകൾ പൊതുസ്ഥലങ്ങളിൽ എല്ലാവരും കാണത്തക്ക രീതിയിൽ പ്രദർശിപ്പിക്കുകയും അച്ചടിച്ചു വിതരണം ചെയ്യുകയും വേണം. ഗ്രാമസഭ കൂടുന്നതിന് മുൻപേ ഒരു നിശ്ചിത കാലയളവിൽ അപേക്ഷാഫോറങ്ങൾ വിതരണം ചെയ്യുകയും കിട്ടിയ അപേക്ഷകൾ ഗ്രാമസഭയിൽ ലഭ്യമാക്കുകയും വേണം. പഞ്ചായത്തുകൾക്ക് ഓരോ പ്രോജക്ടിനും പ്രത്യേകം അപേക്ഷാ ഫോറങ്ങൾ നിഷ്കർഷിക്കുകയോ അല്ലെങ്കിൽ എല്ലാ പദ്ധതികൾക്കും വേണ്ടി ഒരു പൊതു അപേക്ഷാഫോറം ആവിഷ്കരിക്കുകയോ ചെയ്യാം.

അപേക്ഷകളിൽ നൽകിയിട്ടുള്ള വിവരങ്ങൾ പരിശോധിക്കുന്നതിനുള്ള സംവിധാനം ഉണ്ടാക്കണമെന്ന് ചട്ടങ്ങളിൽ വ്യവസ്ഥ ചെയ്തിരുന്നു. പരിശോധന നടത്തേണ്ടത് ചുമതലപ്പെടുത്തിയ ഉദ്യോഗസ്ഥരോ പഞ്ചായത്ത് നിയോഗിക്കുന്ന കമ്മിറ്റിയോ ആയിരിക്കണം. ഗ്രാമസഭ കൂടുന്ന

അവസരത്തിൽ അപേക്ഷകളുടെ പരിശോധന പൂർത്തിയായിട്ടില്ലെങ്കിലും അവ പരിഗണിക്കാവുന്നതാണ്; പരിശോധന പിന്നീട് പൂർത്തിയാക്കിയാൽ മതിയാകും.

അപേക്ഷകരുടെ പട്ടികയും അപേക്ഷാഫോറങ്ങളും ഗ്രാമസഭയിൽ അവതരിപ്പിക്കണം. യോഗ്യതകളും മുൻഗണനാ മാനദണ്ഡങ്ങളും ഗ്രാമസഭയിലെ അംഗങ്ങൾക്ക് വ്യക്തമായി വിശദീകരിച്ചു കൊടുക്കണം. മാനദണ്ഡപ്രകാരമുള്ള തെരഞ്ഞെടുപ്പിൽ തുല്യനില വന്നാൽ എല്ലാവരുടെയും സമ്മതപ്രകാരം നറുക്കെടുപ്പിലൂടെ തീരുമാനമെടുക്കാവുന്നതാണ്.

ഓരോ ഗ്രാമസഭയിലും നിശ്ചയിക്കപ്പെട്ട ഗുണഭോക്താക്കളുടെ മുൻഗണനാ പട്ടികകൾ എല്ലാം കൂട്ടിച്ചേർത്ത് പഞ്ചായത്തുതലത്തിൽ ഒറ്റ ലിസ്റ്റാക്കണം. എന്നാൽ ഒരു വാർഡിൽ തീരുമാനിക്കപ്പെട്ട മുൻഗണനാക്രമം മാറ്റിമറിക്കാൻ പാടില്ല. അന്തിമ തെരഞ്ഞെടുപ്പുനടപടികൾ വീക്ഷിക്കാൻ പൊതുജനങ്ങളുടെ പ്രതിനിധികൾക്കും പ്രാദേശിക മാധ്യമപ്രവർത്തകർക്കും അവസരം നൽകണം. കരടുഗുണഭോക്തൃപട്ടിക എല്ലാവർക്കും കാണാവുന്ന രീതിയിൽ പ്രദർശിപ്പിക്കണം; പരാതികൾ പരിശോധിച്ച് ഒഴിവാക്കപ്പെട്ടതിനുള്ള കാരണങ്ങൾ അറിയിക്കണം.

നഗരസഭകളിൽ ഗ്രാമസഭയുടെ പങ്കുനിർവ്വഹിക്കേണ്ടത് വാർഡുകമ്മിറ്റികളാണ്. ഗുണഭോക്താക്കളെ തെരഞ്ഞെടുക്കാനായി കൂടുന്ന വാർഡു കമ്മിറ്റി യോഗത്തിലേക്ക് എല്ലാ അപേക്ഷകരെയും ക്ഷണിക്കണം; അവരുടെ സാന്നിദ്ധ്യത്തിലായിരിക്കണം മുൻഗണനാക്രമം നിശ്ചയിക്കേണ്ടത്. പട്ടികവർഗ്ഗ ഉപ പദ്ധതി (ടി എസ് പി) യിൽപെട്ട പ്രോജക്ടുകളിലെ ഗുണഭോക്താക്കളെ തെരഞ്ഞെടുക്കാനായി ഊരുകൂട്ടങ്ങളോ അല്ലെങ്കിൽ ആദിവാസി കുടുംബങ്ങൾ മാത്രം പങ്കെടുക്കുന്ന സ്പെഷ്യൽ ഗ്രാമസഭകളോ വിളിച്ചുചേർക്കണം.

ഗുണഭോക്തൃസമിതികൾ

കേരളത്തിൽ എമ്പാടുമുള്ള തദ്ദേശഭരണ സ്ഥാപനങ്ങൾ ഈ ഉത്തരവുകളനുസരിച്ച് ഗുണഭോക്താക്കളെ തെരഞ്ഞെടുക്കാൻ ഗ്രാമസഭകൾ വിളിച്ചുചേർത്തു. ഇത് സംബന്ധിച്ച് സർക്കാരിന് പൗരന്മാരിൽനിന്നും ധാരാളം പരാതികൾ ലഭിച്ചിരുന്നു. എന്നാൽ ഗ്രാമസഭകൾ വിളിച്ചുചേർത്തില്ല എന്ന പരാതി വിരളമായേ ഉണ്ടായിരുന്നുള്ളൂ; കൂടുതൽ പരാതികളും വാർഡുതല ഗ്രാമസഭകൾ തീരുമാനിക്കപ്പെട്ട മുൻ ഗണനാക്രമം ഗ്രാമപഞ്ചായത്ത് തലത്തിൽ അന്തിമപ്പട്ടിക തയ്യാറാക്കിയപ്പോൾ അട്ടിമറിക്കപ്പെട്ടു എന്നതായിരുന്നു. കീ റിസോഴ്സ് പെഴ്സൻസ് (KRP), സന്നദ്ധ സാങ്കേതിക സമിതി (VTC) അംഗങ്ങൾ, തിരഞ്ഞെടുക്കപ്പെട്ട ജനപ്രതിനിധികൾ എന്നിവരുടെ യോഗങ്ങൾ വിളിച്ചുചേർത്ത് ഈ അനുഭവങ്ങളുടെ പരിശോധന നടത്തുകയും ഗുണഭോക്തൃ തെരഞ്ഞെടുപ്പിൽ തദ്ദേശഭരണ സ്ഥാപനങ്ങൾ സ്വജന പക്ഷപാതം നടത്തിയിട്ടുണ്ടോയെന്ന് കണക്കെടു

ക്കുകയും ചെയ്തു. വി ടി സി അംഗങ്ങളുടെ റിപ്പോർട്ട് പ്രകാരം 26.28 ശതമാനവും കെ ആർ പിമാരുടെ റിപ്പോർട്ട് പ്രകാരം 35.88 ശതമാനവും ഗ്രാമപഞ്ചായത്തുകളിൽ ഗുണഭോക്തൃ തെരഞ്ഞെടുപ്പ് രാഷ്ട്രീയ സ്വാധീന പ്രകാരം നടക്കുകയോ ഗ്രാമസഭകളിൽ അംഗീകരിക്കപ്പെട്ട ഗുണഭോക്തൃ പട്ടിക തന്നിഷ്ട പ്രകാരം മാറ്റുകയോ ചെയ്തിട്ടുണ്ട്. വടക്കൻ ജില്ലകളിൽ ഈ പ്രക്രിയ കൂടുതൽ സുതാര്യവും വസ്തുനിഷ്ഠവുമായിരുന്നു എന്ന കാര്യത്തിൽ കെ ആർ പി മാരും വി ടി സി അംഗങ്ങളും ഏകാഭിപ്രായ ക്കാരായിരുന്നു.

അനുഭവത്തിൽനിന്നും മനസ്സിലായത് മുൻകൂട്ടി ലഭിച്ച അപേക്ഷകൾ മാനദണ്ഡപ്രകാരം മാർക്കിട്ട് മുൻഗണനാ പട്ടികയിൽ രേഖപ്പെടുത്തിയത് മാത്രമേ ഗ്രാമസഭകൾക്ക് പരിഗണിക്കാൻ സാധിച്ചിരുന്നുള്ളു എന്നതാണ്. സംശയമുള്ളപ്പോൾ യഥാർത്ഥ അപേക്ഷാഫോറങ്ങൾ പരിശോധ നയ്ക്കായി ലഭ്യമാക്കണമെന്നും നിഷ്കർഷിച്ചിരുന്നു. വീട്, കക്കൂസ്, കിണറുകൾ, വളർത്തുമൃഗങ്ങൾ തുടങ്ങിയ വലിയ പ്രോജക്റ്റുകളിൽ ത്രിതല പഞ്ചായത്തുകൾ ഒരു പൊതു മുൻഗണനാ പട്ടിക തയ്യാറാ ക്കുന്നതാണ് നല്ലതെന്നും മനസ്സിലായി; ഇതുവഴി ഗ്രാമസഭകൾ വീണ്ടും ചേരേണ്ട അവസ്ഥ ഒഴിവാകും.

പദ്ധതി നിക്ഷേപത്തിന്റെ പകുതിയിൽ കൂടുതൽ വിഹിതം കെട്ടിട ങ്ങൾ, പാലങ്ങൾ, ജലസേചന മാർഗ്ഗങ്ങൾ പാർശ്വഭിത്തി തുടങ്ങിയ നിർമ്മാണ പ്രവർത്തനങ്ങൾക്കാണ് വകയിരുത്തിയിരുന്നത്. സാധാരണ പൊതുമരാമത്ത് പണികൾ സ്വകാര്യ കരാറുകാർ വഴിയാണ് നടത്താ റുള്ളത്. സംസ്ഥാനത്തൊട്ടാകെ കരാറുകാരും രാഷ്ട്രീയക്കാരും ഉദ്യോ ഗസ്ഥരും തമ്മിൽ ശക്തമായ ഒരു ചങ്ങാത്തം രൂപപ്പെട്ടിരുന്നു. ഇതുമൂലം കൃത്രിമമായി ചെലവ് പെരുപ്പിക്കൽ, ടെണ്ടറുകളിലെ വഴിവിട്ട ഇട പെടലുകൾ, നിർമ്മാണ സാമഗ്രികളുടെ ഗുണനിലവാരവും സാങ്കേതിക മാനദണ്ഡങ്ങളും ഉറപ്പുവരുത്തുന്നതിലെ വീഴ്ച തുടങ്ങിയവയിലൂടെ പൊതുമുതൽ ചോർന്നുപോകുന്ന അവസ്ഥ സംജാതമായിരുന്നു. കരാറുകാർ വൻ ലാഭം കൊയ്യുകയും അതിന്റെ പങ്ക്, പ്രവൃത്തികൾ ലഭി ക്കാൻ ഒത്താശചെയ്ത രാഷ്ട്രീയക്കാർക്കും സാങ്കേതിക അനുമതി നൽ കുകയും പ്രവൃത്തികൾക്ക് മേൽനോട്ടം വഹിക്കുകയും ചെയ്ത എൻജി നീയർമാർക്കും ബില്ലുകൾ പാസാക്കി പണം നൽകിയ ഓഫീസ് ജീവന ക്കാർക്കും വീതിച്ചു കൊടുക്കുകയും ചെയ്തു. അഴിമതി തടയുന്നതിന് നിരവധി പരിശോധനകളും കണക്കെടുപ്പുകളും കാലാകാലങ്ങളിൽ ഏർ പ്പെടുത്തിയിരുന്നു. എന്നാൽ അസംഖ്യം ചട്ടങ്ങളും നിബന്ധനകളും സത്യ സന്ധരായ വ്യക്തികളെ കാലതാമസത്തിന്റെയും അനുമതികൾ തേടി യുള്ള കാത്തിരിപ്പിന്റെയും വലയിൽ പെടുത്തുകയും ടെണ്ടറുകളിൽ പങ്കെ ടുക്കുന്നതിൽ നിന്ന് അവരെ നിരുത്സാഹപ്പെടുത്തുകയും ചെയ്തിരുന്നു.

ജനകീയാസൂത്രണപ്രസ്ഥാനത്തിന്റെ മുഖ്യലക്ഷ്യങ്ങളിൽ ഒന്ന് വിക സനത്തിൽ ജനകീയ പങ്കാളിത്തം ഉറപ്പുവരുത്തുക എന്നുള്ളതായിരുന്നു.

കോൺട്രാക്ടർമാർക്ക് പകരം ഗുണഭോക്തൃസമിതികൾ രൂപീകരിച്ചുകൊണ്ട് ഗുണഭോക്താക്കൾക്ക് തന്നെ പ്രവൃത്തിയുടെ നിർവ്വഹണം ഏറ്റെടുക്കാൻ കഴിയില്ലേ? പ്രസ്ഥാനത്തിന്റെ തുടക്കത്തിൽത്തന്നെ മുന്നോട്ടുവെച്ച ഒരു ആശയമായിരുന്നു ഇത്. ഗുണഭോക്തൃ സമിതികളുടെ പ്രവർത്തനം ഫലത്തിൽ തടയുന്ന നിരവധി പ്രതിബന്ധങ്ങളുണ്ടായിരുന്നു. കേരളത്തിലെമ്പാടും രാഷ്ട്രീയ ഭേദമെന്യേ വ്യാജ ഗുണഭോക്തൃ കമ്മിറ്റികളുടെ പേരിൽ പദ്ധതികൾ ഏറ്റെടുത്ത് നടപ്പിലാക്കുന്ന സമ്പ്രദായം കരാറുകാർ വികസിപ്പിച്ചെടുത്തിരുന്നു. കരാറുകാരൻ തന്നെ സ്വയം കൺവീനറായി ഒരു കമ്മിറ്റി രൂപീകരിക്കുകയോ അല്ലെങ്കിൽ ഗുണഭോക്താക്കൾ ചേർന്ന് കരാറുകാരെ കമ്മിറ്റിയുടെ കൺവീനർമാരായി തെരഞ്ഞെടുക്കുകയോ ചെയ്യുന്നതായിരുന്നു ഒരു രീതി. പല സ്ഥലങ്ങളിലും കൺവീനറെ നിശ്ചയിക്കുന്നത് തിരഞ്ഞെടുക്കപ്പെട്ട ജനപ്രതിനിധിയുടെ അവകാശമായി മാറിയിരുന്നു. നോമിനി വ്യവസ്ഥ എന്നാണ് ഇതറിയപ്പെട്ടിരുന്നത്.

ഈ അപചയം എങ്ങനെയാണ് സംഭവിച്ചത്? കേന്ദ്രാവിഷ്കൃത പദ്ധതികളിൽ തൊഴിലാളികളുടെ കൂലി നിശ്ചയിച്ചിരുന്നത് കേരളത്തിന്റെ സാഹചര്യത്തിൽ നിലവിലുള്ള കമ്പോള നിരക്കുകളെക്കാൾ 50 ശതമാനത്തിലും താഴെയായിരുന്നു. കണക്കുകൾ ഉണ്ടാക്കുമ്പോൾ കരാറുകാരൻ ജോലിക്ക് നിർത്തിയിരുന്ന ഓരോ തൊഴിലാളിയുടെയും സ്ഥാനത്ത് രണ്ടുപേരെ നിയോഗിച്ചതായി കള്ള വൗച്ചറുകൾ ഉൾപ്പെടുത്തും. എന്നാൽ ഗുണഭോക്തൃസമിതികൾ നേരിട്ട് പണി നടത്തുമ്പോൾ ഈ രീതിയിൽ കള്ളക്കണക്ക് ഉണ്ടാക്കുന്നത് പ്രയാസമാകും.

യഥാർത്ഥ നിരക്കുകൾ നിർണ്ണയിക്കൽ

ഗുണഭോക്തൃസമിതികൾ വഴി പൊതുമരാമത്ത് പണികൾ സുതാര്യമായി നിർവ്വഹിക്കുന്നതുള്ള ആദ്യ ഘട്ടം, ഓരോ പ്രദേശത്തും നിലവിലുള്ള യഥാർത്ഥനിരക്കുകളുമായി ബന്ധപ്പെടുത്തി കൂലിയും സാധനവിലയും നിശ്ചയിക്കുക എന്നതായിരുന്നു. ജില്ലാ കളക്ടർ അദ്ധ്യക്ഷനായി ചില ജില്ലാതല ഓഫീസർമാരും രണ്ട് സാങ്കേതിക വിദഗ്ദ്ധരും അടങ്ങുന്ന ജില്ലാതല വിദഗ്ദ്ധസമിതി രൂപീകരിച്ച് പ്രാദേശിക നിരക്കുകൾ തയ്യാറാക്കുന്നതിനുള്ള അധികാരം നൽകി. ഗുണഭോക്തൃസമിതികൾ വഴി നടപ്പിലാക്കുന്ന പ്രവൃത്തികളുടെ അടങ്കൽത്തുക തയ്യാറാക്കുന്നതിനു മാത്രമാണ് ഇങ്ങനെ നിശ്ചയിക്കപ്പെട്ട പ്രാദേശിക നിരക്കുകൾ ഉപയോഗിക്കാൻ കഴിയുക. കരാറുകാർക്ക് ടെണ്ടർ വഴി നൽകുന്ന പ്രവൃത്തികൾക്ക് നിലവിലുള്ള പൊതുമരാമത്ത് വകുപ്പിന്റെ നിരക്കുകൾ തന്നെയാണ് ബാധകമാകുക. പുതിയതായി നിശ്ചയിക്കപ്പെട്ട പ്രാദേശിക നിരക്കുകൾ അടിസ്ഥാനപ്പെടുത്തി തയ്യാറാക്കുന്ന അടങ്കൽത്തുകകൾ പി ഡബ്ല്യു ഡി നിരക്കുകൾ പ്രകാരമുള്ള അടങ്കൽത്തുകയേക്കാൾ 50 ശതമാനത്തിലും അധികമാകാൻ പാടില്ല എന്നും നിഷ്കർഷിച്ചു.

പ്രാദേശിക നിരക്കുകൾ നിശ്ചയിക്കുന്നതിന് ചുമതലപ്പെടുത്തിയ പല മുതിർന്ന എൻജിനീയർമാർക്കും ഉയർന്ന പ്രാദേശിക നിരക്കുകൾ നിശ്ചയിക്കേണ്ടതിന്റെ ആവശ്യകത ബോദ്ധ്യപ്പെട്ടില്ല. നീണ്ട തർക്കങ്ങളും കാലതാമസവും ഉണ്ടായി. 67 വിവിധ ഇനം തൊഴിലുകളുടെ കൂലി, 12 തരം ഉപകരണങ്ങളുടെ കൂലി നിരക്കുകൾ, 381 തരം സാധനങ്ങളുടെ വിലകൾ എന്നിവയാണ് നിശ്ചയിക്കേണ്ടിയിരുന്നത്. ജില്ലയ്ക്കു മൊത്തം ബാധകമായ നിരക്കുകൾ പോയിട്ട് ജില്ലയ്ക്കകത്തെ വിവിധ പ്രദേശങ്ങൾക്കുവേണ്ടി യഥാർത്ഥ കമ്പോള നിരക്കുകളുമായി ബന്ധപ്പെടുത്തിയൊരു പൊതു നിരക്കുപോലും എല്ലാവരുടെയും സമ്മതത്തോടെ നിശ്ചയിക്കാൻ പ്രയാസപ്പെട്ടു. ചില ജില്ലകളിൽ പി ഡബ്ല്യു ഡി നിരക്കിന് 50 ശതമാനം താഴ്ത്തി എല്ലാ പ്രാദേശിക നിരക്കുകളും നിശ്ചയിച്ചത് ഈ പ്രക്രിയയുടെ ഉദ്ദേശ്യത്തെ പരിഹസിക്കുന്നതായി മാറി. മിക്ക ജില്ലകളിലും പ്രാദേശിക നിരക്കുകൾ തീരുമാനിച്ചു വന്നപ്പോഴേക്കും 1997 ഡിസംബർ മാസം പിന്നിട്ടിരുന്നു. അപ്പോഴും നിശ്ചയിക്കപ്പെട്ട നിരക്കുകൾ യാഥാർത്ഥ്യവുമായി പൊരുത്തപ്പെടുന്നതല്ല എന്ന പരാതികൾ തദ്ദേശഭരണസ്ഥാപനങ്ങളുടെ ഭാഗത്തുനിന്നുമുണ്ടായി.

ഓരോ തദ്ദേശഭരണസ്ഥാപനത്തിനകത്തെ പ്രാദേശിക നിരക്കുകൾ നിശ്ചയിക്കുന്നതിനുള്ള അധികാരം അവർക്കുതന്നെ നൽകുന്നതായിരുന്നു ഭേദം. നിക്ഷിപ്ത താല്പര്യക്കാർ വൻതോതിൽ നിരക്കുകൾ ഉയർത്തുന്നത് തടയിടുന്നതിന് ഔദ്യോഗിക അടങ്കൽത്തുകയിൽനിന്നും പ്രാദേശിക നിരക്കുകളെ ആധാരമാക്കിയ അടങ്കൽത്തുകകൾ എത്ര കൂടുതൽ വർദ്ധിക്കാമെന്നുള്ളതിന് പരിധി തീരുമാനിച്ച് നൽകാൻ കഴിയുമായിരുന്നു. ജില്ലാതലത്തിൽ തീരുമാനിക്കപ്പെട്ട പൊതു പ്രാദേശിക നിരക്കുകൾ ഓരോ പ്രദേശത്തുമുള്ള യഥാർത്ഥ നിരക്കുകളുമായി പലപ്പോഴും വലിയ വ്യത്യാസമുണ്ടായിരുന്നതിനാൽ ഗുണഭോക്തൃസമിതികൾ കള്ളക്കണക്ക് ഉണ്ടാക്കുന്നതിനു നിർബന്ധിക്കപ്പെട്ടു. പുതിയ രീതിയനുസരിച്ച് ഗുണഭോക്തൃസമിതികളുടെ പേരിൽ പ്രവൃത്തികൾ ഏറ്റെടുക്കുന്ന കരാറുകാർക്ക് പുതുക്കിയ പ്രാദേശിക നിരക്കുകളുടെ അടിസ്ഥാനത്തിൽ വൻ ലാഭം കൊയ്യുന്നതിനും സാധിക്കുമായിരുന്നു.

പ്രാദേശിക നിരക്കുകൾ നിശ്ചയിക്കുന്നതിലെ അനുഭവങ്ങൾ 1997 ജൂലായിൽ വിളിച്ചുചേർത്ത വിദഗ്ദ്ധസമിതി അദ്ധ്യക്ഷരുടെ യോഗം വിലയിരുത്തി. പരിശോധനയിൽ സംശയങ്ങൾ ശരിയാണെന്ന് കണ്ടതിനാൽ പ്രാദേശിക നിരക്കുകൾ ജില്ലാതലത്തിൽ തീരുമാനിക്കുന്ന രീതി അവസാനിപ്പിക്കണമെന്ന ധാരണയിലെത്തി. പ്രാദേശിക സർക്കാരുകൾക്ക് തന്നെ പ്രാദേശികമായി നിലവിലുള്ള യഥാർത്ഥ നിരക്കുകളുടെയും തൊഴിൽക്ഷമതയുടെ പ്രാദേശിക മാനദണ്ഡങ്ങളും അടിസ്ഥാനമാക്കി സ്വതന്ത്രമായി എസ്റ്റിമേറ്റ് തയ്യാറാക്കാം. 1997–98 ൽ നിശ്ചയിച്ച പ്രകാരം എല്ലാ പ്രവൃത്തികൾക്കും അമ്പതു ശതമാനം അധികം നൽകുന്നതിനു പകരം വിവിധ തരത്തിലുള്ള പ്രവൃത്തികൾക്ക് വ്യത്യസ്ത പരിധികൾ

നിശ്ചയിക്കാവുന്നതാണെന്നും വിലയിരുത്തൽ യോഗം കണ്ടെത്തിയിരുന്നു. തടി ഉപയോഗിച്ചുള്ള ഓടിട്ട കെട്ടിടങ്ങൾക്ക് അംഗീകൃത പി ഡബ്ലിയു ഡി എസ്റ്റിമേറ്റിനേക്കാൾ അധികം അനുവദിക്കാവുന്ന തുകയുടെ പരിധി നാൽപ്പത്തിയഞ്ച് ശതമാനമായിരിക്കണം; മറ്റിനങ്ങളിൽ പെട്ട കെട്ടിടങ്ങൾക്ക് ഈ പരിധി നാല്പതു ശതമാനമായിരിക്കും. ടാറിട്ട റോഡുകൾക്ക് മുപ്പത് ശതമാനമാണ് പരിധി; ടാറിടാത്ത റോഡുകൾക്ക് ഇരുപത്തിയഞ്ച് ശതമാനവും. 97–98ൽ സത്യസന്ധമായി പ്രവർത്തിച്ച ഗുണഭോക്തൃ സമിതികൾ നടപ്പിലാക്കിയ നിർമ്മാണ പ്രോജക്ടുകളുടെ സാമ്പിളെടുത്ത് നടത്തിയ പഠനത്തിന്റെ അടിസ്ഥാനത്തിലാണ് ഈ നിരക്കുകൾ നിർദ്ദേശിക്കപ്പെട്ടത്. അനുവദിച്ച ഉയർന്ന പരിധിക്കുമേൽ ചെലവാകുന്ന അധിക തുക തദ്ദേശഭരണസ്ഥാപനമോ ഗുണഭോക്തൃ സമിതിയോ പ്രാദേശികമായി പണമായോ സാധനങ്ങളായോ സംഭാവന വഴി കണ്ടെത്തണം. സത്യസന്ധതയോടെ കാര്യക്ഷമമായി പ്രവർത്തിക്കുന്ന ഗുണഭോക്തൃ സമിതികൾക്ക് നിയമപരമായി അനുവദിക്കപ്പെട്ട അധികതുകയുടെ പരിധിയിലും വളരെക്കുറഞ്ഞ നിരക്കിൽത്തന്നെ പണികൾ പൂർത്തിയാക്കാൻ കഴിയും എന്നാണ് പ്രതീക്ഷിക്കപ്പെട്ടത്.

യഥാർത്ഥ ഗുണഭോക്തൃസമിതികൾക്ക് പ്രോത്സാഹനം

ഗുണഭോക്തൃസമിതികൾക്ക് ഫലപ്രദമായി പ്രവർത്തിക്കാൻ വേണ്ട അന്തരീക്ഷം ഒരുക്കുന്നതിന് നിരവധി നടപടികൾ സ്വീകരിച്ചു. ഒരു പൊതു പ്രവൃത്തിയുടെ നിർവ്വഹണത്തിലെ മുഖ്യഘട്ടങ്ങൾ ഇവയാണ്: എസ്റ്റിമേറ്റ് തയ്യാറാക്കൽ (ഇതിന് ഒരു എൻജിനീയർ വേണം), സാങ്കേതിക അനുമതി, ടെണ്ടർ നടപടിക്ക് അഥവാ ഗുണഭോക്തൃസമിതിക്ക് പ്രവൃത്തി ഏൽപ്പിക്കുന്നതിനുള്ള ഉത്തരവ് നൽകൽ, മേൽനോട്ടം, അളവെടുപ്പ്, ബില്ലുകൾ തയാറാക്കൽ. സ്വന്തമായി എൻജിനീയർമാർ ഇല്ലാത്ത തദ്ദേശഭരണ സ്ഥാപനങ്ങൾക്ക് എസ്റ്റിമേറ്റ് തയ്യാറാക്കാൻ സ്വകാര്യ എൻജിനീയർമാരുടെ സേവനം ഉപയോഗിക്കാൻ അനുമതി നൽകി. മിക്ക ജില്ലകളിലും പ്രത്യേക തദ്ദേശഭരണ സ്ഥാപനങ്ങളുടെ എസ്റ്റിമേറ്റുകൾ തയാറാക്കുന്നതിനുള്ള ഉത്തരവാദിത്വം വകുപ്പുകളിലെ എൻജിനീയർമാരെ ഏൽപ്പിക്കുകയുണ്ടായി.

സാങ്കേതിക അനുമതി നൽകുന്ന നടപടിക്രമം സുതാര്യവും സരളവുമാക്കുന്നതിന് ബ്ലോക്ക്, മുനിസിപ്പാലിറ്റി, ജില്ലാതല വിദഗ്ദ്ധസമിതികളുടെ ബന്ധപ്പെട്ട വിഷയ സമിതികൾ സാങ്കേതിക അനുമതി നൽകണമെന്ന് തീരുമാനിച്ചു. കമ്മിറ്റിയുടെ തീരുമാനത്തിന്റെ അടിസ്ഥാനത്തിൽ സാങ്കേതിക അനുമതി ഉത്തരവിൽ ഒപ്പുവയ്ക്കേണ്ടത് ഒരു സർക്കാർ എൻജിനീയറായ കൺവീനറായിരിക്കണം.

അടുത്ത ഘട്ടം പ്രവൃത്തിയുടെ നിർവഹണമാണ്. മുൻപുണ്ടായിരുന്ന രീതിയിൽനിന്നും കാര്യമായ ഒരു മാറ്റംവന്നത് ഗുണഭോക്തൃ സമിതികൾക്ക് മുൻകൂർ തുക അനുവദിക്കുന്ന കാര്യത്തിലാണ്; എസ്റ്റിമേറ്റ്

തുകയുടെ 25 ശതമാനം (പരമാവധി അൻപതിനായിരം രൂപ) അഡ്വാൻസായി നൽകുന്നതിന് അനുമതി നൽകി. എൻജിനീയർമാർ ഇല്ലാത്ത ഗ്രാമപഞ്ചായത്തുകൾക്ക് മറ്റ് സർക്കാർ വകുപ്പുകളിലെ എൻജിനീയർമാരെയോ വിദഗ്ദ്ധ സമിതിയിലെ അംഗങ്ങളായ എൻജിനീയർമാരെയോ പ്രവൃത്തികളുടെ മേൽനോട്ടത്തിനും അളവെടുക്കുന്നതിനും നിയോഗിക്കാം എന്നും തീരുമാനിച്ചു. ഇതിനായി എസ്റ്റിമേറ്റ് തുകയുടെ 1.5 ശതമാനംവരെ പ്രതിഫലം നൽകാമെന്നും തീരുമാനിച്ചു. അളവെടുപ്പ്, പരിശോധന, ബിൽ തയ്യാറാക്കൽ, തുക കൈമാറൽ തുടങ്ങിയവയ്ക്ക് കൃത്യമായ സമയക്രമം നിശ്ചയിച്ചു. 25 ശതമാനം ഗുണഭോക്തൃസമിതികൾ, രൂപീകരണത്തിനു ശേഷം ഒരുമാസത്തിലധികം സമയമെടുത്താണ് തദ്ദേശ സർക്കാരുകളുമായി കരാർ ഒപ്പിട്ടത്. എസ്റ്റിമേറ്റ് അംഗീകരിച്ച് സാങ്കേതിക അനുമതി നൽകിയതിനു ശേഷമാണ് ഗുണഭോക്തൃസമിതികൾ രൂപീകരിക്കേണ്ടത് എന്ന് നിഷ്കർഷിച്ചിരുന്നെങ്കിലും പലയിടത്തും നടപടിക്രമങ്ങൾ പൂർത്തിയാക്കുന്നതിനു മുൻപേ സമിതികൾ രൂപീകരിക്കപ്പെട്ടു. ഇത് അവരുടെ മേൽ എൻജിനീയർമാരിൽനിന്നും സ്ഥാപിത താല്പര്യക്കാരിൽനിന്നും സമ്മർദ്ദം ഉണ്ടാകുന്നതിന് വഴിതെളിച്ചു. പല സ്ഥലങ്ങളിലും പുതിയ സംവിധാനത്തോട് ശത്രുത പുലർത്തിയ എൻജിനീയർമാർ മന:പൂർവ്വം തുക കുറച്ചുകാണിച്ചു തയ്യാറാക്കിയ എസ്റ്റിമേറ്റുകളുടെ അടിസ്ഥാനത്തിൽ ഗുണഭോക്തൃസമിതികൾക്ക് പ്രവൃത്തികൾ ഏറ്റെടുത്ത് നടത്തേണ്ടി വന്നു. സാങ്കേതിക അനുമതി നൽകേണ്ടത് ബന്ധപ്പെട്ട കമ്മിറ്റികളാണെങ്കിലും അക്കാര്യത്തിലും സർക്കാർ എൻജിനീയർ നിർണ്ണായകമായി ഇടപെടുന്ന സ്ഥിതിവന്നു. ജനകീയാസൂത്രണ രീതികളോട് എൻജിനീയറിംഗ് വകുപ്പുകൾക്ക് പൊതുവേയുണ്ടായിരുന്ന ശത്രുത, ഗുണഭോക്തൃസമിതികൾക്ക് അവർ ഏറ്റെടുത്ത പ്രവൃത്തികളുടെ സാങ്കേതിക അനുമതി നേടിയെടുക്കുന്ന കാര്യം അതികഠിനമാക്കി. പല ഉദ്യോഗസ്ഥരും പ്രവൃത്തികൾ ഏറ്റെടുക്കുന്നതിൽനിന്നും സമിതികളെ പരസ്യമായി നിരുത്സാഹപ്പെടുത്തി. കരാർ ഒപ്പിടുന്നതുപോലും സങ്കീർണ്ണമാക്കി; പലയിടത്തും ഉദ്യോഗസ്ഥർ അമ്പതു രൂപ വിലയുള്ള മൂന്ന് പ്രത്യേകം മുദ്രപ്പത്രങ്ങൾ വേണമെന്ന് നിർബ്ബന്ധിച്ചു. സാങ്കേതിക ഭാഷയിൽ തയ്യാറാക്കിയിരുന്ന എസ്റ്റിമേറ്റുകൾ മനസ്സിലാക്കാൻ കമ്മിറ്റി അംഗങ്ങൾക്ക് കഴിഞ്ഞിരുന്നില്ല. കരാറിൽ ഏർപ്പെടുന്ന സമയത്ത് തങ്ങൾ എന്തു ബാദ്ധ്യതയാണ് ഏറ്റെടുക്കുന്നതെന്ന് പല കമ്മിറ്റികളും തിരിച്ചറിഞ്ഞിരുന്നില്ല.

മേൽനോട്ടത്തിന് പ്രതിഫലം നൽകുന്നതിനുള്ള തുക പല എസ്റ്റിമേറ്റുകളിലും ഉൾക്കൊള്ളിച്ചിരുന്നില്ല. ഗുണഭോക്തൃസമിതി അംഗങ്ങൾക്ക് സമയക്കുറവുമൂലവും സാങ്കേതിക കാര്യങ്ങളിലുള്ള അജ്ഞതമൂലവും ദൈനംദിന മേൽനോട്ടം നിർവ്വഹിക്കുന്നത് ബുദ്ധിമുട്ടായിത്തീർന്നു. 25 ശതമാനം സമിതികളെങ്കിലും പിന്നീടു പറഞ്ഞത് പണിക്കാവശ്യമായ നിർമ്മാണ ഉപകരണങ്ങൾക്കുവേണ്ടി അവർക്ക് കരാറുകാരെത്തന്നെ ആശ്രയിക്കേണ്ടി വന്നുവെന്നാണ്. കേരളത്തിൽ എല്ലായിടത്തും ഒരേ

സമയം നിർമ്മാണ പ്രവൃത്തികൾ ആരംഭിച്ച സ്ഥിതിയിൽ നിർമ്മാണ സാമഗ്രികളുടെ, വിശേഷിച്ച് മണൽ, ടാർ, സിമന്റ് തുടങ്ങിയവയുടെ ദൗർല്ലഭ്യം നേരിടേണ്ടിവന്നു. ഇത് പ്രോജക്റ്റ് നിർവ്വഹണത്തിൽ സാരമായ കാലതാമസം ഉണ്ടാക്കി. 37 ശതമാനം സമിതികൾക്ക് സമയത്തിന് അഡ്വാൻസ് ലഭിക്കുന്നതിൽ ബുദ്ധിമുട്ടുണ്ടായി. 75 ശതമാനം സമിതികൾക്കും ലഭിച്ച അഡ്വാൻസ് പ്രവൃത്തി നടത്താൻ അപര്യാപ്തമായി അനുഭവപ്പെട്ടു.

സംസ്ഥാന ആസൂത്രണബോർഡ് അഡ്വാൻസിന്റെ പരിധി എസ്റ്റിമേറ്റിന്റെ ഇരുപത്തിയഞ്ച് ശതമാനമോ അഥവാ അൻപതിനായിരം രൂപയായോ നിജപ്പെടുത്തിയിരുന്നു. ഇടത്തരം വലുപ്പമുള്ള പ്രവൃത്തികൾക്ക് പോലും ഈ തുക തീരെ കുറവായിരുന്നു. പ്രവൃത്തിയുടെ നിർവ്വഹണത്തിന്റെ പുരോഗതിയനുസരിച്ച് ഭാഗികമായി ബില്ലുകൾ പാസാക്കി തുക നൽകുന്നതിന് ചട്ടങ്ങൾ അനുവദിച്ചിരുന്നു; എന്നാൽ പകുതിയോളം കമ്മിറ്റികൾക്കും ഈ കാര്യത്തിൽ ബുദ്ധിമുട്ടുകൾ ഉണ്ടായിയെന്നാണ് സർവ്വെയിൽ കണ്ടെത്തിയത്. ഭാഗിക ബില്ലുകൾ പാസാക്കി തുക ലഭിക്കണമെങ്കിൽ നാല് കടമ്പകൾ കടക്കണമായിരുന്നു. ഒന്ന്, പൂർത്തിയായ പ്രവൃത്തിയുടെ അളവ് ഒരു എൻജിനീയർ എടുക്കണം. രണ്ട്, ഒരു മേലുദ്യോഗസ്ഥൻ അളവ് പരിശോധിച്ച് ബോദ്ധ്യപ്പെടണം. മൂന്ന്, പൂർത്തിയായ പ്രവൃത്തിയുടെ ബില്ല് തയാറാക്കണം. നാല്, ഇത് ട്രഷറിയിൽ നൽകി അവിടെനിന്നും തുക അനുവദിക്കണം. കരാറുകാരും ബിനാമി സമിതികളും ഏറ്റെടുത്ത പ്രോജക്ടുകൾക്ക് ബുദ്ധിമുട്ടൊന്നും ഉണ്ടായില്ല, കാരണം, ഉദ്യോഗസ്ഥർക്ക് കൈക്കൂലി നൽകണമെങ്കിൽ അവർക്കത് സാധിക്കുമായിരുന്നു. എന്നാൽ യഥാർത്ഥ ഗുണഭോക്തൃസമിതികൾക്ക് നിരവധി ആഴ്ചകളോളം കാലതാമസം നേരിടേണ്ടിവന്നു.

ബില്ല് പാസാക്കി തുക ലഭിക്കുന്നതിനുള്ള കാലതാമസം കാരണം പണമില്ലാതെ പ്രവൃത്തികൾ പലപ്പോഴും നിർത്തിവയ്ക്കേണ്ടി വന്നു. സ്വന്തമായി പണം അഡ്വാൻസായി നൽകാൻ ശേഷിയുള്ള അംഗങ്ങളുള്ള കമ്മിറ്റികൾക്ക് മാത്രമേ പ്രോജക്ടുകൾ മുന്നോട്ട് കൊണ്ടുപോകാൻ കഴിഞ്ഞിരുന്നുള്ളൂ. അങ്ങനെ പല കമ്മിറ്റികളും സാമ്പത്തിക ശേഷിയുള്ള ചിലരുടെ കൈകളിലേക്ക് ഒതുങ്ങിപ്പോകുന്ന സ്ഥിതിയും വന്നു.

1997–98 വാർഷിക പദ്ധതിയിൽ മുപ്പതിനായിരം മുതൽ മുപ്പത്തിഅയ്യായിരം വരെ പൊതുപ്രവൃത്തികൾക്കുള്ള പ്രോജക്ടുകളാണ് ഉണ്ടായിരുന്നത്. ഇവയിൽ ഏകദേശം 10 ശതമാനം കരാറുകാർക്കാണ് നൽകിയത്. അതായത് ആദ്യ വാർഷികപദ്ധതിയുടെ നിർവ്വഹണത്തിൽ ഇരുപത്തിയേഴായിരം മുതൽ മുപ്പതിനായിരം വരെ ഗുണഭോക്തൃ സമിതികൾ ഉൾപ്പെട്ടിരുന്നു. ഇവയിൽ എത്ര സമിതികൾ യഥാർത്ഥമായിരുന്നു? വിദഗ്ദ്ധസമിതിയിലെ ചില അംഗങ്ങളോട് ഒരു പരിശോധന നടത്താൻ ആവശ്യപ്പെട്ടിരുന്നു. അവരുടെ പരിശോധനയിലെ നിഗമനം നാലിലൊന്ന് ഗുണഭോക്തൃസമിതികളെങ്കിലും യഥാർത്ഥമായിരുന്നില്ല എന്നാണ്; അവയെ നയിച്ചിരുന്നത് കരാറുകാരോ അവരുടെ നോമിനികളോ ആയി

രുന്നു. വടക്കൻ ജില്ലകളിൽ ഇത്തരം ബിനാമി സമിതികളുടെ അനുപാതം താരതമ്യേന വളരെ കുറവായിരുന്നു.

ഭൂരിപക്ഷം ഗുണഭോക്തൃസമിതികളും യഥാർത്ഥ കമ്മിറ്റികളായിട്ടാണ് തുടങ്ങിയതെങ്കിലും കുറച്ചുസമയം കഴിഞ്ഞപ്പോൾ അവയുടെ സ്വഭാവത്തിൽ മാറ്റംവന്നു. ചില സമിതികൾ അഴിമതിയാൽ പ്രചോദിതമല്ലാതെ തന്നെ പൊതുവെ നേരിട്ട പ്രതികൂല അന്തരീക്ഷവും പ്രതിബന്ധങ്ങളും തരണംചെയ്യുന്നതിന് കരാറുകാരുമായും സ്ഥാപിത താല്പര്യക്കാരുമായും ഒത്തുതീർപ്പുകൾക്ക് വഴങ്ങേണ്ടിവന്നു. പല സമിതികളെയും കരാറുകാർ നേരിട്ട് നിയന്ത്രിച്ചിരുന്നില്ലെങ്കിലും അവ നടപടി ക്രമങ്ങൾ പാലിക്കുന്നതിൽ വീഴ്ച വരുത്തുകയോ ഗുണഭോക്തൃ സമിതികളിൽപ്പെട്ട സ്വാർത്ഥ താല്പര്യക്കാരും വ്യക്തിഗത ലാഭേച്ഛുക്കളുമായ ചില അംഗങ്ങളുടെ നിയന്ത്രണത്തിലാകുകയോ ചെയ്യുന്ന സ്ഥിതിയുണ്ടായി. നാലിലൊന്ന് ഗുണഭോക്തൃസമിതികൾക്ക് മാത്രമേ വിവിധ തരത്തിലുള്ള അപചയത്തിൽ നിന്ന് രക്ഷനേടാൻ കഴിഞ്ഞുള്ളൂ എന്നാണ് ഞങ്ങളുടെ നിഗമനം.

തിരഞ്ഞെടുക്കപ്പെട്ട പ്രാദേശിക ജനപ്രതിനിധികളിൽ ചിലരെങ്കിലും കരാറുകാരുടെ സ്വാധീനത്തിൽ നിന്ന് മുക്തരായിരുന്നില്ല. അവർ പുതിയ സംവിധാനത്തിൽ ധന സമ്പാദനത്തിനുള്ള എളുപ്പവഴികൾ തെളിഞ്ഞു കണ്ടു. തദ്ദേശീയരായ ഗുണഭോക്താക്കളെ അറിയിക്കാതെ ഗുണഭോക്തൃ സമിതികൾ രൂപീകരിക്കുക, പണിസ്ഥലത്ത് പ്രവൃത്തിയുടെ വിവരങ്ങൾ പ്രദർശിപ്പിക്കാതിരിക്കുക, കമ്മിറ്റി യോഗങ്ങളുടെ കൃത്യമായ നടപടി കുറിപ്പുകളും രേഖകളും സൂക്ഷിക്കാതിരിക്കുക തുടങ്ങി നിരവധി ആരോപണങ്ങൾ ഉയർന്നുവന്നു. 503 യഥാർത്ഥ ഗുണഭോക്തൃസമിതികളുടെ ഇടയിൽ നടത്തിയ സർവ്വെയിൽ 55 ശതമാനംപേരും സ്റ്റോക്ക് രജിസ്റ്റർ സൂക്ഷിച്ചിരുന്നില്ലെന്നും 20 ശതമാനംപേർ വർക്ക് ഡയറി തയ്യാറാക്കിയിരുന്നില്ലെന്നും പതിനാലു ശതമാനം കമ്മിറ്റി യോഗങ്ങളിൽ കണക്കുകൾ അവതരിപ്പിച്ചിരുന്നില്ലെന്നും കണ്ടെത്തി.

ഗുണഭോക്തൃസമിതികൾക്കുണ്ടായ ഗുരുതരമായ നഷ്ടങ്ങളെക്കുറിച്ച് അവരുടെ ഭാഗത്തുനിന്നും നിരവധി പരാതികൾ സർക്കാരിനും ആസൂത്രണ ബോർഡിനും ലഭിച്ചു. ആദ്യ വർഷത്തിൽ എസ്റ്റിമേറ്റ് തയ്യാറാക്കിയപ്പോൾ വിൽപ്പന നികുതി, വരുമാന നികുതി, തൊഴിലാളി ക്ഷേമനിധി വിഹിതം തുടങ്ങിയവയ്ക്കൊന്നും വക കൊള്ളിച്ചിരുന്നില്ല. എന്നാൽ അന്തിമ ബിൽത്തുക അനുവദിക്കുന്ന സമയത്ത് ഈ ഇനങ്ങളെല്ലാം കണക്കാക്കി തുക ബില്ലിൽനിന്നും കുറവുചെയ്തു. ഇത് ഗുണഭോക്തൃസമിതി അംഗങ്ങളുടെ മേൽ വലിയ ഭാരം കെട്ടിയേൽപ്പിച്ചു. പകുതിയോളം സമിതികൾക്ക് നിശ്ചയിക്കപ്പെട്ട ഗുണഭോക്തൃവിഹിതം സമാഹരിക്കാൻ കഴിഞ്ഞില്ല. പലപ്പോഴും പ്രോജക്റ്റ് തയ്യാറാക്കുന്ന സമയത്ത് ഗുണഭോക്തൃ വിഹിതം അയഥാർത്ഥമായ അനുപാതത്തിൽ തീരുമാനിക്കപ്പെട്ടിരുന്നു. ഈ പ്രശ്നങ്ങളെല്ലാം ഉണ്ടായിരുന്നെങ്കിലും 20 ശതമാനം കമ്മിറ്റികൾക്ക്

നല്ല നിലയിൽ പ്രവർത്തിക്കാൻ കഴിഞ്ഞു.

ഗുണഭോക്തൃസമിതികൾ നേരിട്ട പ്രശ്നങ്ങൾ എന്തെന്ന് പഠിക്കുന്നതിന് കെ ആർ പിമാരോടും വി ടി സി അംഗങ്ങളുടെ ഒരു സംഘത്തിനോടും ആവശ്യപ്പെട്ടിരുന്നു. ഗുണഭോക്തൃസമിതികൾ നേരിട്ട ഏറ്റവും പ്രധാന പ്രശ്നം, മുൻകൂറായി നൽകിയ തുക തീരെ പര്യാപ്തമായിരുന്നു എന്നതാണെന്ന അവരുടെ കണ്ടെത്തൽ ഞങ്ങളുടെ അനുമാനത്തെ ശരിവയ്ക്കുന്നതായിരുന്നു. അളവെടുക്കുന്നതിലും അളവ് പരിശോധനയിലും പാർട്ട് ബിൽ അനുവദിക്കുന്നതിലും നേരിട്ട പ്രശ്നങ്ങൾ സ്ഥിതി കൂടുതൽ വഷളാക്കി. പരിചയക്കുറവും പരിശീലനത്തിന്റെ അഭാവവും മൂലം കമ്മിറ്റികളുടെ പ്രവർത്തനം ബുദ്ധിമുട്ടിലായിരുന്നു.

ജനകീയാസൂത്രണ പ്രസ്ഥാനം വഴി സൃഷ്ടിക്കപ്പെട്ടിരുന്ന അനുകൂലമായ അന്തരീക്ഷം ഉണ്ടായിരുന്നിട്ടുകൂടി കരാറുകാരുടെ മേൽക്കോയ്മ അവസാനിപ്പിക്കുകയെന്നത് ദുർഘടമായ ഒരു ദൗത്യമായിരുന്നു എന്നാണ് നമ്മുടെ ചർച്ചയിൽനിന്നും വെളിവാകുന്നത്. ആദ്യ വർഷത്തെ അനുഭവത്തിന്റെയും ലഭിച്ച പാഠങ്ങളുടെയും അടിസ്ഥാനത്തിൽ ചട്ടങ്ങളിൽ ഭേദഗതി വരുത്തുന്നതിനും പിന്തുണാ സംവിധാനങ്ങൾ ശക്തമാക്കുന്നതിനും പ്രസ്ഥാനത്തിന്റെ സംഘാടകർക്ക് കഴിഞ്ഞു. അതുവഴി പദ്ധതി നിർവ്വഹണത്തിൽ നേരിട്ടുള്ള സാമൂഹിക പങ്കാളിത്തത്തിന്റെ സാദ്ധ്യത യാഥാർത്ഥ്യമാക്കുന്നതിനാണ് ലക്ഷ്യമിട്ടത്.

പദ്ധതി നിർവ്വഹണത്തിലെ കാലതാമസം

1997–98 സാമ്പത്തിക വർഷത്തിൽ തദ്ദേശ സർക്കാരുകളുടെ പദ്ധതിപ്പണത്തിന്റെ വിനിയോഗം വളരെ മന്ദഗതിയിലായിരുന്നു. 1997 മേയ് അവസാനംതന്നെ ഗ്രാമപഞ്ചായത്തുകൾക്ക് പണം ലഭ്യമാക്കിത്തുടങ്ങിയെങ്കിലും ഭൂരിപക്ഷം പഞ്ചായത്തുകൾക്കും ആഗസ്റ്റ് മാസത്തിൽ മാത്രമേ പദ്ധതികൾ തയ്യാറാക്കി ഗ്രാൻഡിന്റെ ആദ്യഗഡു നേടിയെടുക്കാൻ കഴിഞ്ഞിരുന്നുള്ളു. ഭൂരിപക്ഷം നഗരസഭകൾക്കും ബ്ലോക്ക്, ജില്ലാ പഞ്ചായത്തുകൾക്കും പണം അനുവദിച്ചെടുക്കാൻ കഴിഞ്ഞത് സെപ്തംബറിലോ ഒക്ടോബറിലോ മാത്രമാണ്. ചില സന്ദർഭങ്ങളിൽ തദ്ദേശ ഭരണസ്ഥാപനങ്ങൾക്ക് തുക അനുവദിച്ചതിനുശേഷം ഒരു മാസമോ അതിലധികമോ സമയം കഴിഞ്ഞുമാത്രമാണ് നിർവ്വഹണ ഉദ്യോഗസ്ഥരുടെ പി ഡി അക്കൗണ്ടുകളിലേക്ക് പദ്ധതിപ്പണം എത്തിയത്. പ്രാദേശിക നിരക്കുകൾ നിശ്ചയിക്കുന്നതിനുള്ള മാനദണ്ഡം അംഗീകരിക്കപ്പെട്ടത് നവംബർ മാസത്തിലാണ്. ഇതെല്ലാം കഴിഞ്ഞ് നിർവ്വഹണ സംവിധാനം പ്രവർത്തിച്ചു തുടങ്ങിയപ്പോഴേക്കും ജനുവരി മാസമായി.

ഒക്ടോബർ മാസത്തിൽ പദ്ധതി നിർവ്വഹണത്തിന് ആക്കം കൂട്ടുന്നതിനുവേണ്ടി തിരഞ്ഞെടുക്കപ്പെട്ട ജനപ്രതിനിധികൾക്കും വി ടി സി അംഗങ്ങൾക്കും നിർവ്വഹണ ഉദ്യോഗസ്ഥർക്കും റിസോഴ്സ് പേഴ്സൺമാർക്കും ബ്ലോക്ക്/നഗരസഭാതലങ്ങളിൽ പരിശീലനം സംഘടിപ്പിച്ചു. പദ്ധതി

നിർവ്വഹണ സഹായി എന്ന പേരിൽ ഒരു കൈപ്പുസ്തകം തയ്യാറാക്കി. ബ്ലോക്ക് തലത്തിൽ നടന്ന നിർവഹണ ശില്പശാലയിൽ പദ്ധതി രേഖകളുടെ അനുബന്ധമായി നൽകിയിട്ടുള്ള സ്ഥിതിവിവരക്കണക്കു പട്ടികകൾ പരിശോധിക്കുന്നതിന് അവസരമുണ്ടാക്കി. പ്രോജക്ടുകളുടെ നിർവ്വഹണത്തിന് ഒരു സമയപ്പട്ടികയും ശില്പശാലയിൽവച്ചു തയ്യാറാക്കണമെന്നു നിർദ്ദേശിച്ചു.

നിർവ്വഹണ ഉദ്യോഗസ്ഥരുടെ പങ്കാളിത്തക്കുറവുമൂലം ശില്പശാലകൾ വേണ്ടത്ര ഫലപ്രദമായില്ല. പ്രതിപക്ഷ കക്ഷികൾക്ക് സ്വാധീനമുണ്ടായിരുന്ന മേഖലകളിൽ ജനപ്രതിനിധികൾ, പദ്ധതി നിർവ്വഹണ കാര്യങ്ങൾ ശില്പശാലയിൽ പരിശോധനയ്ക്ക് വയ്ക്കുന്നതിൽ വിമുഖത കാണിച്ചു. റിസോഴ്സ് പേഴ്സൺമാരുടെ പൊതുവായൊരു പരാതി വാർഷിക പദ്ധതി തയ്യാറാക്കിക്കഴിഞ്ഞാൽ അവർ അവഗണിക്കപ്പെടുന്നു എന്നതായിരുന്നു. തദ്ദേശഭരണസ്ഥാപനങ്ങൾക്ക് പണം ലഭിച്ചുകഴിഞ്ഞാൽ പിന്നെ കാര്യങ്ങളിൽ മന്ദത അനുഭവപ്പെട്ടതായി തോന്നി. എല്ലാവരും സംശയാലുക്കളായിരുന്നു, വിശേഷിച്ച് പുതിയ സംവിധാനത്തോടും ശൈലിയോടും പൊരുത്തപ്പെടാനാകാത്ത നിർവ്വഹണ ഉദ്യോഗസ്ഥർ. നിർവ്വഹണ ഉദ്യോഗസ്ഥരുടെ പങ്കാളിത്തം പരിശോധിക്കുന്നതിന് വകുപ്പ് സെക്രട്ടറിമാരുടെയും വകുപ്പ് തലവന്മാരുടെയും യോഗം ചീഫ് സെക്രട്ടറി വിളിച്ചുചേർത്തു.

ഭൂരിഭാഗം പഞ്ചായത്തുകൾക്കും സാങ്കേതിക വൈദഗ്ദ്ധ്യമുള്ള ഓഫീസർമാർ ഇല്ലാത്തതിനാൽ പഞ്ചായത്തുകളുടെ സാങ്കേതിക ശേഷി വർദ്ധിപ്പിക്കുന്നതിന് സിവിൽ എൻജിനീയറിംഗ് ബിരുദമോ ഡിപ്ലോമയോ ഉള്ളവരെ പ്രാദേശിക പൊതു നിർമ്മാണ പ്രവൃത്തികളുടെ നിർവ്വഹണത്തിനായി നിയോഗിക്കാൻ സംസ്ഥാന ആസൂത്രണ ബോർഡ് ഒരു പരിപാടി ആവിഷ്കരിച്ചു. സെൻട്രൽ ബോർഡ് ഓഫ് ടെക്നിക്കൽ എഡ്യൂക്കേഷന്റെ അംഗീകാരത്തോടെ അപ്രന്റീസ്ഷിപ് പരിപാടിയിൽ ഗ്രാമപഞ്ചായത്തുകളെക്കൂടി ഉൾപ്പെടുത്തി. ഇതിനുവേണ്ടി നിയോഗിക്കപ്പെട്ട എൻജിനീയർമാർക്ക് ഓണറേറിയമായി 2000, 2500 രൂപ നൽകാനും ഇതിലൊരു ഭാഗം കേന്ദ്ര സർക്കാരിന്റെ പദ്ധതിയിൽനിന്നും അനുവദിക്കാനും ധാരണയായി.

തദ്ദേശഭരണവകുപ്പുമന്ത്രിയും തദ്ദേശഭരണ സെക്രട്ടറിയും പങ്കെടുത്തുകൊണ്ട് പദ്ധതി നിർവ്വഹണത്തിനുവേണ്ടി ജില്ലാതല സമ്മേളനങ്ങൾ സംഘടിപ്പിച്ചു. ബ്ലോക്ക് പ്രസിഡണ്ടുമാരെയും ബ്ലോക്ക് സെക്രട്ടറിമാരെയും പങ്കെടുപ്പിച്ച് പ്രാദേശിക സമ്മേളനങ്ങളും നടത്തി. പദ്ധതി നിർവ്വഹണത്തിന്റെ പുരോഗതി അറിയുന്നതിന് ഒരു നിരീക്ഷണ സംവിധാനം ഏർപ്പെടുത്തി. എല്ലാ തയ്യാറെടുപ്പുകളുംകഴിഞ്ഞ് കാര്യങ്ങൾ തുടങ്ങാനിരിക്കെ കേന്ദ്രത്തിലെ സർക്കാർ നിലംപതിക്കുകയും ദേശീയ തിരഞ്ഞെടുപ്പ് പ്രഖ്യാപിക്കുകയും ചെയ്തു.

തിരഞ്ഞെടുപ്പ് ഇടവേളയും അതിനു ശേഷവും

ജനകീയാസൂത്രണപ്രസ്ഥാനം സൃഷ്ടിച്ച ഭരണ പ്രതിപക്ഷ മുന്നണികളുടെ യോജിപ്പിന്റേതായ അന്തരീക്ഷം പെട്ടെന്ന് അസ്തമിച്ചു. വികേന്ദ്രീകരണം നടപ്പിലാക്കിയതിന്റെ പേരിൽ ഇടതുപക്ഷം രാഷ്ട്രീയ മേൽക്കൈ നേടാൻ ശ്രമിക്കുകയാണെന്ന് പ്രതിപക്ഷം സംശയിച്ചു. പത്തു ലക്ഷത്തിലധികം വരിക്കാരുള്ള *മലയാള മനോരമപ്പത്രം* ജനകീയാസൂത്രണത്തിനെതിരെ ശക്തമായ പ്രചാരണം തുടങ്ങി. പദ്ധതി നിർവ്വഹണത്തിലെ വീഴ്ചയുടെ കഥകൾ, പ്രാദേശിക പദ്ധതികളുടെ പോരായ്മകൾ മാനദണ്ഡങ്ങളിലും നടപടിക്രമങ്ങളിലും ബന്ധപ്പെട്ടവർ നടത്തിയ വ്യതിയാനങ്ങൾ തുടങ്ങിയവയെല്ലാം പരമ്പരയായി അച്ചടിച്ചു തുടങ്ങി. പദ്ധതി നിർവ്വഹണം നിർത്തിവയ്ക്കാൻ ഉത്തരവിടണമെന്ന് ആവശ്യപ്പെട്ടുകൊണ്ട് പ്രതിപക്ഷനേതാക്കൾ ഇലക്ഷൻകമ്മീഷനെ സമീപിച്ചു. തദ്ദേശഭരണ സ്ഥാപനങ്ങൾ വോട്ടർമാരെ സ്വാധീനിക്കാൻ ശ്രമിക്കുന്നു എന്നായിരുന്നു അവരുടെ വാദം. ഗുണഭോക്താക്കളെ തിരഞ്ഞെടുക്കുന്നതിന് കൂടാൻ നിശ്ചയിച്ചിരുന്ന ഗ്രാമസഭകൾ വിളിച്ചുചേർക്കുന്നത് ഇലക്ഷൻ കമ്മീഷൻ തടഞ്ഞു. 'പുതിയ' പ്രോജക്ടുകളുടെ നിർവ്വഹണം ഏറ്റെടുക്കാൻ പാടില്ല; നിലവിലുള്ള തുടർ പദ്ധതികൾ മാത്രമേ നടപ്പിലാക്കാൻ കഴിയുകയുള്ളൂ. ഇതോടെ പല ജില്ലകളിലും പദ്ധതി നിർവ്വഹണം ഏതാണ്ട് നിലച്ചു.

തിരഞ്ഞെടുപ്പിന് ശേഷം മാത്രമാണ് പദ്ധതി നിർവ്വഹണം വീണ്ടും തുടങ്ങാൻ കഴിഞ്ഞത്. ഭൂരിപക്ഷം തദ്ദേശ സ്ഥാപനങ്ങൾക്കും ആദ്യത്തെ മൂന്ന് ഗഡുക്കളുടെ 60 ശതമാനം ചെലവഴിച്ചുകഴിഞ്ഞിട്ടില്ലാത്തതിനാൽ ധനസഹായത്തിന്റെ അവസാന ഗഡു വാങ്ങിയെടുക്കാൻ കഴിഞ്ഞില്ല. പുതിയ ധനകാര്യ നടപടിച്ചട്ടങ്ങൾ പ്രകാരം പദ്ധതി ധനസഹായത്തിന്റെ സിംഹഭാഗവും ലാപ്സായി പോകുമായിരുന്നു. ഒരുവർഷം നീണ്ടുനിന്ന ആസൂത്രണ പ്രവർത്തനത്തിനുശേഷം തദ്ദേശഭരണ സ്ഥാപനങ്ങളുടെ നിയന്ത്രണത്തിലല്ലാത്ത കാരണങ്ങൾകൊണ്ട് ഇങ്ങനെയൊരു സ്ഥിതിവിശേഷമുണ്ടാകുന്നത് എല്ലാവരുടെയും വീര്യം കെടുത്തുമായിരുന്നു. ഇത് പരിഗണിച്ച് പദ്ധതിപ്പണത്തിന്റെ മൂന്നും നാലും ഗഡുക്കൾ തദ്ദേശഭരണ സ്ഥാപനങ്ങളുടെ സെക്രട്ടറിമാരുടെ പി ഡി അക്കൗണ്ടുകളിലേക്ക് വിതരണം ചെയ്യുന്നതിന് സർക്കാർ തീരുമാനിച്ചു.

തിരഞ്ഞെടുപ്പിന് ശേഷം കക്ഷിരാഷ്ട്രീയ ഭിന്നതയുടെ അന്തരീക്ഷം അവശേഷിച്ചു. നിയമസഭയുടെ അംഗീകാരമില്ലാതെ തദ്ദേശഭരണ സ്ഥാപനങ്ങൾക്ക് സാമ്പത്തിക വർഷം നീട്ടിനൽകിയത് വഴി സർക്കാർ സ്വന്തം ബഡ്ജറ്റ് നടപടിക്രമങ്ങളുടെ ലംഘനം നടത്തി എന്ന് വാദിച്ചുകൊണ്ട് പ്രതിപക്ഷം നിയമസഭയിൽ വലിയ ബഹളമുണ്ടാക്കി. തലനാരിഴ കീറിയുള്ള ചർച്ചകളും നടന്നു.

പദ്ധതി നിർവ്വഹണത്തിന് വീണ്ടും ഊർജ്ജം പകരേണ്ട സ്ഥിതിയിലായിരുന്നു. തദ്ദേശഭരണവകുപ്പ് മന്ത്രിയും പട്ടികജാതി/പട്ടികവർഗ്ഗ

വികസന വകുപ്പ് മന്ത്രിയും എല്ലാ ജില്ലകളിലും പദ്ധതി നിർവ്വഹണ പരിശോധനായോഗങ്ങൾ വിളിച്ചുചേർത്തു. മാർച്ച് മാസത്തിന്റെ അവസാനം ഗ്രാമപഞ്ചായത്തുകളുടെ പദ്ധതിച്ചെലവ് നിർദ്ദിഷ്ട അടങ്കലിന്റെ 30 ശതമാനം മാത്രമായിരുന്നു. ഏപ്രിൽ കഴിഞ്ഞപ്പോൾ ഇത് 40 ശതമാനമായും മേയ് അവസാനം 60 ശതമാനമായും ഉയർന്നു.

സാമ്പത്തിക വർഷത്തിന്റെ അവസാന ദിനമായ 31/3/1998 ൽ നിർമ്മാണവുമായി ബന്ധപ്പെട്ട പ്രോജക്ടുകളുടെ ഭൂരിഭാഗത്തിനും സാങ്കേതിക അനുമതി ലഭിച്ചിരുന്നില്ല. ആസ്തി വിതരണത്തിനും ധനസഹായ വിതരണത്തിനുമുള്ള പ്രോജക്ടുകളും അവയ്ക്കുള്ള പണവും ബന്ധപ്പെട്ട നിർവ്വഹണ ഉദ്യോഗസ്ഥർക്ക് ആദ്യ ഗഡുവിന്റെ ഭാഗമായിത്തന്നെ കൈമാറ്റം ചെയ്തിരുന്നുവെങ്കിലും മിക്കവാറും നടപ്പിലാകാതെ കിടന്നു. നിർവ്വഹണ ഉദ്യോഗസ്ഥർ തദ്ദേശഭരണ സ്ഥാപനങ്ങളുടെ പ്രോജക്ടുകൾക്ക് മുൻഗണനന നൽകാൻ തയ്യാറായിരുന്നില്ല. അവർക്ക് അവരുടെ വകുപ്പുതല ചുമതലകളിലായിരുന്നു മുഖ്യശ്രദ്ധ.

സ്ഥലം ഏറ്റെടുക്കലിന്റെയും ഡെപ്പോസിറ്റ് വർക്കുകളുടെയും പ്രശ്നങ്ങൾ

പല വ്യാവസായിക, വാണിജ്യ, പാർപ്പിട നിർമ്മാണ പദ്ധതികളിലും ഭൂമി വാങ്ങേണ്ടത് ആവശ്യമായിരുന്നു. തുടക്കത്തിൽ ഉണ്ടായിരുന്ന ധാരണ പഞ്ചായത്ത് വ്യാപകമായ പരസ്യം നൽകിയതിനു ശേഷം ഗ്രാമസഭ വിളിച്ച് സ്ഥലത്തിന്റെ വില ചർച്ചചെയ്ത് അംഗീകരിക്കണം എന്നായിരുന്നു. എന്നാൽ പ്രാദേശിക കമ്പോള വിലകൾ സാധാരണ ഗതിയിൽ സർക്കാർ ഭൂമി ഏറ്റെടുക്കുന്നതിന് നൽകാറുള്ള വിലകളെക്കാൾ കൂടുതലായിരിക്കും എന്നുപറഞ്ഞ് റവന്യു വകുപ്പ് ഇതിനെ എതിർത്തു. തദ്ദേശ ഭരണസ്ഥാപനം പ്രാദേശിക കമ്പോള വിലയ്ക്ക് ഭൂമി വാങ്ങിയാൽ പിന്നീട് ആ വിലയായിരിക്കും സർക്കാരിന് എല്ലാ ഭാവി ഇടപാടുകളിലും നൽകേണ്ടിവരുന്ന നിയമപരമായ വില. സാധാരണ ഗതിയിൽ സർക്കാരിന്റെ ഭൂമി ഏറ്റെടുക്കൽ നടപടി ക്രമങ്ങൾ പൂർത്തിയാക്കി ഭൂമി വാങ്ങുന്നതിന് വർഷങ്ങൾ എടുക്കാറുണ്ട്. സ്ഥലം വാങ്ങുന്നതിന് വില ചർച്ചചെയ്ത് തീരുമാനിക്കുന്ന രീതിയാണ് നിർദ്ദേശിക്കപ്പെട്ടത്. തദ്ദേശ ഭരണസ്ഥാപനങ്ങൾ സ്ഥലം കണ്ടെത്തി ഉടമസ്ഥരുമായി സംസാരിച്ച് വില നിശ്ചയിച്ച ശേഷം വാങ്ങുന്നതിനുള്ള നിർദ്ദേശം ജില്ലാ കളക്ടർക്ക് സമർപ്പിക്കണം. കളക്ടർ വിലയുടെ ഔദ്യോഗികമായ പരിശോധന നടത്തണം. എന്നാൽ വലിയ കാലതാമസം ഉണ്ടാക്കാതെതന്നെ ജില്ലാ കളക്ടർ ബന്ധപ്പെട്ട ഉദ്യോഗസ്ഥരുടെ ഒരു യോഗം വിളിച്ചുചേർത്ത് അതിൽവെച്ച് വില തീരുമാനിക്കണം എന്നായിരുന്നു നിർദ്ദേശം. ഔദ്യോഗികമായി നടത്തുന്ന മൂല്യനിർണ്ണയം തദ്ദേശഭരണ സ്ഥാപനം നിർദ്ദേശിച്ച വിലയേക്കാൾ കുറവായിരിക്കും. ഔദ്യോഗിക വിലയുടെ 30 ശതമാനം വരെ വരുന്ന തുക തദ്ദേശഭരണ സ്ഥാപനത്തിന് പ്രത്യേക 'നഷ്ടപരിഹാര'

മായി നൽകാം. ഇങ്ങനെ അധികം നൽകേണ്ട തുക വിലയിൽനിന്നും വേർപെടുത്തി നിർത്താം. ഇതിലും ഉയർന്ന വിലയാണ് ഭൂവുടമയ്ക്ക് നൽകേണ്ടിവരുന്നതെങ്കിൽ അധിക തുക തദ്ദേശഭരണ സ്ഥാപനത്തിന് സംഭാവനയായി സമാഹരിച്ച് ഗുണഭോക്തൃസമിതികൾ മുഖേന നൽകാവുന്നതാണ്.

ജലവിതരണത്തിനും ഗ്രാമീണ വൈദ്യുതീകരണത്തിനും ഉള്ള പ്രോജക്ടുകൾ യഥാക്രമം കേരള വാട്ടർ അതോറിറ്റിയുടെയും കേരള സ്റ്റേറ്റ് ഇലക്ട്രിസിറ്റി ബോർഡിന്റെയും സഹകരണത്തോടെ മാത്രമേ നടപ്പിലാക്കാൻ കഴിയുകയുള്ളൂ. ഇവ രണ്ടും സ്വയംഭരണ സ്ഥാപനങ്ങളാണ്, സർക്കാർ വകുപ്പുകളല്ല. രണ്ടു സ്ഥാപനങ്ങളും ജനകീയാസൂത്രണ പ്രസ്ഥാനത്തിൽനിന്ന് മിക്കവാറും അകലം പാലിച്ചിരുന്നു. ഗ്രാമീണ വൈദ്യുതീകരണ പ്രോജക്ടുകൾ നടപ്പിലാക്കേണ്ടത് കെ എസ് ഇ ബിയുടെ ഡെപ്പോസിറ്റ് വർക്കുകൾ എന്ന നിലയിലാണ്. എന്നാൽ പ്രാദേശിക പ്രോജക്ടുകൾക്ക് ഒരുതരത്തിലും മുൻഗണന നൽകാൻ കെ എസ് ഇ ബി തയ്യാറായിരുന്നില്ല. കെ എസ് ഇ ബിയുടെ വിസമ്മതത്തിനുള്ള പ്രധാന കാരണം ആവശ്യമായ കോൺക്രീറ്റിലുള്ള ഇലക്ട്രിക് പോസ്റ്റുകൾ ലഭ്യമായിരുന്നില്ല എന്നതാണ്. നീണ്ട ചർച്ചകൾക്കുശേഷം തദ്ദേശഭരണ സ്ഥാപനങ്ങൾ അവർക്കാവശ്യമായ ഇലക്ട്രിക് പോസ്റ്റുകൾ സ്വന്തമായി നൽകുകയും ലൈനുകൾ വലിക്കുന്നതിന് തൊഴിലാളികളെ നൽകുകയും ചെയ്താൽ അവരുടെ ഡെപ്പോസിറ്റ് സ്വീകരിക്കാമെന്ന് കെ എസ് ഇ ബി സമ്മതിച്ചു. പകരം കെ എസ് ഇ ബി അവർ ഈടാക്കാറുള്ള 20 ശതമാനം സർവ്വീസ് ചാർജ്ജ് ഉപേക്ഷിക്കാമെന്നും ധാരണയായി.

കേരള വാട്ടർ അതോറിറ്റി നിയമപ്രകാരം സംസ്ഥാനത്ത് പൈപ്പ് വഴിയുള്ള ജല വിതരണത്തിനുള്ള കുത്തക അധികാരം അവർക്കായിരുന്നു. പരമ്പരാഗതമായി ശുദ്ധജല വിതരണം തദ്ദേശഭരണ സ്ഥാപനങ്ങളുടെ സുപ്രധാന ചുമതലകളിൽ ഒന്നായിട്ടാണ് കരുതപ്പെട്ടിരുന്നത്. 1980 കളുടെ രണ്ടാം പാദത്തിൽ കേരള വാട്ടർ അതോറിറ്റിയുടെ രൂപീകരണ സമയത്ത് ലോകബാങ്കിൽനിന്നും വായ്പ നേടിയെടുക്കുന്നതിനാണ് ഉപഭോക്താക്കളിൽനിന്നും ഉയർന്നചാർജ്ജ് ഈടാക്കുന്നത് ഉറപ്പാക്കാം എന്ന ന്യായത്തിൽ എല്ലാ പ്രാദേശിക ശുദ്ധജല വിതരണ പദ്ധതികളും അതോറിറ്റിയുടെ അധികാര പരിധിയിൽ കൊണ്ടുവന്നത്. ശുദ്ധജലവിതരണത്തിനുള്ള പദ്ധതിവിഹിതത്തിന്റെ 60 ശതമാനവും പൈപ്പ് വഴി വെള്ളം എത്തിക്കുന്ന പ്രോജക്ടുകൾക്കാണ് മാറ്റിവച്ചത്. ഇതിലൊരു വലിയ ഭാഗവും വാട്ടർ അതോറിറ്റിയുടെ തന്നെ നിലവിലുള്ള കുടിവെള്ള സൗകര്യങ്ങൾ നീട്ടുന്നതിനു വേണ്ടിയാണ് നിർദ്ദേശിക്കപ്പെട്ടത്. ജലവിതരണ ജലസേചന വകുപ്പുകളുടെ മന്ത്രിയും കേരള വാട്ടർഅതോറിറ്റിയിലെ മുതിർന്ന ഉദ്യോഗസ്ഥരുമായി നടത്തിയ നിരന്തര ചർച്ചകൾക്കുശേഷം അൻപത്തിയഞ്ചു ലക്ഷം രൂപയിൽ താഴെയുള്ള പ്രോജക്ടുകൾ നടപ്പിലാക്കുന്നതിന് തദ്ദേശഭരണ സ്ഥാപനങ്ങളെ അനുവദിക്കാമെന്ന് കേരള വാട്ടർ അതോറിറ്റി

സമ്മതിച്ചു. നിലവിലുള്ള പദ്ധതികളുടെ വിപുലീകരണവുമായി ബന്ധപ്പെട്ട പ്രോജക്ടുകൾക്ക് ജല അതോറിറ്റിയുടെ അനുമതി ആവശ്യമായിരിക്കും. മറ്റെല്ലാ പ്രോജക്ടുകൾക്കും ആവശ്യമായ സാങ്കേതികോപദേശവും സഹായവും ലഭ്യമാക്കാൻ ജല അതോറിറ്റി പരിശ്രമിക്കും. പ്രാദേശിക ശുദ്ധജലവിതരണപദ്ധതികൾക്കാവശ്യമായ പൈപ്പ്, ജോയിന്റ്, വാൽവ് തുടങ്ങിയവ വാങ്ങുന്നതിന് ഒരു സാങ്കേതിക സമിതി രൂപീകരിച്ചു. പെട്ടെന്ന് വാട്ടർഅതോറിറ്റി അവരുടെ നിലപാട് മാറ്റുകയും അമ്പത്തിയഞ്ച് ലക്ഷം രൂപയിൽ കുറഞ്ഞ പ്രോജക്ടുകൾക്ക് വേണ്ടി ഡെപ്പോസിറ്റ് സ്വീകരിക്കാൻ തയ്യാറല്ല എന്ന് പ്രഖ്യാപിക്കുകയും ചെയ്തു. പല ഇടത്തരം പ്രോജക്ടുകളും നിർദ്ദേശിച്ചിരുന്ന തദ്ദേശഭരണസ്ഥാപനങ്ങൾക്ക് അവ സ്വതന്ത്രമായി നടപ്പിലാക്കുന്നതിനുള്ള സാങ്കേതിക വൈദഗ്ദ്ധ്യം ഇല്ലാത്തതിനാൽ അതോറിറ്റിയുടെ ഈ തീരുമാനംമൂലം വലിയ ബുദ്ധിമുട്ടുണ്ടായി.

പണം നൽകുന്നതിലെ പ്രശ്നങ്ങൾ

സബ്സിഡികളുടെ കാര്യത്തിൽ വലിയ ആശയക്കുഴപ്പമാണ് ഉണ്ടായത്. പരമാവധി നൽകാവുന്ന സബ്സിഡി സമാനമായ പദ്ധതികളിൽ സംസ്ഥാന സർക്കാർ നൽകുന്ന സബ്സിഡിയിലും അധികമാകാൻ പാടില്ലെന്ന് നിഷ്കർഷിച്ചിരുന്നു. എന്നാൽ പല തദ്ദേശഭരണ സ്ഥാപനങ്ങളും ഉയർന്നനിരക്കിലുള്ള സബ്സിസികളാണ് നിർദ്ദേശിച്ചത്. നിർവ്വഹണ ഉദ്യോഗസ്ഥർ സർക്കാർ ചട്ടങ്ങൾ ലംഘിക്കുന്നതിന് വിസമ്മതിച്ചു. വൻതോതിലുള്ള സബ്സിഡി പദ്ധതികൾ ജനകീയാസൂത്രണത്തെത്തന്നെ പരിഹാസ്യമാക്കുന്ന സ്ഥിതിയുണ്ടാക്കും. തിരഞ്ഞെടുക്കപ്പെട്ട പ്രാദേശിക ജനപ്രതിനിധികളുമായി പലവട്ടം ചർച്ചകൾ നടത്തി. പാർപ്പിടം, കക്കൂസ്, വളർത്തുമൃഗങ്ങൾ തുടങ്ങിയവയ്ക്കുള്ള പ്രോജക്ടുകളുടെ സാമ്പിളെടുത്ത് വിശദമായി പരിശോധിക്കുകയും പരസ്പര സമ്മതത്തോടെയുള്ള പുതിയ സബ്സിഡി നിരക്ക് (ഇത് സംസ്ഥാന സർക്കാർ പദ്ധതികളിൽ ഉള്ളതിനേക്കാൾ കൂടുതലായിരുന്നു) തീരുമാനിക്കപ്പെട്ടു.

പ്രത്യേക ഘടക പദ്ധതി/പട്ടികവർഗ്ഗ ഉപപദ്ധതി (SCP/TSP) പ്രോജക്ടുകൾ കൂടുതലും വ്യക്തിഗതമോ കൂട്ടായതോ ആയ ഗുണഭോക്തൃ സഹായ പദ്ധതികളായിരുന്നു. ഗുണഭോക്താക്കൾക്ക് റവന്യൂ ഉദ്യോഗസ്ഥരിൽനിന്നും ജാതി സർട്ടിഫിക്കറ്റ് ലഭിക്കണമായിരുന്നു. ജാതി നിർണ്ണയം ചില അസ്വാരസ്യങ്ങൾ സൃഷ്ടിച്ചു. വിശേഷിച്ച്, ക്രിസ്തു മതത്തിലേക്ക് പരിവർത്തനം ചെയ്ത പട്ടികജാതി വിഭാഗങ്ങൾക്ക് നിയമപരമായിത്തന്നെ അർഹത നഷ്ടപ്പെടുമായിരുന്നു. തമിഴ് കുടിയേറ്റ തോട്ടം മേഖലകളിൽ മറ്റ് സംസ്ഥാനങ്ങളിൽനിന്ന് കുടിയേറിയ പട്ടികവർഗ്ഗ വിഭാഗങ്ങൾ താമസിച്ചിരുന്നു. എന്നാൽ അവരെ കേരളത്തിലെ പട്ടികവർഗ്ഗങ്ങളുടെ പട്ടികയിൽ ഉൾപ്പെടുത്തിയിരുന്നില്ല. ജാതി തെളിയിക്കുന്ന സർട്ടിഫിക്കറ്റ് നൽകുന്നതിനുള്ള അധികാരം തിരഞ്ഞെടുക്കപ്പെട്ട ജനപ്ര

തിനിധികൾക്ക് കൊടുക്കുന്നതിനെതിരെ ജാതിസംഘടനകൾ രംഗത്തുവന്നു. അവരുടെ ആവശ്യം ജാതിസംഘടനകൾക്ക് തന്നെ ഈ അധികാരം നല്കണമെന്നായിരുന്നു. എന്നാൽ സർക്കാരിന് ഈ ആവശ്യം അംഗീകരിക്കാൻ കഴിഞ്ഞില്ല. മറ്റു മാർഗ്ഗമില്ലാത്തതിനാൽ നിലവിലുള്ളതുപോലെ റവന്യു ഉദ്യോഗസ്ഥർതന്നെ സർട്ടിഫിക്കറ്റ് നൽകിയാൽ മതിയെന്ന് തീരുമാനിച്ചു. ഗുണഭോക്താക്കളിൽനിന്നും ജാതി സർട്ടിഫിക്കറ്റിനുള്ള നൂറുകണക്കിന് അപേക്ഷകൾ എത്തിയതോടെ പ്രാദേശിക ഓഫീസുകൾ സ്തംഭിച്ചു. തുടർന്ന് ഓരോ ഗുണഭോക്താവും ജാതി സർട്ടിഫിക്കറ്റിനായി വില്ലേജ് ഓഫീസിൽ പോകേണ്ടതില്ലെന്നും തദ്ദേശഭരണ സ്ഥാപനങ്ങൾ അർഹരായ ഗുണഭോക്താക്കളുടെ ലിസ്റ്റ് തയ്യാറാക്കി പ്രാദേശിക റവന്യു ഉദ്യോഗസ്ഥർക്ക് കൈമാറണമെന്നും അവ കാലവിളംബംകൂടാതെ കൈകാര്യം ചെയ്യണമെന്നും തീരുമാനിക്കപ്പെട്ടു.

പാർപ്പിടം, കക്കൂസ് തുടങ്ങിയവയ്ക്ക് ഗുണഭോക്താക്കൾക്കുള്ള സാമ്പത്തിക സഹായം വിതരണംചെയ്യുന്നതിലും അപ്രതീക്ഷിതമായ പ്രശ്നങ്ങൾ ഉടലെടുത്തു. എല്ലാ ധനസഹായവും സംസ്ഥാന ട്രഷറിയിൽനിന്നുള്ള ചെക്കുകളായിട്ടാണ് നൽകിയത്. ഗുണഭോക്താക്കൾ ചെക്കുമായി പ്രാദേശിക ട്രഷറി ഓഫീസിൽ പോകുകയും പണത്തിനായി മണിക്കൂറുകളോളം കാത്തുനിൽക്കുകയും ചെയ്യേണ്ട സ്ഥിതിയുണ്ടായി. സബ് ട്രഷറി ഓഫീസുകളിൽ നൂറുകണക്കിന് ഗുണഭോക്താക്കൾ ഒരേസമയം എത്തുന്നതുമൂലം അവയുടെ പ്രവർത്തനവും അവതാളത്തിലായി. തൃശൂരിലെ സബ് ട്രഷറിയിൽ അസ്വസ്ഥരായ ജനക്കൂട്ടത്തെ പിരിച്ചുവിടാനായി പോലീസിനെ വിളിക്കേണ്ടിവന്നു. ഇതിനൊരു പരിഹാരമായി പഞ്ചായത്ത് സെക്രട്ടറിക്ക് ഒരു ബാങ്ക് അക്കൗണ്ട് തുടങ്ങി അൻപതിനായിരം രൂപവരെ സൂക്ഷിക്കാമെന്നും അതിൽനിന്നും ചെറിയ തുകകൾ ഗുണഭോക്താക്കൾക്ക് നൽകാമെന്നും തീരുമാനിച്ചു. പിന്നീട് കൃഷി ഓഫീസർക്കും ഇരുപതിനായിരം രൂപവരെ ഇങ്ങനെ കൈകാര്യം ചെയ്യാൻ അധികാരം നൽകി.

സംസ്ഥാന സർക്കാരിന്റെ പണ ലഭ്യത സന്നിഗ്ദ്ധമായിരുന്നതിനാൽ ട്രഷറിയിൽനിന്നും പണം പിൻവലിക്കുന്നതിന് നിബന്ധനകൾ ഉണ്ടായിരുന്നു. മാസത്തിന്റെ ആദ്യത്തെ പത്തുദിവസങ്ങളിൽ ശമ്പള ചെക്കുകൾ മാത്രമേ സ്വീകരിച്ചിരുന്നുള്ളു. തദ്ദേശഭരണ സ്ഥാപനങ്ങൾക്ക് ഒരു ദിവസം പിൻവലിക്കാൻ പറ്റുന്ന തുകയ്ക്കും പരിധി നിശ്ചയിച്ചിരുന്നു പഞ്ചായത്തുകൾക്ക് രണ്ടുലക്ഷം രൂപയും നഗരസഭകൾക്ക് അഞ്ചുലക്ഷം രൂപയും. ജൂൺ അവസാനം വരെ ഈ നിബന്ധനകൾ തുടർന്നു.

പ്രോജക്ടുകളിലെ മാറ്റം വരുത്തലിന്റെ പ്രശ്നങ്ങൾ

പ്രോജക്ടുകളിൽ മാറ്റം വരുത്തുന്നതിനുള്ള നടപടിക്രമം അനുസരിച്ച് പുതിയ പ്രോജക്ടുകൾ ഉൾപ്പെടുത്തുന്നതിനോ നിലവിലുള്ള പ്രോജക്ടുകളുടെ അടങ്കലിൽ 20 ശതമാനത്തിലധികം വർദ്ധനവ് വരുത്തുന്നതിനോ

ജില്ലാ ആസൂത്രണ സമിതിയുടെ (DPC) മുൻകൂർ അനുമതി ആവശ്യമായിരുന്നു. ഡി പി സി അനുവദിക്കും മുൻപേ ബന്ധപ്പെട്ട വിദഗ്ദ്ധ സമിതികൾ മാറ്റങ്ങൾ പരിശോധിച്ച് അംഗീകരിക്കേണ്ടിയിരുന്നു. ഡി പി സി അംഗങ്ങളും വിദഗ്ദ്ധസമിതി കൺവീനർമാരും പദ്ധതി നിർവ്വഹണത്തിന്റെ തിരക്കിലായിരുന്നതിനാൽ പ്രോജക്ടുകളിലെ മാറ്റങ്ങൾക്ക് അംഗീകാരം ലഭിക്കുന്നതിൽ കാലതാമസം ഉണ്ടായി. ഇതുമൂലം നിബന്ധനകളിൽ ഇളവ് വേണമെന്ന ആവശ്യമുയർന്നു. വൈദ്യുതി ബോർഡും ജല അതോറിറ്റിയും അംഗീകാരം നൽകിയ ഗ്രാമീണ വൈദ്യുതീകരണത്തിന്റെയും ശുദ്ധജലവിതരണത്തിന്റെയും പുതിയ പ്രോജക്ടുകൾക്ക് ഡി പി സിയുടെ മുൻകൂർ അനുമതി ആവശ്യമില്ലായെന്ന് തീരുമാനിക്കപ്പെട്ടു. 1998 മേയ്മാസമായതോടെ പദ്ധതി നിർവ്വഹണം വേഗത ആർജ്ജിച്ചിരുന്നു. ജനകീയാസൂത്രണ ചുമതലക്കാരുടെ വിശ്വാസം ജൂൺ മുപ്പത് ആകുമ്പോഴേക്കും 75 ശതമാനം പദ്ധതിവിഹിതം വിനിയോഗിക്കാൻ കഴിയുമെന്നായിരുന്നു. ജൂൺ മാസത്തിൽ പദ്ധതിനിർവ്വഹണം ആവേശപൂർവ്വം മുന്നേറി. ഓരോ ഗ്രാമത്തിലും പട്ടണത്തിലും പ്രോജക്റ്റ് നിർവ്വഹണം പ്രധാന പ്രവർത്തനമായി മാറി. പണം പിൻവലിക്കുന്നത് ധൃതഗതിയിലായതിനെത്തുടർന്ന് സംസ്ഥാന ട്രഷറിയിൽ പ്രതിസന്ധി സൃഷ്ടിക്കുന്നതുവരെ കാര്യങ്ങളെത്തി. തദ്ദേശ ഭരണസ്ഥാപനങ്ങൾ പദ്ധതിവിഹിതത്തിന്റെ 96 ശതമാനം ചെലവഴിക്കുകയുണ്ടായി.

ഒരു വിലയിരുത്തൽ

96 ശതമാനം ചെലവഴിച്ചുവെന്ന നേട്ടം വ്യാപകമായ മുഖംമിനുക്കൽ മൂലമാണെന്നും അംഗീകരിക്കപ്പെട്ട പ്രോജക്ടുകൾ പലതും അടിമുടി മാറ്റിയെന്നും പണം പിൻവലിച്ച് വിവിധ ഏജൻസികളുടെ അക്കൗണ്ടുകളിലും സ്വകാര്യ ബാങ്ക് അക്കൗണ്ടുകളിലും നിയമവിരുദ്ധമായി നിക്ഷേപിച്ചിരിക്കുകയാണെന്നും വിമർശനമുയർന്നു. വയനാട് ജില്ലയിൽനിന്നും പൊട്ടിപ്പുറപ്പെട്ട ഒരു വിവാദം എല്ലാവരെയും ഞെട്ടിച്ചു. ആദിവാസികൾക്ക് വേണ്ടിയുള്ള പാർപ്പിട പദ്ധതിക്കുവേണ്ടി വകയിരുത്തിയ മുഴുവൻ തുകയും ജില്ലാ പഞ്ചായത്ത്, ജില്ലാ കളക്ടർ ചെയർമാനായ അർദ്ധ ഔദ്യോഗിക സൊസൈറ്റിയായി രജിസ്റ്റർ ചെയ്തിരുന്ന നിർമ്മിതി കേന്ദ്രത്തിന് ഡെപ്പോസിറ്റായി നൽകിയിരുന്നു. ഈ സ്ഥാപനമാകട്ടെ പ്രോജക്ടുകൾ സമയത്തിന് പൂർത്തിയാകുമെന്ന വിശ്വാസമില്ലാത്തതിനാൽ ഫണ്ടിന്റെ ഭൂരിഭാഗവും ഉയർന്ന പലിശനിരക്ക് വാഗ്ദാനം ചെയ്ത സ്വകാര്യ ധനകാര്യ സ്ഥാപനത്തിൽ നിക്ഷേപമായി നൽകി. പ്രതിപക്ഷം ഈ പ്രശ്നം നിയമസഭയിൽ ഉന്നയിക്കുകയും ഇതിന്റെ ഭാഗമായുണ്ടായ കോലാഹലത്തെത്തുടർന്ന് സർക്കാർ ബന്ധപ്പെട്ട ഉദ്യോഗസ്ഥരെ സസ്പെന്റ് ചെയ്യുകയും ചെയ്തു.

ഗ്രാമപഞ്ചായത്തുകളിൽനിന്നും ലഭ്യമായ കണക്കുകൾ പ്രകാരം 20 ശതമാനം തുകയാണ് നിക്ഷേപങ്ങളും അഡ്വാൻസുകളുമായി നീക്കിയി

രുപ്പ് ഉണ്ടായിരുന്നത്. ഇതിൽ 40 ശതമാനം കെ എസ് ഇ ബിയിലും 20 ശതമാനം ഹൗസിംഗ് ബോർഡിലും 11 ശതമാനം വാട്ടർ അതോറിറ്റിയിലും 9 ശതമാനം നിർമ്മിതി കേന്ദ്രത്തിലുമായിരുന്നു. അഡ്വാൻസുകളിൽ 65 ശതമാനം ഗുണഭോക്തൃസമിതി കൺവീനർമാർക്കും വ്യക്തിഗത ഗുണ ഭോക്താക്കൾക്കും, 8 ശതമാനം അംഗീകൃത സർക്കാർ ഏജൻസികൾക്കും 8 ശതമാനം പഞ്ചായത്ത് ഡയറക്ടർക്കും (റിപ്രോഗ്രാഫിക് മെഷീൻ വാങ്ങുന്നതിന്)നൽകിയതായിരുന്നു. ഒരു ചെറിയ ശതമാനം നിക്ഷേപങ്ങളും അഡ്വാൻസുകളും മാത്രമാണ് കണക്കിൽ പെടാതെ ഉണ്ടായിരുന്നത്. ഇവയുടെ കാര്യത്തിൽ ആഴത്തിലുള്ള അന്വേഷണം ആവശ്യമായിരുന്നു.

തദ്ദേശഭരണവകുപ്പ് നടപടിക്രമങ്ങളിലെ വീഴ്ചകൾ സംബന്ധിച്ച് വിശദമായി പരിശോധിക്കുകയും അവയൊന്നും തന്നെ അഴിമതിയുടെ പ്രേരണയിൽ ഉണ്ടായതല്ലെന്നും ജൂൺ മുപ്പതിന് മുൻപ് പദ്ധതി പൂർത്തിയാക്കുന്നതിനുള്ള സമ്മർദ്ദത്തിലും പരിചയക്കുറവ് മൂലവും ഉണ്ടായതാണെന്നും കണ്ടെത്തി. ആസൂത്രണബോർഡിന്റെ പരിശോധനയിൽ പ്രോജക്റ്റുകൾ ഒന്നടങ്കം മാറ്റിമറിച്ചെന്നും തന്നിഷ്ടപ്രകാരം പുതിയ പ്രോജക്ടുകൾ ഏറ്റെടുത്തതെന്നുമുള്ള ആരോപണം പൂർണ്ണമായും അടിസ്ഥാനരഹിതമാണെന്നും കണ്ടെത്തി. ഡി പി സിയുടെ അംഗീകാരമില്ലാതെ പുതിയ പ്രോജക്ടുകൾ ഏറ്റെടുത്ത തദ്ദേശഭരണ സ്ഥാപനങ്ങളുടെ എണ്ണം ആകെയുള്ളതിന്റെ വളരെ ചെറിയ ശതമാനം മാത്രമായിരുന്നു.

നിർവ്വഹണത്തിന്റെ ഗുണനിലവാരത്തിലുണ്ടായ ചോർച്ചയായിരുന്നു പ്രധാന പ്രശ്നം. സമയത്തിനു മുൻപേ ചെലവഴിക്കുന്നതിനുള്ള വ്യഗ്രതയിൽ പദ്ധതിവിഹിതം ചെലവഴിച്ചു തീർക്കുന്നതിലായിരുന്നു ഊന്നൽ. ഇതുമൂലം പ്രാദേശികമായി വിഭവസമാഹരണം നടത്തുന്നതിൽ ശ്രദ്ധ കുറഞ്ഞു. ഗ്രാമീണവൈദ്യുതീകരണത്തിനും കുടിവെള്ള വിതരണത്തിനും പാർപ്പിടത്തിനുമുള്ള പ്രോജക്ടുകൾ ബന്ധപ്പെട്ട ഏജൻസികൾ ഏറ്റെടുക്കുന്നതിനു മുൻപേ തദ്ദേശഭരണ സ്ഥാപനങ്ങൾ ഫണ്ട് ഡെപ്പോസിറ്റ് ചെയ്യണമായിരുന്നു. എന്നാൽ പ്രാദേശികമായ സന്നദ്ധ സേവനം ഫലപ്രദമായി ഉപയോഗിക്കുന്നതിനു കഴിയുകയില്ലെന്ന ന്യായംപറഞ്ഞ് മേൽപ്പറഞ്ഞ അംഗീകൃത നിർവ്വഹണ ഏജൻസികൾ പ്രോജക്ടുകളിലെ ധനസമാഹരണരീതികൾ തള്ളിക്കളഞ്ഞു.

പണത്തിന്റെ ചോർച്ച വളരെ തുച്ഛമായിരുന്നുവെന്ന് യാഥാർത്ഥ്യബോധത്തോടെ പറയാനാകും. അനുവദിച്ച തുകയേക്കാൾ കൂടുതൽ താഴെത്തട്ടിൽ ചെലവഴിക്കപ്പെട്ടിട്ടുണ്ട്. ഗുണഭോക്തൃവിഹിതത്തിന്റെ പകുതി മാത്രമേ സമാഹരിക്കാൻ കഴിഞ്ഞുള്ളൂ എന്ന യാഥാസ്ഥിതിക കണക്കുകൂട്ടലെടുത്താലും സന്നദ്ധ സേവനവും തദ്ദേശഭരണ സ്ഥാപനങ്ങളുടെ ഫണ്ടും ഉൾപ്പെടെ അധികമായി ചെലവഴിക്കപ്പെട്ട വിഭവങ്ങൾ സംസ്ഥാന പദ്ധതിവിഹിതത്തിന്റെ 23 ശതമാനമെങ്കിലും ഉണ്ടാകും.

ഭൗതിക നേട്ടങ്ങൾ

1997-98 വാർഷിക പദ്ധതിയുടെ ഭൗതിക നേട്ടങ്ങൾ അതിശയിപ്പിക്കുന്നതായിരുന്നു. ഏകദേശം ഇരുപതു ലക്ഷം വ്യക്തിഗത ഗുണഭോക്താക്കൾക്ക് വിത്ത്, തൈകൾ, വളം തുടങ്ങി കാർഷിക മേഖലയിലെ ആനുകൂല്യങ്ങൾ ലഭിച്ചു; 168552 പശുക്കളും 125481 ആടുകളും വിതരണം ചെയ്യപ്പെട്ടു; 54712 വീടുകളും 20344 തൊഴുത്തുകളും 136110 കക്കൂസുകളും നിർമ്മിക്കപ്പെട്ടു; 24931 കിണറുകൾ കുഴിക്കപ്പെട്ടു; 9256 പുതിയ ശുദ്ധജല ടാപ്പുകൾ സ്ഥാപിക്കപ്പെട്ടു. 8635 കുളങ്ങൾ വൃത്തിയാക്കുകയോ ചെളി മാറ്റുകയോ ചെയ്തു. 4743 കിലോമീറ്റർ റോഡുകളും 989 കലുങ്കുകളും 452 പാലങ്ങളും നിർമ്മിക്കപ്പെട്ടു.

പദ്ധതി നിർവ്വഹണത്തിന്റെ അവസാന ഘട്ടത്തിൽ വിമർശനങ്ങളുടെ കുത്തൊഴുക്ക് തന്നെയുണ്ടായി. മൂന്നുമാസത്തേക്ക് ചുരുക്കിയതിനാൽ പ്രോജക്റ്റുകളിലെ മുൻ പിൻ ബന്ധങ്ങളിൽ ആവശ്യത്തിനു ശ്രദ്ധ നൽകാൻ കഴിഞ്ഞില്ല. വിവിധ മേഖലകൾ തമ്മിലുള്ള ഏകോപനവും ഫലപ്രദമായില്ല. പദ്ധതി നിർവ്വഹണത്തിന്റെ നടപടിക്രമങ്ങളിൽ ഉണ്ടായ നിരവധി വൈരുദ്ധ്യങ്ങൾ ഒരുമിച്ച് പൊതുജന ശ്രദ്ധയിലേക്ക് വന്നു. പത്രമാധ്യമങ്ങളിൽ തുടർച്ചയായി പ്രത്യക്ഷപ്പെട്ട പ്രതികൂല വാർത്തകളുടെ ആധിക്യം ജനകീയാസൂത്രണപ്രസ്ഥാനത്തിന്റെ ഏറ്റവും ഊർജ്ജസ്വലരും പ്രതിബദ്ധതയും ഉള്ളവരായ പ്രവർത്തകരുടെയും പിന്തുണയ്ക്കുന്നവരുടെയും ആത്മവിശ്വാസത്തെ പോലും ബാധിച്ചു. സാധനങ്ങൾ വാങ്ങിയതിലെ അഴിമതി, ഭൂമി ഇടപാടുകളിലെ ക്രമക്കേടുകൾ, ഗുണഭോക്തൃപ്പട്ടികകളിലെ കൃത്രിമങ്ങൾ, നിഷ്പ്രയോജനമില്ലാത്ത പ്രോജക്റ്റുകൾ തുടങ്ങിയവയെപ്പറ്റിയുള്ള കഥകൾ എല്ലാ ജില്ലകളിൽനിന്നും വരാൻ തുടങ്ങി. 'ആസൂത്രണ തട്ടിപ്പി'നെപ്പറ്റി ജുഡീഷ്യൽ അന്വേഷണം വേണമെന്ന് പ്രതിപക്ഷം ആവശ്യപ്പെട്ടു.

ജനകീയാസൂത്രണം ആരംഭിച്ചതിനുശേഷം ആദ്യമായി മാധ്യമങ്ങളിലെ ഒരു വലിയ വിഭാഗം ശത്രുതാപരവും നിസംഗതയോട് കൂടിയതുമായ നിലപാട് സ്വീകരിച്ചതിനാൽ തിരിച്ചുള്ള ആക്രമണം ദുഷ്കരമായിരുന്നു. നിഷേധക്കുറിപ്പുകളും വിശദീകരണങ്ങളും എല്ലാം നൽകിയെങ്കിലും അവയൊന്നും ശ്രദ്ധിക്കപ്പെട്ടില്ല. സത്യസന്ധമായി ജോലി ചെയ്ത പഞ്ചായത്തുകളുടെ കഥകൾ ആർക്കും വാർത്താപ്രാധാന്യമുള്ളതായി തോന്നിയില്ല.

പ്രതിഷേധങ്ങളും പരാതികളും ധാരാളമായി ഉണ്ടായത് സാധാരണ പൗരർക്കും അഴിമതിക്കെതിരെ പ്രതികരിക്കാനുള്ള അവസരമുണ്ടായി എന്നതിന്റെ സൂചനയായിരുന്നു.പ്രതിഷേധത്തിന്റെ ശബ്ദം മുഴങ്ങിക്കേട്ടത് അഴിമതി വർദ്ധിച്ചതുകൊണ്ടായിരുന്നില്ല. നേരത്തെ ഉണ്ടായിരുന്ന അഴിമതി ജനകീയാസൂത്രണ പ്രസ്ഥാനത്തിന്റെ രീതികൾ വഴി ദൃശ്യമായി തീർന്നതുകൊണ്ടാണ്. ആദ്യത്തെ വർഷം കൃത്യമായ പരാതി പരിഹാര

സംവിധാനം ഏർപ്പെടുത്താൻ കഴിഞ്ഞില്ല. എല്ലായിടത്തു നിന്നും കുമിഞ്ഞുകൂടിയ പരാതികളും അപ്പീലുകളും കൃത്യമായി പരിശോധിക്കുന്നതിനു പോലും സംവിധാനം ഉണ്ടായിരുന്നില്ല. കളക്ടർമാർക്കായിരുന്നു പരാതികളെപ്പറ്റി കൃത്യമായി അന്വേഷിക്കുന്നതിനുള്ള ഉത്തരവാദിത്വം കൊടുത്തിരുന്നത്. മിക്ക കേസുകളിലും കളക്ടർമാർ ഈ അധികാരം താഴെയുള്ള ഉദ്യോഗസ്ഥർക്ക് നൽകുകയും എന്നാൽ ഫലപ്രദമായ നടപടികളൊന്നും ഉണ്ടാകാതെയും ഇരുന്നു. കേരളത്തിൽ അഴിമതി പുതിയ കാര്യമായിരുന്നില്ല. എന്നാൽ യഥാർത്ഥ പുതുമ പദ്ധതികൾ സ്വയം രൂപപ്പെടുത്തുകയും സുതാര്യവും അഴിമതിരഹിതവുമായ രീതിയിൽ നടപ്പിലാക്കുകയും ചെയ്ത ഒരു കൂട്ടം പഞ്ചായത്തുകളുടെ ഉദയമായിരുന്നു.

പ്രതിപക്ഷപ്പാർട്ടികളും മാധ്യമങ്ങളിൽ ഒരു വിഭാഗവും ചേർന്ന് കെട്ടിച്ചമച്ച് ഇറക്കിയ വിമർശനങ്ങളുടെ കൂമ്പാരത്തിനുള്ള മറുപടി ഈ പുതിയ മാതൃകകളെ ഉയർത്തിക്കാട്ടുക എന്നതായിരുന്നു. ഈ ഉദ്ദേശ്യത്തോടെ തിരുവനന്തപുരത്ത് ജനകീയ വികസനോത്സവം സംഘടിപ്പിച്ചു. യൂണിവേഴ്സിറ്റി കോളേജ് ക്യാമ്പസിൽ ഒരുക്കിയ വിവിധ വേദികളിൽ ഏറ്റവും നന്നായി പ്രവർത്തിച്ച പഞ്ചായത്തുകളെ അവരുടെ അനുഭവങ്ങൾ അവതരിപ്പിക്കുന്നതിന് ക്ഷണിച്ചു. മാധ്യമങ്ങളെയും കേരളത്തിലെ എല്ലാ പഞ്ചായത്ത് പ്രസിഡന്റുമാരെയും കെ ആർ പി മാരെയും തെരഞ്ഞെടുക്കപ്പെട്ട വി ടി സി അംഗങ്ങളെയും വികസനോത്സവത്തിനു ക്ഷണിച്ചിരുന്നു. ഈ ഏകദിനപരിപാടിയിൽ ഏകദേശം രണ്ടായിരം പേർ പങ്കെടുത്തു. നൂറ്റിയമ്പത് പഞ്ചായത്തുകൾ ചാർട്ടുകളും മോഡലുകളും വീഡിയോകളും ഉപയോഗിച്ച് അവർ ചെയ്ത പ്രവർത്തനങ്ങൾ അവതരിപ്പിച്ചു. പ്രതിപക്ഷവും മാധ്യമങ്ങളിലെ ഒരു വിഭാഗവും തുടർച്ചയായി നടത്തിവന്നിരുന്ന വിമർശനത്തിന്റെ ഗതി തിരിച്ചുവിടാൻ ഈ സമ്മേളനം ഉപകരിച്ചു. ഇത് ജനകീയാസൂത്രണ പ്രചാരകർക്ക് കൂടുതൽ ആത്മവിശ്വാസം നൽകി. അവർ ഒരു വർഷമായി നടത്തിവന്ന പ്രവർത്തനങ്ങൾവഴി ചിലതൊക്കെ നേടാൻ കഴിഞ്ഞിട്ടുണ്ടെന്ന് കണ്ടു ബോധ്യപ്പെട്ടു. ഒരു പുതിയതരം പഞ്ചായത്ത് മാതൃക ഓരോ ജില്ലയിലും ഒന്നോ രണ്ടോ ഡസൻ ആയയാണ് സൃഷ്ടിക്കപ്പെട്ടത്. ഭൂരിഭാഗം പഞ്ചായത്തുകൾക്കും ക്രമക്കേടുകൾ സംഭവിച്ചത് അഴിമതി മൂലമല്ല, മറിച്ച്, പദ്ധതി നിർവഹണം വേഗം പൂർത്തിയാക്കുന്നതിനുള്ള സമ്മർദ്ദങ്ങളും മുൻ പരിചയത്തിന്റെ കുറവുംമൂലമായിരുന്നു. ഭൂരിഭാഗം വരുന്ന സത്യസന്ധരായ, എന്നാൽ മുൻ പരിചയമില്ലാത്ത പഞ്ചായത്തുകളെ മെച്ചപ്പെട്ട പുതിയ പഞ്ചായത്തുകളുടെ തലത്തിലേക്ക് ഉയർത്തുക എന്നതായി അടുത്ത ലക്ഷ്യം.

അദ്ധ്യായം 13

കാമ്പയിനിൽനിന്നും സ്ഥാപനവല്ക്കരണത്തിലേക്ക്

1997–98 ലെ വാർഷികപദ്ധതി തയ്യാറാക്കുന്നതിനും നടപ്പിലാക്കുന്നതിനും തദ്ദേശഭരണസ്ഥാപനങ്ങളെ ശാക്തീകരിക്കുന്നതിൽ ജനകീയാസൂത്രണപ്രസ്ഥാനം വിജയിച്ചു. വലിയൊരു പഠനാനുഭവം തന്നെയായിരുന്നു അത്. ജനങ്ങൾ പുതിയ കാര്യങ്ങൾ ചെയ്തു പഠിക്കുകയായിരുന്നു; സംഘാടകരുടെ കാര്യവും അതുപോലെതന്നെ. ഒമ്പതാം പദ്ധതിയുടെ തുടർന്നുള്ള വർഷങ്ങളിലും പ്രസ്ഥാനം മുന്നോട്ടുപോയി. ഇടതുപക്ഷ സർക്കാർ തദ്ദേശ ഭരണസ്ഥാപനങ്ങൾക്കാവശ്യമായ പിന്തുണ നല്കിപ്പോന്നു. എന്നിരുന്നാലും ഒരു ഭരണ സംവിധാനത്തെ ജനകീയ പ്രസ്ഥാനം എന്ന നിലയ്ക്ക് സ്ഥിരമായി നിലനിർത്തിപ്പോകാൻ കഴിയില്ലല്ലോ.

ഒരു ജനകീയ പ്രസ്ഥാനം സ്വാഭാവികമായും സന്നദ്ധ പ്രവർത്തകരിലൂടെയാണല്ലോ മുന്നോട്ടുപോവുക – പ്രധാനമായും സാമൂഹ്യ പ്രവർത്തകരിലൂടെ. പ്രതിഫലേച്ഛ കൂടാതെ പ്രസ്ഥാനത്തെ മുന്നിൽനിന്ന് നയിക്കുന്നത് അവരാണ്. പ്രസ്ഥാനത്തിനാകട്ടെ പ്രതിബദ്ധതയുള്ള വ്യക്തികളുടെ പ്രചോദനത്തെ ആശ്രയിച്ചേ മുന്നോട്ടുപോകാൻ സാധിക്കൂ. കൂടാതെ, അനൗപചാരികമായ നിരവധി സംവിധാനങ്ങൾ വേണം താനും. പ്രസ്ഥാനം സൃഷ്ടിച്ച ആവേശത്തിൽ കാര്യങ്ങൾ ഇവിടെവരെയെത്തി. അതിലൂടെ ഉരുത്തിരിഞ്ഞു വന്ന ആസൂത്രണ – നിർവ്വഹണ പ്രക്രിയയകളെ സുസ്ഥാപിതമാക്കേണ്ട ഘട്ടമാണിത്. ജനകീയപ്രസ്ഥാനത്തിന്റെ അടിസ്ഥാനഘടകങ്ങളെ സ്വാംശീകരിച്ചു കൊണ്ടുവേണം അതുചെയ്യാൻ ജനകീയപ്രസ്ഥാനം എത്രതന്നെ വിജയിച്ചാലും, അതു സൃഷ്ടിച്ച ഗതിവേഗം നഷ്ടപ്പെടുന്നതിനുമുമ്പ് പുതുതായി രൂപംകൊണ്ട സംവിധാനത്തെ സുസ്ഥിരമാക്കലാണ് പ്രധാന വെല്ലുവിളി; ഒപ്പം വികസനത്തോടുണ്ടായി വന്ന പുത്തൻ സമീപനത്തെ സമൂഹത്തിന്റെ പൊതുബോധത്തിൽ

ഊട്ടിയുറപ്പിക്കുക എന്നതും (അധികാരവികേന്ദ്രീകരണ സമിതി 1999, പുറം 6–7).

അധികാരവികേന്ദ്രീകരണം സുസ്ഥിരമാക്കുന്നതിനെപ്പറ്റി സെൻ കമ്മിറ്റി പറഞ്ഞത്

തദ്ദേശ സ്വയംഭരണനിയമത്തിൽ ഒരു പൊളിച്ചെഴുത്തിനായി ഒരു കമ്മിറ്റിയെ നിയമിക്കാനുള്ള രാഷ്ട്രീയ തീരുമാനം 1996 ൽ ജനകീയാസൂത്രണപ്രസ്ഥാനം ആരംഭിക്കുന്ന സമയത്തുതന്നെ എടുത്തിരുന്നു. അധികാരവികേന്ദ്രീകരണത്തിനായി നിയമിക്കപ്പെട്ട ആ കമ്മിറ്റി പൊതുവെ സെൻകമ്മിറ്റി എന്നറിയപ്പെടുന്നു; അതിന്റെ അദ്ധ്യക്ഷനായിരുന്ന ഡോ. സത്യബ്രത സെന്നിന്റെ പേരിൽ. ഡോ. സെൻ പശ്ചിമബംഗാളിലെ അധികാരവികേന്ദ്രീകരണത്തിൽ നേതൃത്വപരമായ പങ്കുവഹിച്ച വ്യക്തിയാണ്. കേരളവുമായി അദ്ദേഹത്തിന് ദീർഘകാലത്തെ ബന്ധവും ഉണ്ടായിരുന്നു. കൽക്കത്ത ആസ്ഥാനമായ ഇന്ത്യൻ സ്റ്റാറ്റിസ്റ്റിക്കൽ ഇൻസ്റ്റിറ്റ്യൂട്ടിൽ വിദ്യാർത്ഥിയായിരിക്കെ അദ്ദേഹം (1957 ൽ ആദ്യ കമ്യൂണിസ്റ്റ് മന്ത്രിസഭയുടെ കാലത്ത്) കേരളത്തിൽ വന്നിരുന്നു. അന്ന് സ്റ്റാറ്റിസ്റ്റിക്സ് വകുപ്പ് ആരംഭിക്കാൻ അദ്ദേഹം കേരള സർക്കാരിനെ സഹായിച്ചിരുന്നു. നാലു പതിറ്റാണ്ടുകൾക്കുശേഷം സംസ്ഥാനത്തെ ഭരണസംവിധാനം ഉടച്ചുവാർക്കാൻ കേരളത്തെ സഹായിക്കാൻ അദ്ദേഹം വീണ്ടുമെത്തി. ദൗർഭാഗ്യവശാൽ കമ്മിറ്റി അതിന്റെ അന്തിമ റിപ്പോർട്ട് സമർപ്പിക്കുന്നതിനുമുമ്പ് ഡോ. സെൻ അന്തരിച്ചു. എന്നാൽ 1997 ആഗസ്റ്റിൽ ഇടക്കാല റിപ്പോർട്ട് സമർപ്പിച്ചിരുന്നു. അത് ഡോ. സെന്നിന്റെ വ്യക്തിപരമായ നിർദ്ദേശങ്ങൾക്കനുസരിച്ചാണ് തയ്യാറാക്കിയിരുന്നത്. ആ റിപ്പോർട്ടിൽത്തന്നെ ജനകീയാസൂത്രണപ്രസ്ഥാനം സ്വീകരിച്ച അധികാരവികേന്ദ്രീകരണം സംബന്ധിച്ച സമഗ്രമായ ദർശനം മുന്നോട്ടുവയ്ക്കപ്പെട്ടിരുന്നു. ജനകീയാസൂത്രണപ്രസ്ഥാനം അതിന്റേതായ രീതിയിൽ ഫലവത്താക്കാൻ ശ്രമിച്ച ആ ദർശനത്തിന്റെ ഘടകങ്ങൾ ഇവയായിരുന്നു:

സ്വയംനിർണ്ണയാവകാശം – വിവിധതലങ്ങളിലുള്ള തദ്ദേശഭരണസ്ഥാപനങ്ങൾക്ക് പ്രവർത്തനത്തിലും ധനകാര്യത്തിലും ഭരണനിർവ്വഹണത്തിലും സ്വയം നിർണ്ണയാവകാശമുണ്ടായിരിക്കണം.

താഴേത്തട്ടിനുള്ള പ്രാമുഖ്യം – ഒരു തലത്തിൽ ചെയ്യാൻ കഴിയുന്ന കാര്യങ്ങൾ അവിടെത്തന്നെ ചെയ്യുന്നതാണ് ഉത്തമം; ഒരു കാരണവശാലും അത് മുകൾത്തട്ടുകളിൽ ചെയ്യാൻ പാടില്ല. താഴേത്തട്ടിൽ ഫലപ്രദമായി ചെയ്യാവുന്ന കാര്യങ്ങൾ അവിടെത്തന്നെ ചെയ്യുന്നുവെന്ന് ഉറപ്പുവരുത്തുക.

ഉത്തരവാദിത്വത്തിലെ വ്യക്തത – ഓരോ തട്ടിലെയും ഉത്തരവാദിത്വത്തെപ്പറ്റി ആശയപരമായും പ്രായോഗികവുമായുമുള്ള വ്യക്തതയുണ്ടായിരിക്കുക. ഒപ്പം, വിവിധ തട്ടുകൾ തമ്മിൽ ചുമതലകളിൽ കൃത്യമായ വിഭജനമുണ്ടായിരിക്കുക.

പരസ്പരപൂരകത്വം – വിവിധ തലങ്ങളുടെ ചുമതലകൾ തമ്മിൽ കൂട്ടികലർത്തരുത്; മറിച്ച് പരസ്പരപൂരകമായിരിക്കണം.

വ്യവസ്ഥകളിലെ ഐകരൂപ്യം – ഒരു പ്രദേശത്ത് നടപ്പിലാക്കപ്പെടുന്ന ഏതു പദ്ധതിയിലും ഗുണഭോക്താക്കളെ തെരഞ്ഞെടുക്കുന്നതിനുള്ള വ്യവസ്ഥകളും മാനദണ്ഡങ്ങളും ഒരേപോലെയുള്ളതായിരിക്കണം. പദ്ധതിയുടെ ചെലവ് ആരു വഹിക്കുന്നുവെന്നത് അതിനെ ബാധിക്കാൻ പാടില്ല.

ഉത്തരവാദിത്വം – ജനപ്രതിനിധികളുടെ പ്രവർത്തനം നിരന്തരമായ സാമൂഹ്യ ഓഡിറ്റിംഗിനു വിധേയമായിരിക്കണം.

സുതാര്യത – ഭരണനിർവ്വഹണത്തിലെ ഏതു വിശദാംശവും അറിയാനുള്ള അവകാശം ജനങ്ങൾക്കുണ്ടായിരിക്കണം.

ജനപങ്കാളിത്തം – വികസനപ്രക്രിയയിൽ ജനങ്ങളുടെ നേരിട്ടുള്ള പങ്കാളിത്തം പരമാവധി ഉറപ്പുവരുത്താൻ തദ്ദേശ ഭരണസ്ഥാപനങ്ങൾ ശ്രമിക്കണം.

പങ്കാളിത്തമാകട്ടെ, ശാക്തീകൃതവും സുചിന്തിതവുമാകണം. ഇവിടെ ഈ രണ്ടുപദങ്ങളും ശരിയായി മനസ്സിലാക്കേണ്ടതുണ്ട്. ശാക്തീകരണം എന്നതുകൊണ്ടുദ്ദേശിക്കുന്നത് ജനങ്ങളെ ബാധിക്കാവുന്ന തീരുമാനങ്ങൾ കൈക്കൊള്ളേണ്ട പ്രാദേശികമായ പങ്കാളിത്ത ജനാധിപത്യ പ്രക്രിയയെയാണ്. സംസ്ഥാനത്തിന്റെ വികസന ബഡ്ജറ്റിന്റെ 35–40 ശതമാനം തദ്ദേശ ഭരണസ്ഥാപനങ്ങൾക്ക് കൈമാറിക്കൊണ്ടുള്ള തീരുമാനത്തിൽ നിന്നാണല്ലോ ജനകീയാസൂത്രണപ്രസ്ഥാനം ആരംഭിച്ചത്. അതുകൊണ്ടുതന്നെ മേല്പറഞ്ഞ ജനാധിപത്യപ്രക്രിയയിൽ പങ്കാളികളാകുന്നവർ സുപ്രധാന തീരുമാനങ്ങളാണെടുക്കുന്നത്; അതുകൊണ്ടാണ് അത് ശാക്തീകൃതമായ പങ്കാളിത്തമാകുന്നത്. വെറും ചർച്ചയ്ക്കും തർക്കത്തിനുമപ്പുറം, പ്രാദേശിക സമൂഹത്തിന്റെയാകെ ഗുണത്തിനായി ഓരോ വ്യക്തിയും ആ പ്രക്രിയയിൽ പങ്കെടുക്കുമ്പോഴാണ് അത് 'സുചിന്തിത'മാകുന്നത്. അതായത്, ഒരാളും വ്യക്തിപരമായതോ, തന്റെ കുടുംബത്തിനോ കൂട്ടുകാർക്കോ ഗുണമുള്ളതോ ആയ കാര്യങ്ങൾക്കു വേണ്ടിയല്ല ജനാധിപത്യപ്രക്രിയയിൽ പങ്കാളിയാകുന്നതെന്നർത്ഥം.

ഡോ. സെന്നിന്റെ മരണശേഷം, ഉപാദ്ധ്യക്ഷനായിരുന്ന വി ജെ തങ്കപ്പൻ കമ്മിറ്റിയുടെ അദ്ധ്യക്ഷസ്ഥാനം വഹിച്ചു; നേരത്തെ 1987–91 ലെ ഇടതുപക്ഷ ജനാധിപത്യ മുന്നണി സർക്കാരിൽ തദ്ദേശഭരണവകുപ്പ് മന്ത്രിയായിരുന്നു അദ്ദേഹം. തദ്ദേശ ഭരണവുമായി ബന്ധപ്പെട്ട എല്ലാ വിഭാഗങ്ങളുമായും കമ്മിറ്റി വിശദമായ ചർച്ചകൾ നടത്തി. മുതിർന്ന സർക്കാർ ഉദ്യോഗസ്ഥർ, സർക്കാർ ജീവനക്കാരുടെ സംഘടനകൾ, പ്രാദേശിക സർക്കാരുകളുടെ വിവിധതലങ്ങളുടെ പ്രതിനിധികൾ, അക്കാദമികരംഗത്തെ പ്രമുഖർ, സാമൂഹ്യപ്രവർത്തകർ എന്നിവരുമായെല്ലാം ചർച്ചകൾ നടന്നു. നിലവിലുള്ള നിയമങ്ങൾ വിശദമായി പരിശോധിച്ച് ഓരോ വരിയിലും ആവശ്യമായ മാറ്റങ്ങൾ കമ്മിറ്റി നിർദ്ദേശിച്ചു. പല വാല്യങ്ങളായി

സമർപ്പിക്കപ്പെട്ട റിപ്പോർട്ട് തദ്ദേശഭരണരംഗത്തെ ജീവനക്കാരുടെ പുനർവിന്യാസം, അക്കൗണ്ട്സ്, ഓഡിറ്റ് സംവിധാനങ്ങൾ മെച്ചപ്പെടുത്താനുള്ള മാർഗ്ഗങ്ങൾ, ചട്ടങ്ങൾ പരിഷ്കരിക്കുന്നതിനുള്ള മാർഗ്ഗനിർദ്ദേശങ്ങൾ എന്നിവയെല്ലാം അടങ്ങിയതായിരുന്നു.

നിയമഭേദഗതികൾ

സെൻ കമ്മിറ്റിയുടെ നിർദ്ദേശങ്ങൾക്കനുസരിച്ച് 1999 ൽ സംസ്ഥാന സർക്കാർ 1994 ലെ കേരള പഞ്ചായത്ത്‌രാജ് നിയമവും കേരള നഗരപാലികാനിയമവും സമഗ്രമായി പരിഷ്കരിച്ചു. അതിലൂടെ തദ്ദേശഭരണസ്ഥാപനങ്ങളുടെ ദൈനംദിന പ്രവർത്തനങ്ങളിൽ ഭരണകൂടത്തിന് ഇടപെടാനുള്ള സാദ്ധ്യത ഗണ്യമായി കുറച്ചു. അസാധാരണ സാഹചര്യങ്ങളിൽ മാത്രമേ തദ്ദേശഭരണസ്ഥാപനങ്ങളുടെ തീരുമാനങ്ങളെ മാറ്റാൻ സർക്കാരിന് അധികാരമുള്ളൂ. ഒരു തദ്ദേശഭരണസ്ഥാപനത്തെ പിരിച്ചുവിടണമെങ്കിൽ, നിയമബദ്ധമായ പ്രക്രിയയിലൂടെയേ കഴിയൂ; 'ഓംബുഡ്സ്മാൻ' എന്ന സ്വതന്ത്ര സ്ഥാപനത്തിന്റെ പിന്തുണയും അതിനാവശ്യമാണ്. കൈമാറ്റം ചെയ്തു കിട്ടിയ ജീവനക്കാരുടെ നിയന്ത്രണവും തദ്ദേശഭരണസ്ഥാപനങ്ങളിൽ നിക്ഷിപ്തമായി. അത്തരം ജീവനക്കാർക്ക് അവരുടെ സ്വന്തം വകുപ്പുകളിലെ സ്ഥാനമുണ്ടാകും, പക്ഷേ, ചുമതലകൾ തീരുമാനിച്ചു നല്കാൻ തദ്ദേശ ഭരണസ്ഥാപനത്തിന് അധികാരമുണ്ട്. നിയമം പലതലത്തിലുള്ള അധികാരത്തെ പുനർനിർവ്വചിച്ച് തദ്ദേശഭരണസ്ഥാപനങ്ങൾക്ക് ആസൂത്രണത്തിൽ കൂടുതൽ വലിയ പങ്ക് ഉറപ്പാക്കി.

ജനപങ്കാളിത്തം മെച്ചപ്പെടുത്തുന്നതിനായി ഗ്രാമസഭയുടെ അധികാരങ്ങളും ചുമതലകളും വർദ്ധിപ്പിച്ചു. ഒരു വർഷം ചേരേണ്ട ഗ്രാമസഭകളുടെ എണ്ണം രണ്ടിൽനിന്ന് നാലാക്കി ഉയർത്തി. ഗ്രാമസഭയുടെ ക്വാറം 50 ൽ നിന്ന് 100 പേരിലേക്കോ അല്ലെങ്കിൽ ഒരു വാർഡിലെ 10% വോട്ടർമാർ എന്ന നിലയിലേക്കോ – ഏതാണോ കുറവ്, അത് – ഉയർത്തി. നഗരസഭകളിൽ പഞ്ചായത്തുകളിലെ ഗ്രാമസഭയുടെ സമാനമായി വാർഡ് സഭകൾക്ക് തുടക്കമിട്ടു. വലിയ നഗരസഭകളിലും കോർപ്പറേഷനുകളിലുമടക്കം ആസൂത്രണത്തിനായി പ്രത്യേക വാർഡുതല പൊതുസഭകൾ വിളിച്ചു ചേർക്കാവുന്നതാണ്. ആദിവാസിമേഖലകളിൽ അവരുടെ പ്രത്യേക ഗ്രാമസഭായോഗങ്ങൾ വിളിച്ചു ചേർക്കണമെന്ന് നിഷ്കർഷിച്ചു. അയൽക്കൂട്ടങ്ങൾ, ഗുണഭോക്തൃസമിതികൾ തുടങ്ങിയ പങ്കാളിത്ത സാമൂഹ്യ സംവിധാനങ്ങൾ പരീക്ഷിക്കുന്നതിനായി തദ്ദേശഭരണസ്ഥാപനങ്ങളെ പ്രോത്സാഹിപ്പിക്കുന്നതിന് സഹായകമായ വകുപ്പുകൾ നിയമത്തിൽ ഉൾപ്പെടുത്തി.

സാമൂഹ്യ ഓഡിറ്റിനുള്ള ഒരു സംവിധാനമെന്ന നിലയിൽ ഗ്രാമസഭ ഏറെ പ്രധാനമാണ്. പദ്ധതി നിർവ്വഹണവും പ്രാദേശികഭരണവും സംബന്ധിച്ച അവലോകന റിപ്പോർട്ടുകൾ ഗ്രാമസഭ മുമ്പാകെ വയ്ക്കേണ്ടതുണ്ട്. വിവിധ പദ്ധതികളിൽ ഗുണഭോക്താക്കളെ തെരഞ്ഞെടുക്കുന്നതും ഗ്രാമ

സഭയുടെ ചുമതലയാണ്. ഗുണഭോക്താക്കളെ തെരഞ്ഞെടുക്കുന്നതിനുള്ള മാനദണ്ഡങ്ങൾ തീരുമാനിക്കലും അപേക്ഷ ക്ഷണിക്കലും മാത്രമാണ് ജനപ്രതിനിധികളുടെ ഉത്തരവാദിത്വം. അപേക്ഷകരിൽ നിന്ന് അർഹരെ കണ്ടെത്തി മുൻഗണനാക്രമം തീരുമാനിക്കേണ്ടത് ഗ്രാമസഭയാണ്. ഗുണഭോക്താക്കളുടെ കരടുപട്ടിക പരസ്യപ്പെടുത്തുകയും എതിർപ്പുകൾ പരിഗണിക്കുകയും വേണം. നേരത്തെ സൂചിപ്പിച്ച പ്രക്രിയകൾക്കൊക്കെ ഇപ്പോൾ നിയമപരമായ അംഗീകാരമുള്ളതാണ്.

തദ്ദേശഭരണസ്ഥാപനങ്ങളുടെ നിയമപരമായ ചട്ടക്കൂടിനെ ശക്തമാക്കുന്ന മറ്റൊരു പ്രവർത്തനം അതേസമയത്തു നടന്നു. 2000 ലെ കേരള അധികാരവികേന്ദ്രീകരണം (ഭേദഗതി) ബിൽ മുന്നോട്ടുവയ്ക്കപ്പെട്ടു. തദ്ദേശഭരണസ്ഥാപനങ്ങൾക്ക് അനുവദിക്കപ്പെട്ട ചുമതലകളുമായി ബന്ധപ്പെട്ട 36 നിയമങ്ങൾ ഒറ്റയടിക്ക് ഭേദഗതി ചെയ്യുന്നതായിരുന്നു ഈ ബില്ല്. തദ്ദേശഭരണച്ചുമതലകളെ നിലവിലുള്ള നിയമങ്ങളുടെ ചട്ടക്കൂടിനുള്ളിൽ വ്യക്തമായി നിർവ്വചിക്കുകയാണ് ആ ഭേദഗതികൾ ചെയ്തത്. അത് സാദ്ധ്യമാക്കുന്നതിനുവേണ്ടി നിലവിലുള്ള നിയമങ്ങൾ തമ്മിലുള്ള വൈരുദ്ധ്യങ്ങൾ ഇല്ലാതാക്കുക, കാലഹരണപ്പെട്ട വകുപ്പുകളെ ഒഴിവാക്കുക, ആവശ്യമായിടത്ത് വേണ്ട പുതുക്കലുകൾ നടത്തുക, പ്രവർത്തനമേഖലകളെ വ്യക്തമായി വേർതിരിക്കുക എന്നിവയൊക്കെയാണ് ആ ഭേദഗതികളിലൂടെ ചെയ്തത്. അവയുടെ ഫലമായി തദ്ദേശഭരണസ്ഥാപനങ്ങൾ, സർക്കാരിന്റെ വ്യക്തമായി നിർവ്വചിക്കപ്പെട്ട ഒരു തലമായും അതിലൂടെ സംസ്ഥാന സർക്കാരിന്റെ ഒരു കീഴ്ത്തട്ടെന്നതിനു പകരം ഭരണപങ്കാളി എന്ന നിലയിലേക്ക് ഉയരുകയും ചെയ്യുമെന്നാണ് പ്രതീക്ഷിക്കപ്പെട്ടത് (സെൻ കമ്മിറ്റി, 1999).

അഴിമതിക്കെതിരെ സുതാര്യത

സുതാര്യത വലിയ പ്രാധാന്യത്തോടെ നിയമവുമായി വിളക്കിച്ചേർക്കപ്പെട്ടു. ഗുണഭോക്താക്കളുടെ തെരഞ്ഞെടുപ്പ്, മരാമത്തു പണികളുടെ കണക്കുകളും രേഖകളും എന്നിവയുൾപ്പെടെ ആസൂത്രണ സംബന്ധിയായ സകല രേഖകളും ജനങ്ങൾക്ക് പരിശോധിക്കാവുന്ന പൊതുരേഖകളായി മാറി. പൊതുമരാമത്തു പണികളെക്കുറിച്ചുള്ള അടിസ്ഥാന വിവരങ്ങൾ പ്രാദേശികഭാഷയിൽ പണിസ്ഥലത്ത് നോട്ടീസ് ബോർഡിൽ പ്രദർശിപ്പിക്കണമെന്ന നിബന്ധന വന്നു. ജനങ്ങളുടെ ഇത്തരം പ്രധാനപ്പെട്ട അവകാശം നിഷേധിക്കുന്നത് ശിക്ഷാർഹമായി. ഒരു പഞ്ചായത്ത് ഭരണ സമിതി ചുമതലയേറ്റ് ആറുമാസത്തിനുള്ളിൽ പൗരസേവനങ്ങൾ ഉറപ്പുവരുത്തിക്കൊണ്ടുള്ള ഒരു ചാർട്ടർ പരസ്യപ്പെടുത്തണമെന്നതായിരുന്നു പ്രധാനപ്പെട്ട ഒരു നിർദ്ദേശം.

ഗ്രാമസഭകളിൽ നടക്കുന്ന നിരന്തരമായ സാമൂഹ്യ ഓഡിറ്റാണ് അഴിമതിക്കെതിരായ ഏറ്റവും ഫലപ്രദമായ ആയുധം. ഏറ്റവും താഴെത്തട്ടിൽ നിന്നുള്ള അത്തരം നിയന്ത്രണത്തിനുപുറമെ, അഴിമതി നിയന്ത്രിക്കുന്ന

തിനുള്ള നിരവധി സംവിധാനങ്ങളും സ്ഥാപനങ്ങൾ തന്നെയും നിയമം മുന്നോട്ടുവച്ചു. അവയിൽ ഏറ്റവും പ്രധാനം 'ഓംബുഡ്സ്മാൻ' ആണ്. ഒരു ഹൈക്കോടതി ജഡ്ജി, രണ്ടു ജില്ലാ ജഡ്ജിമാർ, രണ്ടു ഗവൺമെന്റ് സെക്രട്ടറിമാർ, പൊതുകാര്യ പ്രസക്തരായ രണ്ടു വ്യക്തികൾ എന്നിവരടങ്ങുന്ന സമിതിയാണ് ഓംബുഡ്സ്മാൻ; അവസാനം പറഞ്ഞ രണ്ടുപേരെ തിരഞ്ഞെടുക്കുന്നതാകട്ടെ, പ്രതിപക്ഷ നേതാവുമായി കൂടിയാലോചിച്ചു വേണമെന്ന് വ്യവസ്ഥ ചെയ്തു. തദ്ദേശഭരണസ്ഥാപനത്തിന്റെ വികസന പ്രവർത്തനങ്ങളിലെ അഴിമതി സാദ്ധ്യതകളെ തടയുന്നതിന് വിപുലമായ അധികാരങ്ങളാണ് ഓംബുഡ്സ്മാന് നല്കപ്പെട്ടത്. പരിഹാരമാർഗ്ഗങ്ങളും ശിക്ഷാവിധികളും ഉത്തരവിടാൻ അധികാരപ്പെട്ടതായിരുന്നു 'ഓംബുഡ്സ്മാൻ.'

അഴിമതി നിയന്ത്രണത്തിനുള്ള മറ്റൊരു സ്ഥാപനം അപ്പീൽ ട്രിബ്യൂണലുകളായിരുന്നു. ലൈസൻസുകളെയും അനുമതികളെയും സംബന്ധിച്ച് പൗരന്മാരുടെ പരാതികൾ പരിഹരിക്കുന്നതിനായി പ്രാദേശികതലത്തിലും ജില്ലാതലത്തിലും ട്രിബ്യൂണലുകൾ നിർദ്ദേശിക്കപ്പെട്ടു. കോടതി വ്യവഹാരത്തിൽ സംഭവിക്കാവുന്ന കാലതാമസം ഒഴിവാക്കി പൗരന്മാരുടെ സങ്കടപരിഹാരത്തിനുള്ള വേദികളായാണ് ട്രിബ്യൂണലുകൾ വിഭാവനം ചെയ്യപ്പെട്ടത്.

മേൽപ്പറഞ്ഞവയ്ക്കുപുറമെ സ്വയംഭരണ സ്വഭാവമുള്ള ഒരു ഓഡിറ്റ് കമ്മീഷനുവേണ്ടിയുള്ള നിർദ്ദേശം ഒരു പ്രത്യേക റിപ്പോർട്ടായി സെൻകമ്മിറ്റി സമർപ്പിക്കുകയുണ്ടായി. സർക്കാർ നിയന്ത്രണങ്ങൾക്കു പുറത്ത് കംപ്ട്രോളർ ആൻഡ് ഓഡിറ്റർ ജനറലിന്റെ മാതൃകയിൽ, വിദഗ്ദ്ധരടങ്ങുന്ന ഒരു ഓഡിറ്റ് കമ്മീഷന്റെ ചുമതലയിൽ നടത്തേണ്ട പ്രവർത്തന ഓഡിറ്റിനെപ്പറ്റിയായിരുന്നു ആ നിർദ്ദേശം.

പക്ഷപാതിത്വത്തെ നിയന്ത്രിക്കൽ

തദ്ദേശ സ്വയംഭരണസ്ഥാപനങ്ങളുടെ നേതൃത്വത്തിലേക്കെത്തുന്നത് കക്ഷി രാഷ്ട്രീയാടിസ്ഥാനത്തിൽ തിരഞ്ഞെടുക്കപ്പെടുന്നവരാണെന്ന യാഥാർത്ഥ്യം അംഗീകരിച്ചുകൊണ്ടുതന്നെയാണ് ഭേദഗതികൾ നിർദ്ദേശിക്കപ്പെട്ടത്. കക്ഷി രാഷ്ട്രീയ വിഭജിതമല്ലാതെ ഒരു ഭരണശൈലിയെ പ്രോത്സാഹിപ്പിക്കുന്നതിനുവേണ്ടി സ്റ്റാന്റിംഗ് കമ്മിറ്റികളുടെ എണ്ണം വർദ്ധിപ്പിച്ചു; ദൈനംദിന ഭരണ നിർവ്വഹണത്തിൽ തിരഞ്ഞെടുക്കപ്പെട്ട ഓരോ അംഗത്തിനും പങ്കാളിത്തം ഉറപ്പാക്കി. കൂറുമാറ്റത്തിന്റെ കാര്യത്തിൽ അംഗങ്ങളുടെ അഭിപ്രായ സ്വാതന്ത്ര്യം ഉറപ്പുവരുത്തിക്കൊണ്ടുള്ള ഒരു സന്തുലിത സമീപനമാണ് സ്വീകരിച്ചത്. തദ്ദേശഭരണസ്ഥാപനങ്ങളുടെ ഭാരവാഹികളെ തിരഞ്ഞെടുക്കുന്നതിലും അവിശ്വാസ പ്രമേയങ്ങളോടുള്ള നിലപാടിലും അംഗങ്ങൾ അവരവരുടെ രാഷ്ട്രീയപ്പാർട്ടിയുടെ തീരുമാനത്തിനനുസരിച്ചു പ്രവർത്തിക്കണം. അതേസമയം, വികസനകാര്യങ്ങളിൽ പാർട്ടി പരിഗണനകൾക്കതീതമായി നിലപാടെടുക്കാനുള്ള പൂർണ്ണ

സ്വാതന്ത്ര്യം അംഗങ്ങൾക്കുണ്ടായിരിക്കും. സ്റ്റാന്റിംഗ് കമ്മിറ്റികളിൽ തിരഞ്ഞെടുക്കപ്പെട്ട എല്ലാ അംഗങ്ങളും ഉൾപ്പെട്ടിരിക്കും. സ്റ്റാന്റിംഗ് കമ്മിറ്റികളുടെ അദ്ധ്യക്ഷ സ്ഥാനത്തേക്ക് രാഷ്ട്രീയപ്പാർട്ടികളുടെ അംഗബലത്തിന് ആനുപാതികമായി അംഗങ്ങൾ തിരഞ്ഞെടുക്കപ്പെടുകയാണ് ചെയ്യുക. അതിലൂടെ, പ്രാതിനിധ്യമുള്ള എല്ലാ പാർട്ടികൾക്കും തദ്ദേശ ഭരണസ്ഥാപനത്തിൽ നേതൃത്വപരമായ ചുമതല ലഭിക്കുന്നു. ഒപ്പം, തിരഞ്ഞെടുപ്പിനായുള്ള വാർഡുകളുടെ അതിർത്തി നിർണ്ണയത്തിനുള്ള അധികാരം സംസ്ഥാന സർക്കാരിൽ നിന്നുമാറ്റി സംസ്ഥാന തിരഞ്ഞെടുപ്പ് കമ്മീഷനിൽ നിക്ഷിപ്തമാക്കി.

ഭരണപരിഷ്കാരം

നിയമപരമായ പുതിയ ചുമതലകൾ ഏറ്റെടുക്കാനും ജനകീയാസൂത്രണ പ്രസ്ഥാനത്തിലൂടെ ലഭ്യമായ വലിയ അളവിലുള്ള ധനം വിനിയോഗിച്ച് വികസന പ്രവർത്തനങ്ങൾ ആസൂത്രണം ചെയ്യാനും തദ്ദേശ ഭരണസ്ഥാപനങ്ങളുടെ ഭരണപരമായ ശേഷി വർദ്ധിപ്പിക്കേണ്ടത് ഏറെ പ്രധാനമാണ്. 1995 സെപ്തംബറിൽ തദ്ദേശഭരണസ്ഥാപനങ്ങളിൽ പുതിയ ഭരണസമിതികൾ അധികാരമേറ്റപ്പോൾത്തന്നെ സംസ്ഥാന സർക്കാർ ഒരു ഉത്തരവിലൂടെ ചില പ്രധാന സ്ഥാപനങ്ങളെ ഗ്രാമപഞ്ചായത്തുകൾക്ക് കൈമാറുകയുണ്ടായി. കൃഷിഭവനുകൾ, മൃഗാശുപത്രികളുടെ ഉപകേന്ദ്രങ്ങൾ, മൃഗാശുപത്രികൾ, അങ്കണവാടികളും ബാലവാടികളും, പ്രാഥമികാരോഗ്യ കേന്ദ്രങ്ങൾ, ആയുർവ്വേദ ഹോമിയോ ഡിസ്പെൻസറികൾ, ലോവർ പ്രൈമറി സ്കൂളുകൾ എന്നിവ അത്തരത്തിൽ കൈമാറ്റം ചെയ്യപ്പെട്ട സ്ഥാപനങ്ങളാണ്. 1999 ൽ ജില്ലാതലത്തിലും അതിനുതാഴെയും പ്രവർത്തിക്കുന്ന നിരവധി ഉദ്യോഗസ്ഥരെ ബ്ലോക്ക്, ജില്ലാ പഞ്ചായത്തുകളിലേക്ക് മാറ്റി നിയമിച്ചു. കെയർഹോമുകൾ, വൃദ്ധസദനങ്ങൾ, പ്രീ-മെട്രിക് ഹോസ്റ്റലുകൾ, കമ്യൂണിറ്റി ഹെൽത്ത് സെന്ററുകൾ, താലൂക്കാശുപത്രികൾ എന്നിവ ബ്ലോക്ക് പഞ്ചായത്തുകൾക്ക് കൈമാറി. മണ്ണു പരിശോധനാ ലബോറട്ടറികൾ, ജില്ലാ കൃഷി ഫാമുകൾ, മൃഗപരിപാലനരംഗത്തെ ജില്ലാതല സ്ഥാപനങ്ങൾ, മത്സ്യബന്ധനം, അപ്പർ പ്രൈമറി സ്കൂളുകൾ, ഹൈസ്കൂളുകൾ, പരിശീലന കേന്ദ്രങ്ങൾ എന്നിവ ജില്ലാ പഞ്ചായത്തുകൾക്ക് കൈമാറി.

മേല്പറഞ്ഞ സ്ഥാപനങ്ങളിലെ ജീവനക്കാർക്കു പുറമെ, വിവിധ വകുപ്പുകളിലെ നോഡൽ ഓഫീസർമാർ, കീഴ്ത്തട്ടു ജീവനക്കാർ എന്നിവരെയും തദ്ദേശഭരണസ്ഥാപനങ്ങളിലേക്ക് മാറ്റി നിയമിച്ചു. അതിലൂടെ ഗ്രാമപഞ്ചായത്തുകളിലെ ജീവനക്കാരുടെ എണ്ണം അഞ്ചുമടങ്ങായി വർദ്ധിച്ചു. ഈ പുനർവിന്യാസത്തിനുമുമ്പ് ഗ്രാമപഞ്ചായത്തുതലത്തിൽ ഓഫീസർ തലത്തിലുള്ള സാങ്കേതിക ജീവനക്കാരോ അഡ്മിനിസ്ട്രേറ്റീവ് സ്റ്റാഫോ ആരും തന്നെ ഉണ്ടായിരുന്നില്ല. ഓഫീസർ ഗ്രേഡിനു താഴെയുള്ള ടെക്നിക്കൽ സ്റ്റാഫ് വെറും 7 ശതമാനമായിരുന്നു. പുനർവിന്യാ

സത്തോടെ ടെക്നിക്കൽ സ്റ്റാഫ് മൊത്തം ജീവനക്കാരുടെ 57 ശതമാനവുമായി.

നാലുവർഷത്തെ അനുഭവം കാണിക്കുന്നത്, പുനർവിന്യസിക്കപ്പെട്ട ജീവനക്കാരുടെ എണ്ണത്തിന് ആനുപാതികമായി പ്രാദേശിക വികസന ശേഷിയിൽ വർദ്ധനവുണ്ടായില്ലെന്നാണ്. പുനർവിന്യസിക്കപ്പെട്ട ഉദ്യോഗസ്ഥരുടെ ചുമതലകളെ സംബന്ധിച്ച് വേണ്ടത്ര വ്യക്തതയുണ്ടായിരുന്നില്ല. അങ്ങനെ വിന്യസിക്കപ്പെട്ട ഉദ്യോഗസ്ഥർക്ക് സ്വാഭാവികമായും അവരുടെ വകുപ്പുതല റിപ്പോർട്ടിംഗ് സംവിധാനം നിലനില്ക്കുന്നതിലാണ് താല്പര്യം. തദ്ദേശഭരണസ്ഥാപനങ്ങളിലെ, വിശേഷിച്ച് ഗ്രാമപഞ്ചായത്തുകളിലെ ഔദ്യോഗിക അഡ്മിനിസ്ട്രേറ്റീവ് നേതൃത്വത്തിന്റെ അഭാവം ഒരു പ്രശ്നം തന്നെയാണ്. ഓഫീസർ ഇതര വിഭാഗത്തിൽനിന്നും പ്രൊമോഷൻ ലഭിച്ചുവന്നവരാണ് പഞ്ചായത്ത് സെക്രട്ടറി ഗ്രേഡിലുള്ളവർ. അവർക്ക് പ്രൊഫഷണൽ മാനേജ്മെന്റ് സങ്കല്പനങ്ങൾ തീരെ വശമുണ്ടാവില്ല.

ഈ പ്രശ്നം പരിഹരിക്കുന്നതിനുള്ള മാർഗ്ഗം ഗ്രാമപഞ്ചായത്ത് സെക്രട്ടറിക്കു മുകളിൽ ഏകോപന ചുമതലയുള്ള ഒരു സ്ഥാനം കൊണ്ടുവരികയും പുനർവിന്യസിക്കപ്പെട്ട ഉദ്യോഗസ്ഥരുടെ ഗ്രാമപഞ്ചായത്തുമായുള്ള സംയോജനം ഫലപ്രദമാക്കുകയുമാണ്. പുനർവിന്യസിക്കപ്പെട്ട ഉദ്യോഗസ്ഥരുടെമേൽ ചുമതല നല്കാനും ഗുരുതരമല്ലാത്ത അച്ചടക്ക നടപടികൾ സ്വീകരിക്കുന്നതിനുമടക്കമുള്ള നിയന്ത്രണം തദ്ദേശഭരണസ്ഥാപനത്തിനുണ്ടാവണം. അതിനു സഹായകമാകാവുന്ന ഒരു പരിഷ്കരണം ജില്ലാതല ഓഫീസുകളെയും ഉദ്യോഗസ്ഥരെയും ജില്ലാ പഞ്ചായത്തിലേക്ക് മാറ്റുക എന്നതാണ്. ഇന്ത്യൻ ഭരണഘടനയിൽ പ്രതിഷ്ഠിതമായി കാണാവുന്ന നഗര–ഗ്രാമ ദ്വന്ദ്വത്തിലധിഷ്ഠിതമായ സമീപനം അത്തരമൊരു സംയോജനത്തിന് എങ്ങനെയാണ് തടസ്സങ്ങൾ സൃഷ്ടിക്കുന്നതെന്ന് രണ്ടാം അദ്ധ്യായത്തിൽ പ്രതിപാദിച്ചിട്ടുണ്ട്. എന്നിരിക്കലും സെൻ കമ്മിറ്റി ജില്ലാതല ഉദ്യോഗസ്ഥരെ അവരുടെ ഔദ്യോഗിക ജീവനക്കാരോടൊപ്പം ജില്ലാപഞ്ചായത്തിലേക്ക് പുനർവിന്യസിക്കാൻ നിർദ്ദേശിച്ചു. അവരുടെ പ്രൊഫഷണൽ വൈദഗ്ധ്യം നഗരപ്രദേശങ്ങൾ ഉൾപ്പെടെ ജില്ലയ്ക്കു മൊത്തമായി ലഭ്യമാകുന്ന തരത്തിലാണ് ആ നിർദ്ദേശം മുന്നോട്ടുവയ്ക്കപ്പെട്ടത്.

അധികാരവികേന്ദ്രീകരണത്തിനായുള്ള കമ്മിറ്റി (1999, പേജ് 6–7) ഈ വിഷയത്തിൽ വളരെ പ്രധാനപ്പെട്ട ഒരു കാര്യം പറഞ്ഞുവയ്ക്കുന്നുണ്ട്. കമ്മിറ്റി പറയുന്നു, 1995 ലെ ഉദ്യോഗസ്ഥ പുനർവിന്യാസം ഫലപ്രദമായാൽപ്പോലും തദ്ദേശഭരണ സ്ഥാപനങ്ങളുടെ ചുമതലകളും അവ നടപ്പിലാക്കാനുള്ള ശേഷിയും തമ്മിൽ ചേർച്ചയില്ലായ്മയുണ്ട്. കാരണം കൈമാറപ്പെട്ടിരിക്കുന്ന ചുമതലകളും ധനവിഭവവും അത്രയേറെ വിപുലമാണ്. ആ ചേർച്ചയില്ലായ്മ ശരിയാക്കേണ്ടതുണ്ട്.

എഞ്ചിനീയറിംഗ് സ്റ്റാഫിന്റെ കാര്യത്തിൽ മേല്പറഞ്ഞ കണ്ടെത്തൽ

പ്രത്യേകിച്ചും കൃത്യമാണ്. പൊതുമരാമരത്ത്, ജലസേചന വകുപ്പുകളിലെയും ഗ്രാമവികസന ബോർഡിലെയും എഞ്ചിനീയർമാരെ പുനർവിന്യസിച്ചാൽ ഓരോ ഗ്രാമപഞ്ചായത്തിനും ഒരു എഞ്ചിനീയർമാരെ വീതവും ബ്ലോക്ക്-ജില്ലാ പഞ്ചായത്തുകൾക്ക് കൂടുതൽ സീനിയർ ഗ്രേഡ് എഞ്ചിനീയർമാരെയും നല്കാൻ കഴിയും. 'ജോലിയും ജോലിയെടുക്കുന്നവരും ഒരുമിച്ചു നീങ്ങുക' എന്ന സമീപനമാണ് കമ്മിറ്റി ഇവിടെയെടുത്തത്. തദ്ദേശഭരണസ്ഥാപനങ്ങൾക്ക് ആദ്യം ലഭിച്ച വിഭാഗം ഗ്രാമപഞ്ചായത്തുകളിൽ പുതുതായി സൃഷ്ടിക്കപ്പെട്ട ഗുമസ്ത തസ്തികയാണ്. സാങ്കേതിക സ്വഭാവമുള്ള ജീവനക്കാരുടെ പുനർവിന്യാസവും പുത്തൻ തസ്തികകളുടെ സൃഷ്ടിയും കാര്യമായി നടന്നത് തുടർന്നുള്ള വർഷങ്ങളിലാണ്.

ഉയർന്നുവന്ന മറ്റൊരു പ്രധാന പ്രശ്നം വികസന അതോറിറ്റികളും ഉപദേശക സമിതികളുമടക്കം പ്രവർത്തിച്ചുവരുന്ന ചിലവയെ ഒഴിവാക്കണോ എന്നതാണ്. ജില്ലാ ഗ്രാമവികസന ഏജൻസികളെ (ഡി ആർ ഡി എ) ജില്ലാ പഞ്ചായത്തിന്റെ ഭാഗമാക്കി. ജില്ലാ വികസന സമിതിയെ (District Development Council - DDC) ജില്ലാ ആസൂത്രണ സമിതി (District Planning Committee - DPC) യിൽ ലയിപ്പിച്ചു. ചെറിയ നഗര വികസന അതോറിറ്റികൾ വേണ്ടെന്നുവച്ചു. എന്നാൽ പ്രായോഗികമായി ഡി ആർ ഡി എ ഇല്ലാതാകാൻ രണ്ടു ദശാബ്ദമെടുത്തു; അതിനുള്ള രണ്ടു ശ്രമങ്ങൾ പരാജയപ്പെടുകയും ചെയ്തു. ഡി ഡി സിയാകട്ടെ ഇന്നും ഒരു സമാന്തര സംവിധാനമായി തുടരുന്നു; കാരണം ഡി പി സിയിലെ വോട്ടിംഗ് മെമ്പർമാരല്ലാത്ത എം എൽ എമാർ ഡി ഡി സി ഇല്ലാതാകാൻ അനുവദിക്കുന്നില്ല.

തദ്ദേശഭരണസ്ഥാപനങ്ങളിലേക്ക് ചുമതലകൾ കൈമാറിയതോടെ വിവിധ വകുപ്പുകളിൽ അധിക ജീവനക്കാരായി മാറിയവരെ കണ്ടെത്താനുള്ള ചുമതല സർക്കാർ അധികാരവികേന്ദ്രീകരണ സമിതിയെ ഏല്പിച്ചിരുന്നു. വിവിധ വകുപ്പുകളുടെ പ്രവർത്തനം പഠിച്ച്, അതത് വകുപ്പ് മേധാവികളുമായി ചർച്ചചെയ്ത്, ജീവനക്കാരുടെ സംഘടനകളുമായി ആശയവിനിമയം നടത്തി സമിതി പുനർവിന്യസിക്കാവുന്ന തസ്തികകളുടെ സമഗ്രമായ പട്ടിക തയ്യാറാക്കി. സർക്കാർ പ്രസ്തുത നിർദ്ദേശം അംഗീകരിച്ചെങ്കിലും നേരത്തെ സൂചിപ്പിച്ചതുപോലെ പുനർവിന്യാസം നടന്നത് ഭാഗികമായി മാത്രമാണ്; അതും നിരവധി തടസ്സങ്ങൾ നേരിട്ടുകൊണ്ടും.

ഇൻഫർമേഷൻ കേരള മിഷൻ

വികേന്ദ്രീകൃത പദ്ധതി രൂപീകരണത്തിൽ പ്രധാന പങ്കുവഹിച്ച സന്നദ്ധ പ്രവർത്തകർ പ്രാദേശിക ജനാധിപത്യത്തെ ശക്തിപ്പെടുത്തുന്നതിൽ വിവര സാങ്കേതികവിദ്യയുടെ (Information Technology - IT)

സാദ്ധ്യതകൾ തിരിച്ചറിഞ്ഞിരുന്നു. പ്രോജക്ട് മാനേജ്മെന്റ് മെച്ചപ്പെടുത്താനും പദ്ധതി മോണിറ്ററിംഗ് ശക്തമാക്കാനും, ആസൂത്രണത്തിന്റെ വിവിധ തട്ടുകളിൽ വേഗത്തിലുള്ള വിവര കൈമാറ്റം സാദ്ധ്യമാക്കുന്നതിനും വിവര സാങ്കേതികവിദ്യ സഹായിക്കും. കൂടാതെ തദ്ദേശഭരണ സ്ഥാപനങ്ങൾക്ക് അവരുടെ ഉദ്യോഗസ്ഥരെയും ജീവനക്കാരെയും, കൂടാതെ ധനവിഭവങ്ങളും മെച്ചപ്പെട്ട രീതിയിൽ കൈകാര്യം ചെയ്യാനും അതിലൂടെ പൗരസേവനങ്ങൾ മെച്ചപ്പെടുത്താനും വിവര സാങ്കേതികവിദ്യയുടെ പ്രയോഗത്തിലൂടെ സാധിക്കും. അതോടൊപ്പം ഭരണനിർവ്വഹണത്തിൽ സുതാര്യത ഉറപ്പാക്കുന്നതിന് ഫലപ്രദമായ ഒരു മാർഗ്ഗവുമാണത്.

ആ സാഹചര്യത്തിൽ സംസ്ഥാന തലത്തിൽ ജനകീയാസൂത്രണത്തിനും വികേന്ദ്രീകൃത പദ്ധതി നിർവ്വഹണത്തിനുംവേണ്ടിയുള്ള ഒരു ഇൻഫർമാറ്റിക്സ് പരിപാടിയുടെ പൈലറ്റ് പദ്ധതിക്ക് ധനസഹായം നല്കാൻ സംസ്ഥാന ആസൂത്രണബോർഡ് തീരുമാനിച്ചു. SLIDE എന്ന ചുരുക്കപ്പേരിൽ അറിയപ്പെടുന്ന പ്രസ്തുത പദ്ധതിയുടെ നിർവ്വഹണച്ചുമതല പൊതുമേഖലാ സ്ഥാപനമായ സെന്റർ ഫോർ ദി ഡെവലപ്മെന്റ് ഓഫ് ഇമേജിംഗ് ടെക്നോളജി (സി-ഡിറ്റ്) യെ ഏല്പിച്ചു. കോട്ടയം ജില്ലയിലെ കുമരകം ഗ്രാമപഞ്ചായത്തിനെയാണ് ആദ്യഘട്ടപരീക്ഷണത്തിനായി സി-ഡിറ്റ് തെരഞ്ഞെടുത്തത്.

ആസൂത്രണ പ്രക്രിയ വികേന്ദ്രീകരിക്കുന്നതിലുള്ള കേരളത്തിന്റെ ശ്രമങ്ങളെ അംഗീകരിച്ചുകൊണ്ടും പദ്ധതി മോണിറ്ററിങ്ങിൽ വിവര സാങ്കേതികവിദ്യയുടെ സാദ്ധ്യത മനസ്സിലാക്കിയും 1998 അവസാനമായപ്പോഴേക്കും കേന്ദ്ര ആസൂത്രണ കമ്മീഷൻ, സംസ്ഥാന ആസൂത്രണബോർഡ് സമർപ്പിച്ച 'കേരളാ ഇൻഫർമേഷൻ നെറ്റ്വർക്ക് ഫോർ ലോക്കൽ ബോഡീസ്' എന്ന പദ്ധതിക്ക് പണം അനുവദിച്ചു. പദ്ധതി നടപ്പിലാക്കുന്നതിനായി തിരുവനന്തപുരത്ത് സി-ഡിറ്റിൽ 'ഇൻഫർമേഷൻ കേരള മിഷൻ' എന്ന പേരിൽ ഒരു ദൗത്യസംഘം രൂപീകരിച്ചു. തദ്ദേശഭരണ സ്ഥാപനങ്ങളുടെ കമ്പ്യൂട്ടർവല്ക്കരണത്തിനാവശ്യമായ ഹാർഡ്വെയർ, അടിസ്ഥാന സോഫ്റ്റ്വെയർ, പദ്ധതിയാസൂത്രണത്തിനും മോണിറ്ററിങ്ങിനുമായി പേഴ്സണൽ കമ്പ്യൂട്ടറുകളിൽ പ്രവർത്തിപ്പിക്കാവുന്ന സവിശേഷമായി വികസിപ്പിച്ചെടുക്കുന്ന സോഫ്റ്റ്വെയർ എന്നിവ ലഭ്യമാക്കാനും ഒരു കമ്പ്യൂട്ടർ ശൃംഖല സ്ഥാപിക്കാനും ലക്ഷ്യമിട്ടു. സംസ്ഥാന ആസൂത്രണബോർഡും ജില്ലാ പ്ലാനിംഗ് ഓഫീസുകളും തമ്മിൽ ഒരു ലീസ്ഡ് ടെലിഫോൺ ലൈൻ വഴി ബന്ധിപ്പിക്കുക പദ്ധതിയുടെ ഭാഗമായിരുന്നു. സാങ്കേതികവിദ്യ സാധാരണക്കാർക്ക് പ്രാപ്യമാക്കുവാൻ വേണ്ടിയുള്ള ബൃഹത്തായ പരിശീലന പരിപാടിയും ഉല്പാദനക്ഷമതയും കാര്യക്ഷമതയും വർദ്ധിപ്പിക്കുന്നതിന് സാങ്കേതികവിദ്യ ഉപയോഗിക്കാനുള്ള ചിട്ടയായ ശ്രമവും പദ്ധതിയുടെ ഭാഗമായിരുന്നു.

പ്രശ്നങ്ങളില്ലാതെ സാങ്കേതികവിദ്യ ഉപയോഗിക്കുവാൻ ഗ്രാമപഞ്ചായത്തുകളെ പ്രാപ്തമാക്കുന്നതിനുള്ള സാങ്കേതികസഹായം ഉറപ്പാക്കലായിരുന്നു ഒരു പ്രധാന വെല്ലുവിളി. ഹാർഡ്‌വെയറും സോഫ്റ്റ്‌വെയറും സംബന്ധിച്ച പ്രശ്നങ്ങൾ പരിഹരിക്കുന്നതിന് 'ഹെൽപ്പ് ഡെസ്ക്കുകൾ' ആവശ്യമായിരുന്നു.

ഇൻഫർമേഷൻ കേരള മിഷന്റെ മറ്റൊരു ലക്ഷ്യം പ്രാദേശികാസൂത്രണത്തിനുള്ള വിവരസഞ്ചയങ്ങൾ രൂപപ്പെടുത്തിയെടുക്കലായിരുന്നു. പ്ലാൻമോണിറ്ററിംഗ് സോഫ്റ്റ്‌വെയറിനു പിന്നാലെ പഞ്ചായത്ത് ഓഫീസിലെ ദൈനംദിന പ്രവർത്തനങ്ങൾ കമ്പ്യൂട്ടർവല്ക്കരിക്കുന്നതിനുള്ള സോഫ്റ്റ്‌വെയർ മൊഡ്യൂളുകൾ തയ്യാറാക്കി. ഉദാഹരണത്തിന് ജനന, മരണ സർട്ടിഫിക്കറ്റുകൾ തത്സമയം കൊടുക്കുന്നതിനുള്ള സോഫ്റ്റ്‌വെയർ. ഈ നൂതന സംരംഭത്തിലൂടെ സേവനങ്ങളിന്മേൽ ജനങ്ങൾക്കുള്ള സംതൃപ്തി ഉറപ്പുവരുത്താനും കാലതാമസം ഒഴിവാക്കാനും സർവ്വോപരി അഴിമതി സാദ്ധ്യതകൾ ഇല്ലായ്മ ചെയ്യുവാനും സാധിച്ചു. പഞ്ചായത്ത് ഓഫീസുകളുടെ കമ്പ്യൂട്ടർവല്ക്കരണം മാത്രമല്ല ഇൻഫർമേഷൻ കേരള മിഷൻ ലക്ഷ്യമിട്ടത്; ഭരണനിർവ്വഹണത്തിലെ ജനപങ്കാളിത്തം ശക്തിപ്പെടുത്താനും സുതാര്യത ഉറപ്പുവരുത്താനുമുള്ള സംവിധാനങ്ങൾ വികസിപ്പിക്കുക കൂടിയാണ്.

ജില്ലാ ആസൂത്രണ സമിതിയും ജില്ലാ പദ്ധതി പരിപ്രേക്ഷ്യവും

ഭരണഘടനാപരമായി നിർവ്വചിക്കപ്പെട്ട ജില്ലാ ആസൂത്രണസമിതി (ഡി പി സി) സജീവമായി പ്രവർത്തിക്കുന്ന ചുരുക്കം സംസ്ഥാനങ്ങളിലൊന്നാണ് കേരളം. തദ്ദേശ ഭരണസ്ഥാപനങ്ങളുടെ പദ്ധതികൾ വിലയിരുത്തുന്നതിലും അംഗീകാരം നല്കുന്നതിലും ഡി പി സിയുടെ പങ്ക് ഇതിനകം പറഞ്ഞുകഴിഞ്ഞല്ലോ. സംസ്ഥാന ആസൂത്രണ ബോർഡിന്റെ ജില്ലാ ഓഫീസുകൾ ഡി പി സിക്ക് ആവശ്യമായ സെക്രട്ടേറിയൽ സേവനങ്ങൾ നല്കുന്നുണ്ട്; ഒപ്പം ജില്ലാ കളക്ടർമാർക്ക് ഡി പി സി സെക്രട്ടറിയുടെ ചുമതലയും നല്കി. എല്ലാ ഡി പി സികൾക്കും ഇപ്പോൾ സ്വന്തമായ ആസ്ഥാനമുണ്ട്. ഡി പി സികളെ ശക്തിപ്പെടുത്തുന്നതിന് സ്വീകരിച്ച ഒരു പ്രധാന ചുവടുവയ്പായിരുന്നു 1999–2000 ലെ ജില്ലാ പദ്ധതി രൂപീകരണം.

തദ്ദേശഭരണസ്ഥാപനങ്ങൾ ആസൂത്രണബോർഡ് രൂപവല്ക്കരിക്കുന്ന മാർഗ്ഗനിർദ്ദേശങ്ങൾക്കനുസരിച്ച് അവരുടെ പദ്ധതികൾ തയ്യാറാക്കി വരികയാണല്ലോ. സംസ്ഥാനതലത്തിൽ തയ്യാറാക്കപ്പെടുന്ന മാർഗ്ഗനിർദ്ദേശങ്ങൾ പ്രാദേശികമായ വ്യതിരിക്തതകളെ പരിഗണിക്കുന്നില്ല എന്നൊരു വിമർശനവുമുണ്ട്. അതിനുള്ള പരിഹാരം, ഓരോ ജില്ലയിലും ഡി പി സികൾ ആസൂത്രണ ബോർഡ് ഇന്നു വഹിച്ചുപോരുന്ന ഏകോപനച്ചുമതല ഏറ്റെടുക്കുക എന്നതാണ്. ആ ദിശയിലേക്ക് ഡി പി സികളെ ശക്തിപ്പെടുത്തുന്നതിനുള്ള ഒരു സുപ്രധാന ചുവടുവയ്പായിരുന്നു ജില്ലാ

പ്ലാനുകളുടെ രൂപീകരണം. തദ്ദേശഭരണസ്ഥാപനങ്ങൾ തയ്യാറാക്കുന്ന പ്രാദേശിക പ്ലാനുകളുടെ സംയോജനച്ചുമതലയുള്ള ഒരു ഏകോപനസമിതി എന്ന നിലയ്ക്കാണ് ഡി പി സികൾ വിഭാവനം ചെയ്യപ്പെട്ടിരുന്നത്.

പഞ്ചായത്ത്/നഗരസഭാ വികസന റിപ്പോർട്ടുകളിൽ വ്യക്തമാക്കപ്പെട്ട ദർശനത്തിന്റെ അടിസ്ഥാനത്തിലാണ് തദ്ദേശഭരണസ്ഥാപനങ്ങൾ പൊതുവെ വാർഷികപദ്ധതികൾ തയ്യാറാക്കുന്നത്. ആ പ്രക്രിയയുടെ ഒരു പ്രധാന പ്രശ്നം, ജില്ലാതലത്തിലുള്ള ഒരു പൊതുവികസന ദർശനത്തിന്റെ ചട്ടക്കൂടിലേക്ക് പദ്ധതികൾ വരുന്നില്ല എന്നതാണ്; തദ്ദേശഭരണസ്ഥാപനങ്ങൾക്ക് പദ്ധതി രൂപീകരണ സമയത്ത് അത്തരമൊരു ദിശാബോധം കിട്ടാനുള്ള മാർഗ്ഗമില്ല. ആ ദൗർബല്യമുണ്ടാക്കുന്ന പ്രശ്നങ്ങൾ നിരവധിയാണ്. വികസനപദ്ധതികളിൽ പലവിടവുകളും ഉണ്ടായിരിക്കെ ഒരേ പദ്ധതി തന്നെ പല ഏജൻസികൾ തയ്യാറാക്കുന്നത് ഒരുദാഹരണം. വിവിധ തദ്ദേശഭരണസ്ഥാപനങ്ങളുടെ പദ്ധതികൾ തമ്മിലുള്ള ചേർച്ചയില്ലായ്മ മറ്റൊന്ന്. അതോടൊപ്പം, ആസൂത്രണ പ്രക്രിയയുടെ അവിഭാജ്യ ഘടകമായ സ്ഥലമാന പരിഗണനകൾക്ക് വേണ്ടത്ര പ്രാധാന്യം ലഭിക്കാതെ പോകുന്നു. മേല്പറഞ്ഞ ദൗർബല്യത്തെ അതിജീവിക്കാനുള്ള ഒരു പ്രധാന ചുവടുവയ്പായിരിക്കും ജില്ലാ പ്ലാനുകൾ. ജില്ലയുടെ വികസനത്തിനായി ഒരു പൊതുദർശനം മുന്നോട്ടുവയ്ക്കാൻ ജില്ലാപദ്ധതിക്ക് കഴിയണം. ഇനിമുതൽ ഓരോ തലത്തിലെയും പദ്ധതി തയ്യാറാക്കുമ്പോൾ മുകളിൽനിന്നും താഴെ നിന്നുമുള്ള കാഴ്ചപ്പാട് ഒരേസമയം പരിഗണിക്കപ്പെടണം. ജില്ലാപദ്ധതിക്ക് മൂന്നു ഭാഗങ്ങളുണ്ടായിരിക്കണമെന്നു തീരുമാനിച്ചു. ഒന്ന്, ജില്ലയുടെ വികസനത്തിനായുള്ള കാഴ്ചപ്പാട്; രണ്ട്, ജില്ലയുടെ പരിധിയിൽ വരുന്ന തദ്ദേശഭരണസ്ഥാപനങ്ങളുടെ പദ്ധതികളുടെ സംയോജിതരൂപം; മൂന്ന്, ഭാവിയിലെ ആസൂത്രണത്തിനായുള്ള മാർഗ്ഗനിർദ്ദേശങ്ങൾ.

പദ്ധതിയുടെ ഒന്നാംഭാഗം ജില്ലയുടെ വിഭവാടിത്തറയെ സംബന്ധിക്കുന്ന വിശകലനവും വിവിധ മേഖലകളിലെ വികസന പ്രശ്നങ്ങളും അടങ്ങുന്നതാണ്. സ്ത്രീകളും ഇതര ദുർബ്ബല വിഭാഗങ്ങളും നേരിടുന്ന പ്രശ്നങ്ങളെപ്പറ്റി പ്രത്യേക വിശകലനംതന്നെ ഉദ്ദേശിച്ചിരുന്നു. വിശകലനത്തിന് അടിസ്ഥാനമാക്കേണ്ടത് രണ്ടു കാര്യങ്ങളെയാണ്. ഒന്നാമത്, ജില്ലാതലത്തിൽ ലഭ്യമായിട്ടുള്ള, മുൻകൂറായി ശേഖരിക്കപ്പെട്ട വിവരങ്ങൾ. രണ്ടാമത്, ജില്ലയിലെ തദ്ദേശഭരണസ്ഥാപനങ്ങൾ കണ്ടെത്തിയിട്ടുള്ള പ്രശ്നങ്ങളും അവയ്ക്കുള്ള പരിഹാരനിർദ്ദേശങ്ങളും; അത് ഓരോ മേഖലയുടേതും വേണം. പ്രശ്നങ്ങളും പരിഹാര നിർദ്ദേശങ്ങളും ഒമ്പതാമദ്ധ്യായത്തിൽ വിവരിച്ച രീതിശാസ്ത്രമുപയോഗിച്ച് സംയോജിപ്പിച്ചെടുക്കണം. തദ്ദേശഭരണസ്ഥാപനങ്ങളുമായുള്ള സജീവ ചർച്ചകളിലൂടെയാണ് ഒന്നാം ഭാഗം തയ്യാറാക്കിയത്.

ജില്ലയുടെ പൊതുവികസന കാഴ്ചപ്പാട് രൂപീകരിക്കുമ്പോൾ സ്ഥലമാന പരിഗണനകൾക്ക് വ്യക്തമായ പ്രാധാന്യം നല്കിയിരുന്നു. സേവ

നങ്ങൾ ലഭ്യമാകുന്നതിലെ പ്രശ്നങ്ങളും ഗതാഗത സൗകര്യങ്ങളടക്കമുള്ളവയുടെ ആസൂത്രണം ഫലപ്രദമാക്കുന്നതിനും ശാസ്ത്രീയമായ ഒരു രീതി അവലംബിക്കാൻ ശ്രമം നടത്തിയിരുന്നു. ജനവാസമേഖലകളെ തരംതിരിച്ച് ഓരോ മേഖലയ്ക്കും അനുയോജ്യമായ സുപ്രധാന ഘടകങ്ങൾ കണ്ടെത്താനാണ് ശ്രമിച്ചത്. അതാകട്ടെ, ഫലപ്രദമായ സേവനലഭ്യതയ്ക്കും സൗകര്യങ്ങൾക്കുമുള്ള കുറഞ്ഞ നിലവാരം, ദൂരം എന്നിവയെ അടിസ്ഥാനമാക്കിയിരുന്നു. പ്രായോഗികതലത്തിൽ പക്ഷേ, ഈ രീതിശാസ്ത്രം അസാധാരണമായ നിലയിൽ സാങ്കേതിക സ്വഭാവമുള്ളതായി അനുഭവപ്പെട്ടതുകൊണ്ടു തന്നെ കൂടുതൽ ജില്ലകളിലും ഉപയോഗിക്കാൻ കഴിഞ്ഞില്ല. എന്നാൽ എല്ലാ ജില്ലകൾക്കും ചെയ്യാൻകഴിഞ്ഞ ഒരു പ്രവർത്തനം നീർത്തടാധിഷ്ഠിത സമീപനത്തിലേക്കുള്ള ഒരു ചുവടുവയ്പായിരുന്നു. സമഗ്രവും നിലനില്ക്കുന്നതുമായ കാർഷിക വികസന പദ്ധതികൾ സാദ്ധ്യമാക്കുന്നതിലേക്കുള്ള ഒരു ശ്രമമായിരുന്നു അത്. ഓരോ ജില്ലയിലെയും നീർത്തടങ്ങൾ – സൂക്ഷ്മ നീർത്തടങ്ങളും സ്ഥൂലമായവയും – കണ്ടെത്തി അവയെ വിശകലനം ചെയ്യുകയാണുണ്ടായത്. നീർത്തടങ്ങളോടൊപ്പം പാരിസ്ഥിതിക മേഖലകളെയും കണ്ടെത്തി അവയുടെ പാരിസ്ഥിതിക, സാമ്പത്തിക, സാമൂഹിക വിവരങ്ങൾ വിലയിരുത്തിയാണത് ചെയ്തത്. പ്രസ്തുത പഠനത്തിന്റെ റിപ്പോർട്ടുകളിൽ ഗ്രാമ–നഗര ബന്ധങ്ങളും വികസനത്തിലെ അസന്തുലിതാവസ്ഥകളും ഉണ്ടാവണമെന്ന് നിഷ്കർഷിച്ചിരുന്നു.

രണ്ടാം ഭാഗം തദ്ദേശഭരണസ്ഥാപനങ്ങളുടെ പദ്ധതികൾ, വിവിധ വകുപ്പുകളുടെ പരിപാടികൾ എന്നിവയുടെ ക്രോഡീകരണത്തിലൂടെ തയ്യാറാക്കിയ റിപ്പോർട്ടായിരുന്നു. അങ്ങനെ ക്രോഡീകരിക്കുന്നതിലൂടെ കഴിഞ്ഞ കുറേ വർഷങ്ങളിലെ പ്രാദേശിക വികസന പദ്ധതികളുടെ ഒരു ചിത്രം ലഭിക്കുന്നു. വാർഷിക പദ്ധതികളിലെ ആവർത്തനങ്ങൾ, അവ അവശേഷിപ്പിച്ച വിടവുകൾ, പരസ്പര വൈരുദ്ധ്യങ്ങൾ എന്നിവയൊക്കെ വ്യക്തമാകും. ഈ പ്രവർത്തനത്തിന്റെ കണ്ടെത്തലുകൾ തദ്ദേശഭരണ സ്ഥാപനങ്ങളുമായി ചർച്ചചെയ്ത് അവയ്ക്ക് അന്തിമരൂപം കൊടുക്കാനാണ് ലക്ഷ്യമിട്ടത്.

ഭാവിയിലെ പ്രാദേശിക പദ്ധതികൾ തയ്യാറാക്കുന്നതിനുള്ള വിവരങ്ങളും മാർഗ്ഗനിർദ്ദേശങ്ങളുമാണ് മൂന്നാം ഭാഗത്തിൽ ഉൾപ്പെട്ടിരുന്നത്. ഒന്നാം ഭാഗത്തിലെ പൊതുവികസന കാഴ്ചപ്പാടിനോട് രണ്ടാം ഭാഗത്തിലെ ക്രോഡീകരിക്കപ്പെട്ട തദ്ദേശഭരണസ്ഥാപന പദ്ധതികൾ ചേർത്തുവച്ചാണ് അത് സാദ്ധ്യമാക്കേണ്ടിയിരുന്നത്. മാർഗ്ഗനിർദ്ദേശങ്ങളുടെ ഉദ്ദേശ്യം വ്യക്തമായിരുന്നു; പ്രാദേശിക പദ്ധതികളിൽ പരസ്പര വിരുദ്ധമായ സമീപനങ്ങൾ ഉപേക്ഷിക്കുക, ആവർത്തനങ്ങൾ ഇല്ലെന്ന് ഉറപ്പുവരുത്തുക, അനാവശ്യവിടവുകൾ നികത്തുക എന്നിവയായിരുന്നു അത്.

2000 മേയ് മാസത്തിൽ നടന്ന ജനാധിപത്യ വികേന്ദ്രീകരണം സംബന്ധിച്ച അന്താരാഷ്ട്ര സമ്മേളനത്തിൽ, തിരുവനന്തപുരത്തിന്റെ ജില്ലാ

പദ്ധതി കേരള സംസ്ഥാന ആസൂത്രണബോർഡ് പ്രകാശനം ചെയ്തു. ജില്ലയുടെ വിവിധ മേഖലകളെപ്പറ്റി വിദഗ്ദ്ധർ തയ്യാറാക്കിയ 492 പേജുള്ള പഠന റിപ്പോർട്ട്, ഇതര ജില്ലാ പദ്ധതികൾ എഴുതാൻ പോകുന്നവർക്കുള്ള വഴികാട്ടിയായിരുന്നു; എന്തൊക്കെ വിവരങ്ങളാണ് വേണ്ടത്, എന്തൊക്കെ വിശകലന സാദ്ധ്യതകളാണുള്ളത് എന്നിവയ്ക്കെല്ലാം ഒരു മാതൃകയായി ആ റിപ്പോർട്ട്, കേരളത്തിൽത്തന്നെ ആദ്യമായി ഒരു ജില്ലയുടെ സൂക്ഷ്മ നീർത്തടം അടിസ്ഥാനമാക്കിയുള്ള വിഭജനം മുന്നോട്ടുവച്ചു. തിരുവനന്തപുരം ജില്ലയെ ഭൂപ്രകൃതിയുടെയടിസ്ഥാനത്തിൽ പത്തുമേഖലകളായി തിരിച്ച റിപ്പോർട്ട് മറ്റു ജില്ലകളുടെ ഉപയോഗത്തിനായി ഒരു പൊതു രീതിശാസ്ത്രവും മുന്നോട്ടുവച്ചു. അങ്ങനെ തിരുവനന്തപുരത്തിന്റെ ജില്ലാ പദ്ധതി, കേരളത്തിന്റെ വികസനത്തിൽ പാരിസ്ഥിതിക സുസ്ഥിരതയുടെ അർത്ഥവത്തായ പരിഗണന ഉറപ്പാക്കുന്നതിനാവശ്യമായ വിവിധ ഘടകങ്ങൾ ഏതെന്ന് വ്യക്തമാക്കി. തുടർന്ന് എല്ലാ ജില്ലകളും തിരുവനന്തപുരത്തിന്റെ മാതൃകയിൽ അവരവരുടെ ജില്ലാ പദ്ധതികൾ തയ്യാറാക്കി.

സുസ്ഥിരവികസനം: നീർത്തടാധിഷ്ഠിത സമീപനം

വികസനാസൂത്രണത്തിന് പാരിസ്ഥിതിക സുസ്ഥിരതയുടെ പുതിയൊരു മാനം നല്കുക എന്ന ഭഗീരഥയജ്ഞത്തിനാവശ്യമായ പഠനത്തിന് ജില്ലാപദ്ധതികൾ ഒരു നല്ല തുടക്കമായി. ജനകീയാസൂത്രണ പദ്ധതിയിലൂടെ സമഗ്രമായ നീർത്തട വികസനപദ്ധതികൾ തയ്യാറാക്കിയ ആദ്യ സംസ്ഥാനമെന്ന സ്ഥാനത്തിലേക്കെത്താനുള്ള ശേഷി കേരളം വികസിപ്പിച്ചെടുത്തു. ജനകീയാസൂത്രണത്തിന്റെ നാലാംവർഷ കാമ്പയിന്റെ ഭാഗമായി 1999–2000 വർഷത്തിൽ സംസ്ഥാനത്തെ 152 ബ്ലോക്ക് പഞ്ചായത്തുകളും പ്രാദേശിക നീർത്തട ഭൂപടങ്ങൾ തയ്യാറാക്കി. കേരളത്തിന്റെ 44 നദീതടങ്ങളെ 1000 മുതൽ 10,000 ഹെക്ടർവരെ വിസ്തൃതിയുള്ള ഇടത്തരം നീർത്തടങ്ങളായി വിഭജിച്ചു. അതിനുതാഴെ 100 മുതൽ 1000 ഹെക്ടർവരെ വിസ്തൃതിയിൽ സൂക്ഷ്മനീർത്തടങ്ങൾ. ജനകീയാസൂത്രണ പ്രസ്ഥാനത്തിന്റെയാകെ ക്രിയാത്മകതയും കരുത്തും പരീക്ഷിക്കാൻ പ്രാപ്തമായിരുന്നു നീർത്തടാധിഷ്ഠിത വികസനാസൂത്രണം. തങ്ങളുടെ ഗ്രാമത്തിനുവേണ്ട വികസനപദ്ധതികൾ തയ്യാറാക്കാൻ സമീപകാലത്തുമാത്രം പഠിച്ച പ്രാദേശികസമിതികൾ ചുറ്റുപാടിനെ ഭരണപരമായല്ലാതെ പാരിസ്ഥിതികമായി കാണാൻ പഠിക്കേണ്ടി വന്നിരിക്കുന്നു. മണ്ണിന്റെയും ജലത്തിന്റെയും മാനേജ്മെന്റ് സങ്കേതങ്ങളിൽ സാമാന്യ പരിജ്ഞാനമെങ്കിലും വേണ്ട സ്ഥിതിയിലേക്ക് ജനകീയാസൂത്രണ പ്രവർത്തകരും എത്തിച്ചേർന്നു. സൂക്ഷ്മനീർത്തട പ്ലാനുകളെ ബ്ലോക്ക്–ജില്ലാ തലങ്ങളിൽ സംയോജിപ്പിക്കേണ്ടതുണ്ട്. സ്വാഭാവികമായും പരിസ്ഥിതി മാനേജുമെന്റിൽ അധിഷ്ഠിതമായ സമീപനവും ഹ്രസ്വകാല ഉല്പാദനലക്ഷ്യങ്ങളും തമ്മിൽ സംഘർഷം ഉയർന്നുവന്നേക്കാം. അതൊക്കെ പ്രതീക്ഷിച്ചിരുന്നതുതന്നെ. ദൗർഭാഗ്യവശാൽ ജനകീയാസൂത്രണ പ്രസ്ഥാനം

അതിന്റെ കാമ്പയിൻ സ്വഭാവം അവസാനിപ്പിച്ചതിനുശേഷം ജില്ലാപദ്ധതികളും സൂക്ഷ്മ നീർത്തടപദ്ധതിയും മുന്നോട്ടുപോയില്ല എന്നതാണ് യാഥാർത്ഥ്യം; അത് വ്യവസ്ഥാപിതമാകുന്ന ഘട്ടത്തിലേക്ക് എത്തിച്ചേർന്നില്ല.

കില – പരിശീലനത്തിന്റെ സ്ഥാപകവൽക്കരണം

ജനകീയാസൂത്രണ പ്രസ്ഥാനത്തിന്റെ അനുഭവം പ്രാദേശിക ആസൂത്രണത്തിന് വിശദവും വിപുലവുമായ പരിശീലനത്തിന്റെ പ്രാധാന്യം അടിവരയിട്ടുറപ്പിച്ചു. ജനകീയാസൂത്രണ പ്രസ്ഥാനത്തിന്റെ ഭാഗമായ പരിശീലനത്തിന്റെ സവിശേഷത അതിന്റെ വിശാലമായ കാമ്പയിൻ സ്വഭാവമായിരുന്നു; ഒരു ജനകീയ മുന്നേറ്റത്തിന്റെ സ്വഭാവം. പരിശീലനച്ചെലവ് തുച്ഛമായിരുന്നുവെന്നതും ശ്രദ്ധേയമാണ്. സംസ്ഥാനതല പരിശീലനത്തിന് പ്രതിദിനം ആളൊന്നിനുണ്ടായ ചെലവ് തീരെ കുറവായിരുന്നു: അഞ്ചാം റൗണ്ടിലെ 46.97 രൂപ മുതൽ ഏഴാം റൗണ്ടിലെ 113.90 രൂപവരെയായിരുന്നു പ്രതിശീർഷ പ്രതിദിന ചെലവ്. ജില്ലാതല പരിശീലനങ്ങൾക്കാകട്ടെ അത് കേവലം 20 രൂപ മുതൽ 30 രൂപ വരെ മാത്രമായിരുന്നു. പരിശീലനച്ചെലവ് ഇത്ര കണ്ട് കുറയാനുള്ള കാരണം പ്രാദേശിക സംഘാടക സമിതികൾ സംഭാവനകളിലൂടെ ചെലവിന്റെ ഒരു ഭാഗം കണ്ടെത്തിയതാണ്. പരിശീലനത്തിനുള്ള കൈപ്പുസ്തകങ്ങളും ഇതര പഠനസാമഗ്രികളും തയ്യാറാക്കിയ വിദഗ്ദ്ധർക്ക് പ്രതിഫലം നല്കിയിട്ടേയില്ല. പരിശീലനത്തിൽ ക്ലാസുകൾ കൈകാര്യം ചെയ്തവർക്കും പ്രതിഫലമുണ്ടായിരുന്നില്ല.

പങ്കെടുത്ത ആൾക്കാരുടെ എണ്ണം, കൈകാര്യം ചെയ്യപ്പെട്ട വിഷയങ്ങളുടെ വൈജാത്യം എന്നിവയുടെ കാര്യത്തിൽ ജനകീയാസൂത്രണത്തിലെ പരിശീലന, ശാക്തീകരണ പരിപാടിക്ക് സമാനമായതൊന്ന് ലോകത്തൊരിടത്തും ഉണ്ടായിരിക്കുമെന്നും തോന്നുന്നില്ല. പരിശീലനത്തിൽ പങ്കെടുക്കുന്നവർക്കാകെ ഒരു സംഘടിത പ്രവർത്തനത്തിന്റെ ഐക്യദാർഢ്യവും ആവേശവും അനുഭവവേദ്യമാക്കുന്ന കാമ്പയിൻ മാതൃകയിലുള്ള സമീപനം പരിശീലന ക്യാമ്പുകളെ ആവേശഭരിതമാക്കി. പങ്കെടുക്കുന്നവർക്ക് ആസൂത്രണ സങ്കേതങ്ങളിൽ ലഭിച്ച അറിവിനു പുറമെ അതു പകർന്നു നല്കിയ പ്രചോദനം ഏറെയായിരുന്നു. പ്രവർത്തനത്തിനുള്ള പ്രേരകശക്തിയായി പരിശീലനം മാറുകയായിരുന്നു.

എന്നാൽ, പരിശീലന പരിപാടികൾ കുറ്റമറ്റതായിരുന്നുവെന്നല്ല ഇവിടെ അർത്ഥമാക്കുന്നത്. പൊതുവായ കർമ്മപരിപാടികളിൽ ഊന്നൽ കൊടുത്തപ്പോൾ വ്യത്യസ്ത മേഖലകളിലെ സവിശേഷപ്രശ്നങ്ങൾക്ക് വേണ്ടത്ര ശ്രദ്ധ ലഭിച്ചില്ല എന്നത് ഒരു പരിമിതിയായിരുന്നു. സർക്കാർ വകുപ്പുകളിലെ ഉദ്യോഗസ്ഥരുടെ പങ്കാളിത്തമില്ലായ്മ മറ്റൊരു ദൗർബല്യമായിരുന്നു. പരിശീലന ക്ലാസുകൾ അധികവും പ്രസംഗശൈലിയെയാണ് ആശ്രയിച്ചത്. പരിശീലനത്തിന്റെ മേൽനോട്ടമാകട്ടെ ഏറെയൊന്നും

ഫലപ്രദമായിരുന്നുമില്ല. തിരക്കിട്ട പ്രവർത്തനങ്ങൾക്കിടയിൽ പലപ്പോഴും സംഘാടകർക്ക് ഒരു പരിപാടി നടന്നുകൊണ്ടിരിക്കവേതന്നെ അടുത്തതിനുള്ള തയ്യാറെടുപ്പുകൾ തുടങ്ങേണ്ടിയിരുന്നുവെന്നത് മറ്റൊരു പരിമിതിയായിരുന്നു.

രണ്ടാം വർഷത്തിൽ ഓരോ വികസനമേഖലയ്ക്കും വേണ്ടി പ്രത്യേകം പരിശീലന മൊഡ്യൂളുകൾ തയ്യാറാക്കി. പ്രധാന ജില്ലാതല ഉദ്യോഗസ്ഥർ പരിശീലകരായി. അതോടൊപ്പം കൂടുതൽ പങ്കാളിത്ത സ്വഭാവമുള്ള പരിശീലനരീതി സ്വീകരിക്കപ്പെട്ടു. സംസ്ഥാനതലത്തിൽ ആ മാറ്റങ്ങൾ ഏറെ ഗുണം ചെയ്തു; പരിശീലനം വളരെ ഫലപ്രദമായി. എന്നാൽ താഴെ തലങ്ങളിൽ പാളിച്ചകൾ സംഭവിച്ചു. ജനകീയ കാമ്പയിന്റെ സ്വഭാവത്തിലുള്ള പരിശീലനരീതിയുടെ ഒരു പരിമിതിയിലേക്കാണ് അവ വിരൽ ചൂണ്ടിയത്. വ്യത്യസ്തസ്ഥലങ്ങളിൽ ഒരേസമയം നടക്കുന്ന പ്രാദേശിക പരിശീലന പരിപാടികളിൽ ഒരേ ഗുണനിലവാരം ഉറപ്പുവരുത്തുക ശ്രമകരമാണ്. അതേസമയം പ്രാദേശികതലത്തിലുള്ള കർമ്മസമിതികൾക്ക് ഉന്നത ഗുണനിലവാരമുള്ള പരിശീലനം കൂടിയേ കഴിയൂ; കാരണം അവരാണ് യഥാർത്ഥത്തിൽ പ്രോജക്ടുകൾ തയ്യാറാക്കുന്നത്. അത്തരം മികച്ച പരിശീലനമില്ലാതെ പ്രോജക്ടുകളുടെ ഗുണനിലവാരത്തിൽ കാര്യമായ വർദ്ധന വരുത്താനോ പുതുമയുള്ള ചുവടുവയ്പുകളെ പ്രോത്സാഹിപ്പിക്കാനോ സാദ്ധ്യമല്ല.

നാലാം വർഷമായപ്പോഴേക്കും സംസ്ഥാന ആസൂത്രണബോർഡ് അക്കാദമിക്, പരിശീലന സ്ഥാപനങ്ങളിലൂടെ 20,000 കർമ്മസമിതിയംഗങ്ങൾക്ക് വിവിധ വിഷയങ്ങളിൽ പരിശീലനം നല്കി. സംസ്ഥാന ആസൂത്രണബോർഡിലെ കാമ്പയിൻ സെല്ലുമായി പ്രസ്തുത പരിശീലന സ്ഥാപനങ്ങളാണ് പരിശീലനത്തിനുള്ള കരിക്കുലവും കൈപ്പുസ്തകങ്ങളും വികസിപ്പിച്ചത്; പരിശീലന നടത്തിപ്പിന്റെ പൂർണ്ണ ഉത്തരവാദിത്വം പരിശീലന സ്ഥാപനങ്ങൾക്കായിരുന്നു. മികച്ചരീതിയിൽ പ്രവർത്തിക്കുന്ന തദ്ദേശസ്ഥാപനങ്ങൾ ശില്പശാലകളും സെമിനാറുകളുംവഴി ഒന്നോ രണ്ടോ ദിവസം കൊണ്ട് അവരുടെ അനുഭവം പങ്കുവയ്ക്കുന്നതായിരുന്നു മറ്റൊരു നൂതനപരിപാടി. 1999–2000 ൽ അത്തരത്തിലുള്ള ഇരുപത്തൊന്ന് പങ്കാളിത്ത ശില്പശാലകൾ നടന്നു; അനുഭവങ്ങൾ പങ്കുവയ്ക്കപ്പെട്ടു.

കേരള സർക്കാർ ഉടമസ്ഥതയിലുള്ള പരിശീലന, ഗവേഷണ, കൺസൾട്ടൻസി മേഖലകളിൽ പ്രവർത്തിക്കുന്ന സ്വയം ഭരണസ്ഥാപനമായ 'കേരള ഇൻസ്റ്റിറ്റ്യൂട്ട് ഓഫ് ലോക്കൽ അഡ്മിനിസ്ട്രേഷൻ' (കില) ജനകീയാസൂത്രണത്തിന്റെ പരിശീലനത്തിൽ പ്രധാനപ്പെട്ട പങ്കുവഹിച്ചിരുന്നു. കേരളത്തിലെ വികേന്ദ്രീകരണത്തിനുള്ള ശേഷീവികസനം (Capacity Development for Decentralisation in Kerala - CapDeck) എന്ന പേരിൽ ഒരു പദ്ധതി സ്വിസ് ഏജൻസി ഫോർ ഡെവലപ്മെന്റ് ആന്റ് കോ–ഓപ്പറേഷ (Swiss Agency for Development and Co-operation - SDC) ന്റെ സഹായത്തോടെ നടപ്പാക്കിയിരുന്നു. അതിന്റെ നേതൃത്വം

കിലയെയാണ് ഏല്പിച്ചത്. അധികാരവികേന്ദ്രീകരണം സംബന്ധിച്ച പഠനങ്ങളും പരിശീലനവും നടത്താനുള്ള ഒരു മികവിന്റെ കേന്ദ്രമായി 'കില' വികസിക്കുമെന്നും ജനാധിപത്യ വികേന്ദ്രീകരണത്തിനാവശ്യമായ ഭാവി പരിശീലന പരിപാടികൾ അത് ഏറ്റെടുക്കുമെന്നുമാണ് പ്രതീക്ഷിക്കപ്പെട്ടിരുന്നത്. അവസാന അദ്ധ്യായത്തിൽ നാം കാണാൻ പോകുന്നത്, ആ പ്രതീക്ഷയോട് നീതി പുലർത്തുന്നതിൽ 'കില' വിജയിച്ചു എന്നുതന്നെയാണ്.

ധനവികേന്ദ്രീകരണം

സംസ്ഥാന സർക്കാർ നിയമിച്ച രണ്ട് ഔദ്യോഗിക കമ്മീഷനുകൾ അധികാരവികേന്ദ്രീകരണത്തെ സുസ്ഥാപിതമാക്കുന്നതിൽ പ്രധാന പങ്കുവഹിക്കുമെന്നാണ് പ്രതീക്ഷിക്കപ്പെട്ടിരുന്നത്. അതിൽ ഒന്നാമത്തേത് ഭരണപരിഷ്കാര സമിതിയായിരുന്നു (Administrative Reforms Committee - ARC). പ്രാദേശികതലത്തിൽ ഉരുവംകൊള്ളുന്ന സുതാര്യവും പങ്കാളിത്താധിഷ്ഠിതവുമായ ഭരണസംവിധാനങ്ങൾക്ക് അനുപൂരകമാകുന്ന തരത്തിൽ സംസ്ഥാനത്തിന്റെ ഭരണയന്ത്രത്തെയാകെ അഴിച്ചുപണിയാൻ വേണ്ട നിർദ്ദേശങ്ങൾ തയ്യാറാക്കലായിരുന്നു ഭരണപരിഷ്കാര സമിതിയുടെ ഉത്തരവാദിത്വം. രണ്ടാമത്തേത്, സംസ്ഥാന ഫിനാൻസ് കമ്മീഷൻ (State Finance Commission - SFC). തദ്ദേശഭരണസ്ഥാപനങ്ങളിലേക്കുള്ള പദ്ധതിവിഹിതത്തിന്റെ കൈമാറ്റം സംബന്ധിച്ച കാര്യങ്ങളെ സുസ്ഥാപിതമാക്കലാണ് അതിന്റെ ചുമതല.

ഒന്നാം സംസ്ഥാന ധനകാര്യകമ്മീഷൻ (SFC-1994-96) ജനകീയാസൂത്രണ പ്രസ്ഥാനത്തിന് മുമ്പായിരുന്നു, അതുകൊണ്ടുതന്നെ അതിന്റെ നിർദ്ദേശങ്ങൾ പദ്ധതിയേതര ധനകൈമാറ്റത്തെപ്പറ്റി മാത്രമായിരുന്നു. പദ്ധതിയേതരവും നിയമാനുബന്ധിതമല്ലാത്തതുമായ ധനസഹായത്തിനു പകരം സംസ്ഥാനത്തിന്റെ റവന്യൂ വരുമാനത്തിന്റെ ഒരു ശതമാനം തുക മാറ്റിവച്ചുകൊണ്ട് തദ്ദേശഭരണസ്ഥാപനങ്ങൾക്കായി ഒരു സഞ്ചിത നിധി ഉണ്ടാക്കാനുള്ള നിർദ്ദേശമാണ് കമ്മീഷൻ മുന്നോട്ടുവച്ചത്. അതോടൊപ്പം മുദ്രപ്പത്രത്തിന്റെ വിലയിന്മേലും അടിസ്ഥാന നികുതിയുടെമേലും 25% സർചാർജ്ജും കൂടിച്ചേർത്ത സഞ്ചിതനിധിയിൽ നിന്നാണ് തദ്ദേശഭരണസ്ഥാപനങ്ങൾക്കുള്ള വിഹിതം നല്കേണ്ടിയിരുന്നത്. അതിനു സമാനമായി നഗരസഭകൾക്കും ഒരു നിധികമ്മീഷൻ ശുപാർശ ചെയ്തു.

മേല്പറഞ്ഞതിനു പുറമേയുള്ള ധനം തദ്ദേശഭരണസ്ഥാപനങ്ങൾക്ക് ലഭിച്ചത് ജനകീയാസൂത്രണ പ്രസ്ഥാനത്തിന്റെ ഭാഗമായുണ്ടായ പദ്ധതി വികേന്ദ്രീകരണത്തിലൂടെയാണ്; അതാകട്ടെ ധനകാര്യ കമ്മീഷൻ ഒരു നിർദ്ദേശവും മുന്നോട്ടുവച്ചിട്ടില്ലാത്ത ഒരു തലവുമായിരുന്നു. എന്നാൽ തദ്ദേശഭരണസ്ഥാപനങ്ങൾക്ക് വർഷാവർഷം കൈമാറേണ്ട തുക സംസ്ഥാന ആസൂത്രണബോർഡിന്റെ നിർദ്ദേശപ്രകാരം സംസ്ഥാന സർക്കാർ തീരുമാനിക്കുന്ന സ്ഥിതി തന്നെയാണ് നിലനിന്നിരുന്നത്. അതാ

യത്, ആ തുക വെട്ടിക്കുറയ്ക്കാനോ ഒരുപക്ഷേ, കൊടുക്കേണ്ടതില്ലെന്നു വയ്ക്കാനോ സംസ്ഥാനസർക്കാരിന് ഏതു സമയത്തും കഴിയുമായിരുന്നു; അങ്ങനെ ചെയ്യുന്നത് പ്രായോഗികമാണോയെന്ന കാര്യം വേറെ. എന്തായാലും, സംസ്ഥാന സർക്കാരിന്റെ സമയാസമയങ്ങളിലെ തീരുമാനപ്രകാരം പണം കൊടുക്കുന്ന രീതിയിലേക്കു മാറാതെ ധനകൈമാറ്റത്തെ സുസ്ഥാപിതമാക്കേണ്ടത് കേരളത്തിലെ ജനാധിപത്യവികേന്ദ്രീകരണം ഭാവിയിൽ നേരിടാൻ പോകുന്ന ഒരു വെല്ലുവിളിയായി നിലനിന്നു.

1999 ജൂൺ 23 ന് സംസ്ഥാന സർക്കാർ, പ്രൊഫസർ പ്രഭാത് പട്നായിക് അദ്ധ്യക്ഷനായി രണ്ടാം ധനകാര്യ കമ്മീഷനെ നിയമിച്ചു. പദ്ധതി സംബന്ധമായ ധനവികേന്ദ്രീകരണത്തെ സുസ്ഥാപിതമാക്കാനും പദ്ധതിയേതര ധനകൈമാറ്റത്തിന്റെ വ്യാപ്തി വർദ്ധിപ്പിക്കുവാനുമുള്ള നിർദ്ദേശങ്ങൾ രണ്ടാം സംസ്ഥാന ധനകാര്യകമ്മീഷൻ മുന്നോട്ടുവച്ചു.

സഹകരണ സ്ഥാപനങ്ങൾ

ജനകീയാസൂത്രണ പ്രസ്ഥാനവുമായി ഏതെങ്കിലും തരത്തിൽ അർത്ഥവത്തായി ഇടപെടുന്നതിൽ വാണിജ്യ ബാങ്കുകൾ കാണിച്ച വൈമുഖ്യം സഹകരണമേഖലയുമായി തദ്ദേശഭരണസ്ഥാപനങ്ങൾക്കുള്ള ബന്ധം ശക്തിപ്പെടുത്തേണ്ടതിന്റെ അടിയന്തരമായ ആവശ്യകത ബോദ്ധ്യപ്പെടുത്തുന്നതായിരുന്നു. സഹകരണബാങ്കുകളെ ഫലപ്രദമായ ബദൽ ഇടപാടുകൾക്കായി തയ്യാറാക്കിക്കൊണ്ടും ഗ്രാമീണ വായ്പാ സേവന സഹകരണ സംഘങ്ങളെ പ്രദേശത്തെ പഞ്ചായത്തുകളുടെ ബാങ്കുകളാക്കി മാറ്റിക്കൊണ്ടും മാത്രമേ പ്രസ്ഥാനവുമായി സഹകരിക്കാൻ വാണിജ്യ ബാങ്കുകളുടെ മേൽ സമ്മർദ്ദം ചെലുത്താൻ കഴിയുമായിരുന്നുള്ളു. അവിടെയും കാര്യങ്ങൾ അത്ര സുഗമമായിരുന്നില്ല. സഹകരണ ബാങ്കുദ്യോഗസ്ഥർ പ്രാദേശികതലത്തിലെ രാഷ്ട്രീയ പ്രവർത്തകർ തന്നെയാണല്ലോ, അത് അനാവശ്യമായ ഈഗോ പ്രശ്നങ്ങളിലേക്ക് വഴിവയ്ക്കാൻ സാദ്ധ്യതയുണ്ടായിരുന്നു. പഞ്ചായത്തുകളുടെയും സഹകരണ സ്ഥാപനങ്ങളുടെയും ഭരണസമിതികൾ എതിർ രാഷ്ട്രീയകക്ഷികളുടേതാണെങ്കിൽ പിന്നെ പറയുകയും വേണ്ട. രണ്ടാം വാർഷികപദ്ധതിക്കായുള്ള തയ്യാറെടുപ്പിന്റെ ഭാഗമായി സഹകരണ മേഖലയിലെ ഉദ്യോഗസ്ഥരും തദ്ദേശഭരണസ്ഥാപനങ്ങളിലെ ജനപ്രതിനിധികളും തമ്മിൽ ഒരു സുപ്രധാന ചർച്ചയ്ക്കു തുടക്കമിട്ടു. ഓരോ ജില്ലയിലും പഞ്ചായത്ത് പ്രസിഡന്റുമാരും സഹകരണ ബാങ്ക് പ്രസിഡന്റുമാരുംചേർന്നുള്ള കൺവെൻഷൻ സംഘടിപ്പിച്ചു. കൺവെൻഷനുകളിൽ സഹകരണ സ്ഥാപനങ്ങൾക്ക് പ്രാദേശികാസൂത്രണത്തെ സഹായിക്കാൻ കഴിയുന്ന മൂന്നു പ്രധാനമാർഗ്ഗങ്ങൾ ചർച്ചയ്ക്കു വിധേയമായി.

1. പദ്ധതിയിലുൾപ്പെട്ട പ്രോജക്ടുകളുടെ നിർവ്വഹണ ഏജൻസികൾ എന്ന നിലയിൽ, കാർഷിക സേവനങ്ങൾ നല്കുന്നതിനുള്ള പ്രോജ

ക്ടുകളുടെ നടത്തിപ്പിന് പുതിയ ഏജൻസികൾ തുടങ്ങുന്നതിനു പകരം പഞ്ചായത്തുകൾക്ക് സർവ്വീസ് സഹകരണ സംഘങ്ങളെ നിർവ്വഹണ ഏജൻസികളാക്കാം. പാൽ സൊസൈറ്റികൾ, മത്സ്യ സഹകരണ സംഘങ്ങൾ എന്നിവയെയാകട്ടെ അതത് മേഖലക ളിലെ പദ്ധതി നിർവ്വഹണത്തിന് ഉപയോഗിക്കുകയുമാവാം.

2. പദ്ധതി പ്രോജക്ടുകളിലെ ഗുണഭോക്താക്കൾക്ക് വായ്പ നല്കു ന്നതിൽ, പദ്ധതിയുടെ ഭാഗമായതുകൊണ്ടുമാത്രം പ്രോജക്ടു കൾക്ക് വായ്പ നല്കാൻ സഹകരണ സംഘങ്ങൾക്ക് ബാദ്ധ്യത യൊന്നുമില്ല; വായ്പയുടെ സാധുത വിലയിരുത്തേണ്ട ഒരു സാങ്കേ തിക ജോലിയുണ്ടല്ലോ. അതേസമയം, വാണിജ്യ ബാങ്കുകളിൽ നിന്നു വ്യത്യസ്തമായി ആസൂത്രണഘട്ടത്തിൽത്തന്നെ വായ്പക ളുടെ സാദ്ധ്യത മനസ്സിലാക്കാൻ സഹകരണ സംഘങ്ങൾക്കു കഴി യും. സഹകരണ സ്ഥാപനങ്ങൾക്കായുള്ള കർമ്മസമിതിയുടെ ചുമ തല തന്നെ പ്രോജക്ടുകൾ പരിശോധിച്ച് അതിനെ സഹകരണ സംഘങ്ങളുടെ വായ്പാ സംവിധാനവുമായി ബന്ധിപ്പിക്കലായി രുന്നു.

3. വരുമാനദായകവും ധനകാര്യ സാധുതയുള്ളതുമായ പദ്ധതികളുടെ നിർവ്വഹണത്തിന് തദ്ദേശഭരണസ്ഥാപനങ്ങൾക്ക് വായ്പ നല്കുന്ന സ്ഥാപനങ്ങളെന്ന നിലയിൽ, ഇതേവരെ ഗ്രാമീണ, നഗര വിക സന ഫിനാൻസ് കോർപ്പറേഷനുകൾ മാത്രമാണ് തദ്ദേശഭരണ സ്ഥാപനങ്ങൾക്ക് വായ്പ നല്കിയത്.

തദ്ദേശഭരണസ്ഥാപനങ്ങൾക്ക് സഹകരണ സ്ഥാപനങ്ങളെ സഹാ യിക്കാവുന്ന മേഖലകൾ ഇവയാണ്.

1. പ്രാദേശിക സഹകരണ സംഘങ്ങളുടെ ഓഹരി വാങ്ങുക. തദ്ദേശഭരണസ്ഥാപനങ്ങൾക്ക് സഹകരണ സംഘങ്ങളിലെ ഓഹരി പങ്കാ ളിത്തം, അവയ്ക്ക് സഹകരണ സംഘങ്ങളുടെ ഭരണ സമിതിയിലെ പ്രാതി നിധ്യം എന്നിവ സംബന്ധിച്ച് നിയമഭേദഗതി ആവശ്യമുള്ള കാര്യമാണിത്.

2. പുനരുജ്ജീവന സാദ്ധ്യതയുള്ള സഹകരണ സംഘങ്ങൾക്ക് നില വിലുള്ള സംവിധാനങ്ങൾ മെച്ചപ്പെടുത്താനടക്കം ധനസഹായം ചെയ്യുക. അത്തരം സഹായങ്ങൾ പക്ഷേ, അതിനായി തയ്യാറാക്കപ്പെട്ട പ്രോജക്ടു കളിലൂടെ കൃത്യമായ ലക്ഷ്യത്തിനുതകുന്ന തരത്തിലായിരിക്കണം.

3. തദ്ദേശഭരണസ്ഥാപനങ്ങളുടെ പണം സഹകരണ ബാങ്കുകളിൽ നിക്ഷേപിക്കൽ. പ്രോജക്ട് അക്കൗണ്ടുകൾ സൂക്ഷിക്കാൻ അനുയോജ്യ മായ ഇടങ്ങൾ എന്ന നിലയിൽ സഹകരണ സ്ഥാപനങ്ങൾക്ക് പരിഗ ണന നല്കാവുന്നതാണ്. ഇത്തരമൊരു സാഹചര്യം തടസ്സപ്പെടുത്തിയത് പ്രധാനമായും പ്രാദേശിക സഹകരണ ബാങ്കുകൾക്ക് 'ക്ലിയറിംഗ് സംവി ധാനം' ഇല്ല എന്നുള്ളതായിരുന്നു, അതുകാരണം ചെക്കുകൾ പണമായി മാറുന്നതിൽ അനാവശ്യ താമസം നേരിട്ടു.

സഹകരണത്തിനായുള്ള കർമ്മസമിതികൾ, ഓരോ മേഖലാതല കർമ്മസമിതികളും തയ്യാറാക്കുന്ന നിർദ്ദേശങ്ങൾ പരിശോധിച്ച് അത്തരം പ്രോജക്ടുകളിൽ സഹകരണ സ്ഥാപനങ്ങളുമായി മെച്ചപ്പെട്ട ബന്ധം സ്ഥാപിക്കാൻ ശ്രമിക്കേണ്ടതാണ്.

സ്ത്രീശാക്തീകരണം

തദ്ദേശഭരണസ്ഥാപനങ്ങളുടെ ആദ്യ വാർഷികപദ്ധതിയിലെ ഏറ്റവും നിരാശാജനകമായ അനുഭവമായിരുന്നു വനിതാഘടക പദ്ധതിയുടേത്. അതേസമയം ഒട്ടേറെ തദ്ദേശഭരണസ്ഥാപനങ്ങൾ സ്വയമേവ തന്നെ നല്ല വനിതാ വികസനപദ്ധതികൾ ഏറ്റെടുക്കുകയും ചെയ്തു. അതുകൊണ്ടു തന്നെ ആ മാതൃകകളുടെ വ്യാപനം ഒരു വെല്ലുവിളിയായി. അതിനുവേണ്ടി നിരവധി കാര്യങ്ങൾ ചെയ്തു. അതിൽ ഏറ്റവും പ്രധാനം, തദ്ദേശഭരണ സ്ഥാപനങ്ങൾക്കു ലഭിക്കുന്ന മൊത്തം പദ്ധതിവിഹിതത്തിന്റെ പത്തുശതമാനം വനിതാഘടക പദ്ധതിക്കായി മാറ്റിവയ്ക്കണമെന്ന് നിഷ്കർഷിച്ചതായിരുന്നു. വനിതാഘടക പദ്ധതിയെപ്പറ്റി വിശദവും വ്യക്തവുമായ മാർഗ്ഗനിർദ്ദേശങ്ങൾ തയ്യാറാക്കിയ അനുഭവത്തിൽനിന്ന് മനസ്സിലായത് വനിതാഘടക പദ്ധതിക്കായി രൂപീകരിച്ച കർമ്മസമിതികൾക്ക് വ്യത്യസ്ത മേഖലകളിൽ പ്രോജക്ടുകൾ തയ്യാറാക്കുന്നതിനുള്ള സാങ്കേതിക വൈദഗ്ദ്ധ്യം ഇല്ലെന്നാണ്. ആ പ്രശ്നത്തെ മറികടക്കുന്നതിന് ഒരു വഴി കണ്ടെത്തി, വിവിധ മേഖലകളിലെ കർമ്മസമിതികൾ വനിതകളും വികസനവും എന്ന വിഷയത്തിൽ കർമ്മസമിതികൾ തയ്യാറാക്കുന്ന പൊതു നിർദ്ദേശങ്ങളുടെയടിസ്ഥാനത്തിൽ വനിതാഘടക പദ്ധതിക്കാവശ്യമായ പ്രോജക്ടുകൾ തയ്യാറാക്കണമെന്നതായിരുന്നു അത്. വിദഗ്ദ്ധസമിതികൾക്കുള്ളിൽ വനിതാ വികസനത്തിനായി പ്രത്യേക സബ് കമ്മിറ്റികൾ രൂപീകരിച്ചു.

വനിതാ ജനപ്രതിനിധികൾ

വനിതാ ജനപ്രതിനിധികൾക്കായുള്ള പ്രത്യേക പരിശീലന പരിപാടികളാണ് സ്വീകരിക്കപ്പെട്ട രണ്ടാമത്തെ മാർഗ്ഗം. ധാരാളം വനിതാ ജനപ്രതിനിധികളുടെ നിലപാടുകളിലും ശേഷിയിലും പ്രത്യക്ഷമായ മാറ്റം വരുത്താൻ ജനകീയാസൂത്രണ പ്രസ്ഥാനത്തിന്റെ ഒന്നാം വർഷ പ്രവർത്തനങ്ങൾക്ക് കഴിഞ്ഞിരുന്നു. 1995 ലും 1998 ലുമായി നടന്ന ഒരു പഠനത്തിലൂടെ അത് വ്യക്തമാവുകയും ചെയ്തു. തിരഞ്ഞെടുപ്പ് നടന്ന 1995 ലും ജനകീയാസൂത്രണപ്രസ്ഥാനം രണ്ടു വർഷം പൂർത്തിയാക്കിയ 1998 ലും നടത്തിയ പഠനത്തിൽ വനിതാ ജനപ്രതിനിധികൾ അവരുടെ ശേഷിയെ സംബന്ധിച്ച സ്വയം വിലയിരുത്തൽ നടത്തുകയാണ് പഠനത്തിന്റെ ഭാഗമായി ചെയ്തത്. 1995 ൽ 30% ജനപ്രതിനിധികൾക്കും ആസൂത്രണത്തെ സംബന്ധിച്ച് ഒരറിവുമില്ലായിരുന്നുവെന്ന് പഠനം കണ്ടെത്തി; ആസൂത്ര

ണത്തെക്കുറിച്ച് നല്ലതോ വളരെ നല്ലതോ ആയ ധാരണയുള്ളതായി അഭിപ്രായപ്പെട്ടവർ 19% മാത്രമായിരുന്നു. എന്നാൽ 1998 ൽ അത് 74% ആയി കൂടി. 1995 ൽ 31% പേർക്ക് പഞ്ചായത്ത് നിയമങ്ങളെപ്പറ്റിയോ ചട്ടങ്ങളെപ്പറ്റിയോ തികഞ്ഞ അവ്യക്തതയാണുണ്ടായിരുന്നത്; 43% പേർ സാമാന്യം അവ്യക്തതയുള്ളതായി അഭിപ്രായപ്പെട്ടു. 1998 ആകുമ്പോഴേക്കും 44% പേർക്ക് പഞ്ചായത്ത് രാജ് സ്ഥാപനങ്ങളുടെ നിയമചട്ടക്കൂടിനെപ്പറ്റി വളരെ നല്ല ധാരണയുണ്ടായിരുന്നു. നിയമസാക്ഷരത ഏതാണ്ട് എല്ലാ ജനപ്രതിനിധികളിലേക്കും എത്തിയിരുന്നു എന്നു പറയാം.

1995 ൽ 75% ജനപ്രതിനിധികളും അവരുടെ പൊതുവേദികളിൽ സംസാരിക്കാനുള്ള കഴിവ് വളരെ മോശമെന്നാണ് അഭിപ്രായപ്പെട്ടിരുന്നത്. 1998 ആയപ്പോഴേക്കും അങ്ങനെ കരുതിയിരുന്നവർ 13 ശതമാനമായി കുറഞ്ഞു. നന്നായിട്ടും വളരെ നന്നായിട്ടും സംസാരിക്കാൻ കഴിയുന്നവരുടെ ശതമാനമാകട്ടെ 6 ൽ നിന്ന് 36 ശതമാനമായി ഉയർന്നു. വനിതാ ജനപ്രതിനിധികളിൽ ഉദ്യോഗസ്ഥരെ മാനേജു ചെയ്യാനും യോഗങ്ങളെ നിയന്ത്രിക്കാനും പൊതുജനങ്ങളുമായി സംവേദിക്കുവാനും കഴിവുള്ളവരുടെ എണ്ണത്തിൽ 1995 നും 1998 നുമിടയ്ക്ക് അഞ്ചു മടങ്ങ് വർദ്ധനയുണ്ടായി.

ആസൂത്രണ പ്രക്രിയയിൽ സ്ത്രീകളുടെ പങ്കാളിത്തം കൂട്ടുന്നതിനും പങ്കാളിത്തത്തിന്റെ ഗുണനിലവാരം ഉയർത്തുന്നതിനും അനുയോജ്യമായ പരിശീലന പരിപാടികൾ വേണമെന്നാണ് വനിതാ ജനപ്രതിനിധികൾ അഭിപ്രായപ്പെട്ടത്. വനിതാ ജനപ്രതിനിധികളെ കേന്ദ്രീകരിച്ചുള്ള പരിശീലനത്തിന് കൂടിയ പ്രാധാന്യം നല്കണമെന്ന് 53% ശതമാനം പേർ ആവശ്യപ്പെട്ടു. സ്ത്രീ പദവിയിൽ ഊന്നിക്കൊണ്ടുള്ള പൊതു പരിശീലനമെന്ന അഭിപ്രായമാണ് മറ്റൊരു 21% പേർ മുന്നോട്ടുവച്ചത്. വിശദമായ ചർച്ചയ്ക്കുശേഷം സംസ്ഥാന ആസൂത്രണബോർഡ് മൂന്നുതരത്തിലുള്ള പരിശീലനപരിപാടികൾക്ക് രൂപംനല്കി: (1) ജില്ലകളിൽ നിന്ന് തെരഞ്ഞെടുക്കപ്പെടുന്നവർക്ക് സംസ്ഥാനതലത്തിൽ താരതമ്യേന ദീർഘമായ പരിശീലന പരിപാടികൾ; (2) ജില്ലാതലത്തിൽ എല്ലാ വനിതാ ജനപ്രതിനിധികൾക്കുമായി ഒരു ദിവസത്തെ പരിശീലനം – അത് ഒരു പൊതുദിശാബോധം സൃഷ്ടിക്കുന്നതിനുള്ളതായിരിക്കും; (3) വനിതാ വികസന പ്രോജക്ടുകൾ തയ്യാറാക്കുന്നതിന് ബ്ലോക്കുതലങ്ങളിൽ ശില്പശാലകൾ, സംസ്ഥാന–ജില്ലാതല പരിശീലന പരിപാടികൾ എന്നിവ വളരെ ഫലപ്രദമായിരുന്നു. എന്നാൽ മറ്റു മേഖലകളിലെ കർമ്മസമിതികൾക്കായി നടന്ന ബ്ലോക്കുതല പരിശീലനം പോലെ തന്നെ വനിതാ ഘടകപദ്ധതിക്കുവേണ്ടി നടത്തിയ ബ്ലോക്കുതല പ്രോജക്ട് ക്ലിനിക്കുകൾ പ്രതീക്ഷയ്ക്കൊത്ത് ഉയരുകയുണ്ടായില്ല.

സംസ്ഥാനതലത്തിൽ രണ്ടു ബാച്ചുകളിലായി 311 സ്ത്രീകൾ പങ്കെടുത്ത ഒരു ത്രിദിന പരിശീലനപരിപാടി സംഘടിപ്പിച്ചിരുന്നു. ഏതാണ്ട്

രണ്ടു മാസത്തെ തയ്യാറെടുപ്പിനുശേഷമാണ് അത് നടത്തിയത്. 'ആസൂത്രണ സഹായി' എന്ന സീരീസിലെ പതിനൊന്നാമത്തെ പുസ്തകമായി *സ്ത്രീകളും വികസനവും* എന്ന പേരിൽ കൈപ്പുസ്തകം തയ്യാറാക്കിയത് 55 സംസ്ഥാനതല ഫാക്കൽറ്റിയംഗങ്ങളുടെ ആറുദിവസത്തെ കൂട്ടായ ശ്രമത്തിലൂടെയാണ്. പരിശീലനപരിപാടി ആരംഭിച്ചത് ഒരു ലഘുനാടകത്തോടെയാണ്: *സുഭദ്രാമാധവനും പഞ്ചായത്ത് രാജും*. കേരള ശാസ്ത്ര സാഹിത്യപരിഷത്തിന്റെ വനിതാ കലാജാഥാ സംഘത്തിന്റെ ഒരു തെരുവുനാടകത്തെ അടിസ്ഥാനമാക്കിയാണ് അത് തയ്യാറാക്കിയിരുന്നത്. ദുഷ്ടലാക്കോടെ പ്രവർത്തിക്കുന്നവർ, സ്ഥാപിത താല്പര്യക്കാരൻ, നിസ്സഹകരണ മനോഭാവമുള്ള ഉദ്യോഗസ്ഥർ തുടങ്ങി സംശയാലുവായ ഭർത്താവ് വരെയുണ്ടാക്കുന്ന കയ്പേറിയ അനുഭവങ്ങളെ നേരിട്ട് ഒരു വനിതാ പ്രതിനിധി ശക്തയായി മാറുന്നതായിരുന്നു ഇതിവൃത്തം. എന്നാൽ ക്യാമ്പിൽ നാടകം അവതരിപ്പിച്ചപ്പോൾ പങ്കെടുത്തവർ ഐകകണ്ഠ്യേന അതിനോട് വിയോജിപ്പ് പ്രകടിപ്പിക്കുകയാണുണ്ടായത്. എല്ലാ വെല്ലുവിളികളെയും സ്വയം നേരിടുന്ന വനിതാ പ്രതിനിധിയുടെ മാതൃക ഒരു മിഥ്യയാണെന്ന് ക്യാമ്പംഗങ്ങൾ വാദിച്ചു. പകരം സുഭദ്രാമാധവന്റെ കഥ, മറ്റുള്ള വ്യക്തികളുമായും സാമൂഹ്യമാറ്റത്തിനായി പ്രവർത്തിക്കുന്ന ശക്തികളുമായും പങ്കുചേർന്നുള്ള സമരത്തിലൂടെ സുഭദ്രാമാധവന്റെ ശാക്തീകരണം സാദ്ധ്യമാകുന്ന സമീപനമാണ് വേണ്ടതെന്ന് അവർ ആവശ്യപ്പെട്ടു. പരിപാടിയിലെ മറ്റൊരു പ്രധാന ഇനം, പഞ്ചായത്ത് വികസന റിപ്പോർട്ടുകളിലെ 'വനിതകളും വികസനവും' എന്ന അദ്ധ്യായം വിമർശനാത്മകമായി പരിശോധിച്ച് കേരളത്തിലെ സ്ത്രീകളുടെ സ്ഥാനത്തെപ്പറ്റി ചർച്ച ചെയ്യുന്ന ഒരു ഗ്രൂപ്പ് പ്രവർത്തനമായിരുന്നു. ഓരോ ഗ്രൂപ്പും തയ്യാറാക്കിയ വിമർശനം പൊതുവേദിയിൽ അവതരിപ്പിക്കുകയും അതിനോട് വിദഗ്ദ്ധരുടെ ഒരു പാനൽ പ്രതികരിക്കുകയും ചെയ്തു. ഗ്രാമങ്ങളിലെ സ്ത്രീകളുടെ അവസ്ഥയെപ്പറ്റി സമഗ്രമായ ഒരു റിപ്പോർട്ട് തയ്യാറാക്കുന്നതിനുള്ള ഒരു രീതിശാസ്ത്രം വികസിപ്പിക്കുന്നതിനുള്ള ശ്രമമാണ് രണ്ടാം ദിവസം നടന്നത്; അതോടൊപ്പം, വനിതാ വികസനത്തിനുവേണ്ടിയുള്ള മാതൃകാ പ്രോജക്ടുകൾക്ക് രൂപംകൊടുക്കാനും ശ്രമിച്ചു.

തുടർന്നു നടന്ന ജില്ലാതല യോഗങ്ങളിൽ *സുഭദ്രാമാധവനും പഞ്ചായത്ത്രാജും* എന്ന ലഘുനാടകം വീണ്ടും അവതരിപ്പിച്ച് ചർച്ചചെയ്തു. പങ്കെടുത്തവർക്കെല്ലാം വനിതാവികസനത്തെ സംബന്ധിച്ചുള്ള കൈപ്പുസ്തകവും നല്കി. ജില്ലാതല യോഗങ്ങളിൽ ആകെ 3114 സ്ത്രീകൾ പങ്കെടുത്തു. അതിൽ തൊണ്ണൂറു ശതമാനവും തിരഞ്ഞെടുക്കപ്പെട്ട വനിതാ പ്രതിനിധികളായിരുന്നു. ഈ ദിശയിലുള്ള പ്രവർത്തനങ്ങളുടെ ഫലമായി വനിതാ ഘടകപദ്ധതിയിലെ ഫണ്ട് വകയിരുത്തൽ 10 ശതമാനത്തിലേക്കെത്തി; കൂടാതെ പ്രോജക്ടുകളുടെ ഗുണനിലവാരത്തിൽ പ്രത്യക്ഷത്തിൽത്തന്നെ മെച്ചമുണ്ടായി.

അങ്കണവാടി പ്രവർത്തകർ

ആസൂത്രണ പ്രക്രിയയിൽ സ്ത്രീപങ്കാളിത്തം വർദ്ധിപ്പിക്കുന്നതിനുവേണ്ടി ചെയ്ത മറ്റൊരു പ്രധാന ഇടപെടൽ സംസ്ഥാനത്തെ 14000 അങ്കണവാടികളിലെ 30,000 ലേറെ വരുന്ന അങ്കണവാടി പ്രവർത്തകരെ സംഘടിപ്പിക്കലായിരുന്നു. വനിതാ ജനപ്രതിനിധികളെ ഒരു സഹായസേന എന്ന നിലയ്ക്ക് സഹായിക്കാൻ കഴിയുന്നവരായ അദ്ധ്യാപകരായിരുന്നു അതിൽ പകുതിയിലേറെയും. പദ്ധതി വിശദീകരിക്കുന്നതിനായി 1998 ഏപ്രിൽ മാസത്തിൽ അങ്കണവാടി പ്രവർത്തകരുടെ ജില്ലാതല യോഗങ്ങൾ വിളിച്ചു. ഏതാണ്ട് 25,000 അങ്കണവാടി പ്രവർത്തകർ ആ യോഗങ്ങളിൽ പങ്കെടുത്തു. അങ്കണവാടികളെ പഞ്ചായത്തിന്റെ ഇതര പദ്ധതി പ്രവർത്തനങ്ങളുമായി സംയോജിപ്പിക്കുന്നതിന്റെയും അങ്കണവാടികളെ സ്ത്രീകളുടെ സമൂഹകേന്ദ്രങ്ങളാക്കി വികസിപ്പിക്കുന്നതിന്റെയും സാദ്ധ്യതകൾ വിശദീകരിക്കുന്ന കൈപ്പുസ്തകം യോഗത്തിനായി പ്രത്യേകം തയ്യാറാക്കിയിരുന്നു. ഗ്രാമസഭയിൽ കൂടുതൽ സ്ത്രീകളുടെ പങ്കാളിത്തമുണ്ടാക്കുന്നതിനും ആസൂത്രണത്തിന്റെ മറ്റുഘട്ടങ്ങളിൽ അവരെ പങ്കെടുപ്പിക്കുന്നതിനുമാവശ്യമായ അധികജോലി ചെയ്യുന്നതിന് പ്രതിമാസം 100 രൂപ ഹോണറേറിയം നല്കാൻ തീരുമാനിച്ചു; അതാകട്ടെ, പദ്ധതി വിഹിതം ശമ്പളത്തിനുപയോഗിക്കാൻ പാടില്ലെന്ന ആസൂത്രണബോർഡ് മാർഗ്ഗനിർദ്ദേശത്തിൽ ഒരിളവനുവദിച്ചുകൊണ്ടാണ് ചെയ്തത്. കേരളത്തിലെ ഏറ്റവും കുറഞ്ഞ പ്രതിമാസ ശമ്പളമായ 600 രൂപ ലഭിച്ചിരുന്നവർക്ക് മേല്പറഞ്ഞ 100 രൂപ ഒരു അധികവരുമാനമായി.

കുടുംബശ്രീ അയൽക്കൂട്ടങ്ങൾ

ജനകീയാസൂത്രണ പ്രസ്ഥാനത്തിന്റെ ആദ്യഘട്ടങ്ങളിലുണ്ടായതും സ്ത്രീശാക്തീകരണരംഗത്ത് മായാത്ത മുദ്രപതിപ്പിക്കാൻ പ്രാപ്തവുമായ പ്രധാനപ്പെട്ട ഒരു നൂതന പരിപാടിയായിരുന്നു കുടുംബശ്രീ അയൽക്കൂട്ടങ്ങൾ. ജനകീയാസൂത്രണപ്രസ്ഥാനം പല രൂപത്തിലുള്ള സ്വയം സഹായസംഘങ്ങളെയും അയൽക്കൂട്ടങ്ങളെയും സൃഷ്ടിക്കുകയോ അവയുമായി ഇടപെടുകയോ ചെയ്തിട്ടുണ്ട്. അത്തരം സംഘടനയെ പൊതുവെ മൂന്നു വിഭാഗങ്ങളിൽപ്പെടുത്താം. അതിൽ ഒന്നാമത്തേത് മൈക്രോ ഫിനാൻസ് അധിഷ്ഠിത സ്വയം സഹായസംഘങ്ങളാണ്; നാലാം അദ്ധ്യായത്തിൽ പ്രതിപാദിച്ചിരിക്കുന്ന ആലപ്പുഴ നഗര സി ഡി എസിന്റെ ദാരിദ്ര്യ ലഘൂകരണ പരിപാടിയിലെ സംഘങ്ങൾ ഉദാഹരണമാണ്. സാക്ഷരതാ പ്രസ്ഥാനത്തെത്തുടർന്ന് മലപ്പുറത്തും തുടർന്ന് കേരളത്തിലെ നഗരസഭകളിലും സമാന സ്വഭാവമുള്ള സംഘങ്ങൾ രൂപീകരിക്കപ്പെട്ടിരുന്നു. വനിതാ ഘടകപദ്ധതിയിൽനിന്ന് രൂപംകൊണ്ട പ്രവർത്തനഗ്രൂപ്പുകളായിരുന്നു രണ്ടാമത്തെ വിഭാഗം. വനിതാ ഘടകപദ്ധതിയിൽ ഒരു പ്രോജക്ട് ഉൾപ്പെടുത്തുന്നതിന് സ്ത്രീകൾ നേരിട്ടുള്ള ഗുണഭോക്താക്കളായാൽ മാത്രം പോര, സംഘാടകരുമാകണമായിരുന്നു. ആ വ്യവസ്ഥ പാലിക്കുന്നതിന് ഏറ്റവും

ലഘുവായ മാർഗ്ഗം വനിതാ സ്വയംസഹായ സംഘങ്ങളുടെ രൂപീകരണമായിരുന്നു. മൂന്നാമത്തെ വിഭാഗം, കല്യാശേരിയിലെ പരീക്ഷണവുമായി ബന്ധപ്പെട്ട് നാലാമദ്ധ്യായത്തിൽ പരാമർശിക്കപ്പെട്ട അയൽക്കൂട്ടങ്ങളായിരുന്നു. അവയാകട്ടെ ഗ്രാമസഭകളുടെ ഉപസഭകളായാണ് വിഭാവനം ചെയ്യപ്പെട്ടിരുന്നത്. ആസൂത്രണബോർഡ് സംഘടിപ്പിച്ച മൂന്നു ദിവസത്തെ സംസ്ഥാനതല ശില്പശാലയിൽ നൂറുകണക്കിന് ഗ്രൂപ്പുകൾ പങ്കെടുത്ത്, സ്ത്രീകളുടെ ചെറുഗ്രൂപ്പുകളായുള്ള സംഘാടനം ജനാധിപത്യ വികേന്ദ്രീകരണത്തെ ശക്തിപ്പെടുത്താൻവേണ്ടി അതേവരെയുള്ള അനുഭവങ്ങളെ എങ്ങനെ ഉപയോഗപ്പെടുത്താമെന്ന് വിലയിരുത്തി. ആ സമയത്ത് സംസ്ഥാന സർക്കാർ വനിതകളുടെ ഒരു മൈക്രോ ഫിനാൻസ് ശൃംഖലയുടെ രൂപരേഖ തയ്യാറാക്കുന്നതിന് ടി എം തോമസ് ഐസക്, എസ് എം വിജയാനന്ദ്, പ്രകാശ് ബക്ഷി എന്നിവർ അംഗങ്ങളായ ഒരു സമിതിയെ നിയോഗിച്ചു. അത്തരമൊരു ശൃംഖല തദ്ദേശഭരണസ്ഥാപനങ്ങളുമായി ചേർന്നു പ്രവർത്തിക്കുകയും സ്ത്രീ ശാക്തീകരണ പരിപാടികളുടെയും ദാരിദ്ര്യ ലഘൂകരണ പദ്ധതികളുടെയും സംയോജനത്തിനുള്ള വേദിയായി മാറുകയും വേണം എന്നാണ് ഉദ്ദേശിച്ചത്. അതോടൊപ്പം ഗ്രാമസഭയ്ക്കു താഴെ ഒരു അടിസ്ഥാന സാമൂഹ്യ സംഘടനയായി നിലനില്ക്കണമെന്നും. പ്രസ്തുതസമിതിയുടെ നിർദ്ദേശങ്ങളെ അടിസ്ഥാനമാക്കിയതാണ് 1998 ൽ കുടുംബശ്രീ രൂപീകൃതമായത്. കുടുംബശ്രീ അയൽക്കൂട്ടങ്ങളുടെ ചില സവിശേഷതകൾ പ്രത്യേകം ശ്രദ്ധിക്കേണ്ടതുണ്ട്.

ഒന്നാമതായി, മിക്ക സ്വയംസഹായസംഘ ശൃംഖലകളും ഏതെങ്കിലും സർക്കാരേതര സംഘടനയുടെ നേതൃത്വത്തിൽ സംഘടിക്കപ്പെട്ടവയാണ്; ആ സംഘടനകളും തദ്ദേശഭരണസ്ഥാപനങ്ങളും തമ്മിലുള്ള ബന്ധം ചിലയിടങ്ങളിൽ നല്ലതായിരിക്കില്ല. കുടുംബശ്രീ അയൽക്കൂട്ടങ്ങളാകട്ടെ, തദ്ദേശഭരണസ്ഥാപനങ്ങളുടെ നേതൃത്വത്തിൽ രൂപംകൊണ്ടവയാണ്. മാത്രവുമല്ല അവയ്ക്ക് ഗ്രാമപഞ്ചായത്ത് അഥവാ നഗരസഭാതലത്തിനു മുകളിലേക്ക് സംഘടനാ സംവിധാനവുമില്ല. അതേസമയം കുടുംബശ്രീ അയൽക്കൂട്ടത്തിന്റെ രൂപകല്പന തന്നെ അവയ്ക്ക് പരമാവധി സ്വയം നിർണ്ണയാവകാശം നല്കുന്ന രീതിയിലായിരുന്നു. കുടുംബശ്രീ അയൽക്കൂട്ടങ്ങളുടെ ദൈനംദിന പ്രവർത്തനങ്ങളിൽ ഇടപെടാൻ തദ്ദേശ ഭരണസ്ഥാപനത്തിന് സാദ്ധ്യമല്ല. അയൽക്കൂട്ടങ്ങൾക്കാകട്ടെ, വാർഡുതലത്തിൽ ഏരിയാ ഡെവലപ്മെന്റ് സൊസൈറ്റി (എ ഡി എസ്) പഞ്ചായത്ത്-നഗരസഭാതലത്തിൽ കമ്യൂണിറ്റി ഡെവലപ്മെന്റ് സൊസൈറ്റി (സി ഡി എസ്) എന്നിവയടങ്ങുന്ന ഒരു ത്രിതല സംഘടനാ രൂപവുമുണ്ട്.

രണ്ടാമതായി, 'അയൽക്കൂട്ടമാണ്' എന്നതുതന്നെ. എന്നുവച്ചാൽ ഓരോ 'അയലി'ലുമുള്ള കുടുംബങ്ങൾക്കു മാത്രമേ അതിൽ ചേരാൻ കഴിയൂ. ഒപ്പം, അയലിലുള്ള ഒരു കുടുംബത്തെയും ജാതി, മത, രാഷ്ട്രീയഭേദം വച്ച് ഒഴിവാക്കാൻ കഴിയുകയുമില്ല.

മൂന്നാമതായി, ദാരിദ്ര്യ ലഘൂകരണമാണ് പ്രവർത്തനങ്ങളുടെ കേന്ദ്ര ബിന്ദു. എന്നാൽ ദാരിദ്ര്യം പരിഹരിക്കാനുള്ള ഒറ്റമൂലിയായി മൈക്രോ ഫിനാൻസിനെ ഉദ്ദേശിച്ചിട്ടുമില്ല. അതിനെ ഇതര വരുമാനദായക പ്രവർത്ത നങ്ങളും സർക്കാർ പദ്ധതികളുമായി സംയോജിപ്പിക്കണമെന്നതായിരുന്നു കാഴ്ചപ്പാട്. അങ്ങനെ തദ്ദേശഭരണ സ്ഥാപനങ്ങളുടെ പദ്ധതികളും കേന്ദ്ര, സംസ്ഥാനാവിഷ്കൃത പദ്ധതികളും സംയോജിപ്പിക്കാനുള്ള ഒരു വേദി യായി കുടുംബശ്രീ അയൽക്കൂട്ടങ്ങൾ മാറി.

നാലാമതായി, പ്രഥമലക്ഷ്യം ദാരിദ്ര്യ ലഘൂകരണമായിരുന്നുവെ ങ്കിലും ദാരിദ്ര്യരേഖയ്ക്കു താഴെയല്ലാത്ത കുടുംബങ്ങൾക്കും അയൽക്കൂ ട്ടത്തിൽ ചേരാൻ അവസരം നല്കി. ഇത് ശരിക്കും ഒരു തർക്കവിഷയമാ യിരുന്നു. അയൽക്കൂട്ട സംവിധാനം തന്നെ സമൂഹത്തിലെ പ്രമാണിമാ രുടെ കൈപ്പിടിയിലാകാനും ദാരിദ്ര്യരേഖയ്ക്കു താഴെയുള്ളവർക്കായുള്ള പദ്ധതികൾ ദുരുപയോഗം ചെയ്യപ്പെടാൻ സാദ്ധ്യതയുണ്ടെന്നും പലരും കരുതി.

അഞ്ചാമതായി, അംഗത്വത്തിന്റെ കാര്യത്തിൽ ദാരിദ്ര്യരേഖ പരിഗ ണിക്കേണ്ടതില്ല എന്നു വാദിച്ചവർ ഊന്നിയത് സ്ത്രീശാക്തീകരണ ത്തിലും കുടുംബശ്രീ അയൽക്കൂട്ടങ്ങളുടെ സാമൂഹികമായ ഐക്യസാ ദ്ധ്യതയിലുമായിരുന്നു. ഏറ്റവും താഴേത്തട്ടിൽ സ്ത്രീകളുടെ നേതൃത്വം സാധാരണയായി ഉയർന്നുവരാൻ സാദ്ധ്യതയുള്ളത് ദാരിദ്ര്യരേഖയ്ക്ക് പുറത്തുള്ളവരും എന്നാൽ ദാരിദ്യത്തോട് അടുത്തുനില്ക്കുന്നവരുമായ ആൾക്കാരിൽ നിന്നാണ്. അവരെ ഒഴിവാക്കുന്നത് താഴേത്തട്ടിൽ നിന്നും സ്വാഭാവികമായി ഉയർന്നുവരാൻ സാദ്ധ്യതയുള്ള ഒരു വനിതാ നേതൃത്വ മെന്ന നേട്ടം ഈ ശൃംഖലയ്ക്ക് അപ്രാപ്യമാക്കിയേക്കാം. അതാകട്ടെ, ഉദ്യോഗസ്ഥ നിയന്ത്രണത്തിലേക്കാകും വഴിവയ്ക്കുക (ഉദ്യോഗസ്ഥ നിയ ന്ത്രണത്തെപ്പറ്റി കൂടുതൽ കാര്യങ്ങൾ അവസാന അദ്ധ്യായത്തിൽ കൊടു ത്തിട്ടുണ്ട്).

ആറാമതായി, കുടുംബശ്രീ അയൽക്കൂട്ട ശൃംഖലയെ സഹായിക്കു ന്നതിനുവേണ്ടി സംസ്ഥാനതലത്തിലും ജില്ലാതലത്തിലും സംഘടനാ സംവിധാനമുള്ള ഒരു പ്രത്യേക മിഷന് സംസ്ഥാന സർക്കാർ രൂപം കൊടുത്തു. കൂടാതെ കമ്യൂണിറ്റി ഡെവലപ്മെന്റ് സൊസൈറ്റിയുടെ സെക്രട്ടറിയായി തദ്ദേശഭരണസ്ഥാപനത്തിലെ ഒരുദ്യോഗസ്ഥനെയോ ഉദ്യോഗസ്ഥയെയോ ചുമതലപ്പെടുത്താനും തീരുമാനിച്ചു.

ജനാധിപത്യ വികേന്ദ്രീകരണ പ്രക്രിയയിൽ അനുഭവവേദ്യമായ തര ത്തിൽ സ്ത്രീപദവിയെ സംബന്ധിച്ച ആശയങ്ങളുടെയും പ്രവർത്തനശൈ ലിയുടെയുംമേൽ ആഴത്തിലുള്ള സ്വാധീനം ചെലുത്താൻ വനിതാ ജന പ്രതിനിധികളുടെ ശാക്തീകരണം, നിർബന്ധിത വനിതാ ഘടകപദ്ധതി, കുടുംബശ്രീ അയൽക്കൂട്ടങ്ങൾ എന്നിവയ്ക്ക് സാധിച്ചു. ഈ പുസ്തക ത്തിന്റെ അവസാന അദ്ധ്യായത്തിൽ നാം ഇതിലേക്ക് തിരികെയെത്തു ന്നുണ്ട്.

അദ്ധ്യായം 14

കേരളത്തിലെ അധികാരവികേന്ദ്രീകരണം സാർവ്വദേശീയ കാഴ്ചപ്പാടിൽ

അധികാരവികേന്ദ്രീകരണം ഇന്ന് ആഗോളതലത്തിൽത്തന്നെ ശ്രദ്ധയാർജ്ജിച്ചതും സുപ്രധാനവുമായ രാഷ്ട്രീയ–സാമ്പത്തിക പ്രക്രിയയായി മാറിയിട്ടുണ്ട്. വ്യത്യസ്ത രാഷ്ട്രീയ കാഴ്ചപ്പാടും വിഭിന്ന രാഷ്ട്രീയധാരയിലുള്ള ചിന്താഗതികൾ വച്ചുപുലർത്തുകയും ചെയ്യുന്നവർ പോലും അധികാരവികേന്ദ്രീകരണത്തെ പിന്തുണയ്ക്കുകയും അതിന്റെ പ്രചാരകരായി പ്രവർത്തിക്കുകയും ചെയ്യുന്നുണ്ട്. പുരോഗമന കാഴ്ചപ്പാട് ഉയർത്തിപ്പിടിക്കുന്ന ഇടതുപക്ഷ ധാരയിലുള്ള രാഷ്ട്രീയപാർട്ടികൾ മുതൽ നവലിബറൽ ചിന്താഗതിയുടെ പ്രചാരകരായി പ്രവർത്തിക്കുന്ന സാർവ്വദേശീയ വികസന ഏജൻസികൾ വരെ വിവിധ നിലകളിൽ അധികാരവികേന്ദ്രീകരണത്തെ പിന്തുണയ്ക്കുകയും സഹായിക്കുകയും ചെയ്യുന്നുണ്ട്. സമീപകാലത്തായി അധികാരവികേന്ദ്രീകരണത്തോടുള്ള ആഭിമുഖ്യം ഏറെ വർദ്ധിച്ചിട്ടുമുണ്ട് എന്ന് കാണാൻ കഴിയും. വിവിധ ലോകരാജ്യങ്ങളിലെ അധികാരവികേന്ദ്രീകരണ പരിശ്രമങ്ങളെ സംബന്ധിച്ച് 1984 ൽ ഡയാന കോൺയേഴ്സ് നടത്തിയ പഠനം ഏറെ ശ്രദ്ധേയമാണ്. 1950 മുതൽ 1983 വരെ 58 കോമൺവെൽത്ത് രാജ്യങ്ങളിൽ അധികാരവികേന്ദ്രീകരണവുമായി ബന്ധപ്പെട്ട് നടത്തിയിട്ടുള്ള 71 പഠനങ്ങളെ അടിസ്ഥാനമാക്കി തയ്യാറാക്കിയ ഗ്രന്ഥസൂചി, വിവിധ ലോകരാജ്യങ്ങളിൽ അധികാരവികേന്ദ്രീകരണവുമായി ബന്ധപ്പെട്ട് നടപ്പാക്കിയ പ്രവർത്തനങ്ങളിലേക്ക് വെളിച്ചം വീശുന്നുണ്ട്. ഈ രാജ്യങ്ങളിലെല്ലാം നടപ്പാക്കിയ അധികാരവികേന്ദ്രീകരണം ഏകീകൃത ലക്ഷ്യങ്ങളോടെയും സമാനമായ പ്രത്യയശാസ്ത്ര സങ്കല്പനങ്ങളോടെയും ആയിരുന്നില്ല എന്നതാണ് വസ്തുത. ഈ രാജ്യങ്ങളിലെല്ലാം നടപ്പാക്കിയ അധികാരവികേന്ദ്രീകരണത്തിന് വ്യത്യസ്തങ്ങളായ ലക്ഷ്യങ്ങളും രീതിശാസ്ത്രവും വികസന

കാഴ്ചപ്പാടും നിലനില്ക്കുന്നുണ്ട് എന്ന് കാണാൻ കഴിയും. അതുകൊണ്ടുതന്നെ വിവിധ ലോകരാജ്യങ്ങളിൽ നടപ്പാക്കിയിട്ടുള്ള അധികാരവികേന്ദ്രീകരണ പരിശ്രമങ്ങളുടെ പശ്ചാത്തലത്തിൽ കേരളത്തിലെ അധികാരവികേന്ദ്രീകരണത്തെ വിലയിരുത്തുകയെന്നത് ഏറെ പ്രധാനമാണ്. അത്തരമൊരു ശ്രമമാണ് ഈ അദ്ധ്യായത്തിൽ നടത്തുന്നത്.

കേരളത്തിലെ അധികാരവികേന്ദ്രീകരണത്തിനും ജനകീയാസൂത്രണത്തിനും സാർവ്വദേശീയതലത്തിൽ ഏറെ സാമ്യമുള്ളത് ലാറ്റിനമേരിക്കയിൽ അവിടത്തെ ഇടതുപക്ഷകക്ഷികളുടെയും സാമൂഹ്യപ്രസ്ഥാനങ്ങളുടെയും നേതൃത്വത്തിൽ നടപ്പാക്കിയ പങ്കാളിത്ത ബഡ്ജറ്റിംഗ് (Participatory Budgeting) പ്രവർത്തനങ്ങളോടാണ്. എന്നാൽ കേരളത്തിൽ ജനകീയാസൂത്രണം ആരംഭിച്ച ഘട്ടത്തിൽ അതിന് നേതൃത്വം നല്കിയവർക്ക് ആർക്കും തന്നെ ബ്രസീലിലെ പോർട്ടോ അലേഗ്രേയിൽ നടപ്പാക്കിയ പങ്കാളിത്ത ബഡ്ജറ്റിംഗിനെ സംബന്ധിച്ച് കാര്യമായ അറിവ് ഉണ്ടായിരുന്നില്ല എന്നതാണ് യാഥാർത്ഥ്യം. പില്ക്കാലത്ത് കേരളത്തിലെ ജനകീയാസൂത്രണം സംബന്ധിച്ച് ലാറ്റിൻ അമേരിക്കൻ രാജ്യങ്ങൾ ശ്രദ്ധിക്കപ്പെട്ടതോടെയാണ് പോർട്ടോ അലേഗ്രേയിലെ പങ്കാളിത്ത ബഡ്ജറ്റിംഗും കേരളത്തിലെ ജനകീയാസൂത്രണവും തമ്മിലുള്ള സമാനതകൾ സംബന്ധിച്ച് കൂടുതൽ മനസ്സിലാക്കുന്നതിന് അവസരം ലഭിച്ചത്. ഈ പുസ്തകത്തിന്റെ ഒന്നാം പതിപ്പ് ഇതിനോടകം തന്നെ പോർച്ചുഗീസ്, കാറ്റലൻ, സ്പാനിഷ് എന്നീ ഭാഷകളിലും തുടർന്ന് ഇതിന്റെ അമേരിക്കൻ പതിപ്പും പ്രദ്ധീകരിക്കുകയുണ്ടായി. ഈ അദ്ധ്യായത്തിന്റെ തുടക്കത്തിൽത്തന്നെ ലാറ്റിനമേരിക്കയിൽ ഇടതുപക്ഷ പാർട്ടികളുടെ മുൻകൈയോടെ നടപ്പാക്കിയ പങ്കാളിത്ത ബഡ്ജറ്റിംഗ് പ്രവർത്തനങ്ങളും കേരളത്തിൽ നടപ്പാക്കിയ ജനാധിപത്യ അധികാരവികേന്ദ്രീകരണ പ്രവർത്തനങ്ങളും തമ്മിലുള്ള സാദൃശ്യങ്ങളെ സംബന്ധിച്ച് മാർത്ത ഹാർനെക്കർ നടത്തിയിട്ടുള്ള വിശകലനത്തെപ്പറ്റി വ്യക്തമാക്കുന്നതിനും ശ്രമിച്ചിട്ടുണ്ട്.

തുടർന്ന്, സാർവ്വദേശീയതലത്തിൽ ഇതിനകം നടപ്പാക്കിയ അധികാരവികേന്ദ്രീകരണ പരിഷ്കരണങ്ങളെ സംബന്ധിച്ച് വിശദീകരിക്കുന്നതിനാണ് ശ്രമിച്ചിട്ടുള്ളത്. ഒരുകാര്യം നാം മനസ്സിലാക്കേണ്ടത് ഇത്തരം പരിഷ്കരണശ്രമങ്ങളെല്ലാം ഇവിടങ്ങളിൽ നടപ്പിലാക്കിയത് സാർവ്വദേശീയതലത്തിൽ പ്രവർത്തിക്കുന്ന വികസന സ്ഥാപനങ്ങളുടെയും ഏജൻസികളുടെയും സഹായത്തോടെയും മുൻകൈയോടെയുമാണ് എന്നതാണ്. ലോകബാങ്ക്, അന്താരാഷ്ട്ര നാണയനിധി, സാമ്പത്തിക-സാമൂഹ്യ വികസത്തിനായുള്ള സംഘടന (OECD), സാർവ്വദേശീയ വികസനത്തിനായുള്ള അമേരിക്കൻ ഏജൻസി (USAID) എന്നിവയുടെയെല്ലാം സഹായത്തോടെയാണ് ഇത്തരം രാജ്യങ്ങളിൽ അധികാരവികേന്ദ്രീകരണം നടപ്പാക്കിയത്. ഇവയെല്ലാം തന്നെ നവലിബറൽ സാമ്പത്തിക പരിഷ്കാരങ്ങളുമായി ബന്ധപ്പെട്ട അജണ്ടയുടെ ഭാഗമായാണ് നടപ്പാക്കിയത് എന്നതും ഏറെ ശ്രദ്ധേയമാണ്. ഇത്തരം സാർവ്വദേശീയ

ഏജൻസികളെല്ലാം അധികാരവികേന്ദ്രീകരണത്തെ നാം കാണുന്നതുപോലെ അടിസ്ഥാനപരമായ സാമൂഹ്യമാറ്റത്തിനുള്ള ഉപാധിയായല്ല കാണുന്നത്. മറിച്ച് ഇവർ നല്കുന്ന വായ്പയും മറ്റ് സാമ്പത്തിക സഹായങ്ങളും പ്രയോജനപ്പെടുത്തി മെച്ചപ്പെട്ട സാമൂഹ്യ-സാമ്പത്തിക നേട്ടങ്ങൾ കൈവരിക്കുന്നതിന് അധികാരവികേന്ദ്രീകരണത്തെ പ്രയോജനപ്പെടുത്തുക എന്ന കേവലമായ ലക്ഷ്യമാണുള്ളത്. ഇത്തരമൊരു കാഴ്ചപ്പാടോടെയാണ് ചില കേന്ദ്രങ്ങൾ കേരളത്തിലെ അധികാരവികേന്ദ്രീകരണവും ലോകബാങ്ക് അജണ്ടയുടെ ഭാഗമാണെന്ന് തെറ്റിദ്ധരിക്കുകയും ആശയക്കുഴപ്പം ഉണ്ടാക്കുന്നതിന് ശ്രമം നടത്തിയതും. ആശയപരവും പ്രത്യയശാസ്ത്രപരവുമായ ഇത്തരം വിമർശനങ്ങൾ ജനങ്ങളിൽ ആശയക്കുഴപ്പം ഉണ്ടാക്കുന്നതിനും ഒമ്പതാം പദ്ധതിക്കുശേഷമുള്ള വർഷങ്ങളിൽ ജനകീയാസൂത്രണത്തിലെ ജനകീയ പങ്കാളിത്തം നഷ്ടപ്പെടുത്തുന്നതിനും ഇടയാക്കിയിട്ടുണ്ട്.

അധികാരവികേന്ദ്രീകരണത്തിന്റെ യുക്തി

പ്രത്യയശാസ്ത്രപരമായ ഭിന്നതകൾക്കപ്പുറം അധികാരവികേന്ദ്രീകരണത്തോട് സാർവ്വദേശീയമായി നിലനില്ക്കുന്ന ആഭിമുഖ്യത്തിന് എന്താണ് കാരണം? സാമ്പത്തികശാസ്ത്രവുമായി ബന്ധപ്പെട്ട പരമ്പരാഗതചിന്തകൾ വച്ചുപുലർത്തുന്നവരുടെ കാഴ്ചപ്പാട് അധികാരവികേന്ദ്രീകരണം പ്രാദേശികതലത്തിൽ തീരുമാനങ്ങൾ എടുക്കുന്നതിന് അവസരങ്ങൾ നല്കുന്നു, അതാണ് അധികാരവികേന്ദ്രീകരണത്തിന്റെ ഏറ്റവും പ്രധാനപ്പെട്ട നേട്ടം എന്നതാണ്. ഇത്തരമൊരു ചിന്താഗതി സ്വീകരിച്ചുകൊണ്ട് ഓട്ട്സ് (1972) അഭിപ്രായപ്പെട്ടിട്ടുള്ളത് പ്രാദേശിക സമൂഹത്തിന്റെ ആവശ്യങ്ങളും അഭിരുചികളും മുൻഗണനകളും കണക്കിലെടുത്തുകൊണ്ട് പ്രാദേശികതലത്തിൽ പ്രവർത്തിക്കുന്ന സ്ഥാപനങ്ങൾക്ക് പ്രവർത്തിക്കാൻ കഴിഞ്ഞാൽ ഉയർന്ന നിലവാരത്തിലുള്ള ക്ഷേമം ജനങ്ങൾക്ക് ഉറപ്പാക്കാൻ കഴിയുമെന്നാണ്. അത്തരത്തിൽ പ്രാദേശിക പ്രത്യേകതകൾ കണക്കിലെടുത്തുകൊണ്ട് തീരുമാനങ്ങളെടുക്കാൻ കഴിയുക പ്രാദേശികതലത്തിലാണ്. ഈ നിരയിൽപ്പെട്ട മറ്റൊരു സാമ്പത്തിക ശാസ്ത്രജ്ഞനായ മാർഷക്ക് (1959) അഭിപ്രായപ്പെട്ടിട്ടുള്ളത് ഒരേതലത്തിൽത്തന്നെ തീരുമാനങ്ങൾ എടുക്കുകയും നിർവ്വഹണം നടത്താൻ കഴിയുകയും ചെയ്യുന്നത് വിവരവിനിമയവുമായി ബന്ധപ്പെട്ട ചെലവുകൾ കുറയ്ക്കുന്നതിനും ഉയർന്ന ഫലക്ഷമത കൈവരിക്കുന്നതിനും സഹായകമാണ് എന്നാണ്. പ്രാദേശിക ഗവൺമെന്റുകൾക്കാണ് സേവനങ്ങൾ ഏറ്റവും കാര്യക്ഷമമായി നല്കുവാൻ കഴിയുക എന്നത് സാർവ്വത്രികമായി അംഗീകരിക്കപ്പെട്ടിട്ടുള്ള പൊതുധനകാര്യ തത്വമാണ്. എന്നാൽ സാമ്പത്തിക ഭദ്രത ഉറപ്പാക്കുന്നതിനും സമ്പത്തിന്റെ പുനർവിതരണത്തിനും സഹായകമായ തീരുമാനങ്ങൾ എടുക്കാൻ കഴിയുക കേന്ദ്ര ഗവൺമെന്റുകൾക്കാണ് (മുസ്ഗ്രാവെ 1959).

പ്രാദേശികതലത്തിൽ തീരുമാനങ്ങൾ എടുക്കാൻ കഴിയുന്നതിന്റെ മറ്റൊരു നേട്ടം പ്രാദേശിക ഗവൺമെന്റുകൾക്ക്, പരമ്പരാഗതമായി നിർവ്വഹിച്ചുപോന്നിരുന്ന പൗരസേവനങ്ങൾക്കപ്പുറം സാമ്പത്തികവികസനവുമായി ബന്ധപ്പെട്ട തീരുമാനങ്ങളും എടുക്കുന്നതിന് കഴിയുമെന്നതാണ്. പ്രാദേശിക സമൂഹത്തിന്റെ ആവശ്യങ്ങളും മുൻഗണനകളും കണക്കിലെടുത്തുകൊണ്ട് പ്രാദേശികാസൂത്രണം നടത്തുന്നതിന് പ്രാദേശിക ഗവൺമെന്റുകൾക്ക് കഴിയും എന്നതോടൊപ്പം ഓരോ പ്രദേശത്തും ലഭ്യമായ പ്രകൃതി വിഭവങ്ങളെ ഏറ്റവും കാര്യക്ഷമമായി വിനിയോഗിക്കുന്നതിനും അവസരം ലഭിക്കും. ഭൂമിയുടെയും ജലത്തിന്റെയും കാര്യക്ഷമമായ വിനിയോഗവും സംരക്ഷണവും ഉറപ്പാക്കി ചെറുകിട ഉല്പാദന പ്രവർത്തനങ്ങളായ കൃഷി, ചെറുകിട വ്യവസായങ്ങൾ എന്നിവയും പ്രാദേശികതലത്തിൽ ലഭ്യമാക്കാൻ കഴിയുന്ന വിവിധ സേവനങ്ങളും ഫലപ്രദമായി ആസൂത്രണം ചെയ്യുന്നതിനും പ്രാദേശിക ഗവൺമെന്റുകൾക്ക് ഇതിലൂടെ കഴിയും. നേരെമറിച്ച്, കേന്ദ്രീകൃതാസൂത്രണം വിവിധ വകുപ്പുകളുടെ സങ്കുചിത താല്പര്യങ്ങൾ സംരക്ഷിക്കുന്നതിനും അതിന്റെ ഭാഗമായുണ്ടാകുന്ന ആവർത്തനങ്ങൾക്കും ഏകോപനമില്ലായ്മയ്ക്കും താഴെ തട്ടിൽ ഇടയാക്കുകയാണ് ചെയ്യുന്നത്. പ്രാദേശികതലത്തിൽ വിവിധ വകുപ്പുകളുമായി ബന്ധപ്പെട്ട ഉദ്യോഗസ്ഥരും ജനപ്രതിനിധികളും വിവിധ ജനകീയ സംഘടനാ സംവിധാനങ്ങളും കൂടിയാലോചിച്ച് തയ്യാറാക്കുന്ന പദ്ധതികൾക്കും സമഗ്രമായ വികസന കാഴ്ചപ്പാടോടെ ഉദ്ഗ്രഥനം ഉറപ്പാക്കി മെച്ചപ്പെട്ട വികസനവും സുസ്ഥിരതയും കൈവരിക്കുന്നതിന് കഴിയുമെന്നുറപ്പാണ്.

ജനാധിപത്യ അധികാരവികേന്ദ്രീകരണത്തിന്റെ സവിശേഷത, പദ്ധതികൾ തയ്യാറാക്കുന്നതിൽ മാത്രമല്ല പദ്ധതിനിർവ്വഹണത്തിലും ജനകീയ പങ്കാളിത്തം ഉറപ്പാക്കി പ്രാദേശിക പദ്ധതിയുടെ കാര്യക്ഷമത വർദ്ധിപ്പിക്കാൻ സഹായിക്കുന്നു എന്നതാണ്. വികസന പ്രക്രിയയിലുടനീളം വളർത്തിയെടുക്കാൻ കഴിയുന്ന ജനകീയ പങ്കാളിത്തവും സുതാര്യതയും പ്രാദേശികാസൂത്രണത്തിന്റെ ഗുണമേന്മ ഉറപ്പാക്കുന്നതിന് ഇടയാക്കുമെന്നുറപ്പാണ്. ഇതുവഴി സമ്പത്തിന്റെ ദുർവ്യയം ഒഴിവാക്കുന്നതിനും പദ്ധതി നിർവ്വഹണപ്രവർത്തനങ്ങൾ നിരന്തരമായി അവലോകനം ചെയ്യുന്നതിനും അവസരം ലഭിക്കുന്നു. മാത്രവുമല്ല, ജനകീയ പങ്കാളിത്തം പ്രാദേശിക വിഭവ സമാഹരണത്തിനുള്ള വിവിധ സാദ്ധ്യതകളായി സംഭാവന, സന്നദ്ധ സേവനം, സാധന സാമഗ്രികളുടെ സംഭാവന എന്നിവ പ്രയോജനപ്പെടുത്തുന്നതിനും സഹായകമാണ്. പ്രത്യേകിച്ച് വലിയ തോതിലുള്ള തൊഴിലില്ലായ്മ നിലനില്ക്കുന്ന സമൂഹങ്ങളിൽ ജനകീയ പങ്കാളിത്തത്തിനുള്ള അവസരങ്ങൾ മനുഷ്യ വിഭവശേഷി പ്രയോജനപ്പെടുത്തി സാമൂഹ്യ ഭൗതിക ആസ്തികൾ സൃഷ്ടിക്കുന്നതിന് വലിയ തോതിൽ അവസരം നല്കുന്നുണ്ട്.

ജനാധിപത്യ അധികാരവികേന്ദ്രീകരണത്തിന്റെ ഏറ്റവും ശ്രദ്ധേയമായ സവിശേഷതയായി പരക്കെ അംഗീകരിച്ചിട്ടുള്ളത് അതിനുള്ള

സാമൂഹ്യ ആസ്തി സമാഹരിക്കുന്നതിനുള്ള ശേഷിയാണ്. ഒരു സമൂഹത്തിലെ വ്യക്തികൾ തമ്മിലും വിവിധ ഗ്രൂപ്പുകൾ തമ്മിലും പരസ്പര സഹകരണം വളർത്തുന്നതിനും പുതിയ സാമൂഹ്യബന്ധങ്ങൾ രൂപപ്പെടുന്നതിനും ഏതെങ്കിലും നിയമങ്ങളുടെ പിൻബലമില്ലാതെ തന്നെ പരസ്പര വിശ്വാസത്തിന്റെയും പൊതുവായി അംഗീകരിക്കപ്പെട്ട പെരുമാറ്റ ചട്ടങ്ങളുടെയും അടിസ്ഥാനത്തിലുള്ള പുതിയ രൂപത്തിലുള്ള സാമൂഹ്യബന്ധങ്ങൾ വളർന്നുവരുകയും അതിലൂടെ മെച്ചപ്പെട്ട സാമൂഹ്യഭദ്രത കൈവരിക്കുന്നതിനും കഴിയും (എല്ലിഗ്സൺ, 1991). സമൂഹമാകെ അംഗീകരിക്കപ്പെടുന്ന ഇത്തരം പരസ്പര സഹകരണത്തിലും വിശ്വാസ്യതയിലും അടിസ്ഥാനമാക്കിയുള്ള പെരുമാറ്റ സംഹിതകളിലൂടെ വ്യക്തികളുടെയും വിവിധ ഗ്രൂപ്പുകളുടെയും ഇടയിൽ വളർന്നുവരുന്ന സാമൂഹ്യബന്ധങ്ങൾ സൃഷ്ടിക്കുന്നതിനുള്ള ചെലവ്, സംഘടിത സാമൂഹ്യമുന്നേറ്റങ്ങൾ സംഘടിപ്പിക്കുന്നതിനുള്ള ചെലവുമായി താരതമ്യം ചെയ്യുമ്പോൾ വളരെ കുറവാണ്. അതുപോലെതന്നെ ഔപചാരികമായി രൂപപ്പെടുത്തുന്ന സാമ്പത്തിക ഇടപാടുകളെക്കാളും കുറഞ്ഞ ചെലവ് മാത്രമേ അനൗപചാരികമായി രൂപപ്പെടുന്ന ഇത്തരം സാമൂഹ്യാധിഷ്ഠിത ഗ്രൂപ്പുകളുടെ ഇടയിലുള്ള സാമ്പത്തിക വിനിമയ ഇടപാടുകൾക്ക് ഉണ്ടാവുകയുള്ളൂ എന്നതാണ് യാഥാർത്ഥ്യം. ഇത്തരത്തിലുള്ള അനൗപചാരിക സംഘടനാ സംവിധാനങ്ങളെയും ഗ്രൂപ്പുകളെയും സർക്കാരിന്റെ പ്രവർത്തനങ്ങളുമായി കൂട്ടിയോജിപ്പിക്കാൻ കഴിഞ്ഞാൽ വലിയ തോതിലുള്ള വികസന മുന്നേറ്റങ്ങൾക്ക് ഇത് സഹായകമാവുകയും ചെയ്യും (ഇവാൻസ് 1997). ഇത്തരത്തിൽ നോക്കുമ്പോൾ സാമൂഹ്യ മൂലധനം എന്നത് വികസന പ്രക്രിയയിൽ വലിയ നേട്ടങ്ങൾ കൈവരിക്കുന്നതിന് സഹായകമാണ്. ഇവിടെ ഒരു കാര്യം പ്രത്യേകം ശ്രദ്ധേയമാണ്. എന്തെന്നാൽ സാമൂഹ്യബന്ധങ്ങളിൽനിന്നും മാറ്റിനിർത്തിക്കൊണ്ട് സാമൂഹ്യമൂലധനത്തെ കാണുന്നതിനും അത് സൃഷ്ടിക്കുന്ന സാമൂഹ്യവികാസത്തെ വിലയിരുത്തുന്നതിനും കഴിയില്ല. അതോടൊപ്പം തന്നെ നാം കാണേണ്ടത് എല്ലാ രൂപങ്ങളിലുമുള്ള പരസ്പര സഹകരണവും വിശ്വാസ്യതയും അതിലൂടെ വളർന്നുവരുന്ന സാമൂഹ്യബന്ധങ്ങളും വികസന നേട്ടങ്ങൾ കൈവരിക്കുന്നതിന് സഹായകമാവണം എന്നില്ല. ജനാധിപത്യ അധികാരവികേന്ദ്രീകരണം ഭരണസംവിധാനവും സിവിൽ സമൂഹവും തമ്മിലുള്ള പരസ്പര സഹകരണം ശക്തിപ്പെടുത്തി മെച്ചപ്പെട്ട വികസന നേട്ടങ്ങൾ കൈവരിക്കുന്നതിന് അവസരമൊരുക്കുന്നുണ്ട്.

വികസനം എന്നാൽ സ്വാതന്ത്ര്യം എന്നതുകൂടിയാണ്. വികസനത്തിന്റെ അന്തിമലക്ഷ്യമല്ല സ്വാതന്ത്ര്യം, അതിന്റെ മാർഗ്ഗവും പ്രധാനമാണ്. സ്വാതന്ത്ര്യം (സെൻ 1999.) എന്നതിന് കേരളത്തിലെ ജനാധിപത്യ അധികാരവികേന്ദ്രീകരണത്തിന്റെ പശ്ചാത്തലത്തിൽ സെൻ മുന്നോട്ടുവച്ച ആശയം ഏറെ പ്രസക്തമാണ്. പത്തൊമ്പതാം നൂറ്റാണ്ടിൽ കേരളത്തിലെ മത–സാമൂഹ്യ നവോത്ഥാന പ്രസ്ഥാനങ്ങളുടെ നേതൃത്വത്തിൽ നടന്ന

ജനാധിപത്യവല്ക്കരണ പരിശ്രമങ്ങളുടെ ഫലമായി ജനങ്ങളുടെ അടിസ്ഥാനാവശ്യങ്ങൾക്ക് പരിഹാരം കാണുന്നതിനായുള്ള സംഘടിത പ്രവർത്തനങ്ങൾ നടക്കുകയുണ്ടായി. ഇത്തരത്തിൽ വളർന്നുവന്ന മത-സാമൂഹ്യ നവോത്ഥാനപ്രസ്ഥാനങ്ങളും തുടർന്ന് ദേശീയ സ്വാതന്ത്ര്യസമര പ്രസ്ഥാനവും ഇടതുപക്ഷ പ്രസ്ഥാനവുമെല്ലാം ബഹുഭൂരിപക്ഷം വരുന്ന സാധാരണക്കാരായ മനുഷ്യരുടെ അടിസ്ഥാന ജീവിതാവശ്യങ്ങൾക്ക് പരിഹാരം കാണുന്നതിനും അസ്വാതന്ത്ര്യത്തിൽ നിന്ന് ഈ വിഭാഗം ജനങ്ങളെ മോചിപ്പിക്കുന്നതിനും പരിശ്രമിക്കുകയുണ്ടായി.

ഈ വിഭാഗം ജനങ്ങളിൽ ഉണ്ടായ വിദ്യാഭ്യാസ വ്യാപനം തങ്ങളുടെ ചുറ്റുമുള്ള ലോകത്തെക്കുറിച്ച് മനസ്സിലാക്കുന്നതിനും തങ്ങളുടെ സാമൂഹ്യ പിന്നോക്കാവസ്ഥയെ സംബന്ധിച്ച് തിരിച്ചറിയുന്നതിനും ഇത്തരമൊരവസ്ഥയ്ക്ക് മാറ്റം വരുത്തുന്നതിനുവേണ്ടിയുള്ള പ്രക്ഷോഭസമരങ്ങളിൽ പങ്കാളിയാകുന്നതിനും അവരെ സഹായിക്കുകയുണ്ടായി. ഇത്തരത്തിൽ നടന്ന ജനാധിപത്യവല്ക്കരണ പ്രക്രിയയുടെ ഫലമായാണ് 'കേരളമാതൃക' സൃഷ്ടിക്കപ്പെട്ടത് എന്ന തിരിച്ചറിവ് ഇന്നത്തെ കേരളത്തിന്റെ വികസന പ്രശ്നങ്ങളുടെ പരിഹാരത്തിന് ജനാധിപത്യവല്ക്കരണം എത്രമാത്രം പ്രസക്തമാണെന്ന് തിരിച്ചറിയാൻ നമ്മെ സഹായിക്കുന്നുണ്ട്. ആസൂത്രണത്തിലെ ജനാധിപത്യ അധികാരവികേന്ദ്രീകരണം എന്നതുകൊണ്ട് അർത്ഥമാക്കുന്നത് ജനങ്ങൾക്ക് അവരുടെ ആവശ്യങ്ങൾ മുന്നോട്ട് വയ്ക്കുന്നതിലുള്ള പങ്കാളിത്തം മാത്രമല്ല, അവരുടെ ജീവിതത്തേയും സാമൂഹ്യ ജീവിതത്തേയും മെച്ചപ്പെടുത്തുന്നതിനാവശ്യമായ തീരുമാനങ്ങൾ എടുക്കുന്നതിനുള്ള പങ്കാളിത്തം കൂടിയാണ്. കേരളത്തിന് ഇതുവരെ കൈവരിക്കാൻ കഴിഞ്ഞ ജനാധിപത്യവല്ക്കരണത്തിന്റെ നേട്ടം പ്രധാനമായും സമ്പത്തിന്റെ പുനർവിതരണം സാദ്ധ്യമാക്കാൻ കഴിഞ്ഞു എന്നതാണ്. ഇതു സംബന്ധിച്ച കാര്യങ്ങൾ ഒന്നാം അദ്ധ്യായത്തിൽ വിശദമായി വ്യക്തമാക്കിയിട്ടുണ്ട്. എന്നാൽ ഇനി അങ്ങോട്ട് കേരളം ലക്ഷ്യമിടുന്നത് ഇത്തരമൊരു ജനാധിപത്യവല്ക്കരണത്തിലൂടെ ഉല്പാദന പ്രക്രിയയെ ശക്തിപ്പെടുത്തുക എന്നതും പൊതുസേവന സംവിധാനങ്ങളുടെ ഗുണമേന്മ ഉയർത്തി ജനങ്ങൾക്കാകെ മെച്ചപ്പെട്ട സേവനങ്ങൾ ലഭ്യമാക്കുക എന്നതുമാണ്.

അധികാരവികേന്ദ്രീകരണം മുന്നോട്ടുവയ്ക്കുന്ന ഇത്തരം ലക്ഷ്യങ്ങളെ സാധൂകരിക്കുന്നതായിരുന്നു പോർട്ടോ അലേഗ്രേയിലെ പുരോഗമനശക്തികളുടെ മുൻകയ്യോടെ നടപ്പാക്കിയ പങ്കാളിത്ത ബഡ്ജറ്റിംഗ് പ്രവർത്തനം. അധികാരവികേന്ദ്രീകരണത്തിന്റെ ഉത്തമ മാതൃകയായി സാർവ്വദേശീയതലത്തിൽ ഈ പ്രവർത്തനം അംഗീകരിക്കപ്പെടുകയും ചെയ്യുകയുണ്ടായി. എന്നാൽ തുടർന്നുള്ള നാളുകളിൽ അവിടുത്തെ പങ്കാളിത്ത ബഡ്ജറ്റിംഗിന് പ്രതീക്ഷിച്ച നിലയിൽ നേട്ടങ്ങൾ കൈവരിക്കുന്നതിന് കഴിയാതെ പോയി എന്നതാണ് വാസ്തവം. എന്തുകൊണ്ടാണ് ഇങ്ങനെ സംഭവിച്ചത് എന്നതു സംബന്ധിച്ച് വിശകലനം നടക്കേണ്ടതാണ്.

പോർട്ടോ അലേഗ്രേയിലെ പങ്കാളിത്ത ബഡ്ജറ്റിംഗ്

ബ്രസീലിയൻ വർക്കേഴ്സ് പാർട്ടിയുടെ നേതൃത്വത്തിലുള്ള മുനിസിപ്പൽ കൗൺസിൽ 1988 ൽ പോർട്ടോ അലേഗ്രേയിൽ അധികാരത്തിൽ എത്തിയതോടെയാണ് അവിടെ പങ്കാളിത്ത ബഡ്ജറ്റിംഗിന് തുടക്കം കുറിച്ചത്. ജനകീയ പങ്കാളിത്തത്തോടെ നഗരസഭയുടെ ബഡ്ജറ്റ് തയ്യാറാക്കണമെന്ന ആവശ്യം ഉയർത്തിക്കൊണ്ടുവന്നത്, ജനകീയ സംഘടനാ സംവിധാനമായി ഇതിനകംതന്നെ ശ്രദ്ധേയമായി മാറിയ, നഗരവാസികളുടെ അയൽക്കൂട്ടങ്ങളുടെ പൊതുവേദിയായ യൂണിയൻ ഓഫ് നെയ്ബർഹുഡ് അസോസിയേഷൻ (Union of Neighbourhood Association) ആയിരുന്നു. പോർട്ടോ അലേഗ്രേയിലെ പങ്കാളിത്ത ബഡ്ജറ്റിംഗ് പ്രവർത്തനം ബ്രസീലിയൻ വർക്കേഴ്സ് പാർട്ടിയുടെ നേതൃത്വത്തിൽ ജനകീയ ബഡ്ജറ്റിംഗ് സഭകൾ വിളിച്ചുചേർത്ത്, 1998 ലെ തിരഞ്ഞെടുപ്പ് വിജയത്തിനുശേഷം പോർട്ടോ അലേഗ്രേ ഉൾപ്പെടെ മറ്റ് 36 നഗരസഭകളിലേക്ക് വ്യാപിപ്പിക്കുകയുണ്ടായി. പോർട്ടോ അലേഗ്രേയിലെ പങ്കാളിത്ത ബഡ്ജറ്റിംഗ് സംബന്ധിച്ചാണ് ഇവിടെ വിശദമായി പ്രതിപാദിക്കുന്നത്.

ഇത് പൊതുവായി പങ്കാളിത്ത ബഡ്ജറ്റിംഗ് എന്നാണ് അറിയപ്പെടുന്നതെങ്കിലും നാം മനസ്സിലാക്കേണ്ട ഒരു സംഗതി നഗരസഭയുടെ ബഡ്ജറ്റ് സംബന്ധിച്ച എല്ലാ കാര്യങ്ങളും തീരുമാനമെടുക്കുന്നത് ജനകീയ പങ്കാളിത്തത്തോടെയല്ല എന്നതാണ്. ബഡ്ജറ്റിന്റെ ഭാഗമായ ജീവനക്കാരുടെ ശമ്പളം, വായ്പ തിരിച്ചടവ്, ദൈനംദിന ചെലവുകൾ ഉൾപ്പെടെയുള്ള ആവർത്തന ചെലവുകൾ എന്നിവ പങ്കാളിത്ത ബഡ്ജറ്റിംഗിന്റെ ഭാഗമായി ഉൾപ്പെടുത്തിയിട്ടില്ല. ഇത്തരം ചെലവുകൾക്കാവശ്യമായ തീരുമാനങ്ങൾ ജനകീയ പങ്കാളിത്തത്തോടെ എടുക്കുകയെന്നത് അപ്രായോഗികവുമാണ്. എന്നാൽ വിവിധ സാമൂഹ്യ സേവനങ്ങൾ, ആസ്തികൾ ആർജ്ജിക്കുന്നതിനാവശ്യമായ മൂലധന നിക്ഷേപങ്ങൾ എന്നിവയുമായി ബന്ധപ്പെട്ട തീരുമാനങ്ങൾ ജനങ്ങളുടെ പങ്കാളിത്തത്തോടെയും മുൻഗണനാ തീരുമാനങ്ങൾക്കനുസരിച്ചും എടുക്കുന്നതിനും കഴിഞ്ഞിട്ടുണ്ട്. ഇങ്ങനെ നോക്കുമ്പോൾ കേരളത്തിലെ വികേന്ദ്രീകൃതാസൂത്രണ ബഡ്ജറ്റുമായും അധികാരവികേന്ദ്രീകരണവുമായും ഏറെ സാമ്യമുണ്ട് എന്ന് കാണാൻ കഴിയും. പോർട്ടോ അലേഗ്രേയിലെ പങ്കാളിത്ത ബഡ്ജറ്റിംഗ് പ്രക്രിയയെ സംബന്ധിച്ച് വിശദമായി മനസ്സിലാക്കുന്നതിനും പഠിക്കുന്നതിനും ഇതുമായി ബന്ധപ്പെട്ട് പ്രസിദ്ധീകരിച്ച നിരവധി ഗ്രന്ഥങ്ങൾ പ്രയോജനപ്പെടുത്തിയിട്ടുണ്ട്. (*Santos* 1998; *Baiochi* 2001; *Goldfrank* 2006, *Fortes* 2013; *Friant* 2019).

പോർട്ടോ അലേഗ്രേയിൽ പങ്കാളിത്ത ബജ്ഡറ്റിംഗുമായി ബന്ധപ്പെട്ട് പ്രധാനമായും നാല് ജനകീയ പങ്കാളിത്ത സംവിധാനങ്ങളാണ് സൃഷ്ടിക്കപ്പെട്ടത്. ആദ്യത്തേത് 16 ജില്ലാ അസംബ്ലികളും 5 വിഷയ മേഖലാടിസ്ഥാനത്തിലുള്ള അസംബ്ലികളുമാണ്. മുഴുവൻ ജനങ്ങൾക്കും പങ്കെടുക്കുന്നതിനും ആസൂത്രണ പ്രക്രിയയിൽ അവരുടെ അഭിപ്രായങ്ങൾ രേഖ

പ്പെടുത്തുന്നതിനും ജില്ലാ അസംബ്ലികളും വിഷയാടിസ്ഥാനത്തിലുള്ള അസംബ്ലികളും അവസരം ഉറപ്പാക്കുന്നുണ്ട്. വിഷയമേഖലാടിസ്ഥാനത്തിലുള്ള അഞ്ച് അസംബ്ലികളാണ് രൂപീകരിച്ചത്.

1. ഗതാഗതവും യാത്രാസൗകര്യങ്ങളും
2. വിദ്യാഭ്യാസം, വിനോദം, സംസ്കാരം
3. ആരോഗ്യം, സാമൂഹ്യസുരക്ഷ
4. സാമ്പത്തികവികസനം, നികുതി
5. നഗരവികസനം, നഗരാസൂത്രണം

രണ്ടാമത്തേത്, ഓരോ പ്രാദേശിക സഭകളിലേയും വിഷയ മേഖലാടിസ്ഥാനത്തിലുള്ള വിവിധ ഗ്രൂപ്പുകളിൽനിന്നും തിരഞ്ഞെടുക്കപ്പെട്ടവർ അടങ്ങിയ മേഖലാതല അസംബ്ലികൾ. തുടക്കത്തിൽ പങ്കെടുക്കുന്ന അഞ്ചുപേർക്ക് ഒരു പ്രതിനിധി എന്ന നിലയിലാണ് മേഖലാതല അസംബ്ലിയിലെ പ്രാതിനിധ്യം നിശ്ചയിച്ചത്. എന്നാൽ പങ്കാളിത്തത്തിലെ ബാഹുല്യം കണക്കിലെടുത്ത് പില്ക്കാലത്ത് ഈ അനുപാതത്തിൽ മാറ്റം വരുത്തുകയുണ്ടായി. ഇത്തരത്തിലുള്ള മേഖലാ അസംബ്ലികൾ മാസത്തിൽ ഒരു തവണ യോഗം ചേരുകയും അതത് പ്രദേശത്തെ വികസന പദ്ധതികളെ സംബന്ധിച്ച നിർദ്ദേശങ്ങളും അതോടൊപ്പം നടപ്പാക്കുന്ന പദ്ധതികളെ സംബന്ധിച്ച അവലോകനവും നടത്തുന്നു. ജനങ്ങളുടെ ചർച്ചകളെ സഹായിക്കുന്നതിനും പങ്കാളിത്ത ബഡ്ജറ്റിംഗ് പ്രക്രിയയിൽ ക്രിയാത്മകമായി പങ്കാളികളായി മാറുന്നതിനും മുനിസിപ്പാലിറ്റിയിലെ വിവിധ വകുപ്പുകളിലെ ഉദ്യോഗസ്ഥരെ ഫെസിലിറ്റേറ്റർമാരായി ചുമതലപ്പെടുത്തുകയും ചെയ്തിരുന്നു. ജനങ്ങൾ മുന്നോട്ടുവയ്ക്കുന്ന പദ്ധതി നിർദ്ദേശങ്ങൾ സാങ്കേതികമായും പ്രായോഗികമായും സാദ്ധ്യതയുള്ളതാണ് എന്നുറപ്പാക്കേണ്ട ഉത്തരവാദിത്വം ഇത്തരത്തിൽ ചുമതലപ്പെടുത്തുന്ന ഫെസിലിറ്റേറ്റർമാരുടേതാണ്.

മൂന്നാമത്തേത്, പങ്കാളിത്ത ബഡ്ജറ്റിംഗ് കൗൺസിലാണ്. 92 അംഗങ്ങൾ അടങ്ങിയ ഈ സമിതിയിലെ 46 പേർ സ്ഥിരം അംഗങ്ങളാണ്. 16 ജില്ലാ അസംബ്ലികളെ പ്രതിനിധീകരിച്ചുകൊണ്ട് 64 പേർ ഇതിൽ അംഗങ്ങളായിട്ടുണ്ട്. കൂടാതെ വിവിധ വിഷയമേഖലകളുടെ പ്രതിനിധികളായി 20 പേർ പങ്കാളിത്ത ബഡ്ജറ്റിംഗ് കൗൺസിലിൽ അംഗങ്ങളായിട്ടുണ്ട്. മുനിസിപ്പൽ ജീവനക്കാരുടെ സംഘടനകളെ പ്രതിനിധീകരിച്ച് രണ്ട് പേരും അയൽക്കൂട്ട സംവിധാനത്തിന്റെ പ്രതിനിധികളായി രണ്ടുപേരും ഇതിൽ അംഗങ്ങളായുണ്ടാവും. മുനിസിപ്പൽ ഭരണസംവിധാനത്തിന്റെ പ്രതിനിധികളായി നാലുപേരും പങ്കാളിത്ത ബഡ്ജറ്റിംഗ് കൗൺസിലിൽ അംഗങ്ങളായിട്ടുണ്ട്. എന്നാൽ ഇവർക്ക് വോട്ടവകാശം ഉണ്ടായിരിക്കില്ല.

നാലാമത്തെ പങ്കാളിത്ത സംവിധാനമെന്നത് തികച്ചും അനൗപചാരികമായി പ്രവർത്തിക്കുന്നതാണ്. അയൽക്കൂട്ട അസോസിയേഷനുകൾ, അമ്മമാരുടെ ക്ലബ്ബുകൾ, കലാ–കായിക–സാംസ്കാരിക കേന്ദ്രങ്ങൾ, പാർപ്പിട സഹകരണ സംഘങ്ങൾ, ട്രേഡ് യൂണിയനുകൾ, സർക്കാരി

തര സംഘടനകൾ, പ്രാദേശികതലത്തിലുള്ള സാമൂഹ്യകൂട്ടായ്മകൾ, വിവിധ സാമൂഹ്യപ്രസ്ഥാനങ്ങൾ, വിവിധ മേഖലകളുമായി ബന്ധപ്പെട്ട സ്ഥാപനങ്ങൾ എന്നിവയെ അടിസ്ഥാനപ്പെടുത്തിയുള്ള ജനങ്ങളുടെ കൂട്ടായ്മകളാണ്. വിവിധ വികസന പദ്ധതികളെ സംബന്ധിച്ച നിർദ്ദേശങ്ങൾ തയ്യാറാക്കുന്നതിൽ ഇവർക്കെല്ലാം പങ്കാളികളാകുന്നതിനുള്ള അവസരമുണ്ട്.

പങ്കാളിത്ത ബഡ്ജറ്റിംഗ് പ്രക്രിയ താഴെപ്പറയുന്ന വിവിധഘട്ടങ്ങളിലെ പ്രവർത്തനങ്ങളിലൂടെയാണ് നടപ്പാക്കുന്നത്:

- മുന്നൊരുക്ക യോഗങ്ങൾ (മാർച്ച്):

പങ്കാളിത്ത ബഡ്ജറ്റിംഗിനായുള്ള പ്രാരംഭപ്രവർത്തനങ്ങൾക്ക് തുടക്കംകുറിക്കുന്നത് ഏറ്റവും താഴെതലത്തിലുള്ള ജനകീയ സമിതികളുടെയും പ്രാദേശികതലത്തിൽ പ്രവർത്തിക്കുന്ന വിവിധ സ്ഥാപനങ്ങളുടെയും മുൻകൈയോടെ വിളിച്ചുചേർക്കുന്ന യോഗങ്ങളോടെയാണ്. ഇത്തരം യോഗങ്ങൾക്ക് യഥാർത്ഥത്തിൽ നിയമത്തിന്റെ പരിരക്ഷയോ ഔപചാരിക സ്വഭാവമോ ഇല്ല എന്നതാണ് യാഥാർത്ഥ്യം. എന്നാൽ സൂക്ഷ്മതലത്തിലുള്ള ജനകീയ പങ്കാളിത്ത സംവിധാനം എന്ന പ്രാധാന്യം ഇത്തരം യോഗങ്ങൾക്ക് ഉണ്ട്. മാത്രമല്ല, തുടർന്ന് നടക്കുന്ന ഔപചാരിക സ്വഭാവമുള്ള ജനകീയ പങ്കാളിത്ത സംവിധാനങ്ങളുടെ പ്രവർത്തനം ഫലപ്രദമാക്കുന്നതിനും കൂടുതൽ പ്രയോജനകരമാക്കി മാറ്റുന്നതിനും സഹായകമായ നിർദ്ദേശങ്ങൾ ഇത്തരം പ്രാദേശികതല മുന്നൊരുക്ക യോഗങ്ങളിൽനിന്നും ഉയർന്നുവരികയും ചെയ്യും.

- ഒന്നാം റൗണ്ട് ജനകീയ അസംബ്ലികൾ (മാർച്ച്, ഏപ്രിൽ):

മുഴുവൻ ജനങ്ങൾക്കും പങ്കെടുക്കാൻ കഴിയുന്ന പ്രാദേശികതലത്തിലുള്ള ഔപചാരിക പങ്കാളിത്ത സംവിധാനമാണ് ജനകീയ അസംബ്ലികൾ. ഇത്തരത്തിൽ ചേരുന്ന യോഗങ്ങളുടെ മുഖ്യമായ ലക്ഷ്യം മുൻവർഷം നടപ്പാക്കിയ പദ്ധതിയുമായി ബന്ധപ്പെട്ട വിവിധ സേവനങ്ങളേയും ഇവയുമായി ബന്ധപ്പെട്ട് നടത്തിയ പദ്ധതി നിക്ഷേപങ്ങളേയും സംബന്ധിച്ച് വിലയിരുത്തൽ നടത്തുക എന്നതാണ്. ഒന്നാം റൗണ്ടിൽ നടക്കുന്ന അസംബ്ലി യോഗത്തിൽ നിന്നാണ് മദ്ധ്യതലത്തിലുള്ള ജനകീയ പങ്കാളിത്ത ഫോറത്തിലേക്കുള്ള പ്രതിനിധികളെ തിരഞ്ഞെടുക്കുന്നത്.

- മദ്ധ്യതലത്തിലുള്ള പ്രതിനിധി ഫോറയോഗം (ഏപ്രിൽ–ജൂൺ):

പ്രാദേശികതലത്തിൽനിന്നും ഉയർന്നുവന്ന ആവശ്യങ്ങൾ കണക്കിലെടുത്തുകൊണ്ട് ജില്ലാതലത്തിൽ ഏറ്റെടുക്കേണ്ടതും പദ്ധതിയിൽ ഉൾപ്പെടുത്തേണ്ടതുമായ വിവിധ വികസന മേഖലകളിലെ പ്രോജക്ടുകൾ സംബന്ധിച്ച് തീരുമാനമെടുക്കുന്നത് ഈ യോഗത്തിൽ വച്ചാണ്. 1997 വരെ സ്വീകരിച്ചുവന്ന നടപടിക്രമം താഴെപ്പറയുന്ന ഏഴ് മേഖലകളുമായി ബന്ധപ്പെട്ട് ഓരോ മേഖലയിൽനിന്നും നാല് മുൻഗണനാക്രമം സ്വീകരിച്ചുകൊണ്ട് പ്രോജക്ടുകൾ അംഗീകരിക്കുക എന്നതായിരുന്നു.

മലിനജല നിർമ്മാർജ്ജനം, പാർപ്പിടം, നടപ്പാതകളുടെ നിർമ്മാണം, സാമൂഹ്യക്ഷേമം, ആരോഗ്യം, ഗതാഗതവും യാത്രാസൗകര്യങ്ങളും, നഗര വികസനം എന്നീ മേഖലകളുമായി ബന്ധപ്പെട്ടാണ് പ്രൊജക്ടുകൾ തീരുമാനിച്ചിരുന്നത്. എന്നാൽ 1997 മുതൽ ഓരോ വികസന മേഖലയിൽനിന്നും അഞ്ച് വ്യത്യസ്ത മുൻഗണനകൾ നിശ്ചയിക്കുന്നതിനും പുതുതായി വിനോദം, കായികം, സാമ്പത്തിക വികസനം, സംസ്കാരം എന്നീ വികസന മേഖലകൾ കൂടി പദ്ധതി രൂപീകരണത്തിൽ ഉൾപ്പെടുത്തുകയും ചെയ്തു. ഇത്തരത്തിൽ പ്രോജക്ടുകളുടെ മുൻഗണന നിശ്ചയിക്കുന്നതിന് ശാസ്ത്രീയമായ മെട്രിക് സ്കോർ രീതിശാസ്ത്രം അവലംബിക്കുകയും ചെയ്തു. ഏറ്റവും ഉയർന്ന പരിഗണനയ്ക്ക് അഞ്ച് സ്കോറും നല്കിക്കൊണ്ട് ശാസ്ത്രീയവും സുതാര്യവുമായ നടപടിക്രമമാണ് പ്രോജക്ടുകളുടെ തെരഞ്ഞെടുപ്പിനായി സ്വീകരിച്ചത്. ഇത്തരത്തിൽ മുൻഗണന നിശ്ചയിച്ച് തെരഞ്ഞെടുക്കപ്പെടുന്ന പ്രോജക്ടുകൾ മദ്ധ്യതല പ്രതിനിധി ഫോറത്തിന്റെ പ്ലീനറി സെഷനിൽ അവതരിപ്പിച്ച് അംഗീകരിക്കുന്നു. ഇത്തരത്തിൽ മുൻഗണന നിശ്ചയിക്കുന്നത് ഗൗരവമായ ചർച്ചകളുടേയും ആവശ്യമെങ്കിൽ വോട്ടിംഗിന്റേയും അടിസ്ഥാനത്തിലാണ്. എന്നാൽ പ്രോജക്ടുകളെ സംബന്ധിച്ച പൊതുധാരണയും അഭിപ്രായ സമന്വയവും പ്രാദേശികതലത്തിൽ നടക്കുന്ന യോഗങ്ങളിൽ വച്ചുതന്നെ രൂപപ്പെടുകയാണ് സാധാരണ സംഭവിക്കുക.

- ജില്ലാതല-വിഷയ മേഖലാതലത്തിലെ രണ്ടാം റൗണ്ട് യോഗം (ജൂൺ-ജൂലായ്):

മദ്ധ്യതല പ്രതിനിധി ഫോറത്തിന്റെ യോഗത്തിൽ മുൻഗണന നിശ്ചയിച്ച് തീരുമാനമെടുത്ത പ്രോജക്ടുകൾക്ക് അംഗീകാരം നല്കുക എന്നതാണ് ഈ ഘട്ടത്തിന്റെ മുഖ്യമായ ചുമതല. ഈ യോഗത്തിൽനിന്നും രണ്ട് പ്രതിനിധികളേയും രണ്ട് പകരക്കാരെയും പങ്കാളിത്ത ബഡ്ജറ്റിംഗ് കൗൺസിലിലേക്ക് (COP) തിരഞ്ഞെടുക്കുന്നു.

- പങ്കാളിത്ത ബഡ്ജറ്റിംഗ് കൗൺസിൽ യോഗം (ജൂലായ് മുതൽ):

പങ്കാളിത്ത ബഡ്ജറ്റിംഗ് കൗൺസിലിന്റെ പ്രാരംഭയോഗങ്ങൾ മുഖ്യമായും നഗരസഭയുടെ വരുമാന സാദ്ധ്യതകളെയും ചെലവുകളെയും സംബന്ധിച്ച ധാരണ രൂപപ്പെടുത്തുന്നതിനായാണ് വിളിച്ചുചേർക്കുന്നത്. സെപ്തംബർ മാസത്തോടെ പങ്കാളിത്ത ബഡ്ജറ്റുമായി ബന്ധപ്പെട്ട പ്രോജക്ട് നിർദ്ദേശങ്ങൾ നഗരസഭയിലെ തിരഞ്ഞെടുക്കപ്പെട്ട പ്രതിനിധികളടങ്ങിയ ഭരണസമിതി യോഗത്തിന്റെ മുമ്പാകെ അവതരിപ്പിക്കും. ഇത്തരത്തിൽ പ്രോജക്ടുകളുടെ അംഗീകാരത്തിനായി നഗരസഭാ കൗൺസിൽ മുമ്പാകെ അവതരിപ്പിക്കുന്നത് നഗരസഭയിലെ കാര്യനിർവ്വഹണ ചുമതലയുള്ളവരാണ്. ഒക്ടോബർ മുതൽ ഡിസംബർ വരെയുള്ള മൂന്ന് മാസങ്ങളിൽ പങ്കാളിത്ത ബഡ്ജറ്റിംഗ് കൗൺസിൽ യോഗം പദ്ധതിയുമായി ബന്ധപ്പെട്ട വിഭവ വകയിരുത്തൽ സംബന്ധിച്ച് വിശദമായ ചർച്ച നടത്തുകയും ഇത്തരത്തിൽ പദ്ധതിയിൽ ഉൾപ്പെടുത്തുന്ന പ്രോജക്ടു

കൾ ഓരോ പ്രദേശത്തുനിന്നും വിവിധ വികസന മേഖലകളുമായി ബന്ധപ്പെട്ട് ഇതിനകം ഉയർന്നുവന്നിട്ടുള്ള ആവശ്യങ്ങളും മുൻഗണനകളും പരിഗണിച്ചുകൊണ്ടാണ് എന്നുറപ്പാക്കുകയും ചെയ്യുന്നു. ഇതിന്റെ അടിസ്ഥാനത്തിലാണ് അന്തിമമായി പദ്ധതികളും അവയ്ക്കാവശ്യമായി വിഭവ വകയിരുത്തലും സംബന്ധിച്ച വ്യക്തത രൂപപ്പെടുത്തുന്നത്. ഇത്തരത്തിൽ മുൻഗണന നിശ്ചയിക്കുന്നതും വകയിരുത്തൽ നടത്തുന്നതും വ്യക്തമായ മാനദണ്ഡങ്ങളുടെയും പ്രാദേശികതലത്തിൽ നിശ്ചയിച്ച മുൻഗണനകൾ പരിഗണിച്ചുകൊണ്ടുമായിരിക്കും. ഇക്കാര്യത്തിൽ പങ്കാളിത്ത ബഡ്ജറ്റിംഗ് കൗൺസിൽ അംഗങ്ങളായവർ അതത് ജില്ലയിലെ വിവിധ വികസന മേഖലകളുമായി ബന്ധപ്പെട്ട് ജനങ്ങൾ മുന്നോട്ടുവച്ച ആവശ്യങ്ങൾ പരിഗണിച്ചുകൊണ്ടാണ് പദ്ധതിയിലെ വകയിരുത്തൽ നടത്തിയിട്ടുള്ളത് എന്നുറപ്പാക്കുകയും ചെയ്യുന്നതാണ്. അതോടൊപ്പം തന്നെ മുനിസിപ്പൽ തലത്തിൽ ഇതിനകം പദ്ധതിയുടെ ഭാഗമായി അംഗീകരിച്ചിട്ടുള്ള പൊതുവായുള്ള സേവനങ്ങളെ സംബന്ധിച്ചും അടിസ്ഥാന സൗകര്യ വികസനത്തിനായുള്ള മൂലധന നിക്ഷേപത്തെ സംബന്ധിച്ചുമുള്ള വികസന തന്ത്രവും പരിഗണിച്ചുകൊണ്ടാണ് പദ്ധതിക്ക് പങ്കാളിത്ത ബഡ്ജറ്റിംഗ് കൗൺസിൽ അംഗീകാരം നല്കുന്നത്. മാത്രവുമല്ല, ലഭ്യമായ വിഭവശേഷി കണക്കിലെടുത്തുകൊണ്ടുകൂടിയാണ് പങ്കാളിത്ത ബഡ്ജറ്റിംഗ് കൗൺസിൽ പദ്ധതിക്ക് അംഗീകാരം നല്കുന്നത്. ഇത്തരം പ്രക്രിയയിലുടനീളം നഗരസഭയിലെ ഉദ്യോഗസ്ഥ സംവിധാനവും തിരഞ്ഞെടുക്കപ്പെട്ട ജനപ്രതിനിധികളും പ്രത്യേകിച്ച്, ആസൂത്രണ ചുമതലയുള്ള ഉദ്യോഗസ്ഥർ പങ്കാളിത്ത ബഡ്ജറ്റിംഗ് കൗൺസിലിന്റെ പ്രവർത്തനങ്ങളിൽ സഹായിക്കുന്നതിനുണ്ടാവും. താഴെനിന്നും ഉയർന്നുവരുന്ന നിർദ്ദേശങ്ങളുടെ അടിസ്ഥാനത്തിലുള്ള പ്രോജക്ടുകൾ മാത്രമല്ല, ചില സന്ദർഭങ്ങളിൽ നഗരത്തിന്റെ പൊതുവായതും നഗര വികസനത്തെയാകെ സ്വാധീനിക്കുന്നതുമായ പ്രോജക്ടുകളെ സംബന്ധിച്ച തീരുമാനങ്ങൾ എടുക്കുന്നതിനും പങ്കാളിത്ത ബഡ്ജറ്റിംഗ് കൗൺസിലിന് കഴിയും. ജനങ്ങളുടെ പൊതുതാല്പര്യങ്ങൾ കണക്കിലെടുത്തുകൊണ്ട് ഒന്നിലധികം പ്രദേശങ്ങളെ ബാധിക്കുന്നതോ പ്രയോജനകരമായതോ ആയ വികസന പ്രോജക്ടുകൾ ചില സന്ദർഭങ്ങളിൽ ഏറ്റെടുത്ത് നടപ്പാക്കേണ്ടിവരും. സാങ്കേതിക ഉപദേശത്തിന്റെ അടിസ്ഥാനത്തിൽ ഒരു പ്രത്യേക പ്രദേശത്തോ ഒന്നിലധികം വരുന്ന പ്രദേശങ്ങളിലോ അത്യന്താപേക്ഷിതമായും നടപ്പാക്കേണ്ട വികസന പ്രോജക്ടുകൾ സംബന്ധിച്ച് തീരുമാനങ്ങൾ എടുക്കുന്നതിന് പങ്കാളിത്ത ബഡ്ജറ്റിംഗ് കൗൺസിലിന് കഴിയും.

പദ്ധതിയുമായി ബന്ധപ്പെട്ട നിക്ഷേപങ്ങൾ എല്ലാം തന്നെ മുനിസിപ്പൽ ബഡ്ജറ്റിന്റെ ഭാഗമാക്കി ഉൾപ്പെടുത്തുകയും തിരഞ്ഞെടുക്കപ്പെട്ട ജനപ്രതിനിധികൾ അടങ്ങിയ മുനിസിപ്പൽ കൗൺസിലിന്റെ അംഗീകാരം വാങ്ങേണ്ടതുമാണ്. ചുരുക്കത്തിൽ വാർഷിക ബഡ്ജറ്റിന്റെ ഭാഗമായി വാർഷികപദ്ധതി മാറുകയും മുനിസിപ്പൽ കൗൺസിൽ അംഗീകരിക്കു

കയും വേണം. വാർഷിക ബഡ്ജറ്റും അതിന്റെ ഭാഗമായ വാർഷിക പദ്ധതിയും അംഗീകരിക്കുന്നതുമായി ബന്ധപ്പെട്ട് മുനിസിപ്പൽ കൗൺസിലിൽ വിശദമായ ചർച്ചകൾ ഉയർന്നുവരിക സ്വാഭാവികമാണ്. ഇത്തരം ചർച്ചകളെ സംബന്ധിച്ച് പങ്കാളിത്ത ബഡ്ജറ്റിംഗ് കൗൺസിൽ അംഗങ്ങൾ ശ്രദ്ധാപൂർവ്വം നോക്കിക്കാണുകയും പ്രാദേശികതലത്തിൽനിന്നും ഉയർന്നുവന്നതും ജനങ്ങളുടെ ആവശ്യങ്ങൾ കണക്കിലെടുത്തുകൊണ്ടും തയ്യാറാക്കി സമർപ്പിച്ച പദ്ധതികൾക്ക് അംഗീകാരം ലഭിക്കുന്നുണ്ടെന്ന് ഉറപ്പാക്കുകയും വേണം. ഇത്തരത്തിൽ പ്രാദേശിക മുൻഗണനകൾ പരിഗണിക്കാതെയുള്ള എന്തെങ്കിലും തീരുമാനം മുനിസിപ്പൽ കൗൺസിലിന്റെ ഭാഗത്തുനിന്നും ഉണ്ടാകുന്ന പക്ഷം ഇതിനെതിരെ ജാഗ്രതയോടെയുള്ള പ്രവർത്തനങ്ങൾ പങ്കാളിത്ത ബഡ്ജറ്റിംഗ് കൗൺസിൽ അംഗങ്ങളുടെ ഭാഗത്തുനിന്നും ഉണ്ടാകേണ്ടതാണ്. ആവശ്യമെങ്കിൽ മുനിസിപ്പൽ കൗൺസിലർമാരെ വ്യക്തിപരമായും വിവിധ കക്ഷികളിൽപ്പെട്ടവരെ അത്തരത്തിൽ കക്ഷിനേതാക്കളെ കണ്ടുകൊണ്ടും ആവശ്യമെങ്കിൽ പ്രചാര പ്രക്ഷോഭ പ്രവർത്തനങ്ങൾ സംഘടിപ്പിച്ചുകൊണ്ട് ഒരു സമ്മർദ്ദ ഗ്രൂപ്പായിതന്നെ പങ്കാളിത്ത ബഡ്ജറ്റിംഗ് കൗൺസിൽ ജനകീയ പങ്കാളിത്തത്തോടെ തയ്യാറാക്കി സമർപ്പിച്ചിട്ടുള്ള പദ്ധതിയുടെ അംഗീകാരം ലഭിക്കുന്നതിനായി പരിശ്രമിക്കേണ്ടതാണ്. ഇത്തരത്തിൽ മുനിസിപ്പൽ കൗൺസിൽ അംഗീകരിച്ച വാർഷിക ബഡ്ജറ്റും പദ്ധതിയും അച്ചടിച്ച് പുസ്തകരൂപത്തിൽ പ്രസിദ്ധീകരിക്കുകയും സുതാര്യമായ രേഖയായി മാറ്റുകയും ചെയ്യും. പ്രസ്തുതരേഖ പദ്ധതി നിർവ്വഹണത്തിനും പദ്ധതി പുരോഗതി വിലയിരുത്തുന്നതിനും തുടർന്നുള്ള പങ്കാളിത്ത ബഡ്ജറ്റുമായി ബന്ധപ്പെട്ട അവലോകനത്തിനും സഹായകമായ അടിസ്ഥാന രേഖയായി പ്രയോജനപ്പെടുത്തുന്നതിന് കഴിയുകയും ചെയ്യും.

പോർട്ടോ അലേഗ്രേയിലെ പങ്കാളിത്ത ബഡ്ജറ്റിംഗ് പ്രവർത്തനങ്ങൾക്ക് ശ്രദ്ധേയമായ വികസന നേട്ടങ്ങളാണ് കൈവരിക്കാൻ കഴിഞ്ഞത്. ഈ നേട്ടങ്ങളിൽ പ്രധാനപ്പെട്ട കാര്യം ജനങ്ങളുടെ ആവശ്യങ്ങൾ കണക്കിലെടുത്തുകൊണ്ട് വികസന പദ്ധതികൾ തയ്യാറാക്കുന്നതിനും നടപ്പാക്കുന്നതിനും കഴിഞ്ഞുവെന്നതാണ്. പങ്കാളിത്ത ബഡ്ജറ്റിംഗ് ആരംഭിക്കുന്ന 1989 ന് മുമ്പുള്ള കാലഘട്ടത്തിൽ 49 ശതമാനം ജനങ്ങൾക്കാണ് കുടിവെള്ളത്തിനും മലിനജല നിർമ്മാർജ്ജനത്തിനുമുള്ള സൗകര്യങ്ങൾ ലഭ്യമായിട്ടുണ്ടായിരുന്നത്. എന്നാൽ 1996 ആയപ്പോഴേക്കും 98 ശതമാനം ജനങ്ങൾക്ക് കുടിവെള്ള ലഭ്യതയും 85 ശതമാനം ജനങ്ങൾക്ക് മലിനജല നിർമ്മാർജ്ജന സൗകര്യങ്ങളും ഉറപ്പാക്കാൻ കഴിഞ്ഞു. ആരോഗ്യ–വിദ്യാഭ്യാസ മേഖലകളിലെ ബഡ്ജറ്റ് വകയിരുത്തൽ 13 ശതമാനത്തിൽനിന്നും 40 ശതമാനമായി ഉയരുകയുണ്ടായി. വിദ്യാഭ്യാസ സ്ഥാപനങ്ങളുടെ എണ്ണത്തിന്റെ കാര്യത്തിൽ നാലുമടങ്ങ് വർദ്ധനയാണ് ഈ കാലഘട്ടത്തിൽ ഉണ്ടായത്. പിന്നോക്ക പ്രദേശങ്ങളിലെ റോഡ് ഗതാഗത സൗകര്യങ്ങൾ അഞ്ച് മടങ്ങ് മെച്ചപ്പെടുകയുണ്ടായി (Gelman and Votto 2018). അതു

പോലെതന്നെ ശിശുമരണനിരക്ക് വലിയതോതിൽ കുറയ്ക്കുന്നതിനും കഴിഞ്ഞു (Goncalves 2013). ഈ കാലയളവിൽ പാർപ്പിടനിർമ്മാണത്തിനുള്ള ധനസഹായം ലഭിച്ച കുടുംബങ്ങളുടെ എണ്ണം 1714 ൽ നിന്നും 28862 ആയി വർദ്ധിക്കുകയുണ്ടായി (Baiocchi 2001).

ജനങ്ങളുടെ ജീവിതനിലവാരത്തിൽ കൈവരിക്കാൻ കഴിഞ്ഞ ഇത്തരം നേട്ടങ്ങൾ മുനിസിപ്പാലിറ്റിക്ക് പുതിയ നികുതിവരുമാന സാദ്ധ്യതകൾ തുറന്നുകൊടുക്കുകയും ചെയ്തു. ഇതിന്റെ അടിസ്ഥാനത്തിൽ പുതിയ നികുതി പരിഷ്കരണ ശ്രമങ്ങൾക്ക് തുടക്കം കുറിക്കുന്നതിനും അവസരമൊരുക്കി. വസ്തു കൈമാറ്റനികുതിയും സേവന നികുതിയും വർദ്ധിപ്പിക്കുന്നതിന് നഗരസഭ നടപടികൾ സ്വീകരിക്കുകയുണ്ടായി. അതോടൊപ്പം കൈവരിക്കാൻ കഴിഞ്ഞ മറ്റൊരു നേട്ടം നികുതി വെട്ടിപ്പ് വലിയൊരളവിൽ കുറയ്ക്കുന്നതിനും കഴിഞ്ഞു എന്നതാണ്. പങ്കാളിത്ത ബഡ്ജറ്റിംഗ് പോർട്ടോ അലേഗ്രേയുടെ സാമ്പത്തിക വളർച്ചയ്ക്കും ഏറെ സഹായകമാവുകയുണ്ടായി. സാധാരണ നിലയിൽ ബ്രസീലിലെ നഗര സഭകൾക്ക് സർക്കാരിൽനിന്നും ലഭിക്കുന്ന സാമ്പത്തിക സഹായം വാർഷിക ബഡ്ജറ്റിന്റെ മൂന്നിലൊരു ഭാഗമാണ്. എന്നാൽ പങ്കാളിത്ത ബഡ്ജറ്റിംഗിനുശേഷം സർക്കാരിന്റെ സഹായം 40 ശതമാനമായി വർദ്ധിപ്പിക്കുന്നതിനും കഴിഞ്ഞു. (Ganuza and Baiocchi 2012). ഏറ്റവും ശ്രദ്ധേയമായ മറ്റൊരു നേട്ടം 1996 ൽ ഇസ്താംബൂളിൽ വച്ച് ചേർന്ന രണ്ടാമത് യൂണൈറ്റെഡ് നേഷൻസ് ഹാബിറ്റാറ്റ് കോൺഫറൻസ് പോർട്ടോ അലേഗ്രേയിലെ പങ്കാളിത്ത ബഡ്ജറ്റിംഗ് പ്രവർത്തനങ്ങളെ ലോകത്താകമാനമുള്ള, 42 മികവുറ്റതും മാതൃകാപരവുമായ നഗരഭരണ പ്രവർത്തനങ്ങളിൽ ഒന്നായി അംഗീകരിച്ചു എന്നതാണ്.

ലാറ്റിനമേരിക്കയിലെ പങ്കാളിത്ത ബഡ്ജറ്റിംഗിന്റെ വളർച്ചയും തളർച്ചയും

പോർട്ടോ അലേഗ്രേയിൽ നടപ്പാക്കിയ പങ്കാളിത്ത ബഡ്ജറ്റിംഗ് പ്രവർത്തനം സാർവ്വദേശീയമായി അംഗീകരിക്കപ്പെട്ടതോടെ ലേബർ പാർട്ടി മുൻകൈ എടുത്തുകൊണ്ട് ബ്രസീലിലെ മറ്റ് നഗരങ്ങളിലേക്കും പങ്കാളിത്ത ബഡ്ജറ്റിംഗ് പ്രവർത്തനം വ്യാപിപ്പിക്കുകയുണ്ടായി. തുടർന്ന് ഇടതുപക്ഷ പാർട്ടികൾക്ക് സ്വാധീനമുള്ള ലാറ്റിനമേരിക്കയിലെ മറ്റ് രാജ്യങ്ങളിലും പങ്കാളിത്ത ബഡ്ജറ്റിംഗ് പ്രവർത്തനത്തിന് തുടക്കം കുറിച്ചു. 1994 ൽ ബൊളീവിയയിലും 1998 ൽ നിക്കരാഗ്വയിലും 1996 ൽ ഗൗട്ടിമലയിലും 2003 ൽ പെറുവിലും അതത് രാജ്യങ്ങളിലെ പുരോഗമന കക്ഷികളുടെയും അതോടൊപ്പം വലതുപക്ഷ കക്ഷികളുടെയും നേതൃത്വത്തിൽ അധികാരത്തിൽ വന്ന ഗവൺമെന്റുകൾ പങ്കാളിത്ത ബഡ്ജറ്റിംഗ് ആരംഭിക്കുകയുണ്ടായി. ഇവിടെ മറ്റൊരു കാര്യം ശ്രദ്ധിക്കപ്പെടേണ്ടത് ഈ രാജ്യങ്ങളിലെ ഗവൺമെന്റുകൾ മുന്നോട്ടുവച്ച ഒരു നിബന്ധന, നഗരസഭകളുടെയും പ്രാദേശിക ഭരണസ്ഥാപനങ്ങളുടെയും കടബാദ്ധ്യത കുറയ്ക്കു

ന്നതിനായി പ്രത്യേക സാമ്പത്തിക സഹായം ലഭ്യമാക്കുന്നതിന് ജനകീയ പങ്കാളിത്തം ഉറപ്പാക്കണമെന്നത് ഒരു ഉപാധിയായി അംഗീകരിക്കപ്പെട്ടു എന്നതാണ്. ഇതിന്റെ ഫലമായിട്ടാണ് ഈ കാലഘട്ടത്തിൽ പങ്കാളിത്ത ബഡ്ജറ്റിംഗ് 250 നഗരങ്ങളിൽനിന്നും 2500 നഗരങ്ങളിലേക്ക് വ്യാപിച്ചത്. അതോടൊപ്പം തന്നെ നിരവധി ലാറ്റിനമേരിക്കൻ രാജ്യങ്ങളിൽ പങ്കാളിത്ത ബഡ്ജറ്റിംഗ് എന്നത് അനിവാര്യമായ ഉത്തരവാദിത്വമായി മാറുകയും ചെയ്തു. (Gold frank 2006).

ലാറ്റിനമേരിക്കൻ ഭൂഖണ്ഡത്തിന് പുറത്ത് പങ്കാളിത്ത ബഡ്ജറ്റിംഗ് ആദ്യമായി നടപ്പാക്കിയത് യൂറോപ്പിൽ ആണ്. ബ്രിട്ടൻ (Local Government Act. 2000), ഫ്രാൻസ് (Proximitry Democracy Law, 2002), സ്പെയിൻ (Local Government Modernization Law, 2003), ഹോളണ്ട് (Local Democracy Law, 2002) എന്നീ രാജ്യങ്ങളിലെല്ലാം തന്നെ പ്രാദേശിക ഗവൺമെന്റിന്റെ പ്രവർത്തനങ്ങളിൽ ജനകീയ പങ്കാളിത്തം ഉറപ്പാക്കുന്നതിനും പൊതുഭരണത്തിൽ സുതാര്യത ശക്തിപ്പെടുത്തുന്നതിനും സഹായകമായ നിയമ നിർവ്വഹണം നടത്തുകയുണ്ടായി. (Sintomer മുതൽ പേർ, 2005). 2010 ആകുമ്പോഴേക്കും യൂറോപ്പിലെ 200 ലധികം നഗരങ്ങളിലും ചെറുപട്ടണങ്ങളിലും പങ്കാളിത്ത ബഡ്ജറ്റിംഗ് നടപ്പാക്കുകയുണ്ടായി. യൂറോപ്പിലെ വൻ നഗരങ്ങളായ ലണ്ടൻ, പാരീസ്, റോം, ബർലിൻ എന്നിവയുൾപ്പെടെ പങ്കാളിത്ത ബഡ്ജറ്റിംഗ് രീതിശാസ്ത്രം പ്രയോജനപ്പെടുത്തി ജനകീയ പങ്കാളിത്തത്തോടെ പദ്ധതികൾ തയ്യാറാക്കി നടപ്പാക്കുന്നു എന്നതാണ് യാഥാർത്ഥ്യം. അടുത്തിടെ പ്രസിദ്ധീകരിച്ച "പങ്കാളിത്ത ബഡ്ജറ്റിംഗ് വേൾഡ് അറ്റ്ലസ്" വ്യക്തമാക്കുന്നത് ലോകത്താകമാനം 11000 ലധികം പട്ടണങ്ങളിലും നഗരങ്ങളിലും പങ്കാളിത്ത ബഡ്ജറ്റിംഗ് പലവിധത്തിൽ നിലവിലുണ്ട് എന്നാണ് (De Renzio മുതൽ പേർ, 2019).

ആഗോളതലത്തിൽ പങ്കാളിത്ത ബഡ്ജറ്റിംഗ് വളർച്ച നേടുകയും വ്യാപകമാവുകയും ചെയ്തത് രണ്ട് വ്യത്യസ്തഘട്ടങ്ങളിലായിട്ടാണ്. (Ganuza and Baiocchi, 2012). ആദ്യഘട്ടം 1990 കളുടെ അവസാനം വരെയുള്ള കാലഘട്ടമാണ്. ലാറ്റിൻ അമേരിക്കയിൽ അധികാരത്തിലെത്തിയ ഇടതുപക്ഷ ഗവൺമെന്റുകളുടെ ശക്തമായ പിന്തുണയുടെ ഫലമായാണ് പങ്കാളിത്ത ബഡ്ജറ്റിംഗ് ഈ ഘട്ടത്തിൽ വ്യാപകമായി നടപ്പാക്കിയത്. ജനകീയ പങ്കാളിത്തം ശക്തിപ്പെടുത്തി സുതാര്യമായും നീതിപൂർവ്വമായും പ്രാദേശിക ഭരണത്തെ മാറ്റുന്നതിനും കൂടുതൽ ജനാധിപത്യവല്ക്കരിക്കുന്നതിനും അതുവഴി സദ്ഭരണം സാദ്ധ്യമാക്കുന്നതിനുമാണ് ലാറ്റിനമേരിക്കയിലെ പുരോഗമന ശക്തികൾ പങ്കാളിത്ത ബഡ്ജറ്റിനെ പ്രയോജനപ്പെടുത്തിയതും അതിനെ വ്യാപിപ്പിക്കുന്നതിനായി പരിശ്രമിച്ചതും. എന്നാൽ ഈ നൂറ്റാണ്ടിൽ പങ്കാളിത്ത ബഡ്ജറ്റിംഗ് കൂടുതൽ വ്യാപിപ്പിക്കുന്നതിന് കഴിഞ്ഞത് അന്താരാഷ്ട്രതലത്തിലുള്ള വിവിധ വികസന ഏജൻസികളുടെ പിന്തുണയുടെ ഫലമായാണ്. ഇത്തരം

ഏജൻസികളുടെ കാഴ്ചപ്പാട്, സദ്ഭരണം സാദ്ധ്യമാക്കുന്നതിനുള്ള ശക്തമായ ഉപാധിയാണ് പങ്കാളിത്ത ബഡ്ജറ്റിംഗ് എന്നതാണ്. വിവിധ വിഭാഗം ജനങ്ങളുടെയും പ്രാദേശികതലത്തിലുള്ള വിവിധ ജനാധിപത്യ സ്ഥാപനങ്ങളുടെയും പങ്കാളിത്തം ഉറപ്പാക്കുന്നതിനും ലളിതമായ നടപടിക്രമങ്ങൾ പാലിച്ചുകൊണ്ടും വസ്തുനിഷ്ഠമായ വികസന തീരുമാനങ്ങൾ എടുക്കുന്നതിന് പങ്കാളിത്ത ബഡ്ജറ്റിംഗ് പ്രയോജനകരമാണ്. എന്നാൽ രണ്ടാമത്തെ ഘട്ടത്തിൽ സാർവ്വദേശീയ വികസന ഏജൻസികൾക്ക് പങ്കാളിത്ത ബഡ്ജറ്റിങ്ങിന്റെ സാമൂഹ്യ വികസനത്തിലും ജീവിത ഗുണനിലവാരം ഉയർത്തുന്നതിലുള്ള പങ്കിനെ സംബന്ധിച്ചും കാണുന്നതിന് കഴിഞ്ഞില്ല എന്നതാണ് വസ്തുത (Baiocchi and Ganuza 2014).

രണ്ട് വ്യത്യസ്ത വികസന കാഴ്ചപ്പാടുകൾ സ്വീകരിച്ചിട്ടുള്ളവർ ഒരേ സമയം പങ്കാളിത്ത ബഡ്ജറ്റിംഗിനെ പിന്തുണയ്ക്കുകയും പ്രശംസിക്കുകയും ചെയ്യുന്ന കൗതുകകരമായ അനുഭവമാണ് നമുക്ക് കാണാൻ കഴിയുക. വേൾഡ് സോഷ്യൽ ഫോറം (പോർട്ടോ അലേഗ്രേയിൽ യോഗം ചേർന്നതുപോലും പങ്കാളിത്ത ബഡ്ജറ്റിംഗിന്റെ പ്രാധാന്യം കണക്കിലെടുത്തുകൊണ്ടാണ്) പങ്കാളിത്ത ബഡ്ജറ്റിനെ കാണുന്നത് നവലിബറൽ സാമ്പത്തികനയത്തിനെതിരെയുള്ള ബദൽ വികസന കാഴ്ചപ്പാട് എന്ന നിലയിലാണ്. എന്നാൽ ലോകബാങ്ക് പങ്കാളിത്ത ബഡ്ജറ്റിംഗിനെ കാണുന്നത് ഉയർന്നനിലയിൽ സുതാര്യത കൈവരിച്ചുകൊണ്ട് കാര്യക്ഷമമായ പൊതുഭരണ സംവിധാനം സൃഷ്ടിക്കാൻ കഴിയുന്ന മികച്ച വികസന മാതൃക എന്ന നിലയ്ക്കാണ് (Fortes 2013).

ഇതിനിടയിൽ വർക്കേഴ്സ് പാർട്ടിക്ക് ബ്രസീലിൽ ദേശീയതലത്തിൽ തന്നെ സംഭവിച്ച തിരഞ്ഞെടുപ്പ് പരാജയം പങ്കാളിത്ത ബഡ്ജറ്റിനെ വലിയ തോതിൽ ദുർബ്ബലപ്പെടുത്തുകയുണ്ടായി. 2013–16 കാലഘട്ടത്തിൽ 58 നഗരങ്ങളിൽ മാത്രമാണ് പങ്കാളിത്ത ബഡ്ജറ്റിംഗ് നടപ്പാക്കിയത്. പോർട്ടോ അലേഗ്രേയിൽ 2004 ൽ നടന്ന തെരഞ്ഞെടുപ്പിൽ മദ്ധ്യപക്ഷ–വലതുപക്ഷ കൂട്ടുകെട്ട് അധികാരത്തിൽ വന്നതോടെ പങ്കാളിത്ത ബഡ്ജറ്റിംഗ് തന്നെ ഉപേക്ഷിക്കുകയുണ്ടായി. പകരം ലോക്കൽ സോളിഡാരിറ്റി ഗവേർണൻസ് (Local Solidarity Governance) എന്ന പുതിയൊരു പരിപാടിക്ക് തുടക്കം കുറിക്കുന്നു. അതോടൊപ്പം തന്നെ പ്രാദേശികതലത്തിൽ ജനങ്ങളുടെ ആവശ്യങ്ങൾ കണക്കിലെടുത്തുകൊണ്ട് തീരുമാനമെടുക്കാൻ കഴിയുന്ന വികസന പ്രോജക്ടുകളുടെ ഫണ്ട് വലിയ തോതിൽ വെട്ടിക്കുറയ്ക്കുകയുണ്ടായി. 1994 മുതൽ 2004 വരെയുള്ള കാലഘട്ടത്തിൽ പോർട്ടോ അലേഗ്രേ മുനിസിപ്പാലിറ്റി ഏറ്റെടുത്ത പ്രോജക്ടുകളുടെ എണ്ണം 5556 ആയിരുന്നു. ഇതിൽ 82 ശതമാനം പ്രോജക്ടുകൾ പൂർത്തിയാക്കുകയും ചെയ്തു. എന്നാൽ 2005–16 കാലഘട്ടത്തിൽ പ്രാദേശികമായി ജനങ്ങൾക്ക് തീരുമാനമെടുക്കാൻ കഴിയുന്ന പ്രോജക്ടുകളുടെ എണ്ണം 3712 ആയി ചുരുങ്ങുകയും ഇവയിൽതന്നെ പൂർത്തിയാക്കാൻ കഴിഞ്ഞത് 42 ശതമാനവും മാത്രമാണ്. 2016 ലും 2017 ലും നടന്ന തിരഞ്ഞെ

ടുപ്പുകളിൽ ബ്രസീലിയൻ സോഷ്യൽ ഡെമോക്രസി പാർട്ടി എന്ന മദ്ധ്യ പക്ഷ-വലതുപക്ഷ പാർട്ടി അധികാരത്തിൽ വന്നതോടെ പങ്കാളിത്ത ബഡ്ജറ്റിംഗ് വിഭവ ലഭ്യതയില്ലായ്മ എന്ന ന്യായവാദം ഉയർത്തി രണ്ട് വർഷക്കാലത്തേക്ക് നിറുത്തിവച്ചുകൊണ്ട് പുരോഗമനപരമായ പരിഷ്കാരങ്ങളോടുള്ള ഇവരുടെ വിമുഖത വ്യക്തമാക്കുകയുമാണ് ചെയ്തത്. (Abers മുതൽ പേർ, 2018).

പോർട്ടോ അലേഗ്രേയും കേരളവും: ഒരു താരതമ്യ വിശകലനം

പോർട്ടോ അലേഗ്രേയിലെ പങ്കാളിത്ത ബഡ്ജറ്റിംഗും കേരളത്തിലെ ജനകീയാസൂത്രണവും തമ്മിൽ ഒട്ടേറെ സാദൃശ്യങ്ങളുണ്ട് എന്ന് കാണാൻ കഴിയും. ഇവരണ്ടും അധികാര വികേന്ദ്രീകരണവുമായി ബന്ധപ്പെട്ട പുരോഗമനപരമായ കാഴ്ചപ്പാട് ഉയർത്തിപ്പിടിക്കുകയും സാമൂഹ്യപരിഷ്കരണത്തിന് ആവശ്യമായ പ്രവർത്തന പരിപാടി സ്വീകരിക്കുകയും ചെയ്യുന്നു. അധികാര വികേന്ദ്രീകരണത്തെ സാമൂഹ്യമാറ്റത്തിനും ഭാവിയിലെ സോഷ്യലിസ്റ്റ് സാമൂഹ്യ നിർമ്മിതിക്കും പ്രയോജനപ്പെടുത്തുക എന്നതിനാണ് പോർട്ടോ അലേഗ്രേയും കേരളവും ശ്രമിച്ചത്. ഇവ രണ്ടിന്റേയും സവിശേഷമായ സമാന ഘടകങ്ങൾ ഉയർന്ന ജനകീയപങ്കാളിത്തം വളർത്തിക്കൊണ്ട് പ്രാദേശിക ആവശ്യങ്ങളും അവയുടെ മുൻഗണനയും നിശ്ചയിക്കുന്നതിന് കഴിയുംവിധം ജനങ്ങളെ ശാക്തീകരിക്കാൻ കഴിഞ്ഞു എന്നതാണ്. പദ്ധതി രൂപീകരണവുമായി ബന്ധപ്പെട്ട വിവിധ ചർച്ചകൾക്കും ജനങ്ങളുടെ മുൻഗണനകൾ കണക്കിലെടുത്തുകൊണ്ട് പദ്ധതികൾ തയ്യാറാക്കുന്നതിനും അവ ബഡ്ജറ്റിന്റെ ഭാഗമാക്കി മാറ്റുന്നതിനും ഇവിടങ്ങളിൽ രണ്ടിടത്തും കഴിഞ്ഞു. പോർട്ടോ അലേഗ്രേയിലെ പങ്കാളിത്ത ബഡ്ജറ്റും കേരളത്തിലെ ജനകീയാസൂത്രണവും മുഴുവൻ ജനങ്ങളേയും പദ്ധതി രൂപീകരണത്തിൽ പങ്കാളികളാക്കുന്നതിനായി പ്രാദേശികതലത്തിൽ പ്ലീനറി അസംബ്ലികളിലൂടെയും ഗ്രാമസഭകളിലൂടെയും അവസരമൊരുക്കുകയുണ്ടായി. അതോടൊപ്പം തന്നെ പ്രാദേശിക പദ്ധതിയുമായി ബന്ധപ്പെട്ട പ്രോജക്ടുകളുടെ മുൻഗണനാ തീരുമാനങ്ങൾ എടുക്കുന്നതിന് പോർട്ടോ അലേഗ്രേയിൽ മദ്ധ്യതലത്തിലുള്ള പ്രതിനിധി ഫോറത്തിലൂടെയും കേരളത്തിൽ വികസന സെമിനാറിലൂടെയും അവസരം ഉറപ്പാക്കുകയുണ്ടായി. ഇവിടങ്ങളിൽ രണ്ടിടത്തും പ്രാതിനിദ്ധ്യ ജനാധിപത്യ വ്യവസ്ഥയ്ക്കകത്തു നിന്നുകൊണ്ട് പ്രത്യക്ഷ ജനാധിപത്യത്തിന്റെ സാദ്ധ്യതകൾ പ്രയോജനപ്പെടുത്തുന്നതിന് കഴിഞ്ഞു എന്നതാണ് ഏറെ ശ്രദ്ധേയം. മാത്രവുമല്ല, ഈ രണ്ട് സ്ഥലങ്ങളിലേയും സമാനമായ സവിശേഷത പ്രാദേശിക പദ്ധതിയുമായി ബന്ധപ്പെട്ട ജനകീയ പങ്കാളിത്തം എന്നത് ഏതെങ്കിലും ഒരു ഘട്ട പ്രവർത്തനത്തിൽ മാത്രം പരിമിതപ്പെടുന്നതല്ല, മറിച്ച് പദ്ധതി രൂപീകരണത്തിന്റെ വിവിധ ഘട്ടങ്ങളിലും പദ്ധതി നിർവ്വഹണത്തിലും അവലോകനത്തിലുമെല്ലാം ജനകീയ പങ്കാളിത്തത്തിനുള്ള അവസരങ്ങൾ ഈ രണ്ടിടങ്ങളിലും ഉറപ്പാക്കാൻ കഴിഞ്ഞു എന്നതാണ് ഏറെ ശ്രദ്ധേയം.

പോർട്ടോ അലേഗ്രേയിലെ പങ്കാളിത്ത ബഡ്ജറ്റിംഗുമായി ബന്ധപ്പെട്ട വിവിധ ജനകീയ പങ്കാളിത്ത സംവിധാനങ്ങളിലെ പങ്കാളിത്തം 1996 ലെ കണക്കനുസരിച്ച് 1 ലക്ഷത്തിലധികമാണ്. ഇത് മൊത്തം ജനസംഖ്യയുടെ 8 ശതമാനം വരും (Santos 1998). ആകെ ജനങ്ങളിൽ 70 ശതമാനത്തിന് മാത്രമാണ് വോട്ടവകാശം ഉള്ളത് എന്ന് കണക്കാക്കുമ്പോൾ ഇത് മൊത്തം വോട്ടർമാരുടെ 11 ശതമാനം വരുമെന്ന് കാണാം. കേരളത്തിലെ ജനകീയാസൂത്രണത്തിലും സമാനരൂപത്തിലുള്ള ജനകീയ പങ്കാളിത്തം ഉണ്ടായിട്ടുണ്ട്. ഇവിടെ ഒരു കാര്യം പ്രത്യേകമായി എടുത്തു പറയാനുള്ളത് കേരളത്തിലെ ഗ്രാമസഭകളും പോർട്ടോ അലേഗ്രേയിലെ പങ്കാളിത്ത സഭകളും തമ്മിലുള്ള പ്രധാന വ്യത്യാസം പോർട്ടോ അലേഗ്രേയിൽ വിഷയ മേഖലാടിസ്ഥാനത്തിൽ ഗ്രൂപ്പുകൾ രൂപീകരിച്ച് വിശദമായ ചർച്ചകൾക്കുള്ള അവസരം ജനങ്ങൾക്ക് നല്കിയതായി മനസ്സിലാക്കാൻ കഴിഞ്ഞിട്ടില്ല എന്നതാണ്. കേരളത്തിലെ ഗ്രാമസഭകളിൽ പങ്കാളിത്തത്തിന്റെ ഗുണമേന്മ ഉറപ്പാക്കുന്നതിന് വിഷയാടിസ്ഥാനത്തിൽ രൂപീകരിച്ച് നടത്തിയ ഗ്രൂപ്പ് ചർച്ചകൾക്ക് കഴിഞ്ഞിട്ടുണ്ട്. എന്നാൽ കേരളത്തിൽ എന്നപോലെ പോർട്ടോ അലേഗ്രേയിലും ജനകീയ ബഡ്ജറ്റിംഗ് പ്രവർത്തനങ്ങൾ പ്രാദേശികതലത്തിൽ അയൽക്കൂട്ടങ്ങൾ രൂപീകരിക്കുന്നതിന് അവസരം സൃഷ്ടിക്കുകയുണ്ടായി. 1988 ൽ പോർട്ടോ അലേഗ്രേയിൽ 300 അയൽക്കൂട്ടങ്ങൾ ഉണ്ടായിരുന്നത് 1998 ആകുമ്പോഴേക്കും 540 ആയി വർദ്ധിക്കുകയുണ്ടായി (Baiocchi 1991).

പോർട്ടോ അലേഗ്രേയിലെ പങ്കാളിത്ത ബഡ്ജറ്റിംഗുമായി ബന്ധപ്പെട്ട ജനകീയപങ്കാളിത്തത്തിലെ വർഗ്ഗ-വംശ-ലിംഗ വ്യത്യാസം എന്തായിരുന്നു എന്ന പരിശോധന ഏറെ പ്രസക്തമാണ്. ആദ്യഘട്ടത്തിൽ സമ്പന്ന വിഭാഗം ജനങ്ങൾ പങ്കാളിത്ത ബഡ്ജറ്റിംഗ് സഭകളിൽ യാതൊരു ആഭിമുഖ്യവും കാണിക്കാതെ അകന്നു നില്ക്കുകയാണ് ചെയ്തത്. അവരുടെ കാഴ്ചപ്പാടിൽ പങ്കാളിത്ത ബഡ്ജറ്റിംഗ് സഭകളിൽ ചർച്ചചെയ്ത വിഷയങ്ങൾ നല്ലൊരുപങ്കും പാവപ്പെട്ടവരുടെയും സാധാരണക്കാരുടെയും പ്രശ്നങ്ങളായിരുന്നു. ഇത്തരത്തിൽ പങ്കാളിത്ത ബഡ്ജറ്റിംഗ് സഭകളിൽ നിന്നും മാറിനിന്നിരുന്ന വിമർശകർക്ക് ഏതാനും വർഷങ്ങൾ കഴിഞ്ഞപ്പോൾ ബോദ്ധ്യമായ ഒരു കാര്യം ഇത്തരം പങ്കാളിത്ത ബഡ്ജറ്റിംഗ് സഭകളിൽ തങ്ങളുമായി ബന്ധപ്പെട്ട കാര്യങ്ങളും ചർച്ചചെയ്യുകയും തങ്ങൾ നേരിടുന്ന പ്രശ്നങ്ങൾ പരിഗണനയ്ക്ക് വരുകയും ചെയ്യുന്നുണ്ട് എന്നതാണ്. ഇതിന്റെ ഫലമായി തുടർന്നുള്ള വർഷങ്ങളിൽ മദ്ധ്യവർഗ്ഗ വിഭാഗങ്ങളുടെയും ഉപരിവർഗ്ഗ വിഭാഗങ്ങളുടെയും പങ്കാളിത്തം വലിയതോതിൽ വർദ്ധിക്കുകയുണ്ടായി (Santos 1998). സ്ത്രീകളുടെ പങ്കാളിത്തം വളരെ ഉയർന്ന നിലയിൽ പങ്കാളിത്ത ബഡ്ജറ്റിംഗ് സഭകളിൽ ഉണ്ടായിട്ടുണ്ട്. ഇത്തരം സഭകളിൽ പങ്കെടുത്തവരിൽ 50 ശതമാനവും സ്ത്രീകളാണ് എന്നത് ഏറെ ശ്രദ്ധേയമാണ്. മാത്രവുമല്ല, കേരളത്തിലേതുപോലെ തന്നെ (സ്ത്രീകൾക്ക് സംവരണത്തിന്റെ പരിരക്ഷ ഇല്ലാതെ) വിവിധ നഗ

രസഭാ കൗൺസിലുകളിലേക്ക് തിരഞ്ഞെടുക്കപ്പെട്ട ജന പ്രതിനിധികളിൽ 35 ശതമാനവും സ്ത്രീകളായിരുന്നു (Baiocchi 1999). എന്നാൽ കേരളത്തിലെ ജനകീയാസൂത്രണ പ്രസ്ഥാനവുമായി ബന്ധപ്പെട്ട പങ്കാളിത്തത്തിൽ നിലനില്ക്കുന്ന പ്രശ്നം വലിയൊരു പങ്ക് മദ്ധ്യവർഗ്ഗ-ഉപരി വർഗ്ഗ വിഭാഗങ്ങൾ ഇത്തരം പങ്കാളിത്ത വേദികളിൽ നിന്നും വിട്ടുനില്ക്കുന്നു എന്നതാണ്.

അധികാരവികേന്ദ്രീകരണം സ്വയമേവ പാവപ്പെട്ട ജനങ്ങളുടെയും പിന്നോക്കവിഭാഗം ജനങ്ങളുടെയും സ്ത്രീകളുടെയും പ്രശ്നങ്ങൾക്ക് പരിഹാരം കണ്ടുകൊള്ളണമെന്നില്ല. പ്രൂഡ് ഹൊമ്മയുടെ സൈദ്ധാന്തികമായ വാദം ഇവിടെ പ്രസക്തമാണ്. ധനപരമായ വികേന്ദ്രീകരണത്തിലൂടെ കൂടുതൽ അധികാരങ്ങൾ താഴെതലത്തിലേക്ക് കൈമാറുകയും വിഭവ വകയിരുത്തൽ നടത്തുകയും ചെയ്യുന്നത് സാധാരണനിലയിൽ വിവിധ പ്രദേശങ്ങൾക്കിടയിൽ നിലനില്ക്കുന്ന സാമ്പത്തിക അസമത്വം വർദ്ധിക്കുന്നതിന് ഇടയാക്കും. എന്തെന്നാൽ സാമ്പത്തികമായി മെച്ചപ്പെട്ടതും വളർച്ച പ്രാപിച്ചതുമായ പ്രദേശങ്ങൾക്ക് ഉയർന്ന തോതിൽ നികുതി സമാഹരിക്കുന്നതിനും അതോടൊപ്പം മെച്ചപ്പെട്ട സേവനങ്ങൾ ഈ പ്രദേശങ്ങളിലെ ജനങ്ങൾക്ക് ലഭ്യമാക്കുന്നതിനും കഴിയും. ഇത്തരത്തിൽ മെച്ചപ്പെട്ട സേവനങ്ങൾ ലഭിക്കുന്നതുമൂലം സാമ്പത്തികശേഷിയുള്ള ജനവിഭാഗങ്ങൾ വികസിത പ്രദേശങ്ങളിലേക്ക് മാറി താമസിക്കുന്നതിനുള്ള പ്രവണത രൂപപ്പെടും. ഇങ്ങനെ നോക്കുമ്പോൾ അധികാര വികേന്ദ്രീകരണം ജനങ്ങളുടെ ഇടയിൽ കൂടുതൽ ചേരിതിരിവ് സൃഷ്ടിക്കുന്നതിന് ഇടയാക്കുകയും സാമ്പത്തിക അന്തരം വർദ്ധിപ്പിക്കുകയും ചെയ്യും. അമേരിക്കൻ ഐക്യനാടുകളുടെ അനുഭവം ഇതാണ് വ്യക്തമാക്കുന്നത് (Prudhomme 1994). എന്നാൽ കേരളത്തിലെ അധികാരവികേന്ദ്രീകരണം ഇത്തരത്തിലുള്ളതായിരുന്നില്ല. കേരളത്തിൽ വിവിധ തദ്ദേശ ഭരണസ്ഥാപനങ്ങൾക്ക് രാഷ്ട്രീയ പരിഗണനകൾ കൂടാതെ വ്യക്തമായ മാനദണ്ഡങ്ങളുടെ അടിസ്ഥാനത്തിലാണ് പദ്ധതിവിഹിതം വകയിരുത്തിയത്. ഇത്തരത്തിൽ ധനപരമായി വികേന്ദ്രീകരണത്തിന് സ്വീകരിച്ച മുഖ്യമായ മാനദണ്ഡം ഓരോ പ്രദേശത്തിന്റെയും പിന്നോക്കാവസ്ഥ കൂടിയായിരുന്നു. ആദ്യവർഷത്തെ വകയിരുത്തൽ ജനസംഖ്യയും ഭൂവിസ്തൃതിയും മുഖ്യമാനദണ്ഡമായി കണക്കാക്കിയെങ്കിൽ രണ്ടാം വർഷം മുതൽ പദ്ധതി സഹായം വകയിരുത്തുന്നതിന് ഓരോ ജില്ലയുടേയും ബ്ലോക്കിന്റെയും പഞ്ചായത്തിന്റെയും പിന്നോക്കാവസ്ഥ കണക്കിലെടുത്തുകൊണ്ടും ഇതിന്റെ അടിസ്ഥാനത്തിലുള്ള പരിഗണനയനുസരിച്ചുമാണ് പദ്ധതി വിഹിതം വകയിരുത്തിയത്. പോർട്ടോ അലേഗ്രേയുടെ അനുഭവവും ഏറക്കുറെ സമാനമാണ്. ഓരോ പ്രദേശത്തിന്റെയും വികസനാവശ്യങ്ങൾ കണക്കിലെടുത്തുകൊണ്ടും അതിനെ അടിസ്ഥാനപ്പെടുത്തിയ മുൻഗണനാ മാനദണ്ഡം സ്വീകരിച്ചുകൊണ്ടുമാണ് വിഭവവകയിരുത്തൽ നടത്തിയത്. ഏറ്റവും ഉയർന്ന നിലയിലുള്ള വികസനാവശ്യങ്ങൾ നിലനില്ക്കുന്ന പ്രദേശങ്ങൾക്ക് ഉയർന്ന

പരിഗണനന ഉറപ്പാക്കുന്നതിന് കഴിയുംവിധമുള്ള മാനദണ്ഡങ്ങളാണ് സ്വീകരിക്കപ്പെട്ടത്. ഇത്തരത്തിൽ നഗരസഭാടിസ്ഥാനത്തിൽ നിശ്ചയിക്കപ്പെട്ട മാനദണ്ഡങ്ങൾ കൂടാതെ പ്രാദേശികമായി ഓരോ പ്രദേശത്തേക്കും ജനങ്ങളുടെ നിർദ്ദേശങ്ങളുടെ ആവശ്യമായി ഉപമാനദണ്ഡങ്ങൾ നിശ്ചയിക്കുന്നതിനുള്ള സ്വാതന്ത്ര്യവും പങ്കാളിത്ത ബഡ്ജറ്റിംഗ് സഭകൾക്ക് നല്കുകയുണ്ടായി (Santos 1998).

പോർട്ടോ അലേഗ്രേയിലെ പങ്കാളിത്ത ബഡ്ജറ്റിംഗും കേരളത്തിലെ ജനകീയാസൂത്രണവും തമ്മിൽ മുകളിൽ സൂചിപ്പിച്ച സാദൃശ്യങ്ങൾ നിലനില്ക്കുമ്പോഴും ഇവ രണ്ടും തമ്മിൽ ഒട്ടേറെ വ്യത്യാസങ്ങളും ഉണ്ട് എന്ന് കാണാം. ഇവിടങ്ങളിലെ രാഷ്ട്രീയ ചരിത്രപശ്ചാത്തലം, രണ്ട് രാജ്യങ്ങളിലും നിലനില്ക്കുന്ന ഫെഡറൽ സംവിധാനം, ബഡ്ജറ്റ് രൂപീകരണ പ്രക്രിയ, ആസൂത്രണവുമായി ബന്ധപ്പെട്ട കാര്യപ്രാപ്തിയും മുൻകാല പരിചയവും എന്നിവയുമായി ബന്ധപ്പെട്ടെല്ലാംതന്നെ ഒട്ടേറെ വ്യത്യാസങ്ങൾ നിലനില്ക്കുന്നുണ്ട് എന്ന വസ്തുത നാം കാണേണ്ടതുണ്ട്. അതുകൊണ്ടുതന്നെ പങ്കാളിത്ത ബജ്ഡറ്റിംഗും ജനകീയാസൂത്രണവും തമ്മിൽ അതിന്റെ പ്രക്രിയയിലും രീതിശാസ്ത്രത്തിലും നടപടിക്രമങ്ങളിലുമെല്ലാം ചില വ്യത്യാസങ്ങൾ ഉണ്ടാവുക എന്നത് തികച്ചും സ്വാഭാവികമാണ്.

ഇവ രണ്ടും തമ്മിലുള്ള മറ്റൊരു പ്രധാന വ്യത്യാസം പങ്കാളിത്ത ബഡ്ജറ്റിംഗിൽ ജനകീയ പങ്കാളിത്തം എന്നത് ബഡ്ജറ്റ് തയ്യാറാക്കുന്നതിൽ മാത്രം പരിമിതപ്പെട്ടിരുന്നു എന്നതാണ്. ചെറിയൊരളവിൽ പദ്ധതിയുമായി ബന്ധപ്പെട്ട ധനവിനിയോഗത്തിന്റെ മേൽനോട്ടം ഉണ്ടായിരുന്നു എന്നതൊഴിച്ചാൽ പദ്ധതി നിർവ്വഹണവുമായി ബന്ധപ്പെട്ട് ജനങ്ങൾക്കും കാര്യമായ യാതൊരു പങ്കാളിത്തവും ഉണ്ടായിരുന്നില്ല. എന്നാൽ ജനകീയാസൂത്രണത്തിൽ പദ്ധതി നിർവ്വഹണവുമായി ബന്ധപ്പെട്ട് ജനങ്ങൾക്കും ജനകീയ സംഘടനാ സംവിധാനങ്ങൾക്കും പദ്ധതിനിർവ്വഹണ പ്രവർത്തനങ്ങളിൽ പങ്കാളികളാകുന്നതിന് ഒട്ടേറെ അവസരങ്ങൾ ഉറപ്പാക്കാൻ കഴിഞ്ഞു. ഉദാഹരണമായി, ജനകീയ സംഘടനാ സംവിധാനം എന്ന നിലയിൽ ഗുണഭോക്തൃ സമിതികൾക്ക് പൊതുമരാമത്ത് പ്രവൃത്തികളുടെയും അദ്ധ്യാപക-രക്ഷാകതൃ സമിതികൾക്ക് വിദ്യാഭ്യാസ മേഖലയുമായി ബന്ധപ്പെട്ട പ്രോജക്ടുകളുടെയും ആശുപത്രി മാനേജ്മെന്റ് കമ്മിറ്റികൾക്ക് ആരോഗ്യമേഖലയുമായി ബന്ധപ്പെട്ട പ്രോജക്ടുകളുടെയും നിർവ്വഹണം ഏറ്റെടുത്ത് നടപ്പാക്കുന്നതിന് കഴിഞ്ഞു. അതുപോലെതന്നെ പാടശേഖര സമിതികൾക്കും കർഷകരുടെ സ്വയം സഹായ സംഘങ്ങൾക്കും കാർഷിക മേഖലയുമായി ബന്ധപ്പെട്ട പ്രോജക്ടുകളുടേയും നിർവ്വഹണം ഏറ്റെടുത്ത് നടപ്പാക്കാത്തതിനും കഴിയും. അതുപോലെതന്നെ സഹകരണ മേഖലയെയും പ്രോജക്ടുകളുടെ നിർവ്വഹണത്തിൽ പങ്കാളികളാക്കുന്നതിന് ജനകീയാസൂത്രണത്തിൽ വ്യവസ്ഥകൾ ഉണ്ടാക്കിയിരുന്നു. ഗ്രാമസഭകളിലും വികസന സെമിനാറിലും പങ്കെടുത്തുകൊണ്ട് പ്രോജക്ടുകൾ തെരഞ്ഞെടുക്കുന്നതിലും അവയുടെ നിർവ്വഹണവുമായി ബന്ധ

പ്പെട്ട അവലോകനത്തിൽ പങ്കെടുക്കുന്നതിന് അവസരമൊരുക്കുകയും മാത്രമല്ല സോഷ്യൽ ഓഡിറ്റിംഗിലൂടെ പദ്ധതിയുമായി ബന്ധപ്പെട്ട പ്രോജക്ടുകളുടെ നിർവ്വഹണം സംബന്ധിച്ചും അവയുടെ ഫലക്ഷമതയെ സംബന്ധിച്ചും വിലയിരുത്തുന്നതിനുള്ള അവസരവും ഉറപ്പാക്കാൻ ജനകീയാസൂത്രണത്തിന് കഴിഞ്ഞിട്ടുണ്ട്. എന്നാൽ സോഷ്യൽ ഓഡിറ്റിംഗ് വ്യാപകമാക്കുന്നതിന് ഇതുവരെയും വേണ്ടത്ര കഴിഞ്ഞിട്ടില്ല. ഉല്പാദന മേഖലയുമായും സേവന മേഖലയുമായും ബന്ധപ്പെട്ട പ്രാദേശിക പദ്ധതി പ്രോജക്ടുകളിലെ ജനകീയ പങ്കാളിത്തം നിശ്ചയമായും ജനങ്ങളോടുള്ള ഉത്തരവാദിത്വവും കാര്യക്ഷമതയും വർദ്ധിപ്പിക്കുന്നതിനും പദ്ധതികൾക്കാവശ്യമായ അധിക വിഭവ സമാഹരണം സാദ്ധ്യമാക്കുന്നതിനും വലിയൊരളവിൽ സഹായിച്ചിട്ടുണ്ട്.

സ്വാതന്ത്ര്യലബ്ധിക്കുശേഷം ഇന്ത്യ ആസൂത്രണ വികസനത്തിൽ സ്വീകരിച്ചുപോന്നിട്ടുള്ള പൊതുവായ ആസൂത്രണ സങ്കേതങ്ങൾ ജനകീയാസൂത്രണ പദ്ധതിയിലും പിന്തുടരുകയുണ്ടായി. ആസൂത്രണമെന്നത് വിവിധ തലങ്ങളിലുള്ള സർക്കാരുകളുടെ ചുമതലയിൽ ഏറ്റെടുക്കേണ്ടതും അതത് സർക്കാരിന്റെ അധികാര പരിധിക്കകത്തുള്ള വിഷയങ്ങളെ അടിസ്ഥാനമാക്കിക്കൊണ്ട് വികസന പ്രവർത്തനങ്ങൾ ഏറ്റെടുത്ത് നടപ്പാക്കുകയുമാണ്. 13-ാം അദ്ധ്യായത്തിൽ വിശദീകരിച്ചതുപോലെ ഇത്തരമൊരു അനുബന്ധകമായ തത്ത്വത്തെ (Principle of Subsidiarity) അടിസ്ഥാനമാക്കിയാണ് ജനകീയാസൂത്രണ പദ്ധതി തയ്യാറാക്കി നടപ്പിലാക്കിയത്. ജനകീയാസൂത്രണത്തിന്റെ ഏറ്റവും ശ്രദ്ധേയമായ സംഭാവന ജനകീയ പങ്കാളിത്തത്തോടെയുള്ള പ്രാദേശിക ആസൂത്രണത്തിനായി ഒരു രീതിശാസ്ത്രം വികസിപ്പിച്ച് നടപ്പാക്കി എന്നതാണ്. കഴിഞ്ഞ കാൽ നൂറ്റാണ്ടായി ഈ രീതിശാസ്ത്രം കാര്യമായൊരു മാറ്റവും കൂടാതെ പ്രാദേശിക പദ്ധതി രൂപീകരണത്തിലും നിർവ്വഹണത്തിലും തുടർന്നുവരുന്നുണ്ട്. ഇന്ത്യയിൽ മറ്റേതൊരു സംസ്ഥാനത്തിനും നടപ്പാക്കാൻ കഴിയാത്ത പ്രാദേശികാസൂത്രണം കേരളത്തിലെ എല്ലാ തദ്ദേശ ഭരണസ്ഥാപനങ്ങളും, ഗ്രാമ-നഗര വ്യത്യാസമില്ലാതെ തന്നെ, കഴിഞ്ഞ കാൽനൂറ്റാണ്ടായി നടപ്പാക്കി വരുന്നുണ്ട്.

സാന്റോസിന്റെ (1998) അഭിപ്രായത്തിൽ പോർട്ടോ അലേഗ്രേയിലെ പങ്കാളിത്ത ബഡ്ജറ്റിംഗ് "ഉദ്യോഗസ്ഥ - സാങ്കേതികത്വ"ത്തിൽ നിന്നും "ജനാധിപത്യ-സാങ്കേതികത്വ"ത്തിലേക്കുള്ള ഒരു മാറ്റമാണ്. ഒരു ഉദ്യോഗസ്ഥ - സാങ്കേതിക വ്യവസ്ഥയിൽ പരിശീലനം ആവശ്യമായിട്ടുള്ളത് ഉദ്യോഗസ്ഥർക്ക് മാത്രമാണ്. എന്നാൽ ജനാധിപത്യ - സാങ്കേതിക വ്യവസ്ഥയിൽ സാധാരണജനങ്ങൾ ഒട്ടേറെ കാര്യങ്ങളിൽ വൈദഗ്ദ്ധ്യം വളർത്തി എടുക്കേണ്ടതുണ്ട്. വ്യത്യസ്ത സാങ്കേതികവിദ്യകളെ സംബന്ധിച്ചും വിവിധ നിർമ്മാണ സാമഗ്രികളെ സംബന്ധിച്ചും എല്ലാം സാധാരണ ജനങ്ങളെ പഠിപ്പിക്കേണ്ടതുണ്ട്. പങ്കാളിത്ത ബഡ്ജറ്റിംഗിന്റെ ഭാഗമായി പോർട്ടോ അലേഗ്രേ സ്വീകരിച്ച സമീപനം, പദ്ധതിയുമായി ബന്ധ

പ്പെട്ട സാങ്കേതിക കാര്യങ്ങളെ സംബന്ധിച്ച് സാങ്കേതിക വിദഗ്ദ്ധരായ ഉദ്യോഗസ്ഥർ സാധാരണ ജനങ്ങളോട് അവരുടെ ഭാഷയിൽ, അവർക്ക് മനസ്സിലാകുന്ന വിധത്തിൽ വിശദീകരിച്ചു കൊടുക്കുന്നതിന് ഉദ്യോഗസ്ഥരെ സജ്ജമാക്കി എന്നതാണ്. 1997 മുതൽ ഇതിനായി പ്രത്യേക പരിശീലനങ്ങൾ തന്നെ സർക്കാർ ഉദ്യോഗസ്ഥർക്കായി സംഘടിപ്പിക്കുകയുണ്ടായി.

പദ്ധതിയുമായി ബന്ധപ്പെട്ട് സംഘടിപ്പിച്ച പരിശീലനങ്ങൾ പോർട്ടോ അലേഗ്രേയിൽ മാത്രം ഒതുങ്ങുന്നതല്ല. ജനകീയ പങ്കാളിത്തം ശക്തിപ്പെടുത്തുന്നതിനും ജനകീയ പങ്കാളിത്ത സംവിധാനങ്ങളുമായി ബന്ധപ്പെട്ട് പ്രവർത്തിക്കുന്നവരുടെ സാങ്കേതിക വൈദഗ്ദ്ധ്യം വളർത്തുന്നതിനും വിപുലമായ പരിശീലനമാണ് കേരളത്തിൽ ജനകീയാസൂത്രണവുമായി ബന്ധപ്പെട്ട് സംഘടിപ്പിച്ചത്. പ്രാദേശിക ജനാധിപത്യം ശക്തിപ്പെടുത്തുന്നതിനാവശ്യമായ വൈദഗ്ദ്ധ്യം വളർത്തുന്നതിനായി ഒട്ടേറെ പരിശീലനങ്ങൾ കേരളത്തിൽ നടപ്പാക്കുകയുണ്ടായി. പദ്ധതി രൂപീകരണത്തിന്റെ ഓരോ ഘട്ടത്തിലും ഇതുമായി ബന്ധപ്പെട്ടവർക്ക് വിപുലമായ പരിശീലനങ്ങൾ നല്കുകയും തുടർന്ന് ഓരോ വർഷവും ഇത്തരം പരിശീലനങ്ങൾ തുടരുകയും ചെയ്തിട്ടുണ്ട്. ഇതിന്റെ ഫലമായി ലക്ഷക്കണക്കിന് സാധാരണ ജനങ്ങൾക്ക് വിവിധ രൂപത്തിലുള്ള പരിശീലനങ്ങളിൽ പങ്കെടുക്കുന്നതിന് അവസരം ലഭിച്ചിട്ടുണ്ട്. അധികാരവികേന്ദ്രീകരണത്തിന്റെ കഴിഞ്ഞ 50 വർഷക്കാലത്തെ ചരിത്രത്തിൽ, ലോകത്തൊരിടത്തും കേരളത്തിൽ നടപ്പാക്കിയതുപോലെ വിപുലമായ പരിശീലനങ്ങൾ നടന്നിട്ടില്ല എന്നതാണ് യാഥാർത്ഥ്യം.

രണ്ട് വ്യത്യസ്ത രാജ്യങ്ങളിൽ സ്വതന്ത്രമായി വികസിച്ചുവന്ന അധികാരവികേന്ദ്രീകരണത്തിന്റെ രണ്ട് വ്യത്യസ്ത പരീക്ഷണങ്ങളാണ് കേരളത്തിലേയും പോർട്ടോ അലേഗ്രേയിലേയും അധികാരവികേന്ദ്രീകരണ പരിശ്രമങ്ങൾ. എന്നാൽ ഇവ തമ്മിൽ സമാനതകൾ ഏറെ ഉണ്ടെങ്കിലും തികച്ചും ആശ്ചര്യകരമായ സംഗതി കേരളവും പോർട്ടോ അലേഗ്രേയും തമ്മിൽ പരസ്പരം ആശയ വിനിമയത്തിനും അനുഭവങ്ങൾ പങ്കുവയ്ക്കുന്നതിനും അവസരങ്ങൾ ഉണ്ടായിട്ടില്ല എന്നതാണ്. ആകെയുള്ളത് ഈ രണ്ട് അധികാര വികേന്ദ്രീകരണ പരിശ്രമങ്ങളെയും സംബന്ധിച്ച് പേട്രിക്ക് ഹെല്ലർ 2001 ലും 2012 ഉം നടത്തിയ രണ്ട് പഠനങ്ങൾ മാത്രമാണ്. ഇവയിലൂടെയാണ് കേരളത്തിലെ ജനകീയാസൂത്രണത്തെയും പോർട്ടോ അലേഗ്രേയിലെ പങ്കാളിത്ത ബഡ്ജറ്റിംഗിനേയും രണ്ടിന്റെയും സമാനതകളെ സംബന്ധിച്ചും മനസ്സിലാക്കുന്നതിന് കഴിഞ്ഞത്. ഇതു കൂടാതെ മറ്റൊരു പരിശ്രമം ഇക്കാര്യത്തിൽ നടത്തിയത് കേരളത്തിലേയും പോർട്ടോ അലേഗ്രേയിലേയും അധികാരവികേന്ദ്രീകരണം സംബന്ധിച്ച പരസ്പരബന്ധം വ്യക്തമാക്കുന്ന മാർത്താ ഹാർനെക്കറുടെ പഠനമാണ്. വെനസ്വേലയിലെ അധികാരവികേന്ദ്രീകരണത്തിന് ഇത് പ്രയോജനകരമാവുകയും ചെയ്യുകയുണ്ടായി.

വെനസ്വേലയും മാർത്ത ഹാർനെക്കറും

വെനസ്വേലയിൽ 1999 ൽ പുതിയൊരു ഭരണഘടന നിലവിൽ വരികയുണ്ടായി. ഈ ഭരണഘടനയുടെ 70-ാം വകുപ്പ് ജനകീയ പങ്കാളിത്തത്തിനും 184-ാം വകുപ്പ് അധികാരവികേന്ദ്രീകരണത്തിനും വ്യവസ്ഥ ചെയ്യുന്നതാണ് (Azzelliri 2013). അതോടൊപ്പം തന്നെ പ്രാദേശികതലത്തിൽ അയൽക്കൂട്ടങ്ങൾക്കും, അവിടെ നടക്കുന്ന ചർച്ചകളും അതിൽനിന്നും ഉയർന്നുവരുന്ന നിർദ്ദേശങ്ങളും പരിഗണിച്ചുകൊണ്ട് ഉയർന്നതലത്തിലുള്ള ഭരണസംവിധാനങ്ങൾ തീരുമാനമെടുക്കണം എന്ന വ്യവസ്ഥകൾ എല്ലാം പുതിയ ഭരണഘടനയിൽ ഉറപ്പാക്കുകയുണ്ടായി (Ciccariello-Maher 2016). യഥാർത്ഥത്തിൽ 1980 കൾ മുതൽതന്നെ ലാറ്റിനമേരിക്കയിൽ ആകമാനം ലോകബാങ്ക് മാതൃകയിലുള്ള, പരമ്പരാഗതരീതിയുള്ള അധികാരവികേന്ദ്രീകരണത്തിനുള്ള പരിശ്രമങ്ങൾ നടന്നുവന്നിരുന്നു. എന്നാൽ 1998 ലെ തിരഞ്ഞെടുപ്പിൽ ഹ്യൂഗോ ഷാവേസ് വെനസ്വേലയിൽ അധികാരത്തിലെത്തിയതോടെ കൂടുതൽ ജനാധിപത്യപരമായ അധികാരവികേന്ദ്രീകരണത്തിന് വെനസ്വേലയിൽ തുടക്കം കുറിക്കുകയുണ്ടായി (Lalnder 2006).

വെനസ്വേല അധികാരവികേന്ദ്രീകരണത്തിന് സ്വീകരിക്കുകയും 21-ാം നൂറ്റാണ്ടിന്റെ ആദ്യ കുറെ വർഷങ്ങളിൽ തുടരുകയും ചെയ്ത വഴി കേരളത്തിലെ ജനാധിപത്യ അധികാരവികേന്ദ്രീകരണത്തിന് സമാനമായ ഒന്നായിരുന്നു. ഇതുമായി ബന്ധപ്പെട്ട് പരമാർശിക്കേണ്ട ഒരു വ്യക്തിയാണ് പുരോഗമന പ്രസ്ഥാനത്തിന്റെ പ്രവർത്തകയും പത്രപ്രവർത്തകയും എഴുത്തുകാരിയുമായ മാർത്ത ഹാർനെക്കർ (1937-2019). ഈ പുസ്തകത്തിന്റെ ഒന്നാം പതിപ്പ് വായിച്ച് ആവേശംകൊണ്ട അവർ ഇതിന്റെ സംക്ഷിപ്ത രൂപം സ്പാനിഷ് ഭാഷയിലേക്ക് വിവർത്തനം ചെയ്യുകയുണ്ടായി. കേരളത്തിലെ ജനാധിപത്യ അധികാരവികേന്ദ്രീകരണത്തെയും ജനകീയാസൂത്രണത്തെയും അധികരിച്ചുകൊണ്ട് അവർ ജീവിച്ച ക്യൂബയിലും അതുപോലെതന്നെ വെനസ്വേലയിലെ കാരക്കാസിലും നിരവധി പ്രഭാഷണങ്ങൾ സംഘടിപ്പിക്കുകയും ചെയ്തു. വെനസ്വേലയിലെ ശ്രദ്ധേയമായ അക്കാദമിക് പണ്ഡിതയായി അറിയപ്പെട്ട മാർത്ത ഹാർനെക്കർ വെനസ്വേലയിലെ അധികാരവികേന്ദ്രീകരണത്തെ ലോകത്തിനാകെ പരിചയപ്പെടുത്തുന്നതിനായി നിരവധി സെമിനാറുകളും കോൺഫറൻസുകളും സംഘടിപ്പിക്കുന്നതിന് മുൻകൈയെടുത്തു. 2004 ൽ വെനസ്വേലയിൽ വച്ച് സാമൂഹ്യപ്രവർത്തകരുടേയും അക്കാദമിക് പണ്ഡിതരുടേയും കലാകാരന്മാരുടേയും “മാനവരാശിയുടെ രക്ഷയ്ക്കായി” എന്ന വിഷയത്തെ അടിസ്ഥാനമാക്കി സംഘടിപ്പിച്ച സാർവ്വദേശീയ കോൺഫറൻസിൽ കേരളത്തിലെ ജനകീയാസൂത്രണ പ്രസ്ഥാനത്തിന് നേതൃത്വം നല്കിയവർക്കും ക്ഷണം ലഭിക്കുകയുണ്ടായി. എന്നാൽ ഈ കാലഘട്ടത്തിൽ ജനകീയാസൂത്രണവുമായി ബന്ധപ്പെട്ട ചില സൈദ്ധാന്തിക വിവാദങ്ങൾ കേരളത്തിൽ നടന്നുവന്നതിനാൽ ഇതിൽ പങ്കെടുക്കാൻ കഴിഞ്ഞില്ല. പ്രസ്തുത

വിവാദം സംബന്ധിച്ച് ഈ അദ്ധ്യായത്തിന്റെ അവസാന ഭാഗത്ത് വിശദീകരിക്കുന്നുണ്ട്.

മാർത്ത ഹാർനെക്കർ മുൻകൈയെടുത്തുകൊണ്ട് 2007 ൽ വെനസ്വേലയിലെ കാരക്കാസ് നഗരത്തിലെ മിറാൻഡ ഇന്റർനാഷണൽ സെന്ററിൽവച്ച് ലോകത്തെമ്പാടുമുള്ള പുരോഗമന ചിന്താഗതിക്കാരായ അക്കാദമിക് പണ്ഡിതരെ പങ്കെടുപ്പിച്ചുകൊണ്ട് ഒരു സമ്മേളനം ചേരുകയുണ്ടായി. അനേകദിവസങ്ങൾ നീണ്ടുനിന്ന ഈ സമ്മേളനത്തിൽ വെനസ്വേലയിലെ പ്രസിഡന്റായിരുന്ന ഷാവേസും അദ്ദേഹത്തിന്റെ സഹപ്രവർത്തകരും പങ്കെടുക്കുകയും ബൊളീവിയൻ വിപ്ലവത്തിന്റെ അനുഭവങ്ങളെയും വെനസ്വേലയിൽ നടപ്പാക്കിക്കൊണ്ടിരിക്കുന്ന സാമൂഹ്യമാറ്റത്തിനായുള്ള പരിശ്രമങ്ങളെയുംപറ്റി വിശദീകരിക്കുകയുണ്ടായി. ഹാർനെക്കറുടെ പ്രത്യേക താല്പര്യപ്രകാരം ഈ കോൺഫറൻസിന്റെ ഒരുദിവസം പൂർണ്ണമായും വിവിധ നഗരസഭകളിലെ മേയർമാരുടെ പ്രത്യേക സെഷനിൽ കേരളത്തിലെ ജനകീയാസൂത്രണം സംബന്ധിച്ച അവതരണത്തിന് അവസരമൊരുക്കി (Franke മുതൽ പേർ, 2008). തുടർന്ന് 2014 ൽ ഹാർനെക്കർ കേരളത്തിൽ സന്ദർശനം നടത്തുകയും കേരളത്തിലേയും വെനസ്വേലയിലേയും അധികാരവികേന്ദ്രീകരണ അനുഭവങ്ങളിൽനിന്നും ആവേശമുൾക്കൊണ്ടുകൊണ്ട്, 2019 ൽ അവർ മരണപ്പെടുന്നതിനും തൊട്ടുമുൻപ് *Planning from Below: A Decentralized Participatory Planning Proposal* എന്ന പുസ്തകം ഇംഗ്ലീഷ് ഭാഷയിൽ തയ്യാറാക്കി പ്രസിദ്ധീകരിക്കുകയും ചെയ്തു. ജനാധിപത്യ അധികാരവികേന്ദ്രീകരണ പ്രവർത്തനങ്ങൾ ഏറ്റെടുക്കുന്നതിനായി പരിശ്രമം നടത്തുന്ന, ലോകത്താകമാനമുള്ള ജനകീയ പ്രസ്ഥാനങ്ങൾക്കും ഗവൺമെന്റുകൾക്കും ദാർശനികവും പ്രായോഗികവുമായ ഉൾക്കാഴ്ച നല്കുന്നതാണ് പ്രസ്തുത ഗ്രന്ഥം.

കേരളത്തിലേയും വെനസ്വേലയിലേയും അധികാരവികേന്ദ്രീകരണത്തിൽ പലകാര്യങ്ങളിലും വളരെയേറെ സാദൃശ്യങ്ങളുണ്ട്. ഏറ്റവും പ്രധാനപ്പെട്ട കാര്യം ഈ രണ്ട് സ്ഥലങ്ങളിലേയും അധികാരവികേന്ദ്രീകരണത്തിലുള്ള സന്നദ്ധ പ്രവർത്തകരുടെ പങ്കാണ്. ജനാധിപത്യ അധികാരവികേന്ദ്രീകരണത്തിന്റെ മുന്നണിപ്പോരാളികളായി സന്നദ്ധ പ്രവർത്തകർ മാറുകയും പങ്കാളിത്ത ജനാധിപത്യം ശക്തിപ്പെടുത്തുന്നതിൽ പ്രധാന പങ്കുവഹിക്കുകയും ചെയ്തിട്ടുണ്ട്. കേരളത്തിലെ അധികാരവികേന്ദ്രീകരണത്തിനായി നിയമിക്കപ്പെട്ട സെൻ കമ്മിറ്റിയുടെ ഇക്കാര്യത്തിലുള്ള നിരീക്ഷണം സംബന്ധിച്ച് ഈ പുസ്തകത്തിന്റെ 13–ാം അദ്ധ്യായത്തിൽ പരാമർശിച്ചിട്ടുണ്ട് (Harnecker and Bartolome 2019). സന്നദ്ധതയെന്നത് സാധാരണ ജനങ്ങൾക്ക് സാമൂഹ്യ പ്രവർത്തനങ്ങളിൽ അർത്ഥപൂർണ്ണമായി ഇടപെടുന്നതിനുള്ള ശേഷിയാണ്. ജനാധിപത്യ അധികാരവികേന്ദ്രീകരണം തീരുമാനങ്ങൾ എടുക്കുന്നതിനുള്ള യഥാർത്ഥ അധികാരം ജനകീയ സഭകൾക്ക് കൈമാറുകയാണ് ചെയ്തത്. ഇത്തരമൊരു സാഹ

ചര്യം സന്നദ്ധപ്രവർത്തനത്തിന് സഹായകമായ അന്തരീക്ഷം സൃഷ്ടിക്കുകയും സന്നദ്ധ പ്രവർത്തകർക്ക് ക്രിയാത്മകമായി ഇത് പ്രയോജനപ്പെടുത്തുന്നതിനും കഴിഞ്ഞു.

21-ാം നൂറ്റാണ്ടിന്റെ ആദ്യനാളുകളിൽ വെനസ്യൂലയുടെ സാമൂഹ്യ-രാഷ്ട്രീയ സാഹചര്യങ്ങളിൽ ഇത് സുപ്രധാന മാറ്റങ്ങൾക്കിടയാക്കിയിട്ടുണ്ട്. ഹാർനെക്കറിനെ സംബന്ധിച്ചിടത്തോളം ഇത് പുത്തൻ ആശയങ്ങളും പുതിയൊരാവേശവും ലഭിക്കുന്നതിന് സഹായിക്കുകയുണ്ടായി. 1995 ൽ പ്രസിദ്ധീകരിച്ച *Beyond Capital* എന്ന പുസ്തകത്തിലൂടെ ഹംഗേറിയൻ മാർക്സിസ്റ്റ് ചിന്തകനായ ഇസ്ത്വാൻ മെസാറോസ് വികേന്ദ്രീകരണത്തിലൂന്നിയ സോഷ്യലിസം എന്ന പുതിയൊരു വീക്ഷണം അവതരിപ്പിക്കുകയുണ്ടായി (Lebowitz 2006). ഈ പുസ്തകം വായിച്ചതിന്റെ കൂടി അടിസ്ഥാനത്തിലാണ് വെനസ്യൂലയിലെ സമരങ്ങളേയും പരിഷ്കരണ പരിപാടികളേയും "21-ാം നൂറ്റാണ്ടിലെ സോഷ്യലിസം" എന്ന് പ്രസിഡന്റ് ഹ്യൂഗോ ഷാവേസ് 2015 ൽ വിശേഷിപ്പിച്ചത് (Harnecker 2015).

ഇരുപത്തിയൊന്നാം നൂറ്റാണ്ടിലെ സോഷ്യലിസം എന്ന ആശയത്തെ പൂർണ്ണമായും സൈദ്ധാന്തികവല്ക്കരിക്കുന്നതിനും ശക്തമായൊരു സൈദ്ധാന്തിക പിൻബലം നല്കുന്നതിനും കഴിഞ്ഞില്ല. എന്നിരുന്നാലും ഇതുമായി ബന്ധപ്പെട്ട് നടത്തിയ പ്രവർത്തനങ്ങൾ നോക്കുമ്പോൾ കേരളത്തിൽ നടപ്പാക്കിയ അധികാരവികേന്ദ്രീകരണ പ്രവർത്തനങ്ങളുമായി ഏറെ സാദൃശ്യമുണ്ട് എന്ന് കാണാം. വെനസ്യൂലയിലും ആസൂത്രണം ആരംഭിച്ചത് അടിത്തട്ടിൽ നിന്നുമാണ്. ഏറ്റവും താഴെ പ്രാദേശിക ജനസമൂഹങ്ങളിൽനിന്നാണ് ആസൂത്രണത്തിന് തുടക്കം കുറിച്ചത്. വെനസ്യൂലയിൽ ഇത് "കമ്യൂണുകൾ" എന്നാണ് അറിയപ്പെടുന്നത്. തുടർന്ന് ജില്ലയിലും സംസ്ഥാനത്തും ആസൂത്രണം നടത്തുകയാണ് ചെയ്തത്. ഭൂമിശാസ്ത്രപരമായി നോക്കുമ്പോൾ നഗരപ്രദേശങ്ങളിൽ 200 കുടുംബങ്ങളും ഗ്രാമപ്രദേശങ്ങളിൽ 100-150 കുടുംബങ്ങളും ഉൾപ്പെട്ടതാണ് ഒരു കമ്യൂൺ. ഇത്തരത്തിൽ രൂപീകരിക്കുന്ന ജനകീയ സമിതികൾക്ക് പ്രാദേശികതലത്തിലുള്ള ചർച്ചകളിലൂടെ പദ്ധതികൾ തയ്യാറാക്കി അംഗീകരിക്കുന്നതിന് കഴിയും. മാത്രവുമല്ല, പൊതുതാല്പര്യങ്ങൾ സംരക്ഷിക്കുന്നതിനാവശ്യമായ പെരുമാറ്റചട്ടങ്ങൾക്കും നിയന്ത്രണങ്ങൾക്കും രൂപം നല്കുന്നതിനും കമ്യൂണുകൾക്ക് അധികാരമുണ്ട്. കമ്യൂൺതലത്തിലുള്ള ശില്പശാലകൾ വിളിച്ചുചേർത്തുകൊണ്ട് ചർച്ചകളിലൂടെയാണ് തീരുമാനങ്ങൾ കൈക്കൊള്ളുന്നത്. കമ്യൂണുകളുടെ തൊട്ടുമുകളിലുള്ള ജനകീയ പങ്കാളിത്ത സംവിധാനമായ "കമ്യൂണൽ കൗൺസി"ലിലേക്കുള്ള പ്രതിനിധികളെ തിരഞ്ഞെടുക്കേണ്ടതും കമ്യൂൺയോഗത്തിൽനിന്നാണ് (Harneckner and Bartolome 2019). ഇത്തരത്തിൽ രൂപം കൊള്ളുന്ന കമ്യൂണൽ കൗൺസിലുകൾക്ക് ചില സുപ്രധാനമായ മേൽനോട്ട ചുമതലകൾ നിർവ്വഹിക്കുവാനുണ്ട്. വെനസ്യൂലയിലെ ഭരണഘടനയുടെ 5-ാം വകുപ്പ് കമ്യൂണുകൾക്ക് ഭരണഘടനാ പരിരക്ഷ ഉറപ്പുനല്കുന്നു.

പ്രസ്തുത വകുപ്പിൽ കമ്യൂണുകളുടെ ചുമതലകളേയും ഉത്തരവാദിത്വങ്ങളേയും സംബന്ധിച്ച് വ്യക്തമാക്കുകയും ചെയ്യുന്നുണ്ട്. ഇതനുസരിച്ച് പ്രാദേശിക തലത്തിലുള്ള തീരുമാനങ്ങൾ എടുക്കുന്നതിനായുള്ള ചർച്ചകൾക്ക് നേതൃത്വം നല്കുന്നതിനും നിർദ്ദേശങ്ങൾ സമർപ്പിക്കുന്നതിനും അതത് പ്രദേശവുമായി ബന്ധപ്പെട്ട നിയമനിർമ്മാണം നടത്തുന്നതിനും സാമൂഹ്യ ജീവിതക്രമം ചിട്ടപ്പെടുത്തിന്നതിനുമെല്ലാമുള്ള അധികാരങ്ങൾ കമ്യൂണുകൾക്കുണ്ട് (Venezuella's Communal Councils 2015). കമ്യൂണൽ കൗൺസിലുകൾ എന്നത് പ്രാദേശികതലത്തിലുള്ള നിരവധി കമ്യൂണുകൾ ഉൾപ്പെട്ട സംഘാതമാണ്. തൊഴിലാളികളുടെ നേതൃത്വത്തിലുള്ള സഹകരണ സംഘങ്ങൾ ഏതെല്ലാം ഉല്പാദന–സേവന സംരംഭങ്ങളാണ് സഹകരണാടിസ്ഥാനത്തിൽ ആരംഭിക്കേണ്ടത് എന്നതുൾപ്പെടെയുള്ള തീരുമാനങ്ങൾ എടുക്കുന്നത് കമ്യൂണൽ കൗൺസിലുകളുടെ തലത്തിലാണ് (Azzeleni 2013). 2006 ൽ പുറത്തുവന്ന കണക്കനുസരിച്ച് 2005 ആയപ്പോഴേക്കും ഇത്തരത്തിലുള്ള 84000 സഹകരണ സംരംഭങ്ങൾ വെനസ്യൂലയിൽ പ്രവർത്തിക്കുന്നുണ്ട്. ഇവയിൽ എല്ലാംകൂടി 10 ലക്ഷത്തിലധികം പേർ അംഗങ്ങളായിട്ടുണ്ട് (Lebowitz 2006).

എന്നാൽ ഇന്നത്തെ വെനസ്യൂലയിലെ അധികാരവികേന്ദ്രീകരണം സംബന്ധിച്ച് വ്യക്തമായ, വിശ്വസ്തമായ വിവരങ്ങൾ നമുക്ക് ലഭ്യമല്ല. വെനസ്യൂലയിൽ അമേരിക്ക ഉപരോധം ഏർപ്പെടുത്തിക്കൊണ്ട് ബൊളീവിയൻ റവല്യൂഷണറി ഗവൺമെന്റിനെ അധികാരത്തിൽനിന്നും പുറത്താക്കി അമേരിക്കയുടെ പാവ ഗവൺമെന്റിനെ പ്രതിഷ്ഠിക്കാനുള്ള നീക്കവും അധികാരവികേന്ദ്രീകരണം നേരിട്ട തിരിച്ചടികളെ സംബന്ധിച്ച് കൂടുതൽ വിവരങ്ങൾ ലഭിക്കുന്നതിന് തടസ്സമായി. സമീപകാലത്ത് ഒരു അക്കാദമിക് വിമർശകൻ വെനസ്യൂലയിലെ അധികാരവികേന്ദ്രീകരണത്തിന്റെ അവസ്ഥയെ വിശേഷിപ്പിച്ചത് ഇന്നത്തെ വെനസ്യൂലയിലെ അധികാരവികേന്ദ്രീകരണം നേരിടുന്ന ഏറ്റവും വലിയ വെല്ലുവിളി പ്രാതിനിദ്ധ്യ ജനാധിപത്യവും പങ്കാളിത്ത ജനാധിപത്യവും തമ്മിലുള്ള സംഘർഷങ്ങളാണ് എന്നാണ് (Garcia - Guadilla and Torrealba 2019).

അധികാരവികേന്ദ്രീകരണത്തിന്റെ നവലിബറൽ ധാര

1980 കളുടെ ആദ്യം "യുണൈറ്റഡ് സ്റ്റേറ്റ്സ് ഏജൻസി ഫോർ ഇന്റർനാഷണൽ ഡവലപ്മെന്റ്" (USAID)ന്റെ സഹായത്തോടെ കാലിഫോർണിയ, സിറാക്യസ്, കോർണൽ എന്നീ സർവ്വകലാശാലകൾ ഏറ്റെടുത്ത് നടപ്പാക്കിയ ഗവേഷണ പ്രോജക്ടുകൾ വിവിധ രാജ്യങ്ങളിൽ നടപ്പാക്കിയ വ്യത്യസ്ത രൂപത്തിലുള്ള അധികാരവികേന്ദ്രീകരണത്തെ സംബന്ധിച്ച് വിശദമാക്കുകയുണ്ടായി. ഇത്തരത്തിൽ നടത്തിയ ഗവേഷണ പഠനങ്ങളെ യു എസ് എ ഐ ഡി സഹായത്തോടെ കെനിയ (Cohen and Peterson 1999), ഇന്തോനേഷ്യ (Northrup 1999) എന്നീ രാജ്യങ്ങളിൽ അധികാരവികേന്ദ്രീകരണ നടത്തിപ്പിനായി പ്രയോജനപ്പെടുത്തുകയും

ചെയ്തിട്ടുണ്ട്. ലോകബാങ്ക് സഹായത്തോടെ 1980 ൽ അധികാരവികേന്ദ്രീകരണം സംബന്ധിച്ച വലിയൊരു പഠന പരമ്പര തന്നെ ഉണ്ടായിട്ടുണ്ട്. ഇവയെല്ലാം തന്നെ അധികാരവികേന്ദ്രീകരണത്തിന്റെ യുക്തി, സാങ്കേതിക വശങ്ങൾ, നടപ്പാക്കിയ രാജ്യങ്ങളിലെ അനുഭവങ്ങൾ എന്നിവയുമായി ബന്ധപ്പെട്ടവയായിരുന്നു (Rondinelli 1984). 1994 ആയപ്പോഴേക്കും 50 ലക്ഷത്തിലധികം ജനസംഖ്യയുള്ള 75 രാജ്യങ്ങളിൽ 63 രാജ്യങ്ങൾ പ്രാദേശിക ഗവൺമെന്റുകൾക്ക് അധികാരങ്ങൾ വികേന്ദ്രീകരിച്ച് നല്കുകയുണ്ടായി. 1990 കളിൽ യു എസ് എ ഐ ഡി യുടെ സഹായത്തോടെ ആറ് രാജ്യങ്ങളിലെ ജനാധിപത്യം, വികേന്ദ്രീകരണം എന്നിവയെക്കുറിച്ച് ഒരു താരതമ്യ പഠനം നടത്തുകയുണ്ടായി (Blair 2000). അതോടൊപ്പം തന്നെ വിവിധ രാജ്യങ്ങളിൽ നടപ്പാക്കിയ ആരോഗ്യമേഖലയിലെ വികേന്ദ്രീകരണം സംബന്ധിച്ച പഠനങ്ങളും നടക്കുകയുണ്ടായി (Kolehmainen - Aitken 1999). *ഡവലപ്മെന്റ് ആന്റ് ചെയ്ഞ്ച്* എന്ന പ്രസിദ്ധമായ ജേർണലിന്റെ രണ്ട് വാല്യങ്ങൾ അധികാരവികേന്ദ്രീകരണവുമായി ബന്ധപ്പെട്ട വിഷയങ്ങൾക്കായി നീക്കിവയ്ക്കുകയും ചെയ്തു (Vol.20, no.1, 1989; Vol.21, No.5, 1990). അതുപോലെതന്നെ യു എൻ ഡി പി അധികാരവികേന്ദ്രീകരണം സംബന്ധിച്ച പഠനങ്ങളുടെ ഒരു ഗ്രന്ഥസൂചിക (Klingman 1994) തയ്യാറാക്കുകയും സിംബാബ്‌വെ, ചിലി എന്നീ രാജ്യങ്ങളിൽ നടപ്പാക്കിയ അധികാരവികേന്ദ്രീകരണത്തിന്റെ അനുഭവങ്ങൾ പഠനവിധേയമാക്കുകയും ചെയ്തു (Stewart മുതൽ പേർ 1994). അധികാരവികേന്ദ്രീകരണവുമായി ബന്ധപ്പെട്ട് നടത്തിയ മറ്റൊരു ശ്രദ്ധേയമായ പഠനം ഇന്ത്യ (കർണ്ണാടക), ബംഗ്ലാദേശ്, ഐവറി കോസ്റ്റ്, ഘാന എന്നീ രാജ്യങ്ങളിലെ അനുഭവങ്ങളെ അടിസ്ഥാനമാക്കിക്കൊണ്ട് നടത്തിയ താരതമ്യ വിശകലനമാണ് (Crook and Manor 1998). തുടർന്ന് നിരവധി പഠനങ്ങൾ നടന്നിട്ടുണ്ട്.

വികേന്ദ്രീകരണം, ചുമതല കൈമാറൽ, വിഭവ കൈമാറ്റം

യു എസ് എ ഐ ഡി സഹായത്തോടെ അധികാരവികേന്ദ്രീകരണത്തിന്റെ നിർവ്വഹണം സംബന്ധിച്ച പഠന പ്രോജക്ട് കാലിഫോർണിയ സർവ്വകലാശാലയിലെ ബർക്കിലി ഇൻസ്റ്റിറ്റ്യൂട്ട് ഓഫ് ഇന്റർനാഷണൽ സ്റ്റഡീസ് 1980 കളുടെ ആദ്യം പൂർത്തിയാക്കുകയുണ്ടായി. അതിനുശേഷം ഉരുത്തിരിഞ്ഞുവന്ന പൊതുവായ ധാരണ ഭരണപരമായ വികേന്ദ്രീകരണത്തിന് മൂന്ന് വ്യത്യസ്ത രൂപങ്ങൾ ഉണ്ട് എന്നതാണ് (Cohen and Peterson 1999, Conyers 1984, World Bank 1999). ഇതിൽ ഏറ്റവും ദുർബ്ബലമായ രൂപം ഡീകോൺസെൻട്രേഷൻ എന്നതാണ്. ഇവിടെ വിവിധ വകുപ്പുകൾ തീരുമാനമെടുക്കുന്നതിനായി ഏതാനും ചില കാര്യങ്ങൾ താഴെ തലങ്ങളിലുള്ള ഉദ്യോഗസ്ഥർക്ക് കൈമാറുക എന്നതുമാത്രമാണ് ചെയ്യുന്നത്. പ്രാദേശികതലത്തിലേക്ക് ചില ചുമതലകൾ നല്കിക്കൊണ്ട് മുകൾത്തലത്തിലെ അധികാരങ്ങൾ താഴെതലത്തിലേക്ക് കൈമാറുന്നു

എന്നു മാത്രം. അവികസിതവും വികസ്വരവുമായ രാജ്യങ്ങളിൽ ഇതുവരെ നടപ്പാക്കിയ അധികാരവികേന്ദ്രീകരണം പ്രധാനമായും ഇത്തരത്തിലുള്ളതായിരുന്നു (Cohen and Peterson 1999).

കേരളത്തിൽ നടപ്പാക്കിയ ജനകീയാസൂത്രണം ഇതിൽനിന്നും തികച്ചും വ്യത്യസ്തമായിരുന്നു എന്ന് കാണാം. ഇവിടെ നടപ്പാക്കിയ അധികാരവികേന്ദ്രീകരണം വിവിധ വകുപ്പുകളിലെ ഉദ്യോഗസ്ഥർ കൈകാര്യം ചെയ്തുവന്നിരുന്ന അധികാരങ്ങൾ പ്രാദേശികതലത്തിലുള്ള തിരഞ്ഞെടുക്കപ്പെട്ട ജനപ്രതിനിധികളിലേക്ക് കൈമാറുകയാണ് ചെയ്തത്. ഡെലിഗേഷന്റെ കാര്യത്തിൽ സംഭവിക്കുന്നത് സർക്കാരിന്റെ അധികാരങ്ങൾ പ്രത്യേകിച്ച്, ചില ചുമതലകളും ഉത്തരവാദിത്വങ്ങളും സ്വയം ഭരണസ്ഥാപനങ്ങൾ, സ്വതന്ത്രമായ സംവിധാനങ്ങൾ, സർക്കാരിന്റെ ഉടമസ്ഥതയിലുള്ള കമ്പനികൾ അല്ലെങ്കിൽ ബോർഡുകൾ, പൊതു ഉടമസ്ഥതയിലുള്ള സേവന സംവിധാനങ്ങൾ അതല്ലെങ്കിൽ സ്വകാര്യമേഖലയിലുള്ള സ്ഥാപനങ്ങൾ എന്നിവയ്ക്ക് കൈമാറുക എന്നതാണ്. കേരളത്തിൽ നടപ്പാക്കിയ അധികാവികേന്ദ്രീകരണത്തിൽ ചുമതലകളും ഉത്തരവാദിത്വങ്ങളും താഴേക്ക് നല്കിയിട്ടുണ്ട് എന്നത് ശരിയാണ്. എന്നാൽ അത് മുകളിൽ സൂചിപ്പിക്കപ്പെട്ടതുപോലെയുള്ളതല്ല. പ്രാദേശികതലത്തിലുള്ള തിരഞ്ഞെടുക്കപ്പെട്ട ജനാധിപത്യ ഭരണസ്ഥാപനങ്ങൾക്കാണ് അധികാരങ്ങളും ചുമതലകളും കൈമാറിയത്. അധികാരവികേന്ദ്രീകരണത്തിൽ ഏറ്റവും സമഗ്രവും സുപ്രധാനവുമായ രൂപം "ഡെവല്യൂഷൻ" എന്നതാണ്. ഇവിടെ അധികാരങ്ങൾ കൈമാറുന്നത് സ്വയംഭരണാവകാശമോ അർദ്ധ-സ്വയം ഭരണാവകാശമോ ഉള്ള പ്രാദേശിക ഗവൺമെന്റുകൾക്കാണ്. ഇത്തരം പ്രാദേശിക ഗവൺമെന്റുകൾക്ക് ആസൂത്രണപദ്ധതി തയ്യാറാക്കുന്നതിനും തീരുമാനങ്ങൾ എടുക്കുന്നതിനും വിഭവ സമാഹരണത്തിനും ജീവനക്കാരെ നിയമിക്കുന്നതിനും പരിപാടികളുടെ നടത്തിപ്പ് സംബന്ധിച്ച അവലോകനം നടത്തുന്നതിനുമെല്ലാമുള്ള സ്വാതന്ത്ര്യം ഉണ്ടായിരിക്കും.

> ഇത്തരത്തിലുള്ള അധികാരവികേന്ദ്രീകരണം ചിട്ടപ്പെടുത്തിയിരിക്കുന്നത് മുകൾത്തട്ടിലുള്ള ഗവൺമെന്റും പ്രാദേശിക ഗവൺമെന്റുകളും തമ്മിൽ പരസ്പരം ആശ്രയിച്ച് പ്രവർത്തിക്കുന്നതിനും ഇവയ്ക്ക് രണ്ടിനും പ്രയോജനകരമായ രൂപത്തിലും ആണ്. പ്രാദേശിക ഗവൺമെന്റുകൾ മുകൾ തട്ടിലുള്ള ഗവൺമെന്റുകൾക്ക് കീഴ്പ്പെട്ടുകൊണ്ടോ അവയുടെ മേൽനോട്ടത്തിൻ കീഴിലോ അല്ല പ്രവർത്തിക്കുന്നത്. പ്രാദേശിക ഗവൺമെന്റുകൾക്ക് മറ്റ് തലങ്ങളിലുള്ള ഗവൺമെന്റുകളുമായി സ്വതന്ത്രമായ ബന്ധം പുലർത്തുന്നതിനും അവസരം ലഭിക്കുന്നുണ്ട് (Rondinelli മുതൽപേർ, 1984).

കഴിഞ്ഞ അദ്ധ്യായത്തിൽ സൂചിപ്പിച്ചതുപോലെ സെൻ കമ്മിറ്റിയുടെ 'ശുപാർശ' കണക്കിലെടുത്തുകൊണ്ട് കേരളത്തിലെ അധികാരവികേന്ദ്രീകരണത്തിനായി നടത്തിയ നിയമനിർമ്മാണങ്ങളിലൂടെ യഥാർത്ഥ അർത്ഥ

ത്തിലുള്ള അധികാരവികേന്ദ്രീകരണത്തിലേക്ക് പോകുന്നതിനും സ്വയംഭരണം, പരസ്പരപൂരകത്വം, ചുമതലകളിലെ വ്യക്തത, പരസ്പരബന്ധം എന്നീ അടിസ്ഥാനതത്വങ്ങളിലൂന്നിക്കൊണ്ട് തദ്ദേശഭരണ സ്ഥാപനങ്ങൾക്ക് പ്രവർത്തിക്കുന്നതിനും കഴിയുന്ന സാഹചര്യം സൃഷ്ടിക്കപ്പെട്ടു. അധികാരവികേന്ദ്രീകരണം ഫലപ്രദമായി നടപ്പാക്കുന്നതിന് സഹായകമായ, മേൽസൂചിപ്പിക്കപ്പെട്ട അടിസ്ഥാനതത്ത്വങ്ങൾ നിയമപരിരക്ഷ നല്കി തയ്യാറാക്കുന്നതിന് മൂന്ന് വർഷം മുമ്പുതന്നെ, ജനകീയാസൂത്രണ പ്രസ്ഥാനകാലത്ത് ഇത്തരം അടിസ്ഥാനതത്ത്വങ്ങളും വ്യവസ്ഥകളും പാലിക്കപ്പെട്ടിരുന്നു എന്നതാണ് ശ്രദ്ധേയം. കേരളത്തിലെ അധികാരവികേന്ദ്രീകരണം ഈയൊരർത്ഥത്തിൽ സാർവ്വദേശീയതലത്തിൽ നവലിബറൽ കാഴ്ചപ്പാടോടെ നടപ്പാക്കിയിട്ടുള്ള അധികാര വികേന്ദ്രീകരണധാരയിൽനിന്നും തികച്ചും വേറിട്ടതാണ്. എന്നാൽ ഡെലിഗേഷന്റെയും ഡെവല്യൂഷന്റേതുമായ ചില അടിസ്ഥാനഘടകങ്ങളെ സമന്വയിപ്പിക്കുന്നതിനും കഴിഞ്ഞിട്ടുണ്ട്. കേരളത്തിലേതുപോലെ തികച്ചും സവിശേഷമായ ജനാധിപത്യഅധികാരവികേന്ദ്രീകരണത്തിന്റെ മാതൃകകൾ ഇതു സംബന്ധിച്ച് പ്രസിദ്ധീകരിച്ചിട്ടുള്ള രചനകളിൽ ഒന്നും തന്നെ കാണുന്നതിനും കഴിഞ്ഞിട്ടില്ല.

വിവിധ രാജ്യങ്ങളിലെ അധികാരവികേന്ദ്രീകരണം വിവിധ നിലകളിലാണ് നടപ്പാക്കിയിട്ടുള്ളത്. ചില രാജ്യങ്ങളിൽ കൂടുതൽ അധികാരങ്ങൾ പ്രാദേശിക ഗവൺമെന്റുകൾക്ക് കൈമാറിയപ്പോൾ മറ്റിടങ്ങളിൽ പരിമിതമായ അധികാരങ്ങൾ മാത്രമാണ് നല്കിയിട്ടുള്ളത്. അധികാരവികേന്ദ്രീകരണത്തിന് പരക്കെ അംഗീകരിച്ചിട്ടുള്ള മൂന്ന് വ്യത്യസ്ത രൂപങ്ങളാണ്. എങ്കിൽപോലും വിവിധ രാജ്യങ്ങളിൽ നടപ്പാക്കിയിട്ടുള്ള അധികാരവികേന്ദ്രീകരണ പ്രവർത്തനങ്ങൾ കൃത്യമായും ഈ മൂന്ന് മാതൃകകളായ ഡികോൺസെൻട്രേഷൻ, ഡെലിഗേഷൻ, ഡെവല്യൂഷൻ എന്നിവയാണ് എന്ന് പറയാൻ കഴിയില്ല എന്നതാണ് വാസ്തവം. എന്നാൽ അധികാരവികേന്ദ്രീകരണത്തെ വിവിധ രാജ്യങ്ങളിലെ പ്രാദേശിക ഗവൺമെന്റുകൾക്ക് കൈമാറിയ വിഭവങ്ങളുടേയും ധനപരമായ വികേന്ദ്രീകരണത്തിന്റേയും അടിസ്ഥാനത്തിൽ കൃത്യമായി പട്ടികപ്പെടുത്താൻ കഴിയും. ഇത്തരത്തിൽ അധികാരവികേന്ദ്രീകരണത്തിന്റെ പുരോഗതി വിലയിരുത്തുമ്പോഴും ഉയർന്നുവരുന്ന ചില ആശയക്കുഴപ്പങ്ങൾ ഉണ്ട് എന്നത് കാണാതിരുന്നുകൂടാ. എന്തെന്നാൽ ഒരു ഫെഡറൽ രാജ്യത്തിലെ പ്രാദേശിക ഗവൺമെന്റുകളുടെ സ്ഥിതിയും ഒരു യൂണിറ്ററി രാജ്യത്തിലെ പ്രാദേശിക ഗവൺമെന്റുകളുടെ സ്ഥിതിയും തമ്മിൽ വ്യത്യസ്തതകൾ നിലനില്ക്കുന്നുണ്ട്. പ്രധാനപ്പെട്ട ഫെഡറൽ രാജ്യങ്ങളിലെല്ലാം തന്നെ മൂന്ന് തട്ടുകളിലുള്ള ഭരണ സംവിധാനങ്ങളാണ് നിലനില്ക്കുന്നത് – കേന്ദ്ര ഗവൺമെന്റ്/ഫെഡറൽ ഗവൺമെന്റ്, പ്രൊവിൻഷ്യൽ ഗവൺമെന്റ്/ സംസ്ഥാന ഗവൺമെന്റ്, പ്രാദേശിക ഗവൺമെന്റുകൾ എന്നിവയാണ് അവ. (പ്രാദേശിക ഗവൺമെന്റുകൾ ജില്ലാതലത്തിലും അതിന് താഴെയും നിലനില്ക്കുന്നുണ്ട്.)

അധികാരവികേന്ദ്രീകരണത്തിന്റെ വ്യത്യസ്തതലങ്ങളും നിലവാരവും

അധികാരവികേന്ദ്രീകരണത്തിലൂടെ ഏതുനിലയിൽ അതല്ലെങ്കിൽ എത്ര അളവിൽ സർക്കാരിന്റെ ചെലവിനങ്ങൾ താഴേക്ക് വിഭജിച്ചു നല്കിയിട്ടുണ്ട് എന്നും അധികാരവും ധനവും കൈമാറ്റം ചെയ്തിട്ടുണ്ട് എന്നും നാം അറിയേണ്ടതുണ്ട്. ക്ലുഗ്മാൻസ് (1994) തയ്യാറാക്കിയ സ്ഥിതിവിവരക്കണക്കനുസരിച്ച് 16 രാജ്യങ്ങളിലെ താഴെ തട്ടുകളിലുള്ള ഗവൺമെന്റിന്റെ ധനവിനിയോഗ കണക്കിൽ ഇന്ത്യയുടെ താഴെ തലങ്ങളിലുള്ള ഗവൺമെന്റുകൾ 55 ശതമാനം തുകയാണ് ചെലവഴിക്കുന്നത്. ഇതിൽ കേന്ദ്രഗവൺമെന്റ് വിവിധ സംസ്ഥാന ഗവൺമെന്റുകൾക്ക് കൈമാറുന്ന വിഭവങ്ങൾ ഉൾപ്പെടെയാണ് എന്ന കാര്യം നാം ഓർക്കേണ്ടതുണ്ട്. പുട്ട്നാം (1993) എന്ന സാമൂഹ്യശാസ്ത്രജ്ഞൻ ഇറ്റലിയിലെ വികേന്ദ്രീകരണത്തെ വളരെയധികം പ്രശംസിക്കുന്നുണ്ട്. എന്നാൽ അവിടെ അധികാരങ്ങൾ പ്രൊവിൻഷ്യൻ തലത്തിൽ (സംസ്ഥാനതലം) മാത്രമേ വികേന്ദ്രീകരിച്ചിട്ടുള്ളു എന്നതും ഓരോ പ്രൊവിൻസിലും ഒരു ലക്ഷംമുതൽ തൊണ്ണൂറ് ലക്ഷംവരെ ജനങ്ങൾ അധിവസിക്കുന്നുണ്ട് എന്നതും നാം കാണേണ്ടതുണ്ട്. ഇത്തരത്തിൽ വലിയ തോതിൽ ജനസംഖ്യയുള്ള തലത്തിലേക്ക് അധികാരങ്ങൾ വികേന്ദ്രീകരിക്കുമ്പോൾ ജനങ്ങളുടെ പങ്കാളിത്തം എന്നത് വോട്ടുരേഖപ്പെടുത്തുന്നതിനപ്പുറം കേരളത്തിൽ നടപ്പാക്കിയതുപോലുള്ള സൂക്ഷ്മതലത്തിലുള്ള ജനകീയ പങ്കാളിത്ത അവസരം ലഭിക്കാനിടയില്ല.

അധികാരവികേന്ദ്രീകരണം നടപ്പാക്കിയ മറ്റ് രാജ്യങ്ങളെക്കുറിച്ചുള്ള വിശദമായ വിവരങ്ങൾ നമുക്ക് ലഭിക്കുന്നത് കെനിയ (Cohen and Peterson 1999; Stover 1999), എത്യോപ്പിയ (Cohen and Peterson 1999), മെക്സിക്കോ (Cohen and Peterson 1999, Stover 1999), സിംബാബ്വെ (Stewart 1994)), ഇന്തോനേഷ്യ (Northrup 1999), ചിലി (Stewart and Ranis 1994) എന്നീ രാജ്യങ്ങളിൽ നിന്നാണ്. ഈ രാജ്യങ്ങളിലെല്ലാംതന്നെ നടപ്പാക്കിയ അധികാരവികേന്ദ്രീകരണം മേഖലാതലം അല്ലെങ്കിൽ ജില്ലാതലം വരെയുള്ള അധികാര കൈമാറ്റം മാത്രമാണ്. സിംബാബ്വെയുടെ സ്ഥിതി വിലയിരുത്തുമ്പോൾ അവിടെ വില്ലേജ് തലത്തിൽനിന്നും വികസന നിർദ്ദേശങ്ങൾ ജില്ലാ കൗൺസിലുകൾക്ക് നല്കാം എന്നതുമാത്രമാണ് അധികാരവികേന്ദ്രീകരണത്തിന്റെ ഭാഗമായി നടപ്പാക്കിയിട്ടുള്ളത്. പ്രാദേശികതലത്തിലുള്ള ഈ സമൂഹത്തിന് ഓരോന്നിനും രണ്ട് ചെറിയ പ്രോജക്ടുകൾ ജില്ലാ കൗൺസിൽ മുമ്പാകെ സമർപ്പിക്കാം. വിദേശസഹായത്തോടെ നടപ്പാക്കുന്ന വികസന പദ്ധതിയുമായി ബന്ധപ്പെട്ട ഒരു പ്രോജക്ടും മറ്റൊന്ന് ജില്ലാ കൗൺസിൽ ഫണ്ടിന്റെ 20 ശതമാനം തുക താഴേക്ക് വകയിരുത്തിയതുമായി ബന്ധപ്പെട്ട മറ്റൊരു പ്രോജക്ടുമാണ്. (Stewart 1994).

യെമൻ അറബ് റിപ്പബ്ലിക്കിൽ 1970 കളിൽ പ്രാദേശിക ജനസമൂഹത്തിന്റെ പ്രശ്നങ്ങൾക്ക് പരിഹാരം കാണുന്നതിന് പ്രാദേശിക വികസന

സമിതികൾ നിലവിൽ വരികയുണ്ടായി. പ്രാദേശികതലത്തിൽ 300 മുതൽ 800 വരെ ജനങ്ങളെ പ്രതിനിധീകരിച്ചുകൊണ്ട് ഓരോ പ്രദേശത്തു നിന്നുമുള്ള പ്രതിനിധികളെ പ്രാദേശിക വികസന സമിതികളിലേക്ക് തിരഞ്ഞെടുത്തിരുന്നു (Cohen മുതൽ പേർ 1981). എന്നാൽ ഇത്തരം സമിതികൾ ഇപ്പോൾ അവിടെ പ്രവർത്തിക്കുന്നുണ്ടോ എന്നതു സംബന്ധിച്ച വിവരങ്ങൾ ലഭ്യമല്ല. അതുപോലെതന്നെ ഗാമ്പിയയിലും പ്രാദേശികതലത്തിൽ വില്ലേജ് വികസന കമ്മിറ്റികൾ മുൻപ് രൂപംകൊള്ളുകയും പ്രവർത്തിക്കുകയും ചെയ്തിരുന്നു. എന്നാൽ ഇന്ന് അത്തരം കമ്മിറ്റികൾ പ്രവർത്തനക്ഷമമല്ല. ഈ സമിതികളുടെ സ്ഥാനത്ത് സർക്കാരിതര സംഘടനകളാണ് പ്രവർത്തിക്കുന്നത്. എന്നുമാത്രമല്ല ഇത്തരം സംഘടനകളാകട്ടെ 1990 കൾ ആയപ്പോഴേക്കും വിദേശ സഹായത്തോടെ പ്രവർത്തിക്കുന്നവയായി മാറുകയുണ്ടായി (Davis 1994). ഹംഗറിയിലും 1993 മുതൽ ചില പ്രത്യേക വിഭാഗം ജനങ്ങളുടെ ഇടയിൽ പ്രാദേശിക തലത്തിലുള്ള ന്യൂനപക്ഷ സ്വയംഭരണ സംവിധാനങ്ങൾ നിലവിലുണ്ട്. പ്രാദേശികതലത്തിലുള്ള പൊതുമരാമത്ത് പ്രവൃത്തികൾ, പൊതുജനാരോഗ്യവുമായി ബന്ധപ്പെട്ട ചുമതലകൾ, സ്കൂളുകളുടെ നടത്തിപ്പ്, തൊഴിലവസരങ്ങൾ സൃഷ്ടിക്കൽ തുടങ്ങിയ ചുമതലകൾ ഇത്തരത്തിൽ പ്രവർത്തിക്കുന്ന പ്രാദേശിക ന്യൂനപക്ഷ വിഭാഗങ്ങളുടെ സ്വയംഭരണ സംവിധാനങ്ങൾ ഏറ്റെടുത്ത് നടപ്പാക്കുന്നുണ്ട്, എന്നാൽ ഹംഗറിയിലെ വെറും 5 ശതമാനം ജനങ്ങളുടെ ഇടയിൽ മാത്രമാണ് ഇത്തരം സംവിധാനങ്ങളുടെ പ്രവർത്തനം നിലനില്ക്കുന്നത് (Schafft and Brown 2000). ബ്രസീലിലെ പങ്കാളിത്ത ബഡ്ജറ്റിംഗ് പ്രധാനമായും നഗരപ്രദേശങ്ങളിൽ മാത്രമായി പരിമിതപ്പെട്ടിരിക്കുന്നു. എന്നാൽ ഇന്ത്യയെ സംബന്ധിച്ചിടത്തോളം അഞ്ച് തട്ടുകളിലുള്ള ഭരണസംവിധാനം നിലനില്ക്കുന്നുണ്ട്; കേന്ദ്ര ഗവൺമെന്റ്, സംസ്ഥാന ഗവൺമെന്റുകൾ, അതോടൊപ്പം മൂന്ന് തട്ടുകളിലുള്ള പ്രാദേശിക ഗവൺമെന്റുകൾ അതല്ലെങ്കിൽ നഗരസഭകൾ എന്നിവയാണ് അവ.

പ്രാദേശിക ഗവൺമെന്റുകൾ വിനിയോഗിക്കുന്ന പൊതുധനത്തെ സംബന്ധിച്ച് ദില്ലിംഗർ (1994) നടത്തിയ പഠനം വ്യക്തമാക്കുന്നത് വികസ്വരരാജ്യങ്ങളിലെ പ്രാദേശിക ഗവൺമെന്റുകളുടെ പൊതുധന വിനിയോഗം 5 മുതൽ 12 ശതമാനംവരെ മാത്രമാണെന്നാണ്. എന്നാൽ വികസിത വ്യവസായവല്കൃത രാജ്യങ്ങളിലെ പ്രാദേശിക ഗവൺമെന്റുകൾ 17 മുതൽ 33 ശതമാനംവരെ പൊതുധനവിനിയോഗം നടത്തുന്നുണ്ട്. OECD രാജ്യങ്ങളിലെ പ്രാദേശിക ഗവൺമെന്റുകൾ മൊത്തം ആഭ്യന്തര ഉല്പാദനത്തിന്റെ 12.75 ശതമാനവും മൊത്തം സർക്കാർ ചെലവിന്റെ 28 ശതമാനവും ചെലവഴിക്കുന്നു. പ്രാദേശിക ഗവൺമെന്റുകളുടെ ധനവിനിയോഗ അനുപാതവുമായി ബന്ധപ്പെട്ട് നമുക്ക് കാണാൻ കഴിയുന്നത് ചൈന ഒഴികെയുള്ള വികസ്വര രാജ്യങ്ങളിലെ ധനവിനിയോഗം വികസിതരാജ്യങ്ങളെക്കാൾ കുറവാണ് എന്നതാണ്. ഇന്ത്യയുടെ കാര്യത്തിൽ

പരിശോധിക്കുമ്പോൾ പ്രാദേശിക ഗവൺമെന്റുകളുടെ ധനവിനിയോഗ അനുപാതം മറ്റേത് വികസ്വര രാജ്യങ്ങളേയും അപേക്ഷിച്ച് ഏറ്റവും കുറവാണ് (Shah and Shah 2006). കേന്ദ്ര ധനകാര്യ കമ്മീഷൻ തയ്യാറാക്കി പ്രസിദ്ധീകരിച്ചിട്ടുള്ള കണക്കുകളനുസരിച്ച് ഇന്ത്യയിലെ പ്രാദേശിക ഗവൺമെന്റുകളുടെ ധനവിനിയോഗ അനുപാതം മൊത്തം ആഭ്യന്തര ഉല്പാദനത്തിന്റെ 0.49 നും 0.82 ശതമാനത്തിനും ഇടയിലാണ്. ഇതാകട്ടെ 1997–98 നും 2007–08 നും ഇടയിലുള്ള ആകെയുള്ള സർക്കാർ ചിലവുകളുടെ 1.75 ശതമാനത്തിനും 2.90 ശതമാനത്തിനും ഇടയിലാണ് വരിക (Rao 2001). ഇക്കാര്യത്തിൽ കേരളം മാത്രമാണ് വേറിട്ടു നില്ക്കുന്നത്, കേരളത്തിലെ 2020–21 വർഷത്തെ ബഡ്ജറ്റ് അനുസരിച്ച് സംസ്ഥാന ഗവൺമെന്റിന്റെ ആകെ ചെലവിന്റെ 8.6 ശതമാനവും തദ്ദേശ ഭരണസ്ഥാപനങ്ങൾവഴി നടപ്പാക്കുന്ന കേന്ദ്രാവിഷ്കൃത – സംസ്ഥാനാവിഷ്കൃത പദ്ധതികളും കൂടി കണക്കാക്കുകയാണെങ്കിൽ ഇത് 15 ശതമാനം വരും (Thomas Issac 2020).

ജനങ്ങളോടുള്ള ഉത്തരവാദിത്വവും കുറഞ്ഞ അഴിമതിയും

പ്രാദേശികതലത്തിൽ സേവനമനുഷ്ഠിക്കുന്ന ഉദ്യോഗസ്ഥർ തത്ത്വത്തിൽ ജനങ്ങളോട് ഉത്തരവാദപ്പെട്ട് പ്രവർത്തിക്കുന്നതിന് ബാദ്ധ്യതപ്പെട്ടവരാണ്. എന്തെന്നാൽ ഉദ്യോഗസ്ഥരുടെ ശമ്പളം വിതരണം ചെയ്യുന്നത് ജനങ്ങളിൽനിന്നും സമാഹരിക്കുന്ന നികുതിപ്പണം കൊണ്ടാണ്. മുകൾത്തട്ടുകളിലുള്ള ഗവൺമെന്റുമായി ബന്ധപ്പെട്ട് പ്രവർത്തിക്കുന്ന മന്ത്രിമാർ ജനങ്ങൾക്ക് പ്രാപ്യരല്ല എന്നുമാത്രമല്ല അവരെ അധികാരത്തിൽനിന്നു പുറത്താക്കുന്നതിനും ജനങ്ങൾക്കു കഴിയുകയുമില്ല. എന്നാൽ പ്രാദേശികതലത്തിൽ പ്രവർത്തിക്കുന്ന ഉദ്യോഗസ്ഥരുടെ പ്രവർത്തനങ്ങൾ നിരന്തരം വിലയിരുത്തുന്നതിനും ആവശ്യമെങ്കിൽ വിമർശിക്കുന്നതിനുമെല്ലാമുള്ള അവസരം ജനങ്ങൾക്ക് പ്രാദേശികതലത്തിലുള്ള ജനകീയ സമിതിയിലൂടെ കിട്ടുകയും അവരുടെ മേൽ സമ്മർദ്ദം ചെലുത്തുന്നതിനും തിരുത്തിക്കുന്നതിനും കഴിയും. ഇത്തരം ഉദ്യോഗസ്ഥരെ പ്രാദേശികതലത്തിലുള്ള ജനകീയ സംവിധാനങ്ങളിലൂടെയും അയൽക്കൂട്ടതലത്തിലുമെല്ലാം നിയമിക്കുന്നതിന് കഴിഞ്ഞാൽ ഉദ്യോഗസ്ഥർക്ക് ജനങ്ങളോടുള്ള ഉത്തരവാദിത്വം വളറെയേറെ വർദ്ധിപ്പിക്കുന്നതിന് കഴിയും. ഇത്തരത്തിൽ അഴിമതി വലിയ തോതിൽ കുറയുന്നതിനിടയാക്കുമെന്നുറപ്പാണ്. അഴിമതി കുറയ്ക്കാനും പൊതുവിഭവങ്ങൾ കാര്യക്ഷമമായി വിനിയോഗിക്കുന്നതിനും കഴിയുന്നതിലൂടെ സേവനത്തിന്റെ ഗുണനിലവാരം ഉയർത്തുന്നതിനും മെച്ചപ്പെട്ട നിലയിലുള്ള സേവനങ്ങൾ ജനങ്ങൾക്ക് ലഭ്യമാക്കുന്നതിനും കഴിയും. പോർട്ടോ അലേഗ്രേയിലെ പങ്കാളിത്ത ബഡ്ജറ്റിംഗിനെ സംബന്ധിച്ച് ഉണ്ടായ സുപ്രധാനമായ ഒരു നിരീക്ഷണം ഇതിലൂടെ സ്വജനപക്ഷപാതം അവസാനിപ്പിക്കുന്നതിനും കൂടുതൽ സഹകരണം വളർത്തുന്നതിനും കഴിഞ്ഞു എന്നതാണ് (Abers 1998).

അധികാരവികേന്ദ്രീകരണത്തിന്റെ ഏറ്റവും പ്രധാനപ്പെട്ട നേട്ടം അത് ജനാധിപത്യത്തെ കൂടുതൽ ശക്തിപ്പെടുത്തുകയും വിപുലീകരിക്കുകയും ജനങ്ങളുടെ ഉയർന്നതോതിലുള്ള പങ്കാളിത്തം ഉറപ്പാക്കുകയും ചെയ്യുന്നു എന്നതാണ്. പ്രാദേശിക ഗവൺമെന്റുകൾക്ക് ഇതുവഴി കൂടുതൽ പ്രസക്തി കൈവരുകയും പ്രാദേശിക ഗവൺമെന്റുകളിലേക്കുള്ള തെരഞ്ഞെടുപ്പ് പ്രക്രിയ കൂടുതൽ മത്സരാധിഷ്ഠിതവും ഓരോ നിയോജകമണ്ഡലത്തിൽനിന്നും കൂടുതൽ സ്ഥാനാർത്ഥികൾ മത്സരരംഗത്തേക്ക് കടന്നുവരികയും പ്രാദേശിക വിഭവങ്ങളുടെ വകയിരുത്തൽ, വിനിയോഗം എന്നിവയുമായി ബന്ധപ്പെട്ട് കൂടുതൽ ഗൗരവമായതും ഉത്തരവാദിത്വപൂർണ്ണവുമായ ചർച്ചകൾ നടക്കുന്നതിന് അവസരം ഉണ്ടാകുകയും ചെയ്യുന്നു. ജനങ്ങൾക്ക് വോട്ടവകാശം ലഭിക്കുന്നു എന്നതുകൊണ്ട് മാത്രം ജനാധിപത്യം സംരക്ഷിക്കപ്പെടുന്നില്ല. വോട്ടിംഗിൽ ഭൂരിപക്ഷം നേടുന്നതിനായി പലമാർഗ്ഗങ്ങളും സ്വീകരിക്കാൻ കഴിഞ്ഞേക്കാം; യഥാസമയം തിരഞ്ഞെടുപ്പ് നടത്താതിരിക്കുക, അമിതാധികാരം പ്രയോഗിക്കുക, പണം നല്കുക, ഭീഷണി ഉയർത്തുക, മാദ്ധ്യമങ്ങളുടെ മേൽ നിയന്ത്രണം ഏർപ്പെടുത്തുക, തിരഞ്ഞെടുപ്പ് പ്രചാരണത്തിൽ വലിയതോതിലുള്ള പണം മുടക്കുക ഇതിലൂടെയെല്ലാം ഇലക്ഷനിൽ ഭൂരിപക്ഷം നേടുന്നതിന് കഴിയും. അതുകൊണ്ടുതന്നെ തിരഞ്ഞെടുപ്പും ഉത്തരവാദിത്വവും തമ്മിൽ കാര്യമായ ബന്ധം അധികാരവികേന്ദ്രീകരണ സംവിധാനത്തിൽ നിലനില്ക്കുന്നില്ല (Crook and Manor 1998). തിരഞ്ഞെടുപ്പിലൂടെ അധികാരത്തിൽ എത്തുന്ന വികേന്ദ്രീകരണ ഭരണസംവിധാനം ജനങ്ങളോടുള്ള ഉത്തരവാദിത്വം നിറവേറ്റി മുന്നോട്ട് പോകണമെന്നില്ല.

ലോകബാങ്കിനുവേണ്ടി തയ്യാറാക്കിയ വർക്കിംഗ് പേപ്പറിൽ റെമി പ്രുഡ്ഹൊം (1994) ൽ ശക്തമായി വാദിക്കുന്നത് അഴിമതിക്കുള്ള സാദ്ധ്യതകൾ ഏറെയുള്ളത് പ്രാദേശികതലത്തിലാണ് എന്നാണ്. പ്രാദേശിക തലത്തിൽ നിക്ഷിപ്ത താല്പര്യക്കാർക്കും സമ്മർദ്ദഗ്രൂപ്പുകൾക്കും ശക്തമായി ഇടപെടുന്നതിനും അവരുടെ ആവശ്യങ്ങൾ നേടിയെടുക്കുന്നതിനും കഴിയും. പ്രാദേശികതലത്തിലുള്ള ഉദ്യോഗസ്ഥരിൽ വിവിധതലത്തിലുള്ള ഇടപാടുകാർക്ക് സ്വാധീനം ചെലുത്തുന്നതിന് കഴിയും. അത്തരത്തിലുള്ള ഇടപാടുകാരുടെ പലവിധത്തിലുള്ള സഹായങ്ങൾ കൈപ്പറ്റുന്നതിന് ഉദ്യോഗസ്ഥർ നിർബ്ബന്ധിതമാവുകയും ചെയ്യും. പ്രാദേശിക തലത്തിലുള്ള ഉദ്യോഗസ്ഥരും ജനപ്രതിനിധികളും തമ്മിൽ ഇത്തരത്തിലുള്ള ശരിയല്ലാത്ത ബന്ധങ്ങൾ വളർത്തുന്നതിൽ ഒരു വ്യത്യാസവും ഉണ്ടാകാൻ ഇടയില്ല. പ്രാദേശിക തലത്തിൽ വിവിധ സ്ഥാപനങ്ങൾ നല്കുന്ന സേവനങ്ങളുടെ ഗുണനിലവാരം വിലയിരുത്തുന്നതിനോ ഇത്തരത്തിലുണ്ടാകുന്ന വീഴ്ചകൾ ചൂണ്ടിക്കാണിക്കുന്നതിലോ മാധ്യമങ്ങൾ താല്പര്യം കാണിക്കാതിരിക്കുകയും ചെയ്യുന്നു. അദ്ദേഹം വ്യക്തമാക്കുന്നത് ഇത്തരം സംഗതികളെ സംബന്ധിച്ച് വിവിധ രാജ്യങ്ങളിലെ അനുഭവങ്ങളുമായി ബന്ധപ്പെട്ട വിവരങ്ങൾ വേണ്ടത്ര ലഭ്യമായിട്ടില്ല എന്നാണ്. എന്നാൽ ഇതു സംബ

ന്ധിച്ച പഠനം നടത്തിയവർ ഫ്രാൻസ്, ഇറ്റലി എന്നീ രാജ്യങ്ങളിലെ അനുഭവങ്ങളുടെ അടിസ്ഥാനത്തിൽ അഭിപ്രായപ്പെട്ടിട്ടുള്ളത് പ്രാദേശികതലത്തിലുള്ള അഴിമതികൾ ദേശീയതലത്തിലുള്ളവയെക്കാൾ വ്യാപകമാണ് എന്നാണ്. സൈർ എന്ന രാജ്യത്തിന്റെ അനുഭവങ്ങളുടെ അടിസ്ഥാനത്തിൽ പ്രുഡ് ഹൊമ്മ്സിന്റെ ഗവേഷണ റിപ്പോർട്ട് ഇതിന് സാധൂകരണം നല്കുന്ന തെളിവുകൾ അവതരിപ്പിക്കുകയും ചെയ്യുന്നുണ്ട്. ഫിലിപ്പൈൻസിൽ നടപ്പാക്കിയ അധികാരവികേന്ദ്രീകരണത്തെക്കുറിച്ച് പഠനം നടത്തിയ യു എസ് എ ഐ ഡി സംഘം എത്തിച്ചേർന്ന നിഗമനം ഈ രാജ്യത്തെ അധികാരവികേന്ദ്രീകരണം അഴിമതിയുടെ വികേന്ദ്രീകരണത്തിലേക്ക് നയിച്ചു എന്നാണ്. യു എസ് എ ഐ ഡി, ലോകബാങ്ക്, ഐക്യരാഷ്ട്രസഭ എന്നിവയുടെ ചുമതലയിൽ അധികാരവികേന്ദ്രീകരണത്തെപ്പറ്റി നടത്തിയ പഠനങ്ങളൊന്നുംതന്നെ അധികാരവികേന്ദ്രീകരണം എത്രകണ്ട് തിരഞ്ഞെടുപ്പ് പ്രക്രിയയെ ശക്തിപ്പെടുത്തുന്നതിനും, ഇതിന്റെ ഭാഗമായി രൂപംകൊണ്ട ജനങ്ങളുടെ നേതൃത്വത്തിലുള്ള നിരീക്ഷണസമിതികളും ജനകീയസഭകളും, അതല്ലെങ്കിൽ സ്വകാര്യവല്ക്കരണ നടപടികൾ എന്നിവ അഴിമതി കുറയ്ക്കുന്നതിനും സഹായിച്ചു എന്നത് സംബന്ധിച്ച വിശദാംശങ്ങൾ നല്കുന്നില്ല എന്നത് ശ്രദ്ധേയമാണ്.

അധികാരവികേന്ദ്രീകരണത്തെ സംബന്ധിച്ച് ഇതിനകം പുറത്തുവന്നിട്ടുള്ള പ്രസിദ്ധീകരണങ്ങളിൽ ഒന്നുംതന്നെ പ്രാദേശികതലത്തിലുള്ള നിരീക്ഷണ സംവിധാനത്തെ സംബന്ധിച്ച് കാര്യമായ വിശദീകരണം ഉണ്ടായിട്ടില്ല. അതുപോലെതന്നെ ജനങ്ങളോടുള്ള ഉത്തരവാദിത്വം എങ്ങിനെ പ്രാദേശികതലത്തിലുള്ള ഗവൺമെന്റുകൾ നിറവേറ്റുന്നു എന്നതിനെ സംബന്ധിച്ച ഒരു ആശയവും പ്രതീക്ഷയും എന്നതിനപ്പുറം ഒരിടത്തുനിന്നും വിശദമായി വിവരങ്ങൾ ലഭിക്കുന്നില്ല. കേരളത്തിൽ പ്രാദേശികാസൂത്രണത്തിന്റെ ഭാഗമായി രൂപപ്പെടുത്തിയ മോണിറ്ററിംഗ് സംവിധാനത്തിലൂടെ തദ്ദേശ ഭരണസ്ഥാപനങ്ങളുടെ ധനവിനിയോഗം സംബന്ധിച്ച വിലയിരുത്തൽ പ്രക്രിയയ്ക്ക് സമാനമായി മറ്റൊരനുഭവം ബൊളീവിയയിൽ പ്രവർത്തിച്ചിരുന്ന വിജിലൻസ് കമ്മിറ്റികൾ മാത്രമാണ്. ഇവിടെ വിജിലൻസ് കമ്മിറ്റി അംഗങ്ങളെ തിരഞ്ഞെടുക്കുന്നു എന്നതും ജനങ്ങളുടെ താല്പര്യങ്ങൾ സംരക്ഷിക്കുന്നതിനുള്ള ബാദ്ധ്യതയുണ്ട് എന്നതും സുതാര്യത കാത്തുസൂക്ഷിക്കുന്നുണ്ട് എന്നതും ശരിയാണ്. എന്നാൽ ഇവ ലംഘിക്കപ്പെടുകയാണെങ്കിൽ ഇതിനെതിരെ നടപടി സ്വീകരിക്കുക ഏറെ ദുഷ്കരമായൊരു പ്രക്രിയയാണ് എന്നത് കാണാതിരുന്നുകൂടാ (Blair 1997). ഫിലിപ്പൈൻസിൽ പ്രാദേശിക വികസന കൗൺസിലുകൾ നിലവിലുണ്ടെങ്കിലും അവയ്ക്ക് നിയമപരമായി പ്രാദേശികതലത്തിൽ നടപ്പാക്കുന്ന വികസനപദ്ധതികൾ ഏകോപിപ്പിക്കുന്നതിനോ അവയുടെ നിർവ്വഹണത്തിൽ മേൽനോട്ടം വഹിക്കുന്നതിനോ കഴിയുന്നില്ല. (Jutkomitz 1997). ഇത്തരത്തിൽ മറ്റൊരു പഠനം യു എസ് എ ഐ ഡിയുടെ ചുമതലയിൽ ഹോണ്ടുരാസിലെ അധികാരവികേന്ദ്രീകരണവു

മായി ബന്ധപ്പെട്ട് നടത്തുകയുണ്ടായി. അവിടെ അമേരിക്കയുടെ സഹായത്തോടെ 33 മുനിസിപ്പാലിറ്റികളിൽ നടപ്പാക്കിയ വികസന പരിപാടികളിൽ 15 മുനിസിപ്പാലിറ്റികളിലെ പരിപാടികൾ നിർത്തിവയ്ക്കുന്നതിന് തീരുമാനമെടുത്തത് ജനകീയ സഭകൾ ചേരുന്നതിന് ഈ മുനിസിപ്പാലിറ്റികൾക്ക് കഴിയാത്തതുകൊണ്ടാണ് (Lippman and Pranke 1998).

ലോകബാങ്കും യു എസ് എ ഐ ഡിയും തുടരുന്ന അധികാരവികേന്ദ്രീകരണവുമായി ബന്ധപ്പെട്ട സമീപനം ഉദ്യോഗസ്ഥ കേന്ദ്രീകൃതവും പരമ്പരാഗതമായിട്ടുള്ളതുമാണ്. ജനാധിപത്യത്തെ അതിന്റെ പ്രാതിനിദ്ധ്യ സ്വഭാവത്തിനും ജനകീയ പങ്കാളിത്തത്തെ തിരഞ്ഞെടുപ്പിലെ വോട്ടിംഗിനുമപ്പുറം കാണുന്നതിന് ഇവർക്കൊന്നും കഴിയുന്നില്ല. പരിശീലനമെന്നത് കേവലം പ്രാദേശികതലത്തിലുള്ള ഉദ്യോഗസ്ഥർക്കു നല്കുന്ന നേതൃശേഷിയും ഭരണ വൈദഗ്ദ്ധ്യവും വളർത്തുന്നതിനുള്ള കോഴ്സുകളും മാത്രമാണ്. കെനിയ, ടാൻസാനിയ, സുഡാൻ എന്നീ രാജ്യങ്ങളിലാകട്ടെ ഇത്തരത്തിലുള്ള പരിശീലനങ്ങൾപോലും ആവശ്യമായ നിലയിൽ കൊടുക്കുന്നില്ല. ഇതിനുള്ള പരിഹാരമായി അവർ ചെയ്യുന്നത് പ്രാദേശികതലത്തിലുള്ള അധികാരങ്ങളും മാനേജ്മെന്റ് വൈദഗ്ദ്ധ്യം ആവശ്യമുള്ള ചുമതലകളും വെട്ടിക്കുറയ്ക്കുക എന്നതാണ് (Rondinelli 1984).

വ്യക്തമല്ലാത്ത ഫലങ്ങൾ

അധികാരവികേന്ദ്രീകരണത്തിന്റെ വിജയകഥകൾ ലോകത്തിലെ പല രാജ്യങ്ങളിൽനിന്നും ഉയർന്നുവരുന്നുണ്ടെങ്കിലും പരാജയത്തിന്റേതായ അനുഭവങ്ങളും ഉണ്ടാകുന്നു എന്നത് കാണാതിരിക്കാനാവില്ല. ചിലിയിൽ അവിടത്തെ ഏകാധിപത്യ ഭരണകൂടം ചെറിയതോതിൽ അധികാരവികേന്ദ്രീകരണം നടപ്പാക്കുന്നതിനുള്ള പരിശ്രമങ്ങൾ നടത്തുകയുണ്ടായി. എന്നാൽ ഇത് വിദ്യാർത്ഥികളുടെ പഠനനിലവാരം മെച്ചപ്പെടുത്തിയില്ല എന്നുമാത്രമല്ല വലിയതോതിൽ വിജയശതമാനം താഴുകയുമാണുണ്ടായത്. മാത്രവുമല്ല 1982 നും 1988 നും ഇടയിലുള്ള കാലഘട്ടത്തിൽ വിവിധ സാമൂഹ്യ-സാമ്പത്തിക വിഭാഗങ്ങളിൽപ്പെട്ടവരുടെ പഠനനിലവാരത്തിൽ വലിയതോതിലുള്ള അന്തരം രൂപപ്പെടുകയും ചെയ്തു. ആരോഗ്യമേഖലയിൽ, അധികാരവികേന്ദ്രീകരണം നടപ്പാക്കിയതിനുശേഷം വലിയതോതിൽ സർക്കാർ സഹായങ്ങൾ വെട്ടിക്കുറയ്ക്കുകയും യൂസർ ചാർജ് ഉൾപ്പെടെയുള്ള അധിക സാമ്പത്തിക ഭാരം ജനങ്ങളുടെ മേൽ അടിച്ചേല്പിക്കുകയും ചെയ്തു. ഇത്തരം സാഹചര്യങ്ങൾ വൻകിട ആശുപത്രികൾക്ക് നേട്ടം കൈവരിക്കുന്നതിനും ചെറിയ ക്ലിനിക്കുകൾ വലിയ തോതിലുള്ള തകർച്ചയെ നേരിടുന്നതിലേക്കും എത്തിക്കുകയുണ്ടായി. (Stewart and Ranis 1994). ഫിലിപ്പൈൻസിൽ അധികാരവികേന്ദ്രീകരണം നടപ്പാക്കിയതിനുശേഷം രോഗപ്രതിരോധ കുത്തിവയ്പുകളുടെ നിരക്കിൽ വലിയതോതിലുള്ള കുറവുണ്ടായിട്ടുണ്ട്. പ്രാദേശിക ഗവൺമെന്റുകളുമായി ബന്ധപ്പെട്ട് പ്രവർത്തിക്കുന്ന ഉദ്യോഗസ്ഥരുടെയും ആരോഗ്യപ്ര

വർത്തകരുടേയും ഇടയിൽ നടത്തിയ ഒരു സർവ്വെയിൽ നിന്നും വ്യക്ത മാവുന്നത് അധികാര വികേന്ദ്രീകരണം നടപ്പാക്കിയതിനുശേഷം അടിയന്തരചികിത്സയ്ക്കും ശസ്ത്രക്രിയയ്ക്കും ലഭ്യമായിരുന്ന മരുന്നുകളുടെ അളവിൽ വലിയതോതിലുള്ള കുറവുണ്ടായിട്ടുണ്ട് എന്നാണ് (Kolehmainen - Aitken 1999). പാപ്പ ന്യൂഗിനിയയിലെ ജില്ലാതലത്തിലും പ്രൊവിൻഷ്യൽ തലത്തിലും സേവനമനുഷ്ഠിക്കുന്ന ആരോഗ്യപ്രവർത്തകർ ഒന്നുപോലെ അഭിപ്രായപ്പെട്ടത് ആരോഗ്യമേഖലയിലെ സേവനങ്ങൾ അധികാരവികേന്ദ്രീകരണത്തിന് മുമ്പുണ്ടായിരുന്നതിനെക്കാൾ മോശമായി എന്നാണ് (Kolehmaninen - Aitken 1999). കെനിയയിലെ സാഹചര്യങ്ങൾ അസ്ഥിരമായി തുടരുകയാണ്. പക്ഷേ, നിലവിലെ നിയമപരവും നയപരവുമായ പരിമിതികൾക്കുള്ളിലും അവിടത്തെ സ്ഥിതി മെച്ചപ്പെടാനുള്ള സാദ്ധ്യതയുണ്ട് (Stover 1999). അവിടെ നടപ്പാക്കിയ പരിഷ്കാരങ്ങൾ പ്രത്യേകിച്ച്, ചികിത്സാ ചെലവ് രോഗികളിൽനിന്നും ഈടാക്കുന്നതിനുള്ള തീരുമാനം വ്യാപകമായ ജനകീയ രോഷത്തിന്റെ ഫലമായി പിൻവലിക്കുന്നതിന് നിർബ്ബന്ധിതമായി. എന്നാൽ ഇത്തരത്തിലുള്ള ഫീസുകൾ പിരിച്ചെടുക്കാൻ തീരുമാനിച്ചതിനുശേഷം ആരോഗ്യരംഗത്തെ സേവനങ്ങളുടെ ഗുണനിലവാരം മെച്ചപ്പെട്ടിട്ടുണ്ട് എന്നുതന്നെയാണ് പൊതുവിലുള്ള അഭിപ്രായം (Stover 1999).

കെനിയ അധികാരവികേന്ദ്രീകരണത്തിലൂടെ ആരോഗ്യരംഗത്ത് കൈവരിച്ച നേട്ടങ്ങൾ വേണ്ട രൂപത്തിൽ പുറംലോകത്തിന് മനസ്സിലാക്കുന്നതിന് കഴിഞ്ഞിട്ടില്ല. ശിശുമരണനിരക്ക് 1970–75 കാലത്ത് 96 ശതമാനമായിരുന്നത് 1995–2000 കാലമായപ്പോൾ 22 ശതമാനമായി കുറയ്ക്കുന്നതിന് കെനിയയ്ക്ക് കഴിഞ്ഞു. എന്നാൽ ഈ കാലഘട്ടത്തിൽ ലോകത്താകമാനം ശിശുമരണനിരക്കിൽ കൈവരിക്കാൻ കഴിഞ്ഞ നേട്ടം 40 ശതമാനം കുറവുമാത്രമാണ്. കെനിയയ്ക്ക് സമാനമായ സാമ്പത്തിക സ്ഥിതിയുള്ള രാജ്യങ്ങൾ കൈവരിച്ച നേട്ടം 50 ശതമാനം മാത്രമാണ് എന്ന് കാണാൻ കഴിയും. എന്നാൽ ആയുർദൈർഘ്യത്തിന്റെ കാര്യത്തിൽ കെനിയയ്ക്ക് കാര്യമായ പുരോഗതി കൈവരിക്കുന്നതിന് കഴിഞ്ഞില്ല. അവിടുത്തെ ആയുർദൈർഘ്യം 51 വയസ്സിൽനിന്നും 52 വയസ്സിലേക്ക് ഉയർത്തുന്നതിന് മാത്രമേ കഴിഞ്ഞിട്ടുള്ളൂ. കെനിയയ്ക്കൊപ്പം ഇടത്തരം സാമ്പത്തികശേഷിയുള്ള മറ്റ് രാജ്യങ്ങൾക്കാകട്ടെ ആയുർദൈർഘ്യത്തിൽ 7 വയസ്സിന്റെ വളർച്ച കൈവരിക്കുന്നതിന് കഴിയുകയും ചെയ്തു. (യു എൻ ഡി പി 2000). കെനിയയുടെ അധികാരവികേന്ദ്രീകരണവുമായി ബന്ധപ്പെട്ട് യു എസ് എ ഐ ഡി നിയമിച്ച ഉപദേശകരുടെ അഭിപ്രായത്തിൽ കെനിയയിലേത് "വികസിത നേട്ടങ്ങൾ കൈവരിക്കുന്നതിൽ പരാജയപ്പെട്ടതും അവസരങ്ങൾ പാഴാക്കിയതുമായ" അധികാരവികേന്ദ്രീകരണമാണ് എന്നാണ്. (Cohen and Peterson 1999).

യു എസ് എ ഐ ഡി സഹായത്തോടെ അധികാരവികേന്ദ്രീകരണം നടപ്പാക്കിയ ബൊളീവിയ, ഹോണ്ടുറാസ്, മാലി, ഫിലിപ്പൈൻസ്, ഉക്രൈൻ

എന്നീ രാജ്യങ്ങളെ ഉൾപ്പെടുത്തിക്കൊണ്ട് നടത്തിയ ഒരു താരമത്യ പഠനത്തിന്റെ പ്രധാനപ്പെട്ട കണ്ടെത്തൽ "പ്രാതിനിദ്ധ്യത്തിൽ നിന്നും ശാക്തീകരണത്തിലേക്കും, ആനുകൂല്യ വിതരണത്തിലേക്കും എത്തിയതുകൊണ്ട് ദാരിദ്ര്യലഘൂകരണം കൈവരിക്കുന്നതിന് കഴിയില്ല എന്ന് ഇവിടങ്ങളിലെ അനുഭവങ്ങൾ തെളിയിക്കപ്പെട്ടു" എന്നാണ് (Blair 1998). 1991 വരെയുള്ള അധികാരവികേന്ദ്രീകരണവുമായി ബന്ധപ്പെട്ട അനുഭവങ്ങളെ അടിസ്ഥാനപ്പെടുത്തി നടത്തിയിട്ടുള്ള പഠനങ്ങൾ വ്യക്തമാക്കുന്നത് അധികാരവികേന്ദ്രീകരണത്തിലൂടെ പ്രാദേശിക ജനസമൂഹങ്ങൾക്ക് ഉണ്ടാകാനിടയുണ്ട് എന്ന് പ്രതീക്ഷിച്ച നേട്ടങ്ങൾ കൈവരിക്കുന്നതിന് കഴിഞ്ഞിട്ടില്ല എന്നാണ് (Klugman 1994). അധികാരവികേന്ദ്രീകരണത്തിന്റെ ഏറ്റവും കരുത്തുറ്റ വക്താവായ ലോകബാങ്കിന്റെ സുപ്രധാനമായ കണ്ടെത്തൽ "അധികാരവികേന്ദ്രീകരണം അതിന്റെ നിലയിൽ നല്ലതോ ചീത്തയോ അല്ല." ലോകബാങ്കിന്റെ ചുമതലയിൽ 1984 ൽ വികസ്വരരാജ്യങ്ങളിൽ നടപ്പാക്കിയ അധികാരവികേന്ദ്രീകരണവുമായി ബന്ധപ്പെട്ട് തയ്യാറാക്കിയ അവലോകന റിപ്പോർട്ട് സമ്മിശ്ര സ്വഭാവത്തോടെയുള്ള അനുഭവങ്ങളാണ് അധികാരവികേന്ദ്രീകരണം കൈവരിച്ച നേട്ടങ്ങളെ സംബന്ധിച്ച് വ്യക്തമാക്കിയിട്ടുള്ളത് (Rondinelli 1984). എന്തുകൊണ്ടാണ് അധികാരവികേന്ദ്രീകരണത്തിനും തുടർന്നും സഹായങ്ങൾ ലഭ്യമാകുന്നത് എന്ന ചോദ്യത്തിന് അവർ നല്കിയ വിശദീകരണം "കേന്ദ്രീകൃതമായി രൂപപ്പെടുത്തിയ നടപടിക്രമങ്ങൾ പല സ്ഥലങ്ങളിലും ഫലപ്രദമായി നടപ്പാക്കുന്നതിന് കഴിയാതെ പോയിട്ടുണ്ട്" എന്നതാണ് (Rondinelli 1984).

വികേന്ദ്രീകരണത്തിൽനിന്നും വ്യത്യസ്തമായ ബദൽ മാതൃകകളിലുള്ള പരിശ്രമങ്ങൾക്കും കൂടുതൽ മെച്ചപ്പെട്ട നേട്ടങ്ങൾ കൈവരിക്കുന്നതിന് കഴിഞ്ഞിട്ടുണ്ട് എന്നതും നാം കാണേണ്ടതുണ്ട്. വടക്കൻ ബ്രസീൽ സംസ്ഥാനമായ സെറയ്ക്ക് ഉയർന്ന സാമ്പത്തികവളർച്ച കൈവരിക്കുന്നതിനും ഉയർന്ന നിലവാരത്തിലേക്ക് ആരോഗ്യസൂചകങ്ങൾ എത്തിക്കുന്നതിനും കഴിഞ്ഞിട്ടുണ്ട്. ജ്ജഡിത് ടെൻഡ്ലർ 1997 ൽ നടത്തിയ വിശദമായ പഠനം വ്യക്തമാക്കുന്നത് ഇത്തരത്തിലുള്ള നേട്ടങ്ങൾ കൈവരിക്കാൻ കഴിഞ്ഞത് ഇവിടുത്തെ വിവിധ സംസ്ഥാനങ്ങളുടെ (പ്രോവിൻസ്) നിശ്ചയദാർഢ്യത്തോടെയും ദീർഘവീക്ഷണത്തോടെയുമുള്ള പരിശ്രമം കൊണ്ടാണ് എന്നാണ്. അതോടൊപ്പം അവിടങ്ങളിലെ വിവിധ വിഭാഗങ്ങളിൽപ്പെട്ട വിദഗ്ദ്ധരുടെ അഭിപ്രായങ്ങൾ ആരായുന്നതിനും വിവിധ തട്ടുകളിലുള്ള ഗവൺമെന്റുകളുടെ സംയോജിതമായ പരിശ്രമങ്ങൾ ഉറപ്പാക്കുന്നതിന് കഴിയുകയും ചെയ്തിട്ടുണ്ട്. മാത്രവുമല്ല, ഇവിടുത്തെ രണ്ട് സംസ്ഥാനങ്ങളിലെ ഗവർണർമാരുടെ ആത്മാർത്ഥവും ഊർജ്ജസ്വലവുമായ നേതൃത്വം വ്യത്യസ്ത താല്പര്യങ്ങളെ സമന്വയിപ്പിച്ചുകൊണ്ട് മുന്നോട്ട് കൊണ്ടുപോകുന്നതിനും വമ്പിച്ച നേട്ടങ്ങൾ കൈവരിക്കുന്നതിനും കഴിയുകയുണ്ടായി. താഴെതട്ടിൽ പ്രവർത്തിക്കുന്ന ജീവനക്കാരെ പ്രചോദിപ്പിക്കുന്നതിന് കഴിയുംവിധം നയരൂപീകര

ണത്തിനും തീരുമാനങ്ങൾ എടുക്കുന്നതിനും കഴിയുകയും ചെയ്തു. ഈ സംസ്ഥാനങ്ങളിൽ സേവനമനുഷ്ഠിക്കുന്ന ജീവനക്കാർക്ക് സംസ്ഥാനത്തിന്റെ പേരിൽ അറിയപ്പെടുന്നതുതന്നെ അഭിമാനകരമായ അനുഭവമായി മാറുകയും ചെയ്തു. പ്രാദേശികതലത്തിൽ പ്രവർത്തിക്കുന്ന 7300 പ്രാദേശികതല ആരോഗ്യപ്രവർത്തകരായ വനിതകൾക്ക് പരിശീലനം നല്കി സർക്കാരിന്റെ അംഗീകാരമുള്ളവരാക്കി മാറ്റുകയും സാമൂഹ്യ ഉത്തരവാദിത്വത്തോടെ കാര്യക്ഷമമായി പ്രവർത്തിക്കുന്നതിന് പ്രാപ്തരാക്കുകയും ചെയ്തു. ജനങ്ങളുടെ ജീവിതം മെച്ചപ്പെടുത്തുന്നതിന് സെറ സ്വീകരിച്ച നടപടികളും നേടിയ നേട്ടങ്ങളും യഥാർത്ഥത്തിൽ അധികാരവികേന്ദ്രീകരണത്തിന്റെയോ പ്രാദേശിക ഗവൺമെന്റിന്റെയോ കരുത്തുറ്റ ഒരു സിവിൽ സമൂഹത്തിന്റെ ഇടപെടലിന്റെയോ യാതൊരു പിൻബലവുമില്ലാതെ കൈവരിച്ചതാണ് (Tendler 1997). അധികാരവികേന്ദ്രീകരണത്തിന്റെ വക്താക്കൾ പ്രതീക്ഷിക്കുന്നതും ആഗ്രഹിക്കുന്നതും ജനാധിപത്യപരമായ വേദികൾ ഉണ്ടാകണം എന്നുതന്നെയാണ്. പ്രത്യേകിച്ചും ജനങ്ങളുടെ സാമ്പത്തിക ജീവിതവുമായി ബന്ധപ്പെട്ട എല്ലാ കാര്യങ്ങളെയും സംബന്ധിച്ചുമുള്ള തീരുമാനങ്ങൾ ജനാധിപത്യപരമായ പങ്കാളിത്തത്തോടെ എടുക്കണം എന്നാണ്. സാമൂഹ്യഘടനയിൽ ഉപരിവർഗ്ഗവുമായി ബന്ധപ്പെട്ടിട്ടുള്ളതാണെങ്കിൽപോലും പ്രാതിനിദ്ധ്യത്തിന്റെ വിപുലീകരണം നിശ്ചയമായും വ്യത്യസ്തതകളെയും മത്സരാധിഷ്ഠിത സാദ്ധ്യതകളേയും ശക്തിപ്പെടുത്തുകതന്നെ ചെയ്യും (Harry Blair 2000). ഇത്തരമൊരു അഭിപ്രായം ടെൻഡ്ലറുടെ ആശയവുമായി ഏറെ പൊരുത്തപ്പെടുന്നതാണ്. ഉപരി വിഭാഗത്തിന്റെ ഇടയിലെ വ്യത്യസ്ത കാഴ്ചപ്പാടുകളും വിവിധ തട്ടുകളിലുള്ള ഗവൺമെന്റുകളുടെ വ്യത്യസ്ത നിലപാടുകളും പൊതുസേവനങ്ങളുടെ ജനാധിപത്യപരമായ വിതരണം കാര്യക്ഷമമാക്കുന്നതിന് സഹായിക്കും എന്നതാണ് ടെൻഡ്ലറുടെ വാദം.

2013 ൽ ലോകബാങ്ക് പ്രസിദ്ധീകരിച്ച പങ്കാളിത്ത വികേന്ദ്രീകരണത്തെ അധികരിച്ചുകൊണ്ട് 500 ഓളം പഠനങ്ങൾ ഉൾപ്പെടുത്തിയ ഒരു പഠനസമാഹാരം പ്രസിദ്ധീകരിക്കുകയുണ്ടായി. ഈ പഠനത്തിൽ ചൂണ്ടിക്കാണിച്ചത് കഴിഞ്ഞ കുറച്ചുവർഷങ്ങളായി അധികാരവികേന്ദ്രീകരണത്തിന്റെ മികച്ച പാരമ്പര്യങ്ങൾ തുടരുന്നതിന് കഴിയുന്നില്ല എന്നാണ് (Mansuri and Rao 2013). ഈ പഠനസമാഹാരത്തിലെ ലേഖകർ താഴെപ്പറയുന്ന സുപ്രധാനമായ മൂന്ന് നിരീക്ഷണങ്ങൾ മുന്നോട്ട് വയ്ക്കുന്നു;

1. സാർവ്വത്രികമായി മാറിയ അഴിമതിയും പൊതുവിഭവങ്ങൾ കവർന്നെടുക്കുന്നതിനുള്ള പരിശ്രമങ്ങളും അപകടകരമായ അവസ്ഥയിൽ നിലനില്ക്കുന്നുണ്ട്. പ്രസ്തുത പഠന റിപ്പോർട്ടിന്റെ 38 പേജുകൾ വരുന്ന ഒരു അദ്ധ്യായം പ്രധാനമായും അധികാരവികേന്ദ്രീകരണവുമായി ബന്ധപ്പെട്ട് നടക്കുന്ന അഴിമതിയെ സംബന്ധിച്ച് വിശദമായി വിവരിക്കുന്നു: ഈ അദ്ധ്യായം അവസാനിപ്പിക്കുന്നതുതന്നെ "വിഭവങ്ങൾ കവർന്നെടുക്കുന്നതിന് രാഷ്ട്രീയ നേതൃത്വം നടത്തുന്ന പരി

ശ്രമങ്ങൾ വ്യാപകമായി കാണാവുന്നതാണ്" എന്ന നിരീക്ഷണത്തോടയാണ് (Mansuri and Rao, Jutting 2004).

2. ജനകീയ പങ്കാളിത്ത സഭകൾ കൃത്യമായും സമയബന്ധിതമായും ചേരുന്ന സ്ഥലങ്ങളിൽ ഒരു പരിധിവരെ വിഭവ വിനിയോഗത്തിന്റെ കാര്യക്ഷമതയിലും അടിസ്ഥാന സൗകര്യവികസന പ്രോജക്ടുകളുടെ ഗുണമേന്മയിലും പുരോഗതി കൈവരിക്കാൻ കഴിഞ്ഞിട്ടുണ്ട് (Besley 2012).

3. സാമൂഹ്യ പങ്കാളിത്തത്തോടെയുള്ള വികസന പരിശ്രമങ്ങൾക്ക് വളരെ പരിമിതമായ നിലയിൽ മാത്രമേ ദാരിദ്ര്യ നിർമ്മാർജ്ജനവും വരുമാന വളർച്ചയും കൈവരിക്കാൻ കഴിഞ്ഞിട്ടുള്ളൂ (Mansuri and Rao 2013, Jutting 2004).

ലോകബാങ്ക് ഗ്രന്ഥകർത്താക്കൾ രചന നടത്തിയവർ അധികാരവികേന്ദ്രീകരണവുമായി ബന്ധപ്പെട്ട പങ്കാളിത്തത്തെ രണ്ട് വ്യത്യസ്ത വിഭാഗങ്ങളായി തരംതിരിക്കുന്നുണ്ട്. ആദ്യത്തേത് സ്വാഭാവികമായി അല്ലെങ്കിൽ ജൈവപരമായ അധികാരവികേന്ദ്രീകരണ പങ്കാളിത്തം. ഇത് താഴെ തലത്തിൽനിന്ന് സ്വയംഭൂവായും സ്വാഭാവികമായും വളർന്നുവരുന്നതാണ്. മറ്റൊന്ന് മുകൾ തട്ടിലുള്ള ഗവൺമെന്റുകളുടെ പ്രേരണകൊണ്ട് ഉണ്ടാകുന്ന പങ്കാളിത്തമാണ്. ലോകബാങ്കിന്റെ പഠനത്തിൽ സംഭാവന ചെയ്ത ഗ്രന്ഥകർത്താക്കൾ ഏറിയ പങ്കും രണ്ടാമത്തെ വിഭാഗത്തിൽപ്പെട്ട പങ്കാളിത്തത്തെയാണ് മുഖ്യമായും വിശകലന വിധേയമാക്കിയത്. എന്നാൽ കേരളത്തിലെ അധികാരവികേന്ദ്രീകരണം കൈവരിച്ച നേട്ടത്തെ ഇവരെല്ലാം ശ്രദ്ധിക്കുകയും കേരളത്തിന്റെ ഉയർന്ന വിദ്യാഭ്യാസ നിലവാരവും വളരെ സജീവമായി പ്രവർത്തിക്കുന്ന പൊതുസമൂഹവുമാണ് കേരളത്തിലെ അധികാരവികേന്ദ്രീകരണത്തിന്റെ വിജയത്തിന് സംഭാവന നല്കിയത് എന്ന് വിലയിരുത്തുകയും ചെയ്യുന്നുണ്ട് (Mansuri and Rao 2013). ഇതോടൊപ്പംതന്നെ ബ്രസീലിലെ പങ്കാളിത്ത ബഡ്ജറ്റിനെ സംബന്ധിച്ചും പരാമർശിക്കുന്നുണ്ട് (Mansuri and Rao 2013).

പ്രസ്തുത റിപ്പോർട്ടിന്റെ അവസാന അദ്ധ്യായം അവസാനിക്കുന്നത്. താഴെപ്പറയുന്ന നിരീക്ഷണത്തോടെയാണ്, "ജനകീയ പങ്കാളിത്തത്തിന്റെ പ്രാധാന്യം വ്യക്തമാണ്. എന്നാൽ വേണ്ടത്ര വ്യക്തതയില്ലാത്തത്, ഇത്തരം പങ്കാളിത്തം രൂപപ്പെടുത്തുന്നത് സർക്കാരിന്റെയോ ഫണ്ടിംഗ് ഏജൻസികളുടെയോ ആവർത്തിച്ചുള്ള നിബന്ധനയുടെയോ മാർഗ്ഗനിർദ്ദേശങ്ങളുടെയൊ ഫലമായുണ്ടാകുന്നതാണോ എന്നതാണ്" (Mansuri and Rao 2013).

മറ്റ് ചില താരതമ്യ വിശകലന പഠനങ്ങളും ഇവിടെ പ്രസക്തമാണ്. 2004 ൽ ഒ ഇ സി ഡി വികസനകേന്ദ്രം ദാരിദ്ര്യ ലഘൂകരണത്തിനായി അധികാരവികേന്ദ്രീകരണത്തെ പ്രയോജനപ്പെടുത്തിയ 21 താരതമ്യ വിശകലന പഠനങ്ങൾ പ്രസിദ്ധീകരിക്കുകയുണ്ടായി. ഇവയിൽ മൂന്ന് അനുഭവങ്ങൾ വിജയകരമാണ് എന്ന് കണ്ടെത്തുകയുണ്ടായി (ബൊളീവിയ,

ഫിലിപ്പൈൻസ്, ഇന്ത്യയിലെ വെസ്റ്റ് ബംഗാൾ എന്നിവ). അഞ്ച് അനുഭവങ്ങൾ ഏറെക്കുറെ വിജയകരമാണ്. എന്നാൽ 14 അനുഭവങ്ങൾ ഏറെക്കുറെ പരാജയപ്പെട്ടതോ പൂർണ്ണമായും പരാജയപ്പെട്ടവയോ ആണ്. ഇത്തരത്തിൽ പരാജയപ്പെട്ടവയുടെ കൂട്ടത്തിൽ ഇന്ത്യയിലെ ആന്ധ്രപ്രദേശ്, മദ്ധ്യപ്രദേശ് എന്നീ സംസ്ഥാനങ്ങളും ഉൾപ്പെടുന്നുണ്ട് (Jutting 2004). ഈ താരതമ്യപഠനം എത്തിച്ചേരുന്ന പൊതുവായ നിഗമനം അധികാരവികേന്ദ്രീകരണം ദാരിദ്ര്യം ലഘൂകരിക്കുന്നതിന് വേണ്ടത്ര സഹായകമായിട്ടില്ല എന്നതും സൂക്ഷ്മതലത്തിലുള്ള അനുഭവങ്ങൾ വ്യക്തമാക്കുന്നത്, ദാരിദ്ര്യ ലഘൂകരണത്തിനായുള്ള അധികാരവികേന്ദ്രീകരണത്തിന്റെ സ്വാധീനം വിവിധരാജ്യങ്ങളിൽ വ്യത്യസ്ത നിലയിലാണ് എന്നുമാണ് (Jutting 2004).

2011 ൽ യു എസ് സെന്റർ ഫോർ സ്ട്രാറ്റജിക് ആന്റ് ഇന്റർനാഷണൽ സെന്റർ അധികാരവികേന്ദ്രീകരണം സംബന്ധിച്ച 33 പഠനങ്ങൾ സമാഹരിച്ചുകൊണ്ട് "പ്രതിസന്ധി, സംഘർഷം, സഹകരണം" എന്ന തലക്കെട്ടോടെ പ്രസിദ്ധീകരിക്കുകയുണ്ടായി (White 2011). ഈ സെന്റർ അവകാശപ്പെടുന്നത്, ഇവർ തികച്ചും സ്വതന്ത്രമായും ലാഭേഛ കൂടാതെയും നയരൂപീകരണത്തിൽ നേരിട്ട് ബന്ധപ്പെട്ട് പ്രവർത്തിക്കുന്നവർക്ക് വേണ്ടി പരിശീലനം നല്കുകയും നല്ലൊരു ലോകക്രമം സൃഷ്ടിക്കുന്നതിനുവേണ്ടി പ്രവർത്തിക്കുന്നു എന്നാണ്. അതോടൊപ്പംതന്നെ അമേരിക്ക കൈവരിച്ച സാമ്പത്തിക പുരോഗതിയും അഭിവൃദ്ധിയും ലോകത്താകെ വ്യാപിപ്പിക്കുക എന്നുമാണ് ഈ സ്ഥാപനത്തിന്റെ ലക്ഷ്യമായി അംഗീകരിച്ചിട്ടുണ്ട്. ഈ പഠനസമാഹാരം തയ്യാറാക്കിയ സ്റ്റേയ്സി ഇത് ഉപസംഹരിക്കുന്നത് 'അധികാരവികേന്ദ്രീകരണവുമായി ബന്ധപ്പെട്ട് സൂക്ഷ്മതലത്തിലുള്ള അനുഭവങ്ങൾ ഇപ്പോഴും വേണ്ടത്ര വ്യക്തതയില്ലാത്തതും പൊതുവായ നിഗമനങ്ങളിൽ എത്തിച്ചേരാൻ കഴിയാത്തവയും ആണ്' എന്നാണ് (White 2011).

2020 മാർച്ചിൽ എയിൽ സർവ്വകലാശാലയിലെ സൗത്ത് ഏഷ്യൻ പഠന വിഭാഗം ഡയറക്ടറും ലോകബാങ്ക്, യു എസ് എ ഐ ഡി എന്നിവയുടെയെല്ലാം കൺസൽട്ടന്റുമായ ഹാരി ബ്ലെയർ "കേരളത്തിൽ മാത്രം" എന്ന തലക്കെട്ടോടെ പ്രസിദ്ധീകരിച്ച ലേഖനത്തിൽ ചൂണ്ടിക്കാണിച്ചത് "ജനങ്ങളോടുള്ള ഉത്തരവാദിത്വം സംരക്ഷിച്ചുകൊണ്ട് ഇന്ത്യയിൽ പങ്കാളിത്ത ബഡ്ജറ്റിംഗ് നടപ്പാക്കിയത് കേരളത്തിൽ മാത്രമാണ്" (Blair 2020) എന്നാണ്.

ചുരുക്കത്തിൽ കഴിഞ്ഞ അമ്പത് വർഷക്കാലത്തെ ലോകത്താകമാനം നടന്ന പഠനങ്ങളുടെ ക്രോഡീകരണത്തിൽ ശ്രദ്ധേയമായ വളർച്ചയും വികസനനേട്ടങ്ങളും കൈവരിക്കുന്നതിന് സഹായിച്ചിട്ടുള്ള നിരവധി അധികാരവികേന്ദ്രീകരണ അനുഭവങ്ങൾ ഉൾച്ചേർക്കുന്നതിന് കഴിഞ്ഞിട്ടില്ല എന്നതാണ് യാഥാർത്ഥ്യം.

ജനകീയാസൂത്രണം - നവലിബറൽ ചിന്താഗതിയോ, അതോ ജനാധിപത്യപരമോ?

മുകളിൽ സൂചിപ്പിക്കപ്പെട്ടതും ലോകബാങ്ക് സഹായത്തോടെ നടപ്പാക്കിയതുമായ അധികാരവികേന്ദ്രീകരണ പരിശ്രമങ്ങൾക്ക് തിളക്കമാർന്ന വിജയം കൈവരിക്കുന്നതിന് കഴിയാതെ പോയതിൽ അത്ഭുതമില്ല. ഇരുപതാം നൂറ്റാണ്ടിന്റെ അവസാന മൂന്ന് പതിറ്റാണ്ടുകാലം ലോകബാങ്കിന്റെയും ഐ എം എഫിന്റെയും സഹായത്തോടെ വികസ്വര രാജ്യങ്ങളിൽ നടപ്പാക്കിയ അധികാരവികേന്ദ്രീകരണ പരിപാടികൾ എല്ലാം തന്നെ സാമ്പത്തിക പുനസംഘടനയിലൂടെ സാമ്പത്തിക സുസ്ഥിരത കൈവരിക്കുക എന്ന ലക്ഷ്യത്തിന്റെ ഭാഗമായി നടപ്പാക്കിയതാണ്. വികസിത മുതലാളിത്തരാജ്യങ്ങളുടെ താല്പര്യങ്ങൾ സംരക്ഷിച്ചുകൊണ്ട്, മൂന്നാം ലോകരാജ്യങ്ങൾ കോളനിവാഴ്ചയ്ക്കെതിരെ നടത്തിയ പോരാട്ടങ്ങളുടെ നേട്ടങ്ങളെ പിന്നോട്ടടിക്കുന്നതിനും വികസിത മുതലാളിത്ത രാജ്യങ്ങളുടെ താല്പര്യങ്ങൾക്കനുസരിച്ച് മൂന്നാം ലോകരാജ്യങ്ങളെ കൊള്ളയടിക്കുന്നതിന് സഹായകമായ നിലപാടാണ് ലോകബാങ്കും ഐ എം എഫ് ഉം അധികാരവികേന്ദ്രീകരണം നടപ്പാക്കിയതിലൂടെയും സ്വീകരിച്ചിട്ടുള്ളത്. ഇത്തരത്തിൽ ലോകബാങ്കിന്റെയും ഐ എം എഫിന്റെയും സമ്മർദ്ദങ്ങളുടെ ഭാഗമായി നടപ്പിലാക്കിയ പരിഷ്കാരങ്ങളുടെ ഫലമായി ഈ രാജ്യങ്ങളുടെ സാമ്പത്തികവളർച്ച തകരുകയും ജീവിത നിലവാരത്തിൽ വലിയ കുറവ് സംഭവിക്കുകയും ചെയ്തു. ഇത്തരമൊരു സാഹചര്യത്തിലാണ് അധികാരവികേന്ദ്രീകരണത്തിനായുള്ള ലോകബാങ്കിന്റെയും ഐ എം എഫിന്റെയും പരിശ്രമങ്ങളെ നാം കാണേണ്ടത്. യാഥാസ്ഥിതികരും നവലിബറൽ ചിന്താഗതിക്കാരുമായ മുനിസിപ്പൽ ഭരണാധികാരികൾ പോലും "പങ്കാളിത്ത ബഡ്ജറ്റിംഗ്" എന്ന പേരിൽ നടപ്പാക്കിയ പരിഷ്കാരങ്ങൾ ജനാധിപത്യപരമായ സ്വീകാര്യത ലഭിക്കുന്നതിനു വേണ്ടിയുള്ളതായിരുന്നു. യഥാർത്ഥത്തിൽ അവർ പിന്തുടർന്ന നയങ്ങൾ ജനവിരുദ്ധമായ കമ്പോള കേന്ദ്രീകൃത സാമ്പത്തികനയങ്ങൾ തന്നെയായിരുന്നു (Shah 2007, Wainwright and Branford 2006).

1970–1992: കടക്കെണിയിൽനിന്നും ഘടനാപരമായ പരിഷ്കാരങ്ങളിലേക്ക്

1970 കളിൽ വികസ്വരരാജ്യങ്ങളിലേക്ക് യാതൊരു നിയന്ത്രണമോ ഉപാധികളോ ഇല്ലാതെ സാമ്പത്തിക സഹായത്തിന്റെ മഹാപ്രവാഹമായിരുന്നു ലോകബാങ്കിൽനിന്നും ഉണ്ടായത്. ഈ പണത്തിന്റെ നല്ലൊരു പങ്കും ഇവിടങ്ങളിലെ സർക്കാർ സംവിധാനവുമായി ബന്ധപ്പെട്ട് പ്രവർത്തിച്ചവർ, ഇവരിൽ പലരും സ്വേച്ഛാധിപതികളായവരായിരുന്നു, ധൂർത്തടിക്കുകയാണ് ചെയ്തത്. ഇത്തരം ഭരണാധികാരികളുടെയെല്ലാം ഉപദേശികളായി പ്രവർത്തിച്ചത് വികസിത രാജ്യങ്ങളിൽനിന്നുള്ള കൺസൾ

ട്ടന്റുമാർ ആയിരുന്നു. 1980 കളിൽ ലോകബാങ്കും ഐ എം എഫും ഈ വസ്തുത മനസ്സിലാക്കിക്കൊണ്ട് ചില നിബന്ധനകൾ ഇത്തരം വികസ്വരരാജ്യങ്ങളുടെ മേൽ അടിച്ചേല്പിക്കുകയുണ്ടായി. “സാമ്പത്തിക സുസ്ഥിരത”, “ഘടനാപരമായ പരിഷ്കാരം” എന്നീ പേരുകളിൽ നടപ്പാക്കിയ നയപരമായ മാറ്റങ്ങൾ ഈ രാജ്യങ്ങളുടെ ദേശീയ സ്വാതന്ത്ര്യത്തേയും പൊതുമേഖലയിലെ നിക്ഷേപങ്ങളേയും തൊഴിലാളികളുടെ അവകാശങ്ങളേയും എല്ലാം തകർക്കുന്നതിലേക്ക് നയിക്കുകയുണ്ടായി. ചുരുക്കത്തിൽ മൂന്നാം ലോകരാജ്യങ്ങളുടെ രാഷ്ട്രീയ–സാമ്പത്തിക സ്വാതന്ത്ര്യത്തെ നഷ്ടപ്പെടുത്തുന്ന പരിഷ്കാരങ്ങളാണ് ലോകബാങ്കും അന്താരാഷ്ട്ര നാണയനിധിയും ഈ രാജ്യങ്ങളുടെ മേൽ അടിച്ചേല്പിച്ചത്.

സാമ്പത്തിക പരിഷ്കാരങ്ങളുടെ തുടക്കം ഇറക്കുമതി നയം കൂടുതൽ ഉദാരമാക്കിക്കൊണ്ടായിരുന്നു. ഇതിന്റെ ഫലമായി വലിയതോതിലുള്ള വ്യാപാരക്കമ്മിയിലേക്ക് മൂന്നാം ലോകരാജ്യങ്ങൾ അകപ്പെടുകയും ഇതിന് പരിഹാരമായി ഈ രാജ്യങ്ങളിലെ കറൻസികളുടെ വിനിമയമൂല്യത്തിൽ കുറവുവരുത്തുകയും ചെയ്യുന്നു. വിനിമയനിരക്കിലെ പരിഷ്കാരങ്ങൾകൊണ്ട് പ്രതീക്ഷിച്ച ഫലം ലഭിക്കുന്നില്ലെങ്കിൽ ലോകബാങ്കും ഐ എം എഫും കടുത്ത പരിഷ്കരണ നടപടികളിലേക്ക് കടക്കുകയും ഈ രാജ്യങ്ങളിലെ മൊത്തം ഉപഭോഗത്തെ തന്നെ വലിയതോതിൽ കുറയ്ക്കുന്നതിനാവശ്യമായി നടപടികൾ സ്വീകരിക്കുകയും ചെയ്യും. സാമ്പത്തിക സുസ്ഥിരത കൈവരിക്കുന്നതിന്റെ ഭാഗമായി ആരോഗ്യ–വിദ്യാഭ്യാസ മേഖലകളിലെ സർക്കാരിന്റെ മുതൽമുടക്ക് വെട്ടിച്ചുരുക്കുകയും സബ്സിഡികൾ ഉപേക്ഷിക്കുകയും പൊതുമേഖലാ സ്ഥാപനങ്ങൾ അടച്ചുപൂട്ടുകയും ഇതുവഴി ധനകമ്മി പരിഗണിക്കുക എന്നതുമാണ് സ്വീകരിക്കുന്ന നടപടികൾ. ഇത്തരം നടപടികൾ നിശ്ചയമായും വലിയതോതിലുള്ള സാമ്പത്തികമാന്ദ്യത്തിലേക്ക് സമ്പദ്‌വ്യവസ്ഥയെ എത്തിക്കുമെന്നുറപ്പാണ് (Mac Ewan 1999). ഇത്തരമൊരു സാമ്പത്തിക തകർച്ചയിൽ നിന്നും ഒരു രാജ്യത്തിന് എങ്ങിനെ പുറത്തുകടക്കാനും രക്ഷപ്പെടാനും കഴിയും? ലോകബാങ്കും ഐ എം എഫ് ഉം നിർദ്ദേശിക്കുന്നത് ഘടനാപരമായ പരിഷ്കരണ നടപടികളാണ്. സമ്പദ്‌വ്യവസ്ഥയുമായി ബന്ധപ്പെട്ട് നിലനില്ക്കുന്ന അടിസ്ഥാനഘടകങ്ങളായ ഉല്പാദന വ്യവസ്ഥ, വ്യാപാരം, സാമ്പത്തിക പ്രവർത്തനങ്ങൾ എന്നിവയുമായി ബന്ധപ്പെട്ട് നിലനില്ക്കുന്ന നിയന്ത്രണങ്ങൾ ഇല്ലാതാക്കി സാർവ്വദേശീയ മൂലധന നിക്ഷേപത്തെ ആകർഷിക്കാൻ കഴിയും വിധമുള്ള മാറ്റങ്ങൾ സമ്പദ്ഘടനയിൽ വരുത്തുക എന്നതാണ് പരിഹാരം. ഇത്തരമൊരു സാഹചര്യം സാമ്പത്തികവളർച്ചയെ പ്രോത്സാഹിപ്പിക്കുന്നതിന് സഹായമാവുകയും ചെയ്യും. ഇതിനുവേണ്ടി സ്വീകരിക്കേണ്ട നടപടികൾ പൊതുമേഖലയെ സ്വകാര്യവല്ക്കരിക്കുക, സാമ്പത്തിക നിയന്ത്രണങ്ങൾ ഇല്ലാതാക്കുക, സാമ്പത്തിക പരിഷ്കാരങ്ങൾ നടപ്പാക്കുക, തൊഴിൽ നിമയങ്ങളിൽ ഭേദഗതി വരുത്തി തൊഴിലാളികളുടെ വേതനത്തിനായുള്ള വിലപേശൽശേഷി ഇല്ലാതാക്കുക എന്നിവയാണ്.

ലോകബാങ്കും അന്താരാഷ്ട്ര നാണയനിധിയും 1978 നും 1992 നും ഇടയിൽ 70 മൂന്നാം ലോകരാജ്യങ്ങളുടെ മേൽ 566 വ്യത്യസ്ത നിയന്ത്രണങ്ങൾ സാമ്പത്തിക സുസ്ഥിരത കൈവരിക്കാനും ഘടനാപരമായ പരിഷ്കാരങ്ങൾ എന്ന പേരിലുമൊക്കെയായി അടിച്ചേല്പിക്കുകയുണ്ടായി (Mc Michael 2000, Bello 1994). ഘടനാപരമായ പരിഷ്കാരങ്ങളുടെ ഫലമായി 1980 കളിൽ രൂപംകൊണ്ട സാമ്പത്തികമാന്ദ്യം യഥാർത്ഥത്തിൽ അതുവരെ കൈവരിച്ച വികസന നേട്ടങ്ങളെ പിറകോട്ടടിക്കുകയാണുണ്ടായത്. 1984 നും 1990 നുമിടയിലുള്ള കാലത്തിൽ മൂന്നാം ലോകരാജ്യങ്ങൾ, വികസിത രാജ്യങ്ങളുടെ നിയന്ത്രണത്തിൽ പ്രവർത്തിക്കുന്ന ഇത്തരം ധനകാര്യ സ്ഥാപനങ്ങളിലേക്ക് വായ്പ തിരിച്ചടവായി നല്കിയിട്ടുള്ളത് 178 ബില്യൻ അമേരിക്കൻ ഡോളറാണ് (Bello 1994). ഇതോടൊപ്പം തന്നെ നാം കാണേണ്ടതായ മറ്റൊരു വസ്തുത ആഫ്രിക്കയിലെ പ്രതിശീർഷവരുമാനം 12.5 ശതമാനം കണ്ട് ഈ കാലഘട്ടത്തിൽ കുറയുകയുണ്ടായി എന്നാണ്. ലാറ്റിനമേരിക്കയിലാകട്ടെ 9.1 ശതമാനം കുറവ് പ്രതിശീർഷ വരുമാനത്തിൽ ഉണ്ടായിട്ടുണ്ട് (Pinstrup Andersen 1993). 1980 മുതൽ തുടർന്ന് ഒരു വ്യാഴവട്ടക്കാലത്ത് ലാറ്റിനമേരിക്കയിലെ ദാരിദ്ര്യത്തിന്റെ നിരക്ക് 25 ൽ നിന്നും 30 ശതമാനമായി വർദ്ധിക്കുകയുണ്ടായി. ഘടനാപരമായ പരിഷ്കാരം നടപ്പാക്കിയതിന്റെ ഫലമായി പുരോഗതി കൈവരിച്ചു എന്ന് ഉയർത്തിക്കാട്ടുന്ന ഘാനയിൽ 1970 കളുടെ മദ്ധ്യം മുതൽ 1980 കളുടെ മദ്ധ്യംവരെയുള്ള കാലഘട്ടത്തിൽ യഥാർത്ഥത്തിൽ ശിശുമരണനിരക്ക് 20 ശതമാനം വർദ്ധിക്കുകയാണുണ്ടായത് (Pinstrup Andersen 1993). 1980 നും 1990 നും ഇടയിൽ ആഫ്രിക്കയിലെ കുട്ടികളുടെ ഇടയിലുള്ള ഭാരക്കുറവ് 26 ശതമാനത്തിൽനിന്നും 29 ശതമാനമായി വർദ്ധിക്കുകയും അത്തരം കുട്ടികളുടെ എണ്ണം 22 ദശലക്ഷം എന്നത് 38 ദശലക്ഷമായി വർദ്ധിക്കുകയും ചെയ്തു (Gardner and Halweil 2000). ഘടനാപരമായ പരിഷ്കാരങ്ങളുടെ മറ്റൊരു വിജയമായി ഉയർത്തിക്കാട്ടുന്ന ബ്രസീലിൽ അവിടെ 1980 കളിൽ സംഭവിച്ച സാമ്പത്തിക മാന്ദ്യത്തിന്റെ ഫലമായി 60,000 ശിശുമരണങ്ങൾ അധികമായി സംഭവിക്കുകയുണ്ടായി. ഈയൊരു കാലഘട്ടത്തിൽ മൂന്നാം ലോകരാജ്യങ്ങളിലാകെ 5 ലക്ഷത്തിലധികം മരണങ്ങൾ, യുദ്ധത്തിന്റെ ഫലമായുണ്ടായവ കൂടാതെതന്നെ പട്ടിണിയും ദാരിദ്ര്യവുംകൊണ്ട് ഉണ്ടായിട്ടുണ്ട് (Grant 1989, Crossette 1988).

സ്വതന്ത്രവ്യാപാരവും മൂന്നാം ലോകരാജ്യങ്ങളിന്മേലുള്ള ജനാധിപത്യവിരുദ്ധ സമ്മർദ്ദങ്ങളും

1990 കളിൽ സംഭവിച്ച വികസിത മുതലാളിത്ത രാജ്യങ്ങളുടെ ആക്രമണം മൂന്നാം ലോകരാജ്യങ്ങളിൽ മാത്രമല്ല, അത് കിഴക്കൻ യുറോപ്യൻ രാജ്യങ്ങളിലേക്കും സോവിയറ്റ് യൂണിയനിലേക്കുംകൂടി വ്യാപിക്കുകയാണുണ്ടായത്. വലിയ തോതിലുള്ള സാമ്പത്തിക പ്രതിസന്ധിയിലേക്ക് ഈ

രാജ്യങ്ങൾ അകപ്പെടുകയും ചെയ്യുകയുണ്ടായി. 1999 ആയപ്പോഴേക്കും 80 ലധികം രാജ്യങ്ങളുടെ പ്രതിശീർഷ വരുമാനത്തിൽ വലിയതോതിലുള്ള കുറവുണ്ടാവുകയും അതിന് തൊട്ടുമുമ്പുള്ള ഒരു വ്യാഴവട്ടക്കാലത്ത് ഉണ്ടായിരുന്നതിനെക്കാൾ താഴേക്ക് പോകുകയും ചെയ്തു. 1990 നുശേഷം സബ് സഹാറൻ ആഫ്രിക്ക, കിഴക്കൻ യൂറോപ്പ്, കോമൺവെൽത്ത് രാജ്യങ്ങൾ, സോവിയറ്റ് യൂണിയന്റെ ഭാഗമായിരുന്ന കിഴക്കൻ യൂറോപ്യൻ രാജ്യങ്ങൾ ഉൾപ്പെടെയുള്ള 55 രാജ്യങ്ങളുടെ പ്രതിശീർഷ വരുമാനത്തിൽ കുറവുണ്ടായിട്ടുണ്ട് (UNDP 1999). 1970 നും 1997 നും ഇടയിൽ 13 രാജ്യങ്ങളുടെ ആയുർദൈർഘ്യ നിരക്കിൽ കുറവ് സംഭവിക്കുകയുണ്ടായി (UNDP 1999). സാബിയയിലാകട്ടെ 1980 നും 1986 നും ഇടയിലുള്ള കാലഘട്ടത്തിൽ പ്രതിശീർഷവരുമാനത്തിൽ 10 ശതമാനത്തിന്റെ കുറവുണ്ടാവുകയും സ്കൂളുകളിലെ വിദ്യാർത്ഥി പ്രവേശനനിരക്കിൽ വലിയ തോതിലുള്ള കുറവ് സംഭവിക്കുകയുമുണ്ടായി. ചുരുക്കത്തിൽ ഉദാരവല്ക്കരണ-സാമ്പത്തിക പുനഃസംഘടനാ നയങ്ങൾ നടപ്പാക്കിയ രാജ്യങ്ങളിലെല്ലാം വലിയതോതിലുള്ള വികസന പ്രതിസന്ധി രൂപംകൊള്ളുകയും ശിശുമരണനിരക്ക് ഉൾപ്പെടെ വർദ്ധിക്കുകയും ചെയ്യുന്നുണ്ട് (Mc Michael 2000). 1980 കൾക്കുശേഷവും ഇത്തരമൊരു സ്ഥിതിവിശേഷം തുടരുകയാണുണ്ടായത്. 1989 ൽ നിലവിലുണ്ടായിരുന്ന ശിശുമരണനിരക്ക് 1997 ആയപ്പോഴേക്കും 113 ശതമാനമായി വർദ്ധിക്കുകയും ചെയ്തു (World Bank 1991, 1999).

ഇത്തരമൊരു തകർച്ചയുടെയും വികസന പ്രതിസന്ധിയുടെയും മുഖ്യമായ കാരണം, വികസിത മുതലാളിത്ത രാജ്യങ്ങൾ അവരുടെ പഴയകാല കോളനി രാജ്യങ്ങളുടെമേൽ അടിച്ചേല്പിക്കപ്പെട്ട ചൂഷണാധിഷ്ഠിത മേധാവിത്ത നടപടികളുടെ ഫലമാണെന്നതാണ്. 1989 മുതൽ ലോകബാങ്ക് സ്വീകരിച്ച നിലപാട് കടം വാങ്ങിയ രാജ്യങ്ങളിലെ ഭരണനിർവ്വഹണം സംബന്ധിച്ച് വിലയിരുത്തുന്നതിനുള്ള അധികാരം തങ്ങൾക്കുണ്ട് എന്നതായിരുന്നു (Mc Michel 2000). ഘടനാപരമായ പരിഷ്കാരങ്ങൾ നടപ്പാക്കിയതോടെ മൂന്നാം ലോകരാജ്യങ്ങളിലെ പാവപ്പെട്ട ജനവിഭാഗങ്ങളുടെ സാമൂഹ്യ സംരക്ഷണ ബാദ്ധ്യതയിൽനിന്നും ഇവിടങ്ങളിലെ ഗവൺമെന്റുകൾ പിന്നോട്ട് പോകുകയാണുണ്ടായത്. ഇതു സംബന്ധിച്ച് റിച്ചാർഡ് ഫാൾക്ക് നടത്തിയിട്ടുള്ള നിരീക്ഷണം, "മുമ്പുണ്ടായിരുന്ന രൂപത്തിലുള്ള കോളനിവാഴ്ച ഇല്ലാതാക്കിയിട്ടുണ്ട്. എന്നാൽ അത് പൂർണ്ണമായും തകർന്നിട്ടില്ല. ഭരണകൂടവും സമൂഹവും തമ്മിൽ രൂപം കൊടുത്ത സാമൂഹ്യ ഉടമ്പടിയുടെ കാര്യത്തിൽ എന്നപോലെ പുതിയ കോളനിവാഴ്ചയുടെ പുതിയരൂപങ്ങൾ ഇപ്പോഴും നിലനില്ക്കുകയാണ്."

1995 ൽ ലോകവ്യാപാരസംഘടന (WTO) യുടെ രൂപീകരണത്തോടെ മൂന്നാം ലോകരാജ്യങ്ങളുടെ മേലുള്ള വികസിത മുതലാളിത്ത രാജ്യങ്ങളുടെ നിയന്ത്രണം കൂടുതൽ ശക്തിപ്പെടുകയുണ്ടായി. ഇതിലൂടെ പുതിയൊരു നിര "ആഗോള മാനേജർ"മാർ രൂപം കൊള്ളുകയും ആഗോള

സാമ്പത്തിക ബന്ധങ്ങളിൽ അനിയന്ത്രിതമായ അധികാരത്തോടെ ഇത്തരമൊരു ഇടപെടൽ പ്രകടമായി വരികയുമുണ്ടായി. മൂന്നാം ലോകരാജ്യങ്ങളുടെ മേൽ നടത്തിയിട്ടുള്ള ഇത്തരത്തിലുള്ള ഇടപെടലുകളും ജനാധിപത്യ പ്രക്രിയയെ ശക്തിപ്പെടുത്താൻ എന്ന വ്യാജേന ആയിരുന്നു എന്നതാണ് ഏറെ രസകരം. ഇത്തരം നടപടികൾ എല്ലാം തന്നെ രഹസ്യ സ്വഭാവത്തോടെയുള്ളതും ജനങ്ങളുടെ പങ്കാളിത്തത്തിനുള്ള അവസരങ്ങൾ ഇല്ലാതാക്കുന്നതുമായിരുന്നു (McMichael 2000). ലോക വ്യാപാര സംഘടനയുടെ നിയന്ത്രണങ്ങൾ എല്ലാം തന്നെ സ്വതന്ത്ര വ്യാപാരത്തിലൂടെയാണ് നടപ്പിലാക്കിയത്. ലോക സാമ്പത്തികക്രമത്തിന്റെ അനുഭവങ്ങളുടെ അടിസ്ഥാനത്തിൽ അക്കാദമിക പണ്ഡിതരും സാമ്പത്തിക ശാസ്ത്രജ്ഞന്മാരും സാമ്പത്തിക വളർച്ചയുടെ വിജയത്തിനായി, ഒരു രാജ്യം വിദേശ വാണിജ്യത്തെ വ്യാപകമായി നിയന്ത്രിക്കണമെന്ന് അഭിപ്രായപ്പെടുമ്പോഴും ലോകവ്യാപാര സംഘടന മുന്നോട്ട് വയ്ക്കുന്നത് സ്വതന്ത്ര വ്യാപാരക്രമമാണ് (MacEvan 1999). മാർക്ക് വെയ്സ്ബ്രോട്ടും അദ്ദേഹത്തിന്റെ പുസ്തകരചനയിൽ പങ്കാളികളായ മറ്റ് എഴുത്തുകാരും വ്യക്തമാക്കുന്നത് 1960 മുതൽ 1980 വരെയുള്ള ആഗോളീകരണത്തിന് മുമ്പുള്ള കാലഘട്ടത്തിൽ പ്രതിശീർഷ ഉല്പാദനത്തിൽ 83 ശതമാനത്തിന്റെ വർദ്ധനവ് കൈവരിക്കാൻ കഴിഞ്ഞിരുന്നുവെങ്കിൽ ലോക വ്യാപാര സംഘടന പ്രോത്സാഹിപ്പിക്കുന്ന ഘടനാപരമായ പരിഷ്കാരം നടപ്പാക്കിയതിനുശേഷമുള്ള കാലഘട്ടമായ 1980 നും 2000 നുമിടയിൽ പ്രതിശീർഷ ഉല്പാദനം 33 ശതമാനമായി കുറയുകയാണുണ്ടായത് എന്നാണ്.

ഘടനാപരമായ പരിഷ്കാരങ്ങൾ, ലോകവ്യാപാര സംഘടന, അധികാരവികേന്ദ്രീകരണം

അധികാരവികേന്ദ്രീകരണത്തിന് ഘടനാപരമായ പരിഷ്കാരങ്ങൾ, ലോകവ്യാപാര സംഘടന എന്നിവയുമായുള്ള ബന്ധം എന്താണ്? ഇവ മൂന്നും വികസിത മുതലാളിത്ത രാജ്യങ്ങളുടെ ഫലമായി ഒരേ കാലഘട്ടത്തിൽ രൂപംകൊണ്ടതാണ്. യു എസ് എ ഐ ഡിയുമായി ബന്ധപ്പെട്ട് പ്രവർത്തിച്ചിരുന്ന ഒരു വിദഗ്ദ്ധൻ അഭിപ്രായപ്പെട്ടത് "അധികാരവികേന്ദ്രീകരണം നടപ്പാക്കിയത് ഘടനാപരമായ പരിഷ്കാരങ്ങൾ നടപ്പാക്കിയ രാജ്യങ്ങളിലാണ്. ഇവിടങ്ങളിലെല്ലാംതന്നെ ലോകബാങ്ക് ഉൾപ്പെടെയുള്ള ധനകാര്യ ഏജൻസികളാണ് ഇത്തരം പരിഷ്കരണ നടപടികളെ സഹായിക്കുകയും അവയെ മുന്നോട്ട് നയിക്കുന്നതിനുള്ള ചാലകശക്തിയായി പ്രവർത്തിക്കുകയും ചെയ്തിട്ടുള്ളത്" (Kolehmainen-Aitken 1999). ലോകവ്യാപാര സംഘടന രൂപംനല്കിയ സ്വതന്ത്ര വ്യാപാര കരാറുമായും ഘടനാപരമായ പരിഷ്കാരങ്ങളുമായും ബന്ധപ്പെട്ട നിബന്ധനകൾ മൂന്നാം ലോകരാജ്യങ്ങളിലെ ഭരണാധികാരികൾ അംഗീകരിക്കുന്നതിന് നിർബ്ബന്ധിതമായി മാറുകയാണുണ്ടായത്. സാർവ്വദേശീയ ധനകാര്യ സ്ഥാപനങ്ങൾ കേന്ദ്രീകൃതമായി രൂപംനല്കിയ മേധാവിത്തപരമായ പരി

ഷ്കാര നിർദ്ദേശങ്ങൾ അംഗീകരിക്കുന്നതിന് സ്വതന്ത്ര പരമാധികാര രാജ്യങ്ങൾ നിർബ്ബന്ധിതമാവുകയുണ്ടായി. ഇത്തരത്തിൽ വികസിത മുതലാളിത്ത രാജ്യങ്ങളിലെ ഉദ്യോഗസ്ഥ മേധാവികളിൽ കേന്ദ്രീകരിക്കപ്പെട്ടതും സാർവ്വദേശീയവുമായ സാമ്പത്തിക അധികാരങ്ങളാണ് ഇന്ന് നാം കാണുന്ന "ആഗോളവല്ക്കരണം" എന്നത്. അധികാരവികേന്ദ്രീകരണം മൂന്നാം ലോകരാജ്യങ്ങളെയാകെ ദുർബ്ബലപ്പെടുത്തുകയാണ് ചെയ്യുന്നത്. ഇത്തരത്തിലുള്ള തകർച്ചയുടെ ഒരു ഘടകം സ്വകാര്യവല്ക്കരണത്തിന്റെ ഫലമായുണ്ടാവുന്നതാണ് എന്നാണ് അധികാരവികേന്ദ്രീകരണത്തിന് ഏറെ സൈദ്ധാന്തിക സംഭാവനകൾ നല്കിയിട്ടുള്ള റോണ്ടിനെല്ലി, നെല്ലിസ്, ചീമ (1994) എന്നിവർ ചൂണ്ടിക്കാട്ടിയിട്ടുള്ളത്. സ്വകാര്യവല്ക്കരണത്തെ പ്രോത്സാഹിപ്പിക്കുന്നതിനായി നടപ്പാക്കിയ അധികാരവികേന്ദ്രീകരണം കേവലം ചുമതലാ വിഭജനത്തിൽ മാത്രം പരിമിതപ്പെട്ടാണ് നടപ്പാക്കുന്നത്. ഉദാഹരണമായി മെക്സിക്കോയിൽ നടപ്പാക്കിയ ലോകബാങ്കിന്റെയും അന്താരാഷ്ട്ര നാണയ നിധിയുടെയും നിയന്ത്രണത്തിൽ നടപ്പാക്കിയ സാമ്പത്തിക പരിഷ്കാരങ്ങളുടെ ഭാഗമായി 1980 കളിൽ സർക്കാരിന്റെ നിയന്ത്രണത്തിലുണ്ടായിരുന്ന 1555 കമ്പനികൾ സ്വകാര്യ കമ്പനികൾക്ക് വില്ക്കുകയോ അടച്ചുപൂട്ടുകയോ ചെയ്തിട്ടുണ്ട്. ഇതിന്റെ ഫലമായി പതിനായിരക്കണക്കിനാളുകളുടെ തൊഴിൽ നഷ്ടപ്പെടുകയുണ്ടായി (McMichael 2000). മൂന്നാം ലോകരാജ്യങ്ങളിലാകെ അവിടുത്തെ ഗവൺമെന്റുകൾ ഇത്തരത്തിൽ ആയിരക്കണക്കിന് സർക്കാർ ഉടമസ്ഥതയിൽ പ്രവർത്തിച്ചുവന്ന വ്യവസായ സ്ഥാപനങ്ങൾ വില്ക്കുകയും സമ്പന്നരായ മുതലാളിമാർ ഇവ കൈയടക്കുകയും ചെയ്യുകയുണ്ടായി എന്നതാണ് യാഥാർത്ഥ്യം.

ലോകവ്യാപാര സംഘടനയുടെ നിർദ്ദേശമനുസരിച്ചും ഘടനാപരമായ പരിഷ്കാരങ്ങളുടെ ഭാഗമായും നടപ്പാക്കിയ അധികാരവികേന്ദ്രീകരണത്തിലൂടെ കേന്ദ്രഗവൺമെന്റിന്റെ അധികാരങ്ങൾ പ്രാദേശിക ഗവൺമെന്റുകൾക്ക് കൈമാറുകയുണ്ടായി. സർക്കാർ ചെലവുകൾ വലിയതോതിൽ കുറയ്ക്കുക എന്നതായിരുന്നു ഇത്തരം ഘടനാപരമായ പരിഷ്കാരങ്ങളുടെ ലക്ഷ്യം. ലോകവ്യാപാര സംഘടന ഉൾപ്പെടെയുള്ള സാമ്രാജ്യത്വ ഏജൻസികളുടെ മറ്റൊരു ലക്ഷ്യം ഇത്തരത്തിൽ സർക്കാരിന്റെ ചുമതലകളും ഉത്തരവാദിത്വങ്ങളും താഴേക്ക് കൈമാറുമ്പോൾ, ജനങ്ങളുടെ പ്രതീക്ഷകൾക്കനുസരിച്ചുള്ള സേവനങ്ങൾ ലഭിക്കാതെ വരുന്ന സാഹചര്യങ്ങളിൽ ഉയർന്നുവരുന്ന പ്രതിഷേധങ്ങൾ പ്രാദേശിക ഗവൺമെന്റുകളുടെ നേർക്ക് വഴിതിരിച്ചു വിടുന്നതിനും ദേശീയതലത്തിൽ വളർന്നുവരാനിടയുള്ള പ്രക്ഷോഭ സമരങ്ങൾ ദുർബലപ്പെടുകയും ചെയ്യും. ഇത് എത്ര കണ്ട് വിജയിച്ചിട്ടുണ്ട് എന്നത് വ്യക്തമല്ല. എന്തെന്നാൽ ഘടനാപരമായ പരിഷ്കാരങ്ങൾ നടപ്പാക്കിയ രാജ്യങ്ങളിലെല്ലാം സംഘടിതവും ചിലപ്പോഴെങ്കിലും അക്രമാസക്തവുമായ വമ്പിച്ച പ്രതിഷേധങ്ങൾ വളർന്നുവന്നിട്ടുണ്ട് എന്നതാണ് യാഥാർത്ഥ്യം. ഇത്തരത്തിലുള്ള പ്രക്ഷോ

ഭങ്ങളിൽ ആയിരക്കണക്കിന് ആളുകൾ പങ്കെടുക്കുകയും പലപ്പോഴും പൊതുപണിമുടക്കിലേക്ക് തന്നെ എത്തുകയും ചെയ്തിട്ടുണ്ട്. അർജന്റീനയിൽ ഒരു കോടതി തന്നെ വിധി പ്രസ്താവത്തിൽ ചൂണ്ടിക്കാണിച്ചത് ഇത്തരത്തിലുള്ള വിനാശകരമായ സാമ്പത്തിക നയത്തിന്റെ ഉത്തരവാദിത്വം അന്താരാഷ്ട്ര നാണയനിധിക്കാണെന്നാണ്. ബൊളീവിയയിൽ ലോകബാങ്കിന്റെ സഹായത്തോടെ ആരംഭിച്ച സ്വകാര്യകമ്പനിക്ക് ശുദ്ധജലവിതരണ ചുമതല ഏല്പിച്ചതിന്റെ ഫലമായി കുടിവെള്ളത്തിന്റെ വിലയിൽ 200 ശതമാനം വർദ്ധനവാണുണ്ടായത്. ഇതിനെതിരെ അവിടത്തെ മൂന്നാമത്തെ ഏറ്റവും വലിയ പട്ടണമായ കൊച്ചബാംബെയിൽ നടന്ന ജനകീയ പ്രതിഷേധത്തിൽ പതിനായിരക്കണക്കിനാളുകളാണ് പങ്കെടുക്കുകയും പൊതുപണിമുടക്ക് നടത്തുകയും ചെയ്തത്. ഇത്തരത്തിൽ പണിമുടക്ക് നടത്തി പ്രതിഷേധിച്ച ജനങ്ങളുടെ നേർക്ക് നടത്തിയ വെടിവയ്പ് ഉൾപ്പെടെയുള്ള പൊലീസ് ആക്രമണത്തിൽ 8 പേർ കൊല്ലപ്പെടുകയുണ്ടായി. മൂന്നാം ലോകരാജ്യങ്ങളിലെ ഗവൺമെന്റിന്റെ പ്രവർത്തനം പരിമിതപ്പെടുത്തണം എന്ന വാദം ഉയർത്തുന്ന സാമ്രാജ്യത്വ ഏജൻസികളും സ്ഥാപനങ്ങളും ഇവിടങ്ങളിലെ സർക്കാരുകളുടെ, പൊലീസ് ഉൾപ്പെടെയുള്ള മർദ്ദന സംവിധാനങ്ങളുടെ എണ്ണത്തിൽ കുറവുവരുത്തണം എന്ന ആവശ്യം ഉയർത്തുന്നില്ല എന്നതാണ് ഏറെ ശ്രദ്ധേയം. ഇത്തരം പ്രക്ഷോഭങ്ങളുടെ ഫലമായി കൊച്ചബാംബെയിലെ ജനങ്ങൾ താല്ക്കാലിക വിജയം കൈവരിക്കുകയും ബൊളീവിയൻ ഗവൺമെന്റ് സ്വകാര്യകമ്പനി വർദ്ധിപ്പിച്ച കുടിവെള്ളത്തിന്റെ വില കുറയ്ക്കുന്നതിന് നിർബ്ബന്ധിതമാവുകയും ചെയ്തു (Barlow 2000). ഇതിനുമുമ്പ് ചൂണ്ടിക്കാണിച്ചതുപോലെ യു എസ് എ ഐ ഡിയുടെ സാമ്പത്തിക സഹായത്തോടെ നടപ്പാക്കിയ അഞ്ച് പ്രധാനപ്പെട്ട അധികാരവികേന്ദ്രീകരണ പരിശ്രമങ്ങളിൽ ഒന്നാണ് ബൊളീവിയയിൽ നടപ്പാക്കിയത്.

കേരളത്തിലെ അധികാരവികേന്ദ്രീകരണവുമായി ബന്ധപ്പെട്ട വിവാദങ്ങൾ

കേരളത്തിൽ നടപ്പാക്കിയ അധികാരവികേന്ദ്രീകരണം ലോകബാങ്ക് മാതൃകയിലുള്ള വികേന്ദ്രീകരണമാണ് എന്ന് തെറ്റിദ്ധരിപ്പിക്കുന്നതിനുള്ള പ്രചാരവേലകൾ ചില തീവ്ര ഇടതുപക്ഷക്കാരുടെയും യാഥാസ്ഥിതിക വലതുപക്ഷക്കാരുടെയും ഭാഗത്തുനിന്നുമുണ്ടായി. ജനകീയാസൂത്രണം വിജയകരമായി നടപ്പാക്കിയതിനുശേഷം 2001 ൽ നടന്ന കേരളത്തിലെ നിയമസഭാ തിരഞ്ഞെടുപ്പിൽ ഇടതുപക്ഷത്തിന് പരാജയം സംഭവിക്കുകയുണ്ടായി. ഈ സാഹചര്യം മുതലെടുത്തുകൊണ്ടാണ് ജനകീയാസൂത്രണം ലോകബാങ്ക് അജണ്ടയാണ് എന്ന പ്രചാരണം ആരംഭിച്ചത്. ജനകീയാസൂത്രണത്തിന്റെ വിജയത്തിന്റെ തിളക്കം കുറയ്ക്കുന്നതിന് സഹായകമായ വിധത്തിൽ ഈ കാലയളവിൽ സംസ്ഥാനം ഗുരുതരമായി സാമ്പത്തിക പ്രതിസന്ധിയെ നേരിടേണ്ടിവരികയും കാർഷികോല്പന്നങ്ങൾക്ക്

വലിയ തോതിൽ വിലയിടിയുകയും ചെയ്യുകയുണ്ടായി. കേരളത്തിന്റെ രണ്ടാം ധനകാര്യകമ്മീഷൻ അദ്ധ്യക്ഷനായിരുന്ന ഡോ. പ്രഭാത് പട്നായിക് ഈയൊരു സാഹചര്യത്തെ വസ്തുനിഷ്ഠമായി വിലയിരുത്തിക്കൊണ്ട് നടത്തിയ നിരീക്ഷണം ഏറെ പ്രസക്തമാണ്. "കേരളത്തിലെ വികേന്ദ്രീകൃതാസൂത്രണത്തിന്റെ യഥാർത്ഥ പരാജയം അതിന്റെ രൂപകല്പനയിലോ നടത്തിപ്പിലോ സംഭവിച്ച പരാജയമല്ല. മറിച്ച് നവലിബറൽ സാമ്പത്തികനയങ്ങൾ നടപ്പാക്കി വരുന്ന കേന്ദ്ര ഗവൺമെന്റിന്റെ സാമ്പത്തിക പരിഷ്കാരങ്ങളുടെ സ്വാധീനം ഏറ്റുവാങ്ങിക്കൊണ്ട് മാത്രമേ സംസ്ഥാന ഗവൺമെന്റുകൾക്ക് പ്രവർത്തിക്കാൻ കഴിയൂ എന്നതാണ്" (Patnaik 2004).

കമ്മ്യൂണിസ്റ്റ് പാർട്ടി ഓഫ് ഇന്ത്യ മാർക്സിസ്റ്റ് (CPIM) ന്റെ സംഘടനാതലത്തിൽ തന്നെ വിശദമായ ചർച്ച ജനകീയാസൂത്രണത്തെ സംബന്ധിച്ച് ഇക്കാലത്ത് നടക്കുകയുണ്ടായി. അതുകൊണ്ടുതന്നെ ജനകീയാസൂത്രണത്തിന് അനുകൂലമായും പ്രതികൂലമായും നടത്തിയ അത്തരം വാദ വിവാദങ്ങളെ സംബന്ധിച്ച് ഇവിടെ സവിസ്തരം വിശദമാക്കുന്നില്ല. എന്നാൽ ഒരു കാര്യം സൂചിപ്പിക്കട്ടെ ഇടതുപക്ഷത്തിലെ ചിലർ തന്നെ ജനകീയാസൂത്രണം ഒരു രാഷ്ട്രീയമായ പരാജയം ആയിരുന്നു എന്നും കേരളത്തിന്റെ രാഷ്ട്രീയ ബലാബലത്തിൽ മാറ്റം വരുത്തുന്നതിനും ഇടതുപക്ഷത്തിന്റെ സ്വാധീനം വർദ്ധിപ്പിക്കുന്നതിനും കഴിഞ്ഞില്ല എന്നും അഭിപ്രായപ്പെടുകയുണ്ടായി. ഇത്തരം അഭിപ്രായങ്ങളും നിലപാടുകളും ഏറെക്കാലം ഇതു സംബന്ധിച്ച വിവാദങ്ങൾ തുടരുന്നതിന് ഇടയാക്കിയെങ്കിലും, അവസാനം എത്തിച്ചേർന്ന പൊതുധാരണ ജനകീയാസൂത്രണത്തിന് അനുകൂലമായിട്ടായിരുന്നു (Thomas Issac and Chandrasekharan 2010). ഇങ്ങനെയൊക്കെയാണെങ്കിലും, ഇത്തരത്തിൽ ഉയർത്തിക്കൊണ്ടുവന്ന വിവാദങ്ങളും തർക്ക വിതർക്കങ്ങളും ഈ അദ്ധ്യായത്തിന്റെ അവസാനഭാഗത്ത് ഞങ്ങൾ വിശദമാക്കുന്നതുപോലെ പുരോഗമനപരമായ അധികാരവികേന്ദ്രീകരണവും നവലിബറൽ കാഴ്ചപ്പാടോടെയുള്ള അധികാരവികേന്ദ്രീകരണവും തമ്മിലുള്ള വ്യത്യാസം വ്യക്തമായി വേർതിരിച്ച് മനസ്സിലാക്കുന്നതിന് സഹായിച്ചിട്ടുണ്ട്.

ഒന്നാമതായി നാം മനസ്സിലാക്കേണ്ടത് കേരളത്തിലെ ജനാധിപത്യ അധികാരവികേന്ദ്രീകരണത്തെ സ്വാധീനിച്ചിട്ടുള്ളത് വികസിത മുതലാളിത്ത രാജ്യങ്ങളിലെ ഉപദേശകവൃന്ദങ്ങളല്ല, മറിച്ച് നമ്മുടെ രാജ്യത്തെ ദേശീയ സ്വാതന്ത്ര്യസമരത്തിന്റേയും മഹാത്മാഗാന്ധിയുടെയും ദർശനങ്ങളാണ് കേരളത്തിലെ അധികാരവികേന്ദ്രീകരണത്തിന് പ്രചോദനമായിട്ടുള്ളത്. അധികാരവികേന്ദ്രീകരണം സംബന്ധിച്ച് ഇന്ത്യ സ്വീകരിച്ചിട്ടുള്ള ദേശീയവീക്ഷണം ലോകബാങ്കോ മറ്റ് അന്തർദ്ദേശീയ ധനകാര്യ സ്ഥാപനങ്ങളോ മുന്നോട്ടുവയ്ക്കുന്ന കാഴ്ചപ്പാടല്ല എന്നതാണ് യാഥാർത്ഥ്യം, ഇന്ത്യയുടെ ദേശീയ സ്വാതന്ത്ര്യസമരത്തിലേക്ക് നമ്മുടെ രാജ്യത്തെ സാധാരണ ജനങ്ങളെ ആകർഷിച്ചത് "ഗ്രാമസ്വരാജ്" എന്ന

ആശയമായിരുന്നു. സ്വാഭാവികമായും ആഗോളവല്ക്കരണത്തിന്റെ വർത്തമാനകാലഘട്ടത്തിൽ അധികാരവികേന്ദ്രീകരണം സംബന്ധിച്ച് ദേശീയ സ്വാതന്ത്ര്യസമര കാലഘട്ടത്തിൽ ഉയർത്തിയ കാഴ്ചപ്പാടിനെ നവീകരിക്കേണ്ടതും പുനർചിന്തനം നടത്തേണ്ടതും അത്യന്താപേക്ഷിതമാണ്. ആഗോള സാമ്രാജ്യത്വത്തിന്റെ നയങ്ങൾക്കെതിരെയുള്ള ബദലായി അധികാരവികേന്ദ്രീകരണത്തെ മാറ്റേണ്ടതുണ്ട്.

രണ്ടാമതായി നാം മനസ്സിലാക്കേണ്ടത് ലോകബാങ്കിനെ സംബന്ധിച്ചിടത്തോളം അധികാരവികേന്ദ്രീകരണത്തിലൂടെ പ്രവർത്തനക്ഷമമായ ഭരണസംവിധാനത്തെ സൃഷ്ടിക്കുന്നതിനായി അധികാരങ്ങളും ചുമതലകളും വിഭവങ്ങളും താഴെതലത്തിലേക്ക് കൈമാറുക എന്നതല്ല ലക്ഷ്യം. മറിച്ച്, നവലിബറൽ നയങ്ങൾ നടപ്പാക്കുന്നതിന് സഹായകമായ ഘടനാപരമായ സംവിധാനമായാണ് അവർ അധികാരവികേന്ദ്രീകരണത്തെ കണക്കാക്കുന്നത്. ലോകബാങ്കിനെ സംബന്ധിച്ചിത്തോളം വികേന്ദ്രീകൃത സമ്പദ്‌വ്യവസ്ഥയും കമ്പോളത്താൽ നിയന്ത്രിക്കപ്പെടുന്ന ഒന്നാവണം എന്നതാണ് കാഴ്ചപ്പാട്. ലോകബാങ്ക് തയ്യാറാക്കി പ്രസിദ്ധീകരിച്ച 2002 ലെ വേൾഡ് ഡെവലപ്പ്മെന്റ് റിപ്പോർട്ടിൽ അധികാരവികേന്ദ്രീകരണം സംബന്ധിച്ച ഭാഗത്തിന്റെ തലക്കെട്ട് തന്നെ "കമ്പോളത്തിനായുള്ള സ്ഥാപനങ്ങൾ സൃഷ്ടിക്കൽ" എന്നാണ് നല്കിയിട്ടുള്ളത്. എന്നാൽ കേരളത്തിലെ ജനാധിപത്യ അധികാരവികേന്ദ്രീകരണത്തിന്റെ ഏറ്റവും സുപ്രധാനമായ പ്രവർത്തനം ആസൂത്രണത്തിൽ ഊന്നിക്കൊണ്ടുള്ളതാണ്. കേരളത്തിലെ ജനകീയാസൂത്രണം സംസ്ഥാന-കേന്ദ്രതലങ്ങളിലുള്ള ആസൂത്രണത്തെ നിരാകരിച്ചുകൊണ്ടുള്ളതല്ല, മറിച്ച് ബഹുതല ആസൂത്രണത്തിന്റെയും സംയോജിതമായ ആസൂത്രണത്തിന്റെയും സാദ്ധ്യതകളെ പ്രയോജനപ്പെടുത്തി, പ്രാദേശികതലത്തിലുള്ള ജനങ്ങളുടെ ആവശ്യങ്ങളും മുൻഗണനകളും കണക്കിലെടുത്തുകൊണ്ടുള്ളതാണ്.

മൂന്നാമത്തെ കാര്യം, നവലിബറൽ ചിന്താഗതിക്കാർ കാണുന്നതുപോലെ അധികാരവികേന്ദ്രീകരണം എന്നത് ഗവൺമെന്റിന്റെ പ്രവർത്തനങ്ങൾ ചുരുക്കലോ ഗവൺമെന്റിന്റെ പിന്മാറ്റമോ അല്ല. ഗവൺമെന്റിനെ കൂടുതൽ കാര്യക്ഷമമായും ഫലപ്രദമായും പ്രവർത്തിപ്പിക്കുന്നതിനുള്ള ഒരു ഉപാധിയായി അധികാരവികേന്ദ്രീകരണത്തെ പ്രയോജനപ്പെടുത്താൻ കഴിയണം. ജനാധിപത്യപരമായും കാര്യക്ഷമമായും പ്രവർത്തിച്ചുവരുന്ന ഒരു ഗവൺമെന്റിന്റെ നവലിബറൽ പരിഷ്കാരങ്ങൾ നടപ്പാക്കുന്നതിനായുള്ള ഉപകരണമായും വികേന്ദ്രീകരണത്തെ ഉപയോഗിക്കാൻ കഴിയും (Fung and Wright 2003). അതേസമയം തന്നെ ശാക്തീകരിക്കപ്പെട്ട പങ്കാളിത്ത സംവിധാനങ്ങളെ സൃഷ്ടിച്ചുകൊണ്ട് ജനകീയ പങ്കാളിത്തം ശക്തിപ്പെടുത്തുന്നതിനും അതിലൂടെ ജനാധിപത്യ അധികാരവികേന്ദ്രീകരണം സാദ്ധ്യമാക്കുന്നതിന് പ്രയോജനപ്പെടുത്തുന്നതിനും കഴിയും. ഇത്തരത്തിലുള്ള പങ്കാളിത്ത ജനാധിപത്യത്തിന് പരമ്പരാഗതമായി നിലവിലുണ്ടായിരുന്ന പ്രാതിനിധ്യ കേന്ദ്രീകൃതവും ഉദ്യോഗസ്ഥ കേന്ദ്രീകൃ

തവുമായ ജനാധിപത്യത്തെക്കാളും മികവുറ്റ പ്രവർത്തനം കാഴ്ചവയ്ക്കുന്നതിന് കഴിയും. കൂടാതെ തുല്യത ഉറപ്പാക്കുന്നതിനും ഉത്തരവാദിത്വമുള്ള പൗരസമൂഹത്തെ സൃഷ്ടിക്കുന്നതിനും ഉയർന്ന പ്രവർത്തന മികവുള്ളതും ഫലക്ഷമതയുള്ളതുമായ ഭരണസംവിധാനങ്ങളെ സൃഷ്ടിക്കുന്നതിനും കഴിയും.

നാലാമതായി, നവലിബറൽ കാഴ്ചപ്പാട് അനുസരിച്ചുള്ള അധികാര വികേന്ദ്രീകരണം സാർവ്വദേശീയ സാമ്പത്തിക സ്ഥാപനങ്ങളുടെയും വികസന ഏജൻസികളുടെയും താല്പര്യമനുസരിച്ച് അതത് രാജ്യങ്ങളിലെ കേന്ദ്ര ഗവൺമെന്റ് നടപ്പാക്കുന്നതാണ്. ഇത്തരം ഉദ്യോഗസ്ഥ കേന്ദ്രീകൃതവും സാമ്പ്രദായികവുമായ അധികാരവികേന്ദ്രീകരണത്തിൽ പ്രാദേശിക ഗവൺമെന്റുകളുടെ ഉത്തരവാദിത്വം, വിവിധ സേവനദാതാക്കളുടെ സേവനങ്ങൾ ജനങ്ങൾക്ക് നല്കുന്ന ഏജൻസിയായി പ്രവർത്തിക്കുക എന്നതു മാത്രമാണ്. കേരളത്തിലെ വിവിധ സേവന സ്ഥാപനങ്ങളുടെ അടിസ്ഥാന സൗകര്യങ്ങളുമായി ബന്ധപ്പെട്ട പ്രശ്നങ്ങൾക്കുള്ള പരിഹാരമെന്നത് സ്വകാര്യവല്ക്കരണമല്ല. എന്നും ജനങ്ങളുടെ വിപുലമായ പങ്കാളിത്തത്തിലൂടെ ഇത്തരം പ്രശ്നത്തിന് പരിഹാരം കാണുന്നതിനാണ് കേരളം ശ്രമിച്ചത്. ക്ഷേമരാഷ്ട്രാനന്തര കാലഘട്ടത്തിൽ വികസിത മുതലാളിത്ത രാജ്യങ്ങൾ മുന്നോട്ടുവച്ച അധികാരവികേന്ദ്രീകരണം പാവപ്പെട്ടവർക്ക് സർക്കാർ നല്കിക്കൊണ്ടിരിക്കുന്ന ആനുകൂല്യങ്ങളും സഹായങ്ങളും വെട്ടിക്കുറയ്ക്കുക എന്നതും പൊതുസേവന സംവിധാനങ്ങളെ സ്വകാര്യവല്ക്കരിക്കുക എന്നതുമാണ് (Bennet 1990). ജോയൽ സമോഫ് (1990) ചൂണ്ടിക്കാണിച്ചിട്ടുള്ളത് ഇത്തരമൊരു സമീപനം സ്വീകരിക്കുമ്പോഴും ഇവർ ഉപയോഗിക്കുന്ന പദപ്രയോഗം "സേവനപ്രദാനം", "കാര്യക്ഷമത", "ചെലവ് തിരികെ ഈടാക്കൽ" എന്നൊക്കെയാണ്. എന്നാൽ കേരളത്തിലെ അധികാരവികേന്ദ്രീകരണം ഇത്തരമൊരു സമീപനത്തിന് തികച്ചും ബദലായുള്ളതും ജനകീയ ജനാധിപത്യത്തെ ശക്തിപ്പെടുത്തുന്നതുമാണ്. സമോഫ് തന്നെ ചൂണ്ടിക്കാണിച്ചിട്ടുള്ളത് കേരളത്തിലെ ജനാധിപത്യ അധികാരവികേന്ദ്രീകരണം ഉപയോഗിച്ച പദങ്ങൾ തന്നെ "ഫലപ്രദമായ പങ്കാളിത്തം", "ശാക്തീകരണം", "ബോധവല്ക്കരണം", "കൂട്ടായ ഇടപെടൽ" എന്നിവയൊക്കെയാണെന്നാണ്. (Joel Samoff 1990).

അഞ്ചാമതായി, നവലിബറൽ കാഴ്ചപ്പാടോടെയുള്ള അധികാരവികേന്ദ്രീകരണം മുന്നോട്ടുവയ്ക്കുന്ന ആശയം, ഗവൺമെന്റുകൾക്ക് പകരമായി ഗവൺമെന്റിതര സംഘടനകളെ സർക്കാരുകൾ ഇന്ന് ചെയ്തുകൊണ്ടിരിക്കുന്ന ചുമതലകളും ഉത്തരവാദിത്വങ്ങളും ഏല്പിച്ചുകൊടുക്കുക എന്നതാണ്. പ്രാദേശികതലത്തിലുള്ള വികസന പദ്ധതികൾ, സാമൂഹ്യ വികസന പദ്ധതികൾ ഉൾപ്പെടെ സർക്കാരിതര സംഘടനകളെ ഏല്പിക്കുകയും ഇവയ്ക്കാവശ്യമായ പണം സർക്കാരിന്റെ ബഡ്ജറ്റിൽ നിന്നോ വിദേശ ഫണ്ടിങ് ഏജൻസികളുടെ സഹായധനമായോ ഇവർക്ക് കൈമാറുകയും ചെയ്യുക. ഇത്തരത്തിൽ പണം ചെലവഴിക്കുന്ന സർക്കാരിതര

സംഘടനകൾക്ക് ജനങ്ങളോട് യാതൊരുവിധ ഉത്തരവാദിത്വവും ഉണ്ടാവുകയില്ല എന്നതാണ് യാഥാർത്ഥ്യം (Patnaik 2004). ഈ പുസ്തകത്തിന്റെ നാലാം അദ്ധ്യായത്തിൽ കേരളത്തിൽ സൂക്ഷ്മതലത്തിൽ സാമൂഹ്യ സംഘടനകളുടെ നേതൃത്വത്തിൽ നടപ്പാക്കിയ വികസന പരീക്ഷണങ്ങളേയും ഇവയെല്ലാം ജനകീയാസൂത്രണ പ്രസ്ഥാനത്തെ എങ്ങനെ സ്വാധീനിച്ചിട്ടുണ്ട് എന്നതും വ്യക്തമാക്കിയിട്ടുണ്ട്. പ്രാദേശിക പദ്ധതിയുടെ ഭാഗമായി, പ്രാദേശിക ഗവൺമെന്റുകളുടെ സഹായക സംവിധാനമായാണ് ഇത്തരം സാമൂഹ്യ സംഘടനകൾ പ്രവർത്തിച്ചിട്ടുള്ളത്. കേരളത്തിലെ അധികാരവികേന്ദ്രീകരണത്തിന്റെ കേന്ദ്രസ്ഥാനത്ത് തദ്ദേശ ഭരണസ്ഥാപനങ്ങളാണ്. കേരളത്തിലെ ജനാധിപത്യ അധികാരവികേന്ദ്രീകരണത്തിന്റെ നേട്ടങ്ങളെ സംബന്ധിച്ച് ഒലെ ടോൺകിസ്റ്റിനെപ്പോലെയുള്ള പണ്ഡിതർ പ്രശംസിക്കുമ്പോഴും അവർ ഉയർത്തുന്ന മുഖ്യമായ വിമർശനം "രാഷ്ട്രീയപാർട്ടികളുടെ ശക്തമായ നിയന്ത്രണത്തിൽനിന്നും ജനകീയാസൂത്രണത്തെ സ്വതന്ത്രമാക്കുന്നതിനും പങ്കാളിത്ത സ്ഥാപനങ്ങളേയും സിവിൽ സമൂഹത്തേയും വേണ്ടത്ര ശക്തിപ്പെടുത്തുന്നതിനും കഴിഞ്ഞിട്ടില്ല" എന്നതാണ്. (Tornquist, Harriss, Tharakan 1996, 2001, 2005, 2015).

ആറാമതായി, സൂചിപ്പിക്കാനുള്ളത് ഉദ്യോഗസ്ഥ കേന്ദ്രീകൃതമല്ലാത്ത അധികാരവികേന്ദ്രീകരണത്തിൽ നിശ്ചയമായും രാഷ്ട്രീയ സംഘടനകളുടെയും പ്രസ്ഥാനങ്ങളുടെയും നേതൃത്വപരമായ ഇടപെടലുകൾ ഉണ്ടാവുക സ്വാഭാവികമാണ്. കേരളത്തെ സംബന്ധിച്ചിടത്തോളം അധികാരവികേന്ദ്രീകരണത്തിനായി ഒരു ജനകീയ പ്രസ്ഥാനത്തിന് രൂപംനല്കുന്നതിനായുള്ള തീരുമാനമെടുത്തത് സംസ്ഥാനത്ത് അധികാരത്തിലിരുന്ന ഇടതുപക്ഷ ഗവൺമെന്റാണ്. ഈ പുസ്തകത്തിന്റെ മൂന്നാം അദ്ധ്യായത്തിൽ വിശദീകരിച്ചതുപോലെ ഇത്തരമൊരു തീരുമാനം ഗവൺമെന്റ് ഇടതുപക്ഷ പ്രസ്ഥാനങ്ങളുടെ നേതൃത്വത്തിൽ സ്വീകരിച്ചത് ഏറെക്കാലം നീണ്ടുനിന്ന ചർച്ചകളുടെയും സംവാദങ്ങളുടെയും പ്രാദേശികതലത്തിൽ നടപ്പാക്കിയ പരീക്ഷണങ്ങളിലെ അനുഭവങ്ങളുടെയും എല്ലാം അടിസ്ഥാനത്തിലായിരുന്നു. മാത്രവുമല്ല ഇടതുപക്ഷം നടത്തിവന്നിരുന്ന പോരാട്ടങ്ങളിലൂടെ ആർജ്ജിച്ച സൈദ്ധാന്തികമായ ധാരണകളുടെ അടിസ്ഥാനത്തിൽ അധികാരവികേന്ദ്രീകരണത്തിലൂടെ എന്തെല്ലാം കാര്യങ്ങൾ സാധാരണ ജനങ്ങളുടെയും തൊഴിലാളികളുടെയും ജീവിതത്തിൽ ചെയ്യാൻ കഴിയുമെന്ന വ്യക്തമായ ധാരണയും രൂപപ്പെടുത്തുന്നതിന് കഴിഞ്ഞിട്ടുണ്ട്. പാർലമെന്ററി ജനാധിപത്യവ്യവസ്ഥയെ കേന്ദ്ര സംസ്ഥാന ഗവൺമെന്റുകൾക്കുമപ്പുറം ജില്ലാ–ബ്ലോക്ക്–പഞ്ചായത്ത്/മുനിസിപ്പൽ തലങ്ങളിലേക്ക് വികസിപ്പിക്കുന്നതിനും വ്യാപിപ്പിക്കുന്നതിനും കഴിയുന്നതോടെ സാധാരണ ജനങ്ങൾക്ക് ദൈനംദിന ഭരണനിർവ്വഹണത്തിൽ കൂടുതൽ ഫലപ്രദമായി ഇടപെടുന്നതിനും പങ്കാളിത്തം വഹിക്കുന്നതിനും കഴിയുമെന്ന നിലപാടാണ് ഇടതുപക്ഷം എല്ലാകാലത്തും സ്വീകരിച്ചുപോ

ന്നിട്ടുള്ളത്. ദുർബ്ബല വിഭാഗം ജനങ്ങളുടെയും ചൂഷിതരായ സാധാരണ ജനങ്ങളുടെയും താല്പര്യങ്ങൾ സംരക്ഷിക്കുന്നിനും അവരെ സംഘടിതശക്തിയായി വളർത്തുന്നതിനും കഴിയുക പ്രാദേശികതല ജനാധിപത്യം ശക്തിപ്പെടുന്നതിലൂടെയാണ്.

ഇത്തരത്തിൽ വിലയിരുത്തുമ്പോൾ കേരളത്തിലെ ജനകീയാസൂത്രണ പ്രസ്ഥാനം വിശാലമായൊരു രാഷ്ട്രീയ കാഴ്ചപ്പാടോടെയാണ് നടപ്പാക്കിയത്. ഡോ. പ്രഭാത് പട്നായിക്കിന്റെ ഇതു സംബന്ധിച്ച വിലയിരുത്തൽ ഏറെ പ്രധാനപ്പെട്ടതാണ്; *മെച്ചപ്പെട്ട ഒരു സമൂഹം സൃഷ്ടിക്കുക എന്നതാണ് ജനകീയാസൂത്രണം ലക്ഷ്യമിട്ടത്. ഏതൊരു സോഷ്യലിസ്റ്റ് സമൂഹവും സൃഷ്ടിക്കപ്പെടുന്നത് അതിന് മുമ്പുണ്ടായിരുന്ന സാമൂഹ്യവ്യവസ്ഥയുടെ ചില അംശങ്ങൾ നിലനിർത്തിക്കൊണ്ടായിരിക്കും. സോഷ്യലിസ്റ്റ് സാമൂഹ്യവ്യവസ്ഥയിൽ നിലനിന്നിരുന്ന അമിത കേന്ദ്രീകരണത്തിന്റെയും സ്വേച്ഛാധിപത്യത്തിന്റെയും പ്രവണതകൾക്ക് ഇടയാക്കിയത് ഇത്തരം സമൂഹങ്ങളിൽ സോഷ്യലിസ്റ്റ് സമൂഹം രൂപപ്പെടുന്നതിന് മുമ്പ് പ്രാതിനിധ്യ ജനാധിപത്യ വ്യവസ്ഥ നിലനില്ക്കാതിരുന്നതിന്റെയും അത്തരം ജനാധിപത്യ അനുഭവങ്ങളിൽ നിന്നും സോഷ്യലിസം കെട്ടിപ്പടുക്കാതെ പോയതിന്റെയും ഫലമായാണ്. ഈയൊരർത്ഥത്തിൽ നോക്കുമ്പോൾ അധികാരവികേന്ദ്രീകരണം തിരഞ്ഞെടുക്കപ്പെട്ട ജനകീയ സംവിധാനങ്ങളെ ശക്തിപ്പെടുത്തുകയും ഇത്തരത്തിലുള്ള ജനകീയ സംഘടനാ സംവിധാനങ്ങളെ കൂടുതൽ സജീവമാക്കുകയും അതിന്റെ കൂടി അനുഭവങ്ങളിൽനിന്നും ഭാവി സമൂഹത്തെ രൂപപ്പെടുത്തുന്നതിന് സഹായകമാവുകയും ചെയ്യും. (Patnaik 2004)*

ഇത്തരമൊരു നിരീക്ഷണവും വിലയിരുത്തലും ഒരു സുപ്രധാനമായ ചോദ്യം ഉയർത്തുന്നുണ്ട്. കേരളത്തിലെ ജനകീയാസൂത്രണ പ്രസ്ഥാനം ഇടതുപക്ഷത്തിന്റെ രാഷ്ട്രീയ തീരുമാനമായിരുന്നെങ്കിൽ തുടർന്ന് അധികാരത്തിൽവന്ന വലതുപക്ഷ ഗവൺമെന്റ് എന്തുകൊണ്ടാണ് ഇത് തുടർന്നത്? എന്തുകൊണ്ടാണ് വലതുപക്ഷ കക്ഷികളുടെ നേതൃത്വത്തിലുള്ള തദ്ദേശ ഭരണസ്ഥാപനങ്ങൾ ജനകീയാസൂത്രണ പദ്ധതി നടപ്പാക്കാൻ തയ്യാറായത്? ഇതുതന്നെയായിരുന്നു ജനകീയാസൂത്രണം നേരിട്ട ഏറ്റവും വലിയ വെല്ലുവിളിയും. രാഷ്ട്രീയമായി വ്യത്യസ്ത കാഴ്ചപ്പാടുകൾ വച്ചുപുലർത്തുന്ന എല്ലാവരേയും ഉൾക്കൊണ്ടുകൊണ്ട് എങ്ങനെ ഒരു പൊതുവേദിക്ക് രൂപംനല്കി പ്രവർത്തിപ്പിക്കാൻ കഴിയും എന്നതാണ് അത്. ജനാധിപത്യ അധികാരവികേന്ദ്രീകരണത്തിന് കൈവരിക്കാൻ കഴിഞ്ഞ ഏറ്റവും പ്രധാനപ്പെട്ട നേട്ടം പ്രാദേശികതലത്തിൽ എല്ലാ വിഭാഗങ്ങൾക്കും പങ്കെടുക്കുന്നതിനും ഒത്തുചേരുന്നതിനും അഭിപ്രായങ്ങൾ പ്രകടിപ്പിക്കുന്നതിനും കഴിയുന്ന ജനാധിപത്യവേദികൾ ഇതിന്റെ ഭാഗമായി സൃഷ്ടിക്കാൻ കഴിഞ്ഞു എന്നതാണ്. ഇത്തരം വേദികൾ ആർക്കെല്ലാം, എങ്ങനെ പ്രയോജനപ്പെടുത്താൻ കഴിയും എന്നതിനെ അടിസ്ഥാനപ്പെടുത്തിയാണ് രാഷ്ട്രീയ മത്സരവും അതിൽനിന്നുള്ള വിജയവും നിർണ്ണയിക്കപ്പെടുന്നത്.

അദ്ധ്യായം 15

ജനാധിപത്യ അധികാര വികേന്ദ്രീകരണത്തിന്റെ 25 വർഷങ്ങൾ

2001 ൽ ഈ പുസ്തകത്തിന്റെ പരിഷ്കരിച്ച രണ്ടാം പതിപ്പ് തയ്യാറാക്കുമ്പോഴായിരുന്നു ഇടതുപക്ഷ ജനാധിപത്യമുന്നണി കേരള നിയമസഭാ തിരഞ്ഞെടുപ്പിൽ പരാജയപ്പെട്ടതും ഐക്യജനാധിപത്യ മുന്നണി മന്ത്രിസഭ അധികാരത്തിൽ വന്നതും. ജനകീയാസൂത്രണപദ്ധതി എന്ന പേരുതന്നെ പുതിയ യാഥാസ്ഥിതിക സർക്കാർ കേരള വികസനപദ്ധതി എന്നാക്കി മാറ്റി. ജനങ്ങളുടെ സദ്ക്രിയമായ ഇടപെടൽ, പ്രചാരണം, ഒത്തുചേരൽ എന്നിവയെല്ലാം മരവിപ്പിച്ചുകൊണ്ടായിരുന്നു ഈ പേരുമാറ്റം. പൗരന്മാരുടെ പരാതി പരിഹാരത്തിനുള്ള ഓംബുഡ്സ്മാന്റെ ഓഫീസിന്റെ അധികാരം പരിമിതമാക്കി. സന്നദ്ധ സാങ്കേതികസേനയെ നാമാവശേഷമാക്കി. പ്രാദേശിക സർക്കാരുകൾക്ക് അവശ്യം വേണ്ടിയിരുന്ന സങ്കീർണ്ണമായ പ്രോജക്ടുകൾ രൂപകല്പന ചെയ്യുന്നതിനും നിർവ്വഹണത്തിനും മറ്റുമുള്ള സാങ്കേതികസഹായം സന്നദ്ധസേനയിലെ അംഗങ്ങളായിരുന്നു നല്കിവന്നത് (വേണുഗോപാൽ, 2009 പേജ് 323–324). സമീപകാല ചരിത്രം അതേപടി ആവർത്തിക്കപ്പെടുമെന്ന പ്രതീതി ഉളവാക്കി. ഇടതിൽ നിന്നും വലതിലേക്കുള്ള 1991 ലെ ഭരണമാറ്റത്തോടെ ഉന്നതമായ പ്രതീക്ഷകളുണർത്തിയ ജില്ലാ കൗൺസിലിന്റെ ഹ്രസ്വകാല അനുഭവം അവസാനിച്ചു. ജനകീയാസൂത്രണ പദ്ധതി യു ഡി എഫിന് ചതുർത്ഥിയായിരുന്നു. അതുകൊണ്ടുതന്നെ തണുപ്പൻ സമീപനമാണ് അവരിൽനിന്നും പ്രതീക്ഷിച്ചിരുന്നതും. എന്നിരുന്നാലും 2001 ലെ യു ഡി എഫ് മന്ത്രിസഭ സങ്കീർണ്ണമായി ഈ പരിപാടിയെ അട്ടിമറിച്ചിരുന്നില്ല; വികേന്ദ്രീകരണത്തിന്റെ അടിസ്ഥാന ഘടകങ്ങളെ അങ്ങനെതന്നെ നിലനിർത്തി. പ്രാദേശിക ആസൂത്രണ പ്രക്രിയകൾക്ക് അർത്ഥം നല്കിയ സഹായധനവും പദ്ധതി പ്രവർത്തനങ്ങളും മാറ്റമില്ലാതെ തുടർന്നു. 2006 ൽ

ഇടതുപക്ഷം, 2011 ൽ യു ഡി എഫ്, 2016 ൽ വീണ്ടും ഇടതുപക്ഷം എന്നിങ്ങനെ മാറിവരുന്ന മന്ത്രിസഭകളിലൂടെ ജനാധിപത്യ അധികാര വികേന്ദ്രീകരണ ആസൂത്രണ പ്രക്രിയ വളരുകയോ ദൃഢമാവുകയോ ക്ഷയിക്കുകയോ ഉണ്ടായി. വികസനകാര്യ വിദഗ്ദ്ധനായ ഹാരി ബ്ലെയറിന്റെ അഭിപ്രായപ്രകാരം (2020, പേജ് 66) കേരളത്തിലെ ജനകീയാസൂത്രണ പ്രചാരണം 'നാല് തിരിച്ചടികളെ അതിജീവിച്ചപ്പോഴും അവശ്യം അത് സുഘടിതം തന്നെയായിരുന്നു.' അന്തർദ്ദേശീയതലത്തിൽ, അധികാര വികേന്ദ്രീകരണവുമായി ബന്ധപ്പെട്ട പുസ്തകങ്ങളിലും ലേഖനങ്ങളിലുമെല്ലാം കേരളത്തെ വ്യതിരിക്തമാക്കുന്നതും ഈ വസ്തുത മാത്രമാണ്.

ഫണ്ടുകൾ, കർത്തവ്യങ്ങൾ, ജീവനക്കാർ

രാഷ്ട്രീയ അതിർവരമ്പുകൾക്കപ്പുറത്ത് ജനങ്ങളും താഴേത്തട്ടിലെ നേതൃത്വവും വികേന്ദ്രീകരണം തുടരണമെന്നുതന്നെയാണ് ആഗ്രഹിച്ചിരുന്നത്. 2001 ലെ പുതിയ സർക്കാർ രണ്ടാം സംസ്ഥാന ധനകാര്യകമ്മീഷന്റെ ശുപാർശകൾ അംഗീകരിക്കുകയും അഞ്ചാം സംസ്ഥാന ധനകാര്യകമ്മീഷൻ ശുപാർശകൾ അംഗീകാരത്തിൽ വരുന്നതുവരെ അതൊരു കീഴ്‌വഴക്കമായി (ചില ഭേദഗതികളോടെ) തുടരുകയും ചെയ്തു. ഉപാധികളില്ലാത്ത ഫണ്ടുകളുടെ പദ്ധതി വികേന്ദ്രീകരണം 1997–98 ൽ 749 കോടി രൂപയിൽനിന്നും 2020–21 ൽ 7158 കോടി രൂപയിലേക്ക് വർദ്ധിക്കുകയുണ്ടായി. ഇതേകാലയളവിൽ പദ്ധതി ഇതരഗ്രാന്റ് 297 കോടിരൂപയിൽ നിന്നും 4661 കോടി രൂപയിലേക്കും അതിന്റെ തുടർച്ചയായി താഴെത്തലങ്ങളിൽ നല്കിയ മൊത്തം തുക 1046 കോടി രൂപയിൽനിന്നും 11819 കോടി രൂപയായും വർദ്ധിച്ചു. സംസ്ഥാന പദ്ധതി അടങ്കലിൽ വികസന ഫണ്ടിനുള്ള അനുപാതം 2003–2004 ൽ ഏകദേശം 35 ശതമാനമായിരുന്നത് 2016–17 ൽ 19 ശതമാനമായി കുറഞ്ഞു. ഭേദഗതി ചെയ്യപ്പെട്ട അഞ്ചാം സംസ്ഥാന ധനകമ്മീഷൻ അവാർഡ് നടപ്പിലാക്കിയതിനുശേഷം ഇത് 26 ശതമാനത്തിലേക്ക് ഉയർന്നു. 2019–20 ൽ സംസ്ഥാന സർക്കാരിന്റെ സാമ്പത്തിക പ്രതിസന്ധിമൂലം സംസ്ഥാന പദ്ധതി അടങ്കലിന്റെ 30 ശതമാനം വെട്ടിക്കുറയ്ക്കുകയുണ്ടായി. പക്ഷേ, താഴെത്തട്ടുകളിലേക്കുള്ള ധനകൈമാറ്റം അതേപടി നിലനിർത്തി. പ്രാദേശിക സർക്കാരുകൾക്ക് ഒരിക്കൽ അനുവദിച്ച പദ്ധതി ഫണ്ടുകൾ കേരളത്തിലെ ഒരു സർക്കാരിനും രാഷ്ട്രീയപരമായി വെട്ടിക്കുറയ്ക്കാൻ കഴിയില്ല എന്നതാണ് വസ്തുത (ഷഹീന 2020).

പദ്ധതി–പദ്ധതിയിതര ഗ്രാന്റുകൾക്ക് പുറമെ എല്ലാ ഗ്രാമ–നഗര പ്രദേശങ്ങൾക്കായുള്ള കേന്ദ്രാവിഷ്കൃത സ്കീമുകളും സംസ്ഥാനാവിഷ്കൃത സ്കീമുകളുടെ ഗണ്യഭാഗവും പ്രാദേശിക സർക്കാരിലൂടെയാണ് നിർവ്വഹിച്ചുവരുന്നത്. അവസാന സംസ്ഥാന ബഡ്ജറ്റ് 2020–21 ൽ പദ്ധതി – പദ്ധതിയിതര ഗ്രാന്റായി 12074 കോടിരൂപയ്ക്ക് പുറമെ, കേന്ദ്രാവിഷ്കൃത

പദ്ധതിയായി 3700 കോടിരൂപയും സംസ്ഥാനാവിഷ്കൃത പദ്ധതിയായി 3427 കോടി രൂപയും ഭവന നിർമ്മാണത്തിനായി, സ്ഥാപനലോൺ 1000 കോടിരൂപയും പ്രാദേശിക സർക്കാരുകൾക്ക് ലഭ്യമാക്കിയിരുന്നു (തോമസ് ഐസക്).

ജനകീയാസൂത്രണ കാമ്പയിനിൽ ഉണ്ടായിരുന്നതുപോലെതന്നെ പ്രാദേശിക സർക്കാരുകൾക്കുള്ള ധനകൈമാറ്റത്തിന്റെ തത്വങ്ങൾ സുദൃഢമായി തുടർന്നു. സംസ്ഥാന ബഡ്ജറ്റിന്റെ പ്രത്യേക അനുബന്ധമായി ഓരോ പ്രാദേശിക സർക്കാരിനുമുള്ള വിഹിതം പ്രതിപാദിച്ചിരിക്കുന്നതിനാൽ വിവേചനപരമായി ഫണ്ട് അനുവദിക്കുന്നതിന് യാതൊരു സാദ്ധ്യതയുമില്ലതാനും. സംസ്ഥാന നിർദ്ദേശപ്രകാരമുള്ള ചിലവഴിക്കൽ ഉണ്ടെങ്കിലും പ്രാദേശിക സർക്കാരുകളുടെ സ്വയംഭരണാവകാശം ബഹുമാനമർഹിക്കുന്നതാണ്. തനതു ഫണ്ടിന്റെ ചിലവഴിക്കലിൽ പ്രാദേശിക സർക്കാരുകൾക്ക് പൂർണ്ണ സ്വാതന്ത്ര്യവും നല്കിയിട്ടുണ്ട്.

നിലവിലുണ്ടായിരുന്ന കേരള പഞ്ചായത്ത് ആക്ട്, 1994 ഉം കേരള മുനിസിപ്പാലിറ്റി ആക്ട് 1994 ഉം 1999 ന്റെ അവസാനം സർക്കാർ എങ്ങനെയാണ് സമഗ്രമായി ഭേദഗതി ചെയ്തതെന്ന് അദ്ധ്യായം 13 ൽ നാം കണ്ടു. കേരളത്തിലെ അധികാരങ്ങളുടെ വികേന്ദ്രീകരണ (ഭേദഗതി), 2000 ബില്ലിലൂടെ, അവയെയെല്ലാം പ്രാദേശിക സർക്കാരുകൾക്കുവേണ്ടിയുള്ള നിയമനിർമ്മാണവുമായി സമന്വയിപ്പിക്കുന്നതിന് 36 ആക്ടുകളാണ് ഒറ്റയടിക്ക് ഭേദഗതി ചെയ്തത്.

പ്രാദേശിക സർക്കാരുകളുടെ കർത്തവ്യ മേഖലയ്ക്കുള്ളിൽ കഴിഞ്ഞ രണ്ട് ദശകങ്ങളായി കടന്നുകയറ്റമൊന്നും ഉണ്ടായിട്ടില്ലെങ്കിലും ചില അപവാദങ്ങൾ ഉണ്ടായിട്ടില്ലെന്ന് പറയാനാകില്ല. ചെറിയ പദ്ധതികളുടെ ജലസേചന അധികാരം പരിമിതപ്പെടുത്തൽ, വ്യവസായ മേഖലകളിൽ നടപടിക്രമങ്ങൾ ലഘൂകരികരിക്കുന്നതിനായി ലൈസൻസ് നല്കുന്ന നടപടികൾ നിയന്ത്രിക്കൽ, മദ്യവിപണന കേന്ദ്രങ്ങൾ തുടങ്ങുന്നതിനുള്ള "തടസ്സമൊന്നുമില്ല" എന്നു കാണിക്കുന്ന സർട്ടിഫിക്കറ്റ് നല്കുന്നതിനുള്ള അധികാരം പിൻവലിക്കൽ എന്നിവയാണവ. അതേസമയം തന്നെയാണ് പ്രകൃതിദുരന്ത പരിപാലനത്തിൽ പ്രാദേശിക സർക്കാരുകളുടെ ഇടപെടൽ വിപുലമാക്കിയതും. വിവിധ തട്ടുകൾക്കിടയിൽ ഇടപെടലുകളുടെ ആവർത്തനം ഒഴിവാക്കുന്നതിനായി വിശദമായ പ്രവർത്തന മാപ്പിംഗ് നടത്തുന്നതിനുള്ള പരിശ്രമങ്ങൾ ഉണ്ടായിട്ടുണ്ട്.

പ്രാദേശിക സർക്കാർ തലത്തിലെ കൃത്യനിർവ്വഹണ ഏജൻസികളുടെ എണ്ണം ഗണ്യമായി വർദ്ധിച്ചു. പ്രാദേശിക സർക്കാരുകളിൽ 1995-96 ൽ ആകെ ഉണ്ടായിരുന്നത് 29980 ജീവനക്കാർ മാത്രമാണ്. ഇത് 2020-21 ൽ 36480 ആയി വർദ്ധിച്ചു. തദ്ദേശഭരണ സർക്കാർ വകുപ്പിലെ 3360 ജീവനക്കാർക്ക് പുറമെയാണിത്. സ്കൂളുകൾ, പ്രാഥമികാരോഗ്യ കേന്ദ്രങ്ങൾ, കൃഷിഭവൻ, മൃഗാശുപത്രികൾ തുടങ്ങിയവ പ്രാദേശികതലത്തിൽ പ്രവർത്തിക്കുന്ന വികസനവകുപ്പുകളിലെ ഓഫീസർമാരെയും ജീവനക്കാ

രെയും പ്രാദേശിക സർക്കാരുകളിലേക്ക് കൈമാറ്റം ചെയ്യപ്പെട്ടിട്ടുണ്ട്. ഇവയെല്ലാം വകുപ്പുകളുടെയും പ്രാദേശിക സർക്കാരുകളുടെയും ദ്വന്ദ നിയന്ത്രണത്തിലാണ്. ഓരോ പ്രാദേശിക സർക്കാരിനും ഏറ്റവും കുറഞ്ഞത് ഒരു എൻജിനീയറെയെങ്കിലും ഉറപ്പാക്കിക്കൊണ്ട് പ്രത്യേക എൻജിനീയറിംഗ് വിഭാഗവും സ്ഥാപിച്ചു. തദ്ദേശഭരണ സർക്കാർ വകുപ്പ്, മുമ്പുണ്ടായിരുന്ന ഗ്രാമവികസനവകുപ്പ്, നഗര വികസനവകുപ്പ്, പഞ്ചായത്തുകൾ, മുനിസിപ്പാലിറ്റികൾ എന്നിവയിലെ വിവിധ കേഡറുകളെയെല്ലാം സംയോജിപ്പിച്ച് പൊതുവായ ഒരു കേഡർ രൂപീകരിച്ച് 2020 ൽ സർക്കാർ ഉത്തരവിറക്കി വിവിധ വകുപ്പുകളിൽ പുനർവിന്യാസം അനിവാര്യമാക്കി.

ആസൂത്രണ പ്രക്രിയയുടെ അന്തിമഘട്ടത്തിൽ പ്രാദേശികാസൂത്രണ നടപടിക്രമങ്ങൾ വലിയൊരളവിൽ സുദൃഢമായിത്തന്നെ തുടർന്നു. ജനകീയാസൂത്രണത്തിന്റെ രണ്ടാംവർഷത്തിൽ നടപടിക്രമങ്ങൾ ഭേദഗതി ചെയ്യപ്പെട്ടു. എന്തുകൊണ്ടെന്നാൽ, ആദ്യവർഷം അനുവർത്തിച്ച ഓരോ നടപടിയും അതേപോലെ തന്നെ ആവർത്തിക്കുന്നതിൽ യുക്തിയില്ല എന്നതുതന്നെ കാരണം. പ്രാദേശിക സർക്കാർ നിയോഗിച്ച വർക്കിംഗ് ഗ്രൂപ്പുകൾ സാഹചര്യ വിശകലനം നടത്തുന്നതോടെ പ്രക്രിയ ആരംഭിക്കുകയാണ്. ഗ്രാമസഭകളുടെ പരിഗണനയ്ക്കായുള്ള കരട് പദ്ധതി നിർദ്ദേശങ്ങളും അവർ തയ്യാറാക്കുന്നു. തന്ത്രവും കരട് പദ്ധതിയും നിശ്ചയിക്കുന്നതിനായി വികസന സെമിനാറുകൾ നടത്തപ്പെട്ടു. വിശദമായിട്ടുള്ള വികസന റിപ്പോർട്ടുകൾ എല്ലാ വർഷവും അവതരിപ്പിക്കുന്നത് ഒഴിവാക്കപ്പെട്ടു. പക്ഷേ, പഞ്ചവത്സര പദ്ധതിയുടെ ആദ്യവർഷത്തിൽ കഴിഞ്ഞ പദ്ധതിയുടെ വിശദമായ വിശകലന റിപ്പോർട്ടും ഭാവിപരിപ്രേക്ഷ്യവും ഉൾക്കൊള്ളുന്നു. വികസന റിപ്പോർട്ട് വികസന സെമിനാറിൽ അവതരിപ്പിക്കുന്നുണ്ടായിരുന്നു. തിരഞ്ഞെടുക്കപ്പെട്ട കൗൺസിൽ കരട് പദ്ധതി പരിഗണിക്കുകയും അത് അംഗീകരിക്കുകയും ചെയ്യുന്നു. പദ്ധതി രൂപീകരണം ആദ്യവർഷങ്ങളിലേതുപോലെ അത്രയും വിപുലമല്ല. പദ്ധതി അന്തിമമാക്കിയതിനുശേഷം സാങ്കേതിക അനുമതിക്കുമുമ്പ് വിശദമായ എസ്റ്റിമേറ്റുകൾ തയ്യാറാക്കി. സാമ്പത്തിക വർഷാരംഭത്തിൽത്തന്നെ നടപടിക്രമങ്ങൾ ലളിതമാക്കി പദ്ധതി അന്തിമമാക്കുന്നതിനായിരുന്നു ഒട്ടുമിക്ക ഭേദഗതികളും നടപ്പിലാക്കിയത്. സന്നദ്ധ സാങ്കേതിക സമിതി (VTC) കളെ റദ്ദാക്കിയതായിരുന്നു ഏറ്റവും വലിയ തിരിച്ചടി. പ്രാദേശിക സർക്കാരിലെ ഉദ്യോഗസ്ഥ മേധാവിത്വത്തിലെ ബന്ധപ്പെട്ട ഓഫീസറോ കൈമാറ്റം ചെയ്യപ്പെട്ട സ്ഥാപനമോ സാങ്കേതികാനുമതി പ്രക്രിയക്കായി നിയോഗിക്കപ്പെട്ടു.

ബഡ്ജറ്റിംഗ് പ്രക്രിയയുടെ ഭാഗമായി ഓരോ പ്രാദേശിക സർക്കാരും വാർഷിക പദ്ധതി തയ്യാറാക്കുന്ന ഇന്ത്യയിലെ ഏക സംസ്ഥാനമാണ് കേരളം. പതിനൊന്നാം പഞ്ചവത്സര പദ്ധതിരൂപീകരണ ഒരുക്കങ്ങളുടെ ഭാഗമായി കേന്ദ്ര ആസൂത്രണ കമ്മീഷൻ, കേരളത്തിലെ പദ്ധതി നടപടിക്രമങ്ങളോട് വളരെ സദൃശമായ നിലയിൽ, പ്രാദേശിക ആസൂത്രണത്തി

നുള്ള മാർഗ്ഗരേഖകൾ 2006 ൽ പുറപ്പെടുവിച്ചത് വികേന്ദ്രീകൃതാസൂത്രണത്തിന് ലഭിച്ച വലിയ അംഗീകാരമായിരുന്നു. 2008 ൽ ആസൂത്രണ കമ്മീഷൻ സമഗ്രമായൊരു മാന്വലും തയ്യാറാക്കി. പല സംസ്ഥാനങ്ങളിലും അവ്യവസ്ഥിതമായ പരിശ്രമങ്ങൾ നടന്നെങ്കിലും മൂർത്തമായതൊന്നും ഉരുത്തിരിഞ്ഞുവന്നില്ല. രാജ്യത്തിന്റെ ഭൂരിഭാഗം പ്രദേശങ്ങളിലും അത്തരത്തിലുള്ള വിപുലമായ പ്രാദേശികതല ആസൂത്രണത്തിനായുള്ള മുൻ വ്യവസ്ഥകളൊന്നുംതന്നെ നിലവിലുണ്ടായിരുന്നില്ലയെന്നത് വളരെ വ്യക്തമായിരുന്നു. ആസൂത്രണ കമ്മീഷന്റെ മാർഗ്ഗരേഖകളിൽ സാമൂഹ്യ മുന്നേറ്റത്തിന്റെ ഘടകം പരികല്പന ചെയ്തിരുന്നുമില്ല.

പഞ്ചായത്ത്രാജ് സ്ഥാപനങ്ങളുടെ കുതിപ്പിനായി കേന്ദ്രത്തിലെ പഞ്ചായത്ത്രാജ് മുൻമന്ത്രി മണിശങ്കർ അയ്യർ അദ്ധ്യക്ഷനായുള്ള വിദഗ്ദ്ധസമിതി (2013) മൂന്ന് സാദ്ധ്യതകൾ ശുപാർശ ചെയ്തു.

1. കേരള മാതൃകയിലുള്ള വിപുലമായ വികേന്ദ്രീകൃതാസൂത്രണം.
2. വിവിധ കേന്ദ്രാവിഷ്കൃത പദ്ധതി പരിപാടികളിലെ ദാരിദ്ര്യ ലഘൂകരണ ഉപപദ്ധതി.
3. ദാരിദ്ര്യ ഉപപദ്ധതിക്ക് മഹാത്മാഗാന്ധി ദേശീയ ഗ്രാമീണ തൊഴിലുറപ്പ് ആക്ടിലൂടെ (MGNREGA) ലഭ്യമാകുന്ന പരിമിതമായ ധനവിഭവവും ധനകാര്യ കമ്മീഷനിലൂടെ കൈമാറ്റം ചെയ്യപ്പെട്ടതുമായ വിഭവവും. എല്ലാ സംസ്ഥാനങ്ങളും ഈ മൂന്നാമത്തെ സാദ്ധ്യതയിലൂടെ ഇതിന് തുടക്കംകുറിക്കണമായിരുന്നു.

73, 74 ഭരണഘടനാ ഭേദഗതി പാസാക്കിയതിനുശേഷമുള്ള ഇരുപതാമത്തെ വാർഷിക റിപ്പോർട്ടായിരുന്നു മണിശങ്കർ അയ്യർ കമ്മിറ്റി റിപ്പോർട്ട്. ഈ റിപ്പോർട്ടിലെ ശുപാർശകൾ നടപ്പിലാക്കുന്നതിന് കേന്ദ്ര സർക്കാർ യാതൊരു നടപടിയും സ്വീകരിച്ചില്ല.

നൂറ്റിഅമ്പതാം ഗാന്ധിജയന്തി ആഘോഷിക്കുന്നതിന്റെ ഭാഗമായി കേന്ദ്ര പഞ്ചായത്ത്രാജ് മന്ത്രാലയം ഒരു 'ജനകീയ പദ്ധതി' തയ്യാറാക്കുന്നതിനുള്ള മാർഗ്ഗരേഖ വളരെപ്പെട്ടെന്ന് പുറപ്പെടുവിച്ചത് അത്ഭുതകരമായിരുന്നു. തീർച്ചയായും ഇത് കേരളത്തിലെ പ്രാദേശികാസൂത്രണ പ്രക്രിയയ്ക്കുള്ള അംഗീകാരമായിരുന്നെങ്കിലും മുൻകാലങ്ങളിൽനിന്നും വ്യത്യസ്തമായി എന്തെങ്കിലും മാറ്റം സംഭവിക്കുമെന്ന് ആരും പ്രതീക്ഷിച്ചിരുന്നില്ല.

കേരളത്തിലെ വികേന്ദ്രീകരണത്തിന്റെ സവിശേഷതകൾ

ജനകീയാസൂത്രണത്തിനുമുൻപ് അധികാര വികേന്ദ്രീകരണത്തിനായുള്ള ഓരോ ഉദ്യമത്തിന്റെയും ആവർത്തിത പരാജയത്തിൽനിന്നും തികച്ചും വിഭിന്നമായിരുന്നു 1995 മുതലുള്ള വിജയവും കേരളത്തിലെ അധികാര വികേന്ദ്രീകരണത്തിന്റെ സ്ഥാപനവല്ക്കരണത്തിനായി കൈക്കൊണ്ട നടപടിക്രമങ്ങളും എന്ന് കാണാവുന്നതാണ്. ഉദാഹരണത്തിന്, 1995 ന് ശേഷമുള്ള അധികാരവികേന്ദ്രീകരണ പ്രക്രിയ, 1987–90

കാലയളവിൽ ഇതേപോലെ നടത്തിയ ഉദ്യമങ്ങളിൽനിന്നും തികച്ചും വേറിട്ടുള്ളത് തന്നെയാണ് (രാമചന്ദ്രൻ 1988). അക്കാലത്തെ ശുപാർശകളെല്ലാം പൊതുവായി അംഗീകരിക്കപ്പെട്ടിരുന്നുവെങ്കിലും അവയിൽ കുറച്ചു മാത്രമേ നടപ്പാക്കിയിട്ടുള്ളൂ. നാം നേരത്തേ കണ്ടിട്ടുള്ളതുപോലെ, 1991–96 ലെ യു ഡി എഫ് സർക്കാർ അധികാരവികേന്ദ്രീകരണത്തെ തന്നെ പിന്നോട്ടുവലിക്കുകയാണുണ്ടായത് (മൂന്നാം അദ്ധ്യായം കാണുക). ജനകീയാസൂത്രണ പ്രചാരണത്തിൽ സ്വീകരിക്കപ്പെട്ട അധികാരവികേന്ദ്രീകരണ തന്ത്രത്തിന്റെ പ്രത്യക്ഷത്തിലുള്ള സദ്ഫലമാണ് 1995 ന് ശേഷമുണ്ടായ അധികാരവികേന്ദ്രീകൃത പ്രക്രിയയുടെ വിജയമെന്നത് നമുക്ക് ധൈര്യമായി പറയാം. അതിന്റെ വിവരണമാണ് ഈ പുസ്തകത്തിന്റെ പ്രധാന പ്രതിപാദ്യ വിഷയം. ഈ ചർച്ച നമുക്കിനി ചുരുക്കാം.

അധികാരവികേന്ദ്രീകരണ പ്രക്രിയയുടെ തിരിച്ചിടൽ

അധികാരവികേന്ദ്രീകരണത്തിലെയും ആസൂത്രണത്തിലെയും നയ പരിഷ്കാരങ്ങളുടെയും പരീക്ഷണങ്ങളുടെയും പരിശോധനയാണ് ഈ പുസ്തകത്തിലെ രണ്ടാം അദ്ധ്യായത്തിലുള്ളത്. ഇതിലെ വളർച്ചാരീതി, ഈ ശ്രമങ്ങളുടെ സാവധാനത്തിലുള്ള പുരോഗതി, യാഥാസ്ഥിതിക ശക്തികൾ ഈ പരിശ്രമങ്ങളെ എങ്ങനെ അട്ടിമറിച്ചു എന്നിവയുമാണ് ആ പരിശോധനയിൽ തെളിയുന്നത്. മുൻകാല അനുഭവങ്ങളെ മറികടക്കുന്നതും ശക്തമായ സാമ്പ്രദായിക രീതികൾക്ക് പ്രഹരമേല്പിക്കുന്ന തരത്തിലുള്ളതുമായ സമീപനമാണ് ജനകീയാസൂത്രണ പ്രചാരണത്തിൽ സ്വീകരിച്ചത്. ഭരണസംവിധാനഘടനയിലെ മാറ്റങ്ങൾ, കർത്തവ്യ വിഭജനം, അധികാരം ഏല്പിക്കൽ എന്നിവ അധികാരവികേന്ദ്രീകരണത്തിന് അനിവാര്യമാണ്. ഇക്കാര്യങ്ങളെല്ലാം പരസ്പരബന്ധിതവും ഒരു പരിധി വരെ അവയെല്ലാം ഒരേസമയംതന്നെ പ്രയോഗിക്കേണ്ടതുമാണ്. സ്ഥാപനപരമായ മാറ്റങ്ങൾ വരുത്തിക്കൊണ്ട് ഭരണസംവിധാന പിന്തുണ ഉറപ്പാക്കുക എന്നതാണ് അധികാരവികേന്ദ്രീകരണ തത്വങ്ങളിൽ പ്രഥമ പരിഗണന നല്കേണ്ടത്. അതോടൊപ്പംതന്നെ ജീവനക്കാരുടെ പുനർവിന്യാസം, ഡേറ്റാബേസിന്റെ നിർമ്മിതി, ഉദ്യോഗസ്ഥ/ജനപ്രതിനിധി പരിശീലനം, വിവിധ ഏജൻസികളുടെയും വകുപ്പുകളുടെയും തിരശ്ചീന ബന്ധ സ്ഥാപനം, ബോധവല്ക്കരണം എന്നിവയും പ്രധാനപ്പെട്ടവയാണ്.

സാമൂഹ്യ-സാങ്കേതിക കാഴ്ചപ്പാടിന്റെ അറിവിൽ ഒന്നിനുപുറകേ ഒന്നായി നിർവ്വഹണം സാദ്ധ്യമാകുന്നതാണ് അധികാര വികേന്ദ്രീകരണത്തിന്റെ അനുക്രമം. ഇവിടെ തർക്കരഹിതമായ സാഹചര്യത്തിൽ അതിന്റെ രൂപരേഖ പ്രയോഗവല്ക്കരിക്കാൻ സാധിക്കും. പുതുതായി രൂപം കൊണ്ടുവരുന്ന സ്ഥാപനങ്ങളുടെ ധനവിനിയോഗ ആഗിരണശേഷിയായിരിക്കും ധനവിഭവ വികേന്ദ്രീകരണത്തിന്റെ സിദ്ധാന്തപരമായ പരിധി. തുണിയുടെ ലഭ്യതക്കനുസരിച്ച് കോട്ട് തുന്നുന്നതുപോലെയായിരിക്കും ഏകദേശം ഇത്. ഇതിനായുള്ള മുൻവ്യവസ്ഥകൾ പലപ്പോഴും പാലിക്ക

പ്പെടാതെ പോകുന്നതുമൂലം ധനവിഭവ വികേന്ദ്രീകരണം കടലാസ്സിലൊതുങ്ങുന്ന കേവല പ്രക്രിയയായി മാറും.

രണ്ടാം അദ്ധ്യായത്തിൽ നാം പരിശോധിക്കുകയും വിലയിരുത്തുകയും ചെയ്തതുപോലെ പൊതുവായി ഇന്ത്യയിൽ അധികാരവികേന്ദ്രീകരണത്തിന്റെ അനുഭവം ഇതാണ്. പക്ഷേ, കേരളത്തിൽ അധികാര വികേന്ദ്രീകരണത്തിന്റെ സിദ്ധാന്തപരമായ അനുക്രമം തലതിരിഞ്ഞ തരത്തിലാണ്.

1996 ൽ അധികാരത്തിൽ വന്ന ഇടതുപക്ഷ സർക്കാരിന്റെ ആദ്യ തീരുമാനങ്ങളിലൊന്ന് തദ്ദേശഭരണ സ്ഥാപനങ്ങൾ രൂപീകരിക്കുന്ന പദ്ധതികൾക്കായി ഒൻപതാം പഞ്ചവത്സര പദ്ധതിയുടെ അടങ്കലിന്റെ 35 മുതൽ 40 വരെ നീക്കിവയ്ക്കുമെന്നതാണ്. പടിപടിയായി ആർജ്ജിക്കുന്ന ഭരണപരമായ ശേഷിക്കായി കാത്തിരിക്കാതെ അവർക്ക് ആദ്യമേതന്നെ ധനം നല്കുക എന്ന ധീര സമീപനമാണ് സർക്കാർ സ്വീകരിച്ചത്.

പ്രാദേശിക സർക്കാരുകളിലേക്ക് പുതുതായി തിരഞ്ഞെടുക്കപ്പെട്ട അംഗങ്ങളുടെ ഭരണപരമായശേഷിയും പരിചയവും പരിഗണിക്കുമ്പോൾ, ഇത്രയും വലിയ തോതിലുള്ള തുകയും അധികാരവും നല്കണമോ എന്നതിൽ എല്ലാവർക്കും ആശങ്കയുണ്ടായിരുന്നു. അധികാരവികേന്ദ്രീകരണത്തിന്റെ നടപടികളുടെ അനുക്രമം സാധാരണഗതിയിൽനിന്നും വ്യത്യസ്തമാകുമ്പോൾ, കൈമാറ്റത്തിന്റെ വിജയത്തിനായി അനുപൂരകമായ ഭേദഗതികൾ കൊണ്ടുവരുന്നതിന് സർക്കാർ നിർബന്ധിതമായി. പദ്ധതി ഫണ്ടിന്റെ എത്ര തുക കൈമാറുന്നുവോ അതുപോലെ തന്നെ പ്രധാനമാണ് കൈമാറ്റത്തിന്റെ പ്രകൃതവും. 75–80 ശതമാനവും ഗ്രാന്റ്–ഇൻ–എയ്ഡിന്റെ രീതിയിലായിരുന്നു. ഇന്ത്യയുടെ മറ്റെല്ലാ ഭാഗങ്ങളിലും സ്കീമുകളുടെ രൂപത്തിലായിരുന്നു ധനകൈമാറ്റം. ഉപാധിരഹിത ഫണ്ട് എന്ന് വിളിക്കപ്പെടുന്ന താരതമ്യേന ചെറിയ തുകയിൽ ഒതുങ്ങിയിരുന്നു അവിടങ്ങളിലെ ഗ്രാന്റ്–ഇൻ–എയ്ഡ് ഘടകം. ഇതിന് വിപരീതമായി, പ്രാദേശിക സർക്കാരുകളുടെ സ്വയംഭരണാധികാരത്തെ പരമാവധി പ്രോത്സാഹിപ്പിക്കുന്ന തരത്തിലായിരുന്നു കേരളത്തിലെ ധനകൈമാറ്റം.

സംസ്ഥാന സർക്കാരിനും പ്രാദേശിക സർക്കാരുകൾക്കുമുള്ള ചുമതലകളുടെ വിഭജനത്തിന് വേണ്ടിയായിരുന്നു കേരളത്തിൽ ധനവിഭവ കൈമാറ്റത്തെ പ്രയോജനപ്പെടുത്തിയത്. പഞ്ചായത്ത്രാജ്, മുനിസിപ്പൽ ആക്ടുകളിൽ, സംസ്ഥാന സർക്കാരിനും പ്രാദേശിക സർക്കാരുകൾക്കുമുള്ള ചുമതലകളുടെ വിഭജനം പ്രവർത്തനങ്ങളിൽ ഊന്നുന്നതിന് പകരം വിഷയമേഖലകൾ സൂചിപ്പിച്ചുകൊണ്ടായിരുന്നു. വിവിധ ഭരണവകുപ്പുകളുടെ കടുത്ത എതിർപ്പുകൾക്കിടയിൽ, സ്കീമുകളുടെയും പ്രവർത്തനങ്ങളുടെയും അടിസ്ഥാനത്തിലുള്ള ചുമതലാ വിഭജനം അടയാളപ്പെടുത്തുക വളരെയധികം സമയമെടുക്കുന്ന പ്രക്രിയ ആകുമായിരുന്നു. ഇതിന് പകരം, തങ്ങളുടെ ശേഷിക്കകത്തുനിന്നുകൊണ്ട് ഏത് പ്രോജക്ടും നിശ്ചയിക്കുന്നതിനുള്ള സ്വയംഭരണാധികാരം പ്രാദേശിക

സർക്കാരുകൾക്ക് നല്കി. ആദ്യവർഷങ്ങളിൽ ചില ആവർത്തനങ്ങൾ ഇത്തരത്തിലുണ്ടായെങ്കിലും അതിനെ കാര്യമാക്കിയില്ല. പ്രാദേശിക സർക്കാരുകൾക്ക് കൂടുതൽ ധനം കൈമാറ്റം ചെയ്യപ്പെടുമ്പോൾ, ഇന്ന ല്ലെങ്കിൽ നാളെ, പ്രാദേശിക സർക്കാരുകൾ ഏറ്റെടുക്കുന്ന സ്കീമുകളും പരിപാടികളും തങ്ങളുടെ ധനവിഭവ പരിമിതിമൂലം സർക്കാർ വകുപ്പു കൾക്ക് സ്വയമേ ഉപേക്ഷിക്കേണ്ടി വരും. അത്തരത്തിലൊരു സന്തുലി താവസ്ഥ ഉരുത്തിരിഞ്ഞു വരും.

സാമൂഹ്യ മുന്നേറ്റത്തിന് ഒരുപകരണമായി ആസൂത്രണം

പ്രാദേശിക സർക്കാരുകൾക്ക് ആസൂത്രണം മുഖ്യ കടമയായി നല്കി യതായിരുന്നു കേരളത്തിലെ വികേന്ദ്രീകരണ പരീക്ഷണത്തിന്റെ രണ്ടാ മത്തെ സവിശേഷമായ പ്രത്യേകത. സംസ്ഥാനത്തിൽ നിന്നുള്ള ധനസ ഹായം അവകാശപ്പെടുന്നതിന് മുൻപായി ജനാധിപത്യപരമായി അവ രൊരു സമഗ്രമായ പദ്ധതി തയ്യാറാക്കണമായിരുന്നു.

ജനകീയാസൂത്രണത്തിന് മുൻപായി, പുതിയ തദ്ദേശഭരണസ്ഥാപ നങ്ങൾക്ക് (1996–97) തങ്ങളുടെ പ്രാദേശികതല വികസന പരിപാടി കൾക്കായി ഉപാധിരഹിത ധനസഹായമായി 212 കോടി രൂപ നല്കിയി രുന്നു (കേരള സർക്കാർ 1997). പക്ഷേ, ഒരു തദ്ദേശഭരണസ്ഥാപനം പോലും ഇതിനായി പദ്ധതി തയ്യാറാക്കിയില്ല. അവർ ഈ തുക വാർഡ് മെമ്പർമാർക്ക് വിവിധ പ്രവർത്തനങ്ങൾക്കായി തുല്യമായി വീതിച്ചുനല്കി (കൂടുതലും റോഡുകൾക്കായി). സാങ്കേതിക നിലവാരത്തിൽ യാതൊരു വിട്ടുവീഴ്ചയ്ക്കും തയ്യാറാകാതെ പങ്കാളിത്ത സ്വഭാവത്തിൽ സുതാര്യ മായി പ്രാദേശിക പദ്ധതികൾ രൂപപ്പെടുത്തുന്നതിന് പ്രാദേശിക സർക്കാ രുകളെ ശാക്തീകരിക്കുക എന്നതായിരുന്നു ജനകീയാസൂത്രണത്തിന്റെ മുഖ്യലക്ഷ്യം.

കേരളത്തിലെ പ്രാദേശിക പദ്ധതികളുടെ സമഗ്ര സ്വഭാവത്തിന് പുറമെ, പ്രാദേശിക സർക്കാരുകൾക്ക് തങ്ങളുടെ പദ്ധതി രൂപീകരിക്കു ന്നതിന് നല്കിയ പരമാവധി സ്വയംഭരണാവകാശം, സൂക്ഷ്മതലത്തിലെ ആസൂത്രണ രീതിശാസ്ത്രം, ജനപങ്കാളിത്തം, സുതാര്യത ഇതെല്ലാം തന്നെ മറ്റു സംസ്ഥാനങ്ങളിലെ പരീക്ഷണങ്ങളിൽനിന്നും തികച്ചും വേറിട്ടു നില്ക്കുന്നത് തന്നെയായിരുന്നു. ആസൂത്രണത്തിന്റെ അടിസ്ഥാ നതലം ജില്ല എന്നുള്ളത് അങ്ങനെ അല്ലാതായി. ജനകീയ പങ്കാളിത്ത മെന്നത് തിരഞ്ഞെടുക്കപ്പെട്ട ജനപ്രതിനിധികളിലും സന്നദ്ധ സംഘ ടനകളിലും മാത്രമൊതുങ്ങാതെ, താഴെത്തട്ടിലെ പരമാവധി ജനപങ്കാളി ത്തത്തോടെ ആസൂത്രണ പ്രക്രിയ ആരംഭിക്കുകയായി. ഗ്രാമസഭകളിൽ അനൗദ്യോഗിക വിദഗ്ദ്ധരും സന്നദ്ധ പ്രവർത്തകരും ചേർന്ന് പ്രോജ ക്ടുകളും കരട് പദ്ധതിയും തയ്യാറാക്കുന്നു. ഉദ്യോഗസ്ഥർക്ക് ഇവരോ ടൊപ്പം ചേർന്ന് പ്രവർത്തിക്കേണ്ടി വന്നു. പ്രാദേശിക സർക്കാരിനുള്ളിൽ വകുപ്പുതല ഉദ്യോഗസ്ഥരെയും വിദഗ്ദ്ധരെയും സന്നദ്ധ പ്രവർത്തക

രെയും ജനങ്ങളെയും ഒന്നിച്ചണിനിരത്താൻ ജനകീയാസൂത്രണം പരിശ്രമിച്ചു.

സാധാരണഗതിയിൽ ആസൂത്രണമെന്നത് ഒരു സാങ്കേതിക പ്രക്രിയയാണ്. ഇവിടെ ആവശ്യങ്ങളും ലഭ്യമായ വിഭവങ്ങളും വിലയിരുത്തപ്പെടുക, മുൻഗണനകൾ നിശ്ചയിക്കുക, പ്രോജക്ടുകളും പദ്ധതിയും തയ്യാറാക്കുക എന്നിവയാണതിന്റെ നടപടിക്രമങ്ങൾ. പക്ഷേ, കേരളത്തിലത് ജനകീയാസൂത്രണത്തിന് പിൻബലമേകിക്കൊണ്ട് ജനകീയ മുന്നേറ്റത്തിനായി ആസൂത്രണത്തെ ഒരുപകരണമാക്കുകയായിരുന്നു. പ്രാദേശികതലത്തിൽ ശരിയായ തീരുമാനങ്ങളെടുക്കുന്നതിനും പങ്കാളികളുടെ മനോഭാവത്തിൽത്തന്നെ മാറ്റങ്ങൾ ഉണ്ടാക്കുന്നതിനും ജനാധിപത്യ പരിഷ്കാരങ്ങൾക്ക് താഴെത്തട്ടിൽനിന്നും സമ്മർദ്ദം സൃഷ്ടിക്കുന്നതിനുമാണ് ജനകീയ പങ്കാളിത്തത്തെ ഉപയോഗിച്ചത്.

പുത്തൻ പൗരസംസ്കാര നിർമ്മിതിക്കായുള്ള കാമ്പയിൻ

ജനാധിപത്യ സ്ഥാപനങ്ങളുടെ കാര്യശേഷി സ്ഥായിയായി നിലനിർത്തുന്നതിൽ പൗരസമൂഹത്തിന്റെ പ്രാധാന്യത്തിനാണ് രാഷ്ട്രീയ ശാസ്ത്രജ്ഞനായ റോബർട്ട് പുട്ട്നാം (1993) ഊന്നൽ നല്കിയത്. കർമ്മനിരതമായൊരു പൗരസമൂഹം ജനാധിപത്യവല്ക്കരണത്തെ ശക്തിപ്പെടുത്തും. തെക്കൻ ഇറ്റലിയിലേതിനെക്കാൾ ശക്തമായൊരു പൗരസമൂഹം വടക്കൻ ഇറ്റലിയിൽ ഉള്ളതിനാലാണ് അവിടെ അധികാരവികേന്ദ്രീകരണം വിജയിച്ചതെന്നാണ് പുട്ട്നാം പറയുന്നത്. അദ്ദേഹത്തിന്റെ അഭിപ്രായത്തിൽ പൗരസമൂഹമെന്നത് ചരിത്രപരമായി നിശ്ചയിക്കപ്പെട്ടിട്ടുള്ള സ്വഭാവവൈശിഷ്ട്യങ്ങളോട് കൂടിയതാണ്; രാഷ്ട്രീയമാറ്റത്തിനായുള്ള തന്ത്രങ്ങളിൽ സ്ഥാപന പരിഷ്കാരങ്ങൾ സ്വാധീനം ചെലുത്താറില്ല. ആ കാഴ്ചപ്പാടിലല്ല ജനകീയാസൂത്രണം മുന്നോട്ടുപോയത്. പൗരപ്രകൃതിയും രാഷ്ട്രീയ ഇടപെടലുമാണ് നാം പരിഗണിച്ചത്.

ഇന്ത്യയിലെ വിവിധ സംസ്ഥാനങ്ങളിലെ ജനാധിപത്യ നിലവാരത്തിന്റെ താരതമ്യ പഠനം നടത്തിയ ഹെല്ലർ (1998) കേരളത്തിനെ പ്രത്യേകം പരിശോധിക്കുകയുണ്ടായി. പൗരസമൂഹവും ജനാധിപത്യവും തമ്മിലുള്ള ബന്ധത്തെ നിർണ്ണയിക്കുന്നത് കേരളത്തിലെ സ്വാധീന ഘടകങ്ങളുടെ ഘടനയും മാതൃകയുമാണെന്ന് ഹെല്ലർ അഭിപ്രായപ്പെട്ടു. കേരളത്തിലെ ഭരണകൂടവും സമൂഹവും തമ്മിലുള്ള താദാത്മ്യ സവിശേഷതകളെ സ്വാധീനിച്ചിട്ടുള്ളത് അടിസ്ഥാനവർഗ്ഗപോരാട്ടങ്ങൾ തന്നെയാണ്. ജനാധിപത്യ സ്ഥാപനങ്ങളുടെ അടിവേരുകളെ പരിപോഷിക്കുന്നതിനാണ് കാമ്പയിൻ ഊന്നൽ നല്കിയത്. വിജയകരമായ പങ്കാളിത്ത അധികാര വികേന്ദ്രീകരണത്തിന്റെ മുന്നുപാധി സംസ്ഥാനത്തിന്റെ വികസന സംസ്കാരത്തിൽ വരുത്തേണ്ട വിപ്ലവകരമായ മാറ്റം തന്നെയാണ്. തിരഞ്ഞെടുക്കപ്പെട്ട ജനപ്രതിനിധികൾ, ഉദ്യോഗസ്ഥർ, വിദഗ്ദ്ധർ, പൊതു

സമൂഹം എന്നിവർക്കെല്ലാം വികസന പ്രക്രിയയോടുള്ള മനോഭാവത്തിൽ കാതലായ മാറ്റം വരേണ്ടിയിരിക്കുന്നു.

വികസനത്തോടുള്ള ബ്യൂറോക്രാറ്റിക് വകുപ്പുതല സമീപനം ജനാധിപത്യപരമാകേണ്ടതുണ്ട്. സാങ്കേതിക ഉന്നതവൃത്തങ്ങൾക്കുള്ളിൽ അലിഞ്ഞുചേർന്നിരിക്കുന്ന ദന്തഗോപുര മനോഭാവവും ദോഷദർശന സ്വഭാവവും മാറി പങ്കാളിത്തത്തിലും ഇടപെടലിലും ഊന്നിയ സംസ്കാരമായിത്തീരേണ്ടതുണ്ട്. തിരഞ്ഞെടുക്കപ്പെട്ട ജനപ്രതിനിധികളുടെ മനോഭാവവും മാറണം. ദേശീയതലത്തിലും സംസ്ഥാനതലത്തിലുമുള്ള തിരഞ്ഞെടുക്കപ്പെട്ട ജനപ്രതിനിധികൾ പ്രാദേശിക സർക്കാരുകൾക്ക് മാതൃകയല്ല. താഴെത്തട്ടിലെ വികസനത്തിനായുള്ള ഭരണ നിർവ്വഹണത്തിൽ ജനപ്രതിനിധികളുടെ ദൈനംദിന ഇടപെടൽ അനിവാര്യമാണ്. പ്രാദേശിക വികസന പ്രവർത്തനങ്ങളുടെ ഏകോപനം നടത്തേണ്ട ജനപ്രതിനിധി, മറ്റുള്ളവരുടെ ചുമതലകളെ അംഗീകരിക്കുകയും പരസ്പരം ബഹുമാനിക്കുകയും കക്ഷിരാഷ്ട്രീയത്തിനും വ്യക്തിപരമായ വിദ്വേഷത്തിനും അതീതമായ കൂട്ടായ്മ വളർത്തിയെടുക്കാൻ ബാദ്ധ്യസ്ഥനുമാണ്. ദൈനംദിന ഭരണനിർവ്വഹണത്തിൽ ജനങ്ങൾക്ക് പരമാവധി നേരിട്ടുള്ള പങ്കാളിത്തത്തിന് അവസരംനല്കുക എന്നതാണ് അധികാര വികേന്ദ്രീകരണത്തിന്റെ ആത്യന്തിക ലക്ഷ്യം. ചുരുക്കത്തിൽ, താഴെത്തട്ടിൽനിന്നും പദ്ധതികൾ രൂപകല്പന ചെയ്യുക മാത്രമല്ല അധികാര വികേന്ദ്രീകരണ ആസൂത്രണത്തിൽ ജനകീയ കാമ്പയിന്റെ ലക്ഷ്യം. വികസന കാര്യങ്ങളിൽ പുത്തൻ സംസ്കാരം വളർത്തിയെടുക്കുന്നതിനും മാറ്റം വരുത്തുന്നതിനുമാണ് ആസൂത്രണ പ്രക്രിയ ലക്ഷ്യമിട്ടത്. ഇത് ചില സർക്കാർ ഉത്തരവുകളിലൂടെ മാത്രം കൈവരിക്കാനാവില്ല. ഇതിന് ക്രിയാത്മകതയും സാമൂഹ്യയുക്തികളോടുകൂടിയ പ്രസ്ഥാനവും ആവശ്യമുണ്ട്.

അധികാര വികേന്ദ്രീകരണ പ്രക്രിയയെ സ്ഥാപിതമാക്കൽ

ഒരു പ്രസ്ഥാനത്തിന്റെ തിരയടികൾ അവസാനിക്കുമ്പോൾ പുത്തൻ മൂല്യങ്ങളും ആവേശവും കെട്ടടങ്ങുകയില്ലെന്നും കാലാതീതമായി അത് നിലനില്ക്കുമെന്നും എങ്ങനെ ഉറപ്പുവരുത്താനാകും. നിയമ–ഭരണ സംവിധാനങ്ങളെ സ്ഥാപനവല്ക്കരിച്ചുകൊണ്ടു മാത്രമേ പുത്തൻ വികസന സംസ്കാരത്തെ സ്ഥായിയായി നിലനിർത്താനാകൂ. ഇത് പൊടുന്നനേ സംഭവിക്കുന്ന ഒന്നല്ല. അലസതയെ മറികടക്കുന്നതിനും ഘടനാപരമായ അവശ്യമാറ്റത്തിനും താഴെത്തലങ്ങളിൽനിന്നും തുടർച്ചയായ ജനകീയ സമ്മർദ്ദമുണ്ടാകണം. കേരളത്തിലെ അധികാര വികേന്ദ്രീകരണ പരിപാടിയിൽ നിയമനിർമ്മാണത്തിലും സ്ഥാപനവല്ക്കരണത്തിലും പരമ്പരാഗതമായ രീതിശാസ്ത്രത്തിൽനിന്നും വേറിട്ട സമീപനമാണ് സ്വീകരിച്ചത്. അനൗപചാരിക ഉത്തരവുകളിലൂടെയാണ് ഒട്ടുമിക്ക കാമ്പയിൻ പ്രവർത്തനങ്ങളും നടത്തിയത്. പരീക്ഷണങ്ങളിലൂടെയും ഭേദഗതികളിലൂടെയുമാണ് പുത്തൻ സംവിധാനം ഉരുത്തിരിഞ്ഞുവന്നത്. വിജയകരമെന്ന് തെളി

ഞ്ഞതും വ്യാപകമായ അംഗീകാരം നേടിയതുമായ ഈ സംവിധാനത്തെയാണ് പിന്നീട് സ്ഥാപനവല്ക്കരിച്ചത്. പരമ്പരാഗത മഹാമാതൃകകളുമായി പൊരുത്തപ്പെടാത്ത ജനകീയാസൂത്രണ പ്രസ്ഥാനവും പതിവ് സ്ഥാപനകർത്താക്കളും തമ്മിൽ വൈരുദ്ധ്യാത്മക സംവാദം നടന്നിരുന്നു.

സേവനങ്ങളുടെ ഗുണനിലവാരത്തിലുണ്ടായ മാറ്റം

പൊതുമേഖലയിലൂടെ ജനങ്ങൾക്ക് നല്കിയ അടിസ്ഥാന സേവനങ്ങളായിരുന്നു കേരള മോഡൽ വികസനാനുഭവത്തിന്റെ കാതലായ വശം. സേവനങ്ങളുടെ ഗുണനിലവാരത്തിലുണ്ടായ ശോഷണമാണ് വിദ്യാഭ്യാസ ആരോഗ്യ പരിരക്ഷാമേഖലകളെ സ്വകാര്യവല്ക്കരിക്കണമെന്ന ആവശ്യത്തിലേക്ക് നയിച്ചത്. ഈ സന്ദർഭത്തിലാണ് ഇടതുപക്ഷം കൂടുതൽ പങ്കാളിത്ത സ്വഭാവം വേണമെന്ന ആശയം മുന്നോട്ടുവച്ചത്. പങ്കാളിത്ത വികസനത്തിനും സേവനങ്ങളുടെ ഗുണനിലവാരം വർദ്ധിപ്പിക്കുന്നതിനും വേണ്ട സാഹചര്യം അധികാര വികേന്ദ്രീകരണം ഒരുക്കും. എന്തായിരുന്നു ആ അനുഭവം?

പൊതു വിദ്യാഭ്യാസം

പ്രതിശീർഷ വരുമാനം വർദ്ധിച്ചിട്ടും സൗജന്യവും സാർവ്വത്രികവുമായ വിദ്യാഭ്യാസം സർക്കാർ സ്കൂളുകളും സ്വകാര്യ എയിഡഡ് സ്കൂളുമടങ്ങുന്ന പൊതുവിദ്യാഭ്യാസ സ്ഥാപനങ്ങളിലൂടെ നല്കിയപ്പോഴും അത് പൊതുജനാഭിലാഷത്തിനൊത്ത് ഉയർന്നില്ല. 1980 കളിൽ പ്രാദേശിക പിന്തുണയും ഇടപെടലും ഈ മേഖലയിൽ കുറഞ്ഞു. ഇതിന്റെ ഫലമായി, മദ്ധ്യവർഗ്ഗം വലിയതോതിൽ സ്വകാര്യ അൺ എയിഡഡ് സ്കൂളുകളിലേക്ക് ചേക്കാറാൻ തുടങ്ങി. 1991 ലെ 1.5 ലക്ഷം വിദ്യാർത്ഥികളിൽനിന്നും 2000 ത്തിന്റെ മദ്ധ്യത്തിൽ 3.6 ലക്ഷമായും 2016–17 ൽ അത് 4.1 ലക്ഷത്തിലുമെത്തി, ഇത്തരം സ്കൂളുകളിലേക്കുള്ള പോക്ക് (വിമലൻ 2019). വിപണിയാൽ നയിക്കപ്പെടുന്ന വിദ്യാഭ്യാസ സ്വകാര്യവല്ക്കരണത്തിന്റെ ആഗോള പ്രവണതയുമായി പൊരുത്തപ്പെടുന്നതാണ് ഈ ഡേറ്റ. (സജ്ദ 2006, ജോർജ്ജും കുമാറും 1999, 2009).

കഴിഞ്ഞ മൂന്ന് വർഷങ്ങളിൽ അൺ എയിഡഡ് മേഖലയിലെ 2 മുതൽ 10 വരെയുള്ള ക്ലാസുകളിൽനിന്നും അഞ്ചു ലക്ഷത്തിലേറെ കുട്ടികൾ സർക്കാർ – എയിഡഡ് സ്കൂളുകളിലേക്ക് തിരിച്ചുവരുന്ന തരത്തിലുള്ള പ്രവണത സംജാതമായിട്ടുണ്ട്. 2019–20 ൽ അൺ എയിഡഡ് സ്കൂളുകളിലെ വിദ്യാർത്ഥികൾ 3.9 ലക്ഷം കുറഞ്ഞിട്ടുണ്ട്. 1991 ൽ മൊത്തം വിദ്യാർത്ഥികളുടെ 93 ശതമാനം പൊതുവിദ്യാഭ്യാസ മേഖലയിലായിരുന്നു. 2015–16 ൽ ഇത് 89 ശതമാനമായി കുറഞ്ഞു. അതിനു ശേഷം കുറയുന്നതിന്റെ തോത് നിലച്ചു.

2019 ലെ സ്കൂൾ വിദ്യാഭ്യാസ ഗുണനിലവാര സൂചിക (SEQI) ൽ 100 ൽ 76.6 സ്കോറോടുകൂടി ഇന്ത്യയിലെ 20 വലിയ സംസ്ഥാനങ്ങളിൽ

കേരളം ഒന്നാമതായി എത്തി. രണ്ട് പ്രധാന വിഭാഗങ്ങളിലെ 30 സൂചകങ്ങളെ അടിസ്ഥാനമാക്കിയാണ് ഈ സൂചിക തയ്യാറാക്കിയത്. ആദ്യ 16 സൂചകങ്ങൾ പഠനം, സാമീപ്യം, അടിസ്ഥാന സൗകര്യങ്ങൾ, തുല്യത എന്നിവയുമായി ബന്ധപ്പെട്ടതാണ്. രണ്ടാമത്തെ വിഭാഗത്തിലെ 14 സൂചകങ്ങൾ വിദ്യാർത്ഥിയുടെയും അദ്ധ്യാപകന്റെയും ഹാജർ നിലവാരത്തെ സ്വാധീനിക്കുന്ന ഭരണനിർവ്വഹണം, അദ്ധ്യാപകലഭ്യത, ഭരണപരമായ പര്യാപ്തത, പരിശീലനം, നഷ്ടോത്തരവാദിത്വം, സുതാര്യത എന്നിവയുമായി ബന്ധപ്പെട്ടതാണ് (നീതിആയോഗ് 2019).

പൊതുവിദ്യാഭ്യാസ സംവിധാനത്തിൽ ഇത്തരമൊരു മാറ്റം വരുത്തുന്നതിൽ ജനകീയാസൂത്രണം മുന്നോട്ടുനയിച്ച അധികാരവികേന്ദ്രീകരണം മർമ്മപ്രധാന പങ്കാണ് വഹിച്ചത്. അധികാരവികേന്ദ്രീകരണത്തിലൂടെ വിദ്യാഭ്യാസ മേഖലയിൽ ഉണ്ടായെന്ന് പറയുന്ന മാറ്റം യാഥാർത്ഥ്യമല്ലെന്ന മുകുന്ദന്റെയും ബ്രേയുടെയും (2004) കണ്ടെത്തൽ നമ്മുടെ വിലയിരുത്തലുമായി പൊരുത്തപ്പെടുന്നതല്ല. പ്രവർത്തനങ്ങളിൽ നിന്നും പാഠമുൾക്കൊള്ളുന്നതിൽ മുകുന്ദനും ബ്രേയും (2004) പരാജയപ്പെട്ടു. അധികാര വികേന്ദ്രീകരണമെന്നത് ക്രമാനുഗതമായി തടസ്സങ്ങളൊന്നുമില്ലാതെ നീങ്ങുന്നതല്ല; അത് സംവാദാത്മകമാണ്. ഇക്കാലത്തെ ഏറ്റവും വലിയ നേട്ടമല്ലേ അധികാരവികേന്ദ്രീകരണം എന്ന ക്രിസ്റ്റഫർ ജോർക്കിന്റെ (2003) ചോദ്യത്തിനോടുള്ള ഇവരുടെ നിഷേധാത്മക പ്രതികരണം തള്ളിക്കളയാവുന്നതാണ്. എന്തെന്നാൽ മുകളിലെ ഖണ്ഡികകളിലെ ഡേറ്റ അതിന് സാധൂകരണം നല്കുന്നു. 5 ലക്ഷത്തിലേറെ വിദ്യാർത്ഥികളെ പൊതുവിദ്യാഭ്യാസ സംവിധാനത്തിലേക്ക് മാറ്റിയതിലൂടെ രക്ഷാകർത്താക്കൾ അധികാരവികേന്ദ്രീകരണ നേട്ടത്തെ അനുകൂലിച്ചാണ് വോട്ട് ചെയ്തത്.

സംസ്ഥാനത്തെ എല്ലാ ജില്ലകളിലേക്കും ജില്ലാ പ്രാഥമിക വിദ്യാഭ്യാസ പരിപാടി (DPEP) വ്യാപിച്ചപ്പോൾ അത് ജനകീയാസൂത്രണ കാമ്പയിന്റെ സമകക്ഷവുമായിരുന്നു. പാഠ്യപദ്ധതിയിലും അദ്ധ്യാപന പരിഷ്കാരത്തിലും കേരള ശാസ്ത്രസാഹിത്യ പരിഷത്തിനുണ്ടായിരുന്ന ദീർഘകാല, ആഴത്തിലുള്ള ഇടപെടൽമൂലം മറ്റു സംസ്ഥാനങ്ങളിൽനിന്നും വിഭിന്നമായി, ഡി പി ഇ പിയിലെ ഘടകങ്ങളുടെ ഗുണത കേരളത്തിൽ പ്രമുഖമായ ശ്രദ്ധ പിടിച്ചുപറ്റി. പാഠപുസ്തകങ്ങൾ പരിഷ്കരിക്കപ്പെട്ടു; അദ്ധ്യാപകർക്ക് തീവ്രമായ പരിശീലനം നല്കി. കേരളത്തിലെ സ്കൂൾ സംവിധാനം പ്രവൃത്തിയിൽ അധിഷ്ഠിതമായ അദ്ധ്യാപനവും വിദ്യാർത്ഥി കേന്ദ്രീകൃതവുമായി മാറി. ആദ്യം ഡി പി ഇ പി പ്രൈമറി ക്ലാസുകളിലാണ് നടപ്പിലാക്കിയതെങ്കിലും ആ വിദ്യാർത്ഥികൾ ഉയർന്ന ക്ലാസുകളിലേക്ക് എത്തുന്ന മുറയ്ക്ക് അവിടെയും നടപ്പാക്കി. ഡി പി ഇ പിയെ പിന്തുടർന്ന് സർവ്വശിക്ഷാ അഭിയാൻ (SSA) കൊണ്ടുവന്നു. ഈ കേന്ദ്രാവിഷ്കൃത പരിപാടിയുടെ സംസ്ഥാന വിഹിതച്ചെലവ് പ്രാദേശിക സർക്കാരുകളാണ് വഹിച്ചത്. രജിസ്റ്റർ ചെയ്യപ്പെട്ട സൊസൈറ്റിയിലൂടെ, പ്രാദേശിക സർക്കാരുകളുടെ നിയന്ത്രണത്തിനുപുറത്ത്, എസ് എസ് എ

തുടർന്നും നിർവ്വഹിക്കപ്പെട്ടു. പക്ഷേ, പ്രാദേശിക ആസൂത്രണവുമായി ഇത് സംയോജിക്കപ്പെടാതിരുന്നതൊരു പ്രശ്നമായി (ശേഷഗിരിയും ഉപേന്ദ്രനാഥും 2008).

അധികാരവികേന്ദ്രീകരണത്തിന് ശേഷമുള്ള കാലത്തും സ്കൂളുകളുടെ അടിസ്ഥാന സൗകര്യ വികസനത്തിൽ കാതലായ മെച്ചമുണ്ടായി. സ്കൂൾ കെട്ടിടങ്ങൾ, ശൗച്യാലയങ്ങൾ, കുടിവെള്ളം, പ്രത്യേകം ക്ലാസ് മുറികൾ, ഫർണിച്ചർ, പഠനസഹായികൾ, കായിക സൗകര്യങ്ങൾ എന്നിവയിൽ പ്രാദേശിക സർക്കാരുകൾ നിക്ഷേപം നടത്തി. അവസാന നാലു വർഷങ്ങളിലാണ് ഏറ്റവും കൂടുതൽ നേട്ടമുണ്ടായത്. കേരള അടിസ്ഥാന സൗകര്യ നിക്ഷേപ ഫണ്ട് ബോർഡ് (KIIFB – കിഫ്ബി) ക്ലാസ് റൂമുകളുടെ ഡിജിറ്റലൈസേഷനും (സർക്കാർ സ്കൂളുകളോടൊപ്പം എയിഡഡ് സ്കൂളുകളിലും) 500 വിദ്യാർത്ഥികളിൽ കൂടുതലുള്ള സർക്കാർ സ്കൂളുകളിൽ പുതിയ കെട്ടിടങ്ങൾ നിർമ്മിക്കാനുമായി ധനസഹായം നല്കാമെന്ന് സമ്മതിച്ചു. മോട്ടോർ വാഹനനികുതിയിൽനിന്നും പെട്രോൾ സെസ്സിൽനിന്നും ലഭിക്കുന്ന തുകയുടെ 50% ശതമാനം നിയമപ്രകാരം കിഫ്ബിക്ക് നല്കുമെന്ന് ഉറപ്പാക്കിയിട്ടുണ്ട്. കിഫ്ബിയുടെ ഭാവിയിലെ വരുമാന ലഭ്യതാസ്ഥിരതയ്ക്കായി, അടിസ്ഥാന സൗകര്യ നിക്ഷേപത്തിന് കിഫ്ബി വിപണിയിൽനിന്നും ഫണ്ട് ശേഖരിക്കുന്നു. അടിസ്ഥാന സൗകര്യ നിക്ഷേപ പരിപാടികൾക്ക് 50000 കോടി രൂപ നല്കി സംസ്ഥാന സർക്കാരിനെ സഹായിക്കുന്ന വലിയൊരു പരീക്ഷണമാണിത്. ഇതിൽ വിദ്യാഭ്യാസ രംഗവും ഒരു ഗുണഭോക്താവാണ്.

പ്രാദേശിക സ്കൂളുകൾക്ക് പിന്തുണയേകാനായുള്ള രക്ഷാകർതൃ –അദ്ധ്യാപക അസോസിയേഷനുകൾ (PTA), സ്കൂൾ മാനേജ്മെന്റ് കമ്മിറ്റികൾ (SMC), അമ്മമാരുടെ കമ്മിറ്റികൾ തുടങ്ങിയവയെ ശാക്തീകരിക്കുന്നതിൽ പ്രാദേശിക സർക്കാരുകൾ സുപ്രധാന പങ്കാണ് വഹിച്ചത്. പാഠ്യ, പാഠ്യേതര പ്രവർത്തനങ്ങളിൽ പ്രാദേശിക സർക്കാരുകളുടെ ഇടപെടൽ കൂടുതലായിരുന്നു. പരിഹാര വിദ്യാഭ്യാസ പരിപാടികൾ, സപ്ലിമെന്ററി സ്കൂൾ ഭക്ഷണ പരിപാടികൾ, SC/ST വിദ്യാർത്ഥികൾക്കായുള്ള പ്രത്യേക പിന്തുണ, സ്കോളർഷിപ്പുകളും അവാർഡുകളും, ക്യാമ്പുകൾ കൗൺസലിംഗ്, കലാ–കായിക പ്രവർത്തനങ്ങൾക്കായുള്ള പ്രത്യേക പരിശീലനം തുടങ്ങിയവയായിരുന്നു ഏറ്റെടുത്ത പ്രോജക്ടുകൾ. നൂതന പ്രോജക്ടുകളിൽ സ്കൂൾ കോംപ്ലക്സുകൾ, നൈപുണി പ്രോത്സാഹനം, ജില്ലാതല സംയോജിത പരിപാടികൾ എന്നിവ ഉൾപ്പെട്ടിരുന്നു. ജൈവ വൈവിദ്ധ്യ പൂന്തോട്ടങ്ങൾ, ഭിന്നശേഷി വിദ്യാർത്ഥികൾക്കായി ഓട്ടിസം പാർക്കുകൾ പോലുള്ള പ്രത്യേക പരിപാടികൾ, വൈവിദ്ധ്യമാർന്ന സ്കൂൾ ക്ലബ്ബുകൾ എന്നിവയെല്ലാം സർക്കാരും സ്പോൺസർ ചെയ്തിരുന്നു. 'ലിറ്റിൽ കൈറ്റ്സ്' ഐ റ്റി ക്ലബ്ബായിരുന്നു ഏറ്റവും അവസാനത്തേത് (ചക്രവർത്തി തുടങ്ങിയവർ 2016, ശർമ്മ 2003, ഐക്കര 2011, ഇ ആർ യു കൺസൾട്ടന്റുമാർ 2010). സ്കൂൾ സംവിധാനത്തിന്റെ പ്രകടമായ മാറ്റത്തിന് ഇത്തരത്തിലുള്ള നീക്കങ്ങളെല്ലാം സഹായിച്ചു.

പൊതുജനാരോഗ്യം

പൊതുജനാരോഗ്യത്തിലെ ഓരോ വിഭാഗത്തിലുമുള്ള സംസ്ഥാനത്തിന്റെ അനുകൂല സൂചകങ്ങളാണ് പ്രധാനമായും യഥാർത്ഥമായ കേരള മോഡൽ എന്ന ആശയത്തിലേക്ക് നയിച്ചത്. രോഗാതുരത, ആരോഗ്യരംഗത്തെ അടിസ്ഥാന സൗകര്യങ്ങൾ, ശിശുമരണ നിരക്ക്, ആയുർ ദൈർഘ്യം, പകർച്ചവ്യാധികളുടെ നിലവാരം, ആശുപത്രി കിടക്ക അനുപാതം, ഡോക്ടർ – രോഗി – അനുപാതം , പ്രാഥമികാരോഗ്യ കേന്ദ്രത്തിലേക്കും മറ്റുമുള്ള ശരാശരി ദൂരം (ഫ്രാങ്കിയും ചേസിനും 1994, ഫ്രാങ്കി 1996, കണ്ണൻ തുടങ്ങിയവർ 1991, സക്കറിയയും സൂര്യമൂർത്തിയും 1994) എന്നിവയായിരുന്നു മേല്പറഞ്ഞ സൂചകങ്ങൾ. 'സാമ്പത്തിക പിന്നോക്കാവസ്ഥയും ആരോഗ്യ വികസനവും' എന്ന ഉപശീർഷകത്തിലുള്ള 'കേരളത്തിന്റെ ആരോഗ്യനിലവാരം' (പണിക്കരും സോമനും 1984) എന്ന പഠനം തീർച്ചയായും 'കേരള മോഡലി'നെ ഏറ്റവുമധികം സ്വാധീനിച്ച ഒന്നായിരുന്നു. ജനാധിപത്യ അധികാര വികേന്ദ്രീകരണത്തിലെ ആരോഗ്യ രംഗത്തെ ഏറ്റവുമൊടുവിലത്തെ അനുഭവങ്ങൾക്ക് സമാനമായിരുന്നു വിദ്യാഭ്യാസരംഗത്തെ സംഭവവികാസങ്ങളും. 1990 കളിൽ കേരളത്തിലെ പ്രശസ്തമായ പൊതുജനാരോഗ്യ സംവിധാനം കടുത്ത പ്രതിസന്ധിയിലായി. രോഗങ്ങൾ പടരുന്നതിലും നിയന്ത്രിക്കുന്നതിലുമുടലെടുത്ത ചടുലമായ മാറ്റത്തിൽ നിന്നുമുത്ഭവിച്ച വർദ്ധിച്ചതോതിലുള്ള ആരോഗ്യ പരിരക്ഷാ ആവശ്യവും പൊതുജനാരോഗ്യരംഗത്തെ പൊതുവിലയും തമ്മിൽ വൈരുദ്ധ്യമുണ്ടായിരുന്നു. ഉദാഹരണത്തിന് 1960 കളിൽ ഈ ചെലവ് 10 ശതമാനമായിരുന്നുവെങ്കിൽ 1995–96 ൽ 6.81 ശതമാനമായും 2004–05 4.5 ശതമാനമായും കുറഞ്ഞു. സർക്കാർ ഈ മേഖലയിൽ മുതൽമുടക്ക് വെട്ടിക്കുറയ്ക്കുമ്പോൾ ആവശ്യവും ലഭ്യതയും തമ്മിലുള്ള വിടവ് നികത്തുന്നതിനായി സ്വകാര്യമേഖല ഇവിടെ കടന്നുകയറി.

ദേശീയ സാമ്പിൾ സർവ്വേ ഓഫീസിന്റെ (NSSO 2015) 71–ാമത് സർവ്വേപ്രകാരം സർക്കാർ സൗകര്യങ്ങൾ ഉപയോഗിക്കുന്ന ആളുകളുടെ ശതമാനം 34 ലേക്ക് താണു. ആരോഗ്യച്ചെലവുകളിലെ കുതിച്ചുകയറ്റം, ദരിദ്രരുടെ അരികുവല്ക്കരണം, അടിസ്ഥാന സൗകര്യങ്ങളിലും അവയുടെ പ്രയോജനപ്പെടുത്തലിലുമുള്ള അസമത്വം എന്നിവ ഇതിൽ പ്രതിഫലിച്ചു (സദാനന്ദൻ 2001, ഇക്ബാൽ 2006, 2019). ഡെങ്കിപ്പനിയും ക്ഷയരോഗവും വർദ്ധിച്ചു. എലിപ്പനിമൂലമുള്ള മരണനിരക്ക് ഇരട്ടിയിലധികമായി. 2006 ൽ ചിക്കൻഗുനിയ രോഗികളുടെ എണ്ണം 70,000 കവിഞ്ഞു (ത്രേസ്യ 2013). അന്തർദ്ദേശീയതലത്തിൽ വ്യാപകമായി പ്രശംസിക്കപ്പെട്ട കേരളത്തിലെ ആരോഗ്യ സംവിധാനത്തിലെ മുഖ്യ സൂചകമായ ശിശു മരണനിരക്ക് 1997 ൽ ആയിരത്തിൽ 12 ആയിരുന്നത് 2006 ൽ 15 ആയി ഉയർന്നു. അതോടൊപ്പം തന്നെ കുട്ടികളിലെ വിളർച്ചാ നിലവാരവും ഉയർന്നു.

ആരോഗ്യരംഗത്ത് അധികാരവികേന്ദ്രീകരണമൊരു പരാജയമാണെന്ന് തെളിയിക്കുകയാണോ? അല്ല, ഏറ്റവുമാദ്യമുള്ള വിലയിരുത്ത

ലിൽ ജനകീയാസൂത്രണം വിജയം തന്നെയാണ് (ഇളമൺ തുടങ്ങിയവർ 2004). അതിനുശേഷമുള്ള വിലയിരുത്തലുകൾ അത്ര നല്ല ഫലം തരുന്ന വയായിരുന്നില്ല (ചാത്തുക്കുളം 2016, അബ്ദുൽ അസീസ് 2015, ജോണും ജേക്കബ്ബും 2016, ചന്ദ്രനും റോയിയും 2014; തോമസും രാജേഷും 2011). ചില വിലയിരുത്തലുകൾ വിമർശനാത്മകവുമായിരുന്നു (വരദരാജൻ തുടങ്ങിയവർ 2004).

ആരോഗ്യരംഗത്ത് ഇത്തരത്തിലുള്ള സങ്കീർണ്ണമായ പ്രതികരണങ്ങൾ അധികാരവികേന്ദ്രീകരണവുമായി ബന്ധപ്പെട്ടുണ്ടായതിന് പല ഘടകങ്ങളും കാരണമായിട്ടുണ്ട് (നാരായണിയും ഹരിയും 2000). ആരംഭദിശയിൽ ആരോഗ്യരംഗത്തെ പ്രധാന അധികാരകേന്ദ്രമായ ഡോക്ടർമാർ പ്രാദേശിക സർക്കാരുകളുമായി ഇടപഴകാൻ വിസമ്മതിച്ചതുമൂലം ആദ്യശ്രമമെല്ലാം പരാജയപ്പെട്ടു. ആരോഗ്യ പ്രോജക്ടുകളുടെ, പ്രത്യേകിച്ച് നിർമ്മണ പ്രവർത്തനങ്ങൾ ഉൾപ്പെടെയുള്ള അധിക ചുമതലകൾ ഏറ്റെടുക്കുന്നതിനും അവർ വിസമ്മതിച്ചു. കാലക്രമേണ, അവരുടെ മനോഭാവത്തിൽ മാറ്റംവരികയും പ്രാദേശിക ആസൂത്രണ പ്രക്രിയയിൽ അവർ സജീവമായി ഇടപെടുകയും ചെയ്തു. അവരുടെ മുകളിൽ നിന്നുമുള്ള ബ്യൂറോക്രാറ്റിക് ശ്രേണികളിൽനിന്നും തങ്ങളുടെ മുൻഗണനകൾ അംഗീകരിച്ചു കിട്ടുന്നതിനേക്കാൾ അനായാസമായി പ്രാദേശികമായി തിരഞ്ഞെടുക്കപ്പെട്ട ജനപ്രതിനിധികളിൽ നിന്നും അത് സാധിക്കുമെന്നവർ തിരിച്ചറിഞ്ഞു.

സംസ്ഥാനതലത്തിലും പ്രാദേശികതലത്തിലും ഇതിനിടെ ക്രിയാത്മകമായ മാറ്റങ്ങൾ സംഭവിച്ചു തുടങ്ങിയിരുന്നു. 2006–11 ലെ ഇടതുപക്ഷ സർക്കാർ ബജറ്റിൽ ആരോഗ്യരംഗത്തിന്റെ വിഹിതം 5.1 ശതമാനമായി ഉയർത്തി. ഇത് 2015–16 വരെ നിലനിന്നുപോരുകയും ചെയ്തു. 2016 ൽ ഇടതുപക്ഷ സർക്കാർ അധികാരത്തിലെത്തിയപ്പോൾ പ്രാഥമികാരോഗ്യ പരിരക്ഷയിൽ സചേതനമായ മാറ്റങ്ങൾ ലക്ഷ്യമിട്ട് ആർദ്രം മിഷന് രൂപം നല്കി. 52.89 ലധികം ആശുപത്രി ജീവനക്കാരുടെ തസ്തികകൾ സൃഷ്ടിച്ചു. പദ്ധതി നിക്ഷേപം 2014–15 ലെ 629 കോടി രൂപയിൽനിന്നും 2018–19 ൽ 1419 കോടി രൂപയായി വർദ്ധിപ്പിച്ചു. ഇതിനുപുറമെ ദ്വിതീയ, തൃതീയ ആരോഗ്യപരിരക്ഷാ സ്ഥാപനങ്ങൾക്കായി കിഫ്ബിയിൽനിന്നും 4000 കോടി രൂപ മാറ്റിവച്ചു.

ആർദ്രം മിഷന്റെ പ്രവർത്തനം തുടങ്ങിയതോടെ, പ്രാഥമികാരോഗ്യ പരിരക്ഷാ രംഗത്ത് പ്രാദേശിക സർക്കാരുകളുടെ ഭാഗത്തുനിന്നുമുള്ള ഇടപെടലിൽ നാടകീയമായ മാറ്റമാണുണ്ടായത്. പ്രാഥമികാരോഗ്യ കേന്ദ്രങ്ങളുടെയും സബ് സെന്ററുകളുടെയും അറ്റകുറ്റപ്പണികളും മെച്ചപ്പെടുത്തലും മരുന്നുകളുടെയും ഉപകരണങ്ങളുടെയും വാങ്ങൽ, ഡോക്ടർ, നേഴ്സുമാർ, പാരാമെഡിക്കൽ ജീവനക്കാർ എന്നിവരുടെ കരാറടിസ്ഥാനത്തിലെ നിയമനം, ആശാവർക്കർമാരുടെ ഹോണറേറിയത്തിലെ തങ്ങളുടെ സംഭാവന തുടങ്ങിയ കാര്യങ്ങളിൽ പ്രാദേശിക സർക്കാരുകൾ നല്ല

പ്രവർത്തനങ്ങളാണ് നടത്തിയത്. പാലിയേറ്റീവ് കെയർ സംഘടനകൾ, സന്നദ്ധ ഭക്ഷ്യവിതരണ പരിപാടികൾ, കുടുംബശ്രീ ആരോഗ്യ വോളന്റീയർമാർ തുടങ്ങിയവരും ആരോഗ്യവകുപ്പും തമ്മിലുള്ള കണ്ണിയായും പ്രാദേശിക സർക്കാരുകൾ പ്രവർത്തിച്ചു. വൃദ്ധജനപരിരക്ഷ, ഭിന്നശേഷിക്കാരെ സഹായിക്കൽ, സ്പെഷ്യൽ സ്കൂളുകളിലെ കുട്ടികൾക്കുള്ള സാമ്പത്തിക സഹായം എന്നിവയിലും പ്രാദേശിക സർക്കാരുകൾ പ്രധാന പങ്കുവഹിച്ചു. ജലജന്യ പകർച്ചവ്യാധികളെയും കൊതുകുകളെയും നിയന്ത്രിക്കുന്നതിന് അവർക്ക് ചുമതലയുണ്ടായിരുന്നു.

ഇതിന്റെയൊക്കെ ഫലങ്ങൾ വളരെ വ്യക്തമായിത്തന്നെ കാണപ്പെട്ടു. 2017–18 ലെ NSSO യുടെ 75–ാം സർവ്വേയിൽ സർക്കാർ സൗകര്യങ്ങൾ പ്രയോജനപ്പെടുത്തുന്ന ആളുകളുടെ ശതമാനം 48 ആയി ഉയർന്നു. ശിശുമരണനിരക്ക് ഒറ്റ അക്ക 7 ലേക്ക് കുറഞ്ഞു. ഇത് ഐക്യരാഷ്ട്രസഭയുടെ 2020 ലേക്ക് നിശ്ചയിച്ച സ്ഥായിയായ വികസന ഗോളുകളുടെ ലക്ഷ്യമായ 8 ലും താഴെയാണ്. ദേശീയ ശരാശരിയായ 32 നെക്കാൾ എത്രയോ മെച്ചമാണ് (നീതി ആയോഗ് 2020). വയറിളക്കവുമായി ബന്ധപ്പെട്ട രോഗങ്ങൾ വളരെയധികം കുറഞ്ഞു. പ്രതിരോധ കുത്തിവയ്പ് നിരക്ക് മിക്ക സ്ഥലങ്ങളിലും 80 ശതമാനത്തിലും മുകളിലായി. ഡിഫ്തീരിയ, പോളിയോ, ക്ഷയം, മണ്ണൻ തുടങ്ങിയ രോഗങ്ങൾക്കെതിരെയുള്ള കുത്തിവയ്പ് 100 ശതമാനത്തിനടുത്തെത്തി (തോമസും രാജേഷും 2011).

അവശേഷിക്കുന്ന മറ്റെന്തെങ്കിലും സംശയമുണ്ടെങ്കിൽ കോവിഡ് മഹാമാരിക്ക് ശേഷം നമുക്ക് ചർച്ചചെയ്യാം (തോമസ് ഐസക്കും സദാനന്ദനും 2020). പകർച്ചവ്യാധികളെ നിയന്ത്രിക്കുന്നതിലും ദുരന്ത പരിപാലനത്തിലും പ്രാദേശിക സർക്കാരുകൾ സജീവമായിരുന്നു. എല്ലാവർഷവും കൊതുകു–ജലജന്യരോഗങ്ങളെ നിയന്ത്രിക്കുന്നതിലും തുടർച്ചയായ രണ്ടുവർഷത്തെ പ്രളയാനന്തര പ്രത്യാഘാതങ്ങൾ പരിഹരിക്കുന്നതിലൂടെ നേടിയ അനുഭവ സമ്പത്തും ഇപ്പോഴത്തെ കോവിഡ് 19 ആരോഗ്യ അടിയന്തരാവസ്ഥയിൽ നല്ല പ്രവർത്തനം നടത്തുന്നതിനുള്ള മുതൽക്കൂട്ടായി. 2020 മാർച്ച് 20 ലെ സർക്കാർ ഉത്തരവിലൂടെ പ്രാദേശിക സർക്കാരുകളുടെ ഇടപെടലിന് ഔപചാരികതയുണ്ടായി. കോവിഡ് 19 ലെ 'ബ്രേക്ക് ദ ചെയിൻ' പ്രചാരണത്തിനും ബോധവല്ക്കരണ പ്രവർത്തനങ്ങൾക്കുമായി ഒരുകൂട്ടം കാര്യങ്ങൾ ഈ ഉത്തരവിൽ പറഞ്ഞിരുന്നു. സാനിറ്റേഷൻ, മറ്റുള്ളവരിൽനിന്നും മാറി താമസിക്കുന്നവർക്കുള്ള പിന്തുണ, അവശ്യസാധനങ്ങളുടെ ലഭ്യത ഉറപ്പാക്കൽ, രോഗം തടയാനെടുക്കുന്ന പ്രവർത്തനങ്ങളുടെ രേഖപ്പെടുത്തൽ, മെഡിക്കൽ വിഭവങ്ങളുടെ ലഭ്യതാകണക്കെടുക്കൽ, പ്രത്യേക സഹായം വേണ്ടവരുടെ എണ്ണം തിട്ടപ്പെടുത്തൽ തുടങ്ങിയവയെല്ലാം പ്രാദേശിക സർക്കാരുകളുടെ ഉത്തരവാദിത്വമായി ഈ ഉത്തരവിൽ പറയുന്നുണ്ട്. പലതട്ടുകളിലുള്ള ഔദ്യോഗിക ഭാരവാഹികളുടെ കടമകളും എടുത്തുപറഞ്ഞു. ക്വാറന്റീൻ കേന്ദ്രങ്ങൾ കണ്ടെത്തുന്നതിലും ഭക്ഷണം എത്തിക്കുന്നതിലും സാനിറ്റേഷൻ

നടത്തുന്നതിലും പ്രാദേശിക സർക്കാരുകൾ ഇടപെട്ടു. വൃദ്ധരും കിടപ്പു രോഗികളുമടങ്ങുന്ന ദുർബ്ബല വിഭാഗങ്ങളെ റിവേഴ്സ് ക്വാറന്റൈനിൽ താമസിപ്പിക്കുന്നതിലും അവർക്കായിരുന്നു ഉത്തരവാദിത്വം. ഭക്ഷണം വേണ്ടവർക്കെല്ലാമായി സാമൂഹ്യഅടുക്കള സജ്ജീകരിക്കുന്നതിലും അതിഥി ത്തൊഴിലാളികൾക്ക് താല്ക്കാലിക ക്യാമ്പുകൾ ഒരുക്കുന്നതിലും, അതും സംസ്ഥാനം ലോക്ക്ഡൗൺ പ്രഖ്യാപിച്ച് മൂന്നു ദിവസത്തിനകം, പ്രാദേശിക സർക്കാരുകൾ കാട്ടിയ വൈഭവം അവരുടെ ശക്തി എന്താണെന്ന് വെളിപ്പെടുത്തുന്നതായിരുന്നു.

കുടിവെള്ളവും ശുചിത്വവും

ഈ പുസ്തകത്തിലെ നാലാം അദ്ധ്യായത്തിൽ വിവരിച്ച ഒളവണ്ണ മാതൃകയുടെ വിപുലപ്പെടുത്തലിലൂടെ വിവിധയിടങ്ങളിൽ കുടിവെള്ള മെത്തിച്ചത് പ്രധാന നേട്ടമായിരുന്നു. ലോകബാങ്കിന്റെ സഹായത്തോടെ, കേരള വാട്ടർ അതോറിറ്റിയുടെ സാങ്കേതിക പിന്തുണയോടുകൂടി ഗുണഭോക്തൃ ഗ്രൂപ്പുകൾ നടപ്പിലാക്കിയതായിരുന്നു 'ജലനിധി.' 5895 സ്കീമുകളിലായി 25 ലക്ഷം ഗുണഭോക്താക്കൾ 227 ഗ്രാമപഞ്ചായത്തുകളിലുണ്ടായിരുന്നു. ഈ പദ്ധതിയുടെ സമീപനംതന്നെ പ്രാദേശിക ആവശ്യകതയ്ക്കനുസരിച്ച് മൊത്തം ചെലവ് ഗുണഭോക്താക്കളും ഗ്രാമപഞ്ചായത്തുംകൂടി പങ്കിടുന്നതും, പിന്നിട്ടുള്ള ആവർത്തിതചെലവുകളും അപ്രകാരം തന്നെയുള്ളതുമായിരുന്നു. നിർമ്മാണവും പരിപാലനവും ഗുണഭോക്താക്കൾക്കുതന്നെ നേരിട്ട് നിർവ്വഹിക്കാം, അല്ലെങ്കിൽ സന്നദ്ധ സംഘടനകളെയോ കരാറുകാരെയോ ഏല്പിക്കുകയുമാകാം. ആദ്യഘട്ടത്തിൽ (2000–08) 451 കോടിയുടെയും രണ്ടാംഘട്ടത്തിൽ (2012–18) 1022 കോടി രൂപയുടെയും പദ്ധതികളുണ്ടായി. 2020 ൽ നടപ്പിലാക്കിയ കേന്ദ്രാവിഷ്കൃത 'ജൽജീവൻ മിഷൻ' ജലനിധി പ്രോഗ്രാമിന് സമാനമായ രീതിയിലുള്ളതായിരുന്നു. കേരളത്തിൽ ഗ്രാമപഞ്ചായത്ത് സമിതികളെ ഈ മിഷന്റെ പ്രാദേശിക ഘടകമായും പഞ്ചായത്ത് വർക്കിംഗ് ഗ്രൂപ്പുകളെ സാങ്കേതിക പിന്തുണാക്കമ്മിറ്റികളായും അംഗീകരിച്ചിട്ടുണ്ട്.

ഇതിന് പുറമെ, പ്രാദേശിക സർക്കാരുകൾ മറ്റ് തനത് കുടിവെള്ള പ്രോജക്ടുകളും ഏറ്റെടുത്തിരുന്നു. കുടിവെള്ള പ്രോജക്ടുകൾക്കായി പദ്ധതിവിഹിതത്തിന്റെ ഏകദേശം 7 ശതമാനംകൂടി ചെലവഴിച്ചിരുന്നു. കേരളത്തിലെ വീടുകൾ പല ഇടങ്ങളിലായി വ്യാപിച്ചുകിടക്കുന്നവയാണ്. അതിനാൽ എല്ലാ വീടുകളിലും പൈപ്പ് വഴി കുടിവെള്ളമെത്തിക്കുന്നത് പ്രായോഗികമല്ല, സാമ്പത്തികമായി സാദ്ധ്യവുമല്ല. മഴവെള്ള സംഭരണത്തിനും കിണറുകളിൽ കൂടുതൽ വെള്ളമെത്തിക്കുന്നതിനുമായി പ്രാദേശിക സർക്കാരുകൾ ഏറ്റെടുത്ത നൂതന പ്രോജക്ടുകൾ വളരെ പ്രസക്തമായിത്തീർന്നു. പ്രാദേശികതലത്തിലുള്ള സൂക്ഷ്മ നീർത്തട പരിപാലനവും ജലമലിനീകരണം തടയുന്നതിനുള്ള ശുചിത്വ പ്രവർത്തനങ്ങളുമാണ് ഇന്നേറ്റെടുക്കേണ്ടത്. അടിസ്ഥാന കടമയായ ശുചിത്വ പരിപാ

ലനം ഫലപ്രദമായി നടപ്പാക്കുന്നതിൽ പ്രാദേശിക സർക്കാരുകൾക്കുണ്ടായിട്ടുള്ള പരാജയം ഇന്ന് ചർച്ച ചെയ്യപ്പെടുന്നുണ്ട്, അത് വിവാദവുമായിട്ടുണ്ട്. അതിവേഗത്തിലുള്ള നഗരവല്ക്കരണവും ഉപഭോഗത്തിലുണ്ടായിട്ടുള്ള മാറ്റംമൂലമുള്ള മാലിന്യത്തിന്റെ വർദ്ധനവ് എന്നിവ സംഭവിക്കുമ്പോഴും അതിനനുസൃതമായി അവ സംസ്കരിക്കാത്തതുകൊണ്ടുണ്ടാകുന്ന പരിസര മലിനീകരണം ആരോഗ്യത്തിനും പരിസ്ഥിതിക്കും വെല്ലുവിളികളുയർത്തുന്നു. പ്രധാന നഗരങ്ങളിൽ കേന്ദ്രീകൃതമായിട്ടുള്ള മാലിന്യ സംസ്കരണ പ്ലാന്റുകളില്ലാത്തത് മേല്പറഞ്ഞ സാഹചര്യത്തെ കൂടുതൽ പ്രതിസന്ധിയിലാക്കിയിട്ടുണ്ട്. പുത്തൻനൂറ്റാണ്ടിന്റെ ആദ്യ ദശകത്തിലെ ജനകീയ പ്രക്ഷോഭങ്ങൾ പ്ലാന്റുകൾ പൂട്ടുന്നതിന് കാരണമായി.

ഈ മാലിന്യ പ്രതിസന്ധി പ്രാദേശിക സർക്കാരുകളെ വികേന്ദ്രീകൃത സംസ്കരണത്തിലേക്ക് പോകാൻ നിർബന്ധിതമാക്കി. മാലിന്യം കുറയ്ക്കുക, മാലിന്യത്തിന് കാരണമാകുന്ന വസ്തു വീണ്ടും ഉപയോഗിക്കുക, അതിനെ പുനഃചംക്രമണം ചെയ്യുക എന്നതായിരുന്നു ഇതിലെ തന്ത്രം. ഖരമാലിന്യത്തിലായിരുന്നു കൂടുതൽ ശ്രദ്ധയൂന്നിയത്. ജൈവ മാലിന്യത്തെ വീട്ടിനുള്ളിൽത്തന്നെ കമ്പോസ്റ്റാക്കുകയോ ബയോഗ്യാസാക്കി മാറ്റുകയോ ചെയ്യുക, അല്ലെങ്കിൽ സാമൂഹ്യാടിസ്ഥാനത്തിൽ ചെറിയ തോതിൽ സംസ്കരിക്കുകയോ വേണം. ഗാർഹികാന്തരീക്ഷത്തിലും സാമൂഹ്യാടിസ്ഥാനത്തിലും മാലിന്യം സംസ്കരിക്കുന്നതിന് വേണ്ട ഫലപ്രദമായ സാങ്കേതികവിദ്യകൾ വികസിപ്പിച്ചെടുത്തിട്ടുണ്ട്. പക്ഷേ, 2008 ൽ തുടങ്ങിയ സമ്പൂർണ്ണ ശുചിത്വ കാമ്പയിൻ ഈ ലക്ഷ്യം നേടുന്നതിൽ പരാജയപ്പെട്ടു. എങ്കിലും ശുചിത്വ പരിപാടിക്ക് പിന്തുണയുമായി ശുചിത്വമിഷൻ നോഡൽ ഏജൻസിയായി തുടർന്നും പ്രവർത്തിച്ചു.

ശുചിത്വം, ജല പുനരുജ്ജീവനം, ഹരിതവല്ക്കരണം എന്നീ മേഖലകളിലെ വിവിധ ഏജൻസികളെ ഏകോപിക്കുന്നതിനായി 2016 ൽ ഹരിത കേരളം മിഷൻ ആരംഭിച്ചു. ജൈവ-അജൈവ മാലിന്യ സംസ്കരണത്തിനായി സുതാര്യമായ നിബന്ധനകൾ നിർദ്ദേശിച്ചിരുന്നു. നിശ്ചിത തുക ഈടാക്കി ഓരോ വീട്ടിൽനിന്നും അജൈവ മാലിന്യങ്ങൾ ഹരിതകർമ്മ സേനയുടെ അംഗങ്ങൾ ശേഖരിക്കണമായിരുന്നു. വിഭവ ശേഖരണ സെന്ററുകളിൽ ഇവ തരംതിരിച്ച് പുനഃചംക്രമണത്തിനായോ മണ്ണു നികത്തലിനായോ അയയ്ക്കും. ഹരിത കർമ്മസേനയ്ക്ക് മാലിന്യ സംസ്കരണത്തിനായി പൊതുവായ സൗകര്യമൊരുക്കുന്നതിന് പ്രാദേശിക സർക്കാരുകൾ പ്രത്യേക ഫണ്ട് നീക്കിവയ്ക്കണമായിരുന്നു. അജൈവ മാലിന്യത്തെ വൻകിട പുനഃചംക്രമണ കേന്ദ്രങ്ങളിലേക്ക് ഒരു ക്ലീൻ കേരള കമ്പനി കയറ്റി അയയ്ക്കും. ഓരോ വീട്ടിലും കമ്പോസ്റ്റ് കുഴികൾ കുഴിക്കുന്നതിന് പ്രാദേശിക സർക്കാരുകൾ മഹാത്മാഗാന്ധി ദേശീയ ഗ്രാമീണ തൊഴിലുറപ്പ് പദ്ധതിയെ ഉപയോഗിക്കണം. ഒറ്റ ഉപയോഗത്തിനുശേഷം വലിച്ചെറിയപ്പെടുന്ന എല്ലാ പ്ലാസ്റ്റിക്കുകളും നിരോധിക്കപ്പെട്ടു. ആലപ്പുഴ,

തിരുവനന്തപുരം, ആറ്റിങ്ങൽ, സുൽത്താൻ ബത്തേരി എന്നീ നഗര പ്രാദേശിക സർക്കാരുകളും മറ്റ് നിരവധി ഗ്രാമീണ പ്രാദേശിക സർക്കാരുകളും ഇക്കാര്യത്തിൽ നല്ല പ്രവർത്തനം കാഴ്ചവച്ചു. ഈ കാമ്പയിൻ 2020 ൽ പാരമ്യത്തിലെത്തിക്കാനും അവർ ലക്ഷ്യമിട്ടിരുന്നു. അപ്പോഴാണ് കോവിഡ് മഹാമാരി പടർന്നത്.

മന്ദഗതിയിലുള്ള മാലിന്യനിർമ്മാർജ്ജനത്തിൽ അക്ഷമരായ സംസ്ഥാന സർക്കാർ വലിയ നഗരപ്രദേശങ്ങളിൽ മാലിന്യത്തിൽനിന്നും ഊർജ്ജം ഉല്പാദിപ്പിക്കുന്ന വൻകിട പ്രോജക്ടുകളിലേക്ക് പോകാൻ നിർബന്ധിതമായി. ഇത് നടപ്പാക്കുന്ന രീതിയെപ്പറ്റി അമിതോത്സാഹം പൂണ്ട ഇതിന്റെ വക്താക്കൾ പ്രചരിപ്പിച്ചത്, പക്ഷേ, വികേന്ദ്രീകൃത മാലിന്യ സംസ്കരണത്തെ ക്ഷീണിപ്പിച്ചു. അത്തരത്തിലുള്ള വൻകിട പ്രോജക്ടുകൾ ഒന്നുംതന്നെ യാഥാർത്ഥ്യമായതുമില്ല.

തുറസ്സായ സ്ഥലത്തെ വിസർജ്ജന വിമുക്ത ആദ്യ സംസ്ഥാനമായി 2016 ൽ കേരളം പ്രഖ്യാപിക്കപ്പെട്ടു. പ്രാദേശികാസൂത്രണത്തിന്റെ പ്രാരംഭഘട്ടം മുതൽ തന്നെ മിക്ക പ്രാദേശിക സർക്കാരുകളും ശൗച്യാലയങ്ങൾ നിർമ്മിച്ചുതുടങ്ങിയിരുന്നു. പക്ഷേ, ജനസാന്ദ്രതയും കുഴി ലാട്രിനുകളും ഗൗരവതരമായ ഭൂജല മലിനീകരണത്തിലേക്ക് നയിച്ചു. സെപ്ടിക് ടാങ്ക് ലാട്രിൻ, സ്വീവേജ് സംവിധാന സമുച്ചയം, കേന്ദ്രീകൃത സെപ്ടിക് ശുദ്ധീകരണ പ്ലാന്റുകൾ എന്നിവയിലേക്കുള്ള അടിയന്തര ദൗത്യം ഏറ്റെടുക്കേണ്ടതുണ്ട്.

പ്രാദേശിക അടിസ്ഥാന സൗകര്യങ്ങൾ

റോഡുകൾ

ഒരു ചതുരശ്ര കിലോമീറ്ററിൽ 390 കിലോമീറ്റർ റോഡുമായി ഇന്ത്യയിലെ ഏറ്റവുമുയർന്ന റോഡ് സാന്ദ്രതയുള്ള സംസ്ഥാനമാണ് കേരളം. ദേശീയ ശരാശരിയേക്കാൾ മൂന്നിരട്ടിയാണിത്. പക്ഷേ, ഈ റോഡുകളുടെ 90 ശതമാനവും ഒറ്റവരിപ്പാതയാണ്. ഈ റോഡുകളുടെ 10 ശതമാനത്തിലാണ് മൊത്തം വാഹന ഗതാഗതത്തിന്റെ 80 ശതമാനവും (കേരള സർക്കാർ, 2020). ഈ പ്രത്യേക സവിശേഷതകൾമൂലം നഗര-ഗ്രാമ റോഡുകൾക്കായുള്ള ജനകീയ ആവശ്യം വളരെ ഉയർന്നതാണ്. കേരളത്തിലെ ചിതറിക്കിടക്കുന്ന ആവാസവ്യവസ്ഥയുടെ രീതിയും ഒരു കാരണമാണ്. പ്രാദേശിക സർക്കാരുകളുടെ ആവശ്യാർത്ഥം നിലവിലെ റോഡുകൾ നന്നാക്കുന്നതിനും വീതികൂട്ടുന്നതിനും പുതിയ റോഡുകൾ നിർമ്മിക്കുന്നതിനുമായി പദ്ധതി വിഹിതത്തിന്റെ 19 ശതമാനം നീക്കിവച്ചു. ഇതിന്റെ ഫലമായി പ്രാദേശിക സർക്കാരുകളുടെ നിയന്ത്രണത്തിലുള്ള റോഡുകളുടെ ദൈർഘ്യം ഇരട്ടിയിലധികമായി വർദ്ധിച്ചു, 1995-96 ലുണ്ടായിരുന്ന 1,15,306 കിലോമീറ്ററിൽനിന്നും 2018-19 ൽ 2,31,676 കിലോമീറ്ററായി മാറി. റോഡുകൾ നന്നാക്കുന്നതിലും വീതി കൂട്ടുന്നതിലുമുണ്ടായ മുതൽമുടക്ക് കാരണം നഗര-ഗ്രാമ റോഡുകളുടെ നിലവാരത്തിൽ പ്രകടമായ മെച്ചമു

ണ്ടായി. തെക്കൻ ജില്ലകളിലും തീരദേശ ജില്ലകളിലും മാത്രം കൂടുതലായുണ്ടായിരുന്ന ചെറിയ (മൈനർ) റോഡുകൾ എല്ലാ ജില്ലകളിലും ഒരേപോലെയുണ്ടായി എന്നതും മറ്റൊരു സവിശേഷതയായി മാറി. പട്ടികജാതി/വർഗ്ഗ, മത്സ്യത്തൊഴിലാളി വാസസ്ഥലങ്ങളിൽ കൂടുതൽ റോഡുകളുണ്ടായി.

ഊർജ്ജം

2017 മേയിൽ സംസ്ഥാനത്തിലെ എല്ലാ വീടുകളും വൈദ്യുതവല്ക്കരിക്കപ്പെട്ടുവെന്ന പ്രഖ്യാപനത്തിലൂടെ ഈ നിലവാരമെത്തുന്ന ആദ്യ സംസ്ഥാനമായി കേരളം മാറി. അവസാനഘട്ടത്തിലെ 1.5 ലക്ഷം വീടുകളിലെ വൈദ്യുതവല്ക്കരണം കേരള സംസ്ഥാന വൈദ്യുതി ബോർഡിന്റെ പ്രത്യേക സ്കീമിലൂടെയാണ് കൈവരിച്ചത്. ഗാർഹിക വൈദ്യുതവല്ക്കരണം പ്രാദേശിക പദ്ധതികളിൽ പതിവ് പരിപാടിയായി മാറുകയും പദ്ധതിവിഹിതത്തിന്റെ 2 മുതൽ 3 ശതമാനം വരെ ഊർജ്ജമേഖലയ്ക്കായി നല്കുകയുമുണ്ടായി. 1997–98 നും 2016–17 നുമിടയിൽ പ്രാദേശിക സർക്കാരുകൾ 6 ലക്ഷത്തിലേറെ വീടുകളിൽ വയർ വലിച്ച് വൈദ്യുതി എത്തിക്കുകയുണ്ടായി. കൂടുതൽ കാര്യക്ഷമമായ അടുപ്പുകൾ, വിളക്കുകൾ, സൗരോർജ്ജം എന്നിവയിലെ പ്രാദേശിക സർക്കാരുകളുടെ ഇടപെടൽ ഒരു പ്രധാന സവിശേഷതയായിരുന്നു.

പാർപ്പിടം

സാർവ്വത്രികമായ പാർപ്പിടമെന്ന നിലവാരമെത്തുന്നതിന് തുടക്കം കുറിച്ചുവെന്നതാണ് ജനകീയാസൂത്രണത്തിന്റെ പ്രധാനമായൊരു നേട്ടം. വീടുകൾക്കായുള്ള പോരാട്ടം ഭൂമിക്ക് വേണ്ടിയുള്ള പോരാട്ടവുമായി ബന്ധപ്പെട്ടിരിക്കുന്നു. ഓരോ കുടുംബത്തിനും കുടിൽ വയ്ക്കാനുള്ള ഭൂമിയെങ്കിലും ലഭിച്ചുവെന്ന് ഭൂപരിഷ്കരണം ഉറപ്പുവരുത്തിയിരുന്നു (സെൻ 1987). ഭൂപരിഷ്കരണത്തിന്റെ ഗുണഭോക്താക്കൾക്ക് വീടുകൾ നല്കുന്ന ആദ്യത്തെ പരിപാടിയായിരുന്നു 1972–73 ലെ ലക്ഷംവീട് പദ്ധതി (നാലപ്പാട്ട് 1976; ഗോപിക്കുട്ടൻ 2002). ഒമ്പതാം പദ്ധതിക്കാലത്ത് ഏകദേശം 32,000 ഭൂരഹിതർക്ക് ഉൾപ്പെടെ 5.7 ലക്ഷം വീടുകൾ നിർമ്മിച്ചും 1.9 ലക്ഷം വീടുകൾ പുനരുദ്ധരിപ്പിച്ചും ജനകീയാസൂത്രണം പാർപ്പിടരംഗത്ത് വലിയ മാറ്റംകുറിച്ചു. 2022–23 ൽ പതിമൂന്നാം പഞ്ചവത്സര പദ്ധതിയുടെ അവസാനത്തോടെ പ്രാദേശികസർക്കാരുകൾ 20 ലക്ഷത്തിലേറെ വീടുകൾ നിർമ്മിക്കുമെന്നാണ് കണക്കാക്കപ്പെടുന്നത്. സാർവ്വത്രിക പാർപ്പിടമെന്ന നിലവാരത്തിന്റെ വളരെ അടുത്തെത്തിക്കുന്നതാണീ നേട്ടം.

ഒരു വീട് നിർമ്മാണത്തിനുവേണ്ട ചെലവ് 1997–98 ൽ 20,000 രൂപയായിരുന്നത് 2015–16 ൽ 2,00,000 ലക്ഷം രൂപയായും പിന്നീടത് 2018–19 ൽ, 4,00,000 രൂപയുമായി വർദ്ധിച്ചു. കേന്ദ്രാവിഷ്കൃത പദ്ധതികളടക്കമുള്ള പാർപ്പിട സ്കീമുകളിലൂടെയും നിർമ്മിക്കപ്പെട്ടതടക്കമാണ് നമ്മുടെ കണ

ക്കുകൾ. പക്ഷേ, സംസ്ഥാന എസ്റ്റിമേറ്റിനേക്കാൾ വളരെ കുറവാണ് കേന്ദ്രാവിഷ്കൃത പാർപ്പിട പദ്ധതികളിൽ ഒരു വീടിന് നീക്കിവയ്ക്കുന്ന തുക. ഉദാഹരണത്തിന്, ഒരു വീടിന് കേന്ദ്രം നല്കുന്ന ധനസഹായം സംസ്ഥാനം ചെലവിടുന്നതിന്റെ നാലിലൊന്ന് മാത്രമാണ്.

ഉല്പാദനമേഖലകൾ

കൃഷി

ചെറുകിട ഉല്പാദന മേഖലകളിലെ ഉല്പാദനവും ഉല്പാദനക്ഷമതയും അധികാര വികേന്ദ്രീകരണത്തിലൂടെ വർദ്ധിക്കുമെന്ന പ്രതീക്ഷ നിറവേറ്റപ്പെട്ടിട്ടില്ല. കേരള വളർച്ചാ ഭൂമികയിൽ കാർഷികോല്പാദനം പുറകിലാണ്. കഴിഞ്ഞ 25 വർഷങ്ങളിൽ നെൽകൃഷിയുടെ വിസ്തൃതി 4.7 ലക്ഷം ഹെക്ടറിൽനിന്നും 2 ലക്ഷം ഹെക്ടറിലേക്കും ഉല്പാദനം 9.5 ലക്ഷം മെട്രിക് ടണ്ണിൽനിന്നും 5.2 ലക്ഷം മെട്രിക് ടണ്ണിലേക്കും താഴ്ന്നു. ഇതേ കാലയളവിൽ 590 കോടി തേങ്ങയിൽനിന്നും 530 കോടി തേങ്ങയിലേക്ക് കേരോല്പാദനവും കുറഞ്ഞു. തോട്ടവിളരംഗത്ത് പ്രാദേശിക സർക്കാരുകൾക്ക് ഇടപെടുന്നതിൽ പരിമിതികളുണ്ട്. എന്തുകൊണ്ടെന്നാൽ, ഇറക്കുമതി നയത്തിനും അന്തർദ്ദേശീയ വിലനിലവാരത്തിനുമനുസരിച്ചാണ് ഈ മേഖലയിലെ മാറ്റങ്ങൾ. പക്ഷേ, നെൽകൃഷി വിസ്തൃതി കുറയുന്നത് തടയുന്നതിൽ, തെങ്ങിന്റെ ഉല്പാദനക്ഷമത വർദ്ധിപ്പിക്കുന്നതിൽ, ഇടവിളകൾ പ്രോത്സാഹിപ്പിക്കുന്നതിൽ ഉണ്ടായിട്ടുള്ള പരാജയം കാർഷികതന്ത്രത്തെ വിമർശനപരമായി അവലോകനം ചെയ്യുന്നതിലേക്ക് നയിക്കണം. പ്രാദേശിക സർക്കാരുകളുമായും അവയുടെ പരിപാടികളുമായും ബന്ധപ്പെട്ട വകുപ്പുകളുടെ ഏകോപന പ്രവർത്തനവും അവലോകനം ചെയ്യപ്പെടണം.

ചില പഞ്ചായത്തുകളിൽ നടപ്പാക്കിയ കാർഷിക പരിപാടികളുടെ മകുടോദാഹരണങ്ങൾ നമ്മുടെ മുന്നിലുണ്ട്. കഞ്ഞിക്കുഴി പഞ്ചായത്തിലെ പച്ചക്കറികൃഷി വാണിജ്യപരമായ സ്ഥായിഭാവം കൈവരിച്ചുവെന്ന് മാത്രമല്ല, സമീപ പഞ്ചായത്തുകളിലേക്കത് വ്യാപിക്കുകയും ചെയ്തു. തരിശ് ഭൂമിയിലെ നെൽകൃഷി പരിപാടി ഈ അടുത്തകാലത്ത് വ്യാപകമാകുകയും നെൽകൃഷി വിസ്തൃതി കുറയുന്ന പ്രവണത അവസാനിച്ചുവെന്ന് മാത്രമല്ല, നേരിയ തോതിൽ വിസ്തൃതി കൂടുകയും ചെയ്തു. നമ്മുടെ പച്ചക്കറി ഉപഭോഗത്തിൽ സംസ്ഥാന ഉല്പാദനത്തിന്റെ പങ്ക് 22 ശതമാനത്തിൽനിന്നും 50 മുതൽ 60 ശതമാനം വരെ വർദ്ധിക്കുന്ന വിധം പച്ചക്കറി കൃഷിയിൽ സമീപകാലത്ത് വൻ വിജയമുണ്ടായി. പാലിന്റെയും മുട്ടയുടെയും കാര്യത്തിൽ കേരളം സ്വയം പര്യാപ്തതയിലേക്ക് കുതിക്കുകയാണ്. ഇതിൽ പ്രാദേശികപദ്ധതികൾ നിർണ്ണായകപങ്ക് വഹിക്കുന്നുണ്ട്.

കോവിഡ് മഹാമാരി ഭക്ഷ്യദൗർലഭ്യത്തിലേക്ക് നയിക്കുമോ എന്ന ആശങ്ക പരിഗണിച്ചാണ് സംസ്ഥാന സർക്കാർ ഭക്ഷ്യോല്പാദനം വർദ്ധി

പ്പിക്കുന്നതിനായി 'സുഭിക്ഷ കേരള' മെന്ന പ്രത്യേക പരിപാടി തുടങ്ങിയത്. കൃഷിവകുപ്പും മറ്റ് ബന്ധപ്പെട്ട ഏജൻസികളുമായി ചേർന്ന് പ്രാദേശിക സർക്കാരുകൾ സംസ്ഥാന വ്യാപകമായി നെൽകൃഷിയിലും ഈ കാമ്പയിനിന്റെ ഫലമായി നേട്ടങ്ങളുണ്ടാക്കി എന്നുതന്നെയാണ് കിട്ടുന്ന വിവരങ്ങൾ സൂചിപ്പിക്കുന്നത്.

ചെറുകിട വ്യവസായം

കേരളത്തിലെ വ്യാവസായിക വളർച്ചയുടെ ചലനാത്മക ഘടകങ്ങളാണ് ചെറുതും സൂക്ഷ്മവുമായ വ്യവസായ സംരംഭങ്ങൾ. പക്ഷേ, പ്രാദേശിക സർക്കാരുകൾ തങ്ങളുടെ പദ്ധതിവിഹിതത്തിൽനിന്നും വ്യവസായ മേഖലയ്ക്ക് നല്കുന്ന താരതമ്യേന കുറഞ്ഞ പദ്ധതിവിഹിതം കാണുമ്പോൾ, അവർക്ക് ഈ മേഖലയിൽ കാര്യപ്രസക്ത പങ്കുവഹിക്കാൻ കഴിഞ്ഞുവെന്ന് കരുതാൻ കഴിയില്ല. കുടുംബശ്രീയിലെ സൂക്ഷ്മ സംരംഭങ്ങളിലും സ്വയം സഹായസംഘങ്ങളുടെ ചില പ്രവർത്തനങ്ങളിലുമായി വ്യവസായ മേഖലയിലെ ഇടപെടൽ ചുരുങ്ങി. വിവിധ മേഖലകളിൽ നിരവധി നല്ല മോഡലുകളുള്ളപ്പോഴും വ്യവസായ മേഖലയിൽ അത്തരത്തിലുള്ളവ വിരളമായിരുന്നു. തങ്ങളുടെ പ്രദേശത്തെ ആയിരത്തിൽ അഞ്ചുപേർക്ക് എന്നതോതിൽ പുതിയ കാർഷികേതര സംരംഭങ്ങളിലൂടെ ജോലി നല്കാനുതകുംവിധം ഓരോ പഞ്ചായത്തും പരിപാടി തയ്യാറാക്കണമെന്ന് 2020–21 ലെ സംസ്ഥാന ബഡ്ജറ്റ് നിർദ്ദേശിച്ചിരുന്നു.

ദാരിദ്ര്യ ലഘൂകരണം

ജനസംഖ്യയിൽ ദരിദ്രരുടെ അനുപാതം കുറയ്ക്കുന്നതിൽ കേരളത്തിന്റെ വിജയം പഠിക്കുന്ന പണ്ഡിതർ ഒരേകദേശ യോജിപ്പിലെത്തിച്ചേർന്നിട്ടുണ്ട്. അവർ ദാരിദ്ര്യം അളക്കുന്നതിന് വ്യത്യസ്തങ്ങളായ സാമ്പത്തികഘടകങ്ങളും വിവിധതലങ്ങളിലെ അവസ്ഥയും പരിഗണിച്ചിരുന്നു (ബി കെ തോമസ് 2014, ബാലാജി 2020, പാനഗാരിയയും മുക്കിമും 2014). 1970 കളുടെ ആദ്യം കേരളത്തിലെ ദരിദ്രരുടെ അനുപാതം ദേശീയ ശരാശരിയേക്കാൾ ഉയർന്നതായിരുന്നു. ഗ്രാമപ്രദേശങ്ങളിൽ, ദേശീയ ശരാശരി 56.44 ശതമാനവും കേരളത്തിൽ, 59.19 ശതമാനവും. നഗരപ്രദേശങ്ങളിലെ ദരിദ്രരുടെ അനുപാതം ദേശീയതലത്തിൽ 49.01 ശതമാനമുണ്ടായിരുന്നപ്പോൾ കേരളത്തിലത് 62.74 ശതമാനമായിരുന്നു. ജനകീയാസൂത്രണത്തിന് തൊട്ടുമുൻപേ, 1993–94 ൽ കേരളത്തിലെ ഗ്രാമ, നഗര പ്രദേശങ്ങളിലെ ദാരിദ്ര്യ അനുപാതം യഥാക്രമം 25.76 ശതമാനമായും 24.59 ശതമാനമായും കുറഞ്ഞിരുന്നു. ദാരിദ്ര്യം കണക്കാക്കുന്നതിനായുള്ള രംഗരാജൻ കമ്മറ്റി റിപ്പോർട്ട് പ്രകാരമുള്ള മുൻപഠനവുമായി പൂർണ്ണമായും താരതമ്യം ചെയ്യാനാകില്ലെങ്കിലും, 2011–12 ൽ കേരളത്തിലെ ദാരിദ്ര്യ അനുപാതം ഗ്രാമപ്രദേശത്തും നഗരപ്രദേശത്തും യഥാക്രമം 7.3 ആയും 5.3

ശതമാനമായും കുറഞ്ഞു. ഇന്ത്യയിലാകട്ടെ ഇത് ഗ്രാമപ്രദേശത്ത് 30.9 ശതമാനവും നഗരപ്രദേശത്ത് 26.4 ശതമാനവുമായിരുന്നു (സംസ്ഥാന ആസൂത്രണ ബോർഡ്, 2015).

ആരോഗ്യം, വിദ്യാഭ്യാസം, ജീവിത നിലവാരം എന്നിവയിലെ 10 ക്ലേശ ഘടകങ്ങൾ ഉൾക്കൊള്ളുന്ന ഓക്സ്ഫോർഡ് ദാരിദ്ര്യ-മാനവ വികസന സംരംഭത്തിന്റേയും ഐക്യരാഷ്ട്രസഭ വികസന പരിപാടിയുടെയും ബഹുതല ദാരിദ്ര്യ സൂചിക (2019) പ്രകാരം 2005-06 നും 2015-16 നുമിടയിൽ കേരളത്തിൽ ദരിദ്രരുടെ അനുപാതം 13 ശതമാനത്തിൽനിന്നും ഒരു ശതമാനമായി കുറഞ്ഞു. സാമ്പത്തിക വളർച്ചയിൽ ഊന്നൽ നല്കുന്നതിലുപരി, ദാരിദ്ര്യം ദൂരീകരിക്കുന്നതിനായി ബഹുതലങ്ങളിൽ നടത്തിയ പുനർവിതരണ ഇടപെടലുകളാണ് 1970 കളിലും 1980 കളിലും കേരളത്തിലെ ദാരിദ്ര്യം കുറയ്ക്കുന്നതിനെ സഹായിച്ചത് (കണ്ണൻ 1995). പിന്നീടുള്ള ഘട്ടത്തിൽ ഈ പ്രവണത കൂടുതൽ ശക്തിപ്പെട്ടു. വളർച്ചയുടെ ഗതിവേഗം കൂടിയതും സാമൂഹ്യക്ഷേമപരിപാടികൾ മെച്ചമായ രീതിയിൽ നിർവ്വഹണം നടത്തുന്നതിൽ അധികാര വികേന്ദ്രീകരണ പ്രക്രിയയിലുണ്ടായ വിജയവും ദാരിദ്ര്യ ദൂരീകരണത്തിന് സഹായകരമായി.

ധാന്യങ്ങളുടെ പൊതുവിതരണത്തിലൊഴികെ, ആരോഗ്യ പരിരക്ഷ, വിദ്യാഭ്യാസം, പാർപ്പിടം, ഗാർഹിക വൈദ്യുതീകരണം, ശുചിത്വം എന്നീ മേഖലകളിലെ പ്രധാന പരിപാടികളിലൂടെ ബഹുതല ദാരിദ്ര്യ നിലവാരം കുറയ്ക്കുന്നതിൽ പ്രാദേശിക സർക്കാരുകൾക്ക് പ്രധാന പങ്കാണുള്ളത്. 40 ലക്ഷത്തിലേറെ വരുന്ന പ്രായമേറിയവർ, വിധവകൾ, ഭിന്നശേഷിക്കാർ എന്നിവരെ കണ്ടെത്തി പേര് ചേർക്കുന്നതും അവർക്കുള്ള സാമൂഹ്യക്ഷേമ പെൻഷൻ വിതരണത്തിൽ മേൽനോട്ടം വഹിക്കുന്നതും പ്രാദേശിക സർക്കാരുകളാണ്. തൊഴിലവസര സൃഷ്ടിക്കായുള്ള പ്രധാന പരിപാടികൾ, മഹാത്മാഗാന്ധി ദേശീയ ഗ്രാമീണ തൊഴിലുറപ്പ് പദ്ധതി, സ്വയം തൊഴിൽ പരിപാടി എന്നിവയൊക്കെ പൂർണ്ണമായും പ്രാദേശിക സർക്കാരുകൾക്ക് കൈമാറ്റം ചെയ്യപ്പെട്ടിട്ടുണ്ട്.

പാലിയേറ്റീവ് കെയർ ശൃംഖല

കഴിഞ്ഞ കാൽനൂറ്റാണ്ടിലെ പാലിയേറ്റീവ് കെയർ ശൃംഖലയുടെ ഉദയവും വ്യാപനവും ഏറ്റവും പ്രധാനപ്പെട്ട സാമൂഹ്യ തത്ത്വമായിരിക്കുന്നു. സാമ്പത്തിക ഇന്റലിജൻസ് യൂണിറ്റിന്റെ (2010) മരണസൂചികയുടെ ഗുണതയിൽ ഏറ്റവും താഴെത്തട്ടിലുള്ള 40 രാജ്യങ്ങളിലൊന്നാണ് ഇന്ത്യ. പക്ഷേ, അതേ അളവുകോലിൽ പരിശോധിക്കുമ്പോൾ കേരളം പ്രതീക്ഷയുടെ ഗോപുരവിളക്കായി തലയുയർത്തി നില്ക്കുകയാണ്. ഇന്ത്യയിലെ ജനസംഖ്യയുടെ 30 ശതമാനത്തിന് മാത്രം പാലിയേറ്റീവ് പരിപാലനം ലഭിക്കുമ്പോൾ, അതിൽ മൂന്നിൽ രണ്ടും നല്കുന്നത് കേരളത്തിലാണ്. 2008 ൽ പാലിയേറ്റീവ് കെയർ ഔപചാരിക നയമായി പ്രഖ്യാപിച്ച ഏക സംസ്ഥാനം കേരളമാണ്; 2018 ൽ പിന്നീട് ആ നയം പുതു

ക്കുകയുമുണ്ടായി. സമൂഹമാതൃകയിലധിഷ്ഠിതവും പൊതുജനാരോഗ്യ സംവിധാനത്തിന്റെ പിന്തുണയോടുംകൂടി വീടുകൾ കേന്ദ്രീകരിച്ചുള്ള പാലിയേറ്റീവ് കെയർ രീതിയാണ് കേരളത്തിലുള്ളത് (വിജയ്‌യും മോനിനും 2018; ജയലക്ഷ്മിയും ചാറ്റർജിയും 2017). വിവിധങ്ങളായ സന്നദ്ധ സംഘടനകൾ പാലിയേറ്റീവ് കെയർ രംഗത്ത് ഇവിടെ സജീവ മായി പ്രവർത്തിക്കുന്നുണ്ട്. അയൽക്കൂട്ട ശൃംഖലയുടെ ഇടപെടലാണ് ഏറ്റവും പ്രധാനം (സാൾനോ തുടങ്ങിയവർ 2010). പല പ്രാദേശിക സർക്കാരുകൾക്കും അവരുടേതായ സ്വതന്ത്ര പ്രോജക്ടുകളുണ്ടെങ്കിലും അവരുടെ പ്രദേശത്തെ വിവിധ ഏജൻസികളുടെ പാലിയേറ്റീവ് കെയർ പ്രവർത്തനങ്ങളെ ഏകോപിക്കുന്ന തരത്തിലുള്ള ചുമതലാ നിർവ്വഹണ ത്തിലേക്ക് അവർ മാറിയിട്ടുണ്ട്.

കുടുംബശ്രീ – ദാരിദ്ര്യ ലഘൂകരണ കാമ്പയിനെ നയിക്കുന്നു

ആലപ്പുഴയിൽ ആരംഭിച്ച നൂതനമായ സി ഡി എസ് ദാരിദ്ര്യ ലഘു കരണ പ്രോജക്ടിനെക്കുറിച്ച് അദ്ധ്യായം 4 ലും അതെങ്ങനെ സ്ത്രീക ളുടെ അയൽക്കൂട്ട ശൃംഖലയുള്ള കുടുംബശ്രീയായി രൂപാന്തരപ്പെട്ടെന്ന് അദ്ധ്യായം 13 ലും നാം വിശദീകരിച്ചുവല്ലോ. 2001 മുതൽ 2020 വരെ യുള്ള കാലയളവിലെ ജനകീയാസൂത്രണത്തിന്റെ വിവിധ പ്രവർത്തന ങ്ങളെ പഠനവിധേയമാക്കിയപ്പോൾ, ചോദ്യം ചെയ്യപ്പെടാനാവാത്ത, ഏറ്റവും അറിയപ്പെടുന്ന ഒന്നായി കുടുംബശ്രീ നിലനില്ക്കുകയാണ്. ഗൂഗിൾ സ്കോളർ വഴി അന്വേഷണം നടത്തുന്ന ഒരാൾക്ക് ലോകത്തിലെ പലഭാഗങ്ങളിലെ ഏജൻസികളുടെയും അക്കാദമിക വിദഗ്ദ്ധരുടെയും 20 ലേറെ റിപ്പോർട്ടുകളോ ലേഖനങ്ങളോ കാണാൻ സാധിക്കും.

കുടുംബശ്രീ മിഷന്റെ ഔദ്യോഗിക നാമം 'സംസ്ഥാന ദാരിദ്ര്യ നിർമ്മാർജ്ജന മിഷൻ' എന്നാണ്. സംസ്ഥാനത്തിലെ അതിവേഗത്തിലുള്ള ദാരിദ്ര്യ ലഘൂകരണത്തിനാണ് ഇത് ഊന്നൽ നല്കുന്നത്. 1073 ലേറെ സി ഡി എസുകൾ, 19854 എ ഡി എസുകൾ, 2.77 ലക്ഷം അയൽക്കൂട്ട ഗ്രൂപ്പുകൾ, 43 ലക്ഷം വീടുകളുടെ അംഗത്വം എന്നിവ ഇന്നുണ്ട്. ബാങ്കു കൾ ഇവർക്ക് നല്കുന്ന ലോണുകൾക്കുള്ള പലിശയിൽ 4 ശതമാനം സംസ്ഥാന സർക്കാർ സബ്സിഡിയായി നല്കുന്നുണ്ട്. ലോൺ തിരിച്ച ടവ് 99 ശതമാനവുമാണ്.

വരുമാനം ലഭിക്കുന്ന പരിപാടികൾ കൂടിയിട്ടുണ്ട്. 62000 പരസ്പര ബാദ്ധ്യതയുള്ള ഗ്രൂപ്പുകളിലായി 3.5 ലക്ഷം സ്ത്രീകൾ 50,000 ഹെക്ടറി ലേറെ സ്ഥലത്ത് പച്ചക്കറിയും നെല്ലും മറ്റു വിളകളും കൃഷി ചെയ്യുന്നു. കൂടുതലും കേന്ദ്രാവിഷ്കൃത പദ്ധതികളെ പ്രയോജനപ്പെടുത്തിയാണ് ഇവർക്കായുള്ള നൈപുണ്യ പരിശീലനവും തൊഴിലവസരങ്ങളും നല്കു ന്നത്. വ്യവസായ ക്ലസ്റ്ററുകൾ രൂപീകരിക്കുന്നതിനും ഉല്പന്നങ്ങളെ ബ്രാൻഡ് ചെയ്ത് കേരളത്തിലുടനീളം വിറ്റഴിക്കുന്നതിനും ശ്രമിച്ചിട്ടുണ്ട്. ഉല്പന്നങ്ങളെ നേരിട്ട് വിപണനം ചെയ്യുന്നതിന് കുടുംബശ്രീ ഒരു പദ്ധതി

ആവിഷ്കരിച്ചു. സ്ത്രീകളുടെ കെട്ടിടനിർമ്മാണത്തൊഴിലാളി ഗ്രൂപ്പുകൾ, വീടുകളിലെ അറ്റകുറ്റപ്പണികൾക്കായുള്ള സ്ത്രീകളുടെ പ്ലംബർ, ഇലക്ട്രീഷൻ തുടങ്ങിയ ഗ്രൂപ്പുകൾ വൃദ്ധജനപരിരക്ഷയ്ക്കായുള്ള സ്ത്രീഗ്രൂപ്പുകൾ തുടങ്ങിയവ വളരെ പ്രസക്തമായ സാമൂഹ്യ സംരംഭത്വങ്ങളായിരുന്നു. കുടുംബശ്രീ മോഡലിൽ 19 സംസ്ഥാനങ്ങളിൽ സംഘടന ഉണ്ടാക്കുന്നതിനായി പരിശീലനം ലഭിച്ച നമ്മുടെ കുടുംബശ്രീ അംഗങ്ങൾ ദേശീയ പരിശീലകരായി പ്രവർത്തിക്കുകയും ചെയ്യുന്നു. രാജ്യത്തിനകത്തും വിദേശത്തും കുടുംബശ്രീ നിരവധി പുരസ്കാരങ്ങൾ കരസ്ഥമാക്കുകയും ചെയ്തു.

ബഡ് സ്കൂളുകൾ

ഭിന്നശേഷിക്കാരെ പുനരധിവസിപ്പിക്കുന്നതിനും അവർക്കായുള്ള സ്കൂളുകൾ ഒരുക്കുന്നതിനും കുടുംബശ്രീ മുന്നോട്ടുവന്നു. ഏകദേശം 8 ലക്ഷം പേർ, സംസ്ഥാന ജനസംഖ്യയുടെ 2.3 ശതമാനം ഭിന്നശേഷിക്കാരാണ്. വിദ്യാഭ്യാസ – ആരോഗ്യ അവകാശങ്ങളിൽ കേരളത്തിന് മെച്ചപ്പെട്ട നേട്ടങ്ങളുള്ളപ്പോഴും ഇവരുടെ താല്പര്യങ്ങൾ പലപ്പോഴും അവഗണിക്കപ്പെട്ടിരുന്നു. ഉദാഹരണത്തിന്, സാധാരണ വിദ്യാർത്ഥികളുടെ ട്യൂഷൻ ഫീസ്, യൂണിഫോം, പാഠപുസ്തകങ്ങൾ, ഉച്ചഭക്ഷണം, യാത്രാസൗകര്യം എന്നിവയുടെ ചെലവ് സർക്കാർ വഹിക്കുമ്പോഴും ഭിന്നശേഷി വിദ്യാർത്ഥികളുടെ കാര്യത്തിൽ ഇവയെല്ലാം പരിമിതമെന്നു മാത്രമല്ല, ഇവയ്ക്കായുള്ള ചെലവിന്റെ ചെറിയൊരംശം മാത്രമേ സർക്കാർ വഹിച്ചിരുന്നുമുള്ളൂ.

ഈ അവഗണനയ്ക്കെതിരെ ബോധവല്ക്കരണമുണ്ടായതിന്റെ ഫലമായാണ് ഈ അടുത്ത വർഷങ്ങളിൽ കൂടുതൽ തുക ബഡ്ജറ്റിൽ നീക്കിവയ്ക്കാൻ ആരംഭിച്ചത്. കുടുംബശ്രീയുടെ സഹായത്തോടെ ഭിന്നശേഷിക്കാരായ കുട്ടികൾക്കായി തിരുവനന്തപുരം ജില്ലയിലെ വെങ്ങാനൂർ പഞ്ചായത്തിൽ ഒരു സ്പെഷ്യൽ സ്കൂൾ ആരംഭിച്ചു. ഇപ്പോൾ കുടുംബശ്രീ ഇത്തരത്തിൽ 300 ബഡ് സ്കൂളുകൾ സ്ഥാപിച്ചിട്ടുണ്ട്. ഭിന്നശേഷിക്കാർ, വൃദ്ധജനങ്ങൾ, പാലിയേറ്റീവ് കെയർ എന്നിവയ്ക്കായി ഓരോ പ്രാദേശിക സർക്കാരും പദ്ധതിയുടെ 5 ശതമാനം നീക്കിവയ്ക്കണമെന്നത് നിയമപരമാക്കിയിട്ടുണ്ട് (നുജും തുടങ്ങിയവർ 2012).

ആശ്രയ

ദേശീയ ഗ്രാമീണ ഉപജീവന പരിപാടി (NRLM) യുടെ നിർവ്വഹണ ഏജൻസിയാണ് കുടുംബശ്രീ. അഗതികളുടെ പുനരധിവാസ പരിപാടിയാണ് 'ആശ്രയ'യെ ഏല്പിച്ചിരിക്കുന്നത്. അതികഠിനമായ ദുരിതങ്ങളിൽ വസിക്കുന്നവരും മിക്ക ക്ഷേമപ്രവർത്തനങ്ങളുടെ പരിധിയിൽ വരാത്തവരുമായ പരമദരിദ്രരായവർ മൊത്തം വീടുകളുടെ 2 ശതമാനത്തിലധികം വരില്ല. സുതാര്യമായ അപകട സൂചിക ഉപയോഗിച്ചാണ് അവരെ തിരി

ച്ചറിയുന്നത്. അത്തരത്തിലുള്ള ഓരോ വീട്ടിലെ താമസക്കാർക്കുമായി, അവരുടെ വ്യക്തിപരമായ ആവശ്യങ്ങൾ നിറവേറ്റാൻ പറ്റുംവിധം, പങ്കാളിത്ത ആവശ്യ വിലയിരുത്തലിലൂടെ ഒരു മൈക്രോ പ്ലാൻ (അതിസൂക്ഷ്മ പദ്ധതി) രൂപീകരിക്കും. ഭക്ഷണമില്ലായ്മ, ആരോഗ്യപ്രശ്നങ്ങൾ, കുട്ടികളുടെ വിദ്യാഭ്യാസം, ശുചിത്വം, നൈപുണ്യ വികസനം, തൊഴിൽ എന്നിവയിൽ ശ്രദ്ധ കേന്ദ്രീകരിച്ച് മൈക്രോ പ്ലാൻ തയ്യാറാക്കുന്നതിന്, മറ്റ് പരിപാടികളിൽനിന്നും വിഭിന്നമായി, 'ആശ്രയ'യ്ക്ക് പൂർണ്ണ സ്വാതന്ത്ര്യവും വിവേചനാധികാരവും നല്കിയിട്ടുണ്ട്. കഴിഞ്ഞ വർഷ ജനകീയാസൂത്രണ പദ്ധതിയിൽ എറണാകുളം ജില്ലയിലെ നെടുമ്പാശ്ശേരി പഞ്ചായത്താണ് ഈ പരിപാടി തുടങ്ങിവച്ചത്. പിന്നീടത് സംസ്ഥാന സർക്കാരിന്റെ സഹായത്തോടെ 179 ഗ്രാമപഞ്ചായത്തുകളിലേക്കും വ്യാപിച്ചു. 11-ാം പദ്ധതിയിൽ പ്രോജക്ട് ചെലവിന്റെ 40% സംസ്ഥാന സർക്കാർ ധനസഹായത്താൽ, ഒരു പഞ്ചായത്തിന് പരമാവധി 25 ലക്ഷം രൂപ, 'ആശ്രയ' സാർവ്വത്രികമാക്കി. ഇതിന്റെ പ്രോജക്ട് ചെലവിലേക്ക് പ്രാദേശിക സർക്കാർ നല്കുന്ന തുകയ്ക്ക് പരിധി നിശ്ചയിച്ചിട്ടില്ല എന്നതും ശ്രദ്ധേയമാണ്. മറ്റുള്ള ദാരിദ്ര്യ ലഘൂകരണ പരിപാടികളുമായുള്ള കേന്ദ്രീകരണത്തേയും ഇതിൽ പ്രോത്സാഹിപ്പിക്കുന്നു. കുടുംബശ്രീ സ്വയം സഹായസംഘത്തിലെ അംഗത്വം ആരോഗ്യ പരിരക്ഷ കൂടുതലായി ലഭിക്കുന്നതിന് സഹായകരമായെന്ന് ഒരു പഠനം കണ്ടെത്തിയിട്ടുണ്ട് (മൊഹീന്ദ്ര തുടങ്ങിയവർ 2008).

പാർശ്വവല്ക്കരിക്കപ്പെട്ട വിഭാഗങ്ങൾ

പട്ടികജാതി-പട്ടികവർഗ്ഗ ജനവിഭാഗങ്ങൾക്കായുള്ള പദ്ധതികളുടെ നിർവ്വഹണത്തെക്കുറിച്ചുള്ള ചില ആശങ്കകൾ 11-ാം അദ്ധ്യായത്തിൽ നാം പങ്കുവച്ചിട്ടുണ്ട്. പ്രത്യേക ഘടകപദ്ധതി (എസ് സി പി) യുടെയും പട്ടികവർഗ്ഗ ഉപപദ്ധതി (റ്റി എസ് പി) യുടെയും പദ്ധതി വിഹിതം കണക്കാക്കുന്ന രീതിയിൽ മൊത്തത്തിലൊരു അഴിച്ചുപണിക്ക് താഴെത്തട്ടിലേക്കുള്ള ധനകൈമാറ്റം നിമിത്തമായി. ഇത് സാങ്കല്പികമായ രീതിയിൽ തുക നീക്കിവയ്ക്കുന്ന സമ്പ്രദായത്തിനും അറുതിവരുത്തി. ഇതിലൂടെ പട്ടികജാതി - പട്ടികവർഗ്ഗ പദ്ധതിവിഹിതത്തിൽ പ്രകടമായ വർദ്ധനവാണുണ്ടായത് (അദ്ധ്യായം 8). പാർപ്പിട നിർമ്മാണം, വൈദ്യുതീകരണം, വിദ്യാഭ്യാസ പിന്തുണ തുടങ്ങിയ വ്യക്തിഗത ഗുണഭോക്തൃ പരിപാടികൾക്കായിട്ടായിരുന്നു എസ് സി പിയുടെയും റ്റി എസ് പിയുടെയും മുന്നിൽ രണ്ടിലേറെ തുകയും നീക്കിവച്ചത്. ഈ വിഭാഗങ്ങളിൽ പെടാത്തവർക്കായി ഫണ്ട് ദുരുപയോഗം ചെയ്യാനുള്ള സാധ്യത വിരളമായിരുന്നു. എസ് സി പി - റ്റി എസ് പി ഫണ്ടുപയോഗിച്ച് റോഡ് പോലുള്ള അടിസ്ഥാന സൗകര്യ പ്രോജക്ടുകൾ നിഷ്കർഷിച്ചിരുന്നു. റോഡിന്റെ ഏറ്റവും അവസാന ഭാഗത്ത് മാത്രമല്ല, റോഡിന്റെ തുടക്കം മുതലും സമീപ പ്രദേശങ്ങളിലും പട്ടികജാതി-പട്ടികവർഗ്ഗ വീടുകൾ ഉണ്ടാകണമെന്ന നിബ

സ്ഥനയും ഉൾക്കൊള്ളിച്ചു. ഒട്ടുമിക്ക പൊതുവായ അടിസ്ഥാന സൗകര്യ പ്രോജക്ടുകളും പട്ടികജാതി-പട്ടികവർഗ്ഗ ആവാസവ്യവസ്ഥകൾക്കുള്ളിൽ തന്നെയായിരുന്നു.

ഇതൊക്കെയാണെങ്കിലും, അധികാര-ധനകൈമാറ്റം ആസൂത്രണത്തിലും നിർവ്വഹണത്തിലും പട്ടികവർഗ്ഗ ജനവിഭാഗത്തിന്റെ നേരിട്ടുള്ള പങ്കാളിത്തമുണ്ടാക്കുമെന്നും അതുവഴി അവരുടെ നിലവാരത്തിൽ ഗണ്യമായ പുരോഗതി ഉണ്ടാകുമെന്നുമുള്ള പ്രതീക്ഷ യാഥാർത്ഥ്യമായില്ല എന്ന് സമ്മതിക്കേണ്ടി വരും. റ്റി എസ് പി പദ്ധതി രൂപീകരണ രൂപകല്പനയിൽ വരുത്തിയ മാറ്റവും കൂടുതൽ പങ്കാളിത്തം ഉറപ്പാക്കുന്നതിനായി സ്വീകരിച്ച നടപടികളും അദ്ധ്യായം 8 ൽ ഇതിനകംതന്നെ ചർച്ച ചെയ്തിട്ടുള്ളതാണ്. അരികുവല്ക്കരണ പ്രക്രിയയെ അധികാര വികേന്ദ്രീകരണം തിരികെപ്പിടിച്ചു എന്ന് അവകാശപ്പെടാനാകില്ല.

ഇനിയും ഏറെദൂരം പോകാനുണ്ട്

കഴിഞ്ഞ രണ്ടു ദശകങ്ങളിൽ ധനം, കടമകൾ, ഉദ്യോഗസ്ഥർ എന്നിവയുടെ കൈമാറ്റം സ്ഥായിയായെന്നാണ് ഈ അദ്ധ്യായത്തിൽ സ്ഥിതിവിവരക്കണക്കുകളെ ക്രോഡീകരിച്ചുകൊണ്ട് നാം സമർത്ഥിച്ചത്. ഇതിന്റെ പരിണതഫലം മതിപ്പുളവാക്കുന്നതാണ്, പക്ഷേ, ഇതിലെ പ്രക്രിയയെക്കുറിച്ച് എന്തു പറയുന്നു? ജനകീയാസൂത്രണത്തിന് ഫലത്തോടൊപ്പം തന്നെ പ്രാധാന്യമുള്ളതാണ് പ്രക്രിയയും. ഈ പുസ്തകം അഞ്ചുകൂട്ടം പ്രശ്നങ്ങളിന്മേൽ സന്ദേഹമുണർത്തുന്നുണ്ട്: പങ്കാളിത്തം, പിടിച്ചടക്കലും അഴിമതിയും, ജെന്റർ, സംയോജനം, സ്ഥായിയായ വികസനം.

കുറഞ്ഞുവരുന്ന പങ്കാളിത്തം

2006 ൽ അധികാരത്തിൽവന്ന എൽ ഡി എഫ് മന്ത്രിസഭ, ജനാധിപത്യ പങ്കാളിത്ത ആസൂത്രണത്തിന്റെ നിലവാരത്തെയും പ്രവർത്തനത്തെയും അപഗ്രഥിക്കാൻ പ്രമുഖ സാമൂഹ്യ ശാസ്ത്രജ്ഞൻ എം എ ഉമ്മനെ 2007 ൽ കമ്മീഷൻ അദ്ധ്യക്ഷനായി നിയമിച്ചു. ഒരു സംഘം വിദഗ്ദ്ധരെ ഇതിനായി ഒപ്പംകൂട്ടാനും ആവശ്യപ്പെട്ടു. 2001 നുശേഷം തീവ്രമായ കാമ്പയിൻ രീതി അവസാനിച്ചതിന്റെ പശ്ചാത്തലത്തിലായിരുന്നു ഇത്തരമൊരു കമ്മീഷൻ. അദ്ദേഹത്തിന്റെ വിപുലമായ 286 പേജ് റിപ്പോർട്ട് സൂചിപ്പിച്ചത് ദൃഢീകരണം നിരാശാബോധത്തിലേക്ക് നീങ്ങുന്നുവെന്നാണ്, പ്രത്യേകിച്ച് മെച്ചമായ വിദ്യാഭ്യാസമുള്ളവരിലും ചില സർക്കാർ ഉദ്യോഗസ്ഥരിലും. 'ജനകീയാസൂത്രണത്തിന്റെ അത്യാഹ്ലാദം ഇപ്പോൾ നിലനില്ക്കുന്നേയില്ല. വർക്കിങ്ങ് ഗ്രൂപ്പ് പ്രവർത്തനം ആവർത്തന വിരസമായി മാറിയിരിക്കുന്നു, അത് സ്ഥിരം വാർപ്പ് മാതൃകയിലും' (ഉമ്മൻ തുടങ്ങിയവർ 2009). ഗ്രാമസഭകളിൽ മദ്ധ്യവർഗ്ഗത്തിന്റെയും മെച്ചമായ വിദ്യാഭ്യാസമുള്ളവരുടെയും പങ്കാളിത്തം കുറഞ്ഞു, ചർച്ചകളുടെ ഗുണനിലവാരത്തിൽ ശോഷണവുമുണ്ടായി.

ജനാധിപത്യ അധികാരവികേന്ദ്രീകരണത്തെ വിലയിരുത്തുന്നതിനായി 8 ഘടകങ്ങൾ സെൻ കമ്മിറ്റി മുന്നോട്ടുവച്ചിരുന്നു. 1) സ്വയംഭരണം, 2) സബ്സിഡിയാരിറ്റി (പ്രാദേശികതലത്തിൽ നിർവ്വഹിക്കാൻ കഴിയാത്തവ മാത്രം സംസ്ഥാന സർക്കാർ ഏറ്റെടുക്കുക), 3) കടമകളിലെ വ്യക്തത, 4) കോംപ്ലിമെന്ററിറ്റി (പൂരകത്വം), 5) ഏകത്വം, 6) ജനപങ്കാളിത്തം, 7) നഷ്ടോത്തരവാദിത്വം, 8) സുതാര്യത. ഇവയിൽ അധികാരവികേന്ദ്രീകരണത്തിന്റെ മർമ്മപ്രധാന പങ്കാളിത്തത്തിലാണ് ഈ പുസ്തകം ശ്രദ്ധ കേന്ദ്രീകരിക്കുന്നത്. ജനപങ്കാളിത്തമുണ്ടായാൽ നഷ്ടോത്തരവാദിത്വവും സുതാര്യതയും ഉണ്ടാകുമെന്നത് ഗ്യാരന്റിയാണ്.

ജനകീയാസൂത്രണത്തിലെ പങ്കാളിത്തം ശാക്തീകരിക്കപ്പെട്ടതും അവധാനപൂർവ്വമായതുമായിരിക്കണം എന്നതായിരുന്നു ലക്ഷ്യം. കാര്യപ്രസക്തമായ ആന്തരിക സ്വാധീനമുള്ള പ്രാദേശിക പങ്കാളിത്ത ജനാധിപത്യ പ്രക്രിയയെയാണ് 'ശാക്തീകരിക്കപ്പെട്ട' എന്നതുകൊണ്ട് വിവക്ഷിക്കുന്നത്. ജനങ്ങളെയും സ്ഥാപനങ്ങളെയും യഥാർത്ഥത്തിൽ സ്പർശിക്കുന്ന തീരുമാനങ്ങളെടുക്കുക എന്നതിനെക്കുറിച്ചാണത് സൂചിപ്പിക്കുന്നത്. പ്രാദേശിക സർക്കാരുകൾക്ക് സംസ്ഥാന വികസന ബഡ്ജറ്റിന്റെ 35 മുതൽ 40 ശതമാനം വരെ നല്കാൻ ജനകീയാസൂത്രണ കാമ്പയിൻ തീരുമാനങ്ങളെടുക്കുന്നു എന്നതാണ്.

'അവധാനപൂർവ്വകമായ' അല്ലെങ്കിൽ 'വിവേചനപൂർവ്വകമായ' എന്നത് സൂചിപ്പിക്കുന്നത് പങ്കാളിത്ത പ്രക്രിയയിൽ മൊത്തം സമൂഹത്തിന്റെ നന്മയ്ക്കായി, ഏറ്റവും നല്ല ഫലങ്ങൾക്കായി ഓരോ വ്യക്തിയും പ്രവർത്തിക്കുന്നതിനെയാണ്. ഒരു വ്യക്തി ഇത്തരത്തിൽ പ്രവർത്തിക്കുന്നത് അയാൾക്കുവേണ്ടി മാത്രമോ, അയാളുടെ കുടുംബത്തിനോ, സുഹൃത്തുക്കൾക്കായോ അല്ല. ഫങ്ങും റൈററും (2003) പറയുന്നതിപ്രകാരമാണ്, 'അവധാനപൂർവ്വകമായ തീരുമാനം രൂപീകരിക്കുമ്പോൾ പങ്കാളികൾ എല്ലാവരുടെയും ആവശ്യങ്ങൾക്ക് കാതോർക്കുന്നു, മറ്റുള്ളവർക്ക് അർഹമായ പരിഗണന നല്കിക്കൊണ്ട് കൂട്ടായ തീരുമാനങ്ങളെടുക്കുന്നു. ഒരു ഗ്രൂപ്പ് എന്തു ചെയ്യണമെന്നതിന് വാദപ്രതിവാദങ്ങൾ നിരത്തുമ്പോൾ അതിൽ പങ്കാളികളാകുന്നവർ പരസ്പരം കാരണങ്ങൾ നിരത്തുകയും അത് മറ്റുള്ളവർ അംഗീകരിക്കുന്നതിന് പ്രേരകമാവുകയും ചെയ്യുന്നു'

ശാക്തീകരിക്കപ്പെട്ട അവധാനപൂർവ്വകത എന്ന ലക്ഷ്യത്തിലെത്താൻ ഇനിയും ഒട്ടേറെ സഞ്ചരിക്കാനുണ്ട്. ഗ്രാമസഭകളിൽ അർത്ഥവത്തായ പങ്കാളിത്തമുണ്ടാകുന്നതിന്, അതിന്റെ വൻവലിപ്പമെന്ന കടമ്പ മുറിച്ചു കടക്കേണ്ടതുണ്ട്. അയൽക്കൂട്ട ഗ്രൂപ്പുകൾ, റെസിഡന്റ്സ് അസോസിയേഷനുകൾ, അടിത്തട്ടിലെ മറ്റ് സാമൂഹ്യ സംഘടനകൾ എന്നിവയെ ഗ്രാമസഭകളുടെ കീഴ്ഘടകങ്ങളാക്കുക, എന്നിട്ട് അവയുടെ പ്രതിനിധികൾക്ക് ഔദ്യോഗികമായി ഗ്രാമസഭയിൽ സംസാരിക്കുന്നതിന് അവസരം നല്കുക, ഇങ്ങനെയും പരീക്ഷണങ്ങൾ നടത്താവുന്നതാണ്. 2001 ൽ സന്നദ്ധ

സാങ്കേതിക സമിതികളെ പെട്ടെന്ന് പിരിച്ചുവിട്ടത് വലിയൊരു തിരിച്ചടിയായി. വികസന സെമിനാറുകൾ, കർമ്മസമിതികൾ, മോണിട്ടറിങ്ങ് കമ്മറ്റികൾ തുടങ്ങിയ പ്രാദേശിക ആസൂത്രണത്തിന്റെ വേദികളെ കൂടുതൽ ശാക്തീകരിക്കേണ്ടിയിരിക്കുന്നു.

പിടിച്ചടക്കലിന്റെയും അഴിമതിയുടെയും ഭീഷണി

അന്തർദ്ദേശീയ വികസന പുസ്തകങ്ങളിലും റിപ്പോർട്ടുകളിലുമെല്ലാം വ്യാപകമായി ചർച്ച ചെയ്യപ്പെടുന്ന തത്ത്വമാണ് പിടിച്ചടക്കൽ, അഥവാ Capture (മൻസൂരിയും റാവുവും 2013). നിയന്ത്രണങ്ങളുടെ നൂലാമാലകളിലും സാങ്കേതിക കാരണങ്ങളിലും കുടുങ്ങി പദ്ധതി നിർവ്വഹണം വൈകുന്നതായും ഇത് ജനാധിപത്യ വികേന്ദ്രീകരണത്തിലെ ജനധിപത്യമെന്ന ഭാഗത്തെ അപഹരിക്കുന്നതായും പ്രശസ്ത സാമ്പത്തിക ശാസ്ത്രജ്ഞൻ കെ എൻ ഹരിലാൽ (2013) ചൂണ്ടിക്കാണിക്കുകയുണ്ടായി. അദ്ദേഹത്തിന്റെ നിരീക്ഷണങ്ങൾ ഇതൊക്കെയാണ്: ഉദ്യോഗസ്ഥവൃന്ദവും ഭരണനിർവ്വഹണം നിയന്ത്രിക്കുന്ന സംവിധാനങ്ങളും തങ്ങളുടെ യഥാർത്ഥ കടമയായ പങ്കാളിത്തത്തെ സഹായിക്കുന്നതിനു പകരം അതിനെ നിരുത്സാഹപ്പെടുത്തുന്നതിനെയാണ് 'ഉദ്യോഗസ്ഥ പിടിച്ചടക്കൽ' എന്ന് വിളിക്കുന്നത്.

ഉദ്യോഗസ്ഥ പിടിച്ചടക്കൽ സ്വാഭാവികമായി സംഭവിക്കുന്നുണ്ട്. ജനാധിപത്യ ഇടത്തെ ബോധപൂർവ്വമായി തകിടംമറിക്കുന്നതിന്റെ പ്രത്യാഘാതത്തിൽ സംഭവിക്കുന്ന ഒന്നുമായിരിക്കില്ല അത്. ദീർഘകാല പരിധിയിൽ 14 വ്യത്യസ്ത ഘട്ടങ്ങളിലൂടെ വാർഷികപദ്ധതി രൂപീകരണവും അംഗീകാരവും കടന്നുപോകുമ്പോൾ ഇതിൽ അവസാനഘട്ടത്തിൽ നിർവ്വഹണം തിങ്ങിഞെരുങ്ങുന്നു. അപ്പോൾ 'പങ്കാളിത്ത ക്ഷീണം' രൂപപ്പെടുന്നു. പൊതുജനത്തെ ഭരണനിർവ്വഹണം നടത്താൻ വിടണ്ട, അവർ പ്രാഥമികമായി ലക്ഷ്യങ്ങളും മുൻഗണനകളും നിശ്ചയിക്കുന്നതിൽ പങ്കാളികളായാൽ മതി. ഇപ്രകാരം പങ്കാളിത്ത ഇടങ്ങളെ പരിപാലിക്കാൻ സാധിക്കും (ഹരിലാൽ 2013, വേണുഗോപാലും ഇൽമാസും 2009).

കേരളത്തിലെ ജനകീയാസൂത്രണവും ബ്രസീലിലെ പോർട്ടോ അലഗ്രെയിലെ പങ്കാളിത്ത ബഡ്ജറ്റിങ്ങും തമ്മിലുള്ള വളരെയടുത്ത സാദൃശ്യത്തെപ്പറ്റി ഞങ്ങളുടെ രണ്ടാം പതിപ്പിൽ സൂചിപ്പിച്ചിരുന്നു. ഞങ്ങളുടെ പുസ്തകം പ്രസിദ്ധീകരിച്ചതിനുശേഷം ദക്ഷിണാഫ്രിക്ക ഇത്തരത്തിലുള്ള രണ്ടാമത്തെ പരീക്ഷണവേദിയായി ഉയർന്നുവന്നു. അപ്പാർത്തീഡിനെ തച്ചുതകർത്തതിനുശേഷമുള്ള ആവേശകരമായ നാളുകളിൽ ദക്ഷിണാഫ്രിക്കൻ കമ്യൂണിസ്റ്റ് പാർട്ടിയും നിരവധി പൗരസമൂഹ സംഘടനകളും പ്രാദേശിക ജനാധിപത്യത്തിൽ പരീക്ഷണങ്ങൾ നടത്തുവാനാരംഭിച്ചു. അവിടത്തെ പങ്കാളിത്തം കേരളത്തിലെയും ബ്രസീലിലെയും പോലെയായിരുന്നു. കേരളത്തെയും ദക്ഷിണാഫ്രിക്കയെയും നേരിട്ട് താരതമ്യപ്പെടുത്തിക്കൊണ്ട് മിഷേൽ വില്യംസ് പറഞ്ഞത് ഇപ്രകാരമാണ്. 'ഉല്പാ

ദക രാഷ്ട്രീയം' എന്ന ആശയം തുടർന്നങ്ങോട്ട് വികസിച്ച് 'അധീശത്വ വിരുദ്ധ ഉല്പാദക രാഷ്ട്രീയം' ആയി വെളിപ്പെടും (വില്യംസം 2008, 2018). പൗരന്മാർ തങ്ങളുടെ യഥാർത്ഥ സ്വാധീനം ഉറപ്പിക്കുന്ന വിവേചനപൂർവ്വകമായ കൂടിച്ചേരലുകളിൽ മേൽ സൂചിപ്പിച്ച പദപ്രയോഗം കേരളത്തിലെ പ്രവർത്തകർ വ്യാപകമായി ഉപയോഗിക്കുന്നുണ്ട്. അതുവഴി, ഹരിലാൽ നേരത്തേ മുന്നറിയിപ്പ് നല്കിയ ഉദ്യോഗസ്ഥ പിടിച്ചടക്കലിനെ ഒഴിവാക്കുന്നുമുണ്ട് (വില്യംസ് 2018). ജനകീയ പങ്കാളിത്തത്തിനായി പുത്തൻ സ്ഥാപനങ്ങളും ചാനലുകളും സൃഷ്ടിച്ചുകൊണ്ട് പ്രതിഷേധ രാഷ്ട്രീയത്തെ മറികടക്കുമ്പോഴാണ് അധീശത്വവിരുദ്ധ ഉല്പാദക രാഷ്ട്രീയം ഉയർന്നുവരുന്നത് (വില്യംസ് 2008). പിടിച്ചടക്കലിന്റെ അപകടം അല്ലെങ്കിൽ അധീശത്വ ഉല്പാദക രാഷ്ട്രീയം' എന്ന വില്യത്തിന്റെ ആശയം നിലനില്ക്കും, അതെപ്പോഴും ജനാധിപത്യ പ്രക്രിയയെ അട്ടിമറിക്കാൻ ഒരുങ്ങിയിരിക്കുകയും ചെയ്യും. അധീശത്വ ഉല്പാദക രാഷ്ട്രീയം പലപ്പോഴും ഉല്പാദകരാഹിത്യ രാഷ്ട്രീയമായി അധഃപതിക്കുന്നതായിട്ടാണ് കാണപ്പെടുന്നത്.

പ്രാദേശിക ജനാധിപത്യ വികസനവേദികൾ താറുമാറാക്കപ്പെട്ടപ്പോഴും ആഫ്രിക്കൻ നാഷണൽ കോൺഗ്രസ്സിന്റെ ആധിപത്യ നിയന്ത്രണത്തിൻ കീഴിൽ വന്നപ്പോഴും ഈ അപകടം യാഥാർത്ഥ്യമായിട്ടുണ്ട്. പ്രസ്ഥാനത്തിനകത്തോ പുറത്തോ ഉള്ള ശക്തമായ പ്രതിരോധ സംവിധാനങ്ങളുടെ അഭാവത്തിൽ കൂടുതൽ കേന്ദ്രീകൃതമായിട്ടുള്ള, അധികൃതരെ വശീകരിക്കുന്ന, സാങ്കേതിക യോഗ്യതയുള്ള അനഭിമത വ്യക്തികളുടെ ദക്ഷിണാഫ്രിക്കയിലെ ആവിർഭാവത്തെ ചൂണ്ടിക്കാട്ടി പാട്രിക് ഹെല്ലർ (2001) വിശദീകരിക്കുന്നുണ്ട്. വളരെക്കുറച്ച് വ്യക്തികൾ മാത്രം അധികാരമെല്ലാം കൈയാളുന്ന ഭരണസംവിധാനത്തിൽ എല്ലാം കേന്ദ്രീകരിക്കുന്നതിലേക്കും സ്വേച്ഛാധിപത്യ പ്രവണതകളിലേക്കും ആഫ്രിക്കൻ നാഷണൽ കോൺഗ്രസ് തരംതാണു. ഹെല്ലർ, ഹരിലാൽ, ചൗധരി (2007) വാദിക്കുന്നത് ഇപ്രകാരമാണ്: കേരളത്തിൽ ജനകീയാസൂത്രണം വഴി കൊണ്ടുവന്ന പരിഷ്കാരങ്ങൾ വലിയ തോതിൽ സ്ഥായിയായി നിലകൊണ്ടു. വികേന്ദ്രീകൃത പങ്കാളിത്ത ഭരണനിർവ്വഹണത്തെ ഇത് പരിപോഷിപ്പിക്കുകയും ചെയ്തു.

ഏറ്റവും അടുത്തകാലത്ത് ബ്രസീലിലെ തൊഴിലാളി പാർട്ടിക്കും ലാറ്റിനമേരിക്കയിലെ ഇടതുപക്ഷ പാർട്ടികൾക്കുമുണ്ടായ തിരഞ്ഞെടുപ്പ് തോൽവി പ്രശസ്തമായ പങ്കാളിത്ത ബഡ്ജറ്റിങ്ങ് പ്രക്രിയയ്ക്ക് പ്രഹരമേല്പിച്ചിട്ടുണ്ട് (ബ്ലെയർ 2020). അന്തർദ്ദേശീയ തലത്തിൽ ഇത്തരം പരീക്ഷണങ്ങൾ സ്ഥായിയായി നിലനില്ക്കുമെന്നതിന് സാഹചര്യം അനുകൂലമല്ലെന്ന് വില്യംസ് സൂചിപ്പിക്കുന്നു (2018). ജനാധിപത്യ അധികാര വികേന്ദ്രീകരണത്തിനായി ശ്രമങ്ങൾ നടത്തിയെങ്കിലും അത് പുത്തൻ സ്വതന്ത്ര ആഗോളവല്ക്കരണത്തിന്റെ അപകടകരമായ പ്രത്യാഘാതങ്ങളെ തരണം ചെയ്തിട്ടില്ല.

കുറഞ്ഞ പങ്കാളിത്ത നിരക്കിന്റെയും ഗുണതയുടെയും പരിണത ഫലം അഴിമതിയുടെ വളർച്ചയായിരിക്കും. കൈമാറ്റ കാലഘട്ടത്തിന്റെ മുൻവർഷങ്ങളുമായി താരതമ്യം ചെയ്യുമ്പോൾ കേരളത്തിൽ അഴിമതി തീർച്ചയായും കുറഞ്ഞിട്ടുണ്ട്. ബന്ധുക്കളെയും വേണ്ടപ്പെട്ടവരെയും ഗുണഭോക്താക്കളായി തിരഞ്ഞെടുക്കുന്നതും വൻതോതിൽ കുറഞ്ഞിട്ടുണ്ട്. പൊതുമരാമത്ത് ജോലികളിൽ ഭരണ – സാങ്കേതിക അനുമതിയുടെ ഘട്ടങ്ങളിൽ അഴിമതി തുടച്ചു നീക്കപ്പെട്ടിട്ടുണ്ട്. പക്ഷേ, നിർവ്വഹണഘട്ടത്തിലും ബിൽതുക നല്കുന്ന ഘട്ടത്തിലും അഴിമതി നിലനില്ക്കുന്നു. സാമഗ്രികൾ വാങ്ങുമ്പോഴുള്ള വ്യാജപ്രവർത്തനങ്ങളും നിലനില്ക്കുന്നു.

പ്രാദേശികതലത്തിൽ കോൺട്രാക്റ്റർ രാജ് അവസാനിപ്പിക്കുന്നതിന് ജനകീയാസൂത്രണം ഗുണഭോക്തൃസമിതികളെ നിർദ്ദേശിച്ചിരുന്നു. ജനകീയാസൂത്രണ കാലയളവിൽ അവയുടെ പ്രവർത്തനാനുഭവത്തെക്കുറിച്ച് 12 ഉം 13 ഉം അദ്ധ്യായങ്ങളിൽ വിശദമായി ചർച്ച ചെയ്തിട്ടുണ്ട്. 2001 ൽ കാമ്പയിൻ പിൻവലിക്കപ്പെട്ടപ്പോൾ സമിതികൾ വേഗത്തിൽ നാമാവശേഷമായി. എല്ലാ മുൻകരുതലുകളുമെടുത്തിട്ടും ഗുണഭോക്തൃ സമിതികൾ വിജയത്തിലെത്തിയില്ലെന്ന് ഉമ്മൻ റിപ്പോർട്ട് പറയുന്നുണ്ട് (ഉമ്മൻ 2009). ഈ വഴി അടഞ്ഞതിനാൽ പങ്കാളിത്ത വർദ്ധനവിലൂടെയും സാർവ്വത്രികമായ സോഷ്യൽ ഓഡിറ്റിങ്ങിലൂടെയും പൗരാവകാശരേഖയുടെ ഫലപ്രദമായ നടത്തിപ്പിലൂടെയും അഴിമതിക്ക് പരിഹാരം കാണാൻ കഴിയും. പൗരന്മാർക്ക് ഏതേത് സേവനങ്ങൾ നിശ്ചിതമായ എത്ര ദിവസങ്ങൾക്കുള്ളിൽ നല്കുമെന്ന് പറയുന്ന, എല്ലാ സ്ഥാപനങ്ങളിലും പ്രസിദ്ധീകരിക്കുന്ന പൊതുപ്രമാണമാണ് പൗരാവകാശരേഖ.

അധികാരവികേന്ദ്രീകരണവും സ്ത്രീ ശാക്തീകരണവും

വനിതാ ഘടക പദ്ധതി, കുടുംബശ്രീ, തിരഞ്ഞെടുക്കപ്പെട്ട വനിതാ ജനപ്രതിനിധികൾക്കായുള്ള ശാക്തീകരണ പരിപാടികൾ എന്നിവ ജനകീയാസൂത്രണ കാമ്പയിന്റെ പ്രധാന കണ്ടെത്തലുകളായിരുന്നു. ആദ്യവർഷങ്ങളിൽ നേരിട്ട വെല്ലുവിളികളും കാമ്പയിൻ അവയെല്ലാം എങ്ങനെ തരണം ചെയ്തുവെന്നതും നാം നേരത്തേതന്നെ പ്രതിപാദിച്ചിട്ടുണ്ട്. ഗ്രാമസഭകളിലും ആസൂത്രണപ്രക്രിയയിലും സ്ത്രീപങ്കാളിത്തം മെച്ചപ്പെട്ടുവന്നു. ഒരു രസകരമായ പഠനത്തിൽ, കാമ്പയിന്റെ ഒരു വർഷത്തിലെങ്കിലും അവരുടെ പ്രോജക്ടുകളിൽ സ്ത്രീകൾക്ക് ഗുണം ലഭിച്ചുവെന്ന് സാമൂഹ്യ ശാസ്ത്രജ്ഞനായ ക്രിസ്റ്റഫർ ഹിബ്സൺ വിശദീകരിക്കുന്നു.

ഒരു സങ്കീർണ്ണ ബഹുതല റിഗ്രഷൻ സ്റ്റാറ്റിസ്റ്റിക്കൽ രൂപകല്പനയുടെ പിൻബലത്തിൽ, ഗ്രാമസഭകളിലെ സ്ത്രീ പങ്കാളിത്തം തന്നെയാണ് 72 സാമ്പിൾ പഞ്ചായത്തുകളിൽ എത്ര വീടുകളും ശൗച്യാലയങ്ങളും നിർമ്മിക്കുമെന്നതിന് പ്രവചനമെന്ന് ഗിബ്സണിന് ശക്തമായി തെളിയിക്കാൻ കഴിഞ്ഞു. ഗിബ്സണിന്റെ വിശകലനം പങ്കാളിത്ത ഇടങ്ങളുടെ

അനിവാര്യതയുടെ പ്രാധാന്യത്തെക്കുറിച്ചുള്ള ഹരിലാലിന്റെ പരാമർശത്തിന് പിൻബലമേകുന്നു.

മാതൃപുസ്തകത്തിൽ വിശദീകരിച്ചതുപോലെ സംസ്ഥാന ആസൂത്രണ ബോർഡിലെ കാമ്പയിൻ സംഘാടകർ സ്ത്രീകളുമായി ബന്ധമുള്ള പ്രോജക്ടുകൾക്ക് 10 ശതമാനം ഫണ്ട് നല്കിയിരുന്നു. കാമ്പയിൻ ആരംഭിച്ചപ്പോൾ, പ്രത്യേകിച്ചും ആദ്യവർഷത്തിൽ, ഈ പ്രോജക്ട് വിഭാഗത്തിൽ എന്തുചെയ്യണമെന്നതിനെക്കുറിച്ച് ആലോചിച്ച് പ്രാദേശിക സർക്കാരുകൾ ബുദ്ധിമുട്ടുകയുണ്ടായി (അദ്ധ്യായം 9 ഉം 11 ഉം). സാമ്പ്രദായികമായ ആൺ–പെൺ കടമകളുടെയും ശേഷിയുടെയും ധാരണകൾ മാറ്റുന്നതിന് തിരഞ്ഞെടുപ്പിൽ സ്ത്രീകൾക്ക് സംവരണം ഏർപ്പെടുത്തിയാൽ മാത്രം മതിയാവില്ല. അതിനുമപ്പുറം കാമ്പയിൻ സൃഷ്ടിച്ച് പുത്തൻ അവസരങ്ങളിൽ സ്ത്രീകളെ അർത്ഥപൂർണ്ണമായി ഉൾച്ചേർക്കുകയാണ് വേണ്ടത്. ചില നിരീക്ഷകർ ഈ പ്രശ്നത്തിന് 'കേരള ജെന്റർ പ്രഹേളിക' എന്നാണ് പേരിട്ടത് (ദേവികയും തമ്പിയും 2012). തിരഞ്ഞെടുക്കപ്പെട്ട വനിതകൾ ഇപ്പോൾ പ്രവർത്തിക്കാൻ നിർബന്ധിതമായ 'സൗഹൃദമല്ലാത്ത ഇടത്തെ' മറികടക്കുന്നതിന് കൂടുതൽ നടപടികൾ ആവശ്യമായിട്ടുണ്ട്. ഒരു പഞ്ചായത്ത് പ്രസിഡന്റാകുക എന്നത് അഭിമാനത്തിന്റെ ഒരു ഉറവിടമാകാം. പക്ഷേ, അതോടൊപ്പംതന്നെ അതൊരു വൈഷമ്യവും ഇന്നലെകളിലെയും ഇന്നത്തെയും വാർപ്പ് മാതൃകകളെ തരണംചെയ്യുന്നതിനുള്ള വെല്ലുവിളിയും കൂടിയാകുന്നുണ്ട്. വനിതാ പഞ്ചായത്ത് പ്രസിഡന്റുമാരുടെയും കുടുംബശ്രീയിലും രാഷ്ട്രീയ പാർട്ടികളിലും പ്രധാന ചുമതലകൾ നിർവ്വഹിക്കുന്ന സ്ത്രീകളുടെയും വിശദമായ ആഖ്യാനം വെളിപ്പെടുത്തുന്നത് രസകരമാണ്. പഴഞ്ചൻ സാംസ്കാരിക മാനദണ്ഡപ്രകാരം സ്ത്രീ ബലഹീനയാണെന്നുള്ള ധാരണയിൽനിന്നും മുതലെടുത്ത സ്ത്രൈണ ഏജൻസി ഇപ്പോഴും സ്ത്രീക്ക് സ്വതന്ത്രമായ സ്ത്രീ സ്വയംഭരണാധികാരം നേടിയെടുക്കുന്നതിന് തടസ്സമാകുന്നുണ്ട് (ദേവികയും തമ്പിയും 2011, 2012). ജെന്റർ നിഷ്പക്ഷമായ പൊതുസ്വത്വമാണ് യഥാർത്ഥ്യത്തിൽ വേണ്ടത്. കാമ്പയിന്റെ പരിധിയിലെ 'ജെന്റർ നീതി' ചിലപ്പോൾ വിവിധ സാമൂഹ്യവർഗ്ഗങ്ങളിലും മതസമൂഹങ്ങളിലും സാംസ്കാരിക വിഭാഗങ്ങളിലും വ്യത്യസ്തമായിരിക്കും.

നാം ആഗ്രഹിക്കുന്ന ഫലങ്ങളെല്ലാം തന്നെ അധികാരവികേന്ദ്രീകരണം ഉറപ്പുനല്കുന്നില്ല. ആസൂത്രണത്തിലും ഭരണനിർവ്വഹണത്തിലും വിവിധ വ്യക്തികൾക്കും ഗ്രൂപ്പുകൾക്കും ഇടപെടാനുള്ള അവസരം ഉറപ്പാക്കുന്നുണ്ട് അധികാരവികേന്ദ്രീകരണം. അതിലൂടെ ആഗ്രഹിക്കുന്ന ഫലങ്ങൾ നേടാനും നടപ്പാക്കാനും സാധിക്കും. വനിതാഘടകപദ്ധതിയും പ്രാദേശിക ആസൂത്രണ പ്രക്രിയയും തുറന്നുതന്ന ജനാധിപത്യഇടങ്ങൾ സ്ത്രീ സംഘടനകളും വനിതാ പ്രവർത്തകരും കഴിഞ്ഞ തലമുറ നേടിയെടുത്തതിനുമപ്പുറം, സ്ത്രീ ശാക്തീകരണത്തിനായി പ്രായോജനപ്പെടുത്തുമോ എന്നതാണ് പ്രധാന വെല്ലുവിളി. ഒട്ടുമിക്ക പ്രോജക്ടുകളും

പ്രായോഗികമായ ജെന്റർ ആവശ്യങ്ങളെ കൈകാര്യം ചെയ്യുന്നതാണെന്നത് സത്യമാണ്. കാലക്രമേണ നയപരമായ ജെന്റർ ആവശ്യങ്ങളെ കൈകാര്യം ചെയ്യുന്ന ഒട്ടനവധി നൂതന പ്രോജക്ടുകളുമുണ്ടായിട്ടുണ്ട്. ഉദാഹരണത്തിന്, നിരവധി പ്രാദേശിക സർക്കാരുകൾ സ്ത്രീകളുടെ സ്റ്റാറ്റസ് റിപ്പോർട്ടുകൾ തയ്യാറാക്കുന്ന പ്രോജക്ടുകൾ ഏറ്റെടുത്തു. സ്ത്രീകൾതന്നെ സ്വയം വിലയിരുത്തിക്കൊണ്ട് തയ്യാറാക്കിയിട്ടുള്ള സ്ത്രീകൾക്കെതിരെയുള്ള ആക്രമണത്തിന്റെ റിപ്പോർട്ടുകൾ, ലിംഗാധിഷ്ഠിത തൊഴിൽ വിഭജനത്തെ തകർക്കുന്ന നൈപുണ്യ പരിശീലന പരിപാടികൾ തുടങ്ങിയവയുണ്ട്. ജെന്ററിനെയും കേരളത്തിലെ ജനാധിപത്യ വികേന്ദ്രീകരണത്തിനെയും വിശദീകരിക്കുന്ന ധാരാളം സംഭവങ്ങൾ ഉൾക്കൊള്ളുന്ന ഒരു റിപ്പോർട്ട് 2008 ൽ ഇറങ്ങി. സ്ത്രീകളെ ഓട്ടോറിക്ഷ ഡ്രൈവർമാരായി പരിശീലിപ്പിക്കുന്ന പ്രോജക്ടുകൾക്ക് അനുമതി നിഷേധിച്ച പരാമർശം ഈ റിപ്പോർട്ടിലുണ്ട്. ഓട്ടോറിക്ഷ ഓടിക്കുന്നത് പുരുഷ കുത്തകയാണെന്നും കേരളത്തിലെ പുരുഷാധിപത്യത്തിന്റെ പ്രകടമായ തൊഴിൽ രൂപമാണതെന്നുമുള്ള ധാരണയിൽ നിന്നാണ് അപ്രകാരം സംഭവിച്ചത് (സീമയും മുഖർജിയും 2000). വില കുറഞ്ഞ, ശുചിത്വമുള്ള സാനിറ്ററി നാപ്കിനുകളുടെ നിർമ്മാണത്തിനുള്ള പ്രോജക്ടുകളും തള്ളപ്പെട്ടു (വിജയനും സന്ധ്യയും 2004). മനസ്സിലാക്കി വച്ചിട്ടുള്ള ജെന്റർ കോഡുകൾക്കെതിരെയുള്ള പ്രോജക്ടുകളാണിവയെല്ലാം എന്നതിനാലാണ് തള്ളപ്പെട്ടത്. പക്ഷേ, ഇന്നിപ്പോൾ സ്ത്രീ ഓട്ടോറിക്ഷാ ഡ്രൈവർമാരെ സർവ്വസാധാരണമായി കാണാം. 'ഷീ ടാക്സി' കുടുംബശ്രീയുടെ മുൻനിര പ്രോജക്ടാണ്. സാനിറ്ററി നാപ്കിനുകൾ നിർമ്മിക്കുന്ന സൂക്ഷ്മസംരംഭങ്ങളിന്ന് എല്ലാ ജില്ലകളിലുമുണ്ട്. 318 വനിതാ കൽപ്പണിക്കാരുടെ യൂണിറ്റുകൾ നിലവിൽ പ്രവർത്തിക്കുന്നു. തിരഞ്ഞെടുക്കപ്പെട്ട വനിതാ ജനപ്രതിനിധികൾ തന്നെ അവരുടെ ആത്മവിശ്വാസത്തിലും സംഘടനാപരമായ നൈപുണ്യത്തിലും ജെന്റർ പരിപാടികളിലൂടെയും പൊതുപ്രവർത്തനത്തിലൂടെയും പ്രകടമായ മാറ്റം വന്നിട്ടുണ്ടെന്ന് സ്വയം സാക്ഷ്യപ്പെടുത്തുന്നു (സീമയും മുഖർജിയും 2000). പ്രാദേശിക സർക്കാരുകളുടെ പ്രവർത്തനങ്ങളിൽ സ്ത്രീ സാന്നിദ്ധ്യം ഇന്ന് പ്രകടമാണ്, പ്രാദേശിക പൊതുജനങ്ങളുടെയിടയിൽ അവരുടെ പങ്കാളിത്തത്തിന്റെ പ്രകടനപരതയും മെച്ചപ്പെട്ടു.

സംയോജനം

പ്രാദേശിക സമസ്യകളെ പരിഹരിക്കുന്നതിന് സംയോജിതമായ സമീപനം, അല്ലെങ്കിൽ പ്രാദേശികതലത്തിലെ വിവിധ തട്ടുകളിലെ പദ്ധതികളുടെ സംയോജനം എന്നിവയുടെ അഭാവമാണ് കേരളത്തിലെ വികേന്ദ്രീകൃത ആസൂത്രണത്തിന്റെ പ്രധാന ദൗർബല്യം. ഒട്ടുമിക്ക പ്രാദേശിക സർക്കാരുകളും വിദ്യാഭ്യാസരംഗത്തും ആരോഗ്യ പരിരക്ഷാമേഖലയിലും സംയോജിത പ്രോജക്ടുകൾ ഏറ്റെടുത്ത് സദ്ഫലങ്ങൾ കൊയ്തിട്ടുണ്ട്.

പക്ഷേ, കാർഷിക പുനരുദ്ധാരണത്തിന് നിർണ്ണായകമായ നീർത്തടാസൂത്രണത്തിലും കുടിവെള്ളക്ഷാമം പരിഹരിക്കുന്നതിലും മുന്നോട്ട് പോകാനായിട്ടില്ല. വിവിധ തട്ടുകളിലെ പ്രോജക്ടുകളുടെ സംയോജനത്തിനായുള്ള ഉപകരണമായി ജില്ലാ പ്ലാനുകളെ നാമെങ്ങനെ കണ്ടുവെന്നതിനെപ്പറ്റി അദ്ധ്യായം 13 ൽ വിവരിച്ചുവല്ലോ. 2000 ൽ തന്നെ ജില്ലാ പദ്ധതികൾ തയ്യാറാക്കിയെങ്കിലും അതിന്റെ തുടർപ്രവർത്തനങ്ങൾ പിന്നീടുണ്ടായില്ല. പതിമൂന്നാം പദ്ധതിക്കാലത്ത് ജില്ലാ പദ്ധതികൾ വീണ്ടും ചർച്ചാവിഷയമായി. എല്ലാ ജില്ലാ ആസൂത്രണ സമിതികളും (DPC) 2018 ൽ ഒരിക്കൽക്കൂടി സമഗ്രമായ ജില്ലാപദ്ധതികൾ തയ്യാറാക്കി. പല സംയോജിത പ്രോജക്ടുകളും വിവിധ പ്രാദേശിക സർക്കാരുകളുടെ സംയുക്ത പ്രോജക്ടുകളായി ഏറ്റെടുക്കപ്പെട്ടു. ആരോഗ്യം, പാർപ്പിടം, സ്കൂൾ വിദ്യഭ്യാസം, ജലം–ശുചിത്വം–പച്ചക്കറി കൃഷി എന്നിവയ്ക്കായുള്ള നാല് വികസന മിഷനുകൾ മറ്റൊരു സുപ്രധാന നീക്കമായിരുന്നു. ഓരോ രംഗത്തും നേടാനുള്ള അളവുപരമായ ലക്ഷ്യങ്ങളും ഈ മിഷനുകൾ നിശ്ചയിച്ചു. വിവിധ സ്കീമുകളെ ഏകോപിക്കുന്നതിനും എല്ലാ സർക്കാർ ഏജൻസികളുടെയും പ്രോജക്ടുകളെ ഏകോപിക്കുന്നതിനും ഈ മിഷനുകൾ ലക്ഷ്യമിട്ടിരുന്നു. ഇതിനായുള്ള കളമൊരുക്കേണ്ടത് പ്രാദേശിക സർക്കാരുകളായിരുന്നു. ഈ മിഷനുകളിലൂടെ അധിക ധനവിഭവവും ലഭ്യമാക്കിയിരുന്നു.

സ്ഥായിയായ വികസനം

പാരിസ്ഥിതിക ആശങ്കകളോട് പൊരുത്തപ്പെട്ടുകൊണ്ട് കേരളത്തിലെ വികസന പ്രോജക്ടുകൾ രൂപീകരിക്കുന്നതിന് അധികാര വികേന്ദ്രീകരണപ്രക്രിയ എത്രമാത്രം സംഭാവന നല്കി? അതിനുള്ള ഉത്തരം അവ്യക്തമാകില്ല. നെൽവയലുകൾ നികത്തുന്നതിനെതിരെയുള്ള നിയന്ത്രണാധികാരങ്ങൾ, പാരിസ്ഥിതിക അനുമതികൾ, കെട്ടിടനിർമ്മാണ ചട്ടങ്ങൾ, പരിസ്ഥിതി മലിനീകരണം തുടങ്ങിയവയിലുള്ള അധികാരം പ്രാദേശിക സർക്കാരുകൾക്ക് കൈമാറിയിട്ടുണ്ട്. എങ്കിലും നിയന്ത്രണാധികാരമുള്ള അതോറിറ്റികൾ എന്ന നിലയിൽ പ്രാദേശിക സർക്കാരുകളുടെ പ്രവർത്തനം തൃപ്തികരമല്ല എന്നാണ് അനുഭവം തെളിയിക്കുന്നത്. പാരിസ്ഥിതിക ദുരുപയോഗം പല പഞ്ചായത്തുകളുടെ ഭാഗത്തു നിന്നുമുണ്ടായിട്ടുണ്ടെന്ന് സമ്മതിക്കേണ്ടിവരും. ഒരു ബഹുരാഷ്ട്രക്കമ്പനി നിരന്തരമായി അധികമായി ഭൂജലം വലിച്ചെടുക്കുകയും തദ്വാര പ്രാദേശിക കൃഷിയിടങ്ങളെ മലിനപ്പെടുത്തുകയും ചെയ്ത ജലദുർല്ലഭമായ പ്ലാച്ചിമട പഞ്ചായത്തിലെ ജനങ്ങൾ വിജയം കണ്ടെത്താതെ പോരാടേണ്ടിവന്നത് സ്മരണീയമാണ് (ചതോപാദ്ധ്യായയും ഫ്രാങ്കിയും 2006).

ഓരോ പ്രോജക്ടിനും ട്രാൻസെക്ട് നടത്തം അദ്ധ്യായം 6 ലും നിയമപരമായ പരിസ്ഥിതി ആഘാത വിലയിരുത്തൽ അദ്ധ്യായം 7 ലും വേണ്ടതാണെന്ന് പറഞ്ഞുകഴിഞ്ഞിരുന്നു. പ്രോജക്ടുകളുടെ പരിസ്ഥിതി ആഘാത വിലയിരുത്തൽ റിപ്പോർട്ട് നിരന്തരമായി അവഗണിക്കപ്പെട്ടു.

പരിസ്ഥിതിക്ക് പ്രകടമായി ദോഷംചെയ്യുന്ന പല പ്രോജക്ടുകളും പ്രാദേശിക പദ്ധതികളിൽ ഇതിന്റെ ഫലമായി ഇടംപിടിച്ചു.

ജനകീയാസൂത്രണത്തിന്റെ തുടക്കത്തിൽ പരീക്ഷണാർത്ഥം തുടങ്ങിവച്ച ജൈവവൈവിദ്ധ്യ രജിസ്റ്ററുകളുടെ നിർമ്മാണം അതിലേറ്റവും പ്രാധാന്യമുള്ള ഒന്നായിരുന്നു. ഇപ്പോളത് ഭൂരിപക്ഷം പ്രാദേശിക സർക്കാരുകളും ഏറ്റെടുത്തുകഴിഞ്ഞു. രജിസ്റ്ററിനുമപ്പുറം ജൈവവൈവിദ്ധ്യം സമ്പുഷ്ടീകരിക്കുന്നതിനുള്ള പ്രോജക്ടുകളുമായി അവരിൽ പലരും പിന്നീട് മുന്നോട്ടുപോയി.

വയനാട് ജില്ലയിലെ മീനങ്ങാടി പഞ്ചായത്ത് ഏറ്റെടുത്ത ദൗത്യം ഇതിലേറ്റവും പ്രാധാന്യമുള്ളതാണ്. കാർബൺ പുറന്തള്ളൽ കണക്കാക്കാനും അത് കുറയ്ക്കാനും വിപുലമായ വൃക്ഷത്തൈ നടീൽ പരിപാടിയിലേക്കവർ പോയി. ഈ പഞ്ചായത്തിനൊപ്പം വയനാട് ജില്ലയിലെ എല്ലാ പ്രാദേശിക സർക്കാരുകളും ഒത്തുചേർന്ന് കാർബൺ ന്യൂട്രൽ വയനാടിനായി പ്രവർത്തിച്ചു. വൃക്ഷത്തണലിൽ വളരുന്ന കോഫിച്ചെടികളെ പ്രത്യേകമായി ബ്രാൻഡ് ചെയ്യുകയും അത്തരം കോഫി കർഷകർക്ക് ഉയർന്ന വിപണിവില ലഭിക്കാനുള്ള നടപടികളും സ്വീകരിച്ചു. കോഫിയിൽ മാത്രമല്ല, പഴവർഗ്ഗങ്ങളുടെ മൂല്യവർദ്ധനവും ഇക്കോ ടൂറിസവികസനവും ഈ പ്രോജക്ടുമായി സംയോജിക്കപ്പെട്ടു. ആഗോള കാലാവസ്ഥാ വ്യതിയാന പശ്ചാത്തലത്തിൽ സ്ഥായിയായ വികസനത്തിലേക്കുള്ള മാർഗ്ഗത്തിന് ഏറ്റവും നല്ല ഉദാഹരണമാണിത്. മറ്റ് നിരവധി പരിസ്ഥിതി പുനസ്ഥാപന പരിപാടികളുമുണ്ട് കേരളത്തിൽ. മദ്ധ്യകേരളത്തിലെ, സമുദ്രനിരപ്പിന് താഴെയുള്ള പ്രളയ സമതല പ്രദേശമായ കുട്ടനാടിലെ പരിസ്ഥിതി പുനസ്ഥാപനം ഇത്തരത്തിലൊന്നാണ്. കാലാവസ്ഥാ വ്യതിയാനത്തിന്റെ പ്രത്യാഘാതം, പശ്ചിമഘട്ടത്തിന്റെ പരിസ്ഥിതി ശോഷണം എന്നിവയെല്ലാം കൊണ്ടാണ് കേരളത്തിൽ തുടർച്ചയായും ആവർത്തിക്കപ്പെടുന്നതുമായ പ്രളയവും വരൾച്ചയും ഉണ്ടാകുന്നത്. ദുരന്തനിവാരണത്തിൽ പ്രാദേശിക സർക്കാരുകളുടെ കടമയെന്താണെന്നത് ജനശ്രദ്ധയിൽ വരുന്നതിന് 2018–19 ലെ പ്രളയം ഒരു നിമിത്തമായി. പ്രളയബാധിതരെ ഒഴിപ്പിക്കുന്നതിലും ദുരിതാശ്വാസ ക്യാമ്പുകൾ സംഘടിപ്പിക്കുന്നതിലും പ്രളയാനന്തര പുനരധിവാസ പ്രവർത്തനങ്ങളിലും മർമ്മപ്രധാന പങ്കാണവർ വഹിച്ചത്. ദുരന്ത പരിപാലന പദ്ധതി തയ്യാറാക്കുന്നതിന് പ്രാദേശിക സർക്കാരുകളെ ചുമതലപ്പെടുത്തിക്കൊണ്ട് സർക്കാർ ഉത്തരവിറക്കിയത്, അവർ ഇതിന് മുൻപുതന്നെ ഏറ്റെടുത്തിരുന്ന ഉത്തരവാദിത്വത്തിനുള്ള അംഗീകാരമായി കാണാം. ഏറ്റവും അടുത്തകാലത്തുണ്ടായ പ്രകൃതി ദുരന്തം, പ്രത്യേകിച്ചും പ്രളയത്തിന്റെ വിശകലനം എന്നിവയടങ്ങുന്നതാണ് പഞ്ചായത്ത് – മുനിസിപ്പൽതല ദുരന്ത പരിപാലന പദ്ധതികൾ. അതിനുശേഷം ദുരന്ത ദൂരീകരണത്തിനുള്ള പ്രോജക്ടുകളും അവർതന്നെ നിർദ്ദേശിക്കും. ഇത്തരം പ്രോജക്ടുകൾ പ്രാദേശിക സർക്കാരുകൾ ഏറ്റെടുക്കുകയോ ഉയർന്ന തട്ടുകളോട് ഏറ്റെ

ടുക്കാൻ ആവശ്യപ്പെടുകയോ ചെയ്യും. ദുരന്തമുണ്ടാകുന്ന പക്ഷം ഏറ്റവുമാദ്യം ചെയ്യേണ്ട സത്വര നടപടികളും ഈ പദ്ധതിയിലുണ്ടെന്നതാണ് സവിശേഷത. 100 ആൾക്ക് ഒരാൾ എന്ന നിലയിൽ സന്നദ്ധസേന സംഘടിപ്പിക്കേണ്ടതും ദുരന്തവേളയിൽ പ്രവർത്തനങ്ങളെ ഏകോപിക്കേണ്ടതും പ്രാദേശിക സർക്കാരുകളാണ്. പഞ്ചായത്തുകളുടെയും മുനിസിപ്പാലിറ്റികളുടെയും ദുരന്ത പരിപാലന ചട്ടക്കൂടിനുള്ളിൽ ഉൾക്കൊള്ളിക്കാൻ കഴിയുന്നതാണ് കോവിഡ് 19 പരിപാലനവും. ദുരന്തനിവാരണത്തിൽ കേരളത്തിലെ അധികാര വികേന്ദ്രീകരണ പ്രക്രിയയുടെ പ്രയോഗവല്ക്കരണം ഗവേഷകരായ കാസി ഇക്ബാലിന്റെയും മെഹറൂൽ അഹമ്മദിന്റെയും (2009) പഠനത്തിന്റെ അടിസ്ഥാനത്തിൽ കൂടുതൽ പ്രസക്തമാകുകയാണ്. ധനപരവും രാഷ്ട്രീയപരവുമായ അധികാരവികേന്ദ്രീകരണം നടന്നിട്ടുള്ള 46 സാമ്പിളുകൾ രാഷ്ട്രാന്തര റിഗ്രഷൻ പഠനത്തിനവർ വിധേയമാക്കിയപ്പോൾ പ്രകൃതി ദുരന്ത ബാധിതരുടെയും മരണപ്പെട്ടവരുടെയും എണ്ണം സ്ഥിതിവിവരപരമായി പ്രാമുഖ്യമുള്ള തോതിൽ കുറഞ്ഞതായി കണ്ടു (വൈറ്റ് 2011).

ദുരന്തപരിപാലനം കേന്ദ്രീകൃത ശ്രേണീബന്ധ പ്രക്രിയയിലാണ് പ്രവർത്തിക്കുന്നത്, അതങ്ങനെതന്നെ തുടരുകയും ചെയ്യും. വലിയ, ബൃഹത് ചട്ടക്കൂടിനുള്ളിൽ അത് നിലനില്ക്കുമ്പോഴും, ആളുകളെ സംഘടിപ്പിക്കുന്നതിനും ഇടപെടുന്നതിനും പ്രാദേശികതല ആസൂത്രണത്തിനും വളരെയേറെ പ്രാധാന്യമുണ്ടെന്നാണ് കേരള അനുഭവം തെളിയിക്കുന്നത്. ഇത് ദുരന്തദൂരീകരണത്തിലെ സാമീപ്യത്തിനും തുല്യതയ്ക്കും സഹായകരമാകും. ആരോഗ്യരംഗത്ത് മാത്രമല്ല വിദ്യാഭ്യാസത്തിലും പ്രാദേശിക സർക്കാരുകൾക്കുള്ള പങ്കാളിത്തം വളരെ വ്യക്തവും പ്രകടവുമാണ്. ഒരൊറ്റ കോവിഡ്–19 പകർച്ചപോലുമില്ലാതെ അവസാന വർഷ സ്കൂൾ പരീക്ഷ സംഘടിപ്പിക്കുന്നതിൽ, ഓൺലൈൻ ക്ലാസുകൾ നടത്തുന്നതിനുവേണ്ട താഴെത്തട്ടിലെ മുന്നൊരുക്കങ്ങൾ നടത്തുന്നതിൽ, മൊബൈൽ ഫോണോ ടെലിവിഷനോ ഇല്ലാത്ത അരികുവല്ക്കരിക്കപ്പെട്ട ദരിദ്രരെ പ്രതികൂലമായി ബാധിക്കുന്ന ഡിജിറ്റൽ വിഭജനമില്ലെന്ന് ഉറപ്പുവരുത്തുന്നതിലെല്ലാം പ്രാദേശിക സർക്കാരുകൾ ഉണർന്നുപ്രവർത്തിച്ചു. മഹാത്മാ ഗാന്ധി ദേശീയ ഗ്രാമീണ തൊഴിലുറപ്പ് പദ്ധതി, ഭക്ഷ്യ സ്വയം പര്യാപ്തതയ്ക്കായുള്ള സുഭിക്ഷ കേരളം കാമ്പയിൻ, സൂക്ഷ്മ–ചെറുകിട സംരംഭങ്ങളെ പ്രോത്സാഹിപ്പിക്കൽ തുടങ്ങിയവയിലൂടെ ഭൂരിഭാഗം ജനങ്ങൾക്കും ജീവനോപാധികൾ തുറന്നുകൊടുക്കുന്നതിലും പ്രാദേശിക സർക്കാരുകൾ നന്നായി പ്രവർത്തിച്ചു. പ്രളയകാലത്തെ ദുരന്തദൂരീകരണത്തിലും മഹാമാരികളെ അമർച്ചചെയ്യുന്നതിലും സംസ്ഥാന സർക്കാർ വിജയിച്ചത്, ശാക്തീകരിക്കപ്പെട്ട പ്രാദേശിക സർക്കാരുകളുടെ സഹായത്തോടെയാണെന്നത് ഇന്ന് സാർവ്വത്രികമായി അംഗീകരിക്കപ്പെട്ടിട്ടുള്ള വസ്തുതയാണ്.

ജനകീയാസൂത്രണത്തിലേതുപോലെ മറ്റൊരു ജനമുന്നേറ്റം സംഘ

ടിപ്പിക്കുന്നതിന് സമയമായെന്ന് തോന്നുന്നു. ജനകീയ ഭൂപടനിർമ്മാണ പ്രോഗ്രാമിലെ തന്തുക്കളെടുത്ത് ഇതിനായുള്ള നിർദ്ദേശങ്ങൾ നല്കിയിട്ടുണ്ട് (അദ്ധ്യായം 4). ആധുനിക സാങ്കേതികവിദ്യാ മുന്നേറ്റങ്ങൾ പ്രയോജനപ്പെടുത്തി പ്രവർത്തകർക്ക് നിരവധി വിഷയങ്ങളിൽ ശാസ്ത്ര സാങ്കേതിക സ്ഥാപനങ്ങളിൽ ജോലിചെയ്യുന്ന ശാസ്ത്രജ്ഞരുടെ സഹായത്തോടെ വിശദമായ മാപ്പുകൾ തയ്യാറാക്കാനാകും. ഇത്തരം മാപ്പുകളെല്ലാം പ്രാദേശിക സർക്കാരുകൾക്കും നല്കാം. വമ്പിച്ച ജനകീയ മുന്നേറ്റത്തോടെ ഈ മാപ്പുകളിൽ കാലാനുസൃതമായ മാറ്റങ്ങൾ ഉൾക്കൊള്ളിക്കുകയും വിളകൾ, സാമൂഹ്യ–സാമ്പത്തികസ്ഥിതി എന്നിവയുടെ വിവരങ്ങളും കൂടി സംയോജിപ്പിക്കാം. ഇങ്ങനെ തയ്യാറാക്കപ്പെടുന്ന വിഷയാധിഷ്ഠിത മാപ്പുകൾ റവന്യൂ പ്ലോട്ട്, സ്ഥാപന തലങ്ങളിലെ വിവരാടിത്തറയായി മാറുകയും അവയെല്ലാംതന്നെ പൊതുജനങ്ങൾക്ക് ഒരു ഡേറ്റാബേസ് പോർട്ടലിൽ എളുപ്പത്തിൽ കാണാനുംകഴിയുന്ന സംവിധാനമുണ്ടാക്കാം. സമഗ്രമായ നീർത്തടപദ്ധതി ആസൂത്രണത്തിനും പ്രാദേശിക സേവനങ്ങൾ പ്രദാനം ചെയ്യുന്നതിനുമുള്ള വിവരമായി ഇത് മാറുമെന്നതിൽ സംശയമില്ല.

ഉപസംഹാരത്തിലേക്ക്

കേരളത്തിലെ അധികാരവികേന്ദ്രീകരണ കാമ്പയിൻ ഇത്തരത്തിലുള്ളതിൽ വിപ്ലവകരമായ ഒന്നാണ്. ലോകത്തിലെ അധികാര വികേന്ദ്രീകരണ പോരാട്ടങ്ങൾക്ക് പ്രധാന പാഠങ്ങൾ നല്കുന്നതുമാണത്. ഭൂതകാല പഥങ്ങളിൽ നിന്നും വ്യതിചലിച്ച് സഞ്ചരിക്കാനും വമ്പിച്ച മാറ്റം സാധിതമാക്കുന്നതിനുമായി സമാനതകളില്ലാത്ത ജനകീയ മുന്നേറ്റം അധികാര വികേന്ദ്രീകരണത്തിനായി സംഘടിപ്പിച്ചു. സർക്കാരിന്റെ കേവലമായൊരു ഭരണപരിഷ്കാരം എന്നതിനുമപ്പുറം, ജനകീയാസൂത്രണ പ്രക്രിയയെ ജനകീയ മുന്നേറ്റത്തിന്റെയും ജനസൗഹൃദ രാഷ്ട്രീയത്തിന്റെയും ഉപകരണമാക്കി മാറ്റി. മറ്റൊരു വിധത്തിൽ പ്രതിപാദിച്ചാൽ, തങ്ങളുടെ തന്നെ ഭരണനിർവ്വഹണ സമ്പ്രദായത്തെ വിപ്ലവകരമായി പുനഃസംഘടിപ്പിക്കുന്നതിന് സർക്കാർ തന്നെയൊരു പ്രസ്ഥാനം ആരംഭിച്ചു.

കേരളത്തിൽ നടന്നുവരുന്നതും വിജയിച്ചതും സ്ഥായീരൂപം കൈവരിച്ചതുമായ അധികാരവികേന്ദ്രീകരണ പരീക്ഷണത്തിന് നിരവധി സവിശേഷതകളുള്ളതായി ഇതിനകം തന്നെ തിരിച്ചറിഞ്ഞിട്ടുണ്ട്.

1. വിപണി അരാജകത്വത്തിന് പകരം ആസൂത്രണം.
2. സജീവവും ഇഴുകിച്ചേർക്കപ്പെട്ടതുമായ ജനകീയ പങ്കാളിത്തം.
3. സമത്വപൂർണ്ണ പുനർവിതരണം.
4. താഴെത്തട്ടിൽ നിന്നുള്ള ആസൂത്രണവും വൈവിദ്ധ്യമാർന്ന കടമകളോടുള്ള ജോലികളും.
5. സഹകരണ സ്ഥാപനങ്ങൾ, സ്ത്രീകളുടെ അയൽക്കൂട്ടങ്ങൾ, സ്വയം സഹായ ഗ്രൂപ്പുകൾ.
6. പാരിസ്ഥിതിക സ്ഥായീരൂപം.

അധികാര വികേന്ദ്രീകരണ പരിപാടി സ്ഥായിയായി നിലനില്ക്കുന്നത് മേൽപ്പറഞ്ഞ ഘടകങ്ങൾ, പങ്കാളിത്ത സ്വഭാവം, സുതാര്യത എന്നിവ കൊണ്ടാണ്. സർക്കാരുകൾ മാറിവന്നിട്ടും, നിരവധി വെല്ലുവിളികളുയർന്നിട്ടും ജനാധിപത്യ അധികാര വികേന്ദ്രീകരണം താരതമ്യേന മെച്ചമായ രീതിയിൽ നിലനിന്നുപോകുന്നതിന് രണ്ടു ശക്തമായ ഘടകങ്ങൾ നിലനില്ക്കുന്നത് വിശദീകരിച്ച് പോകാതിരിക്കാനാവില്ല. കേരളത്തിലെ പൗരസമൂഹം ശക്തിയാർജ്ജിച്ചതും അർപ്പണ മനോഭാവമുള്ളതുമാണ്. വർത്തമാനകാല സാഹചര്യത്തിനൊപ്പം ഉയർന്ന് ചിന്തിക്കുകയും പ്രവർത്തിക്കുകയും ചെയ്യുന്ന അച്ചടക്കമുള്ള കമ്യൂണിസ്റ്റ് പാർട്ടി ഓഫ് ഇന്ത്യ (മാർക്സിസ്റ്റ്) യോടുള്ള ജനങ്ങളുടെ ജൈവബന്ധം മറ്റൊന്നാണ്. ജനങ്ങളിൽ സി പി ഐ (എം) നുള്ള ശക്തമായ അടിത്തറ നിലനില്ക്കുമ്പോൾ തന്നെയാണ് അധികാരവികേന്ദ്രീകരണം സ്ഥായിയാക്കുന്നതിനുവേണ്ട പുത്തൻസങ്കേതങ്ങൾ ഉൾക്കൊള്ളാനും അത് പ്രാവർത്തികമാക്കാനും വേണ്ടി അതിലെ നേതൃനിരയും പ്രവർത്തിക്കുന്നത് (നിർമ്മല 2010). മറ്റ് പാർട്ടികൾക്കും പൗരസമൂഹഗ്രൂപ്പുകൾക്കും ഈ പ്രക്രിയയെ വിമർശിക്കാനുള്ള അവസരവും ഈ സാഹചര്യം നല്കുന്നുണ്ട്. അതോടൊപ്പംതന്നെ വാർഷിക – ബഹുവർഷ ആസൂത്രണത്തിൽ അത്തരത്തിലുള്ളവർ ചില സംഭാവനകളും നല്കുന്നുണ്ട്.

മൊത്തത്തിൽ, ഈ ഘടകങ്ങളെല്ലാം സഞ്ചിതമായി ക്രിയാത്മക ചിന്തയ്ക്കും പ്രവൃത്തിക്കുമായുള്ള ഒരിടം സൃഷ്ടിക്കുന്നു. ഈ ക്രിയാത്മക ഇടത്തെയും അതിന്റെ സജീവമാക്കലിനെയും ഗിയാൻ പൗലോ ബയോച്ചിയും സഹഗ്രന്ഥകാരായ പാട്രിക് ഹെല്ലറും മാർസലേ കെസിൽവയും നാമകരണം ചെയ്തിരിക്കുന്നത് ബൂട്ട് സ്ട്രാപ്പിങ്ങ് (boot strapping) എന്നാണ്. മൂല്യശോഷണമില്ലാത്ത ചടുലമായ പ്രോജക്ടുകൾ നിലനിർത്തിക്കൊണ്ടു പോകുന്നതിനായി പങ്കാളിത്ത ചർച്ചകളിലൂടെ നൂതനമായ ആശയങ്ങൾ അപ്പപ്പോൾ തന്നെ ഉൾക്കൊള്ളുന്നതിനെയാണ് ബൂട്ട് സ്ട്രാപ്പിങ്ങ് എന്ന് വിവക്ഷിക്കുന്നത് (വാമ്പ്ളർ 2011). ജനകീയാസൂത്രണ നിർമ്മിതിയുടെ ഘട്ടത്തിൽ, 1997 ൽ ഒരു നിർണ്ണായകവേളയിൽ, വി റ്റി സി – സന്നദ്ധ സാങ്കേതികസമിതിയുടെ അവസാന നിമിഷ രൂപീകരണം (അദ്ധ്യായം 10) മേൽ സൂചിപ്പിച്ചതിന് ഒരു ഉത്തമ ദൃഷ്ടാന്തമാണ്. 1996 –97 ൽ കാമ്പയിനിന്റെ പ്രാരംഭഘട്ടത്തിൽ പ്രാദേശിക പ്രവർത്തകർക്ക് വിപുലമായ പരിശീലനം നല്കാൻ തീരുമാനിച്ചതും അങ്ങനെതന്നെയാണ്. തുടർന്നങ്ങോട്ട് അതിലും വിപുലമായി പരിശീലനം സംഘടിപ്പിച്ചത് കേരള ഇൻസ്റ്റിറ്റ്യൂട്ട് ഓഫ് ലോക്കൽ അഡ്മിനിസ്ട്രേഷൻ (KILA) ആയിരുന്നു. ഇവയെല്ലാംതന്നെ ഉല്പാദക രാഷ്ട്രീയത്തിന്റെ ഉദാഹരണമായി രേഖപ്പെടുത്താൻ യോഗ്യതയുള്ളവയാണ്. ജനകീയ ശാസ്ത്ര പ്രസ്ഥാനം പോലുള്ള പൗരസമൂഹ സംഘടനകൾ സ്വതന്ത്രമായി പ്രവർത്തനം തുടരുമ്പോഴും ജനാധിപത്യ അധികാര വികേന്ദ്രീകരണത്തിൽ അവർ ഇടപെട്ടിരുന്നു (ചതോപാദ്ധ്യായയും ഫ്രാങ്കിയും 2006, മന്നാതുക്കരേൻ 2010,

നിർമ്മല 2010). തുടർച്ചയായ സ്വയം വിമർശന വിലയിരുത്തലും പുനർവ്യാഖ്യാനവും ജനാധിപത്യവല്ക്കരണത്തിന് ആവശ്യം വേണ്ടതാണ്.

കേരളത്തിലെ അധികാരവികേന്ദ്രീകരണ പ്രവർത്തനങ്ങളെല്ലാം തന്നെ ഒരു മാതൃകയാണെന്നും, അതെല്ലായിടങ്ങളിലും പകർത്തേണ്ടതാണെന്നുമുള്ള അഭിപ്രായം ഞങ്ങൾ മുന്നോട്ടുവയ്ക്കുന്നില്ല. 'കേരളത്തിലെ ജനങ്ങൾ ചെയ്തതുപോലെ നിങ്ങളും സംഘടിക്കൂ, പോരാടൂ' എന്ന് മറ്റ് സ്ഥലങ്ങളിലെ പ്രവർത്തകരോട് പറയുന്നതിലെ ധാർഷ്ട്യവും നിരർത്ഥതയും ഞങ്ങൾ മനസ്സിലാക്കുന്നു. അധികാര വികേന്ദ്രീകരണത്തിൽ കേരളത്തിന്റെ നേട്ടങ്ങൾ എത്രയും ദുർബ്ബലവും അപൂർണ്ണവുമാണെങ്കിൽ പോലും സാദ്ധ്യതകളെക്കുറിച്ചുള്ള അവബോധം, യഥാർത്ഥ ജനാധിപത്യവികേന്ദ്രീകരണം എത്ര ക്ലേശകരം, ഭീദിതമായ അസമത്വമുള്ള നമ്മുടെ ഈ ലോകത്ത് അർത്ഥവത്തായ ജനശാക്തീകരണത്തിനും ജനാധിപത്യത്തിനുമായി അവരുടെയിടങ്ങളിൽ പോരാടുന്നവർക്കുള്ള പ്രചോദനം എന്നിവയെല്ലാം നമ്മുടെ അനുഭവം പകർന്നുനല്കുമെന്നതിൽ തർക്കമില്ല. കേരളത്തിലെ പരീക്ഷണത്തിൽനിന്നും അവിടങ്ങളിലെ പ്രവർത്തകരും സംഘാടകരും അവർക്കെന്താണോ പ്രയോജനകരമാകുന്നത്, അതവർ സ്വീകരിക്കട്ടെ. ഇവിടെനിന്നും അവർ ഉൾക്കൊണ്ടത് അവരുടെ രാജ്യങ്ങളിലും സമൂഹങ്ങളിലും അവർ പ്രയോഗിക്കട്ടെ. ഇതിലും നല്ല ആശയങ്ങളും പ്രയോഗങ്ങളും അവർ പ്രയോജനപ്പെടുത്തട്ടെ. അതിലൂടെ ഞങ്ങൾക്കിതിൽ എഴുതാൻ കഴിഞ്ഞതിനുമപ്പുറം അവിടങ്ങളിൽ ഭവിക്കുകയും അധികാര വികേന്ദ്രീകരണ ഭാവിപഠനങ്ങൾ സമ്പുഷ്ടമാകുകയും ചെയ്യട്ടെ.

List of Abbreviations

ADS	Area Development Society
ANC	African National Congress
ANERT	Agency for Non-Conventional Energy and Rural Technology
ARC	Administrative Reforms Committee
ASHA	Accredited Social Health Activist
AVARD	Association of Voluntary Agencies for Rural Development
BDO	Block Development Officer
BLEC	Block Level Expert Committee
BPC	Block Planning Committee
BPL	Below Poverty Line
C-DIT	Centre for the Development of Imaging Technology
CDS	Community Development Society
CESS	Centre for Earth Science Studies
CIS	Commonwealth of Independent States
CLEC	Corporation Level Expert Committee
COP	Participatory Budgeting Council
COSTFORD	Centre of Science and Technology for Rural Development
CPI	Communist Party of India
CPI (M)	Communist Party of India (Marxist)
CWRDM	Centre for Water Resources Development and Management
DDC	District Development Committee/Council
DLEC	District Level Expert Committee
DNES	Department of Non-conventional Energy Sources
DPC	District Planning Committee
DPCC	District Planning and Co-ordination Committee
DPEP	District Primary Education Programme
DPT [vaccine]	Vaccines for Diphtheria, Pertussis (whooping cough), and Tetanus
DRDA	District Rural Development Agency
DRP	District Resource Persons
DWCRA	Development of Women and Children in Rural Areas
EAS	Employment Assurance Scheme
FCS	Family Credit Scheme
GALASA	Group Approach for Locally Adapted and Sustainable Agriculture

GDP	Gross Domestic Product
GLS	Group Loan Scheme
GoI	Government of India
GoK	Government of Kerala
GP	Grama Panchayat
HLGC	High Level Guidance Council
IADP	Intensive Agricultural District Programme
IAS	Indian Administrative System
IKM	Information Kerala Mission
IMF	International Monetary Fund
IRDP	Integrated Rural Development Programme
IRTC	Integrated Rural Technology Centre
IT	Information Technology
JGSY	Jawahar Gram Samridhi Yojana
JRY	Jawahar Rozgar Yojana
KAU	Kerala Agricultural University
KDB	Kerala Dinesh Beedi Cooperative
KDS	Kalliasseri Development Society
KIIFB	Kerala Infrastructure Investment Fund Board
KILA	Kerala Institute of Local Administration
KRP	Key Resource Person/s
KSEB	Kerala State Electricity Board
KSSP	Kerala Sasthra Sahithya Parishad [Kerala People's Science Movement]
KVSSA	Kerala Veterinary Surgeons' Service Association
KWA	Kerala Water Authority
LAD	Local Administration Department
LDF	Left Democratic Front
LG	Local Government/s
LRP	Local Resource Person/ s
LSGD	Local Self Government Department
MGNREGA/S	Mahatma Gandhi National Rural Employment Guarantee Act/Scheme
MLA	Member of Legislative Assembly
MLEC	Municipal Level Expert Committee
MP	Member of Parliament
MPI	Multidimensional Poverty Index
NABARD	National Bank for Agriculture and Rural Development
NGO	Non-Governmental Organization/s
NHG	Neighbourhood Group/s
NIRD	National Institute of Rural Development
NNPC	Neighbourhood Network in Palliative Care
NRLM	National Rural Livelihood Programme
NRO	National Resource Organizations
NSSO	National Sample Survey Office
OECD	Organisation for Economic Co-operation and Development
OPEC	Organization of the Petroleum Exporting Countries
PAR	People's Artificial Reefs
PASS	Pazhakulam Social Service Society
PAT	Plan Appraisal Team
PB	Participatory Budgeting

PCO	Programme for Community Organization
PD	Personal Deposit [accounts]
PDR	Panchayat/Municipal Development Reports
PHC	Primary Health Centre
PIS	Investment and Services Plan
PPC	People's Plan/Planning Campaign
PRA	Participatory Rural Appraisal
PRI	Panchayati Raj Institutions
PRMP	People's Resource Mapping Programme
PT	Workers' Party (Brazil)
PTA	Parent Teacher Association
PWD	Public Works Department
RRA	Rapid Rural Appraisal
SAP	Structural Adjustment Programme
SC	Scheduled Caste
SCP	Special Component Plan
SDC	Swiss Agency for Development and Co-operation
SEQI	School Education Quality Index
SEU	Socio Economic Units
SEWA	Self Employed Women's Association
SFC	State Finance Commission
SGSY	Swarnajayanti Gram Swarozgar Yojana
SHG	Self Help Group
SHP	Small Hydel Project
SIFFS	South Indian Federation of Fishermen's Societies
SITRA	Supply of Improved Toolkits to Rural Artisans
SLIDE	State Level Informatics system for strengthening the people's planning process and Decentralized plan Implementation
SMC	School Management Committees
SPB	State Planning Board
SSA	Sarva Shiksha Abhiyan
SSLC	Secondary School Leaving Certificate
ST	Scheduled Tribe
TB	Tuberculosis
TBGRI	Tropical Botanical and Genetic Research Institute
TLC	Total Literacy Campaign
TRYSEM	Training for Rural Youth Self Employment
TSP	Tribal Sub- Plan
UAMPA	Union of Neighborhood Associations (Brazil)
UBSP	Urban Basic Services Programme
UDF	United Democratic Front
UN	United Nations
UNICEF	United Nations Children's Fund
US/USA	United States of America
USAID	United States Agency for International Development
VTC	Voluntary Technical Corps
WCP	Women Component Plan
WHO	World Health Organization
WTO	World Trade Organization

References Cited

2015. 'Venezuela's Communal Councils-Direct Democracy Explained'. *Telesur,* 18 December. https://www.telesu-renglish.net/news/Venezuelas-Communal-Councils-Direct-Democracy-Explained-2015/218-0021.html

Abdul Azeez, E.P. 2015. 'Review of Community-based Health Care Movement and Palliative Care in Kerala'. *Journal of Management and Public Policy,* vol. 6, no. 2, pp. 10-20. http://jmpp.in/wp-content/uploads/2016/01/Abdul-Azeez. pdf

Abers, Rebecca. 1998. 'From clientelism to cooperation: local government, participatory policy, and civic organizing in Porto Alegre, Brazil': *Politics and Society,* vol. 26, no. 4, pp. 511-37.

——, Robin King, Daniely Votto, and Igor Brandao, 2018. *Porto Alegre: Participatory Budgeting and the Challenge of Sustaining Transformative Change.* World Resources Institute. https://www.wri.org/wri-citiesforall/publication/porto-alegre-participatory-budgeting-and-challenge-sustaining.

Abraham, Nebu John. 1996. 'Book Publishing Industry in Kerala' MPhil thesis, Jawaharlal Nehru University. Thiruvananthapuram: Centre for Development Studies.

Aikara, Jacob. 2011. 'Decentralisation of Elementary Education and Community Participation in Kerala' *Rajagiri Journal of Social Development,* vol. 2, no. 2.

Aiyappan, A. 1965. *Social Revolution in a Kerala Village: A Study in Culture Change.* Bombay: Asia Publishing House.

Aiyar, Mani Shankar. 2013. *Towards Holistic Panchayat Raj- Twentieth Anniversary Report of the Expert Committee on Leveraging Panchayats for Efficient Delivery of Public Goods and Services, Vol.* 1. New Delhi: Government of India.

Alkire, Sabina, and Suman Seth. 2013. 'Multidimensional Poverty Reduction in India between 1999 and 2006: Where and How?'. Working Paper No. 60, Oxford Poverty and Human Development Initiative. *https://www.* sciencedirect.com/science/article/abs/pii/S0305750X1500042X

Appu, P.S. 1993. 'Panchayati Raj in Peril'. Paper presented at the Seminar on Panchayati Raj/Nagar Palika Bill and its Implications for Local Self Government and Decentralized Development in Kerala, Centre for Development Studies National Workshop on Panchayats, Thiruvananthapuram.

Aziz, Abdul, Charles Nelson, and Devendra Babu. 1996. 'Power to the People: The Karnataka Experiment'. In *Decentralized Governance in Asian Countries,* edited by Abdul Aziz and David D. Arnold, pp. 146-63. New Delhi: Sage Publishers.

Azzellini, Dario. 2013. 'From Cooperatives to Enterprises of Direct Social Property in the Venezuelan Process: In *Cooperatives and Socialism: A* View *from Cuba,* edited by Camila Pineiro Harnecker, pp. 259-75. London: Palgrave- Macmillan.

Babu, Parassery. 1997. 'Kudineerinte Thanporima' [Self-Reliance in Drinking Water: Olavanna Grama Panchayat]. In *Janakeeyathayude Ponkani* [First Fruits of People's Participation: The Auspicious Beginning], edited by K. Manoj Puthiavila and T.P. Kunhikkannan. pp. 157-60. Thiruvananthapuram: State Planning Board.

Babu, G. Retheesh. 2007. 'Democratic Decentralization and People's Participation in Health Projects in Kerala'. *Journal of Health and Development,* vol. 3, no. 1-2, pp. 205-14. http://www.academia.edu/download/33510336/DEMOCRATIC- DECENTRALISATION_HEALTH.pdf

Baiocchi, Gianpaolo. 1999. 'Participation, Activism, and Politics: The Porto Alegre Experiment and Deliberative Democratic Theory'. Paper presented at the Real Utopias Project Conference on Experiments in Empowered Deliberative Democracy, University of Wisconsin, Madison, 14-16 January 2000.

—-.2001. 'Participation, Activism and Politics: The Porto Alegre Experiment and Deliberative Democratic Theory'. *Politics and Society,* vol. 29, no. 1, pp. 43-72.

___ , Patrick Heller, and Marcelo K. Silva. 2011. *Bootstrapping Democracy: Transforming Local Governance and Civil Society in Brazil.* Palo Alto, CA: Stanford University Press.

___, Ernesto Ganuza. 2014. 'Participatory Budgeting as if Emancipation Mattered'. Special issue, *Politics and Society,* vol. 42, no. 1, pp. 29-50.

Balaji, M. 2020. 'Negotiating Poverty Line-Study on Density Effective Around the Poverty Line for Indian States': *Singapore Economic Review.* Available online, https://www.worldscientific.com/doi/pdfplus/10.1142/S0217590819440041

Balan, P.P. 2012. *Anthology of Abstracts: International Conference on Democratic Decentralisation and People's Participation.* Thrissur: Kerala Institute of Local Administration in association with International Sociological Association, Research Committee 10.

—-, P. Lakshmanan, T.P. Sreedharan, B.P. Damodaran, and VA Joseph. *1999. Micro Jala Vaidyutha Padhati-Samsthana Thala Shilpasala* [Micro Hydro Electric Project-State Level Workshop]. Thiruvananthapuram: State Planning Board.

Barlow, Maude. 2000. 'Desperate Bolivians Fought Street Battles to Halt a Water-for-Profit Scheme'. The *Toronto Globe and Mail,* 9 May, p. A-17.

Bello, Walden. 2000. 'The Iron Cage: The World Trade Organization, the Bretton Woods Institutions, and the South: *Capitalism, Nature, Socialism,* vol. 11, no. l,pp.3-32.

—, Shea Cunningham, Bill Rau. 1994. *Dark Victory:* The *United States, Structural Adjustment, and Global Poverty.* London: Pluto.

Bennett, Robert *J.*, ed. 1990. *Decentralization, Local Governments, and Markets: Towards a Post- Welfare Agenda.* Oxford: Clarendon Press.

Benson, Thomas, and K. Rajesh. 2011. 'Decentralisation and Interventions in Health Sector: A Critical Enquiry into the Experience of Local Self Governments in Kerala'. Working Paper No. 217, Institute for Social and Economic Change (ISEC), Bangalore.

Besley, Timothy, Tim Besley, Rohini Pande, and Vijayendra Rao. 2005. 'Participatory Democracy in Action: Survey Evidence from South India: *Journal of the European Economic Association,* vol. 3, no. *2/3,* pp. 648-57. https://www.jstor.org/stable/40005007

—-, Rohini Pande, and Vijayendra Rao. 2012. 'Just Rewards?: Local Politics and Public Resource Allocation in South India. The *World Bank Economic Review,* vol. 26, no. 2, pp. 191-216. https://www.jstor.org/stable/41679558

Bhargava, B.S., and Raphael C. Jos, 1994. 'Working of Grama Sabhas in Karnataka-A Study at Micro Level: *Journal of Rural Development,* vol. 13, no. 2, pp. 145-57.

Bhaskaran, K. 2000. 'Sthree Padhavi Patanam-Aarogyam, Chempilode Panchayat' [Women's Status Study-Health). In *Vikasanathil Tulyata* [Equality in Development]. Vol. 1, Papers presented at the International Conference on Democratic Decentralization, 23-27 May 2000, edited by T.N. Seema, T. Kamala and N. Rajamohan Kumar, pp. 206-16. TItiruvananthapuram: State Planning Board.

Biju, B.L., and K.G. Abhilash Kumar. 2013. 'Class Feminism: The Kudumbashree Agitation in Kerala, *Economic and Political Weekly,* vol. 48, no. 9, pp. 22-26.

Bjork, Christopher. 2003. 'Local Responses to Decentralization Policy in Indonesia. *Comparative Education Review,* vol. 47, no. 2, pp. 184-216.

Blair, Harry. 1997. 'Democratic Local Governance in Bolivia: USAID Impact Evaluation Report No.6.

___ . 1998. 'Spreading Power to the Periphery: An Assessment of Democratic Local Governance: US AID Program and Operations Assessment Report No. 2l.

___ . 2000. 'Participation and Accountability at the Periphery: Democratic Local Governance in Six Countries: *World Development,* vol. 28, no. 1, pp. 21-39.

___ . 2020. 'Accountability Through Participatory Budgeting in India: Only in Kerala?' In *Governance for Urban Services: Access, Participation, Accountability, and Transparency,* edited by Shabbir Cheema, pp. 57-76. Advances in 21st Century Human Settlements. Singapore: Springer. https://doi.org/l0.l007/978-981-15-2973-3_3

Centre for Development Studies. 1975. *Poverty, Unemployment and Development Policy: A Case Study of Selected Issues with Special Reference* to *Kerala.* New York: United Nations Department of Economic and Social Affairs.

Centre for Earth Science Studies (CESS). 1991. *Panchayat Level Resource Mapping-An Approach Paper, A Model for Micro-Level Resource Survey with People's Participation.* Thiruvananthapuram: CESS.

Chakraborty, Pinaki, Lekha Chakraborty, and Anit Mukherjee. 2016. *Social Sector in a Decentralized Economy.* New Delhi: Cambridge University Press.

Chandran, Sathish. 2000. 'Karnataka'.In *Status of Panchayati Raj in the States and Union Territories of India 2000,* edited by George Mathew, pp. 132-46. New Delhi: Institute of Social Sciences and Concept Publishing Company.

Chandran, Sarath, and Pankaj Roy. 2014. 'Primary Health Centres and Patients Satisfaction Level in Haripad Community Development Block of Kerala, India: *International Journal of Current Research,* vol. 6, no. 12, pp. 11118-22.

Chandrasekhar, B.K. 1984. 'Panchayati Raj Law in Karnataka: Janata Initiative in Decentralization: *Economic and Political Weekly,* vol. 19, no. 16, pp. 683-92.

Charvak. 1997. 'Decentralization of Planning: A Comparative Study of Experiences of West Bengal and Kerala' MPhil thesis, Jawaharlal Nehru University. Thiruvananthapuram: Centre for Development Studies.

Chasin, Barbara H., and Gerald Chasin. 1974. *Power and Ideology: A Marxist Approach* to *Political Sociology.* Cambridge, MA: Shenkman Publishing Company.

Chathukulam, Jos, 2016. 'Reflections on Decentralised Health Delivery System in Kerala, *Mainstream,* vol. 54, no. 6. http://www.mainstreamweekly.net/article6189.htrnl

Chattopadhyay, Sreekumar, P. Krishna Kumar, and R. Rajalekshmi. 1999. *Panchayat Resource Mapping for Panchayat Level Planning in Kerala: An Analytical Study.* Thiruvananthapuram: Centre for Earth Science Studies.

___ , and Richard W Franke. 2006. *Striving for Sustainability: Environmental Stress and Democratic Initiatives in Kerala.* New Delhi: Concept Publishing Company.

Chavez Frias, Hugo. 2005. *Understanding the Venezuelan Revolution: Hugo Chàvez Talks to Marta Harnecker.* Translated by Chesa Boudin. New York: Monthly Review Press.

Chekkutty, N.P., ed. 1997. *The People's Plan: A Debate on Kerala's Decentralized Planning Experiment.* Kozhikode: Calicut Press Club.

Ciccariello-Maher, George. 2016. *Building the Commune: Radical Democracy in Venezuela.* New York: Verso.

Cohen, John M., Mary Hebert, David B. Lewis, and Jon C. Swanson. 1981. 'Development from Below: Local Development Associations in the Yemen Arab Republic: *World Development,* vol. 9, no. 11/12, pp. 1039-61.

—-, and Stephen B. Peterson. 1999. *Administrative Decentralization: Strategies for Developing Countries.* West Hartford, Conn.: Kumarian Press.

Committee on Decentralization of Powers. 1999. *Final Report: Strengthening of Professional and Ministerial Support to Local Government* (mimeo.). Thiruvananthapuram: Government of Kerala.

Conyers, Diana. 1984. 'Decentralization and development: a review of the literature: *Public Administration and Development,* vol. 4, pp. 187-97.

CPI (M). 1967. *The New Situation and The Party's Tasks.* Calcutta.
—-.1992. *Ideological Resolution.* Adopted at the 14th Congress. New Delhi.
Crook, Richard C., and James Manor, eds. 1998. *Democracy and Decentralization in South Asia and West Africa: Participation, Accountability and Performance.* Cambridge: Cambridge University Press.
Crossette, Barbara. 1988. 'UNICEF Says Third World Children Are Dying as Development Falters: *The New York Times,* 20 December, Section A, p. 1. https://www.nytimes.com/1988/ 12/20/world/unicef-says- third - world- children are-dying-as-development-falters.html
Dantwala, M.L. 1978. *Report of the Working Group on Block Level Planning.* New Delhi: Planning Commission.
Das, M.K. 2000. 'Kerala's Decentralised Planning: Floundering Experiment' *Economic and Political Weeklyi,* vol. 35, no. 49, pp. 4300-303.
Datta, Abhijith. 1986. 'Panchayati Raj in Karnataka Today: Its National Dimension. In George Mathew, *Panchayati Raj in Karnataka Today.*
Davis, Daniel, David Hulme, and Philip Woodhouse. 1994. 'Decentralization by default: local governance and the view from the village in The Gambia': *Public Administration and Development,* vol. 14, pp. 253-69.
De Mello, Luiz R., Jr. 2000. 'Fiscal Decentralization and Intergovernmental Fiscal Relations: A Cross-Country Analysis: *World Development,* vol. 28, no. 2, pp. 365-80.
Deepika, M.G., and M.D. Sigi. 2014. 'Financial Inclusion and Poverty Alleviation: The Alternative State-Led Microfinance Model of Kudumbashree in Kerala, India: *Enterprise Development and Microfinance,* vol. 25, no. 4, pp. 327-40.
De Renzio, Paolo, Paolo Spada, and Brian Wampler. 2019. 'Paradise Lost?: The crisis of participatory budgeting in its own birthplace' International Budget Partnership website, https://www.internationalbudget.org/2019/ 11/paradise- lost - the-crisis-of -participatory - budgeting- is- its-own – birthplacle/
Devika, J., and Binitha V. Thampi. 2011. 'Mobility Towards Work and Politics for Women in Kerala State, India: A View from the Histories of Gender and Space' *Modern Asian Studies,* voL 45, no. 5, pp. 1147-75. https:// www.jstor.orgl stable/25835715
—-. 2012. *New Lamps for Old?: Gender Paradoxes of Political Decentralisation in Kerala.* New Delhi: Zubaan.
Dey, S.K. 1986. 'Panchayati Raj in Independent India: In George Mathew, *Panchayati Raj in Karnataka Today.*
Dillinger, William. 1994. 'Decentralization and Its Implications for Urban Service Delivery' Discussion Paper 16, World Bank, Urban Management Programme.
Diwakar, R.R. 1963. *Report of the Study Team on Position of Grama Sabha in Panchayati Raj Movement.* Government of India.
Eapen, Mridul, Sreekumar Chattopadhyay, and Joy Elamon, eds. 2000. *Development Perspective: First Step in Formulation of a District Plan: Case Study of Thiruvananthapuram District.* Thiruvananthapuram: State Planning Board.

Economist Intelligence Unit. 2010. The *quality of death: Ranking end-of-life care across the world.* www.eiu.com/sponsor/lienfoundation/qualityofdeath

Ekbal, B. 1997. 'Decentralized Planning and Health Sector'. In N.P. Chekkutty, The *People's Plan,* pp. 63-71.

—.*2006. Kerala-Aarogya Mathruka: Vijayathil Ninnum Prathisandhiyilekku* [Kerala Model of Health: From Success to Crisis). Kozhikode: Mathrubhumi Books.

—.2019. 'Kerala Model of Health: From Success to Crisis' In *Restructuring, Kerala Economy, Problems, Policies and Perspectives,* edited by Abdul Salim. Hyderabad: Orient Blackswan.

Elamon, J. 1998. 'People's Campaign for Ninth Plan: An Analysis of Health Sector Projects Prepared by Grama Panchayats of Thiruvananthapuram District: Dissertation submitted in partial fulfilment for the award of Master of Public Health, Achutha Menon Centre for Health Science Studies, Sree Chitra Tirunal Institute for Medical Sciences and Technology, Thiruvananthapuram.

—, and K. Vijayakumar. 2000. 'Health' In Eapen, Chattopadhyay and Elamon, *Development Perspective: First Step in Formulation of a District Plan,* pp.383-92.

—, Richard W. Franke, and B. Ekbal. 2004. 'Decentralization of Health Services: The Kerala People's Campaign'. *International Journal of Health Services,* vol. 34, no. 4 (September), pp. 681-708. Available online, https://msuweb.montclair.edu/-franker Ipublishedijhsarticle.pdf

Ellickson, Robert C. 1991. *Order without Law: How Neighbors Settle Disputes.* Cambridge, Mass.: Harvard University Press.

ERU Consultants. 2010. *School Management for Quality Inclusive Education and Decentralisation of School Governance.* Government of India, Save the Children, and Department of School Education and Literacy, MHRD.

Evans, Peter. 1995. *Embedded Autonomy: States and Industrial Transformation.* Princeton, NJ: Princeton University Press.

—, ed. 1997. *State-Society Synergy: Government and Social Capital in Development.* International and Area Studies. Berkeley: University of California.

Falk, Richard. 1999. *Predatory Globalization: A Critique.* Cambridge: Polity Press.

Fortes, Alexander. 2013. 'Participatory Budgeting in Porto Alegre: An Experience in Democratic Innovation and its Historical Background'. In *Space, Culture and Labour: Brazilian Urban Workers in the Twentieth Century.* Vol. 49 of *Moving the Social: Journal of Social History and the History of Social Movements,* pp. 113-35.

Franke, Richard W. 1992. 'Land Reform Versus Inequality in Nadur Village, Kerala' *Journal of Anthropological Research,* vol. 48, no. 2, pp. 81-116. Available online, https://msuweb.montclair.-edu/-franker/KeralaPapers/Land Reform vs Inequality JAR1992. pdf

—. 1995. 'Female-Supported Households: A Continuing Agenda for Kerala Model?' *Economic and Political Weekly,* vol. 31, no. 10, pp. 625-30.

—.*1996. Life Is a Little Better: Redistribution as a Development Strategy in Nadur Village, Kerala.* 2nd ed. New Delhi: Promilla & Company. First published in 1993. https:/Imsuweb.montclair.edu/-franker/contli.html

—. 1997. 'Power to the Malayalee People': *Economic and Political Weekly,* vol. 32, no. 48, pp. 3061-68. Available online, https://msuweb.montclair.edu/-franker/Kerala Papers/Power to the Malayalee People 1997. pdf

—-. 1999. 'Is the Kerala Model sustainable?: Lessons from the Past, Prospects for the Future' In *Rethinking Development: Kerala's Development Experience,* Vol. I, edited by M.A. Oommen, pp. 118-48. New Delhi: Institute of Social Sciences and Concept Publishing Company. Available online, *https://msuweb.*montclair.edu/-franker/Kerala Papers/ ParayilBookdecconf. pdf

—-, and Barbara H. Chasin. 1994. *Kerala: Radical Reform as Development in an Indian State.* 2nd ed. Oakland, Calif.: Institute for Food and Development Policy. First published in 1991 by Promilla & Company. Available online, http://msuweb.montclair.edu/-franker/KeralaPapers/ ED400 149 .pdf

___ , Marta Harnecker, Andres Sanz Mulas, and Carmen Pineda Nebot. 2008. *Estado Kerala, India: Una Experiencia de Planificacion Participativa Desdentralizada* [Kerala State, India: A Decentralized Participatory Planning Experience]. Caracas: Centro International Miranda. Available online, http://www.rebelion.org/ *docs/97086.* pdf

Friant, Martin Calisto. 2019. 'Deliberating for Sustainability: Lessons from the Porto Alegre Experiment with Participatory Budgeting: *International Journal of Urban Sustainability,* vol. 11, no. 1, pp. 81-99. https://doi.org/ 10.1080/194 63138.2019.1570219

Fung, Archon, and Erik Olin Wright. 2003. 'Thinking about Empowered Participatory Governance'. In *Deepening Democracy: Institutional Innovations in Empowered Participatory Governance,* edited by Archon Fung and Erik Olin Wright, pp. 3-42. Vol. IV; The Real Utopias Project. London and New York: Verso.

Ganuza, Ernesto, and Gianpaolo Baiocchi, 2012. 'The Power of Ambiguity: How Participatory Budgeting Travels the Globe: *Journal of Public Deliberation,* vol. 8, no. 2. http://www.publicdeliberation.net/jpd/vol8/iss2/art8

Garcia-Guadilla, Maria Pilar, and Carlos G. Torrealba M. 2019. 'Learning from Venezuela's Missteps in Building Urban Popular Power: *NACLA Report on the Americas,* vol. 51, no. 4, pp. 348-54. https://nacla.org/newsI2019/ 12120/ learning-venezuela%E2%80%99s-missteps-building-urban-popular-power- available-spanish

Gardner, Gary. 2001. 'Micro credit expanding rapidly: In *Vital Signs 2001: The Trends That Are Shaping Our Future,* World watch Institute, pp. 110-11. New York: WW Norton and Company.

___ , and Brian Halweil. 2000. 'Nourishing the Underfed and Overfed: In *State of the World 2000,* edited by Lester Brown, Christopher Flavin, Hilary French et al., pp. 59-78. New York: WW Norton & Company.

Gelman, Valeria Lvovna, and Daniely Votto. 2018. 'What if Citizens Set City Budgets?: An Experiment That Captivated the World-Participatory Budgeting-Might Be Abandoned in its Birthplace: World Resources Institute. https://www.wrLorglblog/2018/06/what-if-citizens-set-city-budgets-experiment-captivated-world-participatory-budgeting

George, KK 1993. *Limits to Kerala Model of Development: An Analysis of Fiscal Crisis and Its Implications.* Thiruvananthapuram: Centre for Development Studies, Monograph Series.

—-, and Ajith N. Kumar. 1999. 'What Is Wrong with Kerala's Education System?'. Working Paper No.3, Centre for Socio-economic and Environment Studies (CSES), Kochi.

—-, and Ajith N. Kumar. 2009. 'Kerala's Education System: From Inclusion to Exclusion?'. *Economic and Political Weekly,* vol. 44, no. 41-42, pp. 55-61.

George, P.S., and K Narayanan Nair. 1990. *Livestock Economy of Kerala.* Thiruvananthapuram: Centre for Development Studies.

Ghatak, Maithresh, and Maitreya Ghatak. 2000. 'Grassroots Democracy: A Case Study of the Operation of the Panchayat System in West Bengal, India: Paper presented at the Real Utopias Project Conference on Experiments in Empowered Deliberative Democracy, University of Wisconsin, Madison, 14-16 January 2000.

Ghose, A.K, ed. 1983. *Agrarian Reforms in Contemporary Developing Countries.* London and Canberra: Croom Helm; New York: St Martin's Press.

Ghosh, Arun. 1989. *West Bengal Landscapes: November* 1983 *to February* 1986, *A Travel Diary.* New Delhi: KP. Bagchi and Company.

Gibson, Christopher. 2012. 'Making Redistributive Direct Democracy Matter: Development and Women's Participation in the Gram Sabhas of Kerala, India'. *American Sociological Review,* vol. 77, no. 3, pp. 409-34. http://asr. sagepub.com/ content/77/3/409

Girishkumar, KG., N. Rajamohanakumar, K Suresh, and K Chandramathi Amma. 1999. *Thozhil Sena* [Labour Bank]. Thiruvananthapuram: State Planning Board.

Goldfrank, Benjamin. 2006. 'Lessons from Latin American Experience in Participatory Budgeting: Paper Presented at the Latin American Studies Association Meeting, University of New Mexico. https://pdfs.semanticscholar.org/27b5/f3406e7aeaa48974007489253bb4525b6df2.pdf

Goncalves, Sonia. 2013. 'The Effects of Participatory Budgeting on Municipal Expenditures and Infant Mortality in Brazil: *World Development,* vol. 53, pp. 94-110. Available online, http://policydialogue.org/files/publications/ Effects_of_Participatory _Budgeting. pdf

Gopalakrishnan, Lalitha. 2000. 'Sthreekalude Tozhil Samrambhangal' [Experiments in Creating Jobs for Women]. In *Vikasanathil Tulyata* [Equality in Development]. Vol. 1, Papers presented at the International Conference on Democratic Decentralization, 23-27 May 2000, edited by T:N. Seema, T. Kamala and N. Rajamohan Kumar, pp. 165-68. Thiruvananthapuram: State Planning Board.

Gopikuttan. 2002. 'Public Housing Schemes for Rural Poor in Kerala: A Critical Study of their Suitability: Discussion Paper No. 49, Centre for Development Studies, Thiruvananthapuram.

Gopinathan, P.K, and V.L. Sreelatha. 1996. 'A Partnership between Urban Local Bodies and the Community Structures of the Poor for Poverty Alleviation'. Paper presented at the workshop on Urbanization: Processes, Problems and Policy Issues, Madras Institute of Development Studies, Madras, 20-21 November.

Government of Kerala (GoK). 1989. *Group Farming of Rice Development in Kerala State.* Thiruvananthapuram: Government Press.

——. 1997. *Budget* 1997-98. Thiruvananthapuram: Ministry of Finance.

——.. 2020. *Economic Review 2019, Vol.* 1. Thiruvananthapuram: State Planning Board. Available online, http://www.spb.kerala.gov.in/images/pdf/whats_new/ER-2019_ Voll_E.pdf

Grant, James. 1989. *The State of the World's Children.* New York: Oxford University Press. Published for UNICEF.

Gulati, I.S. 1986a. 'Panchayat Raj/Nagar Palika Bill and Its Implications for Local Self-Government and Decentralized Development in Kerala' Paper presented at the National Workshop on Panchayats, Centre for Development Studies, Thiruvananthapuram.

___ . 1986b. 'Decentralized Planning: Loopholes that Remain' *Economic and Political Weekly,* vol. 21, no. 32, pp. 1399-400.

—-.1991. 'Debasement of District Councils in Kerala'. *Economic and Political Weekly,* vol. 26, no. 49, pp. 2793-95.

—. 1994. 'Panchayati Raj and Development' Msgr. Thomas Nedumkallel Memorial Lecture, Nirmala College, Muvattupuzha.

—, and T.M. Thomas Isaac. 1998. *Peoples Campaign for Decentralized Planning: An Experiment in Participatory Development* (mimeo.). Thiruvananthapuram: State Planning Board.

Haridas, M., T.D. Francis, and P.V. Sunny, eds. 1999. *Janakeeyaasoothranavum Kayika Vikasanavum* [People's Planning and Sports Development]. Thiruvananthapuram: State Planning Board.

Harilal, KN. 2013. 'Confronting Bureaucratic Capture: Rethinking Participatory Planning Methodology in Kerala' *Economic and Political Weekly,* vol. 48, no. 36, pp. 52-60.

—, and KK Eswaran. 2016. 'Agrarian Question and Democratic Decentralization in Kerala' *Agrarian South: Journal of Political Economy,* vol. 5, no. 2-3, pp. 292-324.

Harnecker, Marta. 2014. 'Decentralized Participatory Planning Based on Experiences of Brazil, Venezuela and the State of Kerala, India'. Paper presented at the International Scientific Academic Meeting on Methodology and Experiences in Socio-environmental Participatory Processes, Cuenca University, Azuay Province, Ecuador, 13-15 November. Available online, http://ouleft.orglwp-content/uploads/Harnecker-participatory-planning.pdf

—. 2015. *A World* to *Build: New Paths Toward Twenty-First Century Socialism.* New York: Monthly Review Press.

—, and Jose Bartolome. 2019. *Planning from Below: A Decentralized Participatory Planning Proposal.* With the collaboration of Noel Lopez. Translated by Federico Fuentes. New York: Monthly Review Press.

Harris, John, and Olle Tornquist. 2015. 'Comparative Notes on Indian Experience of Social Democracy: Kerala and West Bengal' Simon Fraser University School for International Studies (Vancouver) Paper in Security and Development No. 39. Available online, http://summit.sfu.ca/system/files/iritemsl/14973/ Simons WorkingPaper39. pdf

Heli, R. 1996. 'People's Vegetable Cultivation Programme' [In Malayalam.]

——. In *Approaches* to *Development: Agriculture Sector.* [In Malayalam.] Thiruvananthapuram: Kerala Bhasha Institute.

Heller, Patrick. 1998. *Degrees of Democracy: Some Comparative Lessons from India* (mimeo.). New York: Columbia University.

——. 1999. *The Labor of Development: Workers and the Transformation of Capitalism in Kerala, India.* Ithaca: Cornell University Press.

—. 2000. 'Degrees of Democracy: Some Comparative Lessons from India' *World Politics,* vol. 52, no. 4, pp. 484-519. https://www.jstor.org/ stable/ 25054127

—-.2001. 'Moving the State: The Politics of Democratic Decentralization in Kerala, South Africa, and Porto Alegre' *Politics and Society,* vol. 29, no. 1, pp. 131-63.

—. 2012. 'Participatory Politics and Development: Some Comparative Lessons from Brazil, India and South Africa: *Polity,* vol. 44, no. 4, pp. 643-65. https://www.jstor.-orglstable/41684508

—, KN. Harilal, and Shubham Chaudhuri. 2007. 'Building Local Democracy: Evaluating the Impact of Decentralization in Kerala, India'. *World Development,* vol. 35, no. 4, pp. 626-48.

—-, and T.M. Thomas Isaac. n.d. 'O perfil politico e Institucional da democracia participativa: licoes de Kerala, India' [The Politics and Institutional Design of Participatory Democracy: Lessons from Kerala, India]. Re-Inventing Social Emancipation, a project of the Centro de Estudios Socials, School of Economics, University of Coimbra, Coimbra, Portugal. English and Portuguese text available at https://www.ces.uc.pt/ emancipa/ research/pt/ft/kerala.html

Herring, Ronald. 1983. *Land* to *the Tiller: The Political Economy of Agrarian Reform in South Asia.* New Haven: Yale University Press.

—. 1989. 'Dilemmas of Agrarian Communism: Peasant Differentiation, Sectoral and Village Politics in India: *Third World Quarterly,* vol. 11, no. 1, pp.89-115.

Hochschild, Adam. 2000. 'Poetry in Brick and Mud' *Utne Reader,* vol. 102, pp. 84-88, 118-19. First published as 'The Brick Master of Kerala', in *Mother Jones.* July-August 2000.

Institute of Management in Government. 1993. A *District Plan for Kannur* (mimeo.). Thiruvananthapuram: Institute of Management in Government.

Iqbal. Kazi. and Meherun Ahmed. 2009. 'Disaster and Decentralization'. World Bank Working Paper. World Bank. Washington. DC. June. http:// ssm.com/abstract= 1424782

Jacob. J. 1996. 'Group Action in Land Management: A Case Study of Group Farming of Paddy in Kerala, Unpublished Project Report, Centre for Development Studies. Thiruvananthapuram.

John. J., and M. Jacob. 2016. *Local Governments and the Public Health Delivery System in Kerala: Lessons of Collaborative Government.* n.p.: Cambridge Scholars Publishing.

Janardhanan. K.K. 1999. 'Cherukida Vyavasaya Pathathikalude Mekhala Samyojanavum Thrithala Panchayat Samvidhanavum' [Sectoral

Integration of Small-Scale Industries and the Three-tier Panchayat System]. In Pillai and Ramakanthan. *Cherukida Vyavasaya Vikasanavum Thaddessa Bharana Sthapanangalum.*

Jayadevan, R. 1997. 'Kodikal Kulacha Vaazhakrishi' [The Banana Harvest that Gave Crores]. In *Janakeeyathayude Ponkani* [First Fruits of People's Participation: The Auspicious Beginning]. edited by K. Manoj Puthiavila and T.P. Kunhikkannan, pp. 41-44. Thiruvananthapuram: State Planning Board.

Jayalakshmi. Rajeev, and Chopra Suhita Chatterjee. 2017. 'Home-Based Palliative Services under Two Local Self-government Institutions of Kerala, India: An Assessment of Compliance with Policy and Guidelines to Local Self- government Institutions'. *Indian Journal of Palliative Care.* vol. 23. no. 1. pp. 65-70.

Jayasimhan, R. 1997. 'Jeevithathilekku Kanthurakkumpol: When Eyes Open to Life: In *Janakeeyathayude Ponkani* [First Fruits of People's Participation: The Auspicious Beginning]. edited by K. Manoj Puthiavila and T.P. Kunhikkannan, pp. 140-43. Thiruvananthapuram: State, Planning Board.

Jeffrey, Robin. 1976. The *Decline of Nayar Dominance: Society and Politics* in *Travancore, 1847-1908.* New York: Holmes and Meier Publishers, Inc.

___ . 1978. Travancore: Status. Class and the Growth of Radical Politics, 1860-1940- The Temple Entry Movement: In *People, Princes and Paramount Power: Society and Politics in the Indian Princely States,* edited by Robin Jeffrey, pp. 136-69. New Delhi: Oxford University Press.

___ . 1992. *Politics, Women and Well-Being: How Kerala Became a Model'.* Palgrave Macmillan. Reprint, Oxford India Paperbacks, 2005.

—.1993. 'Indian Language Newspapers and Why They Grow. *Economic and Political Weekly,* vol. 28, no. 38, pp. 2004-11.

—. 2000. 'Creating New Civic Culture'. *Economic and Political Weekly,* vol. 34, no. 49, pp. 3423-24.

John, M.S. 2000. 'Empowerment of Women Panchayat Members: Learning from Kerala (India): *Asian Journal of Womens Studies,* vol. 6, no. 4, pp. 66-86.

Jose, Sunny. 1991. 'Group Farming in Kerala: An Illustrative Study: MPhil/thesis, Jawaharlal Nehru University. Thiruvananthapuram: Centre for Development Studies.

Joshi, G. V. 1995. 'Grama Sabha in Karnataka: A Non-Starter'. Special Issue, *Kurukshetra,* vol. 43, no. 7, pp. 113-16.

Jutkowitz, Joel, Russell Stout, and Hal Lippman. 1997. 'Democratic Local Governance in The Philippines'. USAID Impact Evaluation Report No. 1.

Jutting, Johannes, Celine Kauffmann, Ida McDonnell, Holger Osterrieder, Nicolas Pinaud and Lucia Wegner. 2004. *Decentralisation and Poverty in Developing Countries: Exploring the Impact.* Working Paper No. 236, OECD Research Programme on Social Institutions and Dialogue.

Jyothi, S. 1997. 'Paristhithiyude Puthiya Kavalkaar' [New Guards of the Environment]. In *Janakeeyathayude Ponkani* [First Fruits of People's Participation: The Auspicious Beginning], vol. 2, edited by K. Manoj

Puthiavila and T.P. Kunhikkannan, pp. 19-20. Thiruvananthapuram: State Planning Board.

Kabir, M., and T.N. Krishnan. 1991. 'Social Intermediation and Health Transition: Lessons from Kerala' Working Paper No. 251, Centre for Development Studies, Thiruvananthapuram.

Kadiyala, Suneetha. 2004. 'Scaling Up Kudumbashree-Collective Action for Poverty Alleviation and Women's Empowerment'. Discussion Paper No. 180, International Food Policy Research Institute, Washington, DC. *https://*ageconsearch.urnn.edu/record/60400/

Kallyana, Y. Krishnan, and C.P. John, eds. 2000. *Jala Vibhava Aasoothranavum Thadayanakalum* [Water Resource Planning and Check Dams]. Thiruvananthapuram: State Planning Board.

Kamalam, Baby. 1997. 'Pratheekshayude Njattu Pattu' [The Ballad of Optimism]. In *Janakeeyathayude Ponkani* [First Fruits of People's Participation: The Auspicious Beginning], edited by K. Manoj Puthiavila and T.P. Kunhikkannan, pp. 45-49. Thiruvananthapuram: State Planning Board.

Kanjikuzhy Panchayat. 1996. *Vikasana Rekha* [Development Report]. Kanjikuzhy: Kanjikuzhy Panchayat.

Kannan, K.P. 1995. 'Public Intervention and Poverty Alleviation: A Study of the Declining Incidence of Rural Poverty in Kerala' *Development and Change,* vol. 26, no. 4, pp. 708-28. http://doi.org/10.1111/j.1467-7660.1995.tb00571.x

—. 1989. 'Agricultural Stagnation and Irrigation in Kerala' *Economic and political Weekly,* vol. 24, no. 19, pp. 1067-68.

___, and K Pushpangadan. 1988. 'Agricultural Stagnation in Kerala: An Exploratory Analysis'. *Economic and Political Weekly,* vol. 23, no. 39, pp. A120-A128.

__ , K.R. Thankappan, V. Ramankutty, and KP. Aravindan. 1991. *Health and Development in Rural Kerala: A Study of the Linkages Between Socio-Economic Status and Health Status.* Palakkad: IRTC and KSSP.

___ , and T.T. Sreekumar. 1998. 'Rural Labour Movements and Organisation in India-A Case Study of Fish Workers' Struggle in Kerala'. *Labour and Development,* vol. 3, no. 1-2 (July 1997-July 1998), pp. 24-63.

___ , and G. Raveendran. 2017. *Poverty, Women and Capability: A Study of the Impact of Kerala's Kudumbashree System on its Members and their Families.* Thiruvananthapuram: Laurie Baker Centre for Habitat Studies.

Karat, Prakash. 1973a. 'Agrarian Relations in Malabar. Part 1. 1925 to 1948'. *Social Scientist,* vol. 2, no. 2, pp. 24-37. http://www.jstor.com/stable/3516437

___ . 1973b. 'Agrarian Relations in Malabar. Part 2. Differentiation Amongst the Peasantry'. *Social Scientist,* vol. 2, no. 3, pp. 30-43. http://www.jstor.com/stable/3516132

Kerala Agricultural University. 1999. *Koithulsavam 1999-Karmasamithi Pariseelana Margarekha* [Harvest Festival 1999-Guidelines for the Training of Task Forces]. Prepared by District Panchayat, Palakkad, Agricultural Department, CED, Thiruvananthapuram, Extension Training Centre, KAU, Mannuthy, Thrissur.

Kerala Infrastructure Investment Fund Board (KIIBF). 2020. *Fidelity Certificate*

Annual Report and Annual Accounts for the Financial year 2018-19. Thiruvananthapuram: Government of Kerala.

Kerala Sastra Sahitya Parishad (KSSP). 1991. *Lead Kindly Light: Operation Literacy Eradication.* Kozhikode: KSSP.

Kerala State Planning Board. 2015. *Report of the Task Force on Poverty Elimination.* Thiruvananthapuram: Government of Kerala.

Kerala Statistical Institute. 1990. *A District Plan for Kottayam* (mimeo.). Thiruvananthapuram: Kerala Statistical Institute.

Kohli, A. 1983. 'Parliamentary Communism and Agrarian Reform: Evidence from India's West Bengal: *Asian Survey,* vol. 23, no. 7, pp. 783-809.

Klugman, Jeni, 1994. 'Decentralisation: A Survey of Literature from a Human Development Perspective'. Occasional Paper No. 13, United Nations Development Programme, New York.

Kolehmainen-Aitken, Riitta-Liisa. 1999. 'Human Resources Development under Decentralization. In *Myths and Realities about the Decentralization of Health Systems,* edited by Riitta-Liisa Kolehmainen-Aitken, pp. 39-64. Boston: Management Sciences for Health.

Krishnakumar, KK 1977. 'Science for Social Change: The Kerala Sastra Sahitya Parishad' *Social Scientist,* vol. 6, no. 2, pp. 64-68. https://www.jstor.org/stable/3516685

Krishnakumar, R. 2001. 'The Farming Crisis-A Roundup from States-Kerala'. *Frontline,* vol. 18, no. 2, pp. 15-16.

Krishnan, T.N. 1991. 'Wages, Employment and Output in Interrelated Labour Markets in an Agrarian Economy: A Study of Kerala'. *Economic and Political Weekly,* vol. 26, no. 26, pp. A82-A96.

Kudumbashree 2018. *Progress Report, September 2016-2018.* Thiruvananthapuram: Kudumbashree-National Resource Organization.

Kumar, Suresh D. 1997. 'Punalinte Oorazhrnayum Pullimuttum' [Controlling Waterflow with Pullimuttus]. In *Janakeeyathayude Ponkani* [First Fruits of People's Participation: The Auspicious Beginning], edited by K Manoj Puthiavila and T.P. Kunhikkannan, pp. 100-3. Thiruvananthapuram: State Planning Board.

Kumaran, O. 2000. 'Janapankalitham Thrangali Thadayana Nirmanatil' [People's Participation in the Building ofThrangali Check Dam]. In Kallyana and John, *Jala Vibhava Aasoothranavum Thadayanakalum,* pp. 62-70.

Kunjikrishnan Nair. 1997. 'Sastram Valarthunna Mrigangal' [Animals Nurtured by Science]. In *Janakeeyathayude Ponkani* [First Fruits of People's Participation: The Auspicious Beginning], edited by K Manoj Puthiavila and T.P. Kunhikkannan, pp. 66-71. Thiruvananthapuram: State Planning Board.

Kunjikannan, T.P. 1999: 'Kudivella Padhathi Nadathipile Janakeeya Pankalitham' [People's Participation in Implementing a Drinking Water Scheme]. In *Cherukida Kudivella Padhathi-Anubhava Padangal* [Small-Scale Drinking Water Scheme-Lessons from Experiences at Olavanna Grama Panchayat]. Thiruvananthapuram: State Planning Board.

Kurien, John. 1992. 'Ruining the Commons and Responses of the Commoners: Coastal Overfishing and Fishworkers: Actions in Kerala State, India'. In *Grassroots Environmental Action: People's Participation in*

Sustainable Development, edited by Dharam Ghai and Jessica M. Vivian, pp. 221-58. New York: Routledge.
-—. 1995. 'Collective Action for Common Property Resource Rejuvenation: The Case of People's Artificial Reefs in Kerala State, India'. *Human Organization,* voL 54, no. 2, pp. 160-68.
Kutty, George. 2000. 'Nirththataadhishtita Vikasana Rangattu: Passinte Sambhaavanakal' [Contributions by PASS in Watershed Management). In *Pradesikasoothranam oru Vihagaveekshanam* [Local Planning: A Bird's Eye View), bk. 8, edited by E. Sivaramakrishnan, KM. Thomas, 1. Sukurnaran Nair and P. Krishnan, pp. 214-19. Thiruvananthapuram: International Conference on Democratic Decentralization, State Planning Board.
Lalander Rickard O. 2006. 'Has Venezuelan Decentralization Survived Chavismo?'. *Stockholm Review of Latin American Studies,* no. 1, pp. 29-41. http://www.lai.su.se/polopolyjs/l.13515 7 .1368786415!/menu/standard/file/SRoLAS_No 1_2006.pdf#page=30
Lebowitz, Michael. 2006. *Build It Now: Socialism for the Twenty-First Century-A Fresh, Clear and Innovative Vision of a Socialist Future.* New York: Monthly Review Press.
Lekha, S. 1997. 'Selected Issues in Local-Level Fiscal Decentralization: A Comparative Study of International and Indian Experience'. MPhil thesis, Jawaharlal Nehru University. Thiruvananthapuram: Centre for Development Studies.
Lenin, K.M. 1999. 'Kaipparambinte Anubhavapadam' [The Lessons from the Experience of Kaipparamba. In Haridas et al., *Janakeeyaasoothranavum Kayika Vikasanavum.*
Lieten, G.K. 1982. The *First Communist Ministry in Kerala,* 1957-59. Calcutta: K.P. Bagchi.
___ . 1988. 'Panchayat Leaders in a West Bengal District: *Economic and Political Weekly,* vol. 23, no. 40, pp. 2069-73. https://www.jstor.orglstable/4379121
___ . 1996. *Development, Devolution, and Democracy: Village Discourse in West Bengal.* Indo-Dutch Series on Development Alternatives-18. New Delhi, London: Sage Publications.
Lippman, Hal, and Patrick Pranke. 1998. 'Democratic Local Governance in Honduras: USAID Impact Evaluation Report No.3.
MacEwan, Arthur. 1999. *Neo-liberalism or Democracy?: Economic Strategy, Markets, and Alternatives for the 21st Century.* London: Zed Books.
McMichael, Philip. 2000. *Development and Social Change: A Global Perspective.* 2nd ed. Thousand Oaks, Calif.: Pine Forge Press.
Malaviya, H.D. 1956. *Village Panchayats in India.* New Delhi: Economic and Political Research Committee.
Mander, Harsh. 1999. *Towards Direct Democracy:* The *Legal Empowerment of Grama Sabhas.* Mussoorie: National Society for Promotion of Development Administration, Research and Training.
Mannathukkaren, Nissim. 2010. 'The "Poverty" of Political Society: Partha Chatterjee and the People's Plan Campaign in Kerala, India' *Third World Quarterly,* vol. 31, no. 2, pp. 295-314. https://doi. orgl10.1080/01436591003712007

Mansuri, Ghazala, and Vijayendra Rao. 2013. *Localizing Development: Does Participation Work?* The World Bank, Policy Research Report.

Marschak, Thomas. 1959. 'Centralization and Decentralization in Economic Organization'. *Econometrica,* vol. 27, no. 3, pp. 399-430.

Mathew, Deepthi Mary, and D. Dhanuraj. 2017. *Defending Decentralisation in Kerala: Probing the Autonomy of Kerala's Urban Local Bodies.* Kochi: Centre for Public Policy Research.

Mathew, George, ed. 1986. *Panchayati Raj in Karnataka Today: Its National Dimension.* New Delhi: Concept Publishing House.

—. 1994a. *Panchayati Raj: From Legislation to Movement.* New Delhi: Concept Publishing Company.

—, ed. 1994b. *Status of Panchayati Raj and the State of India.* New Delhi: Institute of Social Science.

—. 2001. 'Panchayat Elections: Dismal Record'. *Economic and Political Weekly,* vol. 36, no. 3, pp. 183-84.

—.2016. 'Power to the People and Its Enemies: *Sociological Bulletin,* vol. 65, no. 3, pp. 303-16.

Mathew, Joseph. 1986. *Ideology, Protest and Social Mobility: Case Study of Mahars and Pulayas.* New Delhi: lnter-India Publications.

Mayer, Peter. 2001. 'Human Development and Civic Community in India:
Making Democracy Perform'. *Economic and Political Weekly,* vol. 36, no. 8, pp.684-92.

Mehta, Ashok. 1978. *Report of the Committee on Panchayati Raj Institutions, Ministry of Agriculture and Irrigation.* New Delhi: Government of India.

Mehta, Balwantrai. 1959. *Report of the Team for the Study of Community Projects and National Extension Services.* Vol. 1. New Delhi: Planning Commission.

Mencher, Joan P. 1980. 'The Lessons and Non-Lessons of Kerala: Agricultural Labourers and Poverty: *Economic and Political Weekly,* vol. 15, no. 41-43, pp. 1781-802. http://www.jstor.com/stable/ 4369161

—. 1982. Agricultural Labourers and Poverty: *Economic and Political Weekly,* vol. 17, no. 1-2, pp. 38-39, 41-44. https://www.jstor.org/stable/4370553

—. 1982a. 'On being an Untouchable in India: a Materialist Perspective: In *Beyond the Myths of Culture,.edited* by Eric Ross, pp. 261-94. New York: Academic Press.

Meszaros, Istvan. 1995. *Beyond Capital: Toward a* Theory *of Transition.* New York: Monthly Review Press.

Mohindra, K.S., Slim Haddad, and D. Narayana. 2006. 'Women's Health in a Rural Community in Kerala, India: Do Caste and Socioeconomic Position Matter?'. *Journal of Epidemiology and Community Health,* vol. 60, no. 12, pp. 1020-26.

—.2008. 'Can Microcredit Help Improve the Health of Poor Women?: Some Findings from a Cross-Sectional Study in Kerala, India: *International Journal for Equity in Health,* vol. 7, no. 2. http://www.equityhealthj.com/content/7/1/2

Moideen, P.T. 1997. Aaroogyakendram Athaniyakkam' [Making the Health Centre the Cornerstone]. In *Janakeeyathayude Ponkani* [First Fruits of People's

Participation: The Auspicious Beginning]. edited by K. Manoj Puthiavila and T.P. Kunhikkannan, pp. 134-36. Thiruvananthapuram: State Planning Board.

Moideen Kutty Haji. 1997. Jalaparvurn' [Water Canto]. In *Janakeeyathayude Ponkani* [First Fruits of People's Participation: The Auspicious Beginning]. edited by K. Manoj Puthiavila and T.P. Kunhikkannan, pp. 97-99. Thiruvananthapuram: State Planning Board.

Mukharji, Nirmal. 1986. 'The Karnataka Model of District Government: In George Mathew, *Panthayati Raj in Karnataka Today,* pp. 67-75.

Mukarji, Nirmal, and D. Bandopadhyay. 1993. *New Horizons for West Bengal's Panchayats* (mimeo.). Calcutta: Government of West Bengal.

Mukundan, M.V 2003. 'Democratic Decentralization and Primary Education: A Comparison of Continuity and Change in Two Districts of Kerala (India)'. *Asia Pacific Education Review,* vol. 4, no. I, pp. 27-38.

Mukundan, Mullikottu- Veettil, and Mark Bray. 2004. 'The Decentralisation of Education in Kerala State, India: Rhetoric and Reality'. *International Review of Education,* vol, 50, no. 3/4, pp. 223-43. http://www.jstor.org/stable/4151597

Musgrave, R.A. 1959. *The Theory of Public Finance.* New York: McGraw Hill. NABARD and State UPA Cell. 1997. *Kudumbashree=Poverty Eradication Mission: A Participatory Women Based Programme to Eradicate Poverty in Kerala by 2007.* Thiruvananthapuram: Government of Kerala.

Nair, D. Ramanujan. 1974. *The Library Movement in Kerala: The Need for Reform and Legislation.* Thiruvananthapuram: Writers' Club.

Nair, N.D. Gopinathan. 2000. *People's Planning: The Kerala Experience.* Thiruvananthapuram: Kerala Research Programme on Local Level Development, Centre for Development Studies.

Nair, Tamara. 2016. 'Deepening Divides: Decentralized Development and the "Tyranny" of Participation: *Journal of International Development,* vol. 28, no. 8, pp. 323-36. https://doi.org/l0.1002/jid.3233

Nair, Thara S. 1998. 'Growth and Structure of Indian Press: 1960-90'. PhD thesis, Iawaharlal Nehru University. Thiruvananthapuram: Centre for Development Studies.

Nalapat, M.D. 1976. 'Kerala-One Lakh Houses Scheme'. *Economic and Political Weekly,* vol. II, no. 17, pp. 588-90. https://www.jstor.org/stable/4364545

Namboodiripad, E.M.S. 1978. 'Note on Report of the Committee on Panchayat Raj Institutions'. In *Report of the Committee on Panchayat Ra] Institutions.* New Delhi: Government of India.

——. 1989a. 'Panchayati Raj Bill and Decentralization: [In Malayalam.] Paper presented at Association of Panchayat Presidents. Thiruvananthapuram: Chintha Publishers.

——. 1989b. *Politics of Development.* [In Malayalam.] Thiruvananthapuram: Deshabhimani Book House.

——. 1991. 'For Full Powers and Responsibilities: [In Malayalam.] *Deshabhimani,* 1 March.

——.1992a. 'Politics and Keralas Economic Planning: Mathai Manjooran Memorial

Lecture in *Development Problems of Kerala,* [In Malayalam.] Thiruvananthapuram: Chintha Publishers.

——-. 1992b. 'Summing up the Debate: In *Development Problems of Kerala.* [In Malayalam.] Thiruvananthapuram: Chintha Publishers.

——-. 1992c. 'Political Kerala After the District Council Elections V: [In Malayalam.] *Deshabhimani,* 17 February.

——-. 1994a. 'Power to the People'. *Frontline,* 6 May, pp. 42-45.

——-. 1994b. 'Presidential Address, International Congress on Kerala Studies: Thiruvananthapuram: A.K.G. Centre for Research and Studies.

—-. 1997. 'Struggle to Change Central Law: [In Malayalam.] *Deshabhimani,* 12 October.

Narayan, Jayaprakash. 1961. *Swaraj for the People.* Varanasi: Akhil Baharat Sarva Seva Sangh.

Narayan, M.G.S. 1997. 'The Concept of Decentralization: Expectations, Limitations and Possibilities: In N.P. Chekkurrv, The *People's Plan,* pp. 13-29.

Narayana, D., and K.K. Hari Kurup, 2000. 'Decentralization of the Health Care Sector in Kerala: Some Issues: Working Paper No. 298, Centre for Development Studies, Thiruvananthapuram. https://opendocs.ids.ac.lIk/opendocs/handle/20.500.12413/300 1

National Sample Survey Office. 2015. *Key Indicators of Social Consumption in India: Health. NSS* 71" *Round (January-june 2014).* Ministry of Statistics and Programme Implementation, Government of India.

National Statistical Office. 2019. *Key indicators of Social Consumption, in India: Health. NSS 75'" Round (July 2017-June 2018).* Government of India, Ministry of Statistics and Programme Implementation.

Nazeer Sab, Abdul. 1986. 'Towards a Four Pillar State: In George Mathew, *Panchayati Raj in Karnataka Today,* pp. 49-66.

Nirmala, V.U. 2010. 'Political Left and New Social Movements in Civil society: A Study of CPI (M) and Shastra Sahitya Parishad in Kerala' The *Indian Journal of Political Science,* vol. 71, no. 1, pp. 241-62. https://\o\'Ww.jstor.org/ stable/ 427 48385

NITI Aayog. 2019. The *Success of Our Schools: School Education Quality Index.* New Delhi: Government of India.

—. 2020. 'Infant Mortality Rate: NITI Aayog website, http://niti.gov.in/ content/ infant -mortality-rate- imr-1000-live-births

Northrup, Robert S. 1999. 'Decentralization in Indonesia: An Evolutionary Process: In *Myths and Realities about the Decentralization of Health Systems,* edited by Riitta-Liisa Kolehmainen-Aitken, pp. 157-69. Boston: Management Sciences for Health.

Nujum, Zinia T., T.V Anilkumar, K. Vijayakumar, T.S. Anish, and Hisham Moosan. 2012. 'A Framework for Healthcare Provision to Children with Intellectual Disability'. *Disability, CBR and Inclusive Development,* vol. 23, no. 4, pp. 54-66.

Oates, E.W. 1972. *Fiscal Federalism.* New York: Harcourt Brace Jovanovich.

——. Olavanna Grama Panchayat. 1996. *Vikasana Rekha* [Development Report]. Kozhikode: Olavanna Grama Panchayat.

Oommen, M.A. 1975. A *Study on Land Reforms in Kerala.* New Delhi: Oxford and IBH Publishing Company. https:llwww.cabdirect.org/cabdirect/abstract/19776716549

—. 2008a. 'Reforms and the Kerala Model'. *Economic and Political Weekly,* vol. 43, no. 2, pp. 22-25. https://www.jstor. orglstable/40276897

—. 2008b. 'Micro Finance and Poverty Alleviation: The Case of Kerala's Kudumbashree' Working Paper No. 17, Centre for Socio-economic & Environmental Studies (CSES), Kochi.

—, et al. 2009. *Report of the Committee for Evaluation of Decentralised Planning and Development.* Thiruvananthapurarn: Government of Kerala.

—.2014. 'Deepening Democracy and Local Governance: Challenges before Kerala' *Economic and Political Weekly,* vol. 49, no. 25, pp. 42-46. *https://www.* jstor.orgl stable/244 79678

Panagariya, Aravind, and Megha Mukim. 2014. A Comprehensive Analysis of Poverty in India. *Asian Development Review,* vol. 31, no. 1, pp. 1-52. https://www.mitpressjournals.org/doi/full/l0.1162/ADEV_a_00021

Panikar, P.G.K., and C.R. Soman. 1984. *Health Status of Kerala: The Paradox of Economic Backwardness and Health Development.* Thiruvananthapuram: Centre for Development Studies.

Panjal Grama Panchayat. 1996. *Panchayat Vikasana Rehka* [Panchayat Development Report). Thrissur: People's Campaign.

Parvathy, K.M. 1997. 'Vatham Mariya Kurunthotti' [Regeneration of Ayurvedic Treatment]. In *Janakeeyathayude Ponkani* [First Fruits of People's Participation: The Auspicious Beginning], edited by K. Manoj Puthiavila and T.P. Kunhikkannan, pp. 148-50. Thiruvananthapuram: State Planning Board.

Patel, VT., and A.T. Kittur. 1990. 'Grassroots Democracy: Analysis of Gram Sabhas' *Political Science Review,* Department of Political Science, University of Rajasthan, Jaipur,

Pathiyoor, Gopinathan, R. Gopalakrishnan, M.P. Parameswaran, N. Narayanan, and Babu Ampat. 1990. *Group Approach for Locally Adapted and Sustainable Agriculture (GALASA): A Blueprint for Decentralized Agricultural Development.* Palakkad: IRTC, KSSP.

Patnaik, Prabhat. 2004. 'A Theoretical Note on Kerala-Style Decentralized Planning: *Macroscan: An Alternative Economics Webcentre,* 14 April. https:// www.macroscan. org/fet/apr04/fetI40404 Theoretical_Note_l.htm

Peringome-Vayakkara Panchayat. 1996. *Vikasana Rekha* [Development Report]. Peringome- Vayakkara.

Pillai, A.R.V, N. Jayaprakash, and Ajith Bhaskaran. 2000. 'Beneficiary Committees: An Experiment under People's Planning: Paper presented at the International Conference on Democratic Decentralization, State Planning Board, Thiruvananthapuram.

Pillai, Madhusoodhanan P., and N. Ramakanthan, eds. 1999. *Cherukida Vyavasaya Vikasanavum Thaddessa Bharana Sthapanangalum* [Development of Small-Scale Industries and Local Self-Government Institutions]. Thiruvananthapuram: State Planning Board.

Pillai, Mohanan P. 1992. 'Constraints of the Diffusion of Innovations in Kerala: A Case Study of Smokeless Chulhas' Working Paper No. 248, Centre for

Development Studies, Thiruvananthapuram.

—, and N. Shanta. 1997. *Industrialization in Kerala: Status of Current Research and Future Issues.* Thiruvananthapuram: Centre for Development Studies.

Planning Commission, Government of India. 1969. *Guidelines for the Formulation of District Plans.* New Delhi: Planning Commission.

Pinstrup-Anderson, Per. 1993. 'Economic Crises and Policy Reforms during the 1980s and Their Impact on the Poor'. In *Macroeconomic Environment and Health: With Case Studies for Countries in Greatest Need.* Geneva: World Health Organization.

Prasad, M.K. 1999a. *Janakeeya Jaiva Vaividhya Register* [Participatory Bio-Diversity Register]. Ernakulam, Ernakulam District Panchayat.

—. 1999b. 'Arupanku-Cherukali Kayal Thodu' [The Arupanku-Cherukali Canal]. In *Gunabokthrusamithikalude Anubhava Padangal* [Lessons from the Experience of Beneficiary Committees], Vol. I, edited by E. Sivaramakrishnan, N.K. Prakashan, Ajith Bhaskaran, and A.R. Velayudhan Pillai, pp. 12-15. Thiruvananthapuram: State Planning Board.

—. 1999c. *Samagra Krishi Vikasanavum Keedaniyanthranavum* [Integrated Agricultural Development and Pest Control]. Thiruvananthapuram: State Planning Board.

Prud'homme, Remy. 1994. 'On the Dangers of Decentralization: World Bank Policy Research Working Paper.

Pushpangadan, K., and G. Murugan. 1995. 'Cost Efficiency of Water Supply in Kerala *Productivity,* vol. 36, no. 2, pp. 228-35.

Putnam, Robert D. 1993. *Making Democracy Work: Civic Traditions in Modern Italy.* Princeton NJ: Princeton University Press.

Rahiyanath, c., and K. Gangadharan. 2017. 'Fiscal Decentralization and Health Infrastructure Development in Kerala' *International Research Journal of Management Sociology & Humanity,* vol. 8, no. 3, pp. 155-72.

Raj, K.N. 1984. 'Some Thoughts on Decentralisation of Development Planning and Implications'. Keynote Paper presented at Seminar on Decentralized Planning and Implementation, Institute of Social and Economic Change, Bangalore, 29 November to 1 December.

___ . 1992. 'Decentralized Development and Local Government in Kerala' Sri Damodara Menon Memorial Lecture delivered under the auspices of the Gandhi Peace Foundation, Kozhikode.

___ . 1993. 'Some Notes on Possibilities of Decentralized Development in Kerala'. Paper presented at the Seminar on Panchayati Raj/Nagar Palika Bills and its Implications for Local Self-Government and Decentralized Development in Kerala, Centre for Development Studies National Workshop on Panchayats, Thiruvananthapuram.

___ . 1994. 'Decentralized Development and Local Government in Kerala' Paper presented at the Seminar on Panchayati Raj/Nagar Palika Bill and its Implications for Local Self-Government in Decentralized Development in Kerala, 2-3 October.

___ , and Michael Tharakan. 1983. 'Agrarian Reform in Kerala and its Agrarian

Impact on Rural Economy: A Preliminary Assessment' In A.K. Ghose, *Agrarian Reforms in Contemporary Developing Countries.* Ramachandran, V. 1988. *Report on the Measures* to *be Taken for Democratic Decentralization at the District Levels VI.* Thiruvananthapuram: Government of Kerala.

___. 1994. 'Kerala' In George Mathew, *Status of Panchayath Raj and the State of India.*

Ramachandran, V.K. 1997. 'On Kerala's Development Achievements'. In *Indian Development: Selected Regional Perspectives,* edited by Jean Dreze and Amartya Sen, pp. 205-356. New Delhi: Oxford University Press.

Ramakanthan, N. 2007. *Modules for Training of Local Government Functionaries.* Mulamgunnathukavu, Thrissur: Kerala Institute of Local Administration (KILA).

___. 2009. 'Democratic Decentralization and Empowerment of Local Government Associations in Kerala' *Commonwealth Journal of Local Governance,* no. 2, pp. 128-36. http://epress.lib.uts.edu.au/ojs/index.php/cjlg

—, M.K. Prasad, C.R. Neelakantan Narnboodiri, and M.M. Abbas. *1999. Mazhavella Neerthada Padhathi* [Rainwater Watershed Project]. Thiruvananthapuram: State Planning Board.

Ramakrishnan, C. 1999. *Pre-School Vidyabhyasam-Anubhavangalum Sadthyatakalum* [Pre-School Education-Experiences and Prospects]. Thiruvananthapuram: State Planning Board.

Ramalingam, R., and I.S. Gulati. 1993. 'Recent Experience in Plan Decentralization in Kerala'. Paper presented at the Seminar on Panchayati Raj/Nagar Palika Bills and its Implications for Local Self-Government and Decentralized Development in Kerala, Centre for Development Studies National Workshop on Panchayats, Thiruvananthapuram.

Ramankutty, V. 1999. 'Keralathinte Aarogya Vikasanam' [Development of Health in Kerala]. Paper presented at the seminar on Keralam Irupathonnam Noottandil-Anveshana Padanam [Kerala in the Twenty-First Century: An Investigative Study], COSTFORD, Thrissur, 15-16 August.

—. 2000. 'Historical Analysis of the Development of Health Care Facilities in Kerala State, India' *Health Policy and Planning,* vol. 15, no. 1, pp. 103-9.

Rangarajan. 2014. *Report the Expert Group* to *Review the Methodology for Measurement of Poverty.* New Delhi: Government of India Planning Commission.

Rao, Govinda. 2001. *Fiscal Decentralization in Indian Federalism.* Working Paper No. 98, Institute of Social and Economic Change, Bangalore.

Rao, C.H. Hanumantha. 1984. *Report of the Working Group on District Planning.* New Delhi: Planning Commission.

—. 2000. 'Watershed Development in India: Recent Experience and Emerging Issues' *Economic and Political Weekly,* vol. 35, no. 45, pp. 3943-47.

Rao, G.V.K. 1985. *Report of Committee to Revise the Existing Administrative Arrangements for Rural Development and Poverty Alleviation Programmes.* New Delhi: Department of Rural Development, Ministry of Agriculture.

Raphael, Ios C. 1990. *Decentralized Planning in Karnataka* (mimeo.). Pune: Centre for Development Studies and Activities.

Rashid, P. Humam, B. Sivadasan Pillai, and R. Ajith Kumar. 1999. *Janakeeyasoothranavum Granthasala Prasthanavum-Anubhavapadangal* [People's Planning and Library Movement-Lessons from Experiences]. Thiruvananthapuram: State Planning Board.

Resy George. 1994. 'An Action Plan for Participatory Micro Hydel Generation in Kerala' Paper presented at the International Congress on Kerala Studies, A.K.G. Centre for Research and Studies, Thiruvananthapuram.

—-. 1996. 'Assessment of Small Hydel Potential in a Micro-Watershed in Bharathapuzha Basin' Paper presented at the 8th Kerala Science Congress.

—. 1997. 'Small Hydro-power-A Technology Insight: Paper presented at the 9th Kerala Science Congress, January.

—-, and A.S.K. Nair. 1999. *Thiruvananthapuram Jilla Samagra Kudivella Pathadi* [Thiruvananthapuram District Total Integrated Drinking Water Project]. Thiruvananthapuram: State Planning Board.

Rondinelli, Dennis A. 1990. 'Decentralization, Territorial Power and the State: A Critical Response'. *Development and Change,* vol. 21, no. 3, pp. 491-500.

—-, John R. Nellis, and G. Shabbir Cheema. 1984. 'Decentralization in Developing Countries: A Review of Recent Experience: World Bank Staff Working Paper No. 581.

Sadanandan, R. 2001. 'Government Health Services in Kerala: Who Benefits?'. *Economic and Political Weekly,* vol. 36, no. 32, pp. 3071-77. http://www.jstor. *com/stable/4410976*

Sallnow, Libby, Suresh Kumar, and Mathews Numpeli. 2010. 'Home-based Palliative Care in Kerala, India: The Neighborhood Network in Palliative Care'. *Progress in Palliative Care,* vol. 18, no. 1, pp. 14-17. https://www. tandfonline.com/doi/absll *0.1179/096992610X12624290276142*

Samoff, Joel. 1990. 'Decentralization: The Politics of Interventionism'. *Development and Change,* vol. 21, no. 3, pp. 513-30.

Santhakumar, V. 1998. 'Inefficiency and Institutional Issues in the Provision of Merit Goods: A Case Study of Public Water Supply in Rural Kerala' Working Paper No. 285, Centre for Development Studies, Thiruvananthapuram.

—-, R. Rajagopalan, and S. Ambirajan. 1995. 'Planning Kerala's Irrigation Projects: Technological Prejudice and Politics of Hope'. *Economic and Political Weekly,* vol. 39, no. 12, pp. A30-A38.

—-, and K.N. Nair. 1999. *Kerala's Agriculture by the End of the Twentieth Century: An Interpretation.* Thiruvananthapuram: Centre for Development Studies.

Santos, Boaventura de Sousa. 1998. 'Participatory Budgeting in Porto Alegre: Toward a Redistributive Democracy: *Politics and Society,* vol. 26, no. 4, pp. 461-510. https://estudogeral.uc. ptlbitstream/10316/l0839/11 Participatory%20Budgeting% 20in%20Porto%20Alegre.pdf

Saradamoni, K. 1980. *Emergence of a Slave Caste: Pulayas of Kerala.* New Delhi: People's Publishing House.

Sarasamma, C. 1997. 'Kurunnukalkkoru Kalichiri Veedu' [For Kids a House of Fun]. In *Janakeeyathayude Ponkani* [First Fruits of People's Participation: The Auspicious Beginning], edited by K. Manoj Puthiavila and T.P. Kunhikkannan, pp. 191-94. Thiruvananthapuram: State Planning Board.

Scaria, Suma. 2017. 'Caste and Gender in Relation to Health Inequality: A Village Study from Kerala' *South Asia Research,* vol. 37, no. 1, pp. 1-18.

Schafft, Kai A., and David L. Brown. 2000. 'Social Capital and Grassroots Development: The Case of Roma Self-Governance in Hungary: *Social Problems,* vol. 47, no. 2, pp. 201-19. http://www.jstor.com/stable/3097198

Seema, T.N. 1999. *A Study on the Working of Anganawadi Centres in Selected Panchayats: An Experimental Development of Model Anganawadi with People's Participation at Local Level.* Thiruvananthapuram: State Planning Board.

—-, and Vanitha Mukherjee. 2000. 'Gender Governance and Citizenship in Decentralized Planning: The Experience of the People's Campaign in Kerala' Paper presented at the International Conference on Democratic Decentralization, State Planning Board, Thiruvananthapuram, 23-27 May.

Sen, Amartya. 1999. *Development as Freedom.* New York: Alfred A. Knopf.

Sen, Jai, 1987. 'Housing Struggle of the Labouring Poor and Urban Planning: Rabindranagar, Calcutta Paper presented at the Convention of ISOCARP (International Society of Area and Regional Planners), New Delhi. Published in the Report of the Convention.

Serra, Renata. 2001. 'Social Capital: Meaningful and Measurable at the State Level?' *Economic and Political Weekly,* vol. 36, no. 8, pp. 693-704.

Shah, Anwar, and Sana Shah. 2006. 'The New Vision of Local Governance and the Evolving Role of Local Governments'. In *Local Governance* in *Developing Countries,* edited by Anwar Shah. Public Sector Governance and Accountability Series. Washington, DC: The World Bank.

—-, ed. 2007. *Participatory Budgeting.* Public Sector Governance and Accountability Series. Washington, DC: The World Bank.

Shaheena, P. 1998. *Participatory Local Initiative in Agricultural Production: A Case of Vegetable Cultivation in Kanjikuzhy.* Thrissur: Kerala Agricultural University.

-—. '1999. 'A Comparison of the Recommendations of the State Finance Commission Reports: Unpublished manuscript. Centre for Development Studies, Thiruvananthapuram.

—. 2020. 'The Financial Devolution to Local Governments-Kerala'. Unpublished Background Paper prepared for the 6th State Finance Commission, Thiruvananthapuram.

Shalini, Reena Anilkumar, and K.K. Anilkumar. 2000. 'Samyojita Jaivaritiyil Kotuku Niyantranarn' [Integrated Biological Mosquito Control]. In *Gunamenmayude Putiya Vitaanangal* [A New Era in Public Services], bk. 3, pp. 129-35, edited by Joy Elamon, P.V. Aniyan, and P. Krishnakumar. Thiruvananthapuram: State Planning Board.

Sharma, Rashmi. 2003. 'Keralas Decentralization: Idea in Practice: Economic *and Political Weekly,* vol. 38, no. 36, pp. 3832-50. http://www.jstor.com/ *stable/4413997*

Sheena, P. *2020.* 'Fiscal Devolution in Kerala 1990-91 to 2019-20: Unpublished Backgrohnd Paper prepared for the 6th State Finance Commission, Thiruvananthapuram. .

Sheshagiri K.M., and C. Upendranadh. 2008. *Decentralization of Education in India, Reflections on Meanings, Experiences and Possibilities.* Bengaluru.

Sinha, Subrta, and Ajaykumar Varma. 1994. *A Handbook for Land Literacy: Participatory Resource Mapping Programme for Self-Reliant Panchayats.* New Delhi: Bharat Gyan Vigyan Samiti.

Sintomer, Yves, Carsten Herzberg, and Anja Rocke. 2008. 'From Porto Alegre to Europe: Potentials and Limitations of Participatory Budgeting'. *International Journal of Urban and Regional Research,* vol. 32, no. 1, pp. 164-78. Available online, http://citeseerx.ist.psu.edu/viewdoc/ download? doi=10.1.1.586.6376&rep=repl&type=pdf

Sivaramakrishnan, E., N.K. Prakashan, Ajith Bhaskaran, and A.R. Velayudhan Pillai, eds. 1999. *Gunabokthrusamithikalude Anubhava Padangal* [Lessons from the Experience of Beneficiary Committees). Thiruvananthapuram: State Planning Board.

Society for Participatory Research in Asia 1997. 'Local Self-Governance: Myth or Reality of Grama Panchayat and Grama Sabha'. Seminar on Strengthening Panchayati Raj Institutions in India, India International Centre, New Delhi.

Soman, C.R. 1995. *An Evaluation of the Self-Employment Scheme Launched by Alappuzha Community Development Society under Community Based Nutrition Project and Urban Basic Services for the Poor.* Thiruvananthapuram: Health Action by People.

Spronk, Susan. 2008. 'Review essay: Pink Tide? Neoliberalism and its Alternatives in Latin America. *Canadian Journal of Latin American and Caribbean Studies,* vol. 33, no. 65, pp.173-86. *https://doi.orgll0.1080108263663. 2008.10816944*

Sreedharan, K.K. 1997. 'Orumayum Oru Pakalum Ayirappara Nellum' [Unity for One Day and a Bumper Harvest]. In *Janakeeyathayude Ponkani* [First Fruits of People's Participation: The Auspicious Beginning), edited by K. Manoj Puthiavila and T.P. Kunhikkannan, pp. 83-87. Thiruvananthapuram: State Planning Board.

Sreekumar, P. 2014. 'A Call for Deepening Democracy in Kerala' *Economic and Political Weekly,* vol. 49, no. 34, pp. 70-71. https://www.jstor.org/ *stable/ 24480918*

Staal, Frits. 1976. 'The Nambudiri Agnicayana of April 1975'. *Journal of the American Oriental Society,* vol. 96, no. 1, pp. 113.

—. 1983. *Agni: The Vedic Ritual of the Fire Altar.* Berkeley, CA: Asian Humanities Press.

State Planning Board. 1988. Guidelines for Special Component Plan for Scheduled Castes. *Thiruvananthapuram: Kerala State Planning Board.*

—. *1989.* Towards an Approach to Keralas 8th Five-Year Plan. *Thiruvananthapuram: Kerala State Planning Board.*
—. *2015.* Report of the Task Force *on* Poverty Elimination, Thiruvananthapuram: Government of Kerala.
Stewart, Frances, and Gustav Ranis. 1994. 'Decentralisation in Chile'. Occasional Paper No. 14, United Nations Development Programme, New York.
—, Jeni Klugman, and A.H. Helmsing. 1994. 'Decentralisation in Zimbabwe'. Occasional Paper No. 15, United Nations Development Programme, New York.
Stover, Charles C. 1999. 'Financing, Service Delivery, and Decentralization in the Philippines and Kenya. In Myths and Realities about the *Decentralization of Health Systems*, edited by Riitta-Liisa Kolehmainen-Aitkeri, pp. 27-37. Boston: Management Sciences for Health.
Sudhakaran, M.N. 1991. 'Diffusion of Improved "Chulhas": A Study with Reference to Kerala' MPhil thesis, Jawaharlal Nehru University. Thiruvananthapuram: Centre for Development Studies.
Sudhakaran, P. 1997. 'Chinese Adavum Karalurappum' [Chinese Martial Arts]. In *Janakeeyathayude Ponkani* [First Fruits of People's Participation: The Auspicious Beginning], edited by K. Manoj Puthiavila and T.P. Kunhikkannan, pp. 184-86. Thiruvananthapuram: State Planning Board.
Sundaram, Meenakshi. 1994. Decentralization in Developing Countries. New Delhi: Concept Publishing Company.
Suresh, K. 1999. 'Vegetable Cultivation: Paper presented at the State-level Workshop on Participatory Vegetable Cultivation organized by Kanjikuzhy Grama Panchayat and the State Planning Board.
Swami Vivekananda, 1992. *Future of India: The Complete Works of Swami Vivekananda.* Mayavati Memorial Edition. Vol. 3. Calcutta: Advaita Ashrama.
Swathanthriam, P.P. 1997. 'Kaikanikalude Nirakanni, Kanjikuzhy Grama Panchayat' [Bounty of Fruits and Vegetables in Kanjikuzhy Grama Panchayat]. In *Janakeeyathayude Ponkani* [First Fruits of People's Participation: The Auspicious Beginning], edited by K. Manoj Puthiavila and T.P. Kunhikkannan, pp. 34-40. Thiruvananthapuram: State Planning Board.
Tendler, Judith. 1997. *Good Government in the Tropics*. Baltimore: Johns Hopkins University Press.
Thampi, Binitha V. 2000. *Community Development Society in Alappuzha, Kerala: An Evaluation Study.* Thiruvananthapuram: Kerala State Planning Board.
Tharakan, P.K. Michael. 1984. 'Socio-Economic Factors in Educational Development: Case of Nineteenth Century Travancore' *Economic and Political Weekly,* vol. 19, no. 45, pp. 1913-28. http://www.jstor.com/stable/4373745
——. 1990. *The Ernakulam Total Literacy Programme: Report of the Evaluation* (mimeo). Thiruvananthapuram: Centre for Development Studies.
—-. 2000. *Ernakulam Revisited: A Study of Literacy in the First Total Literacy District, 1990-1999.* Report submitted to Asia South Pacific Bureau of Bombay.
—. *2008.* 'When the Kerala Model of Development is Historicised: A Chronological

Perspective: Working Paper No. 19, Centre for Socio- economic and Environmental Studies, Kochi. https:/leconpapers.repec.org/ paper/esswpaper/id_3a6948.htm

Tharamangalam, Joseph. 1998. 'The Perils of Social Development without Economic Growth: The Development Debacle of Kerala, India: *Bulletin of Concerned Asian Scholars,* vol. 30, no. 1, pp. 23-34.

Thomas, Bejoy K. 2014. 'Monetary and Multidimensional Poverty in Kerala: A Review of Recent Evidence'. In *Kerala Economy and its Emerging Issues,* edited by Mathew Kurian and Raju John, pp. 238-51. Kottayam: Sahitya Pravarthaka Cooperative Society. http://eprints.atree.org/639/

Thomas Isaac, T.M. 1986a. 'From Caste Consciousness to Class Consciousness: Alleppey Coir Workers during the Interwar Period: *Economic and Political Weekly,* vol. 20, no. 4, pp. 5-18.

-—.1986b. 'The National Movement and the Communist Party in Kerala' *Social Scientist,* vol. 14, no. 8/9, pp. 59-80. http://www.jstor.com/ stable/3517435

-—. 1995. 'Kalliasseri Mathruka' [Kalliasseri Model). Pts. 1-7. *Chintha,* vol. 32, no. 4, p. 8; vol. 32, no. 5, p. 16; vol. 32, no. 6, p. 6; vol. 32, no. 7, p. 11; vol. 32, no. 8, p. 8; vol. 32, no. 10, p. 8; vol. 32, no. 11, p. 6.

-—. 1996. 'Janakeeya Aasuthrana Prasthanavum Udyogastarum' [People's Planning Movement and Government Employees). *Kerala Service,* October, pp. 5, 6, and 18.

—.1997. 'People's Plan Campaign: An Interim Assessment and Response to a Critique'. In N.P. Chekkutty, *The People's Plan,* pp. 31-52.

-—. 1999a. 'People's Planning-Towards a Handbook'. Paper presented at the Workshop organized by State Planning Board, Tripura, Agartala, 3-4 May.

1999b. 'Janakeeyaasoothranavum Ayalkoottangalum-Anubhava Padangal' [People's Planning and Neighbourhood Groups-Learning from Experience]. In *Ayalkootta Sangangal* [Neighbourhood Groups), Vol. 1, pp. vii-xxiii. Thiruvananthapuram: Kerala State Planning Board.

—. 1999c. 'Janakeeyaasuuthranavurn Gunabhokthra Samithikalum- Anubhava Padangal' [Lessons for People's Planning from the Experiences of Beneficiary Committees]. In Sivaramakrishnan et al., *Gunabokthrusamithikalude Anubhava Padangal,* pp. xvii-Iii,

—-. 1999d. 'Vikendreekritha Asoothranavurn, Pachakkari Krishiyum, Kanjikuzhy Anubhava Padangal' [Decentralized Planning and Vegetable Cultivation, Lessons from Kanjikuzhy's Experience). In Viswan et al., *Janakeeya Pachakkari Krishi-Anubhava Padangal,* pp. 1-34.

—. 1999e. 'The Socio-Economic and Political Context of People's Planning Campaign. Paper presented at the National Workshop on Decentralized Governance, Kerala Institute for Local Administration (KILA), Thrissur.

—. 2005. *Janakeeyasoothrananthinte Rashtreeyam* [Politics of People's Planning). Kottayam: D.C. Books.

-—.2020. 'Budget Speech 2020-21: Thiruvananthapuram: Government of Kerala.

—-, and P.K. Michael Tharakan. 1986. 'Sree Narayana Movement in Travancore, 1888-1939: A Study of Social Basis and Ideological Reproduction:

Working Paper No. 214, Centre for Development Studies, Thiruvananthapuram.
—, and B. Ekbal. 1989. *Science for Social Revolution.* Thiruvananthapuram: KSSP.
—-, and Pyaralal Raghavan. 1990. 'A Policy Framework for Revitalization of Coir Industry in Kerala' Working Paper No. 240, Centre for Development Studies, Thiruvananthapuram.
—-, and Mohana S. Kumar. 1991. 'Kerala Elections, 1991: Lessons and Non Lessons: *Economic and Political Weekly,* vol. 26, no. 47, pp. 2691-704. https://www.jstor.org/stable/4398338
—-, and E.M. Sreedharan. 1992 'Kerala's Development and its Politics: [In Malayalam.] *Marxist Samvadam,* October-December,
-—, P.A. Van Stuijvenberg, and K.N. Nair. 1992. *Modernization and Employment: The Coir Industry in Kerala.* Indo- Dutch Studies on Development Alternatives-10. New Delhi: Sage Publications.
—, and P.K. Michael Tharakan. 1995. 'Kerala: Towards a New Agenda'. *Economic and Political Weekly,* vol. 30, no. 31-32, pp. 1993-2004.
—, P.V. Unnikrishnan, T. Gangadharan, Sreekumar Chathopadhyay, Lalitha Bhai Sathyan, and Ajay Kumar Varma. 1995. *Local Level Planning-Learning From Kalliasseri.* Thiruvananthapuram: Kerala Research Programme on Local Level Development, Centre for Development Studies.
-—, Richard W Franke, and M.P. Parameswaran. 1997. 'From Anti- Feudalism to Sustainable Development: The Kerala People's Science Movement: *Bulletin of Concerned Asian Scholars,* vol. 29, no. 3, pp. 34-44.
—-, Richard W Franke, and Pyaralal Raghavan. 1998. *Democracy at Work in an Indian Industrial Cooperative: The Story of Kerala Dinesh Beedi.* Ithaca: Cornell University Press.
—, T.N. Seema, Binitha Thampi, and Margaret Antony. 1999. 'Gender and Decehtralized Planning-The Experience of People's Campaign: Paper presented at the Faculty Seminar, Centre for Development Studies, Thiruvananthapuram.
—, and Richard W. Franke. 2000. *Local Democracy and Development: People's Campaign for Decentralized Planning in Kerala.* New Delhi: LeftWord Books.
—, and Richard W. Franke. 2002. *Local Democracy and Development: The Kerala People's Campaign for Decentralized Planning.* World Social Change Series. Lanham, MD: Roman and Littlefield Publishers, Inc.
___ , and Richard W Franke. 2004. *Democracia Local y Desarrollo (Campana Popular de Planificacion Descentralizada de Kerala).* Xativa, Espana: Dialogos L'Ullal Editions. Spanish Edition of Thomas Isaac and Franke 2000.
___ , and Richard W Franke. 2003. *Democracia Local* I *Desenvolvimento: Campanya Popular de Planejamento Descentralizada de Kerala.* Sao Paulo:
Editions del Crec I Denes Editorial. Biblioteca Paulo Freire. Portuguese Edition of Thomas Isaac and Franke 2000.
—-, and Richard W. Franke. 2003a. *Democracia Local i Desenvolupament: Campanya Popular de Planificacio Descentralitzada de Kerala.*

Valencia, Spain: Centre de Recursos I Educacio Continua i CReC. Catalan Edition of Thomas Isaac and Franke 2000.

—-, and N.P. Chandrasekharan. 2010. *Vyajasammithiyude Nirmithi Madhyama Vimarshanam 2000-2009* [Manufacture of False Consent-Critique of the Malayalam Media 2000-2009). Thiruvananthapuram: Chintha Publishers.

-—, and Rajeev Sadanandan. 2020. 'Public Health System and Local Governance in Kerala in the Context of COVID-19 Pandemic' *Economic and Political Weekly,* vol. 55, no. 21, pp. 35-40. http://dln.jaipuria.ac.in:8080/jspui/bitstream/123456789/1628/1I9_EPW _Vol_LV _No_21-May%2023%2C%20 2020.pdf#page=35

Thomas, John, and C.P. Mohammed. 2000. 'Namukkennum Kudineer Thadayanakal Vazhi' [Drinking Water for Us Everyday Through Check Dams). In Kallyana and John, *Jala Vibhava Aasoothranavum Thadayanakalum,* pp. 71-78.

Thomas, M. Benson, and K. Rajesh. 2011. 'Decentralisation and Interventions in Health Sector: A Critical Inquiry into the Experience of Local Self Governments in Kerala' Working Paper No. 271, Institute for Social and Economic Change, Bangalore.

Thresia, C.U. 2013. 'Rising Private Sector and Falling "Good Health at Low Cost": Health Challenges in China, Sri Lanka and Indian State of Kerala, *International Journal of Health Services,* vol. 43, no. 1, pp. 31-48. https://www. jstor.orgl stable/45131943

Thrikunnapuzha Grama Panchayat. 1996. *Vikasana Rekha* [Development Report). Alappuzha: Thrikkunnapuzha Grama Panchayat.

Tornquist, Olle. 2001. 'Movement, Politics and Development: The Case of Kerala' *Social Scientist,* vol. 29, no. 11/12, pp. 57-87. http://www.jstor.com/stable/3518227

-—. 2005. 'The Politics of Democratic Decentralization'. Speech at the 1st Plenary Session- 'Bridging the Political Deficit of Democratisation' -at the International Conference on A Decade of Decentralisation in Kerala: Issues. Options and Lessons, Thiuruvananthapuram, 7-9 October.

—, and Michael Tharakan. 1996. 'Democratisation and Attempts to Renew the Radical Political Development Project-Case of Kerala' Pts. 1. 2 and 3. *Economic and Political Weekly,* vol. 31, no. 28 (13 July); no. 29 (20 July); and no. 30 (27 July).

United Nations Development Programme (UNDP). 1999. *Human Development Report* 1999. New York: Oxford University Press.

-—. 2000. *Human Development Report 2000.* New York: Oxford University Press.

—. 2019. *Global Multidimensional Poverty Index 2019: Illuminating Inequalities.* United Nations Development Programme and Oxford Poverty and Human Development Initiative. Available online, http://hdr.undp.org/en/2019-MPI

Unnikrishnan, P.V, 1996. *Strategy for Demand Side Based End-Use Oriented Energy Management of the Kerala Power System.* Palakkad: Integrated Rural Technology Centre.

Valsala, Sebastian, V L; Srilatha, and P.K. Gopinathan. 1995. 'Community

Development Society of Alappuzha, Kerala: A Movement of Women for Poverty Eradication: Paper presented at the 'We the People: 50 Community Awards' Study Conference and Awards ceremony in honour of the 50th anniversary of the United Nations, New York, 22-24 September.

Varatharajan, D., R. Thankappan, and Sabeena Jayapalan. 2004. 'Assessing the Performance of Primary Health Centres under Decentralized Government in Kerala, India *Health Policy and Planning,* vol. 19, no. 1, pp. 41-51.

Varghese, N.V 1996. 'Decentralization of Educational Planning in India: The Case of the District Primary Education Programme: *International Journal of Educational Development,* vol. 16, no. 4, pp. 355-65.

Varghese, T.C. 1970. *Agrarian Change and Economic Consequences: Land Tenures in Kerala.* Calcutta: Allied Publishers.

Varma, Ajay Kumar, Resy George, A.S.K. Nair, P. Krishnakurnar, and P. V. Aniyan. 2000. 'Watershed Master Plan: An Approach to *Reinforce* Local Level Development: Paper presented at the International Conference on Democratic Decentralisation, Kerala State Planning Board, Thiruvananthapuram, 23-27 May.

Venugopal, Varsha, and Serdar Yilmaz. 2009. 'Decentralization in Kerala: Panchayat Government Discretion and Accountability'. *Public Administration and Development,* vol. 29, no. 4, pp. 316-29. https:/ldoi.org/l0.l002/pad.541

Vijay, Devi, and Philippe Monin. 2018. 'Poisedness for Social Innovation: The Genesis and Propagation of Community-Based Palliative Care in Kerala (India)'. *Management,* vol. 21, no. 4, pp. 1329-56. https://doi.org/10.3917/mana.2J4.1329

Vijayakumar, K., Joy Elamon, and V.N. Jithendran. 1999. *Samboorna Schuchithwam-Aaroogyam* (Total Sanitation-Health). Thiruvananthapuram: State Planning Board.

Vijayakumar, Sheela. 2000. 'Mrugasamrakshanatil Randu Janakeeyaa Matrukal' [Two People's Models in Animal Husbandry]. In *Kaarshika Meghalayil Puttanunarvu* [A New Awakening in Agriculture]. Papers presented at the International Conference on Democratic Decentralization, May 2000, bk. 5, edited by P. Madhusoodanan Pillai, S. Mohanan, and S. Edison, pp. 215-29. Thiruvananthapuram: State Planning Board.

Vijayanand, S.M. 2009. *Kerala-A Case Study of Classical Democratic Decentralisation.* For submission to the 13th Finance Commission. Thrissur, Mulamkunnathukavu: Kerala Institute of Local Administration.

Vijayan, Aleyamma, and J. Sandhya. 2004. *Gender and Decentralised Planning, Kerala, India.* Thiruvananthapuram: Sakhi Women's Resource Center and Caxton Press.

Vimalan, K. 2019. 'Karutharjikkunna Pothu Vidyabhyasam' [Public Education Empowered]. *Vidyarangam,* pp. 20-36. Government of Kerala: General Education Department.

Vishalakshy, M.V. 1997. 'Mathrukakal Chamaykkunna Thrissur' [Thrissur, Fabricator of Models]. In *Janakeeyathayude Ponkani* [First Fruits of People's Participation: The Auspicious Beginning], edited by K. Manoj

Puthiavila and T.P. Kunhikkannan. Thiruvananthapuram: State Planning Board.

Viswan, T.S., M. Mohankumar, and N.K. Prakashan. 1999. *Janakeeya Pachakkari Krishi-Anubhava Padangal* [People's Vegetable Cultivation-Lessons from Experience]. Thiruvananthapuram: State Planning Board.

Wainwright, H., and S. Branford. 2006. *In the Eye of the Storm: Left-wing Activists Discuss the Political Crisis in Brazil.* Amsterdam: Transnational Institute (TNI).

Wampler, Brian. 2011. 'Bootstrapping Democracy: Transforming Local Governance and Civil Society in Brazil'. *Social Forces,* vol. 91, no. 3, pp. 1111-13.

Weaver, James H., Michael T. Rock, and Kenneth Kusterer. 1997. *Achieving Broad-Based Sustainable Development: Governance, Environment, and Growth with Equity.* West Hartford, Conn.: Kumarian Press, Inc.

Weisbrot, Mark, Robert Naiman, and Joyce Kim. 2000. *The Emperor Has* No *Growth: Declining Economic Growth Rates in the Era of Globalization,* Washington, DC: Center for Economic and Policy Research.

—-, Dean Baker, Robert Naiman, and Gila Neta. 2001. *Growth May Be Good for the Poor-But Are IMF and World Bank Policies Good for Growth?* A *Closer Look at the World Bank's Recent Defense of Its Policies.* Washington, DC: Center for Economic and Policy Research.

—-, Dean Baker, Egor Kraev, and Judy Chen. 2001. *The Scorecard on Globalization 1980-2000: Twenty Years of Diminished Progress.* Washington, DC: Center for Economic and Policy Research.

White, Stacey. 2011. *Government Decentralization* in *the* 21st *Century:* A *Literature Review.* A *Report of the CSIS Program on Crisis, Conflict, and Cooperation.* Washington DC: Center for Strategic and International Studies. Available online, https://csis-website-prod.53. amazonaws. com/ s3 fs-public/legacy_ files/files/publication/ 120329_White_Decentralization_ Web.pdf

Williams, Michelle. 2008. *The Roots of Participatory Democracy: Democratic Communists in South Africa and Kerala, India.* New York: Palgrave Macmillan.

-—.2018. 'Practising Democratic Communism: The Kerala Experience'. In *Rethinking Democracy: Socialist Register 2018,* edited by Gregory Albo and Leo Panitch. New York: NYU Press and Monthly Review Press. https://www. jstor.org/ stable/j .ctt 1 pwt8df?turn_away=true.

——.World Bank. 1991. *World Development Report: The Challenge of Development.* New York: Oxford University Press.

—-. 1995. *Better Urban Services: Finding the Right Incentives.* Washington, DC: The World Bank.

—-. 1999. *Entering the* 21st *Century: World Development Report 1999/2000.* New York: Oxford University Press.

Zachariah, Mathew, and R. Sooryamoorthy, 1994. *Science for Social Action? Achievement and Dilemmas of a Development Movement- The Kerala Sastra Sahitya Parishad.* New Delhi: Vistaar Publications.

Zajda, Joseph, ed. 2006. *Decentralisation and Privatisation in Education-:* The *Role of the State.* The Netherlands: Springer.

www.ingramcontent.com/pod-product-compliance
Lightning Source LLC
LaVergne TN
LVHW060321051026
849517LV00004B/1188

* 9 7 8 9 3 9 0 3 0 1 7 5 1 *